പഴയ പാത വെളുത്ത മേഘങ്ങൾ

ഗൗതമബുദ്ധന്റെ ജീവിതകഥ

Malayalam
Pazhaya Patha Velutha Meghangal
Gouthama Budhante Jeevitha Katha
Biography by
Thich Nhat Hanh
Translated by
K. Aravindakshan
First Compiled Impression : February 2020
Cover Design : Vinaylal
Typeset: Current books Thrissur

Printed at
Ebenezer Thrissur
Publishers
Current Books Thrissur-680 001 Keralam
e-mail: currentbooksthrissur@gmail.com
www.currentbooksonline.in
Distribution
CosmoBooks
Thrissur, Kochi, Kozhikode, Kottayam
e-mail: cosmobooks@asianetindia.com
ISBN 978-93-86429-87-2

2426 CBT 2020-05-1000

പഴയപാത വെളുത്ത മേഘങ്ങൾ

ഗൗതമബുദ്ധന്റെ ജീവിതകഥ

തിച്ച് നാത് ഹാൻ

മൊഴിമാറ്റം: കെ.അരവിന്ദാക്ഷൻ

കറന്റ് ബുക്സ് തൃശൂർ

തിച്ച് നാത് ഹാൻ

സന്യാസിയും അദ്ധ്യാപകനും ഗ്രന്ഥകർത്താവും കവിയും സമാധാന പ്രവർത്തകനുമായ തിച്ച് നാത് ഹാൻ 1926 ൽ വിയറ്റ്നാമിൽ ജനിച്ചു. പതിനാറാമത്തെ വയസ്സിൽ ബുദ്ധമതം പഠിക്കാനാരംഭിച്ചു. 1949 മുതൽ സന്യാസം സ്വീകരിച്ചു. വിയറ്റ്നാം യുദ്ധത്തിൽ അനാഥരായിത്തീർന്ന ഗ്രാമീണരുടെ ക്ഷേമപ്രവർത്തനത്തിനായി 1960-ൽ സ്കൂൾ ഓഫ് സോഷ്യൽ സർവീസ് സയ്ഗോണിൽ സ്ഥാപിച്ചു. 1960-ൽ താരതമ്യ മതപഠനത്തിനായി പ്രിൻസ്റ്റൺ യൂണിവേഴ്സിറ്റിയിൽ ചേരുകയും പിന്നീട് കൊളംബിയ യൂണിവേഴ്സിറ്റിയിൽ ബുദ്ധിസ്റ്റ് ലക്ചററാവുകയും ചെയ്തു. ഫ്രഞ്ച്, ചൈനീസ്, സംസ്കൃതം, പാലി, ജപ്പാനീസ്, ഇംഗ്ലീഷ് എന്നീ ഭാഷകളിൽ പ്രാവീണ്യം നേടി. വിയറ്റ്നാം യുദ്ധത്തിനെതിരെ നിരവധി പ്രക്ഷോഭങ്ങൾക്ക് നേതൃത്വം നൽകി. ഒരു ബുദ്ധിസ്റ്റ് അദ്ധ്യാപകനും പ്രഭാഷകനുമെന്ന നിലയിൽ പാശ്ചാത്യരാജ്യങ്ങളിൽ അദ്ദേഹം ശ്രദ്ധിക്കപ്പെട്ടു. ലോകത്തിന്റെ പല സ്ഥലങ്ങളിലും ബുദ്ധമത പഠനകേന്ദ്രങ്ങൾ സ്ഥാപിച്ചു. നിരവധി വർഷങ്ങൾ സ്വന്തം രാജ്യത്തിനു പുറത്ത് അഭയാർത്ഥിയായി കഴിഞ്ഞ അദ്ദേഹം 2005 ൽ വിയറ്റ്നാമിലേക്ക് തിരിച്ചുവന്നു. ലോകത്തെമ്പാടും സമാധാനത്തിനുവേണ്ടിയുള്ള പ്രഭാഷണങ്ങളിലും പ്രവർത്തനങ്ങളിലും ഏർപ്പെട്ടിരിക്കുന്ന തിച്ച് നാത് ഹാൻ 100 ലേറെ പുസ്തകങ്ങളുടെ രചയിതാവാണ്.

കെ.അരവിന്ദാക്ഷൻ

ജനനം: തൃശൂർ ജില്ലയിൽ വെങ്ങിണിശ്ശേരി ഗ്രാമത്തിൽ.

അമ്മാടം സെന്റ് ആന്റണീസ് ഹൈസ്കൂൾ, സെന്റ് തോമസ് കോളേജ് തൃശൂർ എന്നിവിടങ്ങളിൽനിന്ന് വിദ്യാഭ്യാസം. ഭഗൽപൂർ യൂണിവേഴ്സിറ്റിയിൽനിന്ന് 'ഗാന്ധിയൻ ചിന്ത'യിൽ ഡോക്ടറേറ്റ്.

കൃതികൾ: *നിലാവിന്റെ വിരലുകൾ, കുശിനാരയിലേക്ക്, സാക്ഷിമൊഴി, ജീവപര്യന്തം, മറുപാതി, രജിതയുടെ തിരോധാനം, ഭോപ്പാൽ, ദൈവം തുറക്കാത്ത പുസ്തകം, ജീവഗാഥ* (നോവലുകൾ). *അലക്കുയന്ത്രം, മീര ചോദിക്കുന്നു, കഥകൾ, എലിവേട്ടയ്ക്കൊരു കൈപ്പുസ്തകം, പുതിയ ഗോത്രത്തിന്റെ ഉല്പത്തി* (ചെറുകഥകൾ). *ഗാന്ധിയുടെ ജീവിതദർശനം* (പഠനം). *ഗാന്ധിയൻ കാഴ്ചകൾ, രാമൻ-ഗാന്ധി-അംബേദ്കർ, അധികാരത്തിന്റെ മതങ്ങൾ- കാവി പച്ച ചുമപ്പ്, ഹരിത രേഖകൾ, അധികാരത്തിന്റെ ആസക്തികൾ, ദേശീയത നായാട്ടിനിറങ്ങുമ്പോൾ* (ലേഖനങ്ങൾ). കാലുകൾ കൊണ്ട് ധ്യാനിക്കുക, ഒച്ചിന്റെ മഹായാനങ്ങൾ (ദാർശനികം) *അമ്മയെ മറന്നു പോകുന്ന ഉണ്ണികൾ, ബാപ്പുവിന്റെ ജീവിതത്തിലൂടെ, ബാപ്പുജി: ജീവിതകഥകൾ, മഹാത്മാവിന്റെ ജീവിതത്തിലൂടെ* (ബാലസാഹിത്യം). *മരങ്ങൾ നട്ട മനുഷ്യൻ, 1084ന്റെ അമ്മ, പൂർണ്ണാരോഗ്യത്തിലേയ്ക്ക്, പഴയപാത വെളുത്ത മേഘങ്ങൾ* (വിവർത്തനം). *രാജ്യദ്രോഹി vs രാജ്യസ്നേഹി* (സംഭാഷണം) 'ഗാന്ധിയുടെ ജീവിതദർശനം' ന് 95-ലെ വൈജ്ഞാനിക സാഹിത്യത്തിനുള്ള കേരളസാഹിത്യ അക്കാദമി പുരസ്കാരം, ഗുരുദർശന അവാർഡ് എന്നിവ ലഭിച്ചു. *അധികാരത്തിന്റെ ആസക്തികൾക്ക്* 2017 ലെ കുമാർ എൻഡോവ്മെന്റ് അവാർഡ് ലഭിച്ചു.

ബുദ്ധപാതയും ഒഴുകുന്ന വെള്ള മേഘങ്ങളും

കെ. അരവിന്ദാക്ഷൻ

മൊഴിമാറ്റിയ 'പഴയപാത വെളുത്ത മേഘങ്ങൾ ഗൗതമ ബുദ്ധന്റെ ജീവിത കഥ' എന്ന മഹത് ഗ്രന്ഥത്തിന്റെ അഞ്ഞൂറ്റി അറുപത്തിനാല് പുറങ്ങളുടെ പ്രൂഫ് വായിച്ച് തീർത്തത് ഇന്നലെ (13/7/19) രാവിലെ എട്ടരയ്ക്കാണ്. പതിവുപോലെ ഇന്ന് പുലർച്ചെ നടക്കാനിറങ്ങി. മഴ പൊടിഞ്ഞ് വീഴുന്നുണ്ട്. നടത്തം മതിയാക്കി തിരിച്ചുപോയാലോ യെന്ന് തോന്നി. പക്ഷേ, കാലുകൾ മുന്നോട്ട് നീങ്ങി. റോഡ് കോൾ പാടത്തേക്കിറങ്ങി. പാടത്തിന്റെ നടുക്കെത്തി. വിജനം. ആകാശചെ രുവുകളിൽ കറുത്തിരുണ്ട മേഘങ്ങൾ. ദുഃഖം ഇറ്റിറ്റുവീഴുന്നതുപോലെ മഴയുണ്ട്. കഴിഞ്ഞ പുലർച്ചകളിലൊ ന്നിലും ഭൂമി ഇത്ര ഇരുണ്ടതായി കണ്ടിട്ടില്ല. പെട്ടെന്ന് കറുത്ത മേഘങ്ങൾക്ക് താഴെയായി വെളുത്ത മേഘങ്ങൾ സാവകാശം ഒഴുകുന്നത് കണ്ടു. പ്രകാശം ചൊരിയുന്ന ബുദ്ധന്മാരായി. പഴയ പാതയിൽ ബുദ്ധൻ നടന്ന് ധ്യാനം ചെയ്യുന്നു....

ആ നേരനുഭവമാണ് സത്യമെന്നറിയിച്ച് പച്ചച്ച പുൽനാമ്പുകൾ ഇള കുന്നു. അവ ആനന്ദത്താൽ മന്ദം മന്ദം നൃത്തം വെയ്ക്കുകയാണ്. മനുഷ്യനെറിഞ്ഞ വയറുപൊട്ടിയ പ്ലാസ്റ്റിക് മാലിന്യങ്ങളെ കൂസാതെ വയൽ ജലത്തിൽ ഒരു ചെറിയ ആമ്പൽ മൊട്ട് എന്നെ നോക്കി പുഞ്ചി രിക്കുന്നു. തലയ്ക്ക് മുകളിലെ വൈദ്യുതി കമ്പിയിൽ ഒരു ചെറുപക്ഷി ചെറുവാലിളക്കി സന്തോഷമറിയിക്കുന്നു. വെള്ളം മൂടാത്ത വയൽ വരമ്പുകളിൽ കൊക്കുകൾ ധ്യാനിക്കുന്നു. അല്പം ദൂരെനിന്ന് ഒരു മയിൽ കൂജനം ചെയ്യുന്നു. തവളകൾ ആനന്ദത്താൽ പാടുന്നു. ചീവീ ടുകൾ ശ്രുതി മുറുക്കുന്നു.

ഭൂമിയിൽ ദുഃഖവും ദുരിതവും വേദനയും മാത്രമല്ല ആനന്ദത്തിന്റെ വിസ്മയങ്ങളുമുണ്ട്. ദുഃഖവും ദുരിതവും എന്തുകൊണ്ടെന്നറിയാനാ യാൽ നമ്മുടെ കണ്ണുകൾ അത്ഭുതങ്ങളാകും. കാതുകൾ സംഗീത മാകും. ഹൃദയം കാരുണ്യമാകും. ഈ അനുഭവത്തിലേക്ക് നമ്മെ കൊണ്ടുപോകുന്നതാണ് തിച്ച് നാത്ഹാന്റെ 'പഴയപാത വെളുത്ത മേഘങ്ങൾ.' 'ഈ' നിമിഷത്തിന്റെ ഏകാഗ്രതയിൽ ജാഗ്രത പുലർ ത്താനായാൽ നമുക്കിതനുഭവിക്കാം. ഒരു മതഗ്രന്ഥത്തിന്റെയും ദൈവ

ത്തിന്റെയും ആവശ്യമില്ല. ഒരു പച്ചിലയിൽ, ഒഴുകുന്ന വെളുത്ത മേഘത്തിൽ, ഒരു സൂര്യരശ്മിയിൽ, ഒരു പൂവിൽ, ഒരു ജലത്തുള്ളിയിൽ, ഒരു മൺതരിയിൽ അതുണ്ട്. അതുള്ളതുകൊണ്ടാണ് ഈ നാമുള്ളത്... എല്ലാം പരസ്പരാശ്രിതമാണ്. ഇതത്രെ സഹോദയം. ഭൂമിയിലെ ചേതനവും അചേതനവുമായ സകലതിന്റെയും ഉള്ളുണർവ്.

പന്ത്രണ്ടുവയസ്സുകാരനും ഇരുപത്തിയൊന്നുകാരിയും എൺപതുകാരിയും ജാഗ്രതയിൽ 'പഴയ പാത വെളുത്ത മേഘങ്ങൾ' വായിച്ചാൽ നവ്യമായ ഒരനുഭവത്തിലെത്താം. അത്ര ലളിതമാണ് തിച്ച് നാത്ഹാന്റെ ബുദ്ധകഥ. ഗൗതമ ബുദ്ധന്റെ ജീവിതസന്ദർഭങ്ങളിലൂടെ ബോധോദയം ഓരോ വായനക്കാരിലും ഉണരുകയാണ്. ഒരു പൂവിടരുന്നതുപോലെ. അക്ഷരങ്ങളിലൂടെ ബോധോദയത്തിന്റെ വിത്തുകൾ നമ്മിൽ വിതയ്ക്കുന്ന മഹാനായ കലാകാരൻ കൂടിയാണ് തിച്ച്നാത്ഹാൻ.

നിയമപാലകരും നീതി നിർമ്മാതാക്കളും അധികാരികളും പ്രണയികളും എഴുത്തുകാരും, കവികളും, സംഗീതജ്ഞരും, ഗായകരും, ശില്പികളും മാതാപിതാക്കളും മക്കളും സഹോദരങ്ങളും.... മനഃശാസ്ത്രജ്ഞനും, സാന്ത്വന പ്രവർത്തകയും, ഭിഷഗ്വരനും, സാമ്പത്തിക ശാസ്ത്രജ്ഞരും ലൈംഗികത്തൊഴിലാളിയും കൊലപാതകിയും കൊള്ളക്കാരനും ഈ മഹത്ഗ്രന്ഥത്തിലൂടെ കടന്നുപോകുമ്പോൾ തങ്ങളെത്തന്നെ കണ്ടുമുട്ടുന്നു. തങ്ങളുടെ യുദ്ധങ്ങൾ, വൈരങ്ങൾ, ഭേദങ്ങൾ, ദുഃഖങ്ങൾ, ആർത്തികൾ, അസൂയകൾ, കോപങ്ങൾ.... എന്നിവയ്ക്ക് നേർക്കുനേർ നില്ക്കുന്നു. അവ എന്തെന്നറിയുന്നു. ഒപ്പം തന്നെ ഭൂമിയിലെ സന്തോഷങ്ങൾ, സൗഹൃദങ്ങൾ സ്നേഹങ്ങൾ, ശാന്തി, സ്വാസ്ഥ്യം.... കരുണ ഈ ഗ്രന്ഥം വായിച്ചു കഴിയുന്നതോടെ നാമറിയുന്നു, സിദ്ധാന്തവും ദർശനവും ധർമ്മവും നേരനുഭവത്തോളം വരില്ല. മറുകരയിലെത്തിയാൽ ആരെങ്കിലും പുഴ മുറിച്ച് കടക്കാനുപയോഗിച്ച തോണി തലയിലേറ്റി നടക്കുമോ? ചന്ദ്രനെ ചൂണ്ടിക്കാട്ടുവാൻ ഉപയോഗിച്ച വിരൽ ചന്ദ്രനാണെന്ന് പറഞ്ഞുനടക്കുമോ? നേരനുഭവത്തിലൂടെ സത്യമറിയുന്നവന് ബുദ്ധധർമ്മങ്ങൾ വേണ്ട. ബുദ്ധനെപ്പോലും കത്തുന്ന തീയിലേക്ക് വലിച്ചെറിയാം.

കരുണയുടെ കണ്ണുകളുള്ള ഒരു മഹാമനഃശാസ്ത്രജ്ഞനായി ബുദ്ധൻ ഈ ഗ്രന്ഥത്തിലുടനീളം സന്നിഹിതനാണ്. നമ്മുടെ മനസ്സിന്റെ നാമിന്നുവരെ കാണാത്ത ഓരോ മൂലയിലേക്കും വെളിച്ചം തെളിയിച്ച് ഏകാഗ്രതയിലൂടെ ആർക്കും ബുദ്ധത്തത്തിലെത്താമെന്ന് നമ്മോട് മൗനഭാഷയിൽ പറയുന്നു, ഈ ഗ്രന്ഥം. 1992 ലാണ് തിച്ച്നാത്ഹാന്റെ 'പഴയപാത വെളുത്ത മേഘങ്ങൾ' ഇംഗ്ളീഷിൽ ഇറങ്ങുന്നത്. ഗ്രന്ഥത്തിന്റെ അനുബന്ധകുറിപ്പിൽ തിച്ച്നാത്ഹാൻ എഴുതുന്നുണ്ട്. അദ്ദേഹം ഈ ഗ്രന്ഥത്തിലുപയോഗപ്പെടുത്തിയിട്ടുള്ളത് മഹായാന പാഠങ്ങളല്ല (Texts) മഹായാനവുമായി ബന്ധപ്പെട്ട സിദ്ധാന്തങ്ങ

ളെല്ലാം നേരത്തെയുള്ള പാലി നികായങ്ങളിലും (Nikayas) ചൈനീസ് അഗാമസുകളിലും (Agamas) ഉണ്ട്. ഇത്തരം സൂക്തങ്ങൾ ആഴത്തിൽ (Sutras) പഠിച്ചുകൊണ്ടാണ് അദ്ദേഹം ഈ പുസ്തക രചന നടത്തിയിട്ടുള്ളത്. കാരണം അവയാണ് ബുദ്ധന്റെ ബോധനങ്ങളുമായി ഏറ്റവും അടുത്ത് നിൽക്കുന്നത് (നികായം, അഗാമസ് എന്നിവയ്ക്ക് സൂക്തം– സുത്തം – എന്ന് ഏകദേശം അർത്ഥം പറയാം)

ആയിരത്തിതൊള്ളായിരത്തി തൊണ്ണൂറ്റിയെട്ട് ജനുവരി മാസത്തിലാണ് 'പഴയ പാതയിലൂടെ' വെളുത്ത മേഘങ്ങൾ എന്നിലെത്തുന്നത്. വളരെ ആകസ്മികമായി. എൺപതുകളുടെ അവസാനത്തിൽ തിച്ച്നാത്ഹാനെ ഞാൻ നേരിട്ട് കാണുന്നുണ്ട്. താംബരത്തെ മദ്രാസ് ക്രിസ്ത്യൻ കോളേജിൽ വെച്ച് നടന്ന ഒരാഴ്ച നീണ്ട ഗാന്ധിയൻ സെമിനാറിൽ. അദ്ദേഹത്തിന്റെ പുഞ്ചിരിയുടെ പ്രകാശമായിരിക്കാം, ഏതാണ്ട് പത്ത് വർഷങ്ങൾക്ക് ശേഷം ഈ പുസ്തകത്തിലെത്താൻ കാരണമായത്. സെമിനാർ ദിവസങ്ങളിൽ ഞാനദ്ദേഹത്തെ സെമിനാർ ഹാളിലും ഭക്ഷണശാലയിലും ഇടനാഴിയിലും പൂന്തോട്ടത്തിലും കണ്ടു. അന്തർമുഖത്തത്തിന്റെ അജ്ഞതയിൽ ഞാനദ്ദേഹത്തിൽ നിന്ന് ഒഴിഞ്ഞുമാറി. അന്നത്തെ എന്റെ അജ്ഞതയിൽ ഞാൻ പലപ്പോഴും ഉള്ളുരുകിയിട്ടുണ്ട്. ആ ബുദ്ധതേജസ്സിനുമുമ്പിൽ ശരീരവും മനസ്സും സമർപ്പിച്ച് പ്രണമിക്കേണ്ടതായിരുന്നു. എന്നാൽ, 1983 ലെ വസന്തത്തിൽ അദ്ദേഹം റോച്ച്സ്റ്റർ സെൻ ധർമ്മശാലയിൽ ചെയ്ത പ്രഭാഷണത്തിന്റെ ഒരു കോപ്പി കിട്ടിയത് എന്നോടൊപ്പം കൊണ്ടുവന്നു. 'അഹിംസ – സചേതനമായ ഉള്ളുണർവ്വ്' എന്ന് മൊഴിമാറ്റി 1992 ഏപ്രിൽ ലക്കം *പൂർണോദയ* സാംസ്കാരിക ത്രൈമാസികത്തിൽ പ്രസിദ്ധീകരിച്ചു. ഈയടുത്ത ദിവസങ്ങളിലാണ് വീണ്ടും അത് വായിച്ചത്. അതിന്റെ കുറച്ച് പാരഗ്രാഫുകൾ ഇവിടെ പകർത്തിയെഴുതട്ടെ:

നിങ്ങൾക്കുവേണ്ടി ഒരു കവിത: "എന്നെ എന്റെ ശരിയായ പേരുകൾ കൊണ്ട് വിളിക്കുക." ഈ കവിത ഞങ്ങൾ മൂന്നുപേരെക്കുറിച്ചാണ്. ബോട്ടിൽ തായ്‌ലണ്ട് കടലിടുക്ക് കടക്കുന്ന അഭയാർത്ഥിയായ ഒരു പന്ത്രണ്ടുകാരി. ഒരു കടൽ കൊള്ളക്കാരനാൽ ക്രൂരമായി അപമാനിക്കപ്പെട്ടു. അവൾ കടലിൽ ചാടി. മറ്റേ ആൾ, തായ്‌ലണ്ടിലെ ഒരു പ്രാകൃത ഗ്രാമത്തിൽ പിറന്ന കടൽകൊള്ളക്കാരൻ. മൂന്നാമൻ ഞാൻ. എനിക്കാണെങ്കിൽ ഒട്ടേറെ പ്രശ്നങ്ങളുണ്ടായിരുന്നു. കാരണം ഞാൻ കോപാന്ധനായിരുന്നു. പക്ഷേ, എനിക്ക് കടൽ കൊള്ളക്കാരനെതിരെ പക്ഷം പിടിക്കാൻ കഴിഞ്ഞില്ല. അങ്ങനെയായിരുന്നെങ്കിൽ കാര്യങ്ങൾ എളുപ്പമായിരുന്നേനെ, പക്ഷേ, എനിക്കതായില്ല. കാരണം, അയാളുടെ ഗ്രാമത്തിലാണ് ജനിച്ചിരുന്നതെങ്കിൽ, അതേ സാമൂഹ്യ സാമ്പത്തികാന്തരീക്ഷത്തിലാണ് വളർന്നിരുന്നതെങ്കിൽ, ഞാനും ആ കടൽ കൊള്ളക്കാരനായിരുന്നേനേ. അതുകൊണ്ട് പക്ഷം പിടിക്കുക എളുപ്പമായിരുന്നില്ല. ആ നീറ്റലിൽ നിന്ന് ഞാനൊരു കവിതയെഴുതി:

"എന്നെ എന്റെ ശരിയായ പേർ വിളിക്കുക."

കാരണം എനിക്ക് അനേകം പേരുകളുണ്ട്. നിങ്ങൾ എന്നെ എന്റെ പേരുകൾ വിളിക്കുമ്പോൾ ഞാൻ വിളി കേൾക്കണം.

ഞാൻ നാളെ വേർപിരിയുമെന്ന് പറയരുത്. എന്തുകൊണ്ടെന്നാൽ ഞാനിന്നും എത്തിക്കൊണ്ടിരിക്കുന്നു. എന്നെ നോക്കൂ; ഞാനോരോ നിമിഷത്തിലും എത്തുന്നു; വസന്തശാഖിയിൽ ഒരു മൊട്ടായിരിക്കുവാൻ, ഇപ്പോൾ തളിർച്ചിറകുകളുള്ള, തന്റെ ഏറ്റവും നല്ലപുതുപ്പാട്ട് പാടാൻ പഠിക്കുന്ന, ഒരു ചെറിയ പക്ഷിയായിരിക്കുവാൻ.

പൂവിൻ ഹൃത്തിലെ ശലഭപോതമായിരിക്കുവാൻ

കല്ലിനുള്ളിൽ ഒളിഞ്ഞിരിക്കുന്ന രത്നമായിരിക്കുവാൻ,

ഞാനിപ്പോഴുമെത്തുന്നു; ചിരിക്കാനും, കരയാനുമായി,

പേടിക്കാനും, ആശിക്കാനുമായി,; എന്റെ ഹൃദയ താളം

ജീവിച്ചിരിക്കുന്നതിന്റെയെല്ലാം ജനനവും മരണവുമാണ്

പുഴയുടെ ഉപരിതലത്തിൽ പരിണമിച്ചുകൊണ്ടിരിക്കുന്ന

ചിത്രശലഭം ഞാനാണ്, നിശബ്ദമായി ഇഴഞ്ഞുചെന്ന്

തവളയെപ്പിടിച്ചു തിന്നുന്ന പുൽപ്പാമ്പും ഞാനാണ്.

ഉഗാണ്ടയിലെ എല്ലും തോലുമായ കുട്ടി ഞാനാണ്, എന്റെ കാലുകൾ ചുള്ളിക്കമ്പുകൾ പോലെ മെലിഞ്ഞതാണ്.

ഉഗാണ്ടയ്ക്ക് മാരകായുധങ്ങൾ വിൽക്കുന്ന ആയുധക്കച്ചവടക്കാരനും ഞാനാണ്.

അഭയാർത്ഥി വള്ളത്തിൽ വെച്ച് കടൽ കൊള്ളക്കാരനാൽ അപമാനിക്കപ്പെട്ട് കടലിൽ ചാടിയ പന്ത്രണ്ടുവയസ്സുകാരി ഞാനാണ്.

ആ കടൽ കൊള്ളക്കാരനും ഞാനാണ് എന്റെ ഹൃദയത്തിനിപ്പോഴും

കാണാനും സ്നേഹിക്കാനുമായിട്ടില്ല.

നിക്ഷിപ്തമായ അധികാരമേറ്റ പോളിറ്റ് ബ്യൂറോ അംഗമാണ് ഞാൻ.

ലേബർ ക്യാമ്പിൽ കിടന്ന് മെല്ലെ മരിച്ചുകൊണ്ടിരിക്കുന്ന, എന്റെ ജനതയ്ക്ക് രക്തത്തിന്റെ കടം വീട്ടുന്ന മനുഷ്യനും ഞാനാണ്. എന്റെ ആനന്ദം വസന്തം പോലെയാണ്; ജീവിതത്തിന്റെ എല്ലാ വീഥികളിലും അത് പൂക്കളായി പുഷ്പിക്കുന്നു.

എന്റെ വേദന കണ്ണീർ പുഴയാണ്; അത് നാല് കടലുകളും നിറയ്ക്കുന്നു.

ദയവായി എന്റെ പേരുകൾ കൊണ്ട് എന്നെ വിളിക്കുക; എന്തെന്നാൽ എന്റെ എല്ലാ കരച്ചിലുകളും ചിരികളും എനിക്കൊരേ സമയം കേൾക്കാം; എന്തെന്നാൽ എന്റെ തമാശയും വേദനയും ഒന്നാണെന്ന് എനിക്ക് തിരിച്ചറിയാനാവും.

ദയവായി എന്റെ പേരുകൾ കൊണ്ട് എന്നെ വിളിക്കുക; എന്തെന്നാൽ എനിക്കുണർന്നിരിക്കാം; എന്റെ ഹൃദയവാതിൽ – കരുണ കവാടം – തുറന്നിടാം.”

ഈ കവിതയുടെ ഉള്ള് എന്റെ മനസ്സിൽ ഇപ്പോഴും ആഴത്തിൽ തങ്ങി നിൽപ്പുണ്ട്. നമ്മുടെ ശത്രു എവിടെയാണ്? .... നാമിപ്പോഴും വിചാരിക്കുന്നത് മറ്റവനാണ് ശത്രുവെന്നാണ്. അതുകൊണ്ടാണ് ശത്രുവിനെ നമുക്ക് യഥാർത്ഥത്തിൽ കാണാൻ കഴിയാത്തത്.... ശത്രുവില്ലെങ്കിൽ നമുക്കൊരുത്തർക്കും അതിജീവിക്കാനാവില്ല എന്ന നിലയിലെത്തിയിരിക്കുന്നു. ഭരണകൂടങ്ങൾക്കു പിറകിൽ ജനങ്ങളെ അണിനിരത്താൻ ഒരു ശത്രു വേണം...... നാം ഭയചകിതരായിരിക്കുവാൻ അവർ ആഗ്രഹിക്കുന്നു. എങ്കിലേ അവർക്ക് പിറകിൽ നാം അണിനിരക്കൂ. ഇനി അവർക്ക് ഒരു യഥാർത്ഥ ശത്രുവില്ലെന്ന് വരട്ടെ. നമ്മെ ഇളക്കാൻ അവർ ഒരു ശത്രുവിനെ കണ്ടുപിടിക്കും.

ഭരണകൂടമെന്ന ശത്രു (അധികാരമെന്ന ആസക്തി). നമ്മിൽ തന്നെയുള്ളതുകൊണ്ടാണ് നാം അർഹിക്കുന്ന സർക്കാർ നമുക്ക് കിട്ടുന്നത്. “അത് ഇതായതുകൊണ്ട് മറ്റേത് അതുപോലെയാകുന്നു........” എന്തും പരസ്പരാശ്രിതമായ കാരണത്താലാണ്. നമ്മുടെ സർക്കാരിന് നമ്മുടെ നിത്യജീവിതവുമായി ബന്ധമില്ലേ? ഈ ചോദ്യത്തിന്മേൽ ഒന്ന് ധ്യാനിക്കുവാൻ തിച്ച്നാത്ഹാൻ ആവശ്യപ്പെടുന്നു.

ഒരു മധുരനാരങ്ങ ജാഗ്രതയിൽ തിന്നുന്നതെങ്ങിനെയെന്ന് ഗോതമ ബുദ്ധൻ ‘പഴയ പാത വെളുത്ത മേഘങ്ങളിൽ’ ബോധോദയത്തിനു ശേഷമുള്ള മദ്ധ്യാഹ്നത്തിൽ തന്റെ ചങ്ങാതികളായ കുട്ടികളോട് പറയുന്നുണ്ട്. ഒരു മധുരനാരങ്ങ തിന്നുന്നതും ഒരു കപ്പ് ചായ കുടിക്കുന്നതും ഒരു പത്രം വായിക്കാനെടുക്കുന്നതും ശൗചം ചെയ്യുന്നതും ശാന്തിയുടെ വഴികളാണ്.

“അഹിംസയ്ക്ക് മറ്റൊരു പേരുണ്ട്; ഉള്ളുണർവ്വ്.” നമ്മൾ എന്താണ്, ആരാണ്, നാമെന്ത് ചെയ്യുന്നു – ഇവയെപ്പറ്റിയെല്ലാം ഉണർവുള്ളവരായിരിക്കണം. നിങ്ങളുടെ പ്രകൃതിയിലേക്ക് കണ്ണുറപ്പിച്ച് ഉള്ളുണരുന്നതാണ് ധ്യാനം. ആന്തരികവും ബാഹ്യവുമായ എല്ലാ പ്രകൃതികളുടെയും യാഥാർഥ്യം നിങ്ങൾ കാണുന്നു.

‘ബുദ്ധൻ’ എന്ന വാക്കിന്റെ അർത്ഥം എന്താണെന്നോ? ‘ബുദ്ധ്’ എന്ന ക്രിയയിൽനിന്നാണ് ബുദ്ധൻ ഉദിക്കുന്നത്. അതിന്നർത്ഥം ഉണർന്നി

രിക്കുക. ഉണർന്നിരിക്കുന്ന ആരോ അവൾ/അവൻ ബുദ്ധൻ. നിത്യ ജീവിതത്തിന്റെ ഓരോ വിനാഴികയിലും നാം ഉണർന്നിരിക്കുന്നുണ്ടോ?

നാം സംസാരിക്കുന്നു. വാദിക്കുന്നു. ഈ ഭൂമിയിൽ അക്രമവും ഹിംസ യുമാണ്. ആർത്തിയും, കോപവും, അസൂയയും കൊണ്ട് ഭൂമി നിറ ഞ്ഞിരിക്കുന്നു. ഭൂമി മലിനമായിരിക്കുന്നു. നാം മുങ്ങിത്താഴാൻ പോകുന്നു. ഭൂമി മുങ്ങിത്താഴ്ന്നുകൊണ്ടിരിക്കുന്നു. എന്താണ് നാം ചെയ്യേണ്ടതെന്ന് പറയാൻ, നമ്മിൽ വിശ്വാസം പകരാൻ ഒരാൾ നമുക്ക് വേണം. നാം ഒരു രക്ഷകനെ, ദൈവത്തെ, ഒരതീത ശക്തിയെ തേടി യലയുന്നു.

എന്നാൽ നിങ്ങൾ തേടുന്ന മനുഷ്യൻ ആരാണ്? "ആ മനുഷ്യൻ നിങ്ങൾ തന്നെയാണ്. നിങ്ങൾ നിങ്ങളാണെങ്കിൽ, നിങ്ങളിൽ ശ്രേഷ്ഠ മായത് നിങ്ങളാണെങ്കിൽ നിങ്ങളാണ് ആ മനുഷ്യൻ. ശാന്തനും ശ മനും നിശ്ചയദാർഢ്യമുള്ളവനുമായ അത്തരമൊരു മനുഷനേ നമ്മുടെ അവസ്ഥ മാറ്റാനാകൂ. നമ്മുടെ അപകടം ഒഴിവാക്കാനാകൂ. അതിനാൽ ദയവായി നിങ്ങളായിരിക്കുക, ആ മനുഷ്യനായിരിക്കുക"

ആയതിന്റെ വഴികൾ ലളിതമായും ആഴത്തിലും ഉന്നതിയിലും, പര സ്പരാശ്രിയായ ധർമ്മങ്ങളിലൂടെ നമ്മിലുണർത്തുകയാണ് 'പഴയ പാത വെളുത്ത മേഘങ്ങൾ.' ഈ ഗ്രന്ഥം ശ്രദ്ധയോടെ വായിക്കുന്ന ഒരു ഹൃദയവും പഴയപോലെയായിരിക്കില്ല. അവന്റെ/അവളുടെ ഓരോ കോശവും നവമായി പുഷ്പിക്കും. അങ്ങനെ ഭൂമി ഉണർ ന്നാൽ സഹോദയമായി.

ആയിരത്തി തൊള്ളായിരത്തി തൊണ്ണൂറ്റിയെട്ട് ഫെബ്രുവരി രണ്ടാം തിയ്യതി രാവിലെ എട്ടുമണിക്കാണ് ഈ ഗ്രന്ഥത്തിന്റെ ആദ്യവായന പൂർത്തിയാവുന്നത്. ഞാൻ പുസ്തകത്തിന്റെ ആദ്യപുറത്തിൽ തന്നെ കുറിച്ചിട്ടു: STILL I AM A FOOL. രണ്ട് ദശകങ്ങൾക്കിപ്പുറം ഞാനിങ്ങനെ കുറിക്കുന്നു: STILL STILL STILL I AM A SILLY FOOL.

ഓരോ വായനയും ഹെരാക്ളിറ്റസ് സൂചിപ്പിച്ചതുപോലെ ഒഴുകുന്ന പുഴയിൽ മുങ്ങി നിവർന്നതിന് സമാനമാണ്. ഇങ്ങനെയൊരു മുങ്ങി നിവരലിലാണ് രണ്ടായിരത്തി ഒന്നിൽ ഞാനിതിന്റെ മൊഴിമാറ്റത്തിന് തുടക്കമിട്ടത്. പുസ്തകം ഒന്ന് (BOOK ONE) ഇരുപത്തിയൊമ്പത് അദ്ധ്യാ യങ്ങൾ താമസിയാതെ മാധ്യമത്തിന്റെ *വാരാദ്യമാധ്യമ* ത്തിൽ തുടർച്ച യായി പ്രസദ്ധീകരിച്ചു. 2009 ൽ പുസ്തകം ഒന്ന് 'പഴയ പാത വെളുത്ത മേഘങ്ങൾ' എന്ന പേരിൽ തൃശ്ശൂരിലെ കറന്റ് ബുക്സി ലൂടെ പുറത്ത് വന്നു. പുസ്തകം ഒന്ന് വായിച്ചവർ തുടർന്നുള്ള രണ്ടും മൂന്നും പുസ്തകങ്ങൾ എന്നിറങ്ങുമെന്ന് അന്വേഷിച്ചുകൊണ്ടിരുന്നു. പുസ്തകം രണ്ട് 'ഭൂമിയുടെ പാഠങ്ങ'ളായി 2014ലും പുസ്തകം മൂന്ന് 'ഗോതമന്റെ പരിനിർവാണം' 2016ലും കറന്റ് ബുക്സ് പുറത്തിറക്കി. മൂന്ന് പുസ്തകങ്ങളും ഒരു പുസ്തകമാക്കണമെന്ന വായനക്കാരുടെ

സ്നേഹപൂർണമായ ആവശ്യമാണ് ഇപ്പോൾ കറന്റ് ബുക്സിലൂടെ പ്രകാശിതമാകുന്നത്.

ഗൗതമബുദ്ധന്റെ പരിനിർവ്വാണത്തിനുശേഷം ആയിരമാണ്ടുകൾ പിന്നിടുമ്പോഴേക്കും ബുദ്ധമതം ഇന്ത്യയിൽനിന്ന് അപ്രത്യക്ഷമാകാൻ തുടങ്ങി. ബുദ്ധമതം പൂർണ്ണമായും ഇന്ത്യയിൽ ഇല്ലാതായി ക്കഴിഞ്ഞു. കംബോഡിയ, വിയറ്റ്നാം, തായ്ലാന്റ്, ചൈന, ജപ്പാൻ, ശ്രീലങ്ക, ബർമ്മ എന്നിവിടങ്ങളിലാണ് അത് വ്യാപിച്ചത്. ഇന്ത്യയിൽ ശേഷിച്ചി ട്ടുള്ള ബുദ്ധപാഠങ്ങൾപോലും കലർപ്പുള്ളതാണ്. ബ്രാഹ്മണമതം അതങ്ങിനെയാക്കി. യഥാർത്ഥ ബുദ്ധപാഠങ്ങൾ സൂക്ഷിച്ചിരിക്കുന്നത് നേരത്തെ പറഞ്ഞ രാജ്യങ്ങളിലാണ്.

ഒരു സംഘടിതമതമെന്ന നിലയിൽ ബുദ്ധമതവും അക്രമരാഷ്ട്രീയ ത്തിൽനിന്ന് മുക്തമല്ല. എന്നാൽ എന്തുകൊണ്ട് ബുദ്ധമതവും ബുദ്ധനും ബുദ്ധദർശനവും ഇന്ത്യയിൽനിന്ന് അപ്രത്യക്ഷമായി? ബുദ്ധനും ബുദ്ധദർശനവും നമുക്കിന്നും ബ്രാഹ്മണ മതത്തിന്റെ (വൈ ദിക മതത്തിന്റെ) തുടർച്ചയാണ്. ഒരു ഹിന്ദു അവതാരമായും ഹിന്ദു മതം ബുദ്ധനെ മലിനീകരിച്ചിട്ടുണ്ട്. എന്നാൽ, ചരിത്രത്തിന്റെ സൂക്ഷ്മ വായനയിൽ ബുദ്ധനും ബുദ്ധദർശനവും ഇന്ത്യയിൽനിന്ന് ആട്ടിയോ ടിക്കപ്പെടുകയാണുണ്ടായത്. ബുദ്ധമതത്തിനുള്ളിലെ ആന്തരിക സംഘർഷങ്ങളെ മറന്നുകൊണ്ടല്ല ഇത്രയും പറയുന്നത്. അത്തരം ആന്തരിക സംഘർഷങ്ങൾക്കുപോലും ബുദ്ധന്റെകാലത്ത് നിലനിന്നി രുന്ന ബ്രാഹ്മണമതത്തിൽ നിന്നുണ്ടായ ഉപജാപങ്ങളും എതിർപ്പു കളും സാക്ഷ്യം വഹിക്കുന്നുണ്ട്.

ശ്രമണധാരകളുടെ ഒരു നീരൊഴുക്കായിട്ടാണ് ഗൗതമബുദ്ധൻ ഗംഗാ തടങ്ങളിൽ പ്രവേശിക്കുന്നത്. കാരുണ്യത്തിന്റെ കുളിർകാറ്റായി ബുദ്ധൻ ബ്രാഹ്മണാധികാരത്തിനും അതിന്റെ ശ്രേണീബദ്ധമായ ജാതിവ്യവസ്ഥയ്ക്കും ഉച്ചനീചത്വങ്ങൾക്കുമെതിരെ വളരെ നിശബ്ദ മായ ഒരു ധാർമ്മിക വിപ്ലവത്തിന് തുടക്കം കുറിക്കുകയായിരുന്നു. തോട്ടിയും കാലിമേക്കുന്നവനും വണിക്കും രാജാവും കൊലയാളിയും ഗണികയും ബുദ്ധനിലേക്കാകർഷിക്കപ്പെട്ടു. ഭരണാധികാരികൾ ബുദ്ധ മതത്തിന് അർത്ഥവും പ്രോത്സാഹനവും നൽകി. ബുദ്ധന്റെ ധാർമ്മിക വിപ്ളവം ബ്രാഹ്മണാധികാരത്തിന്റെ ക്രൂരമായ ചൂഷണ വ്യവസ്ഥ യായ ജാതീയതയെ കടപുഴക്കാൻ പോന്നതാണെന്നറിയുന്നതോടെ ബുദ്ധഭിക്ഷുക്കളും ബുദ്ധവിഹാരങ്ങളും അതിക്രൂരമായ മർദ്ദന പീഡ നങ്ങൾക്കും അക്രമങ്ങൾക്കും വിധേയമായി. ഇന്ത്യയിലെ ഗ്രാമങ്ങ ളിലും നഗരങ്ങളിലും പട്ടണങ്ങളിലും കൈകാലുകളും മൂക്കും കണ്ണും ചുണ്ടും ഉടലും ചെവിയും നാസികയും ലിംഗവും തലയുമെല്ലാം ഛേദി ക്കപ്പെട്ട് കിടക്കുന്ന ബോധിസത്വന്മാരുടെയും ബുദ്ധന്മാരുടെയും കല്ലിലും ലോഹത്തിലുമുള്ള വിഗ്രഹങ്ങൾ ഈ അക്രമപരമ്പരയുടെ നേർ സാക്ഷ്യങ്ങളാണ്. ബുദ്ധന്റെ മുതിർന്ന ശിഷ്യന്മാരിൽ ചിലർ

ബ്രാഹ്മണരുടെ എതിർപ്പുകളാൽ മർദ്ദിക്കപ്പെടുന്നത് തിച്ച്നാത്ഹാന്റെ ഗ്രന്ഥത്തിലുണ്ട്. ഇന്ന് ഇന്ത്യയുടെ തെരുവുകളിൽ, വിശേഷിച്ചും ഗൗതമ ബുദ്ധൻ നടന്ന് ധ്യാനം ചെയ്ത ഉത്തരേന്ത്യൻ തെരുവുകളിൽ ദരിദ്രരായ ദളിതരും മുസ്ലീമുകളും ഹിന്ദുത്വയുടെ പ്രതിനിധികളാൽ മർദ്ദിച്ച് കൊല്ലപ്പെടുന്നത് കാണുമ്പോൾ, കണ്ണിൽ തെളിയുന്നത് ബുദ്ധന്റെ കാലത്തും പിന്നീടുള്ള നൂറ്റാണ്ടുകളിലും ബുദ്ധുക്കൾ എന്നവഹേളിക്കപ്പെട്ട് ബുദ്ധഭിക്ഷുമാരും ബുദ്ധമതാനുയായികളും തെരുവുകളിൽ ഇതേ രീതിയിൽ മർദ്ദനമേറ്റ് കൊല്ലപ്പെടുന്നതാണ്. ഗൗതമബുദ്ധൻ നിശബ്ദനായ വിപ്ലവകാരിയാണെന്ന് നേരത്തെ സൂചിപ്പിക്കാൻ കാരണം അദ്ദേഹം ഒരിക്കൽ പോലും ബ്രാഹ്മണ മതത്തെയൊ അതിന്റെ അനുയായികളെയോ മറ്റേതെങ്കിലും ആത്മീയ ധാരകളിലെ ഗുരുക്കന്മാരെയോ ശിഷ്യഗണങ്ങളെയോ എതിർക്കുകയോ പുച്ഛിക്കുകയോ തന്റേതാണ് അവരേക്കാൾ മികച്ച ദർശനമെന്ന് പറയുകയോ ഉണ്ടായിട്ടില്ല. വേദന, ദുഃഖം, ദുരിതം എന്നിവയിൽ നിന്നുള്ള വിമോചനം സാധ്യമാകുന്നതെങ്ങനെയെന്നേ അദ്ദേഹം അന്വേഷിച്ചിട്ടുള്ളൂ. ബുദ്ധൻ ആത്യന്തിക സത്യത്തെപ്പറ്റി (ultimate truth) ഒരു പ്രഖ്യാപനവും നടത്തുകയുണ്ടായിട്ടില്ല. എന്നാൽ താൻ നിരന്തരമായ ധ്യാനത്തിലൂടെ അനുഭവിച്ച വിമോചനം സത്യമാണെന്ന് തന്റെ അനുഭവത്തെ സൂക്ഷ്മമായി അപഗ്രഥിച്ചുകൊണ്ട് തെളിയിക്കുന്നുണ്ട്. അവയുടെ സ്വഭാവങ്ങൾ സ്ഥലകാലങ്ങൾക്കനുസരിച്ച് മാറുന്നതല്ല. കാരണം, വിമോചനം അതനുഭവിക്കുന്നവരിലെല്ലാം ഒരു പോലെയാണ്. തീർച്ചയായും ആ നേരനുഭവത്തിലൂടെ കടന്നുപോകുന്നതായാൽ ഒരാളിന് വേദനയിൽ നിന്നും ദുരിതത്തിൽനിന്നും സ്വാതന്ത്ര്യം സാധിതമാകും. അങ്ങനെ നോക്കിയാൽ അത് അതനുഭവിക്കുന്ന വ്യക്തിയുടെ നേരുമായി ആപേക്ഷികമായി ബന്ധപ്പെടുന്നതാണ്. എന്നാൽ ആ വിമോചനം അചഞ്ചലവും അനശ്വരവുമാണ് ആത്യന്തികമായി. ഈ വിമോചനത്തിലേക്ക് നയിക്കുന്ന അനുഭവത്തിന്റെ നേരിനപ്പുറമുള്ള അന്വേഷണങ്ങളെല്ലാം ബുദ്ധനെ സംബന്ധിച്ചിടത്തോളം രണ്ടാംതരവും അതുമായി യാതൊരു ബന്ധവുമില്ലാത്തതാണ്. ബുദ്ധന്റേത് നേരനുഭവത്തിൽ നിന്നുള്ള വിശ്വാസമാണ് (experiential truth) (പുറം: 19, 20 മഹാവിവേക: Motivation and Effort in Budhist Soteriology: tabv 2019)

തിച്ച്നാത് ഹാന്റെ അതേ വാക്കുകൾ തന്നെയാണ് ബുദ്ധഭിക്ഷു മഹാവിവേകിന്റേതും. 'പഴയ പാത വെളുത്ത മേഘങ്ങ'ളിൽ ഗൗതമ ബുദ്ധന്റെ മുഖ്യ ശിഷ്യനായ സംപൂജ്യനായ സരിപുത്രൻ മരണാസന്നനായ ഒരു ബ്രാഹ്മണ പുരോഹിതനെ വിമോചനത്തിന്റെ മറുകരയിലെത്തിക്കുന്ന സന്ദർഭമുണ്ട്. ബ്രാഹ്മണമതത്തെ എതിർക്കുന്നതിനുപകരം പുരോഹിതനെ വിമോചനത്തിലേക്ക് എത്തിക്കുകയാണ് സരിപുത്രൻ ചെയ്തത്. തന്നിൽനിന്ന് വ്യത്യസ്തവും വിരുദ്ധവുമായ വിശ്വാസം മുറുകെ പിടിക്കുന്നവർക്കുപോലും അഹിംസയുടെ സചേ

തനമായ ഉള്ളുണർവിലൂടെ വിമോചനത്തിന്റെ വഴി തെളിയിച്ചതാകാം, ബ്രാഹ്മണമതത്തിന്റെ പൗരോഹിത്യത്തിന് രുചിക്കാതിരുന്നതും; എളുപ്പത്തിൽ ബുദ്ധദർശനത്തെ തമസ്കരിക്കാൻ സാധിച്ചതും.

'അധികാരചൂഢാമണി' ശിരസ്സിലേറ്റിയ ശ്രീ ശങ്കരന്റെ വരവോടെ, അദ്വൈത ദർശനത്തിന്റെ വ്യാപനത്തോടെ ബുദ്ധന്റെ തമസ്കരണം പൂർത്തിയായി. ബ്രാഹ്മണാധികാരത്തിന്റെ ജാതിവ്യവസ്ഥ ശക്തമായി. ബുദ്ധന്റെ പരിനിർവ്വാണം കഴിഞ്ഞ് 2019 ൽ എത്തിയിട്ടും ഒരു തഥാഗതൻ പോലും ഇന്ത്യയിലുണ്ടായിട്ടില്ല. അനേകം ശങ്കരാചാര്യന്മാർ, രമണമഹർഷി, രാമകൃഷ്ണ പരമഹംസർ, വിവേകാനന്ദൻ തുടങ്ങി സംപൂജ്യരായ അനേകം ഋഷിമാർ ഹൈന്ദവധാരയെ പിന്തുടർന്ന് അദ്വൈതത്തിന്റെ വൃക്ഷത്തണലുകളിൽ നമുക്കുണ്ടായിട്ടുണ്ട്. നമ്മുടെ ജ്ഞാനിയായ ശ്രീനാരായണഗുരു പോലും അദ്വൈതദർശനത്തിന്റെ പരമ്പരയിലെ ശക്തമായ സന്യാസിയാണ്. വ്യത്യസ്ത ജാതി വിഭാഗങ്ങളിൽനിന്ന് ഇസ്‌ലാമുമായുള്ള കൂടിച്ചേരലുകളിലൂടെയും അനേകം സന്യാസി ശ്രേഷ്ഠർക്കും അവധൂതന്മാർക്കും ഇന്ത്യ ജന്മം നൽകിയിട്ടുണ്ട്. മീരാഭായ്, രവിദാസ്, കബീർ, തുക്കാറാം, ബാസവേശ്വരി തുടങ്ങി നൂറുകണക്കിന് അന്വേഷികൾ ഹൈന്ദവനവോത്ഥാനത്തിന്റെ ഭാഗമായി ഇന്ത്യയുടെ സാമൂഹ്യ - ആത്മീയ ജീവിതത്തിലൂടെ കടന്ന് പോയിട്ടുണ്ട്. ഗാന്ധിയും ഹിന്ദുയിസത്തിന്റെ നവോത്ഥാനത്തിലാണ് ഊന്നിയത്. ജൈവ - വൈഷ് ണവ - ക്രൈസ്തവ - ഇസ്‌ലാം ധാതുക്കളെ ഗാന്ധി ഹിന്ദുയിസത്തിന്റെ വ്യത്യസ്ത ധാരകളുമായി സമന്വയിപ്പിക്കാൻ ശ്രമിച്ചു. സത്യം നിങ്ങളിൽ തന്നെയാണെന്ന് പറയുമ്പോഴും ആത്യന്തിക സത്യത്തെപ്പറ്റിയുള്ള അന്വേഷണത്തിൽ അദ്ദേഹം വൈഷ്ണവനായ സനാതന ഹിന്ദുവാണ്. അതേസമയം ജാതിവ്യവസ്ഥ ഇല്ലാതാക്കാൻ ഹിംസാത്മകമായ സമീപനമല്ലേ വേണ്ടത്, ജാതി ഹിന്ദുവിന്റെ മനഃശാസ്ത്രപരമായ ധാർമ്മിക മാറ്റമാണ് വേണ്ടതെന്നും ഗാന്ധി തിരിച്ചറിയുന്നുണ്ട്. ഒരു തഥാഗതനിലേക്ക് ഇന്ത്യൻ സാമൂഹ്യ - രാഷ്ട്രീയ - സാംസ്കാരിക അന്തരീക്ഷം ഒരിക്കലും ഉണർന്നില്ല.

ഇനി കേരളത്തിന്റെ പരിസരത്തിലേക്ക് വന്നാൽ, നമുക്ക് കാണാനാവുന്നത് 1950ന് ശേഷം 2000 വരെയുള്ള വർഷങ്ങളിൽ ബുദ്ധദർശനം വാക്കുകളായി അപൂർവം കവിതകളിൽ പരാമർശിക്കപ്പെട്ടു. ധർമ്മാധികാരി കൊസാമ്പിയുടെ 'ഭഗവാൻ ബുദ്ധൻ' 1956ൽ മലയാളത്തിലേക്ക് വിവർത്തിതമായെങ്കിലും ഉജ്ജ്വലമായ ആ അപൂർവഗ്രന്ഥം മലയാളത്തിൽ കൂടുതൽ പരിചിതമായത് രണ്ടായിരത്തിനുശേഷമാണ്.'മദ്ധ്യവർഗി'മലയാളി പരിചയപ്പെട്ടത് 'ഹെർമെൻ ഹെസ്സെ'യുടെ സിദ്ധാർത്ഥയെയാണ്. അശ്വഘോഷന്റെ 'ബുദ്ധചരിതം' ബുദ്ധന്റെ 'ധർമ്മപദം' എന്നീ ഗ്രന്ഥങ്ങളും കൂടുതൽ വായിക്കപ്പെടുന്നത് രണ്ടായിരത്തിനുശേഷമാണ്. അതേസമയം 1950 വരെ ഒരു ബുദ്ധസം

സ്കാരം നമ്മുടെ മണ്ണിലുണ്ടായിരുന്നു. ബുദ്ധമതാനുയായികളും ധാരാളമുണ്ടായിരുന്നു. 1950 – 2000 കാലയളവിൽ ബുദ്ധമതത്തിന്റെ തിരോധാനത്തിന് പ്രധാന കാരണങ്ങളിലൊന്ന് സംവാദങ്ങൾക്കിടമില്ലാത്ത മാർക്സിസത്തിന്റെ ആധിപത്യമാണ്. നമ്മുടെ ധാർമ്മിക പരിസരം ഇത്രമാത്രം ദുഷിപ്പിക്കുന്നതിൽ നാം കേരളത്തിൽ പ്രയോഗിച്ചുകൊണ്ടിരിക്കുന്ന മാർക്സിസത്തിന്റെയും അതിന്റെ ചതുരംഗപ്പലകയിൽ കളിക്കുന്ന ഇതര രാഷ്ട്രീയക്കാരുടെയും പങ്ക് ചെറുതല്ല. ഇതിൽ ബുദ്ധിജീവികളുടെയും എഴുത്തുകാരുടെയും സാംസ്കാരിക പ്രവർത്തകരുടെയും ചരിത്രകാരന്മാരുടെയും പങ്ക് പരിശോധിക്കേണ്ടതുണ്ട്.

പരുക്കൻ ഭാഷയിൽ ഇത്രയും പറഞ്ഞത് തിച്ച്നാത്ഹാന്റെ 'പഴയ പാത വെളുത്ത മേഘങ്ങൾ' മലയാളിയുടെ ധാർമ്മിക ഭൂമിയിൽ രണ്ടായിരത്തിനുശേഷം ചെറിയതോതിലുള്ള സ്വാധീനമെങ്കിലും ചെലുത്താൻ പ്രാപ്തമായിരുന്നെന്ന് സൂചിപ്പിക്കാനാണ്. ഈ ഗ്രന്ഥത്തിന്റെ സ്വാധീനത്തിൽ ആറുനോവലുകളെങ്കിലും മലയാളത്തിലുണ്ടായിട്ടുണ്ട്. ഇതര രചനകളും സാധ്യമായിട്ടുണ്ട്. നിർഭാഗ്യവ ശാൽ, ബ്രാഹ്മണമതത്തിന്റെ അദ്വൈതദർശനവും ബുദ്ധദർശനവും നേരനുഭവത്തിൽ വ്യത്യസ്തമാണെന്ന സൂക്ഷ്മമായ വസ്തുത മിക്ക രചനകളിലൂടെയും കടന്നുപോകുമ്പോൾ അനുഭവപ്പെടാറില്ല. 'പഴയപാത വെളുത്ത മേഘങ്ങ'ളുടെ മേലുള്ള നിരന്തരമായ അക്ഷര ധ്യാനം ആ വസ്തുത തിരിച്ചറിയാൻ സഹായിക്കും. ആരുടെമേലും പഴിചാരാതെ, ആരെയും കുറ്റപ്പെടുത്താതെ, ഗൗതമബുദ്ധന്റെ ബോധോദയം -ദുഃഖം, വേദന, ദുരിതം എന്നിവയിൽനിന്നുള്ള വിമോചനം-എങ്ങനെ സ്വയം സാധിതമാകുമെന്നത് തിച്ച്നാത്ഹാനിലുണ്ട്.

അംബേദ്കറുടെ രാഷ്ട്രീയ ബുദ്ധനിൽ തങ്ങളുടെ വിമോചനം അന്വേഷിക്കുന്ന ദളിത് സഹോദരങ്ങൾ തങ്ങളുടെ സങ്കുചിതമായ രാഷ്ട്രീയത്തിലൂടെ കാണാതെ പോകുന്നത് ഗൗതമബുദ്ധന്റെ പരസ്പരാശ്രിതമായ സഹോദയമാണ്. ബ്രാഹ്മണിസത്തിന്റെ ഉച്ചനീചത്വത്തിലേക്കേ അതവരെ കൊണ്ടുപോകൂയെന്ന് ആശങ്കപ്പെടാതിരിക്കാൻ വയ്യ. 'പഴയപാത വെളുത്ത മേഘങ്ങൾ' ആഴത്തിൽ വായിച്ചാൽ ഈ വസ്തുത അവർക്ക് ബോധ്യമാകും.

'പഴയപാത വെളുത്ത മേഘങ്ങൾ' കേരളീയന്റെയും കേരളത്തിന്റെയും അതിജീവനത്തിനുള്ള ഒരു വഴിയാണ്. 'OLD PATH WHITE CLOUDS' ലോകത്തിന്റെ ഇതരഭാഗങ്ങളിൽ വിമോചനത്തിന്റെ പാതയാകുന്നതുപോലെ.

ഈ മഹദ്ഗ്രന്ഥത്തിന്റെ മൊഴിമാറ്റത്തിൽ ഞാനെന്നെത്തന്നെ സമർപ്പിച്ചിട്ടുണ്ട്, സന്തോഷവും ആനന്ദവും ശാന്തിയും അനുഭവപ്പെട്ടിട്ടുണ്ട്. എന്നാൽ, അജ്ഞതയുടെ മാലിന്യം മനസ്സിൽനിന്ന് പൂർണ്ണമായി ഒഴിഞ്ഞുപോയിട്ടില്ലാത്തതിനാൽ ആ അഭൂതമായ ആനന്ദവും ശാന്തിയും

എനിക്ക് നിലനിർത്താനായിട്ടില്ല. ഒരുപക്ഷേ, ഈ ഗ്രന്ഥത്തിന്റെ മൂന്ന് പുസ്തകങ്ങൾ വായിച്ച ചിലർക്കെങ്കിലും അത് നിലനിർത്താനായിട്ടുണ്ടെന്നാണ് എന്റെ ധാരണ. നിത്യവും താൻ വായിക്കുന്ന ബൈബിളിനൊപ്പം ഈ മൂന്ന് പുസ്തകങ്ങളും ചേർത്തുവെച്ചിട്ടുള്ള ഒരു വീട്ടമ്മയെ എനിക്ക് നേരിട്ടറിയാം.

രണ്ടുദശകങ്ങളിൽ പഴയ പാത വെളുത്ത മേഘങ്ങളുടെ അനുഭവങ്ങൾ ഞാൻ നിരീക്ഷിച്ചത് തൃശ്ശൂരിലെ പെയിൻ ആന്റ് പാലിയേറ്റീവ് കെയർ ക്ലിനിക്കിലാണ്. വേദനയുണ്ട്. ദു:ഖമുണ്ട്. ദുരിതമുണ്ട്. അവ യാഥാർത്ഥ്യങ്ങളാണ്. എന്നാൽ അവയിൽ നിന്നുള്ള വിമോചനം നിരുപാധികമായ കാരുണ്യത്തിലൂടെ, കരുണയിലൂന്നിയ ചെറിയ ചെറിയ, നിസ്സാരമെന്ന് തള്ളിക്കളയാവുന്ന പ്രവൃത്തിയിലൂടെ സാധിക്കുമെന്ന് ഇവിടെ നിന്നാണ് നേർസാക്ഷിയായി പഠിച്ചത്. കക്കൂസ് കഴുകി വൃത്തിയാക്കുന്നവർ, അടുക്കളയിൽ രോഗാതുരരായ സഹോദരങ്ങൾക്കായി ഭക്ഷണം പാചകം ചെയ്യുന്നവർ. അവരുടെ പഴുത്ത് ചീഞ്ഞ് പുഴുക്കളരിക്കുന്ന വ്രണങ്ങൾ ഒരു പൂവിനെയെന്നപോലെ മൃദുമൃദുലമായി കഴുകി വൃത്തിയാക്കുന്ന നഴ്സുമാർ. അതുമായി ബന്ധപ്പെട്ട് ആത്മസമർപ്പണം ചെയ്യുന്ന ഭിഷഗ്വരന്മാർ. സന്നദ്ധസേവകർ, ഈയെല്ലാ പ്രവർത്തനങ്ങൾക്കും മൂലധനം കയ്യയച്ചുനൽകുന്ന വ്യക്തികൾ ഇവരെല്ലാം പരസ്പരാശ്രിതത്തിന്റെ ധാർമ്മിക കണ്ണികളായി മാറുന്നത് വിസ്മയകരമായ കാഴ്ചയാണ്. ശാരീരികമായ വേദനയുടെ അനവധി തലങ്ങൾ എനിക്ക് കാണിച്ച് തരാറുള്ള മാതൃതുല്യയായ രാധേടത്തി, സാന്ത്വന പരിചരണത്തിന് കാരുണ്യത്തിന്റെ ദർശനരൂപം നൽകുന്ന ആത്മസുഹൃത്ത് ഡോ.ഇ. ദിവാകരൻ, സഹജമായ ക്രിസ്തീയവിശുദ്ധിയിൽ നിന്ന് ഉറവെടുത്ത കാരുണ്യത്തിലൂടെ വേദനിക്കുന്ന സഹോദരങ്ങൾക്ക് വാക്കിലും പുഞ്ചിരിയിലും സ്നേഹസ്പർശത്തിലും പ്രവൃത്തിയിലും മൈത്രിയാകുന്ന ഡോ. സജിത എന്നിവരെ എടുത്ത് പറയാതിരിക്കാൻ വയ്യ.

ചങ്ങാതിമാരായ എ. രാധാകൃഷ്ണൻ, എ. നന്ദകുമാർ, വി. എസ്. ഗിരീശൻ, ജയകുമാർ, ഡോ. എം. പ്രസാദ്, എൻ. ചന്ദ്രൻ, ഷീൻ അഗസ്റ്റിൻ, ജോർജ്ജ് കുഞ്ഞൂഞ്ഞ്, ടിറ്റോ തോമസ്, ജയപ്രകാശ് എറവ്, സി. ആർ. പരമേശ്വരൻ, ഇന്ദുചൂഢൻ കിഴക്കേടം ഈ മൊഴിമാറ്റത്തിന്റെ യാത്രയിൽ എന്നോടുകൂടെയുണ്ടായിട്ടുണ്ട്. മൊഴിമാറ്റത്തിൽ ശരിയായ വാക്കുകൾക്കായി കഷ്ടപ്പെടുമ്പോൾ ഗുരുതുല്യനായ സി. പി. ഗംഗാധരൻ മാസ്റ്റർ എന്റെ രക്ഷയ്ക്കെത്തിയിട്ടുണ്ട്. കേരളത്തിലെ വിവിധ സ്ഥലങ്ങളിൽ നിന്നുള്ള വായനക്കാരുടെ അകമഴിഞ്ഞ പ്രോത്സാഹനമുണ്ടായിട്ടുണ്ട്. ചങ്ങാതി വിജയലക്ഷ്മിയും മക്കളായ ജയദേവനും മീരയും മൗനത്തിലൂടെ എന്റെ കൂടെ നിന്നിട്ടുണ്ട്.

*പഴയ പാത വെളുത്ത മേഘ*ങ്ങളുടെ മൂന്ന് പുസ്തകങ്ങളും ഇപ്പോൾ ഇവ മൂന്നും ചേർത്തുള്ള ബൃഹത് വാല്യവും പ്രസിദ്ധീകരിച്ച കറന്റ്

ബുക്സിലെ (തൃശ്ശൂർ) സുഹൃത്തുക്കൾ, പെപിൻ തോമസ്, കെ. ജെ. ജോണി, മധു കാര്യാട്ട്, എം. കമറുദ്ദീൻ എന്നിവർക്ക് കൃതജ്ഞത രേഖപ്പെടുത്തുന്നു. പുസ്തകങ്ങളുടെ ഉള്ളറിഞ്ഞ് കവർ ചിത്രങ്ങൾ രൂപപ്പെടുത്തിയ സ്നേഹിതൻ വിനയ്ലാലിനും നന്ദി. മൊഴിമാറ്റത്തിനു അനുവാദം നൽകിയ SHANTUM SETH നു നന്ദി.

ഈ മൊഴിമാറ്റത്തിൽ നിന്ന് കിട്ടിയ എല്ലാപ്രതിഫലവും എന്റെ പ്രവർത്തനകേന്ദ്രമായ തൃശ്ശൂരിലെ പെയിൻ ആന്റ് പാലിയേറ്റീവ് കെയർ സൊസൈറ്റിക്കാണ് നൽകിയിട്ടുള്ളത്. ബൃഹത് ഗ്രന്ഥത്തിന്റെ പ്രതിഫലവും അവർക്കുള്ളതാണ്.

പഴയ പാത വെളുത്ത മേഘങ്ങൾ കരുണാനിർഭരമായ നിശ്ശബ്ദ പ്രാർത്ഥനയിലൂടെ അന്വേഷികൾക്ക് സമർപ്പിക്കുന്നു.

പുസ്തകം - ഒന്ന്

പുസ്തകം – രണ്ട്

പുസ്തകം - മൂന്ന്

പുസ്തകം ഒന്ന്

1. വെറുതെ നടക്കാനുള്ള നടത്തം

ശ്വാസത്തിൽ ശ്രദ്ധിച്ച്, പച്ചമുളയുടെ നിഴലിൽ യുവഭിക്ഷു സ്വാസ്തി കാലുകൾ പിണച്ച് ഇരുന്നു. ഒരു മണിക്കൂറിലേറെയായി, അവൻ മുള വന വിഹാരത്തിൽ ധ്യാനിച്ചുകൊണ്ടിരിക്കുകയാണ്. സ്വന്തം കുടിലുകളിലോ മുളത്തണലുകളിലോ നൂറുകണക്കിന് മറ്റു ഭിക്ഷുക്കളും ധ്യാനം പരിശീലിക്കുന്നുണ്ടായിരുന്നു.

ജനങ്ങൾ സ്നേഹപൂർവ്വം 'ബുദ്ധനെ'ന്ന് വിളിച്ചിരുന്ന മഹാനായ ഗൗതമ ഗുരു നാനൂറ് ശിഷ്യരുമായി വിഹാരത്തിൽ താമസിക്കുന്നു. തിരക്കുണ്ടായിരുന്നെങ്കിലും അവിടം അതീവ ശാന്തമായിരുന്നു. വിഹാരത്തിന് ചുറ്റുമായി നാല്പതേക്ര ഭൂമിയുണ്ട്. മഗധയുടെ എല്ലായിടത്തുനിന്നുമുള്ള ചാരുതയാർന്ന നിരവധിയിനം മുളകൾ അവിടെ നട്ടുപിടിപ്പിച്ചിരുന്നു. തലസ്ഥാനമായ രാജഗൃഹത്തിൽനിന്ന് വെറും മുപ്പതു മിനിട്ട് വടക്കോട്ടു നടന്നാൽ മുളവന വിഹാരമായി. ഏഴുകൊല്ലം മുമ്പ് ബിംബിസാര രാജാവ് ബുദ്ധനും സംഘത്തിനും നൽകിയതാണിത്.

സ്വാസ്തി കണ്ണുകൾ തിരുമ്മി, പുഞ്ചിരിച്ചു. അവൻ മെല്ലെ കാലുകൾ നിവർത്തി; അവന്റെ കാലുകൾ എത്ര പേലവമാണിപ്പോഴും. ഇരുപത്തിമൂന്നു വയസ്സുള്ള അവനെ മൂന്നു നാൾ മുമ്പാണ് ബുദ്ധന്റെ മുതിർന്ന ശിഷ്യരിലൊരാളായ സരിപുത്രൻ സംഘത്തിൽ ചേർത്തത്. ചടങ്ങിൽ വെച്ച്, അവന്റെ ഇടതൂർന്ന മുടി വടിച്ചുകളിഞ്ഞിരുന്നു.

ബുദ്ധസംഘത്തിന്റെ ഭാഗമായിരിക്കുന്നതിൽ സ്വാസ്തി അതിരറ്റ സന്തോഷമുള്ളവനായിരുന്നു. ബുദ്ധന്റെ സഹോദരൻ പൂജ്യനായ നന്ദൻ, ദേവദത്തൻ, അനിരുദ്ധൻ, ആനന്ദൻ തുടങ്ങി അനേകം ഭിക്ഷുക്കൾ കുലീനജാതരാണ്. നേരിട്ട് പരിചയപ്പെട്ടിട്ടില്ലെങ്കിലും, സ്വാസ്തി അകലെനിന്ന് അവരെ ശ്രദ്ധിച്ചിട്ടുണ്ട്. നിറംമങ്ങിയ വസ്ത്രങ്ങളിലും തെളിഞ്ഞു കാണാം, അവരുടെ കുലീനത്തം.

"അത്തരം കുലീനജാതരുമായി ചങ്ങാത്തതിലാവാൻ കുറെ കാലമെടുക്കും", സ്വാസ്തി വിചാരിച്ചു. ബുദ്ധൻ തന്നെയും രാജാവിന്റെ മകനാണല്ലോ. എന്നിട്ടും അവന് അദ്ദേഹവുമായി ഒരകൽച്ചയും തോന്നിയിട്ടില്ല. അക്കാലത്തെ ഇന്ത്യയിലെ ജനങ്ങൾക്കിടയിലുണ്ടായിരുന്ന ജാതിവിവേചനമനുസരിച്ച് സ്വാസ്തി താഴ്ന്നവരിൽ താഴ്ന്ന

വനും നിർധനനുമായ 'ഒരു തീണ്ടായ്മക്കാര'നാണ്. പത്തുകൊല്ലത്തിലധികമായി അവൻ കാലികളെ മേയ്ക്കുകയാണ്. പക്ഷേ, കഴിഞ്ഞ രണ്ടാഴ്ചകളായി അവൻ എല്ലാ ജാതിയിലുംപെടുന്ന ഭിക്ഷുക്കളുമായി ജീവിക്കുകയും ധ്യാനം പരിശീലിക്കുകയും ചെയ്യുന്നു. എല്ലാവരും അവനോട് വളരെ കാരുണ്യത്തോടെയാണ് പെരുമാറുന്നത്. അവനെക്കാണുമ്പോൾ പുഞ്ചിരിക്കുന്നു; വണങ്ങുന്നു. എന്നിട്ടും അവനെന്തോ ഒരു സ്വസ്തത തോന്നിയില്ല. പൂർണ്ണമായും ആശ്വാസം അനുഭവിക്കുവാൻ നിരവധി വർഷങ്ങളെടുത്തേക്കും, അവൻ സന്ദേഹിച്ചു.

പൊടുന്നനെ അവന്റെ ഉള്ളിൽനിന്നും ഒരു പുഞ്ചിരി വിടർന്നു; രാഹുലനെക്കുറിച്ചോർത്തപ്പോൾ. ബുദ്ധന്റെ മകനാണ് രാഹുലൻ. പതിനെട്ടു വയസ്സേയുള്ളൂ. പത്താംവയസ്സു മുതൽ രാഹുലൻ സംഘത്തിലെ ഒരു പ്രാരംഭകനാണ് (Novice). വെറും രണ്ടാഴ്ചക്കുള്ളിൽ രാഹുലനും സ്വാസ്തിയും ഉറ്റചങ്ങാതിമാരായി. ധ്യാനസമയത്ത് ശ്വാസം ശ്രദ്ധിക്കേണ്ടതെങ്ങനെയെന്ന് സ്വാസ്തിയെ പഠിപ്പിച്ചത് രാഹുലനാണ്. ഒരു ഭിക്ഷുവായിട്ടില്ലെങ്കിലും, ബുദ്ധന്റെ ഉപദേശങ്ങൾ നന്നായറിയാം രാഹുലന്. പൂർണ്ണ ഉപസമ്പാദം സ്വീകരിക്കുവാൻ രാഹുലൻ ഇരുപതുവയസ്സുവരെ കാത്തിരിക്കണം.

* * * *

വെറും രണ്ടാഴ്ച മുമ്പ് ഗയയ്ക്കടുത്തുള്ള തന്റെ ഗ്രാമമായ ഉരുവേലയിലേയ്ക്ക് ഭിക്ഷുവാകാൻ ക്ഷണിക്കുന്നതിന്, ബുദ്ധൻ എത്തിയത് സ്വാസ്തി ഓർമ്മിച്ചു. ബുദ്ധൻ വീട്ടിൽ വന്നനേരം അവൻ അവിടെ ഇല്ലായിരുന്നു. അനിയൻ രൂപകുമൊത്ത് കാലികളെ മേയ്ക്കുകയായിരുന്നു. അവന്റെ അനിയത്തിമാർ, പതിനാറുവയസ്സുള്ള ബാലയും പന്ത്രണ്ടുകാരി ഭീമയും വീട്ടിലുണ്ടായിരുന്നു. അവർ സ്വാസ്തിയെ വിളിക്കാനോടി. പക്ഷേ, ബുദ്ധൻ പറഞ്ഞു, അതിന്റെ ആവശ്യമില്ല; തന്നോടൊപ്പമുള്ള, രാഹുലനുൾപ്പെടെയുള്ള ഭിക്ഷുമാർ നദിക്കരയിലേയ്ക്ക് നടന്ന് സ്വാസ്തിയെ കണ്ടെത്തിക്കോളാം. ഉച്ചകഴിഞ്ഞിരുന്നു, അവർ സ്വാസ്തിയേയും രൂപകിനേയും കണ്ടെത്തുമ്പോൾ. രൂപകും സ്വാസ്തിയും നിരഞ്ജരനദിയിൽ എരുമകളെ തേച്ചുകഴുകുകയായിരുന്നു. ബുദ്ധനെ ക്കണ്ടതും അവർ രണ്ടുപേരും കരയിലേക്കോടിയെത്തി. കൈകൾ താമരമുകുളങ്ങളാക്കി തലതാഴ്ത്തി വണങ്ങി, ആദരപൂർവ്വം.

"നിങ്ങളങ്ങ് വളർന്നുപോയല്ലോ, "സ്വാസ്തിയെയും അനിയനെയും നോക്കി ബുദ്ധൻ പുഞ്ചിരിതൂകി. സ്വാസ്തിക്ക് ഒരക്ഷരം മിണ്ടാനായില്ല. ബുദ്ധന്റെ ശാന്തമായ മുഖം. സ്നേഹവും കാരുണ്യവും സ്ഫുരിക്കുന്ന പുഞ്ചിരി, തിളങ്ങുന്ന തുളച്ചിറങ്ങുന്ന കണ്ണുകൾ. സ്വാസ്തി

യുടെ കണ്ണ് നിറഞ്ഞു. വയൽ കണ്ടങ്ങളുടെ ആകൃതിയിൽ തുന്നിക്കൂട്ടിയ കുങ്കുമവസ്ത്രമാണ് ബുദ്ധൻ ഉടുത്തിരിക്കുന്നത്. ഇവിടെനിന്നും ഒട്ടും ദൂരെയല്ലാത്തിടത്ത്, പത്തുവർഷംമുമ്പ് ആദ്യമായി കാണുമ്പോഴും, ഇതുപോലെ നഗ്നപാദനാണദ്ദേഹം. നിരഞ്ജരനദിയിൽ വെറും പത്തുമിനിട്ട് നടന്നാലെത്തുന്ന ബോധിവൃക്ഷത്തണലിൽ, പത്തു കൊല്ലം മുമ്പ് അവർ മണിക്കൂറുകളോളം ചെലവഴിച്ചിട്ടുണ്ട്.

ബുദ്ധന് പിന്നിൽ നടന്നുവരുന്ന ഭിക്ഷുക്കളുടെ നേരെ സ്വാസ്തി കണ്ണയച്ചു. അവരും നഗ്നപാദർ. ബുദ്ധന്റേതുപോലെ തുന്നിക്കൂട്ടിയ വസ്ത്രങ്ങൾ. എന്നാൽ സൂക്ഷിച്ചുനോക്കിയപ്പോൾ മനസ്സിലായി, ബുദ്ധന്റെ വസ്ത്രത്തിന് ഒരു കൈനീളം മറ്റുള്ളവരുടേതിനേക്കാൾ കൂടുതലുണ്ട്. ബുദ്ധന് തൊട്ടടുത്ത് നിൽക്കുന്നത് ഏതാണ്ട് സ്വാസ്തിയുടെ പ്രായം തോന്നിക്കുന്ന ഒരു പ്രാരംഭകനാണ്. അവൻ തന്റെ നേരെ നോക്കി ചിരിക്കുന്നുണ്ട്. സ്വാസ്തിയുടേയും രൂപകിന്റേയും ശിരസ്സുകളിൽ ബുദ്ധൻ കൈകൾവെച്ചു, സൗമ്യമായി. രാജഗൃഹത്തിലേക്ക് മടങ്ങിപ്പോകുന്ന വഴിക്ക്, അവരെ സന്ദർശിക്കാൻ വന്നതാണ്, ബുദ്ധൻ പറഞ്ഞു. സ്വാസ്തിയും രൂപകും എരുമകളെ തേച്ചുകുളിപ്പിക്കുന്നത് തീരുന്നതുവരെ, ഇവിടെ കാത്തുനിൽക്കുന്നതിൽ സന്തോഷമുണ്ട്, ബുദ്ധൻ പറഞ്ഞു. ശേഷം നമുക്കെല്ലാവർക്കുമൊന്നിച്ച് സ്വാസ്തിയുടെ ഓലമേഞ്ഞ കുടിലിലേക്കു നടക്കാം.

തിരിച്ചു നടക്കുന്നതിനിടെ, സ്വാസ്തിയുടെ നേരെ മനോഹരമായി പുഞ്ചിരിച്ചുകൊണ്ടിരുന്ന മകൻ രാഹുലനെ, ബുദ്ധൻ സ്വാസ്തിക്കും രൂപക്കിനും പരിചയപ്പെടുത്തി. സ്വാസ്തിയേക്കാൾ മൂന്നു വയസ്സിനു താഴെയാണ് രാഹുലൻ. പക്ഷേ, ഉയരം ഒപ്പമായിരുന്നു. രാഹുലൻ ഒരു സാമനേരയായിരുന്നു (Samanera). പ്രാരംഭകൻ. എന്നാൽ വസ്ത്രധാരണം ഏതാണ്ട് മറ്റു മുതിർന്ന ഭിക്ഷുക്കളുടേതുപോലെത്തന്നെ. രാഹുലൻ ഭിക്ഷാപാത്രം രൂപകിനെ ഏല്പിച്ചിരുന്നു. കൈകൾ രണ്ട് സഹോദരന്മാരുടെയും തോളിലിട്ട്, അവർക്ക് നടുവിലായിട്ടാണ് രാഹുലൻ നടന്നത്. സ്വാസ്തിയെയും കുടുംബത്തെയുംകുറിച്ച് അവൻ അച്ഛനിൽ നിന്നും ധാരാളം കേട്ടിരുന്നു; അവന് അവരുമായി ഉറ്റ അടുപ്പം തോന്നി. രാഹുലന്റെ സ്നേഹവായ്പിൽ സഹോദരന്മാരുടെ ഹൃദയം തുടുത്തു.

സ്വാസ്തിയുടെ വീട്ടിലെത്തിയതും ഭിക്ഷുസംഘത്തിൽ ചേർന്ന് ധർമ്മം പഠിക്കുവാനായി ബുദ്ധൻ അവനെ ക്ഷണിച്ചു. പത്തുകൊല്ലം മുമ്പ് സ്വാസ്തി ആദ്യമായി ബുദ്ധനെ കണ്ടപ്പോൾ അദ്ദേഹത്തോടൊപ്പം ധർമ്മം പഠിക്കാനുള്ള ആഗ്രഹം അവൻ പ്രകടിപ്പിച്ചിരുന്നു. അവനെ ശിഷ്യനാക്കാൻ അദ്ദേഹം സമ്മതിച്ചിരുന്നു. ഇപ്പോൾ സ്വാസ്തിക്ക് ഇരുപത്തിഒന്നു വയസ്സായി; ബുദ്ധൻ അവനെ തേടിയെത്തി. അദ്ദേഹം

വാഗ്ദാനം മറന്നില്ല.

ഉടമയായ രാംഭലിന്റെ വീട്ടിലേക്ക് രൂപക് എരുമകളെ കൊണ്ടുപോയി. സ്വാസ്തിയുടെ കുടിലിൽ ഒരു പീഠത്തിൽ ബുദ്ധൻ ഇരുന്നു. അദ്ദേഹത്തിന്റെ പിറകിലായി ഭിക്ഷുമാർ നിന്നു. മൺചുമരുകളുള്ള ഓലമേഞ്ഞ ഒരു കൊച്ചുവീടായിരുന്നു സ്വാസ്തിയുടേത്. അകത്ത് എല്ലാവർക്കും നിൽക്കാനുള്ള സ്ഥലമുണ്ടായിരുന്നില്ല. ബാല സ്വാസ്തിയോട് പറഞ്ഞു, “ചേട്ടാ, ദയവായി ബുദ്ധനോടൊപ്പം പോകുക. നീ എരുമകളെ മേയ്ക്കാൻ തുടങ്ങിയ കാലത്തേക്കാളും ത്രാണിയുണ്ട് രൂപകിന്. കുടുംബം കൊണ്ടുനടക്കാൻ എനിക്കാവും. നീ ഞങ്ങളെ പത്തുകൊല്ലം പുലർത്തി; കാര്യങ്ങൾ നോക്കാനുള്ള പ്രാപ്തി ഞങ്ങൾക്കായിട്ടുണ്ട്.”

മഴത്തൊട്ടിയുടെ തൊട്ടടുത്തിരുന്ന ഭീമ, തന്റെ മൂത്ത സഹോദരിയുടെ നേരെ ഒരു വാക്കുപോലും പറയാതെ നോക്കി. അവൾ ഓമനയായ ഒരു കൊച്ചുകുട്ടിയാണ്. സ്വാസ്തി ബുദ്ധനെ കണ്ടുമുട്ടുന്ന കാലത്ത്, ബാലയ്ക്ക് വയസ്സ് ആറ്, രൂപക്കിന് മൂന്ന്, ഭീമ ഒരു കുഞ്ഞ്. ബാല പാചകം ചെയ്തു, രൂപക് മണലിൽ കളിച്ചു.

അച്ഛൻ മരിച്ച് ആറുമാസം കഴിഞ്ഞപ്പോൾ, പ്രസവത്തിൽ അമ്മ മരിച്ചുപോയി. പതിനൊന്ന് വയസ്സു മാത്രമുള്ള സ്വാസ്തി കുടുംബനാഥനായി. അവൻ കാലിമേയ്ക്കുന്ന ഒരു തൊഴിൽ കണ്ടെത്തി. നല്ലൊരു പണിക്കാരനായിരുന്നതുകൊണ്ട് വീട് പുലർത്താനുള്ളത് അവൻ സമ്പാദിച്ചു. കൊച്ചുകുഞ്ഞായ ഭീമയ്ക്ക് എരുമപ്പാല് കൊണ്ടുകൊടുക്കാൻ പോലും അവന് സാധിച്ചിരുന്നു.

സ്വാസ്തി തന്റെ ഉള്ളറിയാനാണ് നോക്കുന്നതെന്നറിഞ്ഞ ഭീമ പുഞ്ചിരിതൂകി. അവൾ ഒരു മാത്ര ശങ്കിച്ചു, പിന്നെ പറഞ്ഞു, “ചേട്ടാ, ബുദ്ധന്റെ കൂടെ പോകൂ.” കണ്ണീർ ഒളിപ്പിക്കാൻ അവൾ മുഖം തിരിച്ചു. ബുദ്ധനോടൊപ്പം പഠിക്കാൻ പോകണമെന്ന് ചേട്ടൻ പറയാറുള്ളത് അവൾ കേട്ടിട്ടുണ്ട്. ചേട്ടൻ അദ്ദേഹത്തോടൊപ്പം പോകണമെന്നും സത്യത്തിൽ അവൾ ആഗ്രഹിച്ചു. എന്നാൽ പോകേണ്ട ആ നിമിഷം വന്നപ്പോൾ, ദുഃഖം മറച്ചുപിടിക്കാൻ അവൾക്കായില്ല.

അന്നേരമാണ് രൂപക് ഗ്രാമത്തിൽനിന്നും വന്നത്: “ബുദ്ധന്റെ കൂടെ പോകൂ”, ഭീമയുടെ വാക്കുകൾ കേട്ടപ്പോൾ, അവന് മനസ്സിലായി, ആ നിമിഷം എത്തിക്കഴിഞ്ഞെന്ന്. അവൻ സ്വാസ്തിയെ നോക്കി, “ചേട്ടാ ദയവായി ബുദ്ധനോടൊപ്പം പോകുക.” അതോടെ വീട് നിശ്ശബ്ദമായി. രൂപക് ബുദ്ധനെ നോക്കി, പറഞ്ഞു, “സംപൂജ്യനായ പ്രഭോ, അങ്ങ് എന്റെ സഹോദരന് അങ്ങയോടൊപ്പം പഠിക്കുവാനുള്ള അനുവാദം നല്കുമെന്ന് ഞാൻ പ്രാർത്ഥിക്കുന്നു. എനിക്ക് വീടു നോക്കാനുള്ള ത്രാണിയായി.” രൂപക് സ്വാസ്തിയുടെ നേരെ തിരിഞ്ഞു, കണ്ണീർ ഉള്ളിലൊതുക്കി പറഞ്ഞു, “ഇടയ്ക്കിടെ നിനക്ക് ഞങ്ങളെ കാണാൻ വരാൻ

സാധിക്കില്ലേയെന്ന് ബുദ്ധനോട് ചോദിക്കൂ ചേട്ടാ..."

ബുദ്ധൻ എണീറ്റുനിന്നു, ഭീമയുടെ മുടി മൃദുവായി തലോടി, "കുട്ടികളെ, ഇപ്പോൾ ഭക്ഷണം കഴിക്കൂ. നാളെ രാവിലെ ഞാൻ സ്വാസ്തിക്കുവേണ്ടി വരും, അപ്പോൾ ഒന്നിച്ച് ഞങ്ങൾക്ക് രാജഗൃഹത്തിലേക്ക് നടക്കാമല്ലോ. ഇന്നു രാത്രി ഭിക്ഷുമാരും ഞാനും ബോധിവൃക്ഷത്തണലിൽ വിശ്രമിക്കും."

പടിയ്ക്കലെത്തിയപ്പോൾ ബുദ്ധൻ തിരിഞ്ഞുനിന്ന് സ്വാസ്തിയോട് പറഞ്ഞു, "നാളെ രാവിലെ, നീ ഒന്നും കൊണ്ടുവരേണ്ടതില്ല. നീ ഉടുത്തിരിക്കുന്ന വസ്ത്രങ്ങൾ ധാരാളം മതി."

ആ രാത്രി നാലു കുട്ടികളും വൈകുന്നതുവരെ ഉണർന്നിരുന്നു. യാത്രയാകുന്ന ഒരച്ഛനെപ്പോലെ സ്വാസ്തി, വീട് നോക്കേണ്ടതിനെപ്പറ്റിയും പരസ്പരം സംരക്ഷിക്കേണ്ടതിനെപ്പറ്റിയും ഉപദേശിച്ചു. ഓരോരുത്തരെയും അവൻ ഏറെനേരം കെട്ടിപ്പിടിച്ചു. സങ്കടം അടക്കാൻ കഴിയാതിരുന്ന ഭീമ, മൂത്ത ചേട്ടൻ തന്നെ കെട്ടിപ്പിടിച്ചപ്പോൾ തേങ്ങിക്കരഞ്ഞു. പക്ഷേ, പിന്നീടവൾ ചേട്ടനെ നോക്കി ആഴത്തിൽ ശ്വാസമെടുത്തു, പുഞ്ചിരിച്ചു. സ്വാസ്തിക്ക് സങ്കടമുണ്ടാകാൻ അവൾ ഇഷ്ടപ്പെട്ടില്ല. എണ്ണവിളക്കിന്റെ മുനിഞ്ഞ വെളിച്ചത്തിലും സ്വാസ്തിക്ക് അവളുടെ പുഞ്ചിരി കാണാം, അവൻ സന്തുഷ്ടനായി.

പിറ്റേന്ന് പുലർച്ചെ, സ്വാസ്തിയുടെ സ്നേഹിത സുജാത, യാത്രപറയാൻ എത്തി. കഴിഞ്ഞ സന്ധ്യക്ക്, നദിക്കരയിലേക്ക് പോകുമ്പോൾ അവൾ ബുദ്ധനെ കാണുകയുണ്ടായി. ഭിക്ഷുസംഘത്തിൽ ചേരുന്നത് സ്വാസ്തി പറഞ്ഞിരുന്നു. ഗ്രാമമുഖ്യന്റെ മകളായ സുജാത, സ്വാസ്തിയേക്കാൾ രണ്ടു വയസ്സിന് ഇളയതാണ്. ബുദ്ധനാകുന്നതിനു മുമ്പുള്ള ഗൗതമനെ അവളും കണ്ടിട്ടുണ്ട്. സ്വാസ്തിയും സുജാതയും വളരെ ചുരുങ്ങിയേ സംസാരിച്ചുള്ളൂ. അപ്പോഴെയ്ക്കും ബുദ്ധനും ശിഷ്യരുമെത്തി.

സ്വാസ്തി യാത്ര പോകുന്നത് കാണാൻ അനിയനും അനിയത്തിമാരും നേരത്തെതന്നെ ഉണർന്നിരുന്നു. രാഹുലൻ അവരോരോരുത്തരോടും സൗമ്യമായി പറഞ്ഞു, സ്വയം ശക്തരാകാനും പരസ്പരം താങ്ങായിരിക്കാനും. ഉരുവേലയ്ക്ക് സമീപം താൻ എപ്പോൾ വന്നാലും അവരെ സന്ദർശിക്കും, രാഹുലൻ ഉറപ്പു നല്കി. സുജാതയും സ്വാസ്തിയുടെ കുടുംബവും ബുദ്ധനോടും ഭിക്ഷുമാരോടുമൊപ്പം നദിക്കരെ വരെ നടന്നു. അവിടെവെച്ച് അവർ ബുദ്ധനോടും ഭിക്ഷുമാരോടും രാഹുലനോടും സ്വാസ്തിയോടും വിട പറയുവാൻ കൈകൾ കൂപ്പി.

ഭയവും ആഹ്ലാദവും അവനെ മൂടി. അവന്റെ വയറ്റിൽ ഒരു പിടുത്തം. ആദ്യമായിട്ടാണ് അവൻ ഉരുവേല വിടുന്നത്. രാജഗൃഹത്തിലെത്താൻ

പത്തുനാൾ എടുക്കുമെന്ന് ബുദ്ധൻ പറഞ്ഞു. മറ്റുള്ളവർ കൂടുതൽ വേഗത്തിൽ സഞ്ചരിച്ചു; പക്ഷേ ബുദ്ധനും ഭിക്ഷുമാരും വളരെ ലാഘവത്തോടെ സാവകാശമാണ് നടന്നത്. നടത്തം സാവകാശമായതോടെ സ്വാസ്തിയുടെ ഉള്ളും ശാന്തമായി. അവൻ പരിപൂർണ്ണമായും ബുദ്ധനിലും ധർമ്മത്തിലും സംഘത്തിലും ആഴ്ന്നു. ഇതാണവന്റെ പാത. താനറിയുന്ന മണ്ണിനെയും മനുഷ്യരെയും അവസാനമായിട്ടൊന്ന് കാണുവാൻ അവൻ പിന്നാക്കം തിരിഞ്ഞുനോക്കി. സുജാതയും അവന്റെ വീട്ടുകാരും വെറും പുള്ളിക്കുത്തുകളായി കാട്ടുമരങ്ങളുടെ നിഴലുകളുമായി അലിഞ്ഞുചേരുന്നത് അവൻ കണ്ടു.

നടത്തം വെറുതെ ആസ്വദിക്കുവാൻ വേണ്ടിയാണ് ബുദ്ധൻ നടക്കുന്നതെന്ന് സ്വാസ്തിക്കു തോന്നി. എവിടെയെങ്കിലും എത്തിച്ചേരണമെന്നതിനെക്കുറിച്ച് യാതൊരുവിധ ആശങ്കയും അദ്ദേഹത്തിനില്ല. അതുപോലെത്തന്നെ മറ്റെല്ലാ ഭിക്ഷുക്കളും. ലക്ഷ്യത്തിലെത്താൻ ആർക്കെങ്കിലും ആകാംക്ഷയോ അക്ഷമയോ ഉള്ളതായി കണ്ടില്ല. ഓരോ മനുഷ്യന്റെയും കാൽവെപ്പുകൾ മന്ദവും സമതുലിതവും ശാന്തവുമായിരുന്നു. എല്ലാവരുമൊന്നിച്ച് ആനന്ദകരമായ ഒരുല്ലാസയാത്ര ചെയ്യുന്നതുപോലെ. ആരും ക്ഷീണിതരായി കാണപ്പെട്ടില്ല. എന്നാൽ, ഓരോ ദിവസവും നല്ലൊരു ദൂരം പിന്നിടുകയും ചെയ്തു.

ഓരോ പ്രഭാതത്തിലും, അവർ അയൽഗ്രാമത്തിൽ ഭക്ഷണം യാചിക്കാനായി തങ്ങും. തെരുവിലൂടെ ഒറ്റവരിയായി നടന്ന്. ഏറ്റവും തലയ്ക്കൽ ബുദ്ധൻ. സ്വാസ്തി ഏറ്റവും ഒടുവിൽ, രാഹുലന്റെ തൊട്ടുപിന്നിൽ. ഓരോ ശ്വാസവും ഓരോ അടിയും ശ്രദ്ധിച്ച് വളരെ കുലീനതയോടെയാണ് അവർ നടന്നത്. തങ്ങളുടെ പാത്രങ്ങളിൽ ഗ്രാമീണർ ഭക്ഷണം അർപ്പിക്കുന്ന നിമിഷം, അവർ നിൽക്കും. ചില ഗ്രാമീണർ പാതയോരത്ത് ആദരവോടെ മുട്ടുകുത്തും. ഭക്ഷണം സ്വീകരിക്കുന്നതോടൊപ്പം, ഭിക്ഷുമാർ ജനങ്ങൾക്കായി ശാന്തരായി പ്രാർത്ഥിക്കും.

ഭിക്ഷാടനം തീരുന്നതോടെ, അവർ സാവകാശം ഏതെങ്കിലും മരത്തണലുകളിലേക്കോ പുൽമൈതാനത്തിലേക്കോ നീങ്ങും ഭക്ഷണം കഴിക്കാനുള്ള ഇടം തേടി. വൃത്താകൃതിയിലാണ് അവർ ഇരിക്കുക, ഭക്ഷണം ഏവർക്കും തുല്യമായി പങ്കിട്ട്; ഒഴിഞ്ഞുകിടക്കുന്ന പാത്രം നിറയ്ക്കാൻ ശ്രദ്ധിച്ച്. തൊട്ടടുത്തുള്ള അരുവിയിൽനിന്ന് രാഹുലൻ മൊന്തയിൽ വെള്ളം നിറച്ച് ആദരപൂർവ്വം ബുദ്ധന്റെ അടുത്തേക്ക് കൊണ്ടുപോയി. ബുദ്ധൻ താമരമൊട്ടുപോലെ കൈകളൊതുക്കി; രാഹുലൻ കൈകഴുകാനായി വെള്ളം ഒഴിച്ചു കൊടുത്തു. ഇതുതന്നെ അവർ ഓരോരുത്തർക്കും ചെയ്തു. അവസാനം സ്വാസ്തിക്കും. സ്വാസ്തിക്ക് ഇനിയും ഒരു ഭിക്ഷാപാത്രം ഇല്ലാത്തതിനാൽ രാഹുലൻ അവന്റെ

പാത്രത്തിലെ നേർപകുതി ഭക്ഷണം ഒരു വാഴയിലയിൽവച്ച് തന്റെ പുതിയ ചങ്ങാതിക്ക് കൊടുത്തു. കഴിക്കാൻ തുടങ്ങുന്നതിനു മുമ്പ് ഭിക്ഷുമാർ കൈകൾ കൂപ്പി ഒന്നിച്ചു പ്രാർത്ഥിച്ചു. എന്നിട്ട്, നിശ്ശബ്ദരായി അതീവശ്രദ്ധയോടെ ഓരോ വറ്റും കഴിച്ചു.

ഭക്ഷണം പൂർത്തിയായപ്പോൾ, ചില ഭിക്ഷുമാർ നടന്ന് ധ്യാനം പരിശീലിച്ചു. ചിലർ ഇരുന്നു ധ്യാനം. മറ്റു ചിലർ ചെറുതായൊന്നു മയങ്ങി. ചൂടിന്റെ കാഠിന്യം ഒന്നു ശമിച്ചതും അവർ വീണ്ടും തെരുവിലിറങ്ങി, ഇരുട്ടുന്നതുവരെ നടന്നു. രാത്രി വിശ്രമത്തിൽ ഏറ്റവും അനുയോജ്യമായ ഇടം ശാന്തത ഭഞ്ജിക്കാത്ത വനങ്ങളാണ്. അങ്ങിനെ നല്ലൊരിടം കണ്ടെത്തുന്നതുവരെ അവർ നടന്നു. ഓരോ ഭിക്ഷുവിനും സ്വന്തമായൊരു ഉപധാനമുണ്ട്. ഉറങ്ങാനുള്ള വിരി വിരിക്കുന്നതിനു മുമ്പ്, മിക്ക ഭിക്ഷുമാരും രാത്രിയുടെ പകുതിയോളംനേരം, കാലുകൾ പിണച്ച് പത്മാസനത്തിൽ ഇരുന്നു. ഓരോ ഭിക്ഷുവിനും രണ്ടു വസ്ത്രങ്ങൾ വീതമുണ്ടായിരുന്നു; ഒന്നദ്ദേഹം ഉടുത്തിരുന്നത്. മറ്റൊന്ന് തണുപ്പും കാറ്റും അടിക്കാതെ പുതയ്ക്കാൻ. മറ്റുള്ളവരെപ്പോലെ സ്വാസ്തി ധ്യാനത്തിനിരുന്നു. മരത്തിന്റെ വേര് തലയണയാക്കി മണ്ണിൽ കിടന്നുറങ്ങാനും പഠിച്ചു.

പിറ്റേന്ന് രാവിലെ സ്വാസ്തി ഉണർന്നു നോക്കിയപ്പോൾ ബുദ്ധനും മറ്റു നിരവധി ഭിക്ഷുമാരും ശാന്തരായി ധ്യാനിക്കുന്നതാണ് കണ്ടത്. അഗാധമായ ശാന്തിയും ഓജസ്സും അവരിൽനിന്ന് സ്ഫുരിച്ചിരുന്നു. സൂര്യൻ ചക്രവാളത്തിന് മുകളിൽ ഉദിച്ചതോടെ, ഓരോരുത്തരും അവരുടെ അധികവസ്ത്രം മടക്കി, ഭിക്ഷാപാത്രമെടുത്തു, ആ ദിവസത്തെ യാത്രയാരംഭിച്ചു.

പകൽ നടന്നും രാത്രിയിൽ വിശ്രമിച്ചും മഗധതലസ്ഥാനമായ രാജഗൃഹത്തിലെത്താൻ അവർ പത്തു ദിവസമെടുത്തു. സ്വാസ്തി ആദ്യമായിട്ടാണ് ഒരു നഗരം കാണുന്നത്. വീടുകൾ തിങ്ങിനിറഞ്ഞ തെരുവുകളിലൂടെ കുതിരവണ്ടികൾ മുന്നോട്ടുനീങ്ങി. എവിടെയും ഒച്ചയും ആഹ്ലാദാരവങ്ങളും മാറ്റൊലിക്കൊണ്ടു. എന്നാൽ ഭിക്ഷുക്കളുടെ ശാന്തമായ നിര തുടർന്നു. നെൽവയലുകളിലൂടെയോ നദിക്കരകളിലൂടെയോ ശാന്തരായി നീങ്ങിയപോലെത്തന്നെ. നഗരവാസികളിൽ കുറച്ചുപേർ അവരെ ശ്രദ്ധിച്ച് ഒരു നിമിഷം നിന്നു, ബുദ്ധനെ തിരിച്ചറിഞ്ഞ കുറച്ചുപേർ, ആദരവോടെ താണുവണങ്ങി. നഗരത്തിനു തൊട്ടുപിന്നിലുള്ള മുളവന വിഹാരത്തിൽ എത്തുന്നതുവരെ ഭിക്ഷുക്കളുടെ പ്രശാന്തയാത്ര തുടർന്നു.

ബുദ്ധൻ മടങ്ങിയെത്തിയ വാർത്ത വിഹാരം മുഴുവൻ പെട്ടെന്ന് പരന്നു. നിമിഷങ്ങൾക്കകം നാനൂറോളം ഭിക്ഷുക്കൾ അദ്ദേഹത്തെ

സ്വീകരിക്കുവാൻ ഒത്തുകൂടി. ബുദ്ധൻ കൂടുതലൊന്നും പറഞ്ഞില്ല. പക്ഷേ, ഓരോരുത്തരുടെയും ക്ഷേമവും ധ്യാനവും തിരക്കി. അദ്ദേഹം സ്വാസ്തിയെ സരിപുത്രനെ ഏല്പിച്ചു. അദ്ദേഹമായിരുന്നു, രാഹുലന്റെയും ആത്മീയ ഗുരുനാഥൻ. മുളവന വിഹാരത്തിലെ പ്രാരംഭകരുടെ ഗുരുനാഥനായിരുന്നു സരിപുത്രൻ. അദ്ദേഹം ഏതാണ്ട് അമ്പതോളം യുവഭിക്ഷുമാരുടെ പഠനചുമതല നിരീക്ഷിച്ചു. അവരെല്ലാവരും സംഘത്തിൽ ചേർന്നിട്ട്, മൂന്നുവർഷം തികഞ്ഞിട്ടില്ല. കൊണ്ടണ്ണ എന്നൊരു സന്യാസിയായിരുന്നു വിഹാരത്തിന്റെ അധിപൻ.

വിഹാരജീവിതത്തിന്റെ രീതികൾ സ്വാസ്തിക്ക് പരിചയപ്പെടുത്തിക്കൊടുക്കാൻ നിയോഗിക്കപ്പെട്ടത് രാഹുലനാണ്. എങ്ങിനെ നടക്കണം, ഇരിക്കണം, നില്ക്കണം, ഉപചരിക്കണം, നടന്ന് ധ്യാനവും ഇരുന്ന് ധ്യാനവും ചെയ്യണം, ശ്വാസം നിരീക്ഷിക്കണം. എപ്രകാരമാണ് സന്യാസി വസ്ത്രം ധരിക്കേണ്ടത്, ഭക്ഷണം യാചിക്കേണ്ടത്, പ്രാർത്ഥിക്കേണ്ടത്, ഭിക്ഷാപാത്രം കഴുകേണ്ടത്, എന്നിവയും രാഹുലൻ സ്വാസ്തിക്ക് കാണിച്ചുകൊടുത്തു. മൂന്നുദിവസം തുടർച്ചയായി സ്വാസ്തി രാഹുലനെ വിട്ടുപോയില്ല, അതുകൊണ്ട് കാര്യങ്ങൾ നല്ലപോലെ പഠിച്ചു അവൻ. രാഹുലൻ എല്ലാം പൂർണ്ണഹൃദയത്തോടെ സ്വാസ്തിക്ക് പറഞ്ഞുകൊടുത്തു. എന്നാലും, സഹജബോധത്തോടെയും ആയാസരഹിതമായും ഇതെല്ലാം ചെയ്യാറാകാൻ വർഷങ്ങളുടെ പരിശീലനം വേണ്ടിവരുമെന്ന് സ്വാസ്തിക്കറിയാമായിരുന്നു. ഈ പ്രാഥമിക നിർദ്ദേശങ്ങൾക്കുശേഷം സരിപുത്രൻ സ്വാസ്തിയെ തന്റെ കുടിലിലേക്ക് ക്ഷണിച്ചു. ഒരു ഭിക്ഷുവിന്റെ ധർമ്മങ്ങൾ വിശദീകരിച്ചു.

ബുദ്ധനെ ഗുരുവാക്കി, ബോധോദയത്തിലേക്ക് നയിക്കുന്ന ധർമ്മം മാർഗമായി, മാർഗ്ഗത്തിലൂടെയുള്ള യാത്രയിലെ താങ്ങ് സംഘമായി പിന്തുടരാൻ, വീട് വിട്ടിറങ്ങിയവനാണ് ഒരു ഭിക്ഷു. ഒരു ഭിക്ഷുവിന്റെ ജീവിതം ലളിതവും വിനീതവുമാണ്. ഭിക്ഷാടനത്തിലൂടെ വിനിമയം വളരുന്നു; മറ്റുള്ളവരുമായി ഇടപഴകുന്നതിനുള്ള ഒരു മാർഗ്ഗം കൂടിയാണത്; ബുദ്ധൻ പഠിപ്പിച്ച സ്നേഹത്തിന്റെ മാർഗ്ഗവും തിരിച്ചറിവും അവരിലുണ്ടാകാൻ സഹായിക്കുന്നു.

പത്തുവർഷങ്ങൾക്കു മുമ്പ് ബോധിവൃക്ഷച്ചുവട്ടിൽ വെച്ച് സ്നേഹത്തിന്റെ മാർഗ്ഗവും തിരിച്ചറിവും ഉണർവ്വിന്റെ പാതയായി ബുദ്ധൻ പറഞ്ഞത് സ്വാസ്തിയും ചങ്ങാതിമാരും ശ്രദ്ധിച്ചിരുന്നു. അതുകൊണ്ട് സരിപുത്രൻ അതിനെപ്പറ്റിയെല്ലാം പറഞ്ഞപ്പോൾ അവന് എളുപ്പത്തിൽ മനസ്സിലാക്കാനായി. സരിപുത്രന്റെ മുഖം ഗൗരവമുള്ളതായി തോന്നിയെങ്കിലും, അദ്ദേഹത്തിന്റെ കണ്ണുകളും പുഞ്ചിരിയും അനല്പമായ കാരുണ്യവും ഉന്മേഷവും പരത്തി. ഔപചാരികമായി അവനെ ഭിക്ഷു

സംഘത്തിൽ സ്വീകരിക്കുന്നതിനുള്ള ഒരു ധർമ്മോപദേശചടങ്ങ് ഉണ്ടായിരിക്കുമെന്ന് അദ്ദേഹം സ്വാസ്തിയോട് പറഞ്ഞു. അന്നേരം ചൊല്ലേണ്ട വാക്കുകൾ അദ്ദേഹം സ്വാസ്തിയെ പഠിപ്പിച്ചു.

ധർമ്മോപദേശചടങ്ങിന് സരിപുത്രൻ തന്നെയാണ് പ്രധാനിയായത്. ഏതാണ്ട് ഇരുപതു ഭിക്ഷുക്കൾ ചടങ്ങിൽ പങ്കെടുത്തു. സ്വാസ്തിയുടെ സന്തോഷം വർദ്ധിപ്പിച്ചുകൊണ്ട്, ബുദ്ധനും രാഹുലനും ഉണ്ടായിരുന്നു. സരിപുത്രൻ സാവകാശം ഒരു ഗാഥ ചൊല്ലി, പിന്നെ സ്വാസ്തിയുടെ കുറെ മുടിച്ചുരുളുകൾ മുറിച്ചു. അദ്ദേഹം പിന്നീട് ക്ഷൗരക്കത്തി രാഹുലന് കൊടുത്തു. രാഹുലൻ സ്വാസ്തിയുടെ ശിരോമുണ്ഡനം പൂർത്തിയാക്കി. സരിപുത്രൻ സ്വാസ്തിക്ക് മൂന്ന് വസ്ത്രങ്ങളും ഒരു ഭിക്ഷാപാത്രവും വെള്ളം ശുദ്ധീകരിക്കാൻ ഒരരിപ്പയും കൊടുത്തു. രാഹുലൻ സ്വാസ്തിയെ ഒട്ടും ബുദ്ധിമുട്ടില്ലാതെ വസ്ത്രം ധരിക്കാൻ പഠിപ്പിച്ചിരുന്നല്ലോ. അഗാധമായ കൃതജ്ഞത പ്രകാശിപ്പിക്കാൻ സ്വാസ്തി ബുദ്ധനെയും മറ്റു ഭിക്ഷുക്കളെയും താണുവണങ്ങി.

ആ പ്രഭാതത്തിനൊടുവിൽ, സ്വാസ്തി ആദ്യമായി സംഘത്തിൽ ചേർന്ന ഒരു ഭിക്ഷുവിനെപ്പോലെ ഭിക്ഷ യാചിക്കുന്നത് പരിശീലിച്ചു. ചെറുകൂട്ടങ്ങളായി, മുളവന വിഹാരത്തിലെ ഭിക്ഷുക്കൾ രാജഗൃഹത്തിലേക്ക് നടന്നു. സരിപുത്രൻ നയിച്ച കൂട്ടത്തിന്റെ ഭാഗമായിരുന്നു സ്വാസ്തി. വിഹാരത്തിൽ നിന്ന് കുറച്ചടി നടന്നുകഴിഞ്ഞപ്പോൾ സ്വാസ്തി സ്വയം ഓർമ്മിപ്പിച്ചു, ബുദ്ധമാർഗ്ഗം പരിശീലിക്കാനുള്ള ഒരു വഴിയാണ് യാചന. അവൻ തന്റെ ശ്വാസം നിരീക്ഷിച്ചു. ഓരോ അടിയും ശാന്തമായും ശ്രദ്ധയോടെയും വെച്ചു. രാഹുലൻ അവന്റെ പിറകിൽ നടന്നു. താനൊരു ഭിക്ഷുവായെങ്കിലും രാഹുലനേക്കാൾ തീർത്തും കുറച്ച് അനുഭവമേ തനിക്കുള്ളൂവെന്ന് അവനറിയാമായിരുന്നു. വിനയവും ധർമ്മവും തന്നുള്ളിൽ വളർത്തുവാൻ അവൻ ഹൃദയമുറച്ച് തീരുമാനിച്ചു.

2. കാലികളെ മേയ്ക്കുന്നത്

പകൽ പ്രശാന്തമായിരുന്നു. ശ്രദ്ധയോടെ ഉച്ചയൂണു കഴിച്ചശേഷം ഓരോ ഭിക്ഷുവും അവനവന്റെ പാത്രം കഴുകി. മണ്ണിൽ ഉപധാനം വെച്ച്, ബുദ്ധനെ അഭിമുഖീകരിച്ച് ഇരുന്നു. മുളവന വിഹാരത്തിലെ അനേകം അണ്ണാറക്കണ്ണന്മാർ ഭിക്ഷുക്കളുമായി സ്വതന്ത്രമായി വിഹരിച്ചു. ചിലവ മുളകളിൽ കേറി, താഴെ ചേർന്നിട്ടുള്ള കൂട്ടായ്മയിലേക്ക് ഉറ്റുനോക്കി. ബുദ്ധന്റെ നേരെ മുമ്പിലായി രാഹുലൻ ഇരിക്കുന്നത് സ്വാസ്തി കണ്ടു. അവൻ നിശ്ശബ്ദനായി നടന്നു ചെന്ന് രാഹുലന്റെ പുറകിലായി ഇരുന്നു. പത്മാസനത്തിൽ സ്വച്ഛവും മഹിതവുമായ ആ അന്തരീക്ഷത്തിൽ ആരും സംസാരിച്ചില്ല. സ്വാസ്തിക്കറിയാം, ഓരോ ഭിക്ഷുവും ശ്വാസം ശ്രദ്ധയോടെ നിരീക്ഷിച്ച്, ബുദ്ധൻ സംസാരിക്കുന്നത് കാത്തിരിക്കുകയാണ്.

മുളത്തട്ടുകൊണ്ടുള്ള ബുദ്ധന്റെ ഇരിപ്പിടം അല്പം ഉയർന്നതാണ്; ഏവർക്കും അദ്ദേഹത്തെ വ്യക്തമായി കാണാനാവും. സ്വച്ഛമെങ്കിലും ഒരു സിംഹകുമാരന്റേതുപോലെ ഉജ്ജ്വലഭാവമായിരുന്നു ബുദ്ധന്റേത്. മുമ്പിലിരിക്കുന്നവരെ നോക്കിയപ്പോൾ അദ്ദേഹത്തിന്റെ കണ്ണുകളിൽ ആർദ്രമായ കാരുണ്യം നിറഞ്ഞു. ബുദ്ധന്റെ കണ്ണുകൾ സ്വാസ്തിയിലും രാഹുലനിലും വിശ്രാന്തി പൂണ്ട് നിന്നു: അദ്ദേഹം പുഞ്ചിരിച്ചു. സംസാരിക്കാൻ തുടങ്ങി.

“ഇന്ന് ഞാൻ നിങ്ങളോട് പറയാനാഗ്രഹിക്കുന്നത് കാലിമേയ്ക്കലിനെപ്പറ്റിയാണ് – കാലിമേയ്ക്കുന്ന നല്ലൊരു ബാലൻ എന്തൊക്കെ അറിയണം, അവനെന്തൊക്കെ ചെയ്യാനാവും. കാലികളെ നല്ലവണ്ണം ശ്രദ്ധിക്കുന്ന ഒരു ബാലൻ തന്റെ സംരക്ഷണയിലുള്ള ഓരോന്നിനെയും എളുപ്പത്തിൽ തിരിച്ചറിയുന്നു. ഓരോന്നിന്റെയും നൈസർഗികതകളും വാസനകളും അറിയുന്നു. കാലികളെ ഉരച്ചുകഴുകേണ്ടതെങ്ങനെയെന്നറിയുന്നു. അവയുടെ വ്രണങ്ങൾ ഉണക്കേണ്ടതെങ്ങനെയെന്ന്. പുകയിട്ട് എങ്ങിനെ കൊതുകുകളെ ഓടിക്കാം. കാലികളുടെ സുരക്ഷിതമായ നടച്ചാലുകൾ ഏവ. എങ്ങിനെ അവയെ സ്നേഹിക്കാം. അവയ്ക്ക് നദി മുറിച്ചു കടക്കാനുള്ള നിലയുള്ള സുരക്ഷിത ഭാഗങ്ങൾ കണ്ടുപിടിക്കാം. ശുദ്ധമായ പുല്ലും വെള്ളവും തേടാം. മേച്ചിൽ സ്ഥലങ്ങൾ പരിപാലിക്കാം. പ്രായമുള്ളവയെ ചെറുപ്പമായവയ്ക്ക് മാതൃകയാക്കാം.

"ഭിക്ഷുമാരെ ശ്രദ്ധിക്കുക. തന്റെ സ്വന്തം കാലികളെ കാലിച്ചെറുക്കൻ ഏതുപോലെ തിരിച്ചറിയുന്നുവോ, അതുപോലെ ഓരോ ഭിക്ഷുവും തന്റെ സ്വന്തം ശരീരത്തിലെ സർവ്വപ്രധാനമായ മൂലധാതുക്കളെ തിരിച്ചറിയുന്നു. ഒരു കാലിച്ചെറുക്കൻ ഏതു വിധേന ഒരു കാലിയുടെ നൈസർഗികതകളും വാസനകളും അറിയുന്നുവോ അതുപോലെ ഒരു ഭിക്ഷു തന്റെ ശരീരത്തിന്റെയും വാക്കിന്റെയും മനസ്സിന്റെയും ഏതൊക്കെ പ്രവൃത്തികളാണ് ഉചിതമായിട്ടുള്ളതെന്നും ഏതൊക്കെ ഉചിതമായിട്ടുള്ളതല്ലെന്നും അറിയുന്നു. ഒരു കാലിച്ചെറുക്കൻ തന്റെ കാലികളെ ഉരച്ചുകഴുകി വൃത്തിയാക്കുന്നതെങ്ങിനെയോ അതുപോലെ ഒരു ഭിക്ഷു തന്റെ മനസ്സിന്റെയും ശരീരത്തിന്റെയും ഇച്ഛകളെയും ആസക്തികളെയും കോപത്തെയും വൈമുഖ്യങ്ങളെയും ഉരച്ചു കഴുകി വൃത്തിയുള്ളതാക്കിയിരിക്കണം."

സംസാരിച്ചുകൊണ്ടിരുന്നപ്പോൾ, ബുദ്ധന്റെ കണ്ണുകൾ സ്വാസ്തിയിൽ തന്നെ ഉറച്ചുനിന്നു. ബുദ്ധന്റെ വാക്കുകളുടെ ഉറവിടം താനാണെന്ന് അവനുതോന്നി. വർഷങ്ങൾക്കു മുമ്പ്, അവൻ ഓർമ്മിച്ചു, ബുദ്ധന്റെ അടുത്തിരിക്കുമ്പോൾ അദ്ദേഹം അവനോട് കാലിമേയ്ക്കുന്നതിനെപ്പറ്റി വിസ്തരിച്ച് ചോദിക്കാറുള്ളത്. അല്ലെങ്കിൽ, രാജകൊട്ടാരത്തിൽ വളർന്ന ഒരു രാജകുമാരന് കാലികളെപ്പറ്റി എങ്ങിനെ ഇത്രയധികം അറിയാനാവും?

ബുദ്ധൻ സാധാരണ ശബ്ദത്തിലാണ് സംസാരിച്ചത്. എങ്കിലും ഓരോ ധ്വനിയും തെളിഞ്ഞതും വ്യക്തവുമായി ഉയർന്നു. ഒരു വാക്കുപോലും ഒരാൾക്കും നഷ്ടമായില്ല. "ഒരു കാലിച്ചെറുക്കൻ എങ്ങിനെയോ അവന്റെ കാലികളുടെ വ്രണങ്ങൾ ശ്രദ്ധിക്കുന്നുവോ അതുപോലെയാണ് ഒരു ഭിക്ഷു തന്റെ ആറിന്ദ്രിയങ്ങളെ - കണ്ണുകൾ, ചെവികൾ, മൂക്ക്, നാക്ക്, ശരീരം, മനസ്സ് - നിരീക്ഷിക്കുന്നത്; അതിനാൽ അവ ചിതറി നഷ്ടമാകുന്നില്ല. ഒരു കാലിച്ചെറുക്കൻ എങ്ങിനെയോ തീപ്പെരുക്കി പുകയുണ്ടാക്കി തന്റെ കാലികളെ കൊതുകു കടിയിൽനിന്ന് സംരക്ഷിക്കുന്നുവോ, അതുപോലെയാണ് ഒരു ഭിക്ഷു ഉണർന്നിരുന്ന് തന്റെ ചുറ്റുമുള്ളവർക്ക് മനസ്സിന്റെയും ശരീരത്തിന്റെയും ദുഃഖഹേതുക്കൾ എങ്ങിനെ വർജിക്കാമെന്ന് ഉപദേശിക്കുന്നത്. എങ്ങിനെയാണോ ഒരു കാലിച്ചെറുക്കൻ തന്റെ കാലികൾക്ക് സുരക്ഷിതമായ നടച്ചാല് കണ്ടെത്തുന്നത്, അതുപോലെയാണ് ഒരു ഭിക്ഷു പ്രശസ്തിയിലേക്കും സമ്പത്തിലേക്കും കാമാസക്തിയിലേക്കും - മദ്യശാലകൾ ഭോഗശാലകൾ തുടങ്ങിയവ - നയിക്കുന്ന പാതകൾ വർജ്ജിക്കുന്നത്. ഒരു കാലിച്ചെറുക്കൻ ഏത് വിധമാണോ, അവന്റെ കാലികളെ സ്നേഹിക്കുന്നത് അതുപോലെയാണ് ഒരു ഭിക്ഷു ധ്യാനത്തിന്റെ ശാന്തിയും ആനന്ദവും പരിപോഷിപ്പിക്കുന്നത്. എങ്ങിനെയാണോ ഒരു

കാലിച്ചെറുക്കൻ അവന്റെ കാലികൾക്ക് നദി മുറിച്ചുകടക്കുന്നതിനുള്ള നിലയുള്ള ഇടങ്ങൾ അന്വേഷിച്ച് കണ്ടുപിടിക്കുന്നത്, അതുപോലെയാണ് ഒരു ഭിക്ഷു ഈ ജീവിതത്തെ തരണം ചെയ്യുന്നതിനായി നാല് ശ്രേഷ്ഠസത്യങ്ങളെ ആശ്രയിക്കുന്നത്. എങ്ങിനെയാണോ ഒരു കാലിച്ചെറുക്കൻ അവന്റെ കാലികൾക്ക് ശുദ്ധമായ വെള്ളവും പുല്ലും കണ്ടെത്തിപ്പിടിക്കുന്നത്, അതുപോലെയാണ് ഒരു ഭിക്ഷു മനോജാഗ്രതയുടെ നാല് സത്യങ്ങളാണ് മോചനത്തിലേക്കുള്ള പോഷണമെന്നറിയുന്നത്. ഒരു കാലിച്ചെറുക്കൻ എങ്ങിനെയാണോ അവന്റെ പുൽമൈതാനങ്ങൾ അമിതമായി മേയാതെ പരിരക്ഷിക്കുന്നത്, അതുപോലെയാണ് ഭിക്ഷു തന്റെ അയൽഗ്രാമത്തിൽ ഭിക്ഷ യാചിക്കുമ്പോൾ, ബന്ധങ്ങൾ പരിരക്ഷിക്കാൻ ശ്രദ്ധിക്കേണ്ടത്. ഒരു കാലിച്ചെറുക്കൻ എങ്ങിനെയാണോ പ്രായമുള്ള കാലികളെ ചെറുപ്പമായവയ്ക്ക് മാതൃകകളാക്കി മാറ്റുന്നത്, അതുപോലെയാണ് ഒരു ഭിക്ഷു വയസ്സുമൂത്തവരുടെ അനുഭവങ്ങളെയും ജ്ഞാനത്തെയും ആശ്രയിക്കുന്നത്. ഓ, ഭിക്ഷുമാരെ, ഈ പതിനൊന്നു കാര്യങ്ങൾ പിന്തുടരുന്ന ഒരു ഭിക്ഷു ആറു വർഷക്കാലത്തെ പരിശീലനംകൊണ്ട് ആർഹ തത്ത്വം (Arhatship) നേടിയിരിക്കും."

സ്വാസ്തി വിസ്മയഭരിതനായി ശ്രദ്ധിച്ചു കേട്ടു. പത്തുകൊല്ലം മുമ്പ് അവൻ ബുദ്ധനോടു പറഞ്ഞതെല്ലാം അദ്ദേഹത്തിന്റെ ഓർമ്മയിലുണ്ട്. ഓരോന്നിനെയും ഒരു ഭിക്ഷുവിന്റെ പരിശീലനവുമായി പ്രയോഗിക്കാനും അദ്ദേഹത്തിന് സാധിച്ചു. അവിടെ കൂടിയിരുന്ന മുഴുവൻ സദസ്സിനെയുമാണ് ബുദ്ധൻ ഉപദേശിച്ചിരുന്നതെന്ന് സ്വാസ്തിക്കറിയാമായിരുന്നു. എങ്കിലും അദ്ദേഹം അവനുമായി നേരിട്ട് സംസാരിക്കുകയാണെന്ന വ്യക്തമായ ബോധ്യം അവനുണ്ടായി. ആ യുവാവിന്റെ കണ്ണുകൾ ഒരിക്കൽപോലും അദ്ദേഹത്തിന്റെ മുഖത്തുനിന്നും വ്യതിചലിച്ചില്ല.

അവന്റെ ഹൃദയത്തിൽ ചേർത്തുപിടിക്കാനുള്ളതാണീ വാക്കുകൾ. തീർച്ചയായും, സ്വാസ്തിക്ക് ഇനിയും മനസ്സിലാകാത്ത "നാലു ശ്രേഷ്ഠസത്യങ്ങൾ", "മനോജാഗ്രതയുടെ നാലു സത്യങ്ങൾ" എന്നീ വാക്കുകൾ അവയിലുണ്ടായിരുന്നു. പിന്നീടവൻ, ഈ വാക്കുകൾ വിശദീകരിക്കുവാൻ ആവശ്യപ്പെടും. പക്ഷേ, ബുദ്ധന്റെ വാക്കുകളുടെ സ്ഥായിയായ അർത്ഥം പിടികിട്ടിയതായി അവനറിഞ്ഞു.

ബുദ്ധൻ ഉപദേശം തുടർന്നു. കാലികൾക്ക് നടക്കാനായി സുരക്ഷിതമായ നടച്ചാല് തിരഞ്ഞെടുക്കുന്നതിനെക്കുറിച്ച് അദ്ദേഹം സദസ്സിനോട് പറഞ്ഞു. നടച്ചാല് മുള്ളുകൾ നിറഞ്ഞതാണെങ്കിൽ കാലികൾക്ക് മുറിവുണ്ടാകും. മുറിവ് പഴുക്കും. എങ്ങിനെയാണ് കാലിയുടെ വ്രണ

ങ്ങൾ ശ്രദ്ധിക്കേണ്ടതെന്ന് കാലിച്ചെറുക്കനറിഞ്ഞില്ലെങ്കിൽ, അവന്റെ കാലികൾക്ക് പനി പിടിച്ചേക്കും. ചിലപ്പോൾ മരിക്കാനുമിടയുണ്ട്. മാർഗ്ഗം പരിശീലിക്കുന്നതും അതുപോലെത്തന്നെയാണ്. ഭിക്ഷുവിന് ശരിയായ മാർഗ്ഗം കണ്ടെത്താനായില്ലെങ്കിൽ അയാൾ ശരീരത്തിലും മനസ്സിലും മുറിപ്പെടും. ആർത്തിയും കോപവും അയാളുടെ മുറിവുകൾ കൂടുതൽ വിഷമയമാക്കും; അവസാനം ബോധോദയത്തിലേക്കുള്ള മാർഗ്ഗത്തെ ബാധിക്കുന്ന രീതിയിൽ അത് വളരും.

ബുദ്ധൻ ഒന്ന് നിർത്തി. സ്വാസ്തിയോട് എണീറ്റ് വന്ന് അദ്ദേഹത്തോട് ചേർന്നു നില്ക്കാൻ ആംഗ്യം കാട്ടി. സ്വാസ്തി എണീറ്റുനിന്ന് കൈകൾ കൂപ്പി. ബുദ്ധൻ പുഞ്ചിരിച്ച് സ്വാസ്തിയെ സദസ്സിന് പരിചയപ്പെടുത്തി.

"പത്തു വർഷം മുമ്പ്, മാർഗ്ഗം എന്നിൽ ഉദിക്കുന്നതിനു തൊട്ടു മുമ്പ്, ഗയയ്ക്കടുത്തു വെച്ചുള്ള കാട്ടിൽ വെച്ചാണ് ഞാൻ സ്വാസ്തിയെ കാണുന്നത്. അന്നവന് പതിനൊന്നു വയസ്സേ ഉള്ളൂ. ബോധിവൃക്ഷത്തണലിൽ എനിക്കിരിക്കാനുള്ള ഉപധാനം ഞാൻ തീർത്തത് അവൻ ശേഖരിച്ചുതന്ന കുശപ്പുല്ലുകൾ കൊണ്ടാണ്. കാലികളെപ്പറ്റി ഞാൻ പഠിപ്പിച്ചതെല്ലാം, അവനിൽ നിന്നാണ് ഞാൻ പഠിച്ചത്. അവൻ നല്ലൊരു കാലിച്ചെറുക്കനാണെന്ന് ഞാനറിഞ്ഞു; അവൻ ഉൽക്കൃഷ്ടനായ ഒരു ഭിക്ഷുവായിത്തീരുമെന്ന് ഞാനറിയുന്നു."

സ്വാസ്തിയിലായിരുന്നു എല്ലാ കണ്ണുകളും. തന്റെ കാതും കവിളും തുടുക്കുന്നതും ചുവക്കുന്നതും അവനറിയാൻ കഴിഞ്ഞു. കൈകൾ കൂപ്പി എല്ലാവരും അവനെ വണങ്ങി; അവനും. ബുദ്ധൻ ധർമ്മഭാഷണം അവസാനിപ്പിച്ചു. സചേതനമായ ശ്വസനത്തിന്റെ പതിനാറുരീതികൾ ചൊല്ലുവാൻ രാഹുലനോടാവശ്യപ്പെട്ടു. രാഹുലൻ എണീറ്റ് നിന്നു, കൈകൾ കൂപ്പി. മണിയൊച്ചപോലെ സ്ഫുടവും മുഴങ്ങുന്നതുമായ ശബ്ദത്തിൽ അവൻ ഓരോ രീതിയും ചൊല്ലി. അവസാനിച്ചപ്പോൾ അവൻ സദസ്സിനെ തലതാഴ്ത്തി വണങ്ങി. ബുദ്ധൻ എണീറ്റ് സാവകാശം തന്റെ കുടിലിലേക്ക് തിരിച്ചുനടന്നു. ബുദ്ധൻ അങ്ങനെ ചെയ്തശേഷം, മറ്റെല്ലാ ഭിക്ഷുമാരും തങ്ങളുടെ ഉപധാനങ്ങളെടുത്തു; സാവകാശം മുളവനത്തിലുള്ള തങ്ങളുടെ സ്വന്തം ഇടങ്ങളിലേക്ക് നടന്നു. ഭിക്ഷുക്കളിൽ കുറച്ചുപേർ കുടിലുകളിൽ താമസിച്ചു. എന്നാൽ വളരെപ്പേർ മുളക്കൂട്ടങ്ങളുടെ ചോട്ടിലാണ് ഉറങ്ങിയിരുന്നതും ധ്യാനിച്ചിരുന്നതും. മഴ കനത്ത് പെയ്താൽ മാത്രമേ, അവർ ഉപധാനങ്ങളെടുത്ത് കുടിലുകളിലോ പ്രഭാഷണശാലയിലോ അഭയം തേടുകയുള്ളൂ.

രാഹുലനുമൊത്ത്, പുറത്തൊരിടം പങ്കിടാനാണ് സ്വാസ്തിയുടെ ഗുരുനാഥൻ സരിപുത്രൻ അവനെ നിയോഗിച്ചിരുന്നത്. രാഹുലൻ കുട്ടി

യായിരുന്നപ്പോൾ, അവന്റെ രക്ഷകർത്താവായിരുന്ന ഗുരുനാഥനോടൊത്ത് കുടിലിലാണ് ഉറങ്ങിയിരുന്നത്. എന്നാലിപ്പോൾ രാഹുലന് മരങ്ങൾക്കു താഴെ ഒരിടമുണ്ട്. രാഹുലനുമായി ഒന്നിച്ചാവുന്നതിൽ സ്വാസ്തിയും സന്തോഷിച്ചു.

അന്നുച്ചതിരിഞ്ഞ് വൈകീട്ട് ഇരുന്ന് ധ്യാനത്തിനുശേഷം, സ്വാസ്തി ഒറ്റയ്ക്ക് നടന്ന് ധ്യാനം പരിശീലിച്ചു. മറ്റുള്ളവരുമായി സന്ധിക്കുന്ന തൊഴിവാക്കാൻ അവർ വിജനമായ ഒരു പാതയാണ് തിരഞ്ഞെടുത്തത്. എന്നാൽ ശ്വസനത്തിൽ ശ്രദ്ധ കേന്ദ്രീകരിക്കാൻ അവന് ബുദ്ധിമുട്ടനുഭവപ്പെട്ടു. തന്റെ അനിയനെയും അനിയത്തിമാരെയും ഗ്രാമത്തെയും കാണാനുള്ള ഇച്ഛ അവന്റെ ചിന്തകളിൽ നിറഞ്ഞു. നിരഞ്ജരനദിയിലേക്കുള്ള പാതയുടെ ചിത്രം അവന്റെ മനസ്സിൽ തെളിഞ്ഞു. ഭീമമോൾ കണ്ണീരൊളിപ്പിക്കാൻ തലതാഴ്ത്തുന്നതും രൂപക് രാംഭലിന്റെ കാലികളെ ഒറ്റയ്ക്ക് മേയ്ക്കുന്നതും അവൻ കണ്ടു. ഈ ചിത്രങ്ങളെ ആട്ടിപ്പായിക്കാനും നടത്തത്തിലും ശ്വസനത്തിലും ശ്രദ്ധ കേന്ദ്രീകരിക്കാനും അവൻ ശ്രമിച്ചു. പക്ഷേ, ആ ചിത്രങ്ങൾ അവന്റെ മനസ്സിൽ നിറഞ്ഞു കവിഞ്ഞു. പരിശീലനത്തിൽ തന്നെ മുഴുവനായി സമർപ്പിക്കാൻ കഴിയാത്തതിൽ അവന് ലജ്ജ തോന്നി. ബുദ്ധന്റെ വിശ്വാസത്തിന് താനർഹനല്ലെന്നും. നടന്ന് ധ്യാനത്തിനുശേഷം, രാഹുലനോട് സഹായമാവശ്യപ്പെടാമെന്ന് അവൻ വിചാരിച്ചു. രാവിലത്തെ ധർമ്മഭാഷണത്തിൽ അവന് മുഴുവനായും മനസ്സിലാക്കാൻ കഴിയാത്ത നിരവധി കാര്യങ്ങൾ ബുദ്ധൻ ഉപദേശിക്കുകയുണ്ടായി. തീർച്ചയായും, രാഹുലന് അവ വിശദീകരിക്കാനാവും. രാഹുലനെപ്പറ്റിയുള്ള ചിന്തപോലും അവന് പ്രോത്സാഹനമായി. അവനെ ശാന്തനാക്കി. ഇപ്പോൾ ഓരോ കാൽവെപ്പും ശ്വാസവും ശ്രദ്ധിക്കാൻ കുറെക്കൂടി എളുപ്പമായിരിക്കുന്നു.

സ്വാസ്തിക്ക് രാഹുലനെ തിരയേണ്ടിപോലും വന്നില്ല, അവൻ അപ്പോഴേക്കും സ്വാസ്തിയെത്തേടിയെത്തിരുന്നു. രാഹുലൻ സ്വാസ്തിയെ മുളയുടെ തണലിലുള്ള ഇരിപ്പിടത്തിലേക്ക് ക്ഷണിച്ചു: “ഇന്നുച്ചതിരിഞ്ഞ് ഞാൻ അനുഭവജ്ഞാനിയായ ആനന്ദനെ കാണുകയുണ്ടായി. ആദ്യമായി നിങ്ങൾ ബുദ്ധനെ കണ്ടതെല്ലാം കേൾക്കാൻ അദ്ദേഹത്തിനിഷ്ടമാണ്.”

“രാഹുലാ, ആരാണ് ആനന്ദൻ?”

“ശാക്യപരമ്പരയിലെ ഒരു രാജകുമാരനാണദ്ദേഹം. ബുദ്ധന്റെ ബന്ധുവും. അദ്ദേഹം ഏഴുവർഷം മുമ്പ് ഭിക്ഷുവായി. ഇന്നിപ്പോൾ അദ്ദേഹം ഏറ്റവും നല്ല ശിഷ്യരിലൊരാളാണ്. ബുദ്ധനദ്ദേഹത്തെ അതിയായി സ്നേഹിക്കുന്നു. ബുദ്ധന്റെ ആരോഗ്യകാര്യങ്ങൾ നോക്കുന്നത് അദ്ദേഹമാണ്. നാളെ സന്ധ്യക്ക് അദ്ദേഹത്തിന്റെ കുടിലിലേക്ക് ആന

ന്ദൻ നമ്മെ ക്ഷണിച്ചിട്ടുണ്ട്. ഗയവനത്തിൽ ബുദ്ധൻ ജീവിച്ചിരുന്ന കാലത്തെക്കുറിച്ച് കേൾക്കാൻ എനിക്കും താല്പര്യമുണ്ട്.

"നിങ്ങളോടിതുവരെയും ബുദ്ധനക്കാര്യം പറഞ്ഞിട്ടില്ലേ?"

"ഉവ്വ്. വിശദമായിട്ടല്ല. തീർച്ച, നിങ്ങൾക്കൊരുപാട് കഥകൾ പറയാൻ കാണും."

"ഉവ്വ്. സത്യത്തിൽ അധികമൊന്നുമില്ല. എനിക്ക് ഓർമ്മിച്ചെടുക്കാവുന്നതെല്ലാം ഞാൻ പറയാം. രാഹുലാ, ആനന്ദൻ എങ്ങിനെയാണ്? എനിക്ക് വല്ലാതെ തോന്നുന്നു."

"വിഷമിക്കേണ്ട. അദ്ദേഹം വളരെ സ്നേഹവും സൗഹൃദവുമുള്ളവനാണ്. ഞാനദ്ദേഹത്തോട് നിങ്ങളെയും നിങ്ങളുടെ കുടുംബത്തെയുംപറ്റി പറഞ്ഞു. അദ്ദേഹം സന്തുഷ്ടനായി. നാളെ രാവിലെ ഭിക്ഷാടനത്തിന് പോകുമ്പോൾ നമുക്കിവിടെവെച്ച് കണ്ടാലോ? എനിക്ക് ഇപ്പോൾ വസ്ത്രം കഴുകിയിടാനുണ്ട്, എന്നാലേ സമയത്തിനുണങ്ങൂ."

രാഹുലൻ പോകാനൊരുങ്ങിയതും സ്വാസ്തി അവന്റെ വസ്ത്രത്തിൽ മൃദുവായി പിടിച്ചു: "നിങ്ങൾക്ക് ഇത്തിരി നേരംകൂടിയൊന്ന് ഇരിക്കാൻ പറ്റുമോ? ചില കാര്യങ്ങൾ എനിക്ക് നിങ്ങളോട് ചോദിക്കാനുണ്ട്. ഇന്നു രാവിലെ ബുദ്ധൻ, ഭിക്ഷുക്കൾ പിന്തുടരേണ്ട പതിനൊന്ന് കാര്യങ്ങളെപ്പറ്റി പറഞ്ഞല്ലോ! എന്നാൽ എനിക്കവ പതിനൊന്നും ഓർത്തെടുക്കാനാവുന്നില്ല. നിങ്ങൾ എനിക്കുവേണ്ടി ഒന്നാവർത്തിക്കുമോ?"

"എനിക്ക് ഒമ്പതെണ്ണമേ ഓർമ്മയുള്ളൂ. പക്ഷേ, ഒട്ടും വിഷമിക്കേണ്ട. നാളെ നമുക്ക് ആനന്ദനോട് ചോദിക്കാം."

"ആനന്ദന് എല്ലാം ഓർമ്മയുണ്ടെന്ന് നിങ്ങൾക്കുറപ്പാണോ?"

"തീർച്ചയായും. അതിപ്പോൾ നൂറ്റിപ്പതിനൊന്നാണെങ്കിലും ആനന്ദൻ ഓർത്തിരിക്കും. നിങ്ങൾക്കിപ്പോഴും ആനന്ദനെ അറിയില്ല. എല്ലാവരും അദ്ദേഹത്തിന്റെ ഓർമ്മശക്തിയെ പ്രശംസിക്കുന്നു. അവിശ്വസനീയമായ ഓർമ്മശക്തിയാണ്! ബുദ്ധൻ പറഞ്ഞതെല്ലാം, ഇടതടവില്ലാതെ, ഒരു ചെറിയ കാര്യംപോലും വിടാതെ, അദ്ദേഹത്തിന് ആവർത്തിക്കാനാവും. ഇവിടെയെല്ലാവരും, ബുദ്ധശിഷ്യരിൽ ഏറ്റവും പഠിച്ചവനായിട്ടാണ് ആനന്ദനെ കാണുന്നത്. അതുകൊണ്ട് ആരെങ്കിലുമൊരാൾ എപ്പോഴെങ്കിലും ബുദ്ധൻ പറഞ്ഞത് മറന്നുവെന്നിരിക്കട്ടെ, അവർ ആനന്ദനെ അന്വേഷിക്കുകയായി. ചിലപ്പോൾ സംഘം പഠനശിബിരങ്ങൾ നടത്താറുണ്ട്. അന്നേരം ബുദ്ധന്റെ അടിസ്ഥാന അനുശാസനങ്ങൾ ആനന്ദനാണ് അവതരിപ്പിക്കുക."

"എങ്കിൽ നമ്മൾ അതീവഭാഗ്യവാന്മാരാണ്. നാളെ നമുക്ക് അക്കാര്യം അദ്ദേഹത്തോട് ചോദിക്കാമല്ലോ. എന്നാൽ അത് കൂടാതെ ചിലത് എനിക്ക് നിങ്ങളോട് ചോദിക്കാനുണ്ട് - നടന്ന് ധ്യാനത്തിൽ നിങ്ങൾ എങ്ങിനെയാണ് മനസ്സിനെ ശാന്തമാക്കുന്നത്?"

"ധ്യാനത്തിനിടയിൽ മറ്റു ചിന്തകൾ നിങ്ങളുടെ മനസ്സിലേക്ക് കടന്നുവരുന്നു എന്നാണോ നിങ്ങൾ പറയുന്നത്? അതായത് നിങ്ങളുടെ വീടിനെപ്പറ്റിയുള്ള ചിന്തകൾ?"

സ്വാസ്തി തന്റെ ചങ്ങാതിയുടെ കരം ഗ്രഹിച്ചു, "എങ്ങിനെ നിങ്ങൾക്ക് മനസ്സിലായി! ശരിക്കും അതു തന്നെയാണുണ്ടായത്. ഇന്ന് സന്ധ്യക്ക്, വീടിനെപ്പറ്റി ഞാനിത്രമാത്രം ആലോചിച്ചതെന്തെന്ന് എനിക്കു മനസ്സിലാവുന്നില്ല. ഞാൻ വല്ലാതായി. ധർമ്മമാർഗം പഠിക്കാനുള്ള ശക്തി എനിക്കില്ലെന്ന് തോന്നി. ബുദ്ധന്റെയും നിങ്ങളുടെയും മുമ്പിൽ എനിക്കു ലജ്ജ തോന്നി."

രാഹുലൻ ചിരിച്ചു, "ഒട്ടും ലജ്ജിക്കേണ്ടതില്ല. ഞാനാദ്യമായി ബുദ്ധനിൽ ചേർന്ന സമയം, എനിക്ക് എന്റമ്മയെയും മുത്തച്ഛനെയും അമ്മായിയെയും നഷ്ടപ്പെട്ടതായി തോന്നി. അനേകം രാത്രികൾ തലയണയിൽ മുഖം പൂഴ്ത്തി, ഞാൻ കരഞ്ഞു. എന്റമ്മയ്ക്കും മുത്തച്ഛനും അമ്മായിക്കും എന്നെ നഷ്ടപ്പെടുന്നതായി എനിക്കറിയാമായിരുന്നു. പക്ഷേ, കുറച്ചുകാലം കഴിഞ്ഞതോടെ, കുറെയൊക്കെ ശരിയായി."

സ്വാസ്തിയെ ചേർത്തുനിർത്തി, രാഹുലൻ അവനെ സൗഹാർദ്ദത്തോടെ കെട്ടിപ്പിടിച്ചു.

"നിങ്ങളുടെ അനിയനും അനിയത്തിമാരും ഓമനത്തമുള്ളവരാണ്. അവരെ നിങ്ങൾക്ക് നഷ്ടപ്പെടുന്നതായി തോന്നുന്നത് സ്വാഭാവികം മാത്രം. പക്ഷേ, പുതിയ ജീവിതവുമായി നിങ്ങൾ പതുക്കെ ഇണങ്ങും. നമുക്കിവിടെ ധാരാളം പണി ചെയ്യാനുണ്ട് - നമുക്ക് പഠിക്കണം, പരിശീലിക്കണം. എന്നാൽ കേട്ടോളൂ, നമുക്കൊരവസരം കിട്ടിയാൽ എന്റെ വീടിനെപ്പറ്റി ഞാൻ പറയും, ശരി?"

സ്വാസ്തി രാഹുലന്റെ കൈ തന്റെ കൈകളിൽ പിടിച്ച് തലയാട്ടി. അതോടെ അവർ പിരിഞ്ഞു. രാഹുലൻ വസ്ത്രം കഴുകാനും; സ്വാസ്തി വഴിയിലെ മുളയിലകൾ അടിച്ചുകളയാൻ ഒരു ചൂലന്വേഷിച്ചും.

3. ഒരു കൈ നിറയെ കുശപ്പുല്ല്

ഉറക്കത്തിലേക്ക് വീഴുന്നതിനു മുമ്പായി, സ്വാസ്തി ഒരു മുളയുടെ ചുവട്ടിലിരുന്നു. ആദ്യമായി ബുദ്ധനെ കണ്ടുമുട്ടിയ മാസങ്ങൾ ഓർത്തെടുത്തു. അന്നവന് പതിനൊന്നു വയസ്സേ ആയിട്ടുള്ളൂ. അമ്മ മരിച്ചിട്ട് അധികദിവസമായിട്ടില്ല; താഴെയുള്ള മൂന്ന് പൊടിക്കുഞ്ഞുങ്ങളെ ഏല്പിച്ച്. കുഞ്ഞായ ഇളയ അനിയത്തിക്ക് കുടിക്കാൻ പാലില്ല. ഭാഗ്യവശാൽ, ഗ്രാമത്തിലെ രാംഭൽ അയാളുടെ നാലു മുതിർന്ന എരുമകളെയും ഒരു കിടാവിനെയും മേയ്ക്കാൻ അവനെ വിളിച്ചു. അതുകൊണ്ട് നിത്യവും ഒരെരുമയെ കറന്ന് പാലെടുക്കാനും അനിയത്തിക്ക് കൊടുക്കാനുമായി. അവൻ കാലികളെ അതീവശ്രദ്ധയോടെയാണ് മേച്ചത്. കാരണം പണി കളയാതെ നോക്കണം, അല്ലെങ്കിൽ താഴാദികൾ പട്ടിണിയാവും. അച്ഛന്റെ മരണശേഷം കുടിലിന്റെ മേൽക്കൂര പുതുക്കി മേഞ്ഞിട്ടില്ല. ഓരോ തവണ മഴ പെയ്യുമ്പോഴും രൂപക് ഓട്ടകൾക്ക് താഴെ മൺഭരണികൾ വെക്കുകയായി; ചോരുന്ന മഴവെള്ളം പിടിക്കാൻ. ബാലയ്ക്കന്ന് ആറുവയസ്സേയുള്ളൂ. കുഞ്ഞനിയത്തിയെ നോക്കണം. പാചകം ചെയ്യണം. ഒരു കൊച്ചുകുഞ്ഞായിട്ടും അവൾ ആട്ട കുഴച്ച് ചപ്പാത്തിയുണ്ടാക്കി, താഴാദികൾക്ക് കഴിക്കാൻ. വല്ലപ്പോഴുമേ ഇത്തിരി മഞ്ഞപ്പൊടിയോ മുളകുപൊടിയോ അവർക്കു വാങ്ങിക്കാനാവൂ. രാംഭലിന്റെ തൊഴുത്തിൽ കാലികളെ കൊണ്ട് ചെന്ന് കെട്ടുമ്പോൾ, രാംഭലിന്റെ അടുക്കളയിൽനിന്നുള്ള കൊതിപ്പിക്കുന്ന ഭക്ഷണഗന്ധത്തിൽ അവന്റെ വായിൽ വെള്ളമൂറും. അച്ഛൻ മരിച്ചതിൽ പിന്നെ ഇറച്ചിക്കറിയിൽ മുക്കിയ ചപ്പാത്തി അവർക്ക് കേട്ടറിവില്ലാത്ത ആഡംബരമാണ്. കുഞ്ഞുങ്ങളുടെ വസ്ത്രങ്ങൾ വെറും പഴന്തുണികളാണ്. കീറിപ്പറിഞ്ഞ ഒരു ദോത്തി മാത്രമേ സ്വാസ്തിക്കുള്ളൂ. തണുപ്പുകാലത്ത് തവിട്ടുനിറമുള്ള ഒരു തുണി അവൻ തോളിൽ ചുറ്റി. ജീർണ്ണിച്ചതും നിറം മങ്ങിയതുമായത്; എന്നാലുമവനത് അമൂല്യമാണ്.

കാലികൾക്ക് നല്ല മേച്ചിൽ സ്ഥലങ്ങൾ കണ്ടുപിടിക്കേണ്ടതുണ്ട്, സ്വാസ്തിക്ക്. അവയെ പട്ടിണിയിട്ട് മടക്കിക്കൊണ്ടുചെന്നാൽ രാംഭൽ അവനെ അടിക്കുമെന്ന് അവനറിയാം. കൂടാതെ, നല്ല വലുപ്പമുള്ള ഒരു കെട്ട് പുല്ല് ഓരോ സന്ധ്യയ്ക്കും രാംഭലിന്റെ വീട്ടിലേക്കു ചുമന്നുകൊണ്ടുപോകണം. രാത്രി മുഴുവൻ കാലികൾക്ക് തിന്നാനാണ്. സന്ധ്യാ

നേരങ്ങളിൽ, കൊതുകുകൾ ധാരാളമുള്ള കാലങ്ങളിൽ, സ്വാസ്തി തീപൂട്ടി പുകയുണ്ടാക്കി അവയെ ആട്ടിപ്പായിച്ചു. ഓരോ മൂന്നുനാൾ കൂടുമ്പോഴും രാംഭൽ അവന് അരിയായും തവിടായും ഉപ്പായും കൂലി കൊടുത്തു. ചില ദിവസങ്ങളിൽ നിരഞ്ജരനദിയുടെ വക്കിനോടു ചേർന്നുള്ള ഭാഗങ്ങളിൽ നിന്ന് അവൻ പിടിച്ച കുറച്ച് മത്സ്യം വീട്ടി ലേക്ക് കൊണ്ടുപോകാനാവും. ഭീമയാണ് അത് പാചകം ചെയ്യുക.

ഒരു ദിവസം ഉച്ചതിരിഞ്ഞ്, കാലികളെയെല്ലാം തേച്ചുകുളിപ്പിച്ച് ഒരു കെട്ട് പുല്ലും അരിഞ്ഞെടുത്ത് കഴിഞ്ഞപ്പോൾ ഇത്തിരിനേരം ഒറ്റയ്ക്ക് പ്രശാന്തമായ കാടിനുള്ളിൽ ചെലവഴിക്കണമെന്ന് സ്വാസ്തിക്കു തോന്നി. കാലികളെ കാടിന്റെ അരികുകളിൽ മേയാൻ വിട്ട്, അവൻ ചാഞ്ഞിരിക്കാൻ പാകത്തിലുള്ള ഉയരമുള്ള ഒരു മരം നോക്കി നടന്നു. പെട്ടെന്ന് അവൻ നിന്നു. ഏതാണ്ട് ഇരുപതടി അകലെയായി ഒരു മനുഷ്യൻ പിപ്പാലവൃക്ഷത്തിന്റെ ചുവട്ടിൽ നിശ്ശബ്ദനായിരിക്കുന്നു. സ്വാസ്തി അത്ഭുതത്തോടെ അദ്ദേഹത്തെ കണ്ണിമയ്ക്കാതെ ഉറ്റു നോക്കി. ഇത്ര മനോഹരമായി ആരെങ്കിലും ഇരിക്കുന്നത് മുമ്പൊരി ക്കലും അവൻ കണ്ടിട്ടില്ല. ആ മനുഷ്യന്റെ പുറം പൂർണ്ണമായും നിവർ ന്നാണ്. കാലുകൾ തുടകളിൽ രമണീയമായി വിശ്രമിച്ചു. തികഞ്ഞ സ്ഥൈര്യവും ആന്തരികബോധ്യവും അദ്ദേഹത്തിൽ സ്ഫുരിച്ചു. അദ്ദേ ഹത്തിന്റെ കണ്ണുകൾ പാതിയടഞ്ഞിരുന്നതായി തോന്നി. കൈകൾ മടക്കി ലാഘവമായി മടിയിൽ വെച്ചിട്ടുണ്ട്. നിറംമങ്ങിയ ഒരു വസ്ത്ര മാണ് അദ്ദേഹം ഉടുത്തിരിക്കുന്നത്; ഒരു തോൾ നഗ്നമായിരുന്നു. അദ്ദേ ഹത്തിന്റെ ശരീരത്തിൽ ശാന്തിയും സ്വച്ഛതയും ഗാംഭീര്യവും പ്രസ രിച്ചു. സ്വാസ്തി ഒന്നേ നോക്കിയുള്ളൂ, അദ്ദേഹത്തിന്റെ നേരെ. വിസ്മ യകരമായി ചൈതന്യപ്പെട്ടതുപോലെ അവനു തോന്നി. ഹൃദയം തുടിച്ചു. ഇതുവരെ ഒരിക്കലും കാണാത്ത ഒരാളിൽ ഇത്രയും സവി ശേഷത എങ്ങിനെ തോന്നിയെന്ന് അവന് മനസ്സിലായില്ല. പക്ഷേ, അവൻ ഒരു ദീർഘനിമിഷത്തേക്ക് പൂർണമായ ആദരവോടെ സ്തംഭി ച്ചുനിന്നു.

അപ്പോൾ ആ മനുഷ്യൻ കണ്ണുകൾ തുറന്നു. അദ്ദേഹം ആദ്യം സ്വാസ്തിയെ കണ്ടില്ല. കാലുകൾ നിവർത്തി അദ്ദേഹം കാലിന്റെ ഉപ്പൂ റ്റിയും കണ്ണികളും മൃദുവായി തടവി. സാവകാശം എണീറ്റ് നിന്നു. നട ക്കാൻ തുടങ്ങി. എതിർദിശയിലാണ് അദ്ദേഹം നടന്നത്. അതിനാൽ അപ്പോഴും അദ്ദേഹം സ്വാസ്തിയെ കണ്ടില്ല. കാട്ടിലൂടെ സാവകാശം അദ്ദേഹം ധ്യാനാത്മകമായ അടികൾ വെയ്ക്കുന്നത് യാതൊരു ശബ്ദ വുമുണ്ടാക്കാതെ സ്വാസ്തി നോക്കിനിന്നു. ഏതാണ്ട് ഏഴെട്ട് അടി കൾ വെച്ചശേഷം ആ മനുഷ്യൻ പുറംതിരിഞ്ഞു. അന്നേരമാണ് അദ്ദേഹം സ്വാസ്തിയെ ശ്രദ്ധിച്ചത്.

അദ്ദേഹം ആ ബാലന്റെ നേരെ പുഞ്ചിരിച്ചു. ഇത്രയും സൗമ്യമായി സഹിഷ്ണുതയോടെ മുമ്പൊരിക്കലും അവന്റെ നേരെ ആരും പുഞ്ചിരിച്ചിട്ടില്ല. അദൃശ്യമായ ഒരു ശക്തിയുടെ പ്രേരണയാലെന്നവണ്ണം സ്വാസ്തി ആ മനുഷ്യന്റെനേരെ ഓടി. അദ്ദേഹത്തിൽനിന്ന് കുറച്ചടി ദൂരെയെത്തിയതും അവൻ പൊടുന്നനെ നിന്നു. അവനേക്കാൾ ഉയർന്ന ജാതിയിലുള്ള ഒരാളിന്റെ അടുത്തുചെല്ലാൻ അവന് അവകാശമില്ല, അവൻ ഓർത്തു.

സ്വാസ്തി തൊട്ടുകൂടാത്തവനാണ്. സാമൂഹ്യമായ നാലുവർണ്ണങ്ങളിലൊന്നിലും അവൻ ഉൾപ്പെട്ടിരുന്നില്ല. അച്ഛൻ അവന് പറഞ്ഞുകൊടുത്തിട്ടുണ്ട്: ബ്രാഹ്മണരാണ് ഏറ്റവും ഉയർന്ന ജാതിക്കാർ. പുരോഹിതരും പണ്ഡിതന്മാരും ഈ ജാതിയിൽ ജനിച്ചവരാണ്. വേദങ്ങളും മറ്റ് ധർമ്മശാസ്ത്രങ്ങളും വായിച്ചു മനസ്സിലാക്കിയവർ. ദൈവങ്ങൾക്ക് പൂജ ചെയ്യുന്നതും അവർ. ബ്രഹ്മാവ് മനുഷ്യരാശിയെ സൃഷ്ടിച്ചപ്പോൾ അദ്ദേഹത്തിന്റെ വായിൽ നിന്ന് പുറത്തുവന്നവരാണ് ബ്രാഹ്മണർ. ക്ഷത്രിയരാണ് അടുത്ത ഉന്നതജാതർ. ബ്രഹ്മാവിന്റെ രണ്ട് കൈകളിൽ നിന്നുമാണ് അവരുണ്ടായത്; അതിനാലവർക്ക് രാഷ്ട്രീയ-സൈനിക സ്ഥാനങ്ങൾ വഹിക്കാം. ബ്രഹ്മാവിന്റെ തുടകളിൽനിന്നും പുറപ്പെട്ടവർ വൈശ്യർ. അവർ വണിക്കുകൾ, കൈവേലക്കാർ, കൃഷിക്കാർ. ശൂദ്രർ, ബ്രഹ്മാവിന്റെ കാലടികളിൽനിന്ന് വന്നവർ. നാല് ജാതികളിലും വെച്ച് താഴ്ന്നവർ. ഉയർന്ന ജാതിക്കാർ ചെയ്യാത്ത കായികാധ്വാനമേ അവർക്ക് പാടുള്ളൂ. എന്നാൽ സ്വാസ്തിയുടെ വീട്ടുകാർ ഒരു ജാതിയിലും പെടാത്ത അസ്പർശ്യരാണ്. ഗ്രാമപരിധികൾക്ക് പുറത്തേ അവർക്ക് കുടില് കെട്ടാൻ പാടുള്ളൂ. അവർ ഏറ്റവും താഴ്ന്നതരം പണികൾ ചെയ്തു. കുപ്പയെടുക്കൽ, വളമിടൽ, വഴിവെട്ടൽ, പന്നി തീറ്റൽ, കാലി മേയ്ക്കൽ. അവനോ അവളോ പിറന്ന ജാതി ഓരോരുത്തരും സ്വീകരിച്ചേ ഒക്കൂ. ഒരുവന്റെ അവസ്ഥ സ്വീകരിക്കുന്നതിനുള്ള കഴിവാണ് സന്തോഷമെന്ന് വേദഗ്രന്ഥങ്ങൾ പഠിപ്പിച്ചു.

സ്വാസ്തിയെപ്പോലൊരു തൊട്ടുകൂടാത്തവൻ, ഉയർന്ന ജാതിയിലുള്ളൊരാളെ തൊട്ടാൽ മർദ്ദിക്കപ്പെടും. ഉരുവേല ഗ്രാമത്തിൽ ഒരു ബ്രാഹ്മണനെ ഒരു തൊട്ടുകൂടാത്തവൻ തൊട്ടതിന്റെ പേരിൽ കഠിനമായി മർദ്ദനമേല്ക്കേണ്ടിവന്നു. ഒരസ്പർശ്യൻ ബ്രാഹ്മണനെയോ ക്ഷത്രിയനെയോ തൊട്ടാൽ അശുദ്ധമായി. അയാൾ മടങ്ങി വീട്ടിൽ വന്ന് ഉപവസിക്കണം. ശുദ്ധിനേടാൻ ആഴ്ചകളോളം പ്രായശ്ചിത്തങ്ങൾ ചെയ്യണം. കാലികളെ രാംഭലിന്റെ വീട്ടിലേക്ക് കൊണ്ടുപോകുമ്പോൾ, വഴിയിലോ വീടിന് പുറത്തോവെച്ച് ഉയർന്ന ജാതിയിലുള്ള ഒരാളിന്റെയും അടുത്ത് ചെല്ലാതിരിക്കാൻ സ്വാസ്തി കഠിനമായി യത്നിച്ചു. കാലികൾപോലും തന്നേക്കാൾ ഭാഗ്യമുള്ളവരാണെന്ന് അവന് തോന്നാറുണ്ട്.

കാരണം, ഒരു ബ്രാഹ്മണൻ കാലികളെ തൊട്ടാലും അശുദ്ധമാകില്ല. തന്റെ തെറ്റ് കൊണ്ടല്ലെങ്കിൽപോലും തൊട്ടുകൂടാത്തവനെ, ഉയർന്ന ജാതിയിലുള്ളൊരാൾ എങ്ങാനും മുട്ടിപ്പോയാൽ അവൻ നിഷ്ഠൂരമായി മർദ്ദിക്കപ്പെടും.

ഇവിടെ തന്റെ മുമ്പിൽ നിൽക്കുന്നത് അത്യാകർഷണീയനായ മനുഷ്യനാണ്. കണ്ടാലറിയാം, സ്വാസ്തിയുടെ സാമൂഹ്യപദവിയല്ല അദ്ദേഹത്തിന്റേതെന്ന്. തീർച്ചയായും, ഇത്രയും കാരുണ്യവും സഹിഷ്ണുതയും കലർന്ന പുഞ്ചിരിയുള്ള ഈ മനുഷ്യനെ തൊട്ടാൽതന്നെ, അദ്ദേഹം അവനെ അടിക്കില്ല. എന്നാലും ഇത്രയും സവിശേഷതയുള്ളൊരാളെ താൻമൂലം അശുദ്ധമാക്കാൻ അവനിഷ്ടപ്പെട്ടില്ല. അതുകൊണ്ടാണ് അദ്ദേഹത്തിൽനിന്ന് കുറച്ചടി അകലെയെത്തിയതും അവൻ ഉറഞ്ഞുനിന്നുപോയത്. സ്വാസ്തിയുടെ സംശയം കണ്ട്, അദ്ദേഹം തന്നെ മുന്നോട്ടു വന്നു. സ്വാസ്തി ആ മനുഷ്യനെ തൊടാതിരിക്കാൻ പിന്നാക്കം നീങ്ങി. പക്ഷേ, അദ്ദേഹത്തിന് തന്നേക്കാൾ വേഗതയുണ്ട്. കണ്ണു ചിമ്മി തുറക്കുന്ന മാത്രയിൽ അദ്ദേഹം ഇടതു കൈകൊണ്ട് സ്വാസ്തിയുടെ തോളിൽ പിടിച്ചു. തന്റെ വലംകൈകൊണ്ട് അദ്ദേഹം അവന്റെ തലയിൽ മൃദുവായി തട്ടി. സ്വാസ്തി സ്തബ്ധനായി. ഇന്നേവരെ ആരും അവനെ ഇത്രയും സൗമ്യമായും സ്നേഹപൂർവ്വവും തലയിൽ തൊട്ടിട്ടില്ല. എന്നിട്ടും പൊടുന്നനെ അവൻ സംഭ്രാന്തനായി.

"കുഞ്ഞേ, പേടിക്കേണ്ട", ആ മനുഷ്യൻ സൗമ്യവും സമാശ്വസിപ്പിക്കുന്നതുമായ സ്വരത്തിൽ പറഞ്ഞു.

ആ ശബ്ദത്തിന്റെ മുഴക്കത്തിൽ അവന്റെ ഭയം അസ്തമിച്ചു. അവൻ തല ഉയർത്തി. ആ മനുഷ്യന്റെ കരുണവും സഹിഷ്ണവുമായ പുഞ്ചിരിയുടെ നേരെ നോക്കി. ഒരു നിമിഷം ഒന്നു സംശയിച്ചു, വിക്കലോടെ പറഞ്ഞു: "ശ്രീമാൻ, ഞാൻ താങ്കളെ വല്ലാതെ ഇഷ്ടപ്പെടുന്നു."

ആ മനുഷ്യൻ തന്റെ കൈയിൽ സ്വാസ്തിയുടെ താടി ഉയർത്തി, അവന്റെ കണ്ണുകൾക്കുള്ളിലേക്ക് നോക്കി, "ഞാനും നിന്നെ ഇഷ്ടപ്പെടുന്നു. നീയിവിടെയടുത്താണോ താമസിക്കുന്നത്?"

സ്വാസ്തിക്ക് മറുപടി പറയാൻ കഴിഞ്ഞില്ല. അവൻ തന്റെ രണ്ടു കൈകൊണ്ടും ആ മനുഷ്യന്റെ വലംകൈ പിടിച്ചു, അവനെ അസ്വസ്ഥപ്പെടുത്തിയിരുന്ന ചോദ്യം ചോദിച്ചു: "താങ്കളെ ഞാനിങ്ങനെ തൊടുമ്പോൾ താങ്കൾ അശുദ്ധനാക്കപ്പെടുന്നില്ലേ?"

അദ്ദേഹം ചിരിച്ച് തലയാട്ടി, "ഒരിക്കലുമില്ല കുഞ്ഞേ. നീയൊരു

മനുഷ്യനാണ്, ഞാനൊരു മനുഷ്യനാണ്. നിനക്കെന്നെ അശുദ്ധമാക്കാൻ കഴിയില്ല. ആളുകൾ പറയുന്നത് നീ ശ്രദ്ധിക്കരുത്."

സ്വാസ്തിയുടെ കൈപിടിച്ച് അദ്ദേഹം കാടിന്റെ അരികിലേക്ക് നടന്നു. കാലികൾ അപ്പോഴും ശാന്തരായി മേയുകയാണ്. അദ്ദേഹം സ്വാസ്തിയെ നോക്കി ചോദിച്ചു, "നീ കാലി മേയ്ക്കുകയാണോ? അവയ്ക്ക് തിന്നാനുള്ള പുല്ലായിരിക്കും നീ അരിഞ്ഞുവെച്ചിട്ടുള്ളത്? എന്താ നിന്റെ പേര്? ഇവിടെയടുത്താണോ നിന്റെ വീട്?"

സ്വാസ്തി സൗമ്യനായി മറുപടി നല്കി, "അതെ ശ്രീമാൻ, ഞാനീ നാല് എരുമകളെയും ആ കിടാവിനെയും മേയ്ക്കുന്നു. ഞാനരിഞ്ഞ പുല്ലാണത്. എന്റെ പേര് സ്വാസ്തിയെന്നാണ്. ഈ നദിയുടെ മറ്റേ ഭാഗത്ത് ഉരുവേല ഗ്രാമത്തിന്റെ പിറകിലായിട്ടാണ് ഞാൻ പാർക്കുന്നത്. ശ്രീമാൻ, താങ്കളുടെ പേര് പറയാമോ? താങ്കൾ എവിടെയാണ് താമസിക്കുന്നത്?"

ആ മനുഷ്യൻ കാരുണ്യപൂർവ്വം പറഞ്ഞു: "തീർച്ചയായും. എന്റെ പേര് സിദ്ധാർത്ഥൻ. എന്റെ വീട് വളരെയകലെയാണ്. എന്നാലിപ്പോൾ ഞാനീ കാട്ടിലാണ് താമസിക്കുന്നത്."

"താങ്കളൊരു സന്യാസിയാണോ?"

സിദ്ധാർത്ഥൻ തലകുലുക്കി. സന്യാസിമാർ താമസിക്കുന്നതും ധ്യാനിക്കുന്നതും, ഉയരെ മലകളിലാണ്, സ്വാസ്തിക്കറിയാം.

തമ്മിൽകണ്ടിട്ട് വളരെകുറച്ച് വാക്കുകളേ അവർ പരസ്പരം ഉരിയാടിയുള്ളൂവെങ്കിലും സ്വാസ്തിക്ക് തന്റെ പുതിയ ചങ്ങാതിയുമായി തീവ്രമായ അടുപ്പം തോന്നി. ഉരുവേലയിൽ, ഒരിക്കൽപോലും ഒരാളും ഇത്ര സ്നേഹത്തോടെയും സൗഹാർദ്ദത്തോടെയും അവനോട് പെരുമാറിയിട്ടില്ല. അനല്പമായ സന്തോഷം അവന്റെ ഉള്ളിൽ തിരയടിച്ചു. അതെങ്ങിനെയെങ്കിലും അവന് പ്രകാശിപ്പിക്കണം. എന്തെങ്കിലുമൊന്ന് സിദ്ധാർത്ഥന് സമ്മാനമായി കൊടുക്കാൻ അവന് കഴിഞ്ഞിരുന്നെങ്കിൽ! പക്ഷേ, അവന്റെ കൈയിൽ ഒരു ചില്ലിയില്ല. ഒരു കഷണം കരിമ്പോ കൽക്കണ്ടമോയില്ല, കീശയിൽ. എന്താണവൻ അദ്ദേഹത്തിന് കൊടുക്കുക? അവനൊന്നുമില്ല, പക്ഷേ, അവൻ ധൈര്യമവലംബിച്ച് പറഞ്ഞു, "ശ്രീമാൻ, താങ്കൾക്ക് എന്തെങ്കിലുമൊരു സമ്മാനം തരാൻ ഞാനാഗ്രഹിച്ചു, പക്ഷേ, എനിക്കൊന്നുമില്ല."

സിദ്ധാർത്ഥൻ സ്വാസ്തിയെ നോക്കി. പുഞ്ചിരിച്ചു: "ഉണ്ടല്ലോ... ഞാൻ വളരെയധികം ഇഷ്ടപ്പെടുന്ന ഒന്ന് നിന്റെ കൈയിലുണ്ട്."

"ഉവ്വോ?"

സിദ്ധാർത്ഥൻ കുശപ്പുല്ലിന്റെ കെട്ടിലേക്ക് വിരൽചൂണ്ടി: "കാലി

കൾക്കായി നീ അരിഞ്ഞെടുത്ത ആ പുല്ല് മിനുസമാർന്നതും നറുമണമുള്ളതുമാണ്. കുറച്ചുപിടി പുല്ല് നീ എനിക്ക് തരികയാണെങ്കിൽ, മരച്ചുവട്ടിൽ ധ്യാനത്തിലിരിക്കാൻ ഒരുപധാനമുണ്ടാക്കാനാവും. അതെന്നെ വളരെയേറെ സന്തുഷ്ടനാക്കും."

സ്വാസ്തിയുടെ കണ്ണുകൾ തിളങ്ങി. അവൻ പുൽക്കെട്ടിലേക്കോടി. വലിയൊരു കെട്ടുണ്ടാക്കി സിദ്ധാർത്ഥന് നല്കി.

"ഞാനീ പുല്ലരിയുന്നത് നദിയുടെ താഴെ ഭാഗത്തുനിന്നാണ്. ദയവായി സ്വീകരിച്ചാലും. വളരെ വേഗത്തിൽ കാലികൾക്ക് തീറ്റയ്ക്കുള്ളത് എനിക്ക് അരിഞ്ഞെടുക്കാനാവും."

സിദ്ധാർത്ഥൻ തന്റെ കൈകൾ താമരമൊട്ടുപോലെയാക്കി. അവന്റെ സമ്മാനം സ്വീകരിച്ചു. അദ്ദേഹം പറഞ്ഞു: "നീ വളരെ കരുണയുള്ള കുട്ടിയാണ്. ഞാൻ നിനക്ക് നന്ദി പറയുന്നു. നേരം വൈകുന്നതിനു മുമ്പേ പോയി കാലികൾക്ക് വേണ്ട കുറച്ചു പുല്ലുകൂടി നീ അരിഞ്ഞെടുക്കൂ. സാധിച്ചാൽ നാളെ ഉച്ചതിരിഞ്ഞ് കാട്ടിൽ എന്നെ കാണാൻ വരിക."

ബാലനായ സ്വാസ്തി തലതാഴ്ത്തി അദ്ദേഹത്തെ യാത്രയാക്കി. സിദ്ധാർത്ഥൻ കാട്ടിൽ അപ്രത്യക്ഷനാവുന്നത് നോക്കി അവൻ നിന്നു. പിന്നെ അരിവാളുമായി നദിക്കരയിലേക്ക് നീങ്ങി. അവന്റെ ഉള്ള് ഊഷ്മളവികാരത്താൽ നിറഞ്ഞു.

അത് ശരത്കാലത്തിന്റെ ആരംഭമായിരുന്നു. കുശപ്പുല്ലിൽ അപ്പോഴും മിനുസമുണ്ടായിരുന്നു; അവന്റെ അരിവാളാകട്ടെ പുതിയതായി രാകി മൂർച്ചവെപ്പിച്ചതുമാണ്. ഒട്ടും വൈകാതെ തന്നെ സ്വാസ്തി വലിയൊരു കെട്ട് പുല്ല് അരിഞ്ഞുണ്ടാക്കി.

നിരഞ്ജരനദിയുടെ നിലയുള്ള ഭാഗത്തൂടെ കാലികളെ കടത്തി അവനവയെ രാംഭലിന്റെ വീട്ടിലെത്തിച്ചു. കിടാവ് നദിക്കരയിലുള്ള സ്വാദുള്ള പുല്ലിൽനിന്ന് പോരാൻ മടിച്ചു. സ്വാസ്തിക്കവളെ നന്നേ അനുനയിപ്പിക്കേണ്ടി വന്നു. അവന്റെ തോളിലുള്ള പുല്ലിൻകെട്ട് അത്ര ഭാരമുള്ളതല്ല. അവൻ കാലികളുമായി നദിയിലൂടെ നടന്നു.

4. മുറിവേറ്റ അരയന്നം

പിറ്റേന്ന് അതിരാവിലെ, സ്വാസ്തി കാലികളെ മേയ്ക്കുവാൻ ഇറങ്ങി. ഉച്ചയോടെ അവൻ രണ്ട് കുട്ട നിറയ്ക്കാനുള്ള പുല്ലരിഞ്ഞിരുന്നു. കാടിന്റെ അതിർത്തിയിലുള്ള പുഴയുടെ ഭാഗത്ത് കാലികളെ മേയാൻ വിടാൻ അവനിഷ്ടമായിരുന്നു. അങ്ങനെയായാൽ, പുല്ലരിയൽ അവസാനിപ്പിക്കുന്നതോടെ അവന് ഇളംകാറ്റിൽ ഒന്ന് നടുനിവർത്താം. കാലികൾ ആരുടെയെങ്കിലും നെൽവയലുകളിലേക്ക് തെണ്ടിത്തിരിഞ്ഞുപോകുമെന്ന് വേവലാതിപ്പെടേണ്ടതില്ല. തന്റെ ജീവിതം സമ്പാദിക്കാനുള്ള ഉപകരണമായ അരിവാൾ മാത്രമേ അവൻ കൂടെ കൊണ്ടുപോകാറുള്ളൂ. ഉച്ചഭക്ഷണത്തിനായി ബാല വാഴയിലയിൽ പൊതിഞ്ഞുതന്നിരുന്ന അല്പം ചോറ് പൊതിയഴിച്ചുണ്ണാൻ തുടങ്ങിയതും അവന്റെ ചിന്തകൾ സിദ്ധാർത്ഥനിലേക്ക് തിരിഞ്ഞു.

"ഞാനീ ചോറ് സിദ്ധാർത്ഥ മുനിക്ക് കൊണ്ടുകൊടുക്കും", അവൻ വിചാരിച്ചു. "തീർച്ചയായും എന്റെ ചോറ് അദ്ദേഹം അത്ര മോശമായി കാണില്ല." സ്വാസ്തി ചോറ് പൊതി കെട്ടി; കാലികളെ കാടിന്റെ അതിരിൽ വിട്ട്, കഴിഞ്ഞ ദിവസം സിദ്ധാർത്ഥനെ കണ്ടയിടത്തിലേക്കുള്ള വഴി പിന്തുടർന്നു.

ദൂരെ നിന്നേ, തന്റെ പുതിയ ചങ്ങാതി പിപാലവൃക്ഷത്തിന്റെ ചുവട്ടിൽ ഇരിക്കുന്നത് അവൻ കണ്ടു. പക്ഷേ, സിദ്ധാർത്ഥൻ ഒറ്റയ്ക്കായിരുന്നില്ല. അദ്ദേഹത്തിനു മുമ്പിൽ, ഏതാണ്ട് സ്വാസ്തിയുടെ അതേ പ്രായത്തിലുള്ള ഒരു പെൺകുട്ടിയിരിക്കുന്നുണ്ട്; ഒന്നാന്തരം വെള്ള സാരിയുടുത്ത്. അദ്ദേഹത്തിനു മുമ്പിൽ നേരത്തെതന്നെ ഭക്ഷണം വെച്ചിട്ടുണ്ട്. സ്വാസ്തി പെട്ടെന്ന്, വഴിയിൽത്തന്നെ നിന്നു. എന്നാൽ സിദ്ധാർത്ഥൻ തലയുയർത്തി, അവനെ നോക്കി, വിളിച്ചു, "സ്വാസ്തി?." തങ്ങളോടൊപ്പം കൂടാൻ അദ്ദേഹം ആംഗ്യം കാട്ടി.

വെള്ള സാരിയുടുത്ത പെൺകുട്ടി തലയുയർത്തി. ഗ്രാമപാതയിൽവെച്ച് താനവളെ പലപ്പോഴും കണ്ടിട്ടുള്ളതായി സ്വാസ്തി തിരിച്ചറിഞ്ഞു. സ്വാസ്തി അടുത്തെത്തിയപ്പോൾ, അവൾ ഇടത്തോട്ട് നീങ്ങി അവന് സ്ഥലമുണ്ടാക്കി. അവനോടിരിക്കാൻ സിദ്ധാർത്ഥൻ ആംഗ്യം കാട്ടി. സിദ്ധാർത്ഥന്റെ മുമ്പിൽ ഒരു വാഴയിലയിൽ ഒരുപിടി ചോറും എള്ള് കറിയുമുണ്ട്. സിദ്ധാർത്ഥൻ ചോറ് രണ്ടായി ഭാഗിച്ചു.

"കുഞ്ഞേ, നീയെന്തെങ്കിലും കഴിച്ചോ?"

"ഇല്ല, ശ്രീമാൻ"

"നല്ലത്. നമുക്കിന്ന് പങ്കിട്ട് കഴിക്കാം."

സിദ്ധാർത്ഥൻ സ്വാസ്തിക്ക് പാതി ചോറ് കൊടുത്തു. സ്വാസ്തി കൈകൾ കൂപ്പി നന്ദി പറഞ്ഞു, ചോറ് വാങ്ങാൻ വിസമ്മതിച്ചു. അവന്റെ പൊതിച്ചോറെടുത്തു, "ഞാനും കുറച്ച് കൊണ്ടുവന്നിട്ടുണ്ട്."

അവൻ വാഴയിലപ്പൊതി തുറന്നു. അതിൽ തവിട്ടുനിറത്തിലുള്ള ചോറ്, സിദ്ധാർത്ഥന്റെ മുമ്പിലുള്ള ഇലയിലേതുപോലെ മയമുള്ളതും തൂവെള്ളയുമല്ല. അവന്റേതിൽ എള്ളുകറിയുമുണ്ടായിരുന്നില്ല. രണ്ടു കുട്ടികളെയും നോക്കി സിദ്ധാർത്ഥൻ പുഞ്ചിരിച്ചു, "നമുക്ക് എല്ലാ ചോറും ഒന്നിച്ചു കൂട്ടി പങ്കിട്ട് കഴിക്കാം?"

വെളുത്ത ചോറ് പാതിയെടുത്ത് എള്ള് കറിയിൽ മുക്കി സ്വാസ്തിക്ക് നല്കി. പിന്നീടദ്ദേഹം സ്വാസ്തിയുടെ ചോറുരുള പാതിയാക്കി, സന്തോഷപൂർവ്വം കഴിക്കാൻ തുടങ്ങി. സ്വാസ്തിക്ക് വല്ലായ്മ തോന്നി, പക്ഷേ സിദ്ധാർത്ഥന്റെ സഹജഭാവം കണ്ടതും, അവനും ഭക്ഷിക്കാൻ തുടങ്ങി.

"താങ്കളുടെ ഭക്ഷണത്തിന് നല്ല രുചിയുണ്ട്, ശ്രീമാൻ."

"അത് സുജാത കൊണ്ടുവന്നതാണ്", സിദ്ധാർത്ഥൻ.

അപ്പോളവളുടെ പേര് സുജാതയെന്നാണ്, സ്വാസ്തി വിചാരിച്ചു. അവളെക്കണ്ടാൽ സ്വാസ്തിയെക്കാൾ അല്പം പ്രായക്കൂടുതൽ തോന്നും. ഒന്നോ രണ്ടോ വയസ്സ്. അവളുടെ കറുത്ത വലിയ കണ്ണുകൾ മിന്നിത്തിളങ്ങി. സ്വാസ്തി ഊണ് നിർത്തി പറഞ്ഞു, "ഞാൻ നിങ്ങളെ ഗ്രാമപാതയിൽ കണ്ടിട്ടുണ്ട്, പക്ഷേ, പേര് സുജാതയെന്നാണെന്നറിഞ്ഞിരുന്നില്ല."

"അതെ, ഞാൻ ഉരുവേലയിലെ ഗ്രാമമുഖ്യന്റെ മകളാണ്. നിങ്ങളുടെ പേര് സ്വാസ്തിയെന്നല്ലേ? സിദ്ധാർത്ഥ ഗുരു നിങ്ങളെപ്പറ്റി ഇപ്പോൾ തന്നെ പറഞ്ഞതേയുള്ളൂ." അവൾ പറഞ്ഞു. പിന്നെ സൗമ്യമായി ഇത്രയും കൂട്ടിച്ചേർത്തു, "സ്വാസ്തി, ഒരു സന്യാസിയെ 'ശ്രീമാൻ' എന്നു വിളിക്കുന്നതിലും ശരി ഗുരു എന്ന് വിളിക്കുന്നതാണ്."

സ്വാസ്തി തലയാട്ടി.

സിദ്ധാർത്ഥൻ പുഞ്ചിരി തൂകി, "അപ്പോൾ പിന്നെ, എനിക്ക് നിങ്ങളെ രണ്ടാളെയും പരിചയപ്പെടുത്തേണ്ടതില്ല. കുട്ടികളെ, നിങ്ങൾക്കറിയാമോ, ഞാനെന്തുകൊണ്ട് നിശബ്ദതയിൽ ഭക്ഷിക്കുന്നു എന്ന്? ഈ അരിമണികളും എള്ളും ഏറെ അമൂല്യമാണ്, അവ പൂർണ്ണമായും ആസ്വദിക്കാനായിട്ടാണ്, ഞാൻ നിശബ്ദനായി ഭക്ഷിക്കുന്നത്. സുജാതെ,

നിനക്ക് തവിട്ടു ചോറുണ്ണാൻ എപ്പോഴെങ്കിലും അവസരമുണ്ടായിട്ടുണ്ടോ? നീ ഭക്ഷണം കഴിച്ചെങ്കിലും, സ്വാസ്തിയുടെ ഒരു പിടി ചോറ് രുചിച്ചു നോക്കൂ. അത് നല്ല സ്വാദുള്ളതാണ്. ഇനി നമുക്ക് നിശബ്ദതയിൽ ഒന്നിച്ച് ഊണു കഴിക്കാം. അത് കഴിഞ്ഞാൽ ഞാൻ നിങ്ങൾക്ക് ഒരു കഥ പറഞ്ഞു തരും."

തവിട്ടുചോറിൽ നിന്ന് ഒരു കഷ്ണം പൊട്ടിച്ചെടുത്ത് സിദ്ധാർത്ഥൻ സുജാതയ്ക്ക് കൊടുത്തു. അവൾ കൈകൾ താമരമൊട്ടാക്കി, അത് ആദരവോടെ സ്വീകരിച്ചു. അവർ മൂവരും കാടിന്റെ അഗാധമായ ശാന്തിയിൽ നിശബ്ദരായി ഊണുകഴിച്ചു.

ഭക്ഷണം തീർന്നപ്പോൾ സുജാത ബാക്കിയായ വാഴയിലകൾ എടുത്തു. കൂജയിൽനിന്ന് അവൾ കൊണ്ടുവന്നിരുന്ന കപ്പിലേക്ക് വെള്ളം പകർന്നു. കപ്പ് സിദ്ധാർത്ഥന് നീട്ടി. അദ്ദേഹം രണ്ടു കൈകൊണ്ടും കപ്പ് വാങ്ങി സ്വാസ്തിക്ക് നല്കി. സ്വാസ്തി അമ്പരന്നു... "ശ്രീമാൻ... ദയവായി... അല്ലാ... ഗുരോ ദയവായി അങ്ങ് ആദ്യം കുടിക്കുക."

സിദ്ധാർത്ഥൻ മൃദുവായ ശബ്ദത്തിൽ പറഞ്ഞു. "കുഞ്ഞേ, നീയാദ്യം കുടിക്ക്. നീയാദ്യം കുടിക്കണമെന്നാണെന്റെ ആഗ്രഹം", വീണ്ടും അദ്ദേഹം കപ്പുയർത്തി, സ്വാസ്തിക്ക് നല്കി.

സ്വാസ്തി ആകെ വല്ലാതായി. പക്ഷേ, എങ്ങനെ അത്രയും സവിശേഷമായ ഉപഹാരം നിരാകരിക്കണമെന്ന് അവനറിയില്ല. അവൻ കൃതജ്ഞതാപൂർവ്വം കൈകൾ കൂപ്പി, കപ്പ് വാങ്ങി. ഒറ്റവലിക്ക് വെള്ളം മുഴുവൻ തീർത്തു. കപ്പ് സിദ്ധാർത്ഥന് തിരികെ കൊടുത്തു. രണ്ടാമതൊരു കപ്പ് കൂടി നിറയ്ക്കാൻ സിദ്ധാർത്ഥൻ സുജാതയോടാവശ്യപ്പെട്ടു. നിറച്ച കപ്പുയർത്തി അദ്ദേഹം ചുണ്ടുകളോടടുപ്പിച്ചു. നിറഞ്ഞ സന്തോഷത്തോടെയും ആദരവോടെയും സാവകാശം വെള്ളം അല്പാല്പമായി കുടിച്ചു. കുടിച്ചു കഴിഞ്ഞപ്പോൾ, മൂന്നാമതൊരു കപ്പുകൂടി നിറക്കാൻ ആവശ്യപ്പെട്ടു, സുജാതയോട്. ഇതദ്ദേഹം അവൾക്ക് കൊടുത്തു. അവൾ കൂജ നിലത്തുവെച്ചു. കൈകൾ കൂപ്പി കപ്പ് വാങ്ങി, ചുണ്ടിലേയ്ക്കുയർത്തി സിദ്ധാർത്ഥൻ ചെയ്തതുപോലെ, വെള്ളം അല്പാല്പമായി സാവകാശം കുടിച്ചു. ഒരസ്പർശ്യൻ കുടിച്ച അതേ കപ്പിൽനിന്ന് ആദ്യമായിട്ടാണ് താൻ കുടിക്കുന്നതെന്ന് അവൾക്കറിയാം. പക്ഷേ, സിദ്ധാർത്ഥനാണ് അവളുടെ ഗുരു. അദ്ദേഹം അത് ചെയ്തെങ്കിൽ, എന്തുകൊണ്ട് തനിക്കും പാടില്ല? താൻ അശുദ്ധയാക്കപ്പെട്ടതായി അവൾ ക്കൊട്ട് തോന്നിയതുമില്ല. യാദൃച്ഛികമായി അവൾ ആ കാലിച്ചെറുക്കന്റെ മുടിയിൽ തൊടുകയും ചെയ്തു. സ്വാസ്തിക്കാവട്ടെ, അവിടെനിന്ന് മാറി

നിൽക്കാനായി സമയവും കിട്ടിയില്ല, അതൊരാശ്ചര്യമായിരുന്നു. അവൾ ഒഴിഞ്ഞ കപ്പ് താഴെവെച്ച് തന്റെ രണ്ട് ചങ്ങാതിമാരുടേയും നേരെ പുഞ്ചിരിച്ചു.

സിദ്ധാർത്ഥൻ തലയാട്ടി. "കുട്ടികളെ നിങ്ങളറിഞ്ഞിരിക്കണം; മനുഷ്യർ ജനിച്ചത് ജാതിയുമായിട്ടല്ല. എല്ലാവരുടെയും കണ്ണീരിന് ഉപ്പുരസമാണ്. എല്ലാവരുടെയും ചോര ചുവന്നിട്ടാണ്. മനുഷ്യരെ ജാതികളാക്കി വിഭജിക്കുന്നതും ഭിന്നിപ്പും പക്ഷപാതത്തവും ഉണ്ടാക്കുന്നതും തെറ്റാണ്. ധ്യാനത്തിൽ എനിക്കിത് വളരെ വ്യക്തമാകുകയുണ്ടായി.

സുജാത ചിന്താഭരിതയായി പറഞ്ഞു, "ഞങ്ങൾ അങ്ങയുടെ ശിഷ്യരാണ്, അങ്ങയുടെ വാക്കുകൾ ഞങ്ങൾ വിശ്വസിക്കുന്നു. പക്ഷേ, അങ്ങയെപ്പോലെ മറ്റൊരാൾ ഈ ലോകത്തുള്ളതായി തോന്നുന്നില്ല. സ്രഷ്ടാവിന്റെ കാലടിയിൽനിന്നാണ് ശൂദ്രനും അസ്പർശ്യനും ഉണ്ടായതെന്നാണ് മറ്റെല്ലാവരും പറയുന്നത്. വിശുദ്ധ ഗ്രന്ഥങ്ങൾപോലും അങ്ങനെയാണല്ലോ സൂചിപ്പിക്കുന്നത്. വ്യത്യസ്തമായി ചിന്തിക്കുവാൻ ആരും ധൈര്യപ്പെടുന്നില്ല."

"ശരിയാണ്. എനിക്കറിയാം. പക്ഷേ, മറ്റൊരാൾ വിശ്വസിച്ചാലും ഇല്ലെങ്കിലും സത്യം സത്യമാണ്. ഒരു കോടി മനുഷ്യർ ഒരു നുണ വിശ്വസിച്ചെന്നിരിക്കട്ടെ. എന്നാലും അത് നുണതന്നെയാണ്. സത്യസന്ധമായി ജീവിക്കുവാൻ നിങ്ങൾക്ക് അപാരമായ ധൈര്യം വേണം. ഞാൻ ബാലനായിരുന്നപ്പോൾ സംഭവിച്ച ഒരു കഥ നിങ്ങളോട് പറയാം.

"ഒരു ദിവസം, അന്നെനിക്ക് ഒമ്പതു വയസ്സാണ്, ഞാൻ ഒറ്റയ്ക്ക് പൂന്തോട്ടത്തിലൂടെ വെറുതെ നടക്കുകയായിരുന്നു. അന്നേരം ഒരരയന്നം മാനത്തുനിന്ന് താഴേക്ക് വീഴുന്നതു കണ്ടു. അതെന്റെ മുമ്പിൽ മണ്ണിൽ, വേദനയിൽ പിടഞ്ഞു. ഞാനതിനെ എടുക്കാൻ ഓടിച്ചെന്നു. അതിന്റെ ഒരു ചിറകിൽ ഒരമ്പ് ആഴത്തിൽ തുളഞ്ഞിറങ്ങിയിട്ടുണ്ട്. അമ്പിന്റെ പിടിയിൽ ബലമായി പിടിച്ച് ഞാനത് വലിച്ചൂരിയെടുത്തു. മുറിവിൽനിന്ന് രക്തമൊഴുകുമ്പോൾ ആ പക്ഷി ദയനീയമായി കരഞ്ഞു. രക്തം തടയാൻ ഞാനാ മുറിവിൽ തള്ളവിരൽ ശക്തിയിലമർത്തിപ്പിടിച്ചു. പക്ഷിയെയുമെടുത്ത് കൊട്ടാരത്തിലേക്ക് നടന്നു. രാജകുമാരി, സുന്ദരിയെ കണ്ടെത്താൻ. പച്ചിലകൾ പറിച്ചെടുത്തതുകൊണ്ട്, പക്ഷിയുടെ മുറിവിൽ, ഒരു വെച്ചുകെട്ടുണ്ടാക്കാൻ അവർ സമ്മതിച്ചു. അരയന്നം വിറച്ചുകൊണ്ടിരുന്നു – ഞാനെന്റെ പുറംകുപ്പായമൂരി അതിനെ പൊതിഞ്ഞു. പിന്നെ ഞാനതിനെ തീകായാനെടുത്തു.

സിദ്ധാർത്ഥൻ സ്വാസ്തിയുടെ നേരെ നോക്കാനായി, ഒരു നിമിഷം നിർത്തി, "സ്വാസ്തി, ഞാൻ നിന്നോട് പറഞ്ഞില്ലല്ലോ, ബാലനായിരുന്നപ്പോൾ ഞാനൊരു രാജകുമാരനായിരുന്നു. കപിലവസ്തു എന്ന നഗരത്തിലെ ശുദ്ധോധന രാജാവിന്റെ മകൻ. സുജാതക്കിതറിയാം.

ഞാൻ അരയന്നത്തിന് കൊടുക്കാൻ ഇത്തിരി അരി അന്വേഷിക്കാൻ തുടങ്ങുമ്പോഴാണ്, എന്റെ ബന്ധുവായ എട്ടുവയസ്സുകാരൻ ദേവദത്തൻ മുറിയിലേക്ക് പൊട്ടിത്തെറിച്ച് കടന്നുവന്നത്. അവന്റെ കൈയിൽ വില്ലും അമ്പുകളും ഉണ്ടായിരുന്നു. അവൻ വികാരാധീനനായി ചോദിച്ചു: "സിദ്ധാർത്ഥാ, നീയിവിടെയെങ്ങാനും ഒരു വെള്ള അരയന്നം വീഴുന്നതു കണ്ടോ?"

ഞാൻ മറുപടി പറയുന്നതിനു മുമ്പേ, അവൻ തീകായുന്ന അരയന്നത്തെ കണ്ടുകഴിഞ്ഞിരുന്നു. അവൻ അതിന്റടുത്തേക്കോടി. പക്ഷേ, ഞാനവനെ തടഞ്ഞു:

"നീയാ പക്ഷിയെ എടുക്കേണ്ട."

എന്റെ ബന്ധു പ്രതിഷേധിച്ചു: "ആ പക്ഷി എന്റേതാണ്. ഞാനാണ് അതിനെ എയ്തിട്ടത്."

"ഞാൻ അരയന്നത്തിനും ദേവദത്തനും ഇടയിൽനിന്നു, അവനതിനെ കൊണ്ടുപോകാൻ അനുവദിക്കില്ലെന്നുറച്ച്. ഞാൻ അവനോട് പറഞ്ഞു: "ഈ പക്ഷിക്ക് മുറിവേറ്റിട്ടുണ്ട്. ഞാനതിനെ ശുശ്രൂഷിക്കുകയാണ്. അതിവിടെത്തന്നെയിരിക്കേണ്ടതുണ്ട്."

ദേവദത്തൻ ശഠിച്ചു. പക്ഷിയെ വിട്ടുതരാൻ തയ്യാറായില്ല. അവൻ വാദിച്ചു: "നോക്കൂ സഹോദരാ, പക്ഷി ആകാശത്തിലൂടെ പറക്കുകയായിരുന്നു, അതാരുടെയുമായിരുന്നില്ല. ഞാനതിനെ ആകാശത്തു നിന്നും എയ്തിട്ടതു കാരണം, തീർച്ചയായും അതെനിക്ക് അവകാശപ്പെട്ടതാണ്."

"അവന്റെ വാദം യുക്തമാണെന്ന് തോന്നിച്ചു; പക്ഷേ, അവന്റെ വാക്കുകൾ എന്നെ രോഷാകുലനാക്കി. അവന്റെ യുക്തിയിൽ എന്തോ തെറ്റുണ്ട്. എന്നാൽ അതെവിടെയെന്ന് ചൂണ്ടിക്കാട്ടാൻ എനിക്കായില്ല. അതുകൊണ്ട് ഞാനവിടെനിന്നു, ഒന്നും പറയാനാവാതെ കൂടുതൽ നിരാശനായി. എനിക്കവനെ ഇടിക്കാൻ തോന്നി, എന്തുകൊണ്ട് ഞാനത് ചെയ്തില്ല, എനിക്കറിയില്ല. പിന്നെ, അവനൊരു മറുപടിയായി ഞാനൊരു വഴി കണ്ടെത്തി.

"നോക്കൂ, സഹോദരാ," ഞാനവനോട് പറഞ്ഞു, പരസ്പരം സ്നേഹിക്കുന്നവർ ഒന്നിച്ചു ജീവിക്കുന്നു. ശത്രുക്കളായവർ അകന്നു കഴിയുന്നു. നീയരയന്നത്തെ കൊല്ലാൻ ശ്രമിച്ചു; അതുകൊണ്ട് അവളും നീയും ശത്രുക്കളാണ്. ആ പക്ഷിക്ക് നിന്റെയൊപ്പം ജീവിക്കാൻ സാധിക്കില്ല. ഞാനവളെ രക്ഷിച്ചു. അവളുടെ മുറിവ് കെട്ടി. ചൂടു നല്കി. ഞാനവൾക്ക് തീറ്റി കൊടുക്കാൻ ശ്രമിക്കുമ്പോഴാണ് നീ എത്തിയത്. ഞാനും അവളും പരസ്പരം സ്നേഹിക്കുന്നു. ഞങ്ങൾക്കൊന്നിച്ച് ജീവിക്കാൻ കഴിയും. ആ പക്ഷിക്ക് എന്നെയാണ് വേണ്ടത്; നിങ്ങളെയല്ല.

സുജാത കൈയടിച്ചു: "അതാണ് ശരി! അങ്ങായിരുന്നു ശരി!"

സിദ്ധാർത്ഥൻ സ്വാസ്തിയെ നോക്കി: "കുഞ്ഞേ, ഞാൻ പറഞ്ഞതിനെപ്പറ്റി നിന്റെ അഭിപ്രായമെന്താണ്?"

സ്വാസ്തി ഒരു നിമിഷം ആലോചിച്ചു, പിന്നെ സാവകാശം പറഞ്ഞു. "അങ്ങാണ് ശരിയെന്നാണ് എനിക്കു തോന്നുന്നത്. പക്ഷേ, ലോകത്തിൽ അധികമാരും അത് സമ്മതിച്ചുതരില്ല. മിക്കവരും ദേവദത്തന്റെ കൂടെക്കൂടും."

സിദ്ധാർത്ഥൻ തലയാട്ടി: "നീ പറഞ്ഞത് ശരിയാണ്. മിക്ക ആളുകളും ദേവദത്തന്റെ വഴിയാണ് പിന്തുടരുന്നത്.

"പിന്നീടെന്ത് സംഭവിച്ചുവെന്ന് ഞാൻ പറയാം. പരസ്പരം സമ്മതിക്കാൻ കഴിയാത്ത നിലയ്ക്ക് ഒരുത്തരത്തിനായി ഞങ്ങൾ മുതിർന്നവരെ സമീപിച്ചു. അന്നേദിവസം, കൊട്ടാരത്തിൽവെച്ച് സർക്കാരിന്റെ ഒരു യോഗം നടക്കുന്നുണ്ടായിരുന്നു. യോഗം നടക്കുന്ന നീതിയുടെ ഹാളിലേക്ക് ഞങ്ങൾ വേഗം നടന്നുചെന്നു. ഞാൻ അരയന്നത്തെ കൈയിൽ പിടിച്ചിരുന്നു. ദേവദത്തന്റെ കൈയിൽ അമ്പും വില്ലും. ഞങ്ങൾ പ്രശ്നം മന്ത്രിമാരുടെ മുമ്പിലവതരിപ്പിച്ചു; അവരോട് വിധി പറയാൻ അപേക്ഷിച്ചു. ഭരണകാര്യങ്ങൾക്ക് തല്ക്കാലം വിരാമമിട്ടു. അവർ ആദ്യം ദേവദത്തന്റേയും പിന്നീടെന്റേയും വാക്കുകൾ സശ്രദ്ധം കേട്ടു. പ്രശ്നം അവർ ദീർഘമായി ചർച്ച ചെയ്തു. തീരുമാനത്തിലെത്താനായില്ല. ഭൂരിപക്ഷം പേരും ദേവദത്തനോട് ചായുന്ന സമയത്താണ്, എന്റച്ഛൻ പെട്ടെന്ന് തൊണ്ട ശരിയാക്കാൻ, ഒന്നു രണ്ടു തവണ ചുമച്ചത്. എല്ലാ മന്ത്രിമാരും പൊടുന്നനെ സംസാരം നിർത്തി - ഇതിലൊരു പന്തികേടില്ലേയെന്ന് നിങ്ങൾ ആലോചിച്ചുനോക്കുക - അവരെന്റെ വാദം ശരിയാണെന്ന് സമ്മതിച്ചു; അരയന്നത്തെ എനിക്ക് തരണമെന്നും. ദേവദത്തൻ കോപിഷ്ഠനായി, പക്ഷേ, അവനൊന്നും ചെയ്യാൻ കഴിയുമായിരുന്നില്ല.

"അരയന്നത്തെ എനിക്കു കിട്ടി. പക്ഷേ, എനിക്ക് സത്യത്തിൽ സന്തോഷം തോന്നിയില്ല. ഞാനപ്പോൾ വളരെ ചെറുപ്പമായിരുന്നെങ്കിലും, എനിക്കറിയാമായിരുന്നു മാന്യമായ ഒരു വിജയമല്ല എന്റേതെന്ന്. എനിക്കവർ അരയന്നത്തെ വിട്ടുതന്നത്, എന്റച്ഛനെ സന്തോഷിപ്പിക്കണമെന്നുള്ളതുകൊണ്ടായിരുന്നു, ഞാൻ പറഞ്ഞതിൽ സത്യം കണ്ടതുകൊണ്ടല്ല."

"അത് സങ്കടമായിപ്പോയി", സുജാത പറഞ്ഞു, അവൾ നെറ്റിചുളിച്ചു.

"അതെ, അത് ശരിയായിരുന്നു. പക്ഷേ, എന്റെ ചിന്തകൾ പക്ഷിയിലേക്ക് മടങ്ങിയപ്പോൾ, എനിക്കാശ്വാസമായി, അവൾ സുരക്ഷിതയാ

യിരിക്കുന്നല്ലോ. മറിച്ചായിരുന്നെങ്കിൽ അവൾ, ഏതെങ്കിലും പാചക ക്കലത്തിൽ ഒടുങ്ങിയേനെ.

“ഈ ലോകത്ത്, വളരെ കുറച്ചുപേരേ കാരുണ്യത്തിന്റെ കണ്ണുക ളോടെ നോക്കുന്നുള്ളൂ. അതുകൊണ്ട് നാം പരസ്പരം ക്രൂരന്മാരും ദയാരഹിതരുമാണ്. ശക്തൻ ദുർബലനെ എല്ലായ്പ്പോഴും മർദ്ദിച്ചൊ തുക്കുന്നു. എനിക്കിപ്പോഴും തോന്നുന്നു, അന്നത്തെ എന്റെ വാദം ശരി യായിരുന്നു, അത് സ്നേഹത്തിൽനിന്നും ഉള്ളറവിൽനിന്നും ഉറവെടു ത്തതാണ്. സത്യം സത്യമാണ്, ഭൂരിപക്ഷം അതിനെ സ്വീകരിച്ചാലും ഇല്ലെങ്കിലും. അതുകൊണ്ട് കുട്ടികളെ, ഞാൻ പറയുന്നു, സത്യത്തെ സംരക്ഷിക്കാനും അതിനുവേണ്ടി നട്ടെല്ലു നിവർത്തി നില്ക്കാനും അതിയായ ധൈര്യം വേണം.”

“ഗുരുനാഥാ, അരയന്നത്തിനെന്തു സംഭവിച്ചു?”, സുജാത ചോദിച്ചു.

“നാലു ദിവസത്തേക്ക് ഞാനവളെ ശുശ്രൂഷിച്ചു. മുറിവ് ഉണങ്ങി യെന്നു കണ്ടപ്പോൾ, ഞാനവളെ സ്വതന്ത്രമാക്കി; ദൂരെപ്പറക്കാൻ ഞാന വൾക്ക് താക്കീതു നല്കി, അല്ലെങ്കിൽ ഇനിയും ആരെങ്കിലും അവളെ അമ്പെയ്തേയ്ക്കും.”

സിദ്ധാർത്ഥൻ രണ്ടു കുട്ടികളെയും നോക്കി, അവരുടെ മുഖങ്ങൾ ശാന്തവും ഗൗരവമുള്ളതുമായിരുന്നു. “സുജാതെ, നിന്റമ്മ നിന്നെയ ന്വേഷിച്ച് വിഷമിക്കുന്നതിനു മുമ്പ് നീ വീടെത്തണം. സ്വാസ്തി, നിനക്ക് നിന്റെ കാലികളുടെ അടുത്തെത്താനും, കുറെക്കൂടി പുല്ലരിയാനും സമ യമായില്ലേ? നീയിന്നലെ കൈനിറയെത്തന്ന കുശപ്പുല്ലുകൊണ്ട് ധ്യാന ത്തിനിരിക്കാൻ നല്ലൊരു ഉപധാനമുണ്ടാക്കാനായി. കഴിഞ്ഞ രാത്രിയും ഇന്നു രാവിലെയും ഞാനതിന്മേലാണ് ഇരുന്നത്. ധ്യാനം വളരെ ശാന്ത മായിരുന്നു. നിരവധി കാര്യങ്ങൾ ഞാൻ തെളിച്ചത്തോടെ കണ്ടു. നീയെ നിക്ക് വലിയൊരു സഹായമാകുന്നുണ്ട്, സ്വാസ്തി. എന്റെ ധാരണ ആഴമേറുന്നതോടെ, ധ്യാനത്തിന്റെ ഫലങ്ങൾ, നിങ്ങൾ രണ്ടു കുട്ടിക ളുമായി ഞാൻ പങ്കിടും. ഇപ്പോൾ ഞാനെന്റെ ഇരുന്ന് ധ്യാനം തുട രട്ടെ.”

സിദ്ധാർത്ഥൻ ഉപധാനമാക്കിയ പുല്ലിലേക്ക് സ്വാസ്തി നോക്കി. നല്ല ശക്തിയിൽ അമർത്തിയിട്ടുണ്ടെങ്കിലും പുല്ലിനിപ്പോഴും മിനുസവും നറുമണവുമുണ്ടെന്ന് സ്വാസ്തിയറിഞ്ഞു. മുമ്മൂന്നു ദിവസം കൂടുമ്പോൾ കൈനിറയെ പുതിയ കുശപ്പുല്ല് തന്റെ ഗുരുനാഥന് അവൻ കൊണ്ടു കൊടുക്കും. സ്വാസ്തി എണീറ്റുനിന്നു, സുജാതയോടൊപ്പം കൈകൾ കൂപ്പി, സിദ്ധാർത്ഥനെ വണങ്ങി. സുജാത വീട്ടിലേക്ക് തിരിച്ചു. സ്വാസ്തി, പിന്നെയും തന്റെ കാലികളെ നദിക്കരയിലൂടെ മേച്ചു.

5. ഒരു പാത്രം പാല്

സിദ്ധാർത്ഥനെ സന്ദർശിക്കുവാൻ എന്നും സ്വാസ്തി കാട്ടിനുള്ളിലേക്കു പോയി. ഉച്ചയോടെ അവന് രണ്ട് കെട്ട് പുല്ലരിയാൻ കഴിഞ്ഞാൽ, ഉച്ചയൂണ് സിദ്ധാർത്ഥന്റെ കൂടെയാണ്. എന്നാൽ വരണ്ട ദിവസങ്ങൾ തുടരുകയും പുതിയ പുല്ല് കൂടുതൽ കൂടുതൽ ദുർല്ലഭമാവുകയും ചെയ്തതോടെ, ഉച്ചതിരിഞ്ഞ് വളരെ വൈകിയിട്ടേ അവന് ചങ്ങാതിയും ഗുരുനാഥനുമായ സിദ്ധാർത്ഥനെ സന്ദർശിക്കാൻ സാധിച്ചിരുന്നുള്ളൂ. സ്വാസ്തി ചെല്ലുന്നനേരം അദ്ദേഹം ധ്യാനത്തിലായിരിക്കും. അവൻ അല്പനിമിഷം നിശബ്ദനായിരിക്കും. പിന്നെ കാട്ടിൽ നിന്ന് പോരും; ഗുരുനാഥന്റെ ധ്യാനത്തിന് മുടക്കം വരുത്താൻ അവനിഷ്ടപ്പെട്ടില്ല. എന്നാൽ സിദ്ധാർത്ഥൻ കാട്ടുപാതയിലൂടെ മന്ദം നടക്കുന്നതു കണ്ടാൽ, അവൻ അദ്ദേഹത്തിന്റെ ഒപ്പം ചേരും. ചിലപ്പോൾ ലളിതമായ സംഭാഷണങ്ങളിലേർപ്പെടും. കാട്ടിൽവെച്ച് പലപ്പോഴും സ്വാസ്തി, സുജാതയെയും കണ്ടുമുട്ടി. ഓരോ ദിവസവും അവൾ സിദ്ധാർത്ഥനും ഒരു ചോറുരുള കൊണ്ടുകൊടുത്തു. സ്വാദിനായി ഉപ്പോ നിലക്കടലയോ അല്പം കറിയോ, എന്തെങ്കിലുമൊന്ന് കാണും. അവളദ്ദേഹത്തിന് ചിലപ്പോൾ പാലോ പാൽക്കഞ്ഞിയോ കൽക്കണ്ടമോ സമ്മാനിച്ചു. കാടിന്റെ അതിരിൽ കാലികൾ മേയുന്ന നേരം സുജാതയ്ക്കും സ്വാസ്തിക്കും സംസാരിക്കാൻ വേണ്ടത്ര അവസരങ്ങളുണ്ടാകാറുണ്ട്. ചിലപ്പോൾ, സുജാത സ്വാസ്തിയുടെ അതേ പ്രായത്തിലുള്ള സുപ്രിയയെ കൂടെക്കൂട്ടും. സിദ്ധാർത്ഥനെ കാണുവാൻ തന്റെ അനിയനെയും അനിയത്തിമാരെയും കൂട്ടണമെന്ന് അവൻ ആഗ്രഹിച്ചു. നദിയുടെ നിലയുള്ള ഭാഗത്തൂടെ അവർ പ്രയാസമില്ലാതെ നദികടക്കുമെന്ന് അവനുറപ്പായിരുന്നു.

നിരവധി മാസങ്ങൾക്കു മുമ്പ് താൻ ആദ്യമായി സിദ്ധാർത്ഥനെ കണ്ടുമുട്ടിയതെങ്ങനെയെന്ന് സുജാത സ്വാസ്തിയോട് പറഞ്ഞു. തുടർന്ന് അവൾ എന്നും ഉച്ചയോടെ അദ്ദേഹത്തിന് ഭക്ഷണം എത്തിച്ചു. അതൊരു പൂർണ്ണചന്ദ്രദിവസമായിരുന്നു. അമ്മയുടെ ആഗ്രഹപ്രകാരം അവൾ പിങ്ക് നിറത്തിലുള്ള സാരിയുമുടുത്ത് വനദൈവങ്ങൾക്ക് അർപ്പിക്കാൻ തളികയിൽ ഭക്ഷണവുമായി പോകുകയായിരുന്നു. ശർക്കര അച്ചുകളും പാലും തേനും പാൽക്കഞ്ഞിയുമുണ്ടായിരുന്നു. ഉച്ചസൂര്യൻ കത്തി

ജ്വലിച്ചു. നദിക്കടുത്തെത്തിയപ്പോൾ വഴിയിൽ ഒരു മനുഷ്യൻ അബോധാവസ്ഥയിൽ കിടക്കുന്നത് സുജാത കണ്ടു. ഭക്ഷണത്തളിക താഴെവെച്ച് അദ്ദേഹത്തിന്റെയടുത്തേക്കോടി. അദ്ദേഹം കഷ്ടിച്ച് ശ്വാസം വലിച്ചിരുന്നു; കണ്ണുകൾ ഇറുകിപ്പൂട്ടിയിരുന്നു. വളരെക്കാലം ആഹാരം കഴിക്കാത്ത ഒരുവന്റേതുപോലുള്ള ഭാവമായിരുന്നു അദ്ദേഹത്തിന്റെ കവിളുകൾക്ക്. നീണ്ടമുടി, ജടപിടിച്ച താടി, അഴുക്കുപിടിച്ച വസ്ത്രം - ഇതൊക്കെ കണ്ടപ്പോൾ അവൾ തീരുമാനിച്ചു, വിശപ്പുകൊണ്ട് ബോധംകെട്ട, മലയിൽ നിന്നുള്ള ഒരു സന്യാസിയായിരിക്കണം. അവൾ ഒട്ടും സംശയിക്കാതെ, ഒരു പാത്രം പാല് അദ്ദേഹത്തിന്റെ ചുണ്ടുകളിലേക്കൊഴിച്ചു; കുറച്ചു തുള്ളികൾ ചുണ്ടിൽ പരന്നു. ആദ്യം അദ്ദേഹം പ്രതികരിച്ചില്ല, എന്നാൽ പിന്നീട് അദ്ദേഹത്തിന്റെ ചുണ്ടുകൾ വിറച്ചു; അല്പം തുറന്നു. സുജാത സാവധാനത്തിൽ പാൽ അദ്ദേഹത്തിന്റെ വായിലേക്കൊഴിച്ചു. അദ്ദേഹം പാൽ കുടിക്കാൻ തുടങ്ങി; താമസിയാതെ പാത്രമൊഴിഞ്ഞു.

പിന്നീട്, ആ മനുഷ്യന് ബോധം തെളിയുന്നുണ്ടോയെന്നറിയാൻ നദിക്കരയിലിരുന്നു. അദ്ദേഹം മെല്ലെ എണീറ്റിരുന്നു; കണ്ണുകൾ തുറന്നു. സുജാതയെക്കണ്ട് പുഞ്ചിരിച്ചു. തോൾ മൂടാനായി വസ്ത്രത്തിന്റെ ഒരറ്റം അദ്ദേഹം വലിച്ചിട്ടു, കാലുകൾ പിണച്ച് പത്മാസനത്തിൽ ഇരുന്നു. അദ്ദേഹം ശ്വാസമെടുക്കാൻ തുടങ്ങി, ആദ്യം ദുർബലമായി, പിന്നീട് കൂടുതൽ ആഴത്തിൽ. അദ്ദേഹത്തിന്റെ ഇരുപ്പ് ഉറച്ചതും മനോഹരവുമായിരുന്നു. അദ്ദേഹം ഒരു വനദേവനാണെന്ന് കരുതി സുജാത കൈകൾ കൂപ്പി, അദ്ദേഹത്തിന്റെ മുമ്പിൽ നമസ്കരിക്കാനൊരുങ്ങി. പക്ഷേ, അദ്ദേഹം അരുത് എന്ന് ആംഗ്യം കാട്ടി. സുജാത എണീറ്റിരുന്നു. ആ മനുഷ്യൻ മൃദുവായ ശബ്ദത്തിൽ സുജാതയോട് പറഞ്ഞു, “കുഞ്ഞേ, എനിക്കല്പം കൂടി പാലൊഴിച്ചു തരൂ.”

അദ്ദേഹം സംസാരിക്കുന്നത് കേട്ട് സന്തോഷിച്ച സുജാത ഒരു പാത്രം പാൽ കൂടി ഒഴിച്ചു. അദ്ദേഹം അത് മുഴുവനും കുടിച്ചു. സത്യത്തിൽ അതെന്തുമാത്രം ഉണർവ്വുണ്ടാക്കുന്നതാണെന്ന് അദ്ദേഹത്തിന് മനസ്സിലായി. ഏതാണ്ട് ഒരു മണിക്കൂർ മുമ്പ്, താൻ അന്ത്യശ്വാസം വലിക്കുകയാണെന്ന് അദ്ദേഹം ഉറപ്പിച്ചു. ഇപ്പോൾ അദ്ദേഹത്തിന്റെ കണ്ണുകൾ തിളങ്ങി. സൗമ്യമായി പുഞ്ചിരിച്ചു. എങ്ങിനെയാണ് വഴിയിൽ ബോധം കെട്ട് വീണതെന്ന് സുജാത ചോദിച്ചു.

“ഞാൻ മലമുകളിൽ ധ്യാനം പരിശീലിക്കുകയായിരുന്നു. വളരെ കടുത്ത സന്യാസമുറകൾ എന്റെ ശരീരം ദുർബലമാക്കി, അതുകൊണ്ട് ഞാൻ നിശ്ചയിച്ചു, താഴെ ഗ്രാമത്തിലേക്ക് പോയി എന്തെങ്കിലും ഭക്ഷണം യാചിക്കണം. ഇവിടെയെത്തിയപ്പോൾ എന്റെ ശക്തി നഷ്ടപ്പെട്ടു. നീ എന്റെ ജീവൻ രക്ഷിച്ചു.”

അവർ നദിക്കരയിലൊന്നിച്ചിരുന്നു; ആ മനുഷ്യൻ അദ്ദേഹത്തെപ്പറ്റി സുജാതയോട് പറഞ്ഞു. ശാക്യപരമ്പരയിലെ ഒരു രാജാവിന്റെ മകനാണദ്ദേഹം, സിദ്ധാർത്ഥൻ. അദ്ദേഹം പറയുന്നത് സുജാത സശ്രദ്ധം കേട്ടു: "ശരീരത്തെ പീഡിപ്പിച്ചതുകൊണ്ട് ഒരാൾക്ക് ശാന്തിയോ ധാരണയോ കിട്ടില്ല, എനിക്കുറപ്പായി. ശരീരം വെറുമൊരു ഉപകരണം മാത്രമല്ല. അത് ആത്മാവിന്റെ ക്ഷേത്രമാണ്; നാം മറുകരയിലേക്ക് മുറിച്ചുകടക്കുന്ന തോണി. സ്വയം പീഡനം ഞാനിനി ഒരിക്കലും പരിശീലിക്കില്ല. ഞാനോരോ ദിവസവും ഗ്രാമത്തിൽ പോയി ഭക്ഷണം യാചിക്കും."

സുജാത കൈകൾ കൂപ്പി, "പൂജ്യനായ സന്യാസി, അങ്ങ് സമ്മതിക്കുകയാണെങ്കിൽ, ഞാൻ അങ്ങേക്കെന്നും ഭക്ഷണംകൊണ്ടുവരാം. അങ്ങയുടെ ധ്യാനപരിശീലനം തടസ്സപ്പെടുത്തേണ്ടതില്ല. എന്റെ വീട് ഇവിടെനിന്നും ഒട്ടും അകലെയല്ല. അങ്ങേയ്ക്ക് ഭക്ഷണം കൊണ്ടുതരുന്നതിൽ എന്റെ മാതാപിതാക്കൾക്കും സന്തോഷമേ ഉണ്ടാകൂ."

സിദ്ധാർത്ഥൻ ഒരു നിമിഷം നിശബ്ദനായി. പിന്നെ പറഞ്ഞു, "എനിക്ക് നിന്റെ അർപ്പണം സ്വീകരിക്കുന്നതിൽ സന്തോഷമുണ്ട്. എന്നാൽ ഇടയ്ക്കിടെ ഭക്ഷണം യാചിക്കുന്നതിനായി ഗ്രാമത്തിൽ പോകുന്നത് എനിക്കിഷ്ടമാണ്. ഗ്രാമീണരെ കാണാമല്ലോ. എനിക്ക് നിന്റെ മാതാപിതാക്കളെയും ഗ്രാമത്തിലെ മറ്റ് കുട്ടികളെയും കാണാനാഗ്രഹമുണ്ട്."

സുജാതയ്ക്ക് അതിയായ സന്തോഷമുണ്ടായി. അവൾ കൈകൾ കൂപ്പി. കൃതജ്ഞതാപൂർവ്വം തലതാഴ്ത്തി. സിദ്ധാർത്ഥൻ വീട്ടിലെത്തി തന്റെ മാതാപിതാക്കളെ സന്ദർശിക്കുമെന്ന ചിന്ത വിസ്മയാവഹമാണ്. അദ്ദേഹത്തിന് നിത്യേന ഭക്ഷണം കൊടുക്കുന്നതും ഒട്ടും ബുദ്ധിമുട്ടുള്ള കാര്യമല്ല; കാരണം ഗ്രാമത്തിലെ ധനിക കുടുംബങ്ങളിലൊന്നാണവളുടേത്. ഇതവൾ സിദ്ധാർത്ഥനോട് പറഞ്ഞിരുന്നില്ല. അവൾക്ക് ഇത്രയും മനസ്സിലായി; ഈ സന്യാസി ആദരണീയനായ മഹാനാണ്. വനദൈവങ്ങൾക്ക് പത്ത് അർപ്പണം കൊടുക്കുന്നതിലും ഭേദമാണ് ഇദ്ദേഹത്തിന് ഭക്ഷണം നല്കുന്നത്. അവൾക്കു തോന്നി സിദ്ധാർത്ഥന്റെ ധ്യാനത്തിന്റെ ആഴം കൂടുന്നതോടെ, അദ്ദേഹത്തിന്റെ സ്നേഹവും അറിവും ലോകത്തിലെ വേദന ശമിപ്പിക്കുന്നതിൽ സഹായകരമാകും.

താൻ ഗുഹകളിൽ താമസിച്ചിരുന്ന ഡാങ്സിൽ പർവ്വതം സിദ്ധാർത്ഥൻ ചൂണ്ടിക്കാട്ടി, "ഇനി മുതൽ ഞാനങ്ങോട്ട് തിരിച്ചുപോകില്ല. ഈ കാട് പ്രശാന്തവും നവോന്മേഷദായകവുമാണ്. ഗാംഭീര്യം ഇരമ്പുന്ന ഈ പിപ്പാലവൃക്ഷം ഞാനെന്റെ പരിശീലനകേന്ദ്രമാക്കും. നീ നാളെ ഭക്ഷണവുമായി അങ്ങോട്ട് വരിക. വരൂ, ഞാനാ സ്ഥലം നിനക്ക് കാട്ടിത്തരാം."

നിരഞ്ജര നദിയുടെ മറുകരയെ അതിർത്തിയിടുന്ന ശാന്തമായ കാടിനുള്ളിലേക്ക് നദി മുറിച്ചുകടന്ന്, സിദ്ധാർത്ഥൻ സുജാതയെ കൊണ്ടുപോയി. അദ്ദേഹം അവൾക്ക് താൻ ധ്യാനിക്കാനിരിക്കാൻ ഉദ്ദേശിക്കുന്ന പിപാലവൃക്ഷം കാട്ടിക്കൊടുത്തു. സുജാത വൃക്ഷത്തിന്റെ ഘനമുള്ള തായ്ത്തടിയെ പ്രശംസിച്ചു. സമൃദ്ധമായൊരു മേലാപ്പായി വ്യാപിച്ചിട്ടുള്ള ഇലകൾ നിറഞ്ഞ ശാഖകളിലേക്ക് അവൾ തലയുയർത്തി നോക്കി. നീണ്ടുകൂർത്ത വാലുകളുമായി ഹൃദയാകൃതിയിലുള്ള ഇലകളുള്ള ഒരുതരം ആൽവൃക്ഷമാണത്. ഇലകൾ സുജാതയുടെ കൈത്തലപ്പോളം വലുപ്പമുണ്ട്. ശാഖകളിൽ സന്തോഷത്തോടെ ചിലയ്ക്കുന്ന പക്ഷികളെ അവൾ ശ്രദ്ധിച്ചു. അത് തീർച്ചയായും പ്രശാന്തവും ആനന്ദകരവുമായ ഒരിടമാണ്. വാസ്തവത്തിൽ, ഇതിന് മുമ്പ് അവൾ ഇവിടെ വന്നിട്ടുണ്ട്; മാതാപിതാക്കളൊന്നിച്ച്, വനദേവതകൾക്ക് അർപ്പിക്കാൻ.

“ഗുരുനാഥാ, ഇതാണങ്ങയുടെ പുതിയ വീട്.” സുജാത തന്റെ കറുത്ത വട്ടക്കണ്ണുകൾകൊണ്ട് സിദ്ധാർത്ഥനെ നോക്കി, “ഞാൻ നിത്യവും ഇവിടെ വന്ന് അങ്ങയെക്കാണും.”

സിദ്ധാർത്ഥൻ സമ്മതിച്ചു. സുജാതയെ കാട്ടിൽനിന്ന് പുറത്തുകടത്തി, നദിക്കരയിൽവെച്ച് അദ്ദേഹം അവളോട് യാത്രപറഞ്ഞു. പിന്നീടദ്ദേഹം, ഒറ്റയ്ക്ക് പിപ്പാലവൃക്ഷത്തിലേക്ക് പോയി.

അന്നുമുതൽ, സൂര്യൻ നിഴൽ വീഴ്ത്താൻ തുടങ്ങുന്നതിനും മുമ്പായി സുജാത ആ സന്യാസിക്ക് ചോറോ ചപ്പാത്തിയോ കൊണ്ടുവന്നു. ചിലപ്പോളവൾ പാലും പാൽക്കഞ്ഞിയുമെത്തിച്ചു. വല്ലപ്പോഴുമൊരിക്കൽ സിദ്ധാർത്ഥൻ ഭിക്ഷാപാത്രവുമായി ഗ്രാമത്തിൽ പോകും. അദ്ദേഹം അവളുടെ ഗ്രാമമുഖ്യനായ അച്ഛനെയും ഭംഗിയുള്ള മഞ്ഞ സാരി ചുറ്റിയ അമ്മയെയും കണ്ടു. ഗ്രാമത്തിലെ മറ്റു കുട്ടികളെ സുജാത അദ്ദേഹത്തിനു പരിചയപ്പെടുത്തി. അവൾ അദ്ദേഹത്തെ താടിയും മുടിയും വടിക്കാൻ ക്ഷുരകന്റെ അടുത്തേയ്ക്ക് കൂട്ടിക്കൊണ്ടുപോയി. വളരെ വേഗത്തിൽ സിദ്ധാർത്ഥന്റെ ആരോഗ്യം വീണ്ടുകിട്ടി. തന്റെ ധ്യാനപരിശീലനത്തിൽ ഫലം കണ്ടുതുടങ്ങിയെന്ന് സിദ്ധാർത്ഥൻ സുജാതയോട് പറഞ്ഞു. പിന്നെ, സുജാതയും സ്വാസ്തിയും കണ്ടുമുട്ടിയ ദിവസം വന്നു.

അന്നേദിവസം സുജാത നേരത്തെ എത്തിയിരുന്നു. തലേന്ന് സ്വാസ്തിയെ കണ്ടത് സിദ്ധാർത്ഥൻ പറയുന്നത് അവൾ ശ്രദ്ധിച്ചു. പിന്നീട്, എപ്പോഴൊക്കെ അവൾ സ്വാസ്തിയെ കണ്ടുവോ, അപ്പോഴൊന്നും അവന്റെ കുടുംബത്തെപ്പറ്റി ചോദിക്കാൻ അവൾ മറന്നിട്ടില്ല. അവളും, വേലക്കാരി പൂർണ്ണയും കൂടി സ്വാസ്തിയുടെ കുടിലിൽ പോകപോലുമുണ്ടായി. പൂർണ്ണയ്ക്ക് മുമ്പ് വേലയ്ക്കു നിന്നിരുന്ന രാധ

സന്നിപാതജ്വരം പിടിപെട്ട് മരിച്ചപ്പോഴാണ്, സുജാതയുടെ വീട്ടുകാർ പൂർണ്ണയെ ജോലിക്കെടുത്തത്. ഈ സന്ദർശനവേളകളിലെല്ലാം ഉപയോഗിച്ചതെങ്കിലും ഉടുക്കാൻ കൊള്ളാവുന്ന വസ്ത്രങ്ങൾ, അവൾ സ്വാസ്തിയുടെ കുടുംബത്തിനായി കൊടുത്തു. പൂർണ്ണയെ അത്യധികം അത്ഭുതപ്പെടുത്തിക്കൊണ്ട്, സുജാത ഭീമക്കുഞ്ഞിനെ പൊക്കിയെടുത്തു. സുജാത പൂർണ്ണയ്ക്കു താക്കീത് നല്കി, അസ്പർശ്യയായ കുഞ്ഞിനെ താനെടുത്തത് അവളുടെ മാതാപിതാക്കളോട് പറയരുതെന്ന്.

ഒരു ദിവസം ഒട്ടനവധി കുട്ടികൾ ഒന്നിച്ച് സിദ്ധാർത്ഥനെ സന്ദർശിക്കുവാൻ തീരുമാനിച്ചു. സ്വാസ്തിയുടെ വീട്ടിൽനിന്നുള്ളവർ എല്ലാവരും വന്നു. സുജാത അവളുടെ ചങ്ങാതിമാരായ ബാലഗുപ്ത, വിജസേന, ഉല്ലുവില്ലിയ, ജതിലിയ എന്നിവരെയും കൂട്ടി. അവൾ തന്റെ ബന്ധു പതിനാറുകാരി നന്ദബാലയെയും വിളിച്ചു. അവൾ അനിയന്മാരായ പതിനാറുവയസ്സുള്ള നളനെയെയും ഒമ്പതുവയസ്സുകാരൻ സുഭാഷിനെയും ക്ഷണിച്ചു. പതിനൊന്നു കുട്ടികൾ സിദ്ധാർത്ഥനുചുറ്റും അർദ്ധവൃത്തത്തിൽ ഇരുന്നു. നിശബ്ദരായി, ഒന്നിച്ചിരുന്ന്, ഭക്ഷണം കഴിച്ചു. തീർത്തും കുലീനമായി എങ്ങിനെയാണ് ഭക്ഷണം കഴിക്കേണ്ടതെന്ന് സ്വാസ്തി, ബാലയെയും രൂപകിനെയും പഠിപ്പിച്ചിരുന്നു. ഭീമക്കുഞ്ഞുപോലും അവളുടെ കണ്ണുകൾ വിടർത്തിപ്പിടിച്ച്, സ്വാസ്തിയുടെ മടിയിലിരുന്ന്, ശബ്ദമുണ്ടാക്കാതെ, ഭക്ഷണം കഴിച്ചു.

സ്വാസ്തി സിദ്ധാർത്ഥന് പുതിയൊരു കെട്ട് പുല്ല് കൊണ്ടു കൊടുത്തിരുന്നു. അവൻ തന്റെ കൂട്ടുകാരനായ ഗാവംപതിയോട്, അവനും ഒരു കാലിച്ചെറുക്കനാണ്, രാംഭലിന്റെ കാലികളെ ഒന്ന് കണ്ണുവെയ്ക്കണമെന്ന് ഏല്പിച്ചിരുന്നു; അവനും സിദ്ധാർത്ഥനുമൊത്ത് ഉച്ചഭക്ഷണം കഴിക്കാമല്ലോ. വയലുകളിൽ സൂര്യൻ കത്തിജ്വലിച്ചു. എന്നാൽ കാട്ടിനുള്ളിൽ സിദ്ധാർത്ഥനും കുട്ടികളും പിപാലവൃക്ഷത്തിന്റെ പ്രശാന്തമായ ഛായയിൽ നവോന്മേഷരായി. ഒരു പത്ത് വീടുകളേക്കാൾ വ്യാപ്തിയിൽ പിപാല വൃക്ഷത്തിന്റെ ഇലകൾ നിറഞ്ഞ ശാഖകൾ വ്യാപിച്ചിരുന്നു. കുട്ടികൾ അവരുടെ ഭക്ഷണം മറ്റുള്ളവരുമായി പങ്കിട്ടു; രൂപകും ബാലയും കറിയടക്കമുള്ള ചപ്പാത്തിയും നിലക്കടലയും എള്ളുകറിയും നറുമണമുള്ള തൂവെള്ളച്ചോറും പ്രത്യേകിച്ചും ആസ്വദിച്ചു. എല്ലാവർക്കും കുടിക്കാൻ വേണ്ടുന്ന വെള്ളം സുജാതയും ബാലഗുപ്തയും കൊണ്ടുവന്നിരുന്നു. സന്തോഷത്താൽ സ്വാസ്തിയുടെ ഹൃദയം നിറഞ്ഞൊഴുകി. അന്തരീക്ഷം ശാന്തവും നിശബ്ദവുമായിരുന്നു, എന്നാലോ അനല്പമായ ആനന്ദത്താൽ തുടിക്കുന്നതും. അന്നേദിവസം, സുജാതയുടെ അപേക്ഷയനുസരിച്ച്, സിദ്ധാർത്ഥൻ തന്റെ ജീവിതകഥ പറഞ്ഞു. തുടക്കം മുതൽ ഒടുക്കംവരെ കുട്ടികൾ ബദ്ധശ്രദ്ധരായി കേട്ടു.

6. ഞാവൽമരത്തിന്റെ കീഴിൽ

തന്നെ പ്രസവിക്കുന്നതിനു മുമ്പ് അമ്മയ്ക്കുണ്ടായ സ്വപ്നത്തെപ്പറ്റി, ഒമ്പതു വയസ്സുള്ളപ്പോൾ സിദ്ധാർത്ഥനോട് പറയുകയുണ്ടായി. രാജകീയ പ്രൗഢിയുള്ള ആറുകൊമ്പുള്ള ഒരു വെളുത്ത ആന നിത്യാനന്ദ സ്തുതികളാൽ വലയം ചെയ്യപ്പെട്ട് സ്വർഗ്ഗത്തിൽനിന്നും ഇറങ്ങി വന്നു. ആന അമ്മയെ സമീപിച്ചു. അതിന്റെ തൊലിക്ക് മലമഞ്ഞുപോലെ വെളുപ്പായിരുന്നു. തുമ്പിക്കൈയിൽ ഇളംചുവപ്പായ ശോഭയേറിയ ഒരു താമരപ്പൂ പിടിച്ചിരുന്നു. ആന താമരപ്പൂവ് രാജ്ഞിയുടെ ശരീരത്തിനുള്ളിൽ വെച്ചു. പിന്നെ അത് അവരുടെ ശരീരത്തിനകത്തേക്ക് ആയാസരഹിതമായി പ്രവേശിച്ചു. ഉടനെത്തന്നെ അവർ ആനന്ദത്തിലും ശാന്തിയിലും നിറഞ്ഞു. ഇനിയൊരിക്കലും വേദനയും ദുരിതവും അസ്വസ്ഥതയും തനിക്കുണ്ടാകില്ലെന്ന തോന്നലുണ്ടായി. കിടക്കയിൽനിന്നും എണീറ്റപ്പോൾ അവരുടെ കാതുകളിൽ സ്വപ്നത്തിൽ നിന്നുള്ള സ്വർഗ്ഗീയസംഗീതം പ്രതിധ്വനിച്ചു. അവർ സ്വപ്നത്തെപ്പറ്റി ഭർത്താവായ രാജാവിനോട് പറഞ്ഞു. അദ്ദേഹവും വിസ്മയാവഹനായി. രാവിലെത്തന്നെ രാജാവ് തലസ്ഥാനനഗരിയിലെ എല്ലാ ദിവ്യപുരുഷന്മാരെയും കൊട്ടാരത്തിലേക്ക് വിളിപ്പിച്ചു. രാജ്ഞിയുടെ സ്വപ്നത്തിന്റെ അർത്ഥം പ്രവചിക്കുവാൻ ആവശ്യപ്പെട്ടു.

സ്വപ്നത്തിന്റെ സത്ത സശ്രദ്ധം കേട്ട അവർ പ്രതികരിച്ചു: "പ്രഭോ, രാജ്ഞി ഒരു മഹാപുരുഷന് ജന്മം നല്കും. അവൻ ഒന്നുകിൽ നാലു ദിക്കുകളും ഭരിക്കുന്ന ശക്തനായ ചക്രവർത്തിയായിത്തീരും. അല്ലെങ്കിൽ, ഭൂമിയിലും സ്വർഗ്ഗത്തിലുമുള്ള സകല ജീവനും സത്യത്തിന്റെ മാർഗം തെളിയിക്കുന്ന മഹാഗുരുവായിത്തീരും. നീണ്ടകാലമായി അങ്ങിനെയൊരു മഹാപുരുഷന്റെ വരവ്, നമ്മുടെ ഈ ഭൂമി കാത്തിരിക്കുകയാണ്."

ശുദ്ധോധനരാജാവിന്റെ മുഖം പ്രകാശിച്ചു. രാജ്ഞിയുമായാലോചിച്ചശേഷം, നാട്ടിലെ രോഗികളും നിർഭാഗ്യവാന്മാരുമായിട്ടുള്ളവർക്കെല്ലാം കലവറയിൽനിന്ന് അരിയും പലവ്യഞ്ജനങ്ങളും വിതരണം ചെയ്യുവാൻ രാജാവാവശ്യപ്പെട്ടു. അങ്ങിനെ ഭാവിപുത്രന്റെ ആഗമനത്തെക്കുറിച്ചുള്ള സന്തോഷവാർത്ത രാജാവിനും രാജ്ഞിക്കുമൊപ്പം ശാക്യരാജ്യത്തിലെ പൗരജനങ്ങളും പങ്കിട്ടു.

മഹാമായയെന്നായിരുന്നു, സിദ്ധാർത്ഥന്റെ അമ്മയുടെ പേര്. സദ്ഗുണ സമ്പന്നയായ അവരുടെ സ്നേഹം സർവ്വജീവജാലങ്ങളിലേക്കും - മനുഷ്യർ, മൃഗങ്ങൾ, സസ്യങ്ങൾ - വ്യാപിച്ചിരുന്നു. പ്രസവത്തിനായി സ്വന്തം അച്ഛനമ്മമാരുടെ വീട്ടിൽ പോകുക, അക്കാലത്തെ പതിവായിരുന്നു. മഹാമായ കോളിയ രാജ്യത്തുനിന്നാണ്. അതിനാൽ അവർ കോളിയയുടെ തലസ്ഥാനമായ രാമഗ്രാമത്തിലേക്ക് യാത്രതിരിച്ചു. യാത്രാമധ്യേ, ലുംബിനി പൂന്തോട്ടത്തിൽ അവർ വിശ്രമിക്കാൻ തങ്ങി. പൂക്കളാലും പാടുന്ന പക്ഷികളാലും നിറഞ്ഞിരുന്നു തോട്ടം. പ്രഭാതവെളിച്ചത്തിൽ മയിലുകൾ സമൃദ്ധമായ ചിറകുകൾ വിടർത്തി. പൂത്തുനിന്ന ഒരശോകമരത്തെ പ്രകീർത്തിച്ചുകൊണ്ട് രാജ്ഞി അതിന്നടുത്തേക്ക് നടന്നു. ക്ഷീണത്താൽ വീഴുമെന്ന് തോന്നിയ അവർ, പെട്ടെന്ന്, അശോകമരത്തിന്റെ ഒരു കൊമ്പിൽ പിടിച്ചു. ഒരു നിമിഷം കഴിഞ്ഞില്ല, കൊമ്പിൽ പിടിച്ചുകൊണ്ടുതന്നെ, അവർ പ്രകാശം വഴിയുന്ന ഒരു മകന് ജന്മം കൊടുത്തു.

പരിചാരികമാർ രാജകുമാരനെ ശുദ്ധജലത്തിൽ കുളിപ്പിച്ചു. മഞ്ഞപ്പട്ടിൽ പൊതിഞ്ഞു. രാമഗ്രാമത്തിലേക്ക് തിരിച്ചുപോകേണ്ട കാര്യമില്ലാത്തതിനാൽ രാജ്ഞിയും പുതുതായി പിറന്ന രാജകുമാരനും നാല് കുതിരകൾ പൂട്ടിയ വാഹനത്തിൽ കൊട്ടാരത്തിലേക്ക് മടങ്ങി. കൊട്ടാരത്തിലെത്തി, വീണ്ടും രാജകുമാരനെ ശുദ്ധജലത്തിൽ കുളിപ്പിച്ച് അമ്മയുടെ അരികെ കിടത്തി.

വിവരമറിഞ്ഞ ശുദ്ധോധനരാജാവ് ഭാര്യയെയും മകനെയും കാണുവാൻ കുതിച്ചെത്തി. അദ്ദേഹത്തിന്റെ ആഹ്ലാദത്തിന് അതിരില്ലായിരുന്നു. അദ്ദേഹത്തിന്റെ കണ്ണുകൾ തിളങ്ങി. രാജകുമാരന് 'ലക്ഷ്യം നിറവേറ്റുന്നവൻ' എന്നർത്ഥം വരുന്ന സിദ്ധാർത്ഥൻ എന്ന പേരിട്ടു. കൊട്ടാരത്തിലെ സകലരും ആഹ്ലാദിച്ചു. ഓരോരുത്തരായി രാജ്ഞിയുടെ അടുത്തേക്ക് അഭിനന്ദനങ്ങൾ നേരുവാനായി ചെന്നു. സിദ്ധാർത്ഥന്റെ ഭാവി വായിക്കുവാൻ, ജോത്സ്യന്മാരെ വിളിക്കുന്നതിൽ രാജാവ് ഒട്ടും സമയം കളഞ്ഞില്ല. കുട്ടിയുടെ സ്വഭാവങ്ങൾ പരിശോധിച്ചശേഷം എല്ലാവരും സമ്മതിച്ചു, അവനിൽ മഹാപുരുഷന്റെ മുദ്രകളുണ്ട്. നാല് ദിക്കുകളിലേക്കും വ്യാപിക്കുന്ന ഒരു ശക്തമായ രാജ്യം അവൻ ഭരിക്കുമെന്നതിന് സംശയമില്ല.

ഒരാഴ്ച കഴിഞ്ഞ്, അസിത കാലദേവേല എന്നു പേരുള്ള ഒരു പുണ്യാത്മാവ് കൊട്ടാരം സന്ദർശിച്ചു. പ്രായാധിക്യത്താൽ അദ്ദേഹത്തിന്റെ മുതുക് വളഞ്ഞിരുന്നു. ഒരു വടിയുടെ സഹായത്താലാണ് അദ്ദേഹം താൻ താമസിക്കുന്ന മലയിൽനിന്നും താഴേക്കിറങ്ങി വന്നത്. അസിതഗുരുവിന്റെ വരവ് കൊട്ടാരം കാവൽക്കാർ അറിയിച്ചപ്പോൾ,

ശുദ്ധോധന രാജാവ് അദ്ദേഹത്തെ സ്വീകരിക്കുവാൻ പുറത്തുവന്നു. അദ്ദേഹം അസിതനെ കുട്ടിയെ കാണാൻ ക്ഷണിച്ചു. ഒരക്ഷരം ഉരിയാടാതെ, ആ പുണ്യാത്മാവ് കുട്ടിയെ ദീർഘനേരം നോക്കിനിന്നു. പിന്നീടദ്ദേഹം, തന്റെ വിറയ്ക്കുന്ന ശരീരം വടികൊണ്ട് താങ്ങി, കരയാൻ തുടങ്ങി. അദ്ദേഹത്തിന്റെ കണ്ണുകളിൽ നിന്നും കണ്ണീർതുള്ളികൾ നിർത്താതെ ഒഴുകി.

ശുദ്ധോധന രാജാവ് പരിഭ്രമിച്ചു. “എന്താണിത്? കുട്ടിക്കെന്തെങ്കിലും നിർഭാഗ്യം അങ്ങ് കാണുന്നുണ്ടോ?”

കണ്ണീർ തുടച്ച് അസിത ഗുരു തലയാട്ടി, “പ്രഭോ, യാതൊരു നിർഭാഗ്യവും ഞാൻ കാണുന്നില്ല. ഈ കുട്ടിക്ക് യഥാർത്ഥ മഹത്വമുള്ളതായി ഞാൻ വ്യക്തമായും കാണുന്നു, അതുകൊണ്ടാണ് ഞാൻ കരയുന്നത്. അവൻ ഈ പ്രപഞ്ചത്തിന്റെ സർവ്വനിഗൂഢതകളിലേക്കും തുളച്ചിറങ്ങും. പ്രഭോ, അങ്ങയുടെ മകൻ ഒരു രാഷ്ട്രീയക്കാരനായിരിക്കില്ല. മോചനമാർഗ്ഗത്തിന്റെ മഹാനായ ഗുരുവായിരിക്കും അവൻ. സ്വർഗവും ഭൂമിയും അവന്റെ വീടായിരിക്കും. എല്ലാ ജീവനും അവന്റെ ബന്ധുക്കളും. അവൻ അന്വേഷിച്ചറിയുന്ന സത്യങ്ങൾ ലോകത്തോട് പറയുന്ന കാലത്ത്, ആ ശബ്ദം കേൾക്കാൻ ഞാൻ ജീവിച്ചിരിപ്പുണ്ടാകില്ലല്ലോ എന്നതോർത്താണ്, ഞാൻ വിലപിക്കുന്നത്. പ്രഭോ, അങ്ങും അങ്ങയുടെ രാജ്യവും ഇങ്ങിനെയൊരു കുട്ടിക്ക് ജന്മം കൊടുത്തതിൽ മഹത്വമർഹിക്കുന്നു.”

അസിതൻ പോകാനൊരുങ്ങി. രാജാവ് അദ്ദേഹത്തോട് നിൽക്കാനപേക്ഷിച്ചു; കാര്യമുണ്ടായില്ല. ആ വൃദ്ധൻ തന്റെ മലയിലേക്ക് മടങ്ങാൻ തുടങ്ങി. അസിത ഗുരുവിന്റെ സന്ദർശനം രാജാവിനെ ക്രോധപാരവശ്യത്തിലാക്കി. തന്റെ മകൻ ഒരു സന്യാസിയായിത്തീരാൻ അദ്ദേഹം ആഗ്രഹിച്ചില്ല. അവൻ തന്റെ സിംഹാസനത്തിലിരിക്കണമെന്നും രാജ്യാതിർത്തികൾ വ്യാപിപ്പിക്കണമെന്നും അദ്ദേഹം ആഗ്രഹിച്ചു. രാജാവ് വിചാരിച്ചു: “അസിതൻ നൂറ്, അല്ലെങ്കിൽ ആയിരം പുണ്യാത്മാക്കളിൽ ഒരാൾ മാത്രം. ഒരുപക്ഷേ, അദ്ദേഹത്തിന്റെ പ്രവചനം തെറ്റിയേക്കാം. സിദ്ധാർത്ഥൻ ഒരു ചക്രവർത്തിയായിത്തീരുമെന്ന് പ്രവചിച്ച മറ്റ് പുണ്യാത്മാക്കളായിരിക്കും ശരി.” ഈ ആശയിൽ കടിച്ചുതൂങ്ങി, രാജാവ് ആശ്വസിച്ചു.

സിദ്ധാർത്ഥന് ജന്മം കൊടുത്തതിലുള്ള ഉദാത്തമായ ആനന്ദം നേടി, എട്ടു ദിവസങ്ങൾക്കുശേഷം, രാജ്ഞി മഹാമായ അന്തരിച്ചു. രാജ്യം മുഴുവൻ അവരുടെ നിര്യാണത്തിൽ ദുഃഖാർത്തരായി. ശുദ്ധോധന രാജാവ്, രാജ്ഞിയുടെ സഹോദരി മഹാപ്രജാപതിയെ വിളിച്ചു, അവരോട് പുതിയ രാജ്ഞിയായിരിക്കാൻ ആവശ്യപ്പെട്ടു. ഗോതമിയെന്നും

അറിയപ്പെട്ടിരുന്ന മഹാപ്രജാപതി സമ്മതിച്ചു. അവർ തന്റെ സ്വന്തം മകനെപ്പോലെ സിദ്ധാർത്ഥനെ പരിപാലിച്ചു. സിദ്ധാർത്ഥൻ വളർന്ന് വലുതായപ്പോൾ, അവൻ തന്റെ യഥാർത്ഥ അമ്മയെപ്പറ്റി ചോദിച്ചു. അപ്പോഴവന് മനസ്സിലായി ഗോതമി എന്തുമാത്രം തന്റെ സഹോദരിയെ സ്നേഹിച്ചിരുന്നു; ലോകത്തിൽ മറ്റാരെക്കാളുമധികമായി അവർക്ക്, സ്വന്തം അമ്മയെപ്പോലെ, തന്നെ സ്നേഹിക്കാൻ കഴിയുന്നു. ഗോതമിയുടെ സംരക്ഷണയിൽ സിദ്ധാർത്ഥൻ ശക്തനും ആരോഗ്യവാനുമായിത്തീർന്നു.

ഒരു ദിവസം, സിദ്ധാർത്ഥൻ പൂന്തോട്ടത്തിൽ കളിക്കുന്നത് ഗോതമി നോക്കിനിന്നു. സ്വർണ്ണവും അമൂല്യരത്നങ്ങളുമണിയിച്ച് അവന്റെ സൗകുമാര്യം വർദ്ധിപ്പിക്കാനുള്ള സമയമായി, ഗോതമി മനസാ പറഞ്ഞു. സിദ്ധാർത്ഥന്റെ ദേഹത്തണിയാൻ അമൂല്യരത്നങ്ങളും ആഭരണങ്ങളും കൊണ്ടുവരുവാൻ അവർ പരിചാരകരോടാവശ്യപ്പെട്ടു. എന്നാൽ അവർ ആശ്ചര്യപ്പെട്ടു, ഒരാഭരണവും സിദ്ധാർത്ഥന് സ്വതേയുള്ള സൗകുമാര്യത്തേക്കാൾ കൂടുതൽ നല്കിയില്ല. ആഭരണങ്ങൾ അണിയുന്നതിൽ അവൻ അസ്വസ്ഥത പ്രകടിപ്പിച്ചപ്പോൾ, അവ തിരികെ കൊണ്ടുപോകാൻ ഗോതമി കല്പിച്ചു.

സിദ്ധാർത്ഥന് വിദ്യയഭ്യസിക്കേണ്ട പ്രായമായി. അവൻ എഴുത്തും സാഹിത്യവും കായികമുറകളും പഠിച്ചു, ശാക്യപരമ്പരയിലെ മറ്റ് രാജകുമാരന്മാരോടൊപ്പം. അവന്റെ സഹപാഠികളിൽ ബന്ധുക്കളായ ദേവദത്തനും കിമ്പിലയും കൊട്ടാരത്തിലെ ഒരുന്നതന്റെ മകനായ കാലുദായിയുമുണ്ടായിരുന്നു. സ്വതവേ ബുദ്ധിമാനായ സിദ്ധാർത്ഥൻ പാഠങ്ങൾ അതിവേഗം ഹൃദിസ്ഥമാക്കി. ബുദ്ധികൂർമ്മതയുള്ള വിദ്യാർത്ഥിയാണ് ദേവദത്തൻ, ഗുരുനാഥനായ വിശ്വാമിത്രന്നറിയാം തന്റെ ഗുരുജീവിതത്തിൽ സിദ്ധാർത്ഥനെപ്പോലെ മനസ്സിൽ പതിഞ്ഞ ഒരു വിദ്യാർത്ഥിയെ അദ്ദേഹം പഠിപ്പിച്ചിട്ടില്ല.

സിദ്ധാർത്ഥന് ഒമ്പതു വയസ്സുള്ളപ്പോൾ, അവനും സഹപാഠികൾക്കും വയലുഴവ് ആചാരത്തിൽ പങ്കുകൊള്ളാൻ അനുവാദം കിട്ടി. സിദ്ധാർത്ഥനെ ഗോതമിതന്നെ അണിയിച്ചൊരുക്കി. രാജകീയ പ്രൗഢിയിൽ, ശുദ്ധോധനൻ ചടങ്ങിൽ അധ്യക്ഷനായി. ഉയർന്ന ശ്രേണിയിലുള്ള ബ്രാഹ്മണരും പുണ്യപുരുഷന്മാരും വിവിധവർണ്ണങ്ങളിലുള്ള വസ്ത്രങ്ങളിലും തലപ്പാവുകളിലും അവിടെ സന്നിഹിതരായിരുന്നു. രാജകൊട്ടാരത്തിന് അധികം അകലെയല്ലാതെ, ഏറ്റവും മനോഹരമായ വയലിലാണ് ആഘോഷങ്ങൾ നടന്നത്. എല്ലാ കവാടങ്ങളിലും തെരുവോരങ്ങളിലും കൊടികളും തോരണങ്ങളും പാറിക്കളിച്ചു. തിങ്ങിനിറഞ്ഞ തെരുവോരങ്ങളിലെ ബലിപീഠങ്ങളിൽ വിവിധ നിറങ്ങളിലുള്ള

തീറ്റികളും കുടികളും നിരന്നു. ഗായകരും സംഗീതവിദ്വാന്മാരും ജനങ്ങൾക്കിടയിലൂടെ സഞ്ചരിച്ചു, ആഘോഷങ്ങൾക്ക് പൊലിപ്പും പൊലിമയും നല്കി. ഏതാണ്ട് പിന്നിലായി, ദേവദത്തന്റേയും കാലുദായിയുടെയും നടുവിലായിട്ടാണ് സിദ്ധാർത്ഥൻ നിന്നിരുന്നത്. ചടങ്ങുകൾ കഴിഞ്ഞാൽ പുൽമൈതാനിയിൽ നിരത്തിയിരിക്കുന്ന സദ്യയാസ്വദിക്കാമെന്നറിയിച്ചിരുന്നതിനാൽ കുട്ടികളെല്ലാം അത്യാഹ്ലാദത്തിലായിരുന്നു. വിനോദയാത്രകൾക്ക് അധികമായി പോകാറില്ലാത്തതുകൊണ്ട് സിദ്ധാർത്ഥനും സന്തോഷമായി. എന്നാൽ പുരോഹിതന്മാരുടെ മന്ത്രം ചൊല്ലൽ നീണ്ടുപോയി; അതവസാനിക്കില്ലെന്ന് തോന്നി. കുട്ടികൾ അസ്വസ്ഥരായി. കൂടുതൽ സഹിക്കാൻ നിൽക്കാതെ അവർ എവിടേക്കോ ചുറ്റിത്തിരിഞ്ഞു. സിദ്ധാർത്ഥന്റെ പുടവയിൽ പിടിച്ചുകൊണ്ട് കാലുദായിയും. അവർ നൃത്തസംഗീതത്തിന്റെ ദിശയിലേക്ക് പോയി. സൂര്യൻ കത്തിജ്വലിച്ചു. നൃത്തസംഗീതക്കാരുടെ വേഷഭൂഷാദികൾ വിയർപ്പിൽ നനഞ്ഞു. നൃത്തം ചെയ്യുന്ന പെൺകിടാങ്ങളുടെ നെറ്റികളിൽ വിയർപ്പുതുള്ളികൾ തിളങ്ങി. ആഘോഷരംഗങ്ങൾക്കിടയിലൂടെ ഓടിനടന്ന സിദ്ധാർത്ഥനും ചൂടിൽ വിയർത്തു. അവൻ കൂട്ടുകാരെ വിട്ട് തെരുവോരത്തെ ഞാവൽവൃക്ഷത്തിന്റെ തണലിലേക്ക് നീങ്ങി. പ്രശാന്തമായ ശാഖകൾക്കു കീഴിൽ, സിദ്ധാർത്ഥന് നല്ല സുഖമനുഭവപ്പെട്ടു. ആ നിമിഷം, അവിടെയെത്തിയ ഗോതമി, സിദ്ധാർത്ഥനെ കണ്ടുപിടിച്ച് പറഞ്ഞു: "ഞാനെല്ലായിടത്തും നിന്നെ തിരയുകയായിരുന്നു. നീയെവിടെയായിരുന്നു? ആഘോഷത്തിന്റെ സമാപനച്ചടങ്ങിലേക്ക് നീ ഇപ്പോൾ മടങ്ങിവരണം. അത് നിന്റെ അച്ഛനെ സന്തുഷ്ടനാക്കും."

"അമ്മേ, വൈദികക്രിയകൾ എത്ര നീണ്ടതാണ്! എന്തിനാണ് വൈദിക ശ്രേഷ്ഠർ ഇത്ര ദീർഘമായി മന്ത്രം ചൊല്ലുന്നത്?"

"എന്റെ മോനെ, അവർ വേദങ്ങൾ ഉരുവിടുകയാണ്. അവയ്ക്ക് ഗഹനമായ അർത്ഥമുണ്ട്. സ്രഷ്ടാവ് തന്നെ അനന്തമായ തലമുറകൾക്ക് കൈമാറിയതാണ്. നീയവ ഉടനെ പഠിക്കും-"

"എന്തുകൊണ്ടാണ് അച്ഛൻ വേദങ്ങൾ ചൊല്ലാത്തത്? പകരം ബ്രാഹ്മണർ ചെയ്യുന്നത്?"

"മോനെ, ബ്രാഹ്മണജാതിയിൽ ജനിച്ചവർക്കു മാത്രമേ വേദം ചൊല്ലാൻ അനുവാദമുള്ളൂ. വലിയ അധികാരമാളുന്ന രാജാക്കന്മാർക്കു പോലും പൗരോഹിത്യകർമ്മങ്ങൾക്ക്, ബ്രാഹ്മണരുടെ സേവനങ്ങളെ ആശ്രയിച്ചേ തീരൂ."

ഗോതമിയുടെ വാക്കുകളെപ്പറ്റി സിദ്ധാർത്ഥൻ ചിന്തിച്ചു. ഒരു നീണ്ട മൗനത്തിനുശേഷം, കൈകൾകൂപ്പി, അവൻ അമ്മയോട് കെഞ്ചി. "ഞാനിവിടെയിരുന്നോട്ടെയെന്ന്, അമ്മ ദയവായി അച്ഛനോട് ചോദി

ക്കുമോ? ഈ ഞാവൽമരത്തിന്റെ ചുവട്ടിലിരിക്കാൻ വല്ലാത്ത സന്തോഷം തോന്നുന്നു."

മകനോട് മമത തോന്നിയ അവർ പുഞ്ചിരിച്ച് തലയാട്ടി. അവന്റെ തലമുടി തലോടി. പിന്നെ വഴിയിലൂടെ തിരിച്ചിറങ്ങിപ്പോയി.

അവസാനം ബ്രാഹ്മണർ പ്രാർത്ഥനകൾ അവസാനിപ്പിച്ചു. ശുദ്ധോധനരാജാവ് വയലിലേക്കിറങ്ങി, രണ്ട് സൈനികോദ്യോഗസ്ഥരുമൊത്ത്. ആ ഋതുവിലെ ആദ്യത്തെ നിര ഉഴാനാരംഭിച്ചു. കൂടിനിന്ന ജനങ്ങൾ ആഹ്ലാദാരവം മുഴക്കി. പിന്നീട് കൃഷിക്കാർ രാജാവിന്റെ മാതൃക പിന്തുടർന്നു. അവരുടെ വയലുകൾ ഉഴാൻ തുടങ്ങി. ജനാരവം കേട്ട് സിദ്ധാർത്ഥൻ വയലരികിലേക്കോടി. ഒരു പോത്ത് ഭാരമുള്ളൊരു കലപ്പ വലിക്കാൻ പ്രയാസപ്പെടുന്നത് അവൻ ശ്രദ്ധിച്ചു. വെയിലേറ്റ് കരിവാളിച്ച, അരോഗദൃഢഗാത്രനായ ഒരു കർഷകൻ അതിന്റെ പിന്നാലെയുണ്ട്. ഇടതുകൈ കലപ്പയെ നിലയ്ക്കുനിർത്തി, വലംകൈയിലെ ചാട്ടവീശി അയാൾ പോത്തിനെ പായിച്ചു. സൂര്യൻ ഉരുകിത്തിളച്ചു. ആ മനുഷ്യന്റെ ശരീരത്തിലൂടെ വിയർപ്പൊഴുകി. സമൃദ്ധമായ മണ്ണ് നല്ല രണ്ട് ഉഴവുചാലുകളായി പകുക്കപ്പെട്ടു. മണ്ണിനെ കൊഴു ഇളക്കിമറിക്കുമ്പോൾ, സിദ്ധാർത്ഥൻ കണ്ടു, കീടങ്ങളുടെയും മറ്റ് ചെറുജീവികളുടെയും ശരീരങ്ങൾ, രണ്ടായി മുറിയുന്നത്. വേദനയിൽ മണ്ണിലേക്ക് തെറിച്ചുവീണ കീടങ്ങളെ, പക്ഷികൾ കൊത്തിയെടുത്ത് പറക്കുന്നത്. പിന്നെ, ഒരു വലിയപക്ഷി, താണുപറന്ന്, അതിന്റെ നഖങ്ങളിൽ ഒരു ചെറുപക്ഷിയെ കോർക്കുന്നത്.

ചുട്ടുപൊള്ളുന്ന വെയിലിൽ ഇതിലെല്ലാം ആമഗ്നനായി നിന്ന സിദ്ധാർത്ഥനും വിയർപ്പിൽ കുളിച്ചു. അവൻ ഞാവൽ വൃക്ഷത്തിന്റെ ചുവട്ടിലേക്ക് തിരിച്ചോടി. തനിക്കറിയാത്തതും അപരിചിതവുമായ ഒട്ടേറെ സംഭവങ്ങൾക്ക് അവനിപ്പോൾ സാക്ഷിയായി. അവൻ കാലുകൾ പിണച്ചുവെച്ച്, കണ്ടതെല്ലാം ഓർത്തെടുക്കുവാൻ കണ്ണുകളടച്ചു. നിവർന്ന് ശാന്തനായി, അവനങ്ങിനെ കുറെ നേരമിരുന്നു; തന്റെ ചുറ്റും നടക്കുന്ന പാട്ടും കൂത്തും ആർപ്പുവിളികളും അവനറിഞ്ഞതേയില്ല. വയലിലും അതിലെ അനേകം ജീവികളിലും മുഴുകി, അവനാ ഇരുപ്പ് തുടർന്നു. കുറച്ചുനേരത്തിനുശേഷം, രാജാവും രാജ്ഞിയും ആ വഴി കടന്നുപോയപ്പോൾ, അഗാധമായ ചിന്തയിൽ മുഴുകി നിശ്ചലനായിരിക്കുന്ന സിദ്ധാർത്ഥനെ കണ്ടെത്തി. വികാരംകൊണ്ട് ഗോതമിയുടെ കണ്ണ് നിറഞ്ഞു; നിശ്ചലമായ ഒരു കൊച്ചുപ്രതിമപോലെ ഇരിക്കുന്ന സുഭഗനായ സിദ്ധാർത്ഥനെക്കണ്ട്. പക്ഷേ, ശുദ്ധോധനനെ പെട്ടെന്ന് ഭയം കീഴ്പ്പെടുത്തി. ഇത്ര ചെറുപ്രായത്തിൽ തന്നെ സിദ്ധാർത്ഥന് ഇത്ര ശാന്തനായി ഇരിക്കാനാവുമെങ്കിൽ, അസിത മുനിയുടെ പ്രവ

ചനം ശരിയാവുമോ? ഉല്ലാസയാത്രയ്ക്ക് നിൽക്കാതെ, രാജാവ് ഒറ്റയ്ക്ക്, തന്റെ രഥത്തിൽ കൊട്ടാരത്തിലേക്ക് മടങ്ങി.

ദരിദ്രരായ കുറെ കുട്ടികൾ, ആ വൃക്ഷത്തിന്നടുത്തുകൂടെ സന്തോഷത്തോടെ മിണ്ടിയും ചിരിച്ചും പോകുന്നുണ്ടായിരുന്നു. ഗോതമി അവരോട് മിണ്ടാതിരിക്കുവാൻ ആംഗ്യം കാട്ടി. ഞാവൽവൃക്ഷത്തിന്റെ ചുവട്ടിലിരിക്കുന്ന സിദ്ധാർത്ഥനെ അവർ ചൂണ്ടിക്കാണിച്ചു. കുട്ടികൾ ആകാംക്ഷയോടെ അവനെ തുറിച്ചുനോക്കി - പൊടുന്നനെ അവൻ കണ്ണുകൾ തുറന്നു. രാജ്ഞിയെ കണ്ട് അവൻ പുഞ്ചിരിച്ചു.

"അമ്മേ," അവൻ പറഞ്ഞു: "വേദങ്ങൾ ഉരുവിടുന്നത് ഒരുനിലയ്ക്കും പക്ഷികളെയും കീടങ്ങളെയും സഹായിക്കുന്നില്ല."

സിദ്ധാർത്ഥൻ ഗോതമിയുടെ നേരെ ഓടി, അവരുടെ കൈ പിടിച്ചു. അപ്പോഴവൻ, കുട്ടികൾ തന്നെ ശ്രദ്ധിക്കുന്നത് കണ്ടു. അവർക്കവന്റെ അതേ പ്രായമാണ്. പക്ഷേ, അവരുടെ വസ്ത്രങ്ങൾ കീറിയതായിരുന്നു. മുഖങ്ങൾ അഴുക്കായതും. കൈകാലുകൾ ദയനീയമാംവണ്ണം മെലിഞ്ഞവയും. തന്റെ രാജകീയ വസ്ത്രത്തെപ്പറ്റിയുള്ള ബോധത്തിൽ, സിദ്ധാർത്ഥന് വല്ലായ്മ തോന്നി. എന്നിട്ടും, അവന് അവരോടൊപ്പം കളിക്കണമെന്ന് വലിയ ആഗ്രഹമുണ്ടായി. അവൻ ചിരിച്ചു, സന്ദേഹത്തോടെ കൈവീശി. ഒരു കുട്ടി തിരിച്ച് ചിരിച്ചു. അത്രയും പ്രോത്സാഹനമേ അവനാവശ്യമായിരുന്നുള്ളൂ. ഉല്ലാസ സദ്യയിലേക്ക് അവരെ ക്ഷണിക്കുവാൻ, അവൻ ഗോതമിയുടെ അനുവാദം ചോദിച്ചു. ആദ്യം അവരൊന്ന് സംശയിച്ചു; പക്ഷേ, പിന്നീടവർ സമ്മതഭാവത്തിൽ തലയാട്ടി.

7. വെളുത്ത ആന, സമ്മാനം

സിദ്ധാർത്ഥന് പതിനാലു വയസ്സുള്ളപ്പോൾ, ഗോതമി രാജ്ഞി ഒരാൺകുഞ്ഞിനെ പ്രസവിച്ചു. നന്ദൻ. കൊട്ടാരമൊന്നാകെ ആഹ്ലാദിച്ചു. സിദ്ധാർത്ഥനും. അനിയനെ കിട്ടിയതിൽ അവൻ അതിയായി സന്തോഷിച്ചു. ഓരോ ദിവസവും പഠനശേഷം, അവൻ നന്ദനെക്കാണാൻ വീട്ടിലേക്കോടി. മറ്റ് കാര്യങ്ങളിൽ ശ്രദ്ധ പതിയേണ്ട പ്രായമായെങ്കിലും സിദ്ധാർത്ഥൻ പലപ്പോഴും കൊച്ചുനന്ദനെ എടുത്ത് നടക്കാൻ പോകും ദേവദത്തനുമൊത്ത്.

സിദ്ധാർത്ഥന് അവൻ വളരെയേറെ ഇഷ്ടപ്പെട്ടിരുന്ന മൂന്ന് ബന്ധുക്കൾ വേറെയുണ്ടായിരുന്നു, മഹാനാമ, ബദ്രിയ, കിമ്പില. കൊട്ടാരത്തിന് പിന്നിലുള്ള പൂന്തോട്ടത്തിൽ അവനവരെ പലപ്പോഴും കളിക്കാൻ വിളിക്കാറുണ്ട്. താമരക്കുളത്തിന്റെയടുത്തുള്ള മരബഞ്ചിലിരുന്ന് അവർ കളിക്കുന്നത് കണ്ട്, ഗോതമി രാജ്ഞി സന്തോഷിച്ചു. അവർ കുട്ടികൾക്ക് വേലക്കാർ മുഖാന്തിരം തിന്നാനും കുടിക്കാനും കൊടുത്തു.

ഓരോ വർഷം കഴിയുംതോറും സിദ്ധാർത്ഥൻ പഠിത്തത്തിൽ കൂടുതൽ മിടുക്കനായി; ദേവദത്തൻ അവന്റെ ഈർഷ്യ മറച്ചുവെയ്ക്കാൻ പാടുപെട്ടു. ആയോധനമുറകളടക്കം ഓരോ വിഷയത്തിലും സിദ്ധാർത്ഥൻ നിഷ്ണാതനായി. ദേവദത്തനാണ് ശക്തനായിരുന്നതെങ്കിലും സിദ്ധാർത്ഥൻ കൂടുതൽ ജാഗ്രതയുള്ളവനും ചുറുചുറുക്കുള്ളവനുമായിരുന്നു. ഗണിതത്തിൽ, സിദ്ധാർത്ഥന്റെ മിടുക്കിനു മുമ്പിൽ മറ്റു കുട്ടികൾ കീഴടങ്ങി. സിദ്ധാർത്ഥന്റെ ബുദ്ധികൂർമ്മതയുള്ള ചോദ്യങ്ങൾക്ക് ഉത്തരം നൽകാൻ, അവന്റെ ഗണിതാധ്യാപകൻ അർജുനന് മണിക്കൂറുകൾ ചെലവഴിക്കേണ്ടി വന്നു.

സംഗീതത്തിൽ സിദ്ധാർത്ഥന് വിശേഷസിദ്ധിയുണ്ടായിരുന്നു. അവന്റെ സംഗീതാധ്യാപകൻ അവന് അപൂർവ്വവും അമൂല്യവുമായ ഒരു ഓടക്കുഴൽ കൊടുത്തു. വേനൽസന്ധ്യകളിൽ പൂന്തോട്ടത്തിൽ ഒറ്റക്കിരുന്ന് സിദ്ധാർത്ഥൻ തന്റെ പുതിയ ഓടക്കുഴൽ വായിക്കും. അവന്റെ പാട്ടുകൾ മധുരവും സൗമ്യവുമായിരുന്നു. മറ്റു ചിലപ്പോൾ, അങ്ങുയരെ മേഘങ്ങളിലേക്ക് കേൾവിക്കാരെ കൊണ്ടുപോകാൻ പാകത്തിൽ അലിയിപ്പിക്കുന്നതായിരുന്നു. സന്ധ്യാനിഴലുകൾ വീഴുന്നതോടെ, ഗോതമി

പുറത്തിരുന്നു, മകന്റെ ഓടക്കുഴൽ കേൾക്കാൻ. സിദ്ധാർത്ഥന്റെ വേണുഗാനത്തിൽ അവരുടെ ഹൃദയം അഗാധമായ അനുഭൂതിയിൽ ഒഴുകി.

പ്രായത്തിനനുസരിച്ച് സിദ്ധാർത്ഥൻ മതപരവും തത്ത്വചിന്താപരവുമായ പഠനങ്ങളിൽ തീഷ്ണമായി മുഴുകി. വേദങ്ങളിലെല്ലാം പരിശീലനം ലഭിച്ചു. അവ മുന്നോട്ടുവെച്ച വിശ്വാസങ്ങളെയും അനുശാസനങ്ങളെയുംപറ്റി അവൻ ആലോചിച്ചു. അഥർവവേദവും ഋഗ്വേദവും പഠിക്കുന്നതിൽ അവൻ പ്രത്യേക ശ്രദ്ധ ചെലുത്തി. വളരെ കുഞ്ഞായിരിക്കുമ്പോൾ തുടങ്ങി, ബ്രാഹ്മണർ വേദങ്ങൾ ഉരുവിടുന്നതും വൈദികകർമ്മങ്ങൾ ചെയ്യുന്നതും അവൻ കണ്ടിട്ടുണ്ട്. ഈ വിശുദ്ധ അനുശാസനങ്ങളിലുള്ള വിഷയങ്ങളിലേക്കവൻ ആഴത്തിൽ ഇറങ്ങി ച്ചെല്ലാൻ തുടങ്ങി. ബ്രാഹ്മണിസത്തിന്റെ അനുശാസനങ്ങൾക്ക് വളരെയേറെ പ്രാധാന്യം കല്പിക്കപ്പെട്ടിരുന്നു. അവയിലെ വാക്കുകളും ശബ്ദങ്ങളുംതന്നെ വല്ലാത്തൊരധികാരശക്തിയുള്ളവയായി ഗണിക്കപ്പെട്ടിരുന്നു. ലോകത്തിന്റെയും ജനങ്ങളുടെയും ദൈനംദിന കാര്യങ്ങൾ സ്വാധീനിക്കാനും മാറ്റിമറിക്കാനും അവയ്ക്ക് കഴിവുണ്ട്. നക്ഷത്രങ്ങളുടെ സ്ഥാനങ്ങളും ഋതുക്കളുടെ ആഗമനങ്ങളും, പ്രാർത്ഥനകളും ബലിയർപ്പണങ്ങളുമായി ഗാഢമായി ബന്ധപ്പെട്ടതാണ്. ഭൂമിയുടെയും സ്വർഗ്ഗത്തിന്റെയും നിഗൂഢതകൾ മനസ്സിലാക്കാൻ കെല്പുള്ള ഒരേ ഒരു കൂട്ടർ ബ്രാഹ്മണർ മാത്രമാണ്. മനുഷ്യരുടെയും ലോകത്തിന്റെയും കാര്യങ്ങളിൽ ശരിയായ ക്രമമുണ്ടാക്കാൻ പ്രാർത്ഥനയ്ക്കും ബലിക്കും മാത്രമേ കഴിയൂ.

ബ്രഹ്മൻ അഥവാ പുരുഷൻ എന്നറിയപ്പെടുന്ന പരമപുരുഷനിൽനിന്നാണ് പ്രപഞ്ചം ഉണ്ടായത്, സിദ്ധാർത്ഥനെ പഠിപ്പിച്ചു. സ്രഷ്ടാവിന്റെ ശരീരത്തിലെ വിവിധ അവയവങ്ങളിൽനിന്നാണ് സകലജാതികളും ഉണ്ടായത്. ഓരോ മനുഷ്യനിലും സ്രഷ്ടാവിന്റെ അതീന്ദ്രിയസത്ത അടങ്ങിയിട്ടുണ്ട്. പ്രപഞ്ചസത്തയിൽ ഒരു വ്യക്തിയുടെ അടിസ്ഥാന സ്വഭാവമോ ആത്മാവോ അടങ്ങിയിട്ടുണ്ട്.

സിദ്ധാർത്ഥൻ മറ്റ് ബ്രാഹ്മണ ഗ്രന്ഥങ്ങളും ഗൗരവത്തോടെ പഠിച്ചു. ബ്രാഹ്മണങ്ങളും ഉപനിഷത്തുക്കളുമടക്കം. പരമ്പരാഗത വിശ്വാസങ്ങൾ അങ്ങിനെത്തന്നെ പഠിപ്പിക്കാനാണ് അവന്റെ ഗുരുനാഥന്മാർ ആഗ്രഹിച്ചത്. എന്നാൽ സിദ്ധാർത്ഥനും അവന്റെ ചങ്ങാതിമാരും സമകാലീനമായ അവയുടെ പ്രസക്തിയെ മുൻനിർത്തി ചോദ്യങ്ങൾ ചോദിച്ചു. പക്ഷേ, അവ പാരമ്പര്യവുമായി ഒത്തുപോകുന്നവയായിരുന്നില്ല.

പാഠശാലകളിൽനിന്ന് ഒഴിവുള്ള ദിവസങ്ങളിൽ സിദ്ധാർത്ഥൻ തന്റെ കൂട്ടുകാരെ തലസ്ഥാനത്തിൽ അറിയപ്പെടുന്ന പുരോഹിതന്മാരെയും ബ്രാഹ്മണരെയും സന്ദർശിക്കുവാനും അവരുമായി ഇത്തരം കാര്യങ്ങൾ

ചർച്ച ചെയ്യാനും പ്രോത്സാഹിപ്പിച്ചു. ഈ ചർച്ചകൾ കാരണം, ഒരു കാര്യം ബോധ്യമായി. ബ്രാഹ്മണരുടെ അസന്നിഗ്ധമായ അധികാരം ചോദ്യം ചെയ്യുന്ന നിരവധി മുന്നേറ്റങ്ങൾ നാട്ടിലുണ്ട്. ബ്രാഹ്മണരുടെ അധികാരത്തിൽ അതൃപ്തിയുള്ള സാധാരണക്കാരുമുണ്ടായിരുന്നു, അക്കൂട്ടത്തിൽ. ബ്രാഹ്മണരിൽ മാത്രമായി കാലങ്ങളായി ഒതുങ്ങിനിന്നിരുന്ന അധികാരശക്തി പങ്കിടാൻ അവർ ആഗ്രഹിച്ചു. ബ്രാഹ്മണ ജാതിയിൽനിന്ന് തന്നെയുള്ള പരിഷ്കർത്താക്കളും അവരിലുണ്ടായിരുന്നു.

രാജകീയ ഉല്ലാസവേളയിൽ ദരിദ്രരായ കുറച്ചു കുട്ടികളെ ക്ഷണിക്കാനുള്ള അനുവാദം സിദ്ധാർത്ഥനു കിട്ടിയ അന്നുമുതൽ തന്നെ, തലസ്ഥാനനഗരിക്കു ചുറ്റുമുള്ള ചെറിയ ഗ്രാമങ്ങൾ ഇടക്കിടെ സന്ദർശിക്കുവാനും അവന് അനുമതി കിട്ടിയിരുന്നു. ഈയവസരങ്ങളിൽ ലളിതമായ വസ്ത്രങ്ങൾ മാത്രം ധരിക്കുവാൻ അവൻ ശ്രദ്ധിച്ചു. ജനങ്ങളോട് നേരിട്ട് സംസാരിച്ചുകൊണ്ട്, കൊട്ടാരത്തിൽനിന്നും അറിയാത്ത പലതും അവന് അറിയാനിടയായി. ബ്രാഹ്മണിസത്തിന്റെ മൂന്ന് ദേവതകളെ – ബ്രഹ്മാവിനെയും വിഷ്ണുവിനെയും ശിവനെയും – ജനങ്ങൾ ആരാധിക്കുകയും സേവിക്കുകയും ചെയ്തിരുന്നത് അവനറിയാമായിരുന്നു. ബ്രാഹ്മണ പുരോഹിതർ ജനങ്ങളെ പീഡിപ്പിക്കുകയും ചൂഷണം ചെയ്യുകയും ചെയ്തിരുന്നതും അവനറിയാമായിരുന്നു. ജനനത്തിനും വിവാഹത്തിനും മരണത്തിനും ശരിയായ പൂജാകർമ്മങ്ങൾ ചെയ്യുന്നതിന്റെ പേരിൽ, ബ്രാഹ്മണ പുരോഹിതർക്ക് നിർധനർ ഭക്ഷണവും പണവും അധ്വാനവും കൊടുക്കുവാൻ നിർബന്ധിതരായി.

ഒരു ദിവസം സിദ്ധാർത്ഥൻ വൈക്കോൽ മേഞ്ഞ ഒരു കുടിലിന്നടുത്തുകൂടി പോകുമ്പോൾ അകത്തുനിന്നും ദയനീയമായ കരച്ചിൽ കേട്ടു. കാര്യമെന്തെന്നറിയാൻ അകത്തുചെന്ന് അന്വേഷിക്കാൻ അവൻ ദേവദത്തനോടാവശ്യപ്പെട്ടു. കുടുംബനാഥൻ മരിച്ചതായി അവൻ മനസ്സിലാക്കി. ആ കുടുംബം വളരെയേറെ ദുരിതത്തിലായിരുന്നു. ഭാര്യയും കുട്ടികളും ദാരുണമാംവിധം മെലിഞ്ഞുണങ്ങിയിരുന്നു. കീറിപ്പറിഞ്ഞ വസ്ത്രങ്ങളാണ് അവർ ഉടുത്തിരുന്നത്. അവരുടെ കുടിൽ, നിലംപൊത്താറായിട്ടുണ്ടായിരുന്നു. അടുക്കള പുതുക്കിപ്പണിയുന്ന സ്ഥലത്ത് കുടുംബനാഥൻ ഒരു ബ്രാഹ്മണന്റെ സേവനം ആഗ്രഹിച്ചു. എന്നാൽ പൂജാകർമ്മങ്ങൾ ചെയ്തു കൊടുക്കുന്നതിനു മുമ്പായി ആ മനുഷ്യൻ തനിക്കു വേണ്ടി പണി ചെയ്തുതരണമെന്ന് പുരോഹിതൻ ആവശ്യപ്പെട്ടു. ദിവസങ്ങളോളം വലിയ പാറക്കല്ലുകൾ വലിച്ചുകൊണ്ടുവരുവാനും മരം വെട്ടുവാനും ബ്രാഹ്മണൻ ആ മനുഷ്യനെ നിർബന്ധിച്ചു. അയാൾക്ക് അസുഖം പിടിപെട്ടതോടെ, ബ്രാഹ്മണൻ അയാളെ വീട്ടിൽ പോകാൻ അനുവദിച്ചു; പക്ഷേ പാതിവഴിയിൽവെച്ച് അയാൾ കുഴ

ഞ്ഞുവീണു മരിച്ചു.

തന്റെ തന്നെ പുനരാലോചനകളുടെ ഫലമായി, സിദ്ധാർത്ഥൻ മതത്തിന്റെ ചില അടിസ്ഥാന അനുശാസനങ്ങൾ ചോദ്യം ചെയ്യുവാൻ തുടങ്ങി; വേദങ്ങൾ ബ്രാഹ്മണജാതിക്ക് മാത്രമായി നല്കപ്പെട്ടതാണ്. ബ്രഹ്മാവാണ് പ്രപഞ്ചത്തിന്റെ പരമോന്നത ഭരണാധികാരി, ബ്രാഹ്മണരുടെ മന്ത്രങ്ങളും ബലികർമ്മങ്ങളും സർവശക്തമാണ്. ഇത്തരം അന്ധവിശ്വാസങ്ങളെ നേരിട്ടു വെല്ലുവിളിക്കാൻ ധൈര്യം കാണിച്ച ബ്രാഹ്മണരോടും പുരോഹിതരോടും സിദ്ധാർത്ഥന് അനുകമ്പതോന്നി. അവന്റെ താല്പര്യം ഒട്ടും ക്ഷയിച്ചില്ല. വേദങ്ങളെപ്പറ്റിയുള്ള സംവാദങ്ങളോ ചർച്ചയോ അവനൊരിക്കലും നഷ്ടപ്പെടുത്തിയില്ല. ഭാഷാപഠനവും ചരിത്രപഠനവും അവൻ തുടർന്നു.

സന്യാസിമാരെയും ഭിക്ഷുമാരെയും കാണാനും അവരുമായി സംവാദത്തിലേർപ്പെടാനും അവൻ വളരെയധികം ഇഷ്ടപ്പെട്ടു. എന്നാൽ അവന്റെ അച്ഛൻ അതംഗീകരിച്ചില്ല. അതുകൊണ്ട് മറ്റു ചില യാത്രകളുടെ പേരു പറഞ്ഞ് അത്തരം മനുഷ്യരെ കണ്ടുമുട്ടേണ്ടി വന്നു. അധികാരത്തിനുവേണ്ടി പരസ്യമായി മത്സരിച്ചിരുന്ന ബ്രാഹ്മണരെപ്പോലെയായിരുന്നില്ല ഈ ഭിക്ഷുക്കൾ. അവർക്ക് സമ്പത്തിലും സാമൂഹ്യപദവികളിലും താല്പര്യമില്ലായിരുന്നു. ഇഹലോക ദുഃഖങ്ങളും ആകുലതകളുമായുള്ള കെട്ടുപാടുകൾ അറുത്തുകളയാനും മോക്ഷം അന്വേഷിക്കാനും അവർ എല്ലാം ഉപേക്ഷിച്ചു. വേദോപനിഷത്തുക്കൾ പഠിക്കുകയും അവയുടെ ആന്തരാർത്ഥം ഗ്രഹിക്കുകയും ചെയ്തവരായിരുന്നു ഇവർ. പടിഞ്ഞാറെ അയൽരാജ്യമായ കോസലത്തിലും തെക്ക് മഗധയിലും ഇങ്ങിനെയുള്ള അനേകം സന്യാസിമാർ ജീവിച്ചിരിപ്പുണ്ടെന്ന് സിദ്ധാർത്ഥനറിഞ്ഞു. ഒരു നാൾ ഈ പ്രദേശങ്ങൾ സന്ദർശിക്കുവാനും ഇവരുമായി ഇത്തരം കാര്യങ്ങൾ ഗൗരവമായി പഠിക്കാനും അവസരം വരും, സിദ്ധാർത്ഥൻ പ്രത്യാശിച്ചു.

സിദ്ധാർത്ഥന്റെ പ്രത്യാശകളെപ്പറ്റി തീർച്ചയായും ശുദ്ധോധനരാജാവിന്നറിയാമായിരുന്നു. തന്റെ മകൻ ഒരു ദിവസം കൊട്ടാരമുപേക്ഷിച്ച് ഒരു സന്യാസിയായിത്തീരും, അദ്ദേഹം ഭയന്നു. തന്റെ ആശങ്കകൾ, ദേവദത്തന്റെയും ആനന്ദന്റെയും അച്ഛനും, തന്റെ ഏറ്റവും ഇളയ സഹോദരനുമായ ദ്രോണധനരാജാവിനോട് രഹസ്യമായി പറഞ്ഞു.

“കോസലം നമ്മുടെ രാജ്യഭാഗങ്ങളെ കണ്ണുവെച്ചിട്ട് ഒരുപാട് കാലമായി. നമ്മുടെ രാജ്യത്തിന്റെ ഭാവിഭാഗധേയം സംരക്ഷിക്കുന്നതിന് നാം ദേവദത്തനെയും സിദ്ധാർത്ഥനെയുംപോലുള്ള യുവാക്കളുടെ കഴിവുകൾ കണക്കിലെടുക്കണം. അസിതമുനി പ്രവചിച്ചതുപോലെ, സിദ്ധാർത്ഥൻ ഒരു സന്യാസിയായിത്തീരാൻ തീരുമാനിക്കുമോയെന്ന്

ഭയങ്കരമായി ഭയപ്പെടുന്നു, ഞാൻ. ഇതു സംഭവിക്കുകയാണെങ്കിൽ, സംശയമില്ല, ദേവദത്തനും സിദ്ധാർത്ഥന്റെ കാലടികൾ പിന്തുടരും. ഈ സന്യാസിമാരെ കാണുന്നതിന് പുറത്തുപോകാൻ അവരെന്തു മാത്രം ഇഷ്ടപ്പെടുന്നു എന്നു നിങ്ങൾക്കറിയാമോ?"

ദ്രോണോധന രാജാവ്, രാജാവിന്റെ വാക്കുകൾ കേട്ട് ഞെട്ടിപ്പോയി. ഒരു നിമിഷം ആലോചിച്ചശേഷം അദ്ദേഹം രാജാവിന്റെ ചെവിയിൽ പറഞ്ഞു: "നിങ്ങൾ ചോദിക്കുകയാണെങ്കിൽ ഞാൻ പറയും, നിങ്ങൾ സിദ്ധാർത്ഥന് ഒരു വധുവിനെ കണ്ടുപിടിക്കണം. ഒരിക്കൽ ഒരു കുടുംബത്തിന്റെ ഭാരം അവനിൽ വന്നുചേർന്നാൽ, സന്യാസിയാകാനുള്ള ഈ ആഗ്രഹം അവൻ ഉപേക്ഷിക്കും." ശുദ്ധോധന രാജാവ് തലകുലുക്കി.

ആ രാത്രി, രാജാവ് തന്റെ ആശങ്കകൾ ഗോതമിയോട് പറഞ്ഞു. അടുത്ത ഭാവിയിൽ തന്നെ, സിദ്ധാർത്ഥന്റെ വിവാഹത്തിനുള്ള ഏർപ്പാടുകൾ ചെയ്യാമെന്നവൾ വാഗ്ദാനം ചെയ്തു. അവർ അടുത്തിടയാണ്, ഒരു രാജകുമാരിക്ക്, സുന്ദരിനന്ദയ്ക്ക് ജന്മം കൊടുത്തത്. പെട്ടെന്നുതന്നെ, അവർ രാജ്യത്തെ യുവാക്കളുടെ സദസ്സുകൾ സംഘടിപ്പിക്കുവാൻ ആരംഭിച്ചു. സിദ്ധാർത്ഥൻ ഉത്സാഹത്തോടെ ഈ കലാകായിക മേളകളിലും യാത്രകളിലും പങ്കെടുത്തു. ചെറുപ്പക്കാരായ നിരവധി സ്ത്രീപുരുഷന്മാരുമായും അവൻ ചങ്ങാത്തമുണ്ടാക്കി.

ശുദ്ധോധന രാജാവിന് ഒരിളയ സഹോദരിയുണ്ടായിരുന്നു. പമിത. അവരുടെ ഭർത്താവ് ദണ്ഡപാണി കോളിയയിലെ രാജാവാണ്. അവർക്ക് കോളിയയുടെ തലസ്ഥാനമായ രാമഗാമയിലും കപിലവസ്തുവിലും മണിമന്ദിരങ്ങളുണ്ടായിരുന്നു. ശാക്യവും കോളിയായും രോഹിണി നദിയാൽ മാത്രമേ വേർതിരിക്കപ്പെട്ടിരുന്നുള്ളൂ. തലമുറകളായി അവിടങ്ങളിലെ ജനങ്ങൾ വളരെയടുപ്പത്തിൽ കഴിഞ്ഞുവരികയാണ്. അവരുടെ രാജധാനികൾ തമ്മിൽ ഒരു ദിവസത്തെ യാത്രയുടെ ദൂരമേയുള്ളൂ. ഗോതമിയുടെ ആഗ്രഹപ്രകാരം കോളിയ രാജാവും രാജ്ഞിയും കുനുവാ തടാകത്തെ അതിരിടുന്ന വിശാലമായ മൈതാനിയിൽവെച്ച് ആയോധനകലകളിൽ ഒരു മത്സരം സംഘടിപ്പിക്കുവാൻ സമ്മതിച്ചു. രാജ്യത്തിലെ യുവാക്കളുടെ യുദ്ധനൈപുണ്യവും ശക്തിയും പ്രോത്സാഹിപ്പിക്കുവാൻ ശുദ്ധോധനരാജാവ് തന്നെ പരിപാടിയുടെ അധ്യക്ഷനായി. തലസ്ഥാനത്തെ ആൺകുട്ടികളെയും പെൺകുട്ടികളെയും കായികമത്സരങ്ങൾക്ക് ക്ഷണിച്ചു. ചെറുപ്പക്കാരികൾ മത്സരങ്ങളിൽ പങ്കെടുത്തില്ല. പക്ഷേ അവർ യുവാക്കളെ കയ്യടിച്ചും സ്തുതിച്ചും പ്രോത്സാഹിപ്പിച്ചു. എല്ലാ അതിഥികളെയും സ്വീകരിക്കുന്നതിനുള്ള ഉത്തരവാദിത്തം ദണ്ഡപാണി രാജാവിന്റെയും പമിത

രാജ്ഞിയുടെയും മകളായ യശോധരയ്ക്കായിരുന്നു. മനോജ്ഞയും അഭിരാമിയുമായ ഒരു യുവതിയായിരുന്നു അവൾ. അവളുടെ സൗന്ദര്യം സഹജവും നമ്യവുമായിരുന്നു.

ഭാരദ്വഹനം, കുതിര സവാരി, വാൾപ്പയറ്റ്, അമ്പെയ്ത്ത് തുടങ്ങി എല്ലായിനങ്ങളിലും സിദ്ധാർത്ഥനായിരുന്നു ഒന്നാമൻ. യശോധരയാണ് അവനു സമ്മാനം നല്കിയത്. ഒരു വെളുത്ത ആന, കൈകൾ കൂപ്പി തല അല്പം താഴ്ത്തി, കുലീനവും സ്വച്ഛവുമായ ശബ്ദത്തിൽ അവൾ മൊഴിഞ്ഞു. “അത്യർഹമായ താങ്കളുടെ വിജയത്തിന്, സിദ്ധാർത്ഥാ, ഈ ആനയെ സമ്മാനമായി സ്വീകരിക്കൂ. കൂടെ ഹൃദയം നിറഞ്ഞ എന്റെ അഭിനന്ദനങ്ങളും.”

രാജകുമാരിയുടെ ചലനങ്ങൾ സുഭഗവും നൈസർഗികവുമായിരുന്നു. അവളുടെ വസ്ത്രധാരണം കുലീനവും സംസ്കാര സമ്പന്നവുമായിരുന്നു. അവളുടെ പുഞ്ചിരി പാതിവിരിഞ്ഞ താമരപോലെ നവമായിരുന്നു. സിദ്ധാർത്ഥൻ തലതാഴ്ത്തി അവളുടെ കണ്ണുകൾക്കുള്ളിലേക്കു നോക്കി, ശാന്തസ്വരത്തിൽ പറഞ്ഞു, “രാജകുമാരി, നന്ദി.”

സിദ്ധാർത്ഥന്റെ പിറകിൽനിന്ന ദേവദത്തൻ അസന്തുഷ്ടനായിരുന്നു. അവന് രണ്ടാംസ്ഥാനമേ കിട്ടിയുള്ളൂ. യശോധര തന്നെ ഒന്നു നോക്കുകപോലും ചെയ്യാത്തതിൽ നിരാശനായ അവൻ ആനയുടെ തുമ്പിക്കൈ പിടിച്ചു, തന്ത്രത്തിൽ അതിന്റെ മർമ്മത്തിൽ മർദ്ദിച്ചു. വേദനയിൽ പിടഞ്ഞ അത്, മുട്ടുകാലിലേക്കിരുന്നു.

സിദ്ധാർത്ഥൻ ദേവദത്തനെ രൂക്ഷമായി നോക്കി, “സഹോദരാ, ഇത് കൊടിയ ക്രൂരതയായിപ്പോയി.”

സിദ്ധാർത്ഥൻ ആനയുടെ തുമ്പിക്കൈയിലെ മൃദുലസ്ഥാനത്ത് തിരുമ്മി. അതിനോട് അനുനയത്തിൽ സംസാരിച്ചു. ക്രമേണ ആന എണീറ്റു നിന്നു. രാജകുമാരന് ആദരവോടെ തലതാഴ്ത്തി. കാഴ്ചക്കാർ ഉറക്കെ കൈയടിച്ചു. സിദ്ധാർത്ഥൻ ആനയുടെ പുറത്ത് കേറി, വിജയയാത്ര ആരംഭിച്ചു. പാപ്പാന്റെ നിയന്ത്രണത്തിൽ, ആ വെളുത്ത ആന സിദ്ധാർത്ഥനെ കപിലവസ്തുവിനു ചുറ്റും കൊണ്ടുനടന്നു. ജനങ്ങൾ ആഹ്ലാദാരവം മുഴക്കി. അവർക്കൊപ്പം യശോധര മനോഹരമായ, മൗനമായ കാലടികളുമായി നടന്നു.

8. രത്നം പതിച്ച കണ്ഠാഭരണം

കൗമാരത്തിലേക്ക് വളർന്നതോടെ സിദ്ധാർത്ഥന് കൊട്ടാരം വീർപ്പുമുട്ടിക്കുന്നതായി അനുഭവപ്പെട്ടു. അതോടെ അവൻ പുറംലോകത്തെ ജീവിതം എന്തെന്നറിയാൻ നഗരപരിധികൾ വിട്ട് സഞ്ചരിച്ചു. അവന്റെ വിശ്വസ്തനായ പരിചാരകൻ ചന്നൻ എല്ലായ്പ്പോഴും അവനെ അനുഗമിച്ചു. ചിലപ്പോൾ സുഹൃത്തുക്കളോ സഹോദരന്മാരോ കൂടെയുണ്ടാകും. സിദ്ധാർത്ഥന്റെ കുതിരവണ്ടിയുടെ ഉത്തരവാദിത്തം ചന്നനായിരുന്നു. സിദ്ധാർത്ഥനും ചന്നനും മാറിമാറി കടിഞ്ഞാൺ പിടിച്ചു. സിദ്ധാർത്ഥൻ ഒരിക്കലും ചാട്ടവാർ ഉപയോഗിച്ചില്ല, ചന്നനും.

സിദ്ധാർത്ഥൻ ശാക്യരാജ്യത്തിന്റെ ഓരോ മുക്കും മൂലയും സന്ദർശിച്ചു. വടക്ക് ഹിമാലയ താഴ്വരയിലെ ദുർഘടമായ കുന്നുകൾ മുതൽ തെക്ക് വിശാലമായ സമതലങ്ങൾവരെ. ഏറ്റവും ജനവാസമുള്ളതും സമൃദ്ധവുമായ താഴ്ന്ന ഭാഗങ്ങളിലായിരുന്നു, തലസ്ഥാനമായ കപില വസ്തു സ്ഥിതി ചെയ്തിരുന്നത്. അയൽരാജ്യങ്ങളായ മഗധയും കോസലവുമായി താരതമ്യപ്പെടുത്തുമ്പോൾ, ശാക്യരാജ്യം വളരെ ചെറുതായിരുന്നു. അതിന്റെ സ്ഥാനം, വിസ്തൃതിയുടെ പോരായ്മക്ക് പരിഹാരമായി. ഉയർന്ന ഭൂമികളിൽ നിന്നുൽഭവിച്ചിരുന്ന രോഹിണിയും ബൻഗംഗയും താഴെയ്ക്കൊഴുകി. അതിന്റെ സമൃദ്ധമായ സമതലങ്ങളെ ജലസേചനം ചെയ്തു. ഗംഗയിലേക്ക് ചേരുംമുമ്പ് അവ തെക്കോട്ടേക്ക് യാത്ര തുടർന്ന് ഹിരണ്യാവതി നദിയിൽ ചേർന്നു. ബൻഗംഗയിലൂടെ വെള്ളം കുത്തിയൊഴുകുന്നത് സിദ്ധാർത്ഥൻ കൗതുകത്തോടെ നോക്കിയിരുന്നു.

പൂർവ്വ ജന്മങ്ങളുടെയും ഈ ജന്മത്തിന്റെയും കർമ്മദോഷങ്ങൾ കഴുകിക്കളയാൻ ബൻഗംഗയിലെ വെള്ളത്തിന് കഴിവുണ്ടെന്ന് ഗ്രാമീണർ വിശ്വസിച്ചു. അതിനായി തണുത്തുറഞ്ഞ നദിയിൽ മുങ്ങിനിവർന്നു. ഒരു ദിവസം പരിചാരകനുമൊന്നിച്ച് നദിക്കരയിലിരിക്കുമ്പോൾ, സിദ്ധാർത്ഥൻ ചന്നനോട് ചോദിച്ചു, "ദോഷകർമ്മങ്ങൾ കഴുകിക്കളയാൻ ഈ നദിക്കാവുമെന്ന് നിങ്ങൾ വിശ്വസിക്കുന്നുണ്ടോ?"

"തീർച്ചയായും പ്രഭോ, അല്ലെങ്കിൽ എന്തിനാണ് ഇത്രയനവധി ആളുകൾ സ്വയം കഴുകിയെടുക്കാനായി, ഈ വെള്ളത്തിൽ മുങ്ങിക്കുളിക്കുന്നത്?"

സിദ്ധാർത്ഥൻ പുഞ്ചിരിച്ചു, "ശരി. അങ്ങിനെയെങ്കിൽ, ഈ വെള്ള ത്തിൽ ജീവിതകാലം മുഴുവൻ പാർക്കുന്ന മീനും കൊഞ്ചും ചിപ്പിക്കു മൊക്കെയായിരിക്കണമല്ലോ, ജീവികളിൽ വെച്ച് ഏറ്റവുമധികം ശുദ്ധി യുള്ളവയും ധർമ്മിഷ്ടരും?"

ചന്നൻ, "ശരി. എന്തായാലും ഒരു കാര്യമെങ്കിലും എനിക്ക് പറയാ നാവും. ഈ നദിയിൽ കുളിക്കുന്നതുകൊണ്ട് ഒരുവന്റെ ശരീരത്തിലെ പൊടിയും അഴുക്കും കഴുകിപ്പോകും!"

സിദ്ധാർത്ഥൻ ചിരിച്ചു, ചന്നന്റെ തോളിൽ തട്ടി, "തീർച്ചയായും, ഞാനപ്പറഞ്ഞതിനോട് യോജിക്കുന്നു."

ഒരു ദിവസം സിദ്ധാർദ്ധൻ കൊട്ടാരത്തിലേക്ക് മടങ്ങുകയായിരു ന്നു. ഒരു ചെറിയ, ദരിദ്രഗ്രാമത്തിൽ യശോധരയെക്കണ്ട് സിദ്ധാർത്ഥൻ അത്ഭുതപ്പെട്ടു. ത്വക്രോഗങ്ങളും കണ്ണിൽക്കേടും പനിയും പിടിച്ച കുട്ടി കളെ ശുശ്രൂഷിക്കുകയാണവൾ. കൂടെ ഒരു പരിചാരികയുമുണ്ട്. യശോ ധര വളരെ ലളിതമായിട്ടാണ് വസ്ത്രം ധരിച്ചിരുന്നത്. എന്നിട്ടും ദരി ദ്രർക്കിടയിൽ അവൾ ഒരു ദേവതയെപ്പോലെ തോന്നിച്ചു. തന്റെ സുഖ സൗകര്യങ്ങൾ മാറ്റിവച്ച്, രാജകുടുംബത്തിലെ ഒരുവൾ നിർധനരെ സേവിക്കുന്നത് കണ്ട് സിദ്ധാർത്ഥൻ വളരെ വികാരഭരിതനായി. അവൾ, അവരുടെ രോഗം ബാധിച്ച തൊലിയും കണ്ണുകളും വൃത്തിയാക്കി. മരുന്ന് കൊടുത്തു. അഴുക്കുപിടിച്ച വസ്ത്രങ്ങൾ കഴുകി.

"രാജകുമാരി, നിങ്ങൾ എത്ര നാളായി ഇതു ചെയ്യാൻ തുടങ്ങി യിട്ട്? സിദ്ധാർത്ഥൻ ചോദിച്ചു. "ഇവിടെ നിങ്ങളെ കാണുന്നത് ആഹ്ലാ ദകരമാണ്."

ഒരു കൊച്ചുപെൺകുട്ടിയുടെ കൈ കഴുകിക്കൊണ്ടിരുന്ന യശോ ധര തലയുയർത്തി, "ഏതാണ്ട് രണ്ടു കൊല്ലമായി. ഈ ഗ്രാമത്തിൽ ഞാനിത് രണ്ടാംതവണയാണ്."

"ഞാൻ പലപ്പോഴും ഇവിടെ വരാറുണ്ട്. കുട്ടികൾക്ക് എന്നെ നന്നാ യറിയാം. രാജകുമാരി, ഈ പ്രവൃത്തി നിങ്ങൾക്ക് വളരെയധികം സംതൃപ്തി നൽകുന്നുണ്ടായിരിക്കും."

മറുപടി പറയാതെ, യശോധര പുഞ്ചിരിച്ചു. പെൺകുട്ടിയുടെ കൈക ഴുകുന്നത്, കുനിഞ്ഞുനിന്ന് അവൾ തുടർന്നു.

അന്നേദിവസം, യശോധരയുമായി ദീർഘനേരം സംസാരിക്കാൻ സിദ്ധാർത്ഥന് അവസരമുണ്ടായി. തന്റെ ആശയങ്ങൾ പലതും അവൾ പങ്കിടുന്നുണ്ടെന്നറിഞ്ഞതിൽ അയാൾ അത്ഭുതപ്പെട്ടു. പാരമ്പര്യത്തെ അലസമായി അനുസരിച്ച് രാജ്ഞിമന്ദിരത്തിൽ വെറുതെയിരിക്കാൻ അവൾ ഇഷ്ടപ്പെട്ടില്ല. അവളും വേദങ്ങൾ പഠിച്ചിരുന്നു. സമൂഹത്തിലെ

അനീതികളെ രഹസ്യമായി എതിർത്തിരുന്നു. രാജകുടുംബത്തിലെ സവിശേഷസൗഭാഗ്യമുള്ള ഒരംഗമായിരിക്കാൻ അവളും സിദ്ധാർത്ഥ നെപ്പോലെത്തന്നെ ഇഷ്ടപ്പെട്ടില്ല. ബ്രാഹ്മണർക്കിടയിലും രാജ്യങ്ങൾ ക്കിടയിലുമുണ്ടായിരുന്ന അധികാര വടംവലികളെ അവൾ വെറുത്തു. ഒരു സ്ത്രീയെന്ന നിലയ്ക്ക് പറയത്തക്ക സാമൂഹ്യമാറ്റമൊന്നും ഉണ്ടാ ക്കാനാവില്ലെന്ന് അവൾക്കറിയാം. അതുകൊണ്ട് ജീവകാരുണ്യപ്ര വർത്തനങ്ങളിലൂടെ തന്റെ ഉറച്ച നിലപാടുകൾ പ്രകാശിപ്പിച്ചു. അവ ളുടെ ഉദാഹരണത്തിലൂടെ, കൂട്ടുകാർ ഇതിന്റെ മൂല്യം തിരിച്ചറിയുമെ ന്നവൾ ആശിച്ചു.

ആദ്യമായി കണ്ട അന്നുമുതൽ സിദ്ധാർത്ഥന് യശോധരയോട് ഒരു പ്രത്യേക ആകർഷണം തോന്നിയിരുന്നു. ഇപ്പോൾ അവൻ ഉച്ചരിക്കുന്ന ഓരോ വാക്കിലേക്കും അവൾ ആകൃഷ്ടയായി. അച്ഛൻ അവൻ ഉടനെ വിവാഹിതനാകണമെന്ന ആഗ്രഹം പ്രകടിപ്പിച്ചിരുന്നു. ഒരുപക്ഷേ, യശോധരയായിരിക്കും അനുയോജ്യയായ പെൺകുട്ടി. കലാകായിക മേളകളിൽ സിദ്ധാർത്ഥൻ അനേകം സുന്ദരികളായ യുവതികളെ കാണു കയുണ്ടായി. എന്നാൽ യശോധര ഏറ്റവും സുന്ദരി മാത്രമായിരുന്നില്ല, അവന് അവളുമായി സൗഖ്യവും സംതൃപ്തിയും തോന്നി.

ഒരു ദിവസം, ഗോതമി രാജ്ഞി തലസ്ഥാനത്തിലെ എല്ലാ യുവതി കൾക്കും ഒരു സ്വീകരണം നൽകാൻ തീരുമാനിച്ചു. യശോധരയുടെ അമ്മയായ പമിതയോടുതന്നെ തയ്യാറെടുപ്പുകൾക്ക് സഹായമഭ്യർ ത്ഥിച്ചു. കപിലവസ്തുവിലെ എല്ലാ യുവതികളെയും ക്ഷണിച്ചു. ഓരോ രുത്തർക്കും ഭംഗിയുള്ള ഓരോ കണ്ഠാഭരണങ്ങൾ സമ്മാനിക്കണം. കായികമത്സരങ്ങളിലേയ്ക്കെത്തിയവരെ യശോധര സ്വീകരിച്ചതു പോലെ, യുവതികൾക്ക് സമ്മാനങ്ങൾ സിദ്ധാർത്ഥൻ നൽകണമെന്ന് രാജ്ഞി പമിത നിർദ്ദേശിച്ചു. ശുദ്ധോധനരാജാവും കുടുംബാംഗങ്ങളും സന്നിഹിതരായിരിക്കും.

പ്രശാന്തസുന്ദരമായ ഒരു സന്ധ്യക്കാണ് പരിപാടി നടത്തുന്നത്. കൊട്ടാരത്തിന്റെ നടപ്പുരകളിൽ തീറ്റയും കുടിയും സജ്ജീകരിച്ചു. സംഗീ തവിദ്വാന്മാർ അതിഥികളെ സന്തോഷിപ്പിച്ചു. സ്വർണനൂലുകൾ മിന്നുന്ന വർണ്ണശബളമായ സാരികൾ ചുറ്റി സുന്ദരികളായ യുവതികൾ പുഷ്പാ ലംകൃതമായ വിളക്കുകൾക്ക് കീഴിലായി അണിനിരന്നു. രാജാവും രാജ്ഞിയുമടങ്ങുന്ന രാജകീയ വിശിഷ്ടരുടെ മുമ്പിൽക്കൂടി അവർ ഓരോരുത്തരായി കടന്നുപോയി. ഏതാണ്ട് ആയിരം യുവതികൾക്ക് സമ്മാനിക്കാൻ വേണ്ടുന്ന സ്വർണവും അമൂല്യരത്നങ്ങളും മുത്തുമാ ലകളും നിറച്ച മേശയ്ക്കു പിന്നിലായി ഇടതുഭാഗത്ത്, രാജകീയവേ ഷത്തിൽ സിദ്ധാർത്ഥൻ നിന്നു.

സമ്മാനങ്ങൾ നേരിട്ടു നല്കാൻ ആദ്യം സിദ്ധാർത്ഥൻ വിസമ്മ തിച്ചു. എന്നാൽ ഗോതമിയും പമിതയും അവനോടപേക്ഷിച്ചു, “നിന്റെ കൈയിൽനിന്ന് നേരിട്ട് സമ്മാനം ലഭിക്കുന്നത് ആർക്കും ഒരു ബഹു മതിയും സന്തോഷവുമായിരിക്കും. നീയത് മനസ്സിലാക്കണം.” പമിത അവനെ ബോധ്യപ്പെടുത്താനെന്ന മട്ടിൽ പുഞ്ചിരിച്ചു. മറ്റുള്ളവർക്ക് സന്തോഷം നൽകുന്നത് വിസമ്മതിക്കാൻ അവനിഷ്ടപ്പെട്ടില്ല, അതു കൊണ്ടവൻ സമ്മതിച്ചു. എന്നാൽ ആയിരക്കണക്കിനുവരുന്ന അതി ഥികളുടെ മുമ്പിൽ നിന്നുകൊണ്ട്, എങ്ങനെ ഓരോ യുവതിക്കും അനു യോജ്യമായ കണ്ഠാഭരണം തെരഞ്ഞെടുക്കുമെന്ന് അവനറിയില്ല. സിദ്ധാർത്ഥന്റെ അടുത്തെത്തുന്നതിനു മുമ്പ്, ഓരോ യുവതിയും സദ സ്സിന്റെ നിറക്കാഴ്ചയിലൂടെയാണ് കടന്നുപോയത്. ആദ്യമായി സമ്മാനം കൊടുക്കേണ്ടിയിരുന്നത്, ഒരു രാജകുമാരന്റെ മകളായ സോമയ്ക്കാ യിരുന്നു. പമിതയുടെ നിർദ്ദേശാനുസരണം, അവൾ രാജകീയവേദി യുടെ പടികൾ കയറി. രാജാവിനെയും രാജ്ഞിയെയും വിശിഷ്ടാതി ഥികളെയും വണങ്ങാൻ ഒന്നു നിന്നു, പിന്നെ മന്ദം സിദ്ധാർത്ഥന്റെ അടുത്തേക്ക് നീങ്ങി. അവന്റെ അടുത്തെത്തിയപ്പോൾ, അവൾ തലതാ ഴ്ത്തി, അവനും. പിന്നീടവൻ അവൾക്ക് ഒരു മുത്തുമാല സമ്മാനിച്ചു. അതിഥികൾ കൈയടിച്ച് അംഗീകരിച്ചു. സോമ തലതാഴ്ത്തി. അവൾ വളരെ മൃദുസ്വരത്തിലാണ് നന്ദി പറഞ്ഞത്, സിദ്ധാർത്ഥനുതന്നെ കേൾക്കാൻ കഴിയാത്തത്ര മൃദുവായി.

അടുത്തവൾ രോഹിണിയായിരുന്നു. നദിയുടെ പേരുള്ളവൾ. ഓരോ യുവതിയുടേയും സവിശേഷ സൗന്ദര്യത്തിനും സൗകുമാര്യ ത്തിനും അനുയോജ്യമായ ആഭരണങ്ങൾ തെരഞ്ഞെടുക്കാൻ സിദ്ധാർ ത്ഥൻ ശ്രമിച്ചില്ല. മേശമേൽ അടുത്തെന്താണോ അതെടുത്ത്, അടുത്ത യുവതിക്ക് സമ്മാനിച്ചു. അങ്ങനെ ഉപഹാരസമർപ്പണം തുടർന്നു. പത്തുമണിയോടെ മിക്ക ആഭരണങ്ങളും കൊടുത്തു കഴിഞ്ഞിരുന്നു. എല്ലാവരും കരുതി, സേലയെന്നുപേരുള്ള യുവതിയായിരിക്കും, ഏറ്റവും ഒടുവിലത്തേതെന്ന്. തന്റെ ജോലി തീർന്നെന്ന് സിദ്ധാർത്ഥനും വിചാരിച്ചു; അപ്പോഴാണ് സദസ്സിൽനിന്ന് ഒരു യുവതി മന്ദം പ്രത്യക്ഷ പ്പെടുന്നത്. അത് യശോധരയായിരുന്നു. പ്രഭാതത്തിന്റെ കുളിർതെ ന്നൽപോലെ, ലളിതവും ലഘുവുമായ ആനക്കൊമ്പ് നിറമുള്ള ഒരു സാരിയാണ് അവൾ ഉടുത്തിരുന്നത്. അവൾ രാജാവിനെയും രാജ്ഞി യെയും വണങ്ങി. നൈസർഗികമായ സൗകുമാര്യത്തോടെ അവൾ സിദ്ധാർ ത്ഥനെ സമീപിച്ചു, പുഞ്ചിരിച്ചു, “എനിക്കെന്തെങ്കിലും അങ്ങ് ബാക്കി വെച്ചിട്ടുണ്ടോ?”

സിദ്ധാർത്ഥൻ യശോധരയെ നോക്കി. പിന്നെ സംഭ്രമത്തോടെ മേശ മേൽ ശേഷിക്കുന്ന ആഭരണങ്ങളിലേക്കും. അവൻ ആകെ അമ്പരന്നു.

യശോധരയ്ക്കു ചേർന്ന ഒന്നുംതന്നെ മേശമേലില്ല. പെട്ടെന്നവൻ പുഞ്ചിരിച്ചു. സ്വന്തം കഴുത്തിൽനിന്നും കണ്ഠാഭരണം അഴിച്ചെടുത്ത് അവൻ യശോധരയ്ക്കു നീട്ടി, "രാജകുമാരി, ഇതാണ് നിങ്ങൾക്കുള്ള സമ്മാനം."

യശോധര തലയാട്ടി, "ഞാനിവിടെ വന്നത് നിങ്ങളെ ആദരിക്കാനാണ്. എനിക്കെങ്ങനെ നിങ്ങളുടെ കണ്ഠാഭരണം എടുത്തുകൊണ്ട് പോകാനാവും?"

സിദ്ധാർത്ഥൻ, "എന്റമ്മ ഗൗതമി രാജ്ഞി പലപ്പോഴും പറയാറുണ്ട്, ആഭരണമില്ലാതിരിക്കുന്നതാണ് എനിക്ക് കൂടുതൽ ചേർച്ചയെന്ന്; ദയവായി, രാജകുമാരി, ഈ സമ്മാനം സ്വീകരിച്ചാലും."

അവളോട് തന്റെടുത്തേക്ക് നീങ്ങിനില്ക്കാൻ അവൻ ആംഗ്യംകാട്ടി, കാരണം അവനുതന്നെ ആ തിളങ്ങുന്ന മുത്തുമാല അവളുടെ കഴുത്തിൽ അണിയിക്കാമല്ലോ. അതിഥികൾ ആഹ്ലാദത്തിൽ മതിമറന്നു; ആഹ്ലാദാരവങ്ങൾ ഒരിക്കലും അവസാനിക്കില്ലെന്നു തോന്നി. അവരെല്ലാവരും എണീറ്റുനിന്നു, അവരുടെ ആനന്ദകരമായ അംഗീകാരം പ്രകടിപ്പിക്കാൻ.

9. കാരുണ്യത്തിന്റെ പാത

തുടർന്നു വന്ന ശരത്കാലത്താണ് സിദ്ധാർത്ഥന്റെയും യശോധരയുടെയും വിവാഹം നടന്നത്. രാജ്യത്താകമാനം അത് അനല്പമായ ആഹ്ലാദത്തിന്റെയും ആഘോഷത്തിന്റെയും അവസരമായിരുന്നു. കൊടികളാലും വിളക്കുകളാലും പൂക്കളാലും തലസ്ഥാനമായ കപിലവസ്തു അലങ്കരിക്കപ്പെട്ടു. എവിടെയും സംഗീതസാന്ദ്രമായിരുന്നു. തങ്ങളുടെ വാഹനത്തിൽ എവിടെയെല്ലാം യശോധരയും സിദ്ധാർത്ഥനും ചെന്നുവോ അവിടെയെല്ലാം അവർ ആഹ്ലാദാരവങ്ങളാൽ സ്വീകരിക്കപ്പെട്ടു. തൊട്ടടുത്ത ഗ്രാമങ്ങളും കുടിലുകളും അവർ സന്ദർശിച്ചു. ഭക്ഷണവും വസ്ത്രവും ഉപഹാരങ്ങളായി നിർദ്ധനർക്ക് കൊടുത്തു.

യുവദമ്പതികൾക്ക് ഓരോ ഋതുവിലും പ്രത്യേകം പ്രത്യേകം താമസിക്കാനുള്ള മൂന്നു മണിമന്ദിരങ്ങളുടെ പണിക്ക് ശുദ്ധോധന രാജാവ് തന്നെ മേൽനോട്ടം വഹിച്ചു. മനോഹരമായ കുന്നിൻപ്രദേശത്തായിരുന്നു വേനൽക്കാല മന്ദിരം പണികഴിപ്പിച്ചത്. മഴക്കാല മന്ദിരവും മഞ്ഞുകാല മന്ദിരവും തലസ്ഥാന നഗരിയിൽ തന്നെയായിരുന്നു. ഓരോ മന്ദിരത്തിനും താമരക്കുളവുമുണ്ടായിരുന്നു. ചില കുളങ്ങൾ നീലത്താമരകൾക്കായി. ചിലവ ഇളംചുവപ്പ് രാശിയുള്ള താമരകൾക്കായി. മറ്റു ചിലവ വെള്ളത്താമരകൾക്കും. തെക്കുപടിഞ്ഞാറുള്ള കാശിരാജ്യത്തിന്റെ തലസ്ഥാനമായ വാരണാസിയിൽ നിന്നാണ് ദമ്പതികൾക്കുള്ള മോടിയേറിയ വസ്ത്രങ്ങളും പാദരക്ഷകളും ഓരോ ദിവസം കത്തിക്കാനുള്ള സുഗന്ധചന്ദനവും കൊണ്ടുവന്നത്.

ശുദ്ധോധനന് സമാധാനമായി; സിദ്ധാർത്ഥൻ താനാഗ്രഹിച്ച വഴി തന്നെ പിന്തുടർന്നു. മകനും മരുമകൾക്കും ഇടതടവില്ലാതെ, മധുരോദാരമായ വിനോദം നല്കുവാൻ രാജാവ് തലസ്ഥാനനഗരിയിലെ ഏറ്റവും നല്ല പാട്ടുകാരെയും നട്ടുവൻമാരെയും തെരഞ്ഞെടുത്തു.

സമ്പത്തും പദവിയും അതിതുഷ്ടി നല്കുന്ന ഒരു ജീവിതത്തിലായിരുന്നില്ല സിദ്ധാർത്ഥന്റെയും യശോധരയുടെയും സന്തോഷം. തങ്ങളുടെ ഹൃദയങ്ങൾ പരസ്പരം തുറക്കുന്നതും മനസ്സിലുള്ള ഏറ്റവും ആഴമേറിയ ചിന്തകൾപോലും പങ്കുവെക്കുന്നതിലുമായിരുന്നു, അവ

രുടെ സന്തോഷം. പട്ടുവസ്ത്രങ്ങളോ സ്വാദിഷ്ടവിഭവങ്ങളോ അവരെ ഇളക്കിയില്ല. പാട്ടുകാരുടെയും നട്ടുവൻമാരുടെയും കലാനൈപുണിയെ അവർ അനുമോദിച്ചെങ്കിലും അവ നല്കിയ ആഹ്ലാദങ്ങളിൽ അവർ കുടുങ്ങിപ്പോയില്ല. അവർക്ക് അവരുടേതായ സ്വപ്നങ്ങളുണ്ടായിരുന്നു - സമൂഹത്തിന്റെ നവോത്ഥാനത്തെക്കുറിച്ചും ആത്മീയാന്വേഷണത്തെക്കുറിച്ചും.

തുടർന്നു വന്ന വേനൽക്കാലത്ത്, സിദ്ധാർത്ഥന്റെ വിശ്വസ്തനും പരിചാരകനുമായിരുന്ന ചന്നൻ അവരെ വേനൽക്കാലമന്ദിരത്തിലേക്ക് കൊണ്ടുപോകുമ്പോൾ സിദ്ധാർത്ഥൻ, യശോധരയ്ക്ക് അവൾ അതുവരെ കാണാത്തതും അറിയാത്തതുമായ രാജ്യത്തിന്റെ വിവിധ ഭാഗങ്ങൾ പരിചയപ്പെടുത്തി. അവർ ഓരോ പ്രദേശത്തും നിരവധി ദിവസങ്ങൾ താമസിച്ചു. ചിലപ്പോൾ ഗ്രാമീണരുടെ വീടുകളിൽ അവരുമൊത്ത് ലളിതമായ ഭക്ഷണം പങ്കിട്ടു. അവർ നെയ്ത വള്ളിക്കട്ടിലുകളിലുറങ്ങി. സന്ദർശിച്ച ഓരോ ദേശത്തിന്റെയും ജീവിതരീതിയെക്കുറിച്ചും ആചാരങ്ങളെക്കുറിച്ചും അവർ വളരെയേറെ പഠിച്ചു.

ചില സമയങ്ങളിൽ, അവർ കടുത്ത ദുരിതം കണ്ടു. ഒമ്പതും പത്തും കുട്ടികളുള്ള കുടുംബങ്ങൾ. ഓരോ കുട്ടിയും രോഗബാധിതനായി. മാതാപിതാക്കൾ അഹോരാത്രം അധ്വാനിച്ചിട്ടും, ഇത്രയധികം കുട്ടികളെ പോറ്റാനുള്ള വക സമ്പാദിക്കാൻ അവർക്കായില്ല. കർഷകരുടെ ജീവിതം ദുരിതങ്ങളുടേതായിരുന്നു. പോഷകാഹാരമില്ലാതെയും വയറുന്തിയും തീപ്പെട്ടിക്കമ്പുപോലെ മെലിഞ്ഞുണങ്ങിയ കൈകാലുകളുള്ള കുട്ടികളെ സിദ്ധാർത്ഥൻ കണ്ണിമയ്ക്കാതെ നോക്കിനിന്നു. അംഗഹീനരും ബലഹീനരും തെരുവുകളിൽ തെണ്ടാൻ നിർബന്ധിതരായി. ഇത്തരം കാഴ്ചകൾ സിദ്ധാർത്ഥന്റെ എല്ലാ സന്തോഷവും കെടുത്തി. മനുഷ്യർ രക്ഷപ്പെടാനാവാത്ത സാഹചര്യങ്ങളിൽ കുടുങ്ങിക്കിടക്കുന്നതായി അവൻ കണ്ടു. ദാരിദ്ര്യത്തിനും രോഗങ്ങൾക്കും പുറമെ, അവർ ബ്രാഹ്മണരാൽ പീഡിപ്പിക്കപ്പെട്ടിരുന്നു; പരാതിപ്പെടാൻ ഒരാൾ പോലുമില്ല. തലസ്ഥാനം വളരെ ദൂരെയാണ്, ഇനിയവിടെ ചെന്നാൽതന്നെ, ആരാണവരെ സഹായിക്കുക? ഒരു രാജാവിനുപോലും അവരുടെ അവസ്ഥ മാറ്റാനാവില്ലെന്ന് സിദ്ധാർത്ഥനറിഞ്ഞു.

രാജകീയ കോടതിയുടെ അന്തർപ്രവർത്തനങ്ങൾ സിദ്ധാർത്ഥന് ദീർഘകാലമായി അറിയാവുന്നതാണ്. ഓരോ ഉദ്യോഗസ്ഥനും തന്റെ അധികാരം നിലനിർത്താനും സംരക്ഷിക്കാനുമാണ് വ്യഗ്രത; വേദനിക്കുന്നവരുടെ ദുരിതങ്ങൾക്ക് പരിഹാരം കാണാൻ യാതൊരു താല്പര്യവുമില്ല. അധികാരത്തിലിരിക്കുന്നവർ പരസ്പരം ഗൂഢതന്ത്രങ്ങൾ മെനയുന്നത് അവൻ കണ്ടിട്ടുണ്ട്. രാഷ്ട്രീയത്തോട് വിരക്തിയല്ലാതെ

മറ്റൊന്നും തോന്നിയിട്ടില്ല അവന്. തന്റെ അച്ഛന്റെ അധികാരംപോലും ദുർബലവും പരിമിതവുമാണ് – ഒരു രാജാവിന് യഥാർഥ സ്വാതന്ത്ര്യ മില്ല; അദ്ദേഹം തന്റെ അധികാരസ്ഥാനത്താൽ തടവിലാക്കപ്പെട്ടവ നാണ്. തന്റെ അച്ഛന് പലേ ഉദ്യോഗസ്ഥന്മാരുടെയും ആർത്തിയും അഴിമതിയും അറിവുള്ളതാണ്. എന്നാൽ ഈ ഉദ്യോഗസ്ഥരെ ആശ്ര യിക്കേണ്ടി വരുന്നു തന്റെ ഭരണത്തിന്റെ സുസ്ഥിരത നിലനിർത്താൻ. താൻ അച്ഛന്റെ സ്ഥാനത്താണെങ്കിൽ, തനിക്കും ഇതുതന്നെ ചെയ്യേ ണ്ടിവരും, സിദ്ധാർത്ഥൻ മനസ്സിലാക്കി. ജനങ്ങൾ ആർത്തിയും അസൂ യയും അവരുടെ ഹൃദയങ്ങളിൽനിന്ന് ഒഴിവാക്കിയാൽ മാത്രമേ, അവ രുടെ അവസ്ഥക്കു മാറ്റമുണ്ടാകൂ. ആത്മീയ വിമോചനത്തിന്റെ പാതയ ന്വേഷിക്കാനുള്ള ആഗ്രഹം, അവനിൽ വീണ്ടും ജ്വലിച്ചു.

യശോധര കുശാഗ്രബുദ്ധിയും സഹജാവബോധമുള്ളവളുമായി രുന്നു. സിദ്ധാർത്ഥന്റെ ആഗ്രഹങ്ങൾ അവൾക്ക് അറിയാമായിരുന്നു. സിദ്ധാർത്ഥൻ മോചനത്തിന്റെ പാത അന്വേഷിക്കുവാൻ തീരുമാനി ക്കുകയാണെങ്കിൽ അദ്ദേഹമതിൽ വിജയിക്കും, അവൾക്ക് വിശ്വാസ മായിരുന്നു. പക്ഷേ, അവൾ പ്രായോഗികമതിയുമായിരുന്നു. അത്തര മൊരന്വേഷണം മാസങ്ങളും ചിലപ്പോൾ വർഷങ്ങളും നീണ്ടേക്കാം. അതിനിടയ്ക്ക് അവർക്കു ചുറ്റും ദുരിതങ്ങൾ തുടർന്നുകൊണ്ടേയിരി ക്കും. അതുകൊണ്ട്, സമയം കളയാതെ, തൽക്ഷണം പ്രതികരിക്കേ ണ്ടത് ആവശ്യമാണെന്നും അവൾ വിശ്വസിച്ചു. സമൂഹത്തിലെ ഏറ്റവും ദരിദ്രരുടെ ദുരിതം കുറയ്ക്കാനുള്ള മാർഗങ്ങളെപ്പറ്റി അവൾ സിദ്ധാർത്ഥനുമായി ആലോചിച്ചു. അവൾ അനേകം വർഷങ്ങളായി ഇത്തരത്തിലുള്ള ജോലി ചെയ്തുകൊണ്ടിരിക്കുന്നു. അവളുടെ ശ്രമ ങ്ങൾ കുറച്ച് മനുഷ്യരുടെ ദുരിതങ്ങൾ കുറയ്ക്കുവാൻ സഹായിച്ചിട്ടു ണ്ട്. അവൾക്കും ഒരു പരിധിവരെ സന്തോഷവും ശാന്തിയും ഉള്ളിൽ തോന്നിയിട്ടുണ്ട്, ഇക്കാര്യത്തിൽ. സിദ്ധാർത്ഥന്റെ താങ്ങുണ്ടെങ്കിൽ ദീർഘകാലത്തേക്ക് ഇത്തരം പ്രവർത്തനം തുടരാനാവുമെന്ന് അവൾ വിശ്വസിച്ചു.

ആ ദമ്പതിമാരുടെ വേനൽക്കാലാവശ്യങ്ങൾക്കായി കപിലവസ്തു വിൽനിന്നും ആളും അർത്ഥവും ഒഴുകിക്കൊണ്ടിരുന്നു. സിദ്ധാർത്ഥനും യശോധരയും ഭൂരിഭാഗം വേലക്കാരെയും കൊട്ടാരത്തിലേക്കു തന്നെ പറഞ്ഞയച്ചു. വീടുനോക്കാനും പാചകത്തിനും പൂന്തോട്ടപ്പണിക്കും വളരെ കുറച്ചുപേരെ മാത്രം സഹായത്തിന് നിർത്തി. തീർച്ചയായും, അവർ ചന്നന്റെ സേവനം നിലനിർത്തുകതന്നെ ചെയ്തു. യശോധര അവരുടെ ജീവിതം കഴിയാവുന്നത്ര ലളിതമാക്കി. സിദ്ധാർത്ഥനിഷ്ട പ്പെടുന്ന ഭക്ഷണങ്ങളുണ്ടാക്കാൻ അവൾ അടുക്കളജോലി ചെയ്തു. സിദ്ധാർത്ഥന്റെ വസ്ത്രങ്ങളും അവൾ തന്നെയാണ് ശ്രദ്ധിച്ചത്. തല

സ്ഥാനത്തേക്ക് മടങ്ങിച്ചെന്നാൽ ചെയ്യേണ്ട ആശ്വാസപദ്ധതികൾക്ക് അവൾ സിദ്ധാർത്ഥന്റെ നിർദ്ദേശങ്ങൾ തേടി. സാമൂഹ്യപ്രവർത്തനത്തിൽ മുഴുകാനുള്ള യശോധരയുടെ ആഗ്രഹം സിദ്ധാർത്ഥൻ മനസ്സിലാക്കി; അവൾക്ക് താങ്ങ് നൽകുന്നതിൽ അവൻ ഒരിക്കലും പരാജയപ്പെട്ടില്ല. അതോടുകൂടി, യശോധരയ്ക്ക് സിദ്ധാർത്ഥനിലുള്ള വിശ്വാസം കുറെക്കൂടി അഗാധമായി.

യശോധരയുടെ പ്രവർത്തനങ്ങളുടെ മൂല്യം സിദ്ധാർത്ഥനറിയാമായിരുന്നെങ്കിലും, അവളുടെ മാർഗം കൊണ്ട് മാത്രം, ശരിയായ ശാന്തിയുണ്ടാവില്ല, അവന് ബോധ്യമായി. രോഗങ്ങളിലും അന്യായമായ സാമൂഹ്യസാഹചര്യങ്ങളിലും മാത്രമല്ല ജനങ്ങൾ കുടുങ്ങിക്കിടക്കുന്നത്. സ്വന്തം മനസ്സുകളിലും ഹൃദയങ്ങളിലും അവർ സൃഷ്ടിച്ചിട്ടുള്ള ദുഃഖങ്ങളിലും കാമങ്ങളിലും അവർ കുടുങ്ങിക്കിടക്കുകയാണ്. ചില നേരങ്ങളിൽ, ഭയത്തിനും കോപത്തിനും വിദ്വേഷത്തിനും നിരാശയ്ക്കും യശോധര ഇരയായിത്തീരുന്നെങ്കിൽ, ജോലി തുടരാനുള്ള ഊർജം അവർക്ക് എവിടെനിന്നാണ് കിട്ടുക? കൊട്ടാരത്തിലും സമൂഹത്തിലും കാര്യങ്ങൾ നടക്കുന്നതെങ്ങനെയെന്ന് കണ്ട സിദ്ധാർത്ഥനും സംശയവും നിരാശയും വേദനയും അനുഭവപ്പെട്ടു. ശരിയായ സാമൂഹ്യപ്രവർത്തനത്തിന്റെ അടിത്തറ, ആന്തരിക ശാന്തിയായിരിക്കണം, സിദ്ധാർത്ഥനറിഞ്ഞു. എന്നാലീ ചിന്തകൾ അവൻ യശോധരയോട് വെളിപ്പെടുത്തിയില്ല. അതവൾക്ക് അസ്വാസ്ഥ്യവും അസ്ഥിരതയും മാത്രമേ നൽകൂ, അവൻ ഭയന്നു.

അവർ ശരത്കാലമന്ദിരത്തിലേക്ക് മടങ്ങിയപ്പോൾ, അതിഥികളുടെ നിരന്തരമായ പ്രവാഹം തന്നെയായിരുന്നു. കുടുംബാംഗങ്ങളെയും ചങ്ങാതിമാരെയും യശോധര ആദരവോടും സ്നേഹത്തോടും കൂടി സ്വീകരിച്ചു. തത്ത്വശാസ്ത്രം, മതം, രാഷ്ട്രീയത്തോടും സമൂഹത്തോടുമുള്ള അവരുടെ നിലപാട് എന്നിവയെപ്പറ്റി സിദ്ധാർത്ഥൻ അവരുമായി സംസാരിക്കുമ്പോൾ, അവൾ കൂടുതൽ ശ്രദ്ധാലുവായിരുന്നു. വേലക്കാർക്ക് നിർദ്ദേശങ്ങൾ നൽകാൻ അങ്ങോട്ടുമിങ്ങോട്ടും പോകേണ്ടി വരുമ്പോഴും ഈ സംഭാഷണങ്ങളിൽനിന്ന് ഒരു വാക്കു പോലും നഷ്ടപ്പെട്ടില്ല, അവൾക്ക്. തന്റെ സുഹൃത്തുക്കളിൽ ചിലരെങ്കിലും തന്റെ ജോലിയിൽ ചേരാൻ താല്പര്യമെടുക്കുന്നത് കാണാൻ അവൾ ആഗ്രഹിച്ചു. എന്നാൽ ആരും അത്തരം കാര്യങ്ങളിൽ താല്പര്യം കാണിച്ചില്ല. ഏതാണ്ടെല്ലാവർക്കും സൽക്കാരത്തിനും വിനോദത്തിനുമായിരുന്നു താല്പര്യം - എന്നിട്ടും സിദ്ധാർത്ഥനും യശോധരയും എല്ലാവരെയും ക്ഷമയോടെ സ്വീകരിച്ചു.

സിദ്ധാർത്ഥനെ കൂടാതെ മറ്റൊരാൾകൂടി യശോധരയെ മനസ്സിലാ

ക്കുകയും പൂർണഹൃദയത്തോടെ പിന്താങ്ങുകയും ചെയ്തിരുന്നു - ഗോതമി രാജ്ഞി, മഹാപ്രജാപതി. കാരണം യശോധര സന്തോഷവതിയായാൽ സിദ്ധാർത്ഥനും സന്തോഷവാനായിരിക്കും. എന്നാൽ ആ ഒരൊറ്റ കാരണംകൊണ്ട് മാത്രമായിരുന്നില്ല അവർ യശോധരയെ അനുകൂലിച്ചിരുന്നത്; അവളുടെ സദ്പ്രവൃത്തികളും കാരണമായിരുന്നു. ഗോതമി കാരുണ്യമുള്ള സ്ത്രീയായിരുന്നു. ഒരു ദരിദ്രഗ്രാമത്തിലേക്ക് യശോധരയെ അനുഗമിച്ച ആദ്യപ്രാവശ്യംതന്നെ അവളുടെ പ്രവർത്തനങ്ങളുടെ പ്രാധാന്യത്തെപ്പറ്റി അവർ മനസ്സിലാക്കി. നിർധനർക്ക് കൊടുത്ത മരുന്നും തുണിയും ആട്ടയും അരിയുംകൊണ്ട് മാത്രമായിരുന്നില്ല അത്; വേദനിക്കുന്നവരോട് നാം നേരിട്ട് പുലർത്തുന്ന ഹൃദയപൂർവ്വമായ പെരുമാറ്റവും കാരുണ്യമൂറുന്ന നോട്ടങ്ങളും കാരണമായിരുന്നു.

കൊട്ടാരത്തിലെ മറ്റു സ്ത്രീകളെപ്പോലുള്ള ഒരുവളായിരുന്നില്ല രാജ്ഞി, മഹാപ്രജാപതി. സ്ത്രീകൾക്ക് പുരുഷന്മാരെപ്പോലെത്തന്നെ അറിവും ശക്തിയുമുണ്ട്; സമൂഹത്തിന്റെ ഉത്തരവാദിത്തം കൂടി അവർ ഏറ്റെടുക്കേണ്ടതുണ്ട്. അവർ യശോധരയോട് പറഞ്ഞു. വീടുകളിൽ സന്തോഷവും ഊഷ്മളതയും സൃഷ്ടിക്കാൻ സവിശേഷമായ സിദ്ധി സ്ത്രീകൾക്കുണ്ട്; അതേസമയം അവർ കൊട്ടാരത്തിലും അടുക്കളയിലുമായി കഴിയുന്നതിൽ യാതൊരു കഴമ്പുമില്ല. തന്നെപ്പോലെത്തന്നെ യശോധരയും ചിന്തിക്കുന്നവളും സ്വതന്ത്രയായിരിക്കാൻ ആഗ്രഹിക്കുന്നവളുമാണ്; അതുകൊണ്ട് തന്റെ മരുമകളിൽ അവർ ഒരു യഥാർത്ഥ സൗഹൃദം കണ്ടെത്തി. യശോധരയ്ക്ക് തന്റെ അംഗീകാരം വാഗ്ദാനം ചെയ്യുക മാത്രമല്ല അവർ ചെയ്തത്, അവർ യശോധരയോടൊപ്പം പണിചെയ്തു.

10. പിറക്കാത്ത കുഞ്ഞ്

ഇക്കാലത്ത് ശുദ്ധോധനരാജാവ്, സിദ്ധാർത്ഥൻ തന്റെ കൂടെ കൂടുതൽ സമയം ചെലവഴിക്കണമെന്ന ആഗ്രഹം പ്രകടിപ്പിച്ചു. അങ്ങനെയായാൽ രാഷ്ട്രീയകാര്യങ്ങളിലും രാജ്യവ്യവഹാരങ്ങളിലും മകന് നിർദ്ദേശങ്ങൾ കൊടുക്കാൻ കഴിയുമല്ലോ. അനേകം ഔദ്യോഗിക യോഗങ്ങളിൽ പങ്കെടുക്കുവാൻ രാജകുമാരൻ ക്ഷണിക്കപ്പെട്ടു. ചിലപ്പോൾ രാജാവുമായി ഒറ്റയ്ക്ക്. മറ്റു സമയങ്ങളിൽ രാജസദസ്സിൽ. സിദ്ധാർത്ഥൻ ഈ വക കാര്യങ്ങളിൽ പരിപൂർണ ശ്രദ്ധ നൽകി. രാഷ്ട്രീയത്തിൽ ഇടപെടുന്നവരുടെ സ്വാർത്ഥമോഹങ്ങളിലാണ് ഏതൊരു രാജ്യത്തിന്റേയും രാഷ്ട്രീയവും സാമ്പത്തികവും സൈനികവുമായ പ്രശ്നങ്ങളുടെ വേരുകൾ, സിദ്ധാർത്ഥൻ മനസ്സിലാക്കി. സ്വന്തം അധികാരം സംരക്ഷിക്കുന്നതിനെപ്പറ്റി മാത്രം ആശങ്കപ്പെടുന്ന അവർക്ക് സാധാരണക്കാരന്റെ നന്മയ്ക്കുതകുന്ന മോചനാത്മകമായ പദ്ധതികൾ രൂപീകരിക്കാൻ സാധ്യമല്ല. അഴിമതിക്കാരായ ഉദ്യോഗസ്ഥന്മാർ സദാചാരവും ധാർമ്മികതയും നടിക്കുന്നത് കണ്ട് സിദ്ധാർത്ഥന്റെ ഹൃദയത്തിൽ കോപം നിറഞ്ഞു. പക്ഷേ, അവനത് ഉള്ളിൽ ഒതുക്കിവച്ചു, കാരണം ബദലായി ഒന്നും കാണിച്ചുകൊടുക്കാനുണ്ടായിരുന്നില്ല.

"ഇങ്ങനെ എപ്പോഴും മൗനിയായിരിക്കാതെ, എന്തുകൊണ്ട് നിനക്ക് രാജസദസ്സിൽ പുതിയ ആശയങ്ങൾ അവതരിപ്പിച്ചുകൂടാ?" ഒരു ദിവസം കുറെയേറെ ഉദ്യോഗസ്ഥരുമായുള്ള കൂടിക്കാഴ്ചക്കുശേഷം, ശുദ്ധോധന രാജാവ് ചോദിച്ചു.

സിദ്ധാർത്ഥൻ അച്ഛനെ നോക്കി, "എനിക്ക് പുതിയ ആശയങ്ങൾ ഇല്ലാതെയല്ല. പക്ഷേ, അവ പറയുന്നത് പ്രയോജന ശൂന്യമാണ്. അവ രോഗം ചൂണ്ടിക്കാട്ടുന്നതേയുള്ളൂ. രാജസദസ്സിലുള്ളവരുടെ സ്വാർത്ഥമോഹങ്ങൾക്ക് ഒരു പരിഹാരം എനിക്കിന്നും കാണാനാവുന്നില്ല. ഉദാഹരണത്തിന് വെസ്സാമിത്രനെ എടുക്കുക. രാജസദസ്സിൽ അദ്ദേഹം വളരെയേറെ അധികാരം കൈയാളുന്നവനാണ്; എന്നിട്ടും അങ്ങേയ്ക്കറിയാം അദ്ദേഹം അഴിമതിക്കാരനാണെന്ന്. ഒന്നിലേറെ തവണ അദ്ദേഹം അങ്ങയുടെ അധികാരം പിടിച്ചെടുക്കാൻ ശ്രമിച്ചിട്ടുണ്ട്.

എന്നിട്ടും അങ്ങിപ്പോഴും അദ്ദേഹത്തിന്റെ സേവനങ്ങളെ ആശ്രയിക്കാൻ നിർബന്ധിതനാണ്. എന്തുകൊണ്ട്? അങ്ങേയ്ക്കറിയാം, അങ്ങിനെയല്ലെങ്കിൽ, കലാപം പൊട്ടിപ്പുറപ്പെടും."

ശുദ്ധോധനരാജാവ് മകനെ നിശ്ശബ്ദനായി ഒരു നീണ്ട നിമിഷനേരം നോക്കി, പിന്നീട് പറഞ്ഞു, "സിദ്ധാർത്ഥാ, നിനക്ക് നല്ലപോലെ അറിയാം, വീട്ടിലായാലും നാട്ടിലായാലും സമാധാനം നിലനിർത്താൻ ചിലതൊക്കെ കണ്ടില്ലെന്ന് വെയ്ക്കേണ്ടി വരും. എന്റെ അധികാരം പരിമിതമാണ്, എന്നാൽ ഒരു കാര്യം തീർച്ച, നീ രാജാവാകുകയാണെങ്കിൽ എന്നേക്കാൾ നന്നായി നിനക്ക് പ്രവർത്തിക്കാനാവും. നമ്മുടെ രാജ്യത്തുണ്ടാകുന്ന ആഭ്യന്തര കലാപങ്ങൾ ഒഴിവാക്കി, ഉദ്യോഗസ്ഥർക്കിടയിലെ അഴിമതി തുടച്ചുമാറ്റാനുള്ള കഴിവ് നിനക്കുണ്ട്."

സിദ്ധാർത്ഥൻ ദീർഘശ്വാസം വിട്ടു: "അച്ഛാ, എനിക്ക് തോന്നുന്നില്ല, അത് കഴിവിന്റെ പ്രശ്നമാണെന്ന്. അടിസ്ഥാനപ്രശ്നം ഒരുവന്റെ മനസ്സും ഹൃദയവും വിമോചിപ്പിക്കുകയാണ്. ഞാനും ആഗ്രഹം, ഭയം, കോപം, അസൂയ എന്നീ വികാരങ്ങളാൽ കുരുക്കപ്പെട്ടവനാണ്."

അച്ഛനും മകനും തമ്മിലുള്ള ഇത്തരം സംഭാഷണങ്ങൾ ശുദ്ധോധനരാജാവിനെ കൂടുതൽ ആശങ്കാകുലനാക്കി. അസാധാരണമായ ആഴമുള്ളവനാണ് സിദ്ധാർത്ഥൻ, അദ്ദേഹം തിരിച്ചറിഞ്ഞു; താനും അവനും എത്ര വ്യത്യസ്തമായാണ് ലോകത്തെ കാണുന്നത്. എന്നിട്ടും, സമയം വരുമ്പോൾ, സിദ്ധാർത്ഥൻ അവന്റെ പങ്ക് സ്വീകരിക്കുമെന്നും വളരെ ശ്രേഷ്ഠമായ രീതിയിൽ അത് നിർവ്വഹിക്കുമെന്നും അദ്ദേഹം ആശിച്ചു.

രാജസദസ്സിലെ കടമകൾക്കും യശോധരയെ സഹായിക്കുന്നതിനും പുറമെ, സിദ്ധാർത്ഥൻ അറിയപ്പെടുന്ന ബ്രാഹ്മണരെയും സന്യാസിമാരെയും കാണുന്നതും പഠിക്കുന്നതും തുടർന്നു. വിശുദ്ധഗ്രന്ഥങ്ങളുടെ വെറും പഠനം മാത്രമല്ല മതത്തിന്റെ അന്വേഷണം, അവന് ബോധ്യമായി. മനസ്സിന്റേയും ഹൃദയത്തിന്റേയും വിമോചനത്തിനുള്ള ധ്യാനപരിശീലനം അതിലുൾപ്പെടുന്നുണ്ട്. ധ്യാനത്തെക്കുറിച്ച് കൂടുതൽ പഠിക്കാനുള്ള അന്വേഷണത്തിൽ അവൻ ഏർപ്പെട്ടു. ഈ പഠനങ്ങളിലൂടെ ഗ്രഹിച്ചതെല്ലാം, അവൻ കൊട്ടാരജീവിതത്തിൽ പരീക്ഷിച്ചു; ഈ ഉൾക്കാഴ്ചകളെല്ലാം യശോധരയുമായി പങ്കിട്ടു.

"ഗോപ", സിദ്ധാർത്ഥൻ സ്നേഹത്തോടെ യശോധരയെ വിളിച്ചു, "നിങ്ങളും ധ്യാനം പരിശീലിക്കണം. അത് നിങ്ങളുടെ ഹൃദയത്തിന് ശാന്തി നൽകും, നിങ്ങളുടെ പ്രവർത്തനങ്ങൾ ദീർഘകാലം തുടരാൻ സഹായിക്കും."

യശോധര സിദ്ധാർത്ഥന്റെ ഉപദേശം അനുസരിച്ചു. എത്ര തിരക്കുണ്ടായാലും അവൾ ധ്യാനത്തിനുള്ള സമയം കണ്ടെത്തി. ഭാര്യയും

ഭർത്താവും പലപ്പോഴും നിശ്ശബ്ദരായി ഒപ്പമിരുന്നു. അന്നേരങ്ങളിൽ അവരുടെ പരിചാരകർ അവരെ തനിയെ വിട്ടു. പാട്ടുകാരോടും നട്ടുവന്മാരോടും മറ്റെവിടെയെങ്കിലും പരിപാടി നടത്താൻ ആവശ്യപ്പെട്ടു, അവർ.

കൊച്ചിലെത്തന്നെ, ഒരു ബ്രാഹ്മണന്റെ ജീവിതത്തിലെ നാല് ഘട്ടങ്ങളെപ്പറ്റി സിദ്ധാർത്ഥനെ പഠിപ്പിച്ചിട്ടുണ്ട്. യൗവ്വനത്തിൽ ഒരു ബ്രാഹ്മണൻ വേദങ്ങൾ പഠിച്ചു. രണ്ടാംഘട്ടത്തിൽ വിവാഹിതനായി, കുടുംബമുണ്ടാക്കി, സമൂഹത്തെ സേവിച്ചു. മൂന്നാംഘട്ടത്തിൽ, കുട്ടികളെല്ലാം വലുതാവുന്നതോടെ, അയാൾ വിരമിക്കുന്നു, മതപഠനങ്ങൾക്ക് മുഴുവൻ സമയവും സമർപ്പിക്കുന്നു. നാലാംഘട്ടത്തിൽ, എല്ലാ ബന്ധങ്ങളിൽനിന്നും കടപ്പാടുകളിൽനിന്നും സ്വതന്ത്രനായി, ഒരു ബ്രാഹ്മണൻ ഒരു സന്യാസിയുടെ ജീവിതം നയിക്കുന്നു. സിദ്ധാർത്ഥൻ അതേപ്പറ്റി ചിന്തിച്ചു. ഒരുവൻ വയസ്സാവുന്നതോടെ, മോചനത്തിന്റെ വഴിയന്വേഷിക്കുന്നത് ഒട്ടും പ്രായോഗികമല്ലെന്ന് സിദ്ധാർത്ഥൻ ഉറപ്പിച്ചു. അത്രയും നീണ്ടകാലം കാത്തിരിക്കാൻ അവനിഷ്ടപ്പെട്ടില്ല.

"എന്തുകൊണ്ട് ഒരുവന് നാലു ഘട്ടങ്ങളും ഒന്നിച്ച് ഒറ്റയടിക്ക് ജീവിച്ചുകൂടാ? കുടുംബം ഉള്ളപ്പോൾതന്നെ എന്തുകൊണ്ട് ആത്മീയ ജീവിതം അന്വേഷിച്ചുകൂടാ?"

ഇപ്പോഴത്തെ ജീവിതത്തിന്റെ നടുവിൽ നിന്നുതന്നെ വിമോചനത്തിന്റെ മാർഗം പരിശീലിക്കുവാൻ സിദ്ധാർത്ഥൻ ആഗ്രഹിച്ചു. രാജഗൃഹമോ ശ്രാവസ്തിയോപോലെ ദൂരദേശങ്ങളിലുള്ള പ്രസിദ്ധരായ ഗുരുനാഥന്മാരെപ്പറ്റി ചിന്തിക്കാതിരിക്കുവാൻ, തീർച്ചയായും അവനു കഴിഞ്ഞില്ല. അത്തരം ഗുരുനാഥന്മാരുമായി പഠിക്കാൻ ഒരു മാർഗം കണ്ടെത്തുകയാണെങ്കിൽ, തീർച്ചയാണ്, തനിക്ക് കൂടുതൽ വികാസം ഉണ്ടാക്കാനാവും. താൻ ഇടയ്ക്കിടെ കാണാറുള്ള സന്യാസിമാരും ഗുരുനാഥന്മാരുമെല്ലാം അലാറാ കലാമ, ഉദ്ദകരാമപുത്രൻ തുടങ്ങി ചില വലിയ ഗുരുനാഥന്മാരുടെ പേരുകൾ പറയാറുണ്ട്. എല്ലാവരും അത്തരം ഗുരുനാഥന്മാരുടെ അടുത്ത് പഠിക്കാൻ താല്പര്യപ്പെട്ടു; ഓരോ ദിവസവും സിദ്ധാർത്ഥന്റെ ആഗ്രഹം തീക്ഷ്ണമായി വളർന്നു.

ഒരു ദിവസം ഉച്ചതിരിഞ്ഞ്, മുഖം നിറയെ വിഷാദവുമായി യശോധര കൊട്ടാരത്തിലെത്തി. അവൾ ഒരാഴ്ചയിലേറെയായി ശുശ്രൂഷിച്ചിരുന്ന ഒരു കുട്ടി മരിച്ചുപോയി. അവൾ എത്ര ശ്രമിച്ചിട്ടും, ആ കുട്ടിയെ മരണത്തിന്റെ പിടിയിൽനിന്നും രക്ഷിക്കാനായില്ല. ദുഃഖിതയായി അവൾ ധ്യാനത്തിലിരുന്നു; അവളുടെ കവിളുകളിലൂടെ കണ്ണുനീർ ഒഴുകി. എത്ര

ശ്രമിച്ചിട്ടും വികാരങ്ങൾ ഒതുക്കിപ്പിടിക്കാനായില്ല. രാജസദസ്സിൽ നിന്നും സിദ്ധാർത്ഥൻ എത്തിയതും അവൾ പൊട്ടിക്കരഞ്ഞു. അവളെ കരവലയത്തിലൊതുക്കി, സിദ്ധാർത്ഥൻ ആശ്വസിപ്പിക്കാൻ ശ്രമിച്ചു:

"ഗോപാ, നാളെ നമുക്കൊന്നിച്ച് ആ കുട്ടിയുടെ ശവസംസ്കാരത്തിനു പോകാം. ഇപ്പോൾ നീ കരയൂ, അത് നിന്റെ ഹൃദയത്തിലെ വേദന കുറയ്ക്കും. ജനനവും വാർദ്ധക്യവും, രോഗവും മരണവും ജീവിതത്തിൽ നാം നമ്മോടൊപ്പം കൊണ്ടുനടക്കുന്ന കനത്ത ബാധ്യതകളാണ്. ആ കുട്ടിക്ക് സംഭവിച്ചത് ഏതു നിമിഷവും നമുക്കാർക്കും സംഭവിക്കാം."

തേങ്ങലുകൾക്കിടയിൽ യശോധര പറഞ്ഞു, "ഓരോ ദിവസവും ഞാൻ കാണുന്നുണ്ട്, അങ്ങ് പറയാറുള്ള കാര്യങ്ങൾ എത്ര സത്യമാണെന്ന്. ദുരിതത്തിന്റെ വലുപ്പമായി താരതമ്യപ്പെടുത്തുമ്പോൾ എന്റെ ഈ രണ്ടു കൈകൾ എത്ര ചെറുതാണ്. ദുഃഖവും ആകുലതയുംകൊണ്ട് എന്റെ ഹൃദയം നിറയുന്നു. സിദ്ധാർത്ഥാ, എങ്ങിനെ എന്റെ വേദന മറികടക്കാനാവുമെന്ന് പറഞ്ഞുതന്നാലും."

സിദ്ധാർത്ഥൻ യശോധരയെ ഇറുകെപ്പുണർന്നു. "ഗോപേ, ഞാനെന്റെ സ്വന്തം ഹൃദയത്തിലെ വേദനയും ആകുലതകളും മറികടക്കാനുള്ള ഒരു വഴിയന്വേഷിക്കുകയാണ്. സമൂഹത്തിന്റേയും മനുഷ്യരുടെയും അവസ്ഥകളിലേക്ക് ഞാൻ കടന്നുചെന്നിട്ടുണ്ട്. പക്ഷേ, എത്രയൊക്കെ ശ്രമിച്ചിട്ടും മോചനത്തിലേക്കുള്ള വഴി ഇനിയും ഞാൻ കണ്ടെത്തിയിട്ടില്ല. എന്നാലും എനിക്കുറപ്പുണ്ട്, ഒരു ദിവസം നമുക്കെല്ലാവർക്കുമുള്ള വഴി ഞാൻ കണ്ടെത്തും. ഗോപേ, എന്നിൽ വിശ്വസിക്കൂ."

"എന്റെ പൊന്നേ, ഞാനൊരിക്കലും നിങ്ങളിൽ വിശ്വസിക്കാതിരുന്നിട്ടില്ല. എനിക്കറിയാം, നിങ്ങളൊരിക്കൽ തീരുമാനിച്ചുറച്ചാൽ, അതിൽ വിജയിക്കുന്നതുവരെ, നിങ്ങളന്വേഷണം തുടരും. എനിക്കറിയാം, വിമോചനത്തിന്റെ മാർഗമന്വേഷിക്കാൻ, നിങ്ങൾ ഒരു ദിവസം സമ്പത്തും പദവിയും ഉപേക്ഷിക്കും. ദയവായി, ഇപ്പോൾ എന്നെ വിട്ടുപോകല്ലെ. എനിക്കിപ്പോൾ നിങ്ങൾ വേണം."

സിദ്ധാർത്ഥൻ യശോധരയുടെ താടി പിടിച്ചുയർത്തി അവളുടെ കണ്ണുകളിലേക്കു നോക്കി, "ഇല്ല, യില്ല, ഞാനിപ്പോൾ നിന്നെ വിട്ടുപിരിയില്ല. സമയമാവുമ്പോൾ മാത്രം..."

യശോധര സിദ്ധാർത്ഥന്റെ ചുണ്ടുകൾക്കുമേൽ അവളുടെ കൈവച്ചു. "സിദ്ധാർത്ഥാ, ഇനി കൂടുതലൊന്നും പറയണ്ട. എനിക്കൊരു കാര്യം

നിങ്ങളോടു ചോദിക്കാനുണ്ട്, നമുക്കൊരു കുട്ടിയുണ്ടാവുകയാണെങ്കിൽ, ആണോ പെണ്ണോ, നിങ്ങൾ ഇഷ്ടപ്പെടുക?"

സിദ്ധാർത്ഥൻ പരിഭ്രമിച്ചു. അവൻ യശോധയെ സൂക്ഷിച്ചുനോക്കി, "നീയെന്താണ് പറയുന്നത് ഗോപേ? നീ..."

യശോധര തലകുലുക്കി. അവൾ തന്റെ വയറ്റിലേക്ക് ചൂണ്ടി പറഞ്ഞു, "നമ്മുടെ സ്നേഹത്തിന്റെ ഫലം ചുമക്കുന്നതിൽ എനിക്കു സന്തോഷമുണ്ട്. അത് ഒരാൺകുഞ്ഞായിരിക്കണമെന്ന് എനിക്കാഗ്രഹമുണ്ട്. നിങ്ങളെപ്പോലെ, നിങ്ങളുടെ ബുദ്ധിയും സദ്ഗുണങ്ങളുമായി."

സിദ്ധാർത്ഥൻ യശോധരയെ തന്നോടടുപ്പിച്ചു: തന്റെ അതിയായ ആനന്ദത്തിനിടയിലും അസ്വസ്ഥതയുടെ വിത്തുകൾ അവനറിഞ്ഞു. എന്നിട്ടും, പുഞ്ചിരിച്ചു, "ആണായാലും പെണ്ണായാലും ഞാനൊരു പോലെ സന്തോഷിക്കും, കുഞ്ഞിന് നിന്റെ കാരുണ്യവും അറിവുമുള്ളിടത്തോളം. ഗോപേ, നീയമ്മയോട് പറഞ്ഞോ?"

"നിങ്ങളോടു മാത്രമേ ഞാൻ പറഞ്ഞിട്ടുള്ളൂ. ഈ സന്ധ്യക്ക് ഞാൻ പ്രധാന കൊട്ടാരത്തിൽ പോകും, ഗോതമി രാജ്ഞിയോടു പറയും. അതേസമയം, നമ്മുടെ പിറക്കാത്ത കുഞ്ഞിനെ ഏറ്റവും നന്നായി സംരക്ഷിക്കേണ്ടതെങ്ങനെയെന്ന് ഞാനവരോട് ഉപദേശം ചോദിക്കും. നാളെ ഞാൻ പോയി എന്റമ്മ, രാജ്ഞി പമിതയോടു പറയും. എനിക്കുറപ്പാണ്; എല്ലാവർക്കും നല്ല സന്തോഷമാവും."

സിദ്ധാർത്ഥൻ തലയാട്ടി. ഇതമ്മയറിഞ്ഞാൽ ഉടനെ വിവരം അച്ഛന് കൈമാറും. രാജാവിന് അനല്പമായ സന്തോഷമുണ്ടാകും. സംശയമില്ല. അദ്ദേഹം ഇതാഘോഷിക്കാൻ വലിയൊരു സദ്യ ഏർപ്പാടാക്കും. തന്നെ ജീവിതത്തിലേക്ക് കെട്ടുന്ന ചരടുകൾ മുറുകുകയാണെന്ന് സിദ്ധാർത്ഥനു തോന്നി.

11. നിലാവിലെ വേണുഗാനം

രാഷ്ട്രീയം, നൈതികത മുതലായ കാര്യങ്ങൾ ചർച്ച ചെയ്യാൻ ഉദയൻ, ദേവദത്തൻ, കിമ്പില, ബദ്യ, മഹാനാമ, കാലുദായി, അനിരുദ്ധൻ എന്നീ ചങ്ങാതിമാർ സിദ്ധാർത്ഥനെ പലപ്പോഴും സന്ദർശിക്കാറുണ്ട്. സിദ്ധാർത്ഥൻ രാജാവായാൽ, ആനന്ദൻ, നന്ദൻ എന്നിവർക്കു പുറമേ, ഇവരായിരിക്കും ഏറ്റവും അടുത്ത ഉപദേശകർ. അനേകം പാത്രം വീഞ്ഞു കുടിച്ചശേഷമാണ്, അവർക്ക് സംവാദങ്ങൾ തുടങ്ങാനിഷ്ടം. ചങ്ങാതിമാരുടെ ആഗ്രഹപ്രകാരം സിദ്ധാർത്ഥൻ പാട്ടുകാരെയും നട്ടുവൻമാരെയും രാത്രി വൈകുവോളം ഇരുത്തി.

ദേവദത്തന് രാഷ്ട്രീയകാര്യങ്ങൾ നിറുത്താതെ ചർച്ച ചെയ്യാൻ കഴിവുണ്ട്; ദേവദത്തൻ ഉയർത്തിയ ഓരോ കാര്യവും ഉദയനും മഹാനാമനും വിശ്രമരഹിതമായി ചർച്ച ചെയ്തു. സിദ്ധാർത്ഥൻ ഒന്നും മിണ്ടിയില്ല. ചിലപ്പോൾ ഒരു നൃത്തത്തിന്റെയോ പാട്ടിന്റെയോ ഇടയിൽവെച്ച് സിദ്ധാർത്ഥൻ, സന്ധ്യാസദസ്സിൽ തീർത്തും ക്ഷീണിച്ച് അർദ്ധനിദ്രാവസ്ഥയിൽ തലയാട്ടുന്ന അനിരുദ്ധനെ നോക്കും. അവൻ അനിരുദ്ധനെ തോണ്ടും; രണ്ടുപേരും ആരുമറിയാതെ പുറത്ത് കടക്കും. തൊട്ടടുത്തുകൂടെ ഒഴുകുന്ന അരുവിയെയും ചന്ദ്രനെയും വീക്ഷിക്കും – മഹാനാമയുടെ ഇളയ സഹോദരനാണ് അനിരുദ്ധൻ. അവരുടെ അച്ഛനായിരുന്നു, സിദ്ധാർത്ഥന്റെ പിതൃമാതുലനായ അമൃതോധനരാജകുമാരൻ. അനിരുദ്ധൻ അനുനയമുള്ള ഒരു സുന്ദരപുരുഷനായിരുന്നു. രാജസ്ത്രീകളെല്ലാം അവനെ വളരെയധികം ആരാധിച്ചു. എന്നാൽ പ്രേമാഭ്യർത്ഥനകളുടെ പിന്നാലെ പോവാൻ അവന് താല്പര്യമില്ലായിരുന്നു. ചില നേരം, അനിരുദ്ധനും സിദ്ധാർത്ഥനും പൂന്തോട്ടത്തിൽ പാതിരയോളം ഇരിക്കും. അന്നേരമാകുമ്പോഴേക്കും അവരുടെ ചങ്ങാതിമാർ മദ്യപിച്ച് ലക്ക് കെടുകയോ കൂടുതൽ ചർച്ചയ്ക്കൊന്നും കഴിയാത്ത വിധം ക്ഷീണിതരാവുകയോ ചെയ്തിരിക്കും. അവർ അതിഥിമന്ദിരങ്ങളിലേക്ക് വിശ്രമിക്കാൻ പോയിട്ടുണ്ടായിരിക്കും. സിദ്ധാർത്ഥൻ ഓടക്കുഴലെടുത്ത് തെളിനിലാവിൽ മീട്ടും. ഗോപ ഒരു പാറയിൽ ചെറിയൊരു തിരുക്കുറ്റിയിൽ സുഗന്ധദ്രവ്യം കത്തിച്ചുവെയ്ക്കും. തൊട്ടടുത്ത് നിശബ്ദയായിരിക്കും, ഊഷ്മളമായ രാത്രിയിലേക്ക്, വേണുഗാനത്തിന്റെ അലകൾ ഉയരുന്നതും താഴുന്നതും ശ്രദ്ധിച്ച്.

കാലം പറന്നുപോയി. യശോധരയുടെ പ്രസവദിവസം അടുത്തു വന്നു. പമിത രാജ്ഞി മകളോട് പറഞ്ഞു, പ്രസവത്തിന് കൊട്ടാരത്തിലേക്ക് മടങ്ങി വരേണ്ടതില്ല; കാരണം അവർ കപിലവസ്തുവിൽ തന്നെയാണ് താമസിച്ചിരുന്നത്. യശോധരയെ സഹായിക്കുന്നതിനായി പമിത രാജ്ഞി, മഹാപ്രജാപതിയുമൊത്ത് തലസ്ഥാനത്തെ ഏറ്റവും വിദഗ്ധരായ പേറ്റിച്ചികളെയാണ് തെരഞ്ഞെടുത്തത്. ഒരു ദിവസം യശോധരയ്ക്ക് പ്രസവവേദനയെടുത്തു; രാജ്ഞിമാരായ പമിതയും ഗോതമിയും അവിടെ ഉണ്ടായിരുന്നു. ശുദ്ധോധന രാജാവിന്റെ സാന്നിധ്യം അവിടെയില്ലായിരുന്നു; എങ്കിലും അദ്ദേഹം പ്രസവവാർത്തയറിയാൻ ആകാംക്ഷാഭരിതനായി തന്റെ മന്ദിരത്തിൽ കാത്തിരിക്കുകയാണെന്ന് സിദ്ധാർത്ഥനറിയാമായിരുന്നു.

യശോധരയ്ക്ക് പ്രസവവേദന കൂടിയതോടെ, അവളുടെ പരിചാരകർ അവളെ അന്തഃപുരത്തിലേക്ക് കൊണ്ടുപോയി. അപ്പോൾ മധ്യാഹ്നമായിരുന്നു, പെട്ടെന്ന് ആകാശം മേഘങ്ങളാൽ ഇരുൾ നിറഞ്ഞതായി, ഏതോ ദേവതയുടെ കൈ സൂര്യനെ മറച്ച് നിർത്തിയതുപോലെ. സിദ്ധാർത്ഥൻ പുറത്തിരുന്നു. യശോധരയിൽനിന്ന് രണ്ട് ചുമരുകൾക്കപ്പുറത്തായിരുന്നു സിദ്ധാർത്ഥനെങ്കിലും, അവളുടെ കരച്ചിൽ വ്യക്തമായി കേൾക്കാമായിരുന്നു. ഓരോ നിമിഷവും കടന്നുപോകുന്നതോടെ, അവന്റെ ആകാംക്ഷ വർദ്ധിച്ചു. യശോധരയുടെ ഞരക്കം ഒന്നിനുപിറകെ ഒന്നായി വന്നു, അവളുടെ കരച്ചിൽ സിദ്ധാർത്ഥന്റെ ചങ്ക് പിളർത്തി, അവനിരിക്കപ്പൊറുതിയില്ലാതായി. അവൻ അങ്ങോട്ടുമിങ്ങോട്ടും നടക്കാൻ തുടങ്ങി. ചില നേരങ്ങളിൽ യശോധരയുടെ ആർത്തനാദം അത്ര തീക്ഷ്ണമായി, സിദ്ധാർത്ഥന് ഇരിക്കപ്പൊറുതി മുട്ടി. അവന്റെ അമ്മ രാജ്ഞിമഹാമായ മരിച്ചത് അവനെ പ്രസവിച്ചതോടെയാണ്. അതിന്റെ ദുഃഖം അവനിന്നും മറക്കാൻ കഴിഞ്ഞിട്ടില്ല. ഇപ്പോൾ യശോധരയുടെ ഊഴമാണ്, തന്റെ സ്വന്തം കുഞ്ഞിന് ജന്മം നല്കാൻ. മരണംപോലും സംഭവിക്കാവുന്നതാണ് പ്രസവം. വിവാഹിതയായ ഓരോ സ്ത്രീയും ഇത് കടന്നുപോകേണ്ടതുണ്ട്. ചിലപ്പോൾ അമ്മയും കുഞ്ഞും മരിക്കുന്നു.

മാസങ്ങൾക്ക് മുമ്പ്, ഒരു സന്യാസിയിൽ നിന്ന് പഠിച്ചത് ഓർമിച്ചുകൊണ്ട് സിദ്ധാർദ്ധൻ, മനസ്സും ഹൃദയവും പിടിച്ചുനിർത്താൻ പത്മാസനത്തിലിരുന്നു. ഇതൊരു കടുത്ത പരീക്ഷണഘട്ടമാണ്. യശോധരയുടെ കരച്ചിലുകൾക്കിടയിൽ താൻ ശാന്തനായിരിക്കണം. പൊടുന്നനെ, പുതിയതായി പ്രസവിച്ച കുഞ്ഞിന്റെ രൂപം അവന്റെ മനസ്സിൽ ഉയർന്നു. അതവന്റെ സ്വന്തം കുഞ്ഞിന്റെ രൂപമായിരുന്നു. തനിക്കൊരു കുഞ്ഞുണ്ടാകുമെന്നും അതോടെ താൻ സന്തോഷവാനായിരിക്കുമെന്നും എല്ലാവരും പ്രതീക്ഷിച്ചു. അവൻ തന്നെയും ഒരു കുഞ്ഞിനു

വേണ്ടി മോഹിച്ചിരുന്നു. എന്നാലിപ്പോൾ, സംഭവത്തിന്റെ തീക്ഷ്ണതയിൽ, ഒരു കുഞ്ഞിന്റെ ജനനം എത്രമാത്രം പ്രാധാന്യമുള്ളതാണെന്ന് അവന് ബോധ്യമായി. അവനിനിയും തന്റെ സ്വന്തം മാർഗ്ഗം കണ്ടെത്തിയിട്ടില്ല; താനെങ്ങോട്ടാണ് പോകുന്നതെന്നുപോലും അവനറിയില്ല; എന്നിട്ടും അവനൊരു കുഞ്ഞുണ്ടായിരിക്കുന്നു - അതാ കുഞ്ഞിന്റെ ഗതികേടല്ലേ?

യശോധരയുടെ കരച്ചിൽ ആകസ്മികമായി അവസാനിച്ചു. അവൻ എണീറ്റുനിന്നു. എന്താണ് സംഭവിച്ചത്? അവനിപ്പോൾ തന്റെ ഹൃദയമിടിപ്പ് കേൾക്കാം. ശാന്തത തിരിച്ച് കിട്ടാനായി അവൻ വീണ്ടും തന്റെ ശ്വാസം നിരീക്ഷിച്ചു. ആ നിമിഷം, ഒരു കുഞ്ഞിന്റെ കരച്ചിലുയർന്നു. കുഞ്ഞ് പിറന്നിരിക്കുന്നു! സിദ്ധാർത്ഥൻ നെറ്റിയിൽനിന്ന് വിയർപ്പ് തുടച്ചു.

ഗോതമി രാജ്ഞി വാതിൽ തുറന്നു, അവനെ നോക്കി. അവർ പുഞ്ചിരിച്ചു, സിദ്ധാർത്ഥന് മനസ്സിലായി, യശോധരയ്ക്ക് കുഴപ്പമൊന്നുമില്ല. രാജ്ഞി അവന്റെ മുമ്പിലിരുന്നു, "ഗോപ - ആൺകുഞ്ഞിനെ പ്രസവിച്ചിരിക്കുന്നു."

സിദ്ധാർത്ഥൻ കൃതജ്ഞതാപൂർവം അമ്മയെ നോക്കി. പുഞ്ചിരി തൂകി.

"ഞാനീ കുഞ്ഞിന് രാഹുലൻ എന്ന് പേരിടും."

അന്നുച്ചതിരിഞ്ഞ് സിദ്ധാർത്ഥൻ അമ്മയേയും കുഞ്ഞിനേയും കാണാൻ അറയിൽ പ്രവേശിച്ചു. യശോധര അവനെ കണ്ണിമയ്ക്കാതെ നോക്കി; അവളുടെ തിളങ്ങുന്ന കണ്ണുകളിൽ സ്നേഹം നിറഞ്ഞ് തുളുമ്പി. അവരുടെ കുഞ്ഞ്, അവളുടെ ചാരെ, പട്ടിൽ പൊതിഞ്ഞുകിടക്കുന്നു. സിദ്ധാർത്ഥന് കുഞ്ഞിന്റെ ചെറിയ തുടുത്ത മുഖം മാത്രമേ കാണാനായുള്ളൂ. എന്തോ ചോദിക്കുവാനെന്നപോലെ, സിദ്ധാർത്ഥൻ യശോധരയെ നോക്കി. കാര്യമറിഞ്ഞപോലെ, രാഹുലനെ എടുത്തുകൊള്ളുവാൻ അവൾ അവന് ആംഗ്യഭാഷയിൽ സമ്മതം കൊടുത്തു. യശോധര നോക്കവെ, സിദ്ധാർത്ഥൻ കുഞ്ഞിനെ പൊക്കിയെടുത്തു. താൻ ഒഴുകി നടക്കുകയാണെന്ന് സിദ്ധാർത്ഥന് തോന്നി, എന്നിട്ടും അവന്റെ ഹൃദയം അസ്വസ്ഥതയാൽ ഭാരപ്പെട്ടിരുന്നു.

യശോധര ഏറെ നാൾ വിശ്രമിച്ചു. ഗോതമി രാജ്ഞിയാണ് എല്ലാ കാര്യങ്ങളും നോക്കിയത്. വിശേഷ ഭക്ഷണം തയ്യാറാക്കുന്നതു മുതൽ അമ്മയും കുഞ്ഞും കിടക്കുന്ന അറയുടെ ചൂട് നിലനിർത്തുന്നതടക്കം. അവർ കൊട്ടാരത്തിലേക്ക് മടങ്ങിയശേഷം, ഒരു ദിവസം സിദ്ധാർത്ഥൻ ഭാര്യയെയും കുഞ്ഞിനെയും സന്ദർശിച്ചു. രാഹുലനെ കൈയിലെടുത്ത് പിടിച്ച്, സിദ്ധാർത്ഥൻ അത്ഭുതപ്പെട്ടു, മനുഷ്യജീവിതം എത്ര ദുർബ

ലവും അമൂല്യവുമാണ്! താനും യശോധരയുമൊന്നിച്ച് നാലു വയസ്സുള്ള ആ പാവപ്പെട്ട കുട്ടിയുടെ ശവസംസ്കാരത്തിൽ പങ്കെടുത്തത് സിദ്ധാർ ത്ഥൻ ഓർത്തു. സിദ്ധാർത്ഥനും യശോധരയും ചെല്ലുമ്പോൾ അവൻ മരണാസന്നനിലയിലാണ്. ജീവന്റെ എല്ലാ അടയാളങ്ങളും അസ്തമിച്ചിരുന്നു. കുട്ടിയുടെ തൊലി വിളറി വെളുത്തിരുന്നു. ശരീരം എല്ലും തോലും. കുട്ടിയുടെ അമ്മ പായയ്ക്കരികിൽ മുട്ടുകുത്തിനിന്ന് കണ്ണീരൊപ്പി, വീണ്ടും കരഞ്ഞു. ഒരു നിമിഷം കഴിഞ്ഞ്, സംസ്കാരചടങ്ങുകൾക്കായി ഒരു ബ്രാഹ്മണനെത്തി. രാത്രി മുഴുവൻ കാവലിരുന്ന ബന്ധുക്കൾ മുളകൊണ്ടുണ്ടാക്കിയ ഏണിയിൽ മൃതദേഹം എടുത്ത് കിടത്തി, നദിക്കരയിലേക്കെടുക്കാൻ. ദരിദ്രരായ ഗ്രാമീണരുടെ വിലാപയാത്രയെ യശോധരയും സിദ്ധാർത്ഥനും അനുഗമിച്ചു. നദിക്കരയിൽ ചിതയൊരുക്കിയിരുന്നു. ബ്രാഹ്മണന്റെ നിർദേശപ്രകാരം, മൃതദേഹം നദിയിലേക്കെടുത്ത് വെള്ളത്തിൽ മുക്കി. പിന്നീടവർ എടുത്തു പൊക്കി തലയിൽവെച്ചു. വെള്ളം വാരാൻ. ഇതൊരു ശുദ്ധീകരണചടങ്ങാണ്. കാരണം ബൻഗംഗാ നദിയിലെ വെള്ളത്തിന് കർമദോഷങ്ങൾ കഴുകിക്കളയാനാകുമെന്ന് ഗ്രാമീണർ വിശ്വസിച്ചു. ഒരാൾ ചിതയിൽ സുഗന്ധതൈലം ഒഴിച്ചു; കുട്ടിയുടെ ശരീരം അതിലെടുത്ത് കിടത്തി. കൈയിൽ കത്തിച്ച ചൂട്ടുമായി, അയാൾ മന്ത്രം ചൊല്ലിക്കൊണ്ട് ചിത വലംവെച്ചു. വേദത്തിൽ നിന്നുള്ള വരികളാണവയെന്ന് സിദ്ധാർത്ഥൻ തിരിച്ചറിഞ്ഞു. മൂന്നുതവണ ചിത വലംവെച്ചശേഷം, ബ്രാഹ്മണൻ ചിതയ്ക്ക് തീകൊളുത്തി. തീ നാക്കുകൾ കത്തിപ്പടർന്നു... ആ കുട്ടിയുടെ അമ്മയും സഹോദരന്മാരും വിലപിച്ചു. അധികം വൈകാതെ, ആ കുട്ടിയുടെ ശരീരം തീനാക്കുകൾ നക്കിയെടുത്തു. സിദ്ധാർത്ഥൻ യശോധരയെ നോക്കി. അവളുടെ കണ്ണുകൾ നിറഞ്ഞൊഴുകുന്നു. സിദ്ധാർത്ഥനും കരച്ചിൽ വന്നു, "ഓമനയായ കുഞ്ഞേ, എവിടേയ്ക്കാണ് നീ തിരിച്ചുപോകുന്നത്?" സിദ്ധാർത്ഥൻ ചിന്തിച്ചു.

സിദ്ധാർത്ഥൻ രാഹുലനെ യശോധരയുടെ കൈയിൽ കൊടുത്തു. അവൻ പുറത്തു പോയി. പൂന്തോട്ടത്തിൽ ഒറ്റയ്ക്കിരുന്നു; സന്ധ്യയുടെ നിഴലുകൾ വീണു. ഒരു പരിചാരകൻ അവനെ അന്വേഷിച്ചെത്തി. "പ്രഭോ, രാജ്ഞി അങ്ങയെ അന്വേഷിക്കുന്നു. അച്ഛൻ അങ്ങയെ കാണാൻ വന്നിരിക്കുന്നു."

സിദ്ധാർത്ഥൻ മടങ്ങി. കൊട്ടാരത്തിലെ വിളക്കുകൾ കത്തി; അവ ചഞ്ചലമായി ജ്വലിച്ചു.

12. കാന്തകൻ

വളരെ വേഗം യശോധര ആരോഗ്യം വീണ്ടെടുത്തു; തന്റെ ജോലിക ളിലേർപ്പെട്ടു; അതേസമയം രാഹുലനുമായി ചെലവിടാൻ വേണ്ടത്ര സമയം കണ്ടെത്തുകയും ചെയ്തു. ഒരു വസന്തദിവസം, ഗോതമി രാജ്ഞിയുടെ നിർബന്ധപ്രകാരം, ചന്നൻ യശോധരയെയും സിദ്ധാർത്ഥനെയും വിനോദത്തിനായി ഗ്രാമപ്രദേശങ്ങളിലേക്ക് കൊണ്ടുപോയി. രാഹുലനെയും അവർ കൂടെ കൊണ്ടുപോയിരുന്നു; അവനെ നോക്കാൻ രത്ന എന്ന വേലക്കാരി പെൺകുട്ടിയെയും.

ഇളംപച്ചിലകൾക്കു മേൽ, തെളിഞ്ഞ സൂര്യപ്രകാശം ഒഴുകിയിറ ങ്ങി. ഞാവലിന്റെയും അശോകത്തിന്റെയും പൂത്ത ശാഖകളിലിരുന്ന്, പക്ഷികൾ പാടി. ചന്നൻ കുതിരകളെ സാവകാശമാണ് തെളിച്ചിരുന്ന ത്. സിദ്ധാർത്ഥനെയും യശോധരയെയും തിരിച്ചറിഞ്ഞ ഗ്രാമീണർ കൈവീശി സ്വാഗതമോതി. ബൻഗംഗാ നദിയുടെ കരയ്ക്കടുത്തെത്തി യനേരം, ചന്നൻ കടിഞ്ഞാൺ വലിച്ച്, വാഹനം പെട്ടെന്ന് നിർത്തി. വഴി തടസ്സപ്പെടുത്തിക്കൊണ്ട് ഒരു മനുഷ്യൻ നിലത്ത് വീണ്ടുകിടക്കുന്നു. അയാളുടെ കൈകാലുകൾ നെഞ്ചിലോട്ട് കോച്ചിവലിഞ്ഞിരുന്നു; ശരീ രമാകെ വിറച്ചു. പാതി തുറന്ന വായിൽനിന്ന് തേങ്ങലുകൾ തേട്ടി. സിദ്ധാർത്ഥൻ ചാടിയിറങ്ങി, കൂടെ ചന്നനും. വഴിയിൽ വീണുകിട ക്കുന്ന മനുഷ്യന് മുപ്പതിന് താഴെ പ്രായം തോന്നിച്ചു. സിദ്ധാർത്ഥൻ അയാളുടെ കൈപിടിച്ചുയർത്തി, ചന്നനോടു പറഞ്ഞു: "ഏതോ ഭയ ങ്കര സന്നിമൂലമാണ് അയാൾ കുഴഞ്ഞു വീണതെന്നു തോന്നുന്നു; അല്ലേ? നമുക്കയാളെ ഒന്ന് തലോടി നോക്കാം."

ചന്നൻ തലകുലുക്കി, "പ്രഭോ, ഇതൊരു സന്നിയുടെ ലക്ഷണമല്ല. അതിനേക്കാളൊക്കെ മാരകമായ എന്തോ ആണ് – അറിയുന്നൊരു ചികിത്സയുമില്ലാഞ്ഞൊരു രോഗം."

"നിങ്ങൾക്കുറപ്പുണ്ടോ?" സിദ്ധാർത്ഥൻ ആ മനുഷ്യനെ ഉറ്റുനോ ക്കി. "നമുക്കയാളെ കൊട്ടാരം വൈദ്യന്റടുത്തേക്ക് കൊണ്ടുപോകാം?"

"പ്രഭോ, കൊട്ടാരവൈദ്യനുപോലും ഈ രോഗം ഭേദമാക്കാനാവില്ല. ഈ രോഗം വളരെ വേഗം പകരുന്നതാണെന്ന് ഞാൻ കേട്ടിട്ടുണ്ട്. നാമയാളെ ഈ വാഹനത്തിൽ കൊണ്ടുപോകുകയാണെങ്കിൽ, അങ്ങ

യുടെ ഭാര്യയും മകനും, അങ്ങേയ്ക്കുപോലും, രോഗം ബാധിച്ചേക്കാം. പ്രഭോ, അങ്ങയുടെ സുരക്ഷയ്ക്കുവേണ്ടി ആ കൈ വിടുക."

പക്ഷേ, സിദ്ധാർത്ഥൻ ആ മനുഷ്യന്റെ കൈ സ്വതന്ത്രമാക്കിയില്ല. അവൻ ആ കൈയിലേക്കും പിന്നെ തന്റെ കൈയിലേക്കും നോക്കി. സിദ്ധാർത്ഥൻ അപ്പോഴും, നല്ല ആരോഗ്യവാനായിരുന്നു. എന്നാൽ തന്നേക്കാൾ പ്രായം കുറഞ്ഞ, മരിക്കുന്ന ആ മനുഷ്യനെ നോക്കിക്കൊണ്ടിരുന്നപ്പോൾ, തന്റെ ആരോഗ്യമെല്ലാം പൊടുന്നനെ അപ്രത്യക്ഷമാകുന്നതായി, സിദ്ധാർത്ഥനു തോന്നി. നദിക്കരയിൽനിന്ന് നിലവിളികൾ ഉയർന്നു. സിദ്ധാർത്ഥൻ അങ്ങോട്ടു നോക്കി. അവിടെ ഒരു ശവസംസ്കാരം നടക്കുകയാണ്. അവിടെ ഒരു ചിതയുണ്ട്. ദുഃഖം പതിഞ്ഞ നിലവിളികളും മന്ത്രോച്ചാരണങ്ങളും ഇടകലർന്നു. ചിതയ്ക്ക് തീ കൊളുത്തിയതോടെ അഗ്നിയുടെ പടപട ധ്വനിയും.

വീണ്ടും ആ മനുഷ്യന്റെ നേരെ നോക്കിയപ്പോൾ, അയാളുടെ ശ്വാസം നിലച്ചത് സിദ്ധാർത്ഥൻ കണ്ടു. അയാളുടെ നിശ്ചലമായ കണ്ണുകൾ മേലോട്ട് തുറിച്ചുനോക്കി. സിദ്ധാർത്ഥൻ അയാളുടെ കൈ സ്വതന്ത്രമാക്കി; സാവകാശം കണ്ണുകളടച്ചു. സിദ്ധാർത്ഥൻ എണീറ്റുനിന്നു; തൊട്ടുപിറകെ യശോധരയുമുണ്ട്. എത്ര നേരമായി, അവൾ അവിടെ നില്ക്കുന്നു, അവനറിയില്ല.

അവൾ മൃദുവായി സംസാരിച്ചു: "സിദ്ധാർത്ഥാ, നദിയിൽ പോയി കൈകഴുകൂ. ചന്നൻ, നിങ്ങളും. പിന്നീട്, നമുക്ക് അടുത്ത ഗ്രാമത്തിലേക്ക് പോകാം; അധികാരികളോട് വിവരം പറയാം, അവർ വേണ്ടത് ചെയ്തുകൊള്ളും."

ശേഷം, ആർക്കും വസന്തയാത്ര തുടരാൻ, താല്പര്യമുണ്ടായില്ല. സിദ്ധാർത്ഥൻ ചന്നനോട് മടങ്ങാനാവശ്യപ്പെട്ടു. മടക്കയാത്രയിൽ ആരും ഒന്നും മിണ്ടിയില്ല.

ആ രാത്രി മൂന്ന് അസാധാരണമായ സ്വപ്നങ്ങളാൽ യശോധരയുടെ ഉറക്കം തടസ്സപ്പെട്ടു. ഒന്നാമത്തെതിൽ അവൾ ഒരു വെള്ളപ്പശുവിനെ കണ്ടു. അതിന്റെ നെറ്റിയിൽ വടക്കൻ നക്ഷത്രംപോലെ വെട്ടിത്തിളങ്ങുന്ന ഒരു രത്നമുണ്ടായിരുന്നു. കപിലവസ്തുവിലൂടെ നടന്നിരുന്ന പശു നഗരകവാടത്തിലേക്ക് നീങ്ങുകയാണ്. ഇന്ദ്രന്റെ ബലിപീഠത്തിൽനിന്നും ഒരു ദിവ്യസ്വരം മുഴങ്ങി, "ഈ പശുവിനെ നിങ്ങൾക്ക് സൂക്ഷിക്കാനായില്ലെങ്കിൽ, തലസ്ഥാനം മുഴുവൻ ഒരു വെളിച്ചവും ബാക്കിയുണ്ടാവില്ല." തലസ്ഥാനനഗരിയിലെ ഓരോരുത്തരും പശുവിന്റെ പിന്നാലെ ഓടാൻ തുടങ്ങി. എന്നിട്ടും ഒരാൾക്കും അതിനെ പിടിച്ചുനിർത്താനായില്ല. അത് നഗരവാതിൽ കടന്ന് അപ്രത്യക്ഷയായി.

രണ്ടാമത്തെ സ്വപ്നത്തിൽ, സുമേരു പർവതത്തിന്റെ മുകളിൽനിന്ന് കപിലവസ്തു നഗരത്തിലേക്ക് വെളിച്ചമടിക്കുന്ന ആകാശത്തിലെ നാല് ദൈവരാജാക്കന്മാരെ യശോധര കണ്ടു. പൊടുന്നനെ ഇന്ദ്രന്റെ ബലി പീഠത്തിൽ കുത്തിനിർത്തിയിരുന്ന കൊടി ഉഗ്രമായി ഇളകി, നില ത്തേയ്ക്കു വീണു. വിവിധ നിറങ്ങളിലുള്ള പൂക്കൾ മഴയായി ആകാശ ത്തുനിന്നും പതിച്ചു. തലസ്ഥാനനഗരി മുഴുവൻ സ്വർഗീയഗാനത്താൽ മാറ്റൊലിക്കൊണ്ടു. മൂന്നാമത്തെ സ്വപ്നത്തിൽ, സ്വർഗങ്ങളെ വിറപ്പിച്ച പ്രചണ്ഡമായ ശബ്ദം മുഴങ്ങി: "സമയമായി, സമയമായി!" പേടിച്ച് വിറച്ച് അവൾ സിദ്ധാർത്ഥന്റെ നേരെ നോക്കി; അവൻ പോയ്ക്കഴി ഞ്ഞിരിക്കുന്നു. അവളുടെ തലയിൽ ചൂടിയിരുന്ന മുല്ലപ്പൂക്കൾ നില ത്തുവീണു; പൊടിയായി. സിദ്ധാർത്ഥൻ കസേരയിലുപേക്ഷിച്ചിരുന്ന വസ്ത്രങ്ങളും ആഭരണങ്ങളും ഒരു പാമ്പായി മാറി. ഇടറി ഇടറി പുറ ത്തേക്കുള്ള വാതിൽ കടന്നു. യശോധര പരിഭ്രാന്തയായി. ഉടനെ അവൾ നഗരകവാടങ്ങൾക്കപ്പുറം, വെള്ളപ്പശുവിന്റെ അമറൽ കേട്ടു. ഇന്ദ്രന്റെ ബലിപീഠത്തിലെ കൊടിയുടെ പറക്കൽ. സ്വർഗം അലറുന്ന ശബ്ദം: "സമയമായി!, സമയമായി!"

യശോധര ഉണർന്നു. അവളുടെ നെറ്റി വിയർപ്പിൽ നനഞ്ഞു. അവൾ സിദ്ധാർത്ഥനിലേക്ക് തിരിഞ്ഞു. അവനെ കുലുക്കി, "സിദ്ധാർത്ഥാ, സിദ്ധാർത്ഥാ, ദയവായി ഉണരൂ."

അവൻ ഉണർന്നിട്ടുണ്ടായിരുന്നു. അവൻ അവളടെ മുടി തലോടി, ആശ്വസിപ്പിക്കാൻ, "നീയെന്താണ് സ്വപ്നം കണ്ടത് ഗോപേ? പറയൂ."

അവൾ താൻ കണ്ട മൂന്നു സ്വപ്നങ്ങളും ആവർത്തിച്ചു, എന്നിട്ട് ചോദിച്ചു, "വിമോചനത്തിന്റെ വഴിയന്വേഷിക്കുവാൻ ഉടനെ നിങ്ങൾ എന്നെയുപേക്ഷിച്ചിറങ്ങുമെന്നുള്ളതിന്റെ സൂചനകളാണോ ഈ സ്വപ്ന ങ്ങൾ?"

സിദ്ധാർത്ഥൻ നിശബ്ദനായി, അവളെ സാന്ത്വനിപ്പിച്ചു: "ഗോപേ, നീയിങ്ങനെ അസ്വസ്ഥയാകേണ്ടതില്ല. നീ ആഴമുള്ള സ്ത്രീയാണ്. എന്റെ അന്വേഷണം നിറവേറ്റാൻ എന്തുകൊണ്ടും എന്നെ സഹായി ക്കുവാൻ കഴിവുള്ള കർമസഹായിയാണ് നിങ്ങൾ. മറ്റാരേക്കാളും എന്നെ അറിയുന്നവളാണ് നിങ്ങൾ. നിന്റെ പ്രവർത്തനം തുടർന്നു കൊണ്ടുപോകുവാനുള്ള കരുത്ത് നിനക്കുണ്ട്. നീ നമ്മുടെ മകനെ സംരക്ഷിച്ച് വളർത്തും. ഞാൻ പോയാലും, ഞാൻ നിന്നിൽനിന്ന് എത്ര ദൂരെയായാലും, നിന്നോടുള്ള എന്റെ സ്നേഹം, ഇതുപോലെത്തന്നെ യുണ്ടായിരിക്കും. ഗോപേ, ഒരിക്കലും നിന്നെ സ്നേഹിക്കുന്നത് ഞാൻ നിറുത്തില്ല. ആ ഒരു ബോധം നിനക്കുണ്ടെങ്കിൽ, നമ്മുടെ വേർപാ ടിന്റെ വേദന നിനക്ക് സഹിക്കാനാവും. വിമോചനമാർഗം കണ്ടെത്തി

യാൽ, ഞാൻ നിന്നിലേക്കും നമ്മുടെ കുഞ്ഞിലേക്കും മടങ്ങിവരും. ഇപ്പോൾ, ദയവായി അല്പം വിശ്രമിക്കൂ."

അത്രമാത്രം മൃദുവായിപ്പറഞ്ഞ സിദ്ധാർത്ഥന്റെ വാക്കുകൾ, യശോധരയുടെ ഹൃദയത്തിലേക്കിറങ്ങിച്ചെന്നു. ആശ്വാസത്തോടെ, അവൾ കണ്ണടച്ചു, ഉറങ്ങി.

പിറ്റേന്നു രാവിലെ, സിദ്ധാർത്ഥൻ അച്ഛനോട് സംസാരിക്കാനായി ചെന്നു. "അച്ഛാ, കൊട്ടാരമുപേക്ഷിച്ച് ഒരു സന്യാസിയായിത്തീർന്ന് ജ്ഞാനോദയത്തിന്റെ പാതയന്വേഷിക്കാൻ, അങ്ങെനിക്ക് അനുവാദം തരണം."

ശുദ്ധോധനരാജാവ് അത്യധികം പരിഭ്രാന്തനായി. അദ്ദേഹത്തിന് വളരെക്കാലമായിട്ടറിയാം, ഈ ദിവസം വരും; പക്ഷേ, തീർച്ചയായും ഇങ്ങിനെ അറുത്തുമുറിച്ച മട്ടിലതുണ്ടാകുമെന്ന് അദ്ദേഹം പ്രതീക്ഷിച്ചില്ല. നീണ്ടൊരു നിമിഷത്തിനുശേഷം അദ്ദേഹം മകനെ നോക്കി, ഇങ്ങിനെ മറുപടി നല്കി, "നമ്മുടെ കുടുംബചരിത്രത്തിൽ, കുറച്ചുപേർ സന്യാസികളായിട്ടുണ്ട്, എന്നാൽ നിന്റെയീപ്രായത്തിൽ ആരും അത് ചെയ്തിട്ടില്ല. അമ്പതു കഴിയുന്നതുവരെ അവർ കാത്തിരുന്നു. എന്തുകൊണ്ട് നിനക്ക് കാത്തിരുന്നുകൂടാ? നിന്റെ മകൻ തീരെ കുഞ്ഞാണ്, ഈ രാജ്യം മുഴുവൻ നിന്നെ ആശ്രയിച്ചാണിരിക്കുന്നത്."

"അച്ഛാ, സിംഹാസനത്തിൽ ഒരു ദിവസമെന്നത് എനിക്ക് കനൽക്കട്ടകളിലിരിക്കുന്ന പോലെയാണ്. എന്റെ ഹൃദയത്തിൽ ശാന്തിയില്ലെങ്കിൽ പിന്നെ, എനിക്കെങ്ങിനെ അങ്ങയുടേയും ജനങ്ങളുടേയും വിശ്വാസം പൂർത്തീകരിക്കാനാവും? കാലം എത്ര പെട്ടെന്നാണ് കടന്നുപോകുന്നതെന്ന് ഞാൻ കാണുന്നുണ്ട്; എനിക്കറിയാം എന്റെ യൗവനവും ഭിന്നമല്ലെന്ന്. ദയവായി അങ്ങയുടെ അനുവാദം തന്നാലും."

രാജാവ് മകനെ നിരുത്സാഹപ്പെടുത്താൻ ശ്രമിച്ചു, "നീ നിന്റെ മാതൃഭൂമിയെപ്പറ്റി, മാതാപിതാക്കളെപ്പറ്റി, യശോധരയെപ്പറ്റി, ശിശുവായ മകനെപ്പറ്റി, ചിന്തിക്കണം."

"അച്ഛാ, നിങ്ങളെല്ലാവരെയും പറ്റി കൃത്യമായി ചിന്തിക്കുന്നതുകൊണ്ടാണ് പോകാനുള്ള അനുവാദം ഞാനിപ്പോൾ ചോദിക്കുന്നത്. ഞാനെന്റെ ഉത്തരവാദിത്വങ്ങൾ ഉപേക്ഷിക്കുവാൻ ഉദ്ദേശിക്കുന്നില്ല. അച്ഛാ, അങ്ങയുടെ ഹൃദയത്തിലെ വേദന ശമിപ്പിക്കാൻ കഴിയാത്തതുപോലെത്തന്നെ, എന്റെ ഹൃദയത്തിലെ വേദനയും അങ്ങേയ്ക്ക് ശമിപ്പിക്കാനാവില്ല."

രാജാവ് എണീറ്റ് മകന്റെ കരം ഗ്രഹിച്ചു; "സിദ്ധാർത്ഥാ, നിനക്കറിയാം, നിന്നെ എനിക്ക് എന്തുമാത്രം ആവശ്യമാണെന്ന്. നിന്നിലാണ്

ഞാനെന്റെ സകല പ്രതീക്ഷകളും സമർപ്പിച്ചിട്ടുള്ളത്. ദയവായി, എന്നെ ഉപേക്ഷിക്കരുത്."

"ഞാനങ്ങയെ ഒരിക്കലും ഉപേക്ഷിക്കില്ല. ഞാനങ്ങയോട് ഒന്നുമാത്രമേ ആവശ്യപ്പെടുന്നുള്ളൂ; കുറച്ചുകാലത്തേക്ക് ഇവിടെനിന്നും പോകാൻ എന്നെ അനുവദിക്കുക. വിമോചനത്തിന്റെ വഴി കണ്ടെത്തിയാൽ, ഞാൻ മടങ്ങിവരും."

ശുദ്ധോധനന്റെ മുഖത്ത് വേദന നിഴലിച്ചു. അദ്ദേഹം പിന്നീടൊന്നും പറഞ്ഞില്ല, തന്റെ മുറിയിലേക്ക് മടങ്ങി.

പിന്നീട്, യശോധരയോടൊത്ത് ആ ദിവസം ചെലവിടാൻ ഗോതമി രാജ്ഞി എത്തി. സന്ധ്യയോടെ സിദ്ധാർത്ഥന്റെ ചങ്ങാതിമാരിലൊരാളായ ഉദയൻ, ദേവദത്തൻ, ആനന്ദൻ, ബദ്യയ, അനിരുദ്ധൻ, കിച്ചിലൻ, ഭദ്രിയ എന്നിവരുമായി ചേർന്നു. ഉദയൻ ഒരു നൃത്തപരിപാടി സംഘടിപ്പിച്ചിരുന്നു; തലസ്ഥാനനഗരിയിലെ ഏറ്റവും നല്ലൊരു സംഘത്തെ അതിന് വാടകയ്ക്കെടുക്കുകയും ചെയ്തിരുന്നു. ഉത്സവവിളക്കുകൾ കൊട്ടാരത്തെ പ്രകാശമാനമാക്കി.

ഗോതമി യശോധരയോട് പറഞ്ഞു. "രാജാവ് ഉദയനെ വിളിച്ച് സിദ്ധാർത്ഥനെ കൊട്ടാരത്തിൽത്തന്നെ വശീകരിച്ച് നിർത്തുവാൻ വേണ്ടിയുള്ള എല്ലാ പരിപാടികളും സംഘടിപ്പിക്കുവാൻ ഏർപ്പാടാക്കിയിട്ടുണ്ട്. സന്ധ്യക്കുള്ള നൃത്തപരിപാടി, ഉദയന്റെ പരിപാടിയനുസരിച്ചുള്ള ആദ്യയിനമാണ്."

ഗോതമിയുമൊത്ത് അന്തഃപുരത്തിലേക്ക് വിശ്രമിക്കുവാൻ പോകും മുമ്പെ, യശോധര എല്ലാ അതിഥികൾക്കും തീറ്റിയും കുടിയുമൊരുക്കുവാൻ പരിചാരകരോട് നിർദ്ദേശിച്ചു. സിദ്ധാർത്ഥൻതന്നെ പോയി അതിഥികളെ സ്വീകരിച്ചു. ഉത്തരശാല മാസത്തിലെ പൂർണചന്ദ്രദിവസമായിരുന്നു, അന്ന്. പാട്ട് തുടങ്ങിയതോടെ, വൃക്ഷനിരകൾക്കു മീതെയായി, തെക്കുകിഴക്കൻ ആകാശത്ത് ചന്ദ്രൻ പ്രത്യക്ഷപ്പെട്ടു.

രാത്രി വൈകുന്നതുവരെ, ഗോതമി തന്റെ ചിന്തകൾ യശോധരയുമായി പങ്കിട്ടു; പിന്നെ അവരുടെ അറയിലേക്ക് നടന്നു. അവിടെ, ആകാശത്തിന്റെ ഉച്ചിയിൽനിന്ന് ഞാത്തിയിട്ടപോലെ പൂർണചന്ദ്രൻ. കലാപരിപാടി അപ്പോഴും നല്ല ഹരത്തിലായിരുന്നു. പാട്ടിന്റേയും വർത്തമാനത്തിന്റേയും ചിരിയുടേയും ശബ്ദങ്ങൾ അവിടെനിന്നും പുറത്തേക്കൊഴുകി. യശോധര ഗോതമിയെ പ്രധാന വാതിൽവരെ അനുഗമിച്ചു. പിന്നെ, ചന്നനെ കണ്ടുപിടിക്കാൻ പോയി. അയാൾ അന്നേരം നല്ല മയക്കത്തിലായിരുന്നു. യശോധര അയാളെ വിളിച്ചുണർത്തി, മന്ത്രിച്ചു. "ഇന്നു രാത്രി രാജകുമാരന് നിന്റെ സേവനം ആവശ്യമായി വരാൻ

സാധ്യതയുണ്ട്. കാന്തകനെ സവാരിക്കായി ഒരുക്കിനിർത്തുക. നിനക്കുവേണ്ടി മറ്റൊരു കുതിരയെയും."

"പറഞ്ഞാലും, രാജകുമാരൻ എങ്ങോട്ടാണ് പോകുന്നത്?"

"ദയവായി ഒന്നും ചോദിക്കരുത്. ഞാൻ പറഞ്ഞതുപോലെ ചെയ്യുക. കാരണം ഇന്നു രാത്രി സവാരിക്ക് നിന്നെ ആവശ്യമായി വന്നേക്കും."

ചന്നൻ തലയാട്ടി, കുതിരാലയത്തിലേക്ക് നടന്നു. യശോധര കൊട്ടാരത്തിലേക്കു മടങ്ങി. അവൾ യാത്രയ്ക്കനുയോജ്യമായ വസ്ത്രങ്ങളെടുത്ത്, സിദ്ധാർത്ഥന്റെ കസേരയിൽ വെച്ചു. ഒരു നനുത്ത പുതപ്പെടുത്ത് രാഹുലനെ പുതപ്പിച്ചു, അവളും കിടന്നു. ചിരിയുടെയും വർത്തമാനത്തിന്റെയും പാട്ടിന്റെയും അലകൾ, അവൾ കാതോർത്തു. ശബ്ദം താഴ്ന്ന് അപ്രത്യക്ഷമാവാൻ പിന്നെയും ഏറെ സമയമെടുത്തു. അതിഥികൾ അവരവരുടെ മുറികളിലേക്ക് മടങ്ങിയിട്ടുണ്ടാകണം. നിശബ്ദത കൊട്ടാരത്തിൽ തിരിച്ചുവന്നതോടെ അവൾ ശാന്തയായി കിടന്നു. അവൾ ഏറെ നേരം കാത്തു, പക്ഷേ, സിദ്ധാർത്ഥൻ അവരുടെ അറയിലേക്ക് തിരിച്ചുവന്നില്ല.

സിദ്ധാർത്ഥൻ പുറത്ത്, തനിയെ, പ്രകാശം പരത്തുന്ന നക്ഷത്രങ്ങളെയും ചന്ദ്രനെയും കണ്ണിമയ്ക്കാതെ നോക്കിയിരിക്കുകയായിരുന്നു. ഒരായിരം നക്ഷത്രങ്ങൾ കണ്ണ് ചിമ്മിത്തുറന്നു. ആ രാത്രിതന്നെ രാജകൊട്ടാരമുപേക്ഷിച്ചിറങ്ങാൻ അവൻ മനസ്സുകൊണ്ട് തീരുമാനിച്ചുറപ്പിച്ചിരുന്നു. കുറെക്കഴിഞ്ഞ്, അവൻ തന്റെ അറയിൽ പ്രവേശിച്ചു; തന്നെയവിടെ കാത്തിരിക്കുന്ന യാത്രാവസ്ത്രങ്ങൾ ഉടുത്തു. തിരശ്ശീല വലിച്ചു. മെത്തയിലേക്ക് നോക്കി. ഗോപ അവിടെ കിടന്നുറങ്ങുന്നുണ്ട്, അർദ്ധനിദ്രാവസ്ഥയിൽ; അവളുടെ അരികെ രാഹുലനുണ്ട്. യശോദരയോട് യാത്രാമൊഴി പറയുവാൻ അവനാഗ്രഹിച്ചു, പക്ഷേ, അവൻ സംശയിച്ചു. അത്യാവശ്യമായതെല്ലാം അവളോട് പറഞ്ഞിട്ടുണ്ട്. ഇപ്പോഴവളെ ഉണർത്തിയാൽ, വേർപാട് കുറെക്കൂടി വേദനാകരമായിരിക്കും. അവൻ തിരശ്ശീല താഴ്ത്തി, പോകാൻ തിരിഞ്ഞു. വീണ്ടും സംശയിച്ചു. ഒരിക്കൽകൂടി തിരശ്ശീല ഉയർത്തി, ഭാര്യയെയും മകനെയും അവസാനമായൊരു നോക്കു കാണാൻ. തന്റെ ഓർമയിൽ പരിചിതവും അത്യധികം അരുമയുമായ ചിത്രം ആലേഖനം ചെയ്യാനെന്നോണം, അവൻ അവരെ അഗാധമായി നോക്കി. പിന്നെ തിരശ്ശീല സ്വതന്ത്രമാക്കി, പുറത്തേക്ക് നടന്നു.

നീണ്ട അതിഥി മുറി കടക്കുമ്പോൾ, പരവതാനികളിൽ ക്ഷീണിതരായി തളർന്നുറങ്ങുന്ന നൃത്തക്കാരികളെ സിദ്ധാർത്ഥൻ കണ്ടു. അവരുടെ മുടി അഴിഞ്ഞുലഞ്ഞ് അലങ്കോലമായിരുന്നു. ചത്ത മീനിന്റേതുപോലെ അവർ വായ തുറന്നുപിടിച്ചിരുന്നു. നൃത്തവേളയിൽ മാർദ്ദ

വവും മൃദുചടുലവുമായിരുന്ന അവരുടെ കൈകൾ, പലകപോലെ മരവിച്ചിട്ടുണ്ട്. ഒരു യുദ്ധക്കളത്തിൽ പരിക്കേറ്റ് വീണുകിടക്കുന്നവരെപ്പോലെ, അവരുടെ കാലുകൾ പരസ്പരം പിണഞ്ഞുകിടന്നു. താനൊരു ശവപ്പറമ്പിലൂടെ നടന്നു പോകുകയാണെന്ന് സിദ്ധാർത്ഥന് തോന്നി.

അവൻ കുതിരാലയത്തിലേക്ക് നടന്നു; ചന്നൻ അപ്പോഴും ഉണർന്നിരിപ്പുണ്ട്.

"ചന്നാ, കാന്തകനെ സവാരിക്ക് തയ്യാറാക്കി എന്റടുത്തേക്ക് കൊണ്ടുവരിക."

ചന്നൻ തലകുലുക്കി. അയാൾ എല്ലാം സജ്ജീകരിച്ചിട്ടുണ്ടായിരുന്നു. കാന്തകനെ ഇതിനകംതന്നെ കടിഞ്ഞാണും ജീനിയുമിട്ട് ഒരുക്കി നിർത്തിയിരുന്നു, ചന്നൻ: "ഞാൻ കൂടെ വരട്ടെ, രാജകുമാരാ?"

സിദ്ധാർത്ഥൻ തലയാട്ടി. ചന്നൻ തന്റെ കുതിരയ്ക്കായി അകത്ത് കടന്നു. അവർ കുതിരകളെ കൊട്ടാരമൈതാനത്തിൽനിന്ന് പുറത്തു കടത്തി. സിദ്ധാർത്ഥൻ നിന്നു, കാന്തകന്റെ കുഞ്ചിരോമം ഉഴിഞ്ഞു. "കാന്തകാ" സിദ്ധാർത്ഥൻ പറഞ്ഞു. "ഇത് ഏറ്റവും പ്രധാനപ്പെട്ട ഒരു രാത്രിയാണ്. നീ നിന്റെ ഏറ്റവും മികച്ചത് ഈ യാത്രയിൽ എനിക്കു തരണം."

സിദ്ധാർത്ഥൻ കാന്തകന്റെ പുറത്ത് കയറി; ചന്നൻ അയാളുടെ കുതിരയുടേയും. ശബ്ദമുണ്ടാകാതിരിക്കാൻ, അവർ അവയെ നടത്തി. കാവൽക്കാർ നല്ല ഉറക്കത്തിലായിരുന്നു. അവർ എളുപ്പത്തിൽ നഗരകവാടത്തിലൂടെ കടന്നു. നഗരകവാടത്തിന് വളരെയേറെ ദൂരെയായപ്പോൾ, സിദ്ധാർത്ഥൻ തിരിഞ്ഞുനോക്കി, നിലാവിൽ ശാന്തയായി നില്ക്കുന്ന തലസ്ഥാനനഗരിയെ അവസാനമായൊന്ന് നോക്കാൻ. അവിടെയാണ് അവൻ ജനിച്ചതും വളർന്നതും. സുഖങ്ങളും ദുഃഖങ്ങളും അനുഭവിച്ചത്. ആകുലതകളും പ്രതീക്ഷകളുമുണ്ടായത്. അതേ നഗരത്തിൽ അവന് പ്രിയപ്പെട്ടവർ ഉറങ്ങുന്നു–അച്ഛൻ, ഗോതമി, യശോധര, രാഹുലൻ, മറ്റുള്ളവരെല്ലാം. അവൻ തന്നോട് തന്നെ മന്ത്രിച്ചു. "വിമോചനത്തിന്റെ വഴി കണ്ടെത്തുന്നില്ലെങ്കിൽ, ഞാൻ കപിലവസ്തുവിലേക്ക് തിരിച്ചുവരില്ല."

അവൻ കുതിരയെ ദക്ഷിണദിക്കിലേക്ക് തിരിച്ചു; കാന്തകൻ അതിവേഗം പാഞ്ഞു.

13. ആത്മീയ പരിശീലനത്തിന്റെ തുടക്കം

അതിവേഗം കുതിച്ച് പാഞ്ഞിട്ടും, ശാക്യരാജ്യത്തിന്റെ അതിർത്തിയിൽ അവർ പുലരുന്നതിന് മുമ്പേ എത്തിയില്ല. അവർക്ക് മുന്നിലൂടെ അനോമ നദിയൊഴുകി, അവരതിനെ താഴോട്ട് പിന്തുടർന്നു, കുതിരകളുമായി മുറിച്ച് കടക്കാൻ നിലയുള്ളിടം വരെ. ഒരു കാടിന്റെ അറ്റത്തെത്തുന്നതിനും മുമ്പായി, അവർ നല്ലൊരു ദൂരം സവാരി ചെയ്തു. ഒരു മാൻ, മരങ്ങൾക്കിടയിൽ അകത്തേക്കും പുറത്തേക്കും ഓടി. പക്ഷികൾ മനുഷ്യസാന്നിധ്യത്തിൽ അസ്വസ്ഥരാകാതെ വളരെ അടുത്ത് പറന്നു. സിദ്ധാർത്ഥൻ കുതിരപ്പുറത്തുനിന്നും താഴെക്കിറങ്ങി. അവൻ പുഞ്ചിരിച്ചു; കാന്തകന്റെ കുഞ്ചിരോമം തലോടി.

“കാന്തകാ, നീയൽഭുതകരമാണ്. ഇവിടെ എത്തിക്കുവാൻ നീയെന്നെ സഹായിച്ചു. അതിന്, ഞാൻ നന്ദിപറയുന്നു.”

കുതിര തലയുയർത്തി, വാത്സല്യത്തോടെ യജമാനനെ നോക്കി.

കുതിരയുടെ ജീനിക്കുള്ളിൽ കെട്ടിയിരുന്ന ഒരു വാൾ സിദ്ധാർത്ഥൻ പുറത്തേക്ക് വലിച്ചെടുത്തു. പിന്നെ തന്റെ നീണ്ട മുടിച്ചുരുളുകൾ ഇടതുകൈയിൽ പിടിച്ച് വലതുകൈകൊണ്ട് അത് മുറിച്ചെടുത്തു. ചന്നൻ തന്റെ കുതിരപ്പുറത്തുനിന്നുമിറങ്ങി. സിദ്ധാർത്ഥൻ വാളും മുടിയും അയാളെ ഏൽപ്പിച്ചു. പിന്നീടവൻ തന്റെ രത്നമാല ഊരിയെടുത്തു.

“ചന്നാ, എന്റെ കണ്ഠാഭരണവും വാളും ഈ മുടിയും പിടിക്കുക. അവ അച്ഛന് കൊടുക്കുക. എന്നിൽ വിശ്വാസമുണ്ടായിരിക്കുവാൻ അദ്ദേഹത്തോട് പറയുക. എന്റെ ഉത്തരവാദിത്വങ്ങൾ ഒഴിവാക്കുവാനായി, സ്വാർത്ഥനായി, വീടുവിട്ടിറങ്ങിയവനല്ല ഞാൻ. നിങ്ങൾക്കെല്ലാവർക്കും വേണ്ടി, ഈ ഭൂമിയിലെ സകല ജീവനും വേണ്ടിയാണ്, ഞാനിപ്പോൾ പോകുന്നത്. എനിക്കുവേണ്ടി രാജ്ഞിയെയും രാജാവിനെയും സാന്ത്വനിപ്പിക്കുക. ഇത് ഞാൻ നിങ്ങളോടാവശ്യപ്പെടുന്നു.”

കണ്ഠാഭരണം വാങ്ങിയപ്പോൾ ചന്നന്റെ കണ്ണിൽനിന്നും കണ്ണീരൊഴുകി. “പ്രഭോ, എല്ലാവരും കഠിനമായി വേദനിക്കും. അങ്ങയുടെ പത്നി യശോധരയോടും രാജാവിനോടും രാജ്ഞിയോടും എന്തു പറയുമെന്നെനിക്കറിയില്ല. ജീവിതകാലം മുഴുവൻ പട്ടുമെത്തയിലും നേർത്ത

വിരിപ്പുകളിലും കിടന്നിട്ടുള്ള അങ്ങ് എങ്ങിനെയാണ് ഒരു സന്യാസിയെപ്പോലെ മരച്ചുവട്ടിൽ കിടന്നുറങ്ങുക?”

സിദ്ധാർത്ഥൻ പുഞ്ചിരിച്ചു, “വിഷമിക്കേണ്ടാ ചന്നൻ. എനിക്കങ്ങിനെയും ജീവിക്കാൻ കഴിയും. എന്നെ കാണാനില്ലെന്ന് എല്ലാവരും ചോദിക്കുംമുമ്പ്, നീ മടങ്ങിച്ചെന്ന് എല്ലാവരോടും എന്റെ തീരുമാനം പറയണം. ഇപ്പോഴെന്നെ, ഇവിടെ, തനിയെ വിടുക.”

ചന്നൻ കണ്ണീർ തുടച്ചു: “പ്രഭോ, ദയവായി അങ്ങയെ പരിചരിക്കുവാൻ, എന്നെ ഇവിടെ നിൽക്കുവാൻ അനുവദിക്കുക. എന്നിൽ കരുണയുണ്ടാവുക, ഞാൻ സ്നേഹിക്കുന്നവരെ ദുഃഖകരമായ ഈ വാർത്ത അറിയിക്കുന്നത് എനിക്ക് താങ്ങ വയ്യ.”

സിദ്ധാർത്ഥൻ തന്റെ പരിചാരകന്റെ തോളിൽ സ്നേഹപൂർവം തട്ടി. അവന്റെ വാക്കുകൾ ഗൗരവം പൂണ്ടു. “ചന്നാ, നിങ്ങൾ മടങ്ങിപ്പോകണം, എന്റെ കുടുംബത്തെ അറിയിക്കണം. നിങ്ങൾക്കെന്നോട് സത്യമായും താല്പര്യമുണ്ടെങ്കിൽ, ഞാൻ പറയുന്നപോലെ ചെയ്യുക. ചന്നാ, എനിക്ക് നിന്നെ ഇവിടെ ആവശ്യമില്ല. ഒരു സന്യാസിക്കും ഒരു പരിചാരകനെ വേണ്ടിവരില്ല. ഇപ്പോൾ നിങ്ങൾ ദയവായി വീട്ടിൽ പോകുക.”

ചന്നൻ വൈമനസ്യത്തോടെ രാജകുമാരനെ അനുസരിച്ചു. അയാൾ ശ്രദ്ധാപൂർവം മുടിയും കണ്ഠാഭരണവും തന്റെ കുപ്പായത്തിനുള്ളിൽ വെച്ചു. കാന്തകന്റെ ജീനിക്കുള്ളിൽ വാൾ കെട്ടിവെച്ചു. അയാൾ, സിദ്ധാർത്ഥന്റെ കൈ തന്റെ കൈയിൽ പിടിച്ച് യാചിച്ചു. “അങ്ങ് പറയുന്നതുപോല ഞാൻ ചെയ്യാം. പക്ഷേ, പ്രഭോ എന്നെ ഓർക്കണം, ഞങ്ങളെയെല്ലാം ഓർക്കണം. വിമോചനത്തിന്റെ വഴി കണ്ടെത്തിയാൽ മടങ്ങിവരാൻ മറക്കരുത്.”

സിദ്ധാർത്ഥൻ തലയാട്ടി, ചന്നന് ഉറപ്പുനല്കിക്കൊണ്ട് പുഞ്ചിരിച്ചു. അവൻ കാന്തകന്റെ തല തഴുകി; “കാന്തക, എന്റെ ചങ്ങാതി, ഇനിയിപ്പോൾ വീട്ടിലേക്ക് മടങ്ങുക.”

ചന്നൻ കാന്തകന്റെ ജീനി പിടിച്ചു, തന്റെ കുതിരപ്പുറത്ത് കേറി. കാന്തകൻ അവസാനവട്ടം നോക്കുവാനായി സിദ്ധാർത്ഥന്റെ നേരെ തിരിഞ്ഞു, ചന്നന്റേതുപോലെ, അവന്റെ കണ്ണുകൾ നിറഞ്ഞിരുന്നു.

ചന്നനും രണ്ട് കുതിരകളും കാഴ്ചയിൽനിന്ന് മറയുവോളം സിദ്ധാർത്ഥൻ കാത്തുനിന്നു. അവൻ കാടിന്റെ നേരെ തിരിഞ്ഞു. തന്റെ പുതിയ ജീവിതത്തിലേക്ക് കടക്കുവാൻ. ഇനിയിപ്പോൾ ആകാശമാണ്, അവന്റെ മേൽക്കൂര. കാടാണ് വീട്. ഒരുതരം ആശ്വാസവും സംതൃപ്തിയും അവന്റെയുള്ളിൽ തിരയടിച്ചു. ആ നിമിഷം ഒരു മനുഷ്യൻ കാട്ടിൽനിന്നും

പുറത്തുവന്നു. ആദ്യത്തെ നോട്ടത്തിൽ, അദ്ദേഹമൊരു സന്യാസിയാണെന്ന് സിദ്ധാർത്ഥന് തോന്നി, കാരണം അദ്ദേഹം അത്തരം വസ്ത്രമാണ് ധരിച്ചിരുന്നത്. എന്നാൽ സൂക്ഷിച്ചുനോക്കിയപ്പോൾ കണ്ടു, ആ മനുഷ്യന്റെ കൈയിൽ വില്ലുണ്ട്, പുറത്ത് അമ്പുകൾ ഞാന്ന് കിടക്കുന്നുണ്ട്.

"നിങ്ങളൊരു നായാട്ടുകാരനാണല്ലേ?" സിദ്ധാർത്ഥൻ ചോദിച്ചു.

"അതെ" ആ മനുഷ്യൻ മറുപടി പറഞ്ഞു.

"നിങ്ങളൊരു നായാട്ടുകാരനാണെങ്കിൽ, എന്തുകൊണ്ടാണ് ഒരു സന്യാസിയെപ്പോലെ വസ്ത്രം ധരിച്ചിരിക്കുന്നത്?"

അയാൾ ചിരിച്ചു. "ഈ വസ്ത്രധാരണം കാരണം മൃഗങ്ങൾക്ക് എന്നെ ഭയമില്ല; എനിക്ക് വളരെ എളുപ്പത്തിൽ അവയെ അമ്പെയ്യാം."

സിദ്ധാർത്ഥൻ തലയാട്ടി; "അപ്പോൾ നിങ്ങൾ ആത്മീയപാത പിന്തുടരുന്നവരുടെ കാരുണ്യത്തെ അപമാനിക്കുകയാണ്, എന്റെ വസ്ത്രങ്ങൾക്ക് പകരമായി, നിങ്ങളാ വസ്ത്രം തരുമോ?"

നായാട്ടുകാരൻ സിദ്ധാർത്ഥന്റെ നേരെ നോക്കി, വിലമതിക്കാൻ കഴിയാത്ത രാജകീയ വസ്ത്രമാണ് അവൻ ധരിച്ചിരിക്കുന്നതെന്ന് കണ്ടു.

"നിങ്ങൾക്ക് ശരിക്കും ഈ കച്ചവടത്തിൽ താല്പര്യമുണ്ടോ?" അയാൾ ചോദിച്ചു.

"തീർച്ചയായും", സിദ്ധാർത്ഥൻ, "നിങ്ങൾക്ക് ഈ വസ്ത്രങ്ങൾ വിൽക്കാം. വേണ്ടത്ര പണം കിട്ടും. നായാട്ടവസാനിപ്പിച്ച് പുതിയൊരു കച്ചവടം തുടങ്ങാം. ഞാനാണെങ്കിൽ, ഒരു സന്യാസിയാവാനാഗ്രഹിക്കുന്നു; നിങ്ങളുടേതുപോലൊരു വസ്ത്രവും ആവശ്യമാണ്."

നായാട്ടുകാരന് അതിയായ ആഹ്ലാദമുണ്ടായി. സിദ്ധാർത്ഥന്റെ പട്ടുവസ്ത്രങ്ങൾക്കു പകരം തന്റേത് കൈമാറിക്കൊണ്ട്, അയാൾ ധൃതിയിൽ സ്ഥലം വിട്ടു. സിദ്ധാർത്ഥനിപ്പോൾ ഒരു യഥാർത്ഥ സന്യാസിയുടെ ഭാവമാണ്. അവൻ കാടിനുള്ളിലേക്ക് കടന്നു. ഒരു മരം കണ്ടു. അതിന്റെ ചുവട്ടിൽ ഇരുന്നു. ആദ്യമായി, കുടുംബരഹിതനായ സന്യാസിയെപ്പോലെ, സിദ്ധാർത്ഥൻ ധ്യാനത്തിലിരുന്നു. കൊട്ടാരത്തിലെ അവസാനത്തെ നീണ്ട പകലിനും, കുതിരപ്പുറത്ത് ചെലവഴിച്ച ഒരു ശരത്കാല രാത്രിക്കും ശേഷം, സിദ്ധാർത്ഥന് വിസ്മയകരമായ ആശ്വാസമനുഭവപ്പെട്ടു.

കാട്ടിൽ പ്രവേശിച്ച നിമിഷം ഉള്ളിൽ നിറഞ്ഞ സ്വാതന്ത്ര്യത്തിന്റെയും മോചനത്തിന്റെയും അനുഭൂതി ആസ്വദിക്കുവാനും പരിപോഷിപ്പിക്കുവാനും സിദ്ധാർത്ഥൻ ധ്യാനത്തിലിരുന്നു.

മരങ്ങൾക്കിടയിലൂടെ സൂര്യപ്രകാശം അരിച്ചിറങ്ങി സിദ്ധാർത്ഥന്റെ

ഇമകളിൽ വിശ്രമിച്ചു. സിദ്ധാർത്ഥൻ കണ്ണുകൾ തുറന്നു. തന്റെ മുമ്പിൽ ഒരു സന്യാസി നില്ക്കുന്നത് കണ്ടു. കഠിനനിഷ്ഠമായ ജീവിതംകൊണ്ട് സന്യാസിയുടെ മുഖവും ശരീരവും മെലിഞ്ഞ് ക്ഷീണിച്ചിരുന്നു. സിദ്ധാർത്ഥൻ എണീറ്റ് നിന്നു. ഉപചാരപൂർവം കൈകൾ കൂപ്പി. താൻ വീടുപേക്ഷിച്ചിട്ടേയുള്ളൂവെന്നും, ഇതുവരെയും തന്നെ സ്വീകരിക്കുവാനുള്ള ഒരു ഗുരുനാഥനെ കണ്ടെത്തുവാനുള്ള അവസരമുണ്ടായില്ലെന്നും സിദ്ധാർത്ഥൻ അറിയിച്ചു. തെക്കോട്ട് യാത്ര ചെയ്ത്, അലാറ കലാമിന്റെ ആത്മീയകേന്ദ്രത്തിലെത്തി അദ്ദേഹത്തിന്റെ ശിഷ്യനായിരിക്കാനുള്ള തന്റെ താൽപര്യം സിദ്ധാർത്ഥൻ പറഞ്ഞു.

താൻ അലാറ ഗുരുവിന്റെ കീഴിലാണ് പഠിച്ചതെന്നും, അദ്ദേഹമിപ്പോൾ വൈശാലി നഗരത്തിൽ തൊട്ട് വടക്കായി ഒരു കേന്ദ്രം തുടങ്ങിയിട്ടുണ്ടെന്നും സന്യാസി പറഞ്ഞു. നാനൂറിലേറെ ശിഷ്യന്മാർ അവിടെ പഠിക്കാനായി ഒത്തുചേർന്നിട്ടുണ്ട്. അവിടെയെത്തേണ്ടതെങ്ങിനെയാണെന്ന് തനിക്കറിയാം, സിദ്ധാർത്ഥനെ അവിടേക്ക് കൊണ്ടുപോകുന്നതിൽ സന്തോഷമാണ്, അദ്ദേഹം അറിയിച്ചു.

സിദ്ധാർത്ഥൻ കാട്ടിലൂടെ അദ്ദേഹത്തെ അനുഗമിച്ചു. ഒരു കുന്നിനെ ചുറ്റിയ പാതയിലൂടെ അവർ മറ്റൊരു കാട്ടിലേക്ക് പ്രവേശിച്ചു. അവർ ഉച്ചയാകുവോളം നടന്നു. കാട്ടുപഴങ്ങളും കായ്കനികളും ശേഖരിക്കുന്നതെങ്ങനെയെന്ന് സന്യാസി അവന് കാട്ടിക്കൊടുത്തു. കാട്ടുപഴങ്ങളോ കായ്കനികളോ കിട്ടാത്ത സമയത്ത് ചിലപ്പോൾ കാട്ടുകിഴങ്ങുകൾ, മണ്ണ് മാന്തി തുരന്നെടുക്കേണ്ടിവരും, സന്യാസി വിശദമാക്കി. നീണ്ടൊരു കാലം കാടുകളിൽ കഴിയേണ്ടി വരുമെന്ന് സിദ്ധാർത്ഥനറിയാമായിരുന്നു. അതുകൊണ്ട് തിന്നാൻ പറ്റുന്ന എല്ലാ ഭക്ഷണങ്ങളുടേയും പേരുകൾ സിദ്ധാർത്ഥൻ ചോദിച്ചു. അവയെല്ലാം ശ്രദ്ധയോടെ മനസ്സിൽ കുറിച്ചിടുകയും ചെയ്തു. ഈ സന്യാസി കഠിനവ്രതമുള്ള യതിയാണ്, സിദ്ധാർത്ഥൻ മനസ്സിലാക്കി, അദ്ദേഹം ജീവിക്കുന്നത് കാട്ടുപഴങ്ങളും കായ്കനികളും കാട്ടുകിഴങ്ങുകളും ഭക്ഷിച്ചാണ്. ഭാർഗവൻ എന്നായിരുന്നു അദ്ദേഹത്തിന്റെ പേര്. അലാറ കലാമ ഗുരു ഒരു യതിയല്ല, ഭാർഗവൻ സിദ്ധാർത്ഥനോട് പറഞ്ഞു. കാട്ടിലേതു കൂടാതെ, അദ്ദേഹത്തിന്റെ സന്യാസിമാർ അടുത്തുള്ള ഗ്രാമങ്ങളിൽ ഭിക്ഷയിരന്ന് ഭക്ഷണംകഴിക്കാറുണ്ട്. ഗ്രാമീണർ നല്കുന്ന ഭക്ഷണവും അവർ സ്വീകരിക്കാറുണ്ട്.

ഒമ്പതു ദിവസങ്ങൾക്കുശേഷം, അനുപിയയ്ക്കടുത്തുള്ള അലാറ കലാമന്റെ കേന്ദ്രത്തിൽ അവരെത്തി. ഗുരു അലാറ കലാമ നാനൂറിൽ കൂടുതൽ ശിഷ്യരോട് സംസാരിക്കവെയാണ് അവരവിടെ എത്തിച്ചേർന്നത്. അദ്ദേഹത്തിന് ഏതാണ്ട് എഴുപത് വയസ്സുണ്ട്. അദ്ദേഹം

മെലിഞ്ഞും ദുർബലനായും തോന്നിച്ചു. അദ്ദേഹത്തിന്റെ കണ്ണുകൾ തിളങ്ങി. ശബ്ദം ചെമ്പിലടിക്കുന്ന പോലെയുണ്ട്. സിദ്ധാർത്ഥനും അവന്റെ സഹയാത്രികനും ശിഷ്യവൃത്തത്തിന് പുറത്തുനിന്ന്, അദ്ദേഹത്തിന്റെ അനുശാസനം ശ്രദ്ധിച്ചു. അദ്ദേഹത്തിന്റെ സംസാരം തീർന്നതോടെ, ശിഷ്യന്മാർ കാട്ടിൽ പലയിടങ്ങളിലേക്കായി നീങ്ങി, പരിശീലനം തുടരാൻ. സിദ്ധാർത്ഥൻ അദ്ദേഹത്തെ സമീപിച്ചു, സ്വയം പരിചയപ്പെടുത്തിയ ശേഷം ആദരപൂർവം പറഞ്ഞു, "സംപൂജ്യനായ ഗുരുനാഥാ, അങ്ങയുടെ ശിഷ്യരിലൊരാളായി എന്നെ സ്വീകരിച്ചാലും. അങ്ങയുടെ മാർഗനിർദ്ദേശത്തിൽ ജീവിക്കുവാനും പഠിക്കുവാനും എനിക്കാഗ്രഹമുണ്ട്."

ഗുരുനാഥൻ സിദ്ധാർത്ഥനെ ശ്രദ്ധിച്ചു, ഏകാഗ്രതയോടെ നോക്കി, പിന്നെ തന്റെ സമ്മതമറിയിച്ചു, "സിദ്ധാർത്ഥാ, നിങ്ങളെ കൈക്കൊള്ളുവാൻ എനിക്കിഷ്ടമാണ്. നിങ്ങൾക്ക് ഇവിടെ താമസിക്കാം. നിങ്ങൾ എന്റെ അനുശാസനങ്ങൾക്കും രീതികൾക്കും അനുസരിച്ച്, പരിശീലിക്കുകയാണെങ്കിൽ, കുറഞ്ഞ സമയംകൊണ്ട് എന്റെ അനുശാസനങ്ങൾ സാക്ഷാത്കരിക്കാനാവും."

തന്റെ സന്തോഷം പ്രകടിപ്പിക്കുവാനായി സിദ്ധാർത്ഥൻ അദ്ദേഹത്തെ നമസ്കരിച്ചു.

തന്റെ അനേകശിഷ്യന്മാർ നിർമിച്ചുകൊടുത്ത വൈക്കോൽ കുടിലിലാണ് അലാറ താമസിച്ചിരുന്നത്. കാട്ടിൽ അവിടവിടെയായി ശിഷ്യന്മാരുടെ കുടിലുകളുണ്ടായിരുന്നു. ആ രാത്രി കിടന്നുറങ്ങാൻ സിദ്ധാർത്ഥൻ നിരപ്പായൊരു സ്ഥലം കണ്ടെത്തി, തലയിണയായി മരത്തിന്റെ ഒരു വേരും. ദീർഘയാത്രകൊണ്ട് ക്ഷീണിതനായിരുന്നതിനാൽ, അവൻ പ്രഭാതമാകുവോളം സുഖമായുറങ്ങി. ഉണർന്നപ്പോൾ സൂര്യനുദിച്ച് പൊങ്ങിയിരുന്നു. പക്ഷികളുടെ പാട്ടുകളാൽ കാട് നിറഞ്ഞിരുന്നു. അവൻ എണീറ്റിരുന്നു. മറ്റ് സന്യാസിമാർ പ്രഭാത ധ്യാനത്തിനുശേഷം, നഗരത്തിൽ ഭക്ഷണം യാചിക്കുവാൻ യാത്രയാവുകയാണ്. സിദ്ധാർത്ഥന് ഒരു ഭിക്ഷാപാത്രം കിട്ടി. എങ്ങനെ ഭിക്ഷയെടുക്കണമെന്നും പറഞ്ഞുകൊടുത്തിരുന്നു.

മറ്റ് സന്യാസിമാരെ അനുഗമിച്ച് സിദ്ധാർത്ഥനും ഭിക്ഷാപാത്രവുമായി വൈശാലി നഗരത്തിൽ പ്രവേശിച്ചു. ജീവിതത്തിലാദ്യമായി ഭിക്ഷാപാത്രം പിടിച്ച സിദ്ധാർത്ഥന്, ഒന്ന് ബോധ്യപ്പെട്ടു - സന്യാസിയുടെ ജീവിതം സാധാരണക്കാരന്റേതുമായി വളരെയേറെ ബന്ധപ്പെട്ടതാണ്. കാരണം സന്യാസിമാർ ഭക്ഷണത്തിനായി ആശ്രയിക്കുന്നത് സാമാന്യ ജനങ്ങളെയാണ്. ഭിക്ഷാപാത്രം ശരിയായി പിടിക്കുവാനും,

നടക്കുവാനും, നിൽക്കുവാനും, ഭക്ഷണം സ്വീകരിക്കുവാനും, ഭക്ഷണം തരുന്നവരോട് നന്ദിസൂചകമായി പ്രാർത്ഥന ചൊല്ലുവാനും, സിദ്ധാർത്ഥൻ പഠിച്ചു. കറിയോടുകൂടിയ ചോറാണ് അന്ന് സിദ്ധാർത്ഥന് കിട്ടിയത്.

തന്റെ പുതിയ ചങ്ങാതിമാരുമായി സിദ്ധാർത്ഥൻ കാട്ടിലേക്കു മടങ്ങി. അവരെല്ലാവരും ഭക്ഷണം കഴിക്കുവാനിരുന്നു. ഭക്ഷണശേഷം, അവൻ ആത്മീയപാഠങ്ങൾ പഠിക്കുവാൻ അലാറ ഗുരുവിന്റെ അടുത്തേക്ക് പോയി. സിദ്ധാർത്ഥൻ അദ്ദേഹത്തെ കാണുമ്പോൾ അദ്ദേഹം അഗാധമായ ധ്യാനത്തിലാണ്, സിദ്ധാർത്ഥൻ ഗുരുവിന്റെ മുമ്പിൽ ശാന്തനായി ഇരുന്നു, തന്റെ മനസ്സ് ഏകാഗ്രമാക്കാൻ ശ്രമിച്ചുകൊണ്ട്. ദീർഘസമയത്തിനുശേഷം അലാറ കണ്ണുകൾ തുറന്നു. സിദ്ധാർത്ഥൻ നമസ്കരിച്ചു. അദ്ദേഹത്തോട് തന്നെ പഠിപ്പിക്കുവാൻ അപേക്ഷിച്ചു.

അലാറ പുതിയ സന്യാസിയോട് വിശ്വാസത്തെക്കുറിച്ചും ശുഷ്കാന്തിയെക്കുറിച്ചും പറഞ്ഞു. ഏകാഗ്രതയുണ്ടാകാൻ, ശ്വാസം എങ്ങനെ ഉപയോഗിക്കാമെന്ന് കാട്ടിക്കൊടുത്തു. അദ്ദേഹം വിശദീകരിച്ചു. "എന്റെ അനുശാസനം വെറുമൊരു സിദ്ധാന്തമല്ല. അറിവ് 'നേടുന്നത്' നേരിട്ടുള്ള അനുഭവത്തിൽനിന്നും പ്രയത്നത്തിൽ നിന്നുമാണ്. മനോതർക്കങ്ങളിൽ നിന്നല്ല. ധ്യാനത്തിന്റെ വ്യത്യസ്ത അവസ്ഥകൾ കൈവരിക്കുവാൻ ഭൂതഭാവി ചിന്തകളെല്ലാം നിങ്ങളിൽനിന്ന് ഒഴിക്കേണ്ടത് ആവശ്യമാണ്."

ഇന്ദ്രിയങ്ങളും ശരീരവും എങ്ങനെ നിയന്ത്രിക്കാം, സിദ്ധാർത്ഥൻ ചോദിച്ചു. പിന്നീടവൻ ഗുരുവിനോട് ആദരപൂർവം നന്ദിപറഞ്ഞു; വളരെ സാവകാശം കാട്ടിനുള്ളിൽ ധ്യാനിക്കുവാൻ ഒരിടം കണ്ടെത്താനായി നടന്നുപോയി. അവൻ ഇലകളും ചുള്ളികളും ശേഖരിച്ച് സാലമരത്തിന്റെ കീഴിൽ ഒരു ചെറിയ കുടിൽ കെട്ടി. അവിടെയിരുന്ന് തന്റെ ധ്യാനം പക്വമാക്കാൻ അവൻ ശുഷ്കാന്തിയോടെ പരിശീലനം തുടർന്നു. അഞ്ചോ ആറോ ദിവസം കൂടുമ്പോൾ അവൻ അലാറയുടെ അടുത്തെത്തി, തനിക്കനുഭവപ്പെടുന്ന പ്രയാസങ്ങൾക്ക് ഉപദേശമാരായാൻ, അല്പകാലത്തിനുള്ളിൽ, സിദ്ധാർത്ഥൻ കാര്യമായ പുരോഗതി നേടി.

ധ്യാനത്തിൽ, ചിന്തകളിൽനിന്നും ഭൂതഭാവിയോടുള്ള ബന്ധത്തിൽനിന്നും സ്വതന്ത്രനാവാൻ അവന് കഴിഞ്ഞു. വിസ്മയാവഹമായ ശാന്തിയും ആനന്ദവും നേടുവാനായി. എങ്കിലും ചിന്തയുടെയും ആസക്തിയുടെയും വിത്തുകൾ തന്നിലിപ്പോഴുമുണ്ടെന്ന് അവനു തോന്നി. അനേകം ആഴ്ചകൾ പിന്നിട്ടപ്പോൾ, ധ്യാനത്തിന്റെ ഉയർന്നൊരവസ്ഥയിൽ സിദ്ധാർത്ഥനെത്തി. ചിന്തയുടെയും ആസക്തിയുടെയും വിത്തുകൾ അലിഞ്ഞുതീർന്നു. പിന്നീടവൻ ആനന്ദവും അനാനന്ദവും ഇല്ലാതാക്കുന്ന ഏകാഗ്രതയുടെ അവസ്ഥയിൽ പ്രവേശിച്ചു. ഇന്ദ്രിയജ്ഞാന

ത്തിന്റെ അഞ്ചുവാതിലുകളും പൂർണമായും അടഞ്ഞ്, തന്റെ ഹൃദയം കാറ്റില്ലാത്ത ദിവസത്തെ തടാകംപോലെ നിശ്ചലമായിരിക്കുന്നതായി അവനു തോന്നി.

തന്റെ പരിശീലനത്തിന്റെ ഫലങ്ങൾ ഗുരു അലാറയ്ക്കു മുമ്പിൽ അവൻ അവതരിപ്പിച്ചു. ഗുരുവിന് ബോധ്യപ്പെട്ടു. ചെറിയൊരു കാലത്തിനുള്ളിൽ സിദ്ധാർത്ഥൻ പറയത്തക്ക പുരോഗതിയുണ്ടാക്കിയതായി അദ്ദേഹം പറഞ്ഞു. അനന്തശൂന്യതയുടെ മണ്ഡലം എന്നറിയപ്പെടുന്ന ധ്യാനാവസ്ഥ അറിയുന്നതെങ്ങനെയെന്ന് അദ്ദേഹം സിദ്ധാർത്ഥനെ പഠിപ്പിച്ചു. അത്തരമൊരവസ്ഥയിൽ മനസ്സ് അനന്തതയുമായി ഒന്നായിത്തീരുന്നു. ഭൗതികവും ഗോചരവുമായ സകല പ്രതിഭാസങ്ങളും ഉയർന്നുപൊങ്ങുന്നത് നിലയ്ക്കുന്നു. ശൂന്യത എല്ലാ വസ്തുക്കളുടെയും അനന്തമായ പ്രഭവകേന്ദ്രമായി മാറുന്നു.

ഗുരുനാഥന്റെ നിർദ്ദേശങ്ങൾ സിദ്ധാർത്ഥൻ പിന്തുടർന്നു. ആ അവസ്ഥയിലെത്താൻ എല്ലാ ശ്രമങ്ങളും ഏകോപിപ്പിച്ചു. മൂന്നു ദിവസങ്ങൾക്കുള്ളിൽ അവനതിൽ വിജയിച്ചു. എന്നാൽ അനന്തശൂന്യത അനുഭവിക്കാനുള്ള കഴിവുപോലും, ആഴമേറിയ ഉൽക്കണ്ഠകളിൽനിന്നും ദുഃഖങ്ങളിൽ നിന്നും തന്നെ മോചിപ്പിക്കുന്നില്ലെന്ന് സിദ്ധാർത്ഥന് തോന്നി. അങ്ങനെയൊരവസ്ഥയിൽ ദീർഘമായിരിക്കുന്നതിൽ, സിദ്ധാർത്ഥന് പിന്നെയും തടസ്സങ്ങൾ നേരിട്ടു. അവൻ സഹായത്തിനായി ഗുരുവിലേക്ക് മടങ്ങി. ഗുരുനാഥൻ പറഞ്ഞു. “നീ ഒരടികൂടി മുന്നോട്ട് പോകണം. അനന്തശൂന്യതയുടെ മണ്ഡലം എന്നത് നിന്റെ മനസ്സിന്റെ അതേ സത്തയാണ്. അത് നിന്റെ പ്രജ്ഞയുടെ ഒരു വസ്തുവല്ല. നിന്റെ പ്രജ്ഞ തന്നെയാണ്. ഇനി നീ അനന്ത ശൂന്യതയുടെ മണ്ഡലം അനുഭവിക്കണം.”

സിദ്ധാർത്ഥൻ കാട്ടിൽ തന്റെ ഇരിപ്പിടത്തിലേക്കു മടങ്ങി. വെറും രണ്ടു ദിവസങ്ങൾക്കുള്ളിൽ അനന്ത പ്രജ്ഞയുടെ മണ്ഡലം അറിഞ്ഞു. പ്രപഞ്ചത്തിലെ ഓരോ പ്രതിഭാസത്തിലും തന്റെ സ്വന്തം മനസ്സ് സന്നിഹിതമായിരിക്കുന്നത് അവൻ കണ്ടു. എന്നാൽ ഈ അവസ്ഥയിലും, തന്റെ അഗാധമായ ഉൽക്കണ്ഠകളും ദുഃഖങ്ങളും തന്നെ പീഡിപ്പിക്കുന്നതായി തോന്നി. അതിനാൽ സിദ്ധാർത്ഥൻ ഗുരു അലാറയിലേക്കു മടങ്ങി; തന്റെ പ്രയാസങ്ങൾ വിശദീകരിച്ചു. അഗാധമായ ബഹുമാനമുള്ള കണ്ണുകളോടെ ഗുരു സിദ്ധാർത്ഥനെ നോക്കി, “നിങ്ങൾ ആത്യന്തികമായ ലക്ഷ്യത്തിന് വളരെ അടുത്തെത്തിയിരിക്കുന്നു. കുടിലിലേക്ക് മടങ്ങിപ്പോവുക. എല്ലാ പ്രതിഭാസങ്ങളുടെയും മായിക സ്വഭാവത്തെ ധ്യാനിക്കുക. ഈ പ്രപഞ്ചത്തിലെ ഓരോന്നും നമ്മുടെ സ്വന്തം മനസ്സുകൊണ്ടാണ് സൃഷ്ടിക്കപ്പെട്ടിരിക്കുന്നത്. നമ്മുടെ മനസ്സാണ്

എല്ലാ പ്രതിഭാസങ്ങളുടെയും പ്രഭവകേന്ദ്രം. രൂപം ഗന്ധം ശബ്ദം രുചി മൃദുലം കഠിനം എന്നിങ്ങനെയുള്ള സ്പർശനക്ഷമമായ അവബോധം, നമ്മുടെ മനസ്സിന്റെ സൃഷ്ടികളാണ്. നാം സാധാരണ വിചാരിക്കുന്നതുപോലെ അവ നിലനിൽക്കുന്നില്ല. നമ്മുടെ പ്രജ്ഞ ഒരു കലാകാരനെപ്പോലെയാണ്, ഓരോ, പ്രതിഭാസത്തെയും, ഗോചരവസ്തുവിനെയും ചായത്തിൽ മുക്കി വരച്ച് ജീവനുള്ളതാക്കുന്നു. ഒരിക്കൽ നിങ്ങൾ അ-ഭൗതികതലത്തിലെത്തിയാൽ (no material) നിങ്ങൾ വിജയിച്ചു. നമ്മുടെ സ്വന്തം മനസ്സിന് വെളിയിലായി യാതൊരു ഗോചരവസ്തുവും സ്ഥിതി ചെയ്യുന്നില്ല എന്ന് നമ്മൾ കാണുന്ന അവസ്ഥയാണ് അ-ഭൗതികതലം.”

ആ യുവസന്യാസി കൈകൾ കൂപ്പി ഗുരുനാഥനോട് നന്ദി പ്രകാശിപ്പിച്ചു. കാട്ടിലെ തന്റെ മൂലയിലേക്ക് മടങ്ങി

അലാറ കലാമനുമൊത്ത് പഠിച്ചുകൊണ്ടിരുന്നപ്പോൾ സിദ്ധാർത്ഥൻ അനേകം സന്യാസിമാരുമായി പരിചയപ്പെട്ടിരുന്നു. ഓരോരുത്തരും സിദ്ധാർത്ഥന്റെ കാരുണ്യവും സന്തുഷ്ടമായ പെരുമാറ്റ രീതിയാൽ ആകൃഷ്ടരായിരുന്നു. മിക്കപ്പോഴും, തന്റെ ഭക്ഷണം തേടാൻ തനിയ്ക്കൊരവസരം കിട്ടുന്നതിനു മുമ്പ് തന്നെ, ഭക്ഷണം തന്റെ കുടിലിന്നരികിൽ കാത്തിരിപ്പുണ്ടാകും. ധ്യാനത്തിൽ നിന്ന് പുറത്തു കടക്കുമ്പോൾ, കുറച്ച് പഴങ്ങളോ ചോറുരുളയോ തനിക്കുവേണ്ടി മറ്റൊരു സന്യാസി രഹസ്യമായി കരുതിയിരിക്കുന്നത് കണ്ടെത്തും. നിരവധി സന്യാസിമാർ സിദ്ധാർത്ഥനുമായി ചങ്ങാത്തമുണ്ടാക്കാനിഷ്ടപ്പെട്ടു. അവനിൽനിന്ന് പഠിക്കുവാൻ; കാരണം അവരുടെ സ്വന്തം ഗുരുനാഥൻ, സിദ്ധാർത്ഥന്റെ ആത്മീയ പുരോഗതിയെപ്പറ്റി പ്രശംസിക്കാറുള്ളത് അവർ കേൾക്കാറുണ്ട്.

ഒരിക്കൽ ഗുരുനാഥൻ സിദ്ധാർത്ഥന്റെ പൂർവജീവിതം തിരക്കുകയുണ്ടായി. രാജകുമാരനായ സിദ്ധാർത്ഥന്റെ ജീവിതം മനസ്സിലാക്കുകയുമുണ്ടായി. തന്റെ രാജകീയമായ ഭൂതകാലത്തെപ്പറ്റി മറ്റ് സന്യാസിമാർ ചോദിച്ചപ്പോൾ, സിദ്ധാർത്ഥൻ പുഞ്ചിരിക്കുക മാത്രം ചെയ്തു. അവൻ വിനയാന്വിതനായി പറഞ്ഞു. “അത് പ്രസക്തമല്ല. നാം അന്വേഷിക്കുന്ന മാർഗത്തെപ്പറ്റിയും അതിന്റെ അനുഭവങ്ങളെപ്പറ്റിയും സംസാരിക്കുകയാണെങ്കിൽ, അതായിരിക്കും, ഏറ്റവും അഭികാമ്യം.”

ഒരു മാസം തികയുന്നതിനു മുമ്പ് സിദ്ധാർത്ഥൻ അ-ഭൗതികതയുടെ മണ്ഡലമെന്ന അവസ്ഥയിലെത്തി. ഈ അവബോധത്തിന്റെ അവസ്ഥയിലെത്തിയ സിദ്ധാർത്ഥൻ, സന്തോഷത്തോടെ തുടർന്നുള്ള ആഴ്ചകൾ തന്റെ മനസ്സിലും ഹൃദയത്തിലുമുള്ള അഗാധമായ തടസ്സ

ങ്ങളെ അതുപയോഗിച്ച് അലിയിപ്പിക്കാൻ ശ്രമിച്ചു. എന്നാൽ അ-ഭൗതികതയുടെ മണ്ഡലം, ധ്യാനത്തിന്റെ ഒരു ഉദാത്തമായ അവസ്ഥയാണെങ്കിൽപോലും, അതും അവനെ സഹായിക്കാൻ അപര്യാപ്തമായിരുന്നു. അവസാനം, അവൻ ഗുരുനാഥന്റെ ഉപദേശം തേടാൻ മടങ്ങിയെത്തി.

അലാറ കലാമ സിദ്ധാർത്ഥനെ സർവ്വാത്മനാ ശ്രദ്ധിച്ചുകേട്ടു. അദ്ദേഹത്തിന്റെ കണ്ണുകൾ തിളങ്ങി. അഗാധമായ ആദരവും പ്രശംസയും പ്രകാശിപ്പിച്ച് അദ്ദേഹം പറഞ്ഞു, “സിദ്ധാർത്ഥാ, നിങ്ങൾ അസാമാന്യമായ ഉൾക്കാഴ്ചയാൽ അനുഗൃഹീതനാണ്. എനിക്ക് പഠിപ്പിക്കാവുന്നതിന്റെ ഏറ്റവും ഉന്നതമായ തലത്തിൽ നിങ്ങൾ എത്തിയിട്ടുണ്ട്. ഞാൻ കൈവരിച്ചതെന്തോ അത്രയും നിങ്ങളും കൈവരിച്ചിരിക്കുന്നു. നമുക്കൊരുമിച്ച് ഈ സന്യാസീ സമൂഹത്തെ അഭ്യസിപ്പിക്കുകയും നയിക്കുകയും ചെയ്യാം.”

സിദ്ധാർത്ഥൻ അലാറയുടെ ക്ഷണത്തെപ്പറ്റി പര്യാലോചിക്കുമ്പോൾ നിശബ്ദനായിരുന്നു. അ-ഭൗതികതയുടെ മണ്ഡലം, ധ്യാനത്തിന്റെ അമൂല്യമായ ഫലമാണെന്നിരിക്കലും ജനനം-മരണം എന്ന അടിസ്ഥാന പ്രശ്നം പരിഹരിക്കുവാൻ അത് പര്യാപ്തമാകുന്നില്ല. എല്ലാ ദുരിതങ്ങളിൽനിന്നും ആകുലതകളിൽനിന്നും അതൊരുവനെ സ്വതന്ത്രനാക്കുന്നില്ല. അത് പരിപൂർണമായ മോചനത്തിലേക്ക് നയിക്കുന്നില്ല. സിദ്ധാർത്ഥന്റെ ലക്ഷ്യം ഒരു സമൂഹത്തിന്റെ നേതാവാകുകയല്ല; യഥാർത്ഥ വിമോചനത്തിന്റെ വഴി കണ്ടെത്തുകയാണ്.

സിദ്ധാർത്ഥൻ കൈകൾ കൂപ്പി, “സംപൂജ്യനായ ഗുരുനാഥ, ഞാനന്വേഷിക്കുന്ന ആത്യന്തികമായ ലക്ഷ്യമല്ല, ‘അ-ഭൗതികതയുടെ മണ്ഡലം’ എന്ന അവസ്ഥ. അങ്ങയുടെ സഹായത്തിനും സംരക്ഷണത്തിനുമുള്ള കൃതജ്ഞത സ്വീകരിച്ചാലും. വിമോചനത്തിന്റെ മാർഗം മറ്റെവിടെയെങ്കിലും കണ്ടെത്തുന്നതിനായി, ഈ സന്യാസീസമൂഹത്തെ ഉപേക്ഷിക്കാനുള്ള അനുവാദം ഞാനങ്ങയോട് അപേക്ഷിക്കുന്നു. ഇക്കഴിഞ്ഞ മാസങ്ങളിലെല്ലാം അങ്ങെന്നെ ഹൃദയമറിഞ്ഞ് പഠിപ്പിച്ചു. അതിന് ഞാനങ്ങയോട് എക്കാലവും നന്ദിയുള്ളവനായിരിക്കും.”

അലാറ ഗുരു നിരാശനായി കാണപ്പെട്ടു. പക്ഷേ, സിദ്ധാർത്ഥൻ മനസ്സിലുറപ്പിച്ചു കഴിഞ്ഞിരുന്നു. പിറ്റേദിവസം, വീണ്ടും സിദ്ധാർത്ഥൻ, തന്റെ വഴി തേടിയിറങ്ങി.

14. ഗംഗ കടക്കുന്നു

സിദ്ധാർത്ഥൻ ഗംഗയെന്നറിയപ്പെടുന്ന ഗംഗാനദി കടന്ന്, അതിപ്രശസ്തരായ ആത്മീയാചാര്യന്മാർക്ക് പേരുകേട്ട ദേശമായ മഗധരാജ്യത്തിന്റെ ഉള്ളിലേക്ക് പ്രവേശിച്ചു. ജനനവും മരണവും മറികടക്കുന്നതെങ്ങനെയെന്ന് പഠിപ്പിക്കുവാൻ കഴിവുള്ള ആരെയെങ്കിലും കണ്ടെത്തുവാൻ അവൻ ഉറച്ചു. വിജനമായ വനങ്ങളിലോ മലകളിലോ ആണ് മിക്ക ആത്മീയ ഗുരുനാഥന്മാരും താമസിച്ചിരുന്നത്. ഈ ഗുരുനാഥന്മാരെപ്പറ്റി സിദ്ധാർത്ഥൻ അക്ഷീണം അന്വേഷിച്ചു; അവരിൽ ഓരോരുത്തരെക്കുറിച്ചും. എത്ര മലകളും താഴ്വരകളും താണ്ടേണ്ടിവന്നാലും വേണ്ടില്ല; വെയിലിലും മഴയിലും, മാസങ്ങളോളം സിദ്ധാർത്ഥൻ അന്വേഷണം തുടർന്നു.

സിദ്ധാർത്ഥൻ കഠിനവ്രതത്തോടുകൂടിയ യതിമാരെ കണ്ടു. ചിലർ ഏതെങ്കിലും തരത്തിലുള്ള വസ്ത്രംപോലും ഉടുക്കാൻ വിസമ്മതിക്കുന്നവർ. ചിലർ ഒരു ഭക്ഷണവും, കൊടുത്താൽപോലും, സ്വീകരിക്കാൻ വിസമ്മതിക്കുന്നവർ. മറ്റു ചിലർ കാടുകളിൽ വന്യമായി വളരുന്ന പഴങ്ങളും കായ്കനികളും കിഴങ്ങുകളും മാത്രം തിന്ന് ജീവിക്കുന്നവർ. പഞ്ചഭൂതങ്ങൾക്ക് തങ്ങളുടെ ശരീരങ്ങൾ തുറന്നിട്ടുകൊടുത്ത ഈ സന്യാസിമാർ വിശ്വസിച്ചിരുന്നത്, അതികഠിനവ്രതാനുഷ്ഠാനങ്ങളിലൂടെ, മരണശേഷം സ്വർഗത്തിലെത്താമെന്നാണ്.

ഒരു ദിവസം സിദ്ധാർത്ഥൻ അവരോട് പറഞ്ഞു: “നിങ്ങൾ സ്വർഗത്തിൽ പുനർജനിച്ചാലും, ഭൂമിയിലെ ദുരിതങ്ങൾക്ക് മാറ്റമുണ്ടാകില്ല. മോചനത്തിന്റെ മാർഗം തേടുന്നത് ജീവിതത്തിന്റെ ദുരിതങ്ങൾക്ക് ഒരു പരിഹാരം കണ്ടെത്താനാണ്, ജീവിതത്തിൽനിന്ന് ഒളിച്ചോടാനല്ല. ഇന്ദ്രിയസുഖത്തിനുവേണ്ടി നാം നമ്മുടെ ശരീരങ്ങളെ പ്രീണിപ്പിക്കുകയാണെങ്കിൽ, നമുക്ക് കാര്യമായൊന്നും നിർവഹിക്കാനാവില്ല; എന്നാൽ ശരീരത്തെ പീഡിപ്പിക്കുന്നതും സഹായകരമാവില്ല.”

സിദ്ധാർത്ഥൻ തന്റെ അന്വേഷണം തുടർന്നു - ചില ആത്മീയകേന്ദ്രങ്ങളിൽ മൂന്നുമാസവും മറ്റു ചില കേന്ദ്രങ്ങളിൽ ആറുമാസവും തങ്ങിക്കൊണ്ട്. അവന്റെ ധ്യാനത്തിന്റെയും ഏകാഗ്രതയുടെയും ശക്തികൾ വർദ്ധിച്ചു, എന്നാൽ ഇപ്പോഴും ജനന-മരണങ്ങളിൽനിന്ന് വിമോചനം

നേടുന്ന ശരിയായ പാത കണ്ടുപിടിക്കാൻ കഴിഞ്ഞില്ല. മാസങ്ങൾ പെട്ടെന്ന് കടന്നുപോയി. സിദ്ധാർത്ഥൻ വീടുപേക്ഷിച്ചിറങ്ങിയിട്ട് മൂന്നു വർഷങ്ങൾ കഴിഞ്ഞു. ചിലപ്പോൾ കാടുകളിൽ ധ്യാനത്തിലിരിക്കുമ്പോൾ, ബാല്യത്തിന്റെയും കൗമാരത്തിന്റെയും അച്ഛന്റെയും യശോധരയുടെയും രാഹുലന്റെയും ചിത്രങ്ങൾ അവന്റെ മനസ്സിൽ പൊന്തി വന്നു. അക്ഷമയുടെയും നിരാശയുടെയും വികാരങ്ങൾ ഒഴിവാക്കാൻ പ്രയാസമായിരുന്നെങ്കിലും, വിമോചനത്തിന്റെ മാർഗം താൻ കണ്ടുപിടിക്കുമെന്ന ഉറച്ച വിശ്വാസത്തിൽ, അവൻ അന്വേഷണം തുടർന്നു.

ഒരു ഘട്ടത്തിൽ, രാജഗൃഹത്തിന്റെ തലസ്ഥാനനഗരത്തിൽ നിന്ന് ദൂരെയല്ലാത്ത പാണ്ഡവകുന്നിന്റെ ഭാഗത്ത്, സിദ്ധാർത്ഥൻ ഒറ്റയ്ക്ക് താമസിച്ചു. ഒരു ദിവസം തന്റെ ഭിക്ഷാപാത്രവുമായി കുന്നിറങ്ങി, തലസ്ഥാനനഗരിയിൽ ഭിക്ഷ യാചിച്ചു. അവന്റെ നടത്തം മന്ദവും ഉൽക്കൃഷ്ടവുമായിരുന്നു. മുഖഭാവം പ്രശാന്തവും നിശ്ചയദാർഢ്യത്തിന്റേതുമായിരുന്നു. മലങ്കാട്ടിലൂടെ നീങ്ങുന്ന സിംഹത്തെപ്പോലെ, ലക്ഷണയുക്തനായി നടന്നുപോകുന്ന ഈ സന്യാസിയെകണ്ട്, തെരുവിന്റെ രണ്ട് വശങ്ങളിലുമുള്ള ആളുകൾ നിൽക്കുകയും കണ്ണിമയ്ക്കാതെ നോക്കുകയും ചെയ്തു. മഗധയുടെ ബിംബിസാര രാജാവിന്റെ വാഹനം തത്സമയം അതുവഴി കടന്നുപോകാനിടയായി. സിദ്ധാർത്ഥനെ നന്നായൊന്ന് കാണുന്നതിനായി രാജാവ് സാരഥിയോട് വാഹനം നിർത്താനാവശ്യപ്പെട്ടു. ആ സന്യാസിക്ക് ഭക്ഷണം അർപ്പിക്കാനും അദ്ദേഹം എവിടെയാണ് താമസിക്കുന്നതെന്നറിയാനും അദ്ദേഹത്തെ പിന്തുടരാനാവശ്യപ്പെട്ടു.

പിറ്റേന്ന് ഉച്ചതിരിഞ്ഞ്, ബിംബിസാര രാജാവ് സിദ്ധാർത്ഥൻ താമസിക്കുന്നിടത്തേക്ക് സവാരിയായി. കുന്നിൻചുവട്ടിൽ വാഹനം നിർത്തി, തന്റെ പരിചാരകരിലൊരുവനുമൊന്നിച്ച് അദ്ദേഹം അവിടേക്കുള്ള വഴി കയറി. സിദ്ധാർത്ഥൻ ഒരു മരച്ചുവട്ടിൽ ഇരിക്കുന്നത് കണ്ട്, അദ്ദേഹം സിദ്ധാർത്ഥനെ അഭിവാദ്യം ചെയ്യാൻ സമീപിച്ചു.

സിദ്ധാർത്ഥൻ എണീറ്റ് നിന്നു. വേഷത്തിൽ നിന്നേ അദ്ദേഹം മഗധ രാജാവാണെന്ന് സിദ്ധാർത്ഥന് മനസ്സിലായി. സിദ്ധാർത്ഥൻ കൈകൾ കൂപ്പി, പിന്നെ തൊട്ടടുത്ത പാറക്കല്ലിൽ രാജാവിനോടിരിക്കാൻ ആംഗ്യം കാട്ടി. സിദ്ധാർത്ഥൻ മറ്റൊരു പാറയിലിരുന്നു, രാജാവിന്നഭിമുഖമായി.

സന്യാസിയുടെ കുലീനവും ഔന്നത്യവുമുള്ള പെരുമാറ്റം രാജാവിൽ അനല്പമായ മതിപ്പുളവാക്കി. അദ്ദേഹം പറഞ്ഞു: "ഞാൻ മഗധയുടെ രാജാവാണ്. എന്നോടൊന്നിച്ച് രാജധാനിയിലേക്ക്, ഞാൻ താങ്കളെ ക്ഷണിക്കുന്നു. താങ്കൾ അടുത്തിരിക്കുന്നത് എനിക്കിഷ്ടമാണ്; കാരണം താങ്കളുടെ അനുശാസനവും മൂല്യവും എനിക്ക് പ്രയോജന

കരമാകും. താങ്കൾ എന്റെയൊപ്പം നിന്നാൽ എനിക്കുറപ്പുണ്ട്, മഗധ രാജ്യം ശാന്തിയും അഭിവൃദ്ധിയും നേടും."

സിദ്ധാർത്ഥൻ പുഞ്ചിരിച്ചു, "മഹാനായ രാജശ്രേഷ്ഠാ, എനിക്ക് കാട്ടിൽ ജീവിക്കുന്നത് കൂടുതൽ വഴക്കമായിരിക്കുന്നു."

"ഇത് വളരെ പരുക്കൻ ജീവിതമാണ്. പട്ടുമെത്തയില്ല, സഹായിക്കാൻ പരിചാരകരില്ല. താങ്കൾ എന്റെയൊപ്പം വരാമെന്ന് സമ്മതിക്കുകയാണെങ്കിൽ, എന്റെ കൊട്ടാരംതന്നെ ഞാൻ താങ്കൾക്ക് നല്കാം. ദയവായി എന്നെ പഠിപ്പിക്കുവാൻ എന്നോടൊപ്പം വരിക."

"മഹാരാജാവേ, കൊട്ടാര ജീവിതം എനിക്കൊട്ടും ചേർന്നതല്ല. എന്നെയും മറ്റെല്ലാ ജീവികളെയും ദുരിതത്തിൽനിന്ന് സ്വതന്ത്രമാക്കാനുള്ള വിമോചനത്തിന്റെ പാതയന്വേഷിക്കുകയാണ് ഞാൻ. ഈ സന്യാസിയുടെ ഹൃദയതൃഷ്ണയുമായി യോജിക്കുന്നതല്ല കൊട്ടാരജീവിതം."

"എന്നെപ്പോല, താങ്കളും ഇപ്പോഴും യുവാവാണ്. എല്ലാം ശരിക്ക് പങ്കിടാനാവുന്ന ഒരു ചങ്ങാതിയെ എനിക്കാവശ്യമുണ്ട്. താങ്കളെ കണ്ട നിമിഷം, സഹജമായ ഒരടുപ്പം എനിക്കനുഭവപ്പെട്ടു. എന്റെ കൂടെ വരിക. താങ്കൾ സ്വീകരിക്കുമെങ്കിൽ, എന്റെ രാജ്യത്തിന്റെ പകുതി ഞാൻ താങ്കൾക്ക് സമ്മാനിക്കാം. പ്രായമാകുമ്പോൾ താങ്കൾക്ക് സന്യാസി ജീവിതത്തിലേക്ക് മടങ്ങാം. അതൊട്ടും വൈകിക്കലാവില്ല."

"അങ്ങയുടെ മഹാമനസ്കതയ്ക്കും രക്ഷാധികാര മനസ്സിനും ഞാൻ നന്ദിപറയുന്നു. എന്നാൽ എനിക്ക് സത്യമായും ഒരാഗ്രഹം മാത്രമേയുള്ളൂ. എല്ലാ ജീവനെയും വിമോചിപ്പിക്കുന്ന മാർഗം കണ്ടെത്തുക. മഹാരാജാവേ, കാലം വളരെ വേഗം കടന്നുപോകുന്നു. ഒരു യുവാവെന്ന നിലയിൽ എനിക്കിപ്പോഴുള്ള ഊർജ്ജവും ശക്തിയും ഞാനുപയോഗിക്കുന്നില്ലെങ്കിൽ, വാർധക്യം പെട്ടെന്നെത്തും, എനിക്ക് വളരെയേറെ പരിതപിക്കേണ്ടിവരും. ജീവിതം അത്ര അരക്ഷിതമാണ്. രോഗമോ മരണമോ ഏതു നിമിഷവും സംഭവിക്കാം. ആർത്തി, കോപം, വെറുപ്പ്, ആസക്തി, അസൂയ, അഹന്ത എന്നിവ കൊണ്ടുണ്ടാകുന്ന ആന്തരികസംക്ഷോഭത്തിന്റെ ജ്വാലകൾ എന്റെ ഹൃദയത്തിൽ ഇപ്പോഴും എരിഞ്ഞുകൊണ്ടിരിക്കുന്നു. മഹാമാർഗ്ഗം കണ്ടുപിടിക്കപ്പെടുമ്പോഴേ സകല ജീവന്റേയും വിമോചനം സാധ്യമാകൂ. അങ്ങേയ്ക്കെന്നോട് ശരിക്കും വാത്സല്യം തോന്നുന്നുവെങ്കിൽ, ഞാൻ വളരെക്കാലമായി അന്വേഷിക്കുന്ന വഴി തുടരുവാൻ എന്നെ അനുവദിക്കുക."

സിദ്ധാർത്ഥന്റെ വാക്കുകൾ കേട്ടപ്പോൾ ബിംബിസാര മഹാരാജാവിന്റെ മതിപ്പ് വർദ്ധിച്ചു. "ഇത്രയും ഇച്ഛാശക്തി നിറഞ്ഞ താങ്കളുടെ വാക്കുകൾ കേൾക്കുന്നതിൽ എനിക്ക് സന്തോഷമുണ്ട്. പ്രിയ സന്യാസി,

താങ്കൾ എവിടെനിന്ന് വരുന്നു, താങ്കളുടെ കുടുംബനാമം എന്താണ്, ഇവ ചോദിക്കാൻ താങ്കൾ എന്നെ അനുവദിക്കുമല്ലോ."

"മഹാരാജാവേ, ഞാൻ ശാക്യരാജ്യത്തിൽനിന്നു വരുന്നു. എന്റെ കുടുംബനാമം ശാക്യ എന്നാണ്. ഇപ്പോൾ കപിലവസ്തു ഭരിക്കുന്ന ശുദ്ധോധന രാജാവാണ് എന്റച്ഛൻ. അമ്മ രാജ്ഞി മഹാമായ. രാജസിംഹാസനത്തിന് അവകാശിയായ രാജകുമാരനായിരുന്നു, ഞാൻ. വിമോചത്തിന്റെ മാർഗം അന്വേഷിക്കുന്നതിന് ഒരു സന്യാസിയായിരിക്കാനാഗ്രഹിച്ച ഞാൻ, മൂന്നിലേറെ വർഷങ്ങൾക്ക് മുമ്പ്, മാതാപിതാക്കളേയും ഭാര്യയെയും ഉപേക്ഷിച്ചു."

ബിംബിസാര രാജാവ് അത്ഭുതവിവശനായി. "അപ്പോൾ താങ്കൾ രാജകീയ രക്തമോടുന്നവൻ! കുലീനനായ സന്യാസി, താങ്കളെ കണ്ടതിൽ ഞാൻ ബഹുമാന്യനായിരിക്കുന്നു. ശാക്യ മഗധ രാജകുടുംബങ്ങൾ ദീർഘകാലമായി വളരെയേറെ അടുപ്പത്തിലാണ്. എന്റെ സ്ഥാനവും സമ്പത്തുംകൊണ്ട് എന്നോടൊപ്പം വരാൻ താങ്കളെ പ്രേരിപ്പിച്ച ഞാനെത്ര വങ്കൻ! ദയവായി എനിക്ക് മാപ്പുതരിക! ഇത്രയെങ്കിലും ചോദിക്കുവാൻ എന്നെ അനുവദിക്കുക. ഇടക്കിടയ്ക്ക് എന്റെ കൊട്ടാരത്തിൽ വരിക, താങ്കൾക്ക് ഭക്ഷണം അർപ്പിക്കാൻ എന്നെ അനുവദിക്കുക, താങ്കൾ മഹാമാർഗം കണ്ടെത്തിയാൽ കാരുണ്യപൂർവം തിരിച്ചുവരിക, താങ്കളുടെ ഒരു ശിഷ്യനായി എന്നെ അനുശാസിക്കുവാൻ. താങ്കൾ അത് വാഗ്ദാനം ചെയ്യുമോ?"

സിദ്ധാർത്ഥൻ കൈകൾ കൂപ്പി, "വിമോചനത്തിന്റെ മാർഗം കണ്ടെത്തിയാൽ, വാക്കു തരുന്നു, ഞാൻ മടങ്ങി വരും, അങ്ങയുമായി അത് പങ്കിടാൻ."

സിദ്ധാർത്ഥനു മുമ്പിൽ, ബിംബിസാര രാജാവ് താണുവണങ്ങി, പരിചാരകനോടൊത്ത് കുന്നിറങ്ങി.

അന്നു വൈകീട്ട് ഗൗതമസന്യാസി തന്റെ താമസ സ്ഥലം ഉപേക്ഷിച്ചു. യുവാവായ രാജാവിൽനിന്ന് ഇടക്കിടെയുള്ള അർപ്പണങ്ങളും, താൻ ഭയപ്പെടുന്ന, തുടർന്നുണ്ടാകുന്ന വിഘ്നങ്ങളും ഒഴിവാക്കാൻ. തന്റെ പരിശീലനത്തിന് അനുയോജ്യമായ ഒരിടം കണ്ടെത്താൻ സിദ്ധാർത്ഥൻ തെക്കോട്ട് നീങ്ങി. ധാരണയുടെ അത്യാഗാധ തലങ്ങളിലെത്തിയിട്ടുള്ള ഉദ്ദകരാമപുത്രനെന്ന മഹാഗുരുവിനെപ്പറ്റി അവൻ അറിഞ്ഞിരുന്നു. രാജഗൃഹത്തിൽനിന്ന് ദൂരെയല്ലാതുള്ള അദ്ദേഹത്തിന്റെ വീട്ടിൽ മുന്നൂറ് ശിഷ്യന്മാരുണ്ടായിരുന്നു. തൊട്ടുമാറി വേറെയും നാനൂറ് ശിഷ്യന്മാർ പരിശീലനം നേടിയിരുന്നു. സിദ്ധാർത്ഥൻ തന്റെ വഴി അവിടേയ്ക്കാക്കി.

15. *യതി

ഉദ്ദക ഗുരുനാഥന് എഴുപത്തഞ്ചു വയസ്സുണ്ടായിരുന്നു. ജീവിച്ചിരിക്കുന്ന ഒരു ദൈവത്തെപ്പോലെ അദ്ദേഹം സകലരാലും ആദരിക്കപ്പെട്ടു. എല്ലാ പുതിയ ശിഷ്യന്മാരും പ്രാഥമികമായ തലങ്ങളിൽനിന്ന് തുടങ്ങണം, ഉദ്ദകന് നിർബന്ധമായിരുന്നു. അതുകൊണ്ട് സിദ്ധാർത്ഥൻ, വീണ്ടും പ്രാഥമികമായ ധ്യാനരീതികളിൽനിന്ന് തുടങ്ങി. എന്നാൽ കുറച്ചാഴ്ചകൾക്കുള്ളിൽ താൻ, അ-ഭൗതികതയുടെ മണ്ഡലമെന്ന അവസ്ഥയിൽ എത്തിയിട്ടുണ്ടെന്ന് സിദ്ധാർത്ഥൻ കാണിച്ചുകൊടുത്തു. ഉദ്ദകന് നല്ല മതിപ്പുളവായി. കുലീനഭാവമുള്ള ഈ യുവാവിൽ പ്രബലനായ ഒരാത്മീയവകാശിയെ അദ്ദേഹം കണ്ടു. അതീവ ശ്രദ്ധയോടെ അദ്ദേഹം സിദ്ധാർത്ഥനെ പഠിപ്പിച്ചു.

"സിദ്ധാർത്ഥ ഗൗതമാ, അ-ഭൗതികതയുടെ മണ്ഡലത്തിൽ, ശൂന്യതയെന്നാൽ ഒരിക്കലും അതേ ശൂന്യസ്ഥലമല്ല. സാധാരണ വിളിക്കപ്പെടുന്ന പ്രജ്ഞയുമല്ല. പിന്നെ ശേഷിക്കുന്നത് അവബോധവും അവബോധത്തിന്റെ വാസ്തുവുമാണ്. അങ്ങിനെ വിമോചനത്തിലേക്കുള്ള പാത എല്ലാ അവബോധവും അധഃകരിക്കലാണ്."

സിദ്ധാർത്ഥൻ ആദരപൂർവം ചോദിച്ചു, "ഗുരോ, ഒരുവൻ അവബോധം ഇല്ലാതാക്കുകയാണെങ്കിൽ ബാക്കിയെന്തുണ്ട്? അവബോധമില്ലെങ്കിൽ ഒരു പാറക്കല്ലിൽനിന്ന് എങ്ങനെയാണ് ഒരു മരക്കഷണത്തെ തിരിച്ചറിയുക?"

"ഒരു കഷണം മരമോ ഒരു പാറക്കല്ലോ പ്രത്യക്ഷജ്ഞാനമില്ലാത്തതല്ല. അചേതനവസ്തുക്കൾ പ്രത്യക്ഷജ്ഞാനം തന്നെയാണ്. പ്രത്യക്ഷജ്ഞാനവും അ-പ്രത്യക്ഷജ്ഞാനവും ഇല്ലാതാക്കപ്പെട്ട, ഒരു പ്രജ്ഞാവസ്ഥയിൽ നിങ്ങൾ എത്തണം. ഇതാണ് പ്രത്യക്ഷ ജ്ഞാനമില്ലാത്തതിന്റെയും അ-പ്രത്യക്ഷജ്ഞാനമില്ലാത്തതിന്റെയും അവസ്ഥ. യുവാവേ, നിങ്ങൾ ആ അവസ്ഥയിലെത്തണം."

സിദ്ധാർത്ഥൻ ധ്യാനത്തിലേക്ക് മടങ്ങി. വെറും പത്തു ദിവസത്തിനുള്ളിൽ പ്രത്യക്ഷജ്ഞാനവും അ-പ്രത്യക്ഷജ്ഞാനവും ഇല്ലാതായിരിക്കുന്ന സമാധി സാക്ഷാത്കരിച്ചു. ഈ അവസ്ഥ എല്ലാ സാധാരണ

---

* FOREST ASCETIC

പ്രജ്ഞാവസ്ഥകളെയും അധഃകരിക്കാൻ അനുവദിക്കുന്നതായി സിദ്ധാർത്ഥൻ കണ്ടു. എന്നാൽ അവൻ തന്റെ ധ്യാനാവസ്ഥയിൽ നിന്ന് പുറത്തു വന്നപ്പോഴെല്ലാം, അതിന്റെ അസാധാരണത്തത്തിന്നപ്പുറം, അത് ജനന-മരണങ്ങളുടെ പ്രശ്നത്തിന് ഒരു പരിഹാരം നിർദ്ദേശിച്ചില്ല. അത്തരമൊരവസ്ഥയിലായിരിക്കുന്നത് അത്യധികം ശാന്തി നിറഞ്ഞതാണ്, എന്നാലത് യാഥാർത്ഥ്യത്തെ വെളിവാക്കാനുള്ള താക്കോലായിരുന്നില്ല.

സിദ്ധാർത്ഥൻ, ഉദ്രക രാമപുത്രന്റെ സമീപത്തേക്ക് തിരിച്ചെത്തിയപ്പോൾ അദ്ദേഹം അവനെ പ്രശംസിച്ചു. സിദ്ധാർത്ഥന്റെ കരം ഗ്രഹിച്ച് അദ്ദേഹം പറഞ്ഞു. "ഗൗതമാ, എനിക്കിന്നുവരെയുണ്ടായിട്ടുള്ളവരിൽ ഏറ്റവും നല്ല ശിഷ്യനാണ് നിങ്ങൾ. നിങ്ങൾ വളരെക്കുറഞ്ഞൊരു സമയത്തിനുള്ളിൽ വളരെ വലിയൊരു പുരോഗതിയുണ്ടാക്കി. എനിക്കുള്ള ഏറ്റവും ഉന്നതനിലയിൽ നിങ്ങളും എത്തിയിട്ടുണ്ട്. എനിക്ക് വയസ്സായി, ഇനി അധികകാലമില്ല. നിങ്ങൾ എന്നോടൊപ്പമുണ്ടാവുകയാണെങ്കിൽ, നമുക്കീ സന്യാസീസംഘത്തെ വഴികാണിക്കാം. ഞാൻ മരിക്കുമ്പോൾ, ഈ സംഘത്തിന്റെ ഗുരുസ്ഥാനം നിങ്ങൾക്കെടുക്കാം."

ഒരിക്കൽകൂടി, സിദ്ധാർത്ഥൻ വിനയത്തോടെ തിരസ്കരിച്ചു. ജനനമരണങ്ങളിൽനിന്നുള്ള വിമോചനത്തിന്റെ താക്കോൽ പ്രത്യക്ഷജ്ഞാനവും, അ-പ്രത്യക്ഷജ്ഞാനവും ഇല്ലാത്ത അവസ്ഥയല്ലെന്ന് അവനറിഞ്ഞു. അവനിനിയും മുന്നോട്ടു പോകേണ്ടതുണ്ട്. തന്റെ അഗാധമായ കൃതജ്ഞത ഗുരുവിനോടും സന്യാസീസമൂഹത്തിനോടും പ്രകടിപ്പിച്ച്, സിദ്ധാർത്ഥൻ സ്ഥലംവിട്ടു. ഓരോരുത്തരും സിദ്ധാർത്ഥനെ സ്നേഹിക്കാൻ തുടങ്ങിയിരുന്നു; സിദ്ധാർത്ഥൻ പോകുന്നതിൽ എല്ലാവർക്കും ദുഃഖമുണ്ടായി.

ഉദ്രകരാമപുത്രന്റെ കേന്ദ്രത്തിൽ താമസിക്കുന്ന സമയത്ത്, കൊണ്ടണ്ണ എന്നുപേരായ യുവസന്യാസിയുമായി സിദ്ധാർത്ഥൻ ചങ്ങാത്തത്തിലായി. കൊണ്ടണ്ണയ്ക്ക് സിദ്ധാർത്ഥനെ വലിയ ഇഷ്ടമായിരുന്നു. നല്ലൊരു ചങ്ങാതിയും ഗുരുനാഥനുമായിട്ടാണ് കൊണ്ടണ്ണ സിദ്ധാർത്ഥനെ കണ്ടിരുന്നത്. പ്രത്യക്ഷ-അ-പ്രത്യക്ഷജ്ഞാനങ്ങൾ ഇല്ലാതായ അവസ്ഥ പോയിട്ട്, സിദ്ധാർത്ഥനൊഴികെ, മറ്റൊരാളും അ-ഭൗതികതയുടെ അവസ്ഥപോലും എത്തിയിരുന്നില്ല. തന്റെ ആത്മീയ പിൻഗാമിയാവാൻ സിദ്ധാർത്ഥനാണ് ശ്രേഷ്ഠനെന്ന് ഗുരുനാഥൻ കണക്കാക്കിയിരുന്നതായി കൊണ്ടണ്ണന്നറിയാമായിരുന്നു. സിദ്ധാർത്ഥനെ വെറുതെ നോക്കുന്നതുപോലും, കൊണ്ടണ്ണന് തന്റെ പരിശീലനത്തിൽ വിശ്വാസം നല്കി. പലപ്പോഴും പഠിക്കുവാനായി, കൊണ്ടണ്ണ സിദ്ധാർത്ഥനെ സമീപിച്ചു. സവിശേഷമായ അടുപ്പം അവർക്ക് തമ്മിലുണ്ടായി. തന്റെ സുഹൃ

ത്തിന്റെ വേർപാടിൽ കൊണ്ടഞ്ഞ പരിതപിച്ചു. മലയുടെ താഴെ വരെ, കൊണ്ടഞ്ഞ സിദ്ധാർത്ഥനെ അനുഗമിച്ചു. സിദ്ധാർത്ഥൻ കണ്ണിൽനിന്ന് മറഞ്ഞ ശേഷമേ, കൊണ്ടഞ്ഞ തിരിച്ച മല കയറിയുള്ളൂ.

ആ പ്രദേശത്തെ ഏറ്റവും നല്ല ധ്യാനഗുരുക്കളെന്ന് പേരുകേട്ടവരിൽ നിന്ന്, സിദ്ധാർത്ഥൻ വളരെയധികം പ്രയത്നിച്ച് നേടിയിരുന്നു. അപ്പോഴും ദുരിതത്തിൽ നിന്നുള്ള വിമോചനം എന്ന അടിസ്ഥാന പ്രശ്നം അവന്റെ ഉള്ളിൽ ജ്വലിച്ചുകൊണ്ടിരുന്നു. ആ പ്രദേശത്തുള്ള മറ്റേതെങ്കിലും ഗുരുനാഥന്മാരിൽനിന്ന് കൂടുതലായൊന്നും പഠിക്കുവാൻ ഇല്ലെന്ന് സിദ്ധാർത്ഥന് ബോധ്യമായി. ബോധോദയത്തിനുള്ള താക്കോൽ തേടേണ്ടത്, താൻ തന്നത്താൻ വേണമെന്നും അവനു ബോധ്യമായി.

സാവകാശം പടിഞ്ഞാറോട്ട് നടന്ന്, നെൽവയലുകൾക്കിടയിലൂടെയും ചേറടിഞ്ഞ നീണ്ട ചതുപ്പുകളും, അരുവികളും കടന്നും സിദ്ധാർത്ഥൻ നിരഞ്ജര നദിയിലെത്തി. ചെളിയിലെന്നപോലെ, മെല്ലെ, കഷ്ടപ്പെട്ട് കാല് വലിച്ച് വെച്ചും നടന്നും അവൻ നദി മുറിച്ച് കടന്നു. ഉരുവേല ഗ്രാമത്തിൽനിന്ന് പാതിദൂരം നടന്നാലെത്തുന്ന ഡാങ്ങ്സിരി മലയിലെത്തി. പാറകൾ നിറഞ്ഞതും ചെങ്കുത്തായതുമായ മലഞ്ചെരിവുകൾ, ഹുക്ക്മാളിന്റെ പല്ലുപോലെ കൂർത്ത കൊടുമുടികളിൽ അവസാനിച്ചു. അവ അനേകം ഗുഹകളെ മറച്ചുപിടിച്ചു. ദരിദ്രരായ ഗ്രാമീണരുടെ വീടുകളോളം വലിയ പാറക്കല്ലുകൾ മലഞ്ചെരിവുകളിൽ ഉയർന്നുനിന്നു. വിമോചനത്തിന്റെ വഴി കണ്ടെത്തുംവരെ ഇവിടെ തങ്ങുവാൻ സിദ്ധാർത്ഥൻ ഉറച്ചു. നീണ്ട മണിക്കൂറുകൾ ധ്യാനാവസ്ഥയിൽ ഇരിക്കാവുന്ന ഒരു ഗുഹ സിദ്ധാർത്ഥൻ കണ്ടെത്തി. ധ്യാനത്തിലിരുന്നുകൊണ്ട് കഴിഞ്ഞ അഞ്ചു വർഷങ്ങളായി താൻ ചെയ്തുവരുന്ന പരിശീലനങ്ങൾ അവലോകനം നടത്തി.കഠിനവ്രതങ്ങളിലൂടെ ശരീരത്തെ പീഡിപ്പിക്കരുതെന്ന് സന്യാസിമാരോട് പറഞ്ഞത് ഓർമിച്ചു. അത് ഭൂമിയിൽ ഇപ്പോൾ തന്നെയുള്ള ദുരിതങ്ങൾ വർദ്ധിപ്പിക്കുകയേയുള്ളൂ. എന്നാൽ അവരുടെ പാത ശ്രദ്ധാപൂർവം പരിഗണിച്ച് സിദ്ധാർത്ഥൻ തന്നോടുതന്നെ പറഞ്ഞു, "നനഞ്ഞ പേലവമായ മരം കൊണ്ട് നിങ്ങൾക്ക് അഗ്നിയുണ്ടാക്കാനാവില്ല. ശരീരവും അതുപോലെത്തന്നെയാണ്. ശാരീരികാസക്തികൾ നിയന്ത്രിക്കപ്പെട്ടില്ലെങ്കിൽ, ഹൃദയത്തിന് ബോധോദയം സിദ്ധിക്കുവാൻ ബുദ്ധിമുട്ടാണ്. വിമോചനം സിദ്ധിക്കുവാൻ ഞാൻ സ്വയം പീഡനം പരിശീലിക്കും."

അങ്ങനെ ഗൗതമൻ അതികഠിനമായ വ്രതങ്ങളാരംഭിച്ചു. ഇരുണ്ട രാത്രികളിൽ അവൻ കാടിന്റെ ഘോരമായ ഉൾഭാഗങ്ങളിലെത്തി. അത്തരം കാടിന്റെ ചിന്തപോലും സാധാരണക്കാരെ ഭയചകിതരാക്കു

ന്നതാണ്. അവിടെ അവൻ രാത്രി മുഴുവൻ കഴിച്ചു. ഭയവും പരിഭ്രാന്തിയും ശരീരത്തെയും മനസ്സിനെയും വിഴുങ്ങിയെന്നാലും, അവൻ അനക്കമില്ലാതെ ഇരുന്നു. കലകല ശബ്ദിച്ച് ഒരു മാൻ അടുത്തെത്തിയപ്പോൾ, ഭയം അവനോട് പറഞ്ഞു, തന്നെ കൊല്ലാൻ വന്നിരിക്കുന്ന പിശാചുക്കളാണിവ. എന്നാലും അവൻ അനങ്ങിയില്ല. ഒരു മയിൽ, ഉണങ്ങിയ ഒരു മരച്ചില്ല ഒടിച്ചപ്പോൾ, ഭയം പറഞ്ഞു, മരത്തിൽ നിന്നിഴഞ്ഞുവരുന്ന മലമ്പാമ്പാണ്; എന്നിട്ടും അവൻ അനങ്ങിയില്ല; ചോണനുറുമ്പുകളുടെ കുത്തുപോലെ ഭയം അവനിലൂടെ തുളച്ചുപോയെങ്കിലും.

എല്ലാതരം ശാരീരിക ഭയങ്ങളും മറികടക്കാൻ അവൻ ശ്രമിച്ചു. ഒരിക്കൽ, തന്റെ ശരീരത്തെ ഇനിയൊരിക്കലും ഭയം കീഴ്പ്പെടുത്താതായിക്കഴിഞ്ഞാൽ, ദുരിതങ്ങളുടെ ചങ്ങലകൾ തനിക്ക് പൊട്ടിക്കാനാവുമെന്ന്, അവന്റെ മനസ്സ് പറഞ്ഞു. ചില നേരങ്ങളിൽ, ഭയവും ഭീതിയും അടിച്ചമർത്താൻ നാവ് വായുടെ മേൽത്തട്ടിലേക്കമർത്തി, പല്ലുകൾ കടിച്ച് പിടിച്ചു. തണുത്ത വിയർപ്പിലേയ്ക്ക് തകർന്നുവീണ് നനഞ്ഞുകുതിർന്നപ്പോഴും, അവൻ അനങ്ങിയില്ല. മറ്റു ചില നേരങ്ങളിൽ ദീർഘനേരം ശ്വാസമമർത്തിപ്പിടിച്ചു; മുരൾച്ചപോലുള്ള ഇടിമുഴക്കമോ ചൂളയുടെ ജ്വലനശബ്ദമോ കാതുകളിൽ അലയ്ക്കുന്നതുവരെ. ആരോ മഴുകൊണ്ട് നെറുന്തല രണ്ടാക്കി വെട്ടിപ്പൊളിക്കുന്നപോലെ, ചിലപ്പോൾ, സിദ്ധാർത്ഥനു തോന്നി. ആരോ തന്റെ തല ഇരുമ്പുപട്ടയാൽ വലിച്ചു മുറുക്കുകയാണ്. തന്റെ ആമാശയം ആരോ ആടിന്റെ വയർ അറവുകാരൻ വെട്ടിക്കീറുന്നപോലെ, വെട്ടിപ്പൊളിക്കുന്നു. മറ്റു ചിലപ്പോൾ തോന്നി, തന്റെ ശരീരം കനലിലിട്ട് വറുത്ത് പൊരിക്കുകയാണെന്ന്. കഠിനമായ പരിശീലനങ്ങളിലൂടെ തന്റെ ധൈര്യവും അച്ചടക്കവും ഉറപ്പിക്കുവാൻ അവനു കഴിഞ്ഞു. പറഞ്ഞറിയിക്കാനാവാത്ത വേദനപോലും ശരീരത്തിന് സഹിക്കാമെന്നായി. എന്നാൽ അവന്റെ ഹൃദയം അപ്പോഴും അശാന്തമായിരുന്നു.

ഇങ്ങിനെ ആറുമാസക്കാലം ഗൗതമൻ കഠിനമുറകൾ പരിശീലിച്ചു. ആദ്യത്തെ മൂന്നു മാസങ്ങൾ അവൻ മലയിൽ ഒറ്റക്കിരുന്നു; എന്നാൽ നാലാം മാസത്തിൽ തന്റെ പഴയ ചങ്ങാതിയായ കൊണ്ടണ്ണന്റെ നേതൃത്വത്തിൽ ഉദ്ദകരാമപുത്രന്റെ നാലു ശിഷ്യന്മാർ അവനെ കണ്ടെത്തി. സിദ്ധാർത്ഥൻ ധ്യാനകേന്ദ്രത്തിൽനിന്നും പോയി കഷ്ടി ഒരു മാസത്തിനുശേഷം, കൊണ്ടണ്ണനും പ്രത്യക്ഷജ്ഞാനം - അ-പ്രത്യക്ഷജ്ഞാനം, ഇല്ലാത്ത അവസ്ഥയിലെത്തി. ഉദ്ദക ഗുരുവിൽനിന്നും കൂടുതലൊന്നും പഠിക്കാനില്ലെന്ന് കണ്ടതിനാൽ, കൊണ്ടണ്ണ, തന്റെ പ്രേരണയാൽ നാലു ചങ്ങാതിമാരെയും കൂട്ടി സിദ്ധാർത്ഥനെ തേടിയിറങ്ങി. വളരെ ആഴ്ചകൾക്കുശേഷം, അവർക്ക് സിദ്ധാർത്ഥനെ കണ്ടെത്താ

നുള്ള ഭാഗ്യമുണ്ടായി. സിദ്ധാർത്ഥനുമൊത്ത് താമസിക്കാനും പരിശീലിക്കാനുമുള്ള ആഗ്രഹം അവർ പ്രകടിപ്പിച്ചു. എന്തുകൊണ്ടാണ് താൻ സ്വയം പീഡനത്തിന്റെ മാർഗ്ഗം സ്വീകരിക്കുന്നതെന്ന് സിദ്ധാർത്ഥൻ വിശദീകരിച്ചു. കൊണ്ടഞ്ഞ, വാപ്പ, ബദ്ദിയ, അസ്സാജി, മഹാനാമ എന്നീ അഞ്ചു യുവാക്കൾ സിദ്ധാർത്ഥനുമായി ചേരാനുറച്ചു. ഓരോരുത്തരും താമസിക്കാനായി, പരസ്പരം അത്രയകലെയല്ലാത്ത, ഓരോ ഗുഹ കണ്ടെത്തി. ഓരോ ദിവസവും അവരിലൊരാൾ പട്ടണത്തിലേക്ക് ഭക്ഷണം യാചിക്കുവാൻ പോയി. അയാൾ മടങ്ങിയെത്തുന്നതോടെ, ഭക്ഷണം ആറ് പങ്കായി വീതിച്ചു. അങ്ങനെ ഒരാൾക്കും, ഓരോ ദിവസവും, ഒരു ചെറിയ കൈപ്പിടിയേക്കാൾ കൂടുതലായി ഭക്ഷണം ലഭിച്ചില്ല.

ദിവസങ്ങളും മാസങ്ങളും കടന്നുപോയി. ആറ് സന്യാസിമാരും വളരെയേറെ ശോഷിച്ചു. അവർ മലയിറങ്ങി തെക്കോട്ട്, നിരഞ്ജരനദിയുടെ കരയിലുള്ള ഉരുവേല ഗ്രാമത്തിലേക്ക് നീങ്ങി. അതേ രീതിയിലുള്ള പരിശീലനം തുടർന്നു. പക്ഷേ, സിദ്ധാർത്ഥന്റെ അതികഠിനചര്യകൾ മറ്റ് അഞ്ചു ചങ്ങാതിമാരെ പരിഭ്രമിപ്പിക്കാൻ തുടങ്ങി. സിദ്ധാർത്ഥൻ പുഴയിൽ കുളിക്കുന്നത് നിർത്തി; തന്റെ പങ്ക് ഭക്ഷണം കഴിക്കുന്നതും. ചില ദിവസങ്ങളിൽ നിലത്ത് വീഴാനിടയായ പേരയ്ക്കയുടെ തരിയോ ഒരു കഷണം ഉണങ്ങിയ എരുമച്ചാണകമോ മാത്രം കഴിച്ചു. അവന്റെ ശരീരം തീർത്തും ദീനമായി - അഴഞ്ഞ് തുടങ്ങിയ മാംസം, ഉന്തിനില്ക്കുന്ന എല്ലുകളിൽ പറ്റിനില്ക്കുന്ന ഒരസ്ഥികൂടം. ആറുമാസമായി അവൻ താടിയും മുടിയും വെട്ടിയിട്ടില്ല. തലയിൽ വെറുതെയൊന്നുരസിയാൽ കൈനിറയെ മുടികൊഴിഞ്ഞു വീണു, തലയോട്ടിയിൽ ബാക്കിയുള്ള ഇത്തിരി മാംസത്തിൽ മുടിക്ക് വളരാൻ ഇടമില്ലെന്ന മട്ടിൽ.

പിന്നീട് ഒരു ദിവസം, ഒരു ശ്മശാനത്തിൽ ഇരുന്ന് ധ്യാനം പരിശീലിച്ചുകൊണ്ടിരിക്കുമ്പോൾ, ഒരു വെള്ളിടി കണക്കെ സിദ്ധാർത്ഥന് ബോധ്യപ്പെട്ടു, സ്വയം പീഡനത്തിന്റെ പാത തെറ്റാണ്. സൂര്യനസ്തമിച്ചിരുന്നു. തണുത്ത ഇളംകാറ്റ് തൊലിയെ തഴുകി. ചുട്ടുപൊള്ളുന്ന സൂര്യനു കീഴിൽ പകൽ മുഴുവൻ ഇരുന്നതുകൊണ്ട്, ഇളംകാറ്റ് നവോന്മേഷപ്രദമായിരുന്നു. സിദ്ധാർത്ഥന് മനസ്സിൽ ഒരഴിവ് അനുഭവപ്പെട്ടു; പകലൊന്നും അനുഭവപ്പെടാത്തതുപോലെ. മനസ്സും ശരീരവും വേർപ്പെടുത്താനാവാത്ത ഒരു യാഥാർഥ്യമാണെന്ന് സിദ്ധാർത്ഥന് ബോധ്യപ്പെട്ടു. ശരീരത്തെ പീഢിപ്പിക്കുന്നത് മനസ്സിനെ പീഢിപ്പിക്കലാണ്.

ഒമ്പതു വയസ്സുള്ളപ്പോൾ, ആ വർഷത്തെ ആദ്യത്തെ ഉഴവുനാൾ ഞാവൽമരത്തിന്റെ ഇളംതണുപ്പാർന്ന തണലിൽ ആദ്യമായി ധ്യാന

ത്തിനിരുന്നത് സിദ്ധാർത്ഥൻ ഓർത്തു. ആ ഇരുപ്പിന്റെ ശാന്തിയും സ്പഷ്ടതയും എത്രമാത്രം നവോന്മേഷകരമായ സ്വാസ്ഥ്യം തന്നിലുണ്ടാക്കിയെന്ന് അവനോർമ്മിച്ചു. ചന്നൻ തന്നെ വിട്ടുപോയശേഷം കാട്ടിൽ വെച്ചുള്ള ധ്യാനവും. അലാറ കലാമയുമായുള്ള ആദ്യദിവസങ്ങളെപ്പറ്റി ആലോചിച്ചു. ധ്യാനത്തിന്റെ ആ പ്രാരംഭകാലങ്ങൾ തന്റെ ശരീരത്തെയും മനസ്സിനെയും പരിപോഷിപ്പിച്ചു; ശ്രദ്ധ കേന്ദ്രീകരിക്കാനും ഏകോപിപ്പിക്കാനുമുള്ള അഗാധമായ കഴിവ് തന്നിലുണ്ടാക്കി. എന്നാൽ അതിനുശേഷം, ഭൗതികലോകത്തിനപ്പുറമുള്ള അവസ്ഥകളിലെത്തുവാൻ ധ്യാനത്തിന്റെ ആനന്ദങ്ങളെ അധഃകരിക്കുവാൻ അലാറ കലാമ അവനോട് പറഞ്ഞു, അനന്തശൂന്യതയുടെയും അനന്തപ്രജ്ഞയുടെയും അവസ്ഥകൾ, അ-ഭൗതികതയുടെ അവസ്ഥ. പിന്നീട്, പ്രത്യക്ഷ-അ-പ്രത്യക്ഷജ്ഞാനത്തിന്റെ അവസ്ഥകൾ. ഇന്ദ്രിയജ്ഞാനത്തിന്റെയും പ്രത്യക്ഷബോധത്തിന്റെയും ലോകത്തെ, വിചാരത്തിന്റെയും വികാരത്തിന്റെയും ലോകത്തെ മറികടക്കുവാനുള്ള മാർഗങ്ങൾ കണ്ടുപിടിക്കുന്നതായി, എല്ലായ്പ്പോഴുമുള്ള ലക്ഷ്യം. അവൻ സ്വയം ചോദിച്ചു, “വേദഗ്രന്ഥങ്ങളിലുള്ള പരമ്പരാഗത മാർഗങ്ങൾ മാത്രം എന്തുകൊണ്ട് പിന്തുടരണം? ധ്യാനം നൽകുന്ന ആനന്ദപ്രദമായ ശാന്തിയെ എന്തുകൊണ്ട് ഭയപ്പെടുന്നു? അവബോധത്തെ തടസ്സപ്പെടുത്തുന്നതായ അഞ്ചുതരം ആസക്തികളുമായി അത്തരം ആനന്ദങ്ങൾക്ക് ബന്ധമൊന്നുമില്ല. മറിച്ച്, ധ്യാനത്തിന്റെ ആനന്ദങ്ങൾ ശരീരത്തെയും മനസ്സിനെയും പരിപോഷിപ്പിച്ച് ബോധോദയത്തിന്റെ പാത അന്വേഷിക്കുന്നതിലേക്കുള്ള ശക്തി പകരാം.

ഗോതമൻ ആരോഗ്യം വീണ്ടെടുക്കാനും, ധ്യാനത്താൽ ശരീരവും മനസ്സും പരിപോഷിപ്പിക്കുവാനും തീരുമാനിച്ചു. അടുത്ത പ്രഭാതം മുതൽ താൻ വീണ്ടും ഭക്ഷണം യാചിക്കാൻ തുടങ്ങും. മറ്റേതെങ്കിലുമാളിന്റെ അനുശാസനങ്ങളെ ആശ്രയിക്കാതെ, താൻ തന്നെ തന്റെ ഗുരുനാഥനായിരിക്കും. ഈ തീരുമാനത്തിന്റെ സന്തോഷത്തിൽ, ഒരു മൺകൂനമേൽ ശരീരം നിവർത്തി, അവൻ ശാന്തനായി ഉറക്കത്തിലേയ്ക്കൊഴുകിപ്പോയി. മേഘരഹിതമായ ആകാശത്ത് പൂർണചന്ദ്രൻ ഉദിച്ചുയർന്നതേയുള്ളൂ. ക്ഷീരപഥം തിളങ്ങുന്ന സ്വർഗങ്ങൾക്കുനേരെ നീണ്ടുകിടക്കുന്നത് തെളിഞ്ഞുകാണാം.

പിറ്റേന്ന് രാവിലെ പക്ഷികളുടെ പാട്ടുകേട്ടാണ് ഗൗതമൻ ഉണർന്നത്. അവൻ എണീറ്റുനിന്നു. തലേരാത്രിയിലെ തന്റെ തീരുമാനങ്ങൾ ഓർത്തെടുത്തു. ചെളിയും മണ്ണും അവനെ മൂടിയിരുന്നു. വസ്ത്രം ജീർണിച്ച് നാരായിത്തീർന്നിരുന്നു, അതവന്റെ ശരീരത്തെ മൂടിയതേയില്ല. മിനിഞ്ഞാന്ന് ശ്മശാനത്തിൽ കണ്ട മൃതദേഹം അവനോർത്തു. ഇന്നോ നാളെയോ ആ ശവമെടുത്തു കൊണ്ടുപോയി പുഴയിൽ മുക്കും, ശവസംസ്കാരച്ചടങ്ങ് നിർവ്വഹിക്കുവാൻ. അതിനെ മൂടിയിരുന്ന ഇഷ്ടി

കനിറത്തിലുള്ള തുണി ഇനിയൊരിക്കലും ആർക്കും ആവശ്യമായി വരില്ല. അവൻ ആ മൃതദേഹത്തിനടുത്തെത്തി. ശവത്തിൽനിന്നും തുണി നീക്കിയെടുത്തു. ഒരു യുവതിയുടെ ശരീരമായിരുന്നു, അത്. തടിച്ചു വീർത്തും വിവർണപ്പെട്ടതുമായിരുന്നു അത്. ഇഷ്ടികനിറമുള്ള ആ വസ്ത്രം സിദ്ധാർത്ഥൻ പുതിയൊരു വസ്ത്രമായി ഉപയോഗിക്കും.

കുളിക്കുവാനും അതേസമയം ആ വസ്ത്രം കഴുകിയെടുക്കാനുമായി അവൻ പുഴയിലേക്ക് നടന്നു. വെള്ളത്തിന് തണുപ്പുണ്ട്. അത് നവോന്മേഷദായകമാണ്, സിദ്ധാർത്ഥൻ കണ്ടു. തന്റെ തൊലിമേലുള്ള വെള്ളത്തിന്റെ സുഖകരമായ സ്പർശം സിദ്ധാർദ്ധൻ ആസ്വദിച്ചു. പുതിയൊരു മാനസികാവസ്ഥയിലാണ് അവനതനുഭവിച്ചത്. കുളിക്കുവാൻ ഏറെ നേരമെടുത്തു. പിന്നെ പുതിയ വസ്ത്രം ഉരച്ചു കഴുകി പിഴിഞ്ഞു. എന്നാൽ വെള്ളത്തിൽനിന്ന് കേറുമ്പോൾ അവന്റെ ശക്തി ചോർന്നുപോയി. കരയിലേക്ക് തന്നെ വലിച്ചുകേറ്റാനുള്ളത്ര ഊർജം അവനില്ല. അവൻ ശാന്തനായി അവിടെത്തന്നെ നിന്നു, ശാന്തമായി ശ്വാസമെടുത്തു. ഒരു ഭാഗത്ത്, ഒരു മരക്കൊമ്പ് വെള്ളത്തിനു മീതെ ചാഞ്ഞുനില്ക്കുന്നത് കണ്ടു. അതിന്റെ ഇലകൾ ജലോപരിതലത്തിൽ തെന്നുന്നുണ്ട്. സിദ്ധാർത്ഥൻ അതിന്നടുത്തേക്ക് സാവകാശം നടന്നു, അതിൽ പിടിച്ച്, വെള്ളത്തിൽ നിന്ന് കയറി.

സൂര്യൻ ആകാശത്തിന്നുയരത്തിലേക്ക് കയറുമ്പോൾ, അവൻ നദിക്കരയിൽ വിശ്രമിക്കാനിരുന്നു. വെയിലിൽ വസ്ത്രം ഉണക്കാനിട്ടു. അതുണങ്ങിയപ്പോൾ അതെടുത്ത് ശരീരം പുതച്ചു, ഉരുവേല ഗ്രാമത്തിലേക്ക് യാത്രയായി. പാതി ദൂരം പിന്നിട്ടപ്പോഴേക്കും, ശക്തിയൊലിച്ചുപോയി, ശ്വാസം വലിക്കാൻപോലും പറ്റാതെ, അവൻ കുഴഞ്ഞു വീണു.

ഗ്രാമത്തിൽ നിന്നും ഒരു പെൺകുട്ടി പ്രത്യക്ഷപ്പെടുന്നതുവരെ, അവൻ അബോധാവസ്ഥയിൽ കുറച്ചുനേരം കിടന്നു. പതിമൂന്നു വയസ്സുള്ള സുജാതയെ അവളുടെ അമ്മയാണ് വനദേവതകൾക്കർപ്പിക്കാൻ പാൽക്കഞ്ഞിയും ചക്കരഅച്ചുകളും താമരവിത്തുകളുമായി അയച്ചത്. വഴിയിൽ ശ്വാസമെടുക്കാൻ പോലുമാകാതെ, അബോധാവസ്ഥയിൽ വീണുകിടക്കുന്ന സന്യാസിയെക്കണ്ട അവൾ നിലത്ത് മുട്ടുകുത്തി, ഒരു പാത്രം പാൽ അദ്ദേഹത്തിന്റെ ചുണ്ടിൽവെച്ചു. ക്ഷീണംകൊണ്ട് ബോധം കെട്ടുപോയ ഒരു യതിയാണദ്ദേഹമെന്ന് അവൾക്ക് ബോധ്യമായി.

പാൽത്തുള്ളികൾ ചുണ്ടും തൊണ്ടയും നനച്ചതോടെ സിദ്ധാർത്ഥൻ ക്ഷണേന പ്രതികരിച്ചു. പാൽ എത്രമാത്രം ഉന്മേഷദായകമാണെന്ന് അദ്ദേഹം രുചിച്ചറിഞ്ഞു. അദ്ദേഹം ഒരു പാത്രം പാൽ സാവകാശം കുടിച്ചു. കുറെനേരം ശ്വാസമെടുത്തതോടെ അദ്ദേഹം ഇരിക്കാൻ സാധിക്കുന്ന അവസ്ഥയിലായി. സുജാതയോട് ഒരു പാത്രം പാൽ കൂടി ഒഴി

ക്കാനാംഗ്യം കാട്ടി. പാല് വളരെ വേഗത്തിൽ അദ്ദേഹത്തിന്റെ ശക്തി വീണ്ടെടുത്തു. ആ ദിവസം, കഠിനപരിശീലനങ്ങൾ ഉപേക്ഷിക്കാനും, പരിശീലനത്തിനായി നദികടന്ന് ശാന്തമായ കാട്ടിലേക്ക് പോകുവാനും അദ്ദേഹം തീരുമാനിച്ചു.

തുടർന്നുള്ള ദിവസങ്ങളിൽ, അദ്ദേഹം സാധാരണ നിലയിൽ തിന്നാനും കുടിക്കാനും ആരംഭിച്ചു. ചിലപ്പോൾ സുജാത അദ്ദേഹത്തിന് ഭക്ഷണം കൊണ്ടുവന്നു. ചിലപ്പോൾ അദ്ദേഹം ഗ്രാമത്തിൽ ഭിക്ഷയെടുക്കാൻ പോയി. ഓരോ ദിവസവും അദ്ദേഹം നദിക്കരയിൽ നടന്ന് ധ്യാനം പരിശീലിച്ചു. ബാക്കി സമയം ഇരുന്ന് ധ്യാനത്തിൽ ശ്രദ്ധിച്ചു. ഓരോ സന്ധ്യക്കും നിരഞ്ജരനദിയിൽ കുളിച്ചു. പാരമ്പര്യത്തോടും വിശുദ്ധ ഗ്രന്ഥങ്ങളോടുമുള്ള എല്ലാ ആശ്രിതത്ത്വവും അദ്ദേഹം ഉപേക്ഷിച്ചു; തന്റേതായ മാർഗം കണ്ടുപിടിക്കാനായി. ധ്യാനം തന്റെ ശരീരവും മനസ്സും പരിപോഷിപ്പിക്കുന്നത് അദ്ദേഹം തടഞ്ഞില്ല. ശാന്തിയുടെയും ആശ്വാസത്തിന്റെയും ഒരു ബോധം അദ്ദേഹത്തിന്റെ ഉള്ളിൽ വളർന്നു. വികാരങ്ങളിൽനിന്നും പ്രത്യക്ഷബോധങ്ങളിൽനിന്നും അദ്ദേഹം അകന്നുനില്ക്കുകയോ ഒളിച്ചോടുകയോ ചെയ്തില്ല. ഉയർന്നു പൊങ്ങുന്ന ക്രമത്തിൽ അവയെ ജാഗ്രമനസ്സോടെ നിരീക്ഷിച്ചു.

ഗോചരവസ്തുക്കളുടെ ലോകത്തിൽനിന്നും രക്ഷപ്പെടാനുള്ള ആഗ്രഹം അദ്ദേഹം ഉപേക്ഷിച്ചു. സ്വയം തിരിച്ചെത്തിയപ്പോൾ അദ്ദേഹം കണ്ടു, താൻ ഗോചരവസ്തുക്കളുടെ ലോകത്തിൽ പൂർണമായും സന്നിഹിതനായിരിക്കുന്നത്. ഒരു ശ്വാസം, ഒരു പക്ഷിയുടെ പാട്ട്, ഒരില, ഒരു സൂര്യകിരണം - ഇവയിലേതിനും തന്റെ ധ്യാനത്തിനുള്ള വിഷയമാകാം. വിമോചനത്തിനുള്ള താക്കോൽ ഓരോ ശ്വാസത്തിലും ഓരോ ചുവടിലും വഴിയിലുള്ള ഓരോ ചെറിയ കല്ലിലും ആണ് ഉള്ളതെന്ന് അദ്ദേഹം കാണാൻ തുടങ്ങി.

സിദ്ധാർത്ഥൻ ശരീരത്തെ ധ്യാനിക്കുന്നതിൽ നിന്ന് വികാരങ്ങളെ ധ്യാനിക്കുന്നതിലേക്ക് പോയി. വികാരങ്ങളെ ധ്യാനിക്കുന്നതിൽനിന്ന് പ്രത്യക്ഷബോധങ്ങളെ ധ്യാനിക്കുന്നതിലേക്ക്; സ്വന്തം മനസ്സിൽ ഉയരുകയും താഴുകയും ചെയ്യുന്ന സകല ചിന്തകളെയും ഉൾപ്പെടുത്തിക്കൊണ്ട്. ശരീരത്തിന്റെയും മനസ്സിന്റെയും ഏകത്വം അദ്ദേഹം കണ്ടു. ശരീരത്തിന്റെ ഓരോ കോശവും പ്രപഞ്ചത്തിന്റെ സർവ്വജ്ഞാനവും ഉൾക്കൊള്ളുന്നുണ്ട്. ഈ മഹാപ്രപഞ്ചത്തിന്റെ യഥാർത്ഥമുഖം കാണുവാൻ ഒരുതരി പൊടി മണ്ണിലേക്ക് അഗാധമായി നോക്കുകയേ വേണ്ടൂ എന്ന് സിദ്ധാർത്ഥൻ കണ്ടു. ആ ഒരുതരി പൊടിമണ്ണാണ് പ്രപഞ്ചം, തന്നെ; അത് നിലനിൽക്കുന്നില്ലെങ്കിൽ ഈ പ്രപഞ്ചത്തിനും നില

നിൽക്കാനാവില്ല. വേറിട്ടുനില്ക്കുന്ന ഒരു സ്വത്വം, ആത്മാവ് എന്നാശയത്തിന്നപ്പുറത്തേക്ക് സിദ്ധാർത്ഥൻ പോയി. ഒരു ഞെട്ടലോടെ മനസ്സിലാക്കി സിദ്ധാർത്ഥൻ, വേദങ്ങളിൽ വ്യാഖ്യാനിക്കുന്നതുപോലെയുള്ള ആത്മാവിനെപ്പറ്റിയുള്ള തെറ്റായ കാഴ്ചപ്പാടാണ് തന്നിൽ ഇത്രയും കാലമായി പ്രാമുഖ്യം നേടിയിരുന്നത്. യഥാർത്ഥത്തിൽ എല്ലാ വസ്തുക്കൾക്കും വേറിട്ട ഒരു സ്വത്വമില്ല. അനാത്മമാണ് (non-self) എല്ലാ അസ്തിത്വത്തിന്റെയും സ്വഭാവം. അനാത്മമെന്നത് പുതിയതൊന്നിനെ വിശദീകരിക്കാനുള്ള പദമല്ല. എല്ലാ തെറ്റായ ദർശനങ്ങളെയും നശിപ്പിക്കാനുള്ള ഒരിടിവെട്ടായിരുന്നു അത്. അനാത്മാവിനെ മുറുകെപ്പിടിച്ച സിദ്ധാർത്ഥൻ ഒരു സൈനികമേധാവിയെ(ജനറൽ)പ്പോലെയായിരുന്നു; അന്തർജ്ഞാനത്തിന്റെ മൂർച്ചയുള്ള വാൾ ഉയർത്തിപ്പിടിച്ചുകൊണ്ട് ധ്യാനപരിശീലനത്തിന്റെ യുദ്ധക്കളത്തിലിറങ്ങിയ സൈന്യാധിപൻ. രാവും പകലും അദ്ദേഹം പിപ്പാല മരത്തിന്റെ ചുവട്ടിലിരുന്നു. ഉണർവ്വിന്റെ പുതിയ തലങ്ങൾ അദ്ദേഹത്തിലുയർന്നു, പ്രകാശമേറിയ ഇടിമിന്നൽ കണക്കെ.

ഇക്കാലത്ത് സിദ്ധാർത്ഥന്റെ അഞ്ചു സുഹൃത്തുക്കൾക്കും അദ്ദേഹത്തിലുള്ള വിശ്വാസം നഷ്ടപ്പെട്ടു. അദ്ദേഹം നദിക്കരയിലിരുന്ന് ഭിക്ഷ കിട്ടിയ ഭക്ഷണം കഴിക്കുന്നതവർ കണ്ടു. അദ്ദേഹം ഇളംപ്രായത്തിലുള്ള ഒരു പെൺകുട്ടിയോട് ചിരിക്കുന്നതും സംസാരിക്കുന്നതും പാലും ചോറും ആസ്വദിക്കുന്നതും ഗ്രാമത്തിലേക്ക് ഭിക്ഷാപാത്രവുമായി ഇറങ്ങിപ്പോകുന്നതും കണ്ടു. കൊണ്ടണ്ണ മറ്റുള്ളവരോട് പറഞ്ഞു, ‘‘നമുക്ക് ഇനിയൊരിക്കലും വിശ്വസിക്കാൻ പറ്റുന്ന ആളല്ല സിദ്ധാർത്ഥൻ. അദ്ദേഹം പാതിവഴിയിൽ തന്റെ മാർഗം ഉപേക്ഷിച്ചിരിക്കുന്നു. വെറുതെ തന്റെ ശരീരം തീറ്റിപ്പോറ്റുന്നതിൽ മാത്രമാണ് അദ്ദേഹത്തിനിപ്പോൾ ഉൽക്കണ്ഠ. നമുക്കദ്ദേഹത്തെ ഉപേക്ഷിക്കാം, നമ്മുടെ പരിശീലനം തുടരാൻ മറ്റൊരു സ്ഥലം തേടാം. ഇവിടെ തുടരുവാൻ ഞാൻ ഒരു കാരണവും കാണുന്നില്ല.”

തന്റെ അഞ്ച് ചങ്ങാതിമാരും വേർപിരിഞ്ഞുപോയശേഷമാണ്, സിദ്ധാർത്ഥൻ അവരുടെ അസാന്നിധ്യം ശ്രദ്ധിച്ചത്. പുതിയ ഉൾക്കാഴ്ചകളാൽ പ്രചോദിതനായി സിദ്ധാർത്ഥൻ മുഴുവൻ സമയവും ധ്യാനത്തിലിരുന്നു. ഇത് ചങ്ങാതിമാരോട് വിശദീകരിക്കുവാൻ സമയവും കിട്ടിയിരുന്നില്ല. അദ്ദേഹം വിചാരിച്ചു, “എന്റെ ചങ്ങാതിമാർ എന്നെ തെറ്റിദ്ധരിച്ചിരിക്കുന്നു, അങ്ങനെയെല്ലെന്ന് ഇപ്പോൾ അവരെ ബോധ്യപ്പെടുത്തേണ്ടതിനെപ്പറ്റി, ഞാൻ വിചാരപ്പെടേണ്ടതില്ല. വിമോചനത്തിന്റെ ശരിയായ മാർഗം കണ്ടെത്തുന്നതിൽ ഞാൻ എന്നെ സമർപ്പിക്കണം. ഒരിക്കൽ അത് കണ്ടെത്തിയാൽ ഞാനത് അവരുമായി പങ്കുവെയ്ക്കും”, പിന്നീടദ്ദേഹം തന്റെ നിത്യേനയുള്ള പരിശീലനത്തിലേക്കു

മടങ്ങി.

തന്റെ മാർഗത്തിലൂടെ സിദ്ധാർത്ഥൻ വളരെ മഹത്തരമായ പുരോഗതിയുണ്ടാക്കിയ അക്കാലത്താണ്, കാലിച്ചെറുക്കനായ സ്വാസ്തി പ്രത്യക്ഷപ്പെടുന്നത്. ആ പതിനൊന്നു വയസ്സുകാരൻ നല്കിയ വാടാത്ത കുശപ്പുല്ലാണ് സന്തോഷത്തോടെ സിദ്ധാർത്ഥൻ സ്വീകരിച്ചത്. സുജാതയും സ്വാസ്തിയും അവരുടെ ചങ്ങാതിമാരും കുട്ടികളായിരുന്നെങ്കിലും, സിദ്ധാർത്ഥൻ അവരുമായി തന്റെ പുതിയ ധാരണകൾ പങ്കിട്ടു. ഗ്രാമപ്രദേശങ്ങളിലെ നിരക്ഷരരായ കുട്ടികൾ വളരെ എളുപ്പത്തിൽ തന്റെ കണ്ടെത്തലുകൾ മനസ്സിലാക്കുന്നുവെന്നറിഞ്ഞതിൽ സിദ്ധാർത്ഥൻ സന്തോഷവാനായിരുന്നു. പരിപൂർണമായ ബോധോദയത്തിന്റെ വിശാലമായ വാതിൽ ഉടൻതന്നെ തുറക്കുമെന്ന് അദ്ദേഹമറിഞ്ഞിരുന്നതിനാൽ, അദ്ദേഹം അത്യധികം സമാശ്വസിച്ചു. എല്ലാ വസ്തുക്കളുടെയും പരസ്പരാശ്രിതവും അനാത്മവുമായ സത്യമെന്ന അത്ഭുത താക്കോൽ തന്റെ കൈയിലുണ്ടെന്ന് അദ്ദേഹമറിഞ്ഞു.

16. യശോധര ഉറങ്ങുകയായിരുന്നോ?

നിർധനമായ ഒരു കുടുംബത്തിൽ നിന്നായതുകൊണ്ട്, സ്വാസ്തി ഒരിക്കലും പഠിക്കാൻ പോയിരുന്നില്ല. സുജാത അവനെ പ്രാഥമികമായ ചിലതൊക്കെ പഠിപ്പിച്ചു; എന്നാലും അവന് വാക്കുകളിൽ വഴക്കമില്ലാ യിരുന്നു. ബുദ്ധനെപ്പറ്റിയുള്ള തന്റെ കഥ പറഞ്ഞുകൊണ്ടിരുന്നപ്പോൾ, ചിലപ്പോളവൻ, ശരിയായ വാക്കുകൾ കിട്ടാതെ, തുടരാനാവാതെ നിർത്തി. അവന്റെ ശ്രോതാക്കൾ അവനെ സഹായിച്ചു. ആനന്ദനും രാഹുലനും കൂടാതെ, മറ്റു രണ്ടുപേർ കൂടി അവന്റെ കഥ കേൾക്കാൻ വന്നിരുന്നു. അവരിലൊരാൾ മുതിർന്ന ഭിക്ഷുണിയായ മഹാപ്രജാപ തിയും മറ്റൊരാൾ നാല്പതിനുമേൽ പ്രായമുള്ള അസ്സാജിയുമായിരുന്നു.

രണ്ടുപേരെയും രാഹുലൻ സ്വാസ്തിക്ക് പരിചയപ്പെടുത്തി. ബുദ്ധനെ കുഞ്ഞുന്നാളിൽ എടുത്തു വളർത്തിയ അദ്ദേഹത്തിന്റെ അമ്മായി ഗോതമി രാജ്ഞിയാണവരെന്നറിഞ്ഞപ്പോൾ അവൻ വല്ലാതെ വികാരാധീനനായി. ഭിക്ഷുണിയായി ബുദ്ധസംഘത്തിൽ ചേർത്തിയ ആദ്യത്തെ സ്ത്രീയാണവർ. ഇപ്പോളവർ എഴുന്നൂറിൽപരം ഭിക്ഷുണി മാരുടെ അമ്മയായി സേവിക്കുകയാണ്. ബുദ്ധനെ സന്ദർശിക്കുവാനായി അവർ ഉത്തരദിശയിൽനിന്നും ഇപ്പോൾ എത്തിയതേയുള്ളൂ. ഭിക്ഷു ണികൾക്കുള്ള ധർമ്മാനുശാസനങ്ങളെ സംബന്ധിച്ച് ബുദ്ധനുമായി സംസാരിക്കുവാൻ. തലേന്നാൾ സന്ധ്യക്കാണ് അവരെത്തിയത്, സ്വാസ്തി മനസ്സിലാക്കി. ഉരുവേല വനത്തിലെ ബുദ്ധന്റെ നാളുകളെ പ്പറ്റി സ്വാസ്തി പറയുന്നത് കേട്ടാസ്വദിക്കാൻ അവർക്ക് അനല്പമായ താല്പര്യമുണ്ടാകുമെന്നറിഞ്ഞാണ് രാഹുലൻ അവരെക്കൂടി ക്ഷണി ച്ചത്. സ്വാസ്തി കൈകൾകൂപ്പി അമ്മയെ താണ് വണങ്ങി. അവരെ പ്പറ്റി ബുദ്ധൻ പറഞ്ഞിട്ടുള്ളതോർത്ത് അവനിൽ അഗാധമായ സ്നേഹവും ആദരവും നിറഞ്ഞു. തന്റെ പേരമകനായ രാഹുലനെ നോക്കുന്ന അതേ സ്നേഹവായ്പോടെ മഹാപ്രജാപതി സ്വാസ്തിയെ നോക്കി. രാഹുലൻ അസ്സാജിയെ സ്വാസ്തിക്ക് പരിചയപ്പെടുത്തി. സ്വാസ്തിയുടെ വീടിനടുത്ത് ബുദ്ധനുമൊത്ത് സ്വയംപീഡനം പരിശീ ലിച്ചിരുന്ന അഞ്ചു ചങ്ങാതിമാരിൽ ഒരാളായിരുന്നു അസ്സാജിയെന്നറി ഞ്ഞപ്പോൾ സ്വാസ്തിയുടെ കണ്ണുകൾ തിളങ്ങി. പാലു കുടിക്കാനും ചോറുണ്ണാനുമായി കഠിനവ്രതങ്ങൾ ബുദ്ധൻ ഉപേക്ഷിച്ചുവെന്നറിഞ്ഞ

ചങ്ങാതിമാർ, തന്നെ ഉപേക്ഷിച്ചുപോയത് ബുദ്ധൻ അവനോട് നേരത്തെ പറഞ്ഞിരുന്നു. പിന്നെയെങ്ങനെ ഇവിടെ മുളവനവിഹാരത്തിൽ തന്നെ ബുദ്ധശിഷ്യനായി അസ്സാജി എത്തിയെന്ന് സ്വാസ്തി അത്ഭുതം കൂറി. അതേപ്പറ്റി പിന്നീട് രാഹുലനോട് ചോദിക്കണം.

തന്റെ കഥ പറയാനുള്ള ശ്രമങ്ങളിൽ സ്വാസ്തിയെ ഏറ്റവും കൂടുതൽ സഹായിച്ചത് ഗോതമി ഭിക്ഷുണിയാണ്. തനിക്ക് വളരെ താല്പര്യമുള്ളതും എന്നാൽ സ്വാസ്തി അത്ര പ്രാധാന്യം കൊടുക്കാത്തവയുമായവയെപ്പറ്റി വിശദമായ ചോദ്യങ്ങൾ അവർ ചോദിച്ചു. എവിടെനിന്നാണ് ബുദ്ധൻ ഉപധാനമാക്കിയിരുന്ന കുശപ്പുല്ല് അവൻ അരിഞ്ഞെടുത്തിരുന്നതെന്നും, എത്രനാൾ കൂടുമ്പോഴാണ് പുതിയ പുല്ല് കൊടുത്തിരുന്നതെന്നും അവൻ അന്വേഷിച്ചു. ബുദ്ധന് പുല്ലുകൊടുത്തശേഷവും, കാലികൾക്ക് രാത്രി തീറ്റിക്കുള്ള പുല്ലുണ്ടായിരുന്നോ, അവർ തിരക്കി. കാലികളുടെ ഉടമസ്ഥൻ എപ്പോഴെങ്കിലും അവനെ തല്ലിയിരുന്നോ, എന്നും.

പിന്നെയും കുറെ പറയാനുണ്ട്. എന്നാൽ തൽക്കാലത്തേക്ക്, ആ സന്ധ്യയിൽ കഥ അവിടെ നിർത്താനും, ബാക്കി പിറ്റേന്ന് പറയാനും അവൻ അനുവാദം വാങ്ങി. എന്നാൽ പിരിയുന്നതിനു മുമ്പ്, തന്റെ ഹൃദയത്തിൽ, പത്തുകൊല്ലമായി താൻ കൊണ്ടുനടക്കുന്ന ചില ചോദ്യങ്ങൾ ചോദിക്കട്ടെയെന്ന് അവൻ അതിശയിച്ചു. അവർ അവനെ നോക്കി പുഞ്ചിരിച്ചു, "തീർച്ചയായും, ചോദിക്കുക. നിന്റെ ചോദ്യങ്ങൾക്ക് ഉത്തരം തരാൻ കഴിഞ്ഞാൽ, ഞാനായിരിക്കും ഏറെ സന്തോഷവതിയായിരിക്കുക."

സ്വാസ്തിക്ക് അറിയാൻ താല്പര്യമുള്ള ഒരുപാട് കാര്യങ്ങളുണ്ട്. സിദ്ധാർത്ഥൻ കൊട്ടാരം വിട്ടിറങ്ങുന്നതിനു മുമ്പ് തിരശ്ശീല ഉയർത്തി നോക്കിയപ്പോൾ, യശോധര യഥാർത്ഥത്തിൽ ഉറങ്ങുകയായിരുന്നോ, അതോ ഉറക്കം നടിച്ച് കിടക്കുകയായിരുന്നോ? സിദ്ധാർത്ഥന്റെ മുടിച്ചുരുളുകളും കണ്ഠാഭരണങ്ങളും വാളുമായി ചന്നൻ മടങ്ങിയെത്തിയപ്പോൾ, യശോധരയും രാജ്ഞിയും രാജാവും എന്താണ് ചിന്തിച്ചത്? സ്വാസ്തിക്ക് അതും അറിയാൻ ആഗ്രഹമുണ്ട്. അദ്ദേഹത്തിന്റെ അസാന്നിധ്യത്തിൽ ബുദ്ധന്റെ വീട്ടിലെ അംഗങ്ങൾക്ക് എന്തു സംഭവിച്ചു? ബുദ്ധന് ബോധോദയം ഉണ്ടായ വാർത്ത ആരാണാദ്യം കേട്ടത്? ബുദ്ധന്റെ മടക്കം ആരാണാദ്യം സ്വാഗതം ചെയ്തത്? അദ്ദേഹം കപിലവസ്തുവിലേക്ക് മടങ്ങിയപ്പോൾ അദ്ദേഹത്തെ സ്വീകരിക്കുവാൻ നഗരം മുഴുവൻ പുറത്ത് വന്നുവോ?

"നിനക്ക് ഒരുപാട് ചോദ്യങ്ങളുണ്ട്!" ഗോതമി ഭിക്ഷുണി ആശ്ചര്യപ്പെട്ടു. അവർ സ്വാസ്തിക്കു നേരെ കാരുണ്യപൂർവം നോക്കി. "ഞാന

വയ്ക്ക് ഹ്രസ്വമായി മറുപടി തരാം. ആദ്യമായി യശോധര, സത്യത്തിൽ ഉറങ്ങുകയായിരുന്നോ, അല്ലയോ? ഇത് നിനക്ക് ശരിക്കും അറിയണമെന്ന് തോന്നുന്നുണ്ടെങ്കിൽ, നീ യശോധരയോട് ചോദിക്കണം. നീയെന്നോട് ചോദിച്ചാൽ ഞാൻ വിശ്വസിക്കുന്നില്ല, അവൾ ഉറങ്ങുകയായിരുന്നെന്ന്. യശോധര തന്നെ സിദ്ധാർത്ഥന്റെ വസ്ത്രങ്ങളും തൊപ്പിയും പാദുകങ്ങളും തയ്യാറാക്കി കസേരയിൽ വെച്ചിരുന്നു. കാന്തകനെ ഒരുക്കി നിർത്തുവാനും, അവൾ ചന്നനോട് പറഞ്ഞിരുന്നു. അവൾക്കറിയാമായിരുന്നു, രാജകുമാരൻ ആ രാത്രിതന്നെ കൊട്ടാരം വിട്ടിറങ്ങുമെന്ന്. അങ്ങനെയുള്ള ഒരു രാത്രിയിൽ അവൾക്കെങ്ങനെ ഉറങ്ങാനാവും? അവൾക്കും സിദ്ധാർത്ഥനും വേദനയുണ്ടാക്കുന്ന ഒരു വേർപാട് ഒഴിവാക്കുവാൻ അവൾ ഉറക്കം നടിച്ച് കിടക്കുകയായിരുന്നുവെന്നാണ് ഞാൻ വിശ്വസിക്കുന്നത്. നിനക്കിപ്പോഴും യശോധരയെ അറിയില്ല; രാഹുലന്റെ അമ്മ നല്ല സ്ഥൈര്യമുള്ള സ്ത്രീയാണ്. അവൾ സിദ്ധാർ ത്ഥന്റെ ഉദ്ദേശ്യം മനസ്സിലാക്കി. മൗനമായി പൂർണഹൃദയത്തോടെയുള്ള സമ്മതവും കൊടുത്തു. ഇതു മറ്റാരേയുംകാൾ എനിക്ക് നന്നായിട്ടറിയാം. കാരണം സിദ്ധാർത്ഥൻ കഴിഞ്ഞാൽ, അവളോട് ഏറ്റവും അടുപ്പം എനിക്കായിരുന്നു."

പിറ്റേന്ന് രാവിലെ, സിദ്ധാർത്ഥൻ കൊട്ടാരമുപേക്ഷിച്ച് പോയെന്ന് കണ്ടുപിടിക്കപ്പെട്ടപ്പോൾ, യശോധരയൊഴിച്ച് മറ്റെല്ലാവരും കടുത്ത ആഘാതത്തിലായിരുന്നുവെന്ന്, ഭിക്ഷുണി ഗോതമി സ്വാസ്തിയോട് പറഞ്ഞു. ശുദ്ധോധന രാജാവ് കോപാന്ധനായി എല്ലാവരുടെ നേരെയും ആക്രോശിച്ചു; രാജകുമാരനെ തടയാൻ ആർക്കും പറ്റിയില്ലെന്നാരോപിച്ച്. ഗോതമി രാജ്ഞി ഉടനെ യശോധരയെ കണ്ടുപിടിക്കാനോടി. അവൾ ശാന്തയായിരുന്ന് കരയുന്നത്, അവർ കണ്ടു. രാജകുമാരനെ കാണുകയാണെങ്കിൽ തിരികെ കൊണ്ടുവരാനുള്ള കല്പനകളുമായി കുതിരപ്പുറത്ത് അന്വേഷണസംഘങ്ങളെ നാലു ദിക്കുകളിലേക്കും അയച്ചിരുന്നു. ഒറ്റയ്ക്ക് തന്റെ കുതിരപ്പുറത്ത്, സവാരിക്കാരനില്ലാത്ത കാന്തകനുമായി മടങ്ങുന്ന ചന്നനെ, തെക്കോട്ടു പോയവർ കണ്ടുമുട്ടി. കൂടുതൽ മുന്നോട്ടു പോവുന്നതിൽ നിന്ന് ചന്നൻ അവരെ തടഞ്ഞു. അവൻ പറഞ്ഞു: "ആത്മീയപാത അന്വേഷിക്കുന്ന രാജകുമാരനെ ശാന്തനായി വിടുക. ഞാൻ കരയുകയും കേണപേക്ഷിക്കുകയും ചെയ്തു, എന്നാൽ അന്വേഷണത്തിന്റെ വഴിയിൽ അദ്ദേഹം ഉറച്ചു നീങ്ങി, മറ്റൊരു രാജ്യത്തിന്റെ അതിർത്തിയിൽ കിടക്കുന്ന വനാന്തർഭാഗത്തേക്ക് അദ്ദേഹം പ്രവേശിച്ചു കഴിഞ്ഞു. നിങ്ങൾക്കദ്ദേഹത്തെ അവിടെ തിരഞ്ഞ് കണ്ടെത്താനാവില്ല."

ചന്നൻ കൊട്ടാരത്തിൽ മടങ്ങിയെത്തിയപ്പോൾ, പശ്ചാത്താപത്തിന്റെ അടയാളമായി അവൻ മൂന്നു തവണ ഭൂമിയോളം തന്റെ തലതാഴ്ത്തി.

വാളും കണ്ഠാഭരണവും മുടിച്ചുരുളും രാജാവിനെ ഏൽപ്പിച്ചു. അന്നേരം ഗോതമിരാജ്ഞിയും യശോധരയും രാജാവിന്റെ അടുത്തുണ്ടായിരുന്നു. ചന്നന്റെ കണ്ണീര് കണ്ട് രാജാവ് അവനെ ശകാരിച്ചില്ല. സാവകാശം സംഭവിച്ചതെല്ലാം ചോദിച്ചറിഞ്ഞു. വാളും കണ്ഠാഭരണങ്ങളും മുടിച്ചുരുളും സുരക്ഷിതമായി സൂക്ഷിക്കുവാനായി യശോധരയെ ഏല്പിക്കുവാൻ രാജാവ് ചന്നനോട് പറഞ്ഞു. കൊട്ടാരത്തിലെ അന്തരീക്ഷം ദുഃഖകരമായിരുന്നു. പകലിന്റെ വെളിച്ചം നഷ്ടപ്പെടുന്നതുപോലെയായിരുന്നു, രാജകുമാരനെ നഷ്ടപ്പെടുന്നത്. രാജാവ് തന്റെ വിശ്രമമുറിയിലേക്ക് മടങ്ങി. വളരെ നാളുകൾ പുറത്തുവരാൻ വിസമ്മതിച്ചു. അദ്ദേഹത്തിനുവേണ്ടി വെസ്സാമിത്രനാണ് കാര്യങ്ങൾ നടത്താൻ ബാധിതനായത്.

കുതിരാലയത്തിലെത്തിയ കാന്തകൻ തിന്നാനും കുടിക്കാനും കൂട്ടാക്കിയില്ല, കുറച്ചു ദിവസങ്ങൾക്കകം മരിച്ചു. ദുഃഖത്താൽ വീർപ്പുമുട്ടിയ ചന്നൻ രാജകുമാരന്റെ കുതിരയ്ക്ക് അനുഷ്ഠാനപരമായ ശവസംസ്കാരമൊരുക്കാൻ യശോധരയോട് അനുവാദം ചോദിച്ചു.

ഗോതമി ഭിക്ഷുണി, ധ്യാനത്തിനുള്ള മണി മുഴങ്ങുന്നതുവരെ, അതുവരെയുള്ള സംഭവങ്ങൾ ഓർത്തെടുത്തു പറഞ്ഞു. എല്ലാവരും നിരാശരായി കാണപ്പെട്ടു, എന്നാൽ കഥകൾ എത്രതന്നെ നല്ലതായിരുന്നാലും ആരും ധ്യാനം വിട്ടുകളയാൻ പാടില്ലെന്ന് ആനന്ദൻ പറഞ്ഞു. പിറ്റേന്നാൾ എല്ലാവരെയും അദ്ദേഹം തന്റെ കുടിലിലേക്ക് ക്ഷണിച്ചു. തങ്ങളുടെ ഗുരുനാഥനായ സരിപുത്രന്റെ കുടിലിലേക്ക് പോകുന്നതിനും മുമ്പായി, ഗോതമി ഭിക്ഷുണിയുടെയും ആനന്ദന്റെയും അസ്സാജിയുടെയും നേരെ രാഹുലനും സ്വാസ്തിയും കൈകൾ കൂപ്പി, തല താഴ്ത്തി. ഒന്നുംമിണ്ടാതെ ആ രണ്ട് യുവചങ്ങാതിമാരും ഒപ്പം നടന്നു. ഒരു തിര മറ്റൊരു തിരമേൽ അലയ്ക്കുംപോലെ, മണിയൊച്ചയുടെ സാവകാശമായ അനുരണനങ്ങൾ വേഗത നേടി. സ്വാസ്തി, ശ്വാസം ശ്രദ്ധിച്ച്, നിശബ്ദനായി മണിയൊച്ച കേട്ടതിന്റെ ഗാഥ ചൊല്ലി: "ശ്രദ്ധിക്കൂ, ശ്രദ്ധിക്കൂ, അതിശയകരമായ ഈ ശബ്ദം എന്നെ എന്റെ യഥാർഥ സ്വത്വത്തിലേക്ക് തിരിച്ചുകൊണ്ടുവരുന്നു."

17. പിപ്പാല ഇല

പിപ്പാല വൃക്ഷച്ചുവട്ടിൽ, തന്റെ ശരീരത്തിന്റെ അഗാധതയിലേക്ക് നോക്കുവാനായി, ഏകാഗ്രതയുടെ എല്ലാ ശക്തികളും ഏകോപിപ്പിച്ചു ഗൗതമമുനി. തന്റെ ശരീരത്തിന്റെ ഓരോ കോശവും ജനനത്തിന്റെയും അസ്തിത്വത്തിന്റെയും മരണത്തിന്റെയും അനന്തമായൊഴുകുന്ന പുഴയിലെ ജലകണികകളെപ്പോലെയെന്ന് അദ്ദേഹം കണ്ടു. തന്റെ ശരീരത്തിൽ മാറ്റമില്ലാത്തതായി ശേഷിക്കുന്നത് യാതൊന്നും അദ്ദേഹം കണ്ടില്ല. അഥവാ വേറിട്ട സ്വത്വമുള്ളതായി പറയപ്പെടുന്ന ഒന്നും. ശരീരത്തിന്റെ പുഴയുമായി വികാരങ്ങളുടെ പുഴ കലരുന്നു, വികാരങ്ങളുടെ പുഴയും; അതിലെ ഓരോ വികാരവും ഒരു തുള്ളി വെള്ളമാണ്. ഈയോരോ തുള്ളിയും ജനനം, അസ്തിത്വം, മരണം ഇവയുടെ പ്രക്രിയയിൽ ഒന്നിനൊന്ന് കൂട്ടിമുട്ടി, ചില വികാരങ്ങൾ സുഖകരമാണ്, ചിലവ അസുഖകരമാണ്, മറ്റു ചിലവ നിഷ്പക്ഷമാണ്; എന്നാൽ തന്റെ എല്ലാ വികാരങ്ങളും നശ്വരങ്ങളാണ്. തന്റെ ശരീരത്തിലെ കോശങ്ങൾ പോലെ പ്രത്യക്ഷപ്പെടുകയും അപ്രത്യക്ഷമാകയും ചെയ്തു.

തന്റെ ഉന്നതമായ ഏകാഗ്രതയാൽ ഗൗതമൻ ശരീരത്തിന്റെയും വികാരങ്ങളുടെയും പുഴകൾക്ക് ചേരെയൊഴുകുന്ന പ്രത്യക്ഷബോധങ്ങളുടെ പുഴയെ സൂക്ഷ്മമമായി പരിശോധിച്ചു. പ്രത്യക്ഷബോധങ്ങളുടെ പുഴയിലെ തുള്ളികൾ ഒന്നിനൊന്ന് കൂടിക്കലരുകയും സ്വാധീനിക്കുകയും ചെയ്തു; അവയുടെ ജനനം, അസ്തിത്വം, മരണം എന്നീ പ്രക്രിയകളിൽ. ഒരാളുടെ അവബോധം ശരിയാണെങ്കിൽ, യാഥാർഥ്യം അനായാസമായി അനാവൃതമാവുന്നു; എന്നാൽ ഒരാളുടെ അവബോധങ്ങൾ തെറ്റാണെങ്കിൽ, യാഥാർഥ്യം മറയ്ക്കപ്പെടുന്നു. അവരുടെ തെറ്റായ അവബോധങ്ങൾ മൂലമാണ് ആളുകൾ അന്തമില്ലാത്ത ദുരിതങ്ങളിൽ കുരുങ്ങിപ്പോവുന്നത്. നശ്വരമായത് അനശ്വരമാണെന്നവർ വിശ്വസിക്കുന്നു; സ്വത്വരഹിതമായതിനെ സ്വത്വമുള്ളതായി വിശ്വസിക്കുന്നു. ജനനവും മരണവുമില്ലാത്തതിന് ജനനവും മരണവും ഉണ്ടെന്ന്. അവിഭാജ്യമായതിനെ അവർ ഘടകങ്ങളാക്കി വിഭജിക്കുന്നു.

അടുത്തതായി ഭയം, കോപം, വെറുപ്പ്, ഗർവ്, അസൂയ, ആർത്തി, അജ്ഞത തുടങ്ങി ദുരിതപ്പെടലിന്റെ മൂലങ്ങളായ മാനസികാവസ്ഥകളെ ഗൗതമൻ തന്റെ ജാഗ്രതയാൽ പ്രകാശിപ്പിച്ചു. ഏകാഗ്രമായ ജാഗ്രത

അദ്ദേഹത്തിൽ തിളങ്ങുന്ന സൂര്യനെപ്പോലെ ജ്വലിച്ചു. ജാഗ്രതയുടെ ആ സൂര്യനെ ഉപയോഗിച്ച് അദ്ദേഹം അത്തരം എല്ലാ വിരുദ്ധമാനസികാവസ്ഥകളെയും തെളിച്ചപ്പെടുത്തി. അവയെല്ലാം അജ്ഞതമൂലമാണ് ഉയരുന്നതെന്ന് അദ്ദേഹം കണ്ടു. ജാഗ്രതയുടെ വിരുദ്ധങ്ങളാണവയെല്ലാം. അവ തമസ്സാണ്. വെളിച്ചമില്ലായ്മ. മോചനത്തിലേക്കുള്ള വഴി അജ്ഞതയെ പൊട്ടിച്ച് യാഥാർത്ഥ്യത്തിന്റെ ഹൃദയത്തിലേക്ക് ആഴത്തിൽ പ്രവേശിക്കുകയും, അതിന്റെ നേരനുഭവം സ്വായത്തമാക്കുകയുമാണ്. അത്തരമൊരറിവ് ധിഷണയുടെ അറിവല്ല; നേരനുഭവത്തിന്റേതാണ്.

കഴിഞ്ഞ കാലങ്ങളിൽ സിദ്ധാർത്ഥൻ, ഭയത്തെയും കോപത്തെയും ആർത്തിയെയും തോൽപ്പിക്കുവാനായി മാർഗങ്ങൾ നോക്കിയിരുന്നു; എന്നാൽ അദ്ദേഹം ഉപയോഗിച്ചിരുന്ന മാർഗങ്ങൾ ഫലപ്രദങ്ങളായിരുന്നില്ല, എന്തുകൊണ്ടെന്നാൽ, അത്തരം വികാരങ്ങളും വിക്ഷോഭങ്ങളും അടിച്ചമർത്താനുള്ള ശ്രമങ്ങൾ മാത്രമായിരുന്നു അവ. ഇപ്പോൾ, സിദ്ധാർത്ഥന് മനസ്സിലായി, അവയുടെ കാരണം അജ്ഞതയാണ്. ഒരുവൻ അജ്ഞതയിൽനിന്ന് മോചിപ്പിക്കപ്പെടുന്നതോടെ, ഉദിച്ചുയരുന്ന സൂര്യനു മുമ്പിൽ നിഴലുകൾ ഓടിയകലുന്നപോലെ, മനോവിഘ്നങ്ങളും അപ്രത്യക്ഷമാകും.

അദ്ദേഹം പുഞ്ചിരിതൂകി, നീലാകാശത്തിനെതിരെ മുദ്രിതമായ പിപ്പാല പത്രത്തിലേക്ക് നോക്കി, തന്നെ വിളിക്കുന്നതുപോലെ അതിന്റെ വാൽ മുന്നോട്ടും പിന്നോട്ടും ചലിക്കുന്നു. ആ ഇലയിൽ ആഴത്തിൽ നോക്കവെ, അദ്ദേഹം സൂര്യന്റെയും നക്ഷത്രങ്ങളുടെയും സാന്നിധ്യം വ്യക്തമായും കണ്ടു - സൂര്യനില്ലാതെ, ചൂടും വെളിച്ചവുമില്ലാതെ ഇലയ്ക്ക് അസ്തിത്വമില്ല. ഇത് ഇതുപോലെയാകുന്നു, കാരണം അത് അതുപോലെയാകുന്നു. അദ്ദേഹം ഇലയിൽ മേഘങ്ങളുടെ സാന്നിധ്യം കണ്ടു - മേഘങ്ങളില്ലാതെ മഴയില്ല, മഴയില്ലെങ്കിൽ, ഇലയുമുണ്ടായിരിക്കില്ല. ഭൂമിയും കാലവും ശൂന്യതയും മനസ്സും അദ്ദേഹം കണ്ടു - അവയെല്ലാം ഇലയിൽ സന്നിഹിതമായിരുന്നു. സത്യത്തിൽ, ആ ഒരു നിമിഷത്തിൽ, ഈ മഹാപ്രപഞ്ചം ആ ഇലയിൽ തുടിച്ചു. ഇലയുടെ യാഥാർഥ്യം വിസ്മയകരമായ ഒരു ദിവ്യാത്ഭുതമാണ്.

ഒരില ജനിക്കുന്നത് ശരത്കാലത്താണെന്ന് നാം വിചാരിക്കുന്നുണ്ടെങ്കിലും, വളരെ വളരെക്കാലമായി അതവിടെ, സൂര്യപ്രകാശത്തിലും മേഘങ്ങളിലും മരത്തിലും തന്നിലും ഉള്ളതായി ഗൗതമന് കാണാൻ കഴിഞ്ഞു. ഇല ഒരിക്കലും ജനിക്കപ്പെട്ടില്ലെന്ന് കണ്ട അദ്ദേഹം താനുമൊരിക്കലും ജനിക്കപ്പെട്ടിട്ടില്ലെന്ന് കണ്ടു. ഇലയും താനും സരളമായി സുസ്പഷ്ടമായിട്ടുണ്ടായിരുന്നു - അവർ ഒരിക്കലും ജനിച്ചിട്ടില്ല; ഒരി

ക്കലും മരിക്കുവാനും അസാധ്യമാണ്. ഈ ഉൾക്കാഴ്ചയോടെ ജനനത്തിന്റെയും മരണത്തിന്റെയും പ്രത്യക്ഷപ്പെടലിന്റെയും അപ്രത്യക്ഷപ്പെടലിന്റെയും ആശയങ്ങൾ അലിഞ്ഞുപോയി. ഇലയുടെ യഥാർഥമുഖവും തന്റെ യഥാർഥമുഖവും സ്വയം അനാവൃതമായി. ഏതെങ്കിലുമൊരു പ്രതിഭാസത്തിന്റെ സാന്നിധ്യം എല്ലാ പ്രതിഭാസങ്ങളുടെയും അസ്തിത്വത്തെ സാധ്യമാക്കുന്നതായി അദ്ദേഹം കണ്ടു. ഒന്ന് എല്ലാറ്റിലുമുൾക്കൊള്ളുന്നു; ഒന്നിൽ എല്ലാം അടങ്ങിയിട്ടുണ്ട്.

ഇലയും അദ്ദേഹത്തിന്റെ ശരീരവും ഒന്നാണ്. ഒന്നിനും, വേറിട്ട, ശാശ്വതമായ സ്വത്വമില്ല. ഒന്നിനും പ്രപഞ്ചത്തിൽനിന്നു സ്വതന്ത്രമായ അസ്തിത്വമില്ല. എല്ലാ പ്രതിഭാസങ്ങളുടെയും പരസ്പരാശ്രിതമായ സ്വഭാവം കണ്ട സിദ്ധാർത്ഥൻ എല്ലാ പ്രതിഭാസങ്ങളുടെയും ശൂന്യസ്വഭാവം കണ്ടു- വേറിട്ട, ഒറ്റപ്പെട്ട സ്വത്വത്തിന്റെ ശൂന്യതയാണ് എല്ലാ വസ്തുക്കളും. പരസ്പരാശ്രിതത്ത്വം, അ-സ്വത്വം (non-self) എന്നീ രണ്ട് തത്ത്വങ്ങളിലാണ് വിമോചനത്തിനുള്ള താക്കോലെന്ന് സിദ്ധാർത്ഥൻ സാക്ഷാത്കരിച്ചു. മേഘങ്ങൾ ആകാശത്തിന് കുറുകെ ഒഴുകി; സുതാര്യമെങ്കിലും ഒളിമിന്നുന്ന പിപ്പാല പത്രത്തിന് ഒരു വെള്ള പാശ്ചാത്തലമൊരുക്കികൊണ്ട്. ഒരുപക്ഷേ, ആ സന്ധ്യയിൽ മേഘങ്ങൾ തണുപ്പുമായി ഏറ്റുമുട്ടി; മഴയായി മാറിയേക്കും. മേഘങ്ങൾ ഒരാവിഷ്കാരമാണ്; മഴ മറ്റൊരാവിഷ്കാരവും. മേഘങ്ങളും ജനിച്ചിട്ടുമില്ല; മരിക്കുകയുമില്ല. മേഘങ്ങൾ അത് മനസ്സിലാക്കിയിരുന്നെങ്കിൽ, ഗൗതമൻ വിചാരിച്ചു, തീർച്ചയായും, പർവ്വതങ്ങളിലും കാടുകളിലും വയലുകളിലും പതിക്കുമ്പോൾ അവ ആനന്ദത്തോടെ പാടും.

തന്റെ ശരീരത്തിന്റെയും വികാരങ്ങളുടെയും അവബോധങ്ങളുടെയും മനോരൂപങ്ങളുടെയും പ്രജ്ഞയുടെയും നദികളെ പ്രകാശിപ്പിച്ചുകൊണ്ട്, സിദ്ധാർത്ഥൻ ഇപ്പോഴറിഞ്ഞു, സ്വത്വത്തിന്റെ ശൂന്യതയും നശ്വരതയുമാണ്, ജീവൻ ആവശ്യമായ അവസ്ഥകൾ. സ്വത്വത്തിന്റെ ശൂന്യതയും നശ്വരതയുമില്ലാതെ, യാതൊന്നിനും വളരാനോ, വികസിക്കാനോ സാധ്യമല്ല. ഒരു നെൽമണിക്ക് സ്വത്വത്തിന്റെ ശൂന്യതയും നശ്വരസ്വഭാവവും ഇല്ലെങ്കിൽ, ഒരു നെൽചെടിയായി വളരാനാവില്ല. മേഘങ്ങൾ സ്വത്വശൂന്യവും നശ്വരവുമല്ലെങ്കിൽ, അവയ്ക്ക് മഴയാകാൻ കഴിയില്ല. നശ്വരമായ, സ്വത്വശൂന്യമായ അവസ്ഥയില്ലെങ്കിൽ, ഒരു കുഞ്ഞിന് ഒരിക്കലും പ്രായപൂർത്തിയായവനിലേക്ക് വളരാനാവില്ല. "അങ്ങനെ," അദ്ദേഹം വിചാരിച്ചു, "ജീവിതത്തെ സ്വീകരിക്കുകയെന്നതിന്നർത്ഥം, നശ്വരതയെയും സ്വത്വശൂന്യതയെയും സ്വീകരിക്കുകയെന്നർത്ഥം. വേറിട്ടുള്ള സ്വത്വങ്ങളുടെ അസ്തിത്വത്തിലും നശ്വരതയിലുമുള്ള അബദ്ധധാരണയാണ് ദുരിതപ്പെടലിന്റെ മൂലം. ഇതറിയുന്നതോടെ, ജനനവുമില്ല മരണവുമില്ല, സൃഷ്ടിയുമില്ല സംഹാരവുമി

ല്ല, ഒന്നില്ല അനേകവുമില്ല, ഉള്ളുമില്ല പുറവുമില്ല, ചെറുതുമില്ല വലുതുമില്ല, അശുദ്ധവുമില്ല ശുദ്ധവുമില്ല എന്ന് ഒരുവൻ മനസ്സിലാക്കുന്നു. അത്തരമുള്ള എല്ലാ ധാരണകളും ധിഷണയുണ്ടാക്കിയ തെറ്റായ വേർതിരിവുകളാണ്. ഒരുവൻ സകലവസ്തുക്കളുടെയും ശൂന്യസ്വഭാവത്തിലേക്ക് തുളച്ച് ചെല്ലുകയാണെങ്കിൽ, എല്ലാ മനോതടസ്സങ്ങളും അധഃകരിക്കും; ദുരിതവൃത്തത്തിൽനിന്ന് വിമോചിക്കപ്പെടുകയും ചെയ്യും."

ഒരു രാത്രിയിൽനിന്ന് മറ്റൊരു രാത്രിയിലേക്ക് ഗൗതമൻ പിപ്പാല വൃക്ഷത്തിന്റെ ചുവട്ടിലിരുന്ന് ധ്യാനിച്ചു; ഉൽബുദ്ധതയുടെ പ്രകാശം തന്റെ ശരീരത്തിന്മേലും മനസ്സിന്മേലും, സർവ്വപ്രപഞ്ചത്തിന്മേലും ഉജ്ജ്വലിപ്പിച്ചുകൊണ്ട്. അദ്ദേഹത്തിന്റെ അഞ്ച് ചങ്ങാതിമാരും ദീർഘകാലമായി അദ്ദേഹത്തെ ഉപേക്ഷിച്ചിരുന്നു. അദ്ദേഹത്തിന്റെ ഇപ്പോഴത്തെ സഹധ്യാന പരിശീലകർ കാടും നദിയും പക്ഷികളും മണ്ണിലും മരങ്ങളിലുമുള്ള ആയിരക്കണക്കിന് ജീവികളുമായിരുന്നു. മഹത്തായ പിപാല വൃക്ഷം, പരിശീലനത്തിൽ, അദ്ദേഹത്തിന്റെ സഹോദരനായിരുന്നു. അദ്ദേഹം ഓരോ രാത്രിയും ധ്യാനത്തിനിരിക്കുമ്പോൾ പ്രത്യക്ഷപ്പെട്ട സാന്ധ്യതാരകം, പരിശീലനത്തിൽ അദ്ദേഹത്തിന്റെ സഹോദരനായിരുന്നു. അദ്ദേഹത്തിന്റെ ധ്യാനം രാത്രിയിലേക്ക് നീണ്ടു.

മദ്ധ്യാഹനത്തിന്റെ ആദ്യവേളകളിലാണ് ഗ്രാമത്തിലെ കുട്ടികൾ അദ്ദേഹത്തെ സന്ദർശിക്കാനെത്തിയത്. ഒരു ദിവസം സുജാത പാൽക്കഞ്ഞിയും തേനും അദ്ദേഹത്തിന് കൊണ്ടുകൊടുത്തു. സ്വാസ്തി പുതിയ ഒരു കെട്ട് കുശപ്പുല്ലും. സ്വാസ്തി കാലികളുമായി വീട്ടിൽ പോയശേഷം, ആ രാത്രിയിൽ തനിക്ക് ബോധോദയമുണ്ടാകുമെന്ന അഗാധമായൊരു തോന്നൽ ഗൗതമനുണ്ടായി. അദ്ദേഹത്തിന് നിരവധി അസാധാരണമായ സ്വപ്നങ്ങളുണ്ടായത് തലേരാത്രിയിലാണ്. ഒരു സ്വപ്നത്തിൽ അദ്ദേഹം, അദ്ദേഹത്തെ തന്റെ ചാരെ കിടക്കുന്നതായി കണ്ടു; തന്റെ മുട്ടുകൾ ഹിമാലയത്തെ മുട്ടിയുരുമ്മി; തന്റെ ഇടംകൈ കിഴക്കൻ കടൽക്കരകളെ സ്പർശിച്ചുകൊണ്ട്; വലംകൈ പടിഞ്ഞാറൻ കടൽക്കരകളെ തൊട്ടുകൊണ്ട്, രണ്ടു കാലുകൾ തെക്കൻ കടൽക്കരകളെ സ്പർശിച്ച്. മറ്റൊരു സ്വപ്നത്തിൽ, തന്റെ നാഭിയിൽ നിന്ന് വളർന്ന, ഒരു വാഹനത്തിന്റെ ചക്രത്തോളമുള്ള ഒരു താമരപ്പൂ ഏറ്റവും ഉയരത്തിലുള്ള മേഘങ്ങളെ തൊടാനായി ഒഴുകിയുയരുന്നു. മൂന്നാമത്തെ സ്വപ്നത്തിൽ, എണ്ണാൻ കഴിയാത്തത്ര, എല്ലാ നിറങ്ങളിലുമുള്ള പക്ഷികൾ, എല്ലാ ദിശകളിൽനിന്നും അദ്ദേഹത്തിലേക്ക് പറന്നു. ഈ സ്വപ്നങ്ങൾ, ബോധോദയത്തിന്റെ മഹാഉൽബുദ്ധത ആസന്നമായിരിക്കുന്നെന്ന് പ്രഖ്യാപിക്കുന്നതുപോലെ തോന്നി.

ആ സന്ധ്യയിൽ, നദിക്കരയിലൂടെ ഗൗതമൻ നടന്ന്ധ്യാനം പരിശീലിച്ചു. അദ്ദേഹം വെള്ളത്തിലിറങ്ങി കുളിച്ചു. സാന്ധ്യവെളിച്ചം പരന്നതോടെ, അദ്ദേഹം തന്റെ ചിരപരിചിതമായ പിപ്പാല വൃക്ഷച്ചുവട്ടിലേക്ക് മടങ്ങി. വൃക്ഷത്തടത്തിൽ വിരിച്ച നവമായ കുശപ്പുല്ലുനോക്കി അദ്ദേഹം പുഞ്ചിരിച്ചു. ഈ വൃക്ഷത്തിനു കീഴിൽ ധ്യാനസ്ഥനായി, അദ്ദേഹം നിരവധി കണ്ടെത്തലുകൾ നടത്തിയിട്ടുണ്ട്. ബോധോദയത്തിനുള്ള വാതിൽ ഏതാണ്ട് തുറക്കാറായി.

സാവകാശം സിദ്ധാർത്ഥൻ പത്മാസനത്തിലിരുന്നു. ഇളംകാറ്റ് നദിക്കരയെ തഴുകുമ്പോൾ, അദ്ദേഹം അകലെ ശാന്തമായൊഴുകുന്ന നദിയെ നോക്കി. രാത്രിയിലെ വനം അതീവശാന്തമായിരുന്നു; എന്നാൽ വളരെ ജീവസ്സുറ്റതും. അദ്ദേഹത്തിനു ചുറ്റുമായി നിരവധി കീടങ്ങൾ ശബ്ദമുണ്ടാക്കി. അദ്ദേഹം തന്റെ ജാഗ്രത ശ്വസനത്തിലേക്ക് തിരിച്ചു, സൗമ്യമായി കണ്ണുകളടച്ചു. സാന്ധ്യനക്ഷത്രം ആകാശത്ത് പ്രത്യക്ഷമായി.

18. പ്രഭാത നക്ഷത്രം ഉദിച്ചു

ഏകാഗ്രതയിലൂടെ സിദ്ധാർത്ഥന്റെ മനവും തനുവും ശ്വാസവും സമഗ്രമായും ഒന്നായി. ഏകാഗ്രതയുടെ പരിശീലനം അദ്ദേഹത്തെ ജാഗ്രതയുടെ മഹത്തരമായ ശക്തികൾ രൂപപ്പെടുത്തുവാൻ കഴിവുള്ള വനാക്കി. - അതുപയോഗിച്ച് അദ്ദേഹത്തിനിപ്പോൾ തന്റെ ശരീരത്തിലും മനസ്സിലും അവബോധം പ്രകാശിപ്പിക്കുവാനായി. ധ്യാനത്തിന്റെ ആഴ ത്തിലേക്ക് പ്രവേശിച്ചതോടെ, തന്റെ ശരീരത്തിനുള്ളിൽ, ഈ വർത്ത മാനകാല നിമിഷത്തിൽ, എണ്ണമറ്റ മറ്റു ജീവികളുടെ സാന്നിധ്യം തിരി ച്ചറിയാനായി. ജൈവവും അജൈവവുമായവ, ധാതുക്കൾ, പായലു കൾ, പുല്ലുകൾ, കീടങ്ങൾ, മൃഗങ്ങൾ, മനുഷ്യൻ എല്ലാം അദ്ദേഹത്തി നുള്ളിലുണ്ട്. ഇതേ നിമിഷത്തിൽതന്നെ, മറ്റ് ജീവികൾ താൻ തന്നെ യാണെന്ന് അദ്ദേഹം കണ്ടു. തന്റെത്തന്നെ പൂർവജന്മങ്ങളും, തന്റെ എല്ലാ ജനനമരണങ്ങളും അദ്ദേഹം കണ്ടു. ആയിരക്കണക്കിന് ലോക ങ്ങളുടെയും ആയിരക്കണക്കിന് നക്ഷത്രങ്ങളുടെയും സൃഷ്ടിയും സംഹാരവും അദ്ദേഹം കണ്ടു. ഓരോ ജീവന്റെയും സന്തോഷങ്ങളും സന്താപങ്ങളും അദ്ദേഹം അനുഭവിച്ചു- അമ്മയിൽനിന്ന് ജനിച്ചവ, അണ്ഡങ്ങളിൽ നിന്ന് ജനിച്ചവ, പുതിയ ജീവികളായി തന്നത്താൻ വിഭ ജിച്ച് കോശവിഭജനത്തിലൂടെ ജനിച്ചവ. തന്റെ ശരീരത്തിലെ ഓരോ കോശവും സ്വർഗത്തിന്റെയും ഭൂമിയുടെയും സകലതും ഉൾക്കൊള്ളു ന്നതായി അദ്ദേഹം കണ്ടു; മൂന്ന്കാലങ്ങളും - ഭൂതവും ഭാവിയും വർത്ത മാനവും. അത് രാത്രിയുടെ ഒന്നാം യാമമായിരുന്നു.

ഗൗതമൻ കൂടുതൽ ആഴത്തിലുള്ള ധ്യാനത്തിലേക്ക് പ്രവേശിച്ചു. അന്തമറ്റ ലോകങ്ങൾ ഉയരുന്നതും നിലംപൊത്തുന്നതും, സൃഷ്ടിക്ക പ്പെടുന്നതും സംഹരിക്കപ്പെടുന്നതും അദ്ദേഹം കണ്ടു. അന്തമറ്റ ജന നങ്ങളിലൂടെയും മരണങ്ങളിലൂടെയും അന്തമറ്റ ജീവികൾ കടന്നുപോ കുന്നത് അദ്ദേഹം കണ്ടു. ഈ ജനനങ്ങളും മരണങ്ങളും വെറും ബാഹ്യ മായ അവസ്ഥകളാണെന്നും, ശരിയായ യാഥാർഥ്യമല്ലെന്നും അദ്ദേഹം തിരിച്ചറിഞ്ഞു; കടലിന്റെ ഉപരിതലത്തിൽ നിരന്തരമായി ഉയരുകയും നിപതിക്കുകയും ചെയ്യുന്ന കോടാനുകോടി തിരകൾപോലെ, എന്നാൽ കടലാകട്ടെ ജനനത്തിനും മരണത്തിനും അതീതമാണ്. തങ്ങൾ വെറും ജലമാണെന്ന് മനസ്സിലാക്കിയിരുന്നെങ്കിൽ, തിരകൾ ജനനത്തെയും

മരണത്തെയും അധഃകരിച്ച് എല്ലാ ഭയവും മറികടന്ന്, ശരിയായ ആന്തരിക ശാന്തിയിലെത്തും. ഈ സാക്ഷാത്കാരം ഗൗതമനെ ജനനത്തിന്റെയും മരണത്തിന്റെയും വലയെ അധഃകരിക്കുവാൻ പ്രാപ്തനാക്കി, അദ്ദേഹം പുഞ്ചിരിച്ചു. അദ്ദേഹത്തിന്റെ പുഞ്ചിരി, കറുത്തിരുണ്ട രാത്രിയിൽ പ്രകാശവലയം പ്രസരിപ്പിച്ചുകൊണ്ട് വിരിഞ്ഞ പൂപോലെയായിരുന്നു. വിസ്മയകരമായൊരു അന്തർധാരണയുടെ പുഞ്ചിരിയായിരുന്നു അത്. എല്ലാ മാലിന്യങ്ങളുടെയും സംഹാരത്തിലേക്കുള്ള ഉൾക്കാഴ്ച. രണ്ടാം യാമത്തിൽ ഈ തലത്തിലുള്ള ധാരണയിലെത്തി അദ്ദേഹം.

ആ നിമിഷം ഇടിവെട്ടി, സ്വർഗങ്ങളെ രണ്ടായി പിളർക്കാനെന്നോണം ശക്തമായ ഇടിമിന്നൽ ആകാശത്തിന് കുറുകെ പാഞ്ഞു. കറുത്ത മേഘങ്ങൾ ചന്ദ്രനെയും നക്ഷത്രങ്ങളെയും മൂടി. മഴ കോരിച്ചൊരിഞ്ഞു. ഗൗതമൻ നനഞ്ഞു കുതിർന്നു; പക്ഷേ, അദ്ദേഹം അനങ്ങിയില്ല. അദ്ദേഹം തന്റെ ധ്യാനം തുടർന്നു.

ചഞ്ചലപ്പെടാതെ, അദ്ദേഹം തന്റെ മനസ്സിന്മേൽ അവബോധം തെളിയിച്ചു. എല്ലാ ജീവികളും ഒരേ മണ്ണ് പങ്കിടുന്നുവെന്നത് അറിയാത്തതുകൊണ്ടാണ് ജീവികൾ ദുരിതപ്പെടുന്നത്, അദ്ദേഹം കണ്ടു. പ്രയാസങ്ങളും ദുഃഖങ്ങളും സംഭ്രാന്തികളും ഉണ്ടാക്കുവാൻ കാരണമാകുന്നത് അജ്ഞതയാണ്. ആർത്തി, കോപം, സംശയം, ഗർവ്, അസൂയ, ഭയം എന്നിവയുടെയെല്ലാം വേരുകൾ അജ്ഞതയിലാണ്. വസ്തുക്കളുടെ യഥാർത്ഥ സ്വഭാവത്തെ ആഴത്തിൽ നോക്കുന്നതിന് നാം നമ്മുടെ മനസ്സുകളെ ശാന്തമാക്കാൻ പഠിക്കുമ്പോൾ നമുക്ക് പൂർണമായ ധാരണയിലെത്താനാവും. അതാകട്ടെ ഓരോ ദുഃഖവും ഉൽക്കണ്ഠയും അലിയിച്ചുകളഞ്ഞ്, സ്നേഹത്തിലേക്കും സ്വീകാര്യതയിലേക്കും ഉയർത്തുന്നു.

ധാരണയും സ്നേഹവും ഒന്നാണ്, ഗൗതമനിപ്പോൾ കണ്ടു. ധാരണയില്ലെങ്കിൽ സ്നേഹമില്ല. ഭൗതികവും വൈകാരികവും സാമൂഹ്യവുമായ ചുറ്റുപാടുകളുടെ ഫലമാണ് ഓരോ വ്യക്തിയുടെയും മനോഭാവം. ഇത് നാം മനസ്സിലാക്കിയാൽ ക്രൂരമായി പെരുമാറുന്ന ഒരു മനുഷ്യനെപ്പോലും നമുക്ക് വെറുക്കാനാവില്ല. നമുക്കയാളിന്റെ ഭൗതിക-വൈകാരിക-സാമൂഹ്യ ചുറ്റുപാടുകൾ അധഃകരിക്കുന്നതിൽ അയാളെ സഹായിക്കാനേ കഴിയൂ. ധാരണ സ്നേഹത്തിനും കാരുണ്യത്തിനും ഇടയാക്കുന്നു; അതാകട്ടെ ശരിയായ പ്രവൃത്തിക്കും. സ്നേഹിക്കുന്നതിന് ആദ്യമായി ആവശ്യമായത് ധാരണയാണ്, അതുകൊണ്ട് ധാരണ വിമോചനത്തിന്റെ താക്കോലാണ്. ശരിയായ ധാരണയുണ്ടാകാൻ ഏകാഗ്രമായി ജീവിക്കുകയാണാവശ്യം. വർത്തമാന നിമിഷത്തിൽ ജീവനു

മായി നേരിട്ടിടപഴകുക, ഒരുവന്റെയുള്ളിലും പുറത്തും നടക്കുന്നത് സത്യസന്ധമായി കാണുക. ഏകാഗ്രതയുടെ പരിശീലനം ആഴത്തിൽ നോക്കുവാനുള്ള ശക്തികൂട്ടുന്നു, ഏതിന്റെയും ഹൃദയത്തിലേക്ക് ആഴത്തിൽ നാം നോക്കുന്നതോടെ അത് സ്വയം അനാവൃതമാവുന്നു. ഏകാഗ്രതയുടെ രഹസ്യനിധി ഇതാകുന്നു - ഇത് വിമോചനത്തിന്റെയും ബോധോദയത്തിന്റെയും സാക്ഷാത്കാരത്തിലേക്ക് നയിക്കുന്നു. ശരിയായ ധാരണ, ശരിയായ ചിന്ത, ശരിയായ വാക്ക്, ശരിയായ പ്രവൃത്തി, ശരിയായ ജീവതവൃത്തി, ശരിയായ ശ്രമം, ശരിയായ ഏകാഗ്രത, ശരിയായ ശ്രദ്ധ എന്നിവയിൽ ജീവൻ പ്രകാശിതമാവുന്നു. സിദ്ധാർ ത്ഥൻ ഇതിനെ ശ്രേഷ്ഠമാർഗം (ആര്യമാർഗം) എന്ന് വിളിച്ചു.

എല്ലാ ജീവന്റെയും ഹൃദയത്തിലേക്ക് ആഴത്തിൽ നോക്കിയതോടെ സിദ്ധാർത്ഥൻ ഓരോ മനസ്സിന്റെയും ഉൾക്കാഴ്ച നേടി. അവ എവിടെയായിരുന്നാലും, അദ്ദേഹത്തിന് അവയോരോന്നിന്റെയും ദുരിതത്തിന്റെയും ആഹ്ലാദത്തിന്റെയും കരച്ചിൽ കേൾക്കായി. ദിവ്യമായ കാഴ്ചയുടെയും ദിവ്യമായ കേൾവിയുടെയും അവസ്ഥകൾ അദ്ദേഹത്തിലുണ്ടായി. അതോടെ ഒരിടത്തുനിന്നും ചലിക്കാതെ തന്നെ, എല്ലാ ദൂരങ്ങളും സഞ്ചരിക്കുവാനായി. അപ്പോൾ, മൂന്നാംയാമത്തിന്റെ അവസാനമായിരുന്നു. ഇടിവെട്ട് ഉണ്ടായിരുന്നതേയില്ല. മേഘങ്ങൾ ഒഴുകിമാറി, തിളങ്ങുന്ന ചന്ദ്രനെയും നക്ഷത്രങ്ങളെയും അനാവൃതമാക്കാൻ.

ആയിരക്കണക്കിന് ജന്മങ്ങൾ തന്നെ തുറുങ്കിലിട്ട തടവറ ഉടഞ്ഞു തകർന്ന് തുറക്കുന്നതുപോലെ തോന്നിച്ചു, ഗൗതമന് അജ്ഞതയായിരുന്നു തടവറ സൂക്ഷിപ്പുകാരൻ. നക്ഷത്രങ്ങളും ചന്ദ്രനും എപ്രകാരമാണോ കൊടുങ്കാറ്റിനാലും മേഘങ്ങളാലും മൂടപ്പെട്ടിരുന്നത്, അതുപോലെ അജ്ഞത കാരണം അദ്ദേഹത്തിന്റെ മനസ്സ് തടസ്സപ്പെട്ടിരിക്കുകയായിരുന്നു. വ്യാമോഹിതമായ ചിന്തകളുടെ അന്തമില്ലാത്ത തിരകളാൽ മൂടപ്പെട്ട്, മനസ്സ് യാഥാർത്ഥ്യത്തെ താനും അന്യനുമാക്കി (subject and object) വിഭജിച്ചു; താനും അന്യനുമാക്കി, ഉള്ളതും ഇല്ലാത്തതുമാക്കി, ജീവിതവും മരണവുമാക്കി. ഈ വിവേചനത്തിൽനിന്ന് തെറ്റായ കാഴ്ചപ്പാടുകളുയർന്നു - വികാരങ്ങളുടെയും ആഗ്രഹങ്ങളുടെയും ആർത്തികളുടെയും ആയിത്തീരലുകളുടെയും തടവറകൾ. മരണം, രോഗം, വാർദ്ധക്യം, ജനനം ഇവയുടെ ദുരിതപ്പെടലുകൾ ആ തടവറയുടെ ഭിത്തികളെ കൂടുതൽ കട്ടിയുള്ളതാക്കിയതേയുള്ളൂ. ഒരു കാര്യം മാത്രമേ ചെയ്യാനുള്ളൂ, തടവറ സൂക്ഷിപ്പുകാരനെ പിടികൂടുക, അയാളുടെ ശരിയായ മുഖം കാണുക. തടവറ സൂക്ഷിപ്പുകാരൻ അജ്ഞതയാണ്. അജ്ഞതയെ മറികടക്കാനാണ് ശ്രേഷ്ഠമായ അഷ്ടമാർഗം - ഒരിക്കൽ തടവറ സൂക്ഷിപ്പു കാരൻ പൊയ്പോയാൽ, തടവറ അപ്രത്യക്ഷമാകും, പിന്നീടൊരിക്കലും കെട്ടിപ്പൊക്കപ്പെടില്ല.

ഗൗതമമുനി പുഞ്ചിരിച്ചു, തന്നോടുതന്നെ മന്ത്രിച്ചു, " തടവറസൂക്ഷിപ്പുകാരാ, ഇപ്പോൾ ഞാൻ നിങ്ങളെ കാണുന്നു. ജനനത്തിന്റെയും മരണത്തിന്റെയും തടവറകളാൽ എത്ര ജന്മങ്ങൾ നിങ്ങളെന്നെ പൂട്ടിയിട്ടു? എന്നാലിപ്പോൾ, ഞാൻ നിങ്ങളുടെ മുഖം വ്യക്തമായി കാണുന്നു, ഇപ്പോൾ മുതൽ നിങ്ങൾക്ക് എനിക്കു ചുറ്റും തടവറകൾ കെട്ടിപ്പൊക്കാനാവില്ല."

മേലോട്ടുനോക്കിയ സിദ്ധാർത്ഥൻ, ചക്രവാളത്തിൽ, ഒരു വലിയ രത്നം കണക്കെ, തരളമായി പ്രകാശിക്കുന്ന പ്രഭാതനക്ഷത്രം കണ്ടു. പിപ്പാലവൃക്ഷത്തിനു കീഴെയിരിക്കുമ്പോൾ, നിരവധി തവണ അദ്ദേഹം, ഈ നക്ഷത്രത്തെ കണ്ടിട്ടുണ്ട്. എന്നാൽ, ഈ പ്രഭാതത്തിൽ, അതിനെ ആദ്യമായി കാണുന്നതുപോലെയാണ്. ബോധോദയത്തിന്റെ ജയാഘോഷം മുഴക്കുന്ന ചിരിപോലെ കണ്ണഞ്ചിപ്പിച്ചു. സിദ്ധാർത്ഥൻ ആ നക്ഷത്രത്തെ സൂക്ഷ്മമായി നോക്കി, അഗാധമായ കാരുണ്യത്തോടെ വിസ്മയം കൂറി, "എല്ലാ ജീവനും അവരിൽതന്നെ ബോധോദയത്തിന്റെ വിത്തുകൾ ഉൾക്കൊള്ളുന്നുണ്ട്; എന്നിട്ടും നമ്മൾ ആയിരക്കണക്കിനു ജന്മങ്ങൾ ജനനമരണങ്ങളുടെ കടലിൽ മുങ്ങിക്കിടക്കുന്നു."

മഹാമാർഗം കണ്ടെത്തിയെന്ന് സിദ്ധാർത്ഥനറിഞ്ഞു. അദ്ദേഹം തന്റെ ലക്ഷ്യം നേടി. ഇപ്പോൾ അദ്ദേഹത്തിന്റെ ഹൃദയം പരിപൂർണമായ ശാന്തിയിലും തൃപ്തിയിലുമായി. നിരാശകളും പ്രയാസങ്ങളും നിറഞ്ഞ തന്റെ അന്വേഷണത്തിന്റെ വർഷങ്ങൾ അദ്ദേഹം ഓർമിച്ചു. അദ്ദേഹം തന്റെ അച്ഛൻ, അമ്മ, അമ്മായി, യശോധര, രാഹുലൻ, സുഹൃത്തുക്കൾ എന്നിവരെപ്പറ്റി ആലോചിച്ചു. അദ്ദേഹം തന്റെ കൊട്ടാരമായ കപിലവസ്തുവിനെക്കുറിച്ചും, അവിടുത്തെ മനുഷ്യരെക്കുറിച്ചും, ദാരിദ്ര്യത്തിലും ദുരിതത്തിലും കഴിയുന്നവരെക്കുറിച്ചും, പ്രത്യേകിച്ചും കുട്ടികളെക്കുറിച്ചും ആലോചിച്ചു. ദുരിതപ്പെടലുകളിൽനിന്ന് മറ്റുള്ളവരെയെല്ലാം വിമോചിപ്പിക്കുവാൻ സഹായിക്കുന്ന ഒരു മാർഗം പങ്കുവയ്ക്കുവാൻ അദ്ദേഹം ദൃഢനിശ്ചയം ചെയ്തു. അദ്ദേഹത്തിന്റെ അഗാധമായ ഉൾക്കാഴ്ചയിൽനിന്ന്, എല്ലാ ജീവികളോടുമുള്ള ഉദാത്തമായ സ്നേഹം പുറത്തുവന്നു. പുല്ലുനിറഞ്ഞ നദിക്കരയിൽ, നിറമുള്ള പൂക്കൾ പ്രഭാതസൂര്യനാൽ പുഷ്പിച്ചുനിന്നു. സൂര്യൻ ഇലകളിലും ജലത്തിലും നൃത്തമാടി. അദ്ദേഹത്തിന്റെ വേദനയില്ലാതായിരുന്നു. ജീവന്റെ എല്ലാ വിസ്മയങ്ങളും അനാവൃതമായി. ഓരോന്നും തികച്ചും നവമായി പ്രത്യക്ഷീഭവിച്ചു. ഒഴുകുന്ന വെളുത്ത മേഘങ്ങളും നീലാകാശങ്ങളും എത്ര വിസ്മയകരം! ഈ സകല പ്രപഞ്ചവും താനും പുതിയതായി സൃഷ്ടിക്കപ്പെട്ടതായി അദ്ദേഹത്തിനു തോന്നി.

അന്നേരം സ്വാസ്തി പ്രത്യക്ഷപ്പെട്ടു. തന്റെ നേരെ ഓടിയടുക്കുന്ന കാലിമേയ്ക്കുന്ന ബാലനെ കണ്ട് സിദ്ധാർത്ഥൻ പുഞ്ചിരിച്ചു: പൊടുന്നനെ സ്വാസ്തി വഴിയിൽ തന്നെ നിന്നു, സിദ്ധാർത്ഥനെ തുറിച്ചുനോക്കി, വായ തുറന്നു പിടിച്ച്: സിദ്ധാർത്ഥൻ വിളിച്ചു: “സ്വാസ്തി!”

പെട്ടെന്നവന് ബോധമുണർന്നു, അവൻ മറുപടിയായി, “ഗുരുനാഥ!” സ്വാസ്തി കൈകൾ കൂപ്പി വണങ്ങി. അവൻ കുറച്ചടി മുന്നോട്ട് നടന്നു; പക്ഷേ നിന്നു, അത്ഭുതത്തോടെ സിദ്ധാർത്ഥനെ വീണ്ടും കണ്ണിമയ്ക്കാതെ നോക്കി. തന്റെ സ്വന്തം പെരുമാറ്റത്തിൽ അമ്പരന്നു, അവൻ നിർത്തിനിർത്തി പറഞ്ഞു, “ഗുരുനാഥാ, അങ്ങിന്ന് ആകെ മാറിയിരിക്കുന്നു!”

സിദ്ധാർത്ഥൻ അവനോട് അടുത്തുവരാൻ പറഞ്ഞു, അവനെ കെട്ടിപ്പുണർന്നു. “ഞാനെങ്ങിനെയാണ് മാറിയിരിക്കുന്നത്?”

സിദ്ധാർത്ഥനെ ഉറ്റുനോക്കി സ്വാസ്തി. “അതു പറയാൻ പ്രയാസമാണ്. അങ്ങ് കാണാൻ വ്യത്യസ്തനായിരിക്കുന്നെന്നേ പറയാൻ പറ്റൂ. അങ്ങ്... ഒരു നക്ഷത്രംപോലെയിരിക്കുന്നു.”

സിദ്ധാർത്ഥൻ അവന്റെ തലയിൽ തലോടി: “അങ്ങിനെയാണോ? മറ്റെന്തുപോലെയാണ് എന്നെക്കണ്ടാൽ തോന്നുക?”

“അങ്ങ്, ഇപ്പോൾ വിരിഞ്ഞ താമരപ്പൂപോലെയുണ്ട്. ഗയാസിരസ്സ് കൊടുമുടിക്ക് മുകളിലുള്ള ചന്ദ്രനെപ്പോലെയുണ്ട്!”

സിദ്ധാർത്ഥൻ സ്വാസ്തിയുടെ കണ്ണുകൾക്കുള്ളിലേക്ക് നോക്കി, “നീയൊരു കവിയാണല്ലോ, സ്വാസ്തി! ഇനി പറയ്, നീയെന്താണിന്ന് ഇവിടെ ഇത്ര നേരത്തെത്തന്നെ? പിന്നെ, എവിടെ നിന്റെ കാലികൾ?”

കാലികളെയെല്ലാം വയലിൽ ഉഴാൻ കൊണ്ടുപോയിരിക്കുന്നതിനാൽ അവനിന്ന് ഒഴിവാണ്. തൊഴുത്തിൽ കിടാവ് മാത്രമേയുള്ളൂ. ഇന്നവന്റെ ഒരേ ഒരു പണി പുല്ലരിയലാണ്. രാത്രിയിൽ, അവനും അനിയത്തിമാരും അനിയനും ഇടിവെട്ടിന്റെ അലർച്ച കേട്ട് ഞെട്ടിയുണർന്നു. അവരുടെ കിടക്കപ്പായകൾ നനച്ചുകുതിർത്തി ചോരുന്ന മേൽക്കൂരയിലൂടെ മഴ കുത്തിയൊലിച്ചു. ഇത്രയും ഭീകരമായൊരു കൊടുങ്കാറ്റ്, അവർക്കുണ്ടായിട്ടില്ല, അവർ കാട്ടിലെ സിദ്ധാർത്ഥനെക്കുറിച്ച് വ്യാകുലപ്പെട്ടു. കൊടുങ്കാറ്റൊടുങ്ങുന്നതുവരെയും അവരൊന്നിച്ച് കെട്ടിപ്പിടിച്ച് കൂടി. പിന്നെ വീണ്ടും ഉറങ്ങി. നേരം വെളുക്കുന്നതും അവൻ തൊഴുത്തിലേയ്ക്കോടി. അരിവാളും പുല്ലുകെട്ടിക്കൊണ്ടുവരാനുള്ള വടിയുമായി പിന്നെ നേരെ കാട്ടിലെ വഴിയിലൂടെ നടന്നു, സിദ്ധാർത്ഥന് സുഖമല്ലേയെന്ന് തിരക്കാൻ.

സിദ്ധാർത്ഥൻ സ്വാസ്തിയുടെ കരം ഗ്രഹിച്ചു, “ഞാനിന്നേവരെ അറിഞ്ഞതിൽ ഏറ്റവും സന്തോഷമുള്ള ദിവസമാണിന്ന്. നിനക്കാവുമെങ്കിൽ, എല്ലാ കുട്ടികളെയും കൂട്ടി, ഇന്നുച്ചയോടെ പിപ്പാല വൃക്ഷത്തിന്റെ ചുവട്ടിൽ വരിക. നിന്റെ അനിയത്തിമാരെയും അനിയനെയും കൊണ്ടുവരാൻ മറക്കരുത്. എന്നാൽ ഇപ്പോൾ പോയി കാലികൾക്ക് വേണ്ട പുല്ലരിയൂ...”

സ്വാസ്തി ഓടിപ്പോയി, സൂര്യപ്രകാശത്തിൽ കുളിച്ച കരയിലൂടെ സിദ്ധാർത്ഥൻ ഓരോ അടിയും വെയ്ക്കുമ്പോൾ.

19. *ഏകാഗ്രതയുടെ മധുരനാരങ്ങ

ആ മധ്യാഹനത്തിൽ സുജാത ഭക്ഷണവുമായി വന്നപ്പോൾ, സിദ്ധാർത്ഥൻ പിപ്പാലവൃക്ഷച്ചുവട്ടിൽ യുവത തുടിക്കുന്ന പ്രഭാതംപോലെ മനോഹരമായി ഇരിക്കുന്നതാണ് കണ്ടത്. അദ്ദേഹത്തിന്റെ മുഖവും ശരീരവും, ചുറ്റിലും ആനന്ദവും ശാന്തിയും അക്ഷോഭ്യതയും പ്രസരിപ്പിച്ചു. പിപ്പാല വൃക്ഷച്ചുവട്ടിൽ അദ്ദേഹം തേജസ്സോടെയും ഗാംഭീര്യത്തോടെയും ഇരിക്കുന്നത് സുജാത ഒരു നൂറു തവണ കണ്ടിട്ടുണ്ട്; എന്നാലിന്ന് അദ്ദേഹത്തിലെന്തോ വ്യത്യസ്തമായിട്ടുണ്ട്. അദ്ദേഹത്തിനെ നോക്കവെ, സുജാതയിൽ നിന്ന് ദുഃഖങ്ങളും ആകുലതകളും അസ്തമിച്ചു. വസന്തമാരുതൻപോലെ നവമായൊരു കുളിർ അവളുടെ ഹൃദയത്തിൽ നിറഞ്ഞു. ഈ ഭൂമിയിൽ അവൾക്ക് ഇനിയൊന്നും ആവശ്യമില്ലെന്നും ആഗ്രഹമില്ലെന്നും തോന്നി. ഇപ്പോൾതന്നെ പ്രപഞ്ചത്തിലെയെല്ലാം നല്ലതും പ്രയോജനപ്രദവുമാണ്. ആരും ഇനി ദുഃഖിക്കുകയോ നിരാശപ്പെടുകയോ വേണ്ട. സുജാത കുറച്ചടി മുന്നോട്ടു നടന്നു, ഭക്ഷണം സിദ്ധാർത്ഥന്റെ മുമ്പിൽ വെച്ചു. അവൾ അദ്ദേഹത്തെ വണങ്ങി. സിദ്ധാർത്ഥനിലെ ശാന്തിയും ആനന്ദവും തന്നിലേക്ക് പ്രവഹിക്കുന്നതായി അവൾക്കു തോന്നി.

സിദ്ധാർത്ഥൻ അവളെ നോക്കി പുഞ്ചിരിച്ചു, "ഇവിടെ എന്റടുത്ത് ഇരിക്കൂ. ഇന്ന് എന്റെ ജീവിതത്തിലെ ഏറ്റവും സന്തോഷമുള്ള ദിവസമാണ്; കാരണം കഴിഞ്ഞ രാത്രിയിലാണ് ഞാൻ മഹാമാർഗം കണ്ടെത്തിയത്. ഈ സന്തോഷം നീ കൂടി ആസ്വദിക്കുക. അടുത്ത ഭാവിയിൽ തന്നെ, ഈ മാർഗം ഞാൻ മറ്റുള്ളവരെയെല്ലാം പഠിപ്പിക്കും."

സുജാത ആശ്ചര്യത്തോടെ നോക്കി, "അങ്ങ് പോകുമോ? ഞങ്ങളെ വിട്ട് പോകുമെന്നാണോ അങ്ങുദ്ദേശിക്കുന്നത്?"

സിദ്ധാർത്ഥൻ കാരുണ്യപൂർവം ചിരിച്ചു, "അതെ എനിക്ക് പോകണം. എന്നാൽ ഞാൻ നിങ്ങൾ, കുട്ടികളെ കൈവിടില്ല. പോകുന്നതിനു മുമ്പ് ഞാൻ കണ്ടെത്തിയ മാർഗം നിങ്ങൾക്ക് കാണിച്ചുതരും."

---

* Tangerine of Mindness എന്നാണ് തലവാചകം. Tangerineന്റെ ഏകദേശ അർത്ഥമെ മധുരനാരങ്ങയെന്നതുകൊണ്ട് കിട്ടുന്നുള്ളൂ. അല്ലികളുള്ള ഒരു ഫലം. സൗകര്യത്തിനായി മധുരനാരങ്ങയെന്നാക്കുന്നു – വിവർത്തകൻ

സുജാതയ്ക്ക് അത്രയ്ക്ക് ഉറപ്പ് തോന്നിയില്ല. അവൾക്ക് കൂടുതൽ ചോദിക്കണമെന്നുണ്ട്, പക്ഷേ അദ്ദേഹമാണ് സംസാരിച്ചത്, "ഞാൻ അറിഞ്ഞത് നിങ്ങൾക്ക് പറഞ്ഞുതരുവാനായി കുറച്ചുനാൾകൂടി ഞാൻ നിങ്ങളുടെയൊപ്പം ഉണ്ടാവും. എന്നിട്ടേ ഞാൻ യാത്രയാവൂ. എന്നാൽ അതിന്നർഥം, ഞാനെന്നെന്നേയ്ക്കുമായി നിങ്ങളെ പിരിയുകയെന്നല്ല. ഇടയ്ക്കിടയ്ക്ക് ഞാൻ നിങ്ങൾ, കുട്ടികളെ കാണാൻ വരും."

സുജാതയ്ക്കാശ്വാസമായി. അവൾ നിലത്തിരുന്ന്, ചോറിന്റെ വാഴയിലപ്പൊതിയഴിച്ചു. സിദ്ധാർത്ഥൻ ഭക്ഷിച്ചുകൊണ്ടിരുന്നപ്പോൾ അവൾ നിശബ്ദയായി അടുത്തിരുന്നു. അദ്ദേഹം ചോറ് കഷ്ണങ്ങളാക്കി പൊട്ടിച്ച് കറിയിൽ മുക്കി കഴിക്കുന്നത് അവൾ ശ്രദ്ധിച്ചിരുന്നു. പറഞ്ഞറിയിക്കാനാവാത്ത സന്തോഷത്താൽ അവളുടെ ഹൃദയം നിറഞ്ഞു.

ഭക്ഷണം കഴിഞ്ഞപ്പോൾ, അദ്ദേഹം സുജാതയോട് വീട്ടിലേക്ക് മടങ്ങിക്കൊള്ളാനാവശ്യപ്പെട്ടു. അന്നുച്ചതിരിഞ്ഞ് കാട്ടിൽവെച്ച് ഗ്രാമത്തിലെ കുട്ടികളെ കാണുവാൻ താൽപര്യമുണ്ട്, അദ്ദേഹം പറഞ്ഞു.

അനേകം കുട്ടികൾ വന്നു. സ്വാസ്തിയും അനിയനും അനിയത്തിമാരുമടക്കം. കുട്ടികളെല്ലാം കുളിച്ച് വൃത്തിയുള്ള വസ്ത്രങ്ങൾ ധരിച്ചിരുന്നു. പെൺകുട്ടികൾ അവരുടെ ഏറ്റവും ഭംഗിയുള്ള സാരികളുടുത്തു. സുജാതയുടെ സാരി ആനക്കൊമ്പ് നിറമുള്ളതായിരുന്നു. നന്ദബാലയുടേത് വാഴക്കൂമ്പ് നിറമുള്ളത്. ഭീമയുടേത് ഇളംചുവപ്പ്. പൂക്കളെപ്പോലെ നവവും വർണപ്പകിട്ടുള്ളതുമായ കുട്ടികൾ, സിദ്ധാർത്ഥന്റെ ചുറ്റുമിരുന്നു, പിപ്പാല വൃക്ഷച്ചുവട്ടിൽ.

സുജാത ഒരു കുട്ട നിറയെ വിശേഷവിധിയായി നാളികേരപ്പൂളും പനഞ്ചക്കരയും കൊണ്ടുവന്നിരുന്നു. കുട്ടികൾ മധുരമുള്ള ചക്കരകൂട്ടി നാളികേരപ്പൂളുകൾ വളരെ രുചിയോടെ കഴിച്ചു. നന്ദബാലയും സുഭാഷും ഒരു കുട്ട നിറയെ മധുരനാരങ്ങയാണ് കൊണ്ടുവന്നിരുന്നത്. ഒരു പിപ്പാല പാത്രത്തിൽ രൂപക്, സിദ്ധാർത്ഥന് ഒരു കഷ്ണം നാളികേരവും ഒരച്ച് പനഞ്ചക്കരയും കൊടുത്തു. നന്ദബാല ഒരു മധുരനാരങ്ങ. സിദ്ധാർത്ഥൻ അവ സ്വീകരിച്ചു, കുട്ടികളോടൊപ്പം ഭക്ഷിച്ചു.

അവർ ഭക്ഷണം കഴിച്ചുകൊണ്ടിരിക്കുമ്പോൾ സുജാത ഒരു പ്രഖ്യാപനം നടത്തി, "പ്രിയ ചങ്ങാതിമാരേ, നമ്മുടെ ഗുരുനാഥനറിഞ്ഞിട്ടുള്ളതിൽ വെച്ച് ഏറ്റവും സന്തോഷകരമായ ദിവസമാണിന്ന്. അദ്ദേഹം മഹാമാർഗം കണ്ടെത്തിയിരിക്കുന്നു. എനിക്കും ഇതൊരു പ്രധാന ദിവസമാണെന്ന് തോന്നി. സഹോദരീ സഹോദരന്മാരെ, ഈ ദിവസം മഹാജയാഘോഷമായി കണക്കാക്കാം. നമ്മുടെ ഗുരുനാഥന്റെ ബോധോദയം ആഘോഷിക്കുകയാണ്, നാമിന്നിവിടെ. സംപൂജ്യനായ ഗുരുനാഥാ, മഹാമാർഗ്ഗം കണ്ടെത്തപ്പെട്ടിരിക്കുന്നു. ഞങ്ങൾക്കറിയാം,

അങ്ങേയ്ക്ക് എക്കാലവും ഞങ്ങൾക്കൊപ്പം കഴിയാനാവില്ല. ഞങ്ങൾക്ക് മനസ്സിലാക്കാനാവുമെന്ന് അങ്ങേയ്ക്ക് തോന്നുന്നത് ഞങ്ങൾക്ക് പഠിപ്പിച്ച് തന്നാലും."

തന്റെ ബഹുമാനവും ഭക്തിയും കാണിക്കുവാൻ അവൾ കൈകൾ കൂപ്പി ഗൗതമനെ വണങ്ങി. നന്ദബാലയും മറ്റു കുട്ടികളും, അതുപോലെത്തന്നെ കൈകൾകൂപ്പി, അഗാധമായ ആത്മാർത്ഥതയോടെ വണങ്ങി.

സിദ്ധാർത്ഥൻ കുട്ടികളോട് അതാത് സ്ഥാനങ്ങളിൽ ഇരിക്കാൻ ആംഗ്യം കാട്ടി, "നിങ്ങൾ ബുദ്ധിയുള്ള കുട്ടികളാണ്, എനിക്കുറപ്പുണ്ട്, ഞാൻ പറയുന്നത് മനസ്സിലാക്കാനും പരിശീലിക്കാനും നിങ്ങൾക്ക് കഴിയും. ഞാൻ കണ്ടെത്തിയ മഹാമാർഗ്ഗം അഗാധവും അതിസൂക്ഷ്മവുമാണ്. എന്നാൽ തന്റെ ഹൃദയവും മനസ്സും അതിലർപ്പിക്കുന്ന ഏതൊരാൾക്കും അത് മനസ്സിലാക്കാനാവും."

"നിങ്ങൾ കുട്ടികൾ ഒരു മധുരനാരങ്ങ തൊലിപൊളിച്ചാൽ ജാഗ്രതയോടെയും അല്ലാതെയും തിന്നാം. ജാഗ്രതയോടെ ഒരു മധുരനാരങ്ങ തിന്നുകയെന്നതിനെന്താണർത്ഥം? നിങ്ങൾ മധുരനാരങ്ങ തിന്നുമ്പോൾ, നിങ്ങളാ മധുരനാരങ്ങ തിന്നുകയാണെന്ന്, നിങ്ങളറിയുന്നു. നിങ്ങളതിന്റെ മനോഹരമായ നറുമണവും മധുരമായ രുചിയും മുഴുവനായും അനുഭവിക്കുന്നു. നിങ്ങൾ മധുരനാരങ്ങ തൊലിപൊളിക്കുമ്പോൾ, നിങ്ങൾക്കറിയാം മധുരനാരങ്ങ തൊലിപൊളിക്കുകയാണെന്ന്. നിങ്ങൾ അതിൽനിന്ന് ഒരല്ലിയെടുത്ത് വായിലിടുമ്പോൾ, നിങ്ങൾക്കറിയാം നിങ്ങൾ അല്ലിയെടുത്ത് വായിലിടുകയാണെന്ന്. നിങ്ങൾ മധുരനാരങ്ങയുടെ മധുരമായ രുചിയും മനോഹരമായ നറുമണവും അനുഭവിക്കുമ്പോൾ, നിങ്ങളറിയുന്നു, നിങ്ങൾ മധുരനാരങ്ങയുടെ മനോഹരമായ നറുമണവും മധുരമായ രുചിയും അനുഭവിക്കുന്നെന്ന്. നന്ദബാല എനിക്കു തന്ന മധുരനാരങ്ങയ്ക്ക് ഒമ്പതല്ലികളുണ്ട്. ഞാനോരോന്നും ജാഗ്രതയോടെയാണ് തിന്നുന്നത്. അതെത്ര അമൂല്യവും വിസ്മയകരവുമാണെന്ന് ഞാൻ കണ്ടു. ഞാനൊരിക്കലും ആ മധുരനാരങ്ങ മറക്കില്ല, അങ്ങിനെ ആ മധുരനാരങ്ങ എനിക്ക് വളരെ സത്യമായതെന്തോ അതായിത്തീർന്നു. മധുരനാരങ്ങ യാഥാർത്ഥ്യമാണെങ്കിൽ, അത് തൊലി പൊളിക്കുന്ന വ്യക്തിയും യാഥാർത്ഥ്യമാണ്. ഒരു മധുരനാരങ്ങ ജാഗ്രതയിൽ കഴിക്കുകയെന്നതിനർത്ഥം ഇതാകുന്നു.

"കുട്ടികളെ, ഒരു മധുരനാരങ്ങ ജാഗ്രതയില്ലാതെ കഴിക്കുകയെന്നതിന്നർത്ഥമെന്താണ്? നിങ്ങൾ ഒരു മധുരനാരങ്ങ കഴിക്കുമ്പോൾ, നിങ്ങളറിയുന്നില്ല മധുരനാരങ്ങയാണ് നിങ്ങൾ കഴിക്കുന്നതെന്ന്. നിങ്ങൾ

മധുരനാരങ്ങ കഴിക്കുമ്പോൾ മനോഹരമായ നറുമണവും മധുരരുചിയും അനുഭവിക്കുന്നില്ല. നിങ്ങൾ മധുരനാരങ്ങ തൊലി പൊളിക്കുമ്പോൾ, നിങ്ങളറിയുന്നില്ല നിങ്ങൾ മധുരനാരങ്ങ തൊലി പൊളിക്കുകയാണെന്ന്. നിങ്ങൾ അതിൽനിന്ന് ഒരല്ലിയെടുത്ത് വായിലിടുമ്പോൾ, നിങ്ങൾ അറിയുന്നില്ല, നിങ്ങൾ ഒരല്ലിയെടുത്ത് നിങ്ങളുടെ വായിൽ ഇടുകയാണെന്ന്. നിങ്ങൾ മനോഹരമായ മണവും മധുരരുചിയും മണക്കുമ്പോഴോ രുചിക്കുമ്പോഴോ നിങ്ങളറിയുന്നില്ല, മധുരനാരങ്ങയുടെ മധുരരുചിയും മനോഹരമണവും മണക്കുകയും രുചിക്കുകയുമാണെന്ന്. മധുരനാരങ്ങ അവ്വിധം തിന്നുകയാണെങ്കിൽ, നിങ്ങൾക്കതിന്റെ അമൂല്യവും വിസ്മയകരവുമായ സ്വഭാവം ആസ്വദിക്കാനാവില്ല. നിങ്ങൾ മധുരനാരങ്ങ തിന്നുന്നത് നിങ്ങൾ അറിയുന്നില്ലായെങ്കിൽ, മധുരനാരങ്ങ യാഥാർത്ഥ്യമല്ല. മധുരനാരങ്ങ യാഥാർത്ഥ്യമല്ലെങ്കിൽ, അത് തിന്നുന്നവനും യാഥാർത്ഥ്യമല്ല. കുട്ടികളെ, അതാണ് ഒരു മധുരനാരങ്ങ ജാഗ്രതയില്ലാതെ തിന്നുന്നത്."

"കുട്ടികളെ, മധുരനാരങ്ങ ഏകാഗ്രതയോടെ തിന്നുകയെന്നത്, നിങ്ങൾ മധുരനാരങ്ങ തിന്നുമ്പോൾ, നിങ്ങൾ ശരിക്കും അതുമായി താദാത്മ്യപ്പെട്ടു എന്നാണ്. നിങ്ങളുടെ മനസ്സ്, ഇന്നലത്തെയോ നാളത്തെയോ ചിന്തകളുടെ പിന്നാലെ ഓടുകയല്ല, പൂർണമായും ഈ നിമിഷത്തിലാണ്. മധുരനാരങ്ങ, സത്യമായും ഈ നിമിഷമാണ്. ഏകാഗ്രമായ ജാഗ്രതയിൽ ജീവിക്കുകയെന്നാൽ, ഈ വർത്തമാന നിമിഷത്തിൽ ജീവിക്കുകയാണ്, നിങ്ങളുടെ മനസ്സും ശരീരവും ഇവിടെ ഇപ്പോൾ ഉണ്ടെന്നർത്ഥം.

"ഏകാഗ്രത പരിശീലിക്കുന്ന ഒരാളിന് മധുരനാരങ്ങയിൽ, മറ്റുള്ളവർക്ക് കാണാൻ കഴിയാത്ത കാര്യങ്ങൾ കാണാനാവും. ജാഗ്രതയുള്ള ഒരു മനുഷ്യന്, മധുരനാരങ്ങച്ചെടിയും, വസന്തത്തിൽ അത് പൂത്ത് പുഷ്പിക്കുന്നതും, മഴയും സൂര്യപ്രകാശവും അതിനെ പരിപോഷിപ്പിക്കുന്നതും കാണാനാവും. മധുരനാരങ്ങ, സാധ്യമാക്കിയ പതിനായിരം കാര്യങ്ങൾ ആഴത്തിൽ നോക്കിയാൽ, ഒരാളിനു കാണാനാവും. ഒരു മധുരനാരങ്ങയെ നോക്കിയാൽ, ഏകാഗ്രത പരിശീലിക്കുന്ന ഒരു വ്യക്തിക്ക്, പ്രപഞ്ചത്തിന്റെ സകല വിസ്മയങ്ങളും, എല്ലാ വസ്തുക്കളും ഒന്നൊന്നായി ഇടപെടുന്നതും കാണാനാവും. കുട്ടികളെ, നമ്മുടെ നിത്യജീവിതം, ഒരു മധുരനാരങ്ങപോലെത്തന്നെയാണ്. മധുരനാരങ്ങയ്ക്ക് അല്ലികളുള്ളതുപോലെത്തന്നെ, ഓരോ ദിവസത്തിനും ഇരുപത്തിനാലു മണിക്കൂറുകളുണ്ട്. ഒരു മണിക്കൂർ, ഒരു മധുരനാരങ്ങ അല്ലിപോലെയാണ്. ഒരു ദിവസത്തിന്റെ ഇരുപത്തിനാലു മണിക്കൂറും ജീവിക്കുകയെന്നത്, ഒരു മധുരനാരങ്ങയുടെ എല്ലാ അല്ലികളും തിന്നുന്നതുപോലെയാണ്. ഞാൻ കണ്ടുപിടിച്ച വഴി, ദിവസത്തിന്റെ ഓരോ

മണിക്കൂറും ജാഗ്രതയോടെ ജീവിക്കുന്നതിന്റെ വഴിയാണ്. മനസ്സും ശരീരവും എല്ലായ്പ്പോഴും ഈ നിമിഷത്തിൽ സന്നിഹിതമായിരിക്കുക. ഇതിന്റെ വിപരീതം മറവിയിൽ ജീവിക്കുകയെന്നതാണ്. മറവിയിൽ ജീവിക്കുകയാണെങ്കിൽ, നാം ജീവിച്ചിരിക്കുന്നുവെന്ന് നമുക്കറിയാനാവില്ല. ജീവിതത്തെ നാം പൂർണമായും അനുഭവിക്കുന്നില്ല, കാരണം മനവും തനുവും ഇവിടെ ഈ നിമിഷത്തിൽ സന്നിഹിതമല്ല."

ഗൗതമൻ സുജാതയെ നോക്കി, അവളുടെ പേർ പറഞ്ഞു.

"എന്താണ് ഗുരുനാഥാ?" സുജാത കൈകൾ കൂപ്പി.

"ജാഗ്രതയിൽ ജീവിക്കുന്ന ഒരാൾ കുറച്ചു തെറ്റു വരുത്തുമോ അനേകം തെറ്റുകൾ വരുത്തുമോ, നിനക്കെന്ത് തോന്നുന്നു?"

"സംപൂജ്യനായ ഗുരുനാഥാ, ജാഗ്രതയിൽ ജീവിക്കുന്ന ഒരാൾ തെറ്റുകളുണ്ടാക്കില്ല; എന്റമ്മ എന്നോട് എപ്പോഴും പറയാറുണ്ട്, ഒരു പെൺകുട്ടി അവളെങ്ങനെ നടക്കുന്നു, നിൽക്കുന്നു, സംസാരിക്കുന്നു, ചിരിക്കുന്നു, പണിയെടുക്കുന്നു, എന്നിവയ്ക്ക് ശ്രദ്ധകൊടുക്കണം. അങ്ങിനെയായാൽ മറ്റുള്ളവർക്കോ അവൾക്കോ ദുഃഖമുണ്ടാകുന്ന ചിന്തകളും വാക്കുകളും പ്രവൃത്തികളും ഒഴിവാക്കാം."

"അങ്ങിനെത്തന്നെ സുജാത. ജാഗ്രതയിൽ ജീവിക്കുന്ന ഒരുവൾ താൻ എന്ത് ചിന്തിക്കുന്നു, സംസാരിക്കുന്നു, പ്രവർത്തിക്കുന്നു എന്നറിയുന്നു. അങ്ങനെയുള്ളവൾ മറ്റുള്ളവർക്കും തനിക്കും ദുഃഖമുണ്ടാക്കുന്ന ചിന്തകളും വാക്കുകളും പ്രവൃത്തികളും ഒഴിവാക്കുന്നു."

"കുട്ടികളെ, ജാഗ്രതയോടെ ജീവിക്കുകയെന്നതിന്നർത്ഥം ഈ നിമിഷത്തിൽ ജീവിക്കുകയെന്നാണ്. തന്റെയുള്ളിലും തനിക്ക് പുറത്തും നടക്കുന്നതിനെക്കുറിച്ച് ഒരാൾക്ക് ബോധമുണ്ടായിരിക്കുക. ഒരുവൻ ജീവിതവുമായി നേരനുഭവത്തിലാകുന്നു. ഒരുവൻ അങ്ങനെ തുടർച്ചയായി ജീവിക്കുകയാണെങ്കിൽ, അയാൾക്ക്/അവൾക്ക് തന്റെയുള്ളിലും പുറത്തും നടക്കുന്നത് ആഴത്തിൽ മനസ്സിലാക്കാനാവും. ധാരണ സഹിഷ്ണുതയിലേക്കും സ്നേഹത്തിലേക്കും നയിക്കുന്നു. എല്ലാ ജീവികളും പരസ്പരം മനസ്സിലാക്കുകയാണെങ്കിൽ, അവർ പരസ്പരം അംഗീകരിക്കും, സ്നേഹിക്കും. പിന്നെ ഈ ലോകത്ത് കാര്യമായ ദുരിതമുണ്ടായിരിക്കില്ല. സ്വാസ്തി, നിനക്കെന്ത് തോന്നുന്നു? പരസ്പരം മനസ്സിലാക്കാനായില്ലെങ്കിൽ മനുഷ്യർക്ക് സ്നേഹിക്കാനാവുമോ?"

"സംപൂജ്യനായ ഗുരുനാഥാ, ധാരണ കൂടാതെ സ്നേഹം ദുഷ്കരമാണ്. എന്റെ സഹോദരിക്ക് സംഭവിച്ച ഒരു കാര്യം ഇതെന്നെ ഓർമിപ്പിക്കുന്നു. ഒരു രാത്രി, ഭീമ പുലരുവോളം കരഞ്ഞു. എന്റെ സഹോദരി ബാലയ്ക്ക് ക്ഷമ കെട്ടു, ഭീമയെ അടിച്ചു. അതോടെ ഭീമയുടെ കര

ച്ചിൽ ഒന്നുകൂടി കൂടി. ഞാൻ ഭീമയെ എടുത്തു, എനിക്ക് മനസ്സിലായി അവൾക്ക് പനിക്കുന്നു. പനി കാരണം അവൾക്ക് തല വേദനിക്കുന്നുണ്ട്, എനിക്ക് തീർച്ചയായി. ഞാൻ ബാലയെ വിളിച്ച് അവളുടെ നെറ്റിയിൽ കൈവയ്ക്കാൻ പറഞ്ഞു. അവളുടെ കണ്ണുകൾ തരളമായി. അവൾ ഭീമയെയെടുത്ത് സ്നേഹപൂർവം പാട്ടുപാടി. ഭീമ കരച്ചിൽ നിർത്തി, അപ്പോഴും അവൾക്ക് പനിയുണ്ടായിരുന്നെങ്കിലും. സംപൂജ്യനായ ഗുരുനാഥാ, ഭീമ എന്തുകൊണ്ടാണ് അസ്വസ്ഥയായിരുന്നതെന്ന് ബാലയ്ക്ക് മനസ്സിലാകാത്തതുകൊണ്ടാണ് അതുണ്ടായത്. അതിനാൽ എനിക്കു തോന്നുന്നു, മനസ്സിലാക്കാൻ കഴിഞ്ഞില്ലെങ്കിൽ സ്നേഹം സാധ്യമല്ല."

"അങ്ങിനെത്തന്നെയാണ് സ്വാസ്തി! ധാരണയുണ്ടെങ്കിലേ സ്നേഹം സാധ്യമാകൂ. സ്നേഹത്തോടുകൂടി മാത്രമേ, സ്വീകാര്യതയുണ്ടാവൂ. കുട്ടികളെ, ജാഗ്രതയോടെ ജീവിക്കുക, അപ്പോൾ നിങ്ങൾക്ക് നിങ്ങളുടെ ധാരണ അഗാധമായിരിക്കും. നിങ്ങൾക്ക് നിങ്ങളെ മനസ്സിലാക്കാൻ കഴിയും, മറ്റുള്ളവരെയും എല്ലാറ്റിനെയും. അതോടെ നിങ്ങൾക്ക് സ്നേഹത്തിന്റെ ഹൃദയങ്ങളുണ്ടായിരിക്കും. അതാണ് ഞാൻ കണ്ടെത്തിയ അത്ഭുതകരമായ മാർഗ്ഗം."

സ്വാസ്തി കൈകൾ കൂപ്പി, "സംപൂജ്യനായ ഗുരുനാഥാ, ഈ മാർഗ്ഗത്തെ ഞങ്ങൾ 'ജാഗ്രതയുടെ മാർഗ്ഗം' എന്ന് വിളിക്കട്ടെ?"

സിദ്ധാർത്ഥൻ, "തീർച്ചയായും. നമുക്കതിനെ "ജാഗ്രതയുടെ പാത" എന്ന് വിളിക്കാം. ഞാനത് വളരെയിഷ്ടപ്പെടുന്നു. ജാഗ്രതയുടെ പാത പരിപൂർണ്ണ ഉൽബുദ്ധതയിലേക്ക് നയിക്കുന്നു."

സുജാത സംസാരിക്കുവാൻ അനുവാദത്തിനായി കൈകൾ കൂപ്പി, "അങ്ങ് ഉൽബുദ്ധനായവൻ, എങ്ങനെ ജാഗ്രതയോടെ ജീവക്കാമെന്ന് കാണിച്ചുതരുന്ന ഒരാൾ. അങ്ങയെ "ഉൽബുദ്ധനായവൻ" എന്ന് ഞങ്ങൾ വിളിക്കട്ടെ?"

സിദ്ധാർത്ഥൻ തലകുലുക്കി, "അതെന്നെ വളരെ സന്തുഷ്ടനാക്കും."

സുജാതയുടെ കണ്ണുകൾ തിളങ്ങി. അവൾ തുടർന്നു, "മഗധിയിൽ ഉൽബുദ്ധനായിരിക്കുന്നതിന് "ബുദ്ധ" എന്നാണ് പറയുക. മഗധിയിൽ ഉൽബുദ്ധനാവപ്പെട്ട ഒരാളെ "ബുദ്ധ"നെന്ന് പറയും. ഞങ്ങൾ അങ്ങയെ "ബുദ്ധ"നെന്ന് വിളിക്കും."

സിദ്ധാർത്ഥൻ തലയാട്ടി. എല്ലാ കുട്ടികളും സന്തുഷ്ടരായി. ആ സംഘത്തിലെ, ഏറ്റവും പ്രായമുള്ളവൻ, പതിനാലുകാരൻ നളകൻ പറഞ്ഞു, "സംപൂജ്യനായ ബുദ്ധാ, ജാഗ്രതയുടെ പാതയെക്കുറിച്ചുള്ള അങ്ങയുടെ അനുശാസനം സ്വീകരിക്കുവാൻ ഞങ്ങൾക്ക് വളരെ

സന്തോഷമുണ്ട്. അങ്ങ് കഴിഞ്ഞ ആറുമാസക്കാലമായി പിപ്പാല വൃക്ഷച്ചുവട്ടിൽ ധ്യാനിക്കാറുള്ളതും, കഴിഞ്ഞ രാത്രിയിൽ ബോധോദയമുണ്ടായതും സുജാത പറഞ്ഞു. ഈ സകല കാട്ടിലും വെച്ച് ഈ പിപ്പാലവൃക്ഷം ഏറ്റവും ഭംഗിയുള്ളതാണ്. ഈ "ഉൽബുദ്ധത"യുടെ വൃക്ഷത്തെ 'ബോധി'വൃക്ഷമെന്ന് ഞങ്ങൾ വിളിച്ചോട്ടെ? ബോധിയെന്നതിന്റെ മൂലം ബുദ്ധയെന്നതുതന്നെയാണ്, ഉൽബുദ്ധതയെന്നും അർത്ഥമുണ്ട്."

ഗൗതമൻ തലകുലുക്കി. അദ്ദേഹവും സന്തുഷ്ടനായി. കുട്ടികളുമായുള്ള ഈ ഒത്തുചേരലിൽ, താനും ഈ മഹാവൃക്ഷവും, സവിശേഷമായ നാമങ്ങൾ സ്വീകരിക്കുമെന്ന് അദ്ദേഹം ഊഹിച്ചിട്ടുണ്ടായിരുന്നില്ല. നന്ദബാല കൈകൾകൂപ്പി, "ഇരുട്ടായിത്തുടങ്ങി, നമുക്ക് വീടുകളിലേക്ക് മടങ്ങാം, എന്നാൽ അങ്ങയുടെ അനുശാസനങ്ങൾ സ്വീകരിക്കുവാൻ ഞങ്ങൾ വേഗം മടങ്ങി വരും." കുട്ടികളെല്ലാം എണീറ്റുനിന്നു, കൈകൾ താമരമൊട്ടുകളാക്കി ബുദ്ധന് നന്ദി പറയുവാൻ. സന്തോഷമുള്ള ഒരു കൂട്ടം പക്ഷികളെപ്പോലെ, അവർ സംസാരിച്ചുകൊണ്ട് വീടുകളിലേക്ക് നടന്നു. ബുദ്ധനും സന്തോഷമായി. ബോധോദയത്തിന്റെ വിത്തുകൾ വിതയ്ക്കാൻ ഏറ്റവും നല്ല മാർഗ്ഗങ്ങൾ അന്വേഷിക്കാനും, താൻ നേടിയ മാർഗ്ഗത്തിന്റെ മഹാശാന്തിയും ആനന്ദവും ആസ്വദിക്കുവാൻ സവിശേഷമായ സമയം കണ്ടെത്താനുമായി അദ്ദേഹം കുറെക്കാലം കാട്ടിൽ താമസിക്കാനുറച്ചു.

20. കലമാൻ

ഓരോ ദിവസവും ബുദ്ധൻ നിരഞ്ജരനദിയിൽ കുളിച്ചു. അദ്ദേഹം നദിക്കരകളിലും തന്റെ കാലടികൾ തീർത്ത ചെറിയ വനപാതകളിലും നടന്ന്ധ്യാനം പരിശീലിച്ചു. ഒഴുകുന്ന നദിയുടെ കരയിലോ, ശാഖകളിൽ നൂറുകണക്കിന് പക്ഷികൾ ചിലയ്ക്കുന്ന ബോധിവൃക്ഷത്തിന്റെ ചുവട്ടിലോ അദ്ദേഹം ധ്യാനത്തിനിരുന്നു. തന്റെ പ്രതിജ്ഞ അദ്ദേഹം ഇപ്പോൾ സാക്ഷാത്കരിച്ചു. തന്റെ അന്വേഷണത്തിന്റെ വാർത്ത കാത്തിരിക്കുന്ന കപിലവസ്തുവിലേക്ക് തനിക്ക് മടങ്ങിപ്പോകണം, അദ്ദേഹം അറിഞ്ഞു. രാജഗൃഹനഗരത്തിലെ ബിംബിസാര രാജാവിനെയും അദ്ദേഹം ഓർത്തു. യുവരാജാവിനോട് അദ്ദേഹത്തിന് ഒരു പ്രത്യേക മമത തോന്നി, അദ്ദേഹത്തിനെയും സന്ദർശിക്കാമെന്നാഗ്രഹിച്ചു. തന്റെ പഴയ അഞ്ച് ചങ്ങാതിമാരുമുണ്ട്. അവരോരുത്തരും വിമോചനം വേഗം സാധ്യമാക്കുവാൻ കഴിവുള്ളവരാണ്. അവരെ കണ്ടുപിടിക്കണം. അവരിവിടെ അടുത്തുതന്നെ ഉണ്ടാകുമെന്നതിന് സംശയമില്ല.

നദിയും ആകാശവും ചന്ദ്രനും നക്ഷത്രങ്ങളും മലകളും കാടും ഓരോ പുൽനാമ്പും ഓരോ മൺതരിയും ബുദ്ധനുവേണ്ടി പരിവർത്തനപ്പെട്ടിരിക്കയാണ്. മഹാമാർഗ്ഗമന്വേഷിച്ച തന്റെ ദീർഘവർഷങ്ങൾ പാഴായിട്ടില്ല, അദ്ദേഹം അറിഞ്ഞു. തന്റെ പരിശ്രമങ്ങളും അധ്വാനവും കാരണം, തനിക്ക് തന്നെ തന്റെ ഹൃദയത്തിൽ മാർഗ്ഗം കണ്ടെത്താനായി. ഓരോ ജീവിക്കും ബോധോദയത്തിന്റെ ഹൃദയമുണ്ട്. ഓരോരുത്തനിലും ബോധോദയത്തിന്റെ വിത്തുകളുണ്ട്. ജീവനുള്ളവതങ്ങൾക്ക് ബാഹ്യമായി ബോധോദയം അന്വേഷിക്കേണ്ടതിന്റെ ആവശ്യമില്ല, കാരണം പ്രപഞ്ചത്തിന്റെ എല്ലാ ജ്ഞാനവും ശക്തിയും അവരിൽതന്നെ സഹജമായിട്ടുണ്ട്. ഇതായിരുന്നു ബുദ്ധന്റെ ഏറ്റവും മഹത്തരമായ കണ്ടുപിടുത്തം, ഏവർക്കും ആനന്ദിക്കാൻ കാരണമായത്.

പലപ്പോഴും കുട്ടികൾ അദ്ദേഹത്തെ സന്ദർശിക്കാനെത്തി. വിമോചനത്തിന്റെ മാർഗം ലളിതമായും സഹജമായും പ്രകാശിപ്പിക്കപ്പെട്ടതിൽ ബുദ്ധന് സന്തോഷമുണ്ടായി. നിരക്ഷരരും നിർധനരുമായ ഗ്രാമീണകുട്ടികൾ പോലും തന്റെ അനുശാസനങ്ങൾ മനസ്സിലാക്കാനായി. ഇതദ്ദേഹത്തെ വളരെയധികം പ്രോത്സാഹിപ്പിച്ചു.

ഒരു ദിവസം, കുട്ടികൾ ഒരു കുട്ടനിറയെ മധുരനാരങ്ങയുമായെത്തി. ബുദ്ധൻ അവരെ പഠിപ്പിച്ച ആദ്യപാഠംതന്നെ പരിശീലിക്കുവാൻ അവർ 'ജാഗ്രത'യിൽ മധുരനാരങ്ങകൾ തിന്നാനാഗ്രഹിച്ചു. സുജാത ബുദ്ധനെ ആദരപൂർവ്വം വണങ്ങി, കുട്ട അദ്ദേഹത്തിന്റെ മുന്നിൽ വെച്ചു. അദ്ദേഹം കൈകൾ താമരമുകുളം പോലെയാക്കി, ഒരു മധുരനാരങ്ങയെടുത്തു. ബുദ്ധന്റെ വശത്തിരുന്ന സ്വാസ്തിക്ക് സുജാത കുട്ട കൈമാറി, അവൾ ഓരോരുത്തർക്കും കുട്ട കൈമാറി. ഇപ്പോൾ എല്ലാവരുടെയും കൈകളിൽ ഓരോ മധുരനാരങ്ങയുണ്ട്. അവൾ നിലത്തിരുന്നു, കൈകൾ കൂപ്പി, ഒരു നാരങ്ങ എടുത്തു. എല്ലാ കുട്ടികളും നിശ്ശബ്ദരായിരുന്നു. പുഞ്ചിരിയും ശ്വാസവും നിരീക്ഷിക്കുവാൻ ബുദ്ധൻ അവരോട് പറഞ്ഞു. പിന്നീടദ്ദേഹം തന്റെ മധുരനാരങ്ങ ഉയർത്തി ഇടതുകൈയ്യിൽ പിടിച്ചു, ആഴത്തിൽ അതിനെ നോക്കി. കുട്ടികൾ അദ്ദേഹത്തിന്റെ മാതൃക പിന്തുടർന്നു. അദ്ദേഹം, സാവകാശം തന്റെ നാരങ്ങ തൊലി പൊളിച്ചു. കുട്ടികൾ അവരുടെയും. ഗുരുനാഥനും വിദ്യാർത്ഥികളും മൗനമായ ജാഗ്രതയിൽ അവരുടെ നാരങ്ങകൾ ആസ്വദിച്ചു. എല്ലാവരും തിന്ന് തീർന്നപ്പോൾ, ബാല തൊലികൾ ശേഖരിച്ചു. കുട്ടികൾ ബുദ്ധനൊത്ത് ജാഗ്രതയോടെ നാരങ്ങകൾ തിന്നുന്നത് നന്നായി ആസ്വദിച്ചു. അത്തരമൊരു പരിശീലനം കുട്ടികളുമായി പങ്കുവെച്ചതിൽ ബുദ്ധന് അനല്പമായ ആഹ്ലാദമുണ്ടായി.

ഉച്ചതിരിഞ്ഞ് കുട്ടികൾ ബുദ്ധനെ സന്ദർശിച്ചു. ദുഃഖമോ കോപമോ തോന്നിയാൽ, ശാന്തരാകുവാൻ, നിശ്ചലമായി ഇരുന്ന് ശ്വസനം നിരീക്ഷിക്കേണ്ടതെങ്ങനെയെന്ന് അദ്ദേഹം അവർക്ക് കാട്ടിക്കൊടുത്തു. അവരുടെ ശരീരങ്ങളും മനസ്സും നവോന്മേഷിതമായിരിക്കുവാൻ അദ്ദേഹം അവരെ നടന്ന് ധ്യാനം പരിശീലിപ്പിച്ചു. മറ്റുള്ളവരെയും തങ്ങളുടെ പ്രവൃത്തികളെയും ആഴത്തിൽ നോക്കുവാനും പഠിക്കുവാനും സ്നേഹിക്കുവാനും അവരെ അദ്ദേഹം പഠിപ്പിച്ചു. അദ്ദേഹം പഠിപ്പിച്ചതെല്ലാം കുട്ടികൾക്ക് മനസ്സിലായി.

ബുദ്ധന് നൽകുവാനായി ഒരു പുതിയ വസ്ത്രം തുന്നുവാൻ നന്ദബാലയും സുജാതയും ഒരു ദിവസം ചെലവഴിച്ചു. ഇഷ്ടികനിറമായിരുന്നു അതിന്, ബുദ്ധന്റെ പഴയ വസ്ത്രംപോലുള്ളത്. സന്നിപാതജ്വരം ബാധിച്ച് മരിച്ചുപോയ തന്റെ പഴയ വേലക്കാരി രാധയുടെ ശവശരീരം പുതപ്പിച്ച തുണിയാണ് ബുദ്ധനുപയോഗിക്കേണ്ടി വന്നതെന്നറിഞ്ഞപ്പോൾ, സുജാതയ്ക്ക് കരച്ചിൽ വന്നു.

രണ്ടു പെൺകുട്ടികളുംകൂടി വസ്ത്രം സമ്മാനിക്കുവാൻ എത്തിയപ്പോൾ അദ്ദേഹം ബോധിവൃക്ഷച്ചുവട്ടിൽ ഇരിക്കുകയായിരുന്നു. അദ്ദേഹം ധ്യാനത്തിൽ നിന്നും പുറത്തുവരാൻ അവർ നിശബ്ദരായി

കാത്തുനിന്നു. അവർ പുതിയ വസ്ത്രം സമ്മാനിച്ചപ്പോൾ അദ്ദേഹം അതീവ സന്തോഷവാനായി.

“എനിക്കീ വസ്ത്രത്തിന്റെ ആവശ്യമുണ്ട്”, അദ്ദേഹം പറഞ്ഞു. പുതിയത് കഴുകേണ്ടി വരുമ്പോൾ ഉപയോഗിക്കാനായി പഴയത് സൂക്ഷിച്ചു വയ്ക്കുമെന്ന് അദ്ദേഹം അവരോട് പറഞ്ഞു. മറ്റൊരു വസ്ത്രം കൂടി അദ്ദേഹത്തിന് തുന്നിക്കൊടുക്കുവാൻ സുജാതയും നന്ദബാലയും തീരുമാനിച്ചു.

ഒരു ദിവസം സുജാതയുടെ പന്ത്രണ്ടുവയസ്സുള്ള സ്നേഹിത, ബാലഗുപ്ത ചങ്ങാത്തത്തെപ്പറ്റി അവരോട് സംസാരിക്കുവാൻ ബുദ്ധനോടാവശ്യപ്പെട്ടു. അതിന് തൊട്ടുമുമ്പിലത്തെ ദിവസം, ബാലഗുപ്ത അവളുടെ അടുത്ത സ്നേഹിത ജതിലികയുമായി ഒരു തർക്കമുണ്ടായി. ബുദ്ധനെ കാണാൻ പോകുന്ന വഴിയിൽ, ജതിലികയുടെ വീടിനു മുമ്പിൽ നിൽക്കുവാൻ അവൾ വിചാരിച്ചിട്ടുണ്ടായിരുന്നില്ല. സുജാതയുടെ നിർബന്ധപ്രകാരമാണ് അവൾ അങ്ങനെ ചെയ്തത്. സുജാതയുള്ളതുകൊണ്ടു മാത്രം ജതിലിക കൂടാമെന്ന് സമ്മതിച്ചു. ബോധിവൃക്ഷച്ചുവട്ടിലെത്തിയപ്പോൾ ജതിലികയും ബാലഗുപ്തയും മാറി മാറിയിരുന്നു.

ഒരു കടലാമയും ഒരു പക്ഷിയും ഒരു കലമാനും പങ്കിട്ടിരുന്ന ചങ്ങാത്ത ത്തെപ്പറ്റി, ബുദ്ധൻ കുട്ടികളോട് പറഞ്ഞു. ആയിരമായിരം വർഷങ്ങൾക്കു മുമ്പ് പൂർവ്വജന്മത്തിൽ, താനൊരു കലമാനായിരുന്ന കാലത്താണ്, ഈ കഥ നടന്നത്, ബുദ്ധൻ സൂചിപ്പിച്ചു. കുട്ടികൾ അത്ഭുതപ്പെട്ടു, എന്നാൽ അദ്ദേഹം വിശദീകരിച്ചു. “പൂർവ്വജന്മങ്ങളിൽ, നാമെല്ലാം ഭൂമി, കല്ലുകൾ, മഞ്ഞുതുള്ളി, കാറ്റ്, വെള്ളം, അഗ്നി എന്നിവയായിരുന്നു. നാം പായലുകളും പുല്ലുകളും മരങ്ങളും കീടങ്ങളും മത്സ്യങ്ങളും കടലാമകളും പക്ഷികളും സസ്തനികളുമായിരുന്നു. എന്റെ ധ്യാനങ്ങളിൽ, ഞാനിത് വളരെ സുവ്യക്തമായി കണ്ടിട്ടുണ്ട്. അങ്ങനെ, ഒരു ജന്മത്തിൽ, ഞാനൊരു കലമാനായിരുന്നു. ഇതൊരു സാധാരണ കാര്യമാണ്. എനിക്കിപ്പോഴും ഓർക്കാൻ കഴിയുന്നുണ്ട്, ഒരു ജന്മത്തിൽ ഒരു മലമുടിയിലെ, ഇറുങ്ങിപ്പോയ പാറക്കല്ലായിരുന്നു ഞാൻ. മറ്റൊന്നിൽ ഒരു പ്ലുമേറിയ വൃക്ഷമായിരുന്നു. നിങ്ങൾക്കെല്ലാവർക്കും ഇതുപോലെയാണ്. ഞാനിപ്പോൾ നിങ്ങളോട് പറയാൻ പോകുന്ന കഥ, ഒരു പക്ഷിയുടെയും ഒരു ആമയുടെയും ഒരു കലമാന്റെയും ഒരു വേട്ടക്കാരന്റെയുമാണ്. ഒരുപക്ഷേ, നിങ്ങളിലൊരാൾ പക്ഷിയും മറ്റൊരാൾ ആമയും ആയിരുന്നിരിക്കും.

ഭൂമിയിൽ മനുഷ്യരോ, എന്തിന് സസ്തനികളോ, പക്ഷികളോ ഇല്ലാതിരുന്ന കാലത്തും നമ്മൾ ഉണ്ടായിരുന്നു. കടലിന്നടിയിൽ സസ്യ

ങ്ങളും മണ്ണിൽ വൃക്ഷങ്ങളും പച്ചപ്പും മാത്രമേ ഉണ്ടായിരുന്നുള്ളൂ. ആ കാലങ്ങളിൽ നമ്മൾ മഞ്ഞുതുള്ളിയോ കല്ലുകളോ സസ്യങ്ങളോ ആയിരുന്നിരിക്കും. അതിനുശേഷം, പക്ഷികളായും അതുപോലെത്തന്നെ സകലജാതി മൃഗങ്ങളായും അവസാനം മനുഷ്യരായും ജന്മങ്ങൾ അനുഭവിച്ചു. ഇപ്പോൾതന്നെ നാം വെറും മനുഷ്യരേക്കാൾ കൂടുതലാണ്. നാം നെൽച്ചെടികളും മധുരനാരകങ്ങളും പുഴുക്കളും വായുവുമാണ്, കാരണം ഇവ കൂടാതെ നമ്മൾക്ക് നമ്മളായിരിക്കാനാവില്ല.

നിങ്ങൾ, കുട്ടികൾ നെൽച്ചെടികളെയും കേരവൃക്ഷങ്ങളെയും മധുരനാരകങ്ങളെയും ജലത്തെയും നോക്കുമ്പോൾ, ഓർക്കുക, ഈ ജീവിതത്തിൽ നിങ്ങളുടെ അസ്തിത്വത്തിനായി മറ്റു പലേ ജീവികളെയും ആശ്രയിക്കുന്നു. ഈ മറ്റ് ജീവികൾ നിങ്ങളുടെ ഭാഗമാണ്. നിങ്ങൾക്ക് കാണാനായാൽ, നിങ്ങൾ ശരിയായ ധാരണയും സ്നേഹവും അനുഭവിക്കും.

“ഞാൻ നിങ്ങളോട് പറയാൻ പോകുന്ന കഥ ആയിരത്താണ്ടുകൾക്ക് മുമ്പ് നടന്നതാണെങ്കിലും, അത് വളരെ എളുപ്പത്തിൽ, ഇപ്പോൾ, ഈ നിമിഷത്തിൽ ഇവിടെ സംഭവിക്കാം. ശ്രദ്ധയോടെ കേൾക്കുക, എന്നിട്ട് ഈ കഥയിലെ ജീവികളുമായി നിങ്ങൾക്ക് തമ്മിൽ എന്തെങ്കിലുമുണ്ടോയെന്ന് പരിശോധിക്കുക.”

പിന്നീട് ബുദ്ധൻ അദ്ദേഹത്തിന്റെ കഥ പറയാൻ തുടങ്ങി. അക്കാലത്ത്, ബുദ്ധൻ കാട്ടിൽ ജീവിച്ചിരുന്ന ഒരു കലമാനായിരുന്നു. കാട്ടിൽ ഒരു തടാകമുണ്ടായിരുന്നു. തടാകത്തിൽനിന്ന് വെള്ളം കുടിക്കുവാൻ കലമാനിഷ്ടമായിരുന്നു. തടാകവെള്ളത്തിൽ ഒരാമ പാർത്തിരുന്നു. തടാകക്കരയിലെ വില്ലോമരത്തിന്റെ ശാഖയിൽ ഒരു പക്ഷിയും. കലമാനും ആമയും പക്ഷിയും വളരെ അടുത്ത ചങ്ങാതിമാരായിരുന്നു. ഒരു ദിവസം, ഒരു വേട്ടക്കാരൻ കലമാനുപയോഗിച്ചിരുന്ന ഒരു പഴമ്പാത പിന്തുടർന്ന് തടാകക്കരയിലെത്തി. വേട്ടക്കാരൻ നല്ല ഉറപ്പുള്ള കയർകൊണ്ട് ഒരു കെണിയുണ്ടാക്കി അവിടെയിട്ടു.

അന്ന് വൈകീട്ട് വെള്ളം കുടിക്കാനെത്തിയ കലമാൻ, കെണിയിൽപെട്ടു. അവൻ ഉറക്കെ നിലവിളിച്ചു. ആമയും പക്ഷിയും അത് കേട്ടു. ആമ വെള്ളത്തിൽനിന്നും ഇഴഞ്ഞ് പുറത്തെത്തി, പക്ഷി കൂട്ടിൽനിന്ന് പറന്നും. തങ്ങളുടെ ചങ്ങാതിയെ ഈ അപകടത്തിൽ നിന്നും രക്ഷിക്കേണ്ടതെങ്ങനെയെന്ന് അവർ ചർച്ച ചെയ്തു. പക്ഷി പറഞ്ഞു. “ആമ സഹോദരി, നിന്റെ തൊണ്ണ് ഉറപ്പുള്ളതും ശക്തവുമാണ്. ഈ കയറുകൾ കടിച്ചുമുറിക്കാൻ നിനക്കവ ഉപയോഗിക്കാം. വേട്ടക്കാരൻ ഇവിടെ മടങ്ങിയെത്താതിരിക്കാനുള്ള വഴി ഞാൻ കണ്ടുപിടിക്കാം.” പക്ഷി ധൃതിയിൽ പറന്നുപോയി.

ആമ കയർ കാരാൻ തുടങ്ങി. പക്ഷി വേട്ടക്കാരന്റെ കുടിലിലേക്ക് പറന്നു. അയാളുടെ മുൻവാതിലിനു പുറത്തുള്ള ഒരു മാവിന്റെ കൊമ്പിൽ രാത്രി മുഴുവൻ അയാളെ കാത്തിരുന്നു. രാവിലെയായപ്പോൾ, വേട്ടക്കാരൻ മൂർച്ചയുള്ള ഒരു കത്തിയുമെടുത്ത്, വാതിൽ കടന്ന് പുറത്തെത്തി. അയാളെ കണ്ടതും, സകല ശക്തിയോടുംകൂടി അവൾ ഊക്കോടെ അയാളുടെ മുഖത്തേക്ക് പറന്നു. പക്ഷി മുഖത്തടിച്ചവശം, വേട്ടക്കാരൻ അന്ധാളിച്ച് കുടിലിനുള്ളിലേക്ക് മടങ്ങിപ്പോയി. ആ നിമിഷം വിശ്രമിക്കാൻ അയാൾ കിടന്നു. എണീറ്റപ്പോൾ, അയാൾ ഒരു നിമിഷം ആലോചിച്ചുനിന്നു. മൂർച്ചയുള്ള കത്തി കടിച്ചുപിടിച്ച്, പുറം വാതിലിലൂടെ പുറത്ത് കടന്നു. പക്ഷേ, പക്ഷി അയാളെ കടത്തിവെട്ടി. അവൾ പിൻവശത്ത് ഒരു പ്ലാവിന്റെ കൊമ്പിൽ കാത്തിരിക്കുകയായിരുന്നു. വീണ്ടും, അവൾ അയാളുടെ മുഖത്തേയ്ക്ക് പറന്നു, അയാളെ ശക്തിയിൽ ഇടിച്ച്. മുഖത്ത് രണ്ടുതവണ പക്ഷിയുടെ ഇടികിട്ടിയ അയാൾ അകത്ത് കടന്ന് കാര്യങ്ങളെപ്പറ്റി ആലോചിച്ചു. ഇന്നൊരു ഭാഗ്യംകെട്ട ദിവസമാണെന്നും വീട്ടിലിരിക്കുന്നതാണ് നല്ലതെന്നും അയാൾ നിശ്ചയിച്ചു.

പിറ്റേന്ന് രാവിലെ അയാൾ നേരത്തെ എണീറ്റു. മൂർച്ചയുള്ള കത്തിയെടുത്തു. പുറത്ത് കടക്കുന്നതിനു മുമ്പായി, മുൻകരുതലായി തൊപ്പി കൊണ്ട് മുഖം മറച്ചു. ഇനി വേട്ടക്കാരന്റെ മുഖം ആക്രമിക്കാൻ സാധ്യമല്ലെന്ന് കണ്ട പക്ഷി, തന്റെ സുഹൃത്തുക്കൾക്ക് മുന്നറിയിപ്പ് കൊടുക്കാൻ വേഗത്തിൽ പിന്നാക്കം പറന്നു.

"വേട്ടക്കാരൻ വരുന്നുണ്ട്!"

ആമ അവസാനത്തെ കയറും ഏതാണ്ട് ചവച്ച് മുറിച്ചിരിക്കുന്നു. എന്നാൽ അവസാനത്തെ കയർ ഉരുക്കിനെക്കാൾ ബലമുള്ളതാണ്. രണ്ടു രാത്രികളും ഒരു പകലും നിറുത്താതെ കടിച്ച് മുറിച്ചുകൊണ്ടിരുന്നതിനാൽ അവളുടെ തൊണ്ണുകളുടെ തൊലിയുരിഞ്ഞു. ചോര പൊടിഞ്ഞുമിരുന്നു. എന്നിട്ടും അവൾ നിർത്തിയില്ല. അന്നേരമാണ് വേട്ടക്കാരൻ പ്രത്യക്ഷപ്പെട്ടത്. പേടിച്ചരണ്ട കലമാൻ ശക്തിയിൽ ഒരു തട്ട് കൊടുത്തു, അതോടെ അവസാനത്തെ കയറും പൊട്ടി, അവൻ സ്വതന്ത്രനായി. കലമാൻ കാട്ടിലേയ്ക്കോടി. പക്ഷി വില്ലോ മരത്തിന്റെ ഉച്ചിയിലേക്ക് പറന്നു. എന്നാലോ, തന്റെ അധ്വാനം കാരണം ആമ ആകെ തളർന്നിരുന്നതിനാൽ അവൾക്ക് നീങ്ങാൻ കഴിഞ്ഞില്ല. കലമാൻ രക്ഷപ്പെട്ടതു കണ്ട വേട്ടക്കാരൻ കോപാകുലനായി. അയാൾ ആമയെ പിടിച്ച്, വില്ലോ മരത്തിന്റെ ഒരു കൊമ്പിൽ തൂക്കിയിട്ടിരുന്ന തോൽസഞ്ചിയിലേക്കിട്ടു. പിന്നീടയാൾ മാനിനെ കണ്ടുപിടിക്കാൻ പോയി.

കുറ്റിച്ചെടികൾക്ക് പിന്നിൽ മറഞ്ഞുനിന്നിരുന്ന കലമാൻ, ആമയുടെ ദാരുണാവസ്ഥ കണ്ടു: “എന്റെ ചങ്ങാതിമാർ എനിക്കുവേണ്ടി അവരുടെ ജീവൻ പണയപ്പെടുത്തി”, അവൻ വിചാരിച്ചു, “അതുകൊണ്ട് അവർക്കുവേണ്ടി എന്തെങ്കിലും ചെയ്യേണ്ട സമയമാണ്,” കലമാൻ വേട്ടക്കാരന് കാണാവുന്ന പാകത്തിൽ പുറത്തുവന്നു. അവൻ വല്ലാതെ ക്ഷീണിതനായി നടിച്ചു; പിന്നെ അവിടെനിന്ന് തിരിഞ്ഞു; വഴിയിലൂടെ താഴേയ്ക്ക് ഞൊണ്ടി.

വേട്ടക്കാരൻ കരുതി, “കലമാനിന്റെ ശക്തി ഏതാണ്ടും ഇല്ലാതായിരിക്കുന്നു. ഞാൻ പതുങ്ങിച്ചെന്ന്, എന്റെ കത്തികൊണ്ട് അതിനെ കൊല്ലും.”

വേട്ടക്കാരൻ കലമാനിനെ കാടിന്റെ ഉള്ളിലേക്കുള്ളിലേക്ക് പിന്തുടർന്നു. കലമാൻ വേട്ടക്കാരനെ വെട്ടിച്ചുനീങ്ങി. അവൻ തടാകത്തിൽ നിന്നും വളരെ ദൂരത്തായപ്പോൾ, കലമാൻ ഒരോട്ടം വെച്ചുകൊടുത്തു, വേട്ടക്കാരന്റെ കണ്ണിൽനിന്നും മറയുന്നതുവരെ. അവൻ തന്റെ കുളമ്പ് പാടുകൾ മായ്ച്ചുകളഞ്ഞ് തടാകത്തിലേക്ക് മടങ്ങി. കലമാൻ തന്റെ കൊമ്പിന്റെ ശാഖകൊണ്ട് തോൽസഞ്ചി മരക്കൊമ്പിൽ നിന്ന് എടുത്ത്, ആമയെ പുറത്തേയ്ക്ക് കുടഞ്ഞു. പക്ഷി, അവളുടെ രണ്ടു കൂട്ടുകാരികളുമായി അവന്റെ കൂടെച്ചേർന്നു.

“നിങ്ങൾ രണ്ടുപേരും ചേർന്ന് എന്നെ വേട്ടക്കാരന്റെ കൈയിൽ നിന്നും രക്ഷിച്ചു, ശരിക്കും മരണത്തിൽനിന്ന്. അയാൾ താമസിയാതെ ഇങ്ങോട്ട് തിരിച്ചുവരുമെന്ന് ഞാൻ ഭയക്കുന്നു. പക്ഷി, നീ കാട്ടിൽ കൂടുതൽ സുരക്ഷിതമായ സ്ഥാനത്തേയ്ക്ക് നീങ്ങിക്കോളൂ. സഹോദരി ആമ, വെള്ളത്തിലേക്കിഴഞ്ഞ് ഒളിക്കുക. ഞാൻ കാട്ടിലേക്ക് ഓടിപ്പോകും.”

വേട്ടക്കാരൻ തടാകത്തിൽ മടങ്ങിയെത്തിയപ്പോൾ, തന്റെ തോൽസഞ്ചി ഒഴിഞ്ഞ് നിലത്ത് കിടക്കുന്നത് കണ്ടു. നിരാശനായി, തോൽസഞ്ചിയെടുത്ത്, അപ്പോഴും കത്തി കടിച്ച് പിടിച്ച്, അയാൾ വീട്ടിലേക്ക് നടന്നു.

കുട്ടികൾ, ബുദ്ധന്റെ കഥ വളരെ താല്പര്യത്തോടെയാണ് കേട്ടത്. ആമയുടെ തൊണ്ണ് കയറുകൾ കടിച്ചുപിടിച്ചുകൊണ്ട് എന്തുമാത്രം തൊലിയുരിഞ്ഞും ചോര വാർന്നുമിരുന്നു എന്ന് ബുദ്ധൻ പറഞ്ഞതു കേട്ട, രൂപക്കും സുഭാഷും ഏതാണ്ട് കരഞ്ഞുപോയി. ബുദ്ധൻ കുട്ടികളോട് ചോദിച്ചു, “കുട്ടികളെ, നിങ്ങൾക്കെന്ത് തോന്നുന്നു? വളരെക്കാലം മുമ്പ് ഞാനൊരു കലമാനായിരുന്നു. നിങ്ങളിലാരെങ്കിലും ആമയായിരുന്നോ?”

സുജാതയടക്കം നാലുകുട്ടികൾ കൈ പൊക്കി. ബുദ്ധൻ പിന്നെ ചോദിച്ചു. "നിങ്ങളിൽ ആരാണ് പക്ഷിയായിരുന്നത്?"

സ്വാസ്തി കൈ പൊക്കി, അതുപോലെ ജതിലികയും ബാലഗുപ്തയും.

സുജാത ജതിലികയെയും, പിന്നെ ബാലഗുപ്തയെയും നോക്കി, "നിങ്ങൾ രണ്ടുപേരും പക്ഷിയായിരുന്നെങ്കിൽ, അത് നിങ്ങളെ ഒരാളാക്കുന്നു. പിന്നെ പക്ഷിക്കു നേരെ പക്ഷി ഭ്രാന്തിളകുന്നത് എന്ത് ഗുണമാണ് ചെയ്യുക? നമ്മുടെ ചങ്ങാത്തം പക്ഷിയുടെയും കലമാനിന്റെയും ആമയുടെയും ഒപ്പമല്ലേ?"

ബാലഗുപ്ത എണീറ്റുനിന്നു. ജതിലികയുടെ അടുത്തേക്ക് നടന്നു. അവൾ തന്റെ ചങ്ങാതിയുടെ കൈ തന്റെ കൈകളിലെടുത്തു. ജതിലിക ബാലഗുപ്തയെ തന്റെ കൈകളിലേക്ക് വലിച്ചടുപ്പിച്ചു. പിന്നീട് തന്റടുത്ത് അവൾക്കരികിൽ ഇടമുണ്ടാക്കി.

ബുദ്ധൻ പുഞ്ചിരിച്ചു: "നിങ്ങൾ കുട്ടികൾ കഥ നന്നായി മനസ്സിലാക്കിയിരിക്കുന്നു. ഓർമ്മിക്കുക, ഞാനിപ്പോൾ പറഞ്ഞ കഥ നമ്മുടെ നിത്യജീവിതങ്ങളിൽ തന്നെ ഉണ്ടാകുന്നുണ്ട്."

21. താമരക്കുളം

കുട്ടികൾ വീടുകളിലേക്ക് മടങ്ങിപ്പോയശേഷം, ബുദ്ധൻ നടന്ന് ധ്യാനം ചെയ്തു. വസ്ത്രം അല്പം പൊക്കിപ്പിടിച്ച് നദി കുറുകെ കടന്നു. പിന്നെ, അദ്ദേഹം വളരെയധികം ഇഷ്ടപ്പെടുന്ന താമരക്കുളത്തിലേക്കു നയിക്കുന്ന, രണ്ട് നെൽവയലുകളിലൂടെയുള്ള പാത പിൻതുടർന്നു. അവിടെയിരുന്ന്, അദ്ദേഹം മനോഹരങ്ങളായ താമരപ്പൂക്കൾ ധ്യാനിച്ചു.

താമരത്തണ്ടുകളും ഇലകളും പൂക്കളും നോക്കിയിരുന്നപ്പോൾ, താമരയുടെ വിവിധങ്ങളായ എല്ലാ വളർച്ചാഘട്ടങ്ങളെയും അദ്ദേഹം വിചാരിച്ചു. വേരുകൾ മണ്ണിന്നടിയിലാണ്. ചില തണ്ടുകൾ ജലോപരിതലത്തിനു മുകളിലേക്ക് പൊന്തിയിട്ടില്ല. എന്നാൽ ചിലവ ചുരുട്ടിപ്പിടിച്ച നിലയിലാണെങ്കിലും ഇലകൾ പുറത്ത് കാണിച്ചു. വിടരാത്ത താമര മുകുളങ്ങളും ഉണ്ടായിരുന്നു; ഇതളുകൾ വിടരാൻ തുടങ്ങുന്നവയും, മുഴുവൻ വിരിഞ്ഞവയും ഉണ്ടായിരുന്നു. എല്ലാ ഇതളുകളും കൊഴിഞ്ഞ ബീജപുടങ്ങളുമുണ്ടായിരുന്നു. വെളുത്ത താമരപ്പൂക്കളും നീലയും ഇളം ചുവപ്പുനിറമുള്ളതും ഉണ്ടായിരുന്നു. മനുഷ്യരും, താമരപ്പൂക്കളിൽ നിന്നും ഏറെ വ്യത്യസ്തമല്ല, ബുദ്ധൻ ചിന്തിച്ചു. ഓരോരുത്തർക്കും അവളുടേതായ അവന്റേതായ സഹജഭാവങ്ങളുണ്ട്. ദേവദത്തൻ ആനന്ദനെപ്പോലെയല്ല. യശോധര പമിത രാജ്ഞിയെപ്പോലെയല്ല. സുജാത ബാലയെപ്പോലെയല്ല. മനുഷ്യർക്കിടയിൽ വ്യക്തിത്വം, സദ്ഗുണം, ബുദ്ധി, പ്രാപ്തി എന്നിവ ഓരോരുത്തരിലും വ്യത്യസ്തമാണ്. ബുദ്ധൻ കണ്ടെത്തിയ വിമോചനത്തിന്റെ മാർഗം പലതരത്തിലുള്ള മനുഷ്യർക്ക് യോജിക്കുന്ന രീതിയിൽ വ്യത്യസ്തമാർഗങ്ങളിലൂടെ വ്യാഖ്യാനിക്കണം. ഗ്രാമത്തിലെ കുട്ടികളെ പഠിപ്പിക്കുന്നത് വളരെ സന്തോഷകരമാണ്, കാരണം വളരെ ലളിതമായ രീതിയിൽ അദ്ദേഹത്തിന് സംസാരിക്കാൻ കഴിഞ്ഞു.

വ്യത്യസ്തങ്ങളായ പഠനരീതികൾ വ്യത്യസ്തരായ ജനങ്ങൾക്ക് പ്രവേശിക്കാനും അറിയാനുമുള്ള കവാടങ്ങൾ പോലെയാണ്. ജനങ്ങളുമായി നേരിട്ടുള്ള അടുപ്പങ്ങളിൽ നിന്നാണ് "ധർമ്മകവാടങ്ങൾ" (Dharma Gates) ഉണ്ടാവുക. ബോധിവൃക്ഷച്ചുവട്ടിൽ അത്ഭുതകരമായി തയ്യാർ ചെയ്ത യാതൊരു മാർഗ്ഗങ്ങളുമില്ല. ധർമചക്രം ചലിപ്പിക്കാനും വിമോചനത്തിന്റെ വിത്തുകൾ വിതയ്ക്കാനും സമൂഹത്തിലേക്ക് തിരിച്ചു പോകേണ്ടത് ആവശ്യമാണെന്ന് ബുദ്ധൻ കണ്ടു. ഉരുവേലയിൽ നിന്ന്

മടങ്ങിപ്പോകാനുള്ള സമയമായിരിക്കുന്നു. പിറ്റേന്നു രാവിലെ നിരഞ്ജര നദിയുടെ കരയിലുള്ള പ്രശാന്തമായ വനത്തിൽനിന്നും, ബോധിവൃക്ഷത്തിൽനിന്നും, കുട്ടികളിൽനിന്നും വേർപിരിയാൻ അദ്ദേഹം നിശ്ചയിച്ചു. ആദ്യമായി തന്റെ ഗുരുനാഥന്മാരായ അലാറ കലാമനെയും ഉദ്ദകരാമപുത്രനെയും കണ്ടുപിടിക്കാനാഗ്രഹിച്ചു. അവർക്ക് ഉടനെത്തന്നെ ഉൽബുദ്ധത ഉണ്ടാകുമെന്ന് അദ്ദേഹത്തിൽ വിശ്വാസമുണ്ടായിരുന്നു. സംപൂജ്യരായ ഈ രണ്ടുപേരെയും സഹായിച്ചശേഷം, തന്നോടൊപ്പം കഠിനവ്രതങ്ങൾ ചെയ്ത തന്റെ അഞ്ച് ചങ്ങാതിമാരേയും കണ്ടുപിടിക്കണം. അതിനുശേഷം ബിംബിസാര രാജാവിനെ കാണാൻ മഗധയിലേക്കു മടങ്ങണം.

പിറ്റേന്ന് പ്രഭാതത്തിൽ, ബുദ്ധൻ തന്റെ പുതിയ വസ്ത്രമണിഞ്ഞ്, ഉരുവേലയിലേക്ക് നടന്നു. പ്രഭാതവായുവിൽ അപ്പോഴും മൂടൽമഞ്ഞുണ്ടായിരുന്നു. അദ്ദേഹം സ്വാസ്തിയുടെ കുടിലിലേക്ക് നടന്നു. സ്വാസ്തിയോടും അവന്റെ വീട്ടുകാരോടും വേർപിരിയാനുള്ള സമയമായി എന്നു പറഞ്ഞു. ബുദ്ധൻ ഓരോ കുട്ടിയുടെയും തലയിൽ സൗമ്യമായി തലോടി; അവർ ഒരുമിച്ച് സുജാതയുടെ വീട്ടിലെത്തി, വാർത്തയറിഞ്ഞപ്പോൾ സുജാത കരഞ്ഞു.

ബുദ്ധൻ പറഞ്ഞു, "എന്റെ കടമകൾ നിർവ്വഹിക്കുവാൻ എനിക്ക് പോകണം. എപ്പോൾ ഒരവസരം കിട്ടുമോ അപ്പോഴെല്ലാം നിങ്ങളെ സന്ദർശിക്കാൻ മടങ്ങിവരുമെന്ന് ഞാൻ വാക്ക് തരുന്നു. നിങ്ങൾ, കുട്ടികൾ ഒരുപാടെന്നെ സഹായിച്ചിട്ടുണ്ട്. എനിക്ക് നന്ദിയുണ്ട്. ദയവായി ഞാൻ നിങ്ങളുമായി പങ്കിട്ടത് ഓർക്കുക, പരിശീലിക്കുക. ഞാനൊരിക്കലും നിങ്ങളിൽ നിന്ന് അകലെയായിരിക്കില്ല. സുജാത, നീ നിന്റെ കണ്ണീർ തുടച്ച് കളയുക. എനിക്കൊരു പുഞ്ചിരി തരിക."

സുജാത സാരിത്തുമ്പിൽ കണ്ണീർ തുടച്ച്, പുഞ്ചിരിക്കാൻ ശ്രമിച്ചു. എന്നിട്ട് കുട്ടികൾ ബുദ്ധനുമൊത്ത് ഗ്രാമാതിർത്തിയിലേക്ക് നടന്നു. ബുദ്ധൻ യാത്ര പറയാനായി തിരിഞ്ഞപ്പോഴാണ്, അവരുടെ നേരെ നടന്നടുക്കുന്ന യുവ യതിയെ അദ്ദേഹം ശ്രദ്ധിച്ചത്. യതി അഭിവാദ്യസൂചകമായി കൈകൾ കൂപ്പി, എന്നിട്ട് ബുദ്ധനെ ആകാംക്ഷയോടെ നോക്കി. ഒരു നീണ്ട നിമിഷത്തിനുശേഷം, അദ്ദേഹം പറഞ്ഞു, "സന്യാസി, താങ്കൾ പ്രകാശിതനായും ശാന്തനായും കാണുന്നു. താങ്കളുടെ പേരെന്താണ്, ആരാണ് താങ്കളുടെ ഗുരു?"

ബുദ്ധൻ മറുപടിയായി, "എന്റെ പേര് ഗൗതമനെന്നാണ്. ഞാൻ പലേ ഗുരുനാഥന്മാരുമൊന്നിച്ച് പഠിച്ചു, എന്നാലിപ്പോൾ ആരും എന്റെ ഗുരുനാഥന്മാരല്ല. എന്താണ് താങ്കളുടെ പേര്, താങ്കൾ എവിടെ നിന്ന് വരുന്നു?"

യതി, "എന്റെ പേര് ഉപാക എന്നാണ്. ഉദ്ദകരാമപുത്രന്റെ കേന്ദ്രം

ഞാനിപ്പോൾതന്നെ ഉപേക്ഷിച്ചതേയുള്ളൂ."

"ഉദ്ദകരാമപുത്ര ഗുരു ആരോഗ്യവാൻ തന്നെയല്ലേ?"

"ഗുരു ഉദ്ദകരാമപുത്രൻ കുറച്ച് മാസങ്ങൾക്ക് മുമ്പ് അന്തരിച്ചു."

ബുദ്ധൻ നെടുവീർപ്പിട്ടു. എന്തായാലും ഇനി പഴയ ഗുരുവിനെ സഹായിക്കാൻ കഴിയില്ല. അദ്ദേഹം ചോദിച്ചു, "താങ്കൾ എപ്പോഴെങ്കിലും ഗുരു അലാറ കലാമനുമൊത്ത് പഠിച്ചിട്ടുണ്ടോ?"

ഉപാക, "ഉവ്വ്. എന്നാൽ അദ്ദേഹം, ഈയിടെ മരിച്ചു."

"താങ്കൾ കൊണ്ടണ്ണ എന്നു പേരുള്ള ഒരു സന്യാസിയെ ഏതെങ്കിലും വിധത്തിൽ അറിയുമോ?"

ഉപാക, "തീർച്ചയായും. ഉദ്ദക ഗുരുവിന്റെ കേന്ദ്രത്തിലുള്ളപ്പോൾ കൊണ്ടണ്ണനെയും മറ്റ് നാല് സന്യാസിമാരെയും പറ്റി കേട്ടിട്ടുണ്ട്. വാരണാസി നഗരത്തിനടുത്തുള്ള ഇസി പട്ടണത്തിൽ മാൻതോപ്പിൽ അവരൊന്നിച്ച് താമസിക്കുകയും പരിശീലിക്കുന്നതായും ഞാൻ കേട്ടു. ഗൗതമാ, എനിക്ക് മാപ്പു തരൂ, എനിക്കിനിയും ഒരു നീണ്ട ദിവസത്തെ യാത്രയുണ്ട്. എന്നെ പോകാൻ അനുവദിച്ചാലും."

ഉപാകന് യാത്രാമൊഴിയായി ബുദ്ധൻ കൈകൾകൂപ്പി. പിന്നീടദ്ദേഹം കുട്ടികളുടെ നേരെ തിരിഞ്ഞു. "കുട്ടികളെ, എന്റെ അഞ്ച് ചങ്ങാതിമാരെ കണ്ടെത്താൻ ഞാൻ വാരണാസിയിലേക്കുള്ള വഴി പിടിക്കും. സൂര്യനുദിച്ചു കഴിഞ്ഞു. ഇപ്പോൾ ദയവായി വീട്ടിലേക്ക് മടങ്ങുക."

യാത്രാമൊഴിയായി ബുദ്ധൻ കൈകൾ കൂപ്പി. പിന്നീടദ്ദേഹം നദിയെ വടക്കോട്ടനുഗമിച്ചു. അത് ദീർഘമായ വഴിയാണെന്നദ്ദേഹത്തിന്നറിയാം. എന്നാൽ സഞ്ചരിക്കാൻ കൂടുതൽ എളുപ്പമാണ്. ഗംഗയിൽ ചേരാനായി നിരഞ്ജര നദി വടക്കോട്ടൊഴുകി. ഗംഗയെ പടിഞ്ഞാട്ട് പിന്തുടർന്നാൽ കുറച്ചു ദിവസങ്ങൾക്കകം അദ്ദേഹം പാടലീപുത്രഗ്രാമത്തിലെത്തും. അവിടെവെച്ച് അദ്ദേഹത്തിന് ഗംഗയുടെ മറുകരയിലേക്ക് കടക്കാം, കാശി തലസ്ഥാനമായ വാരണാസിയിലെത്താം.

അദ്ദേഹം കാഴ്ചയിൽ നിന്ന് മറയുംവരെ കുട്ടികൾ അദ്ദേഹത്തെ കണ്ണിമയ്ക്കാതെ നോക്കിനിന്നു. അവരിൽ ഭയങ്കരമായ ദുഃഖവും വാഞ്ഛയും നിറഞ്ഞു. സുജാത കരഞ്ഞു, സ്വാസ്തിക്ക് കരയാൻ തോന്നി, എന്നാൽ തന്റെ അനിയന്റെയും അനിയത്തിമാരുടെയും മുമ്പിൽവെച്ച് അവൻ കരയാൻ ഇഷ്ടപ്പെട്ടില്ല. നീണ്ടൊരു നിമിഷത്തിനുശേഷം അവൻ പറഞ്ഞു, "സഹോദരി സുജാത, എനിക്ക് കാലികളെ മേയ്ക്കാൻ തയ്യാറാകണം. നമുക്കെല്ലാവർക്കും വീട്ടിൽ പോകാം. ബാലേ, രൂപകിനെ ഒന്ന് കുളിപ്പിക്കാൻ മറക്കരുതെ. ഭീമയെ ഞാനെടുത്തോളാം." അവർ നദിക്കരയിലൂടെ ഗ്രാമത്തിലേക്ക് മടങ്ങി. ആരും യാതൊന്നും മിണ്ടിയില്ല.

* * * *

ആനന്ദജ്യേഷ്ഠൻ സൗമ്യനും സ്നേഹമയനുമായിരുന്നു. അതു പോലെ അസാധാരണ സുന്ദരനും. ബുദ്ധന്റെ എല്ലാ പ്രഭാഷണങ്ങളുടെയും ഓരോ വിശദാംശം പോലും അദ്ദേഹം ഓർത്തിരുന്നു. ബുദ്ധൻ വിശദീകരിച്ച കാലിമേയ്ക്കുന്നതിന്റെ ഒമ്പത് സൂത്രങ്ങളും അദ്ദേഹം സ്വാസ്തിയോടും രാഹുലനോടും ആവർത്തിച്ചു. ഉരുവേല ഗ്രാമത്തിനടുത്തുള്ള വനത്തിൽവെച്ച് ബുദ്ധനുമായുണ്ടായ കാര്യങ്ങളെപ്പറ്റി താൻ പറഞ്ഞതെല്ലാം ആനന്ദൻ ഓർക്കും, സ്വാസ്തി മനസ്സിലാക്കി.

പറഞ്ഞുകൊണ്ടിരുന്നപ്പോൾ, സ്വാസ്തി ഇടയ്ക്കിടെ ഗോതമി ഭിക്ഷുണിയെ നോക്കി. അവൻ പറയുന്നതെല്ലാം എത്ര ശ്രദ്ധയോടെയാണ് അവർ കേൾക്കുന്നതെന്ന് അവരുടെ തിളങ്ങുന്ന കണ്ണുകൾ പറഞ്ഞു. തനിക്കോർമിക്കാൻ കഴിയുന്നതെല്ലാം പറയാൻ പ്രത്യേകം ശ്രമിച്ചു. ഏകാഗ്രതയോടെ ബുദ്ധനുമൊത്ത് വനത്തിൽവെച്ച് ഉരുവേല ഗ്രാമത്തിലെ കുട്ടികൾ മധുരനാരങ്ങ തിന്നതുപോലുള്ളവ കേൾക്കുന്നത് അവർ വിശേഷാൽ ആസ്വദിച്ചു.

സ്വാസ്തി പറഞ്ഞത് രാഹുലൻ എന്തുമാത്രം ആസ്വദിച്ചുണ്ടെന്നറിയാൻ എളുപ്പമാണ്. സ്വാസ്തി പറഞ്ഞത്, പ്രത്യേകിച്ചൊരഭിപ്രായവും പറഞ്ഞില്ലെങ്കിലും, അസ്സാജി ആസ്വദിച്ചിരുന്നു. ബുദ്ധനുമൊത്ത് സ്വയം പീഡനം പരിശീലിച്ച അഞ്ച് ചങ്ങാതിമാരിൽ ഒരാളാണ് അസ്സാജിയെന്ന് അവനറിയാമായിരുന്നു. ആറുമാസത്തെ വേർപാടിനുശേഷം, ബുദ്ധൻ അവരെക്കണ്ടപ്പോൾ ഉണ്ടായത് കേൾക്കാൻ അവന് ആകാംക്ഷയുണ്ടായി. എന്നാൽ ചോദിക്കാൻ നാണം തോന്നി. അവന്റെ ചിന്തകൾ വായിച്ചവണ്ണം ഗോതമി ഭിക്ഷുണി പറഞ്ഞു, “ഉരുവേല വിട്ട ബുദ്ധന് സംഭവിച്ചത് അസ്സാജി പറയുന്നത് കേൾക്കാൻ, നിനക്ക് താൽപര്യമില്ലേ? അസ്സാജി ബുദ്ധനുമൊത്ത് ഇവിടെയായിട്ട് പത്തു കൊല്ലമായി. എന്നാൽ ഇസി പട്ടണത്തിലെ മാൻതോട്ടത്തിൽ സംഭവിച്ചത് അദ്ദേഹം പറയുന്നതായി ഞാൻ കേട്ടിട്ടില്ല. അസ്സാജി ഗുരു, അങ്ങ് ബുദ്ധന്റെ ആദ്യപ്രഭാഷണത്തെപ്പറ്റി ഞങ്ങളോട് പറയാമെന്ന് സമ്മതിക്കുമോ? അതുപോലെത്തന്നെ കഴിഞ്ഞ പത്തുകൊല്ലത്തിനുള്ളിൽ സംഭവിച്ച ചില കാര്യങ്ങളും.”

അസ്സാജി കൈകൾ കൂപ്പി പ്രതികരിച്ചു, “എന്നെ ഗുരുനാഥൻ എന്ന് വിളിക്കേണ്ടതില്ല, ഗോതമി ഭിക്ഷുണി. ഇന്ന് നാം സ്വാസ്തിയിൽനിന്ന് വേണ്ടത്ര കേട്ടുകഴിഞ്ഞു, ധ്യാനത്തിനുള്ള സമയവുമായി. എന്തുകൊണ്ട് നിങ്ങൾക്കെല്ലാവർക്കും കൂടി നാളെ എന്റെ കുടിലിൽ വന്നുകൂടാ? ഞാനോർക്കുന്നതെല്ലാം നിങ്ങളോട് പറയാം.”

22. ധർമചക്രം തിരിയുന്നത്

അസ്സാജി മാൻതോട്ടത്തിൽ കഠിനമാർഗം പരിശീലിക്കുകയായിരുന്നു. ഒരു ദിവസം ഇരുന്നുധ്യാനത്തിനുശേഷം, വളരെ ദൂരെ നിന്ന് ഒരു സന്യാസി തന്നെ സമീപിക്കുന്നത് അദ്ദേഹം ശ്രദ്ധിച്ചു. അപരിചിതൻ അടുത്തെത്തിയപ്പോൾ,അദ്ദേഹത്തിന് മനസ്സിലായി അത് സിദ്ധാർത്ഥനല്ലാതെ മറ്റാരുമല്ല. അദ്ദേഹം തന്റെ നാല് ചങ്ങാതിമാരോടും ധൃതിയിൽ പറഞ്ഞു.

ബദ്രിയ പറഞ്ഞു. "സിദ്ധാർത്ഥൻ പാതിവഴിയിൽ മാർഗം ഉപേക്ഷിച്ചു. അദ്ദേഹം അരിഭക്ഷണം കഴിച്ചു, പാൽ കുടിച്ചു, ഗ്രാമത്തിലെ കുട്ടികൾ അദ്ദേഹത്തെ സന്ദർശിച്ചു. അദ്ദേഹം നമ്മളെ ശരിക്കും ഇടിച്ചുതാഴ്ത്തി. നമുക്കദ്ദേഹത്തെ അഭിവാദ്യം കൂടി ചെയ്യേണ്ടതില്ല." അതുകൊണ്ട് അഞ്ച് ചങ്ങാതിമാരും തോട്ടത്തിലേക്കുള്ള കവാടത്തിൽ സിദ്ധാർത്ഥനെ കാണേണ്ടതില്ലെന്ന് സമ്മതിച്ചു. അദ്ദേഹം മാൻതോട്ടത്തിൽ പ്രവേശിക്കുകയാണെങ്കിൽ, എണീറ്റുനിന്ന് അഭിവാദ്യം ചെയ്യേണ്ടതില്ലെന്നും തീരുമാനിച്ചു. എന്നാൽ യഥാർഥത്തിൽ സംഭവിച്ചത് വളരെ വ്യത്യസ്തമായിരുന്നു.

സിദ്ധാർത്ഥൻ മാൻതോട്ടത്തിന്റെ കവാടത്തിലേക്ക് പ്രവേശിച്ചപ്പോൾ, ആ അഞ്ച് യതിസുഹൃത്തുക്കളും അദ്ദേഹത്തിന്റെ പ്രകാശിതഭാവത്തിൽ ആകൃഷ്ടരായി ഉടനെത്തന്നെ എണീറ്റുനിന്നു. ഒരു പ്രകാശവലയം അദ്ദേഹത്തിനു ചുറ്റുമുള്ളതായി തോന്നി. അദ്ദേഹം വെച്ച ഓരോ കാൽവെപ്പും അപൂർവ്വമായ ആത്മീയശക്തി അനാവൃതമാക്കി. അദ്ദേഹത്തിന്റെ കുത്തിത്തുളയ്ക്കുന്ന കണ്ണിമയ്ക്കാതെയുള്ള നോട്ടം അദ്ദേഹത്തെ തള്ളിക്കളയാനുള്ള അവരുടെ ഉദ്ദേശത്തെ ഇല്ലാതാക്കി. കൊണ്ടണ്ണൻ അദ്ദേഹത്തിന്റെ നേരെയോടി. അദ്ദേഹത്തിന്റെ ഭിക്ഷാപാത്രം വാങ്ങി. മഹാനാമൻ സിദ്ധാർത്ഥന്റെ കൈകാലുകൾ കഴുകാൻ വെള്ളം കൊണ്ടുവന്നു. ബദ്രിയ അദ്ദേഹത്തിന്നിരിക്കാൻ പീഠമിട്ടു. വപ്പ പനയിലകൊണ്ടദ്ദേഹത്തെ വീശാൻ തുടങ്ങി. അസ്സാജി ഒരു വശത്തേയ്ക്ക് നീങ്ങിനിന്നു, എന്തു ചെയ്യണമെന്നറിയാതെ.

സിദ്ധാർത്ഥൻ കൈകാലുകൾ കഴുകിയശേഷം, അസ്സാജി ഒരു പാത്രത്തിൽ തണുത്തവെള്ളം നിറച്ച് അദ്ദേഹത്തിന് നല്കി. ആ അഞ്ച് ചങ്ങാതിമാരും സിദ്ധാർത്ഥന് ചുറ്റുമായി വൃത്തത്തിൽ ഇരുന്നു.

അദ്ദേഹം അവരെ കരുണയോടെ നോക്കി, "എന്റെ സഹോദരന്മാരെ, ഞാൻ മാർഗം കണ്ടെത്തി, ഞാനത് നിങ്ങൾക്ക് കാണിച്ചുതരാം."

അസ്സാജി സിദ്ധാർത്ഥന്റെ വാക്കുകൾ പാതി വിശ്വസിച്ചു, പാതി സംശയിച്ചു. ഒരുപക്ഷേ, മറ്റെല്ലാവർക്കും അതുതന്നെ തോന്നിയിരിക്കണം. ഒരു നീണ്ട നിമിഷം ആരും സംസാരിച്ചില്ല. പിന്നെ കൊണ്ടണ്ണൻ ഉറക്കെപ്പറഞ്ഞു, "ഗൗതമാ! താങ്കൾ പാതിവഴിയിൽ മാർഗത്തിന്റെ അന്വേഷണം നിർത്തി. താങ്കൾ ചോറ് തിന്നു, പാല് കുടിച്ചു, ഗ്രാമത്തിലെ കുട്ടികളുമായി സമയം ചെലവാക്കി. വിമോചനത്തിന്റെ മാർഗം, താങ്കൾ പിന്നെയെങ്ങനെ കണ്ടെത്തും?"

സിദ്ധാർത്ഥൻ കൊണ്ടണ്ണന്റെ കണ്ണുകൾക്കുള്ളിലേക്കു നോക്കി, ചോദിച്ചു, "സുഹൃത്തെ കൊണ്ടണ്ണാ, താങ്കൾക്കെന്നെ ദീർഘകാലമായിട്ടറിയാം. ഇക്കാലമത്രയും ഞാൻ താങ്കളോട് എപ്പോഴെങ്കിലും നുണ പറഞ്ഞിട്ടുണ്ടോ?"

ഇല്ലെന്ന് അദ്ദേഹം സമ്മതിച്ചു, "തീർച്ചയായും ഇല്ല സിദ്ധാർത്ഥാ. താങ്കൾ സത്യമല്ലാതെ പറയുന്നത് ഞാൻ കേട്ടിട്ടില്ല. സിദ്ധാർത്ഥാ."

ബുദ്ധൻ പറഞ്ഞു, "എന്നാൽ എന്നെ ദയവായി കേൾക്കുക, ചങ്ങാതിമാരെ, ഞാൻ മഹാമാർഗം കണ്ടെത്തി. ഞാനത് നിങ്ങൾക്ക് കാണിച്ചുതരാം. നിങ്ങളായിരിക്കും എന്റെ അനുശാസനം ആദ്യമായി കേൾക്കുവന്നവർ. ഈ ധർമം ചിന്തയുടെ ഫലമല്ല. ഇത് നേരനുഭവത്തിന്റേതാണ്. നിങ്ങളുടെ എല്ലാ ഉൽബുദ്ധതയോടുംകൂടി ശാന്തമായി ശ്രദ്ധിക്കുക."

ബുദ്ധന്റെ ശബ്ദം ആത്മീയാധികാരത്താൽ നിറഞ്ഞിരുന്നു. ആ ചങ്ങാതിമാരും കൈകൾ കൂപ്പി അദ്ദേഹത്തെ നോക്കി. കൊണ്ടണ്ണൻ അവർക്കെല്ലാവർക്കും വേണ്ടി സംസാരിച്ചു, "സുഹൃത്തെ, ഗൗതമാ, ഞങ്ങളോട് കരുണ കാണിച്ചാലും, മഹാമാർഗം പഠിപ്പിച്ചാലും."

ബുദ്ധൻ ശാന്തനായി തുടങ്ങി, "എന്റെ സഹോദരന്മാരെ, അന്വേഷണത്തിന്റെ പാതയിലുള്ള വ്യക്തി രണ്ട് തീവ്രതകൾ ഒഴിവാക്കണം. ഒന്ന്, ഇന്ദ്രിയാനുഭൂതിയിൽ മുങ്ങിപ്പോവാതിരിക്കുക; രണ്ട്, ശരീരത്തിൽ ആവശ്യങ്ങളെ നശിപ്പിക്കുന്ന കഠിനപരിശീലനം. ഈ രണ്ട് തീവ്രതകൾ പരാജയത്തിലേക്ക് നയിക്കും. ഞാൻ കണ്ടെത്തിയ പാത മദ്ധ്യമാർഗമാണ്. അത് രണ്ടു തീവ്രതകളെയും ഒഴിവാക്കുന്നു. അത് ഒരുവനെ ധാരണയിലേക്കും വിമോചനത്തിലേക്കും ശാന്തിയിലേക്കും നയിക്കുന്നു. അത് ശ്രേഷ്ഠമായ അഷ്ടമാർഗമാണ്. ശരിയായ ധാരണ, ശരിയായ ചിന്ത, ശരിയായ വാക്ക്, ശരിയായ പ്രവൃത്തി, ശരിയായ ജീവിതരീതി, ശരിയായ ശ്രമം, ശരിയായ ജാഗ്രത, ശരിയായ ഏകാഗ്രത എന്നിവ. ഞാനീ ശ്രേഷ്ഠമായ അഷ്ടമാർഗ്ഗം പിന്തുടരുകയും ധാര

ണയും വിമോചനവും ശാന്തിയും സാക്ഷാത്കരിക്കുകയും ചെയ്തു.

"സഹോദരന്മാരെ, ഇതിനെ എന്തുകൊണ്ട് ശരിയായ വഴിയെന്ന് വിളിക്കുന്നു. ഞാനതിനെ ശരിയായ വഴിയെന്ന് വിളിക്കുന്നതെന്തുകൊണ്ടെന്നാൽ, അത് ദുരിതപ്പെടുന്നത് ഒഴിവാക്കുകയോ നിഷേധിക്കുകയോ ചെയ്യുന്നില്ല, എന്നാൽ ദുരിതപ്പെടലുമായി ഒരു നേർസംഘർഷത്തിലേർപ്പെട്ട്, അതിനെ മറികടക്കുന്നു. ശ്രേഷ്ഠമായ അഷ്ടമാർഗം ഉൽബുദ്ധതയിൽ ജീവിക്കലാകുന്നു. ഏകാഗ്രതയാണ് അതിന്റെ അടിത്തറ. ഏകാഗ്രത പരിശീലിച്ചാൽ നിങ്ങൾ ജാഗ്രതയിലെത്തും. ജാഗ്രത ധാരണയിലെത്തിക്കും. ശരിയായ ഏകാഗ്രതയിലൂടെ നിങ്ങൾ ഉൽബുദ്ധതയും ചിന്തയും വാക്കും പ്രവൃത്തിയും ജീവിതരീതിയും പ്രയത്നവും സാക്ഷാത്കരിക്കുന്നു. ധാരണയുണ്ടാകുന്നതോടെ നിങ്ങൾ, ദുരിതപ്പെടലിന്റെ ഓരോ ചങ്ങലയിൽനിന്നും വിമോചിക്കപ്പെടുകയും നിങ്ങൾക്ക് ശരിയായ ശാന്തിയും ആനന്ദവും കിട്ടുകയും ചെയ്യുന്നു.

"സഹോദരന്മാരെ, നാല് സത്യങ്ങളുണ്ട്. ദുരിതപ്പെടലുണ്ട്. ദുരിതപ്പെടലിന് കാരണമുണ്ട്. ദുരിതപ്പെടൽ ഇല്ലാതാക്കാം, ദുരിതം ഇല്ലാതാക്കാനുള്ള വഴി. ഞാനിവയെ നാല് ശ്രേഷ്ഠസത്യങ്ങളെന്ന് വിളിക്കുന്നു. ആദ്യത്തേത് ദുരിതമുണ്ട് എന്നതാകുന്നു. ജനനവും വാർദ്ധക്യവും രോഗവും മരണവും ദുരിതമാണ്. ദുഃഖം, കോപം, അസൂയ, ഉൽക്കണ്ഠ, അസ്വസ്ഥത, ഭയം, നിരാശ, ദുരിതമാണ്. ഇഷ്ടപ്പെട്ടവരെ വേർപിരിയൽ ദുരിതമാണ്. വെറുക്കുന്നവരുമായുള്ള ബന്ധം ദുരിതമാണ്. ആസക്തി, നേടൽ, പഞ്ചേന്ദ്രിയങ്ങളോടുള്ള കടിച്ചുതൂങ്ങൽ ദുരിതമാണ്.

"സഹോദരന്മാരെ, രണ്ടാമത്തെ സത്യം ദുരിതത്തിന് കാരണമുണ്ട്. അജ്ഞതമൂലം മനുഷ്യർക്ക് ജീവിതത്തെപ്പറ്റിയുള്ള സത്യം കാണാനാവുന്നില്ല. അതുകൊണ്ടവർ ആഗ്രഹത്തിന്റെയും കോപത്തിന്റെയും അസൂയയുടെയും ദുഃഖത്തിന്റെയും അസ്വസ്ഥതയുടെയും ഭയത്തിന്റെയും നിരാശയുടെയും അഗ്നിജ്വാലകളിൽ കുടുങ്ങിപ്പോവുന്നു.

സഹോദരന്മാരെ, മൂന്നാമത്തെ സത്യം ദുരിതത്തിന്റെ അറുതിയാണ്. ജീവിതത്തിന്റെ സത്യത്തെപ്പറ്റിയുള്ള ധാരണ ഓരോ ദുഃഖത്തിനും സന്താപത്തിനും അറുതി വരുത്തി, ശാന്തിയും ആനന്ദവും നല്കുന്നു.

"സഹോദരന്മാരെ, നാലാമത്തെ സത്യം ദുരിതത്തിന് അറുതിവരുത്താനുള്ള മാർഗമാണ്. അതാണ് ഇപ്പോൾതന്നെ ഞാൻ വിശദീകരിച്ച ശ്രേഷ്ഠമായ അഷ്ടമാർഗം. ജാഗ്രത ഏകാഗ്രതയിലേക്കും ധാരണയിലേക്കും നയിച്ച് നിങ്ങളെ എല്ലാ വേദനയിൽനിന്നും ദുഃഖ

ത്തിൽനിന്നും വിമോചിപ്പിച്ച് ശാന്തിയിലേക്കും ആനന്ദത്തിലേക്കും നയിക്കുന്നു. ഞാൻ നിങ്ങളെ വിമോചനത്തിന്റെ പാതയിലൂടെ കൊണ്ടു പോകും.”

സിദ്ധാർത്ഥൻ നാല് ശ്രേഷ്ഠസത്യങ്ങൾ വിശദീകരിച്ചുകൊണ്ടിരുന്നപ്പോൾ, പെട്ടെന്ന് തന്റെയുള്ളിൽ ഒരു മഹത്തായ വെളിച്ചം പ്രകാശിക്കുന്നതായി കൊണ്ടണ്ണനനുഭവപ്പെട്ടു. ഇത്രനാളും താൻ തേടിക്കൊണ്ടിരുന്ന വിമോചനം രുചിക്കാൻ അദ്ദേഹത്തിന് സാധിച്ചു. ബുദ്ധൻ അദ്ദേഹത്തെ ചൂണ്ടിക്കാട്ടി പറഞ്ഞു. “കൊണ്ടണ്ണാ! നിങ്ങൾക്കത് കിട്ടി! നിങ്ങൾക്കത് കിട്ടി!

കൊണ്ടണ്ണൻ കൈകൾ കൂപ്പി ബുദ്ധനെ വണങ്ങി. അഗാധമായ ബഹുമാനത്തിൽ അദ്ദേഹം പറഞ്ഞു, “സംപൂജ്യനായ ഗൗതമാ, ദയവായി അങ്ങയുടെ ശിഷ്യനായി എന്നെ സ്വീകരിക്കുക. അങ്ങയുടെ മാർഗദർശനത്തിൽ ഞാൻ മഹാഉൽബുദ്ധതയിലെത്തുമെന്നറിയുന്നു.”

മറ്റ് നാല് സന്യാസിമാരും ബുദ്ധന്റെ കാലിൽ വണങ്ങി, കൈകൾ കൂപ്പി, തങ്ങളെയും ശിഷ്യരായി സ്വീകരിക്കുവാൻ അപേക്ഷിച്ചു. ബുദ്ധൻ അവരോട് എഴുന്നേൽക്കാൻ ആംഗ്യം കാട്ടി. അവർ സ്വസ്ഥാനങ്ങളിലിരുന്നപ്പോൾ അദ്ദേഹം പറഞ്ഞു. “സഹോദരന്മാരെ, ഉരുവേല ഗ്രാമത്തിലെ കുട്ടികൾ എനിക്ക് “ബുദ്ധനെ”ന്ന് പേരിട്ടു. നിങ്ങൾക്കിഷ്ടമാണെങ്കിൽ, നിങ്ങൾക്കും ആ പേരിൽ എന്നെ വിളിക്കാം.”

കൊണ്ടണ്ണൻ ചോദിച്ചു: “‘ബുദ്ധ’നെന്നാൽ ഉൽബുദ്ധനായവനെന്നല്ലേ അർത്ഥം?”

“അത് ശരിയാണ്. ഞാൻ കണ്ടെത്തിയ മാർഗം അവർ ‘ഉൽബുദ്ധത’യുടെ മാർഗം എന്നാണ് വിളിച്ചത്. ഈ പേരിനെപ്പറ്റി നിങ്ങൾ എന്തു പറയുന്നു?”

“ഉൽബുദ്ധനാക്കപ്പെട്ടവൻ! ഉൽബുദ്ധതയുടെ മാർഗം! അത്ഭുതകരം! അത്ഭുതകരം! ആ പേരുകൾ സത്യമാണ്. ലളിതവും. ഞങ്ങൾ അങ്ങയെ സന്തോഷപൂർവം ബുദ്ധനെന്ന് വിളിക്കും, അങ്ങ് കണ്ടെത്തിയ മാർഗം ഉൽബുദ്ധതയുടെ മാർഗം. അങ്ങ് ഇപ്പോൾ പറഞ്ഞതുപോലെ!, ഓരോ ദിവസവും ജാഗ്രതയോടെ ജീവിക്കുന്നതാണ് ആത്മീയ പരിശീലനത്തിന്റെ അടിസ്ഥാനം തന്നെ.” ആ അഞ്ച് സന്യാസിമാർക്കും ഗൗതമനെ അവരുടെ ഗുരുവായി സ്വീകരിക്കുന്നതിലും അദ്ദേഹത്തെ ബുദ്ധനെന്നു വിളിക്കുന്നതിലും ഒരേ മനസ്സായിരുന്നു.

ബുദ്ധൻ അവരുടെ നേരെ പുഞ്ചിരിച്ചു, “സഹോദരന്മാരെ, തുറന്ന മനസ്സോടെ, വിവേകബുദ്ധിയോടെ പരിശീലിക്കുക. മൂന്നുമാസത്തിനുള്ളിൽ നിങ്ങൾ വിമോചനത്തിന്റെ ഫലം നേടിയിരിക്കും.”

തന്റെ അഞ്ച് ചങ്ങാതിമാർക്കും മാർഗനിർദ്ദേശങ്ങൾ നൽകാൻ ബുദ്ധൻ ഇസി പട്ടണത്തിൽ താമസിച്ചു. അദ്ദേഹത്തിന്റെ അനുശാസനം പിൻതുടർന്ന അവർ, കഠിനചര്യകൾ ഉപേക്ഷിച്ചു. ഓരോ ദിവസവും മൂന്ന് സന്യാസിമാർ യാചിക്കാൻ പോയി, മടങ്ങിവന്ന് കിട്ടിയ ഭിക്ഷ ആറുപേർ പങ്കിട്ടു. ബുദ്ധൻ ഓരോരുത്തർക്കും വ്യക്തിപരമായ ശ്രദ്ധ നൽകി. ഓരോ സന്യാസിയും വേഗത്തിൽ പുരോഗതി കൈവരിക്കുവാൻ.

ബുദ്ധനവരെ എല്ലാ വസ്തുക്കളുടെയും നശ്വരവും അ-സ്വത്വവുമായ (Non-self) സ്വഭാവത്തെക്കുറിച്ച് പഠിപ്പിച്ചു. അഞ്ച് സഞ്ചിതങ്ങളെ നിരന്തരമായി ഒഴുകുന്ന നദിയായി കാണുവാനും അനശ്വരവും വേറിട്ടതുമെന്ന് വിളിക്കാവുന്ന യാതൊന്നും തന്നെ അവയുൾക്കൊള്ളുന്നില്ലെന്നും ബുദ്ധൻ അവരെ പഠിപ്പിച്ചു. ഈ അഞ്ച് സഞ്ചിതങ്ങൾ, ശരീരം വികാരങ്ങൾ, പ്രത്യക്ഷബോധങ്ങൾ, മനോരൂപങ്ങൾ, പ്രജ്ഞ എന്നിവയാകുന്നു. അവർക്കുള്ളിലുള്ള ഈ അഞ്ച് സഞ്ചിതങ്ങളെ ധ്യാനിക്കുകയാണെങ്കിൽ അവയ്ക്ക് തമ്മിലും പ്രപഞ്ചത്തിലുള്ള സകലതിനും തമ്മിലുമുള്ള അത്ഭുതകരവും ഗാഢവുമായ ബന്ധം അവർക്ക് കാണാൻ കഴിയും.

അവരുടെ ശുഷ്കാന്തിയാൽ, അവർ മാർഗം സാക്ഷാത്കരിച്ചു. കൊണ്ടണ്ണനായിരുന്നു ആദ്യമായി ഉൽബുദ്ധത നേടിയത്. തുടർന്ന് രണ്ടുമാസങ്ങൾക്കുശേഷം വപ്പയും ബദ്ദിയയും. അത് കഴിഞ്ഞ് കുറച്ചുകാലത്തിനുശേഷം മഹാനാമയും അസ്സാജിയും അർഹതത്വം (Arhatship) നേടി.

അതീവമായ ആനന്ദത്താൽ ബുദ്ധൻ പറഞ്ഞു. "ഇപ്പോൾ നമുക്കൊരു യഥാർത്ഥമായ സമൂഹമുണ്ട്. നമുക്കതിനെ സംഘം എന്ന് വിളിക്കാം. ഉൽബുദ്ധതയിലും ഐക്യത്തിലും ജീവിക്കുന്നവരുടെ സമൂഹമാണ് സംഘം. ഉൽബുദ്ധതയുടെ വിത്തുകൾ എടുത്ത് നമുക്ക് എല്ലാ സ്ഥലങ്ങളിലും വിതയ്ക്കണം."

23. ധർമ്മമധു

നേരത്തെ എണീറ്റ് ധ്യാനത്തിനിരിക്കുകയും പിന്നീട് കാട്ടുമരങ്ങൾക്കിടയിലൂടെ നടന്ന് ധ്യാനിക്കുകയും ബുദ്ധന്റെ ശീലമായിരുന്നു. ഒരു പ്രഭാതത്തിൽ, നടക്കുന്ന വേളയിൽ, പ്രഭാതമഞ്ഞിൽ പാതിമറഞ്ഞ, വളരെ മാന്യമായി വസ്ത്രം ധരിച്ച, ഇരുപത്തെട്ടിരുപത്തൊമ്പതു വയസ്സുള്ള സുന്ദരനായ ഒരു മനുഷ്യനെ അദ്ദേഹം കണ്ടു. ബുദ്ധൻ ഒരു വലിയ പാറമേൽ ഇരിക്കുകയാണ്. ബുദ്ധനവിടെ ഇരിക്കുന്നുണ്ടെന്നറിയാതെ, അയാൾ ബുദ്ധനിരിക്കുന്ന പാറയുടെ അടുത്തെത്തി പിറുപിറുത്തു. “ജുഗുപ്സാവഹം! ബീഭത്സം!”

ബുദ്ധൻ, “ജുഗുപ്സാവഹമായിട്ടൊന്നുമില്ല. ബീഭത്സമായിട്ടൊന്നുമില്ല.”

ആ മനുഷ്യൻ നിന്നിടത്ത് നിന്നു. ബുദ്ധന്റെ ശബ്ദം വ്യക്തവും സാന്ത്വനിപ്പിക്കുന്നതുമായിരുന്നു. ശാന്തനും വിശ്രാന്തനുമായിരിക്കുന്ന ബുദ്ധനു നേരെ ആ മനുഷ്യൻ നോക്കി. ആ യുവാവ് പാദുകങ്ങളഴിച്ചു വെച്ച് ബുദ്ധനെ താണുവണങ്ങി. പിന്നീടയാൾ തൊട്ടടുത്ത പാറമേലിരുന്നു.

ബുദ്ധൻ ചോദിച്ചു. “എന്താണിത്ര ജുഗുപ്സാവഹമായത്? എന്താണിത്ര ബീഭത്സമായത്?”

ആ യുവാവ് തന്നെ സ്വയം പരിചയപ്പെടുത്തി. വാരണാസിയിലെ ഏറ്റവും പ്രസിദ്ധരും ധനാഢ്യരുമായ വണിക്കുകളിൽ ഒരാളുടെ മകനായ യാശയാണയാൾ. യാശ എക്കാലത്തും പകിട്ടുള്ളതും സുഖസൗകര്യങ്ങളോടുകൂടിയതുമായ ഒരു ജീവിതം ആസ്വദിച്ചു. അവന്റെ മാതാപിതാക്കൾ അവന്റെ എല്ലാ ആഗ്രഹങ്ങളും നടത്തിക്കൊടുത്തു. മണിമന്ദിരം, രത്നാഭരണങ്ങൾ, പണം, വീഞ്ഞ്, ഗണികകൾ, വിരുന്നുകൾ, സംഗീതസദസ്സുകൾ എല്ലാം. എന്നാൽ ചിന്താഭരിതനും സൂക്ഷ്മസംവേദനക്ഷമതയുമുള്ള യാശ ഈ സന്തോഷജീവിതത്തിൽ വീർപ്പുമുട്ടലനുഭവിച്ചു. അതിൽ യാതൊരു സംതൃപ്തിയും കാണാനായില്ല.

ജനലുകളില്ലാത്ത ഒരു മുറിയിൽ പൂട്ടിയിട്ടവനെപ്പോലെയായിരുന്നു, അയാൾ. അയാൾ ശുദ്ധവായുവിനുവേണ്ടി ആഗ്രഹിച്ചു; ലളിതമായ, പൂർണമായ ഒരു ജീവിതത്തിനുവേണ്ടി. തിന്നും കുടിച്ചും പാടിയും

സുന്ദരികളായ ഗണികകളുമൊത്ത് മദിച്ചു ഉല്ലസിക്കുവാനായി കഴിഞ്ഞ രാത്രിയിൽ യാശയും കൂട്ടുകാരും ഒത്തുകൂടി. പാതിരാത്രിയിൽ യാശ ഉണർന്നു, തന്റെ ചങ്ങാതിമാരെയും അർദ്ധനിദ്രയിൽ വീണുകിടക്കുന്ന സുന്ദരികളെയും നോക്കി. ആ നിമിഷത്തിൽ അയാളറിഞ്ഞു; ഇനി ഈ വിധം ജീവിക്കുവാൻ വയ്യ. അയാൾ ഒരു പുതപ്പെടുത്ത് പുതച്ച്, പാദുകങ്ങൾ ധരിച്ച്, മുന്നിലെ കവാടത്തിലൂടെ, എങ്ങോട്ടാണ് പോകുന്നതെന്നുപോലും അറിയാതെ പുറത്തുകടന്നു. ലക്ഷ്യരഹിതനായി അയാൾ ആ രാത്രി മുഴുവൻ അലഞ്ഞു; ആകസ്മികമായി ഇസി പട്ടണത്തിലെ മാൻതോപ്പിലെത്തി. ഇപ്പോൾ, സൂര്യനുദിച്ച സമയം, അയാൾ ബുദ്ധനെ അഭിമുഖീകരിച്ചിരിക്കുകയാണ്.

ബുദ്ധൻ അയാളെ സാന്ത്വനിപ്പിച്ചു, "യാശ, ഈ ജീവിതം ദുരിതം നിറഞ്ഞതാണ്. എന്നാലിത് അനേകം അത്ഭുതങ്ങൾ നിറഞ്ഞതുമാണ്. ഇന്ദ്രിയസുഖങ്ങളിൽ മാഴ്കുന്നത് ശരീരത്തിനും മനസ്സിനും ദോഷമാണ്. നിങ്ങൾ ആഗ്രഹങ്ങളിൽ ഭരിക്കപ്പെടാതെ, ലളിതമായും സമഗ്രമായും ജീവിക്കുമെങ്കിൽ, ജീവിതത്തിലെ അനേകം അത്ഭുതങ്ങൾ നിങ്ങൾക്ക് അനുഭവിക്കാനാവും. യാശ, നിന്റെ ചുറ്റും നോക്കുക- പ്രഭാതമഞ്ഞിൽ നിൽക്കുന്ന മരങ്ങൾ നീ കാണുന്നില്ലേ? അവ മനോഹരങ്ങളല്ലേ? ചന്ദ്രൻ, നക്ഷത്രങ്ങൾ, നദികൾ, മലകൾ, സൂര്യപ്രകാശം, പക്ഷികളുടെ പാട്ടുകൾ, അരുവികളൊഴുകുന്ന ശബ്ദം - എല്ലാം അനന്തമായ ആനന്ദം നൽകുന്ന പ്രപഞ്ചത്തിന്റെ സാക്ഷാത്കാരങ്ങളാണ്.

ഈ വസ്തുക്കളിൽ നിന്ന് നമുക്ക് കിട്ടുന്ന സന്തോഷം നമ്മുടെ മനസ്സിനെയും ശരീരത്തെയും പോഷിപ്പിക്കുന്നു. നിന്റെ കണ്ണുകളടച്ച്, കുറച്ചുതവണ ശ്വാസമെടുക്കുകയും പുറത്ത് വിടുകയും ചെയ്യുക. ഇനി കണ്ണുകൾ തുറക്കുക. നിന്റെ സ്വന്തം രണ്ട് കണ്ണുകൾ അത്ഭുതങ്ങളാണ്. ഈ അത്ഭുതങ്ങളുമായി നിനക്ക് സ്പർശമില്ലാത്തതുകൊണ്ടാണ് നീ ശരീരത്തെയും മനസ്സിനെയും വെറുക്കാൻ തുടങ്ങിയത്. ചിലർ സ്വന്തം മനസ്സുകളെയും ശരീരങ്ങളെയും വെറുത്ത്, ആത്മഹത്യ ചെയ്യാനൊരുങ്ങുന്നു. അവർ ജീവിതത്തിൽ ദുരിതം മാത്രമേ കാണുന്നുള്ളൂ. എന്നാൽ ദുരിതമല്ല പ്രപഞ്ചത്തിന്റെ സ്ഥായിയായ ഭാവം. നാം ജീവിക്കുന്ന രീതിയുടെയും ജീവിതത്തെപ്പറ്റിയുള്ള നമ്മുടെ തെറ്റായ ധാരണയുടെയും ഫലമാണ് ദുരിതം."

ദാഹിച്ചുവരണ്ട യാശയുടെ ഹൃദയത്തെ ബുദ്ധന്റെ വാക്കുകൾ തണുത്ത മഞ്ഞുതുള്ളികൾപോലെ സാന്ത്വനിപ്പിച്ചു. സന്തോഷത്താൽ മതിമറന്ന്, അയാൾ ബുദ്ധനെ നമസ്കരിച്ചു. ശിഷ്യനാക്കണമെന്ന് അപേക്ഷിച്ചു.

ബുദ്ധനയാളെ എണീപ്പിച്ചു, "ഒരു സന്യാസി ലളിതവും വിനയാന്വിതവുമായ ജീവിതം ജീവിക്കുന്നു. അവന് പണമില്ല. അവൻ ഒരു മരച്ചുവട്ടിലോ കുടിലിലോ ഉറങ്ങുന്നു. ഭിക്ഷ യാചിച്ച് കിട്ടിയത് മാത്രം കഴിക്കുന്നു, ഒരു നേരം മാത്രം ആഹരിക്കുന്നു. നിനക്കങ്ങനെ ഒരു ജീവിതം ജീവിക്കാനാവുമോ?"

"ഉവ്വ്, ഗുരോ. അങ്ങിനെയൊരു ജീവിതം ജീവിക്കുന്നതിൽ എനിക്ക് സന്തോഷമുണ്ട്."

ബുദ്ധൻ തുടർന്നു, "ഒരു സന്യാസി തന്റെ ശരീരവും മനസ്സും വിമോചനം സാക്ഷാത്കരിക്കുവാനായി ഉഴിഞ്ഞുവെക്കുന്നു, എന്തിനെന്നോ സ്വയം സഹായിക്കുവാനും മറ്റുള്ള എല്ലാവരെയും സഹായിക്കുവാനും. ദുരിതം ഇല്ലാതാക്കുവാനുള്ള ശ്രമങ്ങളിൽ അയാൾ മുഴുകുന്നു. നിങ്ങൾ അത്തരമൊരു പാത പിന്തുടരാൻ പ്രതിജ്ഞയെടുക്കുമോ?"

"ഉവ്വ്, ഗുരോ, ഞാനത്തരമൊരു പാത പിന്തുടരുമെന്ന് പ്രതിജ്ഞ ചെയ്യുന്നു."

"എന്നാൽ പിന്നെ, ഞാൻ നിന്നെ ഒരു ശിഷ്യനായി സ്വീകരിക്കുന്നു. എന്റെ സമൂഹത്തിലെ ഒരു ശിഷ്യൻ ഭിക്ഷുവെന്നാണറിയപ്പെടുന്നത്. ഒരു ഭിക്ഷക്കാരൻ. നിന്നെ പോഷിപ്പിക്കുന്നതിനും വിനയം പരിശീലിപ്പിക്കുന്നതിനും, മറ്റുള്ളവർക്ക് വിമോചനത്തിന്റെ മാർഗം കാണിച്ചുകൊടുക്കുവാൻ അവരുമായി അടുപ്പമുണ്ടാക്കുന്നതിനും, ഓരോ ദിവസവും നീ ഭക്ഷണം യാചിക്കുന്നു."

തത്സമയം ബുദ്ധന്റെ അഞ്ച് ചങ്ങാതിമാരും ആദ്യശിഷ്യന്മാരും പ്രത്യക്ഷപ്പെട്ടു. യാശ എണീറ്റുനിന്ന്, ബഹുമാനപുരസ്സരം ഓരോരുത്തരെയും അഭിവാദ്യം ചെയ്തു. അവരെ ബുദ്ധൻ യാശയ്ക്ക് പരിചയപ്പെടുത്തി, കൊണ്ടണ്ണയുടെ നേരെ തിരിഞ്ഞു. "കൊണ്ടണ്ണാ, യാശ ഒരു ഭിക്ഷുവാകാൻ ആഗ്രഹിക്കുന്നു. ഞാനദ്ദേഹത്തെ സ്വീകരിച്ചിട്ടുണ്ട്. വസ്ത്രം ധരിക്കുന്നതും, ഭിക്ഷാപാത്രം എടുക്കുന്നതും, ശ്വാസം നിരീക്ഷിക്കുന്നതും, ഇരുന്ന് ധ്യാനവും നടന്ന് ധ്യാനവും എങ്ങനെയെന്നും അദ്ദേഹത്തിന് കാണിച്ചുകൊടുക്കൂ."

യാശ ബുദ്ധനെ വണങ്ങി, കൊണ്ടണ്ണയെ അനുഗമിച്ചു. കൊണ്ടണ്ണ അയാളെ തന്റെ കുടിലിലേക്ക് കൊണ്ടുപോയി. യാശയുടെ തല മുണ്ഡനം ചെയ്തു. ബുദ്ധൻ പറഞ്ഞതനുസരിച്ച് നിർദ്ദേശം കൊടുത്തു. കൊണ്ടണ്ണയുടെ കൈവശം, ആരോ കൊടുത്തിരുന്നതും ഒരിക്കലും ഉപയോഗിച്ചിട്ടില്ലാത്തതുമായ ഒരു വസ്ത്രവും ഭിക്ഷാപാത്രവും അധികമായുണ്ടായിരുന്നു. അദ്ദേഹമവ യാശയ്ക്ക് കൊടുത്തു.

അന്നുച്ചതിരിഞ്ഞ്, യാശയുടെ അച്ഛൻ അയാളെ അന്വേഷിച്ചെത്തി.

രാവിലെ മുഴുവൻ വീട്ടുകാരെല്ലാം അച്ഛന്റെ കല്പനയനുസരിച്ച് വെപ്രാളപ്പെട്ട് യാശയെ തിരയുകയായിരുന്നു. ഒരു വേലക്കാരൻ യാശയുടെ മാൻതോട്ടത്തിലേക്കുള്ള കാലടിപ്പാടുകൾ പിന്തുടർന്നു. അവിടെ ഒരു വലിയ പാറക്കല്ലിനുസമീപം യാശയുടെ സ്വർണപാദുകങ്ങൾ ഉപേക്ഷിച്ച നിലയിൽ കണ്ടു. അന്വേഷണത്തിൽനിന്ന്, തന്റെ യുവയജമാനൻ അവിടെ ചില സന്യാസിമാരുമൊത്ത് താമസിക്കുകയാണെന്ന് അയാൾ മനസ്സിലാക്കി. അയാൾ ധൃതിയിൽ യാശയുടെ അച്ഛനെ അറിയിക്കുവാനായി മടങ്ങി.

യാശയുടെ അച്ഛൻ വന്നപ്പോൾ, ബുദ്ധൻ ഒരു പാറയിൽ ശാന്തനായി ഇരിക്കുന്നത് കണ്ടു. അദ്ദേഹം കൈകൾ കൂപ്പി. ആദരപൂർവം ചോദിച്ചു, "അഭിവന്ദ്യനായ സന്യാസി, അങ്ങെന്റെ മകൻ യാശയെ കണ്ടുവോ?"

ബുദ്ധൻ അടുത്തുള്ള പാറയിലേക്ക് ചൂണ്ടി യാശയുടെ അച്ഛനെ ഇരിക്കാൻ ക്ഷണിച്ചു. "യാശ കുടിലിലുണ്ട്, താമസിയാതെ പുറത്തു വരും."

ബുദ്ധൻ ആ പ്രഭാതത്തിൽ നടന്നതെല്ലാം പറഞ്ഞത്, യാശയുടെ അച്ഛൻ ശ്രദ്ധിച്ച് കേട്ടു. യാശയുടെ ഉള്ളിലുള്ള ചിന്തകളും അഭിലാഷങ്ങളും മനസ്സിലാക്കുവാൻ ബുദ്ധൻ അദ്ദേഹത്തെ സഹായിച്ചു. "യാശ ബുദ്ധിയും സൂക്ഷ്മ സംവേദനവുമുള്ള ഒരു യുവാവാണ്. തന്റെ ഹൃദയത്തിന്റെ വിമോചനത്തിനുള്ള പാത അവൻ കണ്ടെത്തിയിട്ടുണ്ട്. ഇപ്പോഴവന് വിശ്വാസവും ശാന്തിയും ആനന്ദവുമുണ്ട്. ദയവായി അവനുവേണ്ടി സന്തോഷവാനായിരിക്കുക, ബുദ്ധൻ പറഞ്ഞു.

തനിക്കും തന്റെ ചുറ്റിലുമുള്ളവർക്കും ശാന്തിയും ആനന്ദവും സൃഷ്ടിച്ച് ദുരിതവും ആകാംക്ഷയും ലഘൂകരിച്ച് ജീവിക്കുവാനുള്ള ഒരു വഴിയുണ്ട്, ബുദ്ധൻ യാശയുടെ അച്ഛനോട് പറഞ്ഞു. ബുദ്ധൻ പറഞ്ഞ ഓരോ വാക്കിലും തന്റെ ഭാരം കുറയുന്നതായി ആ വണിക്കിന് തോന്നി. അദ്ദേഹം എണീറ്റ് കൈകൾ കൂപ്പി തന്നെ ഒരു സാധാരണ ശിഷ്യനായി സ്വീകരിക്കുവാൻ അപേക്ഷിച്ചു.

ബുദ്ധൻ ഒരു നിമിഷം നിശബ്ദനായി, എന്നിട്ട് പറഞ്ഞു, "എന്റെ ശിഷ്യന്മാർ മനസ്സിനെ മൂടുന്ന ഉത്തേജകമായ മദ്യം ഒഴിവാക്കുന്നു; അവർ സത്യം പറഞ്ഞ്, പരസ്ത്രീഗമനത്തിൽനിന്ന് ഒഴിഞ്ഞും കൊലഒഴിവാക്കിയും ഉൽബുദ്ധതയോടെ ലളിതമായ ജീവിതം നയിക്കാൻ യത്നിക്കുന്നു. താങ്കൾക്ക് അങ്ങിനെയൊരു പാത പിന്തുടരാൻ സാധിക്കുമെന്ന് തോന്നുകയാണെങ്കിൽ, ഞാൻ താങ്കളെ ഒരു സാധാരണ ശിഷ്യനായി സ്വീകരിക്കാം."

യാശയുടെ അച്ഛൻ ബുദ്ധന്റെ മുമ്പിൽ മുട്ടുകുത്തി, കൈകൾ കൂപ്പി.

യാശ അവരോടൊപ്പം ചേർന്നു. അവൻ ഭിക്ഷുവസ്ത്രം ധരിച്ചിരുന്നു. തല മുണ്ഡനം ചെയ്തിരുന്നു. അപൂർവമായ ആനന്ദത്തോടെ പുതിയ ഭിക്ഷു പുഞ്ചിരിച്ചു. കൈകൾ താമരമുകുളങ്ങളാക്കി, അവൻ അച്ഛനെ വണങ്ങി. യാശ സ്വയം പ്രകാശിക്കുന്നതായി തോന്നി. അവന്റെ അച്ഛൻ അവനിത്ര സന്തോഷവാനായിരിക്കുന്നത് ഒരിക്കലും കണ്ടിട്ടില്ല. യാശ യുടെ അച്ഛൻ മകന്റെ നേരെ വണങ്ങി, "നിന്റമ്മ വീട്ടിലുണ്ട്, അവർ നിന്നെ പ്രതി വളരെ അസ്വസ്ഥയാണ്."

യാശ പറഞ്ഞു, "അവരുടെ അസ്വസ്ഥത ഇല്ലാതാക്കാൻ ഞാനവരെ സന്ദർശിക്കും. എന്നാൽ ബുദ്ധനെ പിന്തുടരുന്നതിനും എല്ലാ ജീവി കൾക്കും സേവനം നല്കുന്ന ഒരു ജീവിതം ജീവിക്കുവാനും ഞാൻ പ്രതിജ്ഞ ചെയ്തിട്ടുണ്ട്."

യാശയുടെ അച്ഛൻ ബുദ്ധന്റെ നേരെ തിരിഞ്ഞു, "നാളെ അങ്ങ യെയും അങ്ങയുടെ ഭിക്ഷുക്കളെയും എന്റെ വീട്ടിൽ ഭക്ഷണത്തിന് ക്ഷണിക്കുവാൻ എന്നെ അനുവദിക്കണം. ഉൽബുദ്ധതയുടെ മാർഗ ത്തെക്കുറിച്ച് ഞങ്ങളെ അങ്ങ് പഠിപ്പിക്കുമെങ്കിൽ, ഞങ്ങൾ അതീവ മായി ബഹുമാനിക്കപ്പെടും."

ബുദ്ധൻ തിരിഞ്ഞ് യാശയെ നോക്കി. പുതിയ ഭിക്ഷുവിന്റെ കണ്ണു കൾ തിളങ്ങി. പിന്നീട് ബുദ്ധൻ സമ്മതിച്ചു.

പിറ്റേന്ന് ബുദ്ധനും അദ്ദേഹത്തിന്റെ ആറ് ശിഷ്യന്മാരും യാശയുടെ മാതാപിതാക്കളുടെ വീട്ടിൽ ചെന്ന് ഭക്ഷണം കഴിച്ചു. തന്റെ മകൻ സന്തോഷവാനും സുരക്ഷിതനുമായിരിക്കുന്നതു കണ്ട അമ്മ സന്തോ ഷാധിക്യത്താൽ കരഞ്ഞു. ബുദ്ധനും അദ്ദേഹത്തിന്റെ ഭിക്ഷുമാരും ഉപ ധാനങ്ങളിട്ട പീഠങ്ങളിലിരിക്കാൻ ക്ഷണിക്കപ്പെട്ടു. യാശയുടെ അമ്മ തന്നെ ഭക്ഷണം വിളമ്പി. ഭിക്ഷുക്കൾ നിശബ്ദരായി ഭക്ഷിച്ചുകൊണ്ടി രുന്നപ്പോൾ, ആരും സംസാരിച്ചില്ല. വീട്ടുവേലക്കാർപോലും. ഭക്ഷണം കഴിഞ്ഞ് ഭിക്ഷാപാത്രങ്ങൾ കഴുകിവെച്ചശേഷം, യാശയുടെ മാതാപിതാ ക്കൾ ബുദ്ധനെ വണങ്ങി അദ്ദേഹത്തിനു മുമ്പിലിട്ട പീഠങ്ങളിലിരു ന്നു. ഗൃഹസ്ഥശിഷ്യന്മാർക്കുള്ള പരിശീലനത്തിന്റെ അടിത്തറയായ അഞ്ച് ധർമോപദേശങ്ങൾ ബുദ്ധൻ അവരെ പഠിപ്പിച്ചു.

"ആദ്യത്തെ ധർമോപദേശം, കൊല്ലരുത്. എല്ലാ ജീവികളും മര ണത്തെ ഭയപ്പെടുന്നു. നാം ധാരണയുടെയും സ്നേഹത്തിന്റെയും പാത സത്യസന്ധമായി പിന്തുടരുകയാണെങ്കിൽ, ഈ ധർമോപദേശം നമുക്ക് അനുവർത്തിക്കാനാവും. നാം മനുഷ്യരുടെ ജീവൻ മാത്രമല്ല, ജന്തുക്ക ളുടെ ജീവനും സംരക്ഷിക്കണം. ഈ ധർമോപദേശം അനുവർത്തി ക്കുന്നതുകൊണ്ട് കാരുണ്യവും ജ്ഞാനവും പരിപോഷിപ്പിക്കപ്പെടു ന്നു.

“രണ്ടാമത്തെ ധർമോപദേശം, കക്കരുത്. നമുക്ക് മറ്റുള്ളവരുടെ സ്വത്തുക്കൾ അപഹരിക്കാനോ, മറ്റുള്ളവരുടെ അദ്ധ്വാനത്തെ ചൂഷണം ചെയ്ത് പ്രയോജനപ്പെടുത്തി ധനം സമ്പാദിക്കാനോ ഉള്ള അവകാശമില്ല. മറ്റുള്ളവർ അവർക്കുതന്നെ താങ്ങാവുന്നതിനുള്ള മാർഗങ്ങൾ നാം ആരായണം.

“മൂന്നാമത്തെ ധർമോപദേശം, ലൈംഗികമായ ദുർനടപ്പിൽ പെട്ടുപോകരുത്. മറ്റുള്ളവരുടെ അവകാശങ്ങളും ബാധ്യതകളും ലംഘിക്കരുത്. നിങ്ങളുടെ ഇണയോട് എപ്പോഴും വിശ്വസ്തരായിരിക്കുക.

“നാലാമത്തെ ധർമോപദേശം, അസത്യങ്ങളായ കാര്യങ്ങൾ പറയരുത്. സത്യത്തെ വികൃതമാക്കുന്നവയോ കലഹവും വെറുപ്പും ഉണ്ടാക്കുന്നവയോ ആയ വാക്കുകൾ ഉച്ചരിക്കരുത്. നിങ്ങൾക്ക് തീർച്ചയില്ലാത്ത വാർത്തകൾ പ്രചരിപ്പിക്കരുത്.

“അഞ്ചാമത്തെ ധർമോപദേശം, മദ്യമോ മറ്റേതെങ്കിലും ഉത്തേജകങ്ങളോ ഉപയോഗിക്കരുത്.”

“നിങ്ങൾ ഈ ധർമോപദേശങ്ങളുടെ സത്തയിൽ ജീവിക്കുകയാണെങ്കിൽ, നിങ്ങളും നിങ്ങളുടെ കുടുംബവും സുഹൃത്തുക്കളും കലഹവും ദുരിതവും ഒഴിവാക്കും. നിങ്ങളുടെ ജീവിതത്തിൽ സന്തോഷം പതിന്മടങ്ങ് വർധിച്ചതായി നിങ്ങൾ കണ്ടെത്തും.”

ബുദ്ധനെ ശ്രദ്ധിച്ചുകൊണ്ടിരുന്നപ്പോൾ, തന്റെ ഹൃദയത്തിൽ ഇപ്പോൾ തന്നെ സന്തോഷത്തിന്റെ കവാടം തുറക്കുന്നതായി, യാശയുടെ അമ്മയ്ക്കു തോന്നി. ബുദ്ധൻ, തന്റെ ഭർത്താവിനെ ഒരു ഗൃഹസ്ഥശിഷ്യനായി സ്വീകരിച്ചു എന്നറിഞ്ഞതിൽ അവർ വളരെ സന്തോഷവതിയായി. അവർ ബുദ്ധനു മുമ്പിൽ മുട്ടുകുത്തി, കൈകൾ കൂപ്പി. അവരും ഒരു ഗൃഹസ്ഥശിഷ്യയായി സ്വീകരിക്കപ്പെട്ടു.

ബുദ്ധനും ആറു ഭിക്ഷുക്കളും ഇസി പട്ടണത്തിലേക്ക് മടങ്ങി.

24. ബുദ്ധം ശരണം...

യാശ ഒരു ഭിക്ഷുവായിത്തീർന്ന വാർത്ത വളരെ വേഗം അദ്ദേഹത്തിന്റെ ചങ്ങാതിമാർക്കിടയിൽ പരന്നു. അദ്ദേഹത്തിന്റെ ഏറ്റവും അടുത്ത ചങ്ങാതിമാരായ വിമലനും സുബാഹുവും പുന്നാജിയും ഗാവംപതിയും ഇസി പട്ടണത്തിൽ അദ്ദേഹത്തെ സന്ദർശിക്കാൻ നിശ്ചയിച്ചു. വഴിക്കു വെച്ച് സുബാഹു പറഞ്ഞു, "യാശ ഒരു സന്യാസിയായിത്തീരാൻ തീരുമാനിച്ചെങ്കിൽ, അവന്റെ ഗുരു സത്യത്തിൽ അസാധാരണനും അദ്ദേഹം അനുശാസിക്കുന്ന മാർഗം അങ്ങേയറ്റം മാഹാത്മ്യമുള്ളതുമായിരിക്കണം. അവൻ ഏറെ വിവേചന ശക്തിയുള്ളവനാണ്."

വിമലൻ എതിർത്തു, "അങ്ങനെ തീർച്ചപ്പെടുത്തരുത്. ചിലപ്പോൾ, അവനൊരാവേശത്തിൽ ഭിക്ഷുവായതാകാം. അത് ദീർഘകാലം നിന്നേക്കില്ല. ആറുമാസമോ ഒരു കൊല്ലത്തിനുശേഷമോ അവൻ അത്തരമൊരു ജീവിതം വലിച്ചെറിഞ്ഞേക്കാം."

ഗാവംപതി വിയോജിച്ചു, "നിങ്ങൾ യാശയെ ഗൗരവമായിട്ടെടുക്കുന്നില്ല. ഞാനവനെ എപ്പോഴും വളരെ ഗൗരവപ്രകൃതിയായിട്ടേ കണ്ടിട്ടുള്ളൂ. ഗൗരവമായി ചിന്തിച്ചുറയ്ക്കാതെ, എനിക്കുറപ്പുണ്ട്, അവനിങ്ങനെയൊന്നും ചെയ്യില്ല."

യാശയെ മാൻതോപ്പിൽ കണ്ടപ്പോൾ, അവൻ അവരെ ബുദ്ധന് പരിചയപ്പെടുത്തി, "ഗുരോ, എന്റെയീ നാല് ചങ്ങാതിമാരും വളരെ നല്ല വ്യക്തികളാണ്. അവരിൽ കാരുണ്യമുണ്ടാവുക, അവരുടെ കണ്ണുകൾ വിമോചനമാർഗ്ഗത്തിലേക്ക് തുറപ്പിക്കുക."

ആ നാലു യുവാക്കളോടും സംസാരിക്കുവാൻ ബുദ്ധനിരുന്നു. ആദ്യത്തിൽ വിമലനായിരുന്നു ഏറ്റവും സന്ദേഹി. എന്നാൽ കൂടുതൽ കേട്ടതോടെ, അവനായി കൂടുതൽ താല്പര്യം. അവസാനം അവൻ മറ്റു മൂന്നുപേരോടും നിർദ്ദേശിച്ചു, അവരെ ബുദ്ധന്റെ ഭിക്ഷുക്കളായി സ്വീകരിക്കുവാൻ അദ്ദേഹത്തോടപേക്ഷിക്കാൻ. ആ നാലു യുവാക്കളും ബുദ്ധനു മുമ്പിൽ മുട്ടുകുത്തി. അവരുടെ ആത്മാർത്ഥതയറിഞ്ഞ ബുദ്ധൻ അവരെ നാലുപേരെയും അവിടെ വെച്ചുതന്നെ സ്വീകരിച്ചു. അവർക്ക് അടിസ്ഥാനനിർദ്ദേശങ്ങൾ നൽകാൻ അദ്ദേഹം കൊണ്ടണ്ണനോട് പറഞ്ഞു.

വളരെ വേഗം യാശയുടെ നൂറുകണക്കിന് സുഹൃത്തുക്കൾ അവനും അവന്റെ അടുത്ത നാലു ചങ്ങാതിമാരും ഭിക്ഷുക്കളായിത്തീർന്ന വിവരമറിഞ്ഞു. ഇരുപതുകളിലുള്ള നൂറ്റിരുപത് യുവാക്കൾ, യാശയുടെ വീടിനു പുറത്ത് യോഗം ചേർന്ന്, ആ പ്രഭാതത്തിൽ തന്നെ ഇസിപട്ടണം സന്ദർശിക്കാൻ തീരുമാനിച്ചു. യാശയെ അവരുടെ വരവറിയിച്ചിരുന്നതിനാലവൻ, അവരെ സ്വീകരിക്കാനെത്തി. ഭിക്ഷുവാകാൻ തീരുമാനിച്ചതിനെപ്പറ്റി അവൻ പറഞ്ഞു, പിന്നീടവൻ അവരെ ബുദ്ധന്റെ അടുത്ത് കൊണ്ടുപോയി.

യുവാക്കളാൽ വലയം ചെയ്യപ്പെട്ട ബുദ്ധൻ അവരോട്, ദുരിതം അവസാനിപ്പിച്ച് ആനന്ദത്തിലേക്കും ശാന്തിയിലേക്കും നയിക്കുന്ന മാർഗത്തെപ്പറ്റി സംസാരിച്ചു. തന്റെ അന്വേഷണത്തെപ്പറ്റി അവരോട് പറഞ്ഞു. ഒരു യുവാവായിരിക്കുമ്പോൾ തന്നെ താൻ വിമോചനമാർഗം കണ്ടുപിടിക്കാൻ പ്രതിജ്ഞയെടുത്തതിനെപ്പറ്റിയും. ആനന്ദപരവശരായപോലെ ആ നൂറ്റിയിരുപതു യുവാക്കളും ബുദ്ധനെ കേട്ടു. അവരിൽ അമ്പതുപേർ ഉടനെ ഭിക്ഷുക്കളാകാൻ അപേക്ഷിച്ചു. ബാക്കിയുള്ള എഴുപതുപേരിൽ ഭൂരിഭാഗവും ഭിക്ഷുക്കളാകാൻ ആഗ്രഹിച്ചെങ്കിലും, മക്കൾ ഭർത്താക്കന്മാർ അച്ഛന്മാർ എന്നീ നിലകളിലുള്ള ഉത്തരവാദിത്തങ്ങൾ ഉപേക്ഷിക്കാൻ സാധിക്കാത്തവരായിരുന്നു.

തന്റെ അമ്പതു ചങ്ങാതിമാരെ സ്വീകരിക്കുവാൻ ബുദ്ധനോട് യാശ അപേക്ഷിച്ചു; ബുദ്ധൻ സമ്മതിച്ചു. ആനന്ദാധിക്യത്താൽ യാശ, "അങ്ങയുടെ അനുവാദത്തോടെ, നാളെ, ഞാനെന്റെ അച്ഛനമ്മമാരുടെ മുമ്പിലൂടെ ഭിക്ഷയെടുക്കാൻ പോകും. ഇവർക്ക് വസ്ത്രങ്ങളും ഭിക്ഷാപാത്രങ്ങളും കൊടുക്കാൻ ഇഷ്ടമുണ്ടോയെന്ന് ഞാനവരോട് ചോദിക്കും.

ഇപ്പോൾ, അറുപത് ഭിക്ഷുക്കൾ ബുദ്ധനൊപ്പം മാൻതോപ്പിൽ താമസിക്കുന്നുണ്ട്. ആ സമൂഹത്തിന് മാർഗനിർദ്ദേശങ്ങൾ നൽകുന്നതിന് ബുദ്ധൻ വേറൊരു മൂന്നുമാസംകൂടി അവിടെ തങ്ങി. അക്കാലത്ത് നൂറുകണക്കിന് സ്ത്രീകളും പുരുഷന്മാരും ബുദ്ധന്റെ ഗൃഹസ്ഥ ശിഷ്യന്മാരായി മാറി.

എങ്ങനെ ശരീരവും വികാരങ്ങളും പ്രത്യക്ഷബോധങ്ങളും മനോരൂപീകരണങ്ങളും പ്രജ്ഞയും നിരീക്ഷിക്കണമെന്ന് ബുദ്ധൻ അവരെ പഠിപ്പിച്ചു. വസ്തുക്കളുടെ പരസ്പരാശ്രിതസ്വഭാവത്തെപ്പറ്റി ബുദ്ധൻ അവരെ പഠിപ്പിച്ചു. ആ പരസ്പരാശ്രിതത്തെ ധ്യാനിക്കുന്നത് പ്രധാനമാണെന്ന് വിശദീകരിച്ചു. എല്ലാ വസ്തുക്കളും അവയുടെ ഉയർച്ചയിലും വികാസത്തിലും പതനത്തിലും പരസ്പരം ആശ്രയിക്കുന്നുണ്ടെന്ന് അദ്ദേഹം വിശദമാക്കി. സഹോൽഭവത്തിൽ (Co-arising) ആശ്രയിക്കാതെ ഒന്നിനും അസ്തിത്വമില്ല. "ആശ്രിതമായ സഹോൽഭവത്തി

ന്മേലുള്ള ധ്യാനമാണ് വിമോചനത്തിലേക്ക് നയിക്കുന്ന ഒരു കവാടം." അദ്ദേഹം പറഞ്ഞു, "പ്രപഞ്ചം ദൈവസൃഷ്ടിയാണെന്നോ, ജലം, അഗ്നി, വായു എന്നീ മൂലകങ്ങളാൽ സൃഷ്ടിക്കപ്പെട്ടതാണെന്നോ ഉള്ള സങ്കുചിതവും നിർണീതവുമായ വിശ്വാസങ്ങളെ തകർക്കാനുള്ള ശക്തി അതിനുണ്ട്."

ഗുരുനാഥനെന്ന നിലയിലുള്ള തന്റെ ഉത്തരവാദിത്തം അദ്ദേഹം മനസ്സിലാക്കി. ഒരു മൂത്ത ചേട്ടനെപ്പോലെ അറുപതു ഭിക്ഷുക്കളെയും ഉപദേശിക്കുകയും പരിപാലിക്കുകയും ചെയ്തു, ബുദ്ധൻ. തന്റെ ആദ്യത്തെ അഞ്ച് ശിഷ്യരുമായി ഒരുപാട് ഉത്തരവാദിത്തങ്ങൾ പങ്കിട്ടു അദ്ദേഹം. കൊണ്ടണ്ണൻ ഇരുപതു യുവാക്കളെ ഉപദേശിച്ചു. ബദ്രിയായും വപ്പയും മഹാനാമയും അസ്സാജിയും പത്തുപേരെ വീതവും. എല്ലാ ഭിക്ഷുക്കളും മാർഗത്തിലൂടെ മഹത്തായ പുരോഗതിയുണ്ടാക്കി.

ഇതു കണ്ട ബുദ്ധൻ തന്റെ സമൂഹത്തെ ഒന്നിച്ചു വിളിച്ചുകൂട്ടി പറഞ്ഞു,

"ഭിക്ഷുമാരെ ശ്രദ്ധിക്കുക. നമ്മൾ തീർത്തും സ്വതന്ത്രരാണ്, യാതൊന്നിനാലും ബന്ധിതരല്ല. ഇപ്പോൾ നിങ്ങൾ മാർഗം മനസ്സിലാക്കുന്നു. ആത്മവിശ്വാസത്തോടെ മുന്നോട്ട് പോവുക. നിങ്ങൾ മഹത്തായ പുരോഗതിയുണ്ടാക്കും. നിങ്ങൾക്കിഷ്ടമുള്ളപ്പോൾ ഇസി പട്ടണം ഉപേക്ഷിക്കാം. സ്വതന്ത്രവ്യക്തികളായി നടക്കുക. ഉൽബുദ്ധതയുടെ മാർഗം മറ്റുള്ളവരുമായി പങ്കിടുക. ദയവായി വിമോചനത്തിന്റെയും ബോധോദയത്തിന്റെയും വിത്തുകൾ വിതയ്ക്കുക; മറ്റുള്ളവർക്ക് ശാന്തിയും ആനന്ദവും നല്കുക. രൂപത്തിലും സത്തയിലും ആദി മുതൽ അന്ത്യംവരെ മനോഹരമായ വിമോചനത്തിന്റെ മാർഗം പഠിപ്പിക്കുക. ധർമം പ്രചരിപ്പിക്കുന്ന നിങ്ങളുടെ പ്രവൃത്തിമൂലം അനേകമാളുകൾക്ക് പ്രയോജനമുണ്ടാവും. എന്നെ സംബന്ധിച്ചാണെങ്കിൽ ഞാനുടനെ ഇവിടം വിടും. ഞാൻ കിഴക്കോട്ടു നീങ്ങാൻ വിചാരിക്കുന്നു. ബോധിവൃക്ഷവും ഉരുവേല ഗ്രാമത്തിലെ കുട്ടികളെയും സന്ദർശിക്കുവാൻ ഞാനാഗ്രഹിക്കുന്നു. അതിനുശേഷം രാജഗൃഹത്തിൽ ഞാൻ ഒരു പ്രത്യേക ചങ്ങാതിയെ സന്ദർശിക്കും."

ബുദ്ധന്റെ വാക്കുകൾ കേട്ടശേഷം, ചെങ്കൽനിറമുള്ള വസ്ത്രങ്ങളുടുത്ത് ഭിക്ഷാപാത്രവുമായി നിരവധി ഭിക്ഷുക്കൾ ധർമോപദേശം പ്രചരിപ്പിക്കുവാൻ അവിടം വിട്ടു. ഇസി പട്ടണത്തിൽ ഇരുപതു ഭിക്ഷുക്കൾ മാത്രമേ തങ്ങിയുള്ളൂ.

താമസിയാതെ, കാശിയിലെയും മഗധയിലെയും നിരവധിപേർ ബുദ്ധനെപ്പറ്റിയും അദ്ദേഹത്തിന്റെ ശിഷ്യന്മാരെപ്പറ്റിയും കേട്ടു. വാരണാസിയിലുള്ള ഇസി പട്ടണത്തിൽ, ശാക്യകുലത്തിലെ ഒരു രാജകു

മാരൻ വിമോചനമാർഗം നേടിയതായും അദ്ദേഹം വിമോചനത്തിന്റെ മാർഗം പഠിപ്പിക്കുന്നതായും അവരറിഞ്ഞു. അതുവരെയും വിമോചനത്തിന്റെ ഫലങ്ങൾ നേടാതിരുന്ന നിരവധി സന്യാസിമാർ ഉത്സാഹഭരിതരായി എല്ലാ ദിശകളിൽ നിന്നും ഇസി പട്ടണത്തിലേക്കെത്തി. ബുദ്ധനെ കേട്ടശേഷം, മിക്കവരും ബുദ്ധഭിക്ഷുക്കളാകാൻ പ്രതിജ്ഞയെടുത്തു. ധർമോപദേശം പ്രചരിപ്പിക്കുവാൻ ഇസി പട്ടണം വിട്ടുപോയ ഭിക്ഷുക്കൾ, സന്യാസിമാരാകാൻ താല്പര്യമുള്ള കൂടുതൽ യുവാക്കളുമായി തിരിച്ചെത്തി. ശിഷ്യന്മാരുടെ എണ്ണം വർദ്ധിച്ചു.

ബുദ്ധൻ ഒരു ദിവസം സംഘത്തെ മാൻതോപ്പിൽ വിളിച്ചുകൂട്ടി, “ഭിക്ഷുമാരെ! ഓരോ പുതിയ ഭിക്ഷുവിനെയും ഇനി മുതൽ ഞാൻ സംഘത്തിൽ ചേർക്കേണ്ട ആവശ്യമില്ല. അതിനാഗ്രഹിക്കുന്നവർ ഇസി പട്ടണത്തിലേക്ക് വരേണ്ടതുമില്ല. അവരുടെ ഗ്രാമത്തിൽവെച്ച്, കുടുംബക്കാരുടെയും സുഹൃത്തുക്കളുടെയും സാന്നിധ്യത്തിലാവാം. നിങ്ങളെപ്പോലെ ഞാനും സ്വതന്ത്രനായി ഇവിടെ തങ്ങാനും ഇവിടെനിന്നും യാത്രയാവാനും ഇഷ്ടപ്പെടുന്നു. അതുകൊണ്ട് ഇനി മുതൽ, നിങ്ങൾ, ഭിക്ഷുവാകാൻ ആത്മാർത്ഥമായി കാംക്ഷിക്കുന്നവനെ, നിങ്ങൾ എവിടെയാണോ അവിടെവെച്ചുതന്നെ ഭിക്ഷുവാക്കുക.”

കൊണ്ടണ്ണ എണീറ്റുനിന്ന് കൈകൾ കൂപ്പി, “ഗുരോ, ഭിക്ഷുവാകുന്നതിനുള്ള ചടങ്ങ് എങ്ങനെയാണെന്ന് ഞങ്ങൾക്ക് കാണിച്ചുതന്നാലും. അതിനുശേഷം, ഭാവിയിൽ ഞങ്ങൾതന്നെ അത് ചെയ്യാം.”

ബുദ്ധൻ, “ദയവായി, ഞാൻ പണ്ട് ചെയ്തതുപോലെ ചെയ്യുക.”

അസ്സാജി എണീറ്റുനിന്നു, “ഗുരോ, അങ്ങയുടെ സാന്നിധ്യം തന്നെ ധാരാളമാണ്. അങ്ങ് ഔപചാരികമായി ചടങ്ങ് നടത്തേണ്ടതില്ല. എന്നാൽ ഞങ്ങൾക്ക്, ഔപചാരികമായ ഒരു രീതി ആവശ്യമാണ്. സഹോദരൻ കൊണ്ടണ്ണയ്ക്ക്, ഒരുപക്ഷേ, ഒരു രീതി നിർദ്ദേശിക്കാനാവും. ബുദ്ധനിവിടെയുള്ളതിനാൽ, താങ്കളുടെ നിർദ്ദേശങ്ങൾക്ക് കൂട്ടിച്ചേർക്കാനുമാവും.”

കൊണ്ടണ്ണൻ ഒരു നിമിഷം നിശ്ശബ്ദനായി. പിന്നെ പറഞ്ഞു, “സംപൂജ്യനായ ബുദ്ധാ, ആദ്യപടി, ഭിക്ഷുവാകാൻ കാംക്ഷിക്കുന്ന വ്യക്തിയുടെ തലയും താടിയും ക്ഷൗരം ചെയ്യുകയെന്നതാണെന്ന് ഞാൻ വിചാരിക്കുന്നു. പിന്നീട് വസ്ത്രം ധരിക്കുന്നതിനെപ്പറ്റി നിർദ്ദേശിക്കാം. വസ്ത്രം ധരിച്ചശേഷം, ആചാരമനുസരിച്ച് വലതുതോൾ അനാവൃതമാക്കി, ഭിക്ഷ നൽകുന്ന ഭിക്ഷുവിനു മുമ്പിൽ മുട്ടുകുത്താം. ബുദ്ധന്റെ പ്രതിനിധിയാണ് ഭിക്ഷ നൽകുന്ന ഭിക്ഷുവെന്ന് വിചാരിച്ച് മുട്ടുകുത്തുന്നതാണ് ശരി. ഭിക്ഷ സ്വീകരിക്കുന്ന വ്യക്തി കൈകൾ ഒന്നിച്ചുചേർത്ത് താമരമുകുളം പോലെയാക്കി മൂന്നുതവണ പറയണം, ‘ഈ ജീവിത

ത്തിൽ മാർഗം കാണിച്ചു തരുന്നവനായ ബുദ്ധനിൽ ഞാൻ ശരണം തേടുന്നു. സ്നേഹത്തിന്റെയും ധാരണയുടെയും മാർഗമായ ധർമത്തിൽ ഞാൻ ശരണം തേടുന്നു. ഉൽബുദ്ധതയിലും സമന്വയത്തിലും ജീവിക്കുന്ന സമൂഹമെന്ന സംഘത്തിൽ ഞാൻ ശരണം തേടുന്നു. ഈ ശരണങ്ങൾ മൂന്നാവർത്തിച്ചശേഷം ബുദ്ധന്റെ സംഘത്തിലെ ഭിക്ഷുവായി പരിഗണിക്കപ്പെടും. ഇതെന്റെ ദരിദ്രമായ നിർദ്ദേശങ്ങൾ മാത്രമാണ്. ഗുരോ, ദയവായി തിരുത്തിയാലും!"

ബുദ്ധൻ മറുപടി നല്കി, "കൊണ്ടെണ്ണ സഹോദര, ഇത് വളരെ നന്നായിരിക്കുന്നു. നേരത്തെ ഭിക്ഷുവായവനു മുമ്പിൽ മുട്ടുകുത്തി മൂന്നു തവണ ശരണം ചെയ്യുന്നത് ധാരാളമാണ്, ഒരു ഭിക്ഷുവായി ത്തീരാൻ."

ഈ തീരുമാനത്തിൽ സംഘത്തിന് സന്തോഷമുണ്ടായി.

കുറച്ചു ദിവസങ്ങൾക്കുശേഷം, ബുദ്ധൻ തന്റെ വസ്ത്രം എടുത്തണിഞ്ഞ് ഭിക്ഷാപാത്രം ഉയർത്തി ഇസി പട്ടണം വിട്ടു. അതൊരു സവിശേഷസൗന്ദര്യമുള്ള പ്രഭാതമായിരുന്നു. മഗധയിലേക്ക് മടങ്ങാൻ അദ്ദേഹം ഗംഗാനദിയുടെ നേരെ നടന്നു.

25. സംഗീതത്തിന്റെ ഉത്തുംഗമായ കൊടുമുടി

മുമ്പും ബുദ്ധൻ വാരണാസിയിൽനിന്ന് രാജഗൃഹത്തിലേക്ക് സഞ്ചരിച്ചിട്ടുണ്ട്. അദ്ദേഹം സാവകാശം നടന്നു, ചുറ്റിലുമുള്ള വനങ്ങളും വയലുകളും ആസ്വദിച്ചുകൊണ്ട്. ഉച്ചയോടെ വഴിയരികിലുള്ള ചെറിയൊരു ഗ്രാമത്തിൽ ഭിക്ഷയെടുക്കാനായി തങ്ങി. പിന്നീടദ്ദേഹം ശാന്തമായി ഭക്ഷണം കഴിക്കാൻ കാടിനുള്ളിലേക്ക് പ്രവേശിച്ചു. പിന്നെ അവിടെത്തന്നെ നടന്ന് ധ്യാനം ചെയ്തു. അതുകഴിഞ്ഞ്; തണലുള്ള ഒരു മരത്തിന്റെ കീഴിൽ ധ്യാനിക്കാനിരുന്നു. കാട്ടിൽ ഏകനായിരിക്കുന്നത് അദ്ദേഹം ആസ്വദിച്ചു. അദ്ദേഹം കുറച്ച് മണിക്കൂറുകൾ ധ്യാനിച്ചശേഷം, നന്നായി വസ്ത്രധാരണം ചെയ്ത ഒരു കൂട്ടം യുവാക്കൾ, എന്തിനെപ്പറ്റിയോ അസ്വസ്ഥരായി അദ്ദേഹത്തെ കടന്നുപോയി. കൂട്ടത്തിൽ മുമ്പിലുണ്ടായിരുന്ന യുവാവ് തലതാഴ്ത്തി ബുദ്ധനെ അഭിവാദ്യം ചെയ്തു. "സന്യാസി, ഒരു പെൺകുട്ടി ഈ വഴി ഓടിപ്പോകുന്നത് കണ്ടുവോ?"

ബുദ്ധൻ ചോദിച്ചു, "എന്തുകൊണ്ട് നിങ്ങളവളെ കണ്ടുപിടിക്കാനാഗ്രഹിക്കുന്നു?"

യുവാവ് തുടക്കംമുതലുള്ള അവരുടെ കഥ പറഞ്ഞു. അവർ വാരണാസി നഗരത്തിൽ നിന്നുള്ളവരാണ്. കാട്ടിൽ ഉല്ലസിക്കാൻ വന്നതാണ്. നേരമ്പോക്കിന് ഒരു യുവതിയെയും സംഗീതോപകരണങ്ങളും കൂടെക്കൊണ്ടുവന്നിരുന്നു. തീറ്റയും പാട്ടും കൂത്തും കഴിഞ്ഞപ്പോൾ തളർന്നവശരായി അവർ കാട്ടിൽ ഒന്ന് മയങ്ങാൻ കിടന്നു. പക്ഷേ, അവരുണർന്നു നോക്കിയപ്പോൾ യുവതിയെ കാണാനില്ല. അവൾ അവരുടെ ആഭരണങ്ങളുമായി കടന്നുകളഞ്ഞു. അവരവളെ തിരഞ്ഞുപിടിക്കാനിറങ്ങിയിരിക്കയാണ്.

ബുദ്ധൻ ശാന്തനായി യുവാവിനെ നോക്കി ചോദിച്ചു, "സുഹൃത്തുക്കളെ പറയൂ, ആ പെൺകുട്ടിയെ കണ്ടുപിടിക്കുന്നതോ നിങ്ങളെത്തന്നെ അന്വേഷിക്കുന്നതോ, ഈ നിമിഷത്തിൽ നല്ലത്?"

യുവാക്കൾ പരിഭ്രമിച്ചു. ബുദ്ധന്റെ തേജസ്സുറ്റ രൂപവും അസാധാരണമായ ചോദ്യവും അവരെ അവരിലേക്ക് തിരിച്ചുകൊണ്ടുപോയി. ആദ്യത്തെ ചെറുപ്പക്കാരൻ മറുപടി പറഞ്ഞു, "അഭിവന്ദ്യനായ ഗുരുനാഥാ, ഒരുപക്ഷേ, ഞങ്ങൾ ആദ്യമായി ഞങ്ങളെത്തന്നെ കണ്ടുപിടിക്കണം."

ബുദ്ധൻ പറഞ്ഞു, "ജീവിതത്തെ ഈ നിമിഷത്തിൽ മാത്രമേ കണ്ടെത്താൻ കഴിയൂ. പക്ഷേ, നമ്മുടെ മനസ്സുകൾ അപൂർവമായേ ഈ നിമിഷത്തിൽ തങ്ങുന്നുള്ളൂ. പകരം നാം ഭൂതകാലത്തിന്റെ പിന്നാലെ പായുന്നു, അല്ലെങ്കിൽ ഭാവിയുടെ. നാം വിചാരിക്കുന്നു, നാം നമ്മൾ തന്നെയെന്ന്. എന്നാൽ സത്യത്തിൽ നാം നമ്മുടെ സ്വത്വങ്ങളുമായി ഒരിക്കലും സമ്പർക്കത്തിലല്ല. നമ്മുടെ മനസ്സുകൾ ഇന്നലത്തെ ഓർമകളുടെയോ നാളത്തെ സ്വപ്നങ്ങളുടെയോ പിന്നാലെ പായുന്ന തിരക്കിലാണ്. ജീവിതവുമായി സമ്പർക്കത്തിലാവാനുള്ള ഒരേ ഒരു വഴി ഈ നിമിഷത്തിലേക്ക് തിരിച്ചുവരികയെന്നതാണ്. ഒരിക്കൽ നിങ്ങൾ ഈ വർത്തമാന നിമിഷത്തിലേക്ക് തിരിച്ചു വരുന്നതെങ്ങിനെയെന്ന് അറിയുകയാണെങ്കിൽ, നിങ്ങൾ ഉൽബുദ്ധരാക്കപ്പെടും. ആ നിമിഷത്തിൽ നിങ്ങൾ നിങ്ങളുടെ യഥാർത്ഥ സ്വത്വം കണ്ടെത്തും.

"സൂര്യപ്രകാശത്തിൽ താലോലിതമാകുന്ന ഈ തളിരിലകൾ നോക്കുക. നിങ്ങളെപ്പോഴെങ്കിലും പ്രശാന്തവും ഉൽബുദ്ധവുമായ ഹൃദയത്തിൽ ഇലകളുടെ പച്ചയെ സത്യസന്ധമായി നോക്കിയിരുന്നിട്ടുണ്ടോ? പച്ചയുടെ ഈ തണൽ ജീവന്റെ അത്ഭുതങ്ങളിലൊന്നാണ്. എപ്പോഴെങ്കിലും നിങ്ങളത് സത്യസന്ധമായി നോക്കിയിട്ടില്ലെങ്കിൽ, ഇപ്പോൾ അപ്രകാരമൊന്ന് ചെയ്യൂ."

യുവാവ് ലജ്ജിതനായി ഓടക്കുഴൽ ചുണ്ടിൽവെച്ച് മീട്ടാൻ തുടങ്ങി. എല്ലാവരും ശുഷ്കാന്തിയോടെ ശ്രദ്ധിച്ചു. ഭഗ്നാശനായ ഒരു കാമുകന്റെ വിലാപം പോലെയായിരുന്നു ഓടക്കുഴലിന്റെ നാദം. യുവാവ് ഓടക്കുഴൽ മീട്ടുന്നതിൽ നിന്ന് ബുദ്ധന്റെ കണ്ണുകൾ ചലിച്ചതേയില്ല. അവൻ പാട്ട് നിർത്തിയപ്പോൾ മധ്യാഹ്നവനത്തെ ദുഃഖം മൂടുന്നതായി തോന്നി. പിന്നെയും ആരും ഒന്നും മിണ്ടിയില്ല. പെട്ടെന്ന് യുവാവ് ഓടക്കുഴൽ ബുദ്ധന്റെ നേരെ നീട്ടി, "സംപൂജ്യനായ സന്യാസി, ഞങ്ങൾക്കുവേണ്ടി മീട്ടിയാലും!"

ബുദ്ധൻ പുഞ്ചിരിച്ചു. മറ്റു യുവാക്കൾ പൊട്ടിച്ചിരിക്കാനും, അവരുടെ സുഹൃത്ത് ഒരു ശരിയായ വിഡ്ഢിയാണെന്നുറച്ചുകൊണ്ട്. ഒരു സന്യാസി ഓടക്കുഴൽ മീട്ടുന്നത് ആരെങ്കിലും കേട്ടിട്ടുണ്ടോ? എന്നാൽ അവരെ വിസ്മയിപ്പിച്ചുകൊണ്ട് ബുദ്ധൻ ഓടക്കുഴൽ കൈയിലെടുത്തു. യുവാക്കളുടെ ശ്രദ്ധ ബുദ്ധനിലേക്ക് തിരിഞ്ഞു. അവരുടെ ആകാംക്ഷ മറച്ചുവെക്കാനാവാതെ. ബുദ്ധൻ അനേകം തവണ ആഴത്തിൽ ശ്വാസമെടുത്തു. ഓടക്കുഴൽ ചുണ്ടിലേക്കുയർത്തി.

കപിലവസ്തുവിലെ രാജകീയ പൂന്തോട്ടങ്ങളിൽ കാലങ്ങൾക്കു മുമ്പ്, വേണുമീട്ടിയ യുവാവിന്റെ രൂപം ബുദ്ധന്റെ മനസ്സിലുയർന്നു. മഹാപ്രജാപതി ഒരു കല്ലിലിരുന്ന് ശ്രദ്ധിക്കുന്നത് അദ്ദേഹത്തിന് കാണാൻ

കഴിഞ്ഞു. നറുമണം പരത്തുന്ന ചന്ദനക്കുറ്റിയുമായി യശോധര അവിടെയുണ്ട്. ബുദ്ധൻ വേണുമീട്ടാൻ തുടങ്ങി.

സന്ധ്യാഭക്ഷണസമയത്ത് കപിലവസ്തുവിന് വെളിയിലുള്ള ഒറ്റപ്പെട്ട ഒരു കുടിലിന്റെ മേൽക്കൂരയിൽനിന്നും സൗമ്യമായുയരുന്ന പുകയുടെ നേർത്ത ഇഴപോലെ ലോലമായിരുന്നു, ആ ശബ്ദം. സാവകാശം ആ നേർത്ത ഇഴ ആകാശത്തിന് കുറുകെ മേഘക്കൂട്ടംപോലെ വികസിച്ചു. അത് ആയിരം ഇതളുകളുള്ള താമരയായി രൂപാന്തരപ്പെട്ടു. ഓരോ ഇതളും മിന്നി മിന്നി തെളിയുന്ന വീശുന്ന വ്യത്യസ്ത വർണ്ണമായി. ഒരു വേണുഗായകൻ പതിനായിരം വേണുഗായകരായിത്തീർന്ന പോലെ തോന്നിച്ചു. പ്രപഞ്ചത്തിലെ സകല വിസ്മയങ്ങളും ശബ്ദമായി രൂപാന്തരപ്പെട്ടു- ഒരായിരം വർണ്ണങ്ങളുടെയും രൂപങ്ങളുടെയും ശബ്ദം. ഇളംകാറ്റുപോലെ കനം കുറഞ്ഞതും മഴത്താളംപോലെ ദ്രുതമായതും. തലയ്ക്കു മുകളിൽ പറക്കുന്ന കൊക്കിനെപ്പോലെ വ്യക്തം. താരാട്ടുപോലെ ആത്മബന്ധമുള്ളത്. പ്രകാശിക്കുന്ന രക്തംപോലെ തിളങ്ങുന്നത്. ലാഭചേതങ്ങളുടെ സകലചിന്തകളും അധഃകരിച്ച ഒരുവന്റെ പുഞ്ചിരിപോലെ നേർത്തത്. ഈ ഉദാത്തസംഗീതം കേൾക്കുവാൻ വനത്തിലെ പക്ഷികൾ പാട്ട് നിർത്തി. ഇളംകാറ്റുകൾ ഇലകളിൽ മർമ്മരമാകുന്നതുപോലും നിർത്തി. ശാന്തിയുടെയും വിസ്മയത്തിന്റെയും പ്രശാന്തിയുടെയും അന്തരീക്ഷം കാടിനെ ചൂഴ്ന്നു.ബുദ്ധനു ചുറ്റുമിരുന്ന യുവാക്കൾ പൂർണമായും നവോന്മേഷഭരിതരായി. അവരിപ്പോൾ പൂർണമായും വർത്തമാനകാലനിമിഷത്തിൽ തങ്ങി; മരങ്ങളുടെയും ബുദ്ധന്റെയും വേണുവിന്റേയും പരസ്പരസൗഹൃദത്തിന്റെയും അത്ഭുതങ്ങളുമായി സമ്പർക്കത്തിലായി. ബുദ്ധൻ ഓടക്കുഴൽ താഴെ വെച്ചശേഷവും, അവർക്ക് സംഗീതം കേൾക്കായി. ഒരു യുവാവുപോലും യുവതിയെക്കുറിച്ചോ അവൾ മോഷ്ടിച്ച ആഭരണങ്ങളെക്കുറിച്ചോ വിചാരപ്പെട്ടില്ല.

ആരും കുറച്ചുനേരം മിണ്ടിയില്ല. പിന്നെ, ഓടക്കുഴലിന്റെ ഉടമസ്ഥനായ യുവാവ് ബുദ്ധനോട് ചോദിച്ചു, "ഗുരുനാഥാ, അങ്ങ് വിസ്മയകരമായി വേണുമീട്ടുന്നു! ഇത്ര നന്നായി ആരും ഓടക്കുഴൽ മീട്ടുന്നത് ഞാൻ കേട്ടിട്ടില്ല. അങ്ങ് ആരുടെയെടുത്താണ് പഠിച്ചത്? അങ്ങ് എന്നെ ഒരു വിദ്യാർത്ഥിയായി സ്വീകരിച്ച് ഓടക്കുഴൽ പഠിപ്പിക്കുമോ?"

ബുദ്ധൻ പുഞ്ചിരിച്ചു, "ഞാനൊരു കുട്ടിയായിരുന്നപ്പോഴാണ് ഓടക്കുഴൽ മീട്ടാൻ പഠിച്ചത്. എന്നാൽ ഏതാണ്ട് ഏഴ് വർഷക്കാലമായി ഞാൻ വായിച്ചിട്ടില്ല. എന്തായാലും മുമ്പത്തെതിനേക്കാൾ നന്നായിരിക്കുന്നു, എന്റെ ശബ്ദം."

"അതെങ്ങിനെ ഗുരുനാഥാ?, ഏഴു കൊല്ലമായി പരിശീലിച്ചിട്ടില്ലെ

ങ്കിൽ എങ്ങിനെയാണ് അങ്ങയുടേത് മുമ്പത്തെക്കാളും നന്നായിരിക്കുക?"

"വേണുമീട്ടുകയെന്നത് പൂർണമായും പരിശീലിക്കുന്നതിനെ ആശ്രയിച്ചിരിക്കുന്നില്ല. പണ്ടത്തേക്കാൾ നന്നായി ഞാൻ ഓടക്കുഴൽ മീട്ടുന്നതിനു കാരണം, ഞാനെന്റെ സ്വത്വം കണ്ടെത്തിയതുകൊണ്ടാണ്. നിങ്ങളുടെ സ്വന്തം ഹൃദയത്തിൽ കിടയറ്റ സൗന്ദര്യം നിങ്ങൾക്ക് ആദ്യമേതന്നെ കണ്ടുപിടിക്കാനായില്ലെങ്കിൽ, കലയിൽ ഉത്തുംഗമായ ഉയരങ്ങളിലേക്ക് നിങ്ങൾക്കെത്താൻ കഴിയില്ല. നിങ്ങൾക്ക് ഓടക്കുഴൽ സത്യമായിട്ടും നന്നായി വായിക്കണമെന്നുണ്ടെങ്കിൽ, ഉൽബുദ്ധതയുടെ പാതയിൽ നിങ്ങൾ നിങ്ങളുടെ യഥാർത്ഥ സ്വത്വം കണ്ടെത്തണം."

ബുദ്ധൻ വിമോചനത്തിന്റെ മാർഗ്ഗവും നാല് ശ്രേഷ്ഠസത്യങ്ങളും ശ്രേഷ്ഠമായ അഷ്ടമാർഗങ്ങളും വിശദമാക്കി. യുവാക്കൾ ശ്രദ്ധാപൂർവം കേട്ടിരുന്നു. ബുദ്ധൻ സംസാരം അവസാനിപ്പിച്ചതും ഓരോരുത്തരും മുട്ടുകാലിൽ കുനിഞ്ഞു, തങ്ങളെ ശിഷ്യരായി സ്വീകരിക്കണമെന്നപേക്ഷിച്ചു. ബുദ്ധൻ എല്ലാവരെയും ഭിക്ഷുമാരാക്കി. പിന്നീടദ്ദേഹം അവരോട് ഇസി പട്ടണത്തിലേക്ക് പോകാനും സ്വയം കൊണ്ടണ്ണന് പരിചയപ്പെടുത്താനും നിർദ്ദേശിച്ചു. കൊണ്ടണ്ണൻ മാർഗത്തിന്റെ പരിശീലനത്തിൽ അവരെ നയിക്കും. താമസിയാതെ അവരെ കാണാമെന്ന് ബുദ്ധൻ അവരോട് പറഞ്ഞു.

ആ രാത്രി ബുദ്ധൻ കാട്ടിൽ ഒറ്റയ്ക്ക് താമസിച്ചു. പിറ്റേന്നു രാവിലെ, ബുദ്ധൻ ഗംഗ മുറിച്ചു കടന്ന്, കിഴക്കോട്ട് നീങ്ങി. ബിംബിസാര രാജാവിനെ രാജഗൃഹത്തിൽവെച്ച് കാണാൻ പോകുന്നതിനു മുമ്പ്, ഉരുവേലയിലെ കുട്ടികളെ കാണാൻ അദ്ദേഹം ആഗ്രഹിച്ചു.

26. ജലവും ഉയരുന്നു

ഏഴു ദിവസങ്ങൾക്കുശേഷം, ബോധിവൃക്ഷത്തിന്റെ കാട്ടിൽ മടങ്ങിയെത്തിയതിൽ ബുദ്ധൻ സന്തോഷവാനായിരുന്നു. അദ്ദേഹം രാത്രി അവിടെ വിശ്രമിച്ചു. പ്രഭാതത്തിൽ നിരഞ്ജരനദിയുടെ കരയിൽവെച്ച് അദ്ദേഹം സ്വാസ്തിയെ അത്ഭുതപ്പെടുത്തി. അവർ നദിക്കരയിൽ ഏറെ നേരം ഇരുന്നു. കുറച്ചുകഴിഞ്ഞപ്പോൾ കാലികൾക്കുള്ള കുശപ്പുല്ലരിയുന്നത് തുടരാൻ അദ്ദേഹം അവനോട് പറഞ്ഞു. പുല്ലരിയാൻ അദ്ദേഹവും സ്വാസ്തിയെ സഹായിച്ചു. പിന്നെ സ്വാസ്തിയോട് വിട പറഞ്ഞ്, അദ്ദേഹം ഭിക്ഷയെടുക്കാൻ ഗ്രാമത്തിലേക്ക് നടന്നു.

പിറ്റേന്ന് ഉച്ചതിരിഞ്ഞ് ഗ്രാമത്തിലെ കുട്ടികൾ ബുദ്ധനെ സന്ദർശിക്കാൻ കാട്ടിലെത്തി. സ്വാസ്തിയുടെ വീട്ടുകാരെല്ലാമുണ്ടായിരുന്നു. സുജാത അവളുടെ ചങ്ങാതിമാരെയെല്ലാം കൊണ്ടുവന്നു. കുട്ടികൾ വീണ്ടും ബുദ്ധനെ കാണുവാൻ സന്തോഷമുള്ളവരായിരുന്നു. കഴിഞ്ഞ വർഷത്തിൽ തനിക്ക് സംഭവിച്ചതെല്ലാം അദ്ദേഹം കുട്ടികളോട് പറഞ്ഞപ്പോൾ അവരതെല്ലാം ശ്രദ്ധിച്ചുകേട്ടു. സ്വാസ്തിക്ക് ഇരുപതു വയസ്സായാൽ, അവനെ ഒരു ഭിക്ഷുവായി താൻ സ്വീകരിക്കാമെന്ന് ബുദ്ധൻ അവന് വാക്കുകൊടുത്തു. അന്നേരം, സ്വാസ്തിയുടെ അനിയത്തിമാരും അനിയനും കാര്യം നോക്കാൻ പ്രാപ്തരാകും.

കഴിഞ്ഞ കുറച്ച് മാസങ്ങളിൽ ഇവിടെയടുത്തായി ഒരാത്മീയസമൂഹം ഒരു ബ്രാഹ്മണന്റെ നേതൃത്വത്തിൽ രൂപപ്പെട്ടിട്ടുണ്ടെന്ന് കുട്ടികൾ ബുദ്ധനോട് പറഞ്ഞു. അവരാകെ അഞ്ഞൂറ് ഭക്തരുണ്ട്. ഭിക്ഷുക്കളെപ്പോലെ അവർ തലകൾ മുണ്ഡനം ചെയ്തിരുന്നില്ല. പകരം അവർ അവരുടെ മുടി മെടഞ്ഞു; നെറുകയിൽ കെട്ടിവെച്ചു. അവർ അഗ്നിദേവനെയാണ് ആരാധിച്ചിരുന്നത്. കശ്യപൻ എന്നായിരുന്നു ആ ബ്രാഹ്മണന്റെ പേര്. അദ്ദേഹത്തെ കണ്ടവരെല്ലാം അദ്ദേഹത്തെ അങ്ങേയറ്റം ആദരിച്ചു.

പിറ്റേന്ന് രാവിലെ, ബുദ്ധൻ നദി കുറുകെ കടന്നു. കശ്യപ ഗുരുവിന്റെ സമൂഹത്തെ കണ്ടു. അദ്ദേഹത്തിന്റെ അനുയായികൾ ഇലകളുള്ള മരക്കൊമ്പുകളാൽ ലളിതമായ കുടിലുകെട്ടിയാണ് താമസിച്ചിരുന്നത്. മരവുരിയാണ് ധരിച്ചിരുന്നത്. ഭിക്ഷയെടുക്കാൻ അവർ ഗ്രാമത്തിൽ പോയില്ല. എന്നാൽ ഗ്രാമീണർ കൊണ്ടുവന്ന നിവേദ്യങ്ങൾ സ്വീകരിച്ചു. കൂടാതെ, ഭക്ഷണത്തിനുവേണ്ടിയും ബലിക്കു വേണ്ടിയും

മൃഗങ്ങളെ വളർത്തി. കശ്യപന്റെ അനുയായികളിലൊരാളോട് സംസാരിക്കുവാനായി ബുദ്ധൻ നിന്നു. കശ്യപൻ വേദങ്ങളിൽ അഗാധനിഷ്ണാതനാണെന്നും കഠിനമായ വ്രതചര്യയുള്ള ജീവിതമാണ് നയിച്ചിരുന്നതെന്നും അദ്ദേഹം പറഞ്ഞു. കശ്യപന് താഴെ രണ്ട് സഹോദരങ്ങളുണ്ട്, അദ്ദേഹം വിശദീകരിച്ചു. അവരും അഗ്നിയാരാധനയുടെ സമൂഹത്തെ നയിച്ചു. മൂന്ന് സഹോദരന്മാരും അഗ്നിയെ പ്രപഞ്ചത്തിന്റെ മൗലികസത്തയായി മുറുകെപ്പിടിച്ചു. ഉരുവേല കശ്യപൻ തന്റെ രണ്ടു സഹോദരന്മാരാൽ വളരെയേറെ സ്നേഹിക്കപ്പെട്ടിരുന്നു. വടക്കോട്ട് ഒരു ദിവസം നടന്നാലെത്തുന്ന നിരഞ്ജരയുടെ തീരത്ത് മുന്നൂറ് ഭക്തരുമായി നാഡി കശ്യപൻ താമസിച്ചു. ഗയ കശ്യപൻ ഇരുനൂറ് പേരുമായി ഗയയിലും.

കശ്യപ ശിഷ്യൻ ബുദ്ധനെ ഗുരുവിന്റെ കുടിലിലേക്ക് കൊണ്ടുപോയി. ബുദ്ധന് ഗുരുവിനെ കേൾക്കാമല്ലോയെന്ന ഉദ്ദേശത്തിൽ. കശ്യപൻ ചെറുപ്പമായിരുന്നില്ല. എങ്കിലും അദ്ദേഹമിപ്പോഴും ചടുലനും ഊർജ്ജസ്വലതയുള്ളവനുമായിരുന്നു. യുവാവായ ഗുരുനാഥന്റെ അസാധാരണമായ ഭാവം കണ്ടതും, അദ്ദേഹം വളരെപ്പെട്ടെന്ന് ബുദ്ധനിലേക്കാകർഷിക്കപ്പെടുകയും അദ്ദേഹത്തെ വിശിഷ്ടാതിഥിയായി സ്വീകരിക്കുകയും ചെയ്തു. കശ്യപൻ ബുദ്ധനെ കുടിലിനു പുറത്ത് ഒരു മരക്കുറ്റിമേൽ ഇരിക്കാൻ ക്ഷണിച്ചു. അവർ രണ്ടുപേരും ദീർഘനേരം സംഭാഷണം നടത്തി. ബുദ്ധന്റെ വേദങ്ങളിലുള്ള അറിവ് കശ്യപനെ വിസ്മയിപ്പിച്ചു. തനിക്കുപോലും മനസ്സിലാക്കാനാവാത്ത ചില പ്രത്യേക ദർശനങ്ങൾ ഈ യുവസന്യാസി ഗ്രഹിച്ചിട്ടുണ്ടെന്നറിഞ്ഞ അദ്ദേഹം കൂടുതൽ വിസ്മയിച്ചു. അഥർവവേദത്തിലെയും ഋഗ്വേദത്തിലെയും ചില ഉദാത്തമായ ഭാഗങ്ങൾ വിശദീകരിക്കുവാൻ ബുദ്ധൻ സഹായിച്ചു. കശ്യപന് അതറിയാമെന്നാണ് അദ്ദേഹം ധരിച്ചിരുന്നത്. എന്നാൽ അത് ശരിക്കും താൻ മനസ്സിലാക്കിയിരുന്നില്ലെന്ന് കശ്യപൻ തിരിച്ചറിഞ്ഞു. അതിനേക്കാൾ അത്ഭുതപ്പെടുത്തിയത് യുവസന്യാസിക്ക് ചരിത്രത്തിലും സിദ്ധാന്തത്തിലും ബ്രാഹ്മണാചാരങ്ങളിലുമുള്ള അറിവാണ്.

ഉരുവേല കശ്യപനുമൊത്ത് ഉച്ചഭക്ഷണം കഴിക്കുവാനുള്ള ക്ഷണം ബുദ്ധൻ സ്വീകരിച്ചു. ബുദ്ധൻ തന്റെ പുറംവസ്ത്രം വൃത്തിയിൽ മടക്കി ഉപധാനമാക്കി അതിന്മേലിരുന്നു, ഏകാഗ്രതയോടെ നിശബ്ദനായി ഭക്ഷണം കഴിച്ചു. ബുദ്ധന്റെ പ്രശാന്തവും ഉജ്ജ്വലവുമായ മുഖഭാവത്തിൽ മതിപ്പു തോന്നിയ അദ്ദേഹം മൗനം ഭഞ്ജിച്ചില്ല.

അന്നുച്ചതിരിഞ്ഞ് അവർ സംഭാഷണം തുടർന്നു. ബുദ്ധൻ ചോദിച്ചു, “കശ്യപ ഗുരു, അഗ്നി ആരാധന എങ്ങിനെ ഒരാളെ വിമോചനത്തിലേക്ക് നയിക്കുമെന്ന് അങ്ങ് വിശദീകരിക്കുമോ?”

ഉരുവേല കശ്യപൻ അപ്പോൾ തന്നെ മറുപടി പറഞ്ഞില്ല. അസാധാരണക്കാരനായ ഈ യുവസന്യാസിക്ക് ഉപരിപ്ലവവും സാധാരണവുമായ ഒരു പ്രതികരണം മതിയാവില്ലയെന്ന് അദ്ദേഹമറിഞ്ഞു. അഗ്നിയാണ് പ്രപഞ്ചത്തിന്റെ അടിസ്ഥാനപരമായ അന്തസ്സത്തയെന്ന് തന്റെ സന്യാസീ പറഞ്ഞ് കശ്യപൻ ആരംഭിച്ചു. ബ്രഹ്മത്തിലാണ് അതിന്റെ ഉല്പത്തി. തന്റെ സന്യാസീ സമൂഹത്തിലെ പ്രധാന ബലിപീഠമായ അഗ്നികോവിലിൽ, എരിഞ്ഞുകൊണ്ടിരിക്കുന്ന പവിത്രമായ ഒരഗ്നി എപ്പോഴും സൂക്ഷിച്ചു. ആ അഗ്നിതന്നെ ബ്രഹ്മത്തിന്റെ പ്രതീകമാണ്. അഥർവവേദം അഗ്നിയാരാധനയെപ്പറ്റി പറയുന്നുണ്ട്. അഗ്നി ജീവനാണ്. അഗ്നിയില്ലെങ്കിൽ ജീവനുണ്ടായിരിക്കില്ല. അഗ്നി പ്രകാശമാണ്, ചൂടാണ്, മനുഷ്യർക്കും മൃഗങ്ങൾക്കും സസ്യങ്ങൾക്കും ജീവിക്കാൻ സാധ്യമാകുന്ന സൂര്യന്റെ പ്രഭവകേന്ദ്രമാണ്. അത് ഇരുണ്ട നിഴലുകളെ ആട്ടിപ്പായിച്ചു. തണുപ്പിനെ കീഴടക്കി. എല്ലാ ജീവികൾക്കും പ്രാണശക്തിയും ആനന്ദവും നല്കി. ഭക്ഷണം ഭക്ഷിക്കാനാക്കുന്നത് അഗ്നിയാണ്. ആളുകൾക്ക് മരണത്തിൽ ബ്രഹ്മ പുനഃഐക്യം സാധിക്കുന്നത് അഗ്നി മൂലമാണ്. ജീവന്റെ ഉറവിടം അഗ്നിയായതിനാൽ അത് ബ്രഹ്മാവ് തന്നെയാണ്. അഗ്നിയുടെ ദേവനായ അഗ്നി, ബ്രഹ്മാവിന്റെ നൂറായിരം ആവിഷ്കാരങ്ങളിൽ ഒന്നാണ്. അഗ്നിപീഠത്തിൽ, രണ്ട് തലകളുള്ളതായി അഗ്നി വിശേഷിപ്പിക്കപ്പെടുന്നു. ഒന്ന്, അഗ്നിയുടെ നിത്യോപയോഗങ്ങളെ പ്രതിനിധാനം ചെയ്യുന്നു. മറ്റേത് ത്യാഗത്തിന്റേയും ജീവന്റെ ഉറവിടത്തിലേക്ക് മടങ്ങുന്ന അഗ്നിയായും പ്രതിനിധാനം ചെയ്യപ്പെടുന്നു. അഗ്നിയാരാധകർ നാല്പത് ബലിയനുഷ്ഠാനങ്ങൾ ചെയ്യുന്നുണ്ട്. അവരുടെ സമൂഹത്തിലെ ഒരുവൻ ധർമ്മോപദേശങ്ങളും കഠിന വ്രതങ്ങളും അനുഷ്ഠിക്കണം. വിമോചനത്തിലേക്ക് നയിക്കുന്ന പാത പിന്തുടരാനായി ശുഷ്കാന്തിയോടെ പ്രാർത്ഥിക്കണം.

ഇന്ദ്രിയസുഖങ്ങളിൽ സ്വയം മാഴ്കുകയും സമൂഹത്തിലെ തങ്ങളുടെ പദവി, സമ്പത്താർജിക്കുവാൻ ഉപയോഗിക്കുകയും ചെയ്യുന്ന ബ്രാഹ്മണരെ കശ്യപൻ ശക്തമായി എതിർത്തു. അത്തരം ബ്രാഹ്മണർ അനുഷ്ഠാനങ്ങൾ ചെയ്യുകയും വേദങ്ങൾ ചൊല്ലുകയും ചെയ്യുന്നത് ധനികരാകാൻ വേണ്ടി മാത്രമാണ്. അതുകൊണ്ട് പരമ്പരാഗത ബ്രാഹ്മണ മാർഗ്ഗം കളങ്കപ്പെട്ടു.

ബുദ്ധൻ പറഞ്ഞു, “കശ്യപ ഗുരുനാഥാ, ജലം ജനങ്ങളെ ശുദ്ധീകരിക്കുകയും ബ്രഹ്മത്തിൽ ലയിപ്പിക്കുകയും ചെയ്യുന്നു എന്നു പറയുന്ന, ജലം ജീവന്റെ അടിസ്ഥാനസത്തയെന്നു പറയുന്നവരെപ്പറ്റി അങ്ങെന്ത് വിചാരിക്കുന്നു?”

കശ്യപൻ സംശയിച്ചു. ഗംഗാജലങ്ങളിലും മറ്റ് പുണ്യനദികളിലും

സ്വയം ശുദ്ധീകരിക്കാൻ മുങ്ങിക്കുളിക്കുന്ന ലക്ഷോപലക്ഷം മനുഷ്യരെപ്പറ്റി ആ നിമിഷം അദ്ദേഹം ചിന്തിച്ചു.

"ഗൗതമാ, വെള്ളം ഒരുവനെ മോക്ഷപ്രാപ്തിക്ക് സഹായിക്കുന്നില്ല. വെള്ളം സ്വാഭാവികമായും താഴേയ്ക്കൊഴുകിക്കൊണ്ടിരിക്കുന്നു. അഗ്നി മാത്രമേ ഉദിച്ചുയരുന്നുള്ളൂ. നാം മരിക്കുമ്പോൾ, അഗ്നികാരണം നമ്മുടെ ശരീരം പുകയായി ഉയരുന്നു."

"കശ്യപ ഗുരുനാഥാ, അത് ശരിയല്ല. മുകളിൽ ഒഴുകുന്ന വെളുത്ത മേഘങ്ങളും ജലത്തിന്റെ ഒരു രൂപമാണ്. അങ്ങിനെ ജലവും ഉയരുന്നു. തീർച്ചയായും, പുകതന്നെ ബാഷ്പീകൃതമായ ജലമല്ലാതെ മറ്റൊന്നല്ല. പുകയും മേഘങ്ങളും ആത്യന്തികമായി ദ്രവരൂപത്തിലേക്ക് മടങ്ങും. സകലവസ്തുക്കളും അങ്ങേയ്ക്കറിയാമെന്ന് എനിക്കറിയാം, ചാക്രികമായി ചലിക്കുന്നു."

"പക്ഷേ, എല്ലാ വസ്തുക്കളും ഒരേ അടിസ്ഥാന സത്ത പങ്കിടുന്നു; എല്ലാ വസ്തുക്കളും ആ ഒരു സത്തയിലേക്ക് മടങ്ങുന്നു."

"കശ്യപ ഗുരുനാഥാ, എല്ലാ വസ്തുക്കളും അവയുടെ നിലനില്പിൽ മറ്റു വസ്തുക്കളെ ആശ്രയിക്കുന്നു. ഉദാഹരണത്തിന് എന്റെ കൈയിലെ ഈ ജലം എടുക്കുക. ഈ ഇലയുടെ അസ്തിത്വം, ഭൂമി, ജലം, ചൂട്, വിത്ത്, മരം, മേഘങ്ങൾ സൂര്യൻ കാലം ശൂന്യത എന്നീ എല്ലാ ഘടകങ്ങളും മൂലമാണ് സാധ്യമായത്. ഇവയിലേതെങ്കിലുമൊരു ഘടകം നഷ്ടമായാൽ, ഇലയ്ക്ക് അസ്തിത്വമില്ല.

സകലജീവികളും ജൈവികമായും ജഡികമായും ആശ്രിതമായ സഹോൽഭവത്തിന്റെ (dependent co-arising) നിയമത്തിന്മേലാണ് ആശ്രയിച്ചിരിക്കുന്നത്. ഒരു വസ്തുവിന്റെ ഉൽഭവസ്ഥാനം എല്ലാ വസ്തുക്കളുമാണ്. ഇത് ശ്രദ്ധയോടെ പരിഗണിച്ചാലും. ഞാൻ കൈയിൽ പിടിച്ചിരിക്കുന്ന ഇല, അങ്ങയുടെ സ്വന്തം അവബോധമടക്കമുള്ള പ്രപഞ്ചത്തിലെ സകല പ്രതിഭാസങ്ങളുടെയും പരസ്പര വ്യാപനം (Inter-penetration) കൊണ്ടാണെന്ന് അങ്ങ് കാണുന്നില്ലേ?"

നേരം സന്ധ്യയായി, ഇരുട്ടാവാൻ തുടങ്ങിയിരുന്നു, കശ്യപൻ ബുദ്ധനെ തന്റെ കുടിലിലേക്ക് ഉറങ്ങുവാൻ ക്ഷണിച്ചു. ഇതാദ്യമായിട്ടാണ് അദ്ദേഹം ഇത്തരത്തിൽ ആരെയെങ്കിലും ക്ഷണിക്കുന്നത്. എന്നാൽ ഇങ്ങിനെ അസാധാരണനായൊരു സന്യാസിയെ അദ്ദേഹം ഇതിനു മുമ്പ് കണ്ടിട്ടുണ്ടായിരുന്നില്ല. രാത്രി ഒറ്റയ്ക്ക് ഉറങ്ങുന്നതുമായി താൻ പൊരുത്തപ്പെട്ടു കഴിഞ്ഞെന്ന് പറഞ്ഞ്, ബുദ്ധൻ വിസമ്മതിച്ചു. വിരോധമില്ലെങ്കിൽ, താൻ അഗ്നികോവിലിൽ ഉറങ്ങാനാണിഷ്ടപ്പെടുന്നതെന്ന് ബുദ്ധൻ പറഞ്ഞു.

ആ ബ്രാഹ്മണൻ പറഞ്ഞു. "കഴിഞ്ഞ കുറെ നാളുകളായി ഉഗ്രനായൊരു സർപ്പം അഗ്നികോവിലിൽ അഭയം തേടിയിട്ടുണ്ട്. അതിനെ ആട്ടിപ്പായിക്കാനുള്ള എല്ലാ ശ്രമങ്ങളും പരാജയപ്പെട്ടു. ഗൗതമാ, സുഹൃത്തെ, താങ്കളിവിടെ ഉറങ്ങരുത്. അത് അപകടമായിരിക്കും. സർപ്പഭയം കാരണം ഞങ്ങൾ ആഘോഷച്ചടങ്ങുകളെല്ലാം പുറത്താണ് നടത്തുന്നത്. താങ്കളുടെ സുരക്ഷ കരുതി ദയവായി എന്റെ കുടിലിൽ ഉറങ്ങുക."

ബുദ്ധൻ, "ആശങ്കപ്പെടേണ്ട. ഞാൻ അഗ്നികോവിലിൽ കിടന്നുറങ്ങാനാഗ്രഹിക്കുന്നു. എനിക്കൊരപകടവും വരില്ല."

വന്യമായ വനങ്ങളിൽ താൻ ചെയ്ത കഠിനവ്രതങ്ങളെക്കുറിച്ച് ബുദ്ധൻ ഓർമിച്ചു. വന്യമൃഗങ്ങൾ അദ്ദേഹത്തെ ഉപദ്രവിക്കാതെ, കടന്നുപോയിട്ടുണ്ട്. ചിലപ്പോൾ ധ്യാനത്തിലിരിക്കുമ്പോൾ ഉഗ്രസർപ്പങ്ങൾ അദ്ദേഹത്തിന്റെ മുമ്പിൽക്കൂടി ഇടറി നീങ്ങിയിട്ടുണ്ട്. നാം അങ്ങനെയുള്ള മൃഗങ്ങളെ ഉപദ്രവിക്കാതിരിക്കാൻ ശ്രദ്ധിക്കുകയാണെങ്കിൽ, അവ നമ്മെ ഉപദ്രവിക്കില്ല.

ബുദ്ധനെ നിരുത്സാഹപ്പെടുത്താൻ കഴിയില്ലെന്നു കണ്ട കശ്യപൻ പറഞ്ഞു, "താങ്കൾ അഗ്നി കോവിലിൽ ഉറങ്ങുവാൻ ആഗ്രഹിക്കുന്നെങ്കിൽ ആവാം. താങ്കൾക്ക് എത്ര രാത്രികൾ അവിടെ ഉറങ്ങണമോ അങ്ങനെയാവാം."

ആ രാത്രി ബുദ്ധൻ കോവിലൻ പ്രവേശിച്ചു. കേന്ദ്രബലിപീഠത്തിൽ ഒരു തീക്കുണ്ഡമൊരുക്കിയിരുന്നു. മുറിയുടെ ഒരു ഭാഗത്ത് ചന്ദനത്തടികളുടെ ഒരു കൂമ്പാരമുണ്ടായിരുന്നു. അത് പുറംചടങ്ങുകൾക്കായി ഉപയോഗിച്ചു. സർപ്പം ആ വിറകുകൂമ്പാരത്തിനുള്ളിൽ ചുരുണ്ടുകൂടി കിടക്കുകയായിരിക്കുമെന്ന് ബുദ്ധൻ അനുമാനിച്ചു. അതുകൊണ്ടദ്ദേഹം തന്റെ വസ്ത്രം മടക്കി ഉപധാനമാക്കി, മുറിയുടെ മറുഭാഗത്ത് ധ്യാനിക്കാനിരുന്നു. രാത്രി വൈകുന്നതുവരെ അദ്ദേഹം ധ്യാനസ്ഥനായി. ധ്യാനത്തിന്റെ അന്ത്യത്തിൽ വലിയൊരു സർപ്പം മുറിയുടെ നടുവിലായി തന്നെ നോക്കിക്കിടക്കുന്നതദ്ദേഹം കണ്ടു. ബുദ്ധൻ മൃദുസ്വരത്തിൽ അതിനോട് പറഞ്ഞു, "പ്രിയ ചങ്ങാതീ, നിന്റെ സ്വന്തം സുരക്ഷയ്ക്കായി കാട്ടിലേക്കു മടങ്ങുക."

സ്നേഹവും ധാരണയും നിറഞ്ഞതായിരുന്നു ബുദ്ധന്റെ ശബ്ദം. സർപ്പം സാവകാശം നിവർന്നു. പുറത്തേക്കിഴഞ്ഞുപോയി. ബുദ്ധൻ നീണ്ടുനിവർന്ന് കിടന്നുറങ്ങി.

അദ്ദേഹമുണർന്നപ്പോൾ, വെട്ടിത്തിളങ്ങുന്ന നിലാവ്, ജനലിലൂടെ അദ്ദേഹം ഉറങ്ങിക്കിടക്കുന്നിടത്തേക്ക് പ്രവഹിച്ചു. പതിനെട്ടാം നാളിലെ ചന്ദ്രൻ അസാധാരണ പ്രഭയുള്ളതായിരുന്നു. ഈ വെളിച്ചത്തിൻ കീഴിൽ

നടന്ന് ധ്യാനം ചെയ്യുന്നത് എത്രമാത്രം ശാന്തസുന്ദരമായിരിക്കുമെന്ന ദ്ദേഹം ആലോചിച്ചു. ബാഹ്യവസ്ത്രത്തിലെ പൊടിതട്ടിക്കളഞ്ഞ്, ശരീരം പുതച്ച്, അഗ്നികോവിലിൽനിന്നും അദ്ദേഹം പുറത്തുകടന്നു.

പുലർയാമങ്ങളിൽ, എങ്ങനെയോ കോവിലിനു തീപിടിച്ചു. ആദ്യം കണ്ടവർ മറ്റുള്ളവരോട് വിളിച്ചുപറഞ്ഞു. എല്ലാവരും നദിക്കരയിൽ പാത്രങ്ങളിൽ വെള്ളം നിറച്ചു. എന്നാൽ കാര്യമുണ്ടായില്ല. കോപാകുലയായി ഉയർന്നുപൊങ്ങുന്ന അഗ്നിയെ കെടുത്താൻ വൈകിയൊഴിച്ച വെള്ളത്തിന്നായില്ല. അവസാനം, തങ്ങളുടെ കോവിൽ കത്തിയെരിഞ്ഞ് മണ്ണിലടിയുന്നത് കണ്ട് നിൽക്കാനേ അവർക്കായുള്ളൂ.

ഉരുവേല കശ്യപൻ തന്റെ ഭക്തരുമായി അതെല്ലാം കണ്ടുനിന്നു. തലേന്ന് മാത്രം കണ്ട സിദ്ധിയും വൈഭവവുമുള്ള ആ യുവസന്യാസിയെ ഓർത്തപ്പോൾ അദ്ദേഹത്തിന്റെ ഹൃദയം ദുഃഖാർത്തമായി. ആ യുവസന്യാസി അഗ്നിയിൽ ചാമ്പലായിട്ടുണ്ടാകും. തന്റെ കുടിലിൽ ഗൗതമൻ ഉറങ്ങാൻ സമ്മതിച്ചിരുന്നെങ്കിൽ, അദ്ദേഹമിപ്പോഴും ജീവിച്ചിരുന്നേനെ. അദ്ദേഹം ഇങ്ങനെ വിചാരിച്ചുകൊണ്ടിരിക്കെ, ബുദ്ധൻ പ്രത്യക്ഷനായി. കുന്നുകളിൽ നടന്നിരുന്ന ബുദ്ധൻ അകലെനിന്നേ തീ കണ്ടിരുന്നു. തന്നെക്കൊണ്ട് എന്തെങ്കിലും സഹായം വേണമോയെന്നറിയാനാണ് അദ്ദേഹം മടങ്ങിവന്നത്.

സന്തോഷാശ്വാസങ്ങളാൽ മതിമറന്ന് കശ്യപൻ ബുദ്ധന്റെയടുത്തേയ്ക്കോടിച്ചെന്നു, അദ്ദേഹത്തിന്റെ കൈപിടിച്ചു, “ഗൗതമാ, സുഹൃത്തെ! താങ്കൾ രക്ഷപ്പെട്ടല്ലേ! താങ്കൾക്കൊന്നും സംഭവിച്ചില്ല, ഞാൻ അതിയായി സന്തോഷിക്കുന്നു.”

ബുദ്ധൻ ആ ബ്രാഹ്മണന്റെ ചുമലുകളിൽ കൈവെച്ച് പുഞ്ചിരിച്ചു,

“നന്ദി, സുഹൃത്തെ, എനിക്കൊരു കുഴപ്പവുമില്ല!”

അന്നേ ദിവസം ഉരുവേല കശ്യപൻ ഒരു പ്രഭാഷണം നടത്തുമെന്നും, അതിൽ അദ്ദേഹത്തിന്റെ ശിഷ്യന്മാർക്കു പുറമെ, അയൽഗ്രാമങ്ങളിൽ നിന്നുള്ള ഒരായിരം പേർ കൂടി പങ്കെടുക്കുമെന്നും ബുദ്ധനറിയാമായിരുന്നു. ഉച്ചഭക്ഷണത്തിനുശേഷമായിരിക്കും പ്രഭാഷണം. പ്രഭാഷണവേളയിൽ തന്റെ സാന്നിധ്യം കശ്യപന് ചെറിയ തോതിൽ ബുദ്ധിമുട്ടുണ്ടാക്കിയേക്കാമെന്ന് മനസ്സിലാക്കി, ബുദ്ധൻ ഗ്രാമത്തിലേക്ക് നടക്കാനിറങ്ങി. ഭക്ഷണ ഭിക്ഷ സ്വീകരിച്ചശേഷം, അദ്ദേഹം താമരക്കുളത്തിലേക്ക് നടന്നു. അവിടെയിരുന്ന് ഭക്ഷണം കഴിച്ചു. ആ പ്രശാന്തമായ സ്ഥലത്ത് ഉച്ചയ്ക്കുശേഷമുള്ള മുഴുവൻ നേരവും ചെലവഴിച്ചു.

ഏതാണ്ട് സന്ധ്യക്ക്, കശ്യപൻ അദ്ദേഹത്തെ അന്വേഷിച്ചു. കുളക്ക

രയിലദ്ദേഹത്തെകണ്ട് പറഞ്ഞു, "ഗൗതമാ, ചങ്ങാതി, താങ്കളെ ഞങ്ങൾ ഉച്ചഭക്ഷണത്തിനു കാത്തു; പക്ഷേ, താങ്കൾ വന്നില്ല. എന്തുകൊണ്ട് ഞങ്ങൾക്കൊപ്പം താങ്കൾ ചേർന്നില്ല?"

പ്രഭാഷണ സമയത്ത് അവിടെ ഇല്ലാതിരിക്കാൻ ആഗ്രഹിച്ചതുകൊണ്ടാണെന്ന് ബുദ്ധൻ പറഞ്ഞു.

"താങ്കൾ, എന്തെ പ്രഭാഷണത്തിന് സന്നിഹിതനാകാൻ ആഗ്രഹിക്കാത്തത്?" ഉരുവേല കശ്യപൻ ചോദിച്ചു.

ബുദ്ധൻ ഒന്ന് സൗമ്യമായി പുഞ്ചിരിക്കുക മാത്രം ചെയ്തു. ബ്രാഹ്മണൻ മറ്റൊന്നും പറഞ്ഞില്ല. തന്റെ ചിന്തകൾ യുവസന്യാസി വായിച്ചെടുത്തതായി അദ്ദേഹത്തിനു മനസ്സിലായി. ഗൗതമൻ എത്ര നയശാലിയും ശ്രദ്ധാലുവുമാണ്.

അവർ താമരക്കുളത്തിനടുത്തിരുന്ന് സംസാരിച്ചു. കശ്യപൻ പറഞ്ഞു, "ഇന്നലെ താങ്കൾ പറഞ്ഞു, ഒരിലയുടെ സാന്നിധ്യം വ്യത്യസ്തങ്ങളായ അനേകം സാഹചര്യങ്ങളുടെ ഒത്തുചേരലിന്റെ ഫലമാണെന്ന്. മനുഷ്യരും നിലനിൽക്കുന്നത് മറ്റനവധി സാഹചര്യങ്ങൾ ഒന്നിച്ചുകൂടുന്നതിനാലാണെന്ന് താങ്കൾ പറഞ്ഞു. എന്നാൽ സാഹചര്യങ്ങളെല്ലാം ഇല്ലാതാവുകയാണെങ്കിൽ, സ്വത്വം എവിടെപ്പോകും?"

ബുദ്ധൻ മറുപടി പറഞ്ഞു, "കുറെക്കാലമായി മനുഷ്യൻ ആത്മാവ് എന്ന സങ്കല്പത്താൽ തടവിലാക്കപ്പെട്ടിരിക്കുകയാണ്; വേറിട്ടതും അനന്തവുമായ സ്വത്വമെന്ന സങ്കല്പത്താൽ. നമ്മുടെ ശരീരം മരിക്കുമ്പോൾ സ്വത്വം പിന്നെയും നിലനിൽക്കുന്നതായും അതിന്റെ പ്രഭവസ്ഥാനമായ ബ്രഹ്മവുമായി ഐക്യപ്പെടുന്നതായും നമ്മൾ വിശ്വസിക്കുന്നു. പക്ഷേ, കശ്യപാ, ചങ്ങാതീ, അനേകം തലമുറകളെ വഴിതെറ്റിക്കാൻ കാരണമായ അടിസ്ഥാനപരമായ ഒരു തെറ്റിദ്ധാരണയാണത്.

"ചങ്ങാതി, കശ്യപാ, പരസ്പരാശ്രിതത്വംകൊണ്ടാണ് എല്ലാ വസ്തുക്കളും നിലനിൽക്കുന്നത്; എല്ലാ വസ്തുക്കളും അവസാനിക്കുന്നതും പരസ്പരാശ്രിതത്ത്വം കൊണ്ടാണ്. അതുകൊണ്ടാണ് ഇതുണ്ടാകുന്നത്. അതില്ലാത്തതുകൊണ്ടാണ് ഇതില്ലാത്തത്. അത് ജനിക്കപ്പെട്ടതുകൊണ്ടാണ് ഇത് ജനിക്കപ്പെട്ടത്. അത് മരിക്കുന്നതുകൊണ്ടാണ് ഇത് മരിക്കുന്നത്. എന്റെ ധ്യാനത്തിൽ ഞാൻ കണ്ടെത്തിയ ആശ്രിതമായ സഹോൽഭവം എന്ന അത്ഭുതനിയമം അതാണ്. സത്യത്തിൽ, അനന്തമായതും വേറിട്ടതുമായി ഒന്നുമില്ല. സ്വത്വം ഇല്ല. താഴ്ന്നതോ ഉയർന്നതോ. കശ്യപാ, താങ്കളെപ്പോഴെങ്കിലും താങ്കളുടെ ശരീരത്തെയും വികാരങ്ങളെയും പ്രത്യക്ഷബോധങ്ങളെയും മനോരൂപീകരണങ്ങളെയും പ്രജ്ഞയെയും ധ്യാനിച്ചിട്ടുണ്ടോ? ഒരു മനുഷ്യൻ ഈ അഞ്ചുകളുടെ ആകത്തുകയാണ്. അത് നിരന്തരമായി മാറിക്കൊണ്ടി

രിക്കുന്ന നദികളാണ്. അതിൽ ഒരു ശാശ്വതഘടകംപോലും കണ്ടെത്താനാവില്ല.”

ഒരു നീണ്ട നിമിഷം ഉരുവേല കശ്യപൻ നിശബ്ദനായി. പിന്നെ അദ്ദേഹം ചോദിച്ചു, “അ-സത്തയുടെ (non-being) സിദ്ധാന്തമാണ് പഠിപ്പിക്കുന്നതെന്ന് പറഞ്ഞുകൂടെ?”

ബുദ്ധൻ പുഞ്ചിരിച്ചു. തലകുലുക്കി, “അല്ല. സങ്കുചിത ദർശനങ്ങളുടെ വലിയൊരു വനത്തിലെ സങ്കുചിതമായൊരു ദർശനമാണ് അ-സത്തയെന്ന വീക്ഷണം. ശാശ്വതമായ, അനന്തമായ സ്വത്വമെന്നതു പോലെത്തന്നെ തെറ്റാണ് അ-സ്വത്വമെന്ന വീക്ഷണം. കശ്യപാ, ഈ താമരക്കുളത്തിന്റെ ഉപരിതലം നോക്കൂ. വെള്ളവും താമരയും ഇല്ലെന്ന് പറയില്ല. ശാശ്വതമോ വേറിട്ടതോ അല്ലാത്ത, എല്ലാ ഘടകങ്ങളുടേയും സാന്നിധ്യവും പരസ്പരമുള്ള വ്യാപനവും കൊണ്ടാണ് ജലവും താമരയും ഉൽഭവിക്കുന്നത് എന്നു മാത്രം ഞാൻ പറയുന്നു.”

കശ്യപൻ തലയുയർത്തി, ബുദ്ധന്റെ കണ്ണുകളിലേക്ക് നോക്കി, “സ്വത്വവും ആത്മാവും ഇല്ലെങ്കിൽ, എന്തിന് ഒരാൾ മുക്തി നേടാൻ ആത്മീയപാത പരിശീലിക്കണം? ആര് മുക്തനാക്കപ്പെടും?”

ബുദ്ധൻ തന്റെ ബ്രാഹ്മണ സുഹൃത്തിന്റെ കണ്ണുകളിലേക്ക് ആഴത്തിൽ നോക്കി. അദ്ദേഹത്തിന്റെ നോട്ടം സൂര്യനെപ്പോലെ പ്രകാശിക്കുന്നതും നേർത്ത ചന്ദ്രവെളിച്ചംപോലെ സൗമ്യവുമായിരുന്നു. അദ്ദേഹം പുഞ്ചിരിച്ചു, “കശ്യപാ, ഉത്തരത്തിന് താങ്കൾ ഉള്ളിൽ തന്നെ നോക്കുക.”

കശ്യപന്റെ സംഘത്തിലേക്ക് അവർ ഒന്നിച്ചു മടങ്ങി. ഉരുവേല കശ്യപൻ തന്റെ കുടിൽ, നിർബന്ധപൂർവം ബുദ്ധന് നല്കി. തന്റെ മുതിർന്ന ശിഷ്യരിലൊരാളിന്റെ കുടിലിൽ ഉറങ്ങാൻ പോയി. കശ്യപന്റെ ശിഷ്യന്മാർ അവരുടെ ഗുരുനാഥനെ എത്രത്തോളം ആദരവോടെയാണ് കാണുന്നതെന്ന് ബുദ്ധന് മനസ്സിലാക്കാൻ കഴിഞ്ഞു.

27. എല്ലാ ധർമങ്ങളും അഗ്നിയിലാണ്

ഓരോ പ്രഭാതത്തിലും കശ്യപൻ ബുദ്ധന് കുറച്ചു ഭക്ഷണം കൊണ്ടുവന്നു. അതുകൊണ്ട് അദ്ദേഹത്തിന് ഗ്രാമത്തിൽ പോയി ഭിക്ഷയെടുക്കേണ്ടി വന്നില്ല. നിത്യഭക്ഷണത്തിനുശേഷം അദ്ദേഹം കാട്ടുപാതകളിലോ, താമരക്കുളത്തിലേക്കോ ഒറ്റയ്ക്ക് നടന്നു. ഉച്ചതിരിഞ്ഞ്, വൈകീട്ട്, കുളക്കരയിലോ, മരച്ചുവട്ടിലോ കശ്യപൻ അദ്ദേഹവുമായി ചർച്ചകൾക്ക് ചേരും. ബുദ്ധനുമായി കൂടുതൽ സമയം ചെലവഴിച്ചപ്പോൾ, കശ്യപന് കൂടുതൽ ബോധ്യമായി ബുദ്ധൻ എത്രമാത്രം ധർമപാരായണനും ബുദ്ധിമാനും ആണെന്ന്.

ഒരു നാൾ രാത്രി കനത്ത മഴ പെയ്തു; പ്രഭാതത്തോടെ നിരഞ്ജരനദി കരകവിഞ്ഞൊഴുകി. അടുത്തുള്ള വയലുകളും കുടിലുകളും വെള്ളപ്പൊക്കത്തിൽ മുങ്ങി. ആളുകളെ രക്ഷിക്കാനായി വഞ്ചികൾ സാഹസികമായി ശ്രമിച്ചു. കശ്യപന്റെ സംഘത്തിന് തക്കസമയത്തുതന്നെ ഉയർന്ന സ്ഥലങ്ങളിലേക്ക് കയറിപ്പറ്റാനായി. എന്നാൽ ആർക്കും ബുദ്ധനെ കണ്ടുപിടിക്കാനായില്ല. ബുദ്ധനെ തിരയാനായി കശ്യപൻ നിരവധി വഞ്ചികളയച്ചു. അവസാനം അകലെയുള്ള ഒരു കുന്നിൽ അദ്ദേഹം നിൽക്കുന്നതായി കണ്ടെത്തി.

പൊന്തിയപോലെതന്നെ വേഗത്തിൽ വെള്ളം താഴ്ന്നു. അടുത്ത പ്രഭാതത്തിൽ ബുദ്ധൻ തന്റെ ഭിക്ഷാപാത്രവുമായി ഗ്രാമത്തിലേക്കിറങ്ങി. വെള്ളപ്പൊക്കത്തിൽ ഗ്രാമീണർ എങ്ങിനെ ജീവിച്ചു എന്നറിയാൻ. ഭാഗ്യവശാൽ ആരും മുങ്ങിപ്പോയില്ല. കാര്യമായ സമ്പാദ്യങ്ങളൊന്നുമില്ലാത്തതിനാൽ വെള്ളപ്പൊക്കത്തിന് തങ്ങളിൽനിന്ന് ഒന്നും കവർന്നെടുക്കാനായില്ലെന്ന് ബുദ്ധനോട് ജനങ്ങൾ പറഞ്ഞു.

കശ്യപന്റെ ശിഷ്യന്മാർ അഗ്നിയിൽ നശിച്ച അഗ്നികോവിൽ പുനഃനിർമ്മിക്കാനും വെള്ളപ്പൊക്കത്തിൽ ഒലിച്ചുപോയ അവരുടെ കുടിലുകൾ പുനഃനിർമ്മിക്കാനും ആരംഭിച്ചു.

ഒരുച്ചതിരിഞ്ഞ്, ബുദ്ധനും കശ്യപനും നിരഞ്ജര നദിയുടെ കരയിൽ നിൽക്കുമ്പോൾ കശ്യപൻ പറഞ്ഞു, “ഗൗതമാ, ഒരുവൻ തന്റെ ശരീരത്തിന്മേലും വികാരങ്ങളിന്മേലും പ്രത്യക്ഷബോധങ്ങളിന്മേലും മനോരൂപീകരണത്തിന്മേലും പ്രജ്ഞയിന്മേലും ധ്യാനിക്കുന്നതിനെപ്പറ്റി

ഇന്നാൾ താങ്കൾ പറയുകയുണ്ടായി. ഞാനാ ധ്യാനം പരിശീലിച്ചു കൊണ്ടിരിക്കുകയാണ്. ഒരാളിന്റെ ജീവിതമൂല്യത്തെ അവബോധങ്ങളും വികാരങ്ങളും എങ്ങിനെ നിർണയിക്കുന്നു എന്ന് ഞാൻ മനസ്സിലാക്കാൻ തുടങ്ങി. അഞ്ചു നദികളിലൊന്നിലും ശാശ്വതമായ ഒരു ഘടകവും കാണുന്നില്ലെന്നും ഞാൻ മനസ്സിലാക്കുന്നു. വേറിട്ടൊരു സ്വത്വത്തിലുള്ള വിശ്വാസം തെറ്റാണെന്നും എനിക്ക് കാണാവുന്നുണ്ട്. എന്നാൽ ഇപ്പോഴും എനിക്ക് മനസ്സിലാക്കാനാവാത്തത്, സ്വത്വമില്ലെങ്കിൽ പിന്നെന്തിന് ആത്മീയപാത ഒരാൾ പിന്തുടരണം എന്നതാണ്? ആരാണ് മുക്തനാക്കപ്പെടാനുള്ളത്?"

ബുദ്ധൻ ചോദിച്ചു, "കശ്യപാ, ദുരിതപ്പെടൽ ഒരു സത്യമാണെന്ന് താങ്കൾ സ്വീകരിക്കുമോ?"

"ഉവ്വ്. ഗൗതമാ. ദുരിതം ഒരു സത്യമാണെന്ന് ഞാൻ സ്വീകരിക്കുന്നു."

"ദുരിതത്തിന് കാരണങ്ങളുണ്ടെന്ന് താങ്കൾ സമ്മതിക്കുമോ?"

"ഉവ്വ്. ദുരിതത്തിന് കാരണങ്ങളുണ്ട്."

"കശ്യപാ, ദുരിതത്തിന് കാരണങ്ങളുണ്ടെങ്കിൽ ദുരിതം സംഭവിച്ചു കൊണ്ടിരിക്കുന്നതാണ്. ദുരിതത്തിന്റെ കാരണങ്ങൾ നീക്കം ചെയ്താൽ, ദുരിതം നീക്കാനാവും."

"ശരിയാണ്. ദുരിതത്തിനുള്ള കാരണങ്ങൾ നീക്കപ്പെട്ടാൽ ദുരിതവും നീക്കപ്പെടുന്നത് ഞാൻ കാണുന്നു."

"ദുരിതത്തിനുള്ള കാരണം അജ്ഞതയാണ്. യാഥാർത്ഥ്യത്തെ തെറ്റായ രീതിയിൽ നോക്കുന്നത്. നശ്വരമായതിനെ ശാശ്വതമായി കരുതുന്നത്, അജ്ഞതയാണ്. സ്വത്വമില്ലാത്തിടത്ത് അതുണ്ടെന്ന് കരുതുന്നത് അജ്ഞതയാണ്. അജ്ഞതയിൽനിന്നാണ് ആർത്തിയും കോപവും ഭയവും അസൂയയും എണ്ണിയാലൊടുങ്ങാത്ത ദുരിതങ്ങളുമുണ്ടാവുന്നത്. വിമോചനത്തിന്റെ പാത വസ്തുക്കളെ ആഴത്തിൽ നോക്കുന്നതിന്റെ പാതയാണ്. അവയുടെ നശ്വരമായ സ്വഭാവം, വേറിട്ടൊരു സ്വത്വത്തിന്റെ അഭാവം, എല്ലാ വസ്തുക്കളുടേയും പരസ്പരാശ്രിതത്വം എന്നിവ മനസ്സിലാക്കാൻ - ഈ പാതയാണ് അജ്ഞതയെ മറികടക്കുന്ന പാത. ഒരിക്കൽ അജ്ഞത മറികടക്കപ്പെട്ടാൽ ദുരിതം അധഃകരിക്കപ്പെട്ടു. അതാണ് യഥാർത്ഥ മുക്തി. പിന്നെയവിടെ സ്വത്വത്തിന് വിമോചിതമാകേണ്ട ആവശ്യമില്ല."

ഉരുവേല കശ്യപൻ ഒരു നിമിഷം നിശബ്ദനായിരുന്നു. പിന്നീട് പറഞ്ഞു, "ഗൗതമാ താങ്കളുടെ സ്വന്തം നേരനുഭവത്തിൽനിന്നേ താങ്കൾ സംസാരിക്കൂ എന്നെനിക്കറിയാം. താങ്കളുടെ വാക്കുകൾ വെറുതെ ദർശനങ്ങൾ പ്രകാശിപ്പിക്കുകയല്ല. വസ്തുക്കളെ ആഴത്തിൽ നോക്കി

യുള്ള ധ്യാനത്തിലൂടെയുള്ള പരിശ്രമങ്ങളിലൂടെയേ മുക്തി സാധ്യമാകൂ എന്ന് താങ്കൾ പറയുകയുണ്ടായി. എല്ലാ വൈദികക്രിയകളും അനുഷ്ഠാനങ്ങളും പ്രാർത്ഥനകളും ഉപയോഗശൂന്യമാണെന്ന് താങ്കൾ കരുതുന്നുണ്ടോ?"

ബുദ്ധൻ നദിയുടെ മറ്റേ ഭാഗത്തേക്ക് ചൂണ്ടിപ്പറഞ്ഞു, "കശ്യപാ, ഒരാൾ മറ്റേ കരയിലേക്ക് മുറിച്ചുകടക്കാൻ ആഗ്രഹിക്കുന്നെങ്കിൽ അയാൾ എന്തു ചെയ്യും?"

"നിലയുള്ള വെള്ളത്തിലാണെങ്കിൽ നദി നടന്ന് കുറുകെ കടക്കാം. അല്ലാത്തപക്ഷം നീന്തുകയോ, ഒരു വഞ്ചി തുഴയുകയോ വേണം."

"ഞാൻ സമ്മതിക്കുന്നു. പക്ഷേ, അയാൾ നദിയിലൂടെ നടന്ന് കടക്കാനോ നീന്താനോ വഞ്ചി തുഴയാനോ തയ്യാറല്ലെങ്കിൽ? അയാളിക്കരയിൽ വെറുതെനിന്ന് അക്കരയോട് ഇങ്ങോട്ട്, അയാളിലേക്ക് വരുവാൻ പ്രാർത്ഥിക്കുകയാണെങ്കിൽ എന്താവും? അത്തരമൊരു മനുഷ്യനെപ്പറ്റി താങ്കൾ എന്ത് വിചാരിക്കും?"

"അയാൾ തീർത്തുമൊരു വിഡ്ഢിയാണെന്ന് ഞാൻ പറയും."

"അപ്രകാരം തന്നെ കശ്യപാ! ഒരാൾക്ക് അജ്ഞതയും മനോതടസ്സങ്ങളും മറികടക്കാനാവുന്നില്ലെങ്കിൽ, മുക്തിയുടെ മറുകരയിലേക്ക് അയാൾക്ക് മുറിച്ചുകടക്കാനാവില്ല, തന്റെ ജീവിതകാലം മുഴുവൻ പ്രാർത്ഥനയിൽ ചെലവിട്ടാലും."

പൊടുന്നനെ കശ്യപൻ പൊട്ടിക്കരഞ്ഞു. ബുദ്ധന്റെ കാലുകളിൽ വീണ് നമസ്കരിച്ചു, "ഗൗതമാ, ഞാനെന്റെ ജീവിതത്തിന്റെ പാതിയും പാഴാക്കിക്കളഞ്ഞു. എന്നെ ദയവായി താങ്കളുടെ ശിഷ്യനായി സ്വീകരിക്കുക. വിമോചനത്തിന്റെ മാർഗം താങ്കൾക്കൊപ്പം പരിശീലിക്കുവാനും എനിക്കൊരവസരം തരിക."

ബുദ്ധൻ കശ്യപനെ എഴുന്നേറ്റ് നിൽക്കാൻ സഹായിച്ചു, "താങ്കളെ ശിഷ്യനായി സ്വീകരിക്കുവാൻ എനിക്കൊരു മടിയുമില്ല. പക്ഷേ, താങ്കളുടെ അഞ്ഞൂറ് ശിഷ്യർ? താങ്കൾ വിട്ടുപോയാൽ ആരവർക്ക് മാർഗനിർദ്ദേശം നൽകും?"

കശ്യപൻ മറുപടി പറഞ്ഞു, "ഗൗതമാ, ഈ പ്രഭാതത്തിൽ അവരോട് സംസാരിക്കുവാൻ എനിക്കൊരവസരം നൽകുക. നാളെ ഉച്ചതിരിഞ്ഞ് ഞാനെന്റെ തീരുമാനം താങ്കളെ അറിയിക്കാം."

ബുദ്ധൻ പറഞ്ഞു, "ഉരുവേല ഗ്രാമത്തിലെ കുട്ടികൾ എന്നെ ബുദ്ധനെന്ന് വിളിക്കുന്നു."

കശ്യപൻ അത്ഭുതപ്പെട്ടു, "അതിന്നർത്ഥം ഉൽബുദ്ധനായവൻ? ഞാനും താങ്കളെ അതുതന്നെ വിളിക്കും."

പിറ്റേന്നു രാവിലെ, ഉരുവേല ഗ്രാമത്തിൽ ഭിക്ഷയെടുക്കാൻ ബുദ്ധൻ പോയി. അതിനുശേഷം, താമരക്കുളത്തിന്റെ കരയിൽ ഇരിക്കാനും. അന്നുച്ചയ്ക്കുശേഷം വൈകീട്ട്, കശ്യപൻ അദ്ദേഹത്തെ അന്വേഷിച്ചെത്തി. തന്റെ അഞ്ഞൂറ് ശിഷ്യരും ബുദ്ധന്റെ മാർഗനിർദ്ദേശത്തിൽ ശിഷ്യരാകാൻ സമ്മതിച്ചതായി അദ്ദേഹം ബുദ്ധനോട് പറഞ്ഞു.

പിറ്റേദിവസം ഉരുവേല കശ്യപനും അദ്ദേഹത്തിന്റെ എല്ലാ അനുയായികളും അവരുടെ തലകളും താടികളും ക്ഷൗരം ചെയ്തു. മുടിച്ചുരുളുകൾ നിരഞ്ജരനദിയിലേക്കെറിഞ്ഞു, അഗ്നിയാരാധനയ്ക്ക് അവരുപയോഗിച്ചിരുന്ന ഉപകരണങ്ങളോടെ. അവർ ബുദ്ധനു മുമ്പിൽ താണുവണങ്ങി, മൂന്നു തവണ ഉരുവിട്ടു, "ഞാൻ ബുദ്ധനിൽ ശരണം തേടുന്നു, ഈ ജീവിതത്തിൽ വഴികാണിക്കുന്നതാരോ അവനിൽ. സ്നേഹത്തിന്റേയും ധാരണയുടേയും മാർഗ്ഗമായ ധർമത്തിൽ ഞാൻ ശരണം തേടുന്നു. അവബോധത്തിലും സമന്വയത്തിലും ജീവിക്കുന്ന സമൂഹമായ സംഘത്തിൽ ഞാൻ ശരണം തേടുന്നു. 'അവരുടെ മൂന്ന് ശരണങ്ങളുടെ ഉരുവിടൽ കാട്ടിലുടനീളം മാറ്റൊലിക്കൊണ്ടു.

പുതിയ ഭിക്ഷുക്കളോട് ബുദ്ധൻ നാല് ശ്രേഷ്ഠസത്യങ്ങളെക്കുറിച്ചും എങ്ങനെ ഒരാൾ ശ്വസനവും ശരീരവും മനസ്സും നിരീക്ഷിക്കണമെന്നും പറഞ്ഞു. എങ്ങനെ ഭക്ഷണഭിക്ഷയെടുക്കേണ്ടതെന്നും നിശബ്ദതയിൽ കഴിക്കേണ്ടതെന്നും അദ്ദേഹം കാണിച്ചുകൊടുത്തു. യാഗങ്ങൾക്കും ഭക്ഷണത്തിനും വേണ്ടി അവർ വളർത്തിയിരുന്ന എല്ലാ മൃഗങ്ങളെയും സ്വതന്ത്രമാക്കാൻ അദ്ദേഹം അവരോടാവശ്യപ്പെട്ടു.

അന്നുച്ചതിരിഞ്ഞ് ബുദ്ധൻ കശ്യപനെയും അദ്ദേഹത്തിന്റെ പത്ത് മുതിർന്ന ശിഷ്യരെയും കണ്ടു. ഉൽബുദ്ധതയുടെ മാർഗത്തിന്റെ അടിസ്ഥാനതത്ത്വങ്ങളും അതുപോലെതന്നെ സംഘം എങ്ങിനെ വളരെ നന്നായി സംഘടിപ്പിക്കാമെന്നും അദ്ദേഹം അവരെ പഠിപ്പിച്ചു. കശ്യപൻ കഴിവുള്ള ഒരു സംഘാടകനും നേതാവുമായിരുന്നു. ചെറുപ്പക്കാരായ ഭിക്ഷുമാരെ പഠിപ്പിക്കുവാൻ നല്ല പ്രാഗത്ഭ്യമുള്ള മുതിർന്ന വിദ്യാർത്ഥികളെ ഏല്പിച്ചു. ഇസി പട്ടണത്ത് ബുദ്ധൻ ചെയ്തതുപോലെ.

പിറ്റേന്നാൾ ഉരുവേല കശ്യപന്റെ ഇളയ സഹോദരൻ നാഡി കശ്യപൻ ഞെട്ടലിന്റെ അവസ്ഥയിൽ തന്റെ ശിഷ്യരോടൊപ്പമെത്തി. തലേന്നാൾ ഉരുവേലക്ക് താഴെ ഭാഗത്തായി ജീവിച്ചിരുന്ന അദ്ദേഹവും അദ്ദേഹത്തിന്റെ മുന്നൂറ് ശിഷ്യരും നദിയിൽ നൂറുകണക്കിന് മുടിച്ചുരുളുകളും ആരാധനോപകരണങ്ങളും പൊന്തിക്കിടക്കുന്നത് കണ്ട്, ഭയങ്കരമായ എന്തോ ദുരന്തം തന്റെ സഹോദരന് സംഭവിച്ചതായി ഭയപ്പെട്ടു. നാഡി കശ്യപൻ, ഉരുവേലയിലെത്തിയപ്പോൾ, ഭിക്ഷാടനത്തിന്റെ

നേരമായതിനാൽ ആരെയും കണ്ടെത്താനായില്ല. അദ്ദേഹത്തിന്റെ കടുത്ത സംശയങ്ങൾ സ്ഥിരീകരിക്കപ്പെട്ടു. എന്നാൽ സാവകാശം, ഭിക്ഷുക്കൾ ഭിക്ഷാടനം കഴിഞ്ഞ് തിരിച്ചെത്തി. ഗൗതമനെന്നു പേരായ ഒരു സന്യാസിയെ പിന്തുടരാൻ അവരെല്ലാവരും പ്രതിജ്ഞയെടുത്ത തെങ്ങനെയെന്ന് അവർ വിശദീകരിച്ചു. ഉരുവേല കശ്യപൻ ബുദ്ധനുമായി ഭിക്ഷാടനത്തിനു ശേഷം തിരിച്ചെത്തി. തന്റെ ഇളയസഹോദരനെ കണ്ട് അതീവ സന്തുഷ്ടനായി. അദ്ദേഹത്തെ കാട്ടിലൂടെ ഒരു നടത്തത്തിന് ക്ഷണിച്ചു. അവർ ദീർഘനേരം ഒന്നിച്ച് നടന്നു. തിരിച്ചു വന്നപ്പോൾ നാഡി കശ്യപൻ, താനും തന്റെ മുന്നൂറ് ശിഷ്യരും ബുദ്ധനിൽ ശരണം പ്രഖ്യാപിക്കുന്നതായി അദ്ദേഹം പറഞ്ഞു. രണ്ടുപേരും തങ്ങളുടെ സഹോദരൻ ഗയാ കശ്യപനെ വിളിക്കുവാൻ ആളയയ്ക്കുവാൻ സമ്മതിച്ചു. അങ്ങിനെ ഏഴു ദിവസത്തിനുള്ളിൽ, ഗയ കശ്യപന്റെ ഇരുനൂറ് ശിഷ്യരും ഭിക്ഷുക്കളായി മാറി. പൊതുവായ ആശയങ്ങൾ പങ്കിടുന്നതിലും സഹോദരസ്നേഹത്തിലും കശ്യപ സഹോദരന്മാർ വളരെ അറിയപ്പെട്ടിരുന്നു. അവരെല്ലാം ബുദ്ധന്റെ ഏറ്റവും അടുത്ത ശിഷ്യരായിത്തീർന്നു.

ഒരു ദിവസം എല്ലാ ഭിക്ഷുക്കളും ഭിക്ഷാടനം കഴിഞ്ഞ് വന്നപ്പോൾ, ബുദ്ധനവരോട് ഗയയിലെ പർവ്വതച്ചെരിവുകളിൽ ഒന്നിച്ച് കൂടാനാവശ്യപ്പെട്ടു. തൊള്ളായിരം ഭിക്ഷുക്കളും ബുദ്ധനും കശ്യപ സഹോദരന്മാരുമൊത്ത് നിശബ്ദതയിൽ ഭക്ഷിച്ചു. ഭക്ഷണം തീർന്നപ്പോൾ, എല്ലാവരും തങ്ങളുടെ നോട്ടം ബുദ്ധനിലേക്ക് തിരിച്ചു.

ഒരു വലിയ പാറക്കല്ലിൽ പ്രശാന്തനായി ഇരുന്നുകൊണ്ട് ബുദ്ധൻ സംസാരിക്കാൻ തുടങ്ങി, "ഭിക്ഷുമാരെ, എല്ലാ ധർമങ്ങളും അഗ്നിയിലാണ്. എന്താണ് അഗ്നിയിൽ? ആറിന്ദ്രിയങ്ങൾ - കണ്ണുകൾ, ചെവികൾ, മൂക്ക്, നാവ്, ശരീരം, മനസ്സ് - എല്ലാം അഗ്നിയിലാണ്. ഇന്ദ്രിയങ്ങളുടെ ആറ് വസ്തുക്കൾ - രൂപം, ശബ്ദം, ഗന്ധം, രുചി, സ്പർശം, മനസ്സിന്റെ വസ്തുക്കൾ - എല്ലാം അഗ്നിയിലാണ്. ആറ് പ്രജ്ഞകൾ - കാഴ്ച, കേൾവി, മണം, രുചി, വികാരം, ചിന്ത - അഗ്നിയിലാണ്. അവ മതിഭ്രമത്തിന്റേയും വെറുപ്പിന്റേയും ആഗ്രഹത്തിന്റെയും ജ്വാലകളിൽ എരിഞ്ഞുകൊണ്ടിരിക്കുന്നു. അവ നിരാശയുടെയും ഭയത്തിന്റെയും അസ്വാസ്ഥ്യത്തിന്റെയും മോഹഭംഗത്തിന്റെയും ഉൽക്കണ്ഠയുടേയും വേദനയുടെയും ജ്വാലകളിൽ എരിഞ്ഞുകൊണ്ടിരിക്കുന്നു. അവ മരണത്തിന്റെയും രോഗത്തിന്റേയും വാർദ്ധക്യത്തിന്റേയും ജനനത്തിന്റെയും ജ്വാലകളിൽ എരിഞ്ഞുകൊണ്ടിരിക്കുന്നു.

"ഭിക്ഷുക്കളെ, സുഖകരമായതായാലും അസുഖകരമായതായാലും നിർഗുണമായാലും ഓരോ വികാരവും എരിഞ്ഞുകൊണ്ടിരിക്കുന്നു.

വികാരങ്ങൾ ഉൽഭവിക്കുകയും ഇന്ദ്രിയങ്ങളാലും ഇന്ദ്രിയങ്ങളുടെ വസ്തുക്കളാലും ഇന്ദ്രിയ-പ്രജ്ഞകളാലും നിർണ്ണീതമാക്കപ്പെടുന്നു. മതിഭ്രമത്തിന്റെയും വെറുപ്പിന്റെയും ആഗ്രഹങ്ങളുടെയും ജ്വാലകളിൽ വികാരങ്ങൾ എരിഞ്ഞുകൊണ്ടിരിക്കുന്നു. നിരാശയുടെയും ഭയത്തിന്റെയും അസ്വസ്ഥതയുടെയും മോഹഭംഗത്തിന്റെയും ഉൽക്കണ്ഠയുടെയും വേദനയുടെയും ജ്വാലകളിൽനിന്നും മരണത്തിന്റെയും രോഗത്തിന്റെയും ജ്വാലകളിൽനിന്നും വികാരങ്ങൾ എരിഞ്ഞുകൊണ്ടിരിക്കുന്നു.

"ഭിക്ഷുക്കളെ, മതിഭ്രമത്തിന്റെയും വെറുപ്പിന്റെയും ആശയുടെയും ജ്വാലകളിൽ നിങ്ങൾ ദഹിപ്പിക്കപ്പെടാൻ അനുവദിക്കരുത്. ഇന്ദ്രിയ-പ്രജ്ഞകളാലും ഇന്ദ്രിയങ്ങളുടെ വസ്തുക്കളാലും ഇന്ദ്രിയങ്ങളാലും സൃഷ്ടിക്കപ്പെട്ട ജനനത്തിന്റേയും മരണത്തിന്റെയും പരിവൃത്തികളിൽ അടിമയാക്കപ്പെടാതിരിക്കാൻ എല്ലാ ധർമങ്ങളുടെയും നശ്വരവും പരസ്പരാശ്രിതവുമായ സ്വഭാവം മനസ്സിലാക്കുക."

തൊള്ളായിരം ഭിക്ഷുക്കൾ ഏകാഗ്രമായി ശ്രദ്ധിച്ചുകേട്ടു. ഓരോരുത്തരും വളരെ ആഴത്തിൽ ഉണർന്നു. മുക്തി നേടുവാൻ എങ്ങനെ ആഴത്തിൽ അന്വേഷിക്കണമെന്ന് കണ്ടെത്തിയതിൽ അവർക്ക് സന്തോഷമുണ്ടായി. അവിടെയുള്ള ഓരോ ഭിക്ഷുവിന്റെ ഹൃദയത്തിലും വിശ്വാസം തിരയടിച്ചു.

പുതിയ ഭിക്ഷുക്കളെ പഠിപ്പിക്കുന്നതിനായി ബുദ്ധൻ മൂന്നുമാസം ഗയാസിരസ്സിൽ തങ്ങി. ഭിക്ഷുമാർ മഹത്തായ പുരോഗതി നേടി. കശ്യപസഹോദരന്മാർ പ്രാഗത്ഭ്യമുള്ള സഹായികളായി ബുദ്ധന്. സംഘത്തെ നയിക്കാനും നിർദ്ദേശങ്ങൾ പഠിപ്പിക്കാനും അവരദ്ദേഹത്തെ സഹായിച്ചു.

28. പനങ്കാട്

ബുദ്ധന് ഗയാസിരസ്സിൽനിന്ന് വിടവാങ്ങി രാജഗൃഹത്തിലേക്കു പോകേണ്ട പ്രഭാതം വന്നെത്തി. ഉരുവേല കശ്യപൻ ബുദ്ധനോട് മൊത്തം സംഘവും അദ്ദേഹത്തെ അനുഗമിക്കുവാൻ അനുവാദം ചോദിച്ചു. ബുദ്ധൻ വിസമ്മതിച്ചു, എന്നാൽ തൊള്ളായിരം ഭിക്ഷുമാർക്കും ഒന്നിച്ച് യാത്ര ചെയ്യാൻ കഴിയുന്നതെങ്ങനെയെന്ന് കശ്യപൻ വിശദമാക്കി. രാജഗൃഹത്തിനു ചുറ്റിനുമുള്ള നിരവധി കാടുകളിൽ ഭിക്ഷുമാർക്ക് താമസിക്കാം. അവിടെയുള്ള അനേകം ഗ്രാമങ്ങളിൽ അവർക്ക് ഭിക്ഷയെടുക്കാം; അതുപോലെ തലസ്ഥാനനഗരത്തിൽ തന്നെയും പ്രാദേശികജനങ്ങളുമായി സമ്പർക്കം പുലർത്തി. മാത്രമല്ല, ഗയയിലെ ജനങ്ങൾക്ക് താങ്ങാവുന്നതിലധികമാണ് ഭിക്ഷുക്കളുടെ സംഖ്യയെന്നും കശ്യപൻ കൂട്ടിച്ചേർത്തു. രാജഗൃഹത്തിൽ എല്ലാം എളുപ്പമായിരിക്കും. മഗധയിലെ സാഹചര്യത്തെപ്പറ്റി ഉരുവേല കശ്യപൻ എത്രമാത്രം അറിവുള്ളവനാണെന്നറിഞ്ഞ് ബുദ്ധൻ തൊള്ളായിരം ഭിക്ഷുക്കളും തന്നോടുചേർന്നുകൊള്ളുവാൻ സമ്മതിച്ചു.

കശ്യപ സഹോദരന്മാർ സംഘത്തെ ഇരുപത്തഞ്ച് ഭിക്ഷുമാരടങ്ങുന്ന മുപ്പത്തിയാറ് കൂട്ടങ്ങളാക്കി ഭാഗിച്ചു. ഓരോ കൂട്ടവും ഒരു മുതിർന്ന ഭിക്ഷുവിനാൽ നയിക്കപ്പെട്ടു. ഈ സംവിധാനം കാരണം യാത്രയിൽ വളരെയേറെ പുരോഗതിയുണ്ടാക്കാൻ ഭിക്ഷുക്കൾക്ക് സാധിച്ചു.

രാജഗൃഹത്തിലെത്താൻ അവർക്ക് പത്തു ദിവസങ്ങൾ വേണ്ടിയിരുന്നു. ഓരോ പ്രഭാതത്തിലും അവർ ചെറിയ ഗ്രാമങ്ങളിൽ ഭിക്ഷാടനം നടത്തി. വനങ്ങളിലോ വയലുകളിലോ ഇരുന്ന് നിശബ്ദരായി ഭക്ഷിച്ചു. ശാന്തമായും സാവകാശവും നടക്കുന്ന ഭിക്ഷുക്കൾ, കണ്ടുനിന്നവരിലെല്ലാം അഗാധമായ ആദരവുണ്ടാക്കി.

രാജഗൃഹത്തിലെത്തിയപ്പോൾ, ഉരുവേല കശ്യപൻ അവരെ സുപഢിതക്ഷേത്രം നിൽക്കുന്ന പനങ്കാടിലേക്ക് നയിച്ചു. തലസ്ഥാനത്തിന് ഏതാണ്ട് രണ്ട് നാഴിക തെക്കായിട്ടായിരുന്നു പനങ്കാട്. അടുത്ത പ്രഭാതത്തിൽ ഭിക്ഷുക്കൾ ഭിക്ഷാപാത്രങ്ങളുമായി നഗരത്തിൽ ഭിക്ഷാടനത്തിനിറങ്ങി. ശാന്തവും മന്ദവുമായി കാലടികൾവെച്ച് ചെറിയ കൂട്ടങ്ങളായി ഒറ്റവരിയിൽ അവർ നടന്നു. പ്രശാന്തരായി ഭിക്ഷാപാത്രം പിടിച്ച

അവരുടെ കണ്ണുകൾ മുന്നോട്ടു നോക്കി. ബുദ്ധന്റെ നിർദ്ദേശങ്ങൾ പിന്തുടർന്ന് അവർ ധനികന്റെയോ ദരിദ്രന്റെയോ വീടെന്ന വേർതിരിവില്ലാതെ ഓരോന്നിന്റെയും മുമ്പിൽ നിന്നു. കുറച്ചു നിമിഷങ്ങൾക്കകം വാതിലിൽ ആരും പ്രത്യക്ഷപ്പെട്ടില്ലെങ്കിൽ അവർ അടുത്ത വീട്ടിലേക്ക് നീങ്ങി. നിശബ്ദരായി ഭക്ഷണാർച്ചനകൾ കാത്തുനിൽക്കെ, അവർ ശ്വാസം ഏകാഗ്രതയോടെ നിരീക്ഷിച്ചു. ഭക്ഷണം സ്വീകരിക്കുമ്പോൾ, അവർ തലതാഴ്ത്തി നന്ദി രേഖപ്പെടുത്തി. ഭക്ഷണം നല്ലതോ ചീത്തയോ എന്നതിനെപ്പറ്റി അവർ യാതൊരഭിപ്രായവും പറഞ്ഞില്ല. ചിലപ്പോൾ ഭക്ഷണം കൊടുക്കുന്ന സാധാരണക്കാരൻ ധർമ്മത്തെക്കുറിച്ച് എന്തെങ്കിലും ചോദ്യങ്ങൾ ചോദിച്ചു. ഭിക്ഷുക്കൾ അവരുടെ പരമാവധി കഴിവനുസരിച്ച് സുസ്മേരവദനരായി ഉത്തരം പറഞ്ഞു. ഗൗതമബുദ്ധന്റെ സംഘത്തിൽപെട്ടവരാണെന്നവർ വിശദീകരിച്ചു. നാല് ശ്രേഷ്ഠസത്യങ്ങളും സാധാരണക്കാർക്കുള്ള അഞ്ച് ധർമോപദേശങ്ങളും അവർ വിശദീകരിച്ചു.

ഭിക്ഷുക്കൾ എല്ലായ്പ്പോഴും ഉച്ചയോടെ തങ്ങളുടെ ഭക്ഷണം നിശബ്ദതയിൽ പങ്കുവെക്കാനായി പനങ്കാട്ടിലേക്ക് മടങ്ങി. ബുദ്ധന്റെ ധർമോപദേശം ശ്രദ്ധിച്ചു. ഉച്ചതിരിഞ്ഞും സന്ധ്യക്കും ധ്യാനപരിശീലനത്തിന് മാറ്റിവെച്ചു. അങ്ങനെ മദ്ധ്യാഹ്നത്തിനുശേഷം, നഗരത്തിൽ ആരുംതന്നെ കാവിധാരികളായ ഭിക്ഷുമാരെ കണ്ടില്ല.

രണ്ടാഴ്ചയുടെ അവസാനമായപ്പോഴേക്കും, നഗരം മുഴുവനായും ബുദ്ധസംഘത്തിന്റെ സാന്നിധ്യമറിഞ്ഞു. ഉച്ചതിരിഞ്ഞ് പ്രശാന്തവേളകളിൽ സാധാരണക്കാർ ബുദ്ധനെ കാണാനും ഉൽബുദ്ധതയുടെ മാർഗം പഠിക്കാനും പനങ്കാട്ടിലെത്തി. ബുദ്ധന് തന്റെ സുഹൃത്തായ ബിംബിസാര രാജാവിനെ സന്ദർശിക്കാൻ ഒരവസരം കിട്ടുന്നതിനു മുമ്പായിത്തന്നെ, അദ്ദേഹം ബുദ്ധന്റെ സാന്നിധ്യമറിഞ്ഞു. താൻ മലയിൽ വെച്ചു കണ്ട യുവസന്യാസി തന്നെയാണീ പുതിയ ഗുരുനാഥനെന്ന് അദ്ദേഹത്തിനുറപ്പുണ്ടായിരുന്നു. അദ്ദേഹം വാഹനത്തിൽ കയറി. പനങ്കാട്ടിലേക്ക് പോകാൻ കല്പനയായി. ഒട്ടനവധി വാഹനങ്ങൾ അദ്ദേഹത്തെ പിന്തുടർന്നു. കാരണം പുകൾപെറ്റ നൂറിൽ കൂടുതൽ ബ്രാഹ്മണ ഗുരുനാഥന്മാരോടും ധിഷണാശാലികളോടും തന്നെ അനുഗമിക്കാനായി അദ്ദേഹം ക്ഷണിച്ചിരുന്നു. കാടിന്റെ അതിർത്തിയിൽ എത്തിയപ്പോൾ, രാജാവ് വാഹനത്തിൽനിന്നും പുറത്തിറങ്ങി, രാജ്ഞിയാലും തന്റെ പുത്രൻ അജാതശത്രു എന്ന രാജകുമാരനാലും അനുഗമിതനായി.

രാജാവിന്റെ വരവറിഞ്ഞ ബുദ്ധൻ, ഉരുവേല കശ്യപനുമൊത്ത് രാജാവിനെയും അതിഥികളെയും അഭിവാദ്യം ചെയ്യാൻ പോയി. ബുദ്ധന്റെ ധർമോപദേശം കേൾക്കാനായി എല്ലാ ഭിക്ഷുക്കളും വൻവൃത്തങ്ങളിലായി ഇരുന്നിരുന്നു. രാജാവിനെയും രാജ്ഞിയെയും രാജകുമാരനെയും മറ്റതിഥികളെയും ബുദ്ധൻ ഇരിക്കാൻ ക്ഷണിച്ചു. ബിംബിസാര

രാജാവ് തനിക്ക് ഓർമിക്കാൻ കഴിഞ്ഞവരെയെല്ലാം പേരെടുത്ത് പരിചയപ്പെടുത്തി. എന്നാൽ ചിലപ്പോൾ, ഒരു ബ്രാഹ്മണനോട് സ്വയം പരിചയപ്പെടുത്താനാവശ്യപ്പെട്ടു. വേദങ്ങളിൽ നിഷ്ണാതരായ പണ്ഡിതന്മാരും മതദർശനത്തിന്റെ വ്യത്യസ്ത പാഠശാലകളിൽ നിന്നുള്ളവരും അതിഥികളിലുണ്ടായിരുന്നു.

മിക്കവരും ഉരുവേല കശ്യപന്റെ പേര് കേട്ടിരുന്നു. പലരും അദ്ദേഹത്തെ നേരിട്ട് കണ്ടിട്ടുണ്ടായിരുന്നു. എന്നാൽ ആരുംതന്നെ ബുദ്ധനെപ്പറ്റി എപ്പോഴെങ്കിലും കേട്ടിട്ടുണ്ടായിരുന്നില്ല. ഗൗതമ ശാക്യൻ കശ്യപനെക്കാളും വളരെ ഇളയതായിരുന്നെങ്കിലും അദ്ദേഹത്തെ കശ്യപൻ, എത്ര ആദരവോടെയാണ് പരിചരിക്കുന്നതെന്ന് കണ്ട അവർ അത്ഭുതപ്പെട്ടു. കശ്യപൻ ഗൗതമന്റെ ശിഷ്യനോ, ഗൗതമൻ കശ്യപശിഷ്യനോ എന്ന് വേർതിരിച്ചെടുക്കാൻ ശ്രമിച്ച്, അവർ പരസ്പരം പിറുപിറുത്തു. അവരുടെ ചിന്താകുഴപ്പം കണ്ട ഉരുവേല കശ്യപൻ എണീറ്റുനിന്നു, ബുദ്ധനെ സമീപിച്ചു. അദ്ദേഹം കൈകൾ കൂപ്പി വ്യക്തമായും ആദരവോടെയും പറഞ്ഞു, "ഗൗതമാ, ബോധോദയം സിദ്ധിച്ചവനേ, ഈ ജീവിതത്തിലെ ഏറ്റവും അമൂല്യമായ ഗുരുനാഥാ, ഞാൻ ഉരുവേല കശ്യപൻ, അങ്ങയുടെ ശിഷ്യൻ. എന്റെ ഏറ്റവും ഉദാത്തമായ ആദരവ് അർപ്പിക്കുവാൻ എന്നെ അനുവദിച്ചാലും." പിന്നീടദ്ദേഹം ബുദ്ധനെ മൂന്നുതവണ നമസ്കരിച്ചു. കശ്യപനെ വീണ്ടും എഴുന്നേറ്റുനിൽക്കുന്നതിൽ ബുദ്ധൻ സഹായിച്ചു, എന്നിട്ട് തന്റെ വശത്തായി ചേർന്നിരിക്കാനാവശ്യപ്പെട്ടു. ബ്രാഹ്മണർക്കിടയിൽ പിന്നീട് പിറുപിറുപ്പുണ്ടായില്ല. തൊള്ളായിരം കാവിധാരികളായ ഭിക്ഷുക്കൾ ആദരസമന്വിതമായ അത്ഭുതത്തോടെ ഇരിക്കുന്നത് കണ്ട അവരുടെ ബഹുമാനം തീർച്ചയായും വർദ്ധിച്ചു.

ഉൽബുദ്ധതയുടെ മാർഗം ബുദ്ധൻ സംസാരിച്ചു. ജീവിതത്തിലെ സകല വസ്തുക്കളുടെയും നശ്വരവും പരസ്പരാശ്രിതവുമായ സ്വഭാവത്തെക്കുറിച്ച് അദ്ദേഹം വിശദീകരിച്ചു. തെറ്റായ കാഴ്ചപ്പാടുകളെ മറികടക്കാനും ദുരിതത്തെ അധഃകരിക്കുവാനും ഒരുവനെ, ഉൽബുദ്ധതയുടെ പാത സഹായിക്കും, അദ്ദേഹം പറഞ്ഞു. ശ്രദ്ധയും ധാരണയും നേടുന്നതിൽ ധർമോപദേശങ്ങൾ നിരീക്ഷിക്കുന്നത്, ഒരുവനെ എങ്ങനെ സഹായിക്കുമെന്ന് അദ്ദേഹം പറഞ്ഞു. അദ്ദേഹത്തിന്റെ ശബ്ദം വലിയൊരു മണിമുഴങ്ങുന്നതുപോലെയായിരുന്നു. അത് വസന്തത്തിന്റെ സൂര്യപ്രകാശംപോലെ ഇളംചൂടുള്ളതായിരുന്നു. നേർത്ത മഴപോലെ സൗമ്യമായിരുന്നു. ഉയരുന്ന തിരമാലപോലെ പ്രൗഢമായിരുന്നു. ആയിരത്തിൽ കൂടുതൽ പേർ ശ്രദ്ധിച്ചു. ആരും ഒന്നുറക്കെ ശ്വസിക്കാൻപോലും ധൈര്യപ്പെട്ടില്ല. വസ്ത്രങ്ങൾ കൂട്ടിയുരഞ്ഞ് മർമരമുണ്ടാകാതിരിക്കാൻ ശ്രദ്ധിച്ചു, ബുദ്ധന്റെ വിസ്മയാവഹമായ

ശബ്ദത്തെ ശല്യപ്പെടുത്തുമോയെന്ന് ഭയപ്പെട്ട്.

അതോടെ ബിംബിസാര രാജാവിന്റെ കണ്ണുകൾ കൂടുതൽ തിളങ്ങി. കൂടുതൽ ശ്രദ്ധിച്ചതോടെ അദ്ദേഹത്തിന്റെ ഹൃദയം കൂടുതൽ ഉറയ്ക്കുന്നതായി അനുഭവപ്പെട്ടു. അദ്ദേഹത്തിന്റെ ഒരുപാട് സംശയങ്ങളും പ്രയാസങ്ങളും അപ്രത്യക്ഷമായി. തേജസ്സാർന്ന ഒരു പുഞ്ചിരി അദ്ദേഹത്തിന്റെ മുഖത്ത് പ്രത്യക്ഷമായി. ബുദ്ധൻ ധർമഭാഷണം അവസാനിപ്പിച്ചതോടെ, ബിംബിസാര രാജാവ് എണീറ്റുനിന്നു. കൈകൾ കൂപ്പി. അദ്ദേഹം പറഞ്ഞു, "പ്രഭോ, ഞാൻ ചെറുപ്പമായിരുന്നപ്പോൾ മുതൽ എനിക്കഞ്ചാഗ്രഹങ്ങളുണ്ടായിരുന്നു. ഞാനവയെല്ലാം ഇപ്പോൾ നിറവേറ്റി. ആദ്യത്തെ ആഗ്രഹം രാജാഭിഷിക്തനായി രാജാവാകുകയെന്നതായിരുന്നു. അത് നിറവേറ്റപ്പെട്ടു. രണ്ടാമത്തെ ആഗ്രഹം, ഈ ജന്മത്തിൽ തന്നെ ബോധോദയം സിദ്ധിച്ച ഗുരുനാഥനെ കണ്ടെത്തുകയെന്നതായിരുന്നു. അതും നിറവേറ്റപ്പെട്ടു. മൂന്നാമത്തെ ആഗ്രഹം അത്തരമൊരു ഗുരുനാഥനോട് ആദരവ് കാണിക്കുകയെന്നതായിരുന്നു. ആ ആഗ്രഹവും ഇപ്പോൾ നിറവേറ്റപ്പെട്ടു. ശരിയായ പാത കാണിക്കുന്ന അത്തരമൊരു ഗുരുനാഥൻ ഉണ്ടാവുകയെന്നതായിരുന്നു നാലാമത്തെ ആഗ്രഹം. അതും ഇപ്പോൾ നിറവേറ്റപ്പെട്ടു. അഞ്ചാമത്തേത്, ബോധോദയം സിദ്ധിച്ചവന്റെ അനുശാസനം മനസ്സിലാക്കുകയെന്നതായിരുന്നു. ഗുരോ, ഈ നിമിഷം അത് നിറവേറ്റപ്പെട്ടു. അങ്ങയുടെ വിസ്മയാവഹമായ അനുശാസനം വളരെയേറെ ധാരണ എനിക്കു തന്നു. പ്രഭോ, എന്നെ അങ്ങയുടെ സാധാരണ ശിഷ്യനായി സ്വീകരിച്ചാലും."

ബുദ്ധൻ തന്റെ സ്വീകാര്യതയിൽ പുഞ്ചിരിച്ചു.

പൂർണചന്ദ്രദിവസം തന്റെ കൊട്ടാരത്തിൽ ഭക്ഷണം കഴിക്കുവാൻ രാജാവ് ബുദ്ധനെയും അദ്ദേഹത്തിന്റെ തൊള്ളായിരം ശിഷ്യന്മാരെയും ക്ഷണിച്ചു. ബുദ്ധൻ സന്തോഷത്തോടെ സ്വീകരിച്ചു.

മറ്റെല്ലാ അതിഥികളും ബുദ്ധന് കൃതജ്ഞത പറയുവാൻ എണീറ്റുനിന്നു. അവരിൽ ഇരുപതുപേർ ബുദ്ധശിഷ്യന്മാരാകാൻ ആഗ്രഹം പ്രകടിപ്പിച്ചു. തിരിച്ച് കാടിന്റെ അതിരിലിലേക്ക് രാജാവിനേയും രാജ്ഞിയേയും രാജകുമാരൻ അജാതശത്രുവിനെയും, ബുദ്ധനും കശ്യപനും അനുഗമിച്ചു.

ഒരു മാസത്തിനകം മഴക്കാലം ആരംഭിക്കുമെന്നും, തന്റെ നാട്ടിലേക്ക് മടങ്ങുവാൻ അസാധ്യമായിരിക്കുമെന്നും ബുദ്ധൻ അറിഞ്ഞു. അതുകൊണ്ട്, പനങ്കാട്ടിൽ തന്നെ ഒരു മൂന്നു മാസം കൂടി തങ്ങുവാൻ അദ്ദേഹം തീരുമാനിച്ചു. മൂന്നുമാസത്തെ പരിശീലനത്തിനുശേഷം സംഘം, തനിക്ക് വേറിട്ടുപോകുവാൻ കഴിയുംവണ്ണം, ശക്തവും സുദൃ

ഢവുമായിരിക്കുമെന്ന് അദ്ദേഹം മനസ്സിലാക്കി. തെളിഞ്ഞ ആകാശങ്ങളുടെയും പുതിയ ഇളംചെടികളുടെയും കാലമായ വസന്തത്തിൽ അദ്ദേഹം അവിടം വിടും.

സേനിയ ബിംബിസാര രാജാവ് അപ്പോൾ ബുദ്ധനെയും അദ്ദേഹത്തിന്റെ ഭിക്ഷുക്കളെയും സ്വീകരിക്കുന്നതിനുള്ള ഒരുക്കങ്ങൾ ആരംഭിച്ചു. സുന്ദരങ്ങളായ ഇഷ്ടികകൾ പാകിയ വലിയ കൊട്ടാരത്തിൽ അവർക്ക് സദ്യയൊരുക്കുവാൻ അദ്ദേഹം പരിപാടിയിട്ടു. ബുദ്ധനെയും സംഘത്തെയും സ്വീകരിക്കുവാനായി, തെരുവുകൾ വിളക്കുകളാലും പൂക്കളാലും അലങ്കരിക്കുവാൻ അദ്ദേഹം ജനങ്ങളോടാവശ്യപ്പെട്ടു. സർക്കാരിലെ എല്ലാ അംഗങ്ങളെയും സകുടുംബം പരിപാടിയിൽ പങ്കെടുക്കുവാൻ അദ്ദേഹം ക്ഷണിച്ചു. കുറെയേറെപ്പേരെ വേറെയും. ഇരുപതുകാരനായ രാജകുമാരൻ അജാതശത്രുവിന്റെ പ്രായത്തിലുള്ള കുട്ടികളെയും ക്ഷണിച്ചു. ബുദ്ധനും ഭിക്ഷുക്കളും തങ്ങൾക്കുവേണ്ടി മറ്റു ജീവികളെ കൊല്ലുന്നത് അനുവദിക്കില്ലെന്നറിഞ്ഞ ബിംബിസാരൻ സ്വാദിഷ്ടമായ സസ്യാഹാരങ്ങൾ മാത്രം തയ്യാറാക്കാൻ കല്പനയായി. സ്വീകരണത്തിന് സജ്ജമാകാൻ അവർക്കിനി പത്തു ദിവസങ്ങളുണ്ട്.

29. *ആശ്രിതമായ സഹോദയം

തുടർന്നുള്ള ആഴ്ചകളിലെല്ലാം നിരവധി അന്വേഷികൾ ബുദ്ധനിലേക്ക് വന്നു, ഭിക്ഷുക്കളാവാൻ. അവരിൽ നിരവധിപേർ, ധനിക കുടുംബങ്ങളിൽ നിന്നുള്ള ഉന്നത വിദ്യാഭ്യാസം നേടിയ യുവാക്കളായിരുന്നു. ബുദ്ധന്റെ മുതിർന്ന വിദ്യാർത്ഥികൾ അവരെ ഭിക്ഷുക്കളാക്കുകയും പുതിയ ഭിക്ഷുക്കൾക്ക് പരിശീലനത്തിൽ അടിസ്ഥാന നിർദ്ദേശങ്ങൾ നൽകുകയും ചെയ്തു. സ്ത്രീകളും ചെറുപ്പക്കാരായ പുരുഷന്മാരും പനങ്കാടിലെത്തി, മൂന്ന് ശരണങ്ങൾ തേടി.

ഒരു ദിവസം കൊണ്ടണ്ണൻ, ഏതാണ്ട് മുന്നൂറ് പേരുള്ള ഒരു സംഘത്തിന്, മൂന്നു ശരണങ്ങൾ നൽകി. ചടങ്ങിനുശേഷം, അദ്ദേഹം മൂന്ന് അമൂല്യരത്നങ്ങളായ - ബുദ്ധം, ധർമം, സംഘം - എന്നിവയെക്കുറിച്ച് സംസാരിച്ചു.

“ഉൽബുദ്ധനായവൻ ബുദ്ധൻ. ഉൽബുദ്ധനായ ഒരാൾ പ്രപഞ്ചത്തിന്റെയും ജീവിതത്തിന്റെയും പ്രകൃതം കാണുന്നു. അതുകൊണ്ട് ഉൽബുദ്ധനായവൻ, ആഗ്രഹം, കോപം, ഭയം, മതിഭ്രമം എന്നിവയാൽ ബന്ധിക്കപ്പെടുന്നില്ല. ധാരണയും സ്നേഹവും ആനന്ദവും ശാന്തിയും നിറഞ്ഞ ഒരു സ്വതന്ത്ര വ്യക്തിയാണ് ഉൽബുദ്ധനായ ഒരുവൻ. നമ്മുടെ ഗുരുനാഥനായ ഗൗതമൻ, പരിപൂർണമായും ഉൽബുദ്ധനായവൻ. ഈ ജീവിതത്തിൽ അദ്ദേഹം നമുക്ക് വഴികാട്ടിത്തരുന്നു. അതുകൊണ്ട് നമുക്ക് മറവി മറികടന്ന് സ്വയം ഉൽബുദ്ധനായിത്തീരാനാവുന്നു. നമ്മിലോരോരുത്തരിലും ബുദ്ധഭാവമുണ്ട്. നമുക്കെല്ലാവർക്കും ബുദ്ധനാവാൻ കഴിയും. ബുദ്ധഭാവം എന്നത് ഉൽബുദ്ധനാവാനും അജ്ഞതയെ അധഃകരിക്കുവാനുള്ള പ്രാപ്തിയാണ്. നാം ജാഗ്രതയുടെ മാർഗം പരിശീലിക്കുകയാണെങ്കിൽ ഓരോ ദിവസവും നമ്മുടെ ബുദ്ധഭാവം കൂടുതൽ പ്രകാശമാനമാകും. അങ്ങനെ ഒരുനാൾ നമുക്കും സ്വാതന്ത്ര്യവും ശാന്തിയും ആനന്ദവും നേടാം. നമ്മളോരോരുത്തരും നമ്മുടെസ്വന്തം ഹൃദയത്തിൽ ബുദ്ധനെ കണ്ടെത്തണം. ബുദ്ധനാണ് ആദ്യത്തെ അമൂല്യരത്നം.

---

* Dependent Co-Arising

“ഉൽബുദ്ധതയിലേക്ക് നയിക്കുന്ന വഴിയാണ് ധർമം-ബുദ്ധൻ അനുശാസിക്കുന്ന വഴിയാണത്. അജ്ഞതയുടെയും ദ്വേഷ്യത്തിന്റെയും ഭയത്തിന്റെയും ആഗ്രഹങ്ങളുടെയും തടവറകളെ അധഃകരിക്കുവാൻ നമ്മെ സഹായിക്കുന്ന പാതയാണത്. ഈ പാത നമ്മെ സ്വാതന്ത്ര്യത്തിലേക്കും ശാന്തിയിലേക്കും ആനന്ദത്തിലേക്കും നയിക്കുന്നു. മറ്റുള്ളവരെ മനസ്സിലാക്കാനും സ്നേഹിക്കാനും അത് നമ്മെ സഹായിക്കുന്നു. ഉൽബുദ്ധതയുടെ മാർഗത്തിന്റെ രണ്ട് അതീവ പക്വങ്ങളായ ഫലങ്ങളാണ് ധാരണയും സ്നേഹവും. ധർമമാണ് രണ്ടാമത്തെ അമൂല്യരത്നം.

“ഉൽബുദ്ധതയുടെ മാർഗം പരിശീലിക്കുന്നവരുടെ സമൂഹമാണ് - ഈ പാതയിൽ ഒന്നിച്ചു സഞ്ചരിക്കുന്നവരുടെ - സംഘം. വിമോചനത്തിന്റെ മാർഗം നിങ്ങൾ പരിശീലിക്കാനാഗ്രഹിക്കുന്നെങ്കിൽ, ഒന്നിച്ച് പരിശീലനത്തിലേർപ്പെടാൻ ഒരു സമൂഹം ആവശ്യമാണ്. നിങ്ങൾ ഒറ്റയ്ക്കാണെങ്കിൽ, ഉൽബുദ്ധതയുടെ വഴിയിൽ തടസ്സങ്ങൾ നേരിടാം. നിങ്ങൾ ഒരു സാധാരണക്കാരനായോ ഭിക്ഷുവായോ തീർന്നാലും, സംഘത്തിൽ ശരണം തേടേണ്ടത് പ്രധാനമാണ്. സംഘമാണ് മൂന്നാമത്തെ അമൂല്യരത്നം.”

“യുവാക്കളെ, ഇന്ന് നിങ്ങൾ ബുദ്ധനിലും ധർമത്തിലും സംഘത്തിലും ശരണം തേടി. ഈ ശരണങ്ങളുടെ സഹായത്താൽ നിങ്ങൾക്ക് ലക്ഷ്യരഹിതമായി അലയേണ്ടി വരില്ല. ഉൽബുദ്ധതയുടെ പാതയിൽ ശരിയായ പുരോഗതിയുണ്ടാക്കാനാവും. കഴിഞ്ഞ രണ്ട് കൊല്ലങ്ങളായി, ഞാനീ മൂന്ന് രത്നങ്ങളിൽ സ്വയം ശരണം തേടിയിട്ട്. ഇന്ന് നിങ്ങളും അതേ പാത സഞ്ചരിക്കാൻ പ്രതിജ്ഞയെടുത്തു. ഈ മൂന്ന് അമൂല്യരത്നങ്ങളിൽ നാമെല്ലാം ശരണം തേടിയതിൽ നമുക്കാഹ്ലാദിക്കാം. തീർച്ചയായും അനാദികാലം മുതൽ, ഈ മൂന്ന് രത്നങ്ങളും നമ്മുടെ സ്വന്തം ഹൃദയത്തിലുണ്ട്. നമ്മുടെ ഉള്ളിൽ ഈ മൂന്ന് രത്നങ്ങളും പ്രകാശിക്കുന്നതിന്നായി നാമൊന്നിച്ച് വിമോചനത്തിന്റെ വഴി പരിശീലിക്കും.”

കൊണ്ടണ്ണന്റെ വാക്കുകളാൽ അവരെല്ലാം യഥാർത്ഥത്തിൽ വളരെയേറെ പ്രോത്സാഹിതരായി. അവരുടെ ഹൃദയങ്ങൾക്കുള്ളിൽ പുതിയൊരൂർജ്ജം തിരതള്ളുന്നതായി അവർക്ക് തോന്നി.

അതേദിവസങ്ങളിൽ ബുദ്ധൻ, സരിപുത്ര, മൊഗല്ലാന എന്നീ രണ്ട് അസാധാരണരായ പുതിയ ശിഷ്യന്മാരെ ഭിക്ഷുസംഘത്തിൽ സ്വീകരിച്ചു. രാജഗൃഹത്തിൽ പാർത്തിരുന്ന പ്രസിദ്ധ യതിവര്യൻ, സഞ്ജയന്റെ ശിഷ്യരായിരുന്നു അവർ രണ്ടുപേരും. സഞ്ജയന്റെ അനുയായികൾ പരിവ്രാജകരെന്ന് വിളിക്കപ്പെട്ടു. സുതാര്യതയ്ക്കും ധിഷണയ്ക്കും ബഹുമാനിക്കപ്പെട്ടിരുന്ന വളരെയടുത്ത രണ്ട് ചങ്ങാതിമാരായിരുന്നു സരിപുത്രനും മൊഗല്ലാനയും. മഹാമാർഗ്ഗം ആർ നേടു

ന്നുവോ ഉടനെ അയാൾ മറ്റേയാളെ അറിയിക്കുമെന്ന് അവർ പരസ്പരം വാഗ്ദാനം ചെയ്തിരുന്നു.

ഒരു ദിവസം, സരിപുത്രൻ അസ്സാജിയെന്ന ഭിക്ഷു രാജഗൃഹത്തിൽ ഭിക്ഷയെടുക്കുന്നത് കണ്ടു. അസ്സാജിയുടെ പ്രശാന്തവും സ്വാസ്ഥ്യവുമായ ഭാവം ഉടനെ സരിപുത്രനെ ആകർഷിച്ചു. സരിപുത്രൻ വിചാരിച്ചു, "മഹാമാർഗ്ഗം സിദ്ധിച്ച ആരോ ഒരാളാണിതെന്ന് തോന്നുന്നു. അത്തരമാളുകളെ തനിക്ക് കണ്ടുമുട്ടാനാവുമോ! അദ്ദേഹത്തിന്റെ ഗുരുനാഥൻ ആരെന്നും അദ്ദേഹത്തിന്റെ അനുശാസനമെന്തെന്നും ഞാനദ്ദേഹത്തോട് ചോദിക്കും."

സരിപുത്രൻ അസ്സാജിയുടെ ഒപ്പമെത്താൻ നടത്തം വേഗത്തിലാക്കി. എന്നാൽ അദ്ദേഹം സ്വയം നിന്നു. വീടുവീടാന്തരം നിശബ്ദനായി ഭിക്ഷയെടുക്കുന്ന ഭിക്ഷുവിനെ ശല്യപ്പെടുത്താൻ അദ്ദേഹം ആഗ്രഹിച്ചില്ല. അസ്സാജിയുടെ ഭിക്ഷാടനം കഴിയുന്നതുവരെ സരിപുത്രൻ കാത്തുനിന്നു. തന്നെ ശ്രദ്ധിക്കാൻ ഇടവരുത്താതെ, സരിപുത്രൻ അസ്സാജിയെ പിന്തുടർന്നു. ഭിക്ഷാപാത്രം നിറഞ്ഞ് അസ്സാജി നഗരം വിടാൻ തിരിഞ്ഞപ്പോൾ, സരിപുത്രൻ ആദരവോടെ കൈകൾ കൂപ്പി പറഞ്ഞു, "സന്യാസി, ശാന്തിയും പ്രശാന്തതയും അങ്ങയിൽ വഴിഞ്ഞൊഴുകുന്നു. അങ്ങ് നടക്കുന്ന രീതിയിലും അങ്ങയുടെ മുഖഭാവത്തിലും അങ്ങയുടെ ഓരോ ആംഗ്യത്തിലും ധർമ്മവും ധാരണയും പ്രകാശിക്കുന്നു. അങ്ങയുടെ ഗുരുനാഥൻ ആരാണെന്നറിയുവാൻ എന്നെ അനുവദിച്ചാലും. അങ്ങ് ഏത് പരിശീലനകേന്ദ്രത്തിലാണ് താമസിക്കുന്നത്? ഏതു രീതിയാണ് അങ്ങയുടെ ഗുരുനാഥൻ അനുശാസിക്കുന്നത്?"

അസ്സാജി സരിപുത്രനെ ഒരു നിമിഷം നോക്കി. പിന്നെ ഏറ്റവും സൗഹൃദമായി പുഞ്ചിരിച്ചു. അദ്ദേഹം മറുപടിയായി, "ബുദ്ധനെന്നറിയപ്പെടുന്ന ശാക്യകുലത്തിലെ ഗൗതമഗുരുവിന്റെ മാർഗനിർദ്ദേശത്തിലാണ് ഞാൻ പഠിക്കുന്നതും പരിശീലിക്കുന്നതും. സുപദ്ധിത ക്ഷേത്രത്തിനടുത്തുള്ള പനങ്കാട്ടിലാണ് അദ്ദേഹമിപ്പോൾ താമസിക്കുന്നത്."

സരിപുത്രന്റെ കണ്ണുകൾ തിളങ്ങി. "എന്താണദ്ദേഹത്തിന്റെ അനുശാസനം? അങ്ങത് ഞാനുമായി പങ്കിടുമോ?"

"ബുദ്ധന്റെ അനുശാസനം അഗാധവും മനോഹരവുമാണ്. ഞാനിപ്പോഴും അത് പൂർണമായി ഗ്രഹിച്ചിട്ടില്ല. അങ്ങ് അവിടെയെത്തി ബുദ്ധനിൽ നിന്നുതന്നെ നേരിട്ട് അനുശാസനങ്ങൾ സ്വീകരിക്കുക."

സരിപുത്രൻ അസ്സാജിയോട് കേണപേക്ഷിച്ചു, "അങ്ങേയ്ക്ക് ബുദ്ധന്റെ അനുശാസനങ്ങളിലെ കുറച്ച് വാക്കുകളെങ്കിലും ഞാനുമായി പങ്കിട്ടുകൂടെ? എനിക്കത് അത്രയ്ക്കും അമൂല്യമായിരിക്കും. കൂടുതൽ പഠിക്കുവാനായി ഞാൻ പിന്നീട് വരാം."

അസ്സാജി പുഞ്ചിരിച്ചു, ചെറിയൊരു ഗാഥ പാടി:

“പരസ്പരാശ്രിതമായ പ്രഭവങ്ങളിൽനിന്ന്
എല്ലാ വസ്തുക്കളും ഉദിക്കുന്നു,
എല്ലാ വസ്തുക്കളും അപ്രത്യക്ഷമാവുന്നു,
പരിപൂർണനായി ഉൽബുദ്ധനായവൻ
അനുശാസിക്കുന്നിത്.”

തിളങ്ങുന്ന പ്രകാശം നിറഞ്ഞൊഴുകിയപോലെ തന്റെ ഹൃദയം തുറന്നതായി സരിപുത്രന് പെട്ടെന്ന് അനുഭവപ്പെട്ടു. യഥാർത്ഥ ധർമത്തിന്റെ അർദ്ധവെളിച്ചം തനിക്ക് മുമ്പിൽ ഞൊടിനേരം മിന്നിത്തിളങ്ങി. അദ്ദേഹം അസ്സാജിയെ വണങ്ങി തന്റെ ചങ്ങാതി മൊഗല്ലാനയെ തിരക്കിയോടി.

സരിപുത്രന്റെ പ്രകാശിക്കുന്ന മുഖം കണ്ട മൊഗല്ലാന ചോദിച്ചു, “എന്റെ സഹോദര, എന്താണ് താങ്കളെ ഇത്ര സന്തോഷവാനാക്കിയത്? താങ്കൾ യഥാർത്ഥ വഴി കണ്ടെത്തിക്കാണും? പറയൂ സഹോദരാ!”

സരിപുത്രൻ സംഭവിച്ചതെല്ലാം പറഞ്ഞു. സരിപുത്രൻ മൊഗല്ലാനയ്ക്കു വേണ്ടി ഗാഥ പാടിയപ്പോൾ, അദ്ദേഹത്തിന്റെ ഹൃദയത്തിലും ഞൊടിനേരത്തേക്ക് ഒരു വെളിച്ചം മിന്നിത്തിളങ്ങി. പെട്ടെന്നദ്ദേഹം, ഈ പ്രപഞ്ചം പരസ്പരാശ്രിതമുള്ള ഒരു വലയായി കണ്ടു. ഇതുണ്ടാകുന്നത് അതുകൊണ്ടാണ്, ഇതുദിച്ചത് അതുകൊണ്ടാണ്, ഇതില്ലായിരുന്നതുകൊണ്ടാണ് അതില്ലാതിരുന്നത്, ഇത് മരിച്ചുപോയതുകൊണ്ടാണ് അത് മരിച്ചുപോയത്. ആശ്രിത സഹോദയമെന്ന ധാരണയിൽ, എല്ലാ വസ്തുക്കളുടെയും സ്രഷ്ടാവിലുള്ള വിശ്വാസം അദ്ദേഹത്തിൽ അസ്തമിച്ചു. ജനനത്തിന്റേയും മരണത്തിന്റേയും അറ്റമില്ലാത്ത ആവൃത്തികളിലൂടെ എങ്ങനെ ഒരാൾക്ക് കെട്ട് പൊട്ടിച്ച് പുറത്തു കടക്കാമെന്ന് അദ്ദേഹത്തിനിപ്പോൾ മനസ്സിലായി. മുക്തിയുടെ മാർഗ്ഗം അദ്ദേഹത്തിന്റെ മുമ്പിൽ തുറന്നു.

മൊഗല്ലാന പറഞ്ഞു, “നമുക്കുടനെത്തന്നെ ബുദ്ധനിലേക്കു പോകണം, സഹോദരാ, നാം കാത്തിരിക്കുന്ന ഗുരുനാഥൻ അദ്ദേഹമാണ്.”

സരിപുത്രൻ സമ്മതിച്ചു. പക്ഷേ, അദ്ദേഹത്തെ ഓർമ്മിപ്പിച്ചു, “സമൂഹത്തിലെ മുതിർന്ന സഹോദരന്മാരെന്ന നിലയിൽ നമ്മിൽ വളരെ ക്കാലമായി വിശ്വാസവും പ്രതീക്ഷയും അർപ്പിച്ചിട്ടുള്ള പരിവ്രാജകരായ ഇരുനൂറ്റി അമ്പതു സഹോദരന്മാരുടെ കാര്യം? നമുക്കവരെ വെറുതെ ഉപേക്ഷിക്കാനാവില്ല. ആദ്യമായി അവരോട് ചെന്ന് നമുക്ക്

തീരുമാനമറിയിക്കണം."

പരിവ്രാജകരുടെ മുഖ്യസദസ്സിലേക്ക് ആ രണ്ട് സുഹൃത്തുക്കളും ചെന്നു. ഈ സമൂഹം ഉപേക്ഷിക്കാനും ബുദ്ധശിഷ്യന്മാരാകാനും തീരുമാനിച്ച വിവരം അവർ തങ്ങളുടെ സഹപരിശീലകരോട് പറഞ്ഞു. സരിപുത്രനും മൊഗല്ലാനയും പിരിയുകയാണെന്നറിഞ്ഞപ്പോൾ അവർ ദുഃഖിതരായി. ഈ മുതിർന്ന സഹോദരന്മാരില്ലെങ്കിൽ, അവരുടേത് പഴയപോലെയായിരിക്കില്ല. അതുകൊണ്ടവരും, രണ്ടുപേരെയും പിന്തുടർന്ന് ബുദ്ധശിഷ്യരാകാനുള്ള അവരുടെ ആഗ്രഹം പ്രകടിപ്പിച്ചു.

സരിപുത്രനും മൊഗല്ലാനയും സഞ്ജയഗുരുവിന്റെയടുത്ത് പോയി. തങ്ങളുടെ സമൂഹത്തിന്റെ തീരുമാനമറിയിച്ചു. അവിടെ താമസിക്കുവാൻ അദ്ദേഹം അവരോട് കേണപേക്ഷിച്ചു. "നിങ്ങൾ, ഇവിടെ തങ്ങുകയാണെങ്കിൽ, സമൂഹത്തിന്റെ നേതൃസ്ഥാനം ഞാൻ നിങ്ങൾ രണ്ടാളിലേക്കും മാറ്റിത്തരാം." ഇതദ്ദേഹം മൂന്നു തവണ പറഞ്ഞു. എന്നാൽ സരിപുത്രനും മൊഗല്ലാനയും മനസ്സിൽ തീരുമാനിച്ചുറച്ചിട്ടുണ്ടായിരുന്നു.

അവർ പറഞ്ഞു, "അഭിവന്ദ്യ ഗുരോ, മുക്തിക്കു വേണ്ടിയാണ് ഞങ്ങൾ ആത്മീയപാത സ്വീകരിച്ചത്, മതനേതാക്കളാകാനല്ല. നമുക്ക് ശരിയായ പാത അറിയില്ലെങ്കിൽ, നാമെങ്ങിനെ മറ്റുള്ളവരെ നയിക്കും? നാം വളരെക്കാലമായി അന്വേഷിച്ച പാത ഗൗതമഗുരു നേടിയിരിക്കുന്നതിനാൽ നമുക്കദ്ദേഹത്തെ അന്വേഷിക്കുക."

സരിപുത്രനും മൊഗല്ലാനയും സഞ്ജയന്റെ മുമ്പാകെ നമസ്കരിച്ചു. വിടവാങ്ങി, മറ്റ് പരിവ്രാജകരാൽ അനുഗമിതരായി. അവരെല്ലാവരും പനങ്കാട്ടിലേക്ക് നടന്നു. അവിടെ വെച്ച് ബുദ്ധനെ നമസ്കരിച്ചു. ഭിക്ഷുക്കളാകാനപേക്ഷിച്ചു. ബുദ്ധനവരോട് നാല് ശ്രേഷ്ഠസത്യങ്ങളെക്കുറിച്ച് പറഞ്ഞു. അവരെ സംഘത്തിൽ ഭിക്ഷുക്കളായി സ്വീകരിച്ചു. ചടങ്ങിനുശേഷം പനങ്കാട്ടിൽ ഭിക്ഷുസംഖ്യ ആയിരത്തി ഇരുനൂറ്റിയമ്പതായി.

പുസ്തകം രണ്ട്

30. വേണുവനം

പൂർണ്ണചന്ദ്ര ദിവസമായിരുന്നു അന്ന്. ആയിരത്തി ഇരുനൂറ്റിയമ്പത് ഭിക്ഷുക്കളോടെ ഭിക്ഷാപാത്രവുമായി ബുദ്ധൻ രാജഗൃഹനഗരത്തിൽ പ്രവേശിച്ചു. ശാന്തവും മന്ദവുമായ കാൽവെപ്പുകളോടെ നിശബ്ദമായി നടന്നു. തലസ്ഥാന നഗരത്തിന്റെ തെരുവുകൾ നവപുഷ്പങ്ങളാലും വിളക്കുകളാലും അലങ്കരിച്ചിരുന്നു. ബുദ്ധനെയും സംഘത്തെയും വരവേൽക്കുവാനായി ജനം തെരുവിന്റെ ഇരു കരകളിലും നിന്നു. നാൽക്കവലയിലെത്തിയപ്പോൾ ബുദ്ധനും ഭിക്ഷുക്കൾക്കും തിരക്കുമൂലം മുന്നോട്ടുപോകാൻ സാധിക്കാതായി.

ഉരുവേല കശ്യപൻ എന്തു ചെയ്യണമെന്നാശ്ചര്യപ്പെടുമ്പോൾ പതിനാറു കമ്പികളുള്ള സിത്താർ മീട്ടി പാടിക്കൊണ്ട്, സുന്ദരനായ ഒരു യുവാവ് പ്രത്യക്ഷപ്പെട്ടു. അവന്റെ ശബ്ദം സുതാര്യമായ മണിപോലെ മുഴങ്ങി. അവനു നടക്കാനായി ആൾക്കൂട്ടം രണ്ടു ഭാഗത്തേക്കും നീങ്ങി. അതോടെ ബുദ്ധനും ഭിക്ഷുക്കൾക്കും വഴിയായി. ഒരു മാസം മുമ്പ് തന്റെയരികിലെത്തി ത്രിശരണങ്ങൾ തേടിയ ഗായകനെ കശ്യപൻ തിരിച്ചറിഞ്ഞു.

അവന്റെ പാട്ട് വികാരത്തിന്റെ ആഴങ്ങൾ പ്രകാശിപ്പിച്ചു:

"ഈ നവ വസന്തപ്രഭാതത്തിൽ
ബുദ്ധനായവൻ
നമ്മുടെ നഗരത്തിലൂടെ
ശ്രേഷ്ഠരായ ആയിരത്തി ഇരുനൂറ്റിയമ്പത്
ശിഷ്യരുമൊത്ത് നടന്നുപോകുന്നു.
മന്ദവും നിശബ്ദവും തേജോമയവുമായ കാൽ വെപ്പുകളോടെ"

ഹർഷോന്മാദത്തിലെന്നപോലെ ജനം ഗായകനെ കേട്ടു. തങ്ങളുടെ മുന്നിലൂടെ കടന്നുപോകുന്ന ബുദ്ധനിലേക്ക് കണ്ണുകളയച്ചു. ഗായകൻ പുഞ്ചിരിച്ചു. പാട്ട് തുടർന്നു:

"അദ്ദേഹത്തിന്റെ ശിഷ്യനായിരിക്കുന്നതിൽ നന്ദി...
അദ്ദേഹത്തിന്റെ അനന്തമായ സ്നേഹത്തെയും ജ്ഞാനത്തെയും
ആത്മസംതൃപ്തിയിലേക്ക് നയിക്കുന്ന മാർഗ്ഗത്തെയും
ഉദ്ബുദ്ധതയിലേക്ക് നയിക്കുന്ന

ശരിയായ മാർഗ്ഗം പിന്തുടരുന്ന സംഘത്തെയും
ഞാൻ വാഴ്ത്തുന്നു."

യുവാവ് പാട്ട് തുടർന്നു. കൊട്ടാര കവാടത്തിൽ ബുദ്ധനും ഭിക്ഷുക്കളും എത്തുന്നതുവരെ വഴിയുണ്ടാക്കി. പിന്നീടവൻ ബുദ്ധനെ വണങ്ങി. വന്നതുപോലെത്തന്നെ ആൾക്കൂട്ടത്തിൽ മറഞ്ഞു.

ആറായിരം പരിചാരകരുടെയും അതിഥികളുടെയും അകമ്പടിയോടെ ബുദ്ധനെ സ്വീകരിക്കുവാൻ ബിംബിസാര രാജാവ് പുറത്തുവന്നു. ബുദ്ധനെയും ഭിക്ഷുക്കളെയും കൊട്ടാരവളപ്പിലേക്ക് ആനയിച്ചു. ചുട്ടുപൊള്ളുന്ന സൂര്യനിൽനിന്ന് തണലേകാനായി വിശാലമായ കൂടാരങ്ങൾ അവിടെ കെട്ടിയിരുന്നു. കൊട്ടാര വളപ്പിന്റെ മദ്ധ്യഭാഗമായിരുന്നു ബുദ്ധനുവേണ്ടി ഒരുക്കിയിരുന്നത്. ഭിക്ഷുക്കൾക്കുള്ള ഇടങ്ങളെല്ലാം അതീവ ശ്രദ്ധയോടെയാണ് സജ്ജീകരിച്ചിരുന്നത്. ബുദ്ധൻ ഉപവിഷ്ടനായതോടെ ബിംബിസാര രാജാവ് മറ്റുള്ളവരെയെല്ലാം ഇരിക്കാൻ ക്ഷണിച്ചു. രാജാവും ഉരുവേല കശ്യപനും ബുദ്ധന്റെ ഇരുവശങ്ങളിലുമായി ഇരുന്നു.

ബുദ്ധന്റെ കൈകാലുകൾ കഴുകിത്തുടയ്ക്കുവാനായി രാജകുമാരൻ അജാതശത്രു പാത്രവും വെള്ളവും കുറിയമുണ്ടുമായെത്തി. മറ്റു പരിചാരകർ മറ്റെല്ലാ ഭിക്ഷുക്കൾക്കുമുള്ള വെള്ളവും കുറിയമുണ്ടുകളുമായി വന്നു. ശേഷം, മേശമേൽ സസ്യാഹാരം നിരത്തി. ബിംബിസാര രാജാവ് തന്നെ ബുദ്ധന്റെ ഭിക്ഷാപാത്രത്തിൽ വിളമ്പി. വൈദേഹി രാജ്ഞിയുടെ ആജ്ഞാനുസരണം ഭിക്ഷുക്കൾക്ക് ഭൃത്യരും. ഭക്ഷിക്കുന്നതിനു മുമ്പായി ബുദ്ധനും ഭിക്ഷുക്കളും വിശേഷഗാഥകൾ പാടി. ബിംബിസാരരാജാവും രാജകീയ അതിഥികളും ഭക്ഷണസമയത്ത് പരിപൂർണ്ണനിശബ്ദത പാലിച്ചു. ബുദ്ധന്റെയും ഭിക്ഷുക്കളുടെയും ശാന്തവും ആനന്ദപ്രദവുമായ മുഖഭാവം ആറായിരം അതിഥികളിലും മതിപ്പുളവാക്കി.

ബുദ്ധന്റെയും ആയിരത്തി ഇരുനൂറ്റിയമ്പത് ഭിക്ഷുക്കളുടെയും ഭക്ഷണം കഴിഞ്ഞപ്പോൾ, അവരുടെ ഭിക്ഷാപാത്രങ്ങൾ എടുത്തുകൊണ്ടുപോയി കഴുകി വൃത്തിയാക്കി തിരിച്ചേൽപ്പിച്ചു. ബിംബിസാര രാജാവ് ബുദ്ധന്റെ നേരെ തിരിഞ്ഞു. കൈകൾ കൂപ്പി. രാജാവിന്റെ ആഗ്രഹങ്ങൾ മനസ്സിലാക്കിയ ബുദ്ധൻ ധർമ്മം പഠിപ്പിക്കുവാനാരംഭിച്ചു. രാജ്യത്ത് ഒട്ടാകെയും, ഓരോ വീട്ടിലും, ശാന്തിയും ആനന്ദവും സൃഷ്ടിക്കുവാനുള്ള മാർഗ്ഗമായി അദ്ദേഹം അഞ്ച് ധർമ്മോപദേശങ്ങളെക്കുറിച്ച് സംസാരിച്ചു.

"ആദ്യത്തെ ധർമ്മോപദേശം കൊല്ലരുത്. ഈ ധർമ്മോപദേശം അനുസരിച്ചാൽ കാരുണ്യമൂറും, ഉള്ളിൽ. ജീവികൾ മരണത്തെ ഭയപ്പെടുന്നു.

നാം നമ്മുടെ ജീവനെ വിലവയ്ക്കുന്നതുപോലെ മറ്റെല്ലാ ജീവനെയും വിലവയ്ക്കണം. മനുഷ്യജീവനെ ഹിംസിക്കുന്നതിൽ നിന്ന് മാത്രം പിന്തിരിഞ്ഞാൽ പോരാ, മറ്റ് ജീവികളുടെ ജീവൻ എടുക്കുന്നതും ഒഴിവാക്കാൻ യത്നിക്കണം, നാം, സസ്യങ്ങളും മൃഗങ്ങളും മനുഷ്യരുമായി സാത്മ്യപ്പെടണം. സ്നേഹത്തിന്റെ ഒരു ഹൃദയം നാം പരിപോഷിപ്പിക്കുകയാണെങ്കിൽ, ദുരിതം കുറയ്ക്കാനും ആനന്ദകരമായ ജീവിതം നയിക്കാനും നമുക്കു കഴിയും. കൊല്ലില്ല എന്ന ധർമ്മോപദേശം ഓരോ പൗരനും പാലിക്കുകയാണെങ്കിൽ, രാജ്യത്ത് ശാന്തി പുലരും. മനുഷ്യർ പരസ്പരം പരജീവനെ ആദരിക്കുന്നതായാൽ രാജ്യം അഭിവൃദ്ധമാകും. ശക്തമാകും. അന്യരാജ്യങ്ങളിൽനിന്നുള്ള അക്രമത്തിൽനിന്ന് സുരക്ഷിതമാകുകയും ചെയ്യും. രാജ്യം വലിയ ആയുധശക്തിയുള്ളതായിരുന്നാലും അതുപയോഗിക്കേണ്ടിവരില്ല. പട്ടാളക്കാർക്ക് അണക്കെട്ട്, ചന്തകൾ, പാലങ്ങൾ, റോഡുകൾ എന്നീ നല്ല കാര്യങ്ങൾ പണിയുന്നതിന് സമയം കണ്ടെത്താനാവും.

“രണ്ടാമത്തെ ധർമ്മോപദേശം, കക്കരുത്. അന്യന്റെ അദ്ധ്വാനത്തിൽ സമ്പാദിച്ചവ കവർന്നെടുക്കാൻ അവകാശമില്ല. അന്യന്റെ വഹകൾ പിടിച്ചുപറിക്കാൻ ശ്രമിക്കുന്നത് ഈ ധർമ്മോപദേശത്തിന്റെ ലംഘനമാണ്. മറ്റുള്ളവരെ ചതിക്കുകയോ നിങ്ങളുടെ സ്വാധീനവും അധികാരവും ഉപയോഗിച്ച് അന്യന്റെ സാധനങ്ങൾ അതിക്രമിച്ചെടുക്കുകയോ അരുത്. അന്യരുടെ വിയർപ്പിലും അദ്ധ്വാനത്തിലും ലാഭമുണ്ടാക്കുന്നതും ഈ ധർമ്മോപദേശത്തിന്റെ ലംഘനമാണ്. പൗരന്മാർ ഈ ധർമ്മോപദേശം പാലിക്കുകയാണെങ്കിൽ, കവർച്ചയും കൊലയും ഉടനെ നിലയ്ക്കും.”

“മൂന്നാമത്തെ ധർമ്മോപദേശം ലൈംഗിക ദുർന്നടപ്പ് ഒഴിവാക്കലാണ്. ലൈംഗിക ബന്ധങ്ങൾ നിങ്ങളുടെ ഇണയുമായി മാത്രമേ നടത്താവൂ. ഈ ധർമ്മോപദേശം പാലിക്കുന്നതുകൊണ്ട് കുടുംബത്തിന്റെ സന്തോഷവും വിശ്വാസവും കെട്ടിപ്പടുക്കാനാകുന്നു. അന്യന്റെ അനാവശ്യമായ ദുരിതം ദുരീകരിക്കുന്നു. നിങ്ങൾ ആനന്ദം ആഗ്രഹിക്കുന്നെങ്കിൽ, രാജ്യത്തെയും ജനങ്ങളെയും സഹായിക്കുവാൻ സമയവും ഇച്ഛയുമുണ്ടെങ്കിൽ, നിരവധി വെപ്പാട്ടികളെ വയ്ക്കുന്നത് ഒഴിവാക്കുക.”

“നാലാമത്തെ ധർമ്മോപദേശം, നുണ പറയരുത്. വിഭാഗീയതയും വെറുപ്പും ഉണ്ടാക്കുന്ന വാക്കുകൾ പറയരുത്. നിങ്ങളുടെ വാക്കുകൾ സത്യവുമായി പൊരുത്തപ്പെടുന്നതാകണം. ഉവ്വെന്ന് വെച്ചാൽ ഉവ്വ് തന്നെ. ഇല്ലയെന്നാണെങ്കിൽ, ഇല്ല. വാക്കുകൾക്ക് പ്രത്യാശയും ആനന്ദവും സൃഷ്ടിക്കാനുള്ള ശക്തിയുണ്ട്. അഥവാ അവയ്ക്ക് തെറ്റിദ്ധാര

ണയും വെറുപ്പും ഉണ്ടാക്കാനുമാവും. കൊലയിലേക്കും യുദ്ധത്തിലേക്കും നീങ്ങാം. ദയവായി വാക്കുകൾ അതീവ ശ്രദ്ധയോടെ ഉപയോഗിക്കുക."

"അഞ്ചാമത്തെ ധർമ്മോപദേശം, മദ്യമോ അതുപോലുള്ള ലഹരി പദാർത്ഥങ്ങളോ ഉപയോഗിക്കരുത്. മദ്യവും ലഹരി പദാർത്ഥങ്ങളും മനസ്സിന്റെ സ്വച്ഛത കവർന്നെടുക്കുന്നു. ലഹരി മൂത്ത ഒരുവന് തനിക്കും കുടുംബത്തിനും മറ്റുള്ളവർക്കും പറഞ്ഞറിയിക്കാനാവാത്ത ദുരിതങ്ങളുണ്ടാക്കാൻ കഴിയും. ഈ ധർമ്മോപദേശം പാലിച്ചാൽ മനസ്സിന്റെയും ശരീരത്തിന്റെയും ആരോഗ്യം സംരക്ഷിക്കാനാവും. എക്കാലത്തും പാലിക്കണം ഈ ധർമ്മോപദേശം."

"അങ്ങും ഉയർന്ന ഉദ്യോഗസ്ഥരും ഈ പഞ്ചധർമ്മോപദേശങ്ങൾ പഠിക്കുകയും പാലിക്കുകയും ചെയ്യുകയാണെങ്കിൽ രാജ്യത്തിന് വളരെയധികം പ്രയോജനമുണ്ടാകും. ഒരു രാജാവ് തന്റെ രാജ്യത്തിന്റെ ചുക്കാൻ പിടിക്കുന്നവനാകുന്നു. ജാഗ്രതയിൽ ജീവിക്കണം അദ്ദേഹം. തന്റെ രാജ്യത്ത് നടക്കുന്നതെല്ലാം എപ്പോഴും അറിഞ്ഞിരിക്കണം. അങ്ങയുടെ കീഴിലുള്ളവർ ശാന്തിയിലും ഐക്യത്തിലും ജീവിക്കാനുള്ള അഞ്ച് ധർമ്മോപദേശങ്ങൾ മനസ്സിലാക്കുകയും പാലിക്കുകയും ചെയ്യുന്നതായാൽ, മഗധരാജ്യം അഭിവൃദ്ധി പ്രാപിക്കും."

സന്തോഷാധിക്യത്താൽ ബിംബിസാര രാജാവ് എഴുന്നേറ്റു നിന്നു. ബുദ്ധനെ വണങ്ങി, മകൻ അജാതശത്രുവിന്റെ കൈപിടിച്ച് വൈദേഹി രാജ്ഞി ബുദ്ധനെ സമീപിച്ചു. കൈകൾ താമരമുകുളമാക്കി എങ്ങനെയാണ് ബുദ്ധനെ ആദരപൂർവ്വം അഭിവാദ്യം ചെയ്യേണ്ടതെന്ന് അവർ മകന് കാണിച്ചുകൊടുത്തു. അവർ പറഞ്ഞു. "ബുദ്ധഭഗവാനേ, രാജകുമാരൻ അജാതശത്രുവും മറ്റ് നാനൂറ് കുട്ടികളും ഇന്നിവിടെ സന്നിഹിതരായിട്ടുണ്ട്. ജാഗ്രതയുടെയും സ്നേഹത്തിന്റെയും മാർഗ്ഗത്തെപ്പറ്റി അങ്ങ് അവരെ പഠിപ്പിക്കുമോ?"

രാജ്ഞി ബുദ്ധനെ വണങ്ങി. പുഞ്ചിരിച്ചു ബുദ്ധൻ. കൈനീട്ടി യുവരാജന്റെ കരം ഗ്രഹിച്ചു. രാജ്ഞി ഒന്ന് തിരിഞ്ഞ് മറ്റ് കുട്ടികളോട് മുന്നോട്ട് വരുവാൻ ആംഗ്യം കാണിച്ചു. ശ്രേഷ്ഠവും സമ്പന്നവുമായ വീടുകളിൽ നിന്നുള്ളവരായിരുന്നു ആ കുട്ടികൾ. വളരെ മോടിയിൽ വസ്ത്രം ധരിച്ചിരുന്നു. ആൺകുട്ടികളുടെയും പെൺകുട്ടികളുടെയും കൈകാലുകളിൽ സ്വർണച്ചങ്ങലകൾ. പെൺകുട്ടികൾ ധരിച്ചിരുന്നത് കടുംനിറങ്ങളിലുള്ള തിളങ്ങുന്ന സാരികൾ. രാജകുമാരൻ അജാതശത്രു, താഴെ ബുദ്ധന്റെ കാല്പാദത്തിനടുത്തായി ഇരുന്നു. കപിലവസ്തുവിൽ ഞാവൽ മരച്ചുവട്ടിൽ, കുറെക്കാലം മുമ്പ് ദരിദ്രരായ കുട്ടികളുമൊത്ത് നടത്തിയ വിനോദയാത്രയെപ്പറ്റി ബുദ്ധൻ ഓർത്തു. അദ്ദേഹം മനസ്സിൽ ഉറപ്പിച്ചു; വീട്ടിലെത്തിയാൽ അത്തരം കുട്ടികളെ അന്വേഷിച്ചു

കണ്ടെത്തി അവരുമായി തന്റെ അറിവുകൾ പങ്കുവയ്ക്കണം.

തന്റെ മുന്നിലിരിക്കുന്ന കുട്ടികളോട് ബുദ്ധൻ സംസാരിച്ചു: "കുട്ടികളേ, ഒരു മനുഷ്യനാവുന്നതിനു മുമ്പ് മണ്ണായും കല്ലായും ചെടിയായും പക്ഷിയായും മറ്റനേകം മൃഗങ്ങളായും ഞാൻ ജീവിച്ചു. നിങ്ങൾക്കും അത്തരം പൂർവ്വജീവിതങ്ങളുണ്ടായിരുന്നു. ഒരുപക്ഷേ, നിങ്ങൾ എന്റെ മുന്നിൽ ഇപ്പോഴിരിക്കുന്നത് പൂർവ്വജന്മങ്ങളിലെ ചില ബന്ധങ്ങൾ നാം പങ്കിടുന്നതുകൊണ്ടാവാം. മറ്റൊരു ജീവിതത്തിൽ നാം പരസ്പരം ആനന്ദമോ സന്താപമോ കൊണ്ടുവന്നിട്ടുണ്ടാകാം, ചിലപ്പോൾ.

"ഞാനിന്ന് നിങ്ങളോട് പറയാനിഷ്ടപ്പെടുന്നത് അനേകായിരം ജന്മങ്ങൾക്കു മുമ്പ് നടന്ന ഒരു കഥയാണ്. ഒരു കൊക്കിന്റെയും ഒരു ഞണ്ടിന്റെയും ഒരു പ്ലുമേറിയ മരത്തിന്റെയും അനേകം ചെറുകൊഞ്ചുകളുടെയും മത്സ്യത്തിന്റെയും കഥയാണിത്. ആ ജന്മത്തിൽ ഞാനൊരു പ്ലുമേറിയ മരമായിരുന്നു. ഒരുപക്ഷേ, നിങ്ങളിൽ ഒരാൾ കൊക്കോ ഞണ്ടോ ഒരു കൊഞ്ചോ ആയിരുന്നിരിക്കും. ഈ കഥയിൽ കൊക്ക് ക്രൂരനും ചതിയനുമായ ജീവിയാണ്. അത് അനേകർക്ക് മരണവും മുറിവുമുണ്ടാക്കി. ഞാനെന്ന പ്ലുമേറിയ മരത്തെയും കൊക്ക് ഒരുപാട് വേദനിപ്പിച്ചു. എന്നാൽ ആ വേദനയിൽനിന്ന് മഹത്തായ ഒരു പാഠം ഞാൻ പഠിച്ചു: നിങ്ങൾ മറ്റുള്ളവരെ ചതിക്കുകയും ഉപദ്രവിക്കുകയുമാണെങ്കിൽ, തിരിച്ച് നിങ്ങളും ചതിക്കപ്പെടും, ഉപദ്രവിക്കപ്പെടും.

"പ്രശാന്തവും നറുമണമോലുന്നതുമായ ഒരു താമരക്കുളത്തിന് തൊട്ടടുത്ത് വളർന്നിരുന്ന ഒരു പ്ലുമേറിയ മരമായിരുന്നു, ഞാൻ. ആ കുളത്തിൽ മീനുകളൊന്നും താമസിച്ചിരുന്നില്ല. എന്നാൽ ആ കുളത്തിൽനിന്നും അകലെയല്ലാതെ, ഒട്ടും ആഴമില്ലാത്ത, നീരോട്ടമില്ലാത്ത മറ്റൊരു കുളത്തിൽ കുറെ മീനുകളും ഒരു കൊഞ്ചും ഒരു ഞണ്ടും പാർത്തിരുന്നു. ആ കുളത്തിനു മീതെ പറക്കാനിടയായ ഒരു കൊക്ക് മീനുകളും കൊഞ്ചും തിങ്ങിപ്പാർക്കുന്നതു കണ്ട് ഒരു പദ്ധതി ആസൂത്രണം ചെയ്തു. അവൻ ആ കുളത്തിന്റെ വക്കിൽ പറന്നെത്തി, തന്റെ നീണ്ട മ്ലാനമായ മുഖവുമായി നിന്നു.

"മീനുകളും കൊഞ്ചും അവനോട് തിരക്കി: 'കൊക്കെ, താങ്കളെന്താണ് ഇത്ര ഗൗരവമായി ആലോചിക്കുന്നത്?'

"ഓ... ഞാൻ നിങ്ങളുടെ ജീവിതപരിതാവസ്ഥയെപ്പറ്റി ചിന്തിക്കുകയായിരുന്നു. നിങ്ങൾക്ക് വേണ്ടത്ര ഭക്ഷണമില്ല. നിങ്ങളുടെ ദയനീയമായ ജീവിതത്തെ പ്രതി എനിക്ക് കഠിനമായ സഹതാപം തോന്നുന്നു."

"ഞങ്ങളെ സഹായിക്കുവാൻ താങ്കൾ എന്തെങ്കിലും മാർഗ്ഗം കാണുന്നുണ്ടോ കൊക്കേ?" ആ ചെറു ജീവികൾ ചോദിച്ചു.

"തീർച്ചയായും. നിങ്ങളെ ഓരോരുത്തരെയായി ഇവിടെയടുത്തുള്ള

താമരക്കുളത്തിലേക്ക് കൊണ്ടുപോകാൻ നിങ്ങൾ എന്നെ അനുവദിക്കുമോ? എങ്കിൽ അവിടുത്തെ പ്രശാന്തമായ ജലത്തിൽ നിങ്ങളെ സ്വതന്ത്രമാക്കാൻ എനിക്കു കഴിയും. അവിടെ ഇഷ്ടംപോലെ തിന്നാനുണ്ട്."

"ഞങ്ങൾക്ക് താങ്കളെ വിശ്വസിക്കണമെന്നുണ്ട്. പക്ഷേ, കൊക്കേ, മത്സ്യങ്ങളെയോ കൊഞ്ചിനെയോ, ഏതെങ്കിലും വിധത്തിൽ കൊക്കുകൾ ശ്രദ്ധിക്കുന്നതായി ഞങ്ങളിതുവരെ കേട്ടിട്ടില്ല. ഒരുപക്ഷേ, ഞങ്ങളെ ശാപ്പിടുന്നതിനായി താങ്കൾ സൂത്രമൊപ്പിക്കുകയാവും.

"നിങ്ങൾ എന്തിത്ര സംശയിക്കുന്നു.? ദയാവായ്പുള്ള ഒരമ്മാവനായി നിങ്ങൾ എന്നെ കാണണം. നിങ്ങളെ ചതിക്കേണ്ടതായ ഒരാവശ്യവും എനിക്കില്ല. ഇവിടെ തൊട്ടടുത്ത് തെളിഞ്ഞ ശുദ്ധജലം നിറഞ്ഞ ഒരു താമരക്കുളമുണ്ട്. നിങ്ങൾക്കെന്നെ വിശ്വാസമില്ലെങ്കിൽ, നിങ്ങളിലൊരാളെ ഞാൻ കൊണ്ടുപോയി കാണിച്ചുതരാം. തിരികെ, ഞാനവനെ ഇവിടെ എത്തിക്കാം. ഞാൻ സത്യമല്ലേ പറഞ്ഞതെന്ന് അവൻ സാക്ഷ്യപ്പെടുത്തുമല്ലോ.

"കൊഞ്ചും മീനുകളും ഇക്കാര്യം ദീർഘമായി സംസാരിച്ചു. അവസാനം, മുതിർന്നൊരു മീനിനെ കൊക്കിനൊപ്പം അയയ്ക്കാനും തീരുമാനിച്ചു. ഈ മീൻ നല്ല ബലവാനും കല്ലുപോലെ ഉരത്ത ചെതുമ്പലുകളുള്ളവനുമായിരുന്നു. ഒന്നാന്തരം നീന്തൽക്കാരൻ. മണലിലും കഴിഞ്ഞുകൂടാനാവും അവന്. അവനെ കൊക്കിലെടുത്ത് കൊക്ക് താമരക്കുളത്തിലേയ്ക്ക് പറന്നു. കൊക്കവനെ പ്രശാന്തസുന്ദരമായ ജലത്തിൽ സ്വതന്ത്രനാക്കി, മത്സ്യത്തിന് കുളത്തിന്റെ മുക്കും മൂലയും പരിശോധിക്കുവാനായി. നല്ല വിസ്തൃതിയുള്ളതും നവോന്മേഷം പകരുന്നതും പ്രസാദാത്മകവും ധാരാളം തീറ്റികളുള്ളതുമായിരുന്നു കുളം. അവനെ പഴയ കുളത്തിൽ തിരിച്ചെത്തിച്ചു, പിന്നീട് കൊക്ക്. കണ്ടതെല്ലാം അവൻ വിശദമായി പറഞ്ഞു.

"കൊക്കിന്റെ ഉദ്ദേശ്യശുദ്ധിയിൽ വിശ്വാസം തോന്നിയ കൊഞ്ചും മറ്റ് മീനുകളും അവരെ ഓരോരുത്തരെയായി ആ കുളത്തിലേക്ക് കൊണ്ടുപോകാൻ കൊക്കിനോട് അപേക്ഷിച്ചു. കുടിലനായ കൊക്ക് സമ്മതിച്ചു. അവൻ ഒരു മീനിനെ കൊക്കിലാക്കി പറന്നുപോയി. എന്നാൽ ഇത്തവണ മീനിനെ കുളത്തിൽ വിടുന്നതിനു പകരം, അവൻ പ്ലുമേറിയ മരത്തിന്റെ അരികിലാണ് ഇറങ്ങിയത്. മീനിനെ മരത്തിന്റെ ഒരു കവിളിയിൽ വെച്ചു അവൻ. അതിന്റെ മാംസം കൊക്കുകൊണ്ട് പിളർത്തി മാറ്റി. അതിന്റെ എല്ലുകൾ പ്ലുമേറിയ മരത്തിന്റെ കടയ്ക്കലേയ്ക്ക് തട്ടിയിട്ടു. പിന്നീടവൻ, മറ്റൊരു മീനിനെ കൊണ്ടുവരാൻ പോയി. അതിനെയും വകവരുത്തി അവൻ, എല്ലുകൾ പ്ലുമേറിയയുടെ ചുവട്ടിലിട്ടു.

“ആ പ്ലുമേറിയ മരം ഞാനായിരുന്നു; ഞാനീ നടന്നതിനെല്ലാം സാക്ഷിയായി. കോപത്താൽ ജ്വലിച്ചു ഞാൻ, പക്ഷേ കൊക്കിനെ തടയാനായി എനിക്ക് യാതൊന്നും ചെയ്യാനുണ്ടായിരുന്നില്ല. ഒരു പ്ലുമേറിയ മരത്തിന്റെ വേരുകൾ മണ്ണിൽ നല്ലതുപോലെ ഉറച്ചാണിരിക്കുന്നത്. അതിനെവിടേയ്ക്കും ഓടാൻ കഴിയില്ല. യഥാർത്ഥത്തിൽ എന്താണ് സംഭവിക്കുന്നതെന്ന് മീനുകളോടും കൊഞ്ചിനോടും വിളിച്ചു പറയാനും കഴിവില്ല. നിസ്സഹായരായ ജീവികളെ കൊക്ക് തിന്നുന്നത് തടയാൻ കൊമ്പുകൾ നീട്ടാൻപോലും കഴിവില്ലായിരുന്നു എനിക്ക്. ദുരന്തരംഗം കണ്ടു നിൽക്കാൻ മാത്രമേ കഴിഞ്ഞുള്ളൂ. ഓരോ തവണയും കൊക്ക് ഒരു മീനിനെ അതിന്റെ കൊക്കിൽ കൊണ്ടുവന്ന് മാംസം പിളർത്തി തിന്നാൻ തുടങ്ങുമ്പോൾ, വേദനയാൽ ഞാൻ പുളഞ്ഞു. എന്റെ നീര് ഉണങ്ങുന്നതായും എന്റെ ശാഖകൾ പൊട്ടുന്നതായും എനിക്ക് തോന്നി. എന്റെ തൊലിയിൽ കണ്ണീരുപോലെ ഈർപ്പത്തുള്ളികൾ ഉരുണ്ടുകൂടി. കൊക്ക് അത് ശ്രദ്ധിച്ചില്ല. ഒരുപാട് ദിവസങ്ങൾ മീനുകളെ കശാപ്പ് ചെയ്തു തിന്നുന്നത് തുടർന്നു കൊക്ക്. മീനുകളവസാനിച്ചപ്പോൾ കൊഞ്ചിനെ. എന്റെ വേരുകളിൽ കുമിഞ്ഞുകൂടിയ എല്ലുകളും ചെതുമ്പലുകളും കൂടി രണ്ട് വലിയ കുട്ടകൾ നിറയ്ക്കാനുണ്ടായിരുന്നു.

“ഒരു പ്ലുമേറിയ മരമെന്ന നിലയിൽ എന്റെ ജോലി കാടിനെ സുഗന്ധപുഷ്പങ്ങളാൽ സുന്ദരമാക്കുകയാണെന്ന് എനിക്കറിയാം. എന്നാൽ ആ നിമിഷത്തിൽ, കൊഞ്ചിനെയും മീനുകളെയും രക്ഷിക്കാനായി എനിക്കാവുന്നില്ലല്ലോയെന്നോർത്ത് ഞാൻ കഠിനമായി വേദനിച്ചു. ഞാനൊരു കലമാനോ മനുഷ്യനോ ആയിരുന്നെങ്കിൽ എനിക്കെന്തെങ്കിലും ചെയ്യാൻ കഴിയുമായിരുന്നേനേ. മണ്ണിലേയ്ക്ക് വേരുകളാഴ്ത്തി നിൽക്കുന്ന എനിക്ക് അനങ്ങാനാവില്ലല്ലോ. ഞാനൊരു ദൃഢ പ്രതിജ്ഞയെടുത്തു, ഭാവിജന്മത്തിൽ മനുഷ്യനോ മൃഗമോ ആയി പുനർജനിക്കുകയാണെങ്കിൽ, നിസ്സഹായരെയും നിരാലംബരെയും ശക്തരിൽ നിന്നും അധികാരികളിൽനിന്നും സംരക്ഷിക്കുവാൻ ഞാനെന്റെ സകല കഴിവുകളും ഉപയോഗിക്കും.

“കൊക്ക് കൊഞ്ചിന്റെയും മീനുകളുടെയും കഥ കഴിച്ചതോടെ ഞണ്ട് മാത്രം ശേഷിച്ചു. എന്നിട്ടും ആർത്തിയൊടുങ്ങാത്ത കൊക്ക് ഞണ്ടിനോട് പറഞ്ഞു. “മരുമകനേ, ഞാനെല്ലാ മീനുകളെയും കൊഞ്ചിനെയും താമരക്കുളത്തിലേയ്ക്ക് കൊണ്ടുപോയിട്ടുണ്ട്. സുഖമായി കഴിയുന്നു അവരവിടെ. ഇവിടെ നീ മാത്രം ഇപ്പോൾ തനിച്ചായി. നിന്നെയുംകൂടി ഞാനവിടേയ്ക്ക് കൊണ്ടുപോകട്ടേ?”

“എന്നെ നിങ്ങൾ എങ്ങനെ കൊണ്ടുപോകും?” ഞണ്ട് ചോദിച്ചു.

“മറ്റുള്ളവരെ കൊണ്ടുപോയതുപോലെ നിന്നെയും ഞാൻ കൊക്കിലെടുക്കും.”

“വഴുതി ഞാൻ താഴെ പതിച്ചാലോ? എന്റെ തൊണ്ട് കഷ്ണങ്ങളായി പൊട്ടിച്ചിതറും.”

“വിഷമിക്കേണ്ട. വളരെ ശ്രദ്ധയോടെ നിന്നെ ഞാൻ കൊണ്ടുപൊയ്ക്കൊളാം.”

“ഞണ്ട് കൂലങ്കഷമായി ചിന്തിച്ചു. ഒരുപക്ഷേ, കൊക്ക് മീനുകളെയും കൊഞ്ചിനെയും ശരിക്കും കുളത്തിലേയ്ക്ക് കൊണ്ടുപോയി തന്റെ വാക്ക് പാലിച്ചിരിക്കാം. എന്നാൽ അവൻ അവയെ ചതിച്ച് ശാപ്പിട്ടിട്ടുണ്ടെങ്കിലോ? തന്റെ സുരക്ഷ ഉറപ്പാക്കാനായി ഞണ്ട് ഒരു പദ്ധതിയിട്ടു. കൊക്കിനോട് അവൻ പറഞ്ഞു. “അമ്മാവാ, താങ്കളുടെ കൊക്ക് എന്നെ സുരക്ഷിതമായി താങ്ങാൻ മാത്രം അത്ര ബലമുള്ളതല്ല. അതുകൊണ്ട് താങ്കൾ പറക്കുമ്പോൾ മുറുക്കം കിട്ടാനായി ഞാൻ താങ്കളുടെ കഴുത്തിനു ചുറ്റുമായി എന്റെ കാലുകൾ കൊണ്ട് വട്ടം പിടിക്കും.”

“കൊക്ക് സമ്മതിച്ചു. ഞണ്ടിന് തന്റെ കഴുത്തിലിഴഞ്ഞിരിക്കാൻ പാകത്തിന് കൊക്ക് തലതാഴ്ത്തിനിന്നു. പിന്നെയവൻ ചിറകുകൾ വിരിച്ച് വായുവിൽ പറന്നു. എന്നാൽ താമരക്കുളത്തിനു പകരം പ്ലുമേറിയ മരത്തിന്റെയടുത്താണ് ഞണ്ടുമായി കൊക്ക് ഇറങ്ങിയത്.

“അമ്മാവാ, താങ്കളെന്താണ് എന്നെ താമരക്കുളത്തിൽ ഇറക്കാത്തത്? എന്തേ നമ്മൾ ഇവിടെ ഇറങ്ങിയത്?”

“ഏത് കൊക്കാണ് അത്ര വിഡ്ഢിയായി മീനുകളെ താമരക്കുളത്തിലേയ്ക്ക് കൊണ്ടുപോകുക? മരുമകനേ, ഞാൻ ഒരുപകാരിയൊന്നുമല്ല, പ്ലുമേറിയയുടെ ചുവട്ടിൽ നീയാ മീനുകളുടെയും കൊഞ്ചിന്റെയും എല്ലുകളും തൊണ്ടുകളും കാണുന്നില്ലേ? നിന്റെ ജീവിതവും ഇവിടെ ഇങ്ങനെയാണൊടുങ്ങുക.”

“അമ്മാവാ, മീനുകളെയും കൊഞ്ചിനെയും എളുപ്പത്തിൽ വിഡ്ഢികളാക്കാം. എന്നാൽ എന്നെ അത്ര എളുപ്പം പറ്റിക്കാനാവില്ല. എന്നെ ഉടനെ താമരക്കുളത്തിലെത്തിക്കുക. അല്ലെങ്കിൽ കാലുകൾ കൊണ്ട് ഞാൻ താങ്കളുടെ കഴുത്തറുക്കും.”

ഞണ്ട് അവന്റെ മൂർച്ചയുള്ള കാലുകൾ കൊക്കിന്റെ കഴുത്തിൽ ആഴ്ത്താൻ തുടങ്ങി. തുളച്ചിറങ്ങുന്ന വേദനയിൽ കൊക്ക് അലറിക്കരഞ്ഞു, “എന്നെയിത്ര കഠിനമായി ഇറുക്കരുതേ! ഈ നിമിഷം തന്നെ ഞാൻ നിന്നെ താമരക്കുളത്തിലേയ്ക്ക് കൊണ്ടുപോകാം. വാക്ക് തരുന്നു, ഞാൻ നിന്നെ തിന്നില്ല!”

"താമരക്കുളത്തിലേയ്ക്ക് കൊക്ക് പറന്നു. ഞണ്ടിനെ കുളത്തിന്റെ അതിരിലിടാൻ അത് നിശ്ചയിച്ചു. എന്നാൽ കൊക്കിന്റെ കഴുത്തിലുള്ള പിടി ഞണ്ട് അഴച്ചില്ല. മീനുകളെയും കൊഞ്ചിനെയും ചതിച്ചതോർത്ത്, ഞണ്ട് അവന്റെ കാലുകൾ കൊക്കിന്റെ കഴുത്തിൽ ആഴത്തിലാഴത്തിൽ തുളച്ചിറക്കി, മുറി ഞ്ഞറ്റ് പോകുംവരെ. കൊക്ക് ചത്തു വീണു. ഞണ്ട് വെള്ളത്തിലേക്കിഴഞ്ഞു.

"കുട്ടികളേ, ഞാനക്കാലത്ത് പ്ലുമേറിയ മരമായിരുന്നു. ഞാനീ സംഭവങ്ങൾക്കെല്ലാം ദൃക്സാക്ഷിയായി. ഞാനൊരു കാര്യം പഠിച്ചു. മറ്റുള്ളവരോട് ദയയോടെ നാം പെരുമാറിയാൽ അവരും തിരിച്ചങ്ങനെ ചെയ്യും. എന്നാൽ, അന്യരോട് നാം ക്രൂരമായി പെരുമാറിയാൽ, നമുക്കും അതേ ഗതി വരും. ഞാൻ പ്രതിജ്ഞയെടുത്തു. ഭാവി ജന്മങ്ങളിൽ, മറ്റ് ജീവികളെ സഹായിക്കാൻ ഞാൻ പരിശ്രമിക്കും."

കുട്ടികൾ ഏറെ താൽപര്യത്തോടെ ബുദ്ധന്റെ കഥ കേട്ടു. പ്ലുമേറിയയുടെ വേദനയിൽ അവർക്ക് അലിവുണ്ടായി. നിസ്സഹായരായ മീനുകളെയും കൊഞ്ചിനെയും ഓർത്ത് കാരുണ്യവും. കൊക്കിന്റെ ചതിയെ അവർ നിന്ദിച്ചു. ഞണ്ടിന്റെ കൂർമ്മബുദ്ധിയിൽ മതിപ്പും.

ബിംബിസാര രാജാവ് എണീറ്റു നിന്നു. അദ്ദേഹം കൈകൾ കൂപ്പി, വണങ്ങി. "പ്രഭോ, അങ്ങ് കുട്ടികളോടും യുവാക്കളോടും പ്രായമായവരോടും ഒരു പ്രധാന പാഠം പങ്കിട്ടു. രാജകുമാരൻ അജാതശത്രു അങ്ങയുടെ വാക്കുകൾ ഓർമ്മിക്കട്ടെയെന്ന് ഞാൻ പ്രാർത്ഥിക്കുന്നു. ഞങ്ങൾക്കിടയിലെ അങ്ങയുടെ സാന്നിദ്ധ്യത്താൽ ഈ രാജ്യം അനുഗ്രഹിക്കപ്പെട്ടിരിക്കുന്നു. അങ്ങ് സമ്മതിക്കുന്ന പക്ഷം, അങ്ങേയ്ക്കും സംഘത്തിനും ഒരുപഹാരം സമർപ്പിക്കാൻ ഞാനാഗ്രഹിക്കുന്നു."

കൂടുതൽ വിശദീകരണം തേടി ബുദ്ധൻ രാജാവിനെ നോക്കി. ഒരു നിമിഷത്തെ മൗനത്തിനുശേഷം, രാജാവ് തുടർന്നു. "രാജഗൃഹത്തിൽ നിന്ന് ഏതാണ്ട് രണ്ട് നാഴിക വടക്കായി 'വേണുവനം' എന്നു പേരായ മനോഹരവും വിശാലവുമായ ഒരു മുളങ്കാടുണ്ട്. അത് പ്രശാന്തവും ഉന്മേഷദായകവുമാണ്. സൗമ്യരായ അനേകം അണ്ണാറക്കണ്ണന്മാർ അവിടെയുണ്ട്. ധർമ്മമാർഗ്ഗം അനുശാസിക്കുവാനും പരിശീലിക്കുവാനുമുള്ള ഒരിടമായി വേണുവനം അങ്ങേയ്ക്കും സംഘത്തിനും സമർപ്പിക്കുവാൻ ഞാൻ ഇഷ്ടപ്പെടുന്നു. അല്ലയോ, കരുണയുടെ ഗുരുനാഥാ, എന്റെ ഹൃദയത്തിൽ നിന്നുള്ള ഈ ഉപഹാരം സ്വീകരിച്ചാലും."

ബുദ്ധൻ ഒരുനിമിഷം ആലോചിച്ചു. ആദ്യമായിട്ടാണ്, വിഹാരത്തിനായി ഒരു ഭൂമി സംഘത്തിന് സമർപ്പിക്കപ്പെടുന്നത്. തീർച്ചയായും തന്റെ ഭിക്ഷുക്കൾക്ക് മഴക്കാലത്ത് താമസിക്കുവാൻ ഒരിടം വേണം.

ബുദ്ധൻ ആഴത്തിൽ ശ്വാസമെടുത്തു. രാജാവിന്റെ ഉദാരമായ ഉപഹാരം സ്വീകരിക്കുന്നതായി തലയാട്ടി. ബിംബിസാര രാജാവിന് അതിയായ സന്തോഷമായി. വിഹാരം സ്വീകരിക്കുകയെന്നതിന്നർത്ഥം ബുദ്ധൻ മഗധയിൽ കൂടുതൽ സമയം ചെലവഴിക്കും എന്നാണ്, രാജാവിനറിയാം.

കൊട്ടാരത്തിലെ അന്നത്തെ അതിഥികളിൽ അനേകം ബ്രാഹ്മണ നേതാക്കൾ ഉണ്ടായിരുന്നു. അവരിൽ ഏറെപ്പേരും രാജതീരുമാനത്തിൽ സന്തുഷ്ടരായിരുന്നില്ല. എന്നാൽ എന്തെങ്കിലും മറുത്ത് പറയാൻ ധൈര്യവുമില്ലായിരുന്നു.

ഒരു സ്വർണ്ണപ്പാത്രത്തിൽ ജലം ആവശ്യപ്പെട്ടു, രാജാവ്. തെളിജലം അദ്ദേഹം ബുദ്ധന്റെ കൈകൾക്കുമേൽ ഒഴിച്ചു. ഭക്തിപുരസ്സരം പ്രഖ്യാപിച്ചു: "പ്രഭോ, ഈ പാത്രത്തിൽ നിന്ന് അങ്ങയുടെ കൈകൾക്കുമേൽ വെള്ളം വീഴ്ത്തിയതോടെ മുളങ്കാട് അങ്ങേയ്ക്കും സംഘത്തിനും കൈമാറ്റം ചെയ്യപ്പെട്ടിരിക്കുന്നു."

രാജാവിൽനിന്ന് ബുദ്ധനിലേയ്ക്ക്, മുളങ്കാടിന്റെ സമർപ്പണം ഈ അനുഷ്ഠാനത്തോടെ ഉപസംഹരിച്ചു. ആഘോഷപൂർവമായ വിരുന്നിന് അന്ത്യമായി, ബുദ്ധനും 1250 ഭിക്ഷുക്കളും കൊട്ടാരത്തിൽ നിന്ന് മടങ്ങി.

31. ഞാൻ വസന്തത്തിൽ മടങ്ങിയെത്തും

പിറ്റേന്ന് തന്നെ ബുദ്ധൻ തന്റെ കനിഷ്ഠ ശിഷ്യരുമൊത്ത് വേണുവനം സന്ദർശിച്ചു. നല്ല ആരോഗ്യമുള്ള മുളങ്കൂട്ടങ്ങൾ ഉള്ള ഏതാണ്ട് നൂറേക്കറോളം വരുന്ന സ്ഥലം സംഘത്തിന് വളരെ അനുയോജ്യമായിരുന്നു. അനേകായിരം മുളകൾ അവിടെ വളർന്നിരുന്നു. വനമദ്ധ്യത്തിലെ 'കളരുക' തടാകം ഭിക്ഷുക്കൾക്ക് കുളിക്കുന്നതിനും വസ്ത്രം കഴുകുന്നതിനും തീരത്തൂടെ നടന്നു ധ്യാനം ചെയ്യുന്നതിനും പറ്റിയതായിരുന്നു. മുള ധാരാളമുണ്ടായിരുന്നതിനാൽ വൃദ്ധഭിക്ഷുക്കൾക്ക് ചെറുകുടിലുകൾ കെട്ടാനും എളുപ്പമായിരുന്നു. ബുദ്ധന്റെ കനിഷ്ഠ ശിഷ്യന്മാരായ കൊണ്ടണ്ണൻ, കശ്യപൻ, സരിപുത്രൻ ഉൾപ്പെടെയുള്ളവർ വേണുവനത്തിൽ സന്തുഷ്ടരായിരുന്നു. അവിടെ എങ്ങനെ ഒരു വിഹാരം ഭംഗിയായി നടത്തിക്കൊണ്ടുപോകാമെന്നതിനെപ്പറ്റി അവർ ആലോചന തുടങ്ങി.

ബുദ്ധൻ പറഞ്ഞു: "യാത്രയ്ക്ക് അനുയോജ്യമല്ല മഴക്കാലം. മഴക്കാലത്ത് ഭിക്ഷുക്കൾക്ക് പഠിക്കാനും പരിശീലിക്കാനുമായി ഒന്നിച്ചു കൂടുവാനാവുന്ന ഒരിടം ആവശ്യമാണ്. കാറ്റും മഴയും തട്ടി രോഗം വരാതിരിക്കാനും ഇത് സഹായിക്കും. മാത്രമല്ല, മഴക്കാലത്ത് അടിഞ്ഞുകൂടുന്ന പ്രാണികീടങ്ങളെ അബദ്ധത്തിൽ ചവിട്ടുന്നത് ഒഴിവാക്കാം. ഇപ്പോൾ മുതൽ, ഓരോ മഴക്കാലത്തും ഭിക്ഷുക്കൾ ഒരു പൊതുസ്ഥലത്ത് മടങ്ങിയെത്തുന്നത് ഞാനിഷ്ടപ്പെടുന്നു. ആ പ്രദേശത്തെ ഗൃഹസ്ഥാശ്രമികളായ ശിഷ്യരോട് മൂന്നുമാസത്തെ ധ്യാനകാലത്ത് ഭക്ഷണം കൊണ്ടുവരാൻ ഞാനാവശ്യപ്പെടും. ഭിക്ഷുക്കൾ നൽകുന്ന അനുശാസനങ്ങൾ ഗൃഹസ്ഥശിഷ്യർക്കും പ്രയോജനപ്പെടും." അങ്ങനെ മഴക്കാലത്തെ ഏകാന്ത ധ്യാനം എന്ന പാരമ്പര്യം ആരംഭിച്ചു.

മൊഗല്ലാനയുടെ മേൽനോട്ടത്തിൽ, കുഴച്ചെടുത്ത മണ്ണും ഓലയും മുളയുംകൊണ്ട് ബുദ്ധനും മറ്റു വൃദ്ധഭിക്ഷുക്കൾക്കുമുള്ള കുടിലുകൾ യുവഭിക്ഷുക്കൾ നിർമ്മിച്ചു. ചെറുതെങ്കിലും, ബുദ്ധന്റെ കുടിൽ മനോഹരമായിരുന്നു. അതിനു പിറകിലായി സ്വർണ്ണവർണ്ണമുള്ള മുളങ്കൂട്ടം വളർന്നിരുന്നു. അതിന്റെ ഒരു ഭാഗത്തായി വളർന്നിരുന്ന ഉയരമുള്ള പച്ചമുളകൾ പ്രശാന്തമായ തണലേകി. ഭിക്ഷു നാഗസമാല ബുദ്ധനുറങ്ങുവാനായി പൊക്കംകുറഞ്ഞ ഒരു മരത്തട്ട് പണിതു. ഉരുവേലകശ്യ

പന്റെ ശിഷ്യനായിരുന്ന യുവഭിക്ഷുവായിരുന്നു നാഗസമാല. സംഘം മുളവനത്തിലേക്ക് നീങ്ങിയപ്പോൾ, ബുദ്ധന്റെ ഒരു പരിചാരകനായിരിക്കുവാൻ കശ്യപൻ അവനോടാവശ്യപ്പെട്ടിരുന്നു.

തലസ്ഥാനത്തുനിന്നുള്ള ഒരു ഗൃഹസ്ഥ ശിഷ്യനെക്കൊണ്ട് ഒരു വലിയ മണി വേണുവന വിഹാരത്തിന് സംഭാവന നൽകാൻ സരിപുത്രൻ ഏർപ്പാടാക്കിയിരുന്നു. കളരുക തടാകത്തിനടുത്തുള്ള ഒരു പുരാതന വൃക്ഷശാഖയിൽ അദ്ദേഹം ആ മണി തൂക്കിയിട്ടു. പഠനത്തിനും ധ്യാനത്തിനുമുള്ള സമയങ്ങളറിയിക്കാൻ ആ മണി ഉപയോഗിച്ചു. ഏകാഗ്രതാ പരിശീലനത്തിന്റെ ഒരു ഭാഗമായിത്തീർന്നു അത്. മണിയൊച്ച കേട്ടാൽ നിശ്ശബ്ദരായി ശ്വസനം നിരീക്ഷിക്കുവാൻ ബുദ്ധൻ ശിഷ്യരെ അനുശീലിപ്പിച്ചു.

ഗൃഹസ്ഥശിഷ്യന്മാർ നാനാവിധം സഹായിച്ചു. കശ്യപൻ അവർക്ക് വിശ്രമകാലത്തെപ്പറ്റി വിശദീകരിച്ചു: "ഈ ഏകാന്തവാസക്കാലം എല്ലാ ഭിക്ഷുക്കൾക്കും ബുദ്ധന്റെ നേരിട്ടുള്ള നിർദ്ദേശത്തിൽ വിമോചനത്തിന്റെ മാർഗം പരിശീലിക്കാനുതകും. അവർക്ക് കൂടുതൽ തീക്ഷ്ണമായ പഠനത്തിനും പരിശീലനത്തിനുമുള്ള സമയം ലഭിക്കും. അതേ സമയം മഴക്കാലത്ത് കീടങ്ങളെയും പ്രാണികളെയും അറിയാതെ ചവിട്ടിയരയ്ക്കുന്നത് ഒഴിവാക്കാനാകും. ഈ മൂന്ന് മാസം ഭക്ഷണം തന്ന് നിങ്ങൾക്ക് സംഘത്തെ സഹായിക്കാനാകും. സാധിക്കുമെങ്കിൽ, കൂടുതലും കുറവും വരാതെ, മിതമായ ഭക്ഷണം ഏർപ്പാടാക്കുന്നത് നന്നായിരിക്കും. നിർധനരിൽ നിർധനർ പോലും ഒന്നോ രണ്ടോ ചപ്പാത്തിയെങ്കിലും അർപ്പിക്കുന്നത് അഭികാമ്യം. ബുദ്ധന്റെയോ കനിഷ്ഠശിഷ്യരുടെയോ ധർമ്മശാസനം നിത്യവും കേൾക്കാൻ ഞാൻ നിങ്ങളെ ക്ഷണിക്കുന്നു. വിശ്രമകാലം ഭിക്ഷുക്കളെയും ഗൃഹസ്ഥശിഷ്യരെയും ഒരുപോലെ സഹായിക്കും."

സാധാരണക്കാരെയും ഭിക്ഷുക്കളെയും സംഘടിപ്പിക്കുന്നതിൽ കശ്യപൻ ഒരേപോലെ നിഷ്ണാതനായിരുന്നു. അദ്ദേഹം ഗൃഹസ്ഥാശ്രമികളായ ശിഷ്യരെക്കൊണ്ട് ഭക്ഷണവും മറ്റ് സഹായങ്ങളും ഉറപ്പാക്കി. ഓരോ ഭിക്ഷുവിനും തന്റെ വ്യക്തിപരമായ ആവശ്യത്തിനായി ഒരു പുതപ്പും ഭിക്ഷാപാത്രവും, ധ്യാനത്തിനിരിക്കാനുള്ള തല്പവും ഒരു കുറിയ മുണ്ടും, വ്യക്തിപരമായ ആവശ്യത്തിന് ഒരു ജല അരിപ്പയും അദ്ദേഹം ഏർപ്പാടാക്കി.

ധ്യാനത്തിന്റെ ആദ്യനാൾ വന്നെത്തി. ബുദ്ധനും അദ്ദേഹത്തിന്റെ കനിഷ്ഠശിഷ്യരും ചിന്തിച്ചുറപ്പിച്ച പരിപാടി സംഘം പിന്തുടർന്നു. നാലുമണിക്ക് ഉണരാനുള്ള മണി മുഴങ്ങി. ദേഹശുദ്ധി വരുത്തിയശേഷം ഭിക്ഷുക്കൾ, സ്വയം നടന്ന്ധ്യാനം ചെയ്തു. മുളകളുടെ ഉച്ചിയിൽ സൂര്യൻ എത്തിനോക്കുംവരെ. അവർ ഇരുന്ന്ധ്യാനവും നടന്ന്ധ്യാനവും

മാറിമാറി പരിശീലിച്ചു. സാധാരണ ഇത് ഭിക്ഷാടനത്തിനുള്ള സമയമാണ്. എന്നാൽ ധ്യാനകാലത്ത് ഗ്രാമീണർ ഭിക്ഷുക്കൾക്ക് ഭക്ഷണം നൽകിയിരുന്നു. അതിനാൽ ഭിക്ഷുക്കൾക്ക് തങ്ങളുടെ ഗുരുനാഥന്മാരുമായി ധർമ്മം ആഴത്തിൽ പഠിക്കാനും പരിശീലനത്തിൽ അഭിമുഖീകരിക്കുന്ന പ്രശ്നങ്ങൾ ചർച്ചചെയ്യാനും കൂടുതൽ സമയം കിട്ടി. ഗുരു ഭിക്ഷുക്കളെ തെരഞ്ഞെടുത്തിരുന്നത് ധർമ്മപാതയിൽ അവരുടെ പുരോഗതിയുടെ ആഴം കണക്കിലെടുത്താണ്. കൊണ്ടണ്ണ, അസ്സാജി, കശ്യപൻ, സരിപുത്രൻ, മൊഗല്ലാന, വാപ്പാ, മഹാനാമ പോലുള്ള മുതിർന്നവരായ ഓരോരുത്തരും അമ്പതോ അറുപതോ യുവഭിക്ഷുക്കൾക്ക് മാർഗ്ഗനിർദ്ദേശങ്ങൾ നൽകി. മറ്റ് ഗുരുനാഥന്മാർക്ക് പത്തുമുതൽ മുപ്പതുവരെയുള്ള ശിഷ്യരുടെ ചുമതലയാണ് നൽകിയത്. ഓരോ പുതിയ ഭിക്ഷുവിനെയും പരിശീലനത്തിൽ സഹായിക്കാനായി ഓരോ മുതിർന്ന ഗുരുനാഥനെ ഏൽപ്പിച്ചു. കശ്യപനും സരിപുത്രനും ഈ പരിപാടി സംഘടിപ്പിക്കുന്നതിൽ സവിശേഷ താൽപര്യമെടുത്തു.

മദ്ധ്യാഹ്നത്തിന് തൊട്ടുമുമ്പായി, ഭിക്ഷുക്കൾ തടാകത്തിനടുത്ത് ഒന്നിച്ചുകൂടി, ഭിക്ഷാപാത്രങ്ങളുമായി വരിനിന്നു. ഭക്ഷണം തുല്യമായി എല്ലാവരും പങ്കിട്ടു. എല്ലാവർക്കും ഭക്ഷണം കിട്ടിക്കഴിയുന്നതോടെ അവരെല്ലാം തടാകക്കരയിലെ പുല്ലിലിരുന്നു. നിശബ്ദരായി ഭക്ഷിച്ചു. ഭക്ഷണം പൂർത്തിയാക്കി, പാത്രങ്ങൾ കഴുകിയശേഷം, എല്ലാവരും ബുദ്ധനിലേക്ക് തിരിഞ്ഞു. ചില ദിവസങ്ങളിൽ ബുദ്ധൻ തന്റെ ഭിക്ഷുക്കളെ അനുശാസിച്ചു. എന്നാലത് ഒരു പ്രകാരത്തിൽ സാധാരണക്കാർക്കും സഹായകരമായിരുന്നു. മറ്റ് ചില ദിവസങ്ങളിൽ അദ്ദേഹം സാധാരണക്കാരെ അഭിസംബോധിച്ചു. അത് ഒരുതരത്തിൽ ഭിക്ഷുക്കൾക്കും പ്രയോജനകരമായിരുന്നു. ചിലപ്പോൾ, അദ്ദേഹം അവിടെയുള്ള കുട്ടികളെ, പ്രത്യേകമായി അഭിസംബോധിച്ചു. അത്തരം ധർമ്മഭാഷണങ്ങളിൽ അദ്ദേഹം മിക്കപ്പോഴും തന്റെ പൂർവ്വജന്മകഥകൾ പറഞ്ഞു.

ചിലപ്പോൾ ബുദ്ധന്റെ മുതിർന്ന ശിഷ്യരിലൊരാൾ, അദ്ദേഹത്തിന്റെ സ്ഥാനത്ത് ധർമ്മഭാഷണം നടത്തി. ബുദ്ധൻ അടുത്തിരുന്ന് ശാന്തമായി ശ്രദ്ധിക്കും. സുതാര്യവും സത്യസന്ധവുമായ രീതിയിലാണ് ധർമ്മഭാഷണമെങ്കിൽ അദ്ദേഹം പ്രോത്സാഹിപ്പിക്കും. ധർമ്മഭാഷണങ്ങൾക്കു ശേഷം, സാധാരണ ശിഷ്യന്മാർ വീട്ടിലേക്ക് മടങ്ങും. ഇരുന്ന് ധ്യാനത്തിനും നടന്ന് ധ്യാനത്തിനുമുള്ള മണിയൊച്ച കേൾക്കുന്നതുവരെ ഭിക്ഷുക്കൾ വിശ്രമിക്കും. കിടക്കാൻ പോകുന്നതിനുമുമ്പ്, അർദ്ധരാത്രിവരെ ഭിക്ഷുക്കൾ പരിശീലനത്തിൽ ഏർപ്പെട്ടു.

ബുദ്ധൻ രാത്രി നീളുവോളം ധ്യാനസ്ഥനായി. പ്രത്യേകിച്ചും ചന്ദ്രൻ തെളിഞ്ഞ രാത്രികളിൽ പ്രശാന്തമായ രാത്രിവായു ആസ്വദിച്ചുകൊണ്ട്

തന്റെ കുടിലിനുപുറത്ത് മുളത്തട്ട് കൊണ്ടിട്ട് അതിന്മേലിരിക്കുവാൻ അദ്ദേഹം ഇഷ്ടപ്പെട്ടു. പുലർച്ചയ്ക്കു മുമ്പ്, തടാകത്തിനുചുറ്റുമായി അദ്ദേഹം നടന്ന്ധ്യാനം ചെയ്യുവാൻ താൽപര്യപ്പെട്ടു. എപ്പോഴും ആനന്ദമയനും ശാന്തനും വിശ്രാന്തനുമായിരുന്ന ബുദ്ധന് യുവഭിക്ഷുക്കളെപ്പോലത്ര ഉറക്കം ആവശ്യമായിരുന്നില്ല. കശ്യപനും രാത്രി നീളുവോളം ധ്യാനത്തിലിരുന്നു.

ബിംബിസാര രാജാവ് ഭക്ത്യാദരാൽ വേണുവനം സന്ദർശിച്ചു. പനങ്കാട് സന്ദർശിച്ച സമയത്തേതുപോലെ രാജാവ് അത്രയൊന്നും അതിഥികളെ ഇവിടേക്ക് കൊണ്ടുവന്നിരുന്നില്ല. ചിലപ്പോൾ രാജകുമാരൻ അജാതശത്രുവും രാജ്ഞി വൈദേഹിയും അദ്ദേഹത്തോടൊപ്പമുണ്ടായിരുന്നു. മിക്കപ്പോഴും അദ്ദേഹം ഒറ്റയ്ക്ക് വന്നു. വനത്തിന്റെ അരികിനോട് ചേർത്ത് വാഹനം നിർത്തി അദ്ദേഹം ബുദ്ധന്റെ കുടിലിലേക്ക് നടക്കും. ഒരു ദിവസം മഴയിൽനിന്നുകൊണ്ട് ഭിക്ഷുക്കൾ ധർമ്മഭാഷണം കേൾക്കുന്നത് കാണാനിടയായ രാജാവ്, മഴക്കാലങ്ങളിൽ നനയാതെ ഭിക്ഷുക്കൾക്ക് ഭക്ഷണം കഴിക്കാനും ധർമ്മഭാഷണം കേൾക്കാനുമുള്ള ഒരു വലിയ നടപ്പുര പണിയുന്നതിനുള്ള അനുവാദം ബുദ്ധനോട് ചോദിച്ചു. ബുദ്ധൻ സമ്മതിച്ചു. അപ്പോൾതന്നെ പണിയാരംഭിക്കുകയും ചെയ്തു. ഒരായിരം ഭിക്ഷുക്കളെയും ആയിരം സാധാരണശിഷ്യരെയും ഉൾക്കൊള്ളാനാവുന്നത്ര വലിയതായിരുന്നു അത്. വിഹാരത്തിന് വളരെ അനുയോജ്യമായതായിരുന്നു ധർമ്മശാല.

സംഭാഷണങ്ങളിലേർപ്പെടുമ്പോൾ ബുദ്ധനും ബിംബിസാരരാജാവും മിക്കപ്പോഴും മുളത്തട്ടിൽ ഒന്നിച്ചിരുന്നു. പിന്നീട് നാഗസമാലലളിതമായ കുറച്ച് നാടൻ കസേരകൾ ഉണ്ടാക്കി; ബുദ്ധന് അതിഥികളെ സ്വീകരിക്കാൻ എളുപ്പത്തിന്. ഒരുദിവസം ബുദ്ധനും രാജാവും ഇത്തരം കസേരകളിലിരിക്കുമ്പോൾ, രാജാവ് രഹസ്യം പറഞ്ഞു: "അങ്ങ് ഇതുവരെയും കണ്ടിട്ടില്ലാത്ത ഒരു മകൻ എനിക്കുണ്ട്. അവനെയും അവന്റെ അമ്മയെയും അങ്ങ് കാണണമെന്ന് ഞാൻ വളരെയധികം ആഗ്രഹിക്കുന്നു. അവൻ വൈദേഹി രാജ്ഞിയുടെ മകനല്ല. അവന്റെ അമ്മയുടെ പേര് അംബപാലിയെന്നാണ്. അവന്റെ പേര് ജീവകൻ എന്നും. അവനുടനെ പതിനാറ് വയസ്സ് തികയും. പാടലിപുത്ര നഗരത്തിന് വടക്കുള്ള വൈശാലിയിലാണ് അംബപാലി താമസിക്കുന്നത്. കൊട്ടാരത്തിന്റെ പരിമിതമായ ജീവിതം അവരിഷ്ടപ്പെടുന്നില്ല. അവർക്ക് പദവിയിലോ സ്ഥാനത്തിലോ താൽപര്യമില്ല. അവർ അവരുടെ സ്വാതന്ത്ര്യം മാത്രമാണ് വിലമതിക്കുന്നത്. ഞാനവർക്ക് മനോഹരമായ ഒരു മാന്തോപ്പടക്കം നിരവധി ജീവനവഹകൾ കൊടുത്തിട്ടുണ്ട്. സൈനികമോ രാഷ്ട്രീയമോ ആയ യാതൊരു കാര്യത്തിലും ഒട്ടും താൽപര്യമില്ലാത്ത, ബുദ്ധിയും ചുറുചുറുക്കുമുള്ളവനാണ് ജീവകൻ.

വൈദ്യശാസ്ത്രം പഠിച്ചുകൊണ്ട്, അവൻ തലസ്ഥാനത്തിനടുത്ത് താമസിക്കുന്നു. ഞാനവരെ അങ്ങേയറ്റം സ്നേഹിക്കുന്നു. അങ്ങും അവരെ സ്നേഹിക്കുമെന്ന് ഞാനാശിക്കുന്നു. ദയാനിധേ, അങ്ങ് ജീവകനെയും അമ്മയേയും കാണുവാൻ സമ്മതിക്കുകയാണെങ്കിൽ, അടുത്തുതന്നെ ഞാനവരെ മുളവനത്തിലേക്ക് വിളിക്കാം."

ബുദ്ധൻ സമ്മതഭാവത്തിൽ, ശാന്തമായി പുഞ്ചിരിച്ചു. രാജാവ് കൈകൾ കൂപ്പി യാത്ര പറഞ്ഞു. അദ്ദേഹത്തിന്റെ ഹൃദയം കൃതജ്ഞതയാൽ നിറഞ്ഞു തുളുമ്പി.

അക്കാലത്ത് തന്നെ, അകലെ ബുദ്ധന്റെ വീടായ കപിലവസ്തുവിൽ നിന്നെത്തിയ രണ്ട് വിശിഷ്ടാതിഥികളെ വേണുവന വിഹാരം സ്വീകരിച്ചു. ബുദ്ധന്റെ വാഹനമോടിച്ചിരുന്ന ചന്നനും, വൃദ്ധസുഹൃത്ത് കാലുദായിയുമായിരുന്നു അവർ. അവരുടെ സാന്നിധ്യം വിഹാരത്തിന് സവിശേഷമായ ഉണർവ്വ് നൽകി.

ബുദ്ധൻ ഏഴ് കൊല്ലമായി വീട്ടിൽനിന്ന് പോയിട്ട്. അദ്ദേഹത്തിന് വീട്ടിലെ വർത്തമാനങ്ങൾ കേൾക്കാൻ ആകാംക്ഷയുണ്ടായിരുന്നു. മകൻ രാഹുലനെയും രാജാവിനെയും രാജ്ഞിയേയും യശോധരയേയും സുന്ദരി നന്ദയേയും സുഹൃത്തുക്കളെയും അദ്ദേഹം അന്വേഷിച്ചു. കാലുദായി അപ്പോഴും പൂർണ്ണാരോഗ്യവാനും സർവ്വാത്മനുമായിരുന്നെങ്കിലും മുഖത്ത് വാർദ്ധക്യത്തിന്റെ വരകളുണ്ടായിരുന്നു. ചന്നനും പ്രായം തോന്നിച്ചു. കുടിലിനു പുറത്തിരുന്ന് അദ്ദേഹം അവരുമായി ഏറെനേരം സംസാരിച്ചു. രാജസദസ്സിൽ ഇപ്പോൾ കാലുദായി വളരെ ഉയർന്ന സ്ഥാനത്തെത്തിയെന്നും ശുദ്ധോധനരാജാവിന്റെ ഏറ്റവും വിശ്വസ്തരായ ഉപദേശകരിലൊരാളാണെന്നും അദ്ദേഹത്തിനു മനസ്സിലായി. രണ്ടുമാസം മുമ്പ്, ബുദ്ധൻ ധർമ്മമാർഗ്ഗത്തിലെത്തിയെന്നും, മഗധയിൽ അനുശാസിച്ചുകൊണ്ടിരിക്കുകയാണെന്നുമുള്ള വാർത്ത കപിലവസ്തുവിൽ എത്തുകയുണ്ടായി. എല്ലാവരും, പ്രത്യേകിച്ച് രാജാവും രാജ്ഞിയും ഗോപയും, ആ വാർത്തയിൽ അതീവ സന്തുഷ്ടരായി. കാലുദായിക്ക് അത്യാഹ്ലാദമുണ്ടാക്കിക്കൊണ്ട്, രാജാവ് ബുദ്ധനെ വീട്ടിലേക്ക് ക്ഷണിക്കുവാനായി അയച്ചിരിക്കുകയാണ്. തനിയാവേശത്താൽ നിദ്രാവിഹീനനായ അദ്ദേഹം മൂന്ന് ദിവസമെടുത്തു യാത്രയ്ക്ക് തയ്യാറാവാൻ. ചന്നനെയും കൂടെക്കൂട്ടാൻ യശോധര നിർദ്ദേശിച്ചു. കാലുദായി അത് സമ്മതിച്ചപ്പോൾ, സന്തോഷം സഹിയാതെ ചന്നൻ നിന്നനിലയിൽ പൊട്ടിക്കരഞ്ഞു. ഏതാണ്ട് രണ്ട് മാസമെടുത്തു അവർ വേണുവന വിഹാരത്തിലെത്താൻ.

രാജാവ് മാനസികമായി ഊർജ്ജസ്വലനാണ്; എങ്കിലും അടുത്ത കാലത്തായി അദ്ദേഹത്തിന്റെ ആരോഗ്യം ക്ഷയിച്ചിട്ടുണ്ട്, കാലുദായി സൂചിപ്പിച്ചു. രാജ്യഭരണത്തിൽ രാജാവിനെ സഹായിക്കുവാൻ വിദ

ഗ്ദ്ധരായ അനേകം ഉപദേശകരുണ്ട്. ഗോതമി എപ്പോഴത്തെയുംപോലെ ആരോഗ്യവതിയാണ്. നന്ദരാജകുമാരൻ ഇപ്പോഴൊരു യുവാവാണ്. കല്യാണിയെന്ന കുലീനയുവതിയുമായി വിവാഹം ഉറപ്പിച്ചിരിക്കുന്നു. നന്ദൻ സുന്ദരനും നല്ല വസ്ത്രങ്ങൾ ധരിക്കാൻ ഇഷ്ടപ്പെടുന്നവനുമാണ്. എന്നാൽ നന്ദന് വേണ്ടത്ര സ്ഥൈര്യവും പക്വതയുമില്ലെന്നാണ് രാജാവിന്റെ വേവലാതി. ബുദ്ധന്റെ സഹോദരി, സുന്ദരിനന്ദ, ഇപ്പോൾ സുന്ദരിയും സുഭഗയുമായ ഒരു യുവതിയാണ്. ബുദ്ധൻ വേർപിരിഞ്ഞ നാൾ മുതൽ, യശോധര പൊന്നും പണ്ടവും ഉപേക്ഷിച്ചു. ലളിതമായ വസ്ത്രങ്ങൾ ധരിച്ചു. തന്റെ അമൂല്യമായ വസ്തുക്കളെല്ലാം അവർ പാവങ്ങൾക്കായി വിറ്റു. ബുദ്ധൻ ഒരുനേരം മാത്രമേ ആഹരിക്കുന്നുള്ളുവെന്നറിഞ്ഞനാൾ മുതൽ, അവരും ആഹാരം ഒരു നേരമാക്കി. ഗോതമി രാജ്ഞിയുടെ സജീവ പിന്തുണയോടെ അവർ കാരുണ്യപ്രവൃത്തികൾ തുടർന്നുപോരുന്നുണ്ട്. രാഹുലൻ ആരോഗ്യവാനും സുന്ദരനുമായ ഏഴുവയസ്സുകാരനാണിപ്പോൾ. സ്ഥൈര്യവും ബുദ്ധിയുമുള്ള അവന്റെ കറുത്ത കണ്ണുകൾ തിളക്കമാർന്നവയാണ്. സിദ്ധാർത്ഥനെ കുട്ടിക്കാലത്ത് ഏത് പ്രകാരമാണ് പോറ്റി വളർത്തിയിരുന്നത് അതുപോലെത്തന്നെയാണ് മാതാമഹിയും മാതാമഹനും അവനെ സംരക്ഷിക്കുന്നത്.

കാലുദായി ബുദ്ധനോട് പറഞ്ഞതത്രയും ചന്നൻ ശരിവെച്ചു. വീട്ടിലെ വർത്തമാനങ്ങൾ അറിഞ്ഞ് ബുദ്ധഹൃദയം സന്തുഷ്ടമായി. അവസാനം എന്നാണ് കപിലവസ്തുവിലേയ്ക്ക് ബുദ്ധൻ മടങ്ങുന്നതെന്ന് കാലുദായി ചോദിച്ചു. ബുദ്ധൻ പറഞ്ഞു: "മഴക്കാലം കഴിഞ്ഞാൽ ഞാൻ മടങ്ങും. യുവഭിക്ഷുക്കൾ അവരുടെ പരിശീലനത്തിൽ ഉറയ്ക്കുന്നതുവരെ ഞാനവരെ പിരിയാൻ ഉദ്ദേശിക്കുന്നില്ല. ഈ ധ്യാനകാലം കഴിഞ്ഞാൽ, എനിക്കവരെ പിരിയുന്നതിൽ ഒട്ടും വിഷമമുണ്ടാവില്ല. എന്നാൽ, എന്തുകൊണ്ട് കാലുദായിയും ചന്നനും ഒന്നോ രണ്ടോ മാസം ഇവിടെകൂടി, ഇവിടുത്തെ ജീവിതം രുചിച്ചുനോക്കിക്കൂടാ? എന്നാലും നിങ്ങൾക്ക് കപിലവസ്തുവിൽപോയി മഴക്കാലം കഴിഞ്ഞാൽ ഞാൻ മടങ്ങിവരുമെന്ന് പറയാൻ ധാരാളം സമയം കിട്ടുമല്ലോ."

വേണുവന വിഹാരത്തിൽ അതിഥികളായിരിക്കുന്നതിൽ അവർ തീർത്തും സന്തുഷ്ടരായി. അവർ നിരവധി ഭിക്ഷുക്കളുമായി ചങ്ങാത്തത്തിലായി. ധർമ്മം പിന്തുടരാൻ കുടുംബം ഉപേക്ഷിക്കുന്ന ഒരുവന്റെ ആനന്ദകരവും ശാന്തവുമായ ജീവിതം ആസ്വദിക്കുവാൻ അവർക്കായി. നിത്യജീവിതത്തിൽ ജാഗ്രതയുടെ മാർഗ്ഗം പരിശീലിക്കുന്നതായാൽ മനസ്സും ഹൃദയവും സമ്പുഷ്ടമാകും; അവർ മനസ്സിലാക്കി. കാലുദായി അധിക സമയവും ബുദ്ധന്റെ അടുത്തുതന്നെ കൂടി; അദ്ദേഹത്തെ ശ്രദ്ധാപൂർവ്വം നിരീക്ഷിച്ചു. ബുദ്ധന്റെ വിസ്മയകരമായ

സഹജാവസ്ഥ അദ്ദേഹത്തെ ഏറെ ചലിപ്പിച്ചു. ഇനിയൊരിക്കലും ആസക്തിയുടെ പിറകെപോകാത്ത അവസ്ഥയിൽ ബുദ്ധൻ എത്തിയെന്ന് സുവ്യക്തമായിരുന്നു. സ്വതന്ത്രമായി നീന്തുന്ന മത്സ്യംപോലെയാണ് ബുദ്ധൻ; ശാന്തമായി ഒഴുകുന്ന മേഘം പോലെയാണ്. പരിപൂർണ്ണമായും വർത്തമാന നിമിഷത്തിലാണ് അദ്ദേഹം.

അദ്ദേഹം ഉള്ളിൽ ആനന്ദിച്ചിരുന്ന വിസ്മയകരമായ വിമോചനത്തിന്റെ തെളിവായിരുന്നു ആ കണ്ണുകളും പുഞ്ചിരിയും. അദ്ദേഹത്തെ ഈ ലോകത്തിലെ യാതൊന്നുംതന്നെ ബന്ധിച്ചിരുന്നില്ല. എന്നാൽ മറ്റുള്ളവരോട് ഇത്ര ഉദാത്തമായ ജ്ഞാനവും കരുണയും പുലർത്തിയിരുന്ന വേറൊരാളില്ല. ആത്മീയ പാതയിൽ, തന്റെ ചങ്ങാതി തന്നെക്കാൾ ഒരുപാട് മുന്നിലാണെന്ന് കാലുദായി കണ്ടു. പൊടുന്നനെ, ഒരു ഭിക്ഷുവിന്റെ, കെട്ടുപാടുകളില്ലാത്ത, പ്രശാന്തമായ ജീവിതത്തോട് കാലുദായിക്ക് ആഭിമുഖ്യമുണ്ടായി. അത്തരമൊരു ജീവിതത്തെ അനുഗമിച്ചിരുന്ന സകല ഉത്ക്കണ്ഠകളും ആകുലതകളും ഒപ്പം തന്നെ എല്ലാ സ്ഥാനമാനങ്ങളും സമ്പത്തും ഉപേക്ഷിക്കുവാൻ താൻ സജ്ജമാകുന്നതായി അദ്ദേഹത്തിന് അനുഭവപ്പെട്ടു. വേണുവന വിഹാരത്തിൽ വെറും ഏഴുനാൾ മാത്രം ചെലവഴിച്ച അദ്ദേഹം, ഒരു ഭിക്ഷുവായി ഉപസമ്പാദം ചെയ്യണമെന്ന തന്റെ അഗ്രഹം ബുദ്ധനോട് സൂചിപ്പിച്ചു. ബുദ്ധൻ തെല്ലൊന്ന് അദ്ഭുതപ്പെട്ടതായി തോന്നി; എന്നാൽ ശേഷം, അദ്ദേഹം പുഞ്ചിരിച്ചു. സ്വീകാര്യഭാവത്തിൽ തലയാട്ടി.

ചന്നനും ഭിക്ഷുവാകാനുള്ള അതേ ആഗ്രഹമുണ്ടായി. എന്നാൽ രാജകുടുംബത്തോടുള്ള തന്റെ കടമ അദ്ദേഹം പെട്ടെന്നോർമ്മിച്ചു; യശോധരയോട് ചോദിക്കാതെ ഭിക്ഷുവാകാൻ പാടില്ല. ബുദ്ധൻ കപിലവസ്തുവിലേക്ക് മടങ്ങിയെത്തും വരെ, കാത്തിരിക്കുവാൻ അദ്ദേഹം തീരുമാനിച്ചു.

32. വിരൽ ചന്ദ്രനല്ല

ഒരുനാൾ ഉച്ചതിരിഞ്ഞ് സരിപുത്രനും മൊഗ്ഗാല്ലായും ദിഗനാഗനെന്ന യതിയെ, ബുദ്ധനെ കാണുവാൻ കൊണ്ടുവന്നു. ദിഗനാഗൻ സജ്ഞയൻ എന്നാണ് അറിയപ്പെട്ടിരുന്നത്. അദ്ദേഹം സരിപുത്രന്റെ അമ്മാവനുമായിരുന്നു. തന്റെ മരുമകൻ ബുദ്ധന്റെ ശിഷ്യനായിയെന്നറിഞ്ഞപ്പോൾ, ബുദ്ധന്റെ ഉപദേശങ്ങൾ ഗ്രഹിക്കുവാൻ അദ്ദേഹത്തിന് ആകാംക്ഷയുണ്ടായി. സരിപുത്രനോടും മൊഗ്ഗാല്ലായോടും ബുദ്ധന്റെ ഉപദേശങ്ങളെക്കുറിച്ച് ചോദിച്ചപ്പോൾ, അവർ അദ്ദേഹത്തെ നേരിൽ കാണുവാൻ നിർദ്ദേശിച്ചു.

ദിഗനാഗൻ ബുദ്ധനോട്: "ഗൗതമാ, എന്താണ് താങ്കളുടെ അനുശാസനം? എന്താണ് താങ്കളുടെ സിദ്ധാന്തങ്ങൾ? സിദ്ധാന്തങ്ങളും പരികല്പനകളും എനിക്കിഷ്ടമല്ല. ഞാനവയൊന്നും അംഗീകരിക്കുന്നില്ല."

ബുദ്ധൻ മന്ദഹസിച്ചു: "ഒരു സിദ്ധാന്തവും പിന്തുടരുന്നില്ലെന്ന താങ്കളുടെ സിദ്ധാന്തം താങ്കൾ സമ്മതിക്കുന്നുവോ? വിശ്വസിക്കുന്നില്ല എന്ന സിദ്ധാന്തത്തിൽ താങ്കൾ വിശ്വസിക്കുന്നുവോ?"

ഏതാണ്ടൊന്ന് അമ്പരന്നുപോയ ദിഗനാഗൻ: "ഞാൻ വിശ്വസിക്കുന്നുവോ ഇല്ലയോ എന്നുള്ളത് പ്രസക്തമല്ല."

ബുദ്ധൻ സൗമ്യദീപ്തനായി: "ഒരിക്കൽ ഒരാൾ ഒരു സിദ്ധാന്തത്തിന്റെ വിശ്വാസത്തിൽ അകപ്പെട്ടു കഴിഞ്ഞാൽ, അയാൾ അയാളുടെ സർവ്വ സ്വാതന്ത്ര്യവും നഷ്ടപ്പെടുത്തുന്നു. ഒരിക്കൽ ഒരാൾ സിദ്ധാന്തശാഠ്യക്കാരനായിക്കഴിഞ്ഞാൽ, അയാൾ വിശ്വസിക്കുന്നത് തന്റെ സിദ്ധാന്തം മാത്രം സത്യമെന്നും മറ്റുള്ളവ ധർമ്മനിന്ദയുമാണെന്നാണ്. വാദങ്ങളും സംഘർഷങ്ങളും ഉണ്ടാകുന്നത് സങ്കുചിതമായ വീക്ഷണങ്ങളിൽ നിന്നാണ്. അവ അനന്തകാലത്തിലേക്കു നീളും. അമൂല്യമായ സമയം പാഴാക്കി, ചിലപ്പോൾ യുദ്ധത്തിലേക്ക് നയിച്ചേക്കും. ആത്മീയ പാതയിലേക്കുള്ള പ്രധാന പ്രതിബന്ധം വീക്ഷണങ്ങളോടുള്ള ബന്ധമാണ്. സങ്കുചിത വീക്ഷണത്തിൽ കെട്ടിയിടപ്പെടുന്നവൻ, അതിൽ കുരുങ്ങിത്തീർന്ന്, സത്യത്തിന്റെ വാതിൽ ഒരിക്കലും തുറന്നിടാൻ സാധിക്കാത്ത അവസ്ഥയിലായിപ്പോകുന്നു."

"അഞ്ചുവയസ്സുകാരൻ മകന്റെ കൂടെ ജീവിച്ചിരുന്ന യുവ വിഭാര്യന്റെ കഥ ഞാൻ പറയാം. തന്റെ ജീവനെക്കാൾ അയാൾ തന്റെ മകനെ പരി

പാലിച്ചു. ഒരു ദിവസം മകനെ ഒറ്റയ്ക്കാക്കി അദ്ദേഹം വ്യാപാരത്തിനായി പുറത്ത് പോയി. അന്നേരം കൊള്ളക്കാർ എത്തി, മുഴുവൻ ഗ്രാമവും കൊള്ളയടിച്ചു. തീ വെച്ചു. അവർ അയാളുടെ മകനെ തട്ടിക്കൊണ്ടുപോയി. മടങ്ങിവന്നപ്പോൾ, അയാൾ കത്തിയമർന്ന വീടിന്നടുത്ത് ഒരു കുട്ടിയുടെ കത്തിക്കരിഞ്ഞ മൃതദേഹം കണ്ടു. അയാളത് തന്റെ മകന്റേതാണെന്ന് ഉറപ്പിച്ചു, അലമുറയിട്ടു കരഞ്ഞു. മൃതദേഹത്തിൽ ശേഷിച്ചത് സംസ്കരിച്ചു. മകനെ അത്രയേറെ സ്നേഹിച്ചിരുന്നതുകൊണ്ട് അവന്റെ ചിതാഭസ്മം ഒരു സഞ്ചിയിലാക്കി പോകുന്നിടത്തെല്ലാംകൊണ്ടുപോയി. അനേകം മാസങ്ങൾക്കുശേഷം, കൊള്ളക്കാരിൽനിന്നും രക്ഷപ്പെടാനിടയായ മകൻ വീട്ടിൽ തിരിച്ചെത്തി. വാതിലിൽ മുട്ടി. അന്നേരം, അച്ഛൻ മകന്റെ ചിതാഭസ്മം സൂക്ഷിച്ച സഞ്ചി കെട്ടിപ്പിടിച്ച് കരയുകയായിരുന്നു. മകനാണെന്ന് ഉറക്കെ വിളിച്ചു പറഞ്ഞിട്ടും വാതിൽ തുറക്കാൻ അയാൾ വിസമ്മതിച്ചു. തന്റെ മകൻ മരിച്ചെന്നും, അയൽപക്കത്തുള്ള ഏതോ കുട്ടി തന്റെ ദുഃഖത്തെ കളിയാക്കുവാനായി വാതിലിൽ മുട്ടുകയാണെന്നും അയാൾ വിശ്വസിച്ചു. അവസാനം, അയാളുടെ മകന്, പുറപ്പെട്ടുപോകുയല്ലാതെ ഗതിയില്ലെന്നായി. അങ്ങനെ, അച്ഛനും മകനും എന്നെന്നേയ്ക്കുമായി പരസ്പരം നഷ്ടപ്പെട്ടു.

"എന്റെ ചങ്ങാതീ, നോക്കൂ, നാം ഏതെങ്കിലും ചില വിശ്വാസങ്ങളോട് ബന്ധിക്കപ്പെട്ട്, അത് മാത്രമാണ് പരമമായ സത്യമെന്ന് ഉറപ്പിക്കുകയാണെങ്കിൽ, യുവാവായ വിഭാര്യൻ അകപ്പെട്ടതുപോലെയുള്ള അതേ സാഹചര്യത്തിൽ ഒരു ദിവസം നമ്മളും എത്തിപ്പെടും. സത്യം നമ്മുടെ വാതിലിൽ വന്ന് മുട്ടിയാലും, സത്യം എപ്പോഴേ നമ്മുടെ കയ്യിലുണ്ടെന്ന ധാരണയിൽ, സത്യം സ്വീകരിക്കുവാനുള്ള മനസ്സ് തുറക്കാൻ നമുക്ക് കഴിയാതെ വരും."

ദിഗനാഗൻ: "താങ്കളുടെ അനുശാസനമോ? ആരെങ്കിലും താങ്കളുടെ അനുശാസനം പിന്തുടർന്നാൽ അയാളും അതിൽ കുടുങ്ങിപ്പോകില്ലേ?"

"എന്റെ അനുശാസനം ഒരു തത്ത്വചിന്തയോ സിദ്ധാന്തമോ അല്ല. പ്രപഞ്ചത്തിന്റെ സത്ത അഗ്നിയും ജലവും മണ്ണും വായുവുമാണെന്ന് ചില തത്ത്വദർശനങ്ങൾ പറയുന്നു. അല്ലെങ്കിൽ, പ്രപഞ്ചം നശ്വരമെന്നും അനശ്വരമെന്നും, അഥവാ നിശ്ചിതമെന്നും അനിശ്ചിതമെന്നും ചിലർ പറയുന്നു. എന്നാൽ, എന്റേത് അത്തരത്തിൽ മനോഅനുമാനത്തിന്റെയോ ചർച്ചിത ചിന്തയുടെയോ ഫലമല്ല. സത്യത്തെക്കുറിച്ചുള്ള മനോഅനുമാനങ്ങളും ചർച്ചിത ചിന്തയും ഒരു പാത്രത്തിന്റെ വക്കിനു ചുറ്റും നീങ്ങുന്ന ഉറുമ്പുകളെപ്പോലെയാണ്- അവ ഒരിക്കലും എവിടെയുമെത്തുന്നില്ല. എന്റെ അനുശാസനം ഒരു തത്ത്വചിന്തയല്ല. അത് നേരനുഭവത്തിന്റെ ഫലമാണ്. ഞാൻ പറയുന്ന കാര്യങ്ങൾ എന്റെ

സ്വന്തം അനുഭവത്തിൽ നിന്നുള്ളതാണ്. താങ്കൾക്കതെല്ലാം താങ്കളുടെ സ്വന്തം അനുഭവംവെച്ച് സ്വീകരിക്കാവുന്നതാണ്. എല്ലാ വസ്തുക്കളും നശ്വരമാണ്. ഒന്നിനും വേറിട്ട ഒരു സ്വത്വമില്ല. ഞാനിത് പഠിച്ചത്, എന്റെ സ്വന്തം നേരനുഭവത്തിൽ നിന്നാണ്. താങ്കൾക്കും അതാവാം. എല്ലാ വസ്തുക്കളും ഉൽഭവിക്കാനും വളരുവാനും അവസാനിക്കാനും മറ്റെല്ലാ വസ്തുക്കളെയും ആശ്രയിക്കുന്നു. ഒന്നുംതന്നെ ഒരു ആദിസ്രോതസ്സിൽനിന്നും സൃഷ്ടിക്കപ്പെട്ടിട്ടില്ല. ഈ സത്യം ഞാൻ നേരിട്ടനുഭവിച്ചിട്ടുണ്ട്. താങ്കൾക്കും അതിനു സാധിക്കും. എന്റെ ലക്ഷ്യം പ്രപഞ്ചത്തെ വിശദീകരിക്കുകയല്ല; മറ്റുള്ളവർക്ക് യാഥാർത്ഥ്യത്തിന്റെ നേരനുഭവത്തിന് മാർഗ്ഗനിർദ്ദേശങ്ങൾ നൽകുകയെന്നതാണ്. വാക്കുകൾക്ക് യാഥാർത്ഥ്യത്തെ വിശദീകരിക്കാനാവില്ല. യാഥാർത്ഥ്യത്തിന്റെ സത്യമായ മുഖം കാണുന്നതിന് നമ്മെ സഹായിക്കുവാൻ നേരനുഭവത്തിനേ കഴിയൂ."

ദിഗനാഗൻ: "വിസ്മയാവഹം! ഗൗതമാ. എന്നാൽ താങ്കളുടെ ഉപദേശം ഒരാൾ അന്ധമായ സിദ്ധാന്തമായി പിന്തുടർന്നാൽ എന്ത് സംഭവിക്കും?"

ബുദ്ധൻ ഒരു നിമിഷം നിശബ്ദനായി. പിന്നീട് തലയാട്ടി.

"ദിഗനാഗാ, അത് വളരെ നല്ലൊരു ചോദ്യമാണ്. എന്റെ ഉപദേശം ഒരു സിദ്ധാന്തമോ അധികൃത പ്രമാണമോ അല്ല. സംശയമില്ല. ചിലരത് അങ്ങനെയെടുക്കും. ഞാൻ വ്യക്തമാക്കാം. എന്റെ ഉപദേശങ്ങൾ യാഥാർത്ഥ്യം അനുഭവിക്കാനുള്ള ഒരു മാർഗ്ഗമാണ്. യാഥാർത്ഥ്യമെന്നതല്ല. അത്, ചന്ദ്രനെ ചൂണ്ടിക്കാട്ടുന്ന ഒരു വിരലാണ്; ചന്ദ്രനല്ല തന്നെ. ബുദ്ധിയുള്ള ഒരാൾ ചന്ദ്രനെ ചൂണ്ടിക്കാണിക്കുവാൻ വിരൽ ഉപയോഗിക്കുന്നു. വിരലിനെ മാത്രം നോക്കുന്ന ഒരാൾ, അത് ചന്ദ്രനാണെന്ന് തെറ്റിദ്ധരിക്കുന്നു. ഒരിക്കലും യഥാർത്ഥ ചന്ദ്രനെ കാണുകയില്ല. എന്റെ ബോധനം പരിശീലനത്തിനുള്ള ഒരു മാർഗ്ഗമാണ്. ആരാധിക്കാനോ കടിച്ചുതൂങ്ങാനോ ഉള്ളതല്ല. പുഴ മുറിച്ചു കടക്കാനുള്ള ചങ്ങാടംപോലെയാകുന്നു എന്റെ ബോധനം. വിമോചനത്തിന്റെ മറുകരയിലെത്തിക്കഴിഞ്ഞാൽ, ഒരു വിഡ്ഢിമാത്രമേ ഒരു ചങ്ങാടവും പേറി നടക്കുകയുള്ളൂ."

ദിഗനാഗൻ കൈകൾ കൂപ്പി: "ഭഗവാൻ ബുദ്ധാ, വേദനാജനകമായ വികാരങ്ങളിൽ നിന്ന് വിമോചിക്കപ്പെടുന്നതെങ്ങനെയെന്ന് എനിക്ക് കാണിച്ചു തന്നാലും!"

ബുദ്ധൻ: "മൂന്ന് തരം വികാരങ്ങളുണ്ട്. സുഖകരമായത്. അസുഖകരമായത്. നിർഗുണം. മൂന്നിന്റെയും വേരുകൾ ശരീരത്തിന്റെയും മനസ്സിന്റെയും പ്രത്യക്ഷബോധങ്ങളിലാണ്. മാനസികമോ ഭൗതികമോ

ആയ മറ്റേത് പ്രതിഭാസങ്ങളെയും പോലെ വികാരങ്ങളും ഉൽഭവിക്കുകയും അവസാനിക്കുകയും ചെയ്യുന്നു. വികാരങ്ങൾ സുഖകരമായാലും അസുഖകരമായാലും നിർഗുണമായാലും അവയുടെ സ്വഭാവവും ഉൽഭവസ്ഥാനവും പ്രകാശിതമാക്കുന്നതിന് ആഴത്തിൽ നോക്കുന്നതിനുള്ള മാർഗ്ഗം ഞാൻ പഠിപ്പിക്കുന്നു. നിങ്ങൾക്ക് നിങ്ങളുടെ വികാരങ്ങളുടെ ഉറവിടം കണ്ടെത്താൻ കഴിയുകയാണെങ്കിൽ, നിങ്ങൾക്ക് അവയുടെ സ്വഭാവം മനസ്സിലാകും. വികാരങ്ങൾ നശ്വരങ്ങളാണെന്ന് നിങ്ങൾ കാണും. ക്രമേണ, അവ ഉയർന്ന് പൊങ്ങുമ്പോഴും അവസാനിക്കുമ്പോഴും നിങ്ങൾ അശാന്തനാകാതിരിക്കും. യാഥാർഥ്യത്തെ ശരിയല്ലാത്ത രീതിയിൽ നോക്കുന്നതിലാണ് വേദനാജനകമായ വികാരങ്ങളുടെയും ഉറവിടമുള്ളത്. നിങ്ങൾ തെറ്റായ കാഴ്ചപ്പാടുകൾ കടപിഴുതെറിയുന്നതോടെ ദുരിതം ഇല്ലാതാവുന്നു. തെറ്റായ കാഴ്ചപ്പാടുകൾ മൂലം ആളുകൾ നശ്വരമായവയെ അനശ്വരമായി കണക്കാക്കുന്നു. അജ്ഞതയാണ് എല്ലാ അറിവില്ലായ്മയുടെയും ഹേതു. അജ്ഞത തരണം ചെയ്യുവാനായി ഞങ്ങൾ ജാഗ്രതയുടെ മാർഗ്ഗം പരിശീലിക്കുന്നു. വസ്തുക്കളുടെ യഥാർത്ഥ സ്വഭാവത്തിലേക്ക് തുളച്ചിറങ്ങുവാൻ ഒരുവൻ അവയുടെ ആഴത്തിലേക്ക് നോക്കണം. പ്രാർത്ഥനകൾ കൊണ്ടും അർപ്പണങ്ങൾ കൊണ്ടും ഒരുവന് അജ്ഞത മറികടക്കാനാവില്ല.”

ദിഗനാഗനോട് ബുദ്ധൻ ഇക്കാര്യങ്ങളെല്ലാം വിശദീകരിക്കുമ്പോൾ, സരിപുത്രനും മൊഗാല്ലാനയും കാലുദായിയും നാഗസമാലയും ശ്രദ്ധിച്ചു. സരിപുത്രന് ബുദ്ധന്റെ വാക്കുകൾ വളരെ ആഴത്തിൽ മനസ്സിലാക്കാൻ കഴിഞ്ഞു. തന്റെ മനസ്സ് പ്രഭാതസൂര്യനെപ്പോലെ തിളങ്ങുന്നതായി അദ്ദേഹത്തിനു തോന്നി. ആനന്ദം അടക്കാനാവാതെ, അദ്ദേഹം കൈകൾ കൂപ്പി, ബുദ്ധനെ നമസ്കരിച്ചു. മൊഗാല്ലാനയും അതുപോലെത്തന്നെ ചെയ്തു. പിന്നീട് ദിഗനാഗന് ബുദ്ധൻ പറഞ്ഞതിലെല്ലാം ഉദാത്തമായ മതിപ്പുളവായി. അദ്ദേഹവും ബുദ്ധനെ നമസ്കരിച്ചു. ഈ രംഗം കാലുദായിയുടെയും ചന്നന്റെയും ഉള്ളിൽ തട്ടി. അവർക്ക് ബുദ്ധനുമായുള്ള ചങ്ങാത്തത്തിൽ അഭിമാനം തോന്നി; അദ്ദേഹത്തിന്റെ മാർഗ്ഗത്തിലുള്ള വിശ്വാസവും പ്രത്യാശയും ഉറച്ചു.

കുറച്ചു ദിവസങ്ങൾക്കുശേഷം, വൈദേഹി രാജ്ഞിയും ഒരു പരിചാരകനും സംഘം സന്ദർശിച്ചു; ഭോജനം സമർപ്പിച്ചു. അവർ ഒരു പ്ലുമേറിയ തയ്യും കൊണ്ടുവന്നിരുന്നു. രാജാങ്കണത്തിൽ വെച്ച് ബുദ്ധൻ കുട്ടികളോട് പറഞ്ഞ കഥയുടെ സ്മരണയ്ക്കായി അതവർ ബുദ്ധന്റെ കുടിലിനടുത്ത് നട്ടു.

ബുദ്ധന്റെ മാർഗ്ഗനിർദ്ദേശത്തിൽ, സംഘം വിമോചനപാതയിൽ മഹത്തരമായ പുരോഗതിയുണ്ടാക്കി. ബുദ്ധിയും ഊർജ്ജസ്വലതയും നേതൃ

ത്വപാടവവുംകൊണ്ട് സരിപുത്രനും മൊഗല്ലാനയും നക്ഷത്രങ്ങൾ പോലെ പ്രകാശിച്ചു. സംഘത്തെ ഐക്യപ്പെടുത്താനും മാർഗ്ഗനിർദ്ദേശങ്ങൾ നൽകാനും അവർ കൊണ്ടഞ്ഞനോടും കശ്യപനോടുമൊത്ത് പ്രവർത്തിച്ചു. എന്തായാലും, സംഘത്തിന്റെ പ്രസിദ്ധി വർദ്ധിച്ചുകൊണ്ടിരുന്നപ്പോഴും, ചിലർ ബുദ്ധനെക്കുറിച്ചും സംഘത്തെക്കുറിച്ചും മോശമായി സംസാരിക്കാൻ തുടങ്ങി. സംഘത്തിന് രാജാവ് നൽകിയ സഹായത്തിൽ അസൂയ പൂണ്ട ചില മതവിഭാഗങ്ങളിലെ ആളുകളാണ് ഈ കിംവദന്തികൾ പരത്തിയത്. വേണുവനം സന്ദർശിച്ചിരുന്ന സാധാരണ ശിഷ്യർ പറഞ്ഞുകേട്ടവയിൽ ആശങ്ക പ്രകടിപ്പിച്ചു. ധനിക-ശ്രേഷ്ഠ കുടുംബങ്ങളിൽ നിന്നുള്ള നിരവധി യുവാക്കൾ ഭിക്ഷുക്കളായിത്തീർന്നതിൽ രാജഗൃഹത്തിൽ ചിലർ അസ്വസ്ഥരായി. താമസിയാതെ എല്ലാ യുവാക്കളും വീടുകളുപേക്ഷിക്കുമെന്നും കുലീന യുവതികൾക്ക് അനുയോജ്യരായ ഭർത്താക്കന്മാരിനിയുണ്ടാകില്ലെന്നും അവർ ഭയപ്പെട്ടു. മൊത്തം കുടുംബ താവഴികളും അന്യം വരുമെന്നവർ മുന്നറിയിപ്പു നൽകി.

ഇത്തരം കാര്യങ്ങൾ കേട്ടപ്പോൾ, മിക്ക ഭിക്ഷുമാരും അസന്തുഷ്ടരായി. പക്ഷേ, ബുദ്ധൻ ഇതറിഞ്ഞപ്പോൾ, ഭിക്ഷുക്കളെയും സാധാരണ ശിഷ്യരെയും ശാന്തരാക്കി, “അത്തരം കാര്യങ്ങളെ പ്രതി അസ്വസ്ഥരാകേണ്ട- ഇന്നോ നാളെയോ അവയെല്ലാം ഒടുങ്ങും.”

അങ്ങനെത്തന്നെ സംഭവിച്ചു. ഒരു മാസത്തിനുള്ളിൽ, അത്തരം നിസ്സാരഭയങ്ങളെപ്രതി കൂടുതലൊരു വർത്തമാനവും ഉണ്ടായില്ല.

33. ഒളിമങ്ങാത്ത സൗന്ദര്യം

മഴക്കാല വിശ്രമവേള അവസാനിക്കുന്നതിന് രണ്ടാഴ്ച മുമ്പ്, അസാധാരണ സൗന്ദര്യമുള്ള ഒരു സ്ത്രീ ബുദ്ധനെ സന്ദർശിച്ചു. അവൾ വന്നത് രണ്ട് വെളുത്ത കുതിരകളെ പൂട്ടിയ വെളുത്ത വണ്ടിയിലാണ്. പതിനാറ് വയസ്സ് തോന്നിക്കുന്ന ഒരു യുവാവിന്റെ അകമ്പടിയോടെ. അവളുടെ വസ്ത്രവും ഭാവവും, സുഭഗവും ഉൽകൃഷ്ടവുമായിരുന്നു. അവൾ ഒരു യുവ ഭിക്ഷുവിനോട് ബുദ്ധന്റെ കുടിലിലേക്കുള്ള വഴി ചോദിച്ചു. എന്നാൽ അവരവിടെ എത്തിയപ്പോൾ നടന്ന്ധ്യാനം കഴിഞ്ഞ് ബുദ്ധൻ തിരിച്ചെത്തിയിട്ടുണ്ടായിരുന്നില്ല. ആ സ്ത്രീയേയും കുട്ടിയേയും, കുടിലിനു മുന്നിലെ കസേരകളിലിരിക്കാനായി ആ ഭിക്ഷു ക്ഷണിച്ചു.

കുറച്ചു കഴിഞ്ഞപ്പോൾ, കാലുദായി, സരിപുത്രൻ, നാഗസമാല എന്നിവർക്കൊപ്പം ബുദ്ധൻ മടങ്ങിയെത്തി. സ്ത്രീയും കുട്ടിയും എണീറ്റു നിന്നു; ആദരവോടെ ബുദ്ധനെ വണങ്ങി. മൂന്നാമതൊരു കസേരയിൽ ബുദ്ധൻ ഇരുന്നതോടെ അവരെയും ഇരിക്കാൻ ക്ഷണിച്ചു. ഈ സ്ത്രീ അംബപാലിയാണെന്നും കൂടെയുള്ള യുവാവ് ബിംബിസാര രാജാവിന്റെ മകനായ ജീവകനാണെന്നും അദ്ദേഹത്തിന് മനസ്സിലായി.

തന്റെ ജീവിതത്തിൽ ഇത്രയും സൗന്ദര്യമുള്ള ഒരു സ്ത്രീയെ കാലുദായി ഒരിക്കലും കണ്ടിരുന്നില്ല. ഒരു മാസം മുമ്പ് മാത്രമാണ് അദ്ദേഹം ഭിക്ഷുവാകാനുള്ള പ്രതിജ്ഞ എടുത്തത്. ആ സുന്ദരിയായ സ്ത്രീയെ നോക്കുന്നത് ശരിയാണോ അല്ലയോ എന്നതിൽ അദ്ദേഹത്തിന് ചിന്താക്കുഴപ്പം ഉണ്ടായി. എന്തു ചെയ്യണമെന്ന് തീർച്ചയില്ലാതെ, അദ്ദേഹം തന്റെ കണ്ണുകൾ മണ്ണിലേക്ക് താഴ്ത്തി. നാഗസമാലയും ഇതുപോലെത്തന്നെ പ്രതികരിച്ചു. ബുദ്ധനും സരിപുത്രനും മാത്രം ആ സ്ത്രീയുടെ കണ്ണുകളിലേക്ക് നേരിട്ട് നോക്കി.

സരിപുത്രൻ അംബപാലിയേയും, പിന്നെ ബുദ്ധനെയും നോക്കി. ബുദ്ധന്റെ നോട്ടം എത്ര സഹജവും വിശ്രാന്തവുമാണെന്ന് അദ്ദേഹം കണ്ടു. മനോഹരമായ പൂർണ്ണചന്ദ്രനെപ്പോലെ അദ്ദേഹത്തിന്റെ മുഖം പ്രശാന്തമായിരുന്നു. കണ്ണുകൾ തെളിഞ്ഞതും കരുണ നിറഞ്ഞതുമായിരുന്നു. ബുദ്ധന്റെ തുഷ്ടിയും പ്രശാന്തതയും ആനന്ദവും തന്റെ സ്വന്തം

ഹൃദയത്തിൽ തുളഞ്ഞിറങ്ങിയതുപോലെ തോന്നി സരിപുത്രന്, ആ നിമിഷത്തിൽ.

അംബപാലിയും അതേപോലെ, ബുദ്ധന്റെ കണ്ണുകളിലേക്ക് നേരിട്ടു നോക്കി. ബുദ്ധനിപ്പോൾ നോക്കുന്നതുപോലെ ആരും ഒരിക്കലും അവളെ നോക്കിയിട്ടില്ല. അവൾക്ക് ഓർമ്മിക്കാവുന്നിടത്തോളം, പുരുഷന്മാർ അവളെ തറപ്പിച്ച് നോക്കിയിട്ടുള്ളത് കണ്ണുകളിൽ ആസക്തിയും അമ്പരപ്പുമായാണ്. പക്ഷേ, ബുദ്ധൻ അവളെ നോക്കിയത്, ഒരു മേഘത്തെയോ പുഴയേയോ, അല്ലെങ്കിൽ ഒരു പൂവിനെയോ നോക്കുന്നതുപോലെയാണ്. തന്റെ ഹൃദയചിന്തകൾ ആഴത്തിൽ അദ്ദേഹത്തിന് കാണാനാവുന്നുണ്ടെന്ന് അവൾക്ക് തോന്നി. കൈകൾ കൂപ്പി അവൾ തന്നെയും മകനെയും പരിചയപ്പെടുത്തി: “ഞാൻ അംബപാലി. ഇതെന്റെ മകൻ ജീവകൻ. വൈദ്യനാവാൻ പഠിക്കുന്നു. അങ്ങയെക്കുറിച്ച് ഞങ്ങൾ ധാരാളം കേട്ടിട്ടുണ്ട്. ഞങ്ങൾ രണ്ടാളും, ഈ നിമിഷം സ്വപ്നം കണ്ടിരുന്നു.”

ജീവകനോട് പഠിത്തത്തെക്കുറിച്ചും നിത്യജീവിതത്തെക്കുറിച്ചും ബുദ്ധൻ ചോദിച്ചു. ജീവകൻ ഭവ്യതയോടെ മറുപടി നൽകി. ബുദ്ധിയും കരുണയുമുള്ള കുട്ടിയാണവൻ, അദ്ദേഹത്തിന് കാണാൻ കഴിഞ്ഞു. അജാതശത്രുവിന്റെ, അതേ പിതാവ് തന്നെയാണ് ഈ യുവാവിന്റേതെങ്കിലും, ഇവൻ യുവരാജകുമാരനേക്കാൾ, വളരെയേറെ സ്വഭാവശുദ്ധിയുള്ളവനാണ്. ബുദ്ധനോടുള്ള ആദരവും സ്നേഹവും കൊണ്ട് ജീവകന്റെ ഹൃദയം തുളുമ്പി. വൈദ്യപഠനം പൂർത്തിയായാൽ വേണുവനത്തിൽ ബുദ്ധന്റെ സമീപത്തായി കൂടണമെന്ന്, അവൻ സ്വയം പറഞ്ഞു.

താൻ കണ്ടിട്ടുള്ള മറ്റ് നിരവധി ഗുരുനാഥന്മാരെപ്പോലെത്തന്നെയായിരിക്കും ബുദ്ധനും എന്നാണ്, അദ്ദേഹത്തെ നേരിൽ കാണുന്നതിനു മുമ്പ് അംബപാലി വിചാരിച്ചിരുന്നത്. അദ്ദേഹത്തിന്റെ സൂക്ഷ്മദൃഷ്ടി വിശദീകരിക്കാനാവാത്തവിധം സൗമ്യവും കരുണവുമായിരുന്നു. തന്റെ ഹൃദയത്തിനുള്ളിൽ അടച്ചു പൂട്ടിവെച്ചിരുന്ന എല്ലാ ദുരിതങ്ങളും അദ്ദേഹത്തിന് മനസ്സിലായതുപോലെ അവൾക്ക് തോന്നി. ബുദ്ധൻ അവളെ നോക്കിയ രീതിയിലൂടെ അവളുടെ ഒട്ടേറെ വേദനകളും ശമിച്ചു. കണ്ണീരാൽ നനഞ്ഞ കൺപീലികളോടെ അവൾ പറഞ്ഞു, “ഗുരോ, എന്റെ ജീവിതം ദുരിതം നിറഞ്ഞതാണ്. എനിക്ക് പണത്തിനോ സമ്പത്തിനോ കുറവില്ല. എങ്കിലും, ഇതുവരെയും എനിക്ക് ആശിക്കുവാൻ ഒന്നുമില്ലെന്ന് തോന്നിയിരുന്നു. ഇന്ന് എന്റെ ജീവിതത്തിലെ ഏറ്റവും ആനന്ദകരമായ ദിനമാണ്.”

അംബപാലി സമർത്ഥയായ നർത്തകിയും ഗായികയുമായിരുന്നു. എന്നാൽ, അവൾ അങ്ങനെ ആർക്കുവേണ്ടിയും ആടുന്നവളോ പാടു

ന്നവളോ അല്ല. ഏതെങ്കിലും ഒരാളിന്റെ പെരുമാറ്റത്തിലും സമീപനത്തിലും അതൃപ്തി തോന്നിയാൽ, എത്ര സ്വർണ്ണം വാഗ്ദാനം കിട്ടിയാലും, അവൾ പരിപാടി നടത്താൻ വിസമ്മതിച്ചു. അവൾക്ക് പതിനാറു വയസ്സുള്ളപ്പോൾ ഉണ്ടായിരുന്ന ഒരു പ്രണയം തകർച്ചയിൽ കലാശിച്ചു. താമസിയാതെ, അവൾ യുവാവായ ബിംബിസാര രാജകുമാരനെ കണ്ടുമുട്ടി; പ്രണയത്തിലായി. അദ്ദേഹത്തിന്റെ മകൻ ജീവകന് ജന്മമേകി. എന്നാൽ കൊട്ടാരത്തിലെ ആരും അംബപാലിയേയും മകനെയും സ്വീകരിക്കുവാൻ കൂട്ടാക്കിയില്ല. തെരുവോരത്തെ വീപ്പയിൽനിന്നും രാജകുമാരൻ രക്ഷിച്ചെടുത്ത കുഞ്ഞാണ് ജീവകനെന്നുപോലും കൊട്ടാരത്തിലെ ചിലർ പറഞ്ഞുപരത്തി. ഈ കുറ്റാരോപണങ്ങൾ അംബപാലിയെ മുറിപ്പെടുത്തി. കൊട്ടാരത്തിലുള്ള മറ്റാളുകളുടെ അസൂയയും വെറുപ്പും കൊണ്ടുണ്ടായ അവമതി അവൾ സഹിച്ചു. താൻ കാത്ത് സൂക്ഷിക്കേണ്ടത് തന്റെ മഹത്തായ സ്വാതന്ത്ര്യം മാത്രമാണെന്ന് അവൾക്ക് ബോധ്യപ്പെട്ടു. കൊട്ടാരത്തിൽ താമസിക്കുവാൻ അവൾ വിസമ്മതിച്ചു. തന്റെ വ്യക്തിസ്വാതന്ത്ര്യം ഒരിക്കലും ഉപേക്ഷിക്കില്ലെന്ന് അവൾ പ്രതിജ്ഞ ചെയ്തു.

അവളോട് ബുദ്ധൻ സൗമ്യമായി മൊഴിഞ്ഞു: “മറ്റെല്ലാ പ്രതിഭാസങ്ങളെയും പോലെ സൗന്ദര്യം ഉദിക്കുകയും അസ്തമിക്കുകയും ചെയ്യുന്നു. ഭാഗ്യവും പെരുമയും ഭിന്നമല്ല. ധ്യാനത്തിന്റെ ഫലങ്ങളായ ശാന്തിയും ആനന്ദവും സ്വാതന്ത്ര്യവും മാത്രമാണ് യഥാർത്ഥ സന്തോഷം നൽകുന്നത്. അംബപാലീ, ഇനി ഈ ജീവിതത്തിൽ ശേഷിച്ചിട്ടുള്ള എല്ലാ നിമിഷങ്ങളെയും നീ ശ്രദ്ധിക്കുകയും അമൂല്യമായി കരുതുകയും ചെയ്യുക. അലസമായ കളിതമാശകളിലോ മറവിയിലോ സ്വയം നീ നഷ്ടപ്പെടരുത്. ഇതാണ് വളരെ പ്രധാനമായത്.”

എങ്ങനെ പുതിയ രീതിയിൽ -ശ്വസനം, ഇരുപ്പ്, ജാഗ്രതയോടെയുള്ള ക്രിയ, പഞ്ചധർമ്മങ്ങളുടെ പാലനം- പരിശീലനം- നിത്യജീവിതം ക്രമീകരിക്കാമെന്ന് ബുദ്ധൻ അംബപാലിയോട് പറഞ്ഞു. ഈ അമൂല്യമായ ബോധനങ്ങൾ സ്വീകരിക്കുവാൻ അവൾക്ക് അത്യാഹ്ലാദമുണ്ടായി. പിരിയുന്നതിനുമുമ്പ് അവൾ പറഞ്ഞു. “വൈശാലി നഗരത്തിന് തൊട്ടപ്പുറത്തായി, പ്രശാന്തവും രമണീയവുമായ ഒരു മാന്തോപ്പ് എനിക്കുണ്ട്. അങ്ങും അങ്ങയുടെ ഭിക്ഷുക്കളും അവിടം സന്ദർശിക്കുന്നത് പരിഗണിക്കുമെന്ന് ഞാൻ പ്രത്യാശിക്കുന്നു. അതെന്റെ മകനും എനിക്കും ഉന്നതമായ ബഹുമതിയായിരിക്കും. ഭഗവാൻ ബുദ്ധൻ, എന്റെ ക്ഷണം സ്വീകരിച്ചാലും!”

സ്വീകാര്യമായി പുഞ്ചിരിച്ചു ബുദ്ധൻ.

അംബപാലി പോയശേഷം, കാലുദായി ബുദ്ധന്റെ അടുത്തിരിക്കുവാൻ അനുവാദം ചോദിച്ചു. നാഗസമാല മറ്റേ പീഠത്തിലിരിക്കുവാൻ

സരിപുത്രനെ ക്ഷണിച്ചു; അദ്ദേഹം നിന്നതേയുള്ളൂ. കുടിലിന്നരികിലൂടെ കടന്ന് പോയിരുന്ന പലേ ഭിക്ഷുക്കളും ഒന്നുനിന്ന്, കൂട്ടത്തിൽ ചേർന്നു. സരിപുത്രൻ കാലുദായിയെ നോക്കി, പുഞ്ചിരിച്ചു. അദ്ദേഹം നാഗസമാലയേയും. പിന്നീടദ്ദേഹം ബുദ്ധനോട് ചോദിച്ചു: "ഗുരോ, ഒരു സന്യാസി എപ്രകാരമാണ് ഒരു സ്ത്രീയുടെ സൗന്ദര്യത്തെ കാണേണ്ടത്? സൗന്ദര്യം, വിശേഷിച്ചും ഒരു സ്ത്രീയുടേത്, ആത്മീയ പരിശീലനത്തിന് വിഘാതമാണോ?"

ബുദ്ധൻ പുഞ്ചിരിച്ചു. സരിപുത്രൻ തനിക്കുവേണ്ടിയല്ല മറ്റു ഭിക്ഷുക്കൾക്കു വേണ്ടിയാണ് ചോദിക്കുന്നതെന്ന് ബുദ്ധനറിഞ്ഞു. ബുദ്ധൻ: "ഭിക്ഷുക്കളേ, എല്ലാ ധർമ്മങ്ങളുടെയും ശരിയായ പ്രകൃതം സൗന്ദര്യത്തെയും വൈരൂപ്യത്തെയും അധഃകരിക്കുന്നു. സൗന്ദര്യവും വൈരൂപ്യവും നമ്മുടെ മനസ്സുകൾ രൂപപ്പെടുത്തിയ കല്പനകൾ മാത്രമാണ്. അവ നമ്മുടെ പഞ്ചസഞ്ചയനങ്ങളുടെ ഘടനയുമായി അവിഭാജ്യമായി ചുറ്റിപ്പടർന്നിട്ടുള്ളതാണ്. ഒരു കലാകാരന്റെ കണ്ണിന് എന്തും സൗന്ദര്യമുള്ളതായി തോന്നാം. എന്തും വൈരൂപ്യമായും തോന്നിയേക്കാം. ഒരു പുഴ, ഒരു മേഘം, ഒരില, ഒരു പൂവ്, ഒരു സൂര്യകിരണം, അല്ലെങ്കിൽ സ്വർണ്ണപ്രഭയുള്ള സായാഹ്നം- എല്ലാറ്റിനും സൗന്ദര്യമുണ്ട്. നമുക്ക് തൊട്ടടുത്ത് വളരുന്ന സ്വർണ്ണനിറമുള്ള മുള സൗന്ദര്യമുള്ളതാണ്. എന്നാൽ സ്ത്രീയുടെ സൗന്ദര്യത്തേക്കാൾ പുരുഷന്റെ ശ്രദ്ധ തെറ്റിക്കാൻ കഴിവുള്ള മറ്റൊരു സൗന്ദര്യവുമില്ല. ഒരുവന് ഒരു സ്ത്രീയുടെ സൗന്ദര്യം ഒഴിയാബാധയായാൽ അവന് അവന്റെ വഴി നഷ്ടപ്പെടുന്നു.

"ഭിക്ഷുക്കളേ, നിങ്ങൾ ആഴത്തിൽ കാണുകയും മാർഗ്ഗത്തിലെത്തുകയും ചെയ്തിട്ടുണ്ടെങ്കിൽ, സുന്ദരമായത് പിന്നെയും സുന്ദരമായിട്ടുള്ളതായി തന്നെ പ്രത്യക്ഷമാകും. വിരൂപമായത് വിരൂപമായിത്തന്നെ പ്രത്യക്ഷമാകും. എന്നാൽ വിമോചനം നേടിയതിനാൽ, രണ്ടിനാലും നിങ്ങൾ ബന്ധിക്കപ്പെടുന്നില്ല. വിമോചിതനായ ഒരാൾ സൗന്ദര്യത്തെ നോക്കുമ്പോൾ, അത് അസുന്ദരമായ അനേകം ഘടകങ്ങളുള്ളതാണെന്ന് അയാൾക്ക് കാണാൻ കഴിയും. അത്തരമൊരാൾ സൗന്ദര്യവും വൈരൂപ്യവുമടങ്ങുന്ന എല്ലാറ്റിന്റെയും നശ്വരവും പൊള്ളയുമായ പ്രകൃതം മനസ്സിലാക്കുന്നു. അങ്ങനെ അയാൾ സൗന്ദര്യത്താൽ മാന്ത്രീകരിക്കപ്പെടുകയോ വൈരൂപ്യത്താൽ ബീഭത്സിതനാക്കപ്പെടുകയോ ചെയ്യുന്നില്ല.

"കരുണാമയവും വിമോചിതവുമായ ഹൃദയമാണ്, ഒരിക്കലും ഒളിമങ്ങാത്തതും ദുരിതങ്ങളുണ്ടാക്കാത്തതുമായ ഒരേയൊരു സൗന്ദര്യം. തിരിച്ചൊന്നും ആവശ്യപ്പെടാത്ത, യാതൊരുവിധ ഉപാധിയുമില്ലാതെ സ്നേഹിക്കാനുള്ള കഴിവാണ് കാരുണ്യം. വിമോചിതമായ ഹൃദയം

യാതൊരുപാധികളാലും ബന്ധിക്കപ്പെടുന്നില്ല. വിമോചിതവും കരുണവുമായ ഹൃദയമാണ് സൗന്ദര്യം. ഭിക്ഷുക്കളേ, ശുഷ്ക്കാന്തിയോടെ പരിശീലിച്ചാലും, നിങ്ങൾ യഥാർത്ഥ സൗന്ദര്യം സാക്ഷാത്കരിക്കും."

കാലുദായിക്കും മറ്റ് ഭിക്ഷുക്കൾക്കും ബുദ്ധന്റെ വാക്കുകൾ വളരെ സഹായകരമായി അനുഭവപ്പെട്ടു.

വർഷകാല വാസം അവസാനിച്ചു. ബുദ്ധൻ കാലുദായിയേയും ചന്നനെയും വിളിച്ചു. കപിലവസ്തുവിൽ പോയി ബുദ്ധന്റെ ആസന്നമായ വരവറിയിക്കാൻ നിർദ്ദേശിച്ചു. താമസംവിനാ കാലുദായിയും ചന്നനും യാത്രയ്ക്കുള്ള ഒരുക്കങ്ങൾ നടത്തി. പ്രശാന്തനും വിമലനുമായ ഒരു യുവഭിക്ഷുവായി തന്നെ കാണുമ്പോൾ, തലസ്ഥാനത്തിലെ എല്ലാവരും ഇപ്പോൾ ആശ്ചര്യപ്പെടുമെന്ന് കാലുദായി വിചാരിച്ചു. ബുദ്ധന്റെ തിരിച്ച് വരവ് അറിയിക്കുകയെന്ന സന്തോഷകരമായ ദൗത്യം അദ്ദേഹം മുന്നിൽ കണ്ടു: എന്നാൽ ചെറിയൊരു പൊറുതിക്കുശേഷം വേണുവനം വിട്ടുപോകുന്നതിൽ അദ്ദേഹത്തിന് കുണ്ഠിതമുണ്ടായി.

34. പുനഃസമാഗമം

ബുദ്ധന്റെ ആസന്നമായ വരവിനെപ്പറ്റി കാലുദായി, രാജാവിനോടും രാജ്ഞിയോടും യശോധരയോടും പറഞ്ഞു. പിന്നീടദ്ദേഹം, ഭിക്ഷാ പാത്രവുമെടുത്ത്, കപിലവസ്തുവിലേക്കുള്ള വഴിയിൽ ബുദ്ധനെ കാണുവാൻ തനിയെ പുറപ്പെട്ടുപോയി. മന്ദവും പ്രശാന്തവുമായ കാലടികളോടെയാണ്, കാലുദായി നടന്നത്. അദ്ദേഹം പകൽ നേരങ്ങളിൽ നടന്നു. രാത്രിയിൽ വിശ്രമിച്ചു. വഴിയിലുള്ള ഗ്രാമങ്ങളിൽ ഭക്ഷണം യാചിക്കുവാനായി മാത്രം വളരെക്കുറച്ച് സമയം തങ്ങി. പോയിടത്തെല്ലാം അദ്ദേഹം പ്രഖ്യാപിച്ചു; സിദ്ധാർത്ഥരാജകുമാരൻ വിമോചനമാർഗ്ഗം കണ്ടെത്തിയിരിക്കുന്നു. ഉടനെ കൊട്ടാരത്തിലേക്കു മടങ്ങിയെത്തുകയായി. കപിലവസ്തു വിട്ട് ഒമ്പത് നാളുകൾക്കുശേഷം, കാലുദായി, മുന്നൂറ് ഭിക്ഷുക്കളുമൊത്ത് സഞ്ചരിച്ചിരുന്ന ബുദ്ധനെ കണ്ടു. മൊഗ്ഗല്ലാനയും കൊണ്ടണ്ണയും കശ്യപസഹോദരന്മാരും മറ്റു ഭിക്ഷുക്കളുമൊത്ത് വേണുവനത്തിൽതന്നെ തങ്ങി.

കാലുദായിയുടെ നിർദ്ദേശ പ്രകാരം, ബുദ്ധനും ഭിക്ഷുക്കളും കപിലവസ്തുവിന് മൂന്നുനാഴിക തെക്കുള്ള നിഗ്രോധതോപ്പിൽ രാത്രി വിശ്രമിച്ചു. പിറ്റേന്ന് രാവിലെ നഗരത്തിൽ പ്രവേശിച്ചു ഭിക്ഷാടനം നടത്തി.

കാവിവസ്ത്രങ്ങളണിഞ്ഞ്, ശാന്തരായും നിശബ്ദരായും ഭിക്ഷാപാത്രങ്ങളുമായി യാചിക്കുന്ന മുന്നൂറ് ഭിക്ഷുക്കൾ നഗരവാസികളിൽ അഗാധമായ മതിപ്പുളവാക്കി. വാർത്ത കൊട്ടാരത്തിലെത്താൻ താമസമുണ്ടായില്ല. തന്റെ പുത്രനെ കാണുവാനായി ഒരു വാഹനം ഒരുക്കി നിർത്തുവാൻ ശുദ്ധോധന രാജാവ് കല്പനയായി. മഹാപ്രജാപതി രാജ്ഞിയും യശോധരയും ഉത്ക്കണ്ഠയോടെ കൊട്ടാരത്തിൽ കാത്തിരുന്നു.

നഗരത്തിന്റെ കിഴക്കൻ ഭാഗത്ത് രാജാവെത്തിയപ്പോൾ, ഭിക്ഷുക്കളെ കണ്ടുമുട്ടി. വാഹനത്തിന്റെ സാരഥിയാണ് സിദ്ധാർത്ഥനെ ആദ്യമായി തിരിച്ചറിഞ്ഞത്. “പ്രഭോ! അതാ, അദ്ദേഹം! അദ്ദേഹം മറ്റുള്ളവരുടെ മുമ്പേയാണ് നടക്കുന്നത്. അദ്ദേഹത്തിന്റെ വസ്ത്രത്തിന് സ്വല്പം നീളക്കൂടുതലുണ്ട്.”

കാവിവസ്ത്രധാരിയായ ഭിക്ഷു തന്റെ പുത്രനാണെന്ന് രാജാവ് ആശ്ചര്യത്തോടെ തിരിച്ചറിഞ്ഞു. തേജസ്സാൽ പ്രശോഭിച്ചു ബുദ്ധൻ. ഒരു പ്രകാശവലയം അദ്ദേഹത്തെ ചൂഴുന്നതായി തോന്നി. ഭിക്ഷാപാത്രം പിടിച്ച് അദ്ദേഹം വൃത്തികെട്ട ഒരു കുടിലിനു മുമ്പിൽ നിൽക്കുകയാ

യിരുന്നു. അദ്ദേഹത്തിന്റെ ജീവിതത്തിൽ, ഈ നിമിഷത്തിൽ യാചന യാണ് ഏറ്റവും പ്രധാനപ്പെട്ട കാര്യമെന്ന്, അദ്ദേഹത്തിന്റെ പ്രശാന്ത മായ ശ്രദ്ധ കണ്ടാൽ തോന്നും. കുടിലിനകത്തുനിന്നും കീറിപ്പറിഞ്ഞ വസ്ത്രത്തിൽ ഒരു സ്ത്രീ പുറത്ത് വന്ന്, ബുദ്ധന്റെ ഭിക്ഷാപാത്രത്തിൽ ഒരു ചെറിയ ഉരുളൻ കിഴങ്ങ് വയ്ക്കുന്നത് രാജാവ് നോക്കിയിരുന്നു. സ്ത്രീ താണുവണങ്ങി, ബുദ്ധൻ ആദരവോടെ അത് സ്വീകരിച്ചു. പിന്നീ ടദ്ദേഹം, അടുത്ത വീട്ടിലേക്ക് നടന്നു.

ബുദ്ധൻ നിന്നിരുന്നതിന് പിന്നെയും കുറച്ചകലെയായിരുന്നു രാജാ വിന്റെ വാഹനം. രാജാവ് സാരഥിയോട് നിർത്താൻ ആവശ്യപ്പെട്ടു. വാഹനത്തിൽ നിന്നുമിറങ്ങി ബുദ്ധന്റെ നേരെ നടന്നു. അപ്പോഴാണ് അച്ഛൻ തന്നെ സമീപിക്കുന്നത് ബുദ്ധൻ കണ്ടത്. അവർ രണ്ടുപേരും മുന്നോട്ടു നടന്നു: രാജാവ് ധൃതിയുള്ള കാൽവെപ്പുകളോടെ. ബുദ്ധൻ ശാന്തവും വിശ്രാന്തവുമായ കാലടികളോടെ.

“സിദ്ധാർത്ഥാ!”

“അച്ഛാ.”

നാഗസമാല ബുദ്ധന്റെ അടുത്തുചെന്ന് ഗുരുവിന്റെ ഭിക്ഷാപാത്രം വാങ്ങി. ബുദ്ധന് തന്റെ ഇരുകൈകളാലും രാജാവിന്റെ കൈകൾ ഗ്രഹി ക്കാനാവുമല്ലോ. രാജാവിന്റെ ചുളിവീണ കവിളുകളിലൂടെ കണ്ണീർ ധാര യായൊഴുകി. സ്നേഹപ്രഭ നിറഞ്ഞ കണ്ണുകളാൽ ബുദ്ധൻ അച്ഛനെ ഉറ്റുനോക്കി. സിദ്ധാർത്ഥൻ ഇനിയൊരിക്കലും കിരീടാവകാശിയായ രാജകുമാരനല്ല; ആദരണീയനായ ആത്മീയ ഗുരുനാഥനാണ്, രാജാവ് മനസ്സിലാക്കി. സിദ്ധാർത്ഥനെ ആലിംഗനം ചെയ്യണമെന്നുണ്ടായിരുന്നു അദ്ദേഹത്തിന്. എന്നാൽ അത് അനുചിതമായിരിക്കില്ല. പകരം, ഉയർന്നൊരു ആത്മീയ ഗുരുവിനോടെന്നപോലെ, അദ്ദേഹം കൈകൾ കൂപ്പി തന്റെ മകനെ താണു വണങ്ങി.

ബുദ്ധൻ തൊട്ടടുത്തുണ്ടായിരുന്ന സരിപുത്രന്റെ നേരെ തിരിഞ്ഞു “ഭിക്ഷുമാർ അവരുടെ ഭിക്ഷാടനം പൂർത്തിയാക്കി. അവരെ തിരിച്ചു നിഗ്രോധ തോട്ടത്തിലേയ്ക്ക് കൊണ്ടുപോയാലും. കൊട്ടാരത്തിലേക്ക് നാഗസമാല എന്നെ അനുഗമിക്കും. ഭക്ഷണം ഞങ്ങളവിടെ കഴിക്കാം. സായാഹ്നത്തോടെ ഞങ്ങൾ സംഘത്തിലേയ്ക്ക് മടങ്ങിയെത്തും.”

സരിപുത്രൻ വണങ്ങി. പിന്നീട് തിരിഞ്ഞ് മറ്റുള്ളവരെ തോട്ടത്തി ലേയ്ക്ക് നയിച്ചു.

ഗ്ലാനിയോടെയും ഒട്ടൊരു കാഠിന്യത്തോടെയും രാജാവ് ബുദ്ധനെ നോക്കി,” കുടുംബത്തെ കാണാൻ ആദ്യം നീ കൊട്ടാരത്തിലെത്തു മെന്ന് ഞാൻ വിചാരിച്ചു. പകരം നീ നഗരത്തിൽ ഭിക്ഷാടനം നടത്തു മെന്ന് ആർക്ക് ഊഹിക്കാനാവും? എന്തേ നീ കൊട്ടാരത്തിൽ ഭക്ഷണം കഴിക്കാൻ എത്തിയില്ല?”

ബുദ്ധൻ അച്ഛനെ നോക്കി പുഞ്ചിരിച്ചു. "അച്ഛാ, ഞാൻ ഒറ്റയ്ക്കല്ല, ഭിക്ഷുക്കളുടെ വലിയൊരു സംഘവുമായിട്ടാണ് ഞാൻ സഞ്ചരിക്കുന്നത്. ഒരു ഭിക്ഷുവായ ഞാനും മറ്റു ഭിക്ഷുക്കളെപ്പോലെ ഭക്ഷണം യാചിക്കുന്നു."

"എന്നാൽ, ചുറ്റും കാണുന്ന ഈ ദരിദ്രകുടിലുകളിൽ നിന്ന് നീ ഭിക്ഷയെടുക്കണമോ? ശാക്യകുലത്തിന്റെ ചരിത്രത്തിൽ ആരുംതന്നെ ഇങ്ങനെയൊന്ന് ചെയ്തിട്ടില്ല."

ബുദ്ധൻ വീണ്ടും പുഞ്ചിരിച്ചു. "ശരിയായിരിക്കും, ഒരു ശാക്യനും ഇതിനു മുമ്പേ ഇങ്ങനെ ചെയ്തിട്ടില്ല; പക്ഷേ എല്ലാ ഭിക്ഷുക്കളും അങ്ങനെ ചെയ്തിട്ടുണ്ട്. അച്ഛാ, ഭിക്ഷാടനം ഒരാത്മീയ പരിശീലനമാണ്. എല്ലാ മനുഷ്യരും തുല്യരാണെന്നറിയാനും എളിമ വളർത്താനും ഒരു ഭിക്ഷുവിനെ അത് സഹായിക്കുന്നു. ഞാനൊരു ദരിദ്രകുടുംബത്തിൽ നിന്ന് ഒരു ചെറിയ ഉരുളക്കിഴങ്ങ് സ്വീകരിക്കുമ്പോൾ, രാജാവ് വിളമ്പിത്തരുന്ന സ്വാദിഷ്ട വിഭവം സ്വീകരിക്കുന്നതിനേക്കാൾ ഒട്ടും വ്യത്യസ്തമാകുന്നില്ല. ധനികനെയും ദരിദ്രനെയും വേർതിരിക്കുന്ന അതിർത്തികൾ ഒരു ഭിക്ഷുവിന് അധഃകരിക്കാനാവും. എന്റെ വഴിയിൽ, ഏവരും സമന്മാരാണ്. എല്ലാവർക്കും, ഒരുവൻ എത്ര ദരിദ്രനായിരിക്കട്ടെ, വിമോചനവും ബോധോദയവും സിദ്ധിക്കാനാവും. എന്റെ കുലീനതയെ ഭിക്ഷാടനം ഒരിക്കലും അന്തസ്സു കെട്ടതാക്കുന്നില്ല. എല്ലാവരിലുമുള്ള സഹജമായ കുലീനതയെ അത് തിരിച്ചറിയുന്നു.

വായല്പം തുറന്നു പിടിച്ച നിലയിൽ, ശുദ്ധോധനമഹാരാജാവ് ശ്രദ്ധിച്ച് കേട്ടു. പഴയ പ്രവചനങ്ങൾ സത്യമായിരിക്കുന്നു. പ്രപഞ്ചമാകെ പ്രശോഭിക്കുന്ന ധാർമ്മികനായ ആത്മീയ ഗുരുവായിത്തീർന്നിരിക്കുന്നു സിദ്ധാർത്ഥൻ. രാജാവിന്റെ കൈപിടിച്ചുകൊണ്ട് സിദ്ധാർത്ഥൻ കൊട്ടാരത്തിലേക്ക് മടങ്ങി. നാഗസമാല അദ്ദേഹത്തെ പിന്തുടർന്നു.

ഒരു കൊട്ടാരപരിചാരകൻ ഭിക്ഷുക്കളെ കണ്ടവിവരം വിളിച്ചുപറഞ്ഞതിനാൽ ഗോതമിരാജ്ഞിക്കും യശോധരയ്ക്കും സുന്ദരിനന്ദയ്ക്കും ബാലനായ രാഹുലനും കൊട്ടാരത്തിന്റെ മട്ടുപ്പാവിൽ നിന്നുകൊണ്ട്, രാജാവും ബുദ്ധനും തമ്മിലുള്ള കൂടിക്കാഴ്ച കാണുവാൻ കഴിഞ്ഞു. ബുദ്ധനെ രാജാവ് വണങ്ങുന്നതെങ്ങനെയെന്ന് അവർ കണ്ടു. രാജാവും ബുദ്ധനും കൊട്ടാരത്തിനടുത്തെത്തിയപ്പോൾ യശോധര രാഹുലന്റെ നേരേതിരിഞ്ഞു. അവർ ബുദ്ധനെ ചൂണ്ടി പറഞ്ഞു. "പ്രിയമകനേ, മുത്തച്ഛന്റെ കൈപിടിച്ച് കൊട്ടാര കവാടത്തിലേയ്ക്ക് പ്രവേശിക്കാനൊരുങ്ങുന്ന ആ ഭിക്ഷുവിനെ നീ കണ്ടുവോ?"

രാഹുലൻ തലയാട്ടി.

"ആ ഭിക്ഷുവാണ് നിന്റെ അച്ഛൻ. താഴേയ്ക്കോടിച്ചെന്ന് അദ്ദേഹത്തെ

അഭിവാദ്യം ചെയ്യുക. സവിശേഷമായൊരു പൂർവ്വാർജിത സമ്പത്ത് അദ്ദേഹത്തിന് നിനക്ക് കൈമാറാനുണ്ട്. അതേപ്പറ്റി അദ്ദേഹത്തോട് ചോദിക്കുക."

രാഹുലൻ താഴേക്കോടി. ഒരു മിന്നലിൽ അവൻ കൊട്ടാരകവാടത്തിലെത്തി- ബുദ്ധന്റെയടുത്തേക്കോടി. തന്റെ നേരെ ഓടിയടുക്കുന്ന ആ ബാലൻ രാഹുലനാണെന്ന് ബുദ്ധൻ ഉടനെ തിരിച്ചറിഞ്ഞു. അദ്ദേഹം തന്റെ കൈകൾ വിശാലമായി തുറന്നു, മകനെ കെട്ടിപ്പിടിച്ചു. ശ്വാസം കിട്ടാത്ത മട്ടിൽ രാഹുലൻ കിതച്ചു,

"അഭിവന്ദ്യനായ സന്യാസീ, അമ്മ പറഞ്ഞു ഞാനങ്ങയോട് എന്റെ സവിശേഷമായ പൂർവ്വാർജ്ജിത സമ്പത്തിനെപ്പറ്റി ചോദിക്കണമെന്ന്. എന്താണത്? അങ്ങേയ്ക്ക് അതെനിക്ക് കാണിച്ചുതരാനാവുമോ?"

ബുദ്ധൻ രാഹുലന്റെ കവിളിൽ തട്ടി, പുഞ്ചിരിച്ചു. "നിന്റെ പൂർവ്വാർജിത സമ്പത്തിനെക്കുറിച്ചറിയാൻ നീ ആഗ്രഹിക്കുന്നുവോ? സമയം വരുമ്പോൾ, ഞാൻ നിനക്കത് കൈമാറും!"

രാജാവിന്റെ കൈപിടിച്ചുകൊണ്ട് തന്നെ, ബുദ്ധൻ കുട്ടിയുടെ കൈ തന്റെ കയ്യിലെടുത്തു. മൂന്നുപേരുമൊന്നിച്ച് കൊട്ടാരത്തിൽ പ്രവേശിച്ചു. ഗോതമി രാജ്ഞിയും യശോധരയും സുന്ദരിനന്ദയും താഴേക്കെത്തി. രാജാവും ബുദ്ധനും രാഹുലനും രാജകീയ പൂന്തോട്ടങ്ങളിൽ പ്രവേശിക്കുന്നത് കണ്ടു. വസന്തകാല സൂര്യപ്രകാശം ഇളംചൂടുള്ളതായിരുന്നു. എല്ലായിടത്തും പൂക്കൾ വിടർന്നു. പക്ഷികൾ മധുരഗാനങ്ങൾ പാടി. രാജാവും രാഹുലനുമൊത്ത് ബുദ്ധൻ ഒരു മാർബിൾ ബഞ്ചിലിരുന്നു. നാഗസമാലയേയും ക്ഷണിച്ചു. അന്നേരം ഗോതമിരാജ്ഞിയും യശോധരയും സുന്ദരി നന്ദയും പൂന്തോട്ടത്തിൽ പ്രവേശിച്ചു.

ഉടനെ ബുദ്ധൻ എണീറ്റു നിന്നു. അവരുടെ അരികിലേക്ക് നടന്നു. ഗോതമി രാജ്ഞി ഒത്ത ആരോഗ്യത്തിന്റെ ചിത്രമായിരുന്നു. ഹരിതമായ മുളയുടെ നിറമുള്ള സാരിയാണ് അവർ ഉടുത്തിരുന്നത്. അല്പം വിളർച്ച തോന്നിച്ചെങ്കിലും ഗോപ എന്നത്തെയും പോലെ മനോഹരിയായിരുന്നു. ഉതിർമഞ്ഞിൻനിറമുള്ള സാരിയാണ് അവർ ധരിച്ചിരുന്നത്. ആഭരണങ്ങളോ രത്നങ്ങളോ ഇല്ല. ബുദ്ധന്റെ പതിനാറുകാരിയായ ഇളയസഹോദരി ഒരു തങ്കസാരിയാണ് ഉടുത്തിരുന്നത്. അതവളുടെ കറുത്ത കണ്ണുകളുടെ തിളക്കം വർധിപ്പിച്ചു. സ്ത്രീകൾ കൈകൾ കൂപ്പി. ബുദ്ധനെ അഭിവാദ്യം ചെയ്യാനായി താണുവണങ്ങി. ബുദ്ധൻ കൈകൾ ചേർത്ത് തിരിച്ചു വണങ്ങി. പിന്നീടദ്ദേഹം അമ്മയേയും ഗോപയേയും വിളിച്ചു.

തങ്ങളുടെ പേരുകൾ വിളിക്കുന്ന അദ്ദേഹത്തിന്റെ ശബ്ദം കേട്ട് സ്ത്രീകൾ കരയാൻ തുടങ്ങി.

രാജ്ഞിയുടെ കൈപിടിച്ച് ബുദ്ധൻ അവരെ ബഞ്ചിൽ പിടിച്ചിരുത്തി, അദ്ദേഹം ചോദിച്ചു: "എന്റെ സഹോദരൻ നന്ദനെവിടെ?"

രാജ്ഞി: "ആയോധനകലകൾ പഠിക്കാൻ പുറത്ത് പോയിരിക്കുകയാണ് അവൻ. ഉടനെ മടങ്ങിയെത്തും. നിന്റെ ഇളയസഹോദരിയെ നീ തിരിച്ചറിഞ്ഞുവോ? അവൾ നിന്റെ അസാന്നിധ്യത്തിൽ അങ്ങ് വളർന്നുപോയി, ഇല്ലേ?"

ബുദ്ധൻ തന്റെ സഹോദരിയെ ഉറ്റുനോക്കി. ഏഴിൽ കൂടുതൽ വർഷമായി താനവളെ കണ്ടിട്ട് "സുന്ദരി നന്ദാ, നീയിന്നൊരു യുവതിയാണ്." പിന്നീടദ്ദേഹം യശോധരയെ സമീപിച്ചു, അവരുടെ കൈകൾ സൗമ്യമായി എടുത്തു. അവർ വല്ലാതെ വികാരാധീനയായി; അവരുടെ കൈ അദ്ദേഹത്തിന്റെ കയ്യിൽ വിറച്ചു. അദ്ദേഹം അവളെ ഗോതമി രാജ്ഞിയുടെ അടുത്തിരുത്തി. തിരിച്ച് തന്റെ ബഞ്ചിൽ വന്നിരുന്നു. കൊട്ടാരത്തിലേക്ക് മടങ്ങുമ്പോൾ രാജാവ് ബുദ്ധനോട് നിരവധി ചോദ്യങ്ങൾ ചോദിച്ചിരുന്നു. എന്നാൽ, ഇപ്പോൾ, രാഹുലൻ പോലും, മിണ്ടിയില്ല. രാജാവിനെയും രാജ്ഞിയേയും യശോധരയേയും സുന്ദരി നന്ദയേയും ബുദ്ധൻ നോക്കി. പുനഃസമാഗമത്തിന്റെ സന്തോഷം ഓരോരുത്തരുടെയും മുഖത്ത് സ്ഫുരിച്ചു. നീണ്ട നിശബ്ദതയ്ക്കുശേഷം, ബുദ്ധൻ സംസാരിച്ചു, "അച്ഛാ, ഞാൻ മടങ്ങിയെത്തിയിരിക്കുന്നു. അമ്മേ, ഞാൻ തിരിച്ചെത്തിയിരിക്കുന്നു. നോക്കൂ, ഗോപേ, ഞാൻ നിന്നിലേയ്ക്ക് മടങ്ങിവന്നിരിക്കുന്നു."

വീണ്ടും രണ്ട് സ്ത്രീകളും കരയാൻ തുടങ്ങി. അവരുടെ കണ്ണീർ ആനന്ദത്തിന്റേതായിരുന്നു. ബുദ്ധൻ അവരെ നിശബ്ദമായി കരയാൻ അനുവദിച്ചു. അദ്ദേഹം രാഹുലനോട് തന്റെ അടുത്തിരിക്കുവാൻ പറഞ്ഞു. സ്നേഹത്തോടെ അവന്റെ മുടി തലോടി.

ഗോതമി സാരിത്തലപ്പാൽ കണ്ണീർ തുടച്ച് ബുദ്ധന്റെ നേരെ പുഞ്ചിരിച്ചു: "നീ പോയിട്ട് കാലംകുറെയായി. ഏഴിൽ ചിലാനം വർഷങ്ങൾ. നിനക്കറിയുമോ എത്ര ധീരയായ സ്ത്രീയാണ് ഗോപയെന്ന്?"

"അമ്മേ, അവളുടെ ധൈര്യത്തിന്റെ ആഴം ഞാനെത്രയോ കാലമായി മനസ്സിലാക്കിയിട്ടുണ്ട്. യശോധരയും നിങ്ങളുമാണ് ഞാനറിയുന്ന സ്ത്രീകളിൽ ഏറ്റവും ധീരരായിട്ടുള്ളവർ. നിങ്ങൾ നിങ്ങളുടെ ഭർത്താക്കന്മാരെ മനസ്സിലാക്കുകയും പിന്താങ്ങുകയും മാത്രമല്ല, നിങ്ങൾ ഏവർക്കും സ്ഥൈര്യത്തിന്റെയും ശക്തിയുടെയും മാതൃകകളാണ്. നിങ്ങൾ ഇരുവരും എന്റെ ജീവിതത്തിൽ ഉണ്ടായതിൽ ഞാൻ ഏറെ ഭാഗ്യവാനാകുന്നു. അതെന്റെ പ്രയത്നം വളരെ ലഘുതരമാക്കി."

യശോധര പുഞ്ചിരിച്ചു. പക്ഷേ, ഒന്നും മിണ്ടിയില്ല.

രാജാവ് പറഞ്ഞു: "മോക്ഷമാർഗ്ഗത്തിന്റെ അന്വേഷണത്തിലെ സ്വയം പീഡനമടക്കമുള്ള കുറച്ചു കാര്യങ്ങൾ നീയെന്നോട് പറയുകയുണ്ടായി.

ഇവർക്കുകൂടി കേൾക്കാനായി എന്നോട് പറഞ്ഞതെല്ലാം ആവർത്തിച്ച്, ശേഷം നിർത്തിയിടത്തുനിന്ന് തുടരാമോ?"

ബുദ്ധനവരോട് മാർഗ്ഗത്തിന്റെ നീണ്ട അന്വേഷണങ്ങൾ സംഗ്രഹിച്ചു. മലയിൽവച്ച് ബിംബിസാര രാജാവിനെ കണ്ടതിനെക്കുറിച്ചും ഉരുവേല ഗ്രാമത്തിലെ നിർധനരായ കുട്ടികളെക്കുറിച്ചും പറഞ്ഞു. തന്റെയൊപ്പം കഠിനതപങ്ങൾ പരിശീലിച്ചിരുന്ന അഞ്ച് സ്നേഹിതരെപ്പറ്റിയും രാജ ഗൃഹത്തിൽ ഭിക്ഷുക്കൾക്ക് ലഭിച്ച മഹാസ്വീകരണത്തെക്കുറിച്ചും പറഞ്ഞു. എല്ലാവരും ഏകാഗ്രമായി ശ്രദ്ധിച്ചു. രാഹുലൻപോലും അന ങ്ങിയില്ല.

ബുദ്ധന്റെ സ്വരം സ്നേഹോഷ്മളമായിരുന്നു. അദ്ദേഹം അധിക മൊന്നും വിശദീകരിക്കാൻ പോയില്ല. സ്വയം പീഡനകാലത്തെപ്പറ്റി തൊട്ടുതൊടുവിച്ച് മാത്രമേ പറഞ്ഞുള്ളൂ. തന്റെ ഉറ്റവരുടെ ഹൃദയങ്ങ ളിൽ ഉണർവ്വിന്റെ വിത്തുകൾ പാവാൻ സഹായകമാകുംവിധമാണ് അദ്ദേഹം വാക്കുകൾ ഉപയോഗിച്ചത്.

ഒരു പരിചാരകൻ പൂന്തോട്ടത്തിലേക്ക് വന്നു. ഗോതമിയുടെ ചെവി യിൽ എന്തോ മന്ത്രിച്ചു. അതിനുശേഷം, ഉടനെത്തന്നെ പരിചാരകൻ പൂന്തോട്ടത്തിൽ മേശയിട്ട് ഉച്ചയൂണിനുള്ള ഒരുക്കങ്ങൾ നടത്തി. ഭക്ഷണം മേശമേൽ വെച്ചനേരം നന്ദൻ എത്തി. ബുദ്ധൻ സന്തോഷ പൂർവ്വം അവനെ അഭിവാദ്യം ചെയ്തു.

"നന്ദൻ! ഞാൻ നിന്നെ വേർപിരിയുമ്പോൾ നിനക്ക് വെറും പതി നഞ്ചു വയസ്സേ ഉണ്ടായിരുന്നുള്ളൂ. നീയിപ്പോൾ മുതിർന്ന ഒരു മനു ഷ്യനാണ്!"

നന്ദൻ പുഞ്ചിരിച്ചു: രാജ്ഞി അവനെ ശകാരിച്ചു. "നന്ദൻ, നിന്റെ മൂത്ത ജ്യേഷ്ഠനെ സമുചിതമായി അഭിവാദ്യം ചെയ്യൂ. അദ്ദേഹമിപ്പോൾ ഒരു സന്യാസിയാണ്. കൈകൾ ചേർത്തുവെച്ച് അദ്ദേഹത്തെ വണങ്ങൂ."

നന്ദൻ അപ്രകാരം ചെയ്തു. ബുദ്ധൻ തിരിച്ചും.

അവരെല്ലാവരും മേശയിലേക്ക് നീങ്ങി. ബുദ്ധൻ നാഗസമാലയോട് തന്റെ അടുത്തിരിക്കാൻ പറഞ്ഞു. എല്ലാവർക്കും കൈകഴുകാനുള്ള വെള്ളം ഒരു ഭൃത്യ കൊണ്ടുവന്നു.

രാജാവ് ബുദ്ധനോട് ചോദിച്ചു: "നിങ്ങളെന്താണ് ഭിക്ഷാപാത്രത്തിൽ സ്വീകരിച്ചത്?"

"ഞാൻ സ്വീകരിച്ചത് ഒരു ഉരുളകിഴങ്ങാണ്. എന്നാൽ ഞാൻ ശ്രദ്ധിച്ചു. നാഗസമാല ഇനിയും ഒന്നും സ്വീകരിച്ചിട്ടില്ല."

ശുദ്ധോധനരാജാവ് എണീറ്റുനിന്നു. "നിങ്ങൾ രണ്ടുപേർക്കും ഞങ്ങ ളുടെ മേശയിൽ ഭക്ഷണം വിളമ്പുവാൻ എന്നെ അനുവദിക്കുക." യശോ ധര പാത്രങ്ങൾ പിടിച്ചു. രാജാവ് ഭക്ഷണം വിളമ്പി. അദ്ദേഹം അവ

രുടെ പാത്രങ്ങളിൽ നറുമണമോലുന്ന വെളുത്ത ചോറും സസ്യവിഭവങ്ങളും വിളമ്പി. ബുദ്ധനും നാഗസമാലയും നിശബ്ദമായി ഏകാഗ്രതയിൽ ഭക്ഷിച്ചു. മറ്റുള്ളവർ അവരുടെ മാതൃക പിന്തുടർന്നു. പൂന്തോട്ടത്തിലുടനീളം പക്ഷികൾ പാടിക്കൊണ്ടിരുന്നു.

ഭക്ഷണം അവസാനിച്ചപ്പോൾ, ബുദ്ധനെയും രാജാവിനെയും രാജ്ഞി വീണ്ടും മാർബിൾ ബഞ്ചുകളിലിരിക്കാൻ ക്ഷണിച്ചു. ഒരു ഭൃത്യൻ ഒരു താലം നിറയെ മധുരനാരങ്ങകൾ കൊണ്ടുവന്നു. എന്നാൽ രാഹുലൻ മാത്രമേ അത് തിന്നാനുണ്ടായിരുന്നുള്ളൂ. മറ്റെല്ലാവരും ബുദ്ധൻ തന്റെ അനുഭവങ്ങൾ പറയുന്നതിൽ ശ്രദ്ധിച്ച് പൂർണ്ണമായും മുഴുകിയിരുന്നു. മറ്റെല്ലാവരെക്കാളുമേറെ ചോദ്യങ്ങൾ ചോദിച്ചിരുന്നത് ഗോതമി രാജ്ഞിയായിരുന്നു. വേണുവനത്തിൽ ബുദ്ധൻ താമസിച്ചിരുന്ന കുടിലിനെപ്പറ്റി കേട്ട രാജാവ്, അങ്ങനെയൊന്ന് നിഗ്രോധ തോട്ടത്തിലും നിർമ്മിക്കുവാൻ തീരുമാനിച്ചു. അവരെ മോചനമാർഗ്ഗം പഠിപ്പിക്കുവാൻ ബുദ്ധൻ കുറെ മാസങ്ങൾ തങ്ങണമെന്ന് രാജാവ് പ്രത്യാശിച്ചു. രാജാവിന്റെ നിർദ്ദേശത്തെ ഗോതമി രാജ്ഞിയും യശോധരയും നന്ദനും സുന്ദരിനന്ദയും ആഹ്ലാദപൂർവ്വം അംഗീകരിച്ചു.

അവസാനം, ബുദ്ധൻ പറഞ്ഞു, തോട്ടത്തിലുള്ള ഭിക്ഷുക്കളുടെ അടുത്തേക്ക് മടങ്ങുവാനുള്ള സമയമായി. രാജാവ് എണീറ്റു: "മഗധരാജാവ് ചെയ്തതുപോലെ, നിന്നെയും മറ്റെല്ലാ ഭിക്ഷുക്കളെയും ഒരു ഭക്ഷണാർപ്പണത്തിന് ക്ഷണിക്കുവാൻ ഞാനിഷ്ടപ്പെടുന്നു. അന്നത്തേയ്ക്ക് ഞാൻ എല്ലാ രാജകുടുംബങ്ങളെയും സർക്കാരിലെ അംഗങ്ങളെയും ക്ഷണിക്കും. കാരണം, അവർക്ക് വിമോചനമാർഗ്ഗത്തെക്കുറിച്ച് നീ പറയുന്നത് കേൾക്കാമല്ലോ."

ക്ഷണം സ്വീകരിക്കുവാൻ ഇഷ്ടമാണെന്ന് ബുദ്ധൻ പറഞ്ഞു. ഏഴു ദിവങ്ങൾക്കുള്ളിൽ അങ്ങനെ ഒരു കൂടിച്ചേരലിനായി അവർ ഒരുക്കങ്ങൾ ചെയ്തു. ബുദ്ധനും കാലുദായിക്കുമായി ഒരു സ്വകാര്യ ഭക്ഷണം, കിഴക്കൻ കൊട്ടാരത്തിലൊരുക്കുവാനുള്ള ആഗ്രഹം യശോധര പ്രകടിപ്പിച്ചു. ബുദ്ധൻ ആ ക്ഷണവും സ്വീകരിച്ചു. രാജാവിന്റെ സ്വീകരണം കഴിഞ്ഞ് കുറച്ചുനാളുകൾ കാത്തിരിക്കുകയാവും ഉത്തമമെന്ന് ബുദ്ധൻ നിർദ്ദേശിച്ചു.

ബുദ്ധനെയും നാഗസമാലയേയും നിഗ്രോധതോട്ടത്തിലേക്ക് തിരികെ കൊണ്ടാക്കുവാൻ ഒരു വാഹനം ഏർപ്പാടാക്കുവാൻ രാജാവ് ആഗ്രഹം പ്രകടിപ്പിച്ചു. എന്നാൽ ബുദ്ധൻ അതിനു വിസമ്മതിച്ചു. നടന്നുപോകാനാണ് താനിഷ്ടപ്പെടുന്നതെന്ന് അദ്ദേഹം വിശദീകരിച്ചു. കൊട്ടാരത്തിന്റെ ബാഹ്യകവാടങ്ങൾവരെ മുഴുവൻ കുടുംബവും ആ രണ്ട് ഭിക്ഷുക്കളെയും അനുഗമിച്ചു. അവരെല്ലാവരും ആദരപൂർവ്വം കൈകൾകൂപ്പി, രണ്ട് ഭിക്ഷുക്കളോടും യാത്ര പറഞ്ഞു.

35. പ്രഭാതത്തിലെ സൂര്യശോഭ

കപിലവസ്തുവിലെ ബാക്കി ഭാഗങ്ങളിലൂടെയും സിദ്ധാർത്ഥന്റെ തിരിച്ചുവരവിനെപ്പറ്റിയുള്ള വാർത്ത വളരെ പെട്ടെന്ന് പരന്നു. പ്രഭാതത്തിൽ ഭിക്ഷയെടുക്കുന്ന ഭിക്ഷുക്കളുടെ പ്രശാന്തമായ സാന്നിധ്യം അതിനെ ഉറപ്പിച്ചു. അനവധി കുടുംബങ്ങൾ ഭക്ഷണാർപ്പണം നടത്തി. ഭിക്ഷുക്കളുടെ ബോധനം കേൾക്കുവാൻ അവർ വളരെ ആകാംക്ഷയുള്ളവരായിരുന്നു.

ബുദ്ധനും ഭിക്ഷുക്കളും കൊട്ടാരത്തിൽ ഭക്ഷണം കഴിക്കുവാനെത്തുന്ന ദിവസം നഗരത്തെരുവുകൾ കൊടിതോരണങ്ങളാലും പുഷ്പങ്ങളാലും അലങ്കരിക്കുവാൻ ശുദ്ധോധന രാജാവ് ജനങ്ങളോടാവശ്യപ്പെട്ടു. തന്റെ മുതിർന്ന ശിഷ്യർക്കായി നിഗ്രോധ തോട്ടത്തിൽ കുടിലുകൾ പണിയുവാൻ ഏർപ്പാടു ചെയ്യുവാൻ ബുദ്ധൻ ഒട്ടുംസമയം കളഞ്ഞില്ല. ബുദ്ധനെയും ഭിക്ഷുക്കളെയും കാണുവാനായി അനേകം പേർ തോട്ടത്തിലെത്തി. പണ്ടത്തെ രാജകുമാരൻ ശാന്തനായി നഗരത്തിൽ ഭിക്ഷയെടുക്കുന്നത് ജനങ്ങളിൽ മതിപ്പുളവാക്കി. എല്ലാ നഗരവാസികളിലും ബുദ്ധന്റെ തിരിച്ചുവരവ് പ്രധാന സംഭാഷണവിഷയമായി ത്തീർന്നു.

യശോധരയും ഗോതമിയും ബുദ്ധനെ നിഗ്രോധ തോട്ടത്തിൽ സന്ദർശിക്കുവാൻ ആഗ്രഹിച്ചു. എന്നാൽ സംഘത്തെ സ്വീകരിക്കാനുള്ള ഒരുക്കങ്ങളിൽ അവർ വളരെയേറെ തിരക്കുള്ളവരായിരുന്നതിനാൽ സാധിച്ചില്ല. നഗരത്തിൽ രാഷ്ട്രീയ-സാംസ്കാരിക-ആത്മീയ സ്ഥാനങ്ങൾ വഹിക്കുന്നവർ, സർക്കാരിലെ ഉദ്യോഗസ്ഥർ എന്നു തുടങ്ങി എല്ലാവരെയും അതിഥികളായി ക്ഷണിക്കുവാൻ രാജാവ് ആഗ്രഹിച്ചു. ഭക്ഷണവിഭവങ്ങളെല്ലാം സസ്യഭോജനങ്ങളായിരിക്കണമെന്ന് രാജാവ് കല്പന കൊടുത്തു.

എന്തായാലും, ബുദ്ധനെ രണ്ടു തവണ സന്ദർശിക്കുവാൻ നന്ദരാജകുമാരൻ സമയം കണ്ടെത്തി. ഉദ്ബുദ്ധതയുടെ മാർഗ്ഗത്തെപ്പറ്റി ബുദ്ധൻ വിശദീകരിച്ചത് അവൻ ശ്രദ്ധിച്ചുകേട്ടു. തന്റെ മൂത്ത സഹോദരനെ നന്ദൻ സ്നേഹിക്കുകയും ബഹുമാനിക്കുകയും ചെയ്തു. ഒരു ഭിക്ഷുവിന്റെ ശാന്തി നിറഞ്ഞ ജീവിതത്തിലേക്ക് താൻ ആകർഷിക്കപ്പെടുന്നതായി അവനു തോന്നി. തനിക്കൊരു നല്ല ഭിക്ഷുവാകാൻ കഴിയുമോ

ഇല്ലയോ എന്ന് അവൻ ബുദ്ധനോട് ചോദിക്കുകപോലും ചെയ്തു. എന്നാൽ ബുദ്ധൻ പുഞ്ചിരിച്ചതേയുള്ളൂ. നല്ല ഉദ്ദേശ്യങ്ങളും അഭിനന്ദ നീയമായ വികാരങ്ങളും ഉള്ള ഒരു യുവാവാണ് നന്ദൻ. എങ്കിലും ശക്ത മായ പ്രതിജ്ഞാബദ്ധതയോ ലക്ഷ്യബോധമോ ഇവന് കൈവന്നതായി അദ്ദേഹത്തിന് തോന്നിയില്ല. ബുദ്ധനുമൊത്തിരിക്കുമ്പോൾ ഒരു സന്യാ സിയാവാൻ അവന് ആഗ്രഹം തോന്നും. കൊട്ടാരത്തിലേക്ക് തിരിച്ചു ചെന്നാലോ അവന്റെ കണ്ണും മനസ്സും സുന്ദരിയായ തന്റെ കാമുകി കല്യാണിയിലാണ്. തന്റെ ഇരട്ടപ്പെരുമാറ്റത്തെപ്പറ്റി ബുദ്ധൻ എന്ത് വിചാ രിക്കുമെന്ന് നന്ദൻ അദ്ഭുതപ്പെട്ടു.

സ്വീകരണത്തിന്റെ ദിവസം വന്നെത്തി. ബുദ്ധനെയും സംഘ ത്തെയും എതിരേൽക്കാനായി രാജകൊട്ടാരമടങ്ങുന്ന മുഴുവൻ നഗ രവും കൊടിതോരണങ്ങളാലും പൂക്കളാലും അലങ്കരിക്കപ്പെട്ടു. തങ്ങ ളുടെ വീരോചിതനായ നാട്ടുകാരനെ ഔദ്യോഗികമായി ജന്മദേശ ത്തേക്ക് മുഴുവൻ ജനതയും സ്വീകരിച്ചാനയിച്ചപ്പോൾ, നഗരം ആവേശ ത്താൽ മുഖരിതമായി. ആൾക്കൂട്ടം തെരുവുകളിൽ അണിനിരന്നു. സംഗീത വിദ്വാന്മാർ മനോഹരമായി പാടി. ബുദ്ധനെ ഒരു നോക്ക് കാണുവാൻ എല്ലാവരും കിണഞ്ഞ് പരിശ്രമിച്ചു. രാജാവിനാൽ ക്ഷണി ക്കപ്പെട്ട എല്ലാ അതിഥികളെയും ഗോതമിയും യശോധരയും നേരിട്ട് സ്വീകരിച്ചു. സന്ദർഭത്തിന് കാന്തി വർദ്ധിപ്പിക്കുവാനായി രത്നങ്ങളും രമണീയമായ സാരിയും അണിയണമെന്ന രാജ്ഞിയുടെ ആഗ്രഹ ത്തിന് ഗോപ വഴങ്ങി.

ആൾക്കൂട്ടത്തിനിടയിലൂടെ ബുദ്ധനും ഭിക്ഷുക്കളും മന്ദവും ശാന്ത വുമായി നടന്നു. ബുദ്ധൻ കടന്നുപോയപ്പോൾ അനേകർ കൈകൾ കൂപ്പി, തലകുനിച്ചു വണങ്ങി. കുട്ടികളെ മാതാപിതാക്കൾ തോളുകളി ലിരുത്തി കാഴ്ച കാണിച്ചു. ആൾക്കൂട്ടത്തിൽ നിന്ന് ആഹ്ലാദാരവങ്ങൾ ഉയർന്നു. ശബ്ദമുഖരിതമായ, ആഘോഷകരമായ അന്തരീക്ഷത്തിലും ഭിക്ഷുക്കൾ തങ്ങളുടെ ശ്വസനത്തിൽ ജാഗ്രത പുലർത്തി.

കൊട്ടാരത്തിന്റെ ബാഹ്യകവാടങ്ങളിൽ വച്ച് ശുദ്ധോധന രാജാവ് ബുദ്ധനെയും സംഘത്തെയും വരവേറ്റു. അവരെ അദ്ദേഹം രാജാങ്ക ണത്തിലേക്ക് നയിച്ചു. കൈകൾ കൂപ്പി താണു വണങ്ങുന്നതിൽ രാജാ വിന്റെ മാതൃക മറ്റെല്ലാ അതിഥികളും അനുകരിച്ചു. മുമ്പ് രാജകുമാര നായിരുന്നെങ്കിലും, ഇത്രയും ചെറുപ്പമായ സന്യാസിയോട് എന്തിനിത്ര മാത്രം ആദരവ് പ്രകടിപ്പിക്കുന്നുവെന്ന് ചിലരെങ്കിലും അദ്ഭുതപ്പെടാ തിരുന്നില്ല.

ബുദ്ധനും ഭിക്ഷുക്കളും ഇരുന്നു കഴിഞ്ഞപ്പോൾ ഭക്ഷണം കൊണ്ടു വരാനായി രാജാവ് ഭൃത്യരോട് ആംഗ്യം കാട്ടി. ബുദ്ധന് അദ്ദേഹം തന്നെ വിളമ്പി. ബ്രാഹ്മണരും യതികളും സന്യാസിമാരുമടങ്ങുന്ന മറ്റെല്ലാ അതിഥികൾക്കും വിളമ്പിയത് ഗോതമിയുടെയും യശോധര

യുടെയും നിർദ്ദേശപ്രകാരമായിരുന്നു. ബുദ്ധനെയും ഭിക്ഷുക്കളെയും അനുകരിച്ച് എല്ലാവരും നിശബ്ദരായി ഭക്ഷണം കഴിച്ചു. ഭിക്ഷുക്കളുടെയും അതിഥികളുടെയും ഭക്ഷണശേഷം, ഭിക്ഷുക്കളുടെ ഭിക്ഷാപാത്രങ്ങൾ കഴുകി തിരിച്ചു കൊടുത്തതും, രാജാവ് എണീറ്റ് നിന്ന് കൈകൾ കൂപ്പി, കൂടിയിരുന്നവരോട് ധർമ്മപ്രബോധനം നടത്തുവാൻ അദ്ദേഹം ബുദ്ധനെ ക്ഷണിച്ചു.

അവിടെ സന്നിഹിതരായിരുന്നവരുടെ ഒരു ബോധം തന്നിലുണരാനായി ബുദ്ധൻ ഒരു നിമിഷം നിശബ്ദനായി ഇരുന്നു. കഴിഞ്ഞ ഏഴുവർഷങ്ങളിൽ തനിക്ക് സംഭവിച്ചത് കേൾക്കാൻ ജനങ്ങൾക്ക് ആകാംക്ഷയുണ്ടാകുമെന്നറിഞ്ഞ ബുദ്ധൻ, വിമോചനമാർഗ്ഗം അന്വേഷിക്കുന്നതിൽ തനിക്കുണ്ടായ അനുഭവങ്ങൾ വളരെ ചുരുക്കിപ്പറഞ്ഞു. നശ്വരതയുടെ സ്വഭാവം, വേറിട്ട ഒരു സ്വത്വത്തിന്റെ അഭാവം, പരസ്പരാശ്രിതമായ സഹോദയത്തിന്റെ നിയമം എന്നിവയെക്കുറിച്ച് ബുദ്ധൻ അവരോട് സംസാരിച്ചു. വസ്തുക്കളുടെ ഉള്ളിലേക്ക് ആഴത്തിൽ നോക്കുന്നതും, നിത്യജീവിതത്തിൽ ഏകാഗ്രത പരിശീലിക്കുന്നതും ദുരിതം ഒടുങ്ങുന്നതിലേക്കും ആനന്ദവും ശാന്തിയും സാക്ഷാത്കരിക്കുന്നതിലേക്കും നയിക്കുമെന്ന് അദ്ദേഹം പറഞ്ഞു. വിമോചനം നേടാനായി ബലികളും പ്രാർത്ഥനകളും ഫലപ്രദമായ മാർഗ്ഗങ്ങളല്ലെന്ന് അദ്ദേഹം ഓർമ്മിപ്പിച്ചു.

ബുദ്ധൻ നാലുശ്രേഷ്ഠസത്യങ്ങൾ പഠിപ്പിച്ചു: ദുരിതമുണ്ട്; ദുരിതത്തിന് കാരണമുണ്ട്; ദുരിതത്തിന് വിഛേദമുണ്ട്; ദുരിതത്തിന്റെ വിഛേദത്തിലേക്കു നയിക്കുന്നതിന് മാർഗ്ഗമുണ്ട്. അദ്ദേഹം പറഞ്ഞു: "ജനനം, വാർധക്യം, രോഗം, മരണം എന്നീ ദുരിതങ്ങൾക്ക് പുറമെ, മനുഷ്യർ സ്വയം സൃഷ്ടിക്കുന്ന ദുരിതങ്ങളും അനുഭവിക്കുന്നു. അജ്ഞത കൊണ്ടും തെറ്റായ കാഴ്ചപ്പാടുകൾ കൊണ്ടും, മറ്റുള്ളവർക്കും തങ്ങൾക്കും ദുരിതമുണ്ടാക്കുന്ന കാര്യങ്ങൾ മനുഷ്യൻ പറയുകയും പ്രവർത്തിക്കുകയും ചെയ്യുന്നു. കോപം, വെറുപ്പ്, സംശയം, അസൂയ, നിരാശ എന്നിവയെല്ലാം ദുരിതമുണ്ടാക്കുന്നു. ഇതെല്ലാം ഉണ്ടാകുന്നത് ജാഗ്രതയില്ലാത്തതുകൊണ്ടാണ്. തീപ്പിടിച്ച വീടിനുള്ളിൽ അകപ്പെട്ട പോലെയാണ് ജനങ്ങൾ തങ്ങളുടെ ദുരിതങ്ങളിൽ അകപ്പെടുന്നത്. നമ്മുടെ ദുരിതത്തിന്റെ സിംഹഭാഗവും നമ്മൾ തന്നെ ഉണ്ടാക്കുന്നതാണ്. ഏതെങ്കിലും ദൈവത്തോട് പ്രാർത്ഥിച്ചതുകൊണ്ട് നിങ്ങൾക്ക് സ്വാതന്ത്ര്യം കണ്ടെത്താൻ കഴിയില്ല. ദുരിതത്തിന്റെ മൂലങ്ങളായ തെറ്റായ കാഴ്ചപ്പാടുകളെ പിഴുതെറിയാൻ നിങ്ങൾ സ്വന്തം മനസ്സിന്റെയും സാഹചര്യത്തിന്റെയും ഉള്ളിലേക്ക് ആഴത്തിൽ നോക്കണം. ദുരിതത്തിന്റെ സ്വഭാവമറിയാൻ, നിങ്ങൾ നിങ്ങളുടെ ദുരിതത്തിന്റെ ഉൽഭവം കണ്ടുപിടിക്കണം. ഒരിക്കൽ നിങ്ങൾക്ക് നിങ്ങളുടെ ദുരിതത്തിന്റെ സ്വഭാവം മനസ്സിലാക്കാനായാൽ പിന്നീടൊരിക്കലും നിങ്ങളെ ബന്ധിക്കുവാൻ കഴിയില്ല."

"ആരെങ്കിലും നിങ്ങളുടെ നേരെ കോപിച്ചുവെന്നിരിക്കട്ടെ. നിങ്ങൾക്ക് തിരിച്ച് അയാളുടെ നേരെ ദേഷ്യപ്പെടാം. പക്ഷേ, എന്നാലത് കൂടുതൽ ദുരിതം മാത്രമേ സൃഷ്ടിക്കൂ. ജാഗ്രതയുടെ മാർഗ്ഗം പിന്തുടർന്നാൽ, നിങ്ങൾ കോപത്തോടെ പ്രതികരിക്കില്ല. പകരം, എന്തുകൊണ്ടാണ് അയാൾ നിങ്ങളുടെ നേരെ കോപാകുലനായതെന്ന് കണ്ടുപിടിക്കാൻ നിങ്ങളുടെ മനസ്സിനെ ശാന്തമാക്കുക. ആഴത്തിൽ നോക്കുന്നതുകൊണ്ട്, ആ വ്യക്തിയെ കോപത്തിലേക്ക് നയിച്ച കാരണങ്ങൾ നിങ്ങൾക്ക് തുറന്ന് കാണുവാനാവും. ആ മനുഷ്യൻ കോപിച്ചതിന്റെ ഉത്തരവാദിത്വം നിങ്ങൾക്ക് തന്നെയാണെന്ന് മനസ്സിലായാൽ, നിങ്ങൾക്ക് ദേഷ്യപ്പെടാനാവില്ല. നിങ്ങളുടെതന്നെ പെരുമാറ്റവൈകല്യമാണ് അദ്ദേഹത്തിൽ കോപം ഉണർത്തിയതെന്ന് നിങ്ങൾ സമ്മതിക്കും. നിങ്ങളിൽ തെറ്റില്ലെങ്കിൽ, പിന്നെയെന്തുകൊണ്ട് ആ മനുഷ്യൻ നിങ്ങളെ തെറ്റിദ്ധരിച്ചു എന്ന് നിങ്ങൾ കണ്ടുപിടിക്കാൻ നോക്കും. നിങ്ങളുടെ ശരിയായ ഉദ്ദേശ്യങ്ങൾ അദ്ദേഹത്തിനു മനസ്സിലാക്കാൻ സഹായിക്കുന്നതിനായി നിങ്ങൾ ഒരു വഴികണ്ടുപിടിക്കും. ഇത്തരമൊരു മാർഗ്ഗത്തിലൂടെ നിങ്ങൾ നിങ്ങൾക്കും മറ്റേയാൾക്കും കൂടുതൽ ദുരിതമുണ്ടാകുന്നത് ഒഴിവാക്കും."

"ബഹുമാന്യനായ രാജാവേ! ആദരണീയരായ അതിഥികളേ! വസ്തുക്കൾക്കുള്ളിലേയ്ക്ക് ആഴത്തിൽ നോക്കുന്നതുകൊണ്ട് എല്ലാ ദുരിതവും മറികടക്കാനാവും. ജാഗ്രതയുടെ മാർഗ്ഗത്തിൽ, ഏകാഗ്രത നിലനിർത്തുവാൻ നാം നമ്മുടെ ശ്വാസം പിന്തുടരാൻ പഠിക്കണം. ശ്രദ്ധയും ധാരണയും വളർത്തിയെടുക്കുന്നതിനായി നാം ധർമ്മോപദേശങ്ങൾ പിന്തുടരണം. ആനന്ദവും ശാന്തിയും പരിപോഷിപ്പിക്കുന്ന ജീവിതതത്ത്വങ്ങളാണ് ധർമ്മോപദേശങ്ങൾ. ധർമ്മോപദേശങ്ങൾ പരിശീലിക്കുന്നതോടെ ശ്രദ്ധിക്കുവാനുള്ള കഴിവ് വളരുന്നു. കൂടുതൽ ഏകാഗ്രതയോടെയും ജാഗ്രതയോടെയും ജീവിക്കുവാൻ നമുക്ക് കഴിയുന്നു. നമ്മുടെ ചുറ്റുപാടിന്റെയും മനസ്സിന്റെയും ശരിയായ സ്വഭാവം തെളിയിക്കുവാനുള്ള കഴിവ് ഏകാഗ്രത പരിശീലിപ്പിക്കുന്നു. അത്തരം തെളിച്ചത്തിലൂടെ ധാരണ കൈവരുന്നു.

"ധാരണ കൊണ്ടുമാത്രമേ നമുക്ക് സ്നേഹിക്കാനാവൂ. ധാരണ കൈവരിച്ചാൽ എല്ലാ ദുരിതവും മറികടക്കാനാവും. ധാരണയുടെ മാർഗ്ഗമാണ് ശരിയായ വിമോചനത്തിലേയ്ക്ക് നയിക്കുന്നത്. ധാരണയാണ് പ്രശ്നം. വസ്തുക്കളുടെ ശരിയായ സ്വഭാവത്തിലേയ്ക്ക് ആഴത്തിൽ നോക്കുന്നതുകൊണ്ട് മാത്രമേ അത്തരം ധാരണയുണ്ടാകൂ. ധർമ്മോപദേശങ്ങളും ശ്രദ്ധയും ധാരണയും വിമോചനത്തിലേയ്ക്കുള്ള മാർഗ്ഗമാണ്."

ബുദ്ധൻ ഒരു നിമിഷം നിർത്തി. പിന്നീട് സംസാരം തുടരുന്നതിന്

മുമ്പായി മന്ദഹസിച്ചു: "എന്നാൽ ദുരിതം ജീവിതത്തിന്റെ ഒരു ഭാഗം മാത്രമാണ്. ജീവിതത്തിന് മറ്റൊരു മുഖമുണ്ട്. വിസ്മയത്തിന്റെ. ജീവിതത്തിന്റെ ആ മുഖം നമുക്ക് കാണുവാനായാൽ, നമുക്ക് ആനന്ദവും ശാന്തിയും സന്തോഷവുമുണ്ടാകും. നമ്മുടെ ഹൃദയങ്ങളുടെ കെട്ടുകൾ അഴിയുന്നതോടെ, ജീവിതത്തിന്റെ വിസ്മയങ്ങളുമായി നമുക്ക് നേരിട്ട് ബന്ധപ്പെടാനാവും. നശ്വരതയുടെയും സ്വത്വത്തിന്റെ ശൂന്യതയുടെയും പരസ്പരാശ്രിതമായ സഹോദയത്തിന്റെയും സത്യങ്ങൾ ശരിക്കും ഗ്രഹിക്കുന്നതോടെ, ഹൃദയങ്ങളും മനസ്സുകളും എത്രമാത്രം വിസ്മയകരമാണെന്ന് നമുക്കറിയാൻ കഴിയുന്നു. നമ്മുടെ ശരീരങ്ങൾ, ഊതനിറമുള്ള മുളയുടെ ശാഖികൾ, സ്വർണ്ണക്രിസാന്തം, തെളിനീരരുവി, പ്രഭാപൂരിതമായ ചന്ദ്രൻ, ഇവയെല്ലാം എത്ര വിസ്മയകരമാണെന്ന് നാം കാണുന്നു.

"നാം നമ്മുടെ ദുരിതങ്ങളിൽ നമ്മെ തളച്ചിടുന്നതുകൊണ്ട് ജീവിതത്തിന്റെ വിസ്മയങ്ങൾ അനുഭവിക്കാനുള്ള കഴിവ് നമുക്ക് നഷ്ടപ്പെടുന്നു. നാം നമ്മുടെ അജ്ഞത ഭേദിക്കുമ്പോൾ, ശാന്തിയുടെയും ആനന്ദത്തിന്റെയും സ്വാതന്ത്ര്യത്തിന്റെയും നിർവ്വാണത്തിന്റെ വിശാലമായ ഭൂമിക നാം കണ്ടുപിടിക്കുന്നു. കോപത്തിന്റെയും ആർത്തിയുടെയും അജ്ഞതയുടെയും കട പുഴകലാണ് നിർവ്വാണം. പൂജ്യരായ അതിഥികളേ, ഒരു തെളിനീരരുവിയേയോ അതിരാവിലെയുള്ള സൂര്യപ്രകാശത്തിന്റെ ഒരു കിരണത്തെയോ നോക്കുവാനായി സമയം കണ്ടെത്തുക. സ്വാതന്ത്ര്യവും ആനന്ദവും ശാന്തിയും നിങ്ങൾക്ക് അനുഭവിക്കുവാൻ കഴിയുന്നില്ലേ? ദുഃഖത്തിന്റെയും ഉത്ക്കണ്ഠയുടെയും തടവറയിൽ നിങ്ങൾ ഇനിയും നിങ്ങളെ തളച്ചിടുകയാണെങ്കിൽ, നിങ്ങളുടെ സ്വന്തം ശ്വാസവും ശരീരവും മനസ്സും ഉൾക്കൊള്ളുന്ന പ്രപഞ്ചത്തിന്റെ വിസ്മയങ്ങൾ അനുഭവിക്കുവാൻ നിങ്ങൾ അപ്രാപ്തനായിരിക്കും. അവയുടെ ശരിയായ സ്വഭാവത്തിലേയ്ക്ക് ആഴത്തിൽ നോക്കുന്നതിലൂടെ ദുഃഖവും ഉത്ക്കണ്ഠയും അധഃകരിക്കുന്നതിനുള്ള മാർഗ്ഗം ഞാൻ കണ്ടെത്തിയിട്ടുണ്ട്. ഞാനിത് അനേകരുമായി പങ്കിട്ടിട്ടുണ്ട്. അവരും അത് സ്വയം കണ്ടെത്തുന്നതിൽ വിജയിച്ചിട്ടുണ്ട്."

ബുദ്ധന്റെ ധർമ്മഭാഷണം ഏവരെയും സ്പർശിച്ചു. രാജാവിന്റെ ഹൃദയം ആനന്ദത്താൽ നിറഞ്ഞു. അതുപോലെ, ഗോതമി രാജ്ഞിയുടെയും യശോധരയുടെയും. വിമോചനത്തെക്കുറിച്ചും ബോധോദയത്തിലേക്കെത്തുന്നതിനായി വസ്തുക്കളുടെ സ്വഭാവത്തിലേക്ക് ആഴത്തിൽ നോക്കുന്ന മാർഗ്ഗത്തെക്കുറിച്ചും കൂടുതലറിയുവാൻ അവർ ആഗ്രഹിച്ചു. ധർമ്മഭാഷണത്തിനുശേഷം, ബുദ്ധനെയും ഭിക്ഷുക്കളെയും രാജാവ് ബാഹ്യകവാടങ്ങളിലേക്ക് അനുഗമിച്ചു. രാജാവിന്റെ നേട്ടത്തിൽ അതിഥികൾ അഭിനന്ദിച്ചു.

നിഗ്രോധ തോട്ടം പെട്ടെന്ന് ഒരു വിഹാരമായി മാറി. അവിടെ നിന്നിരുന്ന പൗരാണികമായ അത്തിമരങ്ങൾ പ്രശാന്തമായ തണലേകി. നിരവധി പുതിയ ഭിക്ഷുക്കൾ ഉപസമ്പദം സ്വീകരിച്ചു. ശാക്യകുലത്തിലെ യുവാക്കളടക്കം നിരവധി സാധാരണക്കാർ അഞ്ച് ധർമ്മോപദേശങ്ങൾ നേടി.

ബാലനായ രാഹുലനാലും ഗോതമി രാജ്ഞിയാലും അനുഗമിതയായി യശോധര ഇടയ്ക്കിടെ നിഗ്രോധ തോട്ടത്തിൽ ബുദ്ധനെ സന്ദർശിച്ചു. അവർ അദ്ദേഹത്തിന്റെ ധർമ്മപ്രഭാഷണങ്ങൾ ശ്രദ്ധിച്ചു. സ്വകാര്യമായി മാർഗ്ഗപരിശീലനവും സാമൂഹ്യസേവനവും തമ്മിലുള്ള ബന്ധത്തെപ്പറ്റി ചോദിച്ചു. സ്വന്തം ഹൃദയത്തിൽ ആനന്ദവും ശാന്തിയും പരിപോഷിപ്പിക്കുവാൻ ശ്വാസം നിരീക്ഷിക്കുന്നതെങ്ങനെയെന്നും ധ്യാനം പരിശീലിക്കുന്നതെപ്രകാരമെന്നും ബുദ്ധൻ അവർക്ക് കാണിച്ചുകൊടുത്തു. ശാന്തിയും ആനന്ദവും ഇല്ലെങ്കിൽ മറ്റുള്ളവരെ ശരിക്കും സഹായിക്കുവാൻ ആവില്ലെന്ന് അവരറിഞ്ഞു. മറ്റുള്ളവരെ സേവിക്കാനുള്ള ശ്രമങ്ങൾക്കിടയിൽതന്നെ അഗാധമായ ധാരണ വളർത്തിക്കൊണ്ടേ, സ്നേഹിക്കാനുള്ള അവരുടെ കഴിവ് വർധിപ്പിക്കാനാവൂ എന്ന് അവർ അറിഞ്ഞു. ജാഗ്രതയുടെ മാർഗ്ഗം പരിശീലിക്കാനാവുമെന്ന് കണ്ടെത്തിയതിൽ അവർക്ക് ആനന്ദമുണ്ടായി. പ്രവൃത്തിചെയ്യുന്ന അതേ നിമിഷങ്ങളിൽ തന്നെ ആനന്ദവും ശാന്തിയും സാധ്യമാണ്. മാർഗ്ഗവും ലക്ഷ്യവും വേറെയല്ല.

ഗോതമിരാജ്ഞിയും പരിശീലനത്തിൽ മഹത്തായ പുരോഗതി കൈവരിച്ചിരുന്നു.

36. താമര പ്രതിജ്ഞ

ബുദ്ധനെയും കാലുദായിയേയും നാഗസമാലയേയും രാജ്ഞിയേയും തന്റെ കൊട്ടാരത്തിൽ ഭക്ഷണം കഴിക്കുവാനായി രാജകുമാരി യശോധര ക്ഷണിച്ചു. ഭക്ഷണശേഷം കുട്ടികളുമൊത്ത് അവർ പ്രവർത്തിച്ചിരുന്ന ഭാഗത്തെ ഒരു നിർധന കുടിലിലേക്ക് തന്നെ അനുഗമിക്കുവാൻ അവരോട് അപേക്ഷിച്ചു. രാഹുലനും കൂട്ടത്തിൽ ചേർന്നു. ബാലനായിരിക്കുമ്പോൾ ആദ്യമായി ബുദ്ധന് ധ്യാനാനുഭവമുണ്ടായ ആ പഴയ ഞാവൽ മരത്തിലേക്ക് യശോധര അവരെ കൂട്ടിക്കൊണ്ടുപോയി. അതിന്നലെ കഴിഞ്ഞതുപോലെ; ബുദ്ധൻ ആശ്ചര്യപ്പെട്ടു. എന്നാൽ, ഇരുപത്തിയേഴ് സംവത്സരങ്ങൾ കടന്നുപോയിരിക്കുന്നു. വർഷങ്ങളിലൂടെ മരം വളരെയേറെ വളർന്നിട്ടുണ്ട്.

യശോധര ആവശ്യപ്പെട്ടതനുസരിച്ച് നിരവധി നിർധന കുട്ടികൾ ഞാവൽ മരച്ചുവട്ടിൽ ഒത്തുകൂടിയിരുന്നു. വർഷങ്ങൾക്കു മുമ്പ് ബുദ്ധൻ അവിടെ കണ്ടിട്ടുണ്ടായിരുന്ന കുട്ടികൾ വളർന്ന് കുടുംബങ്ങളായി; ബുദ്ധനോട് യശോധര പറഞ്ഞു. മരച്ചുവട്ടിലുണ്ടായിരുന്ന കുട്ടികൾ ഏഴിനും പന്ത്രണ്ടിനും ഇടയിലുള്ളവരായിരുന്നു. ബുദ്ധൻ വരുന്നത് കണ്ട് അവർ കളിനിർത്തി. ബുദ്ധന് കടന്നുവരാനായി രണ്ട് വരികളായി. അതിന് മുമ്പേതന്നെ, ബുദ്ധനെ എങ്ങനെ എതിരേൽക്കണമെന്ന് കുട്ടികൾക്ക് യശോധര കാണിച്ച് കൊടുത്തിരുന്നു. മരച്ചുവട്ടിൽ ബുദ്ധന് പ്രത്യേകമായി ഒരു മുളക്കസേര അവർ ഒരുക്കിയിരുന്നു. യശോധരയ്ക്കും ഗോതമിക്കും രണ്ട് ഭിക്ഷുക്കൾക്കും ഇരിക്കാനായി ഒരു പായയും.

ബുദ്ധന് അവിടെയിരിക്കുവാൻ സന്തോഷം തോന്നി. ഉരുവേല ഗ്രാമത്തിൽ നിർധനകുട്ടികളുമായി ജീവിച്ച ദിവസങ്ങൾ അദ്ദേഹം ഓർത്തു. കാലിച്ചെറുക്കൻ സ്വാസ്തി, തനിക്ക് പാല് തന്നിരുന്ന സുജാതയെന്ന പെൺകുട്ടി, എന്നിവരെക്കുറിച്ച് അദ്ദേഹം കുട്ടികളോട് പറഞ്ഞു. ഒരുവന്റെ ധാരണ അഗാധമാക്കി, സ്നേഹത്തിന്റെ ഹൃദയം ധന്യമാക്കേണ്ടതിനെപ്പറ്റി അദ്ദേഹം മൊഴിഞ്ഞു. തന്റെ ബന്ധു അമ്പെയ്തിട്ട അരയന്നത്തെക്കുറിച്ചും. കുട്ടികൾ അതീവ താൽപര്യത്തോടെ അദ്ദേഹത്തെ കേട്ടു.

രാഹുലനോട് ബുദ്ധൻ തന്റെ മുന്നിലിരിക്കാൻ ആംഗ്യം കാട്ടി. പിന്നീടദ്ദേഹം, എല്ലാ കുട്ടികളോടുമായി, ഒരു പൂർവ്വ ജന്മകഥ പറഞ്ഞു.

“വളരെക്കാലം മുമ്പ് ഹിമാലയത്തിന്റെ താഴ്‌വരയിലായി, മേഘയെന്നു പേരായ ഒരു യുവാവ് ജീവിച്ചിരുന്നു. അവന് പണമൊന്നുമില്ലായിരുന്നു. തലസ്ഥാനത്ത് പഠിക്കാനാവുമെന്ന ശുഭ പ്രതീക്ഷയോടെ അവൻ യാത്ര പുറപ്പെട്ടു. നടക്കുവാനുള്ള ഒരു വടി, ഒരു തൊപ്പി, വെള്ളത്തിനുള്ള കൂജ, ഒരു പുറം കുപ്പായം, ഉടുത്തിരുന്ന വസ്ത്രങ്ങൾ, എന്നിവയല്ലാതെ അവൻ ഒന്നും കയ്യിൽ കരുതിയിരുന്നില്ല. പോകുന്ന വഴിയിൽ ഇടയ്ക്കിടെ അവൻ തങ്ങി. ചിലപ്പോൾ പണത്തിനും അന്നത്തിനും വേണ്ടി പണിയെടുത്തു. ദിവാപതിയുടെ തലസ്ഥാനത്തെത്തുമ്പോഴേയ്ക്കും അവൻ അഞ്ഞൂറുറുപ്പിക സ്വരൂപിച്ചു കഴിഞ്ഞിരുന്നു.

നഗരത്തിൽ പ്രവേശിച്ചപ്പോൾ, ജനങ്ങൾ ഒരു പ്രധാന ആഘോഷത്തിനായി ഒരുങ്ങുകയാണെന്ന് അവന് മനസ്സിലായി. എന്താണ് ആഘോഷം, അവൻ അത്ഭുതപ്പെട്ട്, ആരോടെങ്കിലും ചോദിക്കുവാനായി ചുറ്റിലും നോക്കി. ആ നിമിഷം, സുന്ദരിയായ ഒരു യുവതി അവന് സമീപത്തുകൂടെ നടന്നുവന്നു. പാതിവിരിഞ്ഞ താമരമുകുളങ്ങൾ കൊണ്ടുള്ള പൂച്ചെണ്ട് അവൾ കയ്യിൽ പിടിച്ചിരുന്നു.

മേഘ അവളോട്: “എന്താണിന്നത്തെ ആഘോഷം?”

യുവതി: “നിങ്ങൾ ദിവാപതിയിൽ അപരിചിതനായിരിക്കും. അല്ലെങ്കിൽ, തീർച്ചയായും ബോധദീപ്തനായ ഗുരു ദീപാങ്കുരൻ എത്തുന്നത് അറിഞ്ഞേനേ. സകല ജീവികൾക്കും വേണ്ടി മാർഗ്ഗദീപം തെളിയിക്കുന്നവനെപ്പോലെയാണ് അവൻ എന്നാണ് പറയപ്പെടുന്നത്. അവൻ അർസിമത് രാജാവിന്റെ മകനാണ്. ശരിയായ മാർഗ്ഗം തേടിയിറങ്ങി, കണ്ടെത്തി. അവന്റെ മാർഗ്ഗം സകല ലോകത്തെയും പ്രകാശിപ്പിക്കുന്നു. അവന്റെ ബഹുമാനാർത്ഥമാണ് ആളുകൾ ഈ ആഘോഷം സംഘടിപ്പിച്ചിരിക്കുന്നത്.”

“ബോധദീപ്തനായ ഒരു ഗുരുനാഥനെപ്പറ്റിയറിഞ്ഞ മേഘയ്ക്ക് അളവറ്റ സന്തോഷമുണ്ടായി. എന്തെങ്കിലും കാര്യമായിത്തന്നെ അദ്ദേഹത്തിന് അർപ്പിക്കുവാനും ഗുരുനാഥന്റെ ശിഷ്യനാവാൻ അപേക്ഷിപ്പാനും അവൻ ആഗ്രഹിച്ചു. അവൻ യുവതിയോട് ചോദിച്ചു: “നിങ്ങൾ ആ താമരപ്പൂക്കൾക്ക് എന്ത് കൊടുത്തു?”

“അവൾ മേഘയെ നോക്കി. തേജസ്സും ദാക്ഷിണ്യവുമുള്ള യുവാവാണ് അവനെന്ന് എളുപ്പം കണ്ടറിഞ്ഞു. അവൾ പറഞ്ഞു: “അഞ്ചെണ്ണത്തിനേ ഞാൻ വില കൊടുത്തുള്ളൂ. മറ്റ് രണ്ടും എന്റെ വീട്ടിലെ കുളത്തിൽനിന്നും പറിച്ചെടുത്തതാണ്.”

മേഘ: "അഞ്ചെണ്ണത്തിന് എന്ത് കൊടുത്തു?"

"അഞ്ഞൂറുറുപ്പിക."

"തന്റെ അഞ്ഞൂറുറുപ്പികയ്ക്ക് അഞ്ച് താമരപ്പൂക്കൾ ദീപാങ്കുരന് സമർപ്പിക്കുവാനായി മേഘ ചോദിച്ചു. എന്നാൽ യുവതി, നിരസിച്ചു: "അദ്ദേഹത്തിന് സമർപ്പിക്കുവാനാണ് ഞാനിത് വാങ്ങിയത്. മറ്റാർക്കെങ്കിലും ഇത് കൊടുക്കുവാൻ ഞാൻ ഉദ്ദേശിക്കുന്നില്ല."

"അവളെ പ്രേരിപ്പിക്കുവാൻ മേഘ ശ്രമിച്ചു: എന്നാലും നിങ്ങൾക്ക് സ്വന്തം കുളത്തിൽനിന്നും പറിച്ച രണ്ടെണ്ണം സമർപ്പിക്കാമല്ലോ. ഗുരുവിന് എന്തെങ്കിലും സമർപ്പിക്കുവാൻ ഞാൻ ആഗ്രഹിക്കുന്നു. ഈ ജന്മത്തിൽ ഇങ്ങനെയൊരു ഗുരുനാഥനെ കണ്ടുമുട്ടുവാനുള്ള അപൂർവവും അമൂല്യവുമായ ഒരവസരമാണ്. അദ്ദേഹത്തെ കാണുവാനും ശിഷ്യനാക്കണമെന്ന് അഭ്യർത്ഥിക്കുവാനും ഞാൻ ആഗ്രഹിക്കുന്നു. നിങ്ങളുടെ അഞ്ച് താമരപ്പൂക്കൾ നിങ്ങൾ എനിക്ക് തരുമെന്ന് സമ്മതിക്കുകയാണെങ്കിൽ, ശിഷ്ടജീവിതം ഞാൻ നിങ്ങളോട് കൃതജ്ഞതയുള്ളവനായിരിക്കും."

യുവതി തറയിലേക്കു നോക്കി, മറുപടി പറഞ്ഞില്ല.

മേഘ അവളോട് പിന്നെയും യാചിച്ചു: "നിങ്ങൾ ആ അഞ്ചു പൂക്കൾ വാങ്ങുവാൻ എന്നെ അനുവദിക്കുന്ന പക്ഷം, നിങ്ങൾ ആവശ്യപ്പെടുന്നതെന്തും ഞാൻ ചെയ്യും."

"ആ യുവതി ആകെ കുഴഞ്ഞതുപോലെയായി. ദീർഘനേരം അവൾ തറയിൽനിന്നും കണ്ണുകൾ ഉയർത്തിയില്ല. അവസാനം അവൾ പറഞ്ഞു: "പൂർവ്വജന്മത്തിലൊന്നിൽ എന്ത് ബന്ധമാണ് നാം പങ്കിട്ടിരുന്നതെന്ന് എനിക്കറിയില്ല; എന്നാൽ നിങ്ങളെ കണ്ട മാത്രയിൽ ഞാൻ നിങ്ങളിൽ അനുരാഗിയായി. ഞാൻ നിരവധി യുവാക്കളെ കണ്ടിട്ടുണ്ട്. എന്നാൽ, മുമ്പൊരിക്കലും ഇമ്മട്ടിൽ എന്റെ ഹൃദയം തുടിച്ചിട്ടില്ല. ബോധദീപ്തന് അർപ്പിക്കുവാൻ ഞാനീ പൂക്കൾ നിങ്ങൾക്ക് നൽകാം. പക്ഷേ, നിങ്ങൾ എനിക്ക് വാക്ക് തരണം. ഈ ജന്മത്തിലും വരാനിരിക്കുന്ന നമ്മുടെ എല്ലാ ജന്മങ്ങളിലും ഞാൻ നിങ്ങളുടെ ഭാര്യയായിരിക്കും."

"അവളാ വാക്കുകൾ പറഞ്ഞത് വളരെ തിടുക്കത്തിലായിരുന്നു; പറഞ്ഞവസാനിച്ചപ്പോഴേയ്ക്കും ശ്വാസംമുട്ടി. മേഘയ്ക്ക് എന്തു പറയണമെന്നറിയില്ല. ഒരു നിമിഷത്തെ മൗനത്തിനുശേഷം അവൻ പറഞ്ഞു: "നിങ്ങൾ വ്യത്യസ്തയും സത്യസന്ധയുമാണ്. നിങ്ങളെ കണ്ടമാത്രയിൽ എന്റെയുള്ളിലും വ്യത്യസ്തമായതെന്തോ തോന്നി. പക്ഷേ, ഞാൻ വിമോചനത്തിന്റെ മാർഗ്ഗം തേടുന്നവനാകുന്നു. വിവാഹിതനാവുകയാണെങ്കിൽ, ശരിയായ അവസരം വരുമ്പോൾ, എനിക്ക് വിമോചനത്തിന്റെ മാർഗ്ഗം പിന്തുടരുവാൻ സ്വാതന്ത്ര്യമുണ്ടായിരിക്കില്ല."

യുവതി മറുപടിയായി, "ഞാൻ നിങ്ങളുടെ പത്നിയായിരിക്കുമെന്ന് വാക്ക് തരുന്നു; വിമോചനത്തിന്റെ മാർഗ്ഗം തേടേണ്ട സമയം നിങ്ങൾക്ക് വന്നുചേർന്നാൽ, ഞാൻ നിങ്ങളെ തടയില്ലെന്ന് പ്രതിജ്ഞ ചെയ്യുന്നു. മറിച്ച്, നിങ്ങളുടെ അന്വേഷണം പൂർണ്ണത തേടുന്നതിലേയ്ക്ക് എല്ലാ വിധ സഹായവും ഞാൻ നിങ്ങൾക്ക് നൽകും."

മേഘ അവളുടെ നിർദ്ദേശം സസന്തോഷം സ്വീകരിച്ചു. അവരൊന്നിച്ച് ദീപാങ്കര ഗുരുവിനെ കാണുവാനായി പോയി. ആൾക്കൂട്ടം അത്രയേറെ നിബിഡമായതിനാൽ, അവർക്കദ്ദേഹത്തെ അകലേ നിന്ന് കഷ്ടിച്ച് കാണുവാനേ കഴിഞ്ഞുള്ളൂ. അദ്ദേഹത്തിന്റെ മുഖം കഷ്ടിച്ച് കാണുവാനായതിൽ നിന്നുതന്നെ മേഘയ്ക്കറിയാനായി, അദ്ദേഹം ബോധോദയം സിദ്ധിച്ചവൻ തന്നെയാണെന്ന്. മേഘയ്ക്ക് അതിയായ ആനന്ദം തോന്നി. താനും ഒരുനാൾ അത്തരം ബോധോദയം നേടുമെന്ന് അവൻ പ്രതിജ്ഞ ചെയ്തു. അടുത്തുചെന്ന് ദീപാങ്കരന് പൂക്കൾ സമർപ്പിക്കുവാൻ അവൻ ആഗ്രഹിച്ചു. എന്നാൽ ജനക്കൂട്ടത്തിനിടയിലൂടെ നീങ്ങുക അസാധ്യമായിരുന്നു. എന്തു ചെയ്യണമെന്നറിയാതെ, അവൻ തന്റെ പൂക്കൾ ദീപാങ്കരന്റെ ദിശയിലേക്കെറിഞ്ഞു. അദ്ഭുതം! അവ ദീപാങ്കര ഗുരുവിന്റെ കൈയ്യിൽതന്നെ വീണു. തന്റെ ഹൃദയത്തിന്റെ ആത്മാർത്ഥത സ്വയം വെളിവായതിൽ മേഘയ്ക്ക് നിർവൃതിയുണ്ടായി. അവളുടെ പൂക്കൾകൂടി, ഗുരുവിനെറിയാൻ അവൾ മേഘയോടാവശ്യപ്പെട്ടു. അവളുടെ രണ്ടു പൂക്കളും ഗുരുവിന്റെ കൈകളിൽ ചെന്ന് പറ്റി. താമരപ്പൂക്കൾ സമർപ്പിച്ചവർ തന്റെ മുന്നിൽ സന്നിഹിതരാകുവാൻ ദീപാങ്കരൻ വിളിച്ചു പറഞ്ഞു. മേഘയ്ക്കും യുവതിക്കും കടന്നുപോകുവാനായി ജനക്കൂട്ടം വഴിയുണ്ടാക്കി. മേഘ യുവതിയുടെ കരം ഗ്രഹിച്ചു. അവരൊന്നിച്ച് ദീപാങ്കരന്റെ മുമ്പിൽ വണങ്ങി.

ഗുരു മേഘയെ നോക്കി മൊഴിഞ്ഞു: "ഞാൻ നിങ്ങളുടെ ഹൃദയത്തിന്റെ ആർജ്ജവം അറിയുന്നു. ആത്മീയമാർഗ്ഗം പിന്തുടർന്ന് പൂർണ്ണ ബോധോദയം സിദ്ധിക്കാനും സകല ജീവികളെയും രക്ഷിക്കാനുമുള്ള മഹത്തായ തീരുമാനം നിങ്ങൾക്കുണ്ടെന്ന് ഞാൻ കാണുന്നു. ആശ്വസിക്കുക. വരും ജന്മത്തിൽ ഒരുനാൾ, നിങ്ങൾ നിങ്ങളുടെ പ്രതിജ്ഞ നിറവേറ്റും."

"പിന്നീട്, ദീപാങ്കരൻ മേഘയോട് ചേർന്ന് നിന്ന് തന്നെ വണങ്ങുന്ന യുവതിയുടെ നേരെ നോക്കി, അവളോട് മൊഴിഞ്ഞു: നിങ്ങൾ, ഈ ജന്മത്തിലും വരാനിരിക്കുന്ന അനേകം ജന്മങ്ങളിലും മേഘയുടെ വളരെയടുത്ത ചങ്ങാതിയായിരിക്കും. നിങ്ങളുടെ പ്രതിജ്ഞ ഓർമ്മയിൽ വയ്ക്കുക. അദ്ദേഹത്തിന്റെ പ്രതിജ്ഞ നിറവേറ്റാൻ നിങ്ങൾ അദ്ദേഹത്തെ സഹായിക്കും."

ഗുരുവിന്റെ വാക്കുകൾ കേട്ട് മേഘയും യുവതിയും വളരെയേറെ

ഇളകി. ബോധദീപ്തനായ ദീപാങ്കരൻ പഠിപ്പിച്ച വിമോചനത്തിന്റെ മാർഗ്ഗം പഠിക്കുവാൻ അവർ തങ്ങളെ സ്വയം സമർപ്പിച്ചു.

"കുട്ടികളേ, ആ ജന്മത്തിലും ശേഷം അനേകം ജന്മങ്ങളിലും മേഘയും യുവതിയും ഭാര്യയും ഭർത്താവുമായി ജീവിച്ചു. ആത്മീയാന്വേഷണത്തിനായി ഭർത്താവ് ഇറങ്ങിത്തിരിച്ചപ്പോഴെല്ലാം അവൾ അവനെ, എല്ലാ രീതിയിലും സഹായിച്ചു. ഒരിക്കലും അവൾ തടസ്സമായില്ല. അതുകൊണ്ടവന് അവളോട് അത്യഗാധമായ കൃതജ്ഞതയുണ്ടായി. അവസാനം, ദീപാങ്കരൻ നിരവധി ജന്മങ്ങൾക്ക് മുമ്പ് പ്രവചിച്ചിരുന്നതുപോലെ, അവൻ തന്റെ മഹത്തായ പ്രതിജ്ഞ നിറവേറ്റി; തീർത്തും ബോധദീപ്തനായിത്തീർന്നു.

"കുട്ടികളേ, പണവും പ്രതാപവുമല്ല ജീവിതത്തിലെ ഏറ്റവും അമൂല്യമായവ. പണവും പ്രതാപവും ക്ഷണേന മങ്ങും. ധാരണയും സ്നേഹവുമാണ് ജീവിതത്തിൽ ഏറ്റവും അമൂല്യമായവ. ധാരണയും സ്നേഹവുമുണ്ടെങ്കിൽ, നിങ്ങൾ ആനന്ദം അറിയും. അവരുടെ ധാരണയും സ്നേഹവും നിമിത്തം മേഘയും ഭാര്യയും നിരവധി ജന്മങ്ങൾ ആനന്ദം പങ്കിട്ടു. ധാരണയും സ്നേഹവും ഉണ്ടെങ്കിൽ, നിങ്ങൾക്ക് നേടാൻ കഴിയാത്തതായി ഒന്നുമില്ല."

യശോധര കൈകൾ കൂപ്പി. ബുദ്ധനെ വണങ്ങി. അവളുടെ കണ്ണുകൾ നിറഞ്ഞു. അദ്ദേഹം കുട്ടികളോടാണ് പറഞ്ഞതെങ്കിലും അത് പ്രത്യേകിച്ചും തന്നെ ഉദ്ദേശിച്ചുള്ളതാണെന്ന് അവൾക്ക് അറിയാമായിരുന്നു. അവളോട് കൃതജ്ഞത പ്രകടിപ്പിക്കുവാനുള്ള അദ്ദേഹത്തിന്റെ മാർഗ്ഗമായിരുന്നു അത്. പ്രജാപതി രാജ്ഞി അവളെ നോക്കി. ബുദ്ധനെന്തിനാണിക്കഥ പറഞ്ഞതെന്ന് അവർക്കും മനസ്സിലായി. അവർ തന്റെ കൈകൾ മരുമകളുടെ തോളിൽ വെച്ച് കുട്ടികളോട് പറഞ്ഞു: ഈ ജന്മത്തിൽ മേഘ ആരാണെന്ന് നിങ്ങൾക്കറിയാമോ? അദ്ദേഹമാണ് ബുദ്ധൻ. ഈ ജന്മത്തിൽ അദ്ദേഹം ബോധദീപ്തനായി. ഈ ജന്മത്തിൽ മേഘയുടെ ഭാര്യ ആരെന്ന് നിങ്ങൾക്കറിയാമോ? അത് നിങ്ങളുടെ സ്വന്തം യശോധരയല്ലാതെ മറ്റാരുമല്ല. അവളുടെ ധാരണ കാരണമാണ് സിദ്ധാർത്ഥ രാജകുമാരന് വിമോചനത്തിന്റെ മാർഗ്ഗം പിന്തുടരാനും ഉൽബുദ്ധത നേടാനുമായത്. നാം യശോധരയ്ക്ക് നന്ദി പറയണം."

കുട്ടികൾ ഏറെ നാളായി യശോധരയെ സ്നേഹിക്കുന്നു. അവരിപ്പോൾ അവളുടെ നേരെ തിരിഞ്ഞു. തങ്ങളുടെ ഹൃദയങ്ങളിലുള്ള മുഴുവൻ സ്നേഹവും പ്രകാശിപ്പിക്കുവാൻ അവരെ വണങ്ങി, ബുദ്ധനെ അത് ആഴത്തിൽ സ്പർശിച്ചു. പിന്നീടദ്ദേഹം എണീറ്റ് വളരെ സാവകാശം ഭിക്ഷുക്കളും കാലുദായിയും നാഗസമാലയുമൊത്ത് വിഹാരത്തിലേക്ക് മടങ്ങി.

37. ഒരു പുതിയ വിശ്വാസം

രണ്ടാഴ്ച കഴിഞ്ഞ് ശുദ്ധോധന രാജാവ് കൊട്ടാരത്തിൽ ഒരു കുടുംബസദ്യക്ക് ബുദ്ധനെ ക്ഷണിച്ചു. സരിപുത്രനെയും വിളിച്ചിരുന്നു. ഗോതമി രാജ്ഞിയും യശോധരയും നന്ദനും സുന്ദരിനന്ദയും രാഹുലനുമെല്ലാം സന്നിഹിതരായിരുന്നു. വളരെ ഇഴയടുപ്പമുള്ള കുടുംബാന്തരീക്ഷത്തിൽ, ശ്വാസം പിന്തുടരുന്നതെങ്ങനെയെന്നും, വികാരങ്ങളുടെ ആഴത്തിലേക്ക് നോക്കേണ്ടതെങ്ങനെയെന്നും, ഇരുന്ന് ധ്യാനവും നടന്ന് ധ്യാനവും എപ്രകാരമെന്നും കാണിച്ചുകൊടുത്തു. സാധാരണ ജീവിതത്തിൽ ഏകാഗ്രത പരിശീലിച്ച് എപ്രകാരം ആകുലതകളും നിരാശകളും വെറികളും അധഃകരിക്കാമെന്ന് വിശദീകരിച്ചു.

സരിപുത്രന് തൊട്ടരികിലാണ് രാഹുലൻ ഇരുന്നിരുന്നത്. കനിഷ്ഠ സന്യാസിയുടെ കയ്യിൽ അവന്റെ ഇളംകൈ വിശ്രമിച്ചു. സരിപുത്രനെ രാഹുലന് ഏറെ ഇഷ്ടമായിരുന്നു.

ബുദ്ധനും സരിപുത്രനും വിഹാരത്തിലേക്ക് മടങ്ങേണ്ട നേരമായി. കവാടം വരെ എല്ലാവരും അവരെ അനുഗമിച്ചു. ബുദ്ധൻ കൈകൾ കൂപ്പി വണങ്ങി ഓരോരുത്തരോടും യാത്ര പറഞ്ഞു; നന്ദനാണ് അദ്ദേഹത്തിന്റെ ഭിക്ഷാപാത്രം പിടിച്ചിരുന്നത്. നന്ദനെ അദ്ഭുതപ്പെടുത്തിക്കൊണ്ട്, ബുദ്ധൻ ഭിക്ഷാപാത്രം തിരിച്ചുവാങ്ങിയില്ല. എന്തു ചെയ്യണമെന്നറിയാതെ നന്ദൻ ഭിക്ഷാപാത്രം തിരികെ കൊടുക്കാൻ പറ്റിയ സമയവും കാത്ത് ബുദ്ധനെ വിഹാരത്തിലേക്ക് പിന്തുടർന്നു. വിഹാരത്തിലെത്തിയ ബുദ്ധൻ നന്ദനോട് ചോദിച്ചു; ഒരു ഭിക്ഷുവിന്റെ ജീവിതം നേരിട്ടറിയുവാൻ ഒരാഴ്ച വിഹാരത്തിൽ തങ്ങുന്നോയെന്ന്. നന്ദൻ മൂത്ത ജ്യേഷ്ഠനെ സ്നേഹിക്കുകയും ബഹുമാനിക്കുകയും ചെയ്തിരുന്നു. അവൻ സമ്മതിച്ചു. തനിക്കുചുറ്റും കണ്ട ഭിക്ഷുക്കളുടെ ശാന്തവും വിശ്രാന്തവുമായ ജീവിതം അവൻ ആഗ്രഹിച്ചിരുന്നെന്നതും സത്യമാണ്. ആഴ്ചയുടെ അവസാനം ബുദ്ധൻ നന്ദനോട് ചോദിച്ചു. ഉപസമ്പദിച്ച് തന്റെ കീഴിൽ നിരവധി മാസങ്ങൾ ഒരു ഭിക്ഷുജീവിതം നയിക്കാൻ ഇഷ്ടമാണോയെന്ന്. നന്ദന് അങ്ങേയറ്റം ഇഷ്ടമായിരുന്നു. ബുദ്ധൻ സരിപുത്രനോട് നന്ദന് അടിസ്ഥാന നിർദ്ദേശങ്ങൾ നൽകി ഭിക്ഷുവായി അവനെ ഉപസമ്പദിക്കുവാൻ ആവശ്യപ്പെട്ടു.

കുറച്ചുകാലത്തേക്ക് നന്ദനെ ഒരു ഭിക്ഷുവായി ജീവിക്കുവാൻ അനുവദിക്കുന്നതിനായി ബുദ്ധൻ രാജാവുമായി സംസാരിച്ചിരുന്നു. നന്ദൻ ഗുണകാംക്ഷിയായ ഒരു യുവാവായിരുന്നെങ്കിലും, ഒരു ഭാവി രാജാ

വിനാവശ്യമായ സ്വഭാവശക്തിയും സ്ഥൈര്യവും അവനില്ലായെന്ന് രാജാവ് ബുദ്ധനോട് സമ്മതിച്ചിരുന്നു. നിശ്ചയദാർഢ്യവും സുവ്യക്തതയും അവനിൽ വളർത്തുവാനാവശ്യമായ പരിശീലനം തനിക്കവന് നൽകാനാവുമെന്ന് ബുദ്ധൻ പറഞ്ഞു. രാജാവിന് സമ്മതമായിരുന്നു.

ഒരു മാസം കഴിഞ്ഞില്ല. തന്റെ കാമുകി സുന്ദരിയായ ജനപഥ കല്യാണിയോടുള്ള അഭിനിവേശം നന്ദനെ ആധി പിടിപ്പിച്ചു. അവനത് ഒളിച്ചുവയ്ക്കാൻ ശ്രമിച്ചു. എന്നാൽ ബുദ്ധൻ അവന്റെ വികാരങ്ങൾ വ്യക്തമായും തിരിച്ചറിഞ്ഞു. ഒരുനാൾ ബുദ്ധൻ നന്ദനോട് പറഞ്ഞു. "നിന്റെ ലക്ഷ്യം സാക്ഷാത്കരിക്കുവാൻ നീ ആഗ്രഹിക്കുന്നെങ്കിൽ, സാധാരണ വികാരങ്ങളോടുള്ള നിന്റെ ആസക്തി നീ മറികടക്കണം. നിന്റെ മുഴുവൻ സ്വത്വവും പരിശീലനത്തിനായി അർപ്പിക്കുക. മനസ്സിനെ നിയന്ത്രിക്കുക, എന്നാലേ, മറ്റുള്ളവരെ നന്നായി സേവിക്കാനാകുന്ന നല്ലൊരു നേതാവായിത്തീരുവാൻ നിനക്ക് കഴിയൂ."

കല്യാണിയുടെ അയൽപക്കങ്ങളിൽ നന്ദൻ ഭിക്ഷാടനം നടത്തുന്നത് ഒഴിവാക്കാൻ ബുദ്ധൻ സരിപുത്രനെ ശട്ടംകെട്ടി. ഇതറിഞ്ഞ നന്ദന് ബുദ്ധനോട് നീരസവും ഒപ്പം നന്ദിയും തോന്നി. തന്റെ വിചാരങ്ങളുടെയും ആഗ്രഹങ്ങളുടെയും അടിത്തട്ട് അറിയുവാൻ ബുദ്ധന് സാധിക്കുമെന്ന് അവന് ബോധ്യമായി.

വിഹാരത്തിൽ താമസിക്കാൻ സാധിച്ച തന്റെ യുവമാതുലനോട് രാഹുലന് അസൂയ തോന്നി. താനും അതിനനുവദിക്കപ്പെടണം, അവൻ ആശിച്ചു. എന്നാൽ അമ്മയോട് ചോദിച്ചപ്പോൾ അമ്മ അവന്റെ തലയിൽ തലോടി. സന്യാസിയാവാൻ, ആദ്യമേ തന്നെ അവൻ കുറെക്കൂടി വലുതാവണം, അമ്മ പറഞ്ഞു. എങ്ങനെയാണ് വേഗത്തിൽ വലുതാവുക, രാഹുലൻ ചോദിച്ചു. നന്നായി ഭക്ഷണം കഴിക്കുക, നിത്യവും കായികാഭ്യാസം ചെയ്യുക, അവർ അവനോട് പറഞ്ഞു.

ഒരുദിവസം ഭിക്ഷുക്കൾ കൊട്ടാരത്തിനടുത്ത് ഭിക്ഷാടനം ചെയ്തുകൊണ്ടിരുന്നപ്പോൾ, യശോധര രാഹുലനോട് ചോദിച്ചു, "താഴേയ്ക്കോടിച്ചെന്ന് ബുദ്ധനെ അഭിവാദ്യം ചെയ്യുക. നിന്റെ പൂർവ്വാർജ്ജിത സ്വത്തിനെപ്പറ്റി അദ്ദേഹത്തോട് ചോദിക്കുക."

രാഹുലൻ പടികളിറങ്ങിയോടി. അമ്മയെ അവൻ വളരെ സ്നേഹിച്ചിരുന്നു. എന്നാൽ അവൻ അച്ഛനെയും സ്നേഹിച്ചിരുന്നു. അവൻ തന്റെ ജീവിതം മുഴുവൻ കഴിച്ചുകൂട്ടിയത് അമ്മയ്ക്കൊപ്പമാണ്. ഒരു നാൾ പോലും അച്ഛന്റെയൊപ്പം കൂടിയിട്ടില്ല. നന്ദനപ്പോലെ ബുദ്ധനുമൊത്ത് ജീവിക്കാനായെങ്കിലെന്ന് അവൻ ആഗ്രഹിച്ചു. അവൻ വേഗത്തിൽ മുറ്റം മുറിച്ച് ദക്ഷിണകവാടത്തിലൂടെ പുറത്ത് കടന്ന് ബുദ്ധന്റെ ഒപ്പമെത്തി. ബുദ്ധൻ മന്ദഹസിച്ചു. കൈകൾ നീട്ടി. വസന്തകാല സൂര്യൻ ചൂടുപിടിച്ചുകഴിഞ്ഞിരുന്നെങ്കിലും, രാഹുലന് തന്റെ അച്ഛന്റെ തണ

ലിലും സ്നേഹത്തിലും കുളിർമ്മ അനുഭവപ്പെട്ടു. അവൻ അച്ഛന്റെ നേരെ മുഖമുയർത്തി.

"അങ്ങയുടെ അടുത്ത് നിൽക്കുമ്പോൾ എന്തൊരു കുളിർമയും ഉന്മേഷവുമാണ്."

യശോധര കൊട്ടാരത്തിന്റെ മട്ടുപ്പാവിൽനിന്ന് അവരെ നോക്കി. രാഹുലന് തന്റെ കൂടെ വിഹാരത്തിലേക്ക് പോകാനുള്ള അനുവാദം ബുദ്ധൻ നൽകിയിരുന്നതായി അവർ അറിഞ്ഞിരുന്നു.

ബുദ്ധനോട് രാഹുലൻ ചോദിച്ചു: "എന്താണ് എന്റെ പൂർവ്വാർജ്ജിത സ്വത്ത്?"

ബുദ്ധൻ: "വിഹാരത്തിലേയ്ക്ക് വരിക. ഞാനത് നിന്നിലേയ്ക്ക് പകരും."

അവർ വിഹാരത്തിലെത്തിയപ്പോൾ, സരിപുത്രൻ രാഹുലനുമായി തന്റെ ഭക്ഷണം പങ്കിട്ടു. ബുദ്ധനും സരിപുത്രനും മധ്യേയിരുന്ന്, അവൻ നിശ്ശബ്ദതയിൽ ഭക്ഷണം കഴിച്ചു. തന്റെ ഇളയ മാതുലൻ നന്ദനെ അവിടെ കണ്ടതിൽ അവൻ സന്തോഷിച്ചു. രാത്രി സരിപുത്രന്റെ കുടിലിൽ ഉറങ്ങാമെന്ന് ബുദ്ധൻ രാഹുലനോട് പറഞ്ഞു. എല്ലാ ഭിക്ഷുക്കൾക്കും രാഹുലനെ ഇഷ്ടമായിരുന്നു. അവരെല്ലാം വളരെ സ്നേഹത്തോടെയാണ് അവനോട് പെരുമാറിയത്. അത് കണ്ട അവന് വിഹാരത്തിൽതന്നെ എക്കാലവും താമസിക്കാനായെങ്കിലെന്ന് ആഗ്രഹമുണ്ടായി. എന്നാൽ സരിപുത്രൻ അവനോട് പറഞ്ഞു. വിഹാരത്തിൽ താമസിക്കണമെങ്കിൽ, അവനൊരു ഭിക്ഷുവായിത്തീരണം. രാഹുലൻ സരിപുത്രന്റെ കരം ഗ്രഹിച്ചു. ബുദ്ധനോട് തന്നെ ഉപസമ്പദിക്കുവാൻ ആവശ്യപ്പെടുമോയെന്ന് ചോദിച്ചു. സരിപുത്രൻ ബുദ്ധനോട് ചോദിച്ചു. ബുദ്ധൻ സമ്മതമായി തലയാട്ടി. അവനെ ഉപസമ്പദിക്കുവാനായി ബുദ്ധൻ സരിപുത്രന് നിർദ്ദേശങ്ങൾ നൽകി.

സരിപുത്രൻ ആദ്യം കരുതിയത് ബുദ്ധൻ കളി പറയുകയാണെന്നാണ്. എന്നാൽ, ബുദ്ധൻ ഗൗരവമായിത്തന്നെയാണ് പറഞ്ഞതെന്ന് മനസ്സിലായപ്പോൾ സരിപുത്രൻ ചോദിച്ചു. "പക്ഷേ, ഗുരോ ഇത്രയും ചെറുപ്പത്തിൽ എങ്ങനെ ഒരു ഭിക്ഷുവാകാൻ കഴിയും?"

ബുദ്ധൻ: "മുഴുവൻ പ്രതിജ്ഞകളും ഭാവിയിൽ എടുക്കുവാൻ പാകത്തിൽ നാം അവന് പരിശീലനം നൽകാൻ സൗകര്യമുണ്ടാക്കും. ഇപ്പോൾ, ഒരു പ്രാരംഭകന്റെ പ്രതിജ്ഞ എടുക്കുവാൻ അവനെ അനുവദിക്കുക. ഇരുന്ന് ധ്യാനം പരിശീലിക്കുന്ന ഭിക്ഷുക്കളെ അലോസരപ്പെടുത്തുന്ന കാക്കകളെ ഓടിക്കുന്ന പണി അവനെ ഏല്പിക്കാം."

സരിപുത്രൻ രാഹുലന്റെ തലമുണ്ഡനം ചെയ്തു. അവന് മൂന്ന് ശരണങ്ങൾ നൽകി. അദ്ദേഹം അവനെ നാല് ധർമ്മങ്ങൾ പഠിപ്പിച്ചു.

കൊല്ലരുത്. കക്കരുത്. നുണ പറയരുത്. മദ്യം കഴിക്കരുത്. അദ്ദേഹം തന്റെ വസ്ത്രങ്ങളിൽ ഒന്ന് മുറിച്ച് അവന് പാകത്തിലുള്ളതാക്കി. എങ്ങനെയാണ് വസ്ത്രം ധരിക്കേണ്ടതെന്നും ഭിക്ഷാപാത്രം പിടിക്കേണ്ടതെന്നും കാണിച്ച് കൊടുത്തു. രാഹുലൻ ഒരു 'ചെറു' ഭിക്ഷുവിനെപ്പോലെ തോന്നിച്ചു. സരിപുത്രന്റെ കുടിലിൽ അവനുറങ്ങി. വിഹാരത്തിനെ അതിരിടുന്ന ചെറിയ ഗ്രാമങ്ങളിലേക്ക് അദ്ദേഹത്തോടൊപ്പം ഭിക്ഷാടനത്തിന് പോയി. മറ്റുള്ള ഭിക്ഷുമാർ ദിവസത്തിൽ ഒരു നേരമേ ആഹരിച്ചിരുന്നുള്ളൂ. എന്നാൽ, അങ്ങനെയായാൽ രാഹുലന്റെ വളർച്ചയ്ക്ക് വേണ്ടത്ര പോഷകാഹാരം കിട്ടിയില്ലെങ്കിലോയെന്ന് ഭയന്ന്; അദ്ദേഹം അവനെ സന്ധ്യയ്ക്ക് ആഹാരം കഴിക്കുവാൻ അനുവദിച്ചു. ഗൃഹസ്ഥശിഷ്യന്മാർ കുട്ടിസന്യാസിക്ക് പാലും ഇതര ഭക്ഷണങ്ങളും എത്തിക്കാൻ ഓർമ്മിച്ചു.

രാഹുലൻ തല മുണ്ഡനം ചെയ്ത് ഭിക്ഷുവിന്റെ വസ്ത്രങ്ങളുടുത്ത വാർത്ത ശുദ്ധോധന രാജാവിനെ തളർത്തി. രാജാവും രാജ്ഞിയും രാഹുലന്റെ നഷ്ടത്തിൽ കഠിനമായി വിഷമിച്ചു. കുറച്ച് നാളുകൾ മാത്രം വിഹാരത്തിൽ തങ്ങി അവൻ കൊട്ടാരത്തിൽ തിരിച്ചെത്തുമെന്നാണവർ വിചാരിച്ചിരുന്നത്. ഒരു പ്രാരംഭകനായി അവൻ വിഹാരത്തിൽ താമസിക്കുമെന്ന് അവർ സ്വപ്നേപി നിരൂപിച്ചിരുന്നില്ല. പേരക്കുട്ടിയില്ലാതെ അവർ ഒറ്റപ്പെട്ടു. യശോധരയ്ക്ക് ദുഃഖവും സന്തോഷവും കൂടിക്കലർന്ന വികാരമാണുണ്ടായത്. അവൾക്കവന്റെ നഷ്ടം തീക്ഷ്ണമായി തോന്നിയെങ്കിലും, നിരവധി വർഷങ്ങൾ അച്ഛനെ കാണാതിരുന്ന അവന് ഇപ്പോൾ അച്ഛനുമായി അടുക്കാനായതിൽ അവൾ സന്തോഷിച്ചു.

ഒരു നാൾ ഉച്ചതിരിഞ്ഞ്, രാജാവ് ഗോതമി രാജ്ഞിയും യശോധരയുമൊത്ത് വിഹാരം സന്ദർശിച്ചു. അവർ ബുദ്ധനെ കണ്ടു. നന്ദനും രാഹുലനും അവരെ അഭിവാദ്യം ചെയ്യാനെത്തി. രാഹുലൻ, സംഭ്രമത്തിൽ, അമ്മയുടെ അടുത്തേക്കോടി. യശോധര മകനെ സ്നേഹവായ്പോടെ കെട്ടിപ്പിടിച്ചു. രാജാവ് ബുദ്ധനെ വണങ്ങി; ഏതാണ്ട് ശാസിക്കുന്ന മട്ടിൽ പറഞ്ഞു: "നീയെന്നെ ഉപേക്ഷിച്ച് സന്യാസിയാകാൻ പോയപ്പോൾ, ഞാൻ ഏറെ സഹിച്ചു. കുറച്ചുനാൾ മുമ്പ് നന്ദനും എന്നെ ഉപേക്ഷിച്ചു. രാഹുലനെക്കൂടി നഷ്ടപ്പെടുന്നത് താങ്ങാൻ വയ്യ. എന്നെപ്പോലെ കുടുംബസ്ഥനായ ഒരാളിന് അച്ഛനും മകനും തമ്മിലുള്ള, പേരക്കുഞ്ഞും അപ്പൂപ്പനും തമ്മിലുള്ള ബന്ധം വളരെ വിലപ്പെട്ടതാണ്. നീ എന്നെ വിട്ടുപോയപ്പോൾ ഞാനനുഭവിച്ച വേദന കത്തി തൊലിയെ മുറിപ്പെടുത്തിയതുപോലെയായിരുന്നു. എന്റെ തൊലിയെ മുറിച്ച് അതെന്റെ മാംസത്തെ മുറിപ്പെടുത്തി. എന്റെ മാംസത്തെ മുറിപ്പെടുത്തി കത്തി എന്റെ എല്ലിലേക്ക് താഴ്ന്നിരിക്കുന്നു. നിന്റെ പ്രവൃ

ത്തികൾ പരിശോധിക്കാൻ ഞാൻ യാചിക്കുന്നു. കാലേക്കൂട്ടി അവന്റെ മാതാപിതാക്കളുടെ അനുവാദമില്ലാതെ ഒരു കുട്ടിയെ ഉപസമ്പദിക്കുവാൻ ഒരിക്കലും അനുവദിക്കരുത്."

നശ്വരതയുടെ സത്യത്തെക്കുറിച്ചും വേറിട്ടൊരു സ്വത്വത്തിന്റെ അഭാവത്തെക്കുറിച്ചും വിശദീകരിച്ച് ബുദ്ധൻ രാജാവിനെ ആശ്വസിപ്പിക്കുവാൻ ശ്രമിച്ചു. ദുരിതം മറികടക്കാനുള്ള ഒരേയൊരു വാതിൽ ഏകാഗ്രത നിത്യവും പരിശീലിക്കുകയാണെന്ന് ബുദ്ധൻ അദ്ദേഹത്തെ ഓർമ്മപ്പെടുത്തി. രാഹുലനും നന്ദനും അത്തരമൊരു ജീവിതം ആഴത്തിൽ പഠിക്കാനുള്ള സന്ദർഭം ഇപ്പോഴുണ്ട്. അവരുടെ സൽഭാഗ്യത്തെ അഭിനന്ദിക്കുക; യഥാർത്ഥ ആനന്ദം കണ്ടെത്തുവാനായി ജാഗ്രതയുടെ മാർഗ്ഗം പരിശീലിക്കുന്നത് തുടരുക; അദ്ദേഹം പിതാവിനെ പ്രോത്സാഹിപ്പിച്ചു..

തന്റെ വേദന ലഘൂകരിക്കപ്പെടുന്നതായി രാജാവിന് തോന്നി. യശോധരയ്ക്കും ഗോതമിക്കും ബുദ്ധന്റെ വാക്കുകൾ കേട്ട് ആശ്വാസവും ഉറപ്പും അനുഭവപ്പെട്ടു.

അന്നേദിവസം വൈകീട്ട് ബുദ്ധൻ സരിപുത്രനോട് പറഞ്ഞു, "ഇനി മുതൽ മാതാപിതാക്കളുടെ അനുമതിയില്ലാതെ ഭിക്ഷുസമൂഹത്തിലേക്ക് നമ്മൾ കുട്ടികളെ സ്വീകരിക്കുന്നതല്ല. നമ്മുടെ ആശ്രമനിയമാവലിയിൽ ദയവായി ഇത് രേഖപ്പെടുത്തുക."

കാലം വേഗം കടന്നുപോയി. ബുദ്ധനും സംഘവും ശാക്യരാജ്യത്തിൽ വിശ്രമിക്കാൻ തുടങ്ങിയിട്ട് ആറുമാസത്തിലേറെയായി. കുറെ പേരെക്കൂടി ഭിക്ഷുസംഘത്തിൽ ചേർത്തു. സംഖ്യ അഞ്ഞൂറിൽ കൂടുതലായി. ഗൃഹസ്ഥ ശിഷ്യരുടെ എണ്ണവും വർധിച്ചു. വിഹാരം നിർമ്മിക്കുവാനായി ശുദ്ധോധന രാജാവ് ഒരു സ്ഥലംകൂടി നൽകി. തലസ്ഥാനത്തിന്റെ ഉത്തരഭാഗത്തുള്ളതും, പ്രശാന്ത വിശാലമായ പൂന്തോപ്പുകളുള്ളതുമായ, സിദ്ധാർത്ഥരാജകുമാരന്റെ പഴയ വേനൽകൊട്ടാരം. അവിടെ ആശ്രമജീവിതം കെട്ടിപ്പടുക്കാനായി അഭിവന്ദ്യസരിപുത്രൻ അനേകം ഭിക്ഷുക്കളെ സജ്ജമാക്കി. ശാക്യരാജ്യത്ത് വിമോചനത്തിന്റെ മാർഗ്ഗം പരിശീലിക്കുവാൻ ശക്തമായ അടിത്തറയിടുവാൻ ഈ പുതു വിഹാരത്തിന്റെ സാന്നിധ്യം സഹായിച്ചു.

വേണുവനവിഹാരത്തിൽ തങ്ങിയിരുന്ന ഭിക്ഷുക്കളോടും ബിംബിസാര രാജാവിനോടും വാഗ്ദാനം ചെയ്തിരുന്നതുപോലെ, കൃത്യസമയത്ത് തന്നെ മഴക്കാല വിശ്രമത്തിനായി അവിടേക്ക് മടങ്ങുവാൻ ബുദ്ധൻ ആഗ്രഹിച്ചു. പോകുന്നതിനു മുമ്പായി ഭക്ഷണം കഴിക്കുവാനായി ശുദ്ധോധന രാജാവ് ബുദ്ധനെ ക്ഷണിച്ചു. ശാക്യകുലത്തിലെ എല്ലാ അംഗങ്ങൾക്കും രാജകുടുംബത്തിനുമായി ധർമ്മത്തെക്കുറിച്ച്

ഒരു പ്രഭാഷണം നടത്തുവാൻ രാജാവ് ആവശ്യപ്പെട്ടു.

രാഷ്ട്രീയ ജീവിതത്തിൽ എപ്രകാരം വിമോചനത്തിന്റെ മാർഗ്ഗം സാധിക്കാമെന്ന് പറയുവാനായി ബുദ്ധൻ ഈ അവസരം വിനിയോഗിച്ചു. രാഷ്ട്രീയ മണ്ഡലത്തിൽ വിമോചനത്തിന്റെ മാർഗ്ഗം തെളിയിച്ച് രാജ്യഭരണത്തിൽ ഉൾപ്പെട്ടവർക്ക് സാമൂഹ്യനീതിയും സമത്വവും സൃഷ്ടിക്കാനാകും, ബുദ്ധൻ സൂചിപ്പിച്ചു: "നിങ്ങൾ മാർഗ്ഗം പരിശീലിക്കുകയാണെങ്കിൽ, നിങ്ങൾ നിങ്ങളുടെ ധാരണാ ശക്തിയും കാരുണ്യവും വർദ്ധിപ്പിക്കും; ജനങ്ങളെ ഫലവത്തായ രീതിയിൽ സേവിക്കാനാകും. ഹിംസയെ ഒട്ടും ആശ്രയിക്കാതെ ശാന്തിയും സന്തോഷവും കൈവരുത്താനുള്ള മാർഗ്ഗങ്ങൾ നിങ്ങൾ കണ്ടെത്തും. നിങ്ങൾക്ക് ആരെയെങ്കിലും കൊല്ലുകയോ പീഡിപ്പിക്കുകയോ തടവിലിടുകയോ സ്വത്തുക്കൾ കണ്ടുകെട്ടുകയോ ചെയ്യേണ്ടതായി വരില്ല. ഇത് അസാധ്യമായൊരു ആശയമല്ല; യഥാർത്ഥത്തിൽ നടപ്പാക്കാൻ കഴിയുന്നതു തന്നെയാണ്.

"ഒരു രാഷ്ട്രീയക്കാരന് ധാരണയും സ്നേഹവും ആവശ്യത്തിനുണ്ടെങ്കിൽ, അയാൾ ദാരിദ്ര്യം, പീഡനം, എന്നിവയെക്കുറിച്ചുള്ള സത്യം കണ്ടറിയുന്നു. അങ്ങനെയുള്ള ഒരാളിന്, മറ്റുള്ളവർക്കെതിരെ ശക്തി ഉപയോഗിക്കുന്നത് ഇല്ലാതാക്കാനും ധനികനും ദരിദ്രനും തമ്മിലുള്ള അകലം ലഘൂകരിച്ച് സർക്കാരിനെ നവീകരിക്കാനുമുള്ള മാർഗ്ഗങ്ങൾ കണ്ടെത്താനുമാവും.

"എന്റെ സുഹൃത്തുക്കളേ, രാഷ്ട്രീയനേതാക്കളും ഭരണാധികാരികളും മാതൃക കാണിക്കണം. ആഢംബരത്തിന്റെ മടിയിൽ ജീവിക്കരുത്. എന്തുകൊണ്ടെന്നാൽ ധനം നിങ്ങൾക്കും ജനങ്ങൾക്കുമിടയിൽ വലിയ മതിലുകൾ തീർക്കുന്നു. അലസ സുഖങ്ങളിൽ മാഴ്കാതെ നിങ്ങളുടെ സമയം ജനസേവനത്തിനായി ഉപയോഗിക്കാൻ സമഗ്രവും ലളിതവുമായ ഒരു ജീവിതം ജീവിക്കുക. ഒരു നല്ല മാതൃക സ്വയം കാണിച്ചുകൊടുത്തില്ലെങ്കിൽ, ഒരു നേതാവിന് തന്റെ ജനങ്ങളുടെ വിശ്വാസവും ആദരവും സമ്പാദിക്കാനാവില്ല. നിങ്ങൾ ജനങ്ങളെ സ്നേഹിക്കുകയും ബഹുമാനിക്കുകയും ചെയ്താൽ, അവരും തിരിച്ച് നിങ്ങളെ സ്നേഹിക്കുകയും ബഹുമാനിക്കുകയും ചെയ്യും. നിയമവും ആജ്ഞയും കൊണ്ടുള്ള ഭരണത്തിൽനിന്ന് വ്യത്യസ്തമാണ് ധർമ്മം അനുസരിച്ചുള്ള ഭരണം. ധർമ്മം കൊണ്ടുള്ള ഭരണം ശിക്ഷയെ ആശ്രയിക്കുന്നില്ല. ഉൽബുദ്ധതയുടെ മാർഗ്ഗമനുസരിച്ച് ധർമ്മപാതയിലൂടെ മാത്രമേ യഥാർത്ഥ ആനന്ദം കണ്ടെത്താനാവൂ."

ശുദ്ധോധന രാജാവും അവിടെ സന്നിഹിതരായ മറ്റെല്ലാവരും ശ്രദ്ധയോടെ ബുദ്ധനെ കേട്ടു. ദേവദത്തന്റെയും ആനന്ദന്റെയും അച്ഛനും ബുദ്ധന്റെ മാതുലനുമായ ദ്രോണോധന രാജകുമാരൻ പറഞ്ഞു. "അങ്ങ്

വിശദീകരിച്ചതുപോലെ ധർമ്മാനുസാരിയായ ഭരണം സത്യമായും മനോഹരമാണ്. എന്നാൽ അത്തരമൊരു മാർഗ്ഗം സാക്ഷാത്കരിക്കുവാനുള്ള ധർമ്മവും സ്വഭാവവും അങ്ങേയ്ക്ക് മാത്രമേയുള്ളൂവെന്ന് ഞാൻ വിശ്വസിക്കുന്നു. എല്ലാ ജനങ്ങൾക്കും ശാന്തിയും ആനന്ദവും കൈവരുത്തുന്ന അത്തരമൊരു പുതിയ ഭരണരൂപം ഈ ശാക്യരാജ്യത്ത് സൃഷ്ടിക്കുവാൻ ഞങ്ങളെ സഹായിക്കുന്നതിനായി, എന്തുകൊണ്ട് അങ്ങേയ്ക്ക് കപില വസ്തുവിൽ താമസിച്ചുകൂടാ?"

ശുദ്ധോധന രാജാവ് കൂട്ടിച്ചേർത്തു: "എനിക്ക് വയസ്സായി. നീ ഇവിടെ നിൽക്കാൻ സമ്മതിക്കുന്ന പക്ഷം, സന്തോഷപൂർവ്വം ഞാൻ സിംഹാസനം നിനക്കായി ത്യജിക്കും. നിന്റെ ധർമ്മവും ബുദ്ധിയും സമഗ്രതയും സമന്വയിച്ചാൽ എനിക്കുറപ്പുണ്ട്; ജനങ്ങൾ നിന്റെ കൂടെയുണ്ടാവും. അധികം വൈകാതെ, ഇതുവരെയില്ലാത്ത നിലയിൽ നമ്മുടെ രാജ്യം അഭിവൃദ്ധിപ്പെടും."

ബുദ്ധൻ മന്ദഹസിച്ചു. ഉടനെത്തന്നെ പ്രതിവചിച്ചില്ല. തന്റെ പിതാവിനെ കാരുണ്യപൂർവ്വം നോക്കി, അദ്ദേഹം മൊഴിഞ്ഞു: "അച്ഛാ, ഞാനൊരു കുടുംബത്തിന്റെയോ കുലത്തിന്റെയോ ഇങ്ങേയറ്റം രാജ്യത്തിന്റെയോ പുത്രനല്ല. ഇപ്പോൾ എന്റെ കുടുംബം സകലമാന ജീവികളുടേതുമാണ്. ഭൂമിയാണ് എന്റെ വീട്. മറ്റുള്ളവരുടെ ദയാവായ്പിനെ ആശ്രയിക്കുന്ന ഒരു സന്യാസിയുടേതാണ് എന്റെ സ്ഥാനം. ഈ പാതയാണ് ഞാൻ തെരഞ്ഞെടുത്തത്. രാഷ്ട്രീയത്തിന്റെ പാതയല്ല. ഈ രീതിയിൽ സകല ജീവികളെയും വളരെ നന്നായി സേവിക്കാനാവുമെന്ന് ഞാൻ വിശ്വസിക്കുന്നു."

ഗോതമി രാജ്ഞിയും യശോധരയും ഈ സദസ്സിൽ തങ്ങളുടെ സ്വന്തം വീക്ഷണങ്ങൾ പ്രകാശിപ്പിക്കുന്നത് ശരിയല്ലെന്ന് വിചാരിച്ചെങ്കിലും, ബുദ്ധന്റെ വാക്കുകളിൽ അവരുടെ കണ്ണുകൾ നിറഞ്ഞൊഴുകി. അദ്ദേഹം പറഞ്ഞത് ശരിയെന്ന് അവരറിഞ്ഞു.

അഞ്ച് ധർമ്മോപദേശങ്ങളെക്കുറിച്ചും അവ എപ്രകാരമാണ് കുടുംബത്തിലും സമൂഹത്തിലും പ്രായോഗികമാക്കേണ്ടതെന്നും ബുദ്ധൻ തുടർന്ന് രാജാവിനോടും അവിടെ കൂടിയിരിക്കുന്നവരോടും പറഞ്ഞു. അഞ്ച് ധർമ്മോപദേശങ്ങൾ സന്തുഷ്ടമായ കുടുംബത്തിന്റെയും ശാന്തിയോലുന്ന സമൂഹത്തിന്റെയും അടിത്തറയാണ്. അദ്ദേഹം ഓരോന്നും ശ്രദ്ധയോടെ വിശദീകരിച്ചു, ഇങ്ങനെ ഉപസംഹരിച്ചു: "ജനങ്ങൾ ഐക്യപ്പെടണമെന്ന് നിങ്ങൾ ആഗ്രഹിക്കുന്നുവെങ്കിൽ, ആദ്യം അവരുടെ വിശ്വാസവും ശ്രദ്ധയും നിങ്ങൾ സമ്പാദിക്കണം. രാഷ്ട്രീയനേതാക്കൾ അഞ്ച് ധർമ്മോപദേശങ്ങൾ പരിശീലിക്കുകയാണെങ്കിൽ, ജനങ്ങളുടെ വിശ്വാസവും ശ്രദ്ധയും വർധിക്കും. ആ ശ്രദ്ധയും വിശ്വാസവുമുണ്ടെങ്കിൽ, ഒരു രാജ്യത്തിന് നേടാൻ സാധിക്കാത്തതായി യാതൊന്നുമു

ണ്ടാകില്ല. ശാന്തിയും സന്തോഷവും സാമൂഹ്യസമത്വവും ഉറപ്പാക്കപ്പെടും. ജാഗ്രതയെ അടിസ്ഥാനപ്പെടുത്തിയ ഒരു ജീവിതം സൃഷ്ടിക്കുക. ഭൂതകാലത്തെക്കുറിച്ചുള്ള പ്രമാണം, വിശ്വാസവും ശ്രദ്ധയും ഉണ്ടാക്കില്ല. അത് ജനങ്ങൾക്കിടയിൽ സമത്വവും പ്രോത്സാഹിപ്പിക്കില്ല. ഉൽബുദ്ധതയുടെ മാർഗ്ഗം ഒരു പുതുവഴിയും ഒരു പുതുവിശ്വാസവും നൽകട്ടെ."

താനുടനെ മഗധയിലേക്ക് തിരിക്കുമെങ്കിലും ഭാവിയിൽ കപിലവസ്തുവിലേയ്ക്ക് മടങ്ങിവരുമെന്ന് ബുദ്ധൻ അവർക്ക് ഉറപ്പുകൊടുത്തു. രാജാവും കൂടിയിരുന്നവരും അത് കേൾക്കുവാൻ സന്തോഷമുള്ളവരായിരുന്നു.

38. ഓ! ആനന്ദം!

ശാക്യരാജ്യത്തിൽ നിന്ന് ബുദ്ധൻ കോസലത്തിന്റെ ഉത്തരഭാഗത്തേക്ക് പ്രവേശിച്ചു. കുലീനകുടുംബങ്ങളിൽ നിന്നുള്ള നിരവധി യുവാക്കളടക്കം നൂറ്റിഇരുപത് പേർ അദ്ദേഹത്തെ അനുഗമിച്ചിരുന്നു. മല്ലജനതയുടെ ദേശമായ അനുപിയ നഗരത്തിനടുത്തുള്ള ഒരു തോട്ടത്തിൽ അവർ വിശ്രമിച്ചു. അഭിവന്ദ്യ സരിപുത്രൻ ബുദ്ധനോടൊത്ത് സഞ്ചരിച്ചിരുന്നു. അതുപോലെത്തന്നെ കാലുദായിയും, നന്ദനും പ്രാരംഭകനായ രാഹുലനും.

ബുദ്ധൻ കപിലവസ്തുവിട്ട് ഏതാണ്ട് ഒരു മാസത്തിനുശേഷം, ശാക്യകുലത്തിലെ വളരെ സമ്പന്നമായ കുടുംബത്തിലെ രണ്ടു യുവാക്കൾ ഭിക്ഷുക്കളായി ഉപസമ്പദിക്കുന്നതിനായി വീടുവിട്ടിറങ്ങുന്ന കാര്യം പരിഗണിച്ചു. മഹാനാമനും അനിരുദ്ധനുമായിരുന്നു അവർ. അവരുടെ കുടുംബത്തിന് ഓരോ ഋതുവിനും അനുയോജ്യമായ മനോഹരങ്ങളായ മൂന്ന് മണിമേടകളുണ്ടായിരുന്നു. ഭിക്ഷുക്കളായിത്തീർന്ന തന്റെ നിരവധി സ്നേഹിതരെ പിന്തുടരുവാൻ മഹാനാമൻ ആഗ്രഹിച്ചു. തന്റെ സഹോദരനും ഈ വിധമുള്ള ചിന്തകളുണ്ടെന്നറിഞ്ഞ അവൻ മനസ്സ് മാറ്റി. ആകെ രണ്ട് ആൺകുട്ടികളേ അവരുടെ കുടുംബത്തിലുണ്ടായിരുന്നുള്ളൂ. രണ്ടുപേരും സന്യാസികളായാൽ കാര്യം ദയനീയമായിരിക്കുമെന്ന് അവന് തോന്നി. അതുകൊണ്ട് മഹാനാമൻ തന്റെ ഇളയസഹോദരന്റെ ആഗ്രഹത്തിനു വഴങ്ങി. ഉപസമ്പദിക്കുന്നതിനുള്ള അവകാശം അവന് നൽകി.

എന്നാൽ അനിരുദ്ധൻ അമ്മയോട് സമ്മതം ചോദിച്ചപ്പോൾ അമ്മ പ്രതിഷേധിച്ചു: "എന്റെയീ ജന്മത്തിലെ ആകെയുള്ള സന്തോഷം എന്റെ മക്കളാണ്. നീയൊരു സന്യാസിയായാൽ എനിക്ക് സഹിക്കാനാവില്ല."

നിരവധി ശ്രേഷ്ഠർ ഭിക്ഷുക്കളായിത്തീർന്ന കാര്യം അനിരുദ്ധൻ അമ്മയെ ഓർമ്മപ്പെടുത്തി. വിമോചനത്തിന്റെ മാർഗ്ഗം പരിശീലിക്കുന്നത് സന്യാസിക്കു മാത്രമല്ല, കുടുംബത്തിനും സമൂഹത്തിനും എങ്ങനെ ശാന്തിയും സന്തോഷവും ഉണ്ടാക്കുമെന്ന് അവൻ അമ്മയോട് പറഞ്ഞു. നിഗ്രോധ തോട്ടത്തിൽ ബുദ്ധൻ ചെയ്തിട്ടുള്ള പലേ ധർമ്മഭാഷണങ്ങളും ശ്രദ്ധിച്ചിരുന്ന അവന് വളരെ സമർത്ഥമായി ബുദ്ധന്റെ അനുശാസനങ്ങളെപ്പറ്റി അമ്മയോട് പറയാൻ കഴിഞ്ഞു. ഒടുക്കം അമ്മ

പറഞ്ഞു. "വളരെ നല്ലത്. നിന്നെ ഞാൻ പോകാൻ സമ്മതിക്കാം. പക്ഷേ, ഒരു കാര്യം; ചങ്ങാതി ബദ്ദിയയും ഒരു ഭിക്ഷുവാകാൻ നിശ്ചയിക്കുക യാണെങ്കിൽ"

ബദ്ദിയ ഒരു ഭിക്ഷുവാകുന്ന കാര്യം പരിഗണിക്കില്ലെന്ന് അവർക്ക് ഉറപ്പായിരുന്നു. അവനും രാജകുലത്തിലെ ഒരംഗമായിരുന്നു. വളരെ ഉയർന്ന ഉദ്യോഗം വഹിച്ചിരുന്നു. അവന്റെ ഭാരിച്ച ഉത്തരവാദിത്വങ്ങളും പുകൾപെറ്റ പ്രശസ്തിയും ഒരു സന്യാസിയുടെ ലളിത ജീവിതത്തി നായി ഉപേക്ഷിക്കുവാൻ പ്രയാസമായിരിക്കും. എന്നാൽ തന്റെ സുഹൃ ത്തിനെ കണ്ടെത്താൻ അനിരുദ്ധൻ ഒട്ടും സമയം നഷ്ടപ്പെടുത്തിയില്ല. ഉത്തര പ്രവിശ്യകളുടെ ഗവർണറായിരുന്നു ബദ്ദിയ. അവന്റെ കീഴിൽ നിരവധി പടയാളികളുണ്ടായിരുന്നു. അവന്റെ കൊട്ടാരത്തിൽ സായു ധരായ പടയാളികൾ രാപ്പകൽ കാവൽ നിന്നിരുന്നു. വിശിഷ്ടവ്യക്തി കളുടെ പോക്കുവരവുകൊണ്ട് രാപ്പകൽ തിരക്കുള്ളതായിരുന്നു അവന്റെ ഔദ്യോഗിക വസതികൾ.

അനിരുദ്ധനെ ബദ്ദിയ സ്വീകരിച്ചത് ആദരണീയനായ അതിഥിയാ യിട്ടാണ്.

അനിരുദ്ധൻ അവനോട് പറഞ്ഞു: "ഞാൻ വീട് വിട്ട് ബുദ്ധന്റെ ഉപ ദേശത്തിൽ ഒരു ഭിക്ഷുവായിത്തീരാനാഗ്രഹിക്കുന്നു. എന്നാൽ എനി ക്കതിനാവില്ല. നിങ്ങളാണതിന്റെ കാരണം."

ബദ്ദിയ ചിരിച്ചു: "നിങ്ങളെന്താണീ പറയുന്നത്? ഭിക്ഷുവാകുന്നതിൽ നിങ്ങളെ ഞാൻ എപ്പോഴെങ്കിലും തടഞ്ഞിട്ടുണ്ടോ? എന്തോ? നിങ്ങ ളുടെ ആഗ്രഹം നിറവേറ്റുന്നതിൽ എനിക്കാവുന്ന എന്ത് സഹായവും ഞാൻ ചെയ്യും."

അനിരുദ്ധൻ അവന്റെ വിഷമാവസ്ഥ വിശദീകരിച്ചു. അവൻ ഇങ്ങനെ പറഞ്ഞവസാനിപ്പിച്ചു: "ഞാനൊരു ഭിക്ഷുവാകുന്നതിൽ എന്നെ സഹാ യിക്കുവാനായി ചെയ്യാവുന്നതെന്തും നിങ്ങൾ ചെയ്യുമെന്ന് ഇപ്പോൾ തന്നെ പറഞ്ഞുവല്ലോ. എന്നാൽ, അതിന് ഒരേ ഒരു വഴി നിങ്ങൾ ഭിക്ഷുവാകുകയെന്നതാണ്."

താൻ പിടികൂടപ്പെട്ടതായി ബദ്ദിയയ്ക്കു തോന്നി. ബുദ്ധനിലേക്കും ഉൽബുദ്ധതയുടെ മാർഗ്ഗത്തിലേക്കും അവൻ ആകർഷിക്കപ്പെട്ടിട്ടില്ലെ ന്നല്ല. സത്യത്തിൽ, പിന്നീടൊരിക്കൽ ഭിക്ഷുവാകാൻ അവൻ ഗൂഢ മായി ആഗ്രഹിച്ചിരുന്നു. തീർച്ചയായും ഇപ്പോഴല്ല. അവൻ പറഞ്ഞു, "ഏഴു കൊല്ലത്തിനുള്ളിൽ ഞാനൊരു ഭിക്ഷുവായിത്തീരും. അതുവരെ കാത്തിരിക്കുക."

"ഏഴുകൊല്ലം വളരെ കൂടുതലാണ്. അന്നേയ്ക്ക് ഞാൻ ജീവിച്ചിരി ക്കുമെന്നാരറിഞ്ഞു.?"

ബദ്രിയ ചിരിച്ചു: "എന്താണ് നിങ്ങളിങ്ങനെ അശുഭാപ്തിവിശ്വാസിയാകുന്നത്? എന്നാൽ ശരി, എനിക്കൊരു മൂന്നുകൊല്ലം തരൂ, ഞാനൊരു ഭിക്ഷുവായിത്തീരും."

"മൂന്നു കൊല്ലവും വളരെ കൂടുതലാണ്."

"എന്നാൽ ശരി ഏഴുമാസം. എനിക്കെന്റെ കുടുംബകാര്യങ്ങളെല്ലാം ഒന്ന് ശരിയാക്കേണ്ടതുണ്ട്. ഭരണകാര്യങ്ങൾ കൈമാറണം."

"മാർഗ്ഗം പിന്തുടരാൻ വീടുവിട്ടിറങ്ങാൻ ഉദ്ദേശിക്കുന്ന ഒരുവന് കാര്യങ്ങൾ ഒതുക്കാൻ എന്തിനാണിത്ര സമയം? സ്വാതന്ത്ര്യത്തിന്റെയും വിമോചനത്തിന്റെയും പാത തേടുന്നതിനായി ഒരു ഭിക്ഷു എല്ലാം ലാഘവപൂർവ്വം വിട്ടെറിയുന്നു. നിങ്ങൾ കൂടുതൽ സമയമെടുക്കുകയാണെങ്കിൽ, നിങ്ങളുടെ മനസ്സ് മാറിയേക്കും.'"

"ശരി, എന്റെ ചങ്ങാതീ, എനിക്ക് ഏഴ് നാൾ തരിക, ഞാൻ നിങ്ങളോട് ചേരും."

നിർവൃതിപൂണ്ട്, അനിരുദ്ധൻ അമ്മയെ വിവരം അറിയിക്കാനായി പോയി. ഗവർണർ ബദ്രിയ ഇത്ര എളുപ്പത്തിൽ തന്റെ ഔദ്യോഗിക പദവി വിട്ടെറിയുമെന്ന് അമ്മ സ്വപ്നേപി നിരൂപിച്ചിരുന്നില്ല. ഉടനെ അവർ വിമോചന മാർഗ്ഗത്തിന്റെ ശക്തി തിരിച്ചറിഞ്ഞു. വീടുപേക്ഷിച്ച് പോകാൻ മകനെ അനുവദിക്കുന്നതാണ് നല്ലതെന്ന് അവർക്ക് ബോധ്യമായി.

തന്റെകൂടെ ചേരുവാനായി അനിരുദ്ധൻ മറ്റ് ഒരുപാട് ചങ്ങാതിമാരെ പ്രേരിപ്പിച്ചു. ബാഹു, കിംബിലൻ, ദേവദത്തൻ, ആനന്ദൻ. രാജകുലത്തിലെ രാജകുമാരന്മാരായിരുന്നു അവരെല്ലാം. മുൻകൂട്ടി നിശ്ചയിച്ചുറപ്പിച്ച ദിവസം അവർ ദേവദത്തന്റെ വീട്ടിൽ ഒത്തുകൂടി. ബുദ്ധനെ തേടി യാത്ര തിരിച്ചു. പതിനെട്ടുകാരനായ ആനന്ദനൊഴിച്ച് എല്ലാവരും മുതിർന്നവരായിരുന്നു. മൂത്ത സഹോദരനായ ദേവദത്തന്റെ കൂടെ പോകാൻ ആനന്ദന് അച്ഛൻ അനുവാദം കൊടുത്തിരുന്നു. കോസലാതിർത്തിയോട് വളരെ അടുത്തുള്ള ഒരു ചെറുപട്ടണത്തിലെത്തുംവരെയും ആറ് രാജകുമാരന്മാരും വാഹനത്തിലാണ് സഞ്ചരിച്ചത്. അനുപിയയ്ക്കടുത്താണ് ബുദ്ധൻ താമസിക്കുന്നതെന്ന് അവർ കേട്ടിരുന്നു.

അതിർത്തി കടക്കുന്നതിനു മുമ്പായി രത്നങ്ങളും ആഭരണങ്ങളും അഴിച്ചു മാറ്റണമെന്ന് അനിരുദ്ധൻ നിർദ്ദേശിച്ചു. കണ്ഠാഭരണങ്ങളും മോതിരങ്ങളും വളകളും ഊരി ഒരു മേലങ്കിയിൽ അവർ അതെല്ലാം പൊതിഞ്ഞുകെട്ടി. ഏതെങ്കിലും നിർധനനായ ഒരു മനുഷ്യനെ കണ്ടെത്തി അത് കൊടുക്കുവാൻ അവർ സമ്മതിച്ചു. അവരുടെ അതേ പ്രായമുള്ള ഒരു യുവാവ് തെരുവോരത്ത് ക്ഷൗരക്കട നടത്തുന്നത് അവരുടെ ശ്രദ്ധയിൽ പെട്ടു. അവൻ കാണാൻ കൊള്ളാവുന്നവനായി

രുന്നു. പക്ഷേ, മുഷിഞ്ഞ വസ്ത്രങ്ങളാണ് ധരിച്ചിരുന്നത്. അനിരുദ്ധൻ കടയുടെ ഉള്ളിൽ ചെന്ന് അവന്റെ പേര് ചോദിച്ചു.

"ഉപാലി"

അവന് അവരെ അതിർത്തിയിലെത്തിക്കാനാവുമോയെന്ന് അനിരുദ്ധൻ തിരക്കി. ഉപാലി സന്തോഷപൂർവ്വം അവനെ നയിച്ചു. വേർപിരിയുന്നതിനുമുമ്പായി അമൂല്യരത്നങ്ങളും ആഭരണങ്ങളും അടങ്ങുന്ന പൊതി അവന് കൈമാറി. അനിരുദ്ധൻ പറഞ്ഞു. "ഉപാലീ, ഞങ്ങൾ ബുദ്ധനെ പിന്തുടർന്ന് ഭിക്ഷുക്കളായി കഴിയാൻ ആഗ്രഹിക്കുന്നു. ഞങ്ങൾക്കീ രത്നങ്ങൾകൊണ്ട് ഇനി യാതൊരു ഉപകാരവുമില്ല. ഞങ്ങളിത് നിനക്ക് തരാനാഗ്രഹിക്കുന്നു. ശിഷ്ടജീവിതം സന്തുഷ്ടമായി കഴിയാൻ ഇതുകൊണ്ട് സാധിക്കും."

ഉപാലിയോട് വിടപറഞ്ഞ് രാജകുമാരന്മാർ അതിർത്തി കടന്നു. യുവാവായ ക്ഷുരകൻ പൊതിയഴിച്ചു. രത്നത്തിന്റെയും സ്വർണ്ണത്തിന്റെയും പ്രഭയിൽ അവന്റെ കണ്ണഞ്ചി. അവൻ സമൂഹത്തിൽ ഏറ്റവും താണജാതിക്കാരൻ. അവന്റെ കുടുംബത്തിൽ ആർക്കുംതന്നെ മിന്നോ പൊന്നോ മോതിരമോ ഉണ്ടായിരുന്നില്ല. ഇപ്പോഴവന് ഒരു പൊതി നിറയെ അമൂല്യരത്നങ്ങളുണ്ട്. എന്നാൽ സന്തോഷത്തിനുപകരം, പൊടുന്നനെ അവനെ ഭയം പിടികൂടി. അവൻ പൊതി കൈയിൽ മുറുക്കി പിടിച്ചു. അതുവരെയുണ്ടായിരുന്ന സന്തുഷ്ടിയുടെ തോന്നലുകളെല്ലാം അവനിൽനിന്ന് അപ്രത്യക്ഷമായി. പൊതിയിലുള്ളത് കിട്ടാനായി അവനെ കൊല്ലാൻകൂടി മടിക്കാത്തവരുണ്ടാകും.

ഉപാലി ചിന്തിച്ചു. അതിയായ ധനവും അധികാരവും ഉണ്ടായിരുന്ന യുവാക്കളായ ആ ശ്രേഷ്ഠർ ഭിക്ഷുക്കളാകാൻ അതെല്ലാം ഉപേക്ഷിച്ചിരിക്കുന്നു. സംശയമില്ല, പ്രശസ്തിയും ധനവും കൊണ്ടുണ്ടാക്കുന്ന ഭാരങ്ങളും അപകടങ്ങളും അവർ മനസ്സിലാക്കിയിരിക്കുന്നു. പെട്ടെന്നവനും, ആ പൊതിയെവിടെയെങ്കിലും ഉപേക്ഷിച്ച്, ശാന്തിയും ആനന്ദവും വിമോചനവും അന്വേഷിക്കുന്ന രാജകുമാരന്മാരെ പിന്തുടരുവാൻ ആഗ്രഹിച്ചു. ഒരു നിമിഷം സംശയിക്കാതെ, അവനാ പൊതി ആദ്യം വരുന്ന യാത്രക്കാരന് കിട്ടാൻ പാകത്തിൽ ഒരു മരക്കൊമ്പിൽ തൂക്കി. അവനും അതിർത്തി കടന്നു. താമസിയാതെ അവർക്കൊപ്പമെത്തി.

തങ്ങളുടെ പിന്നാലെ ഓടിവന്ന ഉപാലിയെക്കണ്ട് അദ്ഭുതപ്പെട്ട്, ദേവദത്തൻ ചോദിച്ചു: "ഉപാലീ, നീയെന്താണ് ഞങ്ങളുടെ പിന്നാലെ ഓടിവരുന്നത്? ഞങ്ങൾ തന്ന രത്നങ്ങളുടെ പൊതിയെവിടെ?"

ഉപാലി ശ്വാസമടക്കി. ആദ്യം വരുന്ന പഥികന് കിട്ടാൻ പാകത്തിൽ പൊതി മരക്കൊമ്പിൽ കെട്ടിത്തൂക്കിയത് പറഞ്ഞു. അത്തരം ധനത്തിൽ

തനിക്കൊരു സുഖവും തോന്നുന്നില്ല. ബുദ്ധന്റെ നിർദ്ദേശത്തിൽ ഭിക്ഷുവാകാൻ താനും അവർക്കൊപ്പം ചേരാനാഗ്രഹിക്കുന്നു, അവൻ പറഞ്ഞു.

ദേവദത്തൻ ചിരിച്ചു: "നീയൊരു ഭിക്ഷുവാകാൻ ആഗ്രഹിക്കുന്നു? പക്ഷേ, നീയൊരു....?"

അനിരുദ്ധൻ ദേവദത്തനെ ഖണ്ഡിച്ചു: "വിസ്മയം! വിസ്മയം! നീ ഞങ്ങൾക്കൊപ്പം ചേരുന്നതിൽ ഞങ്ങൾക്ക് സന്തോഷമുണ്ട്. സംഘം ഒരു മഹാസമുദ്രമാണ്. ഭിക്ഷുക്കൾ അനേകം നദികളാണ്. അവ സമുദ്രത്തിലേയ്ക്കൊഴുകി ഒന്നാകുന്നു. അതാണ് ബുദ്ധൻ പഠിപ്പിക്കുന്നത്. നാം വ്യത്യസ്ത ജാതികളിൽ ജനിച്ചവരാകാം. ഒരിക്കൽ സംഘത്തിൽ ചേർന്നാൽ, നാമെല്ലാം സഹോദരന്മാരാണ്. നമ്മെ വിഭജിക്കുന്ന യാതൊരു വേർതിരിവുകളുമില്ല."

ബദ്രിയ ഉപാലിക്ക് കൈകൊടുത്തു. ശാക്യരാജ്യത്തിന്റെ വടക്കൻ പ്രവിശ്യയിലെ പഴയ ഗവർണറായി അവൻതന്നെ പരിചയപ്പെടുത്തി. മറ്റ് രാജകുമാരന്മാരെയും അവൻ ഉപാലിക്ക് പരിചയപ്പെടുത്തി. അവർ താണു വണങ്ങി. ഏഴ് യുവാക്കളും അവരുടെ യാത്ര തുടർന്നു.

അവർ പിറ്റേന്ന് അനുപിയയിലെത്തി. നഗരത്തിന്റെ വടക്ക് കിഴക്ക് രണ്ട് നാഴിക മാറി ഒരു കാട്ടിലാണ് ബുദ്ധൻ വസിക്കുന്നതെന്ന് അവരറിഞ്ഞു. കാട്ടിനുള്ളിലേക്ക് അവർ നടന്നുപോയി. ബുദ്ധനെ കണ്ടു. എല്ലാവർക്കുംവേണ്ടി ബദ്രിയ സംസാരിച്ചു. ഉപസമ്പദിക്കണമെന്ന അപേക്ഷ സ്വീകരിച്ചുകൊണ്ട് ബുദ്ധൻ തലയാട്ടി. ബദ്രിയ ഇത്രയും കൂടി പറഞ്ഞു. "ഉപാലിയെ ആദ്യം ഉപസമ്പദിക്കണമെന്ന് ഞങ്ങൾക്കുണ്ട്. അതിനുശേഷം, ധർമ്മത്തിലെ മൂത്ത സഹോദരനായി ഞങ്ങൾ ഉപാലിയെ വണങ്ങും. അതോടെ ഞങ്ങളിൽ ഏതെങ്കിലും തരത്തിൽ ശേഷിക്കുന്ന മിഥ്യയായ അചിന്തയുടെയും ഉച്ചനീചത്വത്തിന്റെയും അവശിഷ്ടങ്ങൾ പൊയ്പോകും."

ബുദ്ധൻ ആദ്യം ഉപാലിയെ ഉപസമ്പദിച്ചു. ആനന്ദന് പതിനെട്ടുവയസ്സേ ആയിട്ടുള്ളൂ എന്നതിനാൽ, ഇരുപത് വയസ്സാകുമ്പോൾ സമ്പൂർണ്ണ ഉപസമ്പദത്തിനായി തയ്യാറെടുക്കുന്നതിലേക്കായി അവൻ ഒരു പ്രാരംഭകന്റെ പ്രതിജ്ഞ എടുത്തു. രാഹുലൻ കഴിഞ്ഞാൽ ഇപ്പോൾ സംഘത്തിൽ ഏറ്റവും പ്രായം കുറഞ്ഞവൻ ആനന്ദനാണ്. ആനന്ദനെ കണ്ടതിൽ രാഹുലന് സന്തോഷം തോന്നി.

ഉപസമ്പദത്തിന് മൂന്ന് ദിവസം കഴിഞ്ഞ്, അവർ ബുദ്ധനും മറ്റ് ഭിക്ഷുക്കളുമൊത്ത് വൈശാലിയിലേക്ക് തിരിച്ചു. അവിടെ അവർ മഹാവന തോട്ടത്തിൽ മൂന്ന് നാൾ വിശ്രമിച്ചു. അതിനുശേഷം, രാജഗൃഹത്തിലെ വേണുവന വിഹാരത്തിലെത്താൻ അവർ പത്ത് ദിവസമെടുത്തു.

വേണുവനത്തിൽ താമസിച്ചിരുന്ന പൂജ്യരായ കശ്യപനും മൊഗ്ഗല്ലനും കൊണ്ടണ്ണനും അതുപോലെ മറ്റ് അറുനൂറ് ഭിക്ഷുക്കളും വീണ്ടും ബുദ്ധനെ കണ്ടതിൽ ആഹ്ലാദിച്ചു. ബുദ്ധൻ വന്നതറിഞ്ഞ ബിംബിസാരൻ അദ്ദേഹത്തെ വേഗേന സന്ദർശിച്ചു. വേണുവനത്തിലെ അന്തരീക്ഷം സന്തോഷകരവും ഊഷ്മളവുമായിരുന്നു. മഴക്കാലം ആഗതമായിക്കൊണ്ടിരിക്കയാണ്. പൂജ്യരായ കൊണ്ടണ്ണനും കശ്യപനും അവശ്യംവേണ്ട തയ്യാറെടുപ്പുകൾ നടത്തിയിരുന്നു. ബുദ്ധന് ബോധോദയം സിദ്ധിച്ചതിനുശേഷമുള്ള മൂന്നാമത്തെ മഴക്കാലമായിരുന്നു അത്. ആദ്യത്തേത് മാന്തോട്ടത്തിലും രണ്ടാമത്തേത് വേണുവനത്തിലുമാണ് അദ്ദേഹം ചെലവഴിച്ചത്.

ഗവർണർ പദവി സ്വീകരിക്കുന്നതിനു മുമ്പ് ബദ്ദിയ ആത്മീയ വിഷയങ്ങൾ പൂർണ്ണഹൃദയത്തോടെ പഠിച്ചിരുന്നു. ഇപ്പോൾ അഭിവന്ദ്യ കശ്യപന്റെ നിർദ്ദേശത്തിൽ, അവൻ ഹൃദയവും മനസ്സും സമർപ്പിച്ച് മുഴുവൻ സമയവും പരിശീലനത്തിലേർപ്പെട്ടു. കുടിലിൽ ഉറങ്ങുന്നതിനേക്കാൾ അവൻ താൽപര്യപ്പെട്ടത്, മരക്കീഴിൽ ഉറങ്ങുന്നതിനായിരുന്നു. ഒരു രാത്രി മരക്കീഴിൽ ധ്യാനിച്ചുകൊണ്ടിരിക്കെ, ഇതുവരെയൊരിക്കലും അറിയാത്ത അതിയായ ആനന്ദം അവനനുഭവപ്പെട്ടു: അവൻ ആശ്ചര്യഭരിതനായി.

“ഹാ, ആനന്ദം, ആനന്ദം!”

ബദ്ദിയ ഒച്ചയിടുന്നത് അടുത്തിരുന്ന മറ്റൊരു ഭിക്ഷു കേട്ടു. പിറ്റേന്ന് പ്രഭാതത്തിൽ, ഈ ഭിക്ഷു തന്നെ വിവരം ബുദ്ധനെ അറിയിച്ചു. “പ്രഭോ! ഇന്നലെ രാത്രി വൈകീട്ട് ഞാൻ ധ്യാനിച്ചുകൊണ്ടിരിക്കെ, ബദ്ദിയഭിക്ഷു പൊടുന്നനെ വിളിച്ചുപറയുന്നത് കേട്ടു, “ഹാ, ആനന്ദം! ആനന്ദം! താനുപേക്ഷിച്ച സ്വന്തം പ്രതാപവും ധനവും അദ്ദേഹത്തിന് നഷ്ടപ്പെട്ട പോലെയുണ്ട്. അങ്ങയോടിത് പറയുന്നതാണ് ഉത്തമമെന്ന് തോന്നി.”

ബുദ്ധൻ തലയാട്ടിയതേയുള്ളൂ.

ഉച്ചഭക്ഷണത്തിനുശേഷം, ബുദ്ധൻ ഒരു ധർമ്മ പ്രഭാഷണം നടത്തി. പ്രഭാഷണം അവസാനിച്ചപ്പോൾ, ബുദ്ധൻ സദസ്സിന് മുന്നിലേക്ക് വരുവാൻ ബദ്ദിയോടാവശ്യപ്പെട്ടു. സദസ്സിൽ നിരവധി ഗൃഹസ്ഥശിഷ്യരും ഉണ്ടായിരുന്നു. ബുദ്ധൻ അദ്ദേഹത്തോട് ചോദിച്ചു, “ബദ്ദിയാ, കഴിഞ്ഞ രാത്രി വൈകീട്ട് ധ്യാനിച്ചുകൊണ്ടിരുന്നപ്പോൾ നിങ്ങൾ, ഹാ ആനന്ദം, ആനന്ദം എന്ന് ഒച്ചയിട്ടുവോ?”

ബദ്ദിയ കൈകൾ കൂപ്പി: “ഗുരോ, കഴിഞ്ഞ രാത്രി ഞാൻ ഈ വാക്കുകൾ ഉറക്കെ വിളിച്ചുപറഞ്ഞു എന്നത് തീർച്ചയായും ശരിയാണ്.”

“എന്തുകൊണ്ടാണെന്ന് നിങ്ങൾക്കു പറയാനാവുമോ?”

"പ്രഭോ, ഗവർണറായിരുന്നപ്പോൾ, അധികാരത്തിന്റെയും സമ്പത്തിന്റെയും പ്രശസ്തിയുടെയും ഒരു ജീവിതമാണ് ഞാൻ ജീവിച്ചത്. ഞാനെവിടെ പോകുമ്പോഴും നാല് പടയാളികൾ സംരക്ഷണത്തിനായി എന്റെ ഒപ്പം ഉണ്ടായിരുന്നു. രാപ്പകൽ എന്റെ കൊട്ടാരത്തിൽ സായുധരായ കാവൽക്കാരുണ്ടായിരുന്നു. എന്നിട്ടും, ഒരു നിമിഷംപോലും ഞാൻ സുരക്ഷിതനാണെന്ന തോന്നൽ എനിക്കുണ്ടായിട്ടില്ല. ഉത്ക്കണ്ഠയും ഭയവും എന്നിൽ എപ്പോഴും നിരന്തരമായി നിറഞ്ഞിരുന്നു. എന്നാലിപ്പോൾ ഈ അഗാധമായ വനത്തിൽ ഒറ്റയ്ക്ക് നടക്കാനും ഇരിക്കാനും കഴിയും. ഭയമോ ഉൽക്കണ്ഠയോ ഞാൻ അറിയുന്നില്ല. മുമ്പെങ്ങുമില്ലാത്ത വിധം ലാഘവത്വവും ആനന്ദവും ശാന്തിയും എനിക്കനുഭവപ്പെടുന്നു. ഗുരോ, ഒരു ഭിക്ഷുവിന്റെ ജീവിതം ജീവിക്കുന്നതിലൂടെ എനിക്കനല്പമായ സന്തോഷവും സംതൃപ്തിയും ഉണ്ടാകുന്നുണ്ട്. ഞാനിന്ന് ആരെയും ഭയപ്പെടുന്നില്ല. എനിക്ക് എന്തെങ്കിലും നഷ്ടപ്പെട്ടതായും തോന്നുന്നില്ല. വനത്തിൽ സ്വതന്ത്രമായി വിഹരിക്കുന്ന ഒരു മാനിനെപ്പോലെ സന്തോഷവാനാണ് ഞാൻ. കഴിഞ്ഞ ദിവസം രാത്രി ധ്യാനിച്ചുകൊണ്ടിരിക്കുമ്പോൾ ഇതെനിക്ക് സുവ്യക്തമായി. ഞാൻ അദ്ഭുതം കൂറി. "ഓ... ആനന്ദം! ആനന്ദം!" അങ്ങേയ്ക്കും മറ്റ് ഭിക്ഷുക്കൾക്കും അത് എന്തെങ്കിലും ശല്യമുണ്ടാക്കിയെങ്കിൽ എന്നെ മാപ്പാക്കുക."

മുഴുവൻ സദസ്സിന്റെയും മുമ്പാകെ ബുദ്ധൻ ബദ്രിയയെ പ്രശംസിച്ചു. "ഇത് അതിശയകരമാണ്, ബദ്രിയാ. നിസ്സംഗതയുടെയും ആത്മസംതൃപ്തിയുടെയും പാതയിൽ നിങ്ങൾ മഹത്തായ പുരോഗതി ഉണ്ടാക്കിയിരിക്കുന്നു. നിങ്ങൾ അനുഭവിക്കുന്ന ശാന്തിയും ആനന്ദവും ദൈവങ്ങൾപോലും ആഗ്രഹിക്കുന്ന ആനന്ദവും ശാന്തിയുമാണ്."

മഴക്കാല വിശ്രമവേളയിൽ ബുദ്ധൻ നിരവധി പുതിയ ഭിക്ഷുക്കളെ ഉപസമ്പദിച്ചു. അവരിൽ മഹാകശ്യപൻ എന്ന ധിഷണാശാലിയായ ഒരു യുവാവുണ്ടായിരുന്നു. മഗധയിലെ ഏറ്റവും ധനികന്റെ മകനായിരുന്നു മഹാകശ്യപൻ. അദ്ദേഹത്തിന്റെ അച്ഛന്റെ സമ്പത്ത് രാജ്യത്തിന്റെ ഖജനാവിനടുത്ത് നിൽക്കും. മഹാകശ്യപൻ വൈശാലിയിൽ നിന്നുള്ള ഭദ്രകാപിലാനിയെന്ന യുവതിയേയാണ് വിവാഹം കഴിച്ചിരുന്നത്. അവർ ഭാര്യാഭർത്താക്കന്മാരായി പന്ത്രണ്ട് കൊല്ലം കഴിഞ്ഞു. എന്നാൽ രണ്ടുപേരും ആത്മീയ മാർഗ്ഗങ്ങൾ പിന്തുടരാൻ ആഗ്രഹിച്ചു.

ഒരു ദിവസം അതിരാവിലെ, മഹാകശ്യപൻ തന്റെ ഭാര്യക്കു മുമ്പേ ഉണർന്നു. പെട്ടെന്ന്, കിടക്കയിൽ നിന്ന് വശത്തേയ്ക്ക് തൂങ്ങിക്കിടക്കുന്ന ഭാര്യയുടെ കയ്യിന്മേലൂടെ, ഒരു വിഷപ്പാമ്പ് ഇഴയുന്നത് കണ്ടു. പാമ്പിനെ പേടിപ്പിക്കേണ്ടെന്ന് വിചാരിച്ച്, മഹാകശ്യപൻ ശ്വാസം കഴി

ക്കാൻപോലും ധൈര്യപ്പെട്ടില്ല. അത് സാവകാശം കാപിലാനിയുടെ കൈയും കടന്ന് മുറിയിൽനിന്ന് പുറത്തേക്ക് ഇഴഞ്ഞുപോയി. മഹാകശ്യപൻ ഭാര്യയെ വിളിച്ചുണർത്തി സംഭവിച്ചത് പറഞ്ഞു. അവരൊന്നിച്ചിരുന്ന് ജീവിതത്തിന്റെ ക്ഷണികതയെക്കുറിച്ചും നശ്വരതയെപ്പറ്റിയും ചിന്തിച്ചു. മാർഗ്ഗം പഠിക്കാനായി താമസം വിനാ ഒരു ഗുരുവിനെ കണ്ടെത്തുവാൻ കാപിലാനി മഹാകശ്യപനോട് ധൃതിപ്പെട്ടു. ബുദ്ധനെപ്പറ്റി അദ്ദേഹം കേട്ടിരുന്നതിനാൽ, ഉടനെ അദ്ദേഹം വേണുവനവിഹാരത്തിൽ പോയി. ബുദ്ധനെ കണ്ടമാത്രയിൽ, അദ്ദേഹത്തിന് മനസ്സിലായി, തന്റെ യഥാർത്ഥ ഗുരു ബുദ്ധനാണെന്ന്. മഹാകശ്യപൻ അപൂർവ്വമായ ആഴമുള്ള മനുഷ്യനാണെന്ന് ബുദ്ധന് വളരെ എളുപ്പം മനസ്സിലായി; അദ്ദേഹം മഹാകശ്യപന് ഉപസമ്പദം നൽകി. മഹാകശ്യപൻ ബുദ്ധനോട് തന്റെ പത്നിക്ക് ഭിക്ഷുണിയായി മാർഗ്ഗം പിന്തുടരാനുള്ള ആഗ്രഹം അറിയിച്ചു. എന്നാൽ, സംഘത്തിലേക്ക് സ്ത്രീകളെ പ്രവേശിപ്പിക്കേണ്ട സമയമായിട്ടില്ലെന്നും; അല്പംകൂടി അവർ ക്ഷമിക്കണമെന്നും ബുദ്ധൻ മറുപടിയായി.

39. ഉഷസ്സ് വിരിയുന്നതും കാത്ത്

മഴക്കാലം കഴിഞ്ഞ് മൂന്ന് നാളുകൾക്കുശേഷം, സുദത്തൻ എന്നൊരു യുവാവ് ബുദ്ധനെ സന്ദർശിച്ചു. കോസലത്തിൽ വന്ന് ഉൽബുദ്ധതയുടെ മാർഗ്ഗം പഠിപ്പിക്കുമോയെന്ന് ആരായാൻ. സുദത്തൻ വളരെയേറെ ധനികനായ വണിക്കായിരുന്നു. കോസലത്തിന്റെ തലസ്ഥാനനഗരമായ ശ്രാവസ്തിയിലാണ് താമസിച്ചിരുന്നത്. കോസലം ഭരിച്ചിരുന്നത് പസേനദി രാജാവായിരുന്നു. സുദത്തൻ നാട്ടുകാർക്കിടയിൽ അറിയപ്പെട്ടിരുന്നത് ഒരു മനുഷ്യസ്നേഹിയായിട്ടാണ്. തന്റെ വരുമാനത്തിന്റെ നല്ലൊരു ഭാഗം അദ്ദേഹം അനാഥർക്കും ദരിദ്രർക്കും നീക്കിവെച്ചു. അദ്ദേഹത്തിന്റെ ദീനാനുകമ്പ അദ്ദേഹത്തിന് അത്യധികം സംതൃപ്തിയും സന്തോഷവും നൽകി. ജനങ്ങൾ അദ്ദേഹത്തെ 'അനന്തപിണ്ഡിക' എന്ന് വിളിച്ചു. ദരിദ്രരെയും തിരസ്കൃതരെയും പരിപാലിക്കുന്നവൻ.

സാധനങ്ങൾ വാങ്ങുന്നതിനും വിൽക്കുന്നതിനുമായി സുദത്തൻ ഇടക്കിടെ മഗധയിലേക്ക് സഞ്ചരിച്ചു. രാജഗൃഹത്തിലുള്ളപ്പോൾ അദ്ദേഹം തന്റെ പത്നിയുടെ മൂന്നാമത്തെ സഹോദരന്റെ വീട്ടിൽ താമസിച്ചു. അദ്ദേഹവും ഒരു വണിക്കായിരുന്നു. വളരെയേറെ സ്നേഹത്തോടെയാണ് ഭാര്യാസഹോദരൻ അദ്ദേഹത്തോട് പെരുമാറിയിരുന്നത്. അദ്ദേഹം അവിടെ താമസിക്കുന്നത് സന്തോഷകരമാണെന്ന് അദ്ദേഹം അറിയിച്ചു. മഴക്കാലത്തിന്റെ അന്ത്യത്തിലായിരുന്നു അദ്ദേഹം തന്റെ ഭാര്യാ സഹോദരനുമൊത്ത് താമസിച്ചിരുന്നത്.

പതിവുപോലെ, ഭാര്യാ സഹോദരൻ അദ്ദേഹത്തിന്റെ അനേകം ആവശ്യങ്ങളെ അത്രയൊന്നും ശ്രദ്ധിച്ചില്ല. പകരം, അദ്ദേഹം തന്റെ കുടുംബാംഗങ്ങൾക്കും പരിചാരകർക്കും ഏതോ ഒരു വലിയ സദ്യ ഒരുക്കുന്നതിനായുള്ള നിർദ്ദേശങ്ങൾ നൽകി. ഇത്രയധികം പണിത്തിരക്കിൽ ആ കുടുംബം ആമഗ്നമാകുന്നതെന്ത്, സുദത്തൻ അദ്ഭുതപ്പെട്ടു. ഏതെങ്കിലും മരണാടിയന്തിരമോ വിവാഹസദ്യയോ ഒരുക്കുകയാണോ അവരെന്ന് സുദത്തൻ ചോദിച്ചു.

ഭാര്യാ സഹോദരൻ: "ഞാൻ ബുദ്ധനെയും ഭിക്ഷുക്കളെയും നാളേയ്ക്ക് ഭക്ഷണത്തിന് ക്ഷണിച്ചിട്ടുണ്ട്.'

ഒട്ടൊരതിശയത്തോടെ സുദത്തൻ ചോദിച്ചു: "ഈ ബുദ്ധനെന്നാൽ ബോധോദയം സിദ്ധിച്ചവൻ എന്നല്ലേ അർത്ഥം?"

"ശരിയാണ്. ബുദ്ധൻ ഉൽബുദ്ധനായവൻ. അദ്ദേഹം ബോധദീപ്ത നായ ഗുരുവാണ്. തേജോമയനും വിചിത്രവാനുമാണ്. ഈ വിചിത്ര വ്യക്തിയെ കാണുവാൻ നാളെ നിങ്ങൾക്കൊരവസരം കിട്ടും."

എന്തുകൊണ്ടെന്ന് വിശദീകരിക്കാനാവില്ല, ബുദ്ധൻ എന്ന പേര് കേട്ടതും സുദത്തന്റെ മനസ്സിൽ സന്തോഷവും ആവേശവും നിറഞ്ഞു. അദ്ദേഹം ഭാര്യാ സഹോദരന്റെ അടുത്ത് തറയിലിരുന്നു. ബോധദീ പ്തനായ ഗുരുവിനെക്കുറിച്ച് കൂടുതലറിയാൻ ആഗ്രഹം പ്രകടിപ്പിച്ചു. സൗമ്യരായ ഭിക്ഷുക്കൾ നഗരത്തിൽ ഭിക്ഷയെടുക്കുന്നത് കണ്ട താൻ വേണു വനവിഹാരത്തിൽ ബുദ്ധനെ കാണാൻ പോയത് അദ്ദേഹം വിശദീകരിച്ചു. അദ്ദേഹം ബുദ്ധന്റെ ഗൃഹസ്ഥശിഷ്യരിലൊരാളായി ത്തീർന്നിരുന്നു. ഒരു കാണിക്കയായി, വെയിലിൽ നിന്നും മഴയിൽനി ന്നും ഭിക്ഷുക്കളെ സംരക്ഷിക്കുവാനായി അനേകം ഓലക്കുടിലുകൾ പണിതു കൊടുത്തു. ഒരു ദിവസം അറുപത് കുടിലുകൾ പണിയുന്ന തിന് അദ്ദേഹം നേതൃത്വം നൽകി.

ഒരുപക്ഷേ, സുദത്തൻ വിസ്മയിച്ചു, ഏതെങ്കിലുമൊരു പൂർവ്വജന്മ ബന്ധം കൊണ്ടല്ലാതെ മറ്റൊന്നുമായിരിക്കില്ല, തന്റെ ഹൃദയത്തിനു ള്ളിൽ ബുദ്ധനോടിത്ര ആദരവും സ്നേഹവും തോന്നുന്നത്. പിറ്റേന്ന് ഉച്ചവരെ കാത്ത് നിൽക്കാൻ അദ്ദേഹം തയ്യാറായില്ല. പ്രഭാതമാകാൻ ആകാംക്ഷാഭരിതനായി. അസ്വസ്ഥമായ ഒരു രാത്രിയാണ് അദ്ദേഹം ചെലവിട്ടത്. രാവിലെത്തന്നെ വേണുവനവിഹാരം സന്ദർശിക്കണം. നേരം വെളുത്തുവോയെന്ന് നോക്കാനായി അദ്ദേഹം മൂന്ന് തവണ കിടക്കയിൽ നിന്നും എണീറ്റു. എന്നാൽ ഓരോ തവണയും ആകാശം ഇരുണ്ട് തന്നെയിരുന്നു. എന്തായാലും കൂടുതൽ ഉറങ്ങാനാവാതെ, അദ്ദേഹം എണീറ്റു. വസ്ത്രം ധരിച്ച്, ചെരിപ്പിട്ട് പുറത്ത് കടന്നു. അന്ത രീക്ഷം തണുത്തതും മൂടിയതുമായിരുന്നു. ശിവക കവാടത്തിലൂടെ വേണുവനത്തിലേക്ക് നടന്നു. അദ്ദേഹം അങ്ങനെയെത്തിയ നേരം പ്രഭാതസൂര്യന്റെ ആദ്യരശ്മികൾ മുളയിലകളെ പ്രകാശിപ്പിക്കുന്നുണ്ടാ യിരുന്നു. ബുദ്ധനെ കാണുകയൊഴിച്ച് മറ്റൊന്നും വേണ്ടിയിരുന്നില്ലെ ങ്കിലും അദ്ദേഹം വല്ലാതെ വികാര വിവശനായി. സ്വയം ശാന്തനാ കാൻ അദ്ദേഹം മന്ത്രിച്ചു: "സുദത്താ, വിഷമിക്കേണ്ട."

ആ നിമിഷം, നടന്ന്ധ്യാനം ചെയ്തിരുന്ന ബുദ്ധൻ അദ്ദേഹത്തെ കടന്നുപോയി. അദ്ദേഹം നിന്നു, മൃദുലമായി മൊഴിഞ്ഞു: "സുദത്തൻ"

സുദത്തൻ കൈകൾകൂപ്പി. ബുദ്ധനെ താണ് വണങ്ങി. അവർ ബുദ്ധന്റെ കുടിലിലേക്ക് നടന്നു. ബുദ്ധൻ നന്നായുറങ്ങിയോയെന്ന്

സുദത്തൻ ചോദിച്ചു. ഉവ്വെന്ന് അദ്ദേഹം പറഞ്ഞു. ബുദ്ധനെ കാണാനുള്ള ആകാംക്ഷയിൽ അസ്വസ്ഥമായ ഒരു രാത്രിയാണ് താൻ ചെലവിട്ടതെന്ന് സുദത്തൻ ബുദ്ധനോട് പറഞ്ഞു. അദ്ദേഹം ബുദ്ധനോട് മാർഗ്ഗം പഠിപ്പിച്ചുതരുവാൻ അപേക്ഷിച്ചു. ധാരണയെപ്പറ്റിയും സ്നേഹത്തെപ്പറ്റിയും ബുദ്ധൻ സുദത്തനോട് പറഞ്ഞു.

സുദത്തൻ അനല്പമായ ആഹ്ലാദത്താൽ നിറഞ്ഞു. അദ്ദേഹം ബുദ്ധനെ നമസ്കരിച്ചു.. തന്നെ ഒരു ഗൃഹസ്ഥശിഷ്യനാക്കാൻ അപേക്ഷിച്ചു. ബുദ്ധൻ അദ്ദേഹത്തെ സ്വീകരിച്ചു. ബുദ്ധനെയും മറ്റെല്ലാ ഭിക്ഷുക്കളെയും അടുത്തദിവസം ഭക്ഷണത്തിനായി സുദത്തൻ തന്റെ ഭാര്യാ സഹോദരന്റെ വീട്ടിലേക്ക് ക്ഷണിച്ചു.

ബുദ്ധൻ സൗമ്യമായി ചിരിച്ചു: "അവിടെ ഇന്ന് ഭക്ഷണം കഴിക്കുവാൻ ഞാനും ഭിക്ഷുക്കളും ക്ഷണിക്കപ്പെട്ടിരിക്കയാണ്. നാളെയും കൂടി അവിടെ ഭക്ഷണം കഴിക്കുന്നതിന് ഒരു കാരണവുമില്ല."

സുദത്തൻ പറഞ്ഞു: "ഇന്ന് എന്റെ ഭാര്യാ സഹോദരൻ അങ്ങേയ്ക്ക് ആതിഥേയത്തമൊരുക്കും. നാളെ എന്റെ വകയായിരിക്കും. രാജഗൃഹത്തിൽ എനിക്ക് സ്വന്തമായൊരു വീടില്ലാത്തതിൽ ഖേദിക്കുന്നു. എന്റെ ക്ഷണം സ്വീകരിക്കുവാൻ ഞാൻ അപേക്ഷിക്കുന്നു."

ബുദ്ധൻ മന്ദഹസിച്ച് തന്റെ സ്വീകാര്യം വ്യക്തമാക്കി. അത്യാഹ്ലാദവാനായി സുദത്തൻ വീണ്ടും ബുദ്ധനെ വണങ്ങി. അന്നത്തെ സദ്യയ്ക്കുള്ള ഒരുക്കത്തിൽ ഭാര്യാ സഹോദരനെ സഹായിക്കുവാനായി ധൃതിയിൽ വീട്ടിലേക്ക് തിരിച്ചു.

ഭാര്യാ സഹോദരന്റെ വീട്ടിൽവെച്ച് ബുദ്ധന്റെ പ്രബോധനം കൂടുതലായി കേട്ടതോടെ, അദ്ദേഹത്തിന്റെ ആനന്ദത്തിന് അതിരില്ലാതായി. പ്രബോധനം അവസാനിച്ചപ്പോൾ ബുദ്ധനെയും ഭിക്ഷുക്കളെയും അദ്ദേഹം പടിവരെ അനുഗമിച്ചു. ഉടനെത്തന്നെ പിറ്റേന്നത്തേക്കുള്ള ഭക്ഷണസമർപ്പണത്തിന് ഒരുക്കങ്ങളാരംഭിച്ചു. ഭാര്യാ സഹോദരനും ഉത്സാഹത്തോടെ ഒപ്പം ചേർന്നു. ഇത്രയും കൂടി പറഞ്ഞു, "സുദത്താ, താങ്കളിപ്പോഴും എന്റെ അതിഥിയാണ്. തയാറെടുപ്പിന്റെ ചുമതല എന്തുകൊണ്ട് പൂർണ്ണമായും എനിക്കുതന്നെ വിട്ടുതന്നുകൂടാ?"

എന്നാൽ സുദത്തൻ അത് കേട്ടില്ല. എല്ലാ ചെലവും താൻതന്നെ വഹിക്കണമെന്ന് അദ്ദേഹം നിർബന്ധം പിടിച്ചു. വീടൊരുക്കാനും ചില കറികൾ പാകം ചെയ്യാനും മാത്രം സഹായം സ്വീകരിക്കുന്നതിന് സമ്മതിച്ചു.

പിറ്റേന്ന് ബുദ്ധന്റെ പ്രബോധനം കൂടുതലായി കേട്ടതോടെ അദ്ദേഹത്തിന്റെ ഹൃദയം പുഷ്പംപോലെ വിടർന്നു. അദ്ദേഹം മുട്ടുകുത്തി പറഞ്ഞു: "ബുദ്ധ പ്രഭോ, കോസലരാജ്യത്തെ ജനങ്ങൾക്ക് ഇനിയും അങ്ങയെയും സംഘത്തെയും സ്വാഗതം ചെയ്യാനും ഉൽബുദ്ധതയുടെ

മാർഗ്ഗം പഠിക്കാനും അവസരമുണ്ടായിട്ടില്ല. കോസലത്തിലേയ്ക്ക് വരാനും അവിടെ കുറച്ചുകാലം ചെലവഴിക്കാനുമുള്ള എന്റെ ക്ഷണം പരിഗണിക്കുമല്ലോ. കോസലത്തിലെ ജനങ്ങളോട് അങ്ങ് കരുണ കാണിച്ചാലും!"

ഈ ആശയം തന്റെ മുതിർന്ന ശിഷ്യരുമായി ചർച്ച ചെയ്യാമെന്ന് ബുദ്ധൻ സമ്മതിച്ചു. കുറച്ച് നാളുകൾക്കുള്ളിൽ വിവരം അറിയിക്കാമെന്നും അദ്ദേഹം വാക്കുകൊടുത്തു.

കുറച്ചുനാൾകഴിഞ്ഞ് സുദത്തൻ വേണുവനവിഹാരം സന്ദർശിച്ചു. ബുദ്ധൻ തന്റെ ക്ഷണം സ്വീകരിച്ച സന്തോഷവാർത്തയറിഞ്ഞു. ശ്രാവസ്തിക്കടുത്ത് ഭിക്ഷുസംഘത്തിന് താമസിക്കാൻ അനുയോജ്യമായ ഏതെങ്കിലും സ്ഥലമുണ്ടോയെന്ന് ബുദ്ധൻ തിരക്കി. ഒരു സ്ഥലം കണ്ടുപിടിക്കാമെന്നും അവിടെയുള്ളപ്പോൾ സംഘത്തിന്റെ എല്ലാ ആവശ്യങ്ങളും നിവർത്തിക്കാമെന്നും അദ്ദേഹം ഉറപ്പ് കൊടുത്തു. ബുദ്ധന്റെ ആഗമനത്തിന് മുന്നോടിയായി തയ്യാറെടുപ്പുകൾക്ക് സഹായിക്കാനായി പൂജ്യനായ സരിപുത്രനെ തന്റെയൊപ്പം കോസലത്തേക്ക് അയയ്ക്കുവാൻ അനുവാദം നൽകണമെന്ന് സുദത്തൻ നിർദ്ദേശിച്ചു. ബുദ്ധൻ സരിപുത്രനോട് പോകാൻ ഇഷ്ടമാണോയെന്ന് തിരക്കി. സരിപുത്രൻ സമ്മതിച്ചു.

ഒരാഴ്ചയ്ക്കുശേഷം സുദത്തൻ വേണുവനത്തിലെത്തി. സരിപുത്രനെ കണ്ടു. അവരൊന്നിച്ച് യാത്ര പുറപ്പെട്ടു. ഗംഗ കടന്ന് വൈശാലിയിലെത്തി. അവരവിടെ അംബപാലിയെ കണ്ടു. രാത്രി അവരുടെ മാന്തോപ്പിൽ വിശ്രമിച്ചു. അടുത്ത ആറ് മാസങ്ങൾക്കകം വൈശാലിയിലേക്ക് പോകുന്ന വഴിയിൽ ബുദ്ധനെയും അനേകം ഭിക്ഷുക്കളെയും പ്രതീക്ഷിക്കാമെന്ന് സരിപുത്രൻ അവരോട് പറഞ്ഞു. അവർക്ക് ഭക്ഷണം നൽകുന്നതിനും കിടക്കാൻ ഇടം ഒരുക്കുന്നതിനും താൻ വളരെ സന്തോഷവതിയായിരിക്കും, അംബപാലി പറഞ്ഞു. സുദത്തനെയും സരിപുത്രനെയും അതിഥികളായി സ്വീകരിച്ചതിലൂടെ അംബപാലി ഏറെ ബഹുമാനിതയായിരിക്കുന്നു. ആ യുവ വണിക്കിന്റെ അനേകവിധത്തിലുള്ള ജീവകാരുണ്യവൃത്തികളെ അവൾ പ്രശംസിച്ചു. കോസലത്തിലേക്ക് ബുദ്ധന്റെ അനുശാസനങ്ങൾ എത്തിക്കുന്നതിനെ പ്രോത്സാഹിപ്പിച്ചു.

അംബപാലിയോട് വിടവാങ്ങി അവർ ഐരാവതി നദിക്കരയിലൂടെ ഉത്തരപശ്ചിമദിക്ക് ലക്ഷ്യമാക്കി നടന്നു. സുദത്തൻ അത്രയും ദൂരം ഒരിക്കലും കാൽനടയായി സഞ്ചരിച്ചിട്ടില്ലായിരുന്നു. മുമ്പൊക്കെ അയാൾ എപ്പോഴും വാഹനം ഉപയോഗിച്ചിരുന്നു. തങ്ങിയിടത്തെല്ലാം അദ്ദേഹം ബുദ്ധന്റെയും സംഘത്തിന്റെയും വരവിനെപ്പറ്റി ജനങ്ങളെ അറിയിച്ചു. അദ്ദേഹത്തെ സ്വീകരിക്കുവാനും.

"ബുദ്ധൻ ബോധോദയം സിദ്ധിച്ച ഗുരുനാഥനാണ്. ആഹ്ലാദത്തോടെ അദ്ദേഹത്തെയും സംഘത്തെയും സ്വീകരിക്കുവാൻ തയ്യാറെടുക്കുക."

മഗധയെക്കാൾ ഒട്ടും ശക്തികുറയാത്ത, വലുതും അഭിവൃദ്ധി പ്രാപിച്ചതുമായ ഒരു രാജ്യമായിരുന്നു കോസലം. അതിന്റെ തെക്കേ അതിര് ഗംഗയാൽ അടയാളപ്പെട്ടിരുന്നു. വടക്കനതിർത്തി ഹിമാലയവുമായി തൊട്ടുരുമ്മി. പോയിടത്തെല്ലാം 'അനന്തപിണ്ഡിക'നെന്ന സുദത്തനെ ഏവർക്കും സുപരിചിതമായിരുന്നു. അവർ പറഞ്ഞതെല്ലാം ജനങ്ങൾ വിശ്വസിച്ചു. ബുദ്ധനും സംഘവും വരുന്നത് അവർ പ്രത്യാശയോടെ ഉറ്റ് നോക്കി. ഓരോ പ്രഭാതത്തിലും അഭിവന്ദ്യസരിപുത്രൻ ഭിക്ഷാടനത്തിനിറങ്ങുമ്പോൾ, സുദത്തൻ അദ്ദേഹത്തെ അനുഗമിച്ചു. കാണുന്നവരോടെല്ലാം ബുദ്ധനെപ്പറ്റി പറഞ്ഞു.

ഒരു മാസത്തിനുശേഷം അവർ ശ്രാവസ്തിയിലെത്തി. സുദത്തൻ സരിപുത്രനെ തന്റെ വീട്ടിലേക്ക് ഭക്ഷണത്തിന് ക്ഷണിച്ചു. മാതാപിതാക്കളെയും പത്നിയേയും അദ്ദേഹത്തിന് പരിചയപ്പെടുത്തി. ധർമ്മത്തെപ്പറ്റി പറയാൻ അദ്ദേഹം സരിപുത്രനോടാവശ്യപ്പെട്ടു. അതിനുശേഷം മാതാപിതാക്കളോടും പത്നിയോടും മൂന്ന് ശരണങ്ങളും അഞ്ച് ധർമ്മങ്ങളും സ്വീകരിക്കുവാൻ പറഞ്ഞു. സുഭഗയും സ്നേഹമയിയുമായ ഒരു സ്ത്രീയായിരുന്നു സുദത്തന്റെ പത്നി. അവരുടെ പേര്, പുന്നലക്കാന എന്നായിരുന്നു. അവർക്ക് നാല് കുട്ടികളുണ്ടായിരുന്നു. മൂന്ന് പെണ്ണും ഒരാണും. സുഭദ മൂത്തത്. സുഭദ്ര ഇളയത്. സുമഗദ എന്നിങ്ങനെയായിരുന്നു പെൺകുട്ടികളുടെ പേരുകൾ, ഏറ്റവും താഴെ ആൺകുട്ടി. രല.

ഓരോ പ്രഭാതത്തിലും സരിപുത്രൻ നഗരത്തിൽ ഭിക്ഷാടനം നടത്തി. രാത്രി കാട്ടിൽ നദിക്കരയിൽ ഉറങ്ങി. ബുദ്ധനെയും ഭിക്ഷുക്കളെയും സ്വീകരിക്കുവാൻ ഒരു സ്ഥലം കണ്ടുപിടിക്കുന്നതിൽ സുദത്തൻ സമയം ചെലവഴിച്ചു.

40. പൊന്നുകൊണ്ട് നിലം മൂടുക

സുദത്തൻ സന്ദർശിച്ച എല്ലാ സ്ഥലങ്ങളിലും വച്ച് ജേതരാജകുമാരന്റെ തോട്ടത്തെക്കാൾ മനോഹരവും ശാന്തവുമായി മറ്റൊന്നുമില്ലായിരുന്നു. ഈ തോട്ടം തനിക്ക് സമ്പാദിക്കാൻ കഴിയുകയാണെങ്കിൽ, ബുദ്ധന്റെ ഉൽബുദ്ധതയുടെ മാർഗ്ഗം രാജ്യത്തിന്റെ എല്ലായിടങ്ങളിലേക്കും പ്രചരിപ്പിക്കാനുതകുന്ന വിശിഷ്ടമായ സ്ഥലമായിരിക്കും ഇത്. സുദത്തൻ ജേതരാജകുമാരനെ കാണുവാൻ പോയി. അദ്ദേഹം ഒരു കൊട്ടാരോദ്യോഗസ്ഥനെ സൽക്കരിക്കുന്നതായി കണ്ടു. സുദത്തൻ രണ്ടുപേരെയും ആദരാൽ അഭിവാദ്യം ചെയ്തു. പിന്നീട്, ബുദ്ധന്റെ ഒരു പരിശീലനകേന്ദ്രത്തിനായി രാജകുമാരന്റെ തോട്ടം വിൽക്കുമോയെന്ന തന്റെ ആഗ്രഹം നേരിട്ട് പ്രകാശിപ്പിച്ചു. ജേത രാജകുമാരന് ഇരുപത് വയസ്സേയുള്ളൂ. അച്ഛൻ പസേനദി രാജാവ് കഴിഞ്ഞവർഷം രാജകുമാരന് സമ്മാനിച്ചതാണ് തോട്ടം. രാജകുമാരൻ കൊട്ടാരോദ്യോഗസ്ഥനെയും പിന്നെ സുദത്തനെയും നോക്കി: "രാജാവായ അച്ഛനാണ് എനിക്ക് തോട്ടം തന്നത്. എനിക്കതിനോട് വലിയ അടുപ്പമുണ്ട്. അതിന്റെ ഓരോ ഇഞ്ചും താങ്കൾ സ്വർണ്ണനാണയങ്ങൾകൊണ്ട് മൂടുവാൻ സമ്മതിച്ചാൽ, ഞാനത് വിട്ടുതരാം."

ജേതരാജകുമാരൻ വെറുതെയങ്ങ് പറഞ്ഞതാണ്. യുവ വണിക്ക് തന്നെ ഗൗരവമായി എടുക്കുമെന്ന് അദ്ദേഹം ഒരിക്കലും വിചാരിച്ചില്ല. എന്നാൽ സുദത്തൻ ഇങ്ങനെ പ്രതികരിച്ചു: "സമ്മതിച്ചു. ഞാൻ നിങ്ങൾ പറഞ്ഞ വിലതരാം. നാളെ ഞാൻ സ്വർണ്ണവുമായി തോട്ടത്തിലെത്തും."

ജേതരാജകുമാരൻ പരിഭ്രാന്തനായി. "ഞാൻ വെറുതെ തമാശപറഞ്ഞതാണ്, തോട്ടം വിൽക്കുവാൻ ഞാനാഗ്രഹിക്കുന്നില്ല. സ്വർണ്ണം കൊണ്ടുവരാൻ ബുദ്ധിമുട്ടേണ്ട."

സുദത്തൻ ഉറപ്പിച്ചു പറഞ്ഞു: "ബഹുമാന്യനായ രാജകുമാരാ, താങ്കൾ രാജകുടുംബത്തിലെ അംഗമാണ്. പറഞ്ഞ വാക്ക് പാലിക്കണം."

സഹായത്തിനായി സുദത്തൻ ചായ കുടിച്ചുകൊണ്ടിരുന്ന കൊട്ടാരോദ്യോഗസ്ഥനെ നോക്കി, "സാർ, അങ്ങനെത്തന്നെയല്ലേ?"

ഉദ്യോഗസ്ഥൻ തലയാട്ടി, അദ്ദേഹം രാജകുമാരന്റെ നേരെ തിരിഞ്ഞു: "വണിക്കായ അനന്തപിണ്ഡിക സത്യം പറയുന്നു. താങ്കൾ ശരിക്കും

ഒരു വില പറഞ്ഞിരുന്നില്ലെങ്കിൽ സംഗതി വ്യത്യസ്തമായേനേ. എന്നാൽ ഇനിയിപ്പോൾ താങ്കൾക്ക് വാഗ്ദാനം പിൻവലിക്കാനാവില്ല."

ജേതരാജകുമാരൻ വഴങ്ങി. എന്നാൽ സുദത്തന് താൻ പറഞ്ഞ വില തരാനാവില്ലെന്ന് രഹസ്യമായി ആശിച്ചു. സുദത്തൻ വണങ്ങി, വിട വാങ്ങി, പിറ്റേന്ന് രാവിലെ, സ്വർണ്ണനാണ്യങ്ങൾ വലിയ വണ്ടികളിലെത്തിച്ചു. തന്റെ പരിചാരകരെക്കൊണ്ട് തോട്ടമാകെ സ്വർണ്ണനാണ്യങ്ങൾ നിരത്തി.

വലിയ സ്വർണ്ണക്കൂമ്പാരങ്ങൾ കണ്ട് ജേതരാജകുമാരൻ വിസ്മയിച്ചു. ഇതൊരു സാധാരണ വണിക്കല്ലെന്ന് അദ്ദേഹത്തിന് മനസ്സിലായി. ഒരു തോട്ടത്തിനായി എന്തിനാണൊരാൾ ഇത്രമാത്രം സ്വർണ്ണം നൽകുന്നതെന്ന് അദ്ദേഹം സ്വയം ചോദിച്ചു. ഈ യുവ വണിക്ക് ഇത്രത്തോളം പോകണമെങ്കിൽ ഈ ബുദ്ധനും സംഘവും തീർത്തും അസാധാരണക്കാരായിരിക്കണം. രാജകുമാരൻ സുദത്തനോട് ബുദ്ധനെപ്പറ്റി പറയുവാൻ ആവശ്യപ്പെട്ടു. തന്റെ ഗുരുനാഥനെക്കുറിച്ചും ധർമ്മത്തെക്കുറിച്ചും സംഘത്തെക്കുറിച്ചും പറഞ്ഞപ്പോൾ സുദത്തന്റെ കണ്ണുകൾ തിളങ്ങി. പിറ്റേന്ന് രാജകുമാരനെ കാണുവാനായി പൂജ്യനായ സരിപുത്രനെ കൊണ്ടുവരാമെന്ന് സുദത്തൻ വാക്ക് കൊടുത്തു. ബുദ്ധനെപ്പറ്റി സുദത്തൻ പറഞ്ഞതുകേട്ട് ജേതരാജകുമാരൻ സ്വയം വിചാരാധീനനായി. സുദത്തന്റെ ആൾക്കാർ തോട്ടത്തിന്റെ മൂന്നിൽ രണ്ടുഭാഗം ഇതിനകം സ്വർണ്ണംകൊണ്ട് മൂടിയിരുന്നത് അദ്ദേഹം കണ്ടു. നാലാമത്തെ വണ്ടി വന്നുകൊണ്ടിരിക്കുന്നു. ജേതരാജകുമാരൻ കൈയ്യുയർത്തി അവരോട് നിർത്താനാശ്യപ്പെട്ടു.

അദ്ദേഹം സുദത്തനോട് പറഞ്ഞു: "അത്ര സ്വർണ്ണം മതി. ബാക്കി എന്റെ വക ഉപഹാരമായിരിക്കട്ടെ. താങ്കളുടെ ഈ മനോഹരമായ പദ്ധതിക്ക് ഞാനും സംഭാവന ചെയ്യാനാഗ്രഹിക്കുന്നു."

ഇത് കേട്ടതിൽ സുദത്തന് സന്തോഷമുണ്ടായി. അദ്ദേഹം സരിപുത്രനെ രാജകുമാരനെ കാണാൻ കൊണ്ടുവന്നു. ആ ഭിക്ഷുവിന്റെ പ്രശാന്തഭാവത്തിൽ രാജകുമാരന് മതിപ്പ് തോന്നി. അവരൊന്നിച്ച് തോട്ടം സന്ദർശിക്കുവാനായി പോയി. രാജകുമാരന്റെ ബഹുമാനാർത്ഥം അതിനെ 'ജേതവനമെന്നും', 'ജേതതോട്ടമെന്നും' സുദത്തൻ വിളിക്കാൻ നിശ്ചയിച്ചിരുന്നു. അവിടെ വിഹാരം നിർമ്മിക്കുന്നതിന്റെ മേൽനോട്ടത്തിന് സരിപുത്രൻ അവിടെ താമസിക്കുമെന്ന് സുദത്തൻ നിർദ്ദേശിച്ചു. ഭക്ഷണം നിത്യവും വീട്ടിൽനിന്ന് കൊണ്ടുവരാമെന്ന് അദ്ദേഹം പറഞ്ഞു. സുദത്തനും സരിപുത്രനും രാജകുമാരനും അവിടെ കുടിലുകളും ധർമ്മപ്രഭാഷണത്തിനുള്ള നീണ്ട വരാന്തയും ധ്യാനപ്പുരയും കുളിമുറികളും പണിയുന്നതിനെപ്പറ്റി ചർച്ച നടത്തി. തോട്ടത്തിന്റെ പ്രവേശനദ്വാരത്തിൽ മൂന്ന് നിലകളുള്ള ഒരു കവാടം പണിയണമെന്ന

ആഗ്രഹം സുദത്തൻ പ്രകടിപ്പിച്ചു. ഇപ്പോൾ ഇത്തരം കാര്യങ്ങളെക്കുറിച്ച് വളരെ അനുഭവജ്ഞാനമുണ്ടായിരുന്നതുകൊണ്ട് സരിപുത്രൻ വിഹാരമുണ്ടാക്കുന്നതിന് സഹായകരമായ നിരവധി നിർദ്ദേശങ്ങൾ നൽകി. ബുദ്ധന്റെ ഓലക്കുടിൽ പണിയുവാനായി, സവിശേഷമായി പ്രശാന്തവും ശാന്തവുമായ ഒരിടം അവർ തെരഞ്ഞെടുത്തു. നടപ്പാതകളുണ്ടാക്കുന്നതിനും കിണറുകൾ കുഴിക്കുന്നതിനും അവർ മേൽനോട്ടം വഹിച്ചു.

രാജകുമാരനിൽനിന്ന് തോട്ടം വാങ്ങുവാനായി സ്വർണ്ണനാണയങ്ങൾ തോട്ടത്തിൽ വിരിച്ച കഥ നഗരവാസികൾ താമസിയാതെ അറിഞ്ഞു. മഗധയിൽനിന്ന് ഉടനെയെത്തുന്ന ബുദ്ധനെയും സംഘത്തെയും സ്വീകരിക്കുന്നതിന്നായി ഒരു വിഹാരം പണിയുന്ന കാര്യം അവരറിഞ്ഞു. സരിപുത്രൻ ജേതവനത്തിൽ ധർമ്മപ്രഭാഷണങ്ങൾ നടത്തുവാൻ തുടങ്ങി. അത് കേൾക്കാനെത്തുന്നവരുടെ സംഖ്യ നിത്യേന വർധിച്ചു. ആരും ബുദ്ധനെ അതുവരെ കണ്ടിരുന്നില്ലെങ്കിലും അദ്ദേഹത്തിന്റെ പ്രബോധനങ്ങളിലേക്ക് അവരെല്ലാം ആകർഷിക്കപ്പെട്ടതായി തോന്നി.

നാല് മാസങ്ങൾക്കുശേഷം വിഹാരം ഏതാണ്ട് പൂർത്തീകരിക്കപ്പെട്ടു. ബുദ്ധനെയും ഭിക്ഷുക്കളെയും ജേതവനത്തിലേക്ക് കൊണ്ടുവരുന്നതിനായി സരിപുത്രൻ രാജഗൃഹത്തിലേക്ക് യാത്ര തിരിച്ചു. അദ്ദേഹം അവരെ വൈശാലിയിലെ തെരുവുകളിൽ കണ്ടുമുട്ടി. കാവിവസ്ത്രങ്ങൾ പുതച്ച നൂറുകണക്കിന് ഭിക്ഷുക്കൾ തെരുവുകളിൽ ഭിക്ഷാടനം നടത്തുകയായിരുന്നു. ബുദ്ധനും ഭിക്ഷുക്കളും കുറച്ചു ദിവസങ്ങൾക്കു മുമ്പ് മാത്രമാണ് വൈശാലിയിലെത്തിയതെന്നും അവർ അടുത്തുള്ള മഹാവനത്തിലാണ് താമസിക്കുന്നതെന്നും അദ്ദേഹം അറിഞ്ഞു. ശ്രാവസ്തിയിലെ ഒരുക്കങ്ങളെപ്പറ്റി ബുദ്ധൻ ചോദിച്ചു. കാര്യങ്ങൾ നല്ല നിലയിൽ പുരോഗമിക്കുന്നുണ്ടെന്ന് സരിപുത്രൻ വിശദീകരിച്ചു.

ഉരുവേല കശ്യപനെയും കൊണ്ടണ്ണനെയും വേണുവനത്തിലെ സമൂഹകാര്യങ്ങൾ ഏല്പിച്ച വിവരം ബുദ്ധൻ സരിപുത്രനോട് പറഞ്ഞു. ഇപ്പോൾ ബുദ്ധനോടൊത്ത് വൈശാലിയിലുള്ള അഞ്ഞൂറ് ഭിക്ഷുക്കളിൽ ഇരുനൂറ് പേർ ഇവിടെ പരിസരങ്ങളിൽതന്നെ പരിശീലനത്തിനായി തങ്ങും. ബാക്കിയുള്ള മുന്നൂറ് പേർ അദ്ദേഹവുമൊത്ത് കോസലത്തിലേക്ക് യാത്ര തിരിക്കും. പിറ്റേന്ന് മുഴുവൻ സംഘത്തെയും അംബപാലി സദ്യയ്ക്ക് ക്ഷണിച്ചിട്ടുണ്ടെന്ന് ബുദ്ധൻ സരിപുത്രനോട് പറഞ്ഞു. അതിന്റെ പിറ്റേന്ന് അവർ ശ്രാവസ്തിയിലേക്ക് തിരിക്കും.

തന്റെ മാന്തോപ്പിൽ ബുദ്ധനും ഭിക്ഷുക്കൾക്കും ഭക്ഷണം നൽകാൻ അവസരം കിട്ടിയതിൽ അംബപാലി ഏറെ സന്തോഷവതിയായിരുന്നു. തന്റെ മകൻ ജീവകന് വൈദ്യശാസ്ത്രപഠനം കാരണം പങ്കെടുക്കാൻ

കഴിയാത്തതിൽ മാത്രമേ, അവൾ വേദനിച്ചുള്ളൂ. ബുദ്ധനെയും ഭിക്ഷുക്കളെയും പരിചരിക്കുന്നതിന്റെ തലേന്നാൾ ഒരു വിചിത്ര സംഭവമുണ്ടായി. ബുദ്ധനെ സന്ദർശിക്കാൻ വീട്ടിൽ നിന്നിറങ്ങിയ വഴിയിൽ, ലിച്ച്വി ഗോത്രത്തിലെ അനേകം രാജകുമാരന്മാർ ചേർന്ന് അവളുടെ വാഹനം തടഞ്ഞുനിർത്തി. വൈശാലിയിലെ അധികാരശക്തിയുള്ളവരും കുബേരന്മാരുമായ പ്രഭുക്കളായിരുന്നു അവർ. അവർ പ്രൗഢിയുള്ള വാഹനങ്ങളിലാണ് സഞ്ചരിച്ചിരുന്നത്. അവളെവിടെപ്പോകുന്നുവെന്ന് അവർ തിരക്കി. പിറ്റേന്ന് ബുദ്ധനെയും ഭിക്ഷുക്കളെയും സ്വീകരിക്കാനൊരുങ്ങുന്നതിന് വീട്ടിലേക്കു പോകുന്ന വഴിയിലാണ് താനെന്നവൾ പറഞ്ഞു. ബുദ്ധനെ മറന്ന് തങ്ങളെ പകരം ക്ഷണിക്കുവാൻ അവരാവശ്യപ്പെട്ടു. രാജകുമാരന്മാർ: "ഞങ്ങളെ ക്ഷണിക്കുക. ഞങ്ങൾ സദ്യയ്ക്ക് ഒരു നൂറായിരം സ്വർണ്ണനാണ്യങ്ങൾ തരും." ഒരു സന്യാസിയെ സൽക്കരിക്കുന്നത്, ഒരിക്കലും തങ്ങളെ സൽക്കരിക്കുന്നതുപോലെ രസകരവും ലാഭകരവും ആയിരിക്കില്ല. അവർ ഉറപ്പിച്ചു പറഞ്ഞു.

അംബപാലിക്ക് ഒട്ടും താൽപര്യമുണ്ടായില്ല. അവൾ പറഞ്ഞു: "നിങ്ങൾക്ക് ബുദ്ധനെ അറിയില്ലെന്ന കാര്യം വ്യക്തമായി. അല്ലെങ്കിൽ നിങ്ങളിങ്ങനെ സംസാരിക്കുമായിരുന്നില്ല. ബുദ്ധനെയും സംഘത്തെയും ക്ഷണിക്കുന്നതിനുള്ള ഒരുക്കങ്ങൾ ഞാൻ നടത്തിക്കഴിഞ്ഞു. വൈശാലിയും പരിസരപ്രദേശങ്ങളും തരാമെന്ന് പറഞ്ഞാലും, ഞാൻ വിസമ്മതിക്കും. ഇപ്പോൾ ദയവായി എന്നെ പോകാൻ അനുവദിക്കുക. നാളേയ്ക്കുവേണ്ടി, എനിക്ക് പലതും തയ്യാറാക്കാനുണ്ട്."

അമ്പരന്ന ലിച്ച്വി ശ്രേഷ്ഠർ അവളെ പോകാനനുവദിച്ചു. താൻ ഏറെ ആദരിക്കുന്ന ഈ ഗുരുനാഥനെ, ഇതിനുശേഷം ഇവർ കാണാൻ തീർച്ചയാക്കിയത് അംബപാലി അറിഞ്ഞില്ല. അവർ മഹാവനത്തിന്റെ പ്രവേശനകവാടത്തിൽ വാഹനങ്ങൾ നിർത്തി അകത്തേക്ക് നടന്നു.

ഈ യുവാക്കളിൽ ജ്ഞാനത്തിന്റെയും കാരുണ്യത്തിന്റെയും അനേകം വിത്തുകളുണ്ടെന്ന് ബുദ്ധൻ മനസ്സിലാക്കി. അദ്ദേഹം അവരോട് ഇരിക്കാൻ പറഞ്ഞു. തന്റെ ജീവിതത്തെപ്പറ്റിയും വിമോചനമാർഗ്ഗത്തിന്റെ അന്വേഷണത്തെപ്പറ്റിയും വിശദീകരിച്ചു. വേദന മറികടക്കാനും വിമോചനം സാക്ഷാത്കരിക്കാനുമുള്ള വഴിയെപ്പറ്റി അദ്ദേഹം സംസാരിച്ചു. തന്റെ അതേ ക്ഷത്രിയകുലത്തിൽ പെട്ടവരാണ് അവരെന്ന് അവരെ കണ്ടമാത്രയിൽ അദ്ദേഹം മനസ്സിലാക്കി. തന്നെ സ്വയം ഒരു യുവാവായി അദ്ദേഹം കണ്ടു. ഊഷ്മളമായ ധാരണയോടെയാണ് അദ്ദേഹം അവരോട് സംസാരിച്ചത്.

ബുദ്ധന്റെ വാക്കുകൾ അവരുടെ ഹൃദയങ്ങൾ തുറന്നു. ജീവിതത്തിൽ ആദ്യമായി തങ്ങളെത്തന്നെ കാണുവാൻ കഴിഞ്ഞതായി അവർക്ക്

തോന്നി. യഥാർത്ഥ സന്തോഷമുണ്ടാകാൻ പണമോ പെരുമയോ പോരെന്ന് അവർ മനസ്സിലാക്കി. അവരുടെ ജീവിതങ്ങൾക്ക് ഒരു വഴി കണ്ടെത്തിയതായി അവരറിഞ്ഞു. ഗൃഹസ്ഥശിഷ്യന്മാരായി തങ്ങളെ സ്വീകരിക്കാൻ അവർ അപേക്ഷിച്ചു. പിറ്റേന്ന് ബുദ്ധനും സംഘത്തിനും ഒരു സദ്യ നൽകാൻ കഴിയുമോയെന്ന് അവർ ചോദിച്ചു.

ബുദ്ധൻ: "നാളേയ്ക്ക് അംബപാലി നേരത്തെത്തന്നെ ഞങ്ങളെ ക്ഷണിച്ചിട്ടുണ്ട്."

അംബപാലിയുമായുണ്ടായ കൂടിക്കാഴ്ച ഓർത്ത് അവർ പുഞ്ചിരിച്ചു.

"എന്നാൽ അതിന്റെ പിറ്റേന്ന് ഞങ്ങൾക്ക് ദിവസം തരിക."

ബുദ്ധൻ തന്റെ സമ്മതം മന്ദഹാസത്തിലൂടെ അറിയിച്ചു.

തന്റെ എല്ലാ ബന്ധുക്കളെയും സുഹൃത്തുക്കളെയും അംബപാലി പിറ്റേന്ന് മാന്തോപ്പിലേക്ക് ക്ഷണിച്ചു. അവൾ ലിച്ച്വിശ്രേഷ്ഠരെയും ബുദ്ധന്റെ പ്രബോധനം കേൾക്കുവാൻ ക്ഷണിച്ചു.

അതിന്റെ പിറ്റേന്ന്, ബുദ്ധനും ഒരുനൂറ് ഭിക്ഷുക്കളും രാജകുമാരന്മാരുടെ കൊട്ടാരത്തിൽ ഭക്ഷണം കഴിച്ചു. വളരെ ശ്രദ്ധയോടും ചാതുരിയോടും കൂടി തയ്യാറാക്കിയ സസ്യാഹാരങ്ങൾ കുലീനമായും സംസ്കാരസമ്പന്നമായും വിളമ്പിക്കൊടുത്തു. തങ്ങളുടെ തോട്ടങ്ങളിൽ നിന്നും അപ്പോൾ മാത്രം പറിച്ചെടുത്ത ഞാവൽ പഴങ്ങളും മാമ്പഴവും നേന്ത്രപ്പഴവും ചക്കപ്പഴവും അവർ ഭിക്ഷുക്കൾക്ക് വിളമ്പി. ഭക്ഷണം തീർന്നപ്പോൾ, ബുദ്ധൻ ആശ്രിതമായ സഹോദര്യത്തെക്കുറിച്ചും ശ്രേഷ്ഠമായ അഷ്ടമാർഗ്ഗത്തെപ്പറ്റിയും പറഞ്ഞു. തന്റെ പ്രബോധനത്താൽ അദ്ദേഹം ഓരോരുത്തരുടെയും ഹൃദയത്തെ സ്പർശിച്ചു. പന്ത്രണ്ട് യുവാക്കൾ ഭിക്ഷുക്കളാകാൻ മുന്നോട്ട് വന്നു. ലിച്ച്വി വംശത്തിൽ അനല്പമായ സ്വാധീനമുണ്ടായിരുന്ന ഒന്നദ്ദയും സുങ്കദ്ദയും അവരിലുണ്ടായിരുന്നു.

ഭക്ഷണവും പ്രബോധനവും പൂർത്തിയായപ്പോൾ ലിച്ച്വി ശ്രേഷ്ഠർ അടുത്തവർഷം വൈശാലിയിൽ താമസിക്കണമെന്ന് ബുദ്ധനോട് അഭ്യർത്ഥിച്ചു. നൂറുകണക്കിന് ഭിക്ഷുക്കൾക്ക് താമസിക്കാവുന്ന ഒരു വിഹാരം മഹാവനത്തിൽ പണിയാമെന്ന് അവർ വാക്ക് കൊടുത്തു. ബുദ്ധൻ അവരുടെ അപേക്ഷ സ്വീകരിച്ചു.

പിറ്റേന്ന് അതിരാവിലെ അംബപാലി ബുദ്ധനെ സന്ദർശിച്ചു. മാന്തോപ്പ് ബുദ്ധനും സംഘത്തിനും നൽകാനുള്ള തന്റെ ആഗ്രഹം അവൾ അറിയിച്ചു. ബുദ്ധൻ അവളുടെ ഉപഹാരം സ്വീകരിച്ചു. താമസിയാതെ ബുദ്ധനും സരിപുത്രനും മുന്നൂറ് ഭിക്ഷുക്കളും വടക്ക് ശ്രാവസ്തിയിലേക്ക് നീങ്ങി.

41. ആരെങ്കിലും എന്റെ അമ്മയെ കണ്ടുവോ?

സരിപുത്രന് ഇപ്പോൾ ശ്രാവസ്തിയിലേക്കുള്ള വഴി പരിചിതമാണ്. ബുദ്ധനിലും സംഘത്തിലുമുള്ള ജനങ്ങളുടെ താൽപര്യം അദ്ദേഹവും അനന്തപിണ്ഡികയും പരിപോഷിപ്പിച്ചിരുന്നതുകൊണ്ട് അവർ എവിടെചെന്നാലും ജനങ്ങൾ അവരെ സ്വാഗതം ചെയ്തു. രാത്രിയിൽ ഭിക്ഷുക്കൾ ഐരാവതി നദിയുടെ കരകളിലുള്ള പ്രശാന്തമായ കാടുകളിൽ വിശ്രമിച്ചു. അവർ മൂന്ന് ഘടകങ്ങളായിട്ടാണ് സഞ്ചരിച്ചത്. ബുദ്ധനും സരിപുത്രനും ആദ്യ ഘടകത്തെ നയിച്ചു. അസ്സാജി രണ്ടാമത്തേത്. മൂന്നാമത്തേത് മൊഗ്ഗല്ലാനയുടെ നിർദ്ദേശത്തിലായിരുന്നു. നടക്കുമ്പോൾ ഭിക്ഷുക്കൾ ശാന്തിനിർഭരമായ പ്രശാന്തത സൂക്ഷിച്ചുപോന്നു. ചിലപ്പോൾ, അതാതിടങ്ങളിലെ ജനങ്ങൾ, കാടുകളിലോ നദിക്കരകളിലോ കൂടി ബുദ്ധന്റെ പ്രബോധനങ്ങൾ ശ്രദ്ധിച്ചുകേട്ടു.

ശ്രാവസ്തിയിൽ വന്ന ദിവസം സുദത്തനും ജേതരാജകുമാരനും അവരെ അഭിവാദ്യം ചെയ്തു. പുതിയ വിഹാരത്തിലേക്ക് കൊണ്ടുപോയി. ജേതവനം എന്തുമാത്രം ആസൂത്രിതമായിട്ടാണ് നിർമ്മിച്ചിരിക്കുന്നതെന്ന് ബുദ്ധൻ സുദത്തനെ പ്രശംസിച്ചു. അതെല്ലാം ജേതരാജകുമാരന്റെയും പൂജ്യനായ സരിപുത്രന്റെയും അദ്ധ്വാനവും ഭാവനയും നിമിത്തമാണെന്ന് സുദത്തൻ മറുപടി പറഞ്ഞു.

പ്രാരംഭകനായ രാഹുലനിപ്പോൾ പന്ത്രണ്ട് വയസ്സുണ്ട്. സരിപുത്രനാണ് അവന്റെ പഠനച്ചുമതലയുണ്ടായിരുന്നത്. എന്നാൽ കഴിഞ്ഞ ആറുമാസമായി അദ്ദേഹമവിടെ ഇല്ലാതിരുന്നതിനാൽ മൊഗ്ഗല്ലാനയാണ് ആ സ്ഥാനം വഹിച്ചിരുന്നത്. ജേതവനത്തിൽ രാഹുലന് സരിപുത്രന്റെയൊപ്പം പഠനം തുടരാം.

ജേതരാജകുമാരനും സുദത്തനും ബുദ്ധൻ വന്നയുടനെത്തന്നെ ഒരു സ്വീകരണം സംഘടിപ്പിച്ചു. പൂജ്യനായ സരിപുത്രനുമായുള്ള സമ്പർക്കം മൂലം ജേതരാജകുമാരൻ ബുദ്ധനെ അഗാധമായി പ്രശംസിക്കാൻ തുടങ്ങിയിരുന്നു. ധർമ്മത്തെപ്പറ്റി ബുദ്ധൻ പറയുന്നത് കേൾക്കാൻ അവൻ നാട്ടിലുള്ള എല്ലാവരെയും ക്ഷണിച്ചിരുന്നു. ജേതരാജകുമാരന്റെ അമ്മയായ മല്ലിക രാജ്ഞിയും സഹോദരി വജ്രിരാജകുമാരിയുമടക്കം നിരവധി പേർ വന്നു. ബുദ്ധനെപ്പറ്റി മാസങ്ങളായി കേൾക്കുക കാരണം അദ്ദേഹത്തെ നേരിൽ കാണുവാൻ അവർക്ക്

അത്യന്തമായ ആകാംക്ഷയുണ്ടായിരുന്നു. നാല് ശ്രേഷ്ഠസത്യങ്ങളെക്കുറിച്ചും ശ്രേഷ്ഠമായ അഷ്ടമാർഗ്ഗത്തെക്കുറിച്ചും ബുദ്ധൻ സംസാരിച്ചു.

ധർമ്മപ്രഭാഷണം കേട്ടശേഷം, രാജ്ഞിക്കും രാജകുമാരിക്കും തങ്ങളുടെ ഹൃദയങ്ങൾ തുറന്നതായി തോന്നി. അവർ രണ്ടുപേരും ഗൃഹസ്ഥശിഷ്യരാകാൻ ആഗ്രഹിച്ചു; എന്നാൽ ചോദിക്കാൻ ധൈര്യപ്പെട്ടില്ല. ആദ്യം തന്റെ ഭർത്താവ് പസേനദി രാജാവിന്റെ അംഗീകാരം തേടുവാൻ അവർ വിചാരിച്ചു. ഭാവിയിൽ രാജാവ് ബുദ്ധനെ കാണാതിരിക്കില്ലെന്നും തന്റെ വികാരങ്ങൾ പങ്കിടാതിരിക്കില്ലെന്നും അവർക്കുറപ്പുണ്ട്. ബിംബിസാര രാജാവിന്റെ ഭാര്യയായ പസേനദിയുടെ സഹോദരി മൂന്ന് സംവത്സരങ്ങൾക്കു മുമ്പേതന്നെ ബുദ്ധനിൽ നിന്ന് ത്രിശരണങ്ങൾ സ്വീകരിച്ചിട്ടുണ്ടായിരുന്നു.

ശ്രാവസ്തിയിലെ നിരവധി മതനേതാക്കളും അന്നേദിവസം ബുദ്ധന്റെ പ്രഭാഷണത്തിന് വന്നിരുന്നു. മിക്കവരും എന്തെങ്കിലും പഠിക്കുന്നതിലുപരി ആകാംക്ഷകൊണ്ടാണ് എത്തിയത്. എന്നാൽ ബുദ്ധൻ സംസാരിക്കുന്നതു കേട്ട അവരിൽ പലർക്കും പൊടുന്നനെ തങ്ങളുടെ ഹൃദയങ്ങൾ പ്രകാശഭരിതമാകുന്നതായി തോന്നി. മറ്റ് ചിലർ തങ്ങളുടെ വിശ്വാസത്തെ വെല്ലുവിളിക്കുന്ന നല്ലൊരു പ്രതിയോഗിയേയാണ് അദ്ദേഹത്തിൽ കണ്ടത്. എന്നാൽ എല്ലാവരും ഒരു കാര്യം സമ്മതിച്ചു: അദ്ദേഹത്തിന്റെ സാന്നിധ്യം കോസലരാജ്യത്തിന്റെ ആത്മീയ ജീവിതത്തിലെ ഒരു പ്രധാന സംഭവമാണ്.

സ്വീകരണവും ധർമ്മപ്രഭാഷണവും കഴിഞ്ഞപ്പോൾ, സുദത്തൻ ആദരാൽ ബുദ്ധന്റെ മുമ്പിൽ മുട്ടുകുത്തി. “ഞാനും എന്റെ കുടുംബവും എല്ലാ ബന്ധുക്കളും സുഹൃത്തുക്കളും ചേർന്ന് ജേതവനവിഹാരം അങ്ങേയ്ക്കും സംഘത്തിനും സമർപ്പിക്കുന്നു.”

ബുദ്ധൻ പറഞ്ഞു, “സുദത്താ, നിങ്ങളുടെ സുകൃതം മഹത്തരമാകുന്നു. വെയിലിൽനിന്നും മഴയിൽനിന്നും വന്യമൃഗങ്ങളിൽനിന്നും സർപ്പങ്ങളിൽ നിന്നും കൊതുകുകളിൽനിന്നും സംഘത്തെ സംരക്ഷിച്ചതിന് നന്ദി. ഇന്നും എന്നും ഈ വിഹാരം സകല ദിക്കുകളിൽനിന്നും ഭിക്ഷുക്കളെ ആകർഷിക്കും. നിങ്ങൾ പൂർണ്ണഹൃദയത്തോടെ ധർമ്മത്തെ പിന്താങ്ങിയിരിക്കുന്നു. വിമോചനമാർഗ്ഗം തുടർന്നും പഠിക്കുവാൻ നിങ്ങൾ നിങ്ങളെ സമർപ്പിക്കുമെന്ന് ഞാൻ വിശ്വസിക്കുന്നു.”

പിറ്റേന്ന് രാവിലെ ബുദ്ധനും ഭിക്ഷുക്കളും നഗരത്തിലേക്ക് ഭിക്ഷാടനത്തിന് പോയി. സരിപുത്രൻ ഭിക്ഷുക്കളെ പന്ത്രണ്ട് ഘടകങ്ങളായി തിരിച്ചു. ഓരോന്നിലും പതിനഞ്ച് പേർ വീതം. കാവിചുറ്റിയ സന്യാസിമാരുടെ സാന്നിധ്യം പിന്നെയും ജേതവനവിഹാരത്തിലുള്ള ജന

താല്പര്യം ഉണർത്തി. ജനങ്ങൾ ഭിക്ഷുക്കളുടെ ശാന്തവും നിശബ്ദ വുമായ പെരുമാറ്റത്തെ പ്രശംസിച്ചു.

ആഴ്ചയിലൊരിക്കൽ ബുദ്ധൻ ജേതവനത്തിൽ ധർമ്മപ്രഭാഷണം നടത്തി. വളരെയധികം ജനങ്ങൾ അതിൽ പങ്കെടുത്തു. അങ്ങനെ, താമസംവിനാ, പസേനദി രാജാവ് ബുദ്ധസാന്നിധ്യത്തിന്റെ ശക്തമായ സ്വാധീനം അറിഞ്ഞു. തിരക്കിട്ട രാഷ്ട്രീയകാര്യങ്ങളുള്ളതുകൊണ്ട് രാജാവിന് ബുദ്ധനെ നേരിൽ കാണുവാൻ കഴിഞ്ഞിരുന്നില്ല. എന്നാൽ രാജസദസ്സിലെ അനേകം പേർ പുതിയ വിഹാരത്തെക്കുറിച്ചും മഗധ യിൽ നിന്നുള്ള ഭിക്ഷുക്കളെക്കുറിച്ചും സംസാരിക്കുന്നത് ശ്രദ്ധിച്ച് കേട്ടു. ഒരു കുടുംബസദ്യയിൽ അദ്ദേഹം ബുദ്ധന്റെ കാര്യം എടുത്തിട്ടു. ജേത രാജകുമാരൻ വിഹാരത്തിന് നൽകിയ സംഭാവനയെപ്പറ്റി മല്ലികാ രാജ്ഞി രാജാവിനെ അറിയിച്ചു. ബുദ്ധനെപ്പറ്റി പറയാൻ രാജാവ് രാജ കുമാരനോടാവശ്യപ്പെട്ടു. രാജകുമാരൻ താൻ കണ്ടതും കേട്ടതുമെല്ലാം വിവരിച്ചു. രാജാവ് അനുമതി തരികയാണെങ്കിൽ, ബുദ്ധന്റെ ഗൃഹ സ്ഥശിഷ്യനായിരിക്കാൻ തനിക്കാഗ്രഹമുണ്ടെന്ന് അദ്ദേഹം പറഞ്ഞു.

ബുദ്ധനെപ്പോലെ ഇത്ര ചെറുപ്പമായ ഒരു സന്യാസിക്ക് ശരിയായ ബോധോദയം സിദ്ധിച്ചു എന്നത് പസേനദി രാജാവിന് അത്ര എളുപ്പം വിശ്വസിക്കാനാവുമായിരുന്നില്ല. രാജകുമാരൻ പറഞ്ഞതനുസരിച്ച് ബുദ്ധന് രാജാവിന്റെ അതേ വയസ്സാണ്. മുപ്പത്തിയൊമ്പത്. വയസ്സു മൂത്ത ആത്മീയ ഗുരുക്കളായ പുരാണ കശ്യപൻ, മക്കാലി ഗോശാലൻ, നിഗന്തനാദപുത്രൻ, സൽജനഭേലാദിപുത്രൻ തുടങ്ങിയവരെക്കാൾ ഉയർന്ന തലം ബുദ്ധന് സിദ്ധിക്കാൻ മാർഗ്ഗമില്ലെന്ന് രാജാവ് അനുമാ നിച്ചു. രാജാവിന് തന്റേതായ സംശയങ്ങളുണ്ടായിരുന്നു. അവസരം വന്നാൽ ബുദ്ധനെപോയി നേരിൽ കാണുമെന്ന് അദ്ദേഹം തീരുമാ നിച്ചു.

മഴക്കാലം വരികയാണ്. ജേതവനത്തിൽതന്നെ മഴക്കാലം കഴിക്കു വാൻ ബുദ്ധൻ നിശ്ചയിച്ചു. വേണുവനത്തിൽ അതിനു മുമ്പുണ്ടായ അനുഭവങ്ങളിൽനിന്ന് ബുദ്ധന്റെ മുതിർന്ന ശിഷ്യന്മാർ ആയാസരഹി തമായി ഏകാന്തവിശ്രമം സജ്ജമാക്കി. ശ്രാവസ്തിയിൽ പുതിയ അറു പത് ഭിക്ഷുക്കൾ സംഘത്തിൽ ചേർന്നിരുന്നു. ഗൃഹസ്ഥശിഷ്യന്മാ രായിത്തീർന്ന നിരവധി ചങ്ങാതിമാരെ സുദത്തൻ പരിചയപ്പെടുത്തി. അവർ ഉത്സാഹത്തോടെ വിഹാരത്തിന്റെ പ്രവർത്തനങ്ങളെ പിന്താ ങ്ങി.

ഒരുനാൾ ഉച്ചതിരിഞ്ഞ്, മുഖത്ത് ദുഃഖവും നിരാശയുമുള്ള ഒരു യുവാ വിനെ ബുദ്ധൻ സ്വീകരിച്ചു. അടുത്തിടെ തന്റെ ഏകമകനെ അയാൾക്ക് നഷ്ടപ്പെട്ട കാര്യം ബുദ്ധനറിഞ്ഞു. നിരവധി ദിവസങ്ങൾ ശ്മശാന ത്തിൽ നിന്നുകൊണ്ട് ഉറക്കെ കരഞ്ഞു അയാൾ: "എന്റെ പൊന്നു

മോനേ, നീയെവിടെപ്പോയി?" അയാൾ ഒന്നും തിന്നുകയോ കുടിക്കുകയോ ചെയ്തില്ല.

ബുദ്ധൻ അയാളോട് പറഞ്ഞു: "സ്നേഹത്തിൽ ദുരിതപ്പെടലുണ്ട്"

ആ മനുഷ്യൻ നിഷേധിച്ചു: "അങ്ങ് പറയുന്നത് തെറ്റാണ്. സ്നേഹം ദുരിതം ഉണ്ടാക്കുന്നില്ല. സ്നേഹം സന്തോഷവും ആനന്ദവും മാത്രമേ നൽകുന്നുള്ളു."

ബുദ്ധൻ താൻ ഉദ്ദേശിക്കുന്നതെന്തെന്ന് വിശദീകരിക്കുന്നതിനു മുമ്പേ പുത്രനഷ്ടം സംഭവിച്ച അയാൾ സ്ഥലം വിട്ടു. അയാൾ അലക്ഷ്യനായി അലഞ്ഞു. ചൂതുകളിച്ചിരുന്ന ഒരു സംഘം ആളുകളുമായി സംസാരിക്കാനായി അയാൾ നിന്നു. ബുദ്ധനുമായുള്ള തന്റെ കൂടിക്കാഴ്ച അയാൾ അവരോട് പറഞ്ഞു. ബുദ്ധന് തെറ്റുപറ്റിയിട്ടുണ്ടെന്ന് അവരും അയാളോടൊപ്പം സമ്മതിച്ചു.

"എങ്ങനെ സ്നേഹം ദുഃഖമുണ്ടാക്കും? സ്നേഹം ആഹ്ലാദവും ആനന്ദവും മാത്രമേ കൊണ്ടുവരൂ! ആ ഗൗതമമുനി തെറ്റാണ് പറയുന്നത്."

അധികം വൈകാതെ ഇക്കഥ ശ്രാവസ്തി മുഴുവനറിഞ്ഞു. ചൂടുപിടിച്ച ചർച്ചയ്ക്കുള്ള ഒരു വിഷയമായി. സ്നേഹത്തെപ്പറ്റി ബുദ്ധൻ പറയുന്നത് തെറ്റാണെന്ന് നിരവധി ആത്മീയാചാര്യന്മാർ വാദിച്ചു. ഇക്കാര്യം പസേനദി രാജാവിന്റെ കാതിലുമെത്തി. അന്ന് സന്ധ്യയ്ക്കു ഭക്ഷണസമയത്ത് അദ്ദേഹം രാജ്ഞിയോട് പറഞ്ഞു: "ബുദ്ധനെന്ന് ആളുകൾ വിളിക്കുന്ന സന്യാസി അത്രയൊന്നും മഹാനായിരിക്കാൻ ഇടയില്ല."

രാജ്ഞി ചോദിച്ചു: "അങ്ങ് അങ്ങനെപറയാൻ എന്തുണ്ടായി? ഗൗതമഗുരുവിനെപ്പറ്റി ആരെങ്കിലും എന്തെങ്കിലും മോശമായി പറഞ്ഞോ?"

"ഇന്ന് രാവിലെ, ചില ഉദ്യോഗസ്ഥർ ഗൗതമനെപ്പറ്റി സംസാരിക്കുന്നത് ഞാൻ കേട്ടു. അവർ പറയുന്നത്, ബുദ്ധൻ പറയുന്നതനുസരിച്ച് നിങ്ങളെത്ര കൂടുതൽ സ്നേഹിക്കുന്നുവോ, അത്രയും കൂടുതൽ ദുഃഖിക്കുമെന്നാണ്."

രാജ്ഞി പറഞ്ഞു: "ഗൗതമൻ അങ്ങനെ പറഞ്ഞുവെങ്കിൽ തീർച്ചയായും അത് സത്യമായിരിക്കും."

അക്ഷമനായി രാജാവ് തിരിച്ചടിച്ചു: "നിങ്ങൾ അതുപോലെ സംസാരിക്കരുത്. കാര്യങ്ങൾ സ്വയം പരിശോധിക്കുക. ഗുരുനാഥൻ പറയുന്നതെല്ലാം അതുപോലെ വിശ്വസിക്കുന്ന കൊച്ചുകുട്ടികളെപ്പോലെയാകരുത്."

രാജ്ഞി കൂടുതലൊന്നും പറഞ്ഞില്ല. രാജാവ് ബുദ്ധനെ കണ്ടിട്ടില്ലെന്ന് അവർക്കറിയാമായിരുന്നു. പിറ്റേന്ന് രാവിലെ അവർ തന്റെ അടുത്ത സുഹൃത്ത് നളിജംഘ ബ്രാഹ്മണനെ വിളിച്ചു. സ്നേഹം ദുഃഖത്തിന്റെ

കാരണമാണെന്ന് ബുദ്ധൻ പറഞ്ഞുവോ? എങ്കിൽ എന്തുകൊണ്ട് എന്ന് വിശദീകരിക്കാൻ ബുദ്ധനോട് പറയണം. അവർ തന്റെ സുഹൃത്തിനോട് അഭ്യർത്ഥിച്ചു. ബുദ്ധൻ പറയുന്നതെല്ലാം ശ്രദ്ധാപൂർവ്വം കേട്ട് തന്നോട് പറയണമെന്ന് അവർ അദ്ദേഹത്തെ ശട്ടം കെട്ടി.

നളിജംഘൻ ബുദ്ധന്റെ അടുത്തെത്തി. രാജ്ഞിയുടെ ചോദ്യം ആവർത്തിച്ചു. ബുദ്ധൻ പ്രതികരിച്ചു: "ഈയിടെ ശ്രാവസ്തിയിൽ ഒരു സ്ത്രീയ്ക്ക് തന്റെ അമ്മയെ നഷ്ടപ്പെട്ടതായി ഞാൻ കേട്ടു. ദുഃഖം സഹിയാതെ അവർക്കവരുടെ മനസ്സ് നഷ്ടപ്പെട്ടു. തെരുവുകളിലൂടെ അലഞ്ഞ് അവർ ഓരോരുത്തരോടും ചോദിച്ചു. 'നിങ്ങളെന്റെ അമ്മയെ കണ്ടുവോ?' രണ്ട് യുവ പ്രണയികൾ ഒന്നിച്ച് ആത്മഹത്യ ചെയ്തതും ഞാൻ കേട്ടു. കാരണം ആ പെൺകുട്ടിയുടെ മാതാപിതാക്കൾ അവളെ മറ്റൊരാളെ വിവാഹം ചെയ്യുവാൻ നിർബ്ബന്ധിച്ചു. സ്നേഹം ദുഃഖകാരണമാണെന്ന് ഈ രണ്ട് കഥകളും തെളിയിക്കുന്നു."

ബുദ്ധന്റെ വാക്കുകൾ നളിജംഘൻ മല്ലികാ രാജ്ഞിയോടാവർത്തിച്ചു. അധികം വൈകാതെ ഒട്ടൊരു വിശ്രമവേളയിൽ രാജ്ഞിക്ക് രാജാവിനെ കയ്യിൽ കിട്ടി. അവരിങ്ങനെ ചോദിച്ചു: "അങ്ങ് വജിറി രാജകുമാരിയെ സ്നേഹിക്കുകയും താലോലിക്കുകയും ചെയ്യുന്നില്ലേ?"

"തീർച്ചയായും ഉണ്ട്" രാജ്ഞിയുടെ ചോദ്യത്തിൽ അദ്ഭുതപ്പെട്ട് രാജാവ് പറഞ്ഞു.

"എന്തെങ്കിലും നിർഭാഗ്യം അവൾക്കുണ്ടായാൽ അങ്ങ് സഹിക്കുമോ?"

രാജാവ് അമ്പരന്നു. സ്നേഹത്തിലാണ് ദുഃഖത്തിന്റെ വിത്തുകൾ കിടക്കുന്നതെന്ന് പൊടുന്നനെ അദ്ദേഹം വ്യക്തമായി കണ്ടു. തന്റെ സ്വാസ്ഥ്യബോധം നഷ്ടപ്പെടുന്നതായി അദ്ദേഹം വ്യഥിതനായി. ബുദ്ധന്റെ വാക്കുകളിലടങ്ങിയ ക്രൂരസത്യം രാജാവിനെ കാര്യമായി അസ്വസ്ഥമാക്കി. അദ്ദേഹം പറഞ്ഞു: "ഒരു സന്ദർഭം കിട്ടിയാലുടൻ ഈ ഗൗതമ സന്യാസിയെ ഞാൻ സന്ദർശിക്കുന്നുണ്ട്."

രാജ്ഞി സന്തോഷിച്ചു. ഒരിക്കൽ രാജാവ് ബുദ്ധനെ കണ്ടുമുട്ടിയാൽ, ബുദ്ധന്റെ പ്രബോധനം എത്രമാത്രം അനിതര സാധാരണമാണെന്ന് രാജാവ് മനസ്സിലാക്കും- അവർക്ക് വിശ്വാസമുണ്ട്.

42. സ്നേഹം ധാരണയാണ്

ഒരു കാവൽഭടന്റെ അനുഗമനം പോലുമില്ലാതെ, ഒറ്റയ്ക്കാണ് പസേനദി രാജാവ് ബുദ്ധനെ സന്ദർശിക്കാനെത്തിയത്. വാഹനവും സാരഥിയേയും അദ്ദേഹം വിഹാരത്തിന്റെ പടിക്കൽ നിർത്തി. ബുദ്ധന്റെ ഓലമേഞ്ഞ കുടിലിനു മുമ്പിൽ വെച്ച് ബുദ്ധൻ അദ്ദേഹത്തെ സ്വീകരിച്ചു. പരസ്പരം അഭിവാദ്യങ്ങൾ ചെയ്തു. രാജാവ് ബുദ്ധനോട് വളരെ തുറന്ന് സംസാരിച്ചു. “ഗൗതമഗുരോ, ജനങ്ങൾ അങ്ങയെ പൂർണ്ണബോധോദയം സിദ്ധിച്ച ബുദ്ധനായി വാഴ്ത്തുന്നു. പക്ഷേ, ഞാനെന്നോട്തന്നെ ചോദിച്ചുകൊണ്ടിരിക്കുകയാണ്. അങ്ങയെപ്പോലെ ഇത്ര ചെറുപ്പത്തിൽ ഒരാൾക്കെങ്ങനെ ബോധോദയം സിദ്ധിക്കും? പുരാണ കശ്യപൻ, മാക്കാലി ഗോശാലൻ, നിഗന്തനാദപുത്രൻ, സൻജയ ന്മേലാദിപുത്രൻ തുടങ്ങി നിരവധി വർഷങ്ങൾ സാധന ചെയ്ത മഹാഗുരുക്കന്മാർപോലും പൂർണ്ണമായ ബോധോദയം സിദ്ധിച്ചതായി അവകാശപ്പെടുന്നില്ല. പാദുകചായനനും അജിതകേശകംബാലിയും പോലും. അങ്ങേയ്ക്ക് ഈ ഗുരുനാഥന്മാരെ അറിയാമോ?”

ബുദ്ധൻ പ്രതികരിച്ചു: “മഹാരാജാവേ, ഞാനിവരെപ്പറ്റിയെല്ലാം കേട്ടിട്ടുണ്ട്. പലരെയും കണ്ടിട്ടുമുണ്ട്. ആത്മീയ സാക്ഷാത്കാരം പ്രായത്തെ ആശ്രയിച്ചല്ല. മാസങ്ങളും വർഷങ്ങളും ബോധോദയത്തിന്റെ സാന്നിധ്യം ഉറപ്പാക്കുന്നില്ല. ഒരിക്കലും പുച്ഛിക്കാൻ പാടില്ലാത്ത ചിലവയുണ്ട്- ഒരു യുവരാജകുമാരൻ, ഒരു ചെറിയ സർപ്പം, അഗ്നിയുടെ ഒരു സ്ഫുലിംഗം, ഒരു യുവ സന്യാസി. ഒരു രാജകുമാരൻ ചെറുപ്പമായിരിക്കാം. എന്നാൽ അയാൾ ഒരു രാജാവിന്റെ ഭാഗധേയങ്ങളും സ്വഭാവഗുണങ്ങളും ഉള്ളവനായിരിക്കാം. ഒരു ചെറിയ വിഷസർപ്പത്തിന് ഒരു മുതിർന്ന മനുഷ്യനെ ഒരു മാത്രകൊണ്ട് കൊല്ലാനാവും. ഒരു യുവ സന്യാസിക്ക് പരിപൂർണ്ണബോധോദയം നേടാം! മഹാരാജാവേ! ബുദ്ധിയുള്ള ഒരു മനുഷ്യൻ ഒരിക്കലും ഒരു യുവരാജാവിനെയോ ഒരു ചെറു സർപ്പത്തെയോ ഒരഗ്നിസ്ഫുലിംഗത്തെയോ, അല്ലെങ്കിൽ ഒരു യുവ സന്യാസിയേയോ പുച്ഛിക്കില്ല.”

പസേനദി രാജാവ് ബുദ്ധന്റെ നേരെ നോക്കി. അദ്ദേഹത്തിന് മതിപ്പ് തോന്നി. ബുദ്ധൻ പ്രശാന്തവും നിർമ്മലവുമായ ശബ്ദത്തിലാണ് സംസാരിച്ചത്. അദ്ദേഹം പറഞ്ഞതെല്ലാം ലളിതവും അതേസമയം

ഉദാത്തവുമായിരുന്നു. ബുദ്ധനെ വിശ്വസിക്കാമെന്ന് രാജാവിന് ബോധ്യമായി. പിന്നീടദ്ദേഹം തന്റെയുള്ളിൽ എരിഞ്ഞുകൊണ്ടിരുന്നത് ചോദിച്ചു.

"ഗൗതമഗുരുനാഥാ, ആളുകൾ പറയുന്നു, സ്നേഹിക്കരുതെന്ന് അങ്ങ് ഉപദേശിക്കുന്നെന്ന്. ഒരാൾ എത്ര കൂടുതൽ സ്നേഹിക്കുന്നുവോ അത്രയും കൂടുതൽ ദുഃഖിതനും നിരാശനുമാകുമെന്ന് അങ്ങ് പറഞ്ഞതായി ആളുകൾ പറയുന്നു. ആ പ്രസ്താവത്തിൽ ചെറിയൊരു സത്യമുണ്ടെന്നു ഞാൻ കാണുന്നു. എന്നാൽ എനിക്കതിൽ ശാന്തി കണ്ടെത്താനാവുന്നില്ല. സ്നേഹമില്ലെങ്കിൽ, ജീവിതം അർത്ഥശൂന്യമാവും. ഇത് പരിഹരിക്കുവാൻ എന്നെ സഹായിച്ചാലും."

ബുദ്ധൻ ഊഷ്മളമായി രാജാവിന്റെ നേരെ നോക്കി, "മഹാരാജൻ, അങ്ങയുടെ ചോദ്യം വളരെ നല്ല ഒന്നാണ്. അനേകം പേർക്ക് അതുകൊണ്ട് പ്രയോജനമുണ്ടാകും. അനേകം രീതിയിലുള്ള സ്നേഹമുണ്ട്. ഓരോതരം സ്നേഹത്തിന്റെ സ്വഭാവത്തെയും നാം സൂക്ഷ്മമായി പരിശോധിക്കണം. സ്നേഹസാന്നിധ്യം ജീവിതത്തിന് അങ്ങേയറ്റം ആവശ്യമാണ്. എന്നാൽ ആർത്തിയിലും കാമത്തിലും ആസക്തിയിലും വിവേചനത്തിലും മുൻവിധിയിലും അടിസ്ഥാനമുറപ്പിച്ചുകൊണ്ടുള്ള സ്നേഹമല്ല. മഹാരാജാവേ, വളരെ അത്യാവശ്യമായ മറ്റൊരു സ്നേഹമുണ്ട്. സ്നേഹനിർഭരമായ ദയയും കാരുണ്യവും- മൈത്രിയും കരുണയും."

"ആളുകൾ സാധാരണയായ സ്നേഹത്തെപ്പറ്റി പറയാറുണ്ട്. അച്ഛനമ്മമാരും, കുട്ടികളും, ഭാര്യമാരും ഭർത്താക്കന്മാരും, കുടുംബാംഗങ്ങളും, ഒരു ജാതിയിലുള്ളവരും, ഒരു രാജ്യത്തുള്ളവരും തമ്മിൽ നിലനിൽക്കുന്ന സ്നേഹത്തെപ്പറ്റി മാത്രമേ അവർ സൂചിപ്പിക്കാറുള്ളൂ. എന്തെന്നാൽ അത്തരം സ്നേഹം 'ഞാൻ' 'എന്റെ' എന്നിവയെയാണ് ആശ്രയിച്ചിരിക്കുന്നത്. ആസക്തിയിലും വിവേചനത്തിലും അത് കുരുങ്ങിക്കിടക്കുന്നു. അതുകൊണ്ട് അവർ ആസക്തിയിൽ കുടുങ്ങിപ്പോവുന്നു. തങ്ങളുടെ ഉറ്റവർക്കുണ്ടാകുന്ന ആപത്തുകളെപ്പറ്റി അവർ വ്യാകുലപ്പെടുന്നു, അത്തരം സംഭവങ്ങൾ യഥാർത്ഥത്തിൽ നടക്കുന്നതിന് മുമ്പേതന്നെ. അത്തരം അപകടങ്ങൾ സംഭവിച്ചാലോയെന്ന് അവർ കഠോരമായി ദുഃഖിക്കുന്നു. വിവേചനത്തിലധിഷ്ഠിതമായ സ്നേഹം മുൻവിധി തീർക്കുന്നു. തങ്ങളുടെ സ്നേഹവൃത്തത്തിനു പുറത്തുള്ളവരോട് ആളുകൾക്ക് ശത്രുത തോന്നുന്നു. അവരോട് ഉദാസീനമായി പെരുമാറുന്നു. ആസക്തിയും വിവേചനവും നമുക്കും മറ്റുള്ളവർക്കും വേദനയുണ്ടാക്കുന്ന ഉറവകളാണ്. മഹാരാജൻ, എല്ലാ ജീവികളും സത്യത്തിൽ ദാഹിക്കുന്നത് സ്നേഹനിർഭരമായ ദയയ്ക്കും കാരുണ്യത്തിനും വേണ്ടിയാണ്. മറ്റൊരാളിന് സന്തോഷം കൊടുക്കാൻ പ്രാപ്തിയുള്ള

സ്നേഹമാണ് മൈത്രി. മറ്റൊരാളിന്റെ വേദന ദൂരീകരിക്കാൻ പ്രാപ്തിയുള്ള സ്നേഹമാണ് കരുണ. മൈത്രിയും കരുണയും തിരിച്ചൊന്നും ആവശ്യപ്പെടുന്നില്ല. സ്നേഹനിർഭരമായ ദയയും കാരുണ്യവും ഒരാളിന്റെ മാതാപിതാക്കളിലോ ഇണയിലോ കുട്ടികളിലോ ബന്ധുക്കളിലോ ജാതിക്കാരിലോ രാജ്യക്കാരിലോ സങ്കുചിതമാക്കപ്പെടുന്നില്ല. അവ സകല മനുഷ്യരിലേക്കും ജീവികളിലേക്കും വ്യാപരിക്കുന്നു. മൈത്രിയിലും കരുണയിലും എന്റേതും എന്റേതല്ലാത്തതും ഇല്ല. അതായത് വിവേചനമില്ല. വിവേചനമില്ലാത്തതിനാൽ ആസക്തിയില്ല. മൈത്രിയും കരുണയും സന്തോഷമെത്തിക്കുന്നു. ദുഃഖം അയവ് വരുത്തുന്നു. അവ ദുരിതവും നിരാശയും ഉണ്ടാക്കുന്നില്ല. അങ്ങ് പറഞ്ഞതുപോലെ, അവയില്ലെങ്കിൽ ജീവിതം അർത്ഥശൂന്യമാവുന്നു. സ്നേഹനിർഭരമായ ദയയും കാരുണ്യവുംകൊണ്ട്, ജീവിതം ആനന്ദവും ശാന്തിയും സംതൃപ്തിയും കൊണ്ട് നിറയ്ക്കപ്പെടുന്നു. മഹാരാജൻ, അങ്ങ് ഈ രാജ്യത്തിന്റെയാകെ ഭരണാധികാരിയാണ്. സ്നേഹനിർഭരമായ ദയയും കാരുണ്യവും അങ്ങ് പരിശീലിച്ചാൽ എല്ലാ ജനങ്ങൾക്കും പ്രയോജനപ്പെടും."

ചിന്താധീനനായി രാജാവ് തലകുനിച്ചു. അദ്ദേഹം ബുദ്ധന്റെ നേരെ നോക്കി ചോദിച്ചു: "എനിക്ക് ഒരു കുടുംബം സംരക്ഷിക്കാനുണ്ട്. ഒരു രാജ്യം ഭരിക്കാനുണ്ട്. ഞാനെന്റെ സ്വന്തം കുടുംബത്തെയും ജനങ്ങളെയും സ്നേഹിക്കുന്നില്ലെങ്കിൽ, എനിക്കെങ്ങനെ സംരക്ഷിക്കാനാവും? ദയവായി എനിക്കുവേണ്ടി ഇത് വിശദമാക്കുക."

"സ്വാഭാവികമായും അങ്ങ് അങ്ങയുടെ സ്വന്തം കുടുംബത്തെയും ജനങ്ങളെയും സ്നേഹിക്കണം. എന്നാൽ അങ്ങയുടെ സ്നേഹത്തിന് അങ്ങയുടെ കുടുംബത്തിനും ജനങ്ങൾക്കും അപ്പുറം വ്യാപരിക്കാനാവും. അങ്ങ് രാജകുമാരനെയും രാജകുമാരിയേയും സ്നേഹിക്കുന്നു. അവരെ ശ്രദ്ധിക്കുന്നു. എന്നാൽ അത് അങ്ങയുടെ രാജ്യത്തെ മറ്റ് ചെറുപ്പക്കാരെ സ്നേഹിക്കുന്നതിനും ശ്രദ്ധിക്കുന്നതിനും തടസ്സമാകുന്നില്ല. അങ്ങേയ്ക്ക് എല്ലാ യുവജനങ്ങളെയും സ്നേഹിക്കുവാൻ കഴിയുകയാണെങ്കിൽ അങ്ങയുടെ പരിമിത സ്നേഹം എല്ലാറ്റിനെയും പുൽകുന്ന സ്നേഹമായിത്തീരും. അങ്ങയുടെ രാജ്യത്തെ എല്ലാ ചെറുപ്പക്കാരും അങ്ങയുടെ മക്കളെപ്പോലെയായിരിക്കും. കാരുണ്യമുള്ള ഒരു ഹൃദയം ഉണ്ടാവുകയെന്നതുകൊണ്ട് അർത്ഥമാക്കുന്നത് അതാണ്. പ്രത്യേകിച്ചും അങ്ങയെപ്പോലെ അതിനുള്ള നിരവധി മാർഗ്ഗങ്ങൾ ഉള്ളവരാകുമ്പോൾ.."

"പക്ഷേ, മറ്റ് രാജ്യങ്ങളിലെ ചെറുപ്പക്കാരുടെ കാര്യമോ?"

"അങ്ങയുടെ ഭരണപരിധിയിലല്ലെങ്കിലും മറ്റ് രാജ്യങ്ങളിലെ ചെറുപ്പക്കാരെ അങ്ങയുടെ പുത്രന്മാരും പുത്രികളുമായി കാണുന്നതിന് അങ്ങയെ യാതൊന്നും തടയുന്നില്ല. തന്റെ രാജ്യത്തെ ജനങ്ങളെ ഒരു

വൻ സ്നേഹിക്കുന്നുവെന്നുള്ള കാരണത്താൽ മറ്റ് രാജ്യങ്ങളിലെ ജനങ്ങളെ സ്നേഹിക്കാതിരിക്കണമെന്നില്ല."

"പക്ഷേ, എന്റെ അധികാരപരിധിയിലല്ലാതെ വരുമ്പോൾ എനിക്കെങ്ങനെ എന്റെ സ്നേഹം കാണിക്കാൻ കഴിയും?"

ബുദ്ധൻ രാജാവിന്റെ നേരെ നോക്കി. "ഒരു രാജ്യത്തിന്റെ അഭിവൃദ്ധിയും സുരക്ഷിതത്വവും മറ്റ് രാജ്യങ്ങളുടെ ദാരിദ്ര്യത്തെയും അരക്ഷിതാവസ്ഥയേയും ആശ്രയിച്ചല്ല. മഹാരാജൻ, എല്ലാവരുടെയും ക്ഷേമം ഉറപ്പാക്കാൻ എല്ലാ രാജ്യങ്ങളും ഒത്തൊരുമിച്ച് കൂട്ടായി ബദ്ധശ്രദ്ധരായാലേ, എന്നന്നേയ്ക്കുമുള്ള ശാന്തിയും അഭിവൃദ്ധിയും സാധ്യമാകൂ. അങ്ങ് സത്യത്തിൽ കോസലം ശാന്തിയിലായിരിക്കാനും യുദ്ധഭൂമിയിൽ യുവാക്കളുടെ ജീവൻ നഷ്ടപ്പെടാതിരിക്കാനും ആഗ്രഹിക്കുന്നുവെങ്കിൽ, മറ്റ് രാജ്യങ്ങളെ ശാന്തി കണ്ടെത്താൻ അങ്ങ് സഹായിക്കണം. ശരിയായ ശാന്തി സാധ്യമാകുന്ന വിധത്തിലുള്ള വിദേശനയവും സാമ്പത്തിക നയങ്ങളും കാരുണ്യത്തിന്റെ മാർഗ്ഗത്തിലുള്ളതായിരിക്കണം. അതേസമയം അങ്ങയുടെ സ്വന്തം രാജ്യത്തെ സ്നേഹിക്കുകയും സംരക്ഷിക്കുകയും ചെയ്യുന്നതുപോലെ മഗധ, കാശി, വിദേഹം, ശാക്യം, കോലിയ തുടങ്ങിയ രാജ്യങ്ങളെയും സ്നേഹിക്കുകയും സംരക്ഷി ക്കുകയും വേണം.

"മഹാരാജൻ, കഴിഞ്ഞവർഷം ഞാൻ ശാക്യരാജ്യത്തിലെ എന്റെ കുടുംബം സന്ദർശിക്കുകയുണ്ടായി. നിരവധി നാളുകൾ ഞാൻ ഹിമാലയ താഴ്വരയിലെ അർണ്ണകുടിലത്തിൽ ചെലവഴിച്ചു. അഹിംസയിൽ അധിഷ്ഠിതമായ രാഷ്ട്രീയത്തെപ്പറ്റി ചിന്തിക്കാനാണ് ഞാനേറെ നേരവും ചെലവിട്ടത്. ഹിംസാത്മകങ്ങളായ വധശിക്ഷയും തടവുശിക്ഷയും കൂടാതെതന്നെ രാഷ്ട്രങ്ങൾക്ക് ശാന്തിയും സുരക്ഷിതത്ത്വവും ഉറപ്പാക്കാനാകും. ഇക്കാര്യത്തെപ്പറ്റി ഞാൻ എന്റെ അച്ഛൻ ശുദ്ധോധനനുമായി സംസാരിച്ചു. ഇപ്പോൾ ഞാൻ അതേ ആശയങ്ങൾ അങ്ങയുമായി പങ്കുവയ്ക്കാനിഷ്ടപ്പെടുന്നു. തന്റെ കാരുണ്യത്തെ സമൃദ്ധമാക്കുന്ന ഒരു ഭരണാധികാരിക്ക് ഹിംസാത്മക മാർഗ്ഗങ്ങളെ ആശ്രയിക്കേണ്ടതില്ല."

രാജാവ് അദ്ഭുതപ്പെട്ടു. "വിസ്മയകരം! തീർത്തും വിസ്മയകരം! അങ്ങയുടെ വാക്കുകൾ വളരെയേറെ ആവേശം പകരുന്നതു തന്നെ! അങ്ങ് സത്യത്തിൽ ബോധോദയം സിദ്ധിച്ചവൻതന്നെ! അങ്ങിന്ന് പറഞ്ഞതെല്ലാം ഞാൻ ആലോചിക്കുമെന്ന് ഉറപ്പ് തരുന്നു. അത്രയേറെ ജ്ഞാനം നിറഞ്ഞതായ അങ്ങയുടെ വാക്കുകൾക്കുള്ളിലേയ്ക്ക് ഞാൻ തുളച്ചിറങ്ങും. എന്നാലിപ്പോൾ, വളരെ ലളിതമായൊരു ചോദ്യംകൂടി ചോദിക്കുവാൻ എന്നെ അനുവദിക്കുക. സാധാരണഗതിയിൽ സ്നേഹം, വിവേചനം, ആസക്തി, ആർത്തി എന്നീ ഘടകങ്ങൾ ഉൾക്കൊള്ളു

ന്നില്ല. അങ്ങയുടെ വാക്കുകളിൽ സ്നേഹം അസ്വസ്ഥതയും ദുഃഖവും നിരാശയും ഉണ്ടാക്കുന്നു. ആസക്തിയും ആഗ്രഹവുമില്ലാതെ ഒരാൾക്കെങ്ങനെ സ്നേഹിക്കാനാവും? കുട്ടികളോടുള്ള എന്റെ സ്നേഹത്തിൽ എങ്ങനെ അസ്വസ്ഥതയും ദുഃഖവും ഒഴിവാക്കാനാവും?"

ബുദ്ധൻ: "നാം നമ്മുടെ സ്നേഹത്തിന്റെ സ്വഭാവം ശ്രദ്ധിക്കണം. നാം സ്നേഹിക്കുന്നവർക്ക് നമ്മുടെ സ്നേഹം ശാന്തിയും സന്തോഷവും നൽകണം. നമ്മുടെ സ്നേഹം മറ്റുള്ളവരെ സ്വന്തമാക്കാനുള്ള സ്വാർത്ഥമായ ആസക്തിയിലധിഷ്ഠിതമാണെങ്കിൽ, നമുക്ക് അവർക്ക് സ്നേഹവും സന്തോഷവും നൽകാനാവില്ല. മറിച്ച്, നമ്മുടെ സ്നേഹം അവരെ കുരുക്കുന്നതുപോലെയാകും. അത്തരം സ്നേഹം ഒരു തടവറയല്ലാതെ മറ്റൊന്നല്ല. നാം സ്നേഹിക്കുന്നവർക്ക് നമ്മുടെ സ്നേഹം കൊണ്ട് സന്തോഷമുള്ളവരാകാൻ കഴിയുന്നില്ലെങ്കിൽ, അവർ സ്വയം സ്വതന്ത്രരാകാനുള്ള വഴി കണ്ടുപിടിക്കും. നമ്മുടെ സ്നേഹത്തിന്റെ തടവറ അവർ സ്വീകരിക്കില്ല. ക്രമേണ നാം തമ്മിലുള്ള സ്നേഹം കോപവും വെറുപ്പുമായി മാറും.

"മഹാരാജൻ, സ്വാർത്ഥ സ്നേഹം മൂലം പത്തുനാൾ മുമ്പ് ശ്രാവസ്തിയിലുണ്ടായ അത്യാഹിതം അറിഞ്ഞുവോ? തന്റെ മകൻ സ്നേഹിച്ച പെണ്ണിനെ വിവാഹം ചെയ്തപ്പോൾ ഒരമ്മയ്ക്ക് തോന്നി, മകൻ തന്നെ ഉപേക്ഷിച്ചുവെന്ന്. തനിക്ക് ഒരു മകളെ കിട്ടിയെന്ന് വിചാരിക്കുന്നതിനു പകരം അവർ വിചാരിച്ചു, തനിക്ക് തന്റെ മകനെ നഷ്ടപ്പെട്ടു; മകൻ തന്നെ വഞ്ചിച്ചു. അത് കാരണം അവരുടെ സ്നേഹം വെറുപ്പായി മാറി. അവർ ആ യുവദമ്പതികളുടെ ഭക്ഷണത്തിൽ വിഷം കലർത്തി രണ്ടുപേരെയും കൊന്നു.

"മഹാരാജൻ, ബോധോദയത്തിന്റെ മാർഗ്ഗമനുസരിച്ച്, ധാരണയില്ലാതെ സ്നേഹത്തിന് അസ്തിത്വമില്ല. സ്നേഹം ധാരണയാണ്. നിങ്ങൾക്ക് ധാരണയില്ലെങ്കിൽ, നിങ്ങൾക്ക് സ്നേഹിക്കാനാവില്ല. ഭാര്യാഭർത്താക്കന്മാർ പരസ്പരം മനസ്സിലാക്കുന്നില്ലെങ്കിൽ അവർക്ക് പരസ്പരം സ്നേഹിക്കാനാവില്ല. സഹോദരീസഹോദരന്മാർ പരസ്പരം മനസ്സിലാക്കുന്നില്ലെങ്കിൽ അവർക്ക് സ്നേഹിക്കാനാവില്ല. മാതാപിതാക്കളും മക്കളും പരസ്പരം മനസ്സിലാക്കുന്നില്ലെങ്കിൽ അവർക്ക് സ്നേഹിക്കാനാവില്ല. നിങ്ങൾ സ്നേഹിക്കുന്നവർ സന്തോഷമുള്ളവരാകണമെന്നുണ്ടെങ്കിൽ, നിങ്ങളവരുടെ വേദനയും അഭിലാഷങ്ങളും മനസ്സിലാക്കണം. നിങ്ങൾ മനസ്സിലാക്കുന്നതോടെ അവരുടെ ദുരിതം, വേദന ഇല്ലാതാക്കാൻ എന്തു ചെയ്യാമെന്ന് നിങ്ങൾ അറിയും; അവരുടെ അഭിലാഷങ്ങൾ എങ്ങനെ നിവർത്തിക്കണമെന്നും. അതാണ് ശരിയായ സ്നേഹം. നിങ്ങൾ സ്നേഹിക്കുന്നവർ നിങ്ങളുടെ ആശയ

ങ്ങളെ വെറുതെ അനുകരിക്കുവാൻ മാത്രമേ ആഗ്രഹിക്കുന്നുള്ളൂവെങ്കിൽ, നിങ്ങളവരുടെ ആവശ്യങ്ങളെ പ്രതി അജ്ഞരായിരിക്കും. അത് ഒരിക്കലും യഥാർത്ഥ സ്നേഹമല്ല. അത് മറ്റൊരാളെ അധീനത്തിലാക്കാനുള്ള ഒരാഗ്രഹം മാത്രമാണ്; നിങ്ങളുടെതന്നെ ആവശ്യങ്ങളെ നിവർത്തിക്കാനുള്ള ശ്രമമാണ്. അങ്ങനെയൊരു മാർഗ്ഗത്തിലൂടെ അത് നിവർത്തിക്കപ്പെടുകയുമില്ല.

"മഹാരാജൻ! കോസലത്തിലെ ജനങ്ങൾക്ക് ദുരിതങ്ങളും അഭിലാഷങ്ങളുമുണ്ട്. അങ്ങേയ്ക്കവരുടെ ദുരിതങ്ങളും അഭിലാഷങ്ങളും മനസ്സിലാക്കാൻ സാധിക്കുമെങ്കിൽ, അങ്ങേയ്ക്കവരെ സത്യമായും സ്നേഹിക്കാനാവും. അങ്ങയുടെ രാജസദസ്സിലുള്ള എല്ലാവർക്കും ദുരിതങ്ങളും അഭിലാഷങ്ങളുമുണ്ട്, അത്തരം ദുരിതങ്ങളും അഭിലാഷങ്ങളും മനസ്സിലാക്കുക; അപ്പോൾ അങ്ങേയ്ക്കെങ്ങനെ അവർക്ക് സന്തോഷം നൽകാനാകുമെന്നറിയും. അതുകൊണ്ട്തന്നെ, അവരെല്ലാം ജീവിതകാലം മുഴുവൻ അങ്ങയോട് വിശ്വസ്തരായിരിക്കും. രാജ്ഞിക്കും രാജകുമാരനും രാജകുമാരിക്കും അവരുടേതായ വേദനകളും അഭിലാഷങ്ങളുമുണ്ട്. ആ വേദനകളും അഭിലാഷങ്ങളും അങ്ങേയ്ക്കറിയാനായാൽ അങ്ങേയ്ക്കവർക്ക് സന്തോഷം നൽകാനാവും. എല്ലാ മനുഷ്യരും സന്തോഷവും ശാന്തിയും ആനന്ദവും അനുഭവിക്കുമ്പോൾ അങ്ങേയ്ക്കും സന്തോഷവും ശാന്തിയും ആനന്ദവും അറിയാനാവും. ഉൽബുദ്ധതയുടെ മാർഗ്ഗമനുസരിച്ച് അതാണ് സ്നേഹത്തിന്റെ അർത്ഥം."

പസേനദി രാജാവ് ദയാർദ്രനായി. മറ്റൊരു ആത്മീയ ഗുരുനാഥനോ മതാചാര്യനോ ഒരിക്കലും ഇത്ര ഹൃദയം തുറന്ന് കാര്യങ്ങൾ ആഴത്തിൽ മനസ്സിലാക്കുവാൻ അനുവദിക്കുകയുണ്ടായിട്ടില്ല. അദ്ദേഹം വിചാരിച്ചു. ഈ ഗുരുനാഥന്റെ സാന്നിധ്യം, തന്റെ രാജ്യത്തിന് വിലപ്പെട്ടതാണ്. ബുദ്ധന്റെ ശിഷ്യനായിരിക്കുവാൻ അദ്ദേഹം ആഗ്രഹിച്ചു. ഒരു നിമിഷത്തെ മൗനത്തിനുശേഷം അദ്ദേഹം ബുദ്ധനുനേരെ നോക്കി പറഞ്ഞു: "ഇത്തരം കാര്യങ്ങളിൽ എനിക്കുവേണ്ടി ഇത്രയേറെ വെളിച്ചം ചൊരിഞ്ഞതിന് ഞാനങ്ങയോട് നന്ദി പറയുന്നു. എന്നാൽ എന്നെ അസ്വസ്ഥനാക്കുന്ന ഒരു കാര്യം ഇപ്പോഴും അവശേഷിക്കുന്നു. അങ്ങ് പറഞ്ഞു, ആസക്തിയിലും ആഗ്രഹത്തിലും അധിഷ്ഠിതമായിരിക്കുന്ന സ്നേഹം ദുഃഖവും നിരാശയും ഉണ്ടാക്കുന്നു. എന്നാൽ കരുണയിലധിഷ്ഠിതമായ സ്നേഹം സന്തോഷവും ശാന്തിയും നൽകുന്നു. കാരുണ്യത്തിന്റെ വഴിയിലുള്ള സ്നേഹം സ്വാർത്ഥപരമായതോ സ്വാർത്ഥമുണ്ടാക്കുന്നതോ അല്ലെന്നും ഞാൻ മനസ്സിലാക്കുന്നു; പക്ഷേ, അതിന് വേദനയും ദുരിതവും ഉണ്ടാക്കാൻ കഴിയും. ഞാനെന്റെ ജനങ്ങളെ

സ്നേഹിക്കുന്നു. അവർ കൊടുങ്കാറ്റിലോ വെള്ളപ്പൊക്കത്തിലോ ദുരിതപ്പെടുമ്പോൾ, ഞാനും ദുഃഖിക്കുന്നു. അങ്ങേയ്ക്കും അതുതന്നെയാണെന്നെനിക്കുറപ്പുണ്ട്. ആർക്കെങ്കിലും രോഗമുണ്ടാകുമ്പോഴോ മരിക്കുമ്പോഴോ അങ്ങു തീർച്ചയായും ദുഃഖിക്കുന്നു.

"അങ്ങയുടെ ചോദ്യം വളരെ നല്ലതാണ്. ഈ ചോദ്യം വഴി അങ്ങേയ്ക്കും കാരുണ്യത്തിന്റെ സ്വഭാവമെന്തെന്ന് കൂടുതൽ ആഴത്തിൽ അറിയാനാകും. ആദ്യമേതന്നെ ഒരു കാര്യം അങ്ങ് മനസ്സിലാക്കണം. കാരുണ്യത്തിൽ നിന്നുണ്ടാകുന്ന വേദനയെക്കാൾ എത്രയോ ആയിരം മടങ്ങ് കഠിനമാണ് ആസക്തിയിലും ആഗ്രഹത്തിലും അധിഷ്ഠിതമായുണ്ടാകുന്ന സ്നേഹം മൂലമുണ്ടാകുന്ന വേദന. രണ്ടുതരം വേദനകളെയും തിരിച്ചറിയുന്നത് ആവശ്യമാണ്. ഒന്ന് തീർത്തും ഉപകാരശൂന്യമാണ്. നമ്മുടെ ശരീരവും മനസ്സും അസ്വസ്ഥമാക്കാൻ മാത്രമേ അതുകൊണ്ടാകൂ. എന്നാൽ മറ്റേത് നമ്മുടെ ഉത്തരവാദിത്വവും ശ്രദ്ധയും പരിപോഷിപ്പിക്കുന്നു. കാരുണ്യത്തിൽ അധിഷ്ഠിതമായ സ്നേഹത്തിൽനിന്നുള്ള ഊർജ്ജം മറ്റുള്ളവരുടെ വേദനകളെ ശമിപ്പിക്കാൻ കഴിയുന്നതാണ്. ആസക്തിയിലും ആഗ്രഹത്തിലും അധിഷ്ഠിതമായ സ്നേഹം ഉത്ക്കണ്ഠയും കൂടുതൽ ദുരിതവും മാത്രമേ ഉണ്ടാക്കുന്നുള്ളൂ. സേവനത്തിനും സദ്‌വൃത്തിക്കുമുള്ള ഇന്ധനമാണ് കാരുണ്യം. മഹാരാജാവേ! കാരുണ്യം ഏറ്റവും അധികം ആവശ്യമാണ്. കാരുണ്യത്തിൽ നിന്നുണ്ടാകുന്ന വേദന സഹായകരമാകുന്ന വേദനയാണ്. മറ്റൊരാളിന്റെ വേദന നിങ്ങൾക്ക് അനുഭവപ്പെടുന്നില്ലെങ്കിൽ, നിങ്ങൾ സത്യത്തിൽ മനുഷ്യനല്ല.

"കാരുണ്യം ധാരണയുടെ ഫലമാണ്. അവബോധത്തിന്റെ മാർഗ്ഗം പരിശീലിക്കുന്നത് ജീവിതത്തിന്റെ യഥാർത്ഥ മുഖം സാക്ഷാത്കരിക്കാനാണ്. ആ യഥാർത്ഥമുഖം നശ്വരതയാണ്. എല്ലാം നശ്വരമാണ്. ഒന്നിനും വ്യത്യസ്തമായ സ്വത്വമില്ല. എല്ലാം ഒരുനാൾ പോയേ തീരു. ഒരുനാൾ നിങ്ങളുടെ സ്വന്തം ശരീരവും ഇല്ലാതാവും. ഒരാൾ എപ്പോൾ എല്ലാ വസ്തുക്കളുടെയും നശ്വര സ്വഭാവം തിരിച്ചറിയുന്നുവോ അയാളുടെ കാഴ്ച ശാന്തവും പ്രശാന്തവുമായിത്തീരുന്നു. നശ്വരതയുടെ സാന്നിധ്യം അയാളുടെ മനസ്സിനെയോ ഹൃദയത്തെയോ അസ്വസ്ഥമാക്കുന്നില്ല. അങ്ങനെ കാരുണ്യത്തിൽ നിന്നുണ്ടാകുന്ന വേദന, മറ്റു തരത്തിലുള്ള വേദനകളെപ്പോലെ കയ്പുറ്റതും കഠിനവുമല്ല. മറിച്ച്, കാരുണ്യം ഒരു വ്യക്തിക്ക് അനല്പമായ കരുത്ത് നൽകുന്നു. മഹാരാജൻ! ഇന്ന് അങ്ങ് വിമോചനമാർഗ്ഗത്തിന്റെ ചില അടിസ്ഥാനദർശനങ്ങൾ കേട്ടു. മറ്റൊരു ദിവസം, കൂടുതൽ കാര്യങ്ങൾ അങ്ങുമായി പങ്കിടും."

പസേനദി രാജാവിന്റെ ഹൃദയം കൃതജ്ഞതയാൽ നിറഞ്ഞു.

അദ്ദേഹം എണീറ്റുനിന്നു. ബുദ്ധനെ താണ് തൊഴുതു. അധികം വൈകാതെ ഒരു ദിവസം, ഒരു ഗൃഹസ്ഥശിഷ്യനാവാൻ താൻ ബുദ്ധനോട് ആവശ്യപ്പെടും. അദ്ദേഹം തിരുമാനിച്ചുറച്ചു. മല്ലികാ രാജ്ഞിയും ജേതരാജകുമാരനും വജ്റ്റി രാജകുമാരിയും ഇപ്പോൾതന്നെ ബുദ്ധനുമായി ഒരു സവിശേഷ ബന്ധത്തിലാണ്. സകുടുംബം ബുദ്ധനിൽ ശരണം പ്രാപിക്കാൻ അദ്ദേഹം ആഗ്രഹിച്ചു. തന്റെ ഇളയ സഹോദരി കോസല ദേവിയും അവളുടെ ഭർത്താവ് ബിംബിസാര രാജാവും ബുദ്ധനിൽ ശരണം പ്രാപിച്ചു കഴിഞ്ഞു.

ആ സന്ധ്യയിൽ, മല്ലികാരാജ്ഞിയും വജ്റ്റി രാജകുമാരിയും രാജാവിൽ പ്രകടമായ ഒരു വ്യത്യാസം കണ്ടു. അദ്ദേഹം അസാധാരണമാം വിധം ശാന്തനും തൃപ്തനുമായിരുന്നു. ബുദ്ധനുമായുള്ള കൂടിക്കാഴ്ചയുടെ ഫലമാണത്. ബുദ്ധനുമായുള്ള കൂടിക്കാഴ്ചയെപ്പറ്റി കൂടുതൽ ചോദിക്കുവാൻ അവർ വളരെയേറെ ആഗ്രഹിച്ചു. എന്നാൽ അവർ കാത്തിരുന്നേ പറ്റൂ. സമയമാകുമ്പോൾ രാജാവ് അവരോട് പറയുക തന്നെ ചെയ്യും.

43. എല്ലാവരുടെയും കണ്ണീരിന് ഉപ്പുരസമാണ്

പസേനദി രാജാവിന്റെ ജേതവന സന്ദർശനം ജനങ്ങളിൽ താൽപ ര്യമുണർത്തി. ബുദ്ധസംഘത്തിന്റെ നിലയ്ക്ക് മാറ്റ്കൂട്ടി. പസേനദി രാജാവ് ആഴ്ചതോറുമുള്ള ഒരൊറ്റ ധർമ്മ പ്രഭാഷണവും നഷ്ടപ്പെടു ത്തുന്നില്ലെന്നത് രാജസദസ്സിലെ ഉദ്യോഗസ്ഥർ ശ്രദ്ധിച്ചു. അവരിൽ പലരും അദ്ദേഹത്തോട് ചേർന്നു. ചിലർ ബുദ്ധന്റെ അനുശാസനങ്ങ ളോടുള്ള ആദരവുകൊണ്ടാണ് അങ്ങനെ ചെയ്തത്. ചിലർ രാജാവിനെ പ്രീതിപ്പെടുത്താനും. ജേതവനം സന്ദർശിക്കുന്ന ബുദ്ധിജീവികളുടെയും യുവാക്കളുടെയും സംഖ്യ നാൾക്കുനാൾ വർധിച്ചു. വിശ്രാന്തിയുടെ മൂന്നുമാസത്തിൽ നൂറ്റമ്പതിൽപരം യുവാക്കളെ സരിപുത്രൻ സംഘ ത്തിൽ ചേർത്തു. രാജാവിന്റെ രക്ഷാധികാരം വളരെക്കാലമായി ആസ്വ ദിച്ചിരുന്ന മറ്റ് മതശാഖകളിലെ ആത്മീയനേതാക്കൾക്ക് ഭീഷണി ഉയർന്നപോലെ തോന്നിച്ചു. അവരിൽ ചിലർ ജേതവനവിഹാരത്തെ സഹാനുഭൂതിയുടെ കണ്ണുകളാലല്ല നോക്കിക്കണ്ടത്. വിശ്രാന്തികാലം അവസാനിച്ചത് വലിയൊരു ശുശ്രൂഷാദിനത്തോടെയാണ്. അതിൽ വച്ച് രാജാവ് ഭിക്ഷുക്കൾക്ക് പുതുവസ്ത്രങ്ങൾ സമ്മാനിച്ചു. നിർധന കുടുംബങ്ങൾക്ക് ഭക്ഷണവും മറ്റ് അടിസ്ഥാന വസ്തുക്കളും നൽകി. ഈ ചടങ്ങിൽവച്ച്, രാജാവും കുടുംബവും ഔദ്യോഗികമായി മൂന്നു ശരണങ്ങൾ സ്വീകരിച്ചു.

വിശ്രാന്തികാലത്തിനുശേഷം ബുദ്ധനും മറ്റ് ഭിക്ഷുക്കളും അയൽപ്ര ദേശങ്ങളിലേക്ക് സഞ്ചരിച്ചു. കൂടുതൽ ആളുകളിലേക്ക് ബുദ്ധധർമ്മം പ്രചരിപ്പിക്കുവാൻ. ഒരുനാൾ ബുദ്ധനും ഭിക്ഷുക്കളും ഗംഗാതീരത്തുള്ള ഒരു ഗ്രാമത്തിൽ ഭിക്ഷയാചിക്കുമ്പോൾ, ഒരു മനുഷ്യൻ മലം ചുമക്കു ന്നത് ബുദ്ധൻ കണ്ടു. സുനിതൻ എന്നു പേരുള്ള ഒരു അസ്പർശ്യനാ യിരുന്നു ആ മനുഷ്യൻ. സുനിതൻ ബുദ്ധനെയും ഭിക്ഷുക്കളെയും കുറിച്ച് കേട്ടിരുന്നു. എന്നാലിതാദ്യമായിട്ടാണ് അവരെ കാണുന്നത്. അവൻ ആകെ അസ്വസ്ഥനായി; തന്റെ അഴുക്കുപിടിച്ച വസ്ത്രങ്ങളെ ക്കുറിച്ചും മലം ചുമക്കുന്നതുകൊണ്ടുണ്ടായ നാറ്റത്തെക്കുറിച്ചും അറിഞ്ഞ അവൻ അതിവേഗം വഴിയിൽ നിന്നുമാറി നദിയിലേക്കുള്ള വഴിയിലിറങ്ങി. എന്നാൽ ബുദ്ധൻ സുനിതനുമായി മോക്ഷമാർഗ്ഗം പങ്കി ടാൻ ഉറച്ചിരുന്നു. സുനിതൻ വഴിയിൽ നിന്ന് മാറിപ്പോയപ്പോൾ

ബുദ്ധനും വഴി തിരിഞ്ഞു. ബുദ്ധന്റെ ഇംഗിതം മനസ്സിലാക്കിയ സരിപുത്രനും അക്കാലത്തെ ബുദ്ധന്റെ പരിചാരകനായിരുന്ന മേഘിയയും അവനെ പിന്തുടർന്നു. മറ്റ് ഭിക്ഷുക്കളുടെ നിരകൾ ഉടനെ നിന്നു. എന്താണെന്ന് സാവകാശം ശ്രദ്ധിച്ചു.

സുനിതൻ പരിഭ്രാന്തനായി. അവൻ ധൃതിയിൽ മലംനിറച്ച കുട്ട നിലത്ത് വെച്ചു. ഒളിക്കാനൊരിടം തേടി. അവനു മുകളിലായി കാവിധാരികളായ ഭിക്ഷുക്കൾ. അവനു മുമ്പിലായി ബുദ്ധനും മറ്റ് രണ്ട് ഭിക്ഷുക്കളും. ഇനി എന്തു ചെയ്യണമെന്നറിയാതെ, സുനിതൻ മുട്ടുവരെ വെള്ളത്തിൽ ഇറങ്ങി നിന്ന് കൈകൾ കൂപ്പി.

ആകാംക്ഷനിറഞ്ഞ ഗ്രാമീണർ വീടുകൾക്ക് പുറത്തെത്തി. എന്താണ് സംഭവിക്കുന്നതെന്നറിയാൻ കരയിൽ വരിയായി നിന്നു. സുനിതൻ വഴിവിട്ടുപോകാൻ കാരണം താൻ ഭിക്ഷുക്കളെ അശുദ്ധമാക്കും എന്ന് ഭയന്നിട്ടാണ്. ബുദ്ധൻ തന്നെ പിന്തുടരുമെന്ന് അവൻ ഊഹിച്ചിരുന്നില്ല. സംഘത്തിൽ ഉയർന്ന ജാതിയിൽപെട്ട നിരവധി മാന്യന്മാർ ഉൾപ്പെട്ടിരുന്നത് അവനറിയാമായിരുന്നു. ഒരു ഭിക്ഷുവിനെ അശുദ്ധമാക്കുന്നത് മാപ്പർഹിക്കാത്ത പ്രവൃത്തിയാണ്. ഭിക്ഷുക്കളും ബുദ്ധനുംതന്നെ വെറുതെ വിട്ട് തെരുവിലേക്ക് മടങ്ങുമെന്ന് അവൻ ആശിച്ചു. എന്നാൽ ബുദ്ധൻ തിരിഞ്ഞ് നടന്നില്ല. അദ്ദേഹം വെള്ളത്തിനടുത്തെത്തി പറഞ്ഞു, "എന്റെ ചങ്ങാതീ, ദയവായി എന്റടുത്തേയ്ക്ക് വരൂ, നമുക്കൊന്നിച്ച് നടക്കാം."

കൈകൾ കൂപ്പിക്കൊണ്ട് തന്നെ സുനിതൻ പ്രതിഷേധിച്ചു,

"പ്രഭോ! എനിക്ക് ധൈര്യമില്ല!"

"എന്തുകൊണ്ടില്ല?" ബുദ്ധൻ ചോദിച്ചു.

"ഞാനൊരു തൊട്ടുകൂടാത്തവൻ. അങ്ങയേയും അങ്ങയുടെ മറ്റ് സന്യാസിമാരെയും അശുദ്ധമാക്കാൻ ഞാനാഗ്രഹിക്കുന്നില്ല."

ബുദ്ധൻ: "ഞങ്ങളുടെ മാർഗ്ഗത്തിൽ, ഒരിക്കലും ഞങ്ങൾ ജാതികൾ വേർതിരിച്ചു കാണുന്നില്ല. ഞങ്ങളെപ്പോലെത്തന്നെ നീയും ഒരു മനുഷ്യനാണ്. ഞങ്ങൾ അശുദ്ധമാക്കപ്പെടുമെന്ന് ഭയക്കുന്നില്ല. ആർത്തിക്കും വെറുപ്പിനും മായയ്ക്കും മാത്രമേ ഞങ്ങളെ മലിനമാക്കാനാവൂ. നിന്നെപ്പോലെ സന്തോഷവാനായ ഒരാൾ ഞങ്ങൾക്ക് സന്തോഷമല്ലാതെ മറ്റൊന്നും കൊണ്ടുവരുന്നില്ല. എന്താണ് നിന്റെ പേര്?"

"പ്രഭോ, എന്റെ പേര് സുനിതൻ എന്നാണ്."

"ഞങ്ങളെപ്പോലെ നീയൊരു ഭിക്ഷുവാകാൻ ആഗ്രഹിക്കുന്നുണ്ടോ സുനിതൻ?"

"എനിക്കതിനു കഴിയില്ല!"

"എന്തുകൊണ്ടില്ല?"

“ഞാനൊരു തൊട്ടുകൂടാത്തവനാണ്.”

“സുനിതൻ, ഞാൻ പറഞ്ഞു കഴിഞ്ഞു, ഞങ്ങളുടെ മാർഗ്ഗത്തിൽ ജാതിയില്ല. ഉൽബുദ്ധതയുടെ മാർഗ്ഗത്തിൽ ജാതി ഒരിക്കലും നില നിൽക്കുന്നില്ല. ഗംഗ, യമുന, ഐരാവതി, സരയൂ, മാഷി, രോഹിണി തുടങ്ങിയ നദികൾ പോലെയാണത്. അവയൊരിക്കൽ കടലിൽ ചേർന്നു കഴിഞ്ഞാൽ, ഒരിക്കലും അവയുടെ പ്രത്യേക പേരുകൾ സൂക്ഷിച്ചുവ യ്ക്കുന്നില്ല. മോക്ഷമാർഗ്ഗത്തിലേക്കിറങ്ങാൻ വീടുപേക്ഷിക്കുന്ന ഒരു വൻ ജാതിയെ പിന്നിൽ ഉപേക്ഷിക്കുന്നു; അയാൾ ബ്രാഹ്മണനോ ക്ഷത്രിയനോ വൈശ്യനോ ശൂദ്രനോ ചണ്ഡാളനോ ആയി ജനി ച്ചാലും. സുനിതൻ, നിനക്കിഷ്ടമാണെങ്കിൽ നിനക്കും ഞങ്ങളെപ്പോലെ ഒരു ഭിക്ഷുവാകാം.”

സുനിതന് തന്റെ കാതുകളെ വിശ്വസിക്കാനായില്ല. അവൻ കൂപ്പിയ കൈകൾ നെറ്റിയിൽ വെച്ച് പറഞ്ഞു. “ഇതിനു മുമ്പൊരാളും ഇങ്ങനെ കരുണയോടെ എന്നോട് സംസാരിച്ചിട്ടില്ല. ഇതെന്റെ ജീവിതത്തിലെ ഏറ്റവും സന്തോഷകരമായ ദിവസമാണ്. അങ്ങെന്നെ അങ്ങയുടെ ശിഷ്യനായി സ്വീകരിക്കുമെങ്കിൽ, ഞാനെന്റെയെല്ലാം അങ്ങയുടെ പ്രബോധനം പരിശീലിക്കുന്നതിനായി അർപ്പിക്കുമെന്ന് പ്രതിജ്ഞ ചെയ്യുന്നു.”

ബുദ്ധൻ തന്റെ ഭിക്ഷാപാത്രം മേഘിയായ്ക്ക് നീട്ടി. സുനിതന്റെ നേരെ കൈനീട്ടി, അദ്ദേഹം പറഞ്ഞു: “സരിപുത്രൻ! സുനിതനെ കുളി പ്പിക്കുവാൻ എന്നെ സഹായിക്കുക. ഈ നദീതീരത്തുവെച്ച് ഇവനെ ഞാൻ സംഘത്തിൽ ചേർക്കും.”

പൂജ്യനായ സരിപുത്രൻ മന്ദഹസിച്ചു. അദ്ദേഹം തന്റെ ഭിക്ഷാപാത്രം നിലത്ത് വെച്ചു. ബുദ്ധനെ സഹായിക്കുവാൻ മുന്നോട്ടു വന്നു. ബുദ്ധനും സരിപുത്രനും സുനിതനെ തേച്ചുകഴുകി കുളിപ്പിക്കുമ്പോൾ, അവനാകെ വല്ലാതായി; അസ്വസ്ഥനായി. എന്നാൽ പ്രതിഷേധിക്കാൻ ധൈര്യമു ണ്ടായില്ല. മേഘിയയോട് മുകളിൽപോയി ആനന്ദനെക്കണ്ട് വിശേഷാൽ ഒരു വസ്ത്രം കൊണ്ടുവരുവാൻ ബുദ്ധൻ പറഞ്ഞു. സുനിതനെ സംഘ ത്തിൽ ചേർത്തശേഷം, അവന്റെ സംരക്ഷണം ബുദ്ധൻ സരിപുത്രനെ ഏൽപ്പിച്ചു. സരിപുത്രൻ അവനെ ജേതവനത്തിലേക്ക് തിരിച്ചു കൊണ്ടു പോയി. ബുദ്ധനും മറ്റു ഭിക്ഷുക്കളും ശാന്തമായി ഭിക്ഷാടനം തുടർന്നു.

നടന്നതെല്ലാം അവിടുത്തെ ജനങ്ങൾ കണ്ടിരുന്നു. ബുദ്ധൻ തന്റെ സംഘത്തിൽ ഒരസ്പർശ്യനെ സ്വീകരിച്ചുവെന്ന വാർത്ത അതിവേഗം പടർന്നു. തലസ്ഥാനത്തെ ഉയർന്ന ജാതിക്കാരിൽ അത് ഒച്ചപ്പാടു ണ്ടാക്കി. കോസലത്തിന്റെ ചരിത്രത്തിൽ ഒരിക്കലും ഒരസ്പർശ്യനെ ആത്മീയ സംഘത്തിൽ ഇന്നുവരെ ചേർത്തിട്ടില്ല. വിശുദ്ധമായ പാര

മര്യം ലംഘിച്ചതിന് ബുദ്ധനെ നിരവധിപേർ ഭർത്സിച്ചു. ബുദ്ധൻ നില വിലുള്ള സാമൂഹ്യവ്യവസ്ഥ തകർത്ത് രാജ്യത്ത് നാശം വിതയ്ക്കുക യാണെന്നുവരെ ചിലർ കുറ്റപ്പെടുത്തി.

ഈ കുറ്റാരോപണങ്ങളുടെ മാറ്റൊലികൾ ഗൃഹസ്ഥശിഷ്യന്മാർ വഴിയും നഗരത്തിൽവെച്ച് ഇത് കേൾക്കാനിടയായ ഭിക്ഷുമാരിലൂടെയും വിഹാരത്തിലെത്തി. ജനങ്ങളുടെ പ്രതികരണങ്ങൾ ബുദ്ധനുമായി ചർച്ച ചെയ്യാനായി മുതിർന്ന ശിഷ്യന്മാരായ സരിപുത്രനും മഹാകശ്യപനും മഹാമൊഗ്ഗല്ലനും അനിരുദ്ധനുമെത്തി.

ബുദ്ധൻ പറഞ്ഞു: "അസ്പർശ്യരെ സംഘത്തിൽ ചേർക്കുന്നത് വെറും സമയത്തിന്റെ കാര്യം മാത്രമായിരുന്നു. നമ്മുടെ മാർഗ്ഗം സമ ത്വത്തിന്റെ മാർഗ്ഗമാണ്. നമ്മൾ ജാതിയെ അംഗീകരിക്കുന്നില്ല. സുനി തനെ സംഘത്തിൽ ചേർത്തതുകൊണ്ട് നമുക്ക് ചില പ്രയാസങ്ങൾ നേരിട്ടേയ്ക്കാം. എന്നാൽ ഭാവി തലമുറ ചരിത്രത്തിൽ പുതിയൊരദ്ധ്യായം തുറന്നതിന് നമ്മളോട് നന്ദിയുള്ളവരായിരിക്കും. നമുക്ക് ധൈര്യം കൂടിയേ തീരൂ."

മൊഗ്ഗല്ലാന പറഞ്ഞു, "സഹനശേഷിയോ ധൈര്യമോ ഒട്ടും നമുക്ക് കുറവല്ല. എന്നാൽ പൊതുജന കോപം ലഘൂകരിച്ച് ഭിക്ഷുക്കൾക്ക് പരിശീലനം നടത്താനുള്ള സൗകര്യം എങ്ങനെയുണ്ടാകും?"

സരിപുത്രൻ: "നമ്മുടെ പരിശീലനത്തിൽ ഉറച്ച് വിശ്വസിച്ചിരിക്കു കയെന്നതുതന്നെയാണ് പ്രധാന കാര്യം. മോക്ഷമാർഗ്ഗത്തിൽ പുരോഗതി കൈവരിക്കാൻ ഞാൻ സുനിതനെ സഹായിക്കും. അദ്ദേഹത്തിന്റെ വിജയമായിരിക്കും നമുക്കനുകൂലമായിട്ടുള്ള ശക്തമായ ഘടകം. സമ ത്വത്തിലുള്ള നമ്മുടെ വിശ്വാസം ജനങ്ങളോട് വിശദീകരിക്കുവാൻ നമുക്ക് മാർഗ്ഗങ്ങൾ തേടാം. ഗുരുനാഥന് എന്ത് തോന്നുന്നു?"

ബുദ്ധൻ കൈ സരിപുത്രന്റെ തോളിൽ വെച്ചു: "താങ്കൾ എന്റെ വിചാരങ്ങളാണ് ഇപ്പോൾ പ്രകടിപ്പിച്ചത്."

താമസിയാതെ, സുനിതനെ സംഘത്തിൽ ചേർത്തത് പസേനദി രാജാവിന്റെ ചെവിയിലുമെത്തി. ഒരു കൂട്ടം മതനേതാക്കൾ രാജാവു മായി ഒരു സ്വകാര്യ കൂടിക്കാഴ്ചക്കപേക്ഷിച്ചു. ഇക്കാര്യത്തിൽ തങ്ങ ളുടെ ഗൗരവമേറിയ ആശങ്കകൾ അറിയിച്ചു. അവരുടെ ബോധ്യപ്പെടു ത്തുന്ന വാദങ്ങൾ രാജാവിനെ അസ്വസ്ഥനാക്കി. അദ്ദേഹം ബുദ്ധന്റെ അടുത്ത അനുയായിയായിരുന്നെങ്കിലും, ഇക്കാര്യം പരിശോധിക്കാ മെന്ന് അദ്ദേഹം അവർക്ക് ഉറപ്പ് നൽകി. കുറച്ചു ദിവസങ്ങൾക്കുശേ ഷം, അദ്ദേഹം ജേതവനം സന്ദർശിച്ചു.

അദ്ദേഹം വാഹനത്തിൽ നിന്നിറങ്ങി, തനിയെ വിഹാരത്തിന്റെ മുറ്റ ത്തേക്ക് നടന്നു. വഴിയിൽ, വൃക്ഷത്തണലുകളുടെ കുളിർമയിൽ ഭിക്ഷു

ക്കൾ അദ്ദേഹത്തെ കടന്നുപോയി. ബുദ്ധന്റെ കുടിലിലേക്കുള്ള വഴി അദ്ദേഹം പിന്തുടർന്നു. കടന്നുപോകുന്ന ഓരോ ഭിക്ഷുവിനെയും അദ്ദേഹം വണങ്ങി. എല്ലായ്പ്പോഴുമെന്നപോലെ ഭിക്ഷുക്കളുടെ പ്രശാന്തവും നിർമ്മലവുമായ പെരുമാറ്റം ബുദ്ധനിൽ അദ്ദേഹത്തിനുള്ള വിശ്വാസം ദൃഢീകരിച്ചു. പാതിവഴിയിൽ, പൈൻ മരത്തിന്റെ ചുവട്ടിൽ, ഒരു വലിയ പാറയിലിരുന്ന് ഗൃഹസ്ഥശിഷ്യരെയും ഒരു ചെറിയ ഭിക്ഷുസംഘത്തെയും പഠിപ്പിക്കുന്ന ഒരു ഭിക്ഷുവിനെ അദ്ദേഹം കണ്ടുമുട്ടി. ഹൃദയസ്പൃക്കായ കാഴ്ചയായിരുന്നു അത്. പഠിപ്പിക്കുന്ന ഭിക്ഷുവിന് നാല്പതിൽ താഴെ മാത്രമേ പ്രായമുള്ളു. എന്നിട്ടും അദ്ദേഹത്തിന്റെ മുഖത്ത് ശാന്തിയും ജ്ഞാനവും പ്രസരിച്ചു. അദ്ദേഹം പറയുന്നതിൽ മുഴുകിയിരിക്കുകയായിരുന്നു അദ്ദേഹത്തിന്റെ ശ്രോതാക്കൾ. പക്ഷേ, പെട്ടെന്ന് രാജാവ് തന്റെ വരവിന്റെ ഉദ്ദേശ്യം ഓർത്തു; യാത്ര തുടർന്നു. ഭിക്ഷുവിന്റെ പ്രബോധനം കേൾക്കാൻ പിന്നീട് മടങ്ങിവരാമെന്ന് അദ്ദേഹം വിചാരിച്ചു.

കുടിലിന് പുറത്ത് വെച്ച് ബുദ്ധൻ രാജാവിനെ സ്വീകരിച്ചു. ചൂരൽ കസേരയിൽ ഇരിക്കുവാൻ ക്ഷണിച്ചു. പരസ്പരം അഭിവാദ്യങ്ങൾ അർപ്പിച്ചശേഷം, പാറയിലിരിക്കുന്ന ഭിക്ഷു ആരാണെന്ന് രാജാവ് ബുദ്ധനോട് ചോദിച്ചു. ബുദ്ധൻ മന്ദഹസിച്ചു. “അതാണ് ഭിക്ഷു സുനിതൻ. മലം ചുമന്നിരുന്ന ഒരസ്പർശ്യനായിരുന്നു അദ്ദേഹം ഒരു കാലത്ത്. അദ്ദേഹത്തിന്റെ പ്രബോധനത്തെപ്പറ്റി അങ്ങ് എന്ത് പറയുന്നു?”

രാജാവ് വല്ലാതായി. ഭാസുരതേജസ്വിയായ ഈ ഭിക്ഷു മലം ചുമന്നിരുന്ന സുനിതനല്ലാതെ മറ്റാരുമല്ല! അങ്ങനെയൊന്ന് സംഭാവ്യമെന്ന് അദ്ദേഹം ഊഹിച്ചിരുന്നുപോലുമില്ല. എങ്ങനെയാണ് പ്രതികരിക്കേണ്ടതെന്നറിയുന്നതിനു മുമ്പെ, ബുദ്ധൻ പറഞ്ഞു. “സംഘത്തിൽ ചേർന്ന അന്നുമുതൽ ഭിക്ഷു സുനിതൻ മോക്ഷമാർഗ്ഗം പരിശീലിക്കുവാൻ ആത്മാർപ്പണം നടത്തി. അദ്ദേഹം വലിയ ആത്മാർത്ഥതയും ബുദ്ധിയും സ്ഥൈര്യവുമുള്ള ആളാണ്. മൂന്നുമാസം മുമ്പ് മാത്രമാണ് അദ്ദേഹം സംഘത്തിൽ ചേർന്നത്. എന്നാൽ ധാർമ്മികതയിലും ഹൃദയനൈർമ്മല്യത്തിലും അദ്ദേഹം ഇപ്പോൾതന്നെ പേരെടുത്തിരിക്കുന്നു. അദ്ദേഹത്തെക്കണ്ട്, എന്തെങ്കിലും സമർപ്പിക്കാൻ അങ്ങ് ഇഷ്ടപ്പെടുന്നുവോ?”

രാജാവ് തുറന്ന് പറഞ്ഞു. “ഭിക്ഷു സുനിതനെ കാണാനും എന്തെങ്കിലും അർപ്പിക്കാനും തീർച്ചയായും ഞാനാഗ്രഹിക്കുന്നു ഗുരുനാഥാ! അങ്ങയുടെ പ്രബോധനം അഗാധവും വിസ്മയകരവുമാണ്! ഇത്ര തുറന്ന മനസ്സും ഹൃദയവുമുള്ള ആത്മീയ ഗുരുവിനെ ഞാനൊരിക്കലും കണ്ടിട്ടില്ല. അങ്ങയുടെ ധാരണയിലൂടെ പ്രയോജനം സിദ്ധിക്കാത്ത ഒരു ചെടിയോ മൃഗമോ മനുഷ്യനോ ഉണ്ടെന്ന് എനിക്ക് തോന്നുന്നില്ല.

അങ്ങയുടെ സംഘത്തിൽ എന്തുകൊണ്ട് ഒരസ്പർശ്യനെ സ്വീകരിച്ചു വെന്ന് ചോദിച്ചറിയാനാണ് വാസ്തവത്തിൽ ഞാൻ ഇവിടെ വന്നത്. എന്നാൽ അതെന്തുകൊണ്ടാണെന്ന് ഞാൻ കാണുകയും കേൾക്കു കയും മനസ്സിലാക്കുകയും ചെയ്തു. ഇനിയൊരിക്കലും ഇങ്ങനെയൊരു ചോദ്യം ചോദിക്കാൻ ഞാൻ ധൈര്യപ്പെടില്ല. പകരം, അങ്ങയെ പ്രണ മിക്കാൻ എന്നെ അനുവദിക്കുക."

പ്രണമിക്കുവാനായി രാജാവ് എണീറ്റ് നിന്നു. എന്നാൽ ബുദ്ധനും എണീറ്റു നിന്നു. രാജാവിന്റെ കരം ഗ്രഹിച്ചു. രാജാവിനോട് ഇരിക്കു വാൻ അദ്ദേഹം വീണ്ടും ആവശ്യപ്പെട്ടു. രണ്ടുപേരും ഇരുന്നു. ബുദ്ധൻ പറഞ്ഞു, "മഹാരാജൻ, വിമോചനത്തിന്റെ മാർഗ്ഗത്തിൽ ജാതിയില്ല. ബോധദീപ്തനായ ഒരാളിന്റെ കണ്ണുകളിൽ എല്ലാ മനുഷ്യരും സമന്മാ രാണ്. എല്ലാ മനുഷ്യരുടെയും ചോര ചുവന്നിട്ടാണ്. എല്ലാ മനുഷ്യരു ടെയും കണ്ണീരിന് ഉപ്പുരസമാണ്. നാമെല്ലാം മനുഷ്യരാണ്. എല്ലാ വർക്കും അവരുടെ പൂർണ്ണമായ കഴിവും അന്തസ്സും സാക്ഷാത്കരി ക്കാനുള്ള ഒരു മാർഗ്ഗം നാം കണ്ടുപിടിക്കണം. അതുകൊണ്ടാണ് സുനിതനെ ഞാൻ സംഘത്തിൽ ചേർത്തത്.

രാജാവ് കൈകൾ കൂപ്പി: "എനിക്കിപ്പോൾ മനസ്സിലാവുന്നു. അങ്ങ് തെരഞ്ഞെടുത്തിട്ടുള്ള വഴി പ്രയാസങ്ങളും വിഘ്നങ്ങളും നിറഞ്ഞ താണെന്ന് ഞാൻ മനസ്സിലാക്കുന്നു. എന്നാൽ അങ്ങേയ്ക്ക് അത്തരം വിഘ്നങ്ങളെല്ലാം മറികടക്കാനുള്ള ധൈര്യവും ശക്തിയും ഉണ്ടെന്ന് ഞാനറിയുന്നു. യഥാർത്ഥ അനുശാസനങ്ങൾക്ക് താങ്ങായി ഞാൻ എന്നാൽ കഴിയുന്നതെല്ലാം ചെയ്യും."

രാജാവ് ബുദ്ധനോട് വിടപറഞ്ഞു മടങ്ങി. പൈൻമരക്കീഴിലിരുന്ന് പഠിപ്പിക്കുന്ന സുനിതന്റെ അനുശാസനം കേൾക്കുവാനായി. എന്നാൽ ഭിക്ഷു സുനീതനും ശ്രോതാക്കളും അപ്രത്യക്ഷരായിരുന്നു. സാവ കാശം, ശ്രദ്ധയോടെ നടന്നുനീങ്ങുന്ന കുറച്ച് ഭിക്ഷുക്കളെ മാത്രമാണ് രാജാവ് വഴിയിൽ കണ്ടത്.

44. മൂലധാതുക്കൾ വീണ്ടും ഒന്നിക്കും

ഒരു ദിവസം മേഘിയ ബുദ്ധനോട് ഒരു സന്യാസിയെന്ന നിലയിലുള്ള നന്ദന്റെ അസന്തുഷ്ടിയെപ്പറ്റി പറഞ്ഞു. കപിലവസ്തുവിലുള്ള തന്റെ കാമുകിയെ തനിക്ക് എത്രമാത്രം നഷ്ടമാകുന്നുണ്ടെന്നതിനെപ്പറ്റി നന്ദൻ മേഘിയയോട് രഹസ്യമായി പറഞ്ഞിട്ടുണ്ടായിരുന്നു. നന്ദൻ പറഞ്ഞു. "ബുദ്ധന്റെ ഭിക്ഷാപാത്രം നിഗ്രോധ തോട്ടത്തിലേയ്ക്ക് മടക്കിക്കൊണ്ടുവന്ന ദിവസം ഇന്നും ഓർക്കുന്നു. പോരാൻ നിൽക്കുമ്പോൾ ജനപഥ കല്യാണി എന്റെ കണ്ണുകൾക്കുള്ളിലേക്കു നോക്കി പറഞ്ഞു. "വേഗം തിരിച്ചെത്തുക. ഞാൻ നിനക്കുവേണ്ടി കാത്തിരിക്കും." അവളുടെ കൃശമായ ചുമലുകളിൽ ഉരുമ്മുന്ന കുഞ്ഞുമുടിയുടെ തിളക്കം ഞാനിപ്പോഴും ഓർമ്മിക്കുന്നുണ്ട്. എന്റെ ഇരുന്ന് ധ്യാനത്തിൽ അവളുടെ രൂപം പലപ്പോഴും പൊന്തിവരുന്നു. ഓരോ തവണയും ഞാനവളെ മനസ്സിൽ കാണുമ്പോൾ, ആസക്തിയാൽ ഞാൻ നിറയുന്നു. ഒരു സന്യാസിയായിരിക്കുന്നതിൽ ഞാൻ സന്തോഷവാനല്ല."

പിറ്റേന്ന് ഉച്ചതിരിഞ്ഞ് ബുദ്ധൻ നന്ദനെ തന്നോടൊപ്പം നടക്കാൻ വിളിച്ചു. അവർ ജേതവനം പിന്നിട്ടു. അകലെ തടാകക്കരയിലുള്ള ഒരു ഗ്രാമത്തെ ലക്ഷ്യമാക്കി നീങ്ങി. അവർ ഒരു വലിയ പാറക്കല്ലിൽ ഇരുന്നു. അവിടെയിരുന്നാൽ തടാകത്തിലെ തെളിനീർ കാണാം. താറാവുകളുടെ ഒരു കുടുംബം അലസമായി നീന്തി. ഞാന്നുകിടക്കുന്ന ശാഖികളിലിരുന്ന് പക്ഷികൾ പാടി.

ബുദ്ധൻ പറഞ്ഞു: "ഒരു ഭിക്ഷുവിന്റെ ജീവിതം ജീവിക്കുന്നതിൽ നീ സന്തുഷ്ടനല്ലെന്ന് ചില സഹോദര ഭിക്ഷുമാർ എന്നോട് പറഞ്ഞു. സത്യമാണോ?"

നന്ദൻ നിശബ്ദനായിരുന്നു. ഒരു നിമിഷത്തിനുശേഷം ബുദ്ധൻ ചോദിച്ചു: "സിംഹാസനമേറാൻ കപിലവസ്തുവിലേക്ക് മടങ്ങാൻ സജ്ജമായതായി നിനക്ക് തോന്നുന്നുണ്ടോ?"

നന്ദൻ ധൃതിയിൽ പറഞ്ഞു. "ഇല്ലില്ല. രാഷ്ട്രീയം എനിക്കിഷ്ടമല്ലെന്ന് ഞാനെല്ലാവരോടും നേരത്തെ പറഞ്ഞിട്ടുണ്ട്. ഒരു രാജ്യം ഭരിക്കാനുള്ള കഴിവ് എനിക്കില്ലെന്ന് എനിക്കറിയാം. ഞാൻ അടുത്ത രാജാവാകാൻ ഇഷ്ടപ്പെടുന്നില്ല."

"പിന്നെ ഒരു ഭിക്ഷുവായിരിക്കുന്നതിൽ നീയെന്താണ് അസന്തുഷ്ടനായിരിക്കുന്നത്?"

വീണ്ടും നന്ദൻ നിശബ്ദനായി.

"നിനക്ക് കല്യാണിയെ നഷ്ടമാകുന്നുണ്ടോ?"

നന്ദൻ ലജ്ജയാൽ വിവർണ്ണനായി. പക്ഷേ, മിണ്ടിയില്ല.

ബുദ്ധൻ: "നന്ദാ, നിന്റെ കല്യാണിയെപ്പോലെ സുന്ദരികളായ അനേകം യുവതികൾ ഇവിടെ കോസലത്തിലുണ്ട്. പസേനദി രാജാവിന്റെ കൊട്ടാരത്തിൽ നാം പങ്കെടുത്ത സ്വീകരണം നീ ഓർക്കുന്നില്ലേ? കല്യാണിയെപ്പോലെ സുന്ദരിയായ ഏതെങ്കിലും സ്ത്രീയെ നീ ശ്രദ്ധിച്ചുവോ?"

നന്ദൻ സമ്മതിച്ചു: "അവളെപ്പോലെ സുന്ദരികളായ യുവതികൾ, ഒരുപക്ഷേ, ഇവിടെയുണ്ടായിരിക്കാം. പക്ഷേ, എനിക്ക് കല്യാണിയിൽ മാത്രമേ ശ്രദ്ധയുള്ളു. ഈ ജന്മത്തിൽ ഒരു കല്യാണിയേയുള്ളൂ."

"നന്ദൻ, ആസക്തി ആത്മീയപരിശീലനത്തിലേയ്ക്കുള്ള പാതയിൽ വലിയൊരു തടസ്സമാണ്. ഒരു റോസാപ്പൂവിന്റെ സൗന്ദര്യം പോലെ ഒരു സ്ത്രീയുടെ സൗന്ദര്യം വാടിക്കൊഴിയുമെന്നത് തീർച്ചയാണ്. നിനക്കറിയാം എല്ലാ വസ്തുക്കളും നശ്വരമാണ്. വസ്തുക്കളുടെ അനശ്വര സ്വഭാവത്തിലേയ്ക്ക് തുളച്ചിറങ്ങാൻ നീ പഠിക്കണം. നോക്കൂ," ഒരു വടിയൂന്നി മുളപ്പാലം കടക്കുന്ന ഒരു വൃദ്ധസ്ത്രീയെ ബുദ്ധൻ ചൂണ്ടിക്കാട്ടി. അവളുടെ മുഖം നിറയെ ചുളിവുകളായിരുന്നു.

"തീർച്ചയായും, ആ വൃദ്ധ ഒരിക്കൽ ഒരു സുന്ദരിയായിരുന്നു. കല്യാണിയുടെ സൗന്ദര്യവും വർഷങ്ങൾ കൊണ്ട് മങ്ങും. അതേസമയം ബോധോദയത്തിനായുള്ള നിന്റെ അന്വേഷണം ഈ ജന്മത്തിലും വരും ജന്മങ്ങളിലും ശാന്തിയും ആനന്ദവും നൽകും, നിനക്ക്. നന്ദാ, ആ കൊമ്പിൽ കളിക്കുന്ന രണ്ട് കുരങ്ങന്മാരെ നോക്ക്. കൂർത്ത മോന്തയും ചുവന്ന അടിഭാഗവും നീണ്ട വിരലുകളുമുള്ള ഈ പെൺകുരങ്ങിനെ നിനക്ക് ആകർഷകമായി തോന്നില്ല. പക്ഷേ, ആ ആൺകുരങ്ങിന് ഇതിനേക്കാൾ ഭംഗിയുള്ള കുരങ്ങ് ഭൂമിയിലില്ല. അവന് അവൾ ഒന്നു മാത്രം; അവൾക്കുവേണ്ടി അവൻ എന്തു ത്യാഗം ചെയ്യാനും ഒരുക്കമാകും. നിനക്ക് കാണാൻ കഴിയുന്നുണ്ടോ...."

നന്ദൻ ബുദ്ധനെ ഇടപെട്ട് പറഞ്ഞു, "ദയവായി കൂടുതലൊന്നും പറയരുത്. അങ്ങെന്താണ് പറയാൻ പോകുന്നതെന്ന് എനിക്കറിയാം. ഞാൻ കൂടുതൽ ആത്മാർത്ഥതയോടെ പരീക്ഷണത്തിനായി എന്നെ സമർപ്പിക്കും."

ബുദ്ധൻ തന്റെ ഇളയ സഹോദരന്റെ നേരെ മന്ദഹസിച്ചു. "ശ്വാസം നിരീക്ഷിക്കുന്നതിൽ ദയവായി കൂടുതൽ ശ്രദ്ധ നൽകുക. നിന്റെ ശരീ

രത്തിലും വികാരങ്ങളിലും മനോരൂപങ്ങളിലും പ്രജ്ഞയിലും നിന്റെ പ്രജ്ഞയുടെ വസ്തുക്കളിലും ധ്യാനിക്കുക. ആഴത്തിൽ നോക്കുക; ജനനത്തിന്റെയും വളർച്ചയുടെയും പ്രക്രിയകൾ കാണുവാൻ; നിന്റെ സ്വന്തം ശരീരത്തിൽനിന്നും വികാരങ്ങളിൽനിന്നും മനസ്സിൽനിന്നും മനസ്സിന്റെ വസ്തുക്കളിൽ നിന്നും ഓരോ പ്രതിഭാസങ്ങൾ മങ്ങിപ്പോകുന്നത് കാണുവാൻ. എന്തെങ്കിലും നിനക്ക് മനസ്സിലാകാത്തതുണ്ടെങ്കിൽ എന്നോടോ സരിപുത്രനോടോ ചോദിക്കുക. നന്ദാ, വിമോചനത്തിലൂടെയുള്ള ആനന്ദമാണ് യഥാർത്ഥമായ, ഉപാധികളില്ലാത്ത ആനന്ദമെന്നോർക്കുക. അതൊരിക്കലും നശിപ്പിക്കപ്പെടുന്നില്ല. ആ ആനന്ദം ഉദ്ദേശിച്ച് പ്രവർത്തിക്കുക."

ആകാശം ഇരുട്ടിത്തുടങ്ങി. ബുദ്ധനും നന്ദനും എണീറ്റു. തിരിച്ച് വിഹാരത്തിലേക്ക് നടന്നു.

ജേതവനം ഇപ്പോൾ ഉറച്ചതും ശക്തവുമായ ഒരു വിഹാരജീവിതമാണ് നയിച്ചത്. ഭിക്ഷുക്കളുടെ എണ്ണം അഞ്ഞൂറായി. പിന്നത്തെ കൊല്ലം ബുദ്ധൻ വിശ്രാന്തിക്കായി വൈശാലിയിലേക്കു മടങ്ങി. ലിച്ച്വി സഹോദരന്മാർ മഹാവനം വിഹാരമാക്കി മാറ്റിയിട്ടുണ്ടായിരുന്നു. അവർ രണ്ട് നിലയുള്ള ഒരു ധർമ്മഗൃഹം ഉണ്ടാക്കിയിരുന്നു. അതിനവർ കുദാഗാരം എന്ന് പേരിട്ടു. സാൽ വൃക്ഷങ്ങളുടെ വനത്തിലുടനീളം നിരവധി ചെറിയ കെട്ടിടങ്ങളുണ്ടായിരുന്നു. വിശ്രാന്തി കാലത്തിന്റെ ധർമ്മപിതാക്കൾ രാജകുമാരന്മാരായിരുന്നു. അംബപാലിയും ധാരാളമായി സംഭാവനകൾ നൽകി.

മഗധയിലുടനീളമുള്ള ഭിക്ഷുക്കളും അങ്ങകലെ ശാക്യരാജ്യത്തിലുള്ള ഭിക്ഷുക്കളും ബുദ്ധനോടൊത്ത് വിശ്രാന്തികാലം ചെലവഴിക്കാൻ അവിടെ കൂടി. അവരെല്ലാം കൂടി അറുനൂറ് പേരുണ്ടായിരുന്നു. ഗൃഹസ്ഥശിഷ്യരും മഴക്കാലം ചെലവഴിക്കാനും ബുദ്ധന്റെ പ്രബോധനം സ്വീകരിക്കാനും അവിടേയ്ക്കെത്തി. അവർ നിത്യവും ഭക്ഷണസാധനങ്ങൾ അർപ്പിച്ചു. ധർമ്മപ്രഭാഷണങ്ങളിൽ പങ്കെടുത്തു.

വിശ്രാന്തികാലം ഏതാണ്ടവസാനിച്ച് ശരത്കാലത്തിന്റെ ഒരാദ്യപ്രഭാതത്തിൽ, കപിലവസ്തുവിൽ ശുദ്ധോധനരാജാവ് മരണക്കിടക്കയിലാണെന്ന് ബുദ്ധന് അറിവ് കിട്ടി. രാജാവ് തന്റെ മരുമകൻ, രാജകുമാരൻ മഹാനാമനെ സന്ദേശവാഹകനായി, തന്റെ മകനെ അവസാനമായി ഒരു നോക്ക് കാണുവാനുള്ള ആശയിൽ ബുദ്ധന് ആളയച്ചു. സമയം ലാഭിക്കുവാനായി, മഹാനാമന്റെ പ്രത്യേക അഭ്യർത്ഥനപ്രകാരം, ബുദ്ധൻ വാഹനത്തിൽ യാത്ര ചെയ്യാൻ സമ്മതിച്ചു. അനിരുദ്ധനും നന്ദനും ആനന്ദനും രാഹുലനും അദ്ദേഹത്തെ അനുഗമിച്ചു. അവർ വളരെ വേഗം സ്ഥലംവിട്ടു. അതിനാൽ ലിച്ച്വി സഹോദരന്മാർക്കും അംബപാലിക്കുപോലും അവരെ യാത്രയാക്കാൻ സമയം കിട്ടിയില്ല.

വാഹനം പൊയ്ക്കഴിഞ്ഞ്, ശാക്യകുലത്തിലെ പഴയ രാജകുമാരന്മാര ടങ്ങുന്ന ഇരുനൂറ് ഭിക്ഷുക്കൾ കപിലവസ്തു ലക്ഷ്യമാക്കി നടന്നു. ബുദ്ധന്റെ പിതാവിന്റെ ശവസംസ്കാരത്തിന് അവരും ബുദ്ധനോടൊത്ത് കൂടുവാൻ ആഗ്രഹിച്ചു.

രാജകുടുംബം ബുദ്ധനെ കൊട്ടാര കവാടത്തിൽ സ്വീകരിച്ചു. ഉടനെ മഹാപ്രജാപതി അദ്ദേഹത്തെ രാജാവിന്റെ അറയിലേക്ക് നയിച്ചു. ബുദ്ധ നെക്കണ്ടപ്പോൾ രാജാവിന്റെ വിളർത്തതും വിവർണമായതുമായ മുഖം പ്രകാശിച്ചു. ബുദ്ധൻ രാജാവിന്റെ കിടയ്ക്കക്കരികിലിരുന്നു. രാജാവിന്റെ കൈകൾ തന്റെ കയ്യിൽ ചേർത്തുപിടിച്ചു. ഇപ്പോൾ എൺപത്തിരണ്ടു വയസ്സുള്ള രാജാവ് ശോഷിച്ചവനും ദുർബ്ബലനുമായിരുന്നു.

ബുദ്ധൻ: "അച്ഛാ, ദയവായി സാവകാശം സൗമ്യമായി ശ്വാസമെടു ക്കുക. പുഞ്ചിരിക്കുക, ഈ നിമിഷം, അങ്ങയുടെ ശ്വാസത്തേക്കാൾ പ്രധാനമായി യാതൊന്നുമില്ല. നന്ദനും രാഹുലനും അനിരുദ്ധനും ഞാനും അങ്ങേയ്ക്കൊപ്പം ശ്വസിക്കും."

രാജാവ് അവരെ ഓരോരുത്തരെയും നോക്കി, അദ്ദേഹം പുഞ്ചി രിച്ചു. തന്റെ ശ്വാസം നിരീക്ഷിക്കാനാരംഭിച്ചു. കരയാൻ ആരും ധൈര്യ പ്പെട്ടില്ല. ഒരു നിമിഷത്തിനുശേഷം, രാജാവ് ബുദ്ധന്റെ നേരെ നോക്കി പറഞ്ഞു: "ജീവിതത്തിന്റെ നശ്വരത ഞാൻ സുവ്യക്തമായി കണ്ടു. സന്തോഷം ആവശ്യമുള്ള ഒരാൾ ആസക്തികളിൽ തന്നെ സ്വയം നഷ്ട പ്പെടുത്തരുത്. ലാളിത്യത്തിന്റെയും സ്വാതന്ത്ര്യത്തിന്റെയും ഒരു ജീവിതം ജീവിക്കുന്നതു മൂലം സന്തോഷമുണ്ടാകുന്നു."

ഗോതമി രാജ്ഞി ബുദ്ധനോട് പറഞ്ഞു: "ഇക്കഴിഞ്ഞ മാസങ്ങളിൽ രാജാവ് വളരെ ലളിതമായ ജീവിതമാണ് ജീവിച്ചത്. അദ്ദേഹം ശരിക്കും അങ്ങയുടെ അനുശാസനം പിന്തുടർന്നു. ഇവിടെയുള്ള ഓരോരുത്ത രുടെയും ജീവിതത്തിന് അങ്ങയുടെ അനുശാസനംകൊണ്ട് മാറ്റമുണ്ടാ യിട്ടുണ്ട്."

രാജാവിന്റെ കൈപിടിച്ചുകൊണ്ട് തന്നെ ബുദ്ധൻ പറഞ്ഞു. "അച്ഛാ, എന്റെയും നന്ദന്റെയും രാഹുലന്റെയും നേരെ ആഴത്തിൽ നോക്കുക. ജനാലയ്ക്ക് പുറത്ത് വൃക്ഷശാഖികളിലുള്ള പച്ചിലകൾ നോക്കുക. ജീവിതം തുടരുന്നതുപോലെ അങ്ങയും. അങ്ങ് എന്നിലും നന്ദനിലും രാഹുലനിലും മറ്റെല്ലാ ജീവികളിലും തുടർന്ന് ജീവിക്കും. താൽക്കാ ലികമായ ഈ ശരീരം ഉണ്ടായിരിക്കുന്നത് നാല് ധാതുക്കളിൽ നിന്നാണ്. അവ അലിഞ്ഞുതീരുന്നത് വീണ്ടും സംഘടിക്കാനാണ്. അച്ഛാ, ശരീരം ഇല്ലാതാകുന്നതുകൊണ്ട്, ജീവിതത്തിനും മരണത്തിനും നമ്മെ ബന്ധിപ്പിക്കാനാവില്ല. രാഹുലന്റെ ശരീരം തന്നെയാണ് അങ്ങ യുടേതും."

രാഹുലനോട് രാജാവിന്റെ മറ്റേ കൈപിടിക്കുവാൻ ബുദ്ധൻ ആംഗ്യം കാട്ടി. മരണാസന്നനായ രാജാവിന്റെ മുഖത്ത് രമണീയമായ ഒരു മന്ദഹാസം വിരിഞ്ഞു. അദ്ദേഹത്തിന് ബുദ്ധന്റെ വാക്കുകൾ മനസ്സിലായി. അദ്ദേഹം പിന്നീടൊരിക്കലും മരണത്തെ പേടിച്ചില്ല.

രാജാവിന്റെ ഉപദേശകരും മന്ത്രിമാരുമെല്ലാം സന്നിഹിതരായിരുന്നു. തന്റെ അടുത്തേക്ക് വരുവാൻ അദ്ദേഹം ആംഗ്യം കാട്ടി. ക്ഷീണിച്ച ശബ്ദത്തിൽ പറഞ്ഞു, "എന്റെ ഭരണകാലത്ത്, ഞാൻ നിങ്ങളെ, സംശയരഹിതമായും, വിഷമിപ്പിച്ചിട്ടുണ്ട്. തെറ്റ് ചെയ്തിട്ടുണ്ട്. മരിക്കുന്നതിനുമുമ്പ് ഞാൻ നിങ്ങളോട് മാപ്പ് ചോദിക്കുന്നു."

ഉപദേശകർക്കും മന്ത്രിമാർക്കും കരച്ചിലടക്കാൻ കഴിഞ്ഞില്ല. മഹാനാമരാജകുമാരൻ കിടയ്ക്കക്കരികിൽ മുട്ടുകുത്തി പറഞ്ഞു. "മഹാരാജൻ, അങ്ങ് രാജാക്കന്മാരിൽ ഏറ്റവും ധർമ്മിഷ്ഠനും നീതിമാനുമാണ്. അങ്ങയെ കുറ്റപ്പെടുത്താൻ ആർക്കും ഒരു കാരണവുമില്ല."

മഹാനാമൻ തുടർന്നു: "നന്ദരാജകുമാരൻ വിഹാരജീവിതം ഉപേക്ഷിച്ച് കപിലവസ്തുവിലേയ്ക്ക് മടങ്ങി സിംഹാസനമേൽക്കാൻ ഞാൻ താഴ്മയോടെ നിർദ്ദേശിക്കുന്നു. അങ്ങയുടെ സ്വന്തം മകൻ രാജാവായിരിക്കുന്നത് കാണുവാൻ ജനങ്ങളെല്ലാം സന്തോഷിക്കും. അദ്ദേഹത്തെ ഞാനെന്റെ ജീവൻ വെച്ച് സഹായിക്കുകയും പിന്താങ്ങുകയും ചെയ്യുമെന്ന് പ്രതിജ്ഞ ചെയ്യുന്നു."

രക്ഷയ്ക്കായി യാചിക്കുന്നതുപോലെ നന്ദൻ ബുദ്ധന്റെ നേരെ നോക്കി. ഗോതമി രാജ്ഞിയും ബുദ്ധന്റെ വഴിയിൽ നോക്കി. ശാന്തനായി ബുദ്ധൻ സംസാരിച്ചു. "അച്ഛാ, മന്ത്രിമാരേ, ഇക്കാര്യത്തിൽ എന്റെ ഉൾക്കാഴ്ചകൾ പങ്കിടാൻ ദയവായി എന്നെ അനുവദിക്കുക. ഒരു രാഷ്ട്രീയ ഭരണാധികാരിയായിരിക്കാനുള്ള കഴിവോ ചായ്‌വോ നന്ദനില്ല. അത്തരമൊരു കർത്തവ്യത്തിന് സജ്ജമാകാൻ അവന് അനേകം വർഷങ്ങളുടെ ആത്മീയ പരിശീലനം ആവശ്യമാണ്. രാഹുലന് വെറും പതിനഞ്ചു വയസ്സേ ആയിട്ടുള്ളൂ. രാജാവാകാൻ ഒട്ടും പ്രായമായിട്ടില്ല. മഹാനാമരാജകുമാരനാണ് രാജാവായിരിക്കുവാൻ ഏറ്റവും യോഗ്യനെന്നാണ് ഞാൻ വിശ്വസിക്കുന്നത്. അദ്ദേഹം നല്ല പ്രാപ്തിയും ബുദ്ധിയും ഉള്ളവനാണ്. അതുപോലെ കാരുണ്യവും ധാരണയുമുണ്ട്. മാത്രമല്ല, കഴിഞ്ഞ ആറുവർഷമായി അദ്ദേഹം രാജാവിന്റെ മുഖ്യ ഉപദേഷ്ടാവുമാണ്. രാജകുടുംബത്തിന്റെ പേരിൽ, ജനങ്ങളുടെ പേരിൽ, ഈ ബുദ്ധിമുട്ടുള്ള പണി ഏറ്റെടുക്കാൻ ഞാൻ മഹാനാമരാജകുമാരനോട് ആവശ്യപ്പെടുന്നു."

മഹാനാമൻ കൈകൾകൂപ്പി പ്രതിഷേധിച്ചു. "ഒരു രാജാവിനാവശ്യമായ കഴിവ് എനിക്കുണ്ടോയെന്ന് ഞാൻ ഭയപ്പെടുന്നു. മഹാരാജൻ,

ഭഗവാൻ ബുദ്ധൻ, മന്ത്രിമാരേ എന്നേക്കാൾ യോഗ്യനായ മറ്റാരെയെങ്കിലും തിരഞ്ഞെടുക്കൂ."

മറ്റുള്ള മന്ത്രിമാർ ബുദ്ധന്റെ നിർദ്ദേശത്തെ അംഗീകരിച്ചു. രാജാവും തന്റെ അംഗീകാരം തലയാട്ടി രേഖപ്പെടുത്തി. അദ്ദേഹം മഹാനാമനെ തന്റെയടുത്തേക്ക് വിളിച്ചു: മഹാനാമന്റെ കൈ കയ്യിലെടുത്ത് പറഞ്ഞു: "എല്ലാവരും നിന്നിൽ അവരുടെ വിശ്വാസം സമർപ്പിക്കുന്നു. ബുദ്ധനുപോലും നിന്നിൽ വിശ്വാസമുണ്ട്. നീയെന്റെ മരുമകനാണ്. സിംഹാസനം നിന്നിൽ വന്നുചേരുന്നത് എനിക്ക് സന്തോഷമാണ്. അതിനാൽ ഞാൻ ബഹുമാനിക്കപ്പെടുന്നു. നീ നമ്മുടെ കുലം ഒരു നൂറ് തലമുറകൾ തുടരും."

രാജാവിന്റെ ആഗ്രഹങ്ങൾക്ക് മഹാനാമൻ തലതാഴ്ത്തി.

രാജാവ് ആഹ്ലാദഭരിതനായി: "ഇപ്പോഴെനിക്ക് സമാധാനത്തോടെ കണ്ണടയ്ക്കാം. ഈ ലോകത്തുനിന്നും പോകുന്നതിനു മുമ്പ് ബുദ്ധനെ കണ്ടതിൽ എനിക്ക് സന്തോഷമുണ്ട്. എന്റെ ഹൃദയത്തിൽ ഇപ്പോൾ യാതൊരുവിധ ഉൽക്കണ്ഠകളുമില്ല. എനിക്ക് പശ്ചാത്താപങ്ങളോ വിദ്വേഷമോ ഇല്ല. തന്റെ ആദ്യകാല ഭരണത്തിന് മഹാനാമനെ സഹായിക്കാൻ കുറച്ചുനാൾ ബുദ്ധൻ കപിലവസ്തുവിൽ ഉണ്ടാകുമെന്ന് ഞാനാശിക്കുന്നു. ബുദ്ധഭഗവാനേ, അങ്ങയുടെ ധാർമ്മികത നമ്മുടെ രാജ്യത്തിന് ഒരു നൂറ് തലമുറകളുടെ ശാന്തിനൽകും." രാജാവിന്റെ ശബ്ദം വെറും ഒരു മന്ത്രിക്കലായി താഴ്ന്നു.

ബുദ്ധൻ പറഞ്ഞു: "മഹാനാമനെ സഹായിക്കാൻ എത്രകാലം വേണമെങ്കിലും ഞാനിവിടെ തങ്ങും."

രാജാവ് പരിക്ഷീണനായി പുഞ്ചിരിച്ചു; എന്നാൽ അദ്ദേഹത്തിന്റെ കണ്ണുകൾ ശാന്തി വിതറി. അദ്ദേഹം കണ്ണടച്ചു. ഈ ജീവിതത്തിൽനിന്നും യാത്രയായി. ഗോതമിരാജ്ഞിയും യശോധരയും കരയാൻ തുടങ്ങി. മന്ത്രിമാർ ദുഃഖത്തിൽ തേങ്ങി. ബുദ്ധൻ രാജാവിന്റെ കൈകൾ നെഞ്ചിൽ മടക്കിവെച്ചു. പിന്നീട് എല്ലാവരോടുമായി കരച്ചിൽ നിർത്താൻ ആംഗ്യം കാട്ടി. അവരോട് തങ്ങളുടെ ശ്വാസഗതി നിരീക്ഷിക്കുവാൻ പറഞ്ഞു. നിമിഷങ്ങൾക്കുശേഷം അദ്ദേഹം അവരോട് പുറത്തെ അറയിൽ ഒത്തുകൂടുവാൻ നിർദ്ദേശിച്ചു. ശവസംസ്കാരത്തിനുള്ള തയ്യാറെടുപ്പുകൾ ചർച്ച ചെയ്യാനായി.

ഏഴ് ദിവസങ്ങൾക്കുശേഷം ശവസംസ്കാരം നടന്നു. ആയിരത്തിൽ കൂടുതൽ ബ്രാഹ്മണർ ചടങ്ങിൽ പങ്കെടുത്തു. ബുദ്ധമാർഗ്ഗത്തെ പ്രതിനിധീകരിച്ച് കാവിവസ്ത്രമുടുത്ത അഞ്ഞൂറ് ബുദ്ധഭിക്ഷുക്കളുടെ സാന്നിധ്യം ശുദ്ധോധന രാജാവിന്റെ ശവസംസ്കാരത്തെ അതുല്യമാക്കി. പരമ്പരാഗതമായ ബ്രാഹ്മണ പ്രാർത്ഥനകൾക്കും ആമന്ത്ര

ണങ്ങൾക്കും പുറമെ ബുദ്ധമാർഗ്ഗസൂത്രങ്ങളും ഉയർന്നു. നാല് ശ്രേഷ്ഠ സത്യങ്ങളും അനശ്വരതയെക്കുറിച്ചുള്ള സൂത്രവും അഗ്നിസൂത്രവും മൂന്ന് ശരണങ്ങളും ഭിക്ഷുക്കൾ ചൊല്ലി. ഗംഗയുടെ കിഴക്കൻ ഭാഗങ്ങളിലുള്ളവർ സംസാരിച്ചിരുന്ന മഗധിയിലാണ് അവർ ചൊല്ലിയത്.

ബുദ്ധൻ സാവകാശം ചിത മൂന്ന് തവണ വലംവെച്ചു. ചിതയ്ക്ക് തീ കൊളുത്തുന്നതിനു മുമ്പായി അദ്ദേഹം പറഞ്ഞു. "ജനനം, വാർദ്ധക്യം, രോഗം, മരണം എന്നിവ എല്ലാ മനുഷ്യരുടെയും ജീവിതത്തിൽ സംഭവിക്കുന്നു. നാമോരോ നാളും ജനനം, മരണം, വാർദ്ധക്യം, രോഗം എന്നിവയെക്കുറിച്ച് പര്യാലോചിക്കണം. ആസക്തികളിൽ നമുക്ക് നമ്മെ നഷ്ടപ്പെടാതിരിക്കാനാണത്. ശാന്തിയും ആനന്ദവും സംതൃപ്തിയും നിറഞ്ഞ ഒരു ജീവിതം സൃഷ്ടിക്കാൻ നമുക്ക് കഴിയും. മാർഗ്ഗം കണ്ടെത്തിയ ഒരാൾ ജനനത്തെയും വാർദ്ധക്യത്തെയും രോഗത്തെയും മരണത്തെയും സമചിത്തതയോടെയാണ് നോക്കിക്കാണുന്നത്. എല്ലാ ധർമ്മങ്ങളുടെയും ശരിയായ സ്വഭാവം: മരണവുമില്ല. ജനനവുമില്ല. സൃഷ്ടിയുമില്ല. സംഹാരവുമില്ല. വൃദ്ധിയുമില്ല. വൃദ്ധിക്ഷയവുമില്ല."

ഒരിക്കൽ തീ കൊളുത്തിയതോടെ അഗ്നിനാളങ്ങൾ ചിതയെ വിഴുങ്ങി. മന്ത്രോച്ചാരണങ്ങൾക്കൊപ്പം ഭേരിയും മണിയും ഇടകലർന്നു. ബുദ്ധൻ രാജാവിന്റെ ചിതയ്ക്ക് തീ കൊളുത്തുന്നത് കാണുവാനായി കപിലവസ്തുവിലെ എല്ലാ ജനങ്ങളും പങ്കെടുത്തു.

മഹാനാമന്റെ സ്ഥാനാരോഹണത്തിനുശേഷം, ബുദ്ധൻ കപിലവസ്തുവിൽ മൂന്ന് മാസം തങ്ങി. ഒരു ദിവസം നിഗ്രോധ തോട്ടത്തിൽ മഹാപ്രജാപതി ഗോതമി അദ്ദേഹത്തെ സന്ദർശിച്ചു. അവർ ഒരുപാട് വസ്ത്രങ്ങൾ സമ്മാനിച്ചു. തന്നെ ഒരു സന്യാസിയായി സംഘത്തിലെടുക്കാൻ അപേക്ഷിച്ചു. അവർ പറഞ്ഞു. "അങ്ങ് സ്ത്രീകളെ സംഘത്തിൽ ചേർക്കുകയാണെങ്കിൽ, ഒരുപാട് പേർക്ക് അത് പ്രയോജനപ്പെടും. നമ്മുടെ കുലത്തിൽ നിരവധി രാജകുമാരന്മാർ അങ്ങയുടെ ശിഷ്യരായിത്തീരാൻ വീടുവിട്ടിറങ്ങിയിട്ടുണ്ട്. അവരിൽ പലർക്കും ഭാര്യമാരുണ്ടായിരുന്നു. ഇപ്പോൾ അവരുടെ ഭാര്യമാർ സന്യാസിനിമാരായി ധർമ്മം പഠിക്കാനാഗ്രഹിക്കുന്നു. ഞാൻ സംഘത്തിൽ ചേരാനാഗ്രഹിക്കുന്നു. അതെനിക്ക് വലിയ ആനന്ദം തരും. രാജാവ് മരിച്ചതിനുശേഷമുള്ള എന്റെ ഒരേയൊാഗ്രഹം ഇതാണ്."

നീണ്ടൊരു നിശബ്ദതയ്ക്കുശേഷം ബുദ്ധൻ പറഞ്ഞു. "അത് സാധ്യമല്ല."

പ്രജാപതിയമ്മ കേണപേക്ഷിച്ചു. "എനിക്കറിയാം ഇതങ്ങേയ്ക്ക് പ്രയാസമുള്ള ഒരു കാര്യമാണ്. അങ്ങ് സ്ത്രീകളെ സംഘത്തിൽ എടു

ക്കുകയാണെങ്കിൽ, സമൂഹത്തിന്റെ പ്രതിഷേധവും ചെറുത്തുനില്പും നേരിടേണ്ടിവരും. എന്നാൽ അത്തരം പ്രതികരണങ്ങളെ അങ്ങ് ഭയക്കുമെന്ന് ഞാൻ വിശ്വസിക്കുന്നില്ല."

വീണ്ടും ബുദ്ധൻ നിശബ്ദനായി. അദ്ദേഹം പറഞ്ഞു. "രാജഗൃഹത്തിലും സംഘത്തിൽ ചേരാനാഗ്രഹിക്കുന്ന ഒരുപാട് സ്ത്രീകളുണ്ട്. പക്ഷേ, അതിന്റെ സമയമായെന്ന് ഞാൻ വിശ്വസിക്കുന്നില്ല. സംഘത്തിൽ സ്ത്രീകളെ ചേർക്കുന്നതിനുള്ള ഉപാധികൾ ഇനിയും പക്വമായിട്ടില്ല."

ഗോതമി മൂന്ന് തവണ അദ്ദേഹത്തോടപേക്ഷിച്ചു. എന്നാൽ അദ്ദേഹത്തിന്റെ മറുപടി ഒന്നുതന്നെയായിരുന്നു. ഏറെ നിരാശിതയായി അവർ മടങ്ങി. കൊട്ടാരത്തിൽ മടങ്ങിയെത്തിയപ്പോൾ അവർ യശോധരയെ ബുദ്ധന്റെ പ്രതികരണം അറിയിച്ചു.

കുറച്ച് നാളുകൾക്കുശേഷം ബുദ്ധൻ വൈശാലിയിലേക്ക് മടങ്ങി. അദ്ദേഹം പോയശേഷം ഗോതമി സംഘത്തിൽ ചേരാൻ താല്പര്യമുള്ള എല്ലാ സ്ത്രീകളെയും വിളിച്ചുകൂട്ടി. ഒരിക്കലും വിവാഹിതരാകാത്ത നിരവധി സ്ത്രീകൾ അവരിലുണ്ടായിരുന്നു. എല്ലാ സ്ത്രീകളും ശാക്യകുലത്തിൽ നിന്നുള്ളവരായിരുന്നു. അവർ അവരോട് പറഞ്ഞു, "ഉൽബുദ്ധതയുടെ കാര്യത്തിൽ എല്ലാ മനുഷ്യരും സമന്മാരാണെന്ന കാര്യത്തിൽ എനിക്ക് യാതൊരു സംശയവുമില്ല. ബോധദീപ്തനാകാനും വിമോചിക്കപ്പെടാനുമുള്ള കഴിവ് എല്ലാവർക്കുമുണ്ട്. ബുദ്ധൻ തന്നെ അങ്ങനെ പറഞ്ഞിട്ടുണ്ട്. അസ്പർശ്യരെ അദ്ദേഹം സംഘത്തിൽ ചേർത്തിട്ടുണ്ട്. സ്ത്രീകളെ സ്വീകരിക്കാതിരിക്കുവാൻ യാതൊരു കാരണവുമില്ല. നമ്മളും പൂർണ്ണവ്യക്തികളാണ്. ബോധദീപ്തരാകാനും വിമോചിതരാകാനും നമുക്ക് കഴിയും. സ്ത്രീകളെ കിഴിച്ച് കാണേണ്ട യാതൊരു കാരണവുമില്ല.

"നാം നമ്മുടെ തല മുണ്ഡനം ചെയ്യുക. നമ്മുടെ ഭംഗിയുള്ള വസ്ത്രങ്ങളും ആഭരണങ്ങളും ഉപേക്ഷിക്കുക. ഭിക്ഷുവിന്റെ മഞ്ഞവസ്ത്രങ്ങൾ ധരിക്കുക. നഗ്നപാദരായി വൈശാലിയിലേയ്ക്ക് നടക്കുക. സംഘത്തിൽ ചേരുക. ഇങ്ങനെ നമുക്ക് ബുദ്ധനെയും മറ്റുള്ളവരെയും ബോധ്യപ്പെടുത്താനാകും, നമ്മളും ലളിതമായി ജീവിക്കാനും മാർഗ്ഗം പരിശീലിക്കാനും പ്രാപ്തരാണ്. നമ്മൾ നൂറുകണക്കിന് നാഴികകൾ നടക്കും. നമ്മുടെ ഭക്ഷണം യാചിക്കും. നമ്മെ സംഘത്തിൽ ചേർക്കുന്നതിനുള്ള ഒരേയൊരു പ്രതീക്ഷ ഇത് മാത്രമാണ്."

എല്ലാ സ്ത്രീകളും ഗോതമി പറഞ്ഞത് സമ്മതിച്ചു. അവർ ഗോതമിയിൽ ശരിയായൊരു നേതാവിനെ കണ്ടു. യശോധര പുഞ്ചിരിച്ചു. അവർ നേരത്തെത്തന്നെ ഗോതമിയുടെ മനോധൈര്യത്തെ പ്രശംസിച്ചിരുന്നു.

യശോധരയുമൊന്നിച്ച് പാവപ്പെട്ടവർക്കുവേണ്ടി പണിയെടുത്ത ഗോതമി ഒരു പ്രതിബന്ധത്തെയും വകവയ്ക്കുന്നവളല്ല. അവരുടെ പദ്ധതി നടപ്പിലാക്കാനുള്ള ദിവസം അവർ തിരഞ്ഞെടുത്തു.

ഗോതമി യശോധരയോട് പറഞ്ഞു: "ഗോപേ, നീയിപ്പോൾ വരാതിരിക്കുന്നതാണ് നല്ലത്. കാര്യങ്ങൾ കൂടുതൽ നിർബാധമായി പോകും. ഞങ്ങൾ വിജയിക്കുന്നതോടെ, നിനക്ക് ഞങ്ങളെ പിന്തുടരാൻ വേണ്ടത്ര സമയമുണ്ടാകും."

ധാരണയോടെ യശോധര മന്ദഹസിച്ചു.

45. വാതിൽ തുറക്കുന്നു

ഒരു ദിവസം അതിരാവിലെ തടാകത്തിലേക്ക് അല്പം വെള്ളമെടുക്കാൻ പോകുന്ന വഴിയിൽ, ആനന്ദൻ ഗോതമിയും മറ്റ് അമ്പത് സ്ത്രീകളും ബുദ്ധന്റെ കുടിലിന്നേറെ ദൂരെയല്ലാതെ നിൽക്കുന്നത് കണ്ടു. ഓരോ സ്ത്രീയും തല മുണ്ഡനം ചെയ്തിരുന്നു. മഞ്ഞവസ്ത്രമാണുടുത്തിരുന്നത്. അവരുടെ കാലുകൾ വീങ്ങിയിരുന്നു. ചോരച്ചുമിരുന്നു. ഒറ്റനോട്ടത്തിൽ ആനന്ദൻ വിചാരിച്ചു, സന്യാസിമാരുടെ ഒരു പ്രതിനിധി സംഘമാണെന്ന്. എന്നാൽ പെട്ടെന്ന്, ആനന്ദൻ ഗോതമിയെ തിരിച്ചറിഞ്ഞു. തന്റെ കണ്ണുകളെ വിശ്വസിക്കാനാവാതെ ആനന്ദൻ വിക്കി, "എന്തൊരാശ്ചര്യം! ഗോതമി രാജ്ഞി! അവിടുന്ന് എവിടെ നിന്നാണ് വരുന്നത്? എന്തുകൊണ്ടാണ് കാലിൽ ചോര കക്കിയിരിക്കുന്നത്? എന്തുകൊണ്ടാണ് അവിടുന്നും മറ്റ് സ്ത്രീകളും ഇതുപോലെ ഇവിടെ വന്നിരിക്കുന്നത്?

ഗോതമി: "സംപൂജ്യനായ ആനന്ദാ, ഞങ്ങൾ തല മുണ്ഡനം ചെയ്തു. ഞങ്ങൾ നല്ല വസ്ത്രങ്ങളും ആഭരണങ്ങളും ഉപേക്ഷിച്ചു. ഞങ്ങൾക്കിനി ഈ ലോകത്തിൽ യാതൊരുവിധ വസ്തുക്കളും ഞങ്ങളുടേതായിട്ടില്ല. ഞങ്ങൾ കപിലവസ്തു വിട്ട് പതിനഞ്ച് നാളുകളായി നടക്കുന്നു. തെരുവോരങ്ങളിൽ ഉറങ്ങി. വഴിയിലുള്ള ചെറിയ ഗ്രാമങ്ങളിൽ ഭിക്ഷാടനം നടത്തി. ഞങ്ങൾക്ക് ഭിക്ഷുക്കളെപ്പോലെ ജീവിക്കാൻ കഴിയുമെന്ന് കാണിച്ചു കൊടുക്കാൻ ഞങ്ങൾ ആഗ്രഹിക്കുന്നു. ആനന്ദാ, ഞാനപേക്ഷിക്കുന്നു. ഞങ്ങൾക്കുവേണ്ടി ബുദ്ധനോട് സംസാരിച്ചാലും. സന്യാസിനിമാരായി സംഘത്തിൽ ചേരുവാൻ ഞങ്ങളാഗ്രഹിക്കുന്നു."

ആനന്ദൻ പറഞ്ഞു, "ഇവിടെ കാത്ത് നിൽക്കുക. ഞാനുടനെ ബുദ്ധനുമായി സംസാരിക്കാം. എനിക്ക് ചെയ്യാവുന്നതെല്ലാം ഞാൻ ചെയ്യുമെന്ന് വാക്ക് തരുന്നു."

ബുദ്ധൻ വസ്ത്രമണിയുന്ന നേരം ആനന്ദൻ ബുദ്ധന്റെ കുടിലിലേക്ക് കടന്നു. ബുദ്ധന്റെ സഹായിയായ നഗിതനും അപ്പോൾ അവിടെ ഉണ്ടായിരുന്നു. താൻ കണ്ടതും കേട്ടതുമെല്ലാം ആനന്ദൻ ബുദ്ധനോട് പറഞ്ഞു. ബുദ്ധൻ യാതൊന്നും പറഞ്ഞില്ല.

പിന്നീട് ആനന്ദൻ ചോദിച്ചു: "പ്രഭോ, ഒരു സ്ത്രീയ്ക്ക് ആർഹതത്ത്വത്തിന്റെ പടികൾ പിന്നിട്ട് ആർഹതത്ത്വം സിദ്ധിക്കാൻ സാധ്യമാണോ?"

ബുദ്ധൻ: "സംശയമില്ല."

"പിന്നെ എന്തുകൊണ്ട് അങ്ങ് സ്ത്രീകളെ സംഘത്തിൽ ചേർക്കുന്നില്ല? അങ്ങ് ചെറിയ കുഞ്ഞായിരുന്നപ്പോൾ മുതൽ ഗോതമി അമ്മ അങ്ങയെ പോറ്റി വളർത്തിയതല്ലേ? അവർ അങ്ങയെ ഒരു മകനെപ്പോലെ സ്നേഹിച്ചു. ഇപ്പോഴവർ തല മുണ്ഡനം ചെയ്തു. എല്ലാം ഉപേക്ഷിച്ചു. കപിലവസ്തു മുതൽ ഇവിടം വരെ നടന്നു. സ്ത്രീകൾക്കും എന്തും സഹിക്കാനാവുമെന്ന് തെളിയിച്ചു. അവരിൽ ദയവായി കാരുണ്യമുണ്ടാവുക. അവരെ സംഘത്തിൽ ചേർക്കുക."

കുറേ നേരം ബുദ്ധൻ നിശബ്ദനായി. പിന്നീടദ്ദേഹം സംപൂജ്യരായ സരിപുത്രനെയും മൊഗ്ഗല്ലാനയേയും അനിരുദ്ധനെയും ബദ്ദിയയേയും കിമ്പിലനെയും മഹാകശ്യപനെയും വിളിക്കുവാനായി നഗിതനോടാവശ്യപ്പെട്ടു. അവരെത്തിയപ്പോൾ അദ്ദേഹം അവരുമായി പുതിയ സാഹചര്യം സുദീർഘമായി ചർച്ച ചെയ്തു. സ്ത്രീകളോടുള്ള വിവേചനമല്ല, അവരെ സംഘത്തിൽ ചേർക്കാൻ സംശയിച്ചതിന് കാരണമെന്ന് അദ്ദേഹം വിശദീകരിച്ചു. സംഘത്തിനകത്തും പുറത്തും ദോഷകരമായ സംഘർഷങ്ങൾ ഒഴിവാക്കി എങ്ങനെ സ്ത്രീകളെ സംഘത്തിൽ ചേർക്കാമെന്ന കാര്യത്തിൽ അദ്ദേഹത്തിനുറപ്പുണ്ടായിരുന്നില്ല.

ദീർഘനേരത്തെ സംവാദങ്ങൾക്കുശേഷം, സരിപുത്രൻ പറഞ്ഞു, "സംഘത്തിനുള്ളിൽ സന്യാസിനിമാരുടെ പങ്കിനെപ്പറ്റി നിയമങ്ങൾ ഉണ്ടാക്കുന്നത് നന്നായിരിക്കും. പൊതുജനങ്ങളുടെ എതിർപ്പ് തീർച്ചയായും ഉണ്ടാകാനിടയുണ്ട്; ഉണ്ടാവുകയാണെങ്കിൽ അത് ലഘൂകരിക്കാൻ അത്തരം നിയമങ്ങൾ സഹായിക്കും. കാരണം ആയിരത്താണ്ടുകളായി സ്ത്രീകൾക്കു നേരെ വിവേചനമുണ്ട്. താഴെ പറയുന്ന എട്ടു ചട്ടങ്ങൾ പരിഗണിച്ചാലും:

"ഒന്നാമതായി, ഒരു സന്യാസിനി അഥവാ ഭിക്ഷുണി കൂടുതൽ വർഷം പരിശീലനം നേടിയവരാണെങ്കിലും എല്ലായ്പോഴും ഒരു ഭിക്ഷുവിന് കീഴ്പെട്ട് ജീവിക്കും.

"രണ്ടാമതായി, എല്ലാ ഭിക്ഷുണികളും വിശ്രാന്തി കാലത്ത്, ഒരു ഭിക്ഷുകേന്ദ്രത്തിന് തൊട്ടടുത്തായി താമസിക്കണം. ആത്മീയ സഹായവും കൂടുതൽ പഠിക്കാനുള്ള സാഹചര്യവും ഉണ്ടാക്കാനാണിത്.

"മൂന്നാമതായി, മാസത്തിൽ രണ്ടുതവണ ഭിക്ഷുണികൾ ഏതെങ്കിലുമൊരാളെ 'ഉപോസ്ത'യെന്ന വിശേഷദിവസം ആചരിക്കാനുള്ള തീയതി തീരുമാനിക്കുന്നതിനായി ഭിക്ഷുക്കളുടെ അടുത്തേയ്ക്ക് പ്രതി

നിധിയായി അയയ്ക്കണം. ഒരു ഭിക്ഷു സന്യാസിനികളെ സന്ദർശിച്ച് അവരെ പഠിപ്പിക്കണം. ധ്യാനപരിശീലനത്തിൽ പ്രോത്സാഹിപ്പിക്കണം.

“നാലാമതായി, വർഷകാല വിശ്രാന്തി കഴിഞ്ഞാൽ സന്യാസിനിമാർ പാവാരണ ചടങ്ങിൽ (Pavarana Ceremony) പങ്കെടുക്കണം. ഭിക്ഷുക്കളുടെയും ഭിക്ഷുണികളുടെയും മുമ്പാകെ അവരുടെ പരിശീലനത്തിന്റെ വിവരങ്ങൾ അറിയിക്കണം.

“അഞ്ചാമതായി, എപ്പോഴെങ്കിലും ഒരു ഭിക്ഷുണി ഒരു ധർമ്മോപദേശം ലംഘിക്കുകയാണെങ്കിൽ, അവരത് ഭിക്ഷുക്കളുടെയും ഭിക്ഷുണിമാരുടെയും മുമ്പാകെ തുറന്ന് പറയണം.

“ആറാമതായി, പ്രാരംഭകയായി ഒരുവേള പരിശീലനം നേടിയ ശേഷം, ഒരു ഭിക്ഷുണി ഭിക്ഷുക്കളുടെയും ഭിക്ഷുണിമാരുടെയും മുമ്പാകെ പൂർണ്ണവ്രതം എടുക്കണം.

“ഏഴാമതായി, ഒരു ഭിക്ഷുണി ഒരു ഭിക്ഷുവിനെ വിമർശിക്കുകയോ നിന്ദിക്കുകയോ പാടുള്ളതല്ല.”

“എട്ടാമതായി, ഭിക്ഷുക്കളുടെ സംഘത്തിന് ഒരു ഭിക്ഷുണി ധർമ്മോപദേശം കൊടുക്കാൻ പാടില്ല.”

മൊഗ്ഗല്ലാന ചിരിച്ചു: “ഈ എട്ടു നിയമങ്ങളും വ്യക്തമായും വിവേചനമുള്ളതാണ്. അല്ലെന്ന് താങ്കൾക്കെങ്ങനെ പറയാനാകും?

സരിപുത്രൻ: സ്ത്രീകൾക്ക് സംഘത്തിൽ ചേരാനുള്ള വാതിൽ തുറന്നുകൊടുക്കുകയാണ് ഈ നിയമങ്ങൾ കൊണ്ടുദ്ദേശിക്കുന്നത്. അവ വിവേചനം ഉണ്ടാക്കുവാനല്ല, വിവേചനം അവസാനിപ്പിക്കാൻ സഹായിക്കുവാനാണെന്ന് താങ്കൾക്ക് തോന്നുന്നില്ലേ...?

മൊഗ്ഗല്ലാന തലകുലുക്കി, സരിപുത്രന്റെ പ്രസ്താവനയിലെ ആർജ്ജവം അംഗീകരിച്ചുകൊണ്ട്.

ബദ്ദിയ പറഞ്ഞു. “ഈ എട്ട് നിയമങ്ങളും ആവശ്യമാണ്. ഗോതമി മാതാവ് വളരെയധികം അധികാരം കയ്യാളിയിരുന്നവരാണ്. അവർ മഹാഗുരുവിന്റെ അമ്മയാണ്. ഇത്തരം നിയമങ്ങളില്ലാതെ, ബുദ്ധനൊഴിച്ച് മറ്റുള്ളവർക്ക് അവരെ ശരിയായ പരിശീലനത്തിൽ മാർഗ്ഗനിർദ്ദേശം നൽകാൻ പ്രയാസമായിരിക്കും.”

ബുദ്ധൻ ആനന്ദന്റെ നേരെ തിരിഞ്ഞു. “ആനന്ദാ, ഈ എട്ടു നിയമങ്ങളും സ്വീകരിക്കുവാൻ തയ്യാറാണെങ്കിൽ മഹാപ്രജാപതി മാതാവിനെയും മറ്റ് സ്ത്രീകളെയും സംഘത്തിലെടുക്കാൻ സമ്മതമാണെന്ന് അവരെ ദയവായി അറിയിക്കുക.”

സൂര്യൻ ആകാശത്തിന്റെ ഉച്ചിയിലെത്തിയിരുന്നു. എന്നാൽ ഗോതമി മാതാവും മറ്റ് സ്ത്രീകളും ക്ഷമയോടെ കാത്ത് നിൽക്കുന്നത് ആനന്ദൻ കണ്ടു. എട്ട് നിയമങ്ങൾ കേട്ടതോടെ ഗോതമി അത്യാഹ്ലാദഭരിത

യായി. അവർ മറുപടി പറഞ്ഞു: "സംപൂജ്യനായ ആനന്ദാ, ചെറുപ്പക്കാരിയായ ഒരു പെൺകുട്ടി അവളുടെ മുടി സുഗന്ധജലത്താൽ കഴുകി റോസാപ്പൂക്കളുടെയോ താമരപ്പൂക്കളുടെയോ മാലകൾ അതിൽ അലങ്കരിക്കുന്നതുപോലെ ഈ എട്ട് നിയമങ്ങളും ഞാൻ സന്തോഷത്തോടെ സ്വീകരിക്കുന്നതായി ബുദ്ധനോട് പറഞ്ഞാലും. സംഘത്തിൽ ചേരാനുള്ള അനുമതി തരികയാണെങ്കിൽ ഞാൻ ജീവിതകാലം മുഴുവൻ ഇവ പിന്തുടരും."

ആനന്ദൻ ബുദ്ധന്റെ കുടിലിലേക്കു മടങ്ങി. ഗോതമിമാതായുടെ പ്രതികരണം അദ്ദേഹത്തെ അറിയിച്ചു.

കണ്ണുകളിൽ ആശങ്കയുമായി മറ്റ് സ്ത്രീകൾ ഗോതമിയെ നോക്കി. പക്ഷേ, ഗോതമി പുഞ്ചിരിച്ച് അവർക്ക് ഉറപ്പ് നൽകി. "വിഷമിക്കേണ്ട, എന്റെ സഹോദരിമാരേ. സംഘത്തിൽ ചേരാനുള്ള അവകാശം നാം നേടിയെടുത്തുവെന്നതാണ് പ്രധാനപ്പെട്ട കാര്യം. നമ്മുടെ പരിശീലനത്തിന് ആ എട്ട് നിയമങ്ങൾ തടസ്സമാകില്ല. സംഘത്തിലേയ്ക്ക് നമുക്ക് പ്രവേശിക്കാനുള്ള വാതിലാണത്."

അന്ന്തന്നെ അമ്പത്തിയൊന്ന് സ്ത്രീകളെയും സംഘത്തിൽ ചേർത്തു. താൽക്കാലികമായി അംബപാലിയുടെ മാന്തോപ്പിൽ അവർക്ക് താമസിക്കാനുള്ള ഒരുക്കങ്ങൾ സംപൂജ്യനായ സരിപുത്രൻ ചെയ്തു. അടിസ്ഥാനപരിശീലനം സന്യാസിനിമാരെ പഠിപ്പിക്കുവാൻ ബുദ്ധൻ സരിപുത്രനോടാവശ്യപ്പെട്ടു.

എട്ടു ദിവസങ്ങൾക്കുശേഷം, മഹാപ്രജാപതി ഭിക്ഷുണി ബുദ്ധനെ സന്ദർശിച്ചു. അവർ പറഞ്ഞു. "പ്രഭോ, എന്നോട് കരുണ കാണിച്ചാലും. മോക്ഷമാർഗ്ഗത്തിൽ എങ്ങനെയാണ് പുരോഗതിയുണ്ടാക്കുക എന്ന് വിശദീകരിച്ചാലും."

ബുദ്ധൻ: "ഭിക്ഷുണി മഹാപ്രജാപതീ, വളരെ പ്രധാനപ്പെട്ട കാര്യം നിങ്ങളുടെ സ്വന്തം മനസ്സിന്റെ നിയന്ത്രണം ഏറ്റെടുക്കുകയെന്നതാണ്. ശ്വസനം നിരീക്ഷിച്ച് പരിശീലനം നടത്തുക. ശരീരം, വികാരങ്ങൾ, മനസ്സ്, മനോരൂപങ്ങൾ എന്നിവയെ ധ്യാനിക്കുക. അങ്ങനെ പരിശീലിക്കുകയാണെങ്കിൽ, ഓരോ ദിവസവും വിനയവും അനാസക്തിയും ലാഘവത്തവും ശാന്തിയും ആനന്ദവും നിങ്ങളിൽ അഗാധമാകുന്നത് നിങ്ങൾ അനുഭവിച്ചറിയും. അത്തരം ഗുണങ്ങൾ ഉണരുന്നതോടെ നിങ്ങൾ ഉൽബുദ്ധതയുടെയും ബോധോദയത്തിന്റെയും ശരിയായ പാതയിലാണെന്ന് തീർച്ചയാകും."

സന്യാസിനിമാർക്ക് ബുദ്ധന്റെയും അദ്ദേഹത്തിന്റെ മുതിർന്ന ശിഷ്യന്മാരുടെയും സമീപത്തായി താമസിക്കാൻ പാകത്തിൽ ഒരു മഠം പണിയുവാൻ ഭിക്ഷുണി മഹാപ്രജാപതി ആഗ്രഹിച്ചു. പിന്നീട് കപിലവ

സ്തുവിലേക്ക് മടങ്ങി തന്റെ ജന്മനാട്ടിൽ ഒരു മഠം പണിയണമെന്നും. സ്ത്രീകളെ സംഘത്തിൽ ചേർത്ത സദ്‌വാർത്ത യശോധരയെ അറിയിക്കുവാനായി അവർ ദൂതനെ അയച്ചു. സ്ത്രീകളെ സംഘത്തിൽ ചേർത്തത് ഒച്ചപ്പാടുണ്ടാക്കുമെന്ന് അവർക്കറിയാം. ശക്തമായ പ്രതിഷേധമുണ്ടാകും. ബുദ്ധനെയും സംഘത്തെയും അനേകം പേർ നിന്ദിക്കും. ബുദ്ധന് നിരവധി ബുദ്ധിമുട്ടുകൾ നേരിടേണ്ടിവരും. സംഘത്തിനെ ഉപദ്രവകരമായ സംഘർഷത്തിൽ നിന്നും സംരക്ഷിക്കാൻ എട്ട് നിയമങ്ങൾ താൽക്കാലികമായി ആവശ്യമാണെന്ന് അവർ മനസ്സിലാക്കി. അവർക്ക് കൃതജ്ഞത തോന്നി. ഒരിക്കൽ സ്ത്രീകളെ സംഘത്തിൽ ചേർക്കുന്നത് സ്ഥാപിക്കപ്പെട്ടുകഴിഞ്ഞാൽ, അവർക്കുറപ്പുണ്ട്, എട്ടു നിമയങ്ങൾ പിന്നീടാവശ്യമായി വരില്ല.

ബുദ്ധന്റെ സമുദായത്തിന് ഇപ്പോൾ നാല് കൈവഴികളുണ്ട്. ഭിക്ഷുക്കൾ, ഭിക്ഷുണിമാർ, ഉപാസകന്മാർ (പുരുഷന്മാരായ ഗൃഹസ്ഥശിഷ്യന്മാർ), ഉപാസികൾ (സ്ത്രീകളായ ഗൃഹസ്ഥ ശിഷ്യകൾ).

ഭിക്ഷുണിമാർ എങ്ങനെ വസ്ത്രം ധരിക്കണമെന്നതിനെപ്പറ്റി ഭിക്ഷുണി മഹാപ്രജാപതി ശ്രദ്ധാപൂർവ്വം ചിന്തിച്ചു. അവരുടെ എല്ലാ നിർദ്ദേശങ്ങളും ബുദ്ധൻ സ്വീകരിച്ചു. ഭിക്ഷുമാർ മൂന്ന് വസ്ത്രങ്ങളാണ് ധരിച്ചിരുന്നത്- അന്താരവർസക (നീളൻ ട്രൗസർ), ഉത്തരാസംഗ (ഉൾവസ്ത്രം), സൻഗ്തി (ബാഹ്യവസ്ത്രം). ഈ മൂന്നിനും പുറമെ, ഭിക്ഷുണിമാർ മാറ് മറയ്ക്കാൻ ഒരു വസ്ത്രവും (സൻകശിക) ഒരു പാവാടയും (കുസുലക) ധരിച്ചു. വസ്ത്രങ്ങളും ഭിക്ഷാപാത്രവും കൂടാതെ ഓരോ സന്യാസിക്കും സന്യാസിനിക്കും ഒരു വിശറി, ഒരു വെള്ളം അരിപ്പ, ഒരു സൂചി, വസ്ത്രം തുന്നാനുള്ള നൂല്, പല്ലുതേയ്ക്കാനുള്ള വടി, മാസത്തിൽ രണ്ടുതവണ ക്ഷൗരം ചെയ്യാനുള്ള കത്തി എന്നിവയും കൊണ്ടുനടക്കാനുള്ള അവകാശമുണ്ടായിരുന്നു.

46. ഒരു കൈനിറയെ ശിംശപാ ഇലകൾ

ബുദ്ധമാർഗ്ഗപഠനത്തിന്റെയും പരിശീലനത്തിന്റെയും ഉന്നതിപ്രാപിച്ച കേന്ദ്രങ്ങളായിത്തീർന്നു രാജഗൃഹത്തിലെ വേണുവന വിഹാരവും വൈശാലിയിലെ കുടഗരശാലാ വിഹാരവും ശ്രാവസ്തിയിലെ ജേത വനവിഹാരവും. കോസലത്തിലും മഗധയിലും മറ്റ് അയൽ രാജ്യങ്ങ ളിലുമായി മറ്റ് വിഹാരകേന്ദ്രങ്ങൾ സ്ഥാപിക്കപ്പെട്ടിരുന്നു. എവിടെയും കാവി വസ്ത്രധാരികളായ ഭിക്ഷുമാരുടെ കാഴ്ച സുലഭമായിരുന്നു. ബുദ്ധന്റെ ബോധോദയത്തിനു ശേഷമുണ്ടായ ആറ് വർഷങ്ങളിൽ ഉൽബുദ്ധതയുടെ മാർഗ്ഗം വിശാലമായി പ്രചരിക്കപ്പെട്ടിരുന്നു.

ബുദ്ധൻ തന്റെ ആറാമത്തെ മഴക്കാല വിശ്രാന്തി മകുല പർവ്വത ത്തിലാണ് ചെലവഴിച്ചത്. ഏഴാമത്തേത് ഗംഗയിൽ നിന്നകലെ മുകളി ലോട്ടു മാറിയുള്ള സാംകാശ്യ പർവ്വതത്തിലും. എട്ടാമത്തേത് അദ്ദേഹം ബഗ്ഗയിലെ സുംസുമാരഗിരിയിലും ഒമ്പതാമത്തേത് കൊസാമ്പിക്ക ടുത്തും ചെലവഴിച്ചു. യമുനാനദിയുടെ തീരത്ത് വംശരാജ്യത്തിൽ സ്ഥിതി ചെയ്തിരുന്ന ഒരു വലിയ പട്ടണമായിരുന്നു കൊസാമ്പി. അവിടെ ഒരു വലിയ കാട്ടിനുള്ളിൽ ഗോശിറ എന്നു പേരായ ഒരു പ്രധാന വിഹാര കേന്ദ്രം നിർമ്മിച്ചിരുന്നു. കാട് ദാനം ചെയ്ത ഗൃഹ സ്ഥശിഷ്യന്റെ പേരായിരുന്നു വിഹാരത്തിനിട്ടിരുന്നത്. ഗോശിറയിൽ, ഒമ്പതാം മഴക്കാലത്ത് മുതിർന്ന ശിഷ്യന്മാരായ മഹാകശ്യപനും മഹാ മൊഗ്ഗല്ലാനയും സരിപുത്രനും മഹാകചണനും ബുദ്ധനോടൊത്തില്ലാ യിരുന്നു. ആന്ദൻ, എന്തായാലും, ഉണ്ടായിരുന്നു. രാഹുലൻ സരിപു ത്രനോടൊപ്പമായിരുന്നു.

ശിംശപാവൃക്ഷങ്ങൾ നിറഞ്ഞതായിരുന്നു ഗോശിറ. ചൂടുള്ള അപ രാഹ്നങ്ങളിൽ ബുദ്ധൻ ശിംശപയുടെ കീഴിൽ ധ്യാനിക്കുവാൻ ഇഷ്ട പ്പെട്ടു. ഒരു ദിവസം ധ്യാനത്തിനുശേഷം, ഒരു പിടി ശിംശപാ ഇലകൾ കയ്യിൽ പിടിച്ചുകൊണ്ട് ബുദ്ധൻ സംഘത്തിലേക്ക് മടങ്ങി. അദ്ദേഹം അത് ഉയർത്തിപ്പിടിച്ച് ഭിക്ഷുക്കളോട് ചോദിച്ചു: "ഭിക്ഷുമാരേ, എന്റെ കയ്യിലോ, കാട്ടിലോ കൂടുതൽ ഇലകൾ?"

ഭിക്ഷുമാർ: "കാട്ടിൽ"

ബുദ്ധൻ: "അതുപോലെത്തന്നെ ഞാൻ പഠിപ്പിക്കുന്നതിനെക്കാൾ വളരെ കൂടുതലത്രെ ഞാൻ കാണുന്നത്. എന്തുകൊണ്ട്? എന്തുകൊ

ണ്ടെന്നാൽ മോക്ഷമാർഗ്ഗം സിദ്ധിക്കാൻ തീർത്തും ആവശ്യമായതു മാത്രമേ ഞാൻ പഠിപ്പിക്കുന്നുള്ളു."

ബുദ്ധനിത് പറയാൻ കാരണം ഗോശിറയിൽ നിരവധി ഭിക്ഷുമാർ ദാർശനിക സിദ്ധാന്തങ്ങളിൽ തങ്ങളെത്തന്നെ നഷ്ടപ്പെടുത്തുവാൻ തുടങ്ങിയിരുന്നു. ധ്യാനപരിശീലനത്തിന് ആവശ്യമല്ലാത്ത നിഗൂഢമായ ചോദ്യങ്ങളിൽ സ്വയം കുടുങ്ങിപ്പോകരുതെന്ന് ബുദ്ധൻ ഭിക്ഷു മാലൂക്യപുത്രനെ ഉപദേശിക്കുകയുണ്ടായി. കാരണം, പ്രപഞ്ചം പരിമിതമാണോ അപരിമിതമാണോ, നശ്വരമാണോ അനശ്വരമാണോ എന്നിങ്ങനെയുള്ള ചോദ്യങ്ങൾ ചോദിക്കുന്ന സ്വഭാവം മാലൂക്യപുത്രനുണ്ടായിരുന്നു. അത്തരം ചോദ്യങ്ങൾക്കുത്തരം പറയാൻ ബുദ്ധൻ എപ്പോഴും വിസമ്മതിച്ചു. ബുദ്ധന്റെ മൗനം സഹിക്ക വയ്യാതായി ഒരു ദിവസം മാലൂക്യപുത്രന്. അവസാനം ഒരു പ്രാവശ്യംകൂടി താനീ ചോദ്യങ്ങൾ ചോദിക്കുമെന്നും ബുദ്ധൻ ഉത്തരം തരാൻ വിസമ്മതിക്കുകയാണെങ്കിൽ തന്നെ ഭിക്ഷുവിന്റെ വ്രതത്തിൽനിന്നും ഒഴിവാക്കണമെന്ന് പറയുമെന്നും മാലൂക്യപുത്രൻ തീരുമാനിച്ചു.

അദ്ദേഹം ബുദ്ധനെ കണ്ടുപിടിച്ചു പറഞ്ഞു: "ഗുരുനാഥാ, അങ്ങ് എന്റെ ചോദ്യങ്ങൾക്ക് ഉത്തരം നൽകാമെന്ന് പറയുകയാണെങ്കിൽ, ഞാൻ അങ്ങയെ പിന്തുടരും. അങ്ങ് വിസമ്മതിക്കുകയാണെങ്കിൽ, ഞാൻ സംഘം ഉപേക്ഷിക്കും. അങ്ങേയ്ക്ക് അറിയുമെങ്കിൽ പറയുക. പ്രപഞ്ചം പരിമിതമാണോ അപരിമിതമാണോ. അങ്ങേയ്ക്ക് ഉത്തരമറിയില്ലെങ്കിൽ അത് പറയുക."

ബുദ്ധൻ മാലൂക്യപുത്രനെ നോക്കി പറഞ്ഞു: "താങ്കളെ സംഘത്തിൽ ചേർക്കുമ്പോൾ, ഞാനീ ചോദ്യങ്ങൾക്ക് ഉത്തരം പറയുമെന്ന് വാക്ക് തന്നിരുന്നുവോ? ഞാൻ പറഞ്ഞുവോ, മാലൂക്യപുത്രാ ഒരു ഭിക്ഷുവാകൂ; ഞാൻ താങ്കളുടെ ദാർശനിക പ്രശ്നങ്ങൾ പരിഹരിക്കും?"

"ഇല്ല പ്രഭോ, അങ്ങത് പറഞ്ഞിട്ടില്ല."

"പിന്നെന്താണ് ഇപ്പോൾ ഇങ്ങനെ പറയാൻ താങ്കൾ ആവശ്യപ്പെടുന്നത്? മാലൂക്യ പുത്രാ, താങ്കൾ വിഷയമ്പേറ്റ ഒരുവനെപ്പോലെയാണ്. താങ്കളുടെ കുടുംബം അമ്പ് ഊരിയെടുക്കാൻ വൈദ്യനെ വിളിക്കുന്നു. അയാൾക്ക് മറുമരുന്ന് കൊടുക്കുന്നു. വൈദ്യൻ എന്തെങ്കിലും ചെയ്യുന്നതിനെതിരെ അയാൾ പ്രതിഷേധിക്കുന്നു; അതിനു മുമ്പ് അയാളുടെ ചില ചോദ്യങ്ങൾക്ക് വൈദ്യൻ മറുപടി നൽകണമെന്ന് ശഠിക്കുന്നു. മുറിവേറ്റ ആ മനുഷ്യൻ അറിയാൻ ആവശ്യപ്പെടുന്നത് ആരാണ് അമ്പെയ്തത്, എന്താണയാളുടെ ജാതി, തൊഴിൽ, എന്തുകൊണ്ടാണയാൾ അമ്പെയ്തത് എന്നൊക്കെയാണ്. ഏത് തരം വില്ലാണ് അയാൾ ഉപയോഗിച്ചത്, എവിടന്നാണ് അയാൾക്ക് അത് കിട്ടിയത്, വിഷമുണ്ടാക്കാൻ എന്തെല്ലാം ഘടകങ്ങൾ ഉപയോഗിച്ചു. മാലൂക്യപുത്രാ, അങ്ങ

നെയൊരു മനുഷ്യൻ അത്തരം ചോദ്യങ്ങൾക്ക് ഉത്തരങ്ങൾ കിട്ടുന്നതിനു മുമ്പേ മരിക്കും. അതിൽനിന്നും ഒട്ടും വ്യത്യസ്തമല്ല മോക്ഷമാർഗ്ഗം പിന്തുടരുന്ന ആളും. മോക്ഷമാർഗ്ഗം സാക്ഷാത്കരിക്കാൻ ആവശ്യമായ കാര്യങ്ങൾ മാത്രമേ ഞാൻ പഠിപ്പിക്കുന്നുള്ളൂ. സഹായകമല്ലാത്തതോ ആവശ്യമല്ലാത്തതോ ആയവ ഞാൻ പഠിപ്പിക്കുന്നില്ല.

"മാലൂക്യപുത്രാ, പ്രപഞ്ചം പരിമിതമോ അപരിമിതമോ നശ്വരമോ അനശ്വരമോ ആയിക്കൊള്ളട്ടെ. താങ്കൾ സ്വീകരിക്കേണ്ടതായ ഒരു സത്യമുണ്ട്. ദുഃഖമുണ്ട് എന്നതാണത്. ദുഃഖത്തിന് കാരണങ്ങളുണ്ട്. ദുഃഖം ഇല്ലാതാക്കുവാൻ അവ എന്തെന്ന് വെളിവാക്കപ്പെടണം. ഞാൻ പഠിപ്പിക്കുന്ന കാര്യങ്ങൾ കൊണ്ട് താങ്കൾക്ക് അനാസക്തിയും സമചിത്തതയും ശാന്തിയും വിമോചനവും സിദ്ധിക്കാനാവും. മോക്ഷമാർഗ്ഗം സാക്ഷാത്കരിക്കാൻ സഹായകരമല്ലാത്ത മറ്റെല്ലാ കാര്യങ്ങളെപ്പറ്റിയും സംസാരിക്കുവാൻ ഞാൻ വിസമ്മതിക്കുന്നു."

ലജ്ജിതനായി മാലൂക്യപുത്രൻ ഇത്തരത്തിലൊരു വിഡ്ഢിത്തം പുലമ്പിയതിൽ മാപ്പ് ചോദിച്ചു. ഉപയോഗശൂന്യമായ ദാർശനിക സിദ്ധാന്തീകരണങ്ങളും ചർച്ചകളും ഒഴിവാക്കി പരിശീലനത്തിൽ ശ്രദ്ധ കേന്ദ്രീകരിക്കുവാൻ ബുദ്ധൻ എല്ലാ ഭിക്ഷുക്കളെയും പ്രോത്സാഹിപ്പിച്ചു.

വനം സമ്മാനമായി കൊടുത്ത ഗോശിറ എന്ന ഗൃഹസ്ഥശിഷ്യൻ കുകുടയിലും പാവാരികാംബ വനത്തിലും രണ്ട് വിഹാരങ്ങൾ പണിയുന്നതിനു കൂടി ചെലവ് വഹിക്കാമെന്നേറ്റു. ആ പ്രദേശത്ത് നാലാമതൊരു വിഹാരംകൂടി പണിതു- ബദരിക.

മറ്റുള്ള എല്ലാ വിഹാരങ്ങളിലേയും പോലെ, ഗോശിറയിലും ബുദ്ധാനുശാസനങ്ങൾ ഓർമ്മിച്ചുപറയുവാൻ ചില ഭിക്ഷുക്കളെ ചുമതലപ്പെടുത്തി. ബുദ്ധവചനങ്ങളെ സൂക്തങ്ങളെന്ന് വിളിച്ചിരുന്നതിനാൽ ഇവരെ സൂക്തഗുരുക്കൾ എന്ന് വിളിച്ചു. ധർമ്മചക്രത്തിന്റെ തിരിച്ചൽ എന്ന സൂക്തമായിരുന്നു ഒന്ന്. ബുദ്ധൻ തന്റെ ആദ്യശിഷ്യന്മാർക്ക് മാൻതോട്ടത്തിൽ വെച്ച് നടത്തിയ സംവാദം. അ-സ്വത്വത്തിന്റെ സ്വഭാവത്തെപ്പറ്റിയുള്ള സൂക്തം, ആശ്രിതമായ സഹോദയത്തെ സംബന്ധിക്കുന്ന സൂക്തം, ശ്രേഷ്ഠമായ അഷ്ടമാർഗ്ഗത്തെക്കുറിച്ചുള്ള സൂക്തം, എന്നിവ ഓർമ്മിക്കപ്പെടുകയും ബുദ്ധസംഘം ഒന്നാകെ മാസത്തിൽ രണ്ടുതവണ ചൊല്ലുകയും ചെയ്തു.

സൂക്തഗുരുക്കന്മാർക്കു പുറമെ, ധർമ്മോപദേശ ഗുരുക്കന്മാരും ഉണ്ടായിരുന്നു. ഇവർ പ്രാരംഭകർക്കും സംഘത്തിൽ ചേരുന്നവർക്കും വിവിധതരം ധർമ്മോപദേശങ്ങൾ നൽകുന്നതിൽ വിദഗ്ദ്ധരായിരുന്നു. രാഹുലനും മറ്റ് ഇരുപത് വയസ്സ് തികയാത്ത പ്രാരംഭകരും സാമനേര എന്ന ധർമ്മോപദേശങ്ങളാണ് പിന്തുടർന്നിരുന്നത്.

അക്കൊല്ലം ഗോശിറയിൽ വച്ച് ധർമ്മോപദേശഗുരുവും സൂക്തഗുരുവും തമ്മിൽ ഒരു സംഘർഷമുണ്ടായി. അവരുടെ വാദം തുടങ്ങിയത് ഒരു ചെറുസംഭവത്തിൽനിന്നാണ്. പക്ഷേ, അവസാനിച്ചത് മൂർച്ചയുള്ള ഒരു വിഭജനം സംഘത്തിൽ സൃഷ്ടിച്ചുകൊണ്ടും. താനുപയോഗിച്ച ഒരു പാത്രം വൃത്തിയാക്കാൻ ഒരു സൂക്തഗുരു മറന്നുപോയി. ധർമ്മോപദേശം ചെറിയതോതിൽ തെറ്റിച്ചതിന് ധർമ്മോപദേശഗുരു അദ്ദേഹത്തിൽ കുറ്റംചാർത്തി. സൂക്തഗുരു അഭിമാനിയായ ഒരാളായിരുന്നു. താൻ മനഃപൂർവ്വം അഴുക്കുപാത്രം അവിടെ ഇട്ടുപോന്നുവെന്ന കാരണത്താൽ തന്നെ കുറ്റപ്പെടുത്തരുതെന്ന് അദ്ദേഹം വാദിച്ചു. വിദ്യാർത്ഥികൾ അവരവരുടെ ഗുരുനാഥന്മാർക്കൊപ്പം നിന്നു. പ്രശ്നം ഗുരുതരമായി. ഒരു കൂട്ടർ മറ്റവരെ ദുരാരോപണം ഉയർത്തിയതായി കുറ്റപ്പെടുത്തി. മറ്റേകൂട്ടരാകട്ടെ വിഡ്ഢികളായി പെരുമാറിയതിൽ കുറ്റപ്പെടുത്തി. അവസാനം, ധർമ്മോപദേശ ഗുരു, സൂക്തഗുരു ധർമ്മം തെറ്റിച്ചത് പരസ്യമായി പറഞ്ഞു. ഔദ്യോഗികമായി കുറ്റം ഏറ്റുപറയുന്നതുവരെ രണ്ടാഴ്ച കൂടുമ്പോഴുള്ള ധർമ്മശാസനം ചൊല്ലുന്ന ചടങ്ങിൽനിന്നും അദ്ദേഹത്തെ വിലക്കി.

അന്തരീക്ഷം കൂടുതൽ തീക്ഷ്ണമായി. രണ്ടുകൂട്ടരും പരസ്പരം മോശമായി സംസാരിച്ചു. അവരുടെ വാക്കുകൾ വിഷാസ്ത്രങ്ങൾപോലെ പറന്നു. മറ്റ് ഭിക്ഷുക്കളും ഏതെങ്കിലും പക്ഷം പിടിച്ചു. സ്വാഭാവികമായി, പക്ഷം പിടിക്കാത്ത ചിലരും ഉണ്ടായിരുന്നു. അവർ പറഞ്ഞു: "ഇത് ഭയങ്കരമാണ്! ഇത് സംഘത്തിൽ ഹാനികരമായ വിഭജനം ഉണ്ടാക്കുകയേയുള്ളൂ."

വിഹാരകേന്ദ്രത്തിൽ നിന്നും അധികം ദൂരത്തായിരുന്നില്ല ബുദ്ധൻ താമസിച്ചിരുന്നത്. എങ്കിലും അദ്ദേഹത്തിന് സംഘർഷത്തെപ്പറ്റി അറിയുമായിരുന്നില്ല. ആശങ്കാകുലരായി ഒരു സംഘം ഭിക്ഷുക്കൾ അദ്ദേഹത്തെ സന്ദർശിച്ചു. കാര്യങ്ങൾ പറഞ്ഞു. അതിലിടപെടണമെന്ന് ആവശ്യപ്പെട്ടു. ബുദ്ധൻ നേരെ ധർമ്മോപദേശഗുരുനാഥനെ ചെന്നുകണ്ട് പറഞ്ഞു, "നാം നമ്മുടെ സ്വന്തം കാഴ്ച്ചപ്പാടിനോട് അത്രയേറെ സക്തരായിരിക്കരുത്. മറ്റുള്ളവരുടെ കാഴ്ചപ്പാട് ശ്രദ്ധയോടെ കേട്ട് നാം മനസ്സിലാക്കണം. സംഘം തമ്മിൽ തല്ലി തകരുന്നത് നാം ഒഴിവാക്കണം." പിന്നീടദ്ദേഹം സൂക്തഗുരുനാഥനെ ചെന്നുകണ്ട് ഇതുതന്നെ പറഞ്ഞു. കുടിലിൽ തിരിച്ചെത്തി. രണ്ടുപേരും സമരസപ്പെടുമെന്ന് അദ്ദേഹം വിചാരിച്ചു.

എന്നാൽ ബുദ്ധന്റെ ഇടപെടൽ വിചാരിച്ചത്ര ഫലമുണ്ടാക്കിയില്ല. ഒരുപാട് ചീത്തവിളികൾ നടന്നുകഴിഞ്ഞിരുന്നു. നിരവധി മുറിവുകളും. നിഷ്പക്ഷരായ ഭിക്ഷുക്കൾക്ക് രണ്ടു ഭാഗത്തെയും അനുരഞ്ജിപ്പിക്കാനുള്ള സ്വാധീനവുമില്ലായിരുന്നു. സംഘർഷം ഗൃഹസ്ഥശിഷ്യരുടെ

കാതുകളിലുമെത്തി. താമസിയാതെ മറ്റ് മതസംഘങ്ങളും ബുദ്ധസംഘത്തിലെ പ്രശ്നമറിഞ്ഞു. സംഘത്തിന്റെ സമഗ്രതയ്ക്ക് അതൊരു കനത്ത അടിയായിരുന്നു. ബുദ്ധന്റെ പരിചാരകനായ നഗിതന് ആ അന്തരീക്ഷം കൂടുതൽ സഹിക്കാനായില്ല. അദ്ദേഹം അത് ബുദ്ധനുമായി ഒരിക്കൽകൂടി ചർച്ച ചെയ്തു. ബുദ്ധനോട് വീണ്ടും ഇടപെടാൻ അപേക്ഷിച്ചു.

ബുദ്ധൻ ഉടനെ തന്റെ പുറം വസ്ത്രമെടുത്തിട്ട് വിഹാരത്തിന്റെ സമാഗമ ഇടനാഴിയിലേക്ക് ചെന്നു. എല്ലാവരെയും വിളിക്കാനായി നഗിതൻ മണിയടിച്ചു. എല്ലാവരും സന്നിഹിതരായപ്പോൾ ബുദ്ധൻ പറഞ്ഞു: ''നിങ്ങളുടെ വിവാദം ദയവായി അവസാനിപ്പിക്കുക. അത് സംഘത്തിൽ വിഭജനമേ ഉണ്ടാക്കൂ. ദയവായി നിങ്ങളുടെ പരിശീലനത്തിലേയ്ക്ക് തിരിച്ചുപോകുക. നാം നമ്മുടെ പരിശീലനം ശരിക്കും പിന്തുടരുകയാണെങ്കിൽ, നാം അഹന്തയുടെയും കോപത്തിന്റെയും ഇരകളാകില്ല."

ഒരു ഭിക്ഷു എണീറ്റുനിന്ന് പറഞ്ഞു: "ഗുരോ, അങ്ങീ കാര്യത്തിൽ ദയവായി ഇടപെടരുത്. തിരിച്ചുപോയി ശാന്തമായി അങ്ങയുടെ ധ്യാനത്തിൽ മുഴുകുക. ഇക്കാര്യം അങ്ങയെ സംബന്ധിച്ചുള്ളതല്ല. ഞങ്ങൾ മുതിർന്നവരാണ്. ഞങ്ങൾക്കിത് തീർക്കാനറിയാം."

ഭിക്ഷുവിന്റെ വാക്കുകളെതുടർന്ന് ശ്മശാന നിശബ്ദത പരന്നു. ബുദ്ധൻ എണീറ്റു. യോഗസ്ഥലം വിട്ടുപോയി. അദ്ദേഹം കുടിലിലേക്ക് മടങ്ങി; തന്റെ ഭിക്ഷാപാത്രമെടുത്ത്, കൊസാമ്പിയിലേക്ക് ഭിക്ഷാടനത്തിനിറങ്ങി. ഭിക്ഷാടനം കഴിഞ്ഞപ്പോൾ, ഒറ്റയ്ക്കിരുന്ന് ഭക്ഷിക്കാൻ കാട്ടിലേക്ക് മടങ്ങി. പിന്നെയദ്ദേഹം കൊസാമ്പിയിൽനിന്ന് പുറത്ത് കടന്നു. അദ്ദേഹം പുഴ ലക്ഷ്യമാക്കി നടന്നു. അദ്ദേഹം ആരോടും, തന്റെ പരിചാരകനായ നഗിതനോടോ, സംപൂജ്യനായ ആനന്ദനോടോ താൻ പോകുന്നതിനെപ്പറ്റി പറഞ്ഞില്ല.

ബാലകലോനകരഗാമം എന്ന പട്ടണം വരെയും ബുദ്ധൻ നടന്നു. അവിടെ വെച്ച് അദ്ദേഹം തന്റെ ശിഷ്യൻ, സംപൂജ്യനായ ഭാഗുവിനെ കണ്ടു. ഭാഗു താനൊറ്റയ്ക്ക് താമസിക്കുന്ന കാട്ടിലേക്ക് അദ്ദേഹത്തെ ക്ഷണിച്ചു. അദ്ദേഹം ബുദ്ധന് കൈയും മുഖവും കഴുകുവാനായി വെള്ളവും തോർത്തും കൊടുത്തു. പരിശീലനം എങ്ങനെ പോകുന്നുവെന്ന് ബുദ്ധൻ ഭാഗുവിനോട് ചോദിച്ചു. തനിയെ ആണ് താമസിക്കുന്നതെങ്കിലും പരിശീലനത്തിൽ അതിയായ സ്വാഭാവികതയും ആനന്ദവും കണ്ടെത്താനാവുന്നുണ്ടെന്ന് ഭാഗു പറഞ്ഞു. ബുദ്ധൻ അഭിപ്രായപ്പെട്ടു: "ചിലപ്പോൾ നിരവധി പേരുമൊത്ത് താമസിക്കുന്നതിനേക്കാൾ സുഖകരം ഒറ്റയ്ക്ക് കഴിയുന്നതാണ്."

ഭാഗുവിനോട് യാത്ര പറഞ്ഞ് ബുദ്ധൻ അത്രയ്ക്കു ദൂരെയല്ലാത്ത കിഴക്കൻ വേണുവനത്തെ ലക്ഷ്യമാക്കി നടന്നു. കാട്ടിലേക്ക് അദ്ദേഹം കടക്കാൻ തുടങ്ങുമ്പോൾ വനം സൂക്ഷിപ്പുകാരൻ അദ്ദേഹത്തെ തടഞ്ഞുനിർത്തി പറഞ്ഞു: "സന്യാസി, അവിടേയ്ക്കു പോകരുത്. അവിടെ ധ്യാനത്തിലിരിക്കുന്ന സന്യാസിമാർക്ക് ബുദ്ധിമുട്ടാവും."

ബുദ്ധനെന്തെങ്കിലും പറയാൻ കഴിയുന്നതിനുമുമ്പ്, സംപൂജ്യനായ അനിരുദ്ധൻ പ്രത്യക്ഷപ്പെട്ടു. അദ്ദേഹം ബുദ്ധനെ സസന്തോഷം സ്വീകരിച്ചു. വനം സൂക്ഷിപ്പുകാരനോട് പറഞ്ഞു: "ഇതെന്റെ സ്വന്തം ഗുരുനാഥനാണ്. അദ്ദേഹത്തെ കടക്കാൻ അനുവദിച്ചാലും."

മറ്റ് രണ്ട് ഭിക്ഷുക്കളായ നന്ദിയയും കിംബിലിയും താമസിക്കുന്ന കാട്ടിലേക്ക് അനിരുദ്ധൻ ബുദ്ധനെ കൂട്ടിക്കൊണ്ടുപോയി. ബുദ്ധനെ കണ്ടതിൽ അവർക്ക് അത്യധികം സന്തോഷമുണ്ടായി. നന്ദിയ ബുദ്ധന്റെ ഭിക്ഷാപാത്രവും കിംബിലൻ പുറംവസ്ത്രവും വാങ്ങി. സ്വർണ്ണനിറത്തിലുള്ള മുളങ്കൂട്ടത്തിനരികിലായി അവർ ബുദ്ധനിരിക്കാൻ ഇടം വൃത്തിയാക്കി. അവർ വെള്ളവും തോർത്തുംകൊണ്ടുവന്നു. മൂന്ന് ഭിക്ഷുക്കളും കൈകൾ കൂപ്പി ബുദ്ധനെ വണങ്ങി. ബുദ്ധൻ അവരോടിരിക്കാൻ പറഞ്ഞു; അദ്ദേഹം ചോദിച്ചു: ''നിങ്ങൾ ഇവിടെ തൃപ്തരാണോ? എങ്ങനെ പോകുന്നു നിങ്ങളുടെ ധ്യാനം? ഭിക്ഷാടനത്തിനോ അനുശാസനങ്ങൾ പങ്കിടുന്നതിനോ നിങ്ങൾക്കിവിടെ എന്തെങ്കിലും ബുദ്ധിമുട്ടുകൾ നേരിടുന്നുണ്ടോ?"

അനിരുദ്ധൻ: "പ്രഭോ, ഞങ്ങൾക്കിവിടെ സുഖമാണ്. ഇവിടം ശാന്തവും രമണീയവുമാണ്. വേണ്ടത്ര ഭക്ഷണം കിട്ടുന്നതിനും ധർമ്മം പങ്കിടുന്നതിനും സാധിക്കുന്നുണ്ട്. ധ്യാനപരിശീലനത്തിൽ ഞങ്ങൾ നല്ല പുരോഗതി നേടിയിട്ടുണ്ട്."

ബുദ്ധൻ ചോദിച്ചു: "നിങ്ങൾ പരസ്പരം മൈത്രിയിലല്ലേ ജീവിക്കുന്നത്?"

അനിരുദ്ധൻ: "പ്രഭോ, ഞങ്ങൾ ഓരോരുത്തരും അഗാധമായി ശ്രദ്ധിക്കുന്നു. ഞങ്ങൾ പാലും തേനുംപോലെ മൈത്രിയിലാണ്. നന്ദിയയും കിംബിലയുമൊത്ത് ജീവിക്കുന്നത് ഒരനുഗ്രഹമായി ഞാൻ കണക്കാക്കുന്നു. ഞാനവരുടെ ചങ്ങാത്തം അമൂല്യമായി കാണുന്നു. ഞാനെന്തെങ്കിലും ചെയ്യുന്നതിനോ പറയുന്നതിനോ മുമ്പായി, അവരുടെ സാന്നിധ്യം ഉണ്ടെങ്കിലും ഇല്ലെങ്കിലും, ഒന്ന് നിൽക്കുന്നു, സ്വയം ചോദിക്കുന്നു, അവരുടെ പ്രതികരണം എന്തായിരിക്കും? എന്റെ വാക്കുകളോ പ്രവൃത്തികളോ എന്റെ സഹോദരന്മാരെ ഏതെങ്കിലും തരത്തിൽ നിരാശപ്പെടുത്തുമോ? എനിക്കെന്തെങ്കിലും സംശയം തോന്നിയെന്നിരിക്കട്ടെ, പറയാൻ ഊന്നിയ വാക്കിൽനിന്നും, ചെയ്യാൻ വിചാരിച്ച പ്രവൃ

ത്തിയിൽ നിന്നും ഞാൻ പിന്തിരിയുന്നു. പ്രഭോ, ഞങ്ങൾ മൂന്ന് പേരാണെങ്കിലും ഞങ്ങൾ ഒന്നാണ്."

ബുദ്ധൻ തലകുലുക്കി അംഗീകരിച്ചു. അദ്ദേഹം മറ്റ് രണ്ട് ഭിക്ഷുക്കളെ നോക്കി. കിംബില പറഞ്ഞു: "അനിരുദ്ധൻ സത്യമാണ് പറയുന്നത്. ഞങ്ങൾ വളരെ മൈത്രിയിലാണ്; ഞങ്ങൾ പരസ്പരം അങ്ങേയറ്റം ശ്രദ്ധിക്കുന്നു."

നന്ദിയ കൂട്ടിച്ചേർത്തു: "ഞങ്ങൾ എല്ലാം പങ്കിടുന്നു. ഭക്ഷണം മുതൽ ഉൾക്കാഴ്ചയും അനുഭവവുമടക്കം."

ബുദ്ധനവരെ പ്രശംസിച്ചു: "വളരെ നല്ലത്! നിങ്ങൾ മൈത്രിയിൽ ജീവിക്കുന്നത് കാണുന്നതിൽ എനിക്ക് സന്തുഷ്ടിയുണ്ട്. ഇത്തരം മൈത്രിയുണ്ടെങ്കിലേ, ഒരു സംഘം ശരിയായ സംഘം ആകുന്നുള്ളൂ. നിങ്ങൾ ശരിയായ ഉദ്ബുദ്ധത അനുഭവിക്കുന്നു. അതുകൊണ്ടാണ് നിങ്ങൾക്കിത്തരം സമന്വയം സാക്ഷാത്കരിക്കാനായത്."

ബുദ്ധൻ ആ മൂന്ന് ഭിക്ഷുക്കളുമൊത്ത് മൂന്നുമാസം താമസിച്ചു. ധ്യാനത്തിനുശേഷം അവർ ഭിക്ഷാടനത്തിനു പോകുന്നത് അദ്ദേഹം നിരീക്ഷിച്ചു. ഏത് ഭിക്ഷുവാണ് ഭിക്ഷാടനത്തിനുശേഷം ആദ്യമായെത്തുന്നത്. അയാൾ എല്ലായ്പ്പോഴും മറ്റുള്ളവർക്കിരിക്കാനായി ഇരിപ്പിടം സജ്ജീകരിച്ചു. കഴുകാൻ വെള്ളം കൊണ്ടുവന്നു. ഒരു കാലിപ്പാത്രവും നിരത്തി. അദ്ദേഹം ഭക്ഷിക്കാൻ തുടങ്ങുന്നതിനുമുമ്പേ, തന്റെ പാത്രത്തിൽ നിന്നൊരു വീതം കാലിപ്പാത്രത്തിൽ വെച്ചു; തന്റെ സഹോദരന്മാർക്ക് ഒന്നും കിട്ടാതെ വരികയാണെങ്കിൽ ഭക്ഷിക്കാനായി. ഭക്ഷണം കഴിഞ്ഞശേഷം ബാക്കി എന്തെങ്കിലും വന്നുവെന്നിരിക്കട്ടെ. അവരത് അവിടെ ജീവിക്കുന്ന മറ്റൊരു ജീവിയേയും ഉപദ്രവിക്കാതിരിക്കാൻ ശ്രദ്ധിച്ച് മണ്ണിൽ വയ്ക്കുകയോ ചോലയിൽ ഒഴുക്കുകയോ ചെയ്തു. പിന്നീടവരൊന്നിച്ച് പാത്രങ്ങൾ കഴുകി.

കക്കൂസ് വൃത്തിയാക്കണമെന്ന് തോന്നിയാൽ, ഉടനെ അയാളത് ചെയ്തു. ഒന്നിൽ കൂടുതൽ ആളുകൾ വേണ്ടതായ കാര്യങ്ങൾ അവരൊന്നിച്ച് ചെയ്തു. അവർ പതിവായി ഇരുന്ന് തങ്ങളുടെ ഉൾക്കാഴ്ചകളും അനുഭവങ്ങളും പങ്ക്വെച്ചു.

പോകുന്നതിന് മുമ്പ് ബുദ്ധൻ അവരോട് സംസാരിച്ചു: "ഭിക്ഷുമാരേ, മൈത്രിയാണ് ഒരു സംഘത്തിന്റെ ശരിയായ ഭാവം. ഞാൻ പറയുന്ന തത്ത്വങ്ങൾ പാലിക്കുകയാണെങ്കിൽ മൈത്രിയുണ്ടാക്കാൻ കഴിയുമെന്ന് ഞാൻ വിചാരിക്കുന്നു."

1. വീടോ കാടോ പോലുള്ള പൊതു ഇടം പങ്കിട്ടു ജീവിക്കുക.
2. നിത്യജീവിതത്തിന്റെ ആവശ്യങ്ങൾ ഒരുമിച്ച് പങ്കിടുക.
3. ധർമ്മോപദേശങ്ങൾ ഒരുമിച്ച് പാലിക്കുക.

4. സംഘത്തെ തകർക്കുന്ന വാക്കുകൾ ഒഴിവാക്കി, മൈത്രിയുണ്ടാക്കുന്ന വാക്കുകൾ മാത്രം ഉപയോഗിക്കുക

5. ധാരണയും ഉൾക്കാഴ്ചയും ഒരുമിച്ച് പങ്കിടുക.

6. മറ്റുള്ളവരുടെ കാഴ്ചപ്പാടുകളെ ആദരിക്കുക; സ്വന്തം കാഴ്ചപ്പാടുകൾ മറ്റുള്ളവരിൽ അടിച്ചേൽപിക്കാതിരിക്കുക.

"ഈ തത്ത്വങ്ങൾ പാലിക്കുന്ന ഒരു സംഘത്തിൽ സന്തോഷവും മൈത്രിയും ഉണ്ടാകും. ഭിക്ഷുക്കളേ, നമുക്കെല്ലായ്പോഴും ഈ ആറു തത്ത്വങ്ങൾ പാലിക്കാം."

ബുദ്ധനിൽനിന്ന് ഈ അനുശാസനം സ്വീകരിക്കാനായതിൽ അവരെല്ലാം സന്തോഷമുള്ളവരായിരുന്നു. ബുദ്ധൻ അവരോട് യാത്ര പറഞ്ഞു. പരിലേയ്യകത്തിനടുത്തുള്ള രാക്കിന വനത്തിലെത്തുംവരെ നടന്നു. സമൃദ്ധമായ ഒരു സാൽവൃക്ഷത്തിനു കീഴിൽ ധ്യാനിച്ചിരുന്ന ശേഷം, അദ്ദേഹം തീരുമാനിച്ചു: അടുത്ത മഴക്കാലം ഒറ്റയ്ക്ക് കാട്ടിൽ കഴിച്ചുകൂട്ടുവാൻ.

47. ധർമ്മം പിന്തുടരുക

സാൽമരത്തിന്റെ ചുവട്ടിലിരിക്കുമ്പോൾ ബുദ്ധനിൽ സ്വസ്ഥതയും ശാന്തിയും ആനന്ദവും നിറഞ്ഞു. പച്ചക്കുന്നുകളുടെയും തെളിനീരരുവികളുടെയും ഒരു തടാകത്തിന്റെയും മനോഹാരിതയാർന്ന വനമായിരുന്നു അത്. ബുദ്ധൻ ഏകാന്തത ആസ്വദിച്ചു. കൊസാമ്പിയിൽ സംഘർഷത്തിൽ കഴിയുന്ന ഭിക്ഷുക്കളെപ്പറ്റി അദ്ദേഹം ചിന്തിച്ചു. ഗൃഹസ്ഥശിഷ്യർപോലും അസ്വസ്ഥരാണ്. തന്റെ മാർഗ്ഗനിർദ്ദേശം ശ്രദ്ധിക്കാൻ ഭിക്ഷുക്കൾ വിസമ്മതിക്കുന്നതിൽ അദ്ദേഹത്തിന് കുണ്ഠിതം തോന്നി. എന്നാൽ, അവരുടെ മനസ്സുകൾ കോപത്താൽ മേഘാവൃതമായിരിക്കയാണെന്ന് അദ്ദേഹം അറിഞ്ഞു.

ആനകളുടെ ഒരു കുടുംബമടക്കം അനേകം മൃഗങ്ങളെ ബുദ്ധൻ രാക്കിന വനത്തിൽ കണ്ടുമുട്ടുകയുണ്ടായി. ഏറ്റവും മുതിർന്ന പിടിയാന, അമ്മ രാജ്ഞി, മിക്കപ്പോഴും കുട്ടിയാനകളെ കുളിക്കുവാനായി തടാകത്തിലേക്ക് നയിച്ചുകൊണ്ടുപോയി. തണുത്ത വെള്ളം കുടിക്കുവാനും ആമ്പൽപൂക്കൾ തിന്നുവാനും അവൾ അവരെ പഠിപ്പിച്ചു. അവൾ എങ്ങനെയാണ് ഒരു പിടി ആമ്പൽച്ചെടികൾ തന്റെ തുമ്പിക്കൈയ്യാൽ പറിച്ചെടുക്കുന്നതെന്നും അതിൽ പറ്റിപ്പിടിച്ചിരിക്കുന്ന ചെളി കളയാനായി വെള്ളത്തിലിട്ട് കുടയുന്നതെന്നും ബുദ്ധൻ നിരീക്ഷിച്ചു. കുഞ്ഞാനകൾ അവളെ അനുകരിച്ചു.

ക്രമേണ ബുദ്ധനോടുള്ള ആനകളുടെ മമത വളർന്നു. അവരദ്ദേഹത്തിന്റെ ചങ്ങാതിമാരായി. ആനക്കുട്ടികളുടെ മസ്തകങ്ങളിൽ തൊട്ടു തലോടുവാൻ ബുദ്ധനിഷ്ടപ്പെട്ടു. അദ്ദേഹം പലപ്പോഴും അവർക്കൊപ്പം തടാകത്തിലേക്ക് നടന്നു. രാജ്ഞിയുടെ രാജോചിതമായ ചിന്നം വിളി കേൾക്കാൻ അദ്ദേഹം ഇഷ്ടപ്പെട്ടു. അതൊരു വലിയ കാഹളം പോലെ മുഴങ്ങി. അവളുടെ ചിന്നം വിളി പൂർണ്ണമായി അനുകരിക്കാനാകുന്നതുവരെ അദ്ദേഹം അത് പരിശീലിച്ചു. അവൾ അദ്ദേഹത്തെ ഉറ്റുനോക്കി. അദ്ദേഹത്തിന്റെയടുത്തേക്ക് ചെന്നു. അദ്ദേഹത്തെ കുമ്പിടാനെന്നോണം മുമ്പിൽ മുട്ട് മടക്കി നിന്നു. ബുദ്ധൻ സൗമ്യമായി അവളുടെ മസ്തകം തലോടി.

ബോധോദയത്തിനുശേഷം ഇത് ബുദ്ധന്റെ പന്ത്രണ്ടാമത്തെ വിശ്രാന്തി കാലമായിരുന്നു. എന്നാൽ, അദ്ദേഹം ഒറ്റയ്ക്ക് ചെലവി

ടുന്ന രണ്ടാമത്തേതും. രാവിലെ അല്പനേരം ഭിക്ഷാടനത്തിന് പോകുന്നതൊഴിച്ചാൽ അദ്ദേഹം ആ വിശ്രാന്തികാലം മുഴുവൻ പ്രശാന്തസുന്ദരമായ ആ കാട്ടിൽതന്നെ താമസിച്ചു. മഴക്കാലം കഴിഞ്ഞതോടെ ബുദ്ധൻ തന്റെ സുഹൃത്തുക്കളായ ആനകളോട് വിടപറഞ്ഞ് വടക്കുകിഴക്ക് ലക്ഷ്യമാക്കി നടന്നു. രണ്ടാഴ്ചത്തെ നടത്തത്തിനുശേഷം, അദ്ദേഹം ശ്രാവസ്തിയിലെ ജേതവനവിഹാരത്തിലെത്തി. രാഹുലനെപ്പോലെ, സരിപുത്രനും അദ്ദേഹത്തെ കണ്ടതിൽ സന്തോഷവാനായിരുന്നു. മഹാമൊഗ്ഗല്ലൻ, മഹാകശ്യപൻ, മഹാകാചരൻ, ഉപാലി, മഹാകോനീയൻ, മഹാകാപ്പിനൻ, മഹാകുന്ദൻ, രേവതൻ, ദേവദത്തൻ തുടങ്ങി നിരവധി മുതിർന്ന ശിഷ്യന്മാർ അവിടെയുണ്ടായിരുന്നു. കാരാഗാമയെന്ന തങ്ങളുടെ മുളംതോപ്പിൽനിന്നും അനിരുദ്ധനും കിംബിലയും നന്ദിയയും ജേതവനത്തിലേക്ക് യാത്ര പുറപ്പെട്ടിരുന്നു. ഗോതമി ഭിക്ഷുണിയും ശ്രാവസ്തിയിലുണ്ടായിരുന്നു. എല്ലാവരും ബുദ്ധനെ കണ്ടതിൽ സന്തോഷിച്ചു.

ജേതവനത്തിൽ തന്റെ കുടിലിലേക്ക് പ്രവേശിച്ച ബുദ്ധൻ നിലം തൂത്തുവാരുകയും വൃത്തിയാക്കുകയും ചെയ്യുന്ന ആനന്ദനെ കണ്ടു. ബുദ്ധൻ അവസാനമായി അവിടെയായിരുന്നിട്ട് ഒരു വർഷവും നാലു മാസവും കഴിഞ്ഞിരുന്നു. ആനന്ദൻ ചൂല് നിലത്തു വെച്ച് വണങ്ങി. ബുദ്ധൻ കൊസാമ്പിയിലെ അന്തരീക്ഷത്തെപ്പറ്റി ചോദിച്ചു. ആനന്ദൻ പറഞ്ഞു, "അങ്ങ് പോയതിനുശേഷം ഒരുപാട് സഹോദരന്മാർ എന്റെയടുത്തെത്തി പറഞ്ഞു, "സഹോദരാ ഗുരുവിട്ടു പോയി. അദ്ദേഹം ഒറ്റയ്ക്കാണ്. എന്തുകൊണ്ട് അങ്ങ് അദ്ദേഹത്തെ പിന്തുടർന്ന്, അദ്ദേഹത്തിന്റെ സഹായിയായി പ്രവർത്തിക്കില്ല? അങ്ങ് പോകുന്നില്ലെങ്കിൽ ഞങ്ങൾ തന്നെയങ്ങ് പോകും." എന്നാൽ ഞാൻ പറഞ്ഞു: "ആരോടും പറയാതെ ബുദ്ധൻ പുറപ്പെട്ടു പോയിട്ടുണ്ടെങ്കിൽ അദ്ദേഹം ഒറ്റയ്ക്കാകാൻ ആഗ്രഹിക്കുന്നതു കൊണ്ടാണ്. നമ്മളദ്ദേഹത്തെ ബുദ്ധിമുട്ടിക്കരുത്." ആറ് മാസങ്ങൾക്കുശേഷം, അതേ സഹോദരന്മാർ എന്റെയടുത്ത് വന്ന് പറഞ്ഞു: "സഹോദരാ, ബുദ്ധനിൽനിന്ന് നേരിട്ട് ഏതെങ്കിലും അനുശാസനം കിട്ടിയിട്ട് കുറെക്കാലമായി. ഞങ്ങളദ്ദേഹത്തെ അന്വേഷിക്കാനാഗ്രഹിക്കുന്നു." ഇത്തവണ ഞാൻ സമ്മതിച്ചു, ഞങ്ങൾ അങ്ങയെ തേടിയിറങ്ങി, എന്നാൽ വിജയിച്ചില്ല. അങ്ങെവിടെയാണെന്ന് ആർക്കുമറിയുമായിരുന്നില്ല. അവസാനം ഞങ്ങൾ ശ്രാവസ്തിയിലേയ്ക്കു നീങ്ങി. എന്നാൽ അങ്ങവിടെയും ഇല്ലായിരുന്നു. അങ്ങ് എന്തായാലും ഇവിടെയെത്തുമെന്നുറപ്പിച്ച് ഞങ്ങളങ്ങയെ ഇവിടെ കാത്ത് നിൽക്കുവാൻ തീരുമാനിച്ചു. അങ്ങയുടെ ശിഷ്യരെ അങ്ങുപേക്ഷിക്കില്ലെന്ന് ഞങ്ങൾക്ക് ഉറച്ച വിശ്വാസമുണ്ടായിരുന്നു."

“നിങ്ങൾ കൊസാമ്പി വിട്ടുപോന്ന സമയം, എന്തായിരുന്നു അവിടത്തെ അവസ്ഥ? ഭിക്ഷുക്കൾ അപ്പോഴും വിഘടിച്ചുതന്നെയാണോയിരിക്കുന്നത്?”

“പ്രഭോ, വഴക്ക് കൂടുതൽ മോശമായി. രണ്ടു വിഭാഗക്കാരും പരസ്പരം വിട്ടുകൊടുത്തില്ല. അന്തരീക്ഷം പ്രക്ഷുബ്ധവും അസ്വാസ്ഥ്യജനകവുമായിരുന്നു. ഞങ്ങൾ ഭിക്ഷാടനത്തിന് നഗരത്തിൽ ചെല്ലുമ്പോൾ ഗൃഹസ്ഥശിഷ്യന്മാർ നീരസം അറിയിച്ചു. ഞങ്ങളിൽ പലരും ഒരു പക്ഷവും പിടിക്കാനുദ്ദേശിച്ചിട്ടില്ലെന്ന് അവരോട് വിശദീകരിച്ചു. പതുക്കെ പതുക്കെ ഗൃഹസ്ഥശിഷ്യന്മാർ, കാര്യങ്ങൾ കൂടുതൽ കൂടുതൽ അവരുടെ കയ്യിലെടുക്കാൻ തീരുമാനിച്ചു. അവർ, വിഹാരത്തിലേയ്ക്ക് വന്ന്, സംഘർഷത്തിലിടപെട്ട ഭിക്ഷുക്കളോട് സംസാരിച്ചു. അവരിങ്ങനെ പറഞ്ഞു. “നിങ്ങൾ ബുദ്ധനെ അത്ര വിഷമിപ്പിച്ചു, അതുകൊണ്ടാണദ്ദേഹം വേറിട്ടുപോയത്. നിങ്ങൾക്ക് ഗുരുതരമായ ഉത്തരവാദിത്തമുണ്ട്. നിരവധി ഗൃഹസ്ഥ ശിഷ്യന്മാർക്ക് സംഘത്തിലുള്ള വിശ്വാസം നിങ്ങൾ നഷ്ടപ്പെടുത്തി. ദയവായി നിങ്ങളുടെ പ്രവൃത്തികൾ പുനഃപരിശോധിക്കുക.

“ആദ്യമൊന്നും സംഘർഷത്തിലിടപെട്ട ഭിക്ഷുക്കൾ ഗൃഹസ്ഥശിഷ്യരെ ശ്രദ്ധിച്ചതേയില്ല. എന്നാൽ സംഘർഷത്തിലിടപെട്ട ഭിക്ഷുക്കൾക്ക് ഗൃഹസ്ഥർ ഭിക്ഷ കൊടുക്കില്ലെന്ന് നിശ്ചയിച്ചു. അവർ പറഞ്ഞു, “നിങ്ങൾ ബുദ്ധന്റെ നാമം ഉച്ചരിക്കാൻ യോഗ്യരല്ല; കാരണം, മൈത്രിയിൽ ജീവിക്കുവാൻ നിങ്ങൾക്ക് കഴിയുന്നില്ല. നിങ്ങൾ ബുദ്ധന്റെ അനുശാസനം ശ്രദ്ധിച്ചിരുന്നെങ്കിൽ, പരസ്പരം രഞ്ജിപ്പിലായി, ബുദ്ധനെ കണ്ടെത്തി കുറ്റം ഏറ്റു പറഞ്ഞേനേ. അങ്ങനെ ചെയ്താൽ മാത്രമേ, നിങ്ങൾക്കിനി ഞങ്ങളുടെ വിശ്വാസം ആർജിക്കാനാവൂ.” പ്രഭോ, ഗൃഹസ്ഥശിഷ്യർ ഉറച്ചുനിന്നു. ഞാൻ കൊസാമ്പി വിട്ട ദിവസം, രണ്ടു ഭാഗക്കാരും ഒന്നിച്ച് കാണാൻ തീരുമാനിച്ചിട്ടുണ്ട്. അധികം താമസിയാതെ, അവരിവിടെ ഔദ്യോഗികമായൊരു കുറ്റസമ്മതം ഏറ്റുപറയാൻ എത്തുമെന്നെനിക്കുറപ്പുണ്ട്.”

ആനന്ദൻ താഴെയിട്ടിരുന്ന ചൂല് ബുദ്ധനെടുത്തു. “ഇത് ഞാൻ ചെയ്യാം. സരിപുത്രനെക്കണ്ട് ഞാനദ്ദേഹവുമായി സംസാരിക്കാനാഗ്രഹിക്കുന്നെന്ന് പറയൂ.”

ബുദ്ധൻ സാവകാശം ആയാസരഹിതമായി കുടിൽ അടിച്ചുവാരി. പുറത്തുള്ള ചുരൽ കസേരകളിലൊന്നിൽ ചെന്നിരുന്നു. ജേതവനം ശരിക്കും മനോഹരമാണ്. മരങ്ങൾ പുതു ഇലകൾകൊണ്ട് നിറഞ്ഞിരിക്കുന്നു. കാടുനീളെ പക്ഷികൾ പാടുന്നു. സരിപുത്രൻ വന്ന്, ബുദ്ധനരികിൽ, ശാന്തനായി, ഇരുന്നു, ഒരു നീണ്ട നിമിഷം.

തന്റെ മനസ്സിലുള്ളത് ബുദ്ധൻ സരിപുത്രനോട് പറഞ്ഞു. "ഈ സുന്ദരമായ വിഹാരത്തിൽ ഉപയോഗശൂന്യമായ സംഘർഷങ്ങളുണ്ടാവുന്നത് തടയാൻ നാം കഴിയുന്നതെല്ലാം ചെയ്യണം."

അവർ ഇക്കാര്യത്തെക്കുറിച്ച് ദീർഘനേരം സംസാരിച്ചു.

അധികം താമസിയാതെ, ഒരപരാഹ്നത്തിൽ, കൊസാമ്പിയിൽ നിന്നുള്ള ഭിക്ഷുക്കൾ ഇങ്ങോട്ടുള്ള വഴിയിൽ, ശ്രാവസ്തിയിലെത്തിയിട്ടുണ്ടെന്ന വാർത്ത സംപൂജ്യനായ സരിപുത്രന് ലഭിച്ചു. സരിപുത്രൻ ബുദ്ധന്റെയടുത്തെത്തി ചോദിച്ചു. "കൊസാമ്പിയിൽ നിന്നുള്ള സഹോദരന്മാർ ഉടനെയെത്തും. എങ്ങനെയാണ് ആ സാഹചര്യം നാം കൈ കാര്യം ചെയ്യേണ്ടത്?"

ബുദ്ധൻ: "ധർമ്മമനുസരിച്ച് കൈകാര്യം ചെയ്യുക"

"അങ്ങെന്താണ് അർത്ഥമാക്കുന്നതെന്ന് കുറെക്കൂടി വ്യക്തമായി വിശദീകരിക്കാമോ?"

"സരിപുത്രാ, താങ്കൾക്കിപ്പോഴും അത്തരമൊരു ചോദ്യം ചോദിക്കാനാവുമോ?"

സരിപുത്രൻ നിശബ്ദനായി. അപ്പോൾ തന്നെ മൊഗ്ഗല്ലനും, കശ്യപനും, കചനും, കോത്തിയയും, കപ്പിനയും, അനിരുദ്ധനും അവിടെ എത്തി. അവരും ചോദിച്ചു. "കൊസമ്പിയിൽനിന്നുള്ള സഹോദരന്മാരുടെ വരവിനെ നാമെങ്ങനെയാണ് കൈകാര്യം ചെയ്യേണ്ടത്?"

അവരെല്ലാം സരിപുത്രന്റെ നേരെ നോക്കി. പക്ഷേ, അദ്ദേഹം മന്ദഹസിക്കുക മാത്രം ചെയ്തു. ബുദ്ധൻ തന്റെ മുതിർന്ന ശിഷ്യരെ നോക്കി പറഞ്ഞു: "ഇരുവിഭാഗങ്ങളും പറയുന്നത് യാതൊരു മുൻവിധിയും കൂടാതെ ശ്രദ്ധിച്ചു കേൾക്കുക. ധർമ്മമനുസരിച്ചുള്ളവ ഏതാണ്, അല്ലാത്തതേതാണ് എന്ന് നിശ്ചയിക്കുവാനായി കേൾക്കുന്നതെല്ലാം ശ്രദ്ധാപൂർവ്വം പരിഗണിക്കുക, അനുശാസനങ്ങളനുസരിച്ചുള്ളവ ആനന്ദത്തിലേയ്ക്കും ശാന്തിയിലേയ്ക്കും വിമോചനത്തിലേയ്ക്കും നയിക്കുന്നു. അങ്ങനെയുള്ള കാര്യങ്ങളാണ് ഞാൻ സ്വയം പരിശീലിക്കുന്നത്. ഞാൻ മുന്നറിയിപ്പ് തന്നിട്ടുള്ളവയും, പരിശീലിക്കാത്തതുമായവ, അനുശാസനമനുസരിച്ചുള്ളവയല്ല. ധർമ്മമനുസരിച്ചുള്ളവ ഏവ, ധർമ്മമനുസരിച്ചല്ലാത്തവ ഏവ എന്ന് നിങ്ങൾക്ക് മനസ്സിലാവുന്നതോടെ, ഇരുവിഭാഗക്കാരെയും രഞ്ജിപ്പിലാക്കാൻ നിങ്ങൾക്ക് സഹായിക്കാനാവും."

അന്നേരം, ഒരുപാട് ഗൃഹസ്ഥാശ്രമികൾ അനന്തപിണ്ഡികന്റെ നേതൃത്വത്തിൽ ബുദ്ധന്റെ കുടിലിലെത്തി. അവർ പറഞ്ഞു. "പ്രഭോ, കൊസാംബിയിൽനിന്നുള്ള സഹോദരന്മാർ എത്തിയിട്ടുണ്ട്. ഞങ്ങളെ

ങ്ങനെയാണ് അവരെ സ്വീകരിക്കേണ്ടത്? ഞങ്ങൾ രണ്ടുകൂട്ടർക്കും ഭക്ഷണം അർപ്പിക്കണോ?"

ബുദ്ധൻ മന്ദഹസിച്ചു: "ഭക്ഷണം ഇരുവിഭാഗക്കാർക്കും നൽകുക. സംഘത്തിനുള്ള നിങ്ങളുടെ സഹകരണം പ്രകടിപ്പിക്കുക. ധർമ്മമനുസരിച്ചുള്ള കാര്യങ്ങൾ പറയുന്നവരെ പ്രശംസിക്കുക."

കൊംസാമ്പിയിൽനിന്നുള്ള ഭിക്ഷുക്കൾ വിഹാരത്തിന്റെ കവാടത്തിൽ എത്തിയിരിക്കുന്നതായി ആനന്ദൻ മടങ്ങിയെത്തി സരിപുത്രനോട് പറഞ്ഞു: സരിപുത്രൻ ബുദ്ധനോട് ചോദിച്ചു: "ഞങ്ങളവരെ ഇപ്പോൾതന്നെ അകത്തേയ്ക്ക് കടത്തിവിടട്ടെ."

ബുദ്ധൻ: "കവാടങ്ങൾ തുറക്കുക. അവരെ സ്വീകരിക്കുക."

സരിപുത്രൻ: "അവർക്കെല്ലാം ഉറങ്ങാനുള്ള സ്ഥലം ഞാൻ സജ്ജീകരിക്കുന്നുണ്ട്."

"തല്ക്കാലം ഇരുവിഭാഗങ്ങളും വെവ്വേറെ ഇടങ്ങളിൽ തന്നെ നിൽക്കട്ടെ."

"എല്ലാവർക്കും ഉറങ്ങാനാവശ്യമായ സ്ഥലം കണ്ടെത്താൻ നമുക്കിത്തിരി ബുദ്ധിമുട്ടുണ്ട്."

"തൽക്കാലം തിങ്ങിപ്പാർക്കുന്ന സാഹചര്യം നമുക്ക് സഹിക്കേണ്ടിവരും. പക്ഷേ, മുതിർന്നവർ ഒരിക്കലും പുറത്ത് കിടക്കാൻ ഇടയാവരുത്. ഭക്ഷണവും മരുന്നും തുല്യമായി എല്ലാവർക്കും നൽകുക."

വിഹാരത്തിന്റെ കവാടങ്ങൾ തുറക്കാനുള്ള കല്പനകൾ സരിപുത്രൻ നൽകി. ഉറങ്ങാനുള്ള സ്ഥലവും പ്രാഥമികാവശ്യങ്ങൾക്കുള്ള സൗകര്യവും കൊസാമ്പി സഹോദരന്മാർക്ക് നൽകി.

പിറ്റേന്ന് രാവിലെ, പതിവുപോലെ പുതിയതായി എത്തിയ ഭിക്ഷുമാരോട് ഭിക്ഷാടനത്തിന് പോകാൻ പറഞ്ഞു. ബുദ്ധൻ പറഞ്ഞതനുസരിച്ച് സരിപുത്രൻ അവരെ ചെറിയ കൂട്ടങ്ങളായി തിരിച്ചു. ഓരോ കൂട്ടത്തെയും വ്യത്യസ്ത പ്രദേശങ്ങളിലേക്കയച്ചു. അന്ന് സന്ധ്യയ്ക്ക് ബുദ്ധന്റെ മുമ്പിൽ ഒരു കുറ്റസമ്മതം നടത്തുവാനായി ഒരു യോഗം വിളിച്ചുകൂട്ടുവാൻ, ഭിക്ഷുക്കൾ സരിപുത്രനോടാവശ്യപ്പെട്ടു. സരിപുത്രൻ പറഞ്ഞു: "ബുദ്ധനോട് കുറ്റസമ്മതം നടത്തുന്നതല്ല വളരെ പ്രധാനപ്പെട്ട കാര്യം. ആദ്യമായി നിങ്ങൾ സത്യസന്ധമായി രഞ്ജിപ്പിലെത്തണം. രഞ്ജിപ്പ് നടന്നാൽ മാത്രമേ, കുറ്റസമ്മതത്തിന് അർത്ഥമുണ്ടാകൂ."

ആ രാത്രി, തെറ്റുതിരുത്താൻ കൂട്ടാക്കാതെ സംഘർഷത്തിന് തുടക്കമിട്ട സൂക്തഗുരുനാഥൻ ധർമ്മോപദേശ ഗുരുനാഥന്റെ അടുത്ത് പോയി. അദ്ദേഹം കൈകൾ കൂപ്പി വണങ്ങി. പിന്നീടദ്ദേഹം ധർമ്മോ

പദേശ ഗുരുനാഥന്റെ മുമ്പിൽ മുട്ടുകുത്തിനിന്ന് പറഞ്ഞു: "സംപൂജ്യരേ, ഒരു ധർമ്മം ലംഘിച്ചതായി ഞാൻ സമ്മതിക്കുന്നു. അങ്ങേയ്ക്ക് എന്നെ തിരുത്താൻ അർഹതയുണ്ടായിരുന്നു. സംഘത്തിനു മുമ്പിൽ കുറ്റം ഏറ്റുപറയാൻ ഞാൻ തയ്യാറാണ്."

തന്റെ അഹങ്കാരം വിഴുങ്ങുക മാത്രമാണ് സംഘർഷം തീരാനുള്ള ഒരേയൊരു വഴിയെന്ന് സൂക്തഗുരുനാഥനറിഞ്ഞു. ധർമ്മോപദേശ ഗുരുനാഥന് മുമ്പിൽ മുട്ടുകുത്തി സൂക്തഗുരുനാഥൻ ഇങ്ങനെ പ്രതികരിച്ചു: "വിനയവും നയചാതുര്യവും എനിക്കും ഇല്ലാതെ പോയെന്ന് ഞാനും ഏറ്റുപറയുന്നു! ദയവായി എന്റെ ആത്മാർത്ഥമായ ക്ഷമാപണങ്ങൾ സ്വീകരിച്ചാലും."

അന്ന് രാവേറെച്ചെന്ന്, സൂക്ത ഗുരുനാഥനുവേണ്ടി ഒരു കുറ്റസമ്മത ചടങ്ങ് ഏർപ്പാടാക്കി. എല്ലാവർക്കും ആശ്വാസമായി. പ്രത്യേകിച്ച് ഈ സംഘർഷത്തിലുടനീളം നിക്ഷ്പക്ഷമായി നിന്ന കൊസാമ്പിയിലെ ഭിക്ഷുക്കൾക്ക്. പാതിരായ്ക്കു ശേഷമാണ് സരിപുത്രൻ ബുദ്ധനോട് ആത്യന്തികമായി രഞ്ജിപ്പുണ്ടാക്കിയെന്നറിയിച്ചത്. ബുദ്ധൻ മൗനമായി തലയാട്ടി. സംഘർഷം അവസാനിച്ചു: പക്ഷേ, അദ്ദേഹത്തിനറിയാമായിരുന്നു എല്ലാ മുറിവുകളുമുണങ്ങാൻ സമയമെടുക്കുമെന്ന്.

48. വയ്ക്കോൽകൊണ്ട് ചേറ് മൂടുന്നത്

ജേതവനത്തിലെ ബുദ്ധന്റെ മുതിർന്ന ശിഷ്യരും കൊസാമ്പി സംഘർഷത്തിന് പ്രേരണക്കാരായവരും തമ്മിലുള്ള ഒരു യോഗം ചേരുവാൻ സംപൂജ്യനായ മൊഗ്ഗല്ലാന നിർദ്ദേശിച്ചു. അത്തരത്തിലുള്ള സംഘർഷങ്ങളുണ്ടാവുന്നത് ആവർത്തിക്കാതിരിക്കാനുള്ള മാർഗ്ഗങ്ങൾ അനുഭവത്തിൽനിന്നും കരുപ്പിടിപ്പിക്കുകയായിരുന്നു യോഗത്തിന്റെ ലക്ഷ്യം. സംപൂജ്യനായ മഹാകശ്യപൻ യോഗാദ്ധ്യക്ഷനായി.

യോഗം തുടങ്ങുന്നതിനുമുമ്പായി, ബുദ്ധൻ കിഴക്കൻ വേണുവന വിഹാരത്തിൽ താമസിച്ചിരുന്നപ്പോൾ മൈത്രിയാർന്ന ജീവിതത്തിനായി വ്യാഖ്യാനിച്ച ആറ് തത്ത്വങ്ങൾ, ആവർത്തിക്കാൻ മഹാകശ്യപൻ അനിരുദ്ധനോടാവശ്യപ്പെട്ടു. അനിരുദ്ധൻ ആറ് തത്ത്വങ്ങളും വിശദീകരിച്ചതോടെ, മൊഗ്ഗല്ലാന എല്ലാ വിഹാരകേന്ദ്രങ്ങളിൽ നിന്നുമുള്ള ഭിക്ഷുക്കളോടും ഭിക്ഷുണികളോടും അവ മനഃപാഠമാക്കിയെടുക്കാൻ നിർദ്ദേശിച്ചു.

നാലുദിവസത്തെ ചർച്ചയ്ക്കുശേഷം, സംഘത്തിലുണ്ടായേക്കാവുന്ന വിവാദങ്ങൾക്ക് തീർപ്പ് കല്പിക്കാൻ മൈത്രിയുടെ ഏഴ് നടപടികൾ ഭിക്ഷുണികൾ ആ യോഗത്തിൽ രൂപീകരിച്ചു. അവരാ ഏഴ് രീതികളെ സപ്താധികാരണ-സമത എന്ന് വിളിച്ചു.

ആദ്യത്തെ നടപടി സമ്മുഖ-വിനയ അല്ലെങ്കിൽ മുഖാമുഖമുള്ള ഇരിപ്പ്. ഈ നടപടിയനുസരിച്ച് എല്ലാ ഭിക്ഷുക്കളുടെയും മുമ്പിൽവെച്ച് ഇരുവിഭാഗത്തിന്റെയും സാന്നിധ്യത്തിൽ വിവാദം പ്രസ്താവിക്കപ്പെടണം. ഇത് വിവാദത്തെക്കുറിച്ചുള്ള രഹസ്യസംഭാഷണങ്ങൾ ഒഴിവാക്കാനാണ്. അല്ലെങ്കിൽ ഇത്തരം സംഭാഷണങ്ങൾ ആളുകളെ ആത്യന്തികമായി സ്വാധീനിക്കും. ഒരു വിഭാഗത്തെ മറ്റൊരു വിഭാഗത്തിനെതിരാക്കും. കൂടുതൽ വിയോജിപ്പും സംഘർഷവും ഉണ്ടാക്കും.

രണ്ടാമത്തെ നടപടി സ്മൃതി-വിനയ അഥവാ അവധാരണം (ഓർമ്മിക്കൽ). യോഗത്തിൽ വെച്ച് ഇരുവിഭാഗവും സംഘർഷത്തിലേക്ക് നയിക്കപ്പെട്ടതായ കാര്യങ്ങൾ ഒന്നിടവിടാതെ തുടക്കം മുതൽ ഓർമ്മിച്ചെടുക്കാൻ ശ്രമിക്കുന്നു. വിശദാംശങ്ങൾ കഴിയാവുന്നത്ര സുവ്യക്തമായി അവതരിപ്പിക്കപ്പെടണം. ഉണ്ടെങ്കിൽ, സാക്ഷികളെയും തെളിവും ഹാജരാക്കണം. വിവാദം പരിശോധിക്കുന്നതിനാവശ്യമായ

വിവരം ലഭിക്കുവാനായി സംഘം രണ്ടു വിഭാഗവും പറയുന്നത് ശാന്തമായും ക്ഷമയോടെയും ശ്രദ്ധിക്കുന്നു.

മൂന്നാമത്തെ നടപടി അമുദവിനയ അഥവാ പിടിവാശിയില്ലായ്മയാണ്. പ്രശ്നത്തിലുള്ള ഭിക്ഷുമാർ സംഘർഷം പരിഹരിക്കുവാൻ ബാധ്യതപ്പെട്ടവരാണ്. രണ്ടുകൂട്ടരും മൈത്രിയിലെത്തുവാനുള്ള സന്നദ്ധത പ്രകടിപ്പിക്കാമെന്നാണ് സംഘം പ്രതീക്ഷിക്കുന്നത്. പിടിവാശി വിരുദ്ധഫലം ചെയ്യുന്നതും നിഷേധാത്മകവും ആയിട്ടാണ് കണക്കാക്കപ്പെടുക. വിവാദത്തിൽ പെട്ട ഒരാൾ താൻ അജ്ഞത മൂലമോ ദുർബലമായ മാനസികാവസ്ഥ കൊണ്ടോ ആണ്, ബോധപൂർവ്വമല്ലാതെ, ഒരു ധർമ്മം ലംഘിച്ചതെന്നിരിക്കട്ടെ. ഇരുവിഭാഗങ്ങൾക്കും സ്വീകാര്യമായ ഒരു പരിഹാരത്തിലെത്തുവാൻ ഈ വശംകൂടി കണക്കിലെടുക്കണം.

നാലാമത്തെ നടപടി തത്സ്വഭവിഷ്യവിനയ അഥവാ സ്വയമേ കുറ്റം ഏറ്റുപറച്ചിൽ. മറ്റേവിഭാഗത്തിന്റെയോ സമുദായത്തിന്റെയോ നിർബന്ധം കൂടാതെ തന്നെ ഓരോ വിഭാഗവും തങ്ങളുടെ നിയമലംഘനങ്ങളും പരാധീനതകളും കുറവുകളും സമ്മതിക്കാൻ പ്രേരിപ്പിക്കപ്പെടുന്നു. എത്ര നിസ്സാരമെന്നു തോന്നുന്ന പരാജയങ്ങളായാലും ഓരോ വിഭാഗത്തിനും തങ്ങളുടെ പരാജയങ്ങൾ ഏറ്റുപറയാൻ ആവശ്യമായ സമയം നൽകണം. തന്റെ കുറ്റങ്ങൾ സമ്മതിക്കുന്നത് മൈത്രീ പ്രക്രിയയുടെ തുടക്കമാണ്. അത് മറ്റേ വിഭാഗത്തെയും അങ്ങനെ ചെയ്യാൻ പ്രോത്സാഹിപ്പിക്കുന്നു. ഇത് പൂർണ്ണമായ മൈത്രിയുടെ സാധ്യതയിലേക്കെത്തിക്കുന്നു.

അഞ്ചാമത്തെ നടപടി പ്രതിജ്ഞകാരക വിനയ അഥവാ വിധിതീർപ്പ് സ്വീകരിക്കൽ. വിധിതീർപ്പാക്കൽ ഉറക്കെ മൂന്ന് തവണ വായിക്കണം. അവിടെ കൂടിയിരിക്കുന്നവരാരും വിയോജിപ്പ് പ്രകടിപ്പിക്കുന്നില്ലെങ്കിൽ, അത് അന്തിമമായി പരിഗണിക്കപ്പെടുന്നു. വിധി തീർപ്പ് വെല്ലുവിളിക്കാനുള്ള അവകാശം വിവാദത്തിലെ രണ്ടു ഭാഗക്കാർക്കുമില്ല. അവിടെ കൂടിയിരിക്കുന്നവരുടെ തീരുമാനത്തിൽ തങ്ങളുടെ വിശ്വാസമർപ്പിക്കാൻ സമ്മതിച്ചിട്ടുണ്ട്; എന്താണ് വിധിതീർപ്പിൽ പറയുന്നതെന്നാൽ നടപ്പിലാക്കാനും.

ആറാമത്തെ നടപടി യദ്ഭൂയാസികിയ- വിനയ അഥവാ പൊതുസമ്മത തീരുമാനം. രണ്ടുഭാഗക്കാരെയും കേട്ട് ഒരു തീരുമാനത്തിലെത്താനുള്ള പരിപൂർണ്ണമായ ശ്രമങ്ങൾ ഉറപ്പാക്കിയശേഷം, അവിടെ കൂടിയിരിക്കുന്നവർ ഒരു പൊതു സമ്മതതീർപ്പിലെത്തുന്നു.

ഏഴാമത്തെ നടപടി ത്ര്നാസ്താരാക- വിനയ അഥവാ വൈക്കോൽ കൊണ്ട് ചേറ് മൂടുക. പൊതുയോഗത്തിനിടയിൽ, സംപൂജ്യനായ ഒരു മുതിർന്ന സന്യാസിയെ സംഘർഷത്തിലെ ഓരോ വിഭാഗത്തെയും

പ്രതിനിധീകരിക്കുവാൻ വിനിയോഗിക്കുന്നു. സംഘത്തിൽ ഏവരാലും വളരെയേറെ ബഹുമാനിക്കപ്പെടുകയും ശ്രദ്ധിക്കപ്പെടുകയും ചെയ്യുന്ന ഉന്നതരായ സന്യാസിമാരാണിവർ. അവർ ഇരുന്ന്, ഒന്നും പറയാതെ എല്ലാം ശ്രദ്ധിച്ച് കേൾക്കുന്നു. എന്നാൽ അവർ സംശയിക്കുമ്പോൾ അവരുടെ വാക്കുകൾക്ക് സവിശേഷമായ പ്രാധാന്യമുണ്ട്. അവരുടെ വാക്കുകൾക്ക് സാന്ത്വനിപ്പിക്കാനും മുറിവുണക്കാനുമുള്ള കഴിവുണ്ട്. മൈത്രിയിലെത്താനും മാപ്പു നൽകാനുമുള്ള ത്രാണിയുണ്ട്. ചേറ് വയ്ക്കോൽ കൊണ്ട് മറയ്ക്കുന്നതുപോലെയാണത്. തന്റെ വസ്ത്രങ്ങളിൽ അഴുക്കാക്കാതെ ഒരാൾക്ക് അവിടം മുറിച്ചുകടന്ന് പോകാനാവും. ഈ മുതിർന്ന ഭിക്ഷുക്കളുടെ സാന്നിധ്യം മൂലം നിസ്സാരവിഷമങ്ങൾ (ആശങ്കകൾപോലും) പുറത്ത് പറയാൻ വിവാദത്തിലുള്ള വിഭാഗങ്ങൾക്ക് എളുപ്പമാവുന്നു. പാരുഷ്യം ഇല്ലാതാവുന്നു. രണ്ട് കൂട്ടർക്കും സ്വീകാര്യമായ തീർപ്പിൽ സമൂഹത്തിന് എത്താൻ കഴിയുന്നു.

മൈത്രിയിലെത്തുന്നതിന്റെ ഏഴ് നടപടികൾ അംഗീകാരത്തിനായി ബുദ്ധന്റെ മുതിർന്ന ശിഷ്യന്മാർ സമർപ്പിച്ചു. അദ്ദേഹം അവരുടെ അദ്ധ്വാനത്തെ പ്രശംസിച്ചു. ഔദ്യോഗികമായ ധർമ്മോപദേശത്തിന്റെ ഭാഗമായിരിക്കണം അവയെന്ന് സമ്മതിച്ചു.

രാജഗൃഹത്തിലേക്ക് മടങ്ങുന്നതിനു മുമ്പായി ആറുമാസം ബുദ്ധൻ ജേതവനത്തിൽ തങ്ങി. വഴിയിൽവച്ച് അദ്ദേഹം ബോധിവൃക്ഷം സന്ദർശിക്കുവാൻ നിന്നു. ഉരുവേലയിൽ സ്വാസ്തിയുടെ കുടുംബം സന്ദർശിച്ചു. സ്വാസ്തിക്ക് ഇരുപത്തിയൊന്ന് വയസ്സായിരുന്നു. വേണ്ടത്ര പ്രായമായാൽ സ്വാസ്തിയെ സംഘത്തിൽ ചേർക്കാമെന്ന വാഗ്ദാനം നിറവേറ്റുവാൻ അദ്ദേഹം തിരിച്ചുപോയിരുന്നു. സ്വാസ്തിയെ സംഘത്തിൽ ചേർത്തു. വേഗേന സ്വാസ്തി രാഹുലന്റെ വളരെ അടുത്ത ചങ്ങാതിയായിത്തീരുകയും ചെയ്തു.

49. ഭൂമിയുടെ പാഠങ്ങൾ

ധർമ്മം പ്രചരിപ്പിക്കുന്നതിനുള്ള ബുദ്ധന്റെ ശ്രമങ്ങളെപ്പറ്റി അസ്സാജിയും ആനന്ദനും വിശദീകരിക്കുന്നത് സ്വാസ്തി അതീവ താല്പര്യത്തോടെ ശ്രദ്ധിച്ചു. ഭിക്ഷുണി ഗോതമിയും രാഹുലനും അത് ശ്രദ്ധാപൂർവം കേൾക്കുന്നുണ്ടായിരുന്നു. ആനന്ദന്റെ ഓർമ്മശക്തി, തീർച്ചയായും, അനന്യസാധാരണമായിരുന്നു. അസ്സാജി പറയാൻ വിട്ടുപോയ നിരവധി വിശദാംശങ്ങൾ ആനന്ദൻ പൂരിപ്പിച്ചു. സ്വാസ്തിക്ക് ആ രണ്ട് ഭിക്ഷുക്കളോടും കൃതജ്ഞതയുണ്ടായി. ഭിക്ഷുണി ഗോതമിയോടും പ്രാരംഭകനായ രാഹുലനോടും. അവർ കാരണമാണ്, മറ്റു നിലയ്ക്ക് കേൾക്കാൻ അവസരങ്ങളില്ലാത്ത, ബുദ്ധന്റെ ജീവിതത്തെപ്പറ്റി സ്വാസ്തി വളരെയേറെ മനസ്സിലാക്കിയത്. ബുദ്ധന്റെ ജീവിതത്തിന് സാക്ഷിയായി അദ്ദേഹത്തിൽനിന്ന് നേരിട്ട് ബോധനങ്ങൾ പഠിക്കാൻ അദ്ദേഹത്തിന്റെ അടുത്ത് എപ്പോഴും കഴിയാൻ സാധിച്ചിരുന്നെങ്കിലെന്ന് അവൻ ആഗ്രഹിച്ചു.

അവൻ ഒരു അസ്പൃശ്യനായ കാലിച്ചെറുക്കനായിരുന്നിട്ടും, സുജാതകാരണം, ഒരു യുവാവിന്റെ പ്രാഥമിക വിദ്യാഭ്യാസം അവന് കിട്ടുകയുണ്ടായി. എന്നാൽ, നാദിക ഗ്രാമത്തിലുള്ള ഒരാളുമായുള്ള അവളുടെ വിവാഹം കഴിഞ്ഞതോടെ സുജാത ഉരുവേല ഗ്രാമം വിട്ടുപോയി. അതോടെ അവന്റെ പഠനവും നിലച്ചു. രാഹുലനിൽ നിന്ന് വളരെയേറെ പഠിക്കാൻ കഴിയുമെന്ന് അവനറിയാം. സൗമ്യതയോലുന്ന കുലീനത്വമാണ് രാഹുലൻ എന്ന് അവനറിഞ്ഞു. രാഹുലൻ ശ്രേഷ്ഠ ജാതിയിൽ നിന്നുവരുന്നതുകൊണ്ട് മാത്രമായിരുന്നില്ല അത്. കഴിഞ്ഞ എട്ടു കൊല്ലമായി പ്രൗഢപ്രശാന്തമായ സംഘത്തിലാണ് രാഹുലൻ ജീവിക്കുന്നത്. രാഹുലനുമായി താരതമ്യം ചെയ്യുമ്പോൾ സ്വാസ്തി പരുക്കനും അവലക്ഷണം പിടിച്ചവനുമാണ്. എന്നാൽ, പരിശീലനത്തിൽ പരമാവധി സമർപ്പിക്കുവാൻ അവൻ തീരുമാനിച്ചുറച്ചിരുന്നു. തികഞ്ഞ മനോജാഗ്രതയോടെ, ധർമ്മപ്രഭാഷണങ്ങൾ ശ്രദ്ധിക്കാനും അലക്കാനും ഭക്ഷിക്കാനും ഇരിക്കാനും കിടക്കാനും നിൽക്കാനും നടക്കാനും ഭിക്ഷാടനത്തിന് പാത്രം പിടിക്കാനും സ്ഥാനവസ്ത്രമണിയുന്നത് കാണിച്ചുകൊടുക്കാനും രാഹുലനോട് സരിപുത്രൻ നിഷ്കർഷിച്ചിരുന്നു. ശാന്തിയും ശ്രദ്ധയും ആഴത്തിലാക്കുന്നതിനായി ഒരു ഭിക്ഷു

നാല്പത്തിയഞ്ച് പരിശീലന പാഠങ്ങൾ ഓർമ്മിക്കണം. ജാഗ്രത്തായ ശ്രദ്ധ നൽകണം. ഇതെല്ലാം അവന്റെ മുഴുവൻ ശ്രദ്ധയും ഒരേ ലക്ഷ്യത്തിൽ കേന്ദ്രീകരിക്കാനും ശാന്തി വർദ്ധിപ്പിക്കാനുമുതകും.

തത്ത്വത്തിൽ, രാഹുലൻ ഒരു പ്രാരംഭകൻ- സാമനേര- മാത്രമാണിപ്പോഴും. പൂർണ്ണപ്രതിജ്ഞകളെടുക്കാൻ അവൻ ഇരുപതു വയസ്സുവരെ കാത്തിരിക്കണം. ഒരു പ്രാരംഭകന് പത്ത് ധർമ്മോപദേശങ്ങളുണ്ടായിരുന്നു- കൊല്ലരുത്, കക്കരുത്, ലൈംഗിക ബന്ധങ്ങളിൽ ഏർപ്പെടരുത്, നുണ പറയരുത്, മദ്യം കഴിക്കരുത്, പൂക്കൾ, സുഗന്ധദ്രവ്യം, ആഭരണങ്ങൾ എന്നിവ ഉപയോഗിക്കരുത്, ഉയർന്നതോ ഭൂഷയോടുകൂടിയതോ വിശാലമായതോ ആയ തല്പത്തിൽ കിടക്കരുത്, ഇരിക്കരുത്, ലൗകികമായ നൃത്തങ്ങളിലോ പാട്ടുകച്ചേരികളിലോ പങ്കെടുക്കരുത്, ദ്രവ്യം കൈകാര്യം ചെയ്യരുത്, മദ്ധ്യാഹ്നം കഴിഞ്ഞ് ഭക്ഷണം കഴിക്കരുത്. ഉപസമ്പദം കഴിഞ്ഞ ഭിക്ഷുക്കൾ നാല്പത്തിയഞ്ച് പാഠങ്ങൾ പരിശീലിച്ചു. എന്നാൽ പൂർണ്ണപ്രതിജ്ഞകൾക്കുള്ള തയ്യാറെടുപ്പിന്റെ ഭാഗമായി അവ പഠിക്കുകയും നിരീക്ഷിക്കുകയും രാഹുലൻ ചെയ്യേണ്ടതുണ്ട്. നാല്പത്തിയഞ്ച് പരിശീലനങ്ങളടക്കം ഒരു ഭിക്ഷു നൂറ്റിഇരുപത്തഞ്ച് ധർമ്മോപദേശങ്ങൾ പാലിക്കേണ്ടതുണ്ട്. തീർച്ചയായും, ഇതോടൊപ്പം വേറെയും ധർമ്മോപദേശങ്ങൾ കൂടി ഉണ്ടെന്ന് രാഹുലൻ സ്വാസ്തിയോട് പറഞ്ഞിട്ടുണ്ട്. കാലക്രമത്തിൽ, ഇരുനൂറോ അതിൽ കൂടുതലോ വരുമെന്നാണ് കേട്ടിട്ടുള്ളത്.

സംഘത്തിന്റെ ആദ്യവർഷങ്ങളിൽ ധർമ്മോപദേശങ്ങൾ ഉണ്ടായിരുന്നില്ലെന്ന് രാഹുലൻ സ്വാസ്തിയോട് വിശദീകരിച്ചു. ഉപസമ്പദം ലളിതമായിരുന്നു. ബുദ്ധന്റെയോ മറ്റേതെങ്കിലും ഭിക്ഷുവിന്റെയോ പാദങ്ങളിൽ പ്രണമിക്കുകയും മൂന്ന് തവണ മൂന്ന് ശരണങ്ങൾ ഉരുവിടുകയും മാത്രമേ ചെയ്യേണ്ടിയിരുന്നുള്ളൂ. സംഘം വളർന്നതോടെ ധർമ്മോപദേശങ്ങൾ ചിട്ടപ്പെടുത്തുകയും നിർബ്ബന്ധമാക്കുകയും ആവശ്യമായി വന്നു. കാരണം, ഒരു വലിയ സമൂഹത്തിൽ, വേണ്ട രീതിയിൽ അച്ചടക്കമുള്ളവരാക്കി നിലനിർത്താൻ ഭിക്ഷുക്കൾക്ക് നിയമങ്ങളും മാർഗ്ഗനിർദ്ദേശങ്ങളും ആവശ്യമാണ്.

സുദിന എന്ന ഭിക്ഷുവാണ് സംഘത്തിന്റെ നിയമം ആദ്യമായി ലംഘിച്ചതെന്ന് രാഹുലൻ സ്വാസ്തിയോട് പറഞ്ഞു. ആദ്യത്തെ ധർമ്മോപദേശങ്ങൾ ബുദ്ധൻ സൃഷ്ടിച്ചത് സുദിന കാരണമാണ്. ഉപസമ്പദത്തിനു മുമ്പ് വൈശാലിയുടെ പ്രാന്തത്തിലുള്ള കളന്ദ എന്ന ഗ്രാമത്തിലാണ് സുദിന താമസിച്ചിരുന്നത്. അദ്ദേഹം വിവാഹിതനായിരുന്നു. ബുദ്ധൻ പ്രബോധനം നടത്തുന്നതറിഞ്ഞ് അദ്ദേഹം തന്നെ ഉപസമ്പദിക്കുവാൻ ആവശ്യപ്പെട്ടു. അതിനുശേഷം, അല്പം കഴിഞ്ഞ്, അദ്ദേഹത്തിന് കളന്ദയിലേക്ക് മടങ്ങിപ്പോകാനുള്ള അവസരം കിട്ടി.

അദ്ദേഹത്തിന്റെ കുടുംബം ഒരു ഭക്ഷണത്തിനായി അദ്ദേഹത്തെ വീട്ടിലേക്ക് വിളിച്ചു. അദ്ദേഹം സമ്മതിച്ചു. ലൗകിക ജീവിതത്തിലേക്ക് മടങ്ങാനും കുടുംബവ്യാപാരം നടത്തിക്കൊണ്ടുപോകാനും കുടുംബം അദ്ദേ ഹത്തെ അനുനയിപ്പിച്ചു. അദ്ദേഹം വിസമ്മതിച്ചു. സുദിന തങ്ങളുടെ ഒരേയൊരു കുട്ടിയായിരുന്നതിനാൽ കച്ചവടത്തിന്റെ അനന്തരാവകാശത്തിന് മറ്റാരുമില്ലെന്ന് മാതാപിതാക്കൾ പരിതപിച്ചു. കുടുംബസ്വത്ത് വല്ലവരുടെയും കയ്യിൽ ചെന്നുചേരുമെന്ന് അവർ ഭയന്നു. ഭിക്ഷുവായിരിക്കാനുള്ള അദ്ദേഹത്തിന്റെ ഉറച്ച തീരുമാനം അറിഞ്ഞ അദ്ദേഹത്തിന്റെ അമ്മ അദ്ദേഹത്തോട് നിർദ്ദേശിച്ചു; ഒരു കുഞ്ഞിനെ തന്നിട്ട് പോകുവാൻ. തന്നെ നയിക്കാൻ ധർമ്മോപദേശങ്ങൾ ഇല്ലാതിരുന്നതിനാൽ അമ്മയുടെ അപേക്ഷകൾക്ക് അദ്ദേഹം വഴങ്ങി. പൂർവ്വാശ്രമത്തിലെ തന്റെ പത്നിയെ മഹാവനത്തിൽ സന്ധിക്കാമെന്ന് സമ്മതിച്ചു. അവൾ ഗർഭിണിയായി. ബീജകൻ എന്നു പേരായ കുഞ്ഞിനെ പ്രസവിച്ചു. ബീജം എന്നാൽ വിത്ത് എന്നർത്ഥം.

"വിത്തിന്റെ അച്ഛൻ" എന്ന് സ്നേഹിതർ സുദിനയെ കളിയാക്കി വിളിച്ചു. ഇതോടെ സംഘത്തിന്റെ യശസ്സിന് മങ്ങലേറ്റു. ഭിക്ഷുക്കളെ വിളിച്ചുകൂട്ടി ബുദ്ധൻ സുദിനയെ ശാസിച്ചു. ഈ സംഭവം കാരണം ഔദ്യോഗികമായ ധർമ്മോപദേശങ്ങൾ സൃഷ്ടിക്കപ്പെട്ടു. ബോധോദയത്തിന്റെയും വിമോചനത്തിന്റെയും സാരം എപ്പോഴെല്ലാം ഒരു ഭിക്ഷു ലംഘിച്ചുവോ അപ്പോഴെല്ലാം ഒരു സമ്മേളനം വിളിച്ചുകൂട്ടുവാനും പുതിയൊരു ധർമ്മോപദേശം കൂട്ടിച്ചേർക്കാനും തീരുമാനമായി. ഈ ധർമ്മോപദേശങ്ങൾ അച്ചടക്കചട്ടം (Diciplinery code) എന്നറിയപ്പെട്ടു.

നാല് ധർമ്മോപദേശങ്ങളാണ് പ്രധാനമായും കണക്കാക്കപ്പെടുന്നത്. ഇവയിലേതെങ്കിലുമൊന്നിന്റെ ലംഘനം ബുദ്ധസമുദായത്തിൽ നിന്നും പുറത്താക്കപ്പെടാൻ കാരണമാകും. മറ്റെല്ലാ ധർമ്മോപദേശ ലംഘനങ്ങളും ഏറ്റുപറച്ചിൽകൊണ്ട് മാപ്പാക്കാവുന്നതാണ്. പ്രധാനപ്പെട്ട നാല് ധർമ്മോപദേശങ്ങൾ- ലൈംഗിക ബന്ധങ്ങളിൽ ഏർപ്പെടരുത്, മോഷ്ടിക്കരുത്, കൊല്ലരുത്, നിങ്ങൾക്ക് സിദ്ധിക്കാത്ത ഉൾക്കാഴ്ച സിദ്ധിച്ചതായി അവകാശപ്പെടരുത്. ഈ നാല് ധർമ്മോപദേശങ്ങൾ "പരാജിക" (Parajika) എന്നറിയപ്പെടുന്നു.

തന്റെ പിതാവ് തന്നെ അതിയായി സ്നേഹിച്ചിരുന്നെങ്കിലും അദ്ദേഹം ഒരിക്കലും തനിക്ക് പ്രത്യേക പരിഗണനകൾ ഒന്നും നൽകാറില്ലെന്നുകൂടി സ്വാസ്തിയോട് രാഹുലൻ പറഞ്ഞു. മറ്റ് കാര്യങ്ങൾ ചെയ്യാനുണ്ടായിരിക്കെ, താൻ ഓടി നടന്ന് കളിച്ചത് മറച്ചു വയ്ക്കാനായി പതിനൊന്നാം വയസ്സിൽ സരിപുത്രനോട് ഒരു കള്ളം പറഞ്ഞതായി രാഹുലൻ ഓർമ്മിച്ചു. സരിപുത്രൻ സത്യം മനസ്സിലാക്കുമെന്ന് ഭയന്ന് തനിക്ക് തുടരെ നാല് കള്ളങ്ങൾ പറയേണ്ടിവന്നു. എന്നാൽ,

എല്ലാ സന്ദർഭങ്ങളിലുമെന്നപോലെ ഇവിടെയും കള്ളം പുറത്തായി. സത്യം പറയേണ്ടതിന്റെ ആവശ്യകതയെപ്പറ്റി രാഹുലനെ പഠിപ്പിക്കുവാൻ ബുദ്ധൻ ഈ സന്ദർഭം ഉപയോഗപ്പെടുത്തി.

വേണുവനത്തിന് അകലെയല്ലാത്ത അബലത്തികതോട്ടത്തിലാണ് അക്കാലത്ത്, രാഹുലൻ സരിപുത്രനോടൊപ്പം താമസിച്ചിരുന്നത്. അവിടെത്തന്നെയായിരുന്നു ബുദ്ധനും താമസിച്ചിരുന്നത്. ഒരു ദിവസം ബുദ്ധൻ അവരെ സന്ദർശിച്ചു. രാഹുലൻ ഒരു കസേര കൊണ്ടുവന്നു. അദ്ദേഹത്തിന്റെ പാദങ്ങളും കൈകളും കഴുകുവാനായി ഒരു പാത്രത്തിൽ വെള്ളവും. ബുദ്ധൻ കഴുകിക്കഴിഞ്ഞപ്പോൾ അവൻ പാത്രത്തിലെ ഏതാണ്ട് മുഴുവൻ വെള്ളവും പുറത്തേക്കൊഴിച്ചു. ബുദ്ധൻ രാഹുലനെ നോക്കി ചോദിച്ചു: "രാഹുലാ, പാത്രത്തിൽ കുറച്ചോ കൂടുതലോ വെള്ളം?"

രാഹുലൻ: "വളരെ കുറച്ചേ ശേഷിച്ചിട്ടുള്ളൂ"

ബുദ്ധൻ: "രാഹുലാ, നീ ഇതറിഞ്ഞിരിക്കണം. ഈ പാത്രത്തിൽ ശേഷിച്ചിരിക്കുന്ന വെള്ളം പോലെയാണ് സത്യം പറയാത്ത ഒരു വ്യക്തി. നേര് അതിൽ വളരെ കുറച്ചേ ഉണ്ടാകൂ."

രാഹുലൻ നിശബ്ദനായി. പിന്നീട് ബുദ്ധൻ പാത്രത്തിൽ ശേഷിച്ചിരുന്ന വെള്ളവും ഒഴുക്കിക്കളഞ്ഞു. എന്നിട്ട് മകനോട് ചോദിച്ചു: "രാഹുലാ, ഞാനെപ്രകാരമാണ് അതിലെ മുഴുവൻ വെള്ളവും ഇല്ലാതാക്കിയതെന്ന് നീ കണ്ടുവോ?"

"ഞാൻ കണ്ടു."

"തുടർച്ചയായി അസത്യം പറയുന്നവർക്ക് മുഴുവൻ വെള്ളവും നഷ്ടപ്പെട്ട പാത്രംപോലെ എല്ലാനേരും നഷ്ടമാവുന്നു."

പാത്രം തലകീഴായിവച്ച് ബുദ്ധൻ രാഹുലനോട് ചോദിച്ചു: "ഈ പാത്രം എപ്രകാരമാണ് തലകീഴായി വച്ചിരിക്കുന്നതെന്ന് നീ കണ്ടുവോ?"

"ഉവ്വ്"

"നമ്മൾ ശരിയായ ഭാഷണം പരിശീലിക്കുന്നില്ലെങ്കിൽ നമ്മുടെ നേര് പാത്രം തലകീഴായി വച്ചിരിക്കുന്നതു പോലെയാകും. തമാശയ്ക്കുപോലും നുണ പറയരുത്. രാഹുലാ, എന്തിനാണ് ഒരാൾ കണ്ണാടി ഉപയോഗിക്കുന്നതെന്നറിയാമോ?"

"ഉവ്വ്. സ്വന്തം പ്രതിഫലനം നോക്കാനാണ് ഒരാൾ കണ്ണാടി ഉപയോഗിക്കുന്നത്."

"രാഹുലാ, ഒരുവൻ കണ്ണാടിയിലേക്ക് നോക്കുന്നതുപോലെ, തന്റെ സ്വന്തം പ്രവൃത്തികളെയും വാക്കുകളെയും വീക്ഷിക്കുക."

രാഹുലന്റെ കഥ ശരിയായ വാക്കിന്റെ പ്രാധാന്യത്തെപ്പറ്റി

സ്വാസ്തിയെ കൂടുതൽ ബോധവാനാക്കി. തന്റെ മാതാപിതാക്കളോട് നുണ പറഞ്ഞ സന്ദർഭങ്ങൾ അവൻ ഓർത്തു. ഒരിക്കൽ സുജാതയോട് പോലും. താൻ ബുദ്ധനോട് ഒരിക്കലും നുണ പറഞ്ഞിട്ടില്ലെന്നതിൽ അവൻ കൃതാർത്ഥനായി. സത്യത്തിൽ, ബുദ്ധനോട് നുണ പറയുക അസാധ്യമാണ്. ഇനി ആരെങ്കിലും ഒരാൾ ബുദ്ധനോട് നുണ പറഞ്ഞെന്നിരിക്കട്ടെ, തീർച്ചയായും അദ്ദേഹത്തിനത് കണ്ടുപിടിക്കാൻ കഴിയും. സ്വാസ്തി ചിന്തിച്ചു: "കണ്ടു മുട്ടുന്ന ഏറ്റവും ചെറിയ കുഞ്ഞിനോടുപോലും സത്യമേ പറയൂ എന്ന് ഞാൻ തീരുമാനിച്ചുറപ്പിക്കുന്നു. അദ്ദേഹം എനിക്കുവേണ്ടി ചെയ്തിട്ടുള്ള സകലതിനും കൃതജ്ഞത പ്രകാശിപ്പിക്കാനുള്ള ഏക മാർഗ്ഗം ഇതാണ്. ഞാൻ ധർമ്മോപദേശങ്ങൾ ജാഗ്രതാപൂർവ്വം പാലിക്കും."

മാസത്തിൽ രണ്ട് തവണ, ആദ്യചന്ദ്രദിനത്തിലും പൗർണ്ണമിയിലും, ഭിക്ഷുക്കൾ ധർമ്മോപദേശങ്ങൾ ചൊല്ലുവാൻ ഒത്തുകൂടി, ഓരോ ധർമ്മോപദേശവും ഉറക്കെ വായിച്ചു. പിന്നീട്, ആരെങ്കിലും ഇത് പാലിക്കുന്നതിൽ വീഴ്ച വരുത്തിയിട്ടുണ്ടോയെന്ന് കൂടിയിരിക്കുന്നവരോട് ചോദിച്ചു. ആരും മിണ്ടിയില്ലെങ്കിൽ, രണ്ടാമത്തെ ധർമ്മോപദേശം വായിക്കും. ആരെങ്കിലും ധർമ്മോപദേശം തെറ്റിച്ചിട്ടുണ്ടെങ്കിൽ, അദ്ദേഹം എണീറ്റുനിന്ന് കൂടിയിരിക്കുന്നവരോട് ഏറ്റു പറഞ്ഞു. നാല് പ്രധാന ധർമ്മോപദേശങ്ങൾ -പരാജികകൾ- ഒഴിച്ചുനിർത്തിയാൽ മറ്റെല്ലാം ഏറ്റുപറച്ചിൽകൊണ്ട് തിരുത്താവുന്നതേയുള്ളൂ.

മിക്ക ദിവസങ്ങളിലും ബുദ്ധന്റെ സംഘത്തിനൊപ്പം ഭിക്ഷാടനത്തിന് പോകാൻ സ്വാസ്തിയോടാവശ്യപ്പെട്ടു. കൂടെ സരിപുത്രനും രാഹുലനും ചേർന്നു. രാജഗൃഹത്തിന് തെക്കുഭാഗത്തുള്ള ഏകതല പട്ടണത്തിനടുത്തുള്ള കുന്നുകളിലാണ് ആ വിശ്രാന്തികാലം അവർ ചെലവിട്ടത്. ഒരു ദിവസം ഏകതലയിലെ നെല്പാടത്തിനരികിലൂടെ ഭിക്ഷുമാർ നടന്നുപോകുകയായിരുന്നു. തത്സമയം, ശ്രേഷ്ഠമായ ഭരദ്വാജ ജാതിയിൽ നിന്നുള്ള ധനികനായ ഒരു കർഷകൻ അവരെ തടഞ്ഞു നിർത്തി. അത് ഉഴവുകാലമായിരുന്നു. നൂറുകണക്കിന് പണിക്കാരുടെ അദ്ധ്വാനത്തിന് നേതൃത്വം കൊടുത്തുകൊണ്ടിരിക്കുകയാണയാൾ. ബുദ്ധൻ കടന്നുപോകുന്നത് കണ്ട അയാൾ ബുദ്ധന്റെ വഴിയിൽനിന്നുകൊണ്ട് ഒട്ടൊരു അവജ്ഞയോടെ പറഞ്ഞു, "ഞങ്ങൾ കൃഷിക്കാരാണ്, ഭക്ഷിക്കാനായി ഞങ്ങൾ ഉഴുന്നു, വിത്തിടുന്നു, വളം ചേർക്കുന്നു, നെൽച്ചെടികൾ ശുശ്രൂഷിക്കുന്നു, വിളകൾ കൊയ്തെടുക്കുന്നു. നിങ്ങൾ യാതൊന്നും ചെയ്യുന്നില്ല. നിങ്ങൾ ഒന്നും ഉണ്ടാക്കുന്നില്ല. എന്നിട്ടും നിങ്ങൾ തിന്നുന്നു. നിങ്ങൾ കൊള്ളരുതാത്തവരാണ്. നിങ്ങൾ ഉഴുന്നില്ല, വിതയ്ക്കുന്നില്ല. വളം ചേർക്കുന്നില്ല, നെൽച്ചെടികളെ പരിചരിക്കുന്നില്ല, കൊയ്യുന്നില്ല."

ബുദ്ധൻ പ്രതികരിച്ചു: “ഓ... ഞങ്ങളും ഇതെല്ലാം ചെയ്യുന്നുണ്ട്. ഞങ്ങൾ ഉഴുന്നു, വിതയ്ക്കുന്നു, വളം ചേർക്കുന്നു, ചെടികൾ പരിചരിക്കുന്നു, കൊയ്യുന്നു.

“എങ്കിൽ പിന്നെയെവിടെയാണ് നിങ്ങളുടെ കലപ്പകൾ, നിങ്ങളുടെ കന്നുകാലികൾ, നിങ്ങളുടെ വിത്തുകൾ? നിങ്ങളെന്ത് വിളകളാണ് കൊയ്യുന്നത്?

ബുദ്ധൻ: “ശരിയായ ഒരു ഹൃദയത്തിന്റെ മണ്ണിൽ ഞങ്ങൾ വിശ്വാസത്തിന്റെ വിത്തുകൾ വിതയ്ക്കുന്നു. ഏകാഗ്രതയാണ് ഞങ്ങളുടെ കലപ്പ. ശുഷ്കാന്തിയോടെയുള്ള പരിശീലനമാണ് ഞങ്ങളുടെ കന്നുകാലികൾ. സ്നേഹവും ധാരണയുമാണ് ഞങ്ങളുടെ വിത്തുകൾ. സ്നേഹിതാ, വിശ്വാസവും ധാരണയും സ്നേഹവുമില്ലെങ്കിൽ, ജീവിതം ദുരിതമല്ലാതെ മറ്റൊന്നുമാവില്ല.

ബുദ്ധന്റെ വാക്കുകൾ കേട്ട് ഭരദ്വാജൻ അപ്രതീക്ഷിതമായി സ്വയം വികാരാധീനനായി. അയാൾ തന്റെ പരിചാരകരോട് പാലിൽ വേവിച്ച നറുമണമുള്ള ചോറ് കൊണ്ടുവരുവാനായി കല്പിച്ചു. പക്ഷേ, ബുദ്ധൻ നിരസിച്ചുകൊണ്ട് പറഞ്ഞു, “ഭക്ഷണം നൽകാൻ വേണ്ടിയല്ല ഞാനിത്തരം കാര്യങ്ങൾ താങ്കളുമായി പങ്കിട്ടത്. താങ്കൾക്ക് എന്തെങ്കിലും സമർപ്പിക്കാൻ താൽപര്യമുണ്ടെങ്കിൽ, അത് മറ്റൊരിക്കലാകട്ടെ.”

ഇത്കേട്ട് ഭൂവുടമയ്ക്ക് അത്രമാത്രം മതിപ്പുണ്ടാകുകയും അദ്ദേഹം ബുദ്ധനെ പ്രണമിക്കുകയും ചെയ്തു. തന്നെ ഒരു സാധാരണ ശിഷ്യനായി സ്വീകരിക്കുവാൻ അഭ്യർത്ഥിച്ചു. സ്വാസ്തി ഇത് നേരിട്ട് കണ്ടതാണ്. ബുദ്ധന്റെ അടുത്തുനിന്നുകൊണ്ട് തനിക്ക് എത്രമാത്രം പഠിക്കാനാകുമെന്ന് അവന് മനസ്സിലായി. ബുദ്ധസമൂഹത്തിലെ ആയിരക്കണക്കിന് ശിഷ്യന്മാരിൽ തന്നെപ്പോലെ വളരെ കുറച്ചുപേർക്കു മാത്രമേ ബുദ്ധനുമായി ഇത്ര അടുത്ത് ഇടപെടാൻ കഴിഞ്ഞിട്ടുള്ളൂ.”

വിശ്രാന്തികാലത്തിനുശേഷം ബുദ്ധൻ ധർമ്മം പ്രചരിപ്പിക്കുവാൻ ഉത്തരപശ്ചിമ ദിശയിലേക്ക് സഞ്ചരിച്ചു. ശരത്കാലത്തിന്റെ അവസാനത്തിൽ അദ്ദേഹം ശ്രാവസ്തിയിലേക്കു മടങ്ങി. ഒരു ദിവസം രാവിലെ, അവർ ഭിക്ഷാടനം നടത്തിക്കൊണ്ടിരിക്കുമ്പോൾ, രാഹുലൻ ഏകാഗ്രതയിൽ നിന്നും വഴിതെറ്റി അലഞ്ഞു. വരിയൊപ്പിച്ച് അവൻ നടത്തം തുടർന്നെങ്കിലും, അവന്റെ മനസ്സ് മറ്റെവിടെയോ ആയിരുന്നു. തന്റെ മുമ്പിലുള്ള ബുദ്ധനെ അവൻ മിഴിച്ചുനോക്കി. ആത്മീയപാതയിലൂടെ സഞ്ചരിച്ചില്ലായിരുന്നെങ്കിൽ ബുദ്ധൻ എന്താകുമായിരുന്നെന്ന് അവൻ അത്ഭുതപ്പെട്ടു. അദ്ദേഹം ശക്തനായ ഒരു ചക്രവർത്തിയായിരുന്നെങ്കിൽ, രാഹുലൻ ഇപ്പോൾ എന്താകുമായിരുന്നേനേ? ഇവ്വിധചിന്തകൾ ചിന്തിച്ചുകൊണ്ട് രാഹുലൻ ശ്വാസവും കാൽവെപ്പുകളും നിരീക്ഷിക്കു

വാൻ മറന്നുപോയി. ബുദ്ധന് തന്റെ മകനെ കാണാൻ കഴിഞ്ഞിരുന്നില്ലെങ്കിലും അദ്ദേഹത്തിന് മനസ്സിലായി, അവന് ഏകാഗ്രത നഷ്ടപ്പെട്ടുവെന്ന്. ബുദ്ധൻ നിന്നു. എതിർവശം തിരിഞ്ഞു. മറ്റ് ഭിക്ഷുക്കൾ ഇടറി നിന്നു. ബുദ്ധൻ രാഹുലനെ നോക്കി: "രാഹുലാ, നീ നിന്റെ ശ്വാസം നിരീക്ഷിക്കുന്നോ?" ഏകാഗ്രത പുലർത്തുന്നുണ്ടോ?"

രാഹുലൻ തലതാഴ്ത്തി.

ബുദ്ധൻ: "ഏകാഗ്രതയിലിരിക്കുമ്പോൾ, നീ നിന്റെ ശ്വാസം തുടർന്ന് നിരീക്ഷിക്കണം. ഭിക്ഷ യാചിക്കുമ്പോഴും നാം ധ്യാനം പരിശീലിക്കുന്നുണ്ട്. എല്ലാ ജീവജാലങ്ങളെയും ഉൾക്കൊള്ളുന്ന സഞ്ചയങ്ങളുടെ അ-സ്വത്വ സ്വഭാവത്തെയും നശ്വരതയേയും തുടർന്നും ധ്യാനിക്കുക-പ്രജ്ഞ, മനോരൂപീകരണങ്ങൾ, പ്രത്യക്ഷബോധങ്ങൾ, സ്പർശാനുഭൂതികൾ എന്നിവയാണ് സഞ്ചയങ്ങൾ. നിന്റെ ശ്വാസവും ചിന്തകളും നിരീക്ഷിക്കുക, നിന്റെ മനസ്സ് നാനാ വഴിക്ക് പോകില്ല."

ബുദ്ധൻ പിന്തിരിഞ്ഞ് നടത്തം തുടർന്നു. അദ്ദേഹത്തിന്റെ വാക്കുകൾ എല്ലാ ഭിക്ഷുക്കൾക്കും ഏകാഗ്രത പാലിക്കാനുള്ള ഒരു ഓർമ്മിപ്പിക്കലായി ഭവിച്ചു. എന്നാൽ, അവിടെനിന്ന് കുറച്ചടി നടന്നശേഷം, രാഹുലൻ ഭിക്ഷുക്കളുടെ നിരവിട്ടു. കാട്ടിലേക്ക് പ്രവേശിച്ചു. ഒരു വൃക്ഷത്തിന്റെ കീഴിൽ ഒറ്റക്കിരുന്നു. സ്വാസ്തി അവനെ പിന്തുടർന്നു. എന്നാൽ രാഹുലൻ അവന്റെ നേരെ നോക്കി പറഞ്ഞു: "ദയവായി മറ്റുള്ളവർക്കൊപ്പം പോയി ഭിക്ഷ യാചിക്കുക. ഇപ്പോൾ എനിക്ക് ഭിക്ഷാടനത്തിന് പോകാനുള്ള മനസ്സ് വരുന്നില്ല. മൊത്തം സമൂഹത്തിന്റെയും മുമ്പിൽവെച്ച് ബുദ്ധൻ എന്നെ തിരുത്തി. എനിക്ക് വല്ലാത്ത നാണക്കേട് തോന്നുന്നു. ഞാനിവിടെ തനിച്ചിരുന്ന് ധ്യാനിക്കട്ടെ." തന്റെ സ്നേഹിതനെ സഹായിക്കാനാവുന്നില്ലെന്ന് കണ്ട് സ്വാസ്തി മറ്റുള്ള ഭിക്ഷുക്കൾക്കൊപ്പം ചേർന്നു.

വിഹാരത്തിലേക്ക് മടങ്ങിപ്പോകുമ്പോൾ, സംപൂജ്യനായ സരിപുത്രനും സ്വാസ്തിയും രാഹുലനെ അവരോടൊപ്പം നടക്കാൻ ക്ഷണിച്ചു. വിഹാരത്തിൽ വച്ച് സ്വാസ്തി തന്റെ പകുതി ഭക്ഷണം രാഹുലനുമായി പങ്കിട്ടു. ഭക്ഷണം അവസാനിച്ചനേരം സരിപുത്രൻ, രാഹുലനോട് ബുദ്ധൻ അവനെ കാണാൻ ആഗ്രഹിക്കുന്നുണ്ടെന്നറിയിച്ചു. കൂടെ ചെല്ലുവാൻ സ്വാസ്തിക്ക് അനുവാദമുണ്ടായിരുന്നു.

ചില പ്രത്യേക പാഠങ്ങൾ സ്വീകരിക്കുവാൻ രാഹുലൻ പക്വമായിട്ടുണ്ടെന്ന് ബുദ്ധന് മനസ്സിലായി. ബുദ്ധൻ പറഞ്ഞു: "രാഹുലാ, മനുഷ്യൻ നവ സുഗന്ധിയായ പുഷ്പങ്ങളോ, സുഗന്ധദ്രവ്യങ്ങളോ ശുദ്ധമായ പാലോ ഭൂമിയിൽ നിരത്തിയെന്ന് വയ്ക്കുക. അല്ലെങ്കിൽ ദുർഗ്ഗന്ധം വമിക്കുന്നതും വൃത്തികെട്ടതുമായ ചോരയും മൂത്രവും മലവും കഫവും

തുപ്പലുംകൊണ്ട് മണ്ണിനെ അവഗണിച്ചുവെന്ന് വയ്ക്കുക. ഭൂമി ഇതെല്ലാം യാതൊരു വിധ വെറുപ്പോ മമതയോ ഇല്ലാതെ സ്വീകരിക്കുന്നു. സുഖ പ്രദമോ, അസുഖമുള്ളതോ ആയ ചിന്തകൾ ഉയർന്നെന്നിരിക്കട്ടെ, അവ യൊന്നുംതന്നെ നിന്നെ ചുറ്റിപ്പിടിക്കാനോ അടിമപ്പെടുത്താനോ അനു വദിക്കരുത്."

"രാഹുലാ, ജലത്തിൽനിന്ന് പഠിക്കുക- മനുഷ്യർ മലിനവസ്ത്രങ്ങൾ വെള്ളത്തിൽ അലക്കുന്നതുകൊണ്ട് വെള്ളത്തിന് സങ്കടമോ വെറുപ്പോ ഇല്ല. അഗ്നിയിൽ നിന്ന് പഠിക്കുക- യാതൊരു വിവേചനവുമില്ലാതെ അഗ്നി എല്ലാറ്റിനെയും എരിക്കുന്നു. അവിശുദ്ധമായ സാധനങ്ങൾ എരി ക്കാൻ അതിന് ലജ്ജയേതുമില്ല. വായുവിൽ നിന്ന് പഠിക്കുക- സുഗ ന്ധമുള്ളതോ കെട്ടതോ ആകട്ടെ, വായു എല്ലാ ഗന്ധങ്ങളും വഹിച്ചു കൊണ്ട് പോകുന്നു."

"രാഹുലാ, കോപം തരണം ചെയ്യാൻ സ്നേഹമിയന്ന ദയ പരിശീ ലിക്കുക- തിരിച്ചൊന്നും ആവശ്യപ്പെടാതെ മറ്റുള്ളവർക്ക് ആനന്ദം നൽകാനുള്ള ഉൾക്കാമ്പ് സ്നേഹമിയന്ന ദയയ്ക്കുണ്ട്. തിരിച്ചൊന്നും പ്രതീക്ഷിക്കാതെ, അന്യന്റെ ദുരിതം ഇല്ലാതാക്കാനുള്ള അകക്കാമ്പ് കാരുണ്യത്തിനുണ്ട്. വെറുപ്പിനെ മറികടക്കാൻ സഹാനുഭൂതിയാർന്ന സന്തോഷം പരിശീലിക്കുക- എപ്പോൾ ഒരുവൻ അന്യന്റെ ആനന്ദ ത്തിൽ ആഹ്ലാദിക്കുകയും അവർക്ക് ക്ഷേമവും വിജയവും നേരുകയും ചെയ്യുന്നുവോ അപ്പോൾ അവിടെ സഹാനുഭൂതിയാർന്ന ആനന്ദവാ യ്പുണ്ട്. തെറ്റിദ്ധാരണ ഒഴിവാക്കുവാൻ അനാസക്തി പരിശീലിക്കു ക. കാര്യങ്ങളെ സമചിത്തമായും തുറന്നും സമീപിക്കാനുള്ള മാർഗ്ഗ മാണ് അനാസക്തി. അതാകുന്നു ഇതിന്റെ കാരണം, ഇതിന്റെ കാരണം അതാകുന്നു. ഞാനും അപരനും വേറിട്ടവരല്ല. മറ്റൊന്നിന്റെ പിന്നാലെ പായാനായി ഒരു സംഗതിയെ തിരസ്കരിക്കരുത്.

"രാഹുലാ, സ്നേഹമിയന്ന ദയ, കാരുണ്യം, സഹാനുഭൂതിയോ ലുന്ന ആനന്ദം, അനാസക്തി എന്നിവയെല്ലാം മനസ്സിന്റെ ഉദാത്തവും ചേതോഹരവുമായ അവസ്ഥകളാണ്. ഞാനവയെ നാല് അമേയങ്ങൾ എന്ന് വിളിക്കുന്നു. അവ പരിശീലിക്കുക. നീ മറ്റുള്ളവർക്ക് സന്തോഷ ത്തിന്റെയും ചൈതന്യത്തിന്റെയും നവോന്മേഷപ്രഭവമായിത്തീരും.

"രാഹുലാ, അഹത്തിന്റെ മായ പൊട്ടിച്ചുകളയുവാനായി നശ്വരതയെ ധ്യാനിക്കുക- കാമങ്ങളിൽ നിന്ന് നിന്നെ സ്വതന്ത്രനാക്കുവാനായി ശരീ രത്തിന്റെ ജനന-സംവർധന- മരണങ്ങളുടെ സ്വഭാവത്തെ ധ്യാനിക്കുക. നിന്റെ ശ്വാസം നിരീക്ഷിച്ച് പരിശീലിക്കുക. ശ്വാസത്തിന്റെ ഏകാഗ്രത മഹത്തായ ആനന്ദം നൽകുന്നു."

ബുദ്ധന് പറയാനുണ്ടായിരുന്നതെല്ലാം കേൾക്കുവാനായി, രാഹുലന്റെ തൊട്ടടുത്തുതന്നെ ഇരിക്കാനായതിനാൽ സ്വാസ്തി സന്തോഷിച്ചു. ധർമ്മചക്രത്തിന്റെ തിരിച്ചൽ, അ-സ്വത്വത്തിന്റെ സ്വഭാവം, എന്നീ സൂക്തങ്ങൾ ഓർമ്മിച്ചിരുന്നെങ്കിലും, ഇന്നത്തേതുപോലെ ഇത്ര ഗാഢമായി ധർമ്മത്തിന്റെ അതിസൂക്ഷ്മമായ ഭാവം ഇതുവരെയും അവൻ രുചിക്കുകയുണ്ടായിട്ടില്ല. ഒരുപക്ഷേ, ബുദ്ധന്റെ മുഖദാവിൽ നിന്ന് നേരിട്ട് അവൻ മറ്റ് സൂക്തങ്ങൾ കേട്ടിട്ടില്ലാത്തതുകൊണ്ടായിരിക്കാം. 'എരുമകളെ പരിചരിക്കുന്നതെങ്ങനെയെന്ന' സൂക്തമാണ് ബുദ്ധനിൽ നിന്ന് നേരിട്ട് അവൻ കേട്ട ആദ്യത്തെ സൂക്തം. അതിന്റെ ആഴത്തിലുള്ള അർത്ഥങ്ങൾ ഗ്രഹിക്കാൻ മാത്രം പക്വത അവനുണ്ടായിരുന്നില്ല. ഒഴിവു വേളകളിൽ പുതുതായി സിദ്ധിച്ച ഉൾക്കാഴ്ച ഉപയോഗിച്ച് എല്ലാ സൂക്തങ്ങളും ആവർത്തിച്ചു ചൊല്ലുവാൻ അവൻ പ്രതിജ്ഞ ചെയ്തു.

ശ്വാസം നിരീക്ഷിക്കുന്നതിനുള്ള അനേകം രീതികൾ ആ രണ്ട് യുവാക്കളെയും പഠിപ്പിക്കുവാനും അന്നേ ദിവസം ബുദ്ധൻ സമയം ചെലവഴിച്ചു. ഇത്തരത്തിലുള്ള പാഠങ്ങൾ നേരത്തെ രാഹുലനും സ്വാസ്തിക്കും കിട്ടിയിരുന്നെങ്കിലും ഇതാദ്യമായിട്ടാണവർക്ക് ബുദ്ധനിൽ നിന്ന് നേരിട്ട് ഈ പാഠങ്ങൾ സ്വീകരിക്കാൻ കഴിഞ്ഞത്. മറവിയും മനസ്സിന്റെ അപഥസഞ്ചാരവും തരണം ചെയ്യുവാൻ ഏകാഗ്രതയോടെ ശ്വാസം നിരീക്ഷിച്ചാൽ മതി. അതാണ് അതിന്റെ പ്രഥമ ഫലം, ബുദ്ധൻ പറഞ്ഞു.

"ശ്വാസം ഉള്ളിലേക്കെടുക്കുമ്പോൾ, നിങ്ങൾ അറിയുന്നു, നിങ്ങൾ ശ്വാസം ഉള്ളിലേക്കെടുക്കുകയാണെന്ന്. ശ്വാസം പുറത്തേക്ക് വിടുമ്പോൾ, നിങ്ങൾ അറിയുന്നു, നിങ്ങൾ ശ്വാസം പറത്തേയ്ക്ക് വിടുകയാണെന്ന്. അത്തരം ശ്വസന പരീക്ഷണ നിമിഷങ്ങളിൽ നിങ്ങളുടെ ശ്വസനത്തിൽ മാത്രം നിങ്ങളുടെ മനസ്സിനെ കേന്ദ്രീകരിക്കുക. ഉപയോഗശൂന്യവും അപഥവുമായ ചിന്തകൾ നിലയ്ക്കും; അതോടെ നിങ്ങളുടെ മനസ്സ് ഏകാഗ്രമാകും. നിങ്ങൾ നിങ്ങളുടെ ശ്വാസത്തെപ്പറ്റി ബോധവാനാകുമ്പോൾ നിങ്ങൾ ഏകാഗ്രതയിലാണ്. ഏകാഗ്രതയിൽ, നിങ്ങളെ മറ്റേതെങ്കിലും ചിന്തകളാൽ വഴിതെറ്റിക്കാനാവില്ല. ഒരൊറ്റ നിമിഷംകൊണ്ട് നിങ്ങൾക്ക് ഉദ്ബുദ്ധത സിദ്ധിക്കും. എല്ലാ ജീവജാലങ്ങളിലുമുള്ള ബുദ്ധഭാവമാണ് ഉദ്ബുദ്ധത.

"ഹ്രസ്വമായ ഒരു ശ്വാസമെടുക്കുമ്പോൾ, നിങ്ങൾ അറിയുന്നു, നിങ്ങൾ ഹ്രസ്വമായ ഒരു ശ്വാസം എടുക്കുകയാണെന്ന്. ദീർഘമായ ഒരു ശ്വാസം പുറത്തേക്കയക്കുമ്പോൾ, നിങ്ങളറിയുന്നു, നിങ്ങൾ ദീർഘമായ ഒരു ശ്വാസം പുറത്തേയ്ക്ക് വിടുകയാണെന്ന്. ഓരോ ശ്വാസവും പൂർണ്ണമായി അറിഞ്ഞിരിക്കുക. ഏകാഗ്രത ഉണ്ടാക്കിയെടുക്കുവാൻ ഏകാഗ്രതയോടെ ശ്വാസം നിരീക്ഷിക്കുന്നത് നിങ്ങളെ സഹായിക്കും.

നിങ്ങളുടെ ശരീരത്തിന്റെ സ്പർശാനുഭൂതികളുടെ, മനസ്സിന്റെ സർവ്വ ധർമ്മമെന്ന് വിളിക്കുന്ന മനോവസ്തുക്കളുടെ പ്രകൃതത്തിന്റെ ആഴത്തിലേക്ക് നോക്കുവാൻ ഏകാഗ്രത നിങ്ങളെ സഹായിക്കും."

തികഞ്ഞ ഹൃദയാർപ്പണത്തോടെയാണ് ബുദ്ധൻ അവരെ പഠിപ്പിച്ചത്. അദ്ദേഹത്തിന്റെ വാക്കുകൾ ലളിതമെങ്കിലും ഉദാത്തമായിരുന്നു. ശ്വസനത്തിൽ ഏകാഗ്രത പുലർത്തുന്നത് കുറെക്കൂടി എളുപ്പമാക്കാനും, അതിനാൽ പരിശീലനത്തിൽ മഹത്തായ പുരോഗതി കൈവരിക്കാനും ബുദ്ധനോടൊത്തുള്ള ഈ സവിശേഷ യോഗം കൊണ്ട് സാധിക്കുമെന്ന് സ്വാസ്തിക്ക് ഉറച്ച വിശ്വാസമുണ്ട്. ബുദ്ധനെ വണങ്ങിയ ശേഷം, രാഹുലനും സ്വാസ്തിയും ഒന്നിച്ച് തടാകത്തിലേക്ക് നടന്നു. ബുദ്ധൻ പഠിപ്പിച്ചതെല്ലാം നന്നായി ഓർമ്മിക്കുവാൻ വേണ്ടി അവർ പരസ്പരം എല്ലാം ആവർത്തിച്ചു.

50. ഒരു കൈക്കുമ്പിൾ നിറയെ തവിട്

തുടർന്നുള്ള വർഷം ബുദ്ധൻ അഞ്ഞൂറ് ഭിക്ഷുമാരോടൊപ്പം വിശ്രാന്തികാലം വൈരാന്തിയിൽ ചെലവഴിച്ചു. സരിപുത്രനും മൊഗ്ഗല്ലാനയും അദ്ദേഹത്തിന്റെ സഹായികളായി. വിശ്രാന്തികാലത്തിന്റെ പാതിയിൽ വച്ച് ആ പ്രദേശത്തെ കനത്ത തോതിൽ വരൾച്ച ബാധിച്ചു. ചൂട് അസഹ്യമായിരുന്നു. ദിവസം മുഴുവൻ ബുദ്ധൻ നിംബവൃക്ഷത്തിന്റെ ശീതളഛായയിൽ കഴിച്ചുകൂട്ടി. അതേ വൃക്ഷച്ചുവട്ടിലിരുന്ന് അദ്ദേഹം ആഹാരം കഴിച്ചു, ധർമ്മബോധനങ്ങൾ നൽകി, കിടന്നുറങ്ങി.

വിശ്രാന്തികാലത്തിന്റെ മൂന്നാം മാസമായപ്പോഴേക്കും ഭിക്ഷുമാർക്ക് കിട്ടിയിരുന്ന ഭക്ഷണ ഭിക്ഷ അളവിലും തോതിലും കുറഞ്ഞുവന്നു. വരൾച്ച കാരണം ഭക്ഷണം ദുർല്ലഭമായിരുന്നു. ക്ലേശകാലത്തേക്ക് സർക്കാർ കരുതിവച്ചിരുന്ന ഭക്ഷണശേഖരം പോലും കുറഞ്ഞ് കുറഞ്ഞ് ഇല്ലാതായി. അനേകം ഭിക്ഷുമാർ ശൂന്യമായ ഭിക്ഷാപാത്രങ്ങളുമായി വിഹാരത്തിൽ മടങ്ങിയെത്തി. ബുദ്ധനും ശൂന്യമായ ഭിക്ഷാപാത്രവുമായിട്ടാണ് മിക്കപ്പോഴും തിരിച്ചെത്തിയത്. വിശപ്പ് മാറ്റാൻ അദ്ദേഹം തന്റെ ആമാശയം വെള്ളം കൊണ്ട് നിറച്ചു. ഭിക്ഷുമാർ മെലിഞ്ഞുണങ്ങി. ജലവും ഭക്ഷണവും കിട്ടാൻ കുറെക്കൂടി എളുപ്പമായ തെക്കുഭാഗത്തുള്ള വടക്കൻ കുരുവിലേക്ക് എല്ലാവരും നീങ്ങുന്നതാണ് അഭികാമ്യമെന്ന് സംപൂജ്യനായ മൊഗ്ഗല്ലാന നിർദ്ദേശിച്ചു. ബുദ്ധൻ നിരസിച്ചു, “മൊഗ്ഗല്ലാനാ, നമ്മൾ മാത്രമല്ലല്ലോ ഇവിടെ ദുരിതപ്പെടുന്നത്. അല്പം ചില സമ്പന്നരെ ഒഴിച്ചുനിർത്തിയാൽ നാട്ടിലുള്ള എല്ലാവരും വിശപ്പുകൊണ്ട് ദുരിതപ്പെടുകയാണ്. ഈ സമയത്ത് നാം ജനങ്ങളെ ഉപേക്ഷിക്കാൻ പാടില്ല. അവരുടെ ദുരിതം അറിയാനും പങ്കിടാനുമുള്ള അവസരം നമുക്ക് കിട്ടിയിരിക്കുകയാണ്. വിശ്രാന്തികാലം തീരുംവരെ നാമിവിടെ ഉണ്ടാവണം.”

ബുദ്ധന്റെ ബോധനം കേട്ടറിഞ്ഞ ധനികനായ വ്യാപാരി അഗ്നിദത്തൻ അദ്ദേഹത്തെയും ഭിക്ഷുക്കളെയും വിശ്രാന്തികാലത്തേക്ക് വൈരാന്തിയിലേക്ക് ക്ഷണിച്ചിട്ടുണ്ടായിരുന്നു. പക്ഷേ, വ്യാപാരാർത്ഥം അദ്ദേഹം ദൂരെയായിരുന്നതിനാൽ, നാട്ടിലെ സ്ഥിതിവിശേഷം അറിഞ്ഞിരുന്നില്ല.

ഒരു ദിവസം, മൊഗ്ഗല്ലാന കാട്ടിലേക്കുള്ള വഴിയിലെ ആരോഗ്യമുള്ള പച്ചമരങ്ങളും പുല്ലും ചൂണ്ടിക്കാട്ടി ബുദ്ധനോട് പറഞ്ഞു. "ഗുരോ മണ്ണിൽ സമൃദ്ധമായി പോഷകങ്ങളുള്ളതുകാരണമാണ് അവ ഉന്മേഷത്തോടെയും പച്ചപ്പോടെയും നിൽക്കുന്നതെന്ന് എനിക്ക് തോന്നുന്നു. നല്ല കുറച്ച് വളമണ്ണ് കുഴിച്ചെടുത്ത് വെള്ളത്തിൽ കലക്കി നമുക്ക് പോഷകസമൃദ്ധമായ ഒരു ഭക്ഷണം ഉണ്ടാക്കാം."

ബുദ്ധൻ "മൊഗ്ഗല്ലാനാ, അങ്ങനെ ചെയ്യുന്നത് ശരിയായിരിക്കില്ല. ഞാനെന്റെ സ്വയം പീഡനകാലത്ത് ഡാങ്ങ്സരി പർവ്വതത്തിൽവച്ച് ഇത് ചെയ്യാൻ ശ്രമിച്ചിട്ടുണ്ട്. പക്ഷേ, എനിക്കതിൽ പോഷകങ്ങളുള്ളതായി തോന്നിയില്ല. സൂര്യതാപത്തിൽനിന്ന് സംരക്ഷിതരായി അനേകം ജീവികൾ മണ്ണിൽ ജീവിക്കുന്നുണ്ട്. നാം മണ്ണ് കുഴിക്കുകയാണെങ്കിൽ അവയിൽ ഭൂരിഭാഗവും ചത്തൊടുങ്ങും; ചെടികളും കൊല്ലപ്പെടും", മൊഗ്ഗല്ലാന പിന്നീടൊന്നും സംസാരിച്ചില്ല.

അർപ്പിത ഭക്ഷണം വേണ്ടത്ര കിട്ടാത്ത ഭിക്ഷുമാർക്കുവേണ്ടി, ഭിക്ഷയായി കിട്ടുന്ന ഭക്ഷണത്തിന്റെ ഒരു ഭാഗം മാറ്റിവയ്ക്കുകയെന്നത് വളരെക്കാലമായുള്ള, ഒരു വിഹാര രീതിയാണ്. കഴിഞ്ഞ പത്ത് നാളായി ഒരു മണി അരിയോ ഒരു ചപ്പാത്തിക്കഷണമോ ഇല്ലാതെ ആ പാത്രം ഒഴിഞ്ഞു കിടക്കുകയാണെന്ന് സ്വാസ്തി ശ്രദ്ധിച്ചു. ഭിക്ഷുമാർക്ക് ആർക്കുംതന്നെ ഒന്നും കിട്ടുന്നില്ല. എങ്കിലും മുതിർന്ന ഭിക്ഷുക്കൾക്ക് എന്തെങ്കിലും കൊടുക്കുവാൻ ആളുകൾക്ക് താൽപര്യമുണ്ട്; രാഹുലൻ സ്വാസ്തിയോട് സ്വകാര്യം പറഞ്ഞു. ഏറ്റവും ചെറുപ്പക്കാരായവർക്ക് ഒന്നും കിട്ടിയില്ല. സ്വാസ്തിയും അത് ശ്രദ്ധിച്ചിരുന്നു. അവർ പറഞ്ഞു: "വല്ലതും കുറച്ച് കിട്ടുന്ന ദിവസങ്ങളിൽ പോലും അത് തിന്ന് കഴിഞ്ഞാൽ പിന്നെയും എനിക്ക് വിശപ്പാണ്. താങ്കൾക്കും അങ്ങനെത്തന്നെയാണോ?"

രാഹുലൻ തലകുലുക്കി. വിശപ്പുകാരണം രാത്രിയിൽ അവന് ഉറങ്ങാൻ തന്നെ പ്രയാസമായി.

ഒരു ദിവസം ഭിക്ഷാടനം കഴിഞ്ഞെത്തിയ സംപൂജ്യനായ ആനന്ദൻ മൂന്നുകാലുള്ള പുറത്തെ അടുപ്പിൽ ഒരു മൺചട്ടിവച്ചു. അതിൽ കുറച്ച് വിറകുചീളുകളിട്ട് തീയുണ്ടാക്കി. അദ്ദേഹം ചെയ്യുന്നത് കാണാൻ ചെന്ന സ്വാസ്തി തീ താൻ കത്തിച്ചോളാമെന്ന് പറഞ്ഞു. എന്തായാലും ഇക്കാര്യത്തിൽ സ്വാസ്തിക്കാണ് കൂടുതൽ വൈദഗ്ദ്ധ്യം. നിമിഷനേരത്തിനുള്ളിൽ അവൻ തീ പെരുക്കി. ആനന്ദൻ തന്റെ ഭിക്ഷാപാത്രം ഉയർത്തിപ്പിടിച്ച് ചട്ടിയിലേയ്ക്ക് മരപ്പൊടി പോലെ തോന്നിക്കുന്ന എന്തോ ഇട്ടു. അദ്ദേഹം പറഞ്ഞു: "ഇത് തവിടാണ്. നല്ല മണം വരുന്നതുവരെ നമുക്ക് വറുക്കാം. എന്നിട്ട് നമുക്ക് ബുദ്ധന് അർപ്പിക്കാം."

അടുത്തകാലത്ത് വൈരാന്തിയിൽ അഞ്ഞൂറ് കുതിരകളുമായെത്തിയ ഒരു കുതിരവ്യാപാരിയെ താൻ കണ്ടുമുട്ടിയത് ആനന്ദൻ സ്വാസ്തിയോട് പറഞ്ഞു. സ്വാസ്തി തവിട് രണ്ട് ചെറിയ കമ്പുകൾകൊണ്ട് ഇളക്കിക്കൊണ്ടിരുന്നു. ഭിക്ഷുമാരുടെ അവസ്ഥ വ്യാപാരി കണ്ടിരുന്നു. അതിനാൽ, എപ്പോഴെങ്കിലും ഭിക്ഷ കിട്ടാത്ത സന്ദർഭം വരികയാണെങ്കിൽ, കുതിര വ്യാപാരി ആനന്ദനോട് പറഞ്ഞു, കുതിരാലയത്തിൽ വന്നാൽ കുതിരയ്ക്ക് കരുതിയിരിക്കുന്ന തവിടിൽനിന്ന് ഓരോ കൈക്കുമ്പിൾ നിറയെ ഓരോ ഭിക്ഷുവിനും നൽകാം. അന്ന് രണ്ട് കൈക്കുമ്പിൾ നിറയെ തവിട് അദ്ദേഹം നൽകിയിരുന്നു. ഒന്ന് ആനന്ദനും, മറ്റേത് ബുദ്ധനും. വ്യാപാരിയുടെ ഈ ദയാവായ്പ് മറ്റ് ഭിക്ഷുക്കളോട് താൻ പറയുന്നതാണെന്ന് ആനന്ദൻ പറഞ്ഞു.

വേഗേന തവിട് മൊരിഞ്ഞ് നറുമണമിയലുന്നതായി. ആനന്ദൻ അത് ഭിക്ഷാപാത്രത്തിലേക്ക് കോരിയിട്ടു. സ്വാസ്തിയേയും കൂട്ടി നിംബവൃക്ഷത്തണലിലേക്ക് നടന്നു. ആനന്ദൻ അത് ബുദ്ധന് നൽകി. സ്വാസ്തിക്ക് എന്തെങ്കിലും കിട്ടിയോയെന്ന് ബുദ്ധൻ ചോദിച്ചു. ഭാഗ്യവശാൽ ആവശ്യത്തിനുള്ള മധുരക്കിഴങ്ങ് തനിക്ക് കിട്ടിയത് അവൻ കാണിച്ചുകൊടുത്തു. തന്നോടൊപ്പമിരുന്ന് ഭക്ഷിക്കാൻ അദ്ദേഹം അവരെ ക്ഷണിച്ചു. അദ്ദേഹം ആദരവോടെ ഭിക്ഷാപാത്രം ഉയർത്തി. സ്വാസ്തി ഏകാഗ്രതയോടെ തന്റെ മധുരക്കിഴങ്ങ് കയ്യിൽ പിടിച്ചു. ബുദ്ധൻ കൃതജ്ഞതാപൂർവ്വം തവിട് കോരിയെടുത്ത് കഴിക്കുന്നത് കണ്ട്, സ്വാസ്തിക്ക് കരച്ചിൽ വന്നു.

അന്നത്തെ ധർമ്മപ്രഭാഷണത്തിനുശേഷം, അവിടെ കൂടിയിരിക്കുന്നവരോട് ആനന്ദൻ കുതിരവ്യാപാരിയുടെ അർപ്പണത്തെക്കുറിച്ച് പറഞ്ഞു. ഭക്ഷണഭിക്ഷ ഒന്നുംകിട്ടാത്ത അവസരങ്ങളിൽ മാത്രം കുതിരാലയത്തിലേക്ക് ചെല്ലുവാൻ ആനന്ദൻ അവരോട് പറഞ്ഞു. കാരണം, തവിട് കുതിരകൾക്കുള്ളതാകയാൽ അവ പട്ടിണി കിടക്കാൻ ഇടയാവരുത്.

നിലാവുള്ള ആ രാത്രിയിൽ സരിപുത്രൻ നിംബവൃക്ഷച്ചുവട്ടിൽ ഇരിക്കുന്ന ബുദ്ധനെ സന്ദർശിച്ചു. അദ്ദേഹം പറഞ്ഞു: “പ്രഭോ, ഉദ്ബുദ്ധതയുടെ മാർഗ്ഗം അതിശയകരം! അത് കേൾക്കുകയും ഗ്രഹിക്കുകയും പരിശീലിക്കുകയും ചെയ്യുന്നവരെ മാറ്റിത്തീർക്കാനുള്ള കഴിവ് അതിനുണ്ട്. പ്രഭോ, അങ്ങ് പോയാലും മാർഗ്ഗം തുടർന്നും പകർന്നുകൊടുക്കപ്പെടുമെന്ന് ഞങ്ങൾക്ക് ഉറപ്പിക്കാമോ?”

“സരിപുത്രാ, സൂക്തങ്ങളുടെ ശരിയായ അർത്ഥം ഭിക്ഷുക്കൾ മനസ്സിലാക്കി സൂക്തം പഠിപ്പിക്കുന്നത് പരിശീലിച്ച് ധർമ്മോപദേശങ്ങൾ പിന്തുടർന്നാൽ, നൂറ്റാണ്ടുകളോളം വിമോചനത്തിന്റെ മാർഗ്ഗം തുടർന്നുപോകും.”

"പ്രഭോ, ഒരുപാട് ഭിക്ഷുക്കൾ ശുഷ്കാന്തിയോടെ സൂക്തങ്ങൾ ഓർമ്മിക്കുകയും ചൊല്ലുകയും ചെയ്യുന്നുണ്ട്. സന്യാസിമാരുടെ ഭാവി തലമുറകൾ ബോധനങ്ങൾ പഠിക്കുകയും ചൊല്ലുകയും തുടർന്നാൽ സ്നേഹമിയലും ദയയും ഉൾക്കാഴ്ചയും അനന്തഭാവിയിലേക്ക് വ്യാപിക്കുകതന്നെ ചെയ്യും."

"സരിപുത്രാ, സൂക്തങ്ങൾ കൈമാറിയതുകൊണ്ട് മാത്രം പോരാ. അവയിലുൾച്ചേർന്നത് പരിശീലിക്കുകയും വേണം. ധർമ്മോപദേശങ്ങൾ പാലിക്കുന്നത് വളരെ പ്രധാനമാണ്. അതില്ലാതെ ധർമ്മം ദീർഘകാലം നിലനിൽക്കില്ല. ധർമ്മോപദേശങ്ങൾ കൂടാതെ, ശരിയായ ധർമ്മം പെട്ടെന്ന് മങ്ങിപ്പോവും."

"വരാൻ പോകുന്ന ആയിരക്കണക്കിന് ജീവനുവേണ്ടി ധർമ്മോപദേശങ്ങൾ സംരക്ഷിച്ച് വയ്ക്കാനുള്ള എന്തെങ്കിലും മാർഗ്ഗമുണ്ടോ?"

"സരിപുത്രാ, അതിനിയും സാധ്യമായിട്ടില്ല. ഒരു വ്യക്തിയെക്കൊണ്ടോ ഒരു ദിവസം കൊണ്ടോ ധർമ്മോപദേശത്തിന്റെ പൂർത്തീകരിച്ച ഒരു വ്യവസ്ഥ സൃഷ്ടിക്കാനാവില്ല. സംഘത്തിന്റെ ആദ്യവർഷങ്ങളിൽ നമുക്ക് യാതൊരു ധർമ്മോപദേശങ്ങളും ഉണ്ടായിരുന്നില്ല. ക്രമേണ, സഹോദരന്മാർ ചെയ്ത തെറ്റുകളും കുറവുകളും കാരണം, നമ്മൾ ധർമ്മോപദേശങ്ങൾ സൃഷ്ടിച്ചു. നമുക്കിപ്പോൾ നൂറ്റിയിരുപത് ധർമ്മോപദേശങ്ങളുണ്ട്. കാലാന്തരത്തിൽ അവ വർധിക്കും. സരിപുത്രാ, ധർമ്മോപദേശങ്ങൾ ഇനിയും പൂർണ്ണമായിട്ടില്ല. ഇരുനൂറോ അതിൽ കൂടുതലോ ആയി അത് ഉയർന്നേക്കാമെന്ന് ഞാൻ വിശ്വസിക്കുന്നു."

വിശ്രാന്തിയുടെ അവസാന നാൾ വന്നെത്തി. വ്യാപാരി അഗ്നിദത്തൻ തന്റെ യാത്രകൾ കഴിഞ്ഞു മടങ്ങിവന്നു. പട്ടണികൊണ്ട് ഭിക്ഷുമാർ ദുരിതപ്പെടുന്നത് കണ്ട് അദ്ദേഹം ഞെട്ടിപ്പോയി. അദ്ദേഹം ലജ്ജിതനായി; തന്റെ വീട്ടിൽ ഭക്ഷണാർപ്പണം ഭിക്ഷുക്കൾക്ക് ഏർപ്പാടാക്കി. അദ്ദേഹം ഓരോ ഭിക്ഷുവിനും ഓരോ സ്ഥാനവസ്ത്രവും നൽകി. വിശ്രാന്തികാലത്തിന്റെ അവസാനത്തെ പ്രഭാഷണം നടത്തിയശേഷം ബുദ്ധൻ ഭിക്ഷുക്കൾക്കൊപ്പം തെക്കോട്ട് യാത്ര തുടർന്നു.

അതൊരു മനോഹരമായ യാത്രയായിരുന്നു. ഭിക്ഷുമാർ യാതൊരു ധൃതിയുമില്ലാതെയാണ് നടന്നത്. അവർ രാത്രികളിൽ വിശ്രമിച്ചു, പ്രഭാതങ്ങളിൽ ഭിക്ഷയെടുത്തു; ഭക്ഷണശേഷം വനശീതളിമയിൽ വിശ്രമിച്ചശേഷം ഓരോ ദിവസവും നടത്തം തുടർന്നു. ചില ഗ്രാമങ്ങളിൽ അവർ ദിവസങ്ങളോളം തങ്ങി. കാരണം അവിടങ്ങളിലെ ജനങ്ങൾക്ക് ബുദ്ധാനുശാസനങ്ങൾ കേൾക്കുവാൻ വിശേഷിച്ചും താൽപര്യമുണ്ടാ

യിരുന്നു. രാത്രികളിൽ, ധ്യാനത്തിനും നിദ്രയ്ക്കും മുമ്പായി ഭിക്ഷു മാർ സൂക്തങ്ങൾ പഠിക്കുകയും ചൊല്ലുകയും ചെയ്തു.

ഒരു ദിവസം ഉച്ചയ്ക്ക്, എരുമകളെ തൊഴുത്തുകളിലേക്ക് മേച്ചിരുന്ന ഒരു സംഘം കാലിച്ചെറുക്കന്മാരെ സ്വാസ്തി വഴിയിൽ കണ്ടുമുട്ടി. തന്റെ യുവത്വത്തിന്റെ ഓർമ്മയിൽ അവരെ തടഞ്ഞുനിർത്തി അവരോട് സംസാരിച്ചു. പെട്ടെന്ന് തന്റെ വീട്ടുകാരെ കാണണമെന്ന ഒരാഗ്രഹം അവനെ പിടികൂടി. അവന് രൂപക്കിനെയും ബാലയേയും, പ്രത്യേകിച്ച് ഭീമയേയും നഷ്ടപ്പെട്ടതായി തോന്നി. താനുപേക്ഷിച്ച കുടുംബത്തെ പ്രതി ഒരു ഭിക്ഷു ചിന്തിക്കുന്നത് ശരിയോയെന്ന് അവൻ എന്നിട്ടും അദ്ഭുതം കൂറി. തന്റെ കുടുംബത്തെ നഷ്ടപ്പെടുന്നത് രാഹുലനും അവനോട് പറഞ്ഞു.

സ്വാസ്തിക്ക് ഇരുപത് വയസ്സായി. അവൻ ചെറുപ്പക്കാരുടെ സാമീപ്യം കൂടുതലിഷ്ടപ്പെട്ടു. അവരുമായി ഒത്തുപോകാൻ എളുപ്പ മാണ്. രാഹുലനുമായി സമയം ചെലവഴിക്കാനാണ് അവനേറെ ഇഷ്ട പ്പെട്ടത്. അവർ അവരുടെ അന്തർവിചാരങ്ങൾ പരസ്പരം പങ്കുവച്ചു. കാലിച്ചെറുക്കന്റേതായ തന്റെ ജീവിതകഥ സ്വാസ്തി രാഹുലനോട് പറഞ്ഞു. ഒരു എരുമയുടെ മുതുകിലിരിക്കാൻ രാഹുലന് ഒരിക്കലും അവസരമുണ്ടായിട്ടില്ല. സ്വാസ്തി പറയുന്നതുപോലെ ഇത്രയും വലി യൊരു ജന്തു ഇങ്ങനെ ശാന്തപ്രകൃതിയായിരിക്കാൻ വഴിയില്ലെന്ന് അവൻ പലപ്പോഴും ചിന്തിച്ചു. ജന്തുക്കളിൽ വച്ച് ഏറ്റവും ശാന്തർ എരു മകളാണെന്ന് സ്വാസ്തി ഉറപ്പിച്ചു പറഞ്ഞു. നദിക്കരയിലൂടെ പോകു മ്പോൾ അനേകം തവണ അവൻ എരുമയുടെ മുതുകത്ത് മലർന്നുകിട ന്നിട്ടുണ്ട്. എരുമയുടെ സ്നിഗ്ദ്ധവും ഇളം ചൂടുള്ളതുമായ മുതുകിൽ മലർന്ന് കിടന്നുള്ള നിമിഷങ്ങൾ ആസ്വദിച്ചുകൊണ്ട് അവൻ നീലാകാ ശവും ഒഴുകിപ്പോകുന്ന മേഘങ്ങളെയും നോക്കും. മറ്റ് കാലിച്ചെറുക്ക രുമൊത്ത് കളിക്കാറുള്ള വിനോദങ്ങളും അവൻ രാഹുലനോട് പറ ഞ്ഞു. ഈ കഥകൾ കേൾക്കാൻ രാഹുലന് ഇഷ്ടമായിരുന്നു. എരുമ യുടെ മുതുകിൽ സവാരിചെയ്യുന്ന അനുഭവം തനിക്കുണ്ടായെങ്കിലെന്ന് രാഹുലൻ ആശിച്ചു. താനത് എങ്ങനെയെങ്കിലും സാധിപ്പിച്ചുകൊടു ക്കുമെന്ന് സ്വാസ്തി വാഗ്ദാനവും ചെയ്തു.

രാഹുലന് എങ്ങനെ ഒരു എരുമസവാരി തരമാക്കാമെന്നായിരുന്നു സ്വാസ്തിയുടെ ചിന്ത. അവരെല്ലാം ഉപസമ്പദം ചെയ്ത ഭിക്ഷുമാർ! തന്റെ ജന്മഗ്രാമത്തിന്റെ അടുത്തുകൂടെ പോകുന്ന സമയത്ത്, വീട് സന്ദർശിക്കുവാനുള്ള അനുവാദം ബുദ്ധനോട് ചോദിക്കുവാൻ അവൻ തീരുമാനിച്ചു. രാഹുലനോട് തന്റെ കൂടെ കൂടുവാൻ അവൻ പറയും. പിന്നെ, ചുറ്റിനും ആരുമില്ലെന്നു വരികിൽ, രൂപക് മേക്കുന്ന എരുമ

യുടെ മുതുകിൽ രാഹുലനെ കേറ്റുവാൻ അവൻ രൂപക്കിനോട് പറയും. നിരഞ്ജര നദിയുടെ കരയിലൂടെ രാഹുലന് സവാരി നടത്താം. പഴയ കാലത്തേതുപോലെ, ഭിക്ഷുവിന്റെ സ്ഥാനവസ്ത്രം ഊരി, അവനും ഒരു സവാരിയാവാം.

അടുത്തവർഷം കൽപർവ്വതമായ കലികയിലാണ് ബുദ്ധൻ വിശ്രാന്തികാലം ചെലവിട്ടത്. ബുദ്ധന്റെ ബോധോദയത്തിനു ശേഷമുള്ള പതിമ്മൂന്നാമത്തെ വിശ്രാന്തികാലമായിരുന്നു അത്. മേഘിയ ആയിരുന്നു ബുദ്ധന്റെ പരിചാരകൻ.

ഒറ്റയ്ക്ക് കാട്ടിലിരിക്കുമ്പോൾ ആസക്തിയുടെയും ആഗ്രഹങ്ങളുടെയും ചിന്തകൾ തന്നെ അസ്വസ്ഥമാക്കുന്നതായി മേഘിയ ഒരു ദിവസം ബുദ്ധനോട് രഹസ്യം പറഞ്ഞു. ഒറ്റയ്ക്ക് ധ്യാനിക്കുവാനായി ഭിക്ഷുക്കൾ സമയം കണ്ടെത്തണമെന്ന് ബുദ്ധൻ പ്രോത്സാഹിപ്പിക്കാറുള്ളത് മേഘിയയ്ക്ക് ആശങ്കയുണ്ടാക്കിയിരുന്നു. കാരണം ഏകാന്തതയിൽ ധ്യാനിക്കുമ്പോഴോക്കെ മനോതടസ്സങ്ങളുമായി അവൻ സംഘർഷത്തിലായി.

ഏകാന്തതയിൽ പരിശീലിക്കുകയെന്നത്, മറ്റ് സുഹൃത്തുക്കളുടെ സഹായമില്ലാതെയെന്ന അർത്ഥത്തിലല്ല, ബുദ്ധൻ അവനോട് പറഞ്ഞു. ആത്മീയ ജീവിതത്തിൽ വെറുതെ ചപലതകൾ പറഞ്ഞും പരദൂഷണം പറഞ്ഞും സമയം പാഴാക്കുന്നത് ഭൂഷണമല്ല. ഒരുവന്റെ പരിശീലനത്തിൽ സ്നേഹിതരുടെ സഹായം സ്വീകരിക്കുന്നതാണ് പ്രസക്തം. പരസ്പരം സഹായിക്കാനും പ്രോത്സാഹിപ്പിക്കാനും ഭിക്ഷുക്കൾ കൂട്ടായി ജീവിക്കേണ്ടതുണ്ട്. സംഘത്തിൽ ശരണം തേടുകയെന്നതിന്റെ അർത്ഥം അതാണ്.

ബുദ്ധൻ ഇത്രയുംകൂടി പറഞ്ഞു: "ഒരു ഭിക്ഷുവിന് അഞ്ച് കാര്യങ്ങൾ ആവശ്യമുണ്ട്. ഒന്ന്, മാർഗ്ഗം പങ്കിടാൻ കഴിയുന്ന സഹജബോധവും ഗ്രഹണശേഷിയുമുള്ള ചങ്ങാതിമാർ. രണ്ട്, ഭിക്ഷുവിനെ ഏകാഗ്രത പുലർത്താൻ സഹായിക്കുന്ന ധർമ്മോപദേശം. മൂന്ന്, അനുശാസനം പഠിക്കാനുള്ള ധാരാളം അവസരം. നാല് ജാഗ്രത, അഞ്ചാമത്, ധാരണാശേഷി. സുഹൃത്തുക്കളുമൊത്ത് പരിശീലനം നേടുകയെന്ന ആദ്യത്തെ നിബന്ധനയുമായി ആഴത്തിൽ ബന്ധപ്പെട്ടതും ആശ്രിതവുമാണ്, അവസാനത്തെ നാല് നിബന്ധനകൾ.

"മേഘിയാ, ശ്വസനത്തിന്റെ പൂർണ്ണമായ അവബോധം, നശ്വരത, കാരുണ്യം, മരണം- എന്നിവയുടെ മേലുള്ള ധ്യാനങ്ങൾ പരിശീലിക്കുക.

"ശ്വാസം നിലച്ച നിമിഷം മുതൽ എല്ലുകൾ പൊടിയായിത്തീരുന്നതുവരെയുള്ള ശരീരത്തിന്റെ ഒമ്പത് ഘട്ടങ്ങളെ ഗാഢമായി കേന്ദ്രീക

രിച്ചുകൊണ്ട് മൃതദേഹത്തിന്മേലുള്ള ധ്യാനം പരിശീലിച്ച്, ആഗ്രഹത്തെ മറികടക്കുക.

"കാരുണ്യത്തിന്മേലുള്ള ധ്യാനം പരിശീലിച്ച് കോപവും വെറുപ്പും മറികടക്കുക. നമ്മുടെ സ്വന്തം മനസ്സുകളുടെയും നമ്മുടെ മനസ്സുകളിൽ അവ അടിഞ്ഞുകൂടുവാൻ കാരണമായിട്ടുള്ള മറ്റു മനസ്സുകളുടെയും കോപത്തിന്റെയും വെറുപ്പിന്റെയും ഹേതുക്കൾ അത് പ്രകാശിപ്പിക്കുന്നു.

"എല്ലാ വസ്തുക്കളുടെയും ജനന-മരണങ്ങളെ പ്രകാശിപ്പിച്ചുകൊണ്ട് നശ്വരതയുടെ ധ്യാനം പരിശീലിച്ച് ആർത്തി തരണം ചെയ്യുക.

"ശ്വസനത്തിന്റെ പൂർണ്ണാവബോധത്തിന്മേൽ ധ്യാനം പരിശീലിച്ച് മനസ്സിന്റെ അപഥസഞ്ചാരവും സംഭ്രാന്തിയും ഒഴിവാക്കുക.

ഈ നാല് ധ്യാനങ്ങളും പരിശീലിക്കുകയാണെങ്കിൽ നിങ്ങൾക്ക് വിമോചനവും ബോധോദയവും സിദ്ധിക്കും."

51. ഉൾക്കാഴ്ചയുടെ സഞ്ചിത ധനം

പതിമൂന്നാമത്തെ വിശ്രാന്തികാലം അവസാനിച്ചതോടെ ബുദ്ധൻ ശ്രാവസ്തിയിലേക്ക് മടങ്ങി. സ്വാസ്തിയും രാഹുലനും അദ്ദേഹത്തെ പിന്തുടർന്നു. ഇത് ആദ്യമായിട്ടായിരുന്നു സ്വാസ്തി ജേതവനവിഹാരത്തിൽ. എത്ര മനോഹരവും പരിശീലനത്തിന് അനുയോജ്യവുമായ സ്ഥലമാണതെന്ന് അറിഞ്ഞതിൽ അവൻ ആഹ്ലാദിച്ചു. ജേതവനം കുളുർമ്മയുള്ളതും ഊർജ്ജദായകവും സൗഹൃദപരവുമായിരുന്നു. ഓരോരുത്തരും സ്വാസ്തിയുടെ നേരെ ഊഷ്മളമായി മന്ദഹസിച്ചു. 'എരുമകളെ പരിചരിക്കുന്നതെങ്ങനെ' എന്ന സൂക്തം തന്റെ പ്രചോദനത്താൽ ആണെന്ന് അവർക്കറിയാമായിരുന്നു. ഇത്രയും അനുഗൃഹീതമായ അന്തരീക്ഷത്തിൽ, പരിശീലനത്തിൽ തനിക്ക് കാര്യമായ പുരോഗതിയുണ്ടാക്കാനാകുമെന്ന് അവന് വിശ്വാസമുണ്ടായിരുന്നു. ധർമ്മവും ബുദ്ധനും പോലെ സംഘവും എത്രമാത്രം പ്രധാനപ്പെട്ടതാണെന്ന് അവൻ മനസ്സിലാക്കാൻ തുടങ്ങിയിരുന്നു. അവബോധത്തിന്റെ മാർഗ്ഗം പരിശീലിക്കുന്ന വ്യക്തികളുടെ സമൂഹമാണ് സംഘം, തണലേകി അത് നേർവഴിയിലൂടെ നയിച്ചു. സംഘത്തിൽ അഭയം തേടുക ആവശ്യമാണ്.

രാഹുലന് ഇരുപത് വയസ്സായി. സരിപുത്രൻ അവന്റെ ഉപസമ്പദം നടത്തി. അവനിപ്പോൾ പൂർണ്ണ ഉപസമ്പദം ലഭിച്ച ഭിക്ഷുവാണ്. എല്ലാവരും അതിൽ സന്തോഷിച്ചു. ഉപസമ്പദത്തിനു വളരെ നാളുകൾക്ക് മുമ്പുതന്നെ സരിപുത്രൻ രാഹുലന് പ്രത്യേക പ്രബോധനങ്ങൾ നൽകി. ഈ സന്ദർഭങ്ങളിൽ സ്വാസ്തിയും അവനോടൊപ്പമുണ്ടായിരുന്നതിനാൽ അവനും അവയിൽ നിന്ന് പ്രയോജനമുണ്ടായി.

രാഹുലന്റെ ഉപസമ്പദശേഷം, ബുദ്ധനും ധ്യാനത്തിന്റെ വ്യത്യസ്ത രീതികളെപ്പറ്റി അവനെ പഠിപ്പിക്കുവാൻ സമയം ചെലവഴിച്ചു. ഇവിടെയും സന്നിഹിതനാവാൻ സ്വാസ്തി ക്ഷണിക്കപ്പെട്ടിരുന്നു. ബുദ്ധൻ അവരെ കണ്ണ്, കാത്, മൂക്ക്, നാക്ക്, ശരീരം, മനസ്സ് എന്നീ ആറ് വസ്തുക്കളിന്മേൽ ധ്യാനം പഠിപ്പിച്ചു; മനോവസ്തുക്കൾ, സ്പർശാനുഭവങ്ങൾ, രുചികൾ, ഗന്ധങ്ങൾ, ശബ്ദങ്ങൾ, രൂപങ്ങൾ എന്നീ ഇന്ദ്രിയ വസ്തുക്കളിലും; മനോപ്രജ്ഞ, ശരീരപ്രജ്ഞ, രുചിപ്രജ്ഞ, ഗന്ധപ്രജ്ഞ, കേൾവിപ്രജ്ഞ, കാഴ്ചപ്രജ്ഞ എന്നീ ആറ് ഇന്ദ്രിയ പ്രജ്ഞകളിലും; ഇന്ദ്രിയത്തിന്റെ അന്തർവസ്തുക്കൾ അഥവാ, ഇന്ദ്രിയത്തിന്റെ ആറ്

പ്രജ്ഞകളും ആറ് ഇന്ദ്രിയ വസ്തുക്കളും ആറ് ഇന്ദ്രിയങ്ങളും അടങ്ങുന്ന ഇന്ദ്രിയ ബോധത്തിന്റെ പതിനെട്ട് മണ്ഡലങ്ങളായ പതിനെട്ട് ധാതുക്കളുടെ നശ്വരപ്രകൃതത്തിലേക്ക് നോക്കേണ്ടതെങ്ങനെയെന്നും ബുദ്ധൻ അവർക്ക് കാണിച്ചുകൊടുത്തു. ഇന്ദ്രിയവും വസ്തുവും തമ്മിലുള്ള ബോധത്തിൽനിന്ന് പ്രത്യക്ഷബോധം ഉണ്ടാകുന്നു. ഇന്ദ്രിയത്തിന്റെ മണ്ഡലങ്ങളെല്ലാം നിലനില്പിനായി പരസ്പരം ആശ്രയിക്കുന്നു. അവയെല്ലാം നശ്വരവും പരസ്പരാശ്രിതവുമാണ്. ഒരാൾ ഇത് മനസ്സിലാക്കുകയാണെങ്കിൽ സ്വത്വത്തിന്റെ ശൂന്യതയുടെ സത്യത്തിലേക്ക് തുളച്ചിറങ്ങി ജനനവും മരണവും അധഃകരിക്കാനാവും.

സ്വത്വത്തിന്റെ ശൂന്യതയെക്കുറിച്ച് ബുദ്ധൻ രാഹുലന് വളരെ വിസ്തരിച്ച് പറഞ്ഞു കൊടുത്തു. അദ്ദേഹം പറഞ്ഞു. "രാഹുലാ, പ്രജ്ഞ, മനോരൂപീകരണങ്ങൾ, പ്രത്യക്ഷബോധങ്ങൾ, സ്പർശനാനുഭവങ്ങൾ, ശരീരം എന്നിങ്ങനെയുള്ള അഞ്ച് സ്കന്ദങ്ങളിൽ ഒന്നിനെയും അനശ്വരമെന്നോ,'സ്വത്വ'മെന്നോ വിളിക്കേണ്ടതില്ല. ഈ ശരീരം സ്വത്വമല്ല. ഈ ശരീരം സ്വത്വവുമായി എന്തെങ്കിലും തരത്തിൽ ബന്ധപ്പെട്ടതല്ല. സ്വത്വത്തിൽ ശരീരത്തെ കണ്ടെത്താനാവില്ല. ശരീരം സ്വത്വത്തിലും.

"സ്വത്വത്തെപ്പറ്റി മൂന്ന്തരം കാഴ്ചപ്പാടുകളാണുള്ളത്. ഒന്നാമത്തേത്; പ്രജ്ഞയോ, മനോരൂപീകരണങ്ങളോ അവബോധങ്ങളോ ഈ സ്പർശനാനുഭവങ്ങളോ ശരീരമോ സ്വത്വമാണെന്നതാണ്. സ്കന്ദത്തെ സ്വത്വമായികാണുന്ന വിശ്വാസമാണിത്; ഇതാണ് ആദ്യത്തെ തെറ്റായ കാഴ്ചപ്പാട്. എന്നാൽ സ്കന്ദങ്ങൾ സ്വത്വമല്ലെന്ന് ഒരാൾ പറയുകയാണെങ്കിൽ, രണ്ടാമത്തെ തെറ്റായ കാഴ്ചപ്പാടിലേക്ക് നീങ്ങും. അതായത് സ്വത്വം എന്നത് സ്കന്ദങ്ങളിൽ നിന്ന് സ്വതന്ത്രമായ എന്തോ ആയിട്ടാണ് സ്ഥിതി ചെയ്യുന്നതെന്ന വിശ്വാസത്തിലേക്ക്; സ്കന്ദങ്ങൾ അതിന്റെ അധീനതയിലാണെന്ന്- മൂന്നാമത്തെ തെറ്റായ കാഴ്ചപ്പാട്- സ്കന്ദത്തിൽ സ്വത്വത്തിന്റെ ഒരു സാന്നിധ്യമുണ്ട്; സ്വത്വത്തിൽ സ്കന്ദങ്ങളുടെ സാന്നിധ്യമുണ്ട്. സ്വത്വത്തിലും സ്കന്ദങ്ങളിലും പരസ്പര സാന്നിധ്യമുണ്ടെന്ന വിശ്വാസമെന്നാണ് ഇതറിയപ്പെടുന്നത്.

"രാഹുലാ, സ്വത്വത്തിന്റെ ശൂന്യതയെ ആഴത്തിൽ ധ്യാനിക്കുകയെന്നതിന്നർത്ഥം ഇതാണ്. പഞ്ചസ്കന്ദങ്ങളിലേയ്ക്ക് നോക്കുക. എന്തിനെന്നോ, അവ സ്വത്വവുമല്ല, സ്വത്വത്തിനോട് ചേർന്നതുമല്ല, സ്വത്വവുമായി ബന്ധിതമായതുമല്ല എന്ന് കാണുവാനായി. ഒരിക്കൽ നാമീ മൂന്ന് തെറ്റായ കാഴ്ചപ്പാടുകളും തരണം ചെയ്ത് കഴിഞ്ഞെന്നിരിക്കട്ടെ. നമുക്ക് എല്ലാ ധർമ്മങ്ങളുടെയും ശൂന്യതയുടെ സ്വഭാവം അനുഭവിക്കാനാവും."

ജേതവനത്തിൽ തേര എന്നു പേരായ ഒരു ഭിക്ഷു ഒരിക്കൽ പോലും ഒരാളോടും സംസാരിക്കാത്തത് സ്വാസ്തി ശ്രദ്ധിച്ചു. അദ്ദേഹം

എപ്പോഴും ഒറ്റയ്ക്ക് നടന്നു. സംപൂജ്യനായ തേര ഒരിക്കൽപോലും ആരെയും ശല്യപ്പെടുത്തിയില്ല. ഏതെങ്കിലും ധർമ്മാനുശാസനം ലംഘിച്ചതുമില്ല. എന്നിട്ടും അദ്ദേഹം ആ സമൂഹത്തിലെ മറ്റുള്ളവരുമായി സ്വാഭാവികമായ രഞ്ജിപ്പിലാണ് ജീവിക്കുന്നതെന്ന് സ്വാസ്തിക്കു തോന്നിയില്ല. ഒരിക്കൽ അവൻ അദ്ദേഹവുമായി സംസാരിക്കാൻ ശ്രമിച്ചു. പക്ഷേ, അദ്ദേഹം പ്രതികരിക്കാതെ നടന്നുപോയി. 'ഒറ്റയ്ക്ക് താമസിക്കുന്നവ'നെന്നാണ് മറ്റുള്ളവർ അദ്ദേഹത്തെ മാറ്റപ്പേരുകൾ വിളിച്ചിരുന്നത്. അലസഭാഷണം ഒഴിവാക്കി, കൂടുതൽ ധ്യാനിച്ച് സ്വാശ്രയത്ത്വം വികസിപ്പിച്ചെടുക്കാൻ ബുദ്ധൻ ഭിക്ഷുക്കളെ പ്രോത്സാഹിപ്പിക്കുന്നത് സ്വാസ്തി കേട്ടിട്ടുണ്ട്. എന്നാൽ ബുദ്ധൻ ഉദ്ദേശിച്ചിരുന്ന തരത്തിലുള്ള സ്വാശ്രയത്തമല്ല സംപൂജ്യനായ തേര ജീവിക്കുന്നതെന്ന് സ്വാസ്തിക്ക് തോന്നി. ചിന്താക്കുഴപ്പത്തിലായ സ്വാസ്തി ഇക്കാര്യം ബുദ്ധനോട് ചോദിക്കുവാൻ തീരുമാനിച്ചു.

പിറ്റേന്ന്, ധർമ്മഭാഷണസമയത്ത്, ബുദ്ധൻ അഗ്രജനായ തേരയെ വിളിച്ചു. അദ്ദേഹം തേരയോട് ചോദിച്ചു: "മറ്റുള്ള ഭിക്ഷുമാരെ ഒഴിവാക്കി താങ്കൾ ഒറ്റക്കിരിക്കാനും എല്ലാ കാര്യങ്ങളും തനിയെ ചെയ്യാനുമാണ് കൂടുതലിഷ്ടപ്പെടുന്നതെന്ന് കേൾക്കുന്നത് സത്യമാണോ?"

ആ ഭിക്ഷു ഇങ്ങനെ മറുപടി പറഞ്ഞു: "അതേ പ്രഭോ; അത് സത്യമാണ്. അങ്ങ് പറഞ്ഞിട്ടുണ്ടല്ലോ സ്വാശ്രിതരാകാനും ഒറ്റയ്ക്ക് പരിശീലിക്കാനും."

ബുദ്ധൻ അവിടെ കൂടിയിരിക്കുന്നവരുടെ നേരെ തിരിഞ്ഞ് പറഞ്ഞു. "ഭിക്ഷുമാരേ, എന്താണ് ശരിയായ സ്വാശ്രയത്ത്വമെന്നും ഒറ്റയ്ക്ക് ജീവിക്കുകയെന്നതിന്റെ ശരിയായ വഴിയേതെന്നും ഞാൻ വിശദീകരിക്കാം. ഏകാഗ്രതയിൽ വർത്തിക്കുന്ന ഒരു വ്യക്തിയാണ് സ്വാശ്രയത്ത്വമുള്ളയാൾ. തന്റെ മനോവസ്തുക്കളിലും മനസ്സിലും സ്പർശാനുഭവങ്ങളിലും ശരീരത്തിലും ഈ നിമിഷത്തിൽ എന്തൊക്കെയാണ് സംഭവിക്കുന്നതെന്ന് അയാൾ അവബോധമുള്ളവനാണ്. ഈ നിമിഷത്തിൽ വസ്തുക്കളുടെ ആഴത്തിലേക്ക് നോക്കുന്നതെങ്ങനെ എന്ന് അയാൾക്കറിയാം. ഇനിയും എത്തിയിട്ടില്ലാത്ത ഭാവികാലത്തിൽ അയാൾ തന്നെ നഷ്ടപ്പെടുത്തുകയോ ഭൂതകാലത്തെ അനുധാവനം ചെയ്യുകയോ ഇല്ല. ജീവിതം ഈ വർത്തമാനകാല നിമിഷത്തിൽ മാത്രമേ സംഭവിക്കുന്നുള്ളൂ. ഈ നിമിഷം നമുക്ക് നഷ്ടപ്പെട്ടാൽ നമുക്ക് ജീവിതം നഷ്ടമാവുന്നു. ഒറ്റയ്ക്ക് ജീവിക്കുകയെന്നതിന്റെ ശരിയായ വഴി ഇതാകുന്നു."

"ഭിക്ഷുമാരേ, ഭൂതകാലത്തെ അനുധാവനം ചെയ്യുകയെന്നാൽ എന്താണർത്ഥം? ഭൂതകാലത്തിൽ നിങ്ങൾ എങ്ങനെയിരുന്നു, അക്കാലത്തെ നിങ്ങളുടെ സ്പർശാനുഭവങ്ങൾ എന്തെല്ലാം, നിങ്ങളുടെ പദവിയും സ്ഥാനവും എന്തായിരുന്നു, അന്ന് നിങ്ങൾ അനുഭവിച്ച ദുരി

തവും സന്തോഷവും എന്തായിരുന്നു എന്നൊക്കെയുള്ള ചിന്തകളിൽ നഷ്ടപ്പെടുകയെന്നതാണ്, ഭൂതകാലത്തെ അനുധാവനം ചെയ്യുകയെന്നതിനർത്ഥം. അത്തരം ചിന്തകൾ നിങ്ങളിൽ ഉദിക്കുന്നതോടെ ഭൂതകാലത്തിൽ നിങ്ങൾ കുരുങ്ങുന്നു.

"ഭിക്ഷുമാരേ, ഭാവികാലത്തിൽ നിങ്ങളെത്തന്നെ നഷ്ടപ്പെടുക എന്നതിന്റെ അർത്ഥമെന്താണ്? ഭാവിയെപ്പറ്റിയുള്ള ചിന്തകളിൽ നിങ്ങളെത്തന്നെ നഷ്ടപ്പെടുക എന്നതാണ് നിങ്ങളെത്തന്നെ നഷ്ടപ്പെടുകയെന്നതുകൊണ്ട് അർത്ഥമാക്കുന്നത്. നിങ്ങൾക്ക് അക്കാലത്ത് സന്തോഷമാണോ ദുരിതമാണോ ഉണ്ടായിരിക്കുക, നിങ്ങളുടെ സ്പർശാനുഭവങ്ങൾ എന്തായിരിക്കും, നിങ്ങൾ എങ്ങനെയിരിക്കും എന്നെല്ലാം അദ്ഭുതപ്പെട്ടുകൊണ്ട് നിങ്ങൾ ഭാവിയെപ്പറ്റി പ്രത്യാശിക്കുകയോ പേടിക്കുകയോ അസ്വസ്ഥപ്പെടുകയോ മനോരാജ്യം കൊള്ളുകയോ ചെയ്യുന്നു. ഇത്തരം ചിന്തകൾ ഉദിക്കുന്നതോടെ നിങ്ങൾ ഭാവികാലത്തിൽ കുരുങ്ങിപ്പോകുന്നു."

"ഭിക്ഷുമാരേ, ജീവിതവുമായി നേരിട്ട് ബന്ധപ്പെടാനും ജീവിതത്തെ ആഴത്തിൽ അറിയാനും ഈ നിമിഷത്തിലേക്ക് മടങ്ങിവരിക. നിങ്ങൾക്ക് ജീവിതവുമായി നേരിട്ട് ബന്ധപ്പെടാൻ കഴിയുന്നില്ലെങ്കിൽ, ജീവിതത്തെ ആഴത്തിൽ അറിയാൻ കഴിയില്ല. ഈ നിമിഷത്തിലേക്ക് മടങ്ങിവരാൻ ഏകാഗ്രത നിങ്ങളെ പ്രാപ്തരാക്കുന്നു. ഈ നിമിഷത്തിൽ എന്താണ് സംഭവിക്കുന്നതെന്നതിനെപ്പറ്റി ആസക്തികളും ആശങ്കകളും നിങ്ങളെ അടിപ്പെടുത്തിയെന്നിരിക്കട്ടെ. നിങ്ങൾക്ക് നിങ്ങളുടെ ഏകാഗ്രത നഷ്ടപ്പെടും; ജീവിതത്തിന്റെ വർത്തമാനനിമിഷത്തോട് നിങ്ങൾ സത്യസന്ധരായിരിക്കില്ല."

"ഭിക്ഷുമാരേ, യഥാർത്ഥത്തിൽ എപ്രകാരം ഏകനായിരിക്കണമെന്നറിയുന്നവൻ, ഈ നിമിഷത്തിൽ വർത്തിക്കുന്നു; അയാൾ ആൾക്കൂട്ടത്തിനു നടുവിലായാൽ പോലും. ഭൂതഭാവികളാൽ വേട്ടയാടപ്പെടുന്ന ഒരുവൻ കാടിന്റെ നടുവിൽ ഏകനായിരുന്നാൽ പോലും, ഏകാഗ്രതയുള്ളവനല്ലെങ്കിൽ, അയാൾ തീർച്ചയായും ഒറ്റക്കല്ല."

തന്റെ ബോധനം സംഗ്രഹിച്ച് ബുദ്ധൻ ഒരു ഗാഥയാക്കി:

ഭൂതത്തെ അനുധാവനം ചെയ്യരുത്.
ഭാവിയിൽ നിങ്ങളെ സ്വയം നഷ്ടമാക്കരുത്.
ഭൂതകാലം എന്നോ തീർന്നതാണ്
ഭാവി എത്തിയിട്ടുമില്ല.
ജീവിതത്തെ അതേപടി
ഇവിടെ, ഈ നിമിഷത്തിൽ
ആഴത്തിൽ അറിയുന്ന പഠിതാവ്

സ്ഥൈര്യത്തിലും സ്വാതന്ത്ര്യത്തിലും വർത്തിക്കുന്നു.
നാളെവരെ കാത്തിരിക്കുന്നത് അധികപ്പറ്റാണ്.
മരണം അപ്രതീക്ഷിതമായിട്ടെത്തുന്നു.
നമുക്കതുമായി വിലപേശാൻ എങ്ങനെ സാധിക്കും?
രാവും പകലും ഏകാഗ്രതയിൽ
വർത്തിക്കാനറിയുന്നവനെ
ഏകനായിക്കഴിയാനുള്ള
ഉത്തമവഴിയറിയുന്നവനെന്ന്
ഋഷി വിളിക്കുന്നു.

ഗാഥ ചൊല്ലിയശേഷം, ബുദ്ധൻ തേരയോട് കൃതജ്ഞത പറഞ്ഞു. വീണ്ടും ഇരിക്കുവാനായി അദ്ദേഹത്തെ ക്ഷണിച്ചു. ബുദ്ധൻ തേരയെ പ്രശംസിക്കുകയോ വിമർശിക്കുകയോ ചെയ്തില്ല. പക്ഷേ, എന്താണ് ഏകനായിരിക്കുക, സ്വാശ്രയനായിരിക്കുക എന്നതുകൊണ്ട് ബുദ്ധൻ അർത്ഥമാക്കിയതെന്നതിനെപ്പറ്റി ആ ഭിക്ഷുവിനിപ്പോൾ ബോധ്യപ്പെട്ടതായി വ്യക്തമായി.

എത്രമാത്രം പ്രാധാന്യമുള്ളതായിരുന്നു രാവിലത്തെ ബുദ്ധന്റെ വാക്കുകൾ എന്ന്, അന്നുതന്നെ സന്ധ്യക്ക് നടന്ന ധർമ്മ സംഭാഷണങ്ങളിൽ മുതിർന്ന ശിഷ്യർ പറയുന്നത് സ്വാസ്തി കേട്ടു. ഗാഥയടക്കമുള്ള ബുദ്ധന്റെ ധർമ്മോപദേശം വാക്കോട് വാക്ക് പൂജ്യനായ ആനന്ദൻ ആവർത്തിച്ചു. ആനന്ദന്റെ ഓർമ്മശക്തിയിൽ സ്വാസ്തി വിസ്മയഭരിതനായി. ആനന്ദൻ അവസാനിപ്പിച്ചപ്പോൾ മഹാകചനൻ എണീറ്റുനിന്ന് പറഞ്ഞു: 'പ്രഭാതത്തിലെ ബുദ്ധന്റെ ബോധനം നാം ഒരു സൂക്തമായി ചിട്ടപ്പെടുത്തണമെന്ന് ഞാൻ നിർദ്ദേശിക്കുന്നു. 'ഏകനായിരിക്കുന്നതിനുള്ള ഉത്തമമാർഗ്ഗത്തെക്കുറിച്ച് അറിയുന്നതിനുള്ള സൂത്രം' എന്ന് അതിനെ നാമകരണം ചെയ്യണമെന്ന് ഞാൻ നിർദ്ദേശിക്കുന്നു. ഓരോ ഭിക്ഷുവും ഈ സൂക്തം ഓർമ്മിക്കുകയും അത് പരിശീലിക്കുകയും വേണം."

മഹാകശ്യപൻ എണീറ്റുനിന്ന് മഹാകചനന്റെ ആശയത്തെ പിന്താങ്ങുന്നതായി പറഞ്ഞു.

പിറ്റേന്ന് പ്രഭാതത്തിൽ ഭിക്ഷുക്കൾ പുറത്ത് ഭിക്ഷാടനം ചെയ്തുകൊണ്ടിരിക്കുമ്പോൾ, ഒരു പറ്റം കുട്ടികൾ നെൽപ്പാടങ്ങളോട് ചേർന്ന് കളിക്കുന്നത് കണ്ടു. കുട്ടികൾ ഒരു ഞണ്ടിനെ പിടികൂടിയിരുന്നു. ഒരാൺകുട്ടി തന്റെ ചൂണ്ടാണി വിരൽകൊണ്ട് തറയിൽ അതിനെ അമർത്തിപ്പിടിച്ചു. മറ്റേകൈകൊണ്ട് അവൻ ഞണ്ടിന്റെ ഒരു കാല് വലിച്ച് പറിച്ചുകളഞ്ഞു. മറ്റ് കുട്ടികൾ കൈയ്യടിച്ച് അലറി വിളിച്ചു. അവരുടെ പ്രതികരണം കണ്ട അവൻ മറ്റേ കാലും വലിച്ചുപറിച്ചു. പിന്നെ

ഞണ്ടിന്റെ കാലുകൾ ഒന്നൊന്നായി വലിച്ചുപറിച്ചു. അവൻ അതിനെ തിരിച്ച് വയലിലേക്ക് ചുഴറ്റിയെറിഞ്ഞു; മറ്റൊന്നിനെ പിടിച്ചു.

ഭിക്ഷുമാരും ബുദ്ധനും വരുന്നത് കണ്ട് കുട്ടികൾ തലതാഴ്ത്തി, അടുത്ത ഞണ്ടിനെ പീഡിപ്പിക്കാനായി നീങ്ങി. ബുദ്ധൻ കുട്ടികളോട് നിർത്താൻ ആവശ്യപ്പെട്ടു. അദ്ദേഹം പറഞ്ഞു. "കുട്ടികളേ, നിങ്ങളുടെ ഒരു കാലോ കയ്യോ ആരെങ്കിലും പറിച്ചെടുത്താൽ അത് നിങ്ങളെ വേദനിപ്പിക്കുമോ?"

"ഉവ്വ്, ഗുരുനാഥാ.", കുട്ടികൾ മറുപടി നൽകി.

"നിങ്ങളെപ്പോലെ ഞണ്ടുകൾക്കും വേദനിക്കുമെന്ന് നിങ്ങൾക്കറിയില്ലേ?"

കുട്ടികൾ മറുപടി പറഞ്ഞില്ല.

ബുദ്ധൻ തുടർന്നു: "നിങ്ങളെപ്പോലെത്തന്നെ ഞണ്ട് തിന്നുകയും കുടിക്കുകയും ചെയ്യുന്നുണ്ട്. അതിന് അച്ഛനമ്മമാരും സഹോദരീസഹോദരന്മാരും ഉണ്ട്. നിങ്ങളതിനെ വേദനിപ്പിക്കുമ്പോൾ നിങ്ങളതിന്റെ കുടുംബത്തെയും ഒരുപോലെ വേദനിപ്പിക്കുകയാണ്. നിങ്ങൾ ചെയ്യുന്നതെന്താണെന്ന് ചിന്തിച്ചുനോക്കുക."

തങ്ങൾ ചെയ്തത് തെറ്റായിപ്പോയെന്ന് കുട്ടികൾക്ക് തോന്നി. കുട്ടികളും താനും തമ്മിൽ എന്താണ് സംസാരിക്കുന്നതെന്നറിയാൻ മറ്റ് ഗ്രാമീണരും കൂടുന്നത് കണ്ട ബുദ്ധൻ ഈ അവസരം കാരുണ്യത്തെപ്പറ്റി പഠിപ്പിക്കുന്നതിനായി വിനിയോഗിച്ചു.

അദ്ദേഹം പറഞ്ഞു: "ഓരോ ജീവിക്കും സുരക്ഷിതത്വവും ക്ഷേമവും ആസ്വദിക്കാനുള്ള അർഹതയുണ്ട്. നമ്മൾ ജീവൻ സംരക്ഷിക്കുകയും മറ്റുള്ളവർക്ക് ആനന്ദം സമ്മാനിക്കുകയും വേണം. പറക്കുന്നതാകട്ടെ നീന്തുന്നതാകട്ടെ നാലു കാലുള്ളതാകട്ടെ രണ്ടുകാലുള്ളതാകട്ടെ ചെറുതാകട്ടെ വലുതാകട്ടെ എല്ലാ ജീവികൾക്കും ജീവിക്കാനുള്ള അവകാശമുണ്ട്. നമ്മൾ മറ്റുള്ള ജീവികളെ കൊല്ലുകയോ ഉപദ്രവിക്കുകയോ അരുത്. നാം ജീവനെ സംരക്ഷിക്കണം.

"കുട്ടികളേ, ഒരമ്മ ഏത് പ്രകാരമാണോ തന്റെ ജീവൻ അപകടപ്പെടുത്തിയും തന്റെ ഏക കുഞ്ഞിനെ രക്ഷിക്കുന്നതും സ്നേഹിക്കുന്നതും അതുപോലെത്തന്നെ എല്ലാ ജീവികളെയും സംരക്ഷിക്കുന്നതിനായി നമ്മൾ നമ്മുടെ ഹൃദയങ്ങൾ തുറന്നിടണം. നമ്മുടെ ചുറ്റുമുള്ളതും പുറത്തുള്ളതും ഉള്ളിലുള്ളതും താഴെയുള്ളതും കൂടെയുള്ളതുമായ ഓരോ ജീവിയേയും ചൂഴുന്നതായിരിക്കണം നമ്മുടെ സ്നേഹം. രാവും പകലും, കിടക്കുമ്പോഴും നടക്കുമ്പോഴും നിൽക്കുമ്പോഴും നാം ആ സ്നേഹത്തിൽ വർത്തിക്കണം."

അവർ പിടിച്ച ഞണ്ടിനെ സ്വതന്ത്രമാക്കാൻ ബുദ്ധൻ കുട്ടികളോടാവശ്യപ്പെട്ടു. എന്നിട്ടദ്ദേഹം എല്ലാവരോടുമായി പറഞ്ഞു: "ഇപ്രകാരം

സ്നേഹത്തിന്മേൽ ധ്യാനിക്കുന്നതുകൊണ്ട് അത് പരിശീലിക്കുന്നയാൾക്ക് ആദ്യമേതന്നെ സന്തോഷം ലഭിക്കുന്നു. നിങ്ങൾ നന്നായുറങ്ങുന്നു; സ്വസ്ഥമായി ഉണരുന്നു. നിങ്ങൾക്ക് പേടിസ്വപ്നങ്ങൾ ഉണ്ടാകുന്നില്ല. നിങ്ങൾക്ക് സങ്കടമോ ഉത്കണ്ഠയോ ഇല്ല. ചുറ്റുമുള്ള എല്ലാംകൊണ്ടും എല്ലാവരാലും നിങ്ങൾ സംരക്ഷിക്കപ്പെടുന്നു. സ്നേഹത്തിന്റെയും കാരുണ്യത്തിന്റെയുമായ നിങ്ങളുടെ മനസ്സിലേക്ക് നിങ്ങൾ കൊണ്ടുവരുന്നതായ ജീവികളും മനുഷ്യരും നിങ്ങൾക്ക് അതിയായ ആഹ്ലാദം നൽകുന്നു. ക്രമേണ, അവരുടെ ദുരിതം അവരെ വിട്ടുപോകുന്നു."

കുട്ടികളുമായി തന്റെ അനുശാസനം പങ്കിടുവാൻ ബുദ്ധൻ പ്രതിജ്ഞാബദ്ധനാണെന്ന് സ്വാസ്തിക്കറിയാം. അതിനെ സഹായിക്കുവാനായി അവനും രാഹുലനും ജേതവനത്തിൽ കുട്ടികൾക്ക് പ്രത്യേകമായി ക്ലാസുകൾ സംഘടിപ്പിച്ചു. ചെറുപ്പക്കാരായ ഗൃഹസ്ഥശിഷ്യരുടെ സഹായത്തോടെ, വിശേഷിച്ചും സുദത്തന്റെ നാലുകുട്ടികളുടെ സഹായത്തോടെ, മാസത്തിലൊരിക്കൽ ചെറുപ്പക്കാർ പ്രത്യേക ബോധനത്തിനായി ഒത്തുകൂടി. സുദത്തന്റെ മകനായ കലയ്ക്ക് ആദ്യമൊന്നും പങ്കെടുക്കാൻ ഒട്ടും ഉത്സാഹമുണ്ടായിരുന്നില്ല. സ്വാസ്തിയെ അവന് ഇഷ്ടമായതുകൊണ്ടുമാത്രമാണ് അവൻ പങ്കെടുത്തത്. എന്നാൽ, പതുക്കെ പതുക്കെ, അവന്റെ താല്പര്യം വർധിച്ചു. ഈ ക്ലാസുകൾക്ക് രാജാവിന്റെ പുത്രിയായ വജ്റി രാജകുമാരിയും അവരുടേതായ സഹായം നൽകിയിരുന്നു.

ഒരു പൗർണ്ണമി നാളിൽ, ബുദ്ധന് അർപ്പിക്കാൻ പൂക്കൾകൊണ്ടുവരാൻ അവൾ കുട്ടികളോടാവശ്യപ്പെട്ടു. വിഹാരത്തിലേക്കുള്ള വഴിയിൽ നിന്നും സ്വന്തം തോട്ടങ്ങളിൽനിന്നുമായി പറിച്ചെടുത്ത പൂക്കളുമായി കുട്ടികൾ എത്തി. കൊട്ടാരത്തിലെ താമരക്കുളത്തിൽനിന്നും ഒരു കൈ നിറയെ ശേഖരിച്ച താമരപ്പൂക്കൾ വജ്റിരാജകുമാരി കൊണ്ടുവന്നു. കുടിലിൽ ബുദ്ധനെ കാണാനായി ചെന്ന അവർക്ക് മനസ്സിലായി അദ്ദേഹം ധർമ്മപ്രഭാഷണശാലയിൽ ഗൃഹസ്ഥർക്കും ഭിക്ഷുമാർക്കുമുള്ള ഒരു ധർമ്മോപദേശത്തിന് തയ്യാറെടുക്കുകയാണെന്ന്. രാജകുമാരി ശബ്ദമുണ്ടാക്കാതെ കുട്ടികളെ ശാലയിലേക്ക് കൊണ്ടുപോയി. കുട്ടികൾക്ക് പോകാനായി മുതിർന്നവർ ഒരു വഴിയുണ്ടാക്കി. അവർ അവരുടെ പൂക്കൾ ബുദ്ധന് മുമ്പിലുള്ള ചെറിയ മേശമേൽ വച്ച് താണു വണങ്ങി. ബുദ്ധൻ മന്ദഹസിച്ചു വണങ്ങി. അദ്ദേഹം കുട്ടികളെ തന്റെ മുമ്പിലായിത്തന്നെ ഇരിക്കാൻ ക്ഷണിച്ചു.

അന്നത്തെ ബുദ്ധന്റെ ധർമ്മപ്രഭാഷണം വളരെ വിശേഷപ്പെട്ടതായിരുന്നു. കുട്ടികൾ ശാന്തരായിരിക്കുവാൻ അദ്ദേഹം കാത്തു. പിന്നീട് സാവകാശം എണീറ്റുനിന്നു. താമരപ്പൂക്കളിൽ നിന്ന് ഒരെണ്ണമെടുത്ത്

കുട്ടികളുടെ മുമ്പിൽ പിടിച്ചു. അദ്ദേഹം യാതൊന്നും പറഞ്ഞില്ല. എല്ലാവരും പൂർണ്ണനിശ്ശബ്ദരായിരുന്നു. കുറെ നേരത്തേക്ക് യാതൊന്നും പറയാതെ ബുദ്ധൻ ആ പുഷ്പം പിടിക്കുന്നത് തുടർന്നു. ആളുകളാകെ അമ്പരന്നു. എന്താണദ്ദേഹം അർത്ഥമാക്കുന്നതെന്ന് അദ്ഭുതപ്പെട്ടു. പിന്നീട് ബുദ്ധൻ കൂടിയിരിക്കുന്നവരെ ആകപ്പാടെയൊന്ന് നോക്കി, മന്ദഹസിച്ചു.

അദ്ദേഹം പറഞ്ഞു: "ഉൾക്കാഴ്ചയുടെ വിസ്മയകരമായ നിധിയായ ശരിയായ ധർമ്മത്തിന്റെ കണ്ണുകൾ എനിക്കുണ്ട്. ഞാനിതിപ്പോൾതന്നെ മഹാകശ്യപനിലേക്ക് പകരുകയും ചെയ്തു."

എല്ലാവരും പൂജ്യനായ മഹാകശ്യപനെ നോക്കി. അദ്ദേഹം മന്ദഹസിക്കുന്നതായി കണ്ടു. അദ്ദേഹത്തിന്റെ കണ്ണുകൾ ബുദ്ധനിൽ നിന്നോ അദ്ദേഹം പിടിച്ചിരുന്നതായ താമരപ്പൂവിൽനിന്നോ അല്പംപോലും ഇടറിയില്ല. ആളുകൾ തിരിച്ച് ബുദ്ധനെ നോക്കിയപ്പോൾ, അദ്ദേഹവും താമരപ്പൂവിലേക്ക് നോക്കി മന്ദഹസിക്കുകയാണ് ചെയ്തത്.

സ്വാസ്തിക്ക് സംഭ്രമമുണ്ടായെങ്കിലും, ഏകാഗ്രത പാലിക്കുകയെന്നതാണ് പരമപ്രധാനമെന്ന് അവനറിയാമായിരുന്നു. ബുദ്ധനെ നോക്കിക്കൊണ്ട് അവൻ തന്റെ ശ്വാസം നിരീക്ഷിക്കാൻ ആരംഭിച്ചു. ബുദ്ധന്റെ കയ്യിലുണ്ടായിരുന്ന വെളുത്ത താമരപ്പൂ പുതുതായി വിടർന്നതാണ്. ബുദ്ധനത് ഏറ്റവും സൗമ്യവും ശ്രേഷ്ഠവുമായിട്ടാണ് പിടിച്ചിട്ടുള്ളത്. അദ്ദേഹത്തിന്റെ തള്ളവിരലും ചൂണ്ടുവിരലും പൂവിന്റെ തണ്ട് പിടിച്ചു; പൂവിന്റെ ബാക്കിഭാഗം അദ്ദേഹത്തിന്റെ കയ്യിന്റെ ആകൃതിയ്ക്കൊപ്പം താഴേയ്ക്കു തൂങ്ങിക്കിടന്നു. അദ്ദേഹത്തിന്റെ കൈ താമരപ്പൂപോലെത്തന്നെ മനോഹരമായിരുന്നു, പരിശുദ്ധവും വിസ്മയകരവും. പെട്ടെന്ന്, സ്വാസ്തി ആ പൂവിന്റെ പരിശുദ്ധവും ശ്രേഷ്ഠവുമായ സൗന്ദര്യം ശരിയായി കണ്ടു. അതേപ്പറ്റി യാതൊന്നും ആലോചിക്കാനില്ല. വളരെ സഹജം. അവന്റെ മുഖത്ത് ഒരു മന്ദഹാസം ഉദിച്ചു.

ബുദ്ധൻ സംസാരിക്കാൻ ആരംഭിച്ചു: "ചങ്ങാതിമാരേ, ഈ പൂവ് വിസ്മയാവഹമായ ഒരു യാഥാർത്ഥ്യമാണ്. ഞാനത് നിങ്ങൾക്ക് മുമ്പിൽ പിടിക്കുമ്പോൾ നിങ്ങൾക്കെല്ലാവർക്കും അതനുഭവിക്കാനുള്ള ഒരവസരം ഉണ്ട്. പൂവുമായി ബന്ധമുണ്ടാക്കുകയെന്നതിനർത്ഥം വിസ്മയകരമായ ഒരു യാഥാർത്ഥ്യവുമായി ബന്ധമുണ്ടാക്കുകയെന്നതാണ്. ജീവരാശിയുമായിത്തന്നെ ബന്ധമുണ്ടാക്കുകയെന്നതാണ്.

"മഹാകശ്യപൻ, നിങ്ങൾക്കെല്ലാവർക്കും മുമ്പേ മന്ദഹസിച്ചത് പൂവുമായി അദ്ദേഹത്തിന് ബന്ധമുണ്ടാക്കാൻ കഴിഞ്ഞതുകൊണ്ടാണ്. നിങ്ങളുടെ മനസ്സിൽ എത്രകാലം തടസ്സങ്ങൾ ശേഷിക്കുന്നുവോ, അത്രയും കാലം പൂവുമായി നിങ്ങൾക്ക് സമ്പർക്കമുണ്ടാക്കാൻ ആവില്ല. നിങ്ങ

ളിൽ കുറച്ചുപേർ സ്വയം ചോദിച്ചു: "എന്തുകൊണ്ടാണ് ഗൗതമൻ പൂമുകളിലേക്കുയർത്തിപ്പിടിച്ചിരിക്കുന്നത്? അദ്ദേഹത്തിന്റെ ആ അംഗവിക്ഷേപത്തിന്റെ അർത്ഥമെന്താണ്? അത്തരം ചിന്തകളിൽ നിങ്ങളുടെ മനസ്സ് വ്യാപൃതമാവുകയാണെങ്കിൽ പൂവിനെ നിങ്ങൾക്ക് ശരിയായി അനുഭവിക്കാനാവില്ല.

"ചങ്ങാതിമാരേ, ചിന്തകളിൽ നഷ്ടപ്പെടുകയെന്നത് ജീവിതവുമായി സത്യസന്ധമായി സമ്പർക്കത്തിലാവുന്നതിൽനിന്ന് നിങ്ങളെ തടയുന്ന കാര്യങ്ങളിൽ ഒന്നാണ്! അസൂയ, കോപം, നിരാശ, അസ്വസ്ഥത എന്നിവയാൽ നിങ്ങൾ ഭരിക്കപ്പെടുകയാണെങ്കിൽ എല്ലാ വിസ്മയങ്ങളുമായുള്ള യഥാർത്ഥ സമ്പർക്കം നിങ്ങൾക്ക് നഷ്ടമാകുന്നു.

"ചങ്ങാതിമാരേ, ഈ നിമിഷത്തിൽ നിങ്ങളിൽ ആർ ജാഗ്രതയോടെ വർത്തിക്കുന്നുവോ അവർക്കു മാത്രമേ, എന്റെ കയ്യിലെ പുഷ്പം യാഥാർത്ഥ്യമാകൂ. നിങ്ങൾ ഈ നിമിഷത്തിലേയ്ക്ക് തിരിച്ചെത്തുന്നില്ലെങ്കിൽ ഈ പൂവ് ശരിക്കും നിലനിൽക്കുന്നില്ല. ചന്ദനമരക്കാടുകളിലൂടെ കടന്ന് പോകുകയും ഒരൊറ്റ ചന്ദനമരം പോലും കാണാതിരിക്കുകയും ചെയ്യുന്നവരുണ്ട്. ജീവിതം ദുരിതങ്ങൾ നിറഞ്ഞതാണ്. പക്ഷേ, അത് അനേകം വിസ്മയങ്ങളും ഉൾക്കൊള്ളുന്നുണ്ട്. ജീവിതത്തിൽ, രണ്ടും, ദുരിതങ്ങളും വിസ്മയങ്ങളും കാണുവാനായി അവബോധമുള്ളവരായിരിക്കുക.

"ദുരിതവുമായി സന്ധിക്കപ്പെടുന്നതുകൊണ്ട് അതിൽ നഷ്ടപ്പെടുകയെന്ന് അർത്ഥമില്ല. വിസ്മയങ്ങളുമായി സന്ധിക്കപ്പെടുന്നു എന്നതുകൊണ്ട് നമ്മൾ നഷ്ടപ്പെട്ടു എന്നും അർത്ഥമില്ല. സന്ധിക്കപ്പെടുകയെന്നത് ശരിക്കും ജീവിതത്തെ ആഴത്തിൽ അറിയുവാൻ അതുമായി കണ്ടുമുട്ടുക എന്നതാണ്. നമ്മൾ വേറിട്ട് ജീവിതവുമായി സന്ധിക്കുന്ന പക്ഷം, അതിന്റെ അസ്ഥിരവും പരസ്പരാശ്രിതവുമായ സ്വഭാവം നമുക്ക് മനസ്സിലാവും. അങ്ങനെയായാൽ നാം ഒരിക്കലും ആസക്തിയിലോ കോപത്തിലോ ആഗ്രഹത്തിലോ നമ്മെ നഷ്ടമാക്കില്ല. നാം സ്വാതന്ത്ര്യത്തിലും വിമോചനത്തിലും വർത്തിക്കും."

സ്വാസ്തിക്ക് സന്തോഷം തോന്നി. ബുദ്ധൻ സംസാരിക്കുന്നതിനു മുമ്പുതന്നെ താൻ ഗ്രഹിക്കുകയും മന്ദഹസിക്കുകയും ചെയ്തതിൽ അവന് ആഹ്ളാദമുണ്ടായി. സംപൂജ്യനായ മഹാകശ്യപനാണ് ആദ്യം മന്ദഹസിച്ചത്. അദ്ദേഹം അവന്റെ ഗുരുനാഥന്മാരിൽ ഒരാളും വഴിയേറെ സഞ്ചരിച്ചിട്ടുള്ള മുതിർന്ന ശിഷ്യനുമാണ്. മഹാകശ്യപനുമായോ, സരിപുത്രൻ, മൊഗല്ലാന, അസ്സാജി തുടങ്ങിയവരുമായോ തന്നെ താരതമ്യപ്പെടുത്തിക്കൂടെന്ന് അവനറിയാം. എന്തൊക്കെയായാലും, അവനിപ്പോൾ ഇരുപത്തിനാല് വയസ്സേ ആയിട്ടുള്ളൂ.

52. ശ്രേഷ്ഠതയുടെ വയലുകൾ

പിറ്റേകൊല്ലം കപിലവസ്തുവിലെ നിഗ്രോധ വിഹാരത്തിലാണ് സ്വാസ്തി വിശ്രാന്തികാലം ചെലവഴിച്ചത്. കോളിയ, ശാക്യരാജ്യങ്ങൾ തമ്മിലുള്ള സംഘട്ടനത്തെപ്പറ്റിയും അസ്വസ്ഥതയെപ്പറ്റിയും കേട്ട് ബുദ്ധൻ വിശ്രാന്തികാലം തീരുന്നതിനു മുമ്പായിത്തന്നെ തന്റെ ജന്മ രാജ്യത്തിലേക്ക് തിരിച്ചെത്തി. അദ്ദേഹത്തിന്റെ അമ്മയുടെ ജന്മദേശ മാണ് കോളിയ. യശോധര രാജകുമാരിയും കോളിയയിൽ നിന്നായി രുന്നു.

രോഹിണി നദിയാണ് ഈ രണ്ട് രാജ്യങ്ങളെയും വേർതിരിച്ചിരു ന്നത്. നദിയിലെ വെള്ളത്തിന്റെ അവകാശത്തെ ചൊല്ലിയായിരുന്നു, യഥാർത്ഥത്തിൽ തർക്കം. വരൾച്ച കാരണം, രണ്ടു രാജ്യങ്ങൾക്കും ജലസേചനത്തിനു വേണ്ടതായ വെള്ളം ഉണ്ടായിരുന്നില്ല. നദിയിൽ ഉണ്ടായിരുന്ന കുറച്ചു വെള്ളം കിട്ടുവാനായി രണ്ട് രാജ്യങ്ങളും രോഹിണി നദിയിൽ അണ കെട്ടുവാൻ ആഗ്രഹിച്ചു. സംഘട്ടനം ആദ്യം തുടങ്ങിയത് കൃഷിക്കാർ തമ്മിൽ അങ്ങോട്ടുമിങ്ങോട്ടും കോപവാക്കു കൾ വർഷിച്ചുകൊണ്ടായിരുന്നു. എന്നാൽ പെട്ടെന്ന്, വികാരങ്ങൾ പത ഞ്ഞുപൊന്തി. കൃഷിക്കാർ അങ്ങോട്ടുമിങ്ങോട്ടും പാറക്കല്ലുകൾ എറി യാൻ തുടങ്ങി. പ്രജകളെ സംരക്ഷിക്കാനായി പട്ടാളത്തെ അയച്ചു. അവസാനം പട്ടാളക്കാർ നദിയുടെ രണ്ട് കരകളിലുമായി നിലയുറ പ്പിച്ചു. ഏത് നിമിഷവും സംഘർഷം ഒരു യുദ്ധമായി പൊട്ടിപ്പുറപ്പെടാ മെന്ന സ്ഥിതിയിലായി.

തർക്കത്തിന്റെ കാരണങ്ങൾ അറിയുവാനാണ്, ബുദ്ധൻ ആദ്യമായി ആഗ്രഹിച്ചത്. നദീതീരത്തുള്ള ശാക്യപട്ടാളമേധാവികളോട്, ബുദ്ധൻ ചോദിച്ചു. ശാക്യപ്രജകളുടെ ജീവനും സ്വത്തും ഭീഷണിപ്പെടുത്തുക യാണ് കോളിയ പ്രജകളെന്നവർ ആരോപിച്ചു. പിന്നീടദ്ദേഹം കോളിയ പട്ടാളമേധാവികളോട് ചോദിച്ചു. കോളിയ പ്രജകളുടെ ജീവനും സ്വത്തും ഭീഷണിപ്പെടുത്തുകയാണ് ശാക്യ പ്രജകളെന്ന് അവർ ആരോപിച്ചു. ബുദ്ധൻ നേരിട്ട് ആ പ്രദേശത്തുള്ള കൃഷിക്കാരോട് ചോദിച്ചു. സംഘർഷത്തിന്റെ യഥാർത്ഥ കാരണം, വെള്ളത്തിന്റെ ദൗർലഭ്യമാ ണെന്നറിഞ്ഞു.

ശാക്യ- കോളിയ രാജവംശങ്ങളുമായി ബുദ്ധന് വളരെ അടുത്തബ ന്ധമുണ്ടായിരുന്നു. അതിനാൽ മഹാനാമരാജാവിനെയും സുപ്പബുദ്ധ

രാജാവിനെയും ഒരു കൂടിക്കാഴ്ചയ്ക്ക് വിളിക്കുവാൻ സാധിച്ചു. പ്രതിസന്ധിക്ക് എത്രയും വേഗം ഒരു പരിഹാരം കണ്ടെത്തുവാൻ അദ്ദേഹം അവരോടാവശ്യപ്പെട്ടു. കാരണം, യുദ്ധമുണ്ടായാൽ രണ്ടുകൂട്ടർക്കും നാശം സംഭവിക്കും; ചെറുതായാലും വലുതായാലും. അദ്ദേഹം പറഞ്ഞു. "രാജ ശ്രേഷ്ഠരേ, വെള്ളമാണോ മനുഷ്യജീവനാണോ വില പിടിച്ചത്?"

തീർച്ചയായും മനുഷ്യജീവൻ തന്നെയാണ് എന്തുകൊണ്ടും വില പിടിച്ചതെന്ന് രാജാക്കന്മാർ സമ്മതിച്ചു.

ബുദ്ധൻ പറഞ്ഞു: "രാജശ്രേഷ്ഠരേ, ജലസേചനത്തിന് അവശ്യം വേണ്ടതായ ജലമാണ് ഈ സംഘർഷത്തിന്റെ ഹേതു. അഹന്തയും കോപവും കത്തിപ്പടർത്തിയില്ലായിരുന്നെങ്കിൽ, ഈ സംഘർഷം വളരെ പെട്ടെന്ന് തീർക്കാനായേനേ! യുദ്ധത്തിന്റെ ആവശ്യമേതുമില്ല! നിങ്ങളുടെ ഹൃദയങ്ങൾ പരിശോധിച്ചാലും. അഹന്തയും കോപവും കൊണ്ട് നിങ്ങളുടെ പ്രജകളുടെ രക്തം പാഴാക്കരുത്. ഒരിക്കൽ, അഹന്തയും കോപവും ചോർന്നു പൊയ് കഴിഞ്ഞാൽ, യുദ്ധത്തിലേക്ക് നയിക്കുന്ന സംഘർഷങ്ങൾ അപ്രത്യക്ഷമാവും. ഈ വരൾച്ചക്കാലത്ത് എപ്രകാരം നദിയിലെ വെള്ളം ഇരു കൂട്ടർക്കും തുല്യമായി പങ്കിടാമെന്ന് ഒന്നിച്ചിരുന്ന് ചർച്ച ചെയ്ത് തീരുമാനമെടുക്കുക. ഇരു കൂട്ടർക്കും തുല്യമായി വെള്ളം ലഭിക്കുമെന്ന് ഉറപ്പാക്കണം."

ബുദ്ധന്റെ ഉപദേശപ്രകാരം ഇരുകൂട്ടരും വേഗം തന്നെ ഒരു ധാരണയിലെത്തി. ഊഷ്മളവും സൗഹാർദ്ദപൂർണ്ണവുമായ ബന്ധങ്ങൾ പുനഃസ്ഥാപിതമായി. വിശ്രാന്തികാലം ശാക്യരാജ്യത്ത് തങ്ങുവാനും ചെലവഴിക്കാനും മഹാനാമ രാജാവ് ബുദ്ധനോട് അപേക്ഷിച്ചു. ബുദ്ധന് ബോധോദയമുണ്ടായതിനു ശേഷമുള്ള പതിനഞ്ചാമത്തെ വിശ്രാന്തി കാലമായിരുന്നു അത്.

വിശ്രാന്തിക്കുശേഷം ബുദ്ധൻ തെക്കോട്ട് മടങ്ങി. അദ്ദേഹം പതിനാറാമത്തെ വിശ്രാന്തികാലം അലവിയിൽ ചെലവിട്ടു. പതിനേഴാമത്തേത് വേണു വനത്തിലും, പതിനെട്ടാമത്തേത് കോളിയായിലും പത്തൊമ്പതാമത്തെത് രാജഗൃഹത്തിലും.

എപ്പോഴൊക്കെ ബുദ്ധൻ രാജഗൃഹത്തിൽ താമസിച്ചിട്ടുണ്ടോ, അപ്പോഴെല്ലാം, ഗൃദ്ധ്രക്കൂട പർവ്വതത്തിൽ താമസിക്കാനാണ് അദ്ദേഹം ഇഷ്ടപ്പെട്ടത്. അതിന്റെ കൊടുമുടിക്ക് കഴുകന്റെ ആകൃതിയായിരുന്നതിനാൽ കഴുകൻ മുടിയെന്നാണ് അതറിയപ്പെട്ടത്. ധർമ്മബോധനത്തിനായി ബിംബിസാര മഹാരാജാവ് ഇടക്കിടെ ബുദ്ധനെ കഴുകൻ മുടിയിൽ സന്ദർശിച്ചു. ബുദ്ധന്റെ കുടിലിലേക്ക് എത്തുന്ന വിധത്തിൽ പർവ്വത ഭാഗത്ത് അദ്ദേഹം പടികൾ പോലും കെട്ടിയിരുന്നു. അരുവികളുടെയും കുത്തിച്ചാടുന്ന വെള്ളച്ചാട്ടങ്ങളുടെയും താഴെ വാഹനം നിർത്തി, കൽപ

ടികൾ കയറാനാണ് അദ്ദേഹം ഇഷ്ടപ്പെട്ടത്. ബുദ്ധന്റെ കുടിലിനു ചാരെയായി അനേകം വീടുകളുടെയത്ര വലുപ്പം തോന്നിക്കുന്ന ഒരു പാറയുണ്ടായിരുന്നു. അവിടെ ഒരു തെളിനീർ ഉറവുമുണ്ടായിരുന്നു. അവയിൽ വസ്ത്രങ്ങൾ കഴുകി, അവ മിനുസമായ പാറമേൽ ഉണക്കാനും സാധിച്ചു. പർവ്വതത്തിലുണ്ടായിരുന്ന കല്ലുകൾ ശേഖരിച്ചാണ് ബുദ്ധന്റെ കുടിൽ നിർമ്മിച്ചിരുന്നത്. ബുദ്ധന്റെ കുടിലിൽനിന്നുള്ള കാഴ്ച അതിമനോഹരമായിരുന്നു. അസ്തമനങ്ങൾ കാണുന്നത് അദ്ദേഹം വിശേഷിച്ചും ആസ്വദിച്ചിരുന്നു. കഴുകൻ മുടിയിൽ മുതിർന്ന ശിഷ്യരായ സരിപുത്രനും, ഉരുവേലകശ്യപനും മൊഗ്ഗല്ലാനയ്ക്കും ഉപാലിക്കും ദേവദത്തനും ആനന്ദനും കുടിലുകൾ ഉണ്ടായിരുന്നു.

ഇപ്പോൾ ബുദ്ധന്റെ സംഘത്തിന് രാജഗൃഹത്തിലും ചുറ്റിനുമായി പരിശീലനകേന്ദ്രങ്ങൾ ഉണ്ട്. വേണുവനത്തിനും കഴുകൻ മുടിക്കും പുറമേ, വൈഭരവണ, സർപസൂന്ദികര പ്രഗ്ഭര, സപ്തപർണഗുഹ, ഇന്ദ്രശൈലഗുഹ എന്നിവയായിരുന്നു അവയിൽ ചിലവ. അവസാനത്തെ രണ്ടും ഭീമാകാരമായ ഗുഹകളായിരുന്നു.

അംബപാലിയുടെയും ബിംബിസാര രാജാവിന്റെയും മകനായ ജീവകൻ ഇപ്പോൾ ഒരു വൈദ്യനായിക്കഴിഞ്ഞിരുന്നു. കഴുകൻ മുടിയോട് ചേർന്നുള്ള ഒരു കുടിലിലാണ് അദ്ദേഹം താമസിച്ചിരുന്നത്. അദ്ദേഹം ബുദ്ധന്റെ ഗൃഹസ്ഥശിഷ്യരിൽ ഉറ്റവനായ ഒരാളായി മാറിയിരുന്നു. പണ്ടുകാലത്തെ മൃത്യുഹേതുവായിരുന്ന രോഗങ്ങൾ ചികിത്സിച്ച് ഭേദമാക്കുന്നതിൽ പേരുകേട്ടവനായിത്തീർന്നിരുന്നു അദ്ദേഹമിപ്പോൾ. അദ്ദേഹം ബിംബിസാര രാജാവിന്റെ സ്വന്തം വൈദ്യനായിരുന്നു.

വേണുവനത്തിലും കഴുകൻ മുടിയിലുമുള്ള ഭിക്ഷുമാരുടെയും ബുദ്ധന്റെയും ആരോഗ്യം നോക്കിയിരുന്നത് ജീവകനാണ്. ഓരോ ശൈത്യത്തിലും രാത്രികാലങ്ങളിൽ ചൂടിനായി ഓരോ പുതപ്പ് കൂടുതലായി അദ്ദേഹം സ്നേഹിതരെ സംഘടിപ്പിച്ച് ഭിക്ഷുമാർക്ക് നൽകി. ബുദ്ധനും അദ്ദേഹം ഒരു പുതപ്പ് സമ്മാനിച്ചു. രോഗങ്ങളുടെ പ്രശമനത്തിലും പ്രതിരോധത്തിലും ജീവകന് താല്പര്യമുണ്ടായിരുന്നു. അദ്ദേഹം ഭിക്ഷുമാർക്ക് അടിസ്ഥാനപരമായ ശുചിത്വകാര്യങ്ങൾ നിർദ്ദേശിച്ചു. കുളങ്ങളിൽ നിന്നും തടാകങ്ങളിൽ നിന്നും എടുക്കുന്ന വെള്ളം കുടിക്കുന്നതിനു മുമ്പായി തിളപ്പിക്കണം, അദ്ദേഹം നിർദ്ദേശിച്ചു. ഏഴു ദിവസത്തിലൊരിക്കൽ ഭിക്ഷുമാർ വസ്ത്രങ്ങൾ കഴുകണം. വിഹാരമൈതാനത്തുതന്നെ കൂടുതൽ ശൗചാലയങ്ങൾ ഉണ്ടായിരിക്കണം. തലേരാത്രിയിലെ ഭക്ഷണം പിറ്റേന്നാൾ കഴിക്കുവാനായി സൂക്ഷിച്ചു വയ്ക്കരുതെന്ന് അദ്ദേഹം ഓർമ്മിപ്പിച്ചു. ജീവകന്റെ എല്ലാ നിർദ്ദേശങ്ങളും അദ്ദേഹം സ്വീകരിച്ചു.

സാധാരണക്കാരിൽ വസ്ത്രദാനം വളരെ ജനകീയമായിത്തീർ

ന്നിരുന്നു. ഒരു ദിവസം, തോളിൽ അട്ടിയിട്ട വസ്ത്രങ്ങളുമായി ഒരു ഭിക്ഷു വിഹാരത്തിലേക്ക് മടങ്ങുന്നത് ബുദ്ധന്റെ ശ്രദ്ധയിൽ പെട്ടു.

ബുദ്ധൻ ചോദിച്ചു: "താങ്കളുടെ കയ്യിൽ എത്ര വസ്ത്രങ്ങളുണ്ട്?"

ഭിക്ഷു: "പ്രഭോ, എട്ടെണ്ണം"

"അത്രമാത്രം താങ്കൾക്ക് ആവശ്യമായി തോന്നുന്നുണ്ടോ?"

"ഇല്ല പ്രഭോ, ജനങ്ങൾ എനിക്ക് സമ്മാനിച്ചതുകൊണ്ട് ഞാൻ സ്വീകരിച്ചതാണ്."

"ഒരു ഭിക്ഷുവിന് എത്ര വസ്ത്രങ്ങൾ ആവശ്യമാണെന്നാണ് താങ്കൾ കരുതുന്നത്?"

"പ്രഭോ, എന്റെ വിചാരത്തിൽ മൂന്ന് വസ്ത്രങ്ങൾ ധാരാളം മതി. തണുപ്പുള്ള രാത്രിയിൽ ചൂടാവാൻ രണ്ടെണ്ണം ധാരാളമാണ്."

"ഞാൻ താങ്കളുടെ വിചാരങ്ങൾ പങ്കിടുന്നു. മൂന്നെണ്ണം ശൈത്യ രാത്രികളിൽ ധാരാളം തന്നെയാണ്. ഒരു ഭിക്ഷുവിന് ഒരു ഭിക്ഷാപാത്രവും മൂന്ന് പുതപ്പുകളും മാത്രമേ സ്വന്തമായുണ്ടാകാവൂ എന്ന് ഇപ്പോൾതന്നെ നമ്മൾ പ്രഖ്യാപിക്കണം. അതിൽ കൂടുതൽ കിട്ടിയാൽ, ഭിക്ഷു അത് നിരസിക്കും."

ബുദ്ധനെ വണങ്ങി, ഭിക്ഷു തന്റെ കുടിലിലേക്ക് തിരിച്ചുനടന്നു.

ഒരു ദിവസം ഉയരമുള്ള കുന്നിൻ മുകളിൽ നിൽക്കെ, നെൽച്ചെടികളുടെ വയലുകളിലേക്ക് ബുദ്ധൻ നോക്കി. അദ്ദേഹം ആനന്ദന്റെ നേരെ തിരിഞ്ഞു: "ആനന്ദാ, ചക്രവാളത്തിലേക്ക് നീണ്ടുകിടക്കുന്ന നെൽച്ചെടികളുടെ സ്വർണ്ണകളങ്ങൾ എത്ര മനോഹരമാണ്! നമ്മുടെ വസ്ത്രങ്ങൾ അങ്ങനെ കളങ്ങളാക്കി തുന്നിയാൽ ഭംഗിയാകില്ലേ?"

ആനന്ദൻ പറഞ്ഞു: "പ്രഭോ! അതൊരു വിസ്മയകരമായ ആശയമാണ്. നെൽവയൽകണ്ടങ്ങളുടെ അതേ രൂപത്തിൽ ഭിക്ഷുക്കളുടെ വസ്ത്രങ്ങൾ തുന്നുന്നത് മനോഹരമായിരിക്കും. ധർമ്മത്തിന്റെയും ശ്രേയസ്സിന്റെയും വിത്തുകൾ വിതച്ച വയലുകൾ പോലെയാണ് മാർഗ്ഗം പരിശീലിക്കുന്ന ഭിക്ഷു എന്ന് അങ്ങ് പറഞ്ഞിട്ടുണ്ട്. ഈ തലമുറയ്ക്കും ഭാവി തലമുറകൾക്കും അതുകൊണ്ട് പ്രയോജനമുണ്ടാകുന്നു. ഇനി മുതൽ നെൽവയൽ കണ്ടങ്ങളുടെ മാതൃകയിൽ വസ്ത്രങ്ങൾ തുന്നുവാൻ സംഘത്തിലെ ബാക്കിയുള്ളവരോട് ഞാൻ പറയുന്നതാണ്. നമുക്ക് നമ്മുടെ വസ്ത്രങ്ങളെ "ശ്രേഷ്ഠതയുടെ വയലുകൾ" എന്ന് വിളിക്കാം.

ബുദ്ധൻ തന്റെ അംഗീകാരം മന്ദഹാസത്തിലൂടെ സൂചിപ്പിച്ചു.

സുദത്തൻ രാജഗൃഹത്തിലെത്തി. ജേതവനത്തിൽ ബുദ്ധൻ വിശ്രാന്തികാലം ചെലവഴിച്ചിട്ട് എത്രയോ കാലമായെന്ന് ഓർമ്മപ്പെടുത്തി. പിറ്റേ കൊല്ലം ബുദ്ധൻ വിശ്രാന്തികാലം ചെലവഴിക്കാൻ ജേതവന

ത്തിലേക്ക് മടങ്ങി. ബുദ്ധന് ബോധോദയം സിദ്ധിച്ചതിനെ തുടർന്നുള്ള ഇരുപതാമത്തെ വിശ്രാന്തികാലമായിരുന്നു അത്. ബുദ്ധനിപ്പോൾ അമ്പത്തിയഞ്ച് വയസ്സായി. ബുദ്ധനെ രാജകുടുംബം ഒന്നടങ്കം സന്ദർശിച്ചു. രാജാവിന്റെ രണ്ടാം ഭാര്യയും അവരുടെ കുട്ടികളായ രാജകുമാരൻ വിധു ദബനും രാജകുമാരി വജ്നയും ഉണ്ടായിരുന്നു. അദ്ദേഹത്തിന്റെ രണ്ടാം ഭാര്യ ശാക്യകുലത്തിൽ നിന്നാണ്. വർഷങ്ങൾക്കുമുമ്പ് പസേനദി ബുദ്ധന്റെ ശിഷ്യനായിത്തീർന്നശേഷം, അദ്ദേഹം ശാക്യരാജകുമാരിക്കായി ഒരു പ്രതിനിധി സംഘത്തെ ശാക്യരാജ്യത്തിലേക്കയച്ചു. മഹാനാമരാജാവ് തന്റെ സുന്ദരിയായ മകളെ അയച്ചു.

വിശ്രാന്തികാലത്ത് ബുദ്ധൻ ചെയ്ത ഒരൊറ്റ ധർമ്മപ്രഭാഷണവും പസേനദി രാജാവ് നഷ്ടപ്പെടുത്തിയില്ല. ബുദ്ധൻ പഠിപ്പിക്കുന്നത് കേൾക്കാൻ കൂടുതൽ കൂടുതൽ ആളുകൾ എത്തി. ശ്രാവസ്തിയുടെ കിഴക്കുള്ള വിശാലവും പച്ചത്തഴപ്പാർന്നതുമായ നിബിഡവനം ഭിക്ഷുമാർക്കു സമർപ്പിച്ച വിശാഖയെന്ന മഹതിയായിരുന്നു ബുദ്ധനെ വൻതോതിൽ പിന്തുണച്ച ഗൃഹസ്ഥശിഷ്യരിൽ ഒരാൾ. താരതമ്യേന ചെറുതായിരുന്നെങ്കിലും, ജേതവനംപോലെത്തന്നെ മനോഹരമായിരുന്നു അത്. തന്റെ അനേകം സ്നേഹിതരുടെ സഹായത്തോടെ വിശാഖവനത്തിനുള്ളിൽ വിശാലമായൊരു ധ്യാനശാലയും ധർമ്മശാലയും കുടിലുകളും കെട്ടിയിരുന്നു. സംപൂജ്യനായ സരിപുത്രന്റെ നിർദ്ദേശപ്രകാരം അവരതിനെ പൂർവ്വാരാമം അഥവാ കിഴക്കൻ തോട്ടം എന്ന് വിളിച്ചു. കാടിന്റെ നടുവിലായി സ്ഥിതി ചെയ്തിരുന്ന ധർമ്മശാലയുടെ പേർ വിശാഖശാല എന്നായിരുന്നു.

അംഗരാജ്യത്തിലെ ബദ്രിയ നഗരത്തിലാണ് വിശാഖ ജനിച്ചത്. ധനഞ്ജയൻ എന്നു പേരായ സമ്പന്നനായ ഒരാളിന്റെ മകളായിരുന്നു അവൾ. ശ്രാവസ്തിയിൽ നിന്നുള്ള ഒരു ധനാഢ്യനായിരുന്നു അവളുടെ ഭർത്താവ്. ഭർത്താവും അവളുടെ മകനും നിഗ്രന്ഥനാദി പുത്രന്റെ ശിഷ്യന്മാരായിരുന്നു. രണ്ടുപേരും തുടക്കത്തിൽ ബുദ്ധനിലേക്ക് ആകർഷിക്കപ്പെട്ടിരുന്നില്ല. എന്നാൽ, ധർമ്മത്തിലുള്ള വിശാഖയുടെ സമർപ്പണത്തിൽ പ്രചോദിതരായ അവർ ക്രമേണ തൽപരരാകുകയും അവസാനം ഗൃഹസ്ഥശിഷ്യരാകാൻ അപേക്ഷിക്കുകയും ചെയ്തു. വിശാഖയും അവളുടെ സ്നേഹിത സുപ്രിയയും ബുദ്ധന്റെ വിഹാരങ്ങൾ ഇടക്കിടെ സന്ദർശിക്കാറുണ്ടായിരുന്നു. ഏതെങ്കിലും ഭിക്ഷുവിനോ ഭിക്ഷുണിക്കോ ആവശ്യമാണെങ്കിൽ, ഔഷധവും വസ്ത്രങ്ങളും കുറിമുണ്ടുകളും സമ്മാനിച്ചിരുന്നു. ഗംഗയുടെ വടക്കേകരയിൽ സഹോദരി മഹാപ്രജാപതി ഒരു ആത്മീയ കേന്ദ്രം പണിയുന്നുണ്ടായിരുന്നു. അതിനവർ തന്റെ സഹായം വാഗ്ദാനം ചെയ്തു. ആത്മീയ കാര്യങ്ങളിലും ഭൗതികവിഷയങ്ങളിലും വിശാഖ ഭിക്ഷുണിമാർക്ക് താങ്ങും

തണലുമായിരുന്നു. ഭിക്ഷുണിമാർക്കിടയിലെ നിസ്സാരമായ ചില സംഘർഷങ്ങൾ പരിഹരിക്കുവാൻ അവരുടെ കരുണാർദ്രമായ വിവേകം സഹായകമായിട്ടുണ്ട്. പല സന്ദർഭങ്ങളിലും.

വിശാഖശാലയിൽ നടന്ന ഒരു ധർമ്മയോഗത്തിൽ രണ്ട് പ്രധാന തീരുമാനങ്ങൾ എടുക്കുകയുണ്ടായി. ആനന്ദൻ ബുദ്ധന്റെ സ്ഥിരമായ സഹായിയായി നിൽക്കണമെന്നതായിരുന്നു, ഒന്നാമത്തെ തീരുമാനം. മഴക്കാല വിശ്രാന്തിക്കായി ബുദ്ധൻ എല്ലാവർഷവും ശ്രാവസ്തിയിലേക്ക് മടങ്ങിയെത്തണമെന്നതായിരുന്നു രണ്ടാമത്തേത്.

ആദ്യത്തെ നിർദ്ദേശം വെച്ചത് സരിപുത്രനാണ്: "നമ്മുടെ കൂട്ടത്തിൽ ഏറ്റവും സൂക്ഷ്മമായ ഓർമ്മശക്തിയുള്ളത് ആനന്ദനാണ്. ബുദ്ധൻ പറയുന്ന ഓരോ വാക്കും ഓർത്തുവെക്കാനുള്ള അസാധാരണമായ കഴിവ് മറ്റൊരാൾക്കുമില്ല. ഒരു വാക്കുപോലും വിട്ടുപോവാതെ ബുദ്ധന്റെ ധർമ്മപ്രഭാഷണങ്ങൾ അദ്ദേഹത്തിന് ആവർത്തിക്കാനാവും. അദ്ദേഹം ബുദ്ധന്റെ സഹായിയായാൽ അദ്ദേഹത്തിന് ബുദ്ധന്റെ എല്ലാ ധർമ്മ പ്രഭാഷണങ്ങളിലും സന്നിഹിതനാകാൻ കഴിയും. ഗൃഹസ്ഥശിഷ്യനുമായുള്ള ഒരു സംഭാഷണമായാലും വലിയ സദസ്സിൽ ആൾക്കൂട്ടത്തോടുള്ള ധർമ്മപ്രഭാഷണമായാലും ബുദ്ധന്റെ അനുശാസനം അമേയമായി അമൂല്യമാണ്. അത് കാത്ത് സൂക്ഷിക്കാനും സംരക്ഷിക്കാനും നാം എല്ലാ ശ്രമവും ചെയ്യണം. കഴിഞ്ഞ ഇരുപത് കൊല്ലക്കാലം ബുദ്ധൻ പറഞ്ഞ നിരവധി കാര്യങ്ങൾ നമ്മുടെ ഉദാസീനത മൂലം നമുക്ക് നഷ്ടപ്പെട്ടു. ആനന്ദാ, നമുക്കുവേണ്ടിയും വരും തലമുറകൾക്കുവേണ്ടിയും താങ്കൾ ബുദ്ധന്റെ പരിചാരകൻ എന്ന ജോലി ദയവായി സ്വീകരിക്കണം."

സംപൂജ്യനായ സരിപുത്രന്റെ നിർദ്ദേശത്തെ എല്ലാ ഭിക്ഷുക്കളും പിന്താങ്ങി. എന്നാൽ പൂജ്യനായ ആനന്ദനാകട്ടെ, തന്റെ വൈമനസ്യം അറിയിച്ചു. "ഇക്കാര്യത്തിൽ ഞാൻ പല പ്രശ്നങ്ങളും കാണുന്നു. ആദ്യമേതന്നെ, ബുദ്ധൻ ഞാൻ അദ്ദേഹത്തിന്റെ പരിചാരകനായിരിക്കുവാൻ സമ്മതിക്കുമോയെന്നറിയില്ല. എന്തെങ്കിലും പ്രത്യേകമായ ആനുകൂല്യങ്ങൾ നൽകി ശാക്യകുലത്തിലെ അംഗങ്ങളെ ഉപചരിക്കാതിരിക്കാൻ അദ്ദേഹം ശ്രദ്ധിക്കാറുണ്ട്. തന്റെ സ്വന്തം പോറ്റമ്മയായ ഭിക്ഷുണി മഹാപ്രജാപതിയോടുപോലും അദ്ദേഹം കരുതിയും കണിശത്തോടെയുമേ പെരുമാറാറുള്ളു. രാഹുലൻ ഒരിക്കൽപോലും അദ്ദേഹമൊന്നിച്ച് ഭക്ഷണം കഴിക്കുകയോ അദ്ദേഹത്തിന്റെ കുടിലിൽ ഉറങ്ങുകയോ ചെയ്തിട്ടില്ല. ബുദ്ധൻ എന്നോട് യാതൊരു തരത്തിലുള്ള പ്രത്യേക ആനുകൂല്യങ്ങളും കാണിക്കാറില്ല. അദ്ദേഹത്തിന്റെ പരിചാരകനായി ഞാൻ തെരഞ്ഞെടുക്കപ്പെടുമെന്നിരിക്കട്ടെ, ചില സഹോദരന്മാരെങ്കിലും, ഞാനെന്റെ പദവി ഉപയോഗിച്ച് പ്രത്യേക ആനുകൂല്യങ്ങൾ

കൈക്കലാക്കിയെന്ന് കുറ്റപ്പെടുത്താതിരിക്കില്ല. ബുദ്ധൻ മറ്റുള്ളവരെ തിരുത്താനിടയായാൽ, ഞാൻ ചൂണ്ടിക്കാട്ടിയിട്ടാണെന്ന് മറ്റ് സഹോദരന്മാർ അധിക്ഷേപിക്കും."

ആനന്ദൻ സരിപുത്രനെ നോക്കി തുടർന്നു, "നമുക്കിടയിൽ ഏറ്റവും ബുദ്ധിമാനും കഴിവുള്ളവനുമാണ് സഹോദരൻ സരിപുത്രൻ. സംഘത്തെ സംഘടിപ്പിക്കാനും പഠിപ്പിക്കാനും കാരണക്കാരനായിട്ടുള്ളത് അദ്ദേഹമാണ്. ബുദ്ധൻ അദ്ദേഹത്തിൽ വളരെയേറെ വിശ്വാസം അർപ്പിച്ചിട്ടുണ്ടെന്നത് സ്വാഭാവികം മാത്രമാണ്. എന്നിട്ടുപോലും, മറ്റനേകം ഭിക്ഷുമാരുടെ അസൂയ അദ്ദേഹത്തിന് നേരെ ഉണ്ടായിട്ടുണ്ട്. ഏതെങ്കിലും പ്രധാന തീരുമാനമെടുക്കുന്നതിന് മുന്നോടിയായി ബുദ്ധൻ നിരവധി ആളുകളുമായി കൂടിയാലോചിക്കാറുണ്ട്. സ്വയം തീരുമാനമെടുക്കാൻ ബുദ്ധന് കഴിയാത്തതുകൊണ്ടാണ് സരിപുത്രൻ തീരുമാനങ്ങളെടുക്കുന്നതെന്ന് എന്നിട്ടും ചിലർ പരാതിപ്പെടുന്നു. പക്ഷേ, ഇത്തരം ഒരു തെറ്റിദ്ധാരണയുണ്ടായേക്കാമെന്നുള്ളതുകൊണ്ടാണ് ബുദ്ധന്റെ പരിചാരകനാകാൻ ഞാൻ വിസമ്മതിക്കുന്നത്."

സംപൂജ്യനായ സരിപുത്രൻ മന്ദഹസിച്ചു: "ഒരു സഹോദരന് താൽക്കാലികമായുള്ള തെറ്റിദ്ധാരണ കൊണ്ടുണ്ടാവുന്ന അസൂയയെ ഞാൻ ഭയപ്പെടുന്നില്ല. മറ്റുള്ളവർ എന്ത് പറയുമെന്ന് നോക്കാതെ നമുക്ക് ശരിയെന്നും അന്യർക്ക് പ്രയോജനപ്രദമെന്നും തോന്നുന്നത് നാം ഓരോരുത്തരും ചെയ്യണമെന്നാണ് എനിക്ക് തോന്നുന്നത്. ആനന്ദാ, താങ്കൾ താങ്കളുടെ എല്ലാ പ്രവൃത്തികളാലും ശ്രദ്ധാലുവും ശുഷ്കാന്തിയുള്ളവനുമാണെന്ന് എനിക്കറിയാം. ദയവായി ഈ പദവി സ്വീകരിക്കുക. താങ്കളത് ചെയ്യുന്നില്ലെങ്കിൽ, ധർമ്മത്തിന് ഈ തലമുറയിലും അടുത്ത തലമുറയിലും കോട്ടം സംഭവിക്കും."

സംപൂജ്യനായ ആനന്ദൻ നിശബ്ദനായി ഇരുന്നു. നീണ്ട ഒരു വികല്പത്തിനുശേഷം അദ്ദേഹം അവസാനമായി ഇങ്ങനെ പറഞ്ഞു: "ബുദ്ധൻ എന്റെ ഈ അപേക്ഷകൾ സ്വീകരിക്കുന്നപക്ഷം ഞാനീ സ്ഥാനം സ്വീകരിക്കും. ഒന്ന്, ബുദ്ധൻ എനിക്ക് അദ്ദേഹത്തിന്റെ ഒരു വസ്ത്രവും നൽകില്ല. രണ്ട്, ബുദ്ധൻ അദ്ദേഹത്തിന്റെ ഭക്ഷണഭിക്ഷ ഞാനുമായി പങ്കിടില്ല. മൂന്ന്, അദ്ദേഹം വസിക്കുന്ന കുടിലിൽ എന്നെ താമസിക്കുവാൻ അനുവദിക്കില്ല. നാല്, ഗൃഹസ്ഥശിഷ്യന്റെ വീട്ടിലേക്ക് ഭക്ഷണത്തിനായി അനുഗമിക്കുവാൻ ബുദ്ധൻ എന്നോട് ആവശ്യപ്പെടില്ല. അഞ്ച്, എന്നെ ഒരു ഗൃഹസ്ഥശിഷ്യന്റെ വീട്ടിലേക്ക് ഭക്ഷണത്തിനായി വിളിച്ചാൽ, ബുദ്ധനും അതുപോലെ ചെയ്യാം. ആറ്, ബുദ്ധനെ കാണാൻ വരുന്നവരെ അനുവദിക്കുവാനും നിരാകരിക്കാനുമുള്ള വിവേചനം അദ്ദേഹം എനിക്ക് അനുവദിക്കണം. ഏഴ്, എനിക്ക് മുഴുവനായും മനസ്സിലായിട്ടില്ലാത്ത കാര്യങ്ങൾ ബുദ്ധൻ ആവർത്തിക്കണമെന്ന് പറ

യാൻ ബുദ്ധൻ എന്നെ അനുവദിക്കണം. എട്ടാമതായി, എനിക്ക് ശ്രദ്ധിക്കാൻ സാധിക്കാത്ത ഏത് ധർമ്മഭാഷണത്തിന്റെയും സത്ത ബുദ്ധൻ ആവർത്തിക്കണം."

സംപൂജ്യനായ ഉപാലി എണീറ്റുനിന്നു: "ആനന്ദന്റെ നിബന്ധനകൾ ഏറ്റവും യുക്തിസഹം തന്നെ. അവ ബുദ്ധൻ സമ്മതിക്കുമെന്നാണ് എന്റെ വിശ്വാസം. എങ്കിലും, നാലാമത്തെ നിബന്ധനയോട് എനിക്ക് യോജിപ്പില്ല. ഗൃഹസ്ഥശിഷ്യന്മാരുടെ വീട്ടിലേക്ക് ബുദ്ധനെ അദ്ദേഹം അനുഗമിക്കുന്നില്ലെങ്കിൽ എങ്ങനെയാണ് ബുദ്ധൻ സ്ത്രീകളോടും സാധാരണക്കാരോടും പറയുന്നത് രേഖപ്പെടുത്താനാവുക? അവ നമുക്കും വരും തലമുറകൾക്കും പ്രയോജനപ്രദമാവില്ലേ? ഞാൻ നിർദ്ദേശിക്കുന്നത് എപ്പോഴൊക്കെ ബുദ്ധന് ഗൃഹസ്ഥശിഷ്യരുടെ വീടുകളിലേക്ക് ക്ഷണം കിട്ടുന്നുവോ അദ്ദേഹം അപ്പോൾ ആനന്ദനെ കൂടാതെ മറ്റൊരു ഭിക്ഷുവിനെ കൂടി പരിചാരകനായി കൂടെ കൊണ്ടുപോകണം. അങ്ങിനെയാണെങ്കിൽ, ഏതെങ്കിലും പ്രത്യേകാനുകൂല്യങ്ങൾ ആനന്ദൻ പറ്റുന്നതായി ആർക്കും കുറ്റപ്പെടുത്താനാവില്ല."

ആനന്ദൻ: "സഹോദരാ, അതൊരു നല്ല നിർദ്ദേശമാണെന്ന് എനിക്ക് തോന്നുന്നില്ല. രണ്ട് ഭിക്ഷുക്കൾക്ക് മാത്രം ഭക്ഷണം തരാനുള്ള കഴിവേ ഗൃഹസ്ഥശിഷ്യന് ഉള്ളൂവെങ്കിൽ?"

ഉപാലി പറഞ്ഞു: "അങ്ങനെയെങ്കിൽ, ബുദ്ധനും നിങ്ങൾ രണ്ടു ഭിക്ഷുക്കളും കിട്ടുന്നതുകൊണ്ട് തൃപ്തിപ്പെടണം."

മറ്റെല്ലാ ഭിക്ഷുക്കളും ഹൃദ്യമായി ചിരിച്ചു. ബുദ്ധന് ഏറ്റവും നല്ല പരിചാരകനെ കണ്ടെത്തുക എന്ന പ്രശ്നം പരിഹരിച്ചു എന്നവർക്ക് മനസ്സിലായി. എല്ലാ മഴക്കാലവും ബുദ്ധൻ ശ്രാവസ്തിയിൽ വിശ്രാന്തിപൂകണം എന്ന അടുത്ത നിർദ്ദേശം അവർ പരിഗണനയ്ക്കെടുത്തു. ഭിക്ഷുണീമഠവും പൂർവ്വാരാമവും ജേതവനവും അടുത്തായിരുന്നതിനാൽ ശ്രാവസ്തി നല്ലൊരു താവളമാണ്. അതിനെ സംഘത്തിന്റെ പ്രധാന കേന്ദ്രമാക്കുകയുമാവാം. എല്ലാ വർഷവും ബുദ്ധൻ ഒരേ താവളത്തിൽ ഉണ്ടെന്ന് വരികിൽ നിരവധി പേർക്ക് വിശ്രാന്തിയിൽ പങ്കെടുക്കാനും ബുദ്ധന്റെ ബോധനം കേൾക്കാനുമാവും. വിശ്രാന്തികാലത്ത് ശ്രാവസ്തിയിലെത്തുന്ന ഭിക്ഷുണീ-ഭിക്ഷുമാർക്ക് ഔഷധവും വസ്ത്രങ്ങളും താമസവും ഭക്ഷണവും കൊടുക്കാമെന്ന് ഗൃഹസ്ഥ രക്ഷാധികാരികളായ അനന്തപിണ്ഡികയും വിശാഖയും ഏറ്റിട്ടുണ്ട്.

മഴക്കാല വിശ്രാന്തി ശ്രാവസ്തിയിൽ കൂടുവാൻ സമ്മതിച്ചുകൊണ്ട് ഭിക്ഷുക്കൾ യോഗം അവസാനിപ്പിച്ചു. തങ്ങളുടെ ആശയങ്ങൾ ബുദ്ധനു മുമ്പാകെ നേരിട്ട് അവതരിപ്പിക്കാനായി അവർ അദ്ദേഹത്തിന്റെ കുടിലിലേക്ക് നീങ്ങി. രണ്ട് നിർദ്ദേശങ്ങളും ബുദ്ധൻ സസന്തോഷം സ്വീകരിച്ചു.

53. ഈ നിമിഷത്തിൽ വർത്തിക്കുകയെന്നത്

പിറ്റേ കൊല്ലം വസന്തകാലത്ത് കുന്ദരാജ്യത്തിന്റെ തലസ്ഥാനനഗരിയിൽ വച്ച് ബുദ്ധൻ മൂന്നൂറിൽപരം ഭിക്ഷുക്കളുടെ ഒരു കൂട്ടായ്മയ്ക്ക് "സ്തിപത്തനസൂക്തം" അഥവാ "ഏകാഗ്രതയുടെ നാല് മൂലാധാരങ്ങളെ"പ്പറ്റി പ്രഭാഷണം നടത്തി. ധ്യാനപരിശീലനത്തിന്റെ അടിസ്ഥാനപരമായ ഒരു സൂക്തമായിരുന്നു അത്. ശരീരത്തിന്റെയും മനസ്സിന്റെയും ശാന്തി നേടാനും ദുഃഖങ്ങളും വിലാപങ്ങളും മറികടക്കാനും ദുഃഖവും ദുരിതവും ഇല്ലായ്മ ചെയ്യാനും, ഉയർന്ന ധാരണയും സമ്പൂർണ്ണ വിമോചനവും നേടുവാനും, ഓരോ വ്യക്തിയേയും സഹായിക്കുന്ന മാർഗ്ഗമെന്നാണ് ബുദ്ധൻ ഇതിനെ വിശേഷിപ്പിച്ചത്. ബുദ്ധൻ നൽകിയിട്ടുള്ള സൂക്തങ്ങളിൽ ഏറ്റവും പ്രധാനപ്പെട്ടവയിൽ ഒന്നായി സരിപുത്രൻ ഇതിനെപ്പറ്റി സംഘത്തോട് പറഞ്ഞു. അത് പഠിക്കാനും ഓർക്കാനും പരിശീലിക്കാനും, അദ്ദേഹം ഓരോ ഭിക്ഷുവിനെയും ഭിക്ഷുണിയേയും പ്രോത്സാഹിപ്പിച്ചു.

പിന്നീട്, ആ രാത്രിയിൽ സംപൂജ്യനായ ആനന്ദൻ അതിലെ ഓരോ വാക്കും ആവർത്തിച്ചു. 'സ്തി' എന്നതിനർത്ഥം ഏകാഗ്രതയിൽ വർത്തിക്കുക എന്നാണ്. അതായത് അവബോധത്തിന്റെ അഥവാ ഏകാഗ്രതയുടെ നാല് മൂലാധാരങ്ങളിലും- മനോവസ്തുക്കൾ, മനസ്സ്, സ്പർശനാനുഭവങ്ങൾ, ശരീരം- നടക്കുന്ന എല്ലാം പരിശീലനം നടത്തുന്നയാൾ അവബോധമുള്ളവനായിരിക്കുന്നു.

ആദ്യം, പരിശീലിക്കുന്നയാൾ തന്റെ ശരീരം നിരീക്ഷിക്കുന്നു- തന്റെ ശ്വസനം; നടത്തം, നില്പ്, കിടപ്പ്, ഇരിപ്പ് എന്നീ നാല് ശാരീരിക നിലകൾ; മുന്നോക്കം പിന്നാക്കം, നോക്കുന്നത്, വസ്ത്രങ്ങൾ ധരിക്കുന്നത്, ഭക്ഷിക്കുന്നത്, കുടിക്കുന്നത്, ശൗച്യം ചെയ്യുന്നത്, സംസാരിക്കുന്നത്, വസ്ത്രങ്ങൾ കഴുകുന്നത് എന്നിങ്ങനെയുള്ള ശാരീരിക പ്രവൃത്തികൾ; മുടി, പല്ല്, പേശി, എല്ലുകൾ ആന്തരാവയവങ്ങൾ മജ്ജ കുടലുകൾ ഉമിനീര് വിയർപ്പ് എന്നിങ്ങനെയുള്ള ശരീരഭാഗങ്ങൾ; ജലം, വായു, താപം എന്നിങ്ങനെയുള്ള ശരീരത്തിന്റെ മൂലകങ്ങൾ; മരണം മുതൽ ശരീരം പൊടിഞ്ഞുതീരുന്നതുവരെയുള്ള ശരീരത്തിന്റെ ജീർണ്ണതയുടെ ഘട്ടങ്ങൾ.

ശരീരം നിരീക്ഷിക്കുമ്പോൾ പരിശീലിക്കുന്നയാളിന് ശരീരത്തെ സംബന്ധിച്ചുള്ള സകലകാര്യങ്ങളെക്കുറിച്ചും അവബോധമുണ്ടായിരിക്കും. ഉദാഹരണത്തിന്, ശ്വാസം പുറത്തേക്ക് വിടുമ്പോൾ ശ്വാസം പുറത്തേക്ക് വിടുകയാണെന്നയാൾ അറിയുന്നു. ശ്വാസം എടുക്കുമ്പോൾ താൻ ശ്വാസം എടുക്കുകയാണെന്നും തന്റെ ശരീരം സ്വച്ഛവും ശാന്തവുമാകുമ്പോൾ അയാൾ തന്റെ ശരീരം സ്വച്ഛവും ശാന്തവുമാക്കുകയാണെന്നും അറിയുന്നു. നടക്കുമ്പോൾ, പരിശീലിക്കുന്നയാൾ അറിയുന്നു അയാൾ നടക്കുകയാണെന്ന്. ഇരിക്കുമ്പോൾ, അയാളറിയുന്നു, അയാൾ ഇരിക്കുകയാണെന്ന്. വസ്ത്രം ധരിക്കുക, വെള്ളം കുടിക്കുക തുടങ്ങിയ പ്രവൃത്തികൾ ചെയ്യുമ്പോൾ പരിശീലിക്കുന്നയാൾ താൻ വസ്ത്രം ധരിക്കുകയാണെന്നോ വെള്ളം കുടിക്കുകയാണെന്നോ അറിയുന്നു. ധ്യാനത്തിൽ ഇരിക്കുന്ന നിമിഷങ്ങളിൽ മാത്രമല്ല ശരീരത്തിന്റെ ധ്യാനം അയാൾ സാക്ഷാത്കരിക്കുന്നത്; ദിവസം മുഴുവനും അയാളത് ചെയ്യുന്നുണ്ട്. ഭിക്ഷ തേടുമ്പോഴും ഭക്ഷിക്കുമ്പോഴും ഭിക്ഷാപാത്രം കഴുകുമ്പോഴുമടക്കം.

സ്പർശാനുഭവങ്ങളുടെ ധ്യാനത്തിൽ, പരിശീലിക്കുന്നയാൾ സന്തോഷകരമോ ദുഃഖകരമോ, നിർഗുണമോ ആയ അനുഭവങ്ങൾ ഉദിക്കുന്നതും വളരുന്നതും അസ്തമിക്കുന്നതും ധ്യാനിക്കുന്നു. സ്പർശാനുഭവങ്ങളുടെ ഉറവിടം മനസ്സോ ശരീരമോ ആകാം. പല്ലുവേദനകൊണ്ട് വേദനിക്കുമ്പോൾ പരിശീലിക്കുന്നയാൾ അറിയുന്നു പല്ലുവേദനയുടെ വേദന. പ്രശംസ സ്വീകരിച്ച് അയാൾ സന്തോഷവാനായിരിക്കുമ്പോൾ, അയാളറിയുന്നു താൻ സന്തോഷവാനായിരിക്കുന്നത് താൻ പ്രശംസ സ്വീകരിച്ചതുകൊണ്ടാണെന്ന്. സ്പർശാനുഭവങ്ങൾ ഉദിച്ചുയരുന്ന ഉറവിടങ്ങൾ വ്യക്തമായി കാണുന്നതിനായി പരിശീലിക്കുന്നയാൾ ഓരോ സ്പർശാനുഭവങ്ങളെയും ശാന്തവും സ്വച്ഛവുമാക്കാൻ അവയിലേക്ക് ആഴത്തിൽ നോക്കുന്നു. ഇരുന്നുകൊണ്ട് ധ്യാനിക്കുമ്പോൾ മാത്രമല്ല, സ്പർശാനുഭവങ്ങളുടെ ധ്യാനം നടക്കുന്നത്. അത് ദിവസത്തിലുടനീളം പരിശീലിക്കപ്പെടുന്നു.

മനോധ്യാനത്തിൽ, പരിശീലിക്കുന്നയാൾ തന്റെ മനസ്സിന്റെ അവസ്ഥകളുടെ സാന്നിധ്യത്തെ ധ്യാനിക്കുന്നു. ആഗ്രഹിക്കുമ്പോൾ അയാളറിയുന്നു താൻ ആഗ്രഹിക്കുകയാണെന്ന്. ആഗ്രഹിക്കാത്തപ്പോൾ അയാളറിയുന്നു, താൻ ആഗ്രഹിക്കുന്നില്ലെന്ന്. ദേഷ്യപ്പെടുമ്പോഴോ തൂങ്ങിയിരിക്കുമ്പോഴോ താൻ ദേഷ്യപ്പെടുകയാണെന്നോ തൂങ്ങിയിരിക്കുകയാണെന്നോ അറിയുന്നു. ദേഷ്യപ്പെടാതിരിക്കുമ്പോഴോ തൂങ്ങിയിരിക്കാതിരിക്കുമ്പോഴോ അയാളറിയുന്നു താൻ ദേഷ്യപ്പെടുന്നില്ലെന്നും തൂങ്ങിയിരിക്കുന്നില്ലെന്നും. മനസ്സ് തുറന്നതോ, അടഞ്ഞതോ, തടസ്സപ്പെട്ടതോ, ഏകാഗ്രമോ, ബോധദീപ്തമോ ആകട്ടെ, പരിശീലി

ക്കുന്നയാൾ ഉടനെ അറിയുന്നു. ഈയൊരവസ്ഥയൊന്നും അയാൾ അനുഭവിക്കുന്നില്ലെങ്കിൽ അതും ഉടനെ അയാളറിയുന്നു. ഈ നിമിഷത്തിൽ തന്റെയുള്ളിൽ ഉദിക്കുന്ന ഓരോ മനോഅവസ്ഥയെപ്പറ്റിയും അയാൾ തിരിച്ചറിയുകയും ബോധമുള്ളവനായിരിക്കുകയും ചെയ്യുന്നു.

മനോവസ്തുക്കളുടെ ധ്യാനത്തിൽ പരിശീലിക്കുന്നയാൾ വിമോചനത്തിലേക്കുള്ള അഞ്ച് തടസ്സങ്ങളെ അവ എപ്പോഴൊക്കെ സന്നിഹിതമാകുന്നുവോ അപ്പോഴൊക്കെ ധ്യാനിക്കുന്നു. (ഇന്ദ്രിയാസക്തി, ദ്വേഷ്യം, അലസത, ക്ഷോഭം, ആശങ്ക) ഒരു വ്യക്തിയിൽ അന്തർഭവിച്ചിട്ടുള്ള അഞ്ച് സ്കന്ദങ്ങൾ (ശരീരം, സ്പർശാനുഭവങ്ങൾ, പ്രത്യക്ഷബോധങ്ങൾ, മനോരൂപീകരണങ്ങൾ, പ്രജ്ഞ) ആറ് ഇന്ദ്രിയങ്ങളും ആറ് ഇന്ദ്രിയവേദ്യമായ വസ്തുക്കളും, ഉത്ബുദ്ധതയുടെ ഏഴ് ഘടകങ്ങൾ (പൂർണ്ണ ശ്രദ്ധ, ധർമ്മങ്ങൾ സൂക്ഷ്മമായി അന്വേഷിക്കൽ, ഊർജ്ജം, ആനന്ദം, പ്രശാന്തത, ഏകാഗ്രത, വിമുക്തമാക്കൽ) നാല് ആര്യ സത്യങ്ങൾ (ദുരിതത്തിന്റെ അസ്തിത്വം, ദുരിതത്തിന്റെ കാരണങ്ങൾ, ദുരിതത്തിൽനിന്നുള്ള വിമോചനം, ദുരിതത്തിൽനിന്ന് വിമോചനത്തിലേക്ക് നയിക്കുന്ന മാർഗ്ഗം) ഇവയെല്ലാം മനോവസ്തുക്കളാണ്. അവ എല്ലാ ധർമ്മങ്ങളും ഉൾക്കൊള്ളുന്നു.

ബുദ്ധൻ ഓരോ മൂലാധാരവും ശ്രദ്ധയോടെ വിശദീകരിച്ചു. ഈ നാല് മൂലാധാരങ്ങളും ഏഴു കൊല്ലക്കാലം ആർ പരിശീലിക്കുന്നുവോ അയാൾക്ക് മോചനം സിദ്ധിക്കും. അവ ഏഴ് മാസം പരിശീലിക്കുന്നവനും മോചനം സിദ്ധിക്കും എന്നദ്ദേഹം കൂട്ടിച്ചേർത്തു. ഈ നാല് ധ്യാനങ്ങൾ ഏഴ് ദിവസം പരിശീലിച്ചാലും ഒരുവന് മോചനം സിദ്ധിക്കും എന്നദ്ദേഹം പറഞ്ഞു.

ഏകാഗ്രതയുടെ നാല് ധ്യാനങ്ങൾ ബുദ്ധൻ ഇതാദ്യമായിട്ടല്ല പഠിപ്പിക്കുന്നതെന്ന് ഒരു ധർമ്മ സംവാദത്തിനിടയിൽ സംപൂജ്യനായ അസ്സാജി സംഘത്തെ ഓർമ്മിപ്പിച്ചു. സത്യത്തിൽ, അദ്ദേഹം അവയെപ്പറ്റി അനേകം സന്ദർഭങ്ങളിൽ സംസാരിച്ചിട്ടുണ്ട്. എന്നാൽ ഇത്രയും പൂർണ്ണതയോടെയും ആദ്യന്തമായുമുള്ള വിധത്തിൽ മുമ്പത്തെ അനുശാസനങ്ങളെല്ലാം ഒന്നിച്ച് ചേർത്തത് ഇതാദ്യമായിട്ടായിരുന്നു. ഓരോ ഭിക്ഷുവും ഭിക്ഷുണിയും ഈ സൂക്തങ്ങൾ ഓർമ്മിക്കുകയും ചൊല്ലുകയും പരിശീലിക്കുകയും ചെയ്യണമെന്ന സരിപുത്രന്റെ വാക്കുകളോട് അസ്സാജി യോജിച്ചു.

അക്കൊല്ലം വസന്തത്തിന്റെ അന്ത്യത്തിൽ, ബുദ്ധൻ ജേതവനത്തിലേക്ക് മടങ്ങിയപ്പോൾ അദ്ദേഹം അംഗുലീമാലയെന്ന കുപ്രസിദ്ധനായ കൊലയാളിയെ കാണുകയും അയാളെ മനഃപരിവർത്തനം നടത്തുകയും ചെയ്തു. ഒരു പ്രഭാതത്തിൽ ബുദ്ധൻ ശ്രാവസ്തിപട്ടണത്തിൽ പ്രവേശിച്ചു. അദ്ദേഹത്തിനത് ഒരു പ്രേതനഗരം പോലെ തോന്നിച്ചു.

എല്ലാ വാതിലുകളും അടച്ചു പൂട്ടിയിരിക്കുന്നു. ഒരൊറ്റയാളും തെരുവുകളിലില്ല. സാധാരണ ഭക്ഷണഭിക്ഷ സ്വീകരിക്കാറുള്ള ഒരു വീടിനു മുമ്പിൽ ബുദ്ധൻ നിന്നു. വാതിൽ അല്പമൊന്ന് തുറന്നു. ബുദ്ധനാണെന്ന് കണ്ട ഗൃഹനാഥൻ പുറത്തേക്കോടിച്ചെന്ന് അദ്ദേഹത്തെ അകത്തേക്ക് ക്ഷണിച്ചു. ബുദ്ധൻ അകത്ത് കടന്നതും ഗൃഹനാഥൻ വാതിൽ കൊളുത്തിട്ടു. ബുദ്ധനെ ഇരിക്കാൻ ക്ഷണിച്ചു. ബുദ്ധൻ അകത്തിരുന്ന് ഭക്ഷണം കഴിക്കണമെന്ന് അദ്ദേഹം നിർദ്ദേശിച്ചു. അദ്ദേഹം പറഞ്ഞു: "പ്രഭോ, ഇന്ന് വീടിന് പുറത്ത് പോകുന്നത് വളരെ അപകടകരമാണ്. കൊലയാളി അംഗുലീമാലയെ ഈ ഭാഗത്ത് കാണുകയുണ്ടായി. അയാൾ മറ്റ് നഗരങ്ങളിൽ ഒരുപാട് പേരെ കൊന്നിട്ടുണ്ടെന്ന് ആളുകൾ പറയുന്നു. ഓരോ തവണയും ആരെയെങ്കിലും കൊല്ലുമ്പോൾ അയാൾ വിരലുകളിലൊന്ന് മുറിച്ചെടുത്ത് തന്റെ കഴുത്തിലിട്ട ചരടിനോട് കൂട്ടിച്ചേർക്കുന്നു. നൂറുപേരെ കൊന്ന് നൂറു വിരലുകളുടെ രക്ഷാച്ചരട് കഴുത്തിൽ കെട്ടിയാൽ അയാൾ കൂടുതൽ ഭീകരമായ ദുഷ്ടശക്തികളെ സമ്പാദിക്കും എന്ന് ആളുകൾ പറയുന്നു. താൻ കൊല്ലുന്നവരിൽ നിന്ന് അയാൾ യാതൊന്നും അപഹരിക്കുന്നില്ലെന്നത് വിചിത്രം തന്നെ! അയാളെ വേട്ടയാടിപ്പിടിക്കാൻ പസേനദി മഹാരാജാവ് ഒരു സംഘം പട്ടാളക്കാരെ നിയോഗിച്ചിട്ടുണ്ട്."

ബുദ്ധൻ ചോദിച്ചു: "എന്തിനാണ് ഒരു മനുഷ്യനെ വേട്ടയാടി പിടിക്കാൻ ഒരു സംഘം പട്ടാളക്കാരുടെ സഹായം രാജാവ് ആവശ്യപ്പെടുന്നത്?"

"അഭിവന്ദ്യനായ ഗൗതമാ, അംഗുലീമാല അത്യധികം അപകടകാരിയാണ്. പോരടിക്കാനുള്ള അസാധാരണമായ കഴിവ് അവനുണ്ട്. ഒരിക്കൽ, ഒരു തെരുവിൽ, അവനെ വളഞ്ഞ നാല്പത് പേരെ അവൻ കീഴ്പ്പെടുത്തി. അവൻ അവരിൽ ഭൂരിഭാഗം പേരെയും കൊന്നു. രക്ഷപ്പെട്ടവർ ജീവനും കൊണ്ടോടി. ജാലിനി വനത്തിൽ അംഗുലീമാല ഒളിച്ചിരിക്കുന്നുണ്ടെന്നാണ് പറയപ്പെടുന്നത്. അത് വഴി ആരും പോകാൻ ധൈര്യപ്പെടുന്നില്ല. കുറച്ചുകാലം മുമ്പ് സായുധരായ ഇരുപത് പൊലീസുകാർ അവനെ പിടിക്കാനുള്ള ശ്രമത്തിൽ കാട്ടിനുള്ളിൽ പോയി. രണ്ടുപേരാണ് ജീവനോടെ പുറത്ത് വന്നത്. നഗരത്തിൽ ഈയിടെ ആരോ അംഗുലീമാലയെ കണ്ടു. അതിനാൽ ആരും പുറത്ത് ജോലിക്ക് പോകാനോ കടയിൽ പോകാനോ ധൈര്യപ്പെടുന്നില്ല."

അംഗുലീമാലയെക്കുറിച്ച് പറഞ്ഞതിന് ബുദ്ധൻ ആ മനുഷ്യനോട് നന്ദി പറഞ്ഞു. പിന്നീട് പോകുവാനായി എണീറ്റു. അകത്ത് സുരക്ഷിതനായിരിക്കാൻ ബുദ്ധനോട് അയാൾ അപേക്ഷിച്ചു. പക്ഷേ, ബുദ്ധൻ വിസമ്മതിച്ചു. പതിവുപോലെ, ഭിക്ഷാടനം തുടർന്നാലേ തനിക്ക് ജന

ങ്ങളുടെ വിശ്വാസം സംരക്ഷിക്കാനാകൂയെന്ന് അദ്ദേഹം പറഞ്ഞു.

ബുദ്ധൻ സാവകാശം ഏകാഗ്രതയോടെ തെരുവിലൂടെ നടന്നുകൊണ്ടിരിക്കുമ്പോൾ, പെട്ടെന്നകലെ തനിക്ക് പിറകിലായി ആരോ ഓടിവരുന്നതിന്റെ കാലൊച്ച കേട്ടു. അംഗുലീമാലയാണതെന്ന് അദ്ദേഹത്തിന് അറിയാമായിരുന്നു. പക്ഷേ, അദ്ദേഹത്തിന് ഒട്ടും ഭയം തോന്നിയില്ല. തനിക്കുള്ളിലും തനിക്കു പുറത്തും നടക്കുന്ന എല്ലാറ്റിനെയും പറ്റി ബോധവാനായിക്കൊണ്ട് അദ്ദേഹം സാവകാശം നടത്തം തുടർന്നു.

അംഗുലീ മാല അട്ടഹസിച്ചു: "ഹെയ് സന്ന്യാസീ! നിൽക്ക്! നിൽക്ക്."

ബുദ്ധൻ ഉറച്ച കാലടികളോടെ, സാവകാശം നടന്നു.

അംഗുലീമാലയുടെ കാലൊച്ചയിൽനിന്നും ബുദ്ധന് മനസ്സിലായി, അയാൾ ഓട്ടം നടത്തത്തിലേക്കാക്കി, ഒട്ടും ദൂരെയല്ലാതെ തന്റെ പുറകിലുണ്ട്.

ബുദ്ധന് അറുപത്തഞ്ച് വയസ്സായിരുന്നെങ്കിലും അദ്ദേഹത്തിന്റെ കാഴ്ചയും കേൾവിയും എന്നത്തെക്കാളും സൂക്ഷ്മമാണ്. ഭിക്ഷാപാത്രമല്ലാതെ അദ്ദേഹം ഒന്നും കയ്യിൽ പിടിച്ചിരുന്നില്ല. ഒരു യുവരാജാവായിരിക്കുന്ന കാലത്ത് ആയോധന വിദ്യകളിൽ താൻ എന്തുമാത്രം ചടുലതയും ചൊടിയുമുള്ളവനായിരുന്നെന്ന് ഓർത്തുകൊണ്ട് അദ്ദേഹം മന്ദഹസിച്ചു. മറ്റ് ചെറുപ്പക്കാർക്ക് ഒരു അടിപോലും അദ്ദേഹത്തിന്റെ മേൽ ഏല്പിക്കാൻ കഴിഞ്ഞിരുന്നില്ല. അംഗുലീമാല തന്റെ വളരെ അടുത്തെത്തിയെന്നും തീർച്ചയായും അയാളുടെ കയ്യിൽ ആയുധമുണ്ടെന്നും ബുദ്ധൻ അറിഞ്ഞു. ബുദ്ധൻ ശാന്തനായി നടത്തം തുടർന്നു.

ബുദ്ധന്റെ ഒപ്പമെത്തിയ അംഗുലീമാല ബുദ്ധന്റെ അടുത്ത് ചെന്നു: "സന്ന്യാസീ, നിങ്ങളോട് നിൽക്കാൻ ഞാൻ പറഞ്ഞു. എന്തുകൊണ്ട് നിങ്ങൾ നിന്നില്ല?"

നടത്തം തുടർന്നുകൊണ്ട് ബുദ്ധൻ പറഞ്ഞു: "അംഗുലീമാല, എത്രയോകാലം മുമ്പ് ഞാൻ നിന്നു. നിങ്ങളാണ് നിൽക്കാത്തത്."

ബുദ്ധന്റെ അസാധാരണ മറുപടിയിൽ അംഗുലീമാല സംഭ്രമിച്ചു. അയാൾ ബുദ്ധനെ നിൽക്കാൻ നിർബന്ധിച്ചുകൊണ്ട് വഴി തടഞ്ഞു. ബുദ്ധൻ അംഗുലീമാലയുടെ കണ്ണുകൾക്കുള്ളിലേക്ക് നോക്കി. വീണ്ടും, അംഗുലീമാല സംഭ്രമിച്ചു. ബുദ്ധന്റെ കണ്ണുകൾ രണ്ട് നക്ഷത്രങ്ങൾ കണക്കെ തിളങ്ങി. ഇത്ര ശാന്തിയും പ്രശാന്തതയും പ്രസരിക്കുന്ന ഒരാളെ അംഗുലീമാല ഇതുവരെയും കണ്ടുമുട്ടിയിട്ടില്ല. മറ്റെല്ലാവരും ഭീതിയിൽ തന്റെ അടുത്തുനിന്ന് ഓടിപ്പോകുകയാണ് ചെയ്യാറ്. എന്തുകൊണ്ടീ സന്ന്യാസി ഒട്ടും ഭയം കാണിക്കുന്നില്ല? ബുദ്ധൻ അയാളെ നോക്കുന്നത് അയാൾ ഒരു ചങ്ങാതിയോ സഹോദരനോ ആണെ

ന്നതു പോലെയാണ്. ബുദ്ധൻ അംഗുലീമാലയുടെ പേര് പറഞ്ഞു. അപ്പോൾ തീർച്ചയായും അംഗുലീമാല ആരാണെന്ന് അദ്ദേഹം അറിഞ്ഞിട്ടുണ്ട്. ഒരു കൊലയാളിയുടെ മുമ്പിൽ അദ്ദേഹത്തിനെങ്ങനെ ഇത്ര ലാഘവത്തോടെയും ശാന്തമായും നിൽക്കാൻ കഴിയുന്നു? പെട്ടെന്ന്, അംഗുലീമാലയ്ക്ക് തോന്നി, ബുദ്ധന്റെ ആർദ്രതയോടെയും ദയാവായ്പോടെയുമുള്ള നോട്ടം ഇനി കൂടുതലായി താങ്ങാനാവില്ല. അയാൾ പറഞ്ഞു. “സന്യാസീ, താങ്കൾ പറഞ്ഞു താങ്കൾ വളരെ മുമ്പ് തന്നെ നിന്നു എന്ന്, എന്നിട്ടും അങ്ങ് നടന്നുകൊണ്ടിരിക്കുന്നു. താങ്കൾ പറഞ്ഞു, ഞാനാണ് നിൽക്കാത്തതെന്ന്. അതുകൊണ്ട് താങ്കൾ എന്താണർത്ഥമാക്കുന്നത്?”

ബുദ്ധൻ മറുപടി കൊടുത്തു, “അംഗുലീമാല, മറ്റ് ജീവികൾക്ക് ദുരിതമുണ്ടാക്കുന്ന പ്രവൃത്തികൾ ചെയ്യുന്നത് ഞാൻ വളരെക്കാലം മുമ്പ് നിർത്തി. മനുഷ്യരുടെ മാത്രമല്ല മറ്റെല്ലാ ജീവികളുടെയും ജീവൻ സംരക്ഷിക്കാൻ ഞാൻ പഠിച്ചു. അംഗുലീമാല, എല്ലാ ജീവികളും ജീവിക്കാനാഗ്രഹിക്കുന്നു. എല്ലാം മരണത്തെ ഭയപ്പെടുന്നു. നാം കാരുണ്യത്തിന്റേതായ ഒരു ഹൃദയം വളർത്തിയെടുക്കണം; എല്ലാ ജീവികളെയും സംരക്ഷിക്കണം.”

“മനുഷ്യർ പരസ്പരം സ്നേഹിക്കുന്നില്ല. ഞാനെന്തിന് മറ്റുള്ളവരെ സ്നേഹിക്കണം? മനുഷ്യർ ക്രൂരന്മാരും ചതിയന്മാരുമാണ്. അവരെയെല്ലാം കൊന്നല്ലാതെ എനിക്ക് വിശ്രമമില്ല.”

ബുദ്ധൻ സൗമ്യനായി പറഞ്ഞു, “അംഗുലീമാല, മറ്റ് മനുഷ്യരുടെ കൈകളാൽ നിങ്ങൾ വളരെയേറെ സഹിച്ചിട്ടുണ്ട്. ചിലപ്പോൾ, മനുഷ്യർ ക്രൂരന്മാരായിരിക്കാം. അത്തരം ക്രൂരത അജ്ഞതയുടെയും വെറുപ്പിന്റെയും അസൂയയുടെയും ഫലമാണ്. പക്ഷേ, മനുഷ്യർ, കാരുണ്യമുള്ളവരും ധാരണയുള്ളവരും കൂടിയാണ്. നിങ്ങൾ എപ്പോഴെങ്കിലും ഒരു ഭിക്ഷുവിനെ കണ്ടുമുട്ടിയിട്ടുണ്ടോ? എല്ലാ ജീവികളുടെയും ജീവൻ സംരക്ഷിക്കുമെന്ന് ഭിക്ഷുക്കൾ പ്രതിജ്ഞയെടുക്കുന്നു. ആസക്തിയും വെറുപ്പും അജ്ഞതയും മറികടക്കാൻ അവർ പ്രതിജ്ഞ ചെയ്യുന്നു. ഭിക്ഷുക്കൾ മാത്രമല്ല, സ്നേഹവും ധാരണയും ജീവിതത്തിന്റെ അടിസ്ഥാനമായിട്ടുള്ള ഒരുപാട് മനുഷ്യരുണ്ട്. അംഗുലീമാല, ലോകത്തിൽ ക്രൂരന്മാരായ മനുഷ്യരുണ്ടാകാം. എന്നാൽ ദയയുള്ളവരുമുണ്ട്, അനേകം. അന്ധനാക്കപ്പെടരുത്. ക്രൂരതയെ ദയയിലേക്ക് പരിവർത്തിക്കാൻ എന്റെ മാർഗ്ഗത്തിനു കഴിയും. നിങ്ങളിപ്പോൾ വെറുപ്പിന്റെ മാർഗ്ഗത്തിലാണ്. നിങ്ങൾ നിൽക്കണം. പകരം ക്ഷമയുടെയും ധാരണയുടെയും സ്നേഹത്തിന്റെയും മാർഗ്ഗം തിരഞ്ഞെടുക്കണം.”

സന്യാസിയുടെ വാക്കുകൾ അംഗുലീമാലയെ സ്പർശിച്ചു. അതുപോലെത്തന്നെ അയാളുടെ മനസ്സ് ആകെ കുഴഞ്ഞുമറിഞ്ഞു. പെട്ടെ

ന്നയാൾക്ക് തോന്നി, താൻ വെട്ടിപ്പിളർക്കപ്പെട്ടിരിക്കുന്നു, ആ മുറിവുകളിലേക്ക് ഉപ്പ് വിതറപ്പെട്ടിരിക്കുന്നു. ബുദ്ധൻ സ്നേഹത്തിൽ നിന്നുകൊണ്ടാണ് സംസാരിച്ചതെന്ന് അയാളറിഞ്ഞു. ബുദ്ധനിൽ വെറുപ്പില്ല, അപ്രീതിയും. ആദരവർഹിക്കുന്ന ഒരു പൂർണ്ണ മനുഷ്യനോടെന്നപോലെ സന്യാസി അംഗുലിമാലയെ നോക്കി. ആളുകൾ 'ബുദ്ധനെ'ന്ന് വിളിക്കുകയും പ്രശംസിക്കുകയും ചെയ്യുന്ന ഗൗതമൻ തന്നെയായിരിക്കുമോ ഇത്? അംഗുലീമാല ചോദിച്ചു: "അങ്ങാണോ ഗൗതമമുനി?"

ബുദ്ധൻ തലയാട്ടി.

അംഗുലീമാല പറഞ്ഞു: "അങ്ങയെ നേരത്തെ കണ്ടുമുട്ടാത്തത് വലിയ നിർഭാഗ്യമായിപ്പോയി. എന്റെ നാശത്തിന്റെ പാതയിൽ ഞാനിപ്പോൾതന്നെ വളരെയേറെപ്പോയിരിക്കുന്നു, ഇനി മടങ്ങിവരാൻ സാധ്യമല്ല."

ബുദ്ധൻ: "അല്ല, അംഗുലീമാല, ഒരു നല്ല പ്രവൃത്തിചെയ്യുവാൻ ഒരിക്കലും സമയം വൈകിയിട്ടില്ല."

"എന്ത് പ്രവൃത്തിയാണ് എനിക്ക് ചെയ്യാനാവുക?"

"ഹിംസയുടെയും വെറുപ്പിന്റെയും പാതയിലൂടെയുള്ള യാത്ര അവസാനിപ്പിക്കുക. അതായിരിക്കും പ്രവൃത്തികളിൽ വച്ച് ഏറ്റവും മഹത്തരം. അംഗുലീമാല, ദുരിതത്തിന്റെ കടൽ വളരെ വലുതാണെങ്കിലും, പിന്നിലേയ്ക്ക് തിരിഞ്ഞുനോക്കുക, നിങ്ങൾ തീരം കാണും."

"ഗൗതമാ, ഞാൻ ആഗ്രഹിച്ചാലും, എനിക്കിപ്പോൾ പിന്തിരിയാൻ കഴിയില്ല. ഞാൻ ചെയ്തത് നോക്കിയാൽ ഒരാളും എന്നെ സമാധാനമായിട്ട് ജീവിക്കാൻ വിടില്ല."

ബുദ്ധൻ അംഗുലീമാലയുടെ കരം ഗ്രഹിച്ചുകൊണ്ട് പറഞ്ഞു: "അംഗുലീമാല, നിങ്ങൾ വെറുപ്പിന്റെ മനസ്സ് ഉപേക്ഷിക്കുകയും മാർഗ്ഗം പഠിക്കാനും പരിശീലിക്കാനും സ്വയം സമർപ്പിക്കുകയുമാണെങ്കിൽ, ഞാൻ നിങ്ങളെ രക്ഷിക്കാം. പുതിയൊരു ജീവിതം തുടങ്ങാനും മറ്റുള്ളവരെ സേവിക്കാനും പ്രതിജ്ഞ എടുക്കുക. നിങ്ങൾ ബുദ്ധിയുള്ള ഒരാളാണെന്ന് എളുപ്പത്തിൽ മനസ്സിലാകും. സാക്ഷാത്കാരത്തിന്റെ പാതയിൽ നിങ്ങൾ വിജയിക്കുമെന്നതിൽ എനിക്ക് യാതൊരു സംശയവുമില്ല."

അംഗുലീമാല ബുദ്ധനു മുമ്പിൽ മുട്ടുകുത്തി. പിറകിൽ കെട്ടിയിരുന്ന വാളൂരി നിലത്ത് വെച്ചു, ബുദ്ധന്റെ കാലിൽ നമസ്കരിച്ചു. തന്റെ മുഖം കൈകളാൽ മറച്ച് അയാൾ തേങ്ങിക്കരയുവാൻ തുടങ്ങി. കുറെ നേരത്തിനുശേഷം മുഖമുയർത്തി, "എന്റെ ദുഷ്ടമാർഗ്ഗങ്ങൾ ഉപേക്ഷിക്കുമെന്ന് ഞാൻ പ്രതിജ്ഞയെടുക്കുന്നു. ഞാൻ അങ്ങയെ പിന്തുടരും. അങ്ങയിൽനിന്ന് കാരുണ്യം പഠിക്കും. അങ്ങയുടെ ശിഷ്യനായി എന്നെ സ്വീകരിക്കുവാൻ ഞാൻ യാചിക്കുന്നു."

അന്നേരം, സംപൂജ്യരായ സരിപുത്രൻ, ആനന്ദൻ, ഉപാലി തുടങ്ങിയ നിരവധി ഭിക്ഷുക്കൾ അവിടെയെത്തി. അവർ ബുദ്ധന്റെയും അംഗുലീമാലയുടെയും ചുറ്റുമായി നിന്നു. ബുദ്ധൻ സുരക്ഷിതനാണെന്നും അംഗുലീമാല ശരണങ്ങൾ സ്വീകരിക്കുവാൻ തയ്യാറെടുക്കുകയാണെന്നും കണ്ട് അവരുടെ ഹൃദയങ്ങൾ സന്തുഷ്ടമായി. ആനന്ദനോട് ഒരിണ വസ്ത്രങ്ങൾ തരുവാൻ ബുദ്ധൻ ആവശ്യപ്പെട്ടു. ഉപാലിക്ക് അംഗുലീമാലയുടെ തല മുണ്ഡനം ചെയ്യുന്നതിനായി അടുത്ത വീട്ടിൽ നിന്ന് ഒരു ക്ഷൗരക്കത്തി കിട്ടുമോയെന്ന് ചോദിക്കാൻ ബുദ്ധൻ സരിപുത്രനോട് പറഞ്ഞു. അവിടെവച്ച് അപ്പോൾതന്നെ അംഗുലീമാലയെ ഉപസമ്പദം ചെയ്തു. അയാൾ മുട്ടുകുത്തി. മൂന്ന് ശരണങ്ങൾ ചൊല്ലി; ഉപാലി ധർമ്മോപദേശങ്ങൾ നൽകി. പിന്നീടവരൊന്നിച്ച് ജേതവനത്തിലേക്ക് പോയി. അടുത്ത പത്തുനാൾ ഉപാലിയും സരിപുത്രനും അംഗുലീമാലയെ ധർമ്മോപദേശങ്ങളുടെ പരിശീലനത്തെപ്പറ്റിയും ധ്യാനപരിശീലനത്തെപ്പറ്റിയും ഭിക്ഷാടനത്തിന്റെ മാർഗ്ഗങ്ങളെപ്പറ്റിയും പഠിപ്പിച്ചു. അയാൾക്ക് മുമ്പുള്ള മറ്റേതൊരു ഭിക്ഷുവിനെക്കാളും കഠിനമായ ശ്രമങ്ങൾ അയാൾ നടത്തി. ഉപസമ്പദത്തിന് രണ്ടാഴ്ചകൾക്കുശേഷം ബുദ്ധൻ അംഗുലീമാലയെ സന്ദർശിച്ചപ്പോൾ അദ്ദേഹത്തിലുണ്ടായ മാറ്റം കണ്ട് ബുദ്ധൻ പോലും അതിശയിച്ചു. സ്ഥൈര്യവും പ്രശാന്തിയും അംഗുലീമാലയിൽനിന്നു പ്രസരിച്ചു. അത്യപൂർവ്വമായ സൗമ്യത കണ്ട് മറ്റു ഭിക്ഷുക്കൾ "അഹിംസയുള്ള ആൾ" എന്നർത്ഥം വരുന്ന "അഹിംസക" എന്ന് വിളിച്ചു. സത്യത്തിൽ അതായിരുന്നു, ജന്മനായുള്ള അയാളുടെ പേര്. അദ്ദേഹത്തിന് ഏറ്റവും അനുയോജ്യമായ പേര് അതു തന്നെയാണെന്ന് സ്വാസ്തി കണ്ടെത്തി. കാരണം, ബുദ്ധനെ ഒഴിച്ചു നിർത്തിയാൽ അദ്ദേഹത്തിന്റേതുപോലെ കരുണാർദ്രമായ നോട്ടം മറ്റൊരു ഭിക്ഷുവിനുമില്ലായിരുന്നു.

ഒരു പ്രഭാതത്തിൽ, അംഗുലീമാലയടക്കം, അമ്പത് ഭിക്ഷുമാരോടൊപ്പം ബുദ്ധൻ ശ്രാവസ്തിയിൽ ഭിക്ഷാടനത്തിനിറങ്ങി. അവർ നഗരത്തിലെത്തിയപ്പോൾ പടക്കുതിരയുടെ പുറത്തിരുന്നുകൊണ്ട് ഒരു വ്യൂഹം പട്ടാളക്കാരെ നയിക്കുന്ന പസേനദി രാജാവിനെ കണ്ടുമുട്ടി. രാജാവും അദ്ദേഹത്തിന്റെ പട്ടാളമേധാവികളും പടച്ചട്ടയണിഞ്ഞിരുന്നു. ബുദ്ധനെ കണ്ടപ്പോൾ രാജാവ് കുതിരപ്പുറത്ത് നിന്നിറങ്ങി, വണങ്ങി.

ബുദ്ധൻ ചോദിച്ചു: "മഹരാജൻ, എന്തെങ്കിലും സംഭവിച്ചോ? മറ്റേതെങ്കിലും രാജ്യം അങ്ങയുടെ അതിർത്തികൾ ആക്രമിച്ചുവോ?"

രാജാവ്: "പ്രഭോ, കോസലത്തെ ആരും ആക്രമിച്ചിട്ടില്ല. അംഗുലീമാലയെന്ന കൊലയാളിയെ പിടികൂടാനാണ് ഞാനിവരെ വിളി

ച്ചുകൂട്ടിയത്. അയാൾ ഭയങ്കര അപകടകാരിയാണ്. അയാളെ നീതിയിലേക്ക് കൊണ്ടുവരാൻ ഇതുവരെ ആർക്കും കഴിഞ്ഞിട്ടില്ല. രണ്ടാഴ്ചകൾക്കു മുമ്പ് അയാളെ നഗരത്തിൽ കണ്ടിരുന്നു. എന്റെ ജനങ്ങൾ നിരന്തര ഭയപ്പാടിലാണ് ജീവിക്കുന്നത്."

ബുദ്ധൻ ചോദിച്ചു: "അംഗുലീമാല അത്രയ്ക്കും അപകടകാരിയാണെന്ന് അങ്ങേയ്ക്ക് തോന്നുന്നുണ്ടോ?"

രാജാവ്: "പ്രഭോ, ഓരോ കുഞ്ഞിനും പുരുഷനും സ്ത്രീക്കും അംഗുലീമാല ഒരാപത്താണ്. അയാളെ കണ്ടു കിട്ടി കൊല്ലുന്നതുവരെ എനിക്ക് വിശ്രമമില്ല."

ബുദ്ധൻ: "അംഗുലീമാല അയാളുടെ രീതികളെപ്പറ്റി പശ്ചാത്തപിക്കുകയും ഇനി ഒരിക്കലും കൊല്ലില്ലെന്ന് പ്രതിജ്ഞ ചെയ്യുകയും ഒരു ഭിക്ഷുവിന്റെ വ്രതങ്ങളെടുത്തുകൊണ്ട് എല്ലാ ജീവനെയും ആദരിക്കുമെന്ന് പ്രതിജ്ഞ ചെയ്യുകയുമാണെങ്കിൽ, പിന്നെയും അങ്ങ് അയാളെ പിടിക്കുകയും കൊല്ലുകയും ചെയ്യേണ്ടതുണ്ടോ?"

"പ്രഭോ, അംഗുലീമാല അങ്ങയുടെ ശിഷ്യനായി കൊല ചെയ്യുന്നതിനെതിരായുള്ള ധർമ്മോപദേശം പിന്തുടരുകയും ഒരു ഭിക്ഷുവിന്റെ പാവനവും നിരുപദ്രവകരവുമായ ജീവിതം ജീവിക്കുകയുമാണെങ്കിൽ എന്റെ സന്തോഷത്തിന് അതിരുണ്ടാവില്ല. അയാളുടെ ജീവൻ വിട്ടുകൊടുക്കുകയും അയാൾക്ക് സ്വാതന്ത്ര്യം അനുവദിക്കുകയും മാത്രമല്ല, അയാൾക്ക് ഔഷധവും ഭക്ഷണവും വസ്ത്രവും ഞാൻ സമ്മാനിക്കും. പക്ഷേ, അങ്ങനെയൊരു സംഗതി സംഭവിക്കുമെന്ന് എനിക്ക് തോന്നുന്നില്ല."

ബുദ്ധൻ തന്റെ പിന്നിൽ നിൽക്കുന്ന അംഗുലീമാലയെ ചൂണ്ടിക്കാട്ടി പറഞ്ഞു: "മഹാരാജൻ, ഈ സന്യാസി അംഗുലീമാലയല്ലാതെ മറ്റാരുമല്ല. അദ്ദേഹം ഒരു ഭിക്ഷുവിന്റെ ധർമ്മോപദേശങ്ങൾ സ്വീകരിച്ചു. കഴിഞ്ഞ രണ്ടാഴ്ചകളിൽ അദ്ദേഹം ഒരു പുതിയ മനുഷ്യനായി."

കുപ്രസിദ്ധ കൊലയാളിയുടെ തൊട്ടടുത്താണ് താൻ നിൽക്കുന്നതെന്ന് മനസ്സിലാക്കിയ പസേനദി രാജാവ് ഭയംകൊണ്ട് ഞെട്ടിപ്പോയി.

ബുദ്ധൻ: മഹരാജൻ, അദ്ദേഹത്തെ ഭയപ്പെടേണ്ടതില്ല. ഒരു പിടി മണ്ണിനേക്കാൾ സൗമ്യനാണ് ഭിക്ഷു അംഗുലീമാല. ഞങ്ങളയാളെ ഇപ്പോൾ വിളിക്കുന്നത് അഹിംസകൻ എന്നാണ്."

രാജാവ് അദ്ദേഹത്തിന്റെ നേരെ തുറിച്ചുനോക്കി. പിന്നീട് അദ്ദേഹത്തെ വണങ്ങി. അദ്ദേഹം ചോദിച്ചു: "അഭിവന്ദ്യനായ സന്യാസീ, താങ്കൾ ഏത് കുടുംബത്തിലാണ് ജനിച്ചത്? താങ്കളുടെ അച്ഛന്റെ പേരെന്താണ്?"

“മഹരാജൻ, എന്റെ അച്ഛന്റെ പേര് ഗഗ്ഗയെന്നാണ്. എന്റയമ്മ മന്ദാനിയായിരുന്നു.”

“ഭിക്ഷു മന്ദാനി പുത്രാ, താങ്കൾക്ക് ഔഷധവും വസ്ത്രവും ഭക്ഷണവും അർപ്പിക്കാൻ എന്നെ അനുവദിക്കുക.”

അഹിംസകൻ: “നന്ദി, മഹരാജൻ; എനിക്കിപ്പോൾ തന്നെ മൂന്ന് വസ്ത്രങ്ങളുണ്ട്. ദിവസേന ഭിക്ഷാടനത്തിലൂടെ ഭക്ഷണവും കിട്ടുന്നുണ്ട്. ഇപ്പോൾ ഔഷധത്തിന്റെ ആവശ്യമില്ല. അങ്ങയുടെ അർപ്പണത്തിന് നന്ദി.”

രാജാവ് വീണ്ടും പുതിയ ഭിക്ഷുവിനെ വണങ്ങി, ബുദ്ധന്റെ നേരെ തിരിഞ്ഞു: “ഉൽബുദ്ധനായ ഗുരുനാഥാ, അങ്ങയുടെ ധർമ്മപരത അപാരം തന്നെ! മറ്റാർക്കും സാധിക്കാത്ത സാഹചര്യങ്ങളിലേക്ക് അങ്ങ് സന്തോഷവും ക്ഷേമൈശ്വര്യവും എത്തിക്കുന്നു. മറ്റുള്ളവർ ശക്തി കൊണ്ടും അക്രമം കൊണ്ടും പരിഹരിക്കുന്നതിൽ പരാജയപ്പെടുന്നവ അങ്ങയുടെ മഹത്തായ ധർമ്മംകൊണ്ട് അങ്ങ് പരിഹരിക്കുന്നു. ഞാനെന്റെ ഉദാത്തമായ കൃതജ്ഞത അറിയിക്കട്ടെ!”

തങ്ങളുടെ പട്ടാളക്കാരെ പിരിച്ചുവിട്ട് അവരെ അവരുടെ സാധാരണ ജോലികളിലേക്ക് തിരിച്ചയക്കുവാൻ മേധാവികളോട് ആവശ്യപ്പെട്ട് രാജാവ് വിടവാങ്ങി.

54. ഏകാഗ്രതയിൽ വർത്തിക്കുക

അംഗുലീമാലയുടെ ഉപസമ്പദത്തെപ്പറ്റിയുള്ള വാർത്ത വളരെ പ്പെട്ടെന്ന് നഗരത്തിൽ പരന്നു. എല്ലാവരും ആശ്വാസത്തിന്റെ നെടു വീർപ്പിട്ടു. അയൽരാജ്യങ്ങളും വേഗംതന്നെ കൊലയാളിയുടെ മനംമാറ്റം അറിഞ്ഞു. ബുദ്ധനെയും സംഘത്തെയും ജനങ്ങൾ അതുവരെയുള്ള തിനെക്കാളും കൂടുതലായി ആദരിച്ചു.

കഴിവുള്ളവരും ബുദ്ധിമാന്മാരുമായ നിരവധി യുവാക്കളെ സംഘം തുടർന്നും ആകർഷിച്ചുകൊണ്ടിരുന്നു. അവരെല്ലാം മറ്റ് വിശ്വാസങ്ങൾ ഉപേക്ഷിച്ച് ബുദ്ധന്റെ ബോധനം പിന്തുടർന്നു. കോസലത്തിലെയും മഗധയിലെയും മതസംഘങ്ങൾക്കിടയിൽ ഗൃഹസ്ഥശിഷ്യൻ ഉപാലി നിഗന്തമാർഗ്ഗം ഉപേക്ഷിച്ചതെങ്ങനെയെന്ന കഥ ചൂടുപിടിച്ച ചർച്ച യ്ക്കുള്ള ഒരു വിഷയമായിരുന്നു. ഉത്തരമഗധയിൽ താമസിച്ചിരുന്ന കുബേരനും നൈപുണ്യവാനുമായ ഒരു യുവാവായിരുന്നു ഉപാലി. നിഗന്തസംഘത്തിന്റെ പ്രധാനരക്ഷാധികാരികളിൽ ഒരാളായിരുന്നു ഉപാ ലി. നാതപുത്രനെന്ന ഗുരുനാഥനായിരുന്നു അതിന്റെ നേതാവ്. അത്യ ധികം മിതവ്യയത്തിലാണ് നിഗന്ത സന്യാസിമാർ ജീവിച്ചിരുന്നത്. അവർ വസ്ത്രങ്ങൾ പോലും ഉപേക്ഷിച്ചിരുന്നു. ജനങ്ങൾക്ക് അവരെ പ്പറ്റി വലിയ മതിപ്പായിരുന്നു.

ആ വസന്തത്തിൽ, ബുദ്ധൻ പവാരിക മാവിൻതോട്ടത്തിൽ താമസി ക്കുകയായിരുന്നു. നാതപുത്രന്റെ മുതിർന്ന വിദ്യാർത്ഥികളിലൊരാളായ ദിഗതപസ്സി എന്ന സന്യാസി നളന്ദയിൽ ഒരു ദിവസം ഭിക്ഷാടനം നട ത്തിയശേഷം അവിടെ തങ്ങി. അദ്ദേഹം ബുദ്ധനെ സന്ദർശിച്ചു. നിഗന്ത സന്യാസിമാർ കർമ്മത്തെപ്പറ്റി പറയാറില്ലെന്നും പാപങ്ങളെപ്പറ്റി മാത്ര മാണ് പറയാറുള്ളതെന്നും തപസ്സിയിൽ നിന്ന് ബുദ്ധൻ മനസ്സിലാക്കി. തപസ്സി വിശദീകരിച്ചു. മൂന്ന് തരം പാപങ്ങളുണ്ട്. ശരീരം ചെയ്യുന്ന പാപങ്ങൾ. തെറ്റായ വാക്കുകൊണ്ടുണ്ടാകുന്ന പാപങ്ങൾ. പാപചിന്ത കൾ. ഏത് പാപമാണ് ഏറ്റവും ഗൗരവപ്പെട്ടതെന്ന് ബുദ്ധൻ ചോദിച്ചു: സന്യാസി പറഞ്ഞു: “ശരീരംകൊണ്ട് ചെയ്യുന്ന പാപമാണ് ഏറ്റവും ഗൗരവമായത്.”

കൂടുതൽ അടിസ്ഥാനമായുള്ളത് മനസ്സാകയാൽ അപഥ്യമായ ചിന്ത യാണ് ഉൽബുദ്ധതയുടെ മാർഗ്ഗമനുസരിച്ച് ഏറ്റവും ഗൗരവമായി കണ

ക്കാക്കപ്പെടുന്നതെന്ന് ബുദ്ധൻ അദ്ദേഹത്തോട് പറഞ്ഞു. തനിക്ക് പിന്നീട് ഇക്കാര്യം ആവർത്തിക്കണമെന്നുള്ളതുകൊണ്ട് അദ്ദേഹം മൂന്ന് തവണ ബുദ്ധനെക്കൊണ്ട് ഇത് ആവർത്തിപ്പിച്ചു. അദ്ദേഹം തിരിച്ച് നാതപുത്രന്റെ അടുത്തെത്തി. ബുദ്ധൻ പറഞ്ഞത് ആവർത്തിച്ചു. നാത പുത്രൻ പൊട്ടിച്ചിരിച്ചു.

നാതപുത്രൻ: "ആ ഗൗതമസന്യാസി വളരെ ഗുരുതരമായ തെറ്റാണ് വരുത്തിയിരിക്കുന്നത്. പാപചിന്തകളോ വാക്കോ അല്ല ഏറ്റവും വലിയ പാപങ്ങൾ. ശരീരം ചെയ്യുന്ന തെറ്റുകളാണ് ഏറ്റവും ഗൗരവമായത്. അവയുടെ ഫലം ദീർഘകാലം നിൽക്കുകയും ചെയ്യും. സന്യാസി തപസ്സി എന്റെ ബോധത്തിന്റെ ആവശ്യമായ കാര്യങ്ങൾ മനസ്സിലാ ക്കിയിട്ടുണ്ട്."

തന്റെ നിരവധി ചങ്ങാതിമാരെ സന്ദർശിക്കാനെത്തിയ ഉപാലിയ ടക്കം നിരവധി ശിഷ്യന്മാർ ഈ സംഭാഷണം നടക്കുമ്പോൾ അവിടെ ഉണ്ടായിരുന്നു. ഇക്കാര്യത്തിലുള്ള ബുദ്ധന്റെ കാഴ്ചപ്പാടിനെ വെല്ലു വിളിക്കാനായി ബുദ്ധനെ സന്ദർശിക്കാനുള്ള ആഗ്രഹം ഉപാലി പ്രക ടിപ്പിച്ചു. പോകാനായി ഉപാലിയെ നാതപുത്രൻ പ്രോത്സാഹിപ്പിച്ചു. എന്നാൽ തപസ്സി തന്റെ മുൻകരുതൽ പ്രകടിപ്പിച്ചു. ബുദ്ധന് ഉപാലിയെ ബോധ്യപ്പെടുത്താനും, ഒരുപക്ഷേ അദ്ദേഹത്തെ പരിവർത്തിപ്പിക്കാനും സാധിച്ചേക്കുമെന്ന് അദ്ദേഹം അസ്വസ്ഥപ്പെട്ടു.

നാതപുത്രന് ഉപാലിയിൽ ഉറച്ച വിശ്വാസമുണ്ടായിരുന്നു, "ഗൗത മന്റെ ശിഷ്യനായിത്തീരാൻ ഉപാലി നമ്മെ ഉപേക്ഷിക്കുമെന്നൊരു ഭയ ത്തിന്റെ ആവശ്യമില്ല. ആർക്കു പറയാനാവും, ബുദ്ധൻ ഒരുപക്ഷേ, ഉപാലിയുടെ ശിഷ്യനാവില്ലായെന്ന്!"

ഉപാലിയെ പോകുന്നതിൽ നിന്നും തപസ്സി പിന്നെയും നിരുത്സാ ഹപ്പെടുത്തി. പക്ഷേ, ഉപാലിയുടെ മനസ്സ് ഉറച്ചുകഴിഞ്ഞിരുന്നു. ഉപാലി ബുദ്ധനെ കണ്ടതും ബുദ്ധന്റെ ആർജ്ജവമുള്ളതും ഉത്തേജിപ്പിക്കുന്ന തുമായ സംസാരരീതിയിൽ മതിപ്പുള്ളവനായി. എന്തുകൊണ്ട് അപ ഥ്യമായ ചിന്ത അപഥ്യമായ വാക്കിനെക്കാളും പ്രവൃത്തിയേക്കാളും കൂടുതൽ അടിസ്ഥാനപരമാണെന്ന് ബുദ്ധൻ ഏഴ് ഉദാഹരണങ്ങൾ കൊണ്ട് ഉപാലിക്ക് കാണിച്ചു കൊടുത്തു. നിഗന്തവിഭാഗത്തിലെ ശിഷ്യ ന്മാർ കൊല്ലരുതെന്ന ധർമ്മോപദേശം പാലിക്കുന്നവരാണെന്ന് ബുദ്ധ നറിയാമായിരുന്നു. കീടങ്ങളെ ചവിട്ടിപ്പോയാൽ അവ ചതഞ്ഞരഞ്ഞു പോകുമെന്നുള്ളതു കൊണ്ട് അങ്ങനെ ചെയ്യാതിരിക്കുന്നതിൽ അവ രെത്ര ശ്രദ്ധാലുക്കളാണെന്ന് ബുദ്ധൻ അറിഞ്ഞിരുന്നു. അതിനവരെ അദ്ദേഹം ശ്ലാഘിക്കുകയും ചെയ്തു. പിന്നീടദ്ദേഹം ഉപാലിയോട് ചോദിച്ചു: "താങ്കൾ മനഃപൂർവ്വം ഒരു കീടത്തെ ചവിട്ടിയില്ലെങ്കിലും,

അറിയാതെ ആകസ്മികമായി അങ്ങനെ ചെയ്താൽ, താങ്കൾ പാപം ചെയ്തുവോ?"

ഉപാലി പ്രതികരിച്ചു: "താങ്കൾ കൊല്ലാൻ ഉദ്ദേശിച്ചിട്ടില്ലെങ്കിൽ, താങ്കൾ പാപം ചെയ്തിട്ടില്ലെന്നാണ് നാതപുത്രഗുരുനാഥൻ പറയുന്നത്."

ബുദ്ധൻ മന്ദഹസിച്ചു: "അപ്പോൾ എന്താണോ അടിസ്ഥാനപരമായിട്ടുള്ളത് അത് ചിന്തയാണെന്ന് നാതപുത്രഗുരുനാഥൻ സമ്മതിക്കുന്നുണ്ട്. പിന്നെയെങ്ങനെ പാപം നിറഞ്ഞ കൃത്യമാണ് കൂടുതൽ ഗൗരവമുള്ളതെന്ന് അദ്ദേഹത്തിന് പറയാനാവും?"

ബുദ്ധന്റെ വ്യക്തതയിലും ജ്ഞാനത്തിലും ഉപാലിക്ക് മതിപ്പുളവായി. ആദ്യത്തെ ഉദാഹരണം തന്നെ വേണ്ടത്ര ബോധ്യപ്പെടുത്തുന്നതായിരുന്നു എന്ന് പിന്നീടദ്ദേഹം ബുദ്ധനോട് ഏറ്റ് പറയുകയുണ്ടായി; ബുദ്ധന്റെ ബോധനം കൂടുതൽ കേൾക്കുവാൻ വേണ്ടി മാത്രമാണ് അദ്ദേഹം കൂടുതൽ ഉദാഹരണങ്ങൾ നൽകുവാൻ നിർബ്ബന്ധിച്ചത്. ബുദ്ധൻ ഏഴാമത്തെ ഉദാഹരണം വിശദീകരിച്ചു കഴിഞ്ഞപ്പോൾ, ഉപാലി ബുദ്ധനെ നമസ്കരിച്ചു. തന്നെ ശിഷ്യനായി സ്വീകരിക്കുവാൻ അപേക്ഷിച്ചു:

ബുദ്ധൻ: "ഉപാലീ, താങ്കൾ ഇത്തരം അപേക്ഷ ശ്രദ്ധാപൂർവ്വം കൈക്കൊള്ളണം. താങ്കളെപ്പോലെ വിവരമുള്ള ഒരാൾ ധൃതിപ്പെട്ട് ഒരു തീരുമാനം എടുത്തുകൂടാ. താങ്കൾക്ക് ഉറപ്പുവരുന്നതുവരെ പരിചിന്തിക്കുക."

ബുദ്ധന്റെ വാക്കുകൾ അദ്ദേഹത്തോടുള്ള ഉപാലിയുടെ ആദരം വർദ്ധിപ്പിച്ചു. സ്വന്തം അന്തസ്സ് ഉയർത്തുവാനായി മറ്റുള്ളവരെ പരിവർത്തനം ചെയ്യുന്നതിൽ ബുദ്ധന് താൽപര്യമില്ലെന്ന് ഉപാലിക്കറിയാം. സ്വന്തം വിഭാഗത്തെ പിന്താങ്ങുന്നതിനു മുമ്പായി വീണ്ടുവിചാരം ചെയ്യുവാൻ മറ്റൊരു ആത്മീയ ഗുരുവും ഉപാലിയോട് ഒരിക്കലും പറഞ്ഞിട്ടില്ല. ഉപാലി മറുപടി നൽകി: "പ്രഭോ, ഞാൻ വേണ്ടത്ര പരിചിന്തിച്ചു. ബുദ്ധനിലും ധർമ്മത്തിലും സംഘത്തിലും ശരണം പ്രാപിക്കുവാൻ എന്നെ അനുവദിച്ചാലും. സത്യസന്ധവും ശരിയായതുമായ ഒരു മാർഗ്ഗം കണ്ടെത്തിയതിൽ ഞാൻ വളരെയധികം കൃതാർത്ഥനാണ്."

ബുദ്ധൻ: "ഉപാലീ, നിഗന്ത മാർഗ്ഗത്തിന്റെ ഒരു പ്രധാനപ്പെട്ട രക്ഷാധികാരിയായിരുന്നു ഏറെക്കാലമായി താങ്കൾ. എന്നിൽ ശരണം സ്വീകരിച്ചാലും താങ്കളുടെ മുമ്പത്തെ വിഭാഗത്തിന് അർപ്പണങ്ങൾ നൽകുന്നത് ദയവായി നിർത്തരുത്."

ഉപാലി: "പ്രഭോ, അങ്ങ് ശരിക്കും ശ്രേഷ്ഠൻ തന്നെ! ഞാൻ അറിഞ്ഞിട്ടുള്ള ഗുരുനാഥന്മാരെപ്പോലെയല്ല അങ്ങ്. സുതാര്യനും മഹാമനസ്കനുമാണ്."

ഉപാലി ബുദ്ധന്റെ ഒരു ശിഷ്യനായിത്തീർന്നു എന്ന വാർത്ത തപസ്സി നാതപുത്രനെ അറിയിച്ചപ്പോൾ അദ്ദേഹത്തിന് വിശ്വസിക്കാനായില്ല. അദ്ദേഹം തപസ്സിയുമൊത്ത് ഉപാലിയുടെ വീട്ടിൽ വന്നു. ഉപാലി വാർത്ത സ്ഥിരീകരിച്ചു.

കോസലം, മഗധ തുടങ്ങിയ രാജ്യങ്ങളിലുടനീളമുള്ള കൂടുതൽ കൂടു തൽ ആളുകൾ ഉൽബുദ്ധതയുടെ മാർഗ്ഗം സ്വീകരിച്ചു. ഭിക്ഷുക്കൾ ശ്രാവ സ്തിയിൽ ബുദ്ധനെ സന്ദർശിച്ചപ്പോൾ അവരീ സന്തോഷവാർത്ത അദ്ദേഹത്തെ അറിയിച്ചു.

ബുദ്ധൻ അവരോട് പറഞ്ഞു: "മാർഗ്ഗം സ്വീകരിക്കുന്ന ആളുകൾ വർദ്ധിക്കുന്നത് നല്ലതോ ചീത്തയോ എന്നത്, ഭിക്ഷുക്കൾ പരിശീലന ത്തിൽ എത്ര ശുഷ്കാന്തി പുലർത്തുന്നു എന്നതിനെ ആശ്രയിച്ചാണ്. വിജയപരാജയങ്ങളിൽ നാം തൂങ്ങിക്കിടക്കരുത്. ഭാഗ്യവും നിർഭാഗ്യവും നാം സമചിത്തതയോടെ നോക്കിക്കാണണം."

ഒരു പ്രഭാതത്തിൽ ബുദ്ധനും ഭിക്ഷുക്കളും ഭിക്ഷാടനത്തിന് പോകാ നായി വിഹാരത്തിൽ നിന്ന് ഇറങ്ങാൻ നിൽക്കുകയാണ്. അനേകം പൊലീസുകാർ ജേതവനത്തിലേക്ക് പ്രവേശിച്ചു; ഒരു സ്ത്രീയുടെ ജഡം പരിശോധിക്കാനുള്ള കല്പനകളുമായി. വിഹാരത്തിന്റെ തോപ്പിൽ ഒരു സ്ത്രീയുടെ ജഡം പൊലീസ് എന്തുകൊണ്ട് പ്രതീക്ഷിക്കുന്നു എന്ന് മനസ്സിലാവാതെ ഭിക്ഷുക്കൾ ആകെ അമ്പരന്നു. സംപൂജ്യനായ ബദ്ദിയ ആരാണീ സ്ത്രീയെന്ന് തിരക്കി. ശ്രാവസ്തിയിലെ ഒരു വലിയ വിശ്വാസി വിഭാഗത്തിൽ പെട്ട സുന്ദരിയാണ് ആ സ്ത്രീയെന്നവർ പറഞ്ഞു. വിഹാരത്തിലെ നിരവധി ധർമ്മപ്രഭാഷണങ്ങൾ കേൾക്കാൻ വന്നിട്ടുള്ള സുന്ദരിയായ ഒരു യുവതിയാണാ പേരുകാരിയെന്ന് ഭിക്ഷു ക്കൾ തിരിച്ചറിഞ്ഞു. ജേതവനത്തിൽ അവളുടെ ജഡം കണ്ടെത്തുവാ നുള്ള വഴിയില്ല. എന്തായാലും, പരിശോധിക്കണമെന്ന് പൊലീസ് നിർബ്ബന്ധിച്ചു. എല്ലാവരെയും അദ്ഭുതപ്പെടുത്തിക്കൊണ്ട്, ബുദ്ധന്റെ കുടിലിന് അടുത്തായി ആഴമില്ലാത്തൊരു കുഴിയിൽ അവളുടെ ജഡം അവർ കണ്ടെത്തി. എങ്ങനെയാണവൾ മരിച്ചതെന്നോ, അവിടെയെ ങ്ങനെ മറവ് ചെയ്യപ്പെട്ടുവെന്നോ, ആർക്കും മനസ്സിലായില്ല. ജഡവു മായി പൊലീസ് പോയശേഷം, ബുദ്ധൻ ഭിക്ഷുക്കളോട് പതിവുപോലെ ഭിക്ഷാടനത്തിന് പോകുവാൻ പറഞ്ഞു.

"ഏകാഗ്രതയിൽ വർത്തിക്കുക." അദ്ദേഹം അവരോട് പറഞ്ഞു.

അതേ ദിവസം വൈകീട്ട്, ഉറക്കെയുറക്കെ വിലപിച്ചുകൊണ്ട് സുന്ദ രിയുടെ വിശ്വാസി വിഭാഗത്തിലെ അംഗങ്ങൾ അവളുടെ ജഡം നഗരം മുഴുവൻ കൊണ്ട് നടന്നു. ഇടക്കിടെ അവർ നിന്നു; ഉറക്കെ വിളിച്ചു പറഞ്ഞു: "ഇത് സുന്ദരിയുടെ ശവമാണ്! അവളുടെ തകർന്ന ശരീരം

ജേതവനവിഹാരത്തിലെ ആഴം കുറഞ്ഞ ഒരു കുഴിയിലാണ് കണ്ടെത്തിയത്! പരിശുദ്ധവും പവിത്രവും ആയ ജീവിതങ്ങൾ ജീവിക്കുന്നു എന്ന് അവകാശപ്പെടുന്ന കുലീനമായ ശാക്യകുലത്തിൽ നിന്നുള്ള ഭിക്ഷുക്കൾ സുന്ദരിയെ ബലാൽസംഗം ചെയ്തു, കൊന്നു; എന്നിട്ടവർ അവളുടെ ജഡം ഒളിപ്പിക്കാൻ ശ്രമിച്ചു! ദയ, കാരുണ്യം, ആനന്ദം, സമചിത്തത എന്നിവയെക്കുറിച്ചുള്ള അവരുടെ വർത്തമാനം വെറും ജാടയാണ്. നിങ്ങൾ നേരിട്ടുകാണുക!"

ശ്രാവസ്തിയിലെ പ്രജകൾ അസ്വസ്ഥരായി. ബുദ്ധന്റെ ഉറച്ച വിശ്വാസികളിൽ ചിലർക്കുപോലും അവരുടെ വിശ്വാസം ഉലയുന്നതായി തോന്നി. ബുദ്ധന്റെ പെരുമയെ കളങ്കപ്പെടുത്തുന്നതിനായി കെട്ടിച്ചമച്ചതാണിതെല്ലാമെന്ന് മറ്റുള്ളവർക്കുറപ്പായിരുന്നു; അവർക്ക് വല്ലാതെ നൊന്തു. ബുദ്ധൻ ഭീഷണിയുയർത്തിയെന്ന് തോന്നിയ മറ്റ് ആത്മീയ വിഭാഗങ്ങൾ സംഘത്തെ കരിവാരിതേക്കാനും നേരിട്ടു കുറ്റപ്പെടുത്താനുമായി ഈ അവസരം ഉപയോഗിച്ചു. പോയ ഇടങ്ങളിലെല്ലാം ഭിക്ഷുക്കൾ ചോദ്യം ചെയ്യപ്പെട്ടു. ഭിക്ഷുക്കളെ ശല്യപ്പെടുത്തി. ഏകാഗ്രതയിൽ വർത്തിക്കാനും തങ്ങളുടെ പ്രശാന്തത നിലനിർത്താനും ഭിക്ഷുക്കൾ പരമാവധി ശ്രമിച്ചു. പരിശീലനത്തിൽ പുതുതായിട്ടുള്ള ഭിക്ഷുക്കൾക്ക് വിശേഷിച്ചും ഇത് ബുദ്ധിമുട്ടായിരുന്നു. പല യുവ ഭിക്ഷുക്കൾക്കും നാണക്കേട് തോന്നി; നഗരത്തിൽ ഭിക്ഷാടനത്തിന് പോകാൻ ആഗ്രഹമില്ലാതായി.

ഒരു ദിവസം ഉച്ചതിരിഞ്ഞ് ബുദ്ധൻ ഭിക്ഷുക്കളെ എല്ലാവരെയും വിളിച്ചുകൂട്ടി, പറഞ്ഞു. "അന്യായമായ കുറ്റപ്പെടുത്തലുകൾ ഏതു കാലത്തും എവിടെയും സംഭവിക്കാം. നിങ്ങൾക്കതിൽ നാണക്കേട് തോന്നേണ്ടതില്ല. പരിശീലനത്തിന്റെ ശുദ്ധിയുള്ള ജീവിതം ജീവിക്കാനുള്ള പരിശ്രമങ്ങൾ നിങ്ങൾ നിർത്തുകയാണെങ്കിൽ മാത്രമേ, ലജ്ജിക്കേണ്ടതുള്ളൂ. വ്യാജമായ ഈ കുറ്റപ്പെടുത്തൽ പടരും; പിന്നെ ഇല്ലാതാവും. നാളെ നിങ്ങൾ ഭിക്ഷാടനത്തിന് പോകുമ്പോൾ, ആരെങ്കിലും ഇക്കാര്യത്തെപ്പറ്റി നിങ്ങളോട് ചോദിക്കുകയാണെങ്കിൽ, വെറുതെയിങ്ങനെ മറുപടി കൊടുക്കുക, "ഉത്തരവാദികളാരായാലും അവർ നേട്ടങ്ങൾ കൊയ്യും."

ബുദ്ധന്റെ വാക്കുകളിൽ ഭിക്ഷുക്കൾക്ക് വലിയ ആശ്വാസം അനുഭവപ്പെട്ടു. അതിനിടയിൽ, ഇക്കാര്യത്തെപ്പറ്റിയറിഞ്ഞ്, ഏറെ അസ്വസ്ഥനായിത്തീർന്ന വിശാഖ സുദത്തനെ കാണാൻപോയി. ഒന്നിച്ചിരുന്ന് അവർ ഇക്കാര്യം വിശദമായി ചർച്ച ചെയ്തു. യഥാർത്ഥത്തിലുള്ള കുറ്റവാളികളെ കണ്ടെത്തുന്നതിനായി ഒരന്വേഷണം നടത്തുവാൻ അവർ രഹ

സ്യമായി ഒരാളെ ഏർപ്പെടുത്തുവാൻ തീരുമാനിച്ചു. ജേതരാജകുമാരനുമായി അവർ ഈ പദ്ധതി പങ്കിട്ടു. അദ്ദേഹം അവരെ സഹായിക്കാമെന്നേറ്റു.

ഏഴ് ദിവസങ്ങൾക്കുള്ളിൽ യഥാർത്ഥ കൊലയാളികൾ ആരെന്ന് സ്വകാര്യ അന്വേഷകർ കണ്ടെത്തി. ഇതിനുത്തരവാദികളായ രണ്ടുപേർ മദ്യം കുടിച്ച് മത്തരായി കൊള്ളമുതലിനെപ്പറ്റി പരസ്പരം തർക്കിക്കാൻ തുടങ്ങി. മദ്യലഹരിയിലെ ദേഷ്യത്തിൽ സത്യം അവരിൽനിന്ന് പുറത്ത് ചാടി. രാജകീയ പൊലീസെത്തി, അവരെ അറസ്റ്റ് ചെയ്തു. അവർ പൊലീസിനോട് കുറ്റം ഏറ്റ് പറഞ്ഞു. സുന്ദരിയുടെ വിശ്വാസിവിഭാഗത്തിലെ നേതാക്കളാണ് സുന്ദരിയെ വകവരുത്താനും മൃതദേഹം ബുദ്ധന്റെ കുടിലിനരികിൽ മറവ് ചെയ്യാനും അവരെ വാടകയ്ക്കെടുത്തത്.

കൊലയാളികളെ കണ്ടെത്തിയെന്ന വാർത്തയറിയിക്കാനായി പസേനദി രാജാവ് ഉടനെ ജേതവനത്തിലെത്തി സംഘത്തിലുള്ള തന്റെ അചഞ്ചലമായ വിശ്വാസം അദ്ദേഹം പ്രകാശിപ്പിച്ചു; ജനങ്ങളെല്ലാം സത്യമറിയുമെന്ന സന്തോഷവും. കൊലക്ക് ഉത്തരവാദികളായവർക്ക് മാപ്പ് നൽകാൻ ബുദ്ധൻ രാജാവിനോട് പറഞ്ഞു. ജനങ്ങൾ തങ്ങളുടെ വെറുപ്പും അസൂയയും മറികടക്കാത്ത പക്ഷം ഇത്തരം സംഭവങ്ങൾ ആവർത്തിച്ചേക്കാമെന്നും അദ്ദേഹം പറഞ്ഞു.

ശ്രാവസ്തിയിലെ ജനങ്ങൾ ഭിക്ഷുമാരെ വലിയ ആദരവോടും ബഹുമാനത്തോടുംകൂടി വീണ്ടും വീക്ഷിച്ചുപോന്നു.

55. പ്രഭാത നക്ഷത്രത്തിന്റെ ഉദയം

ഒരു ദിവസം ബുദ്ധനും ആനന്ദനും നഗരത്തിന് തൊട്ടപ്പുറത്ത് സ്ഥിതി ചെയ്തിരുന്ന ഒരു ചെറിയ വിഹാരം സന്ദർശിച്ചു. ഭിക്ഷുക്കളെല്ലാം ഭിക്ഷാടനത്തിനായി പുറത്ത്പോയ നേരത്താണ് അവർ എത്തിയത്. വിഹാരത്തിനു ചുറ്റുമായി അവർ നടന്നു. പൊടുന്നനെ, ഏതോ ഒരു കുടിലിൽനിന്നും വേദനകൊണ്ടു പിടയുന്നതിന്റെ ഞരക്കം അവർ കേട്ടു. ബുദ്ധൻ ആ കുടിലിലേക്ക് കടന്നുചെന്നു. ഒരു മൂലയിൽ ക്ഷീണിച്ചവശനായി ചുരുണ്ടുകൂടി കിടക്കുന്ന ഒരു ഭിക്ഷുവിനെ കണ്ടു. അദ്ദേഹത്തിന്റെ മുമ്പിൽ മുട്ടുകുത്തി, ബുദ്ധൻ ചോദിച്ചു: "സഹോദരാ, താങ്കൾക്ക് ദീനമുണ്ടോ?"

ഭിക്ഷു: "പ്രഭോ, എനിക്കതിസാരമാണ്"

"ആരും താങ്കളെ ശുശ്രൂഷിക്കാനില്ലേ?"

"പ്രഭോ, മറ്റുള്ള സഹോദരന്മാർ ഭിക്ഷാടനത്തിന് പുറത്ത് പോയിരിക്കുകയാണ്. ഞാനൊഴിച്ച് ഇവിടെ ആരുമില്ല. ഞാൻ ആദ്യം ദീനമായി കിടന്നപ്പോൾ കുറെയേറെ സഹോദരന്മാർ എന്നെ പരിചരിക്കാനുണ്ടായിരുന്നു. എന്നെക്കൊണ്ട് ഒരാൾക്കും യാതൊരു പ്രയോജനവുമില്ലെന്ന് ഞാൻ മനസ്സിലാക്കിയതോടെ എന്നെപ്പറ്റി ഇനി കൂടുതലായി വിചാരപ്പെടേണ്ടെന്ന് ഞാനവരോട് പറഞ്ഞു."

ബുദ്ധൻ ആനന്ദനോട് പറഞ്ഞു: "പോയി കുറച്ച് വെള്ളം കൊണ്ടുവരൂ. നമുക്ക് നമ്മുടെ സഹോദരനെ കഴുകി വൃത്തിയാക്കാം."

ആനന്ദൻ ഒരു പാത്രം വെള്ളവുമായി വന്നു. രോഗിയായ ഭിക്ഷുവിനെ കുളിപ്പിക്കുന്നതിൽ ബുദ്ധനെ സഹായിച്ചു. അവർ അദ്ദേഹത്തിന്റെ വസ്ത്രങ്ങൾ മാറ്റി. അദ്ദേഹത്തെ എടുത്ത് തിരികെ കട്ടിലിൽ കിടത്തി. ബുദ്ധനും ആനന്ദനും തറ കഴുകി തുടച്ചു. ഭിക്ഷുവിന്റെ മലിനവസ്ത്രങ്ങൾ കഴുകി. അവർ വസ്ത്രങ്ങൾ പുറത്ത് ഉണക്കാനിടുന്ന നേരത്താണ് മറ്റ് സഹോദരന്മാർ മടങ്ങിയെത്തിയത്. അവരോട് കുറച്ച് വെള്ളം തിളപ്പിക്കാനും സഹോദരനുവേണ്ടി ഔഷധം തയ്യാറാക്കാനും ആനന്ദൻ ആവശ്യപ്പെട്ടു.

ഭിക്ഷു സമൂഹം ബുദ്ധനെയും ആനന്ദനെയും ഭക്ഷണത്തിന് ക്ഷണിച്ചു. ഭക്ഷണശേഷം, ബുദ്ധൻ അവരോട് ചോദിച്ചു: "കുടിലിലെ ഭിക്ഷു എന്തു ദീനത്താലാണ് ദുരിതപ്പെടുന്നത്?"

"ഭഗവാൻ ബുദ്ധൻ, അദ്ദേഹത്തിന് അതിസാരമാണ്."

"അദ്ദേഹത്തെ ആരെങ്കിലും പരിചരിക്കുന്നുണ്ടോ?"

"ഭഗവാൻ ബുദ്ധൻ, ഞങ്ങളാദ്യം അദ്ദേഹത്തെ പരിചരിക്കാൻ ശ്രമിച്ചു. പക്ഷേ പിന്നീടദ്ദേഹം ഞങ്ങളോട് വേണ്ടെന്ന് പറഞ്ഞു."

"ഭിക്ഷുമാരേ, മാർഗ്ഗം പിന്തുടരാനായി നാം നമ്മുടെ വീടുകൾ ഉപേക്ഷിക്കുമ്പോൾ നാം മാതാപിതാക്കളെയും കുടുംബത്തെയും പിന്നിൽ ഉപേക്ഷിക്കുന്നു. രോഗം വരുമ്പോൾ നാം പരസ്പരം ശുശ്രൂഷിച്ചില്ലെങ്കിൽ ആരാണത് ചെയ്യുക? നാം പരസ്പരം പരിചരിക്കണം. രോഗിയായ ആൾ ഗുരുനാഥനാകട്ടെ, വിദ്യാർത്ഥിയാകട്ടെ, സ്നേഹിതനാകട്ടെ അദ്ദേഹം ആരോഗ്യം വീണ്ടെടുക്കുന്നതുവരെ നാം അദ്ദേഹത്തെ പരിചരിക്കണം. ഭിക്ഷുമാരേ, ഞാൻ രോഗിയായിരുന്നെങ്കിൽ, എന്റെ ആവശ്യങ്ങൾ നിങ്ങൾ നിവർത്തിക്കുമായിരുന്നോ?"

"തീർച്ചയായും, ഭഗവാൻ ബുദ്ധൻ."

"എങ്കിൽ, രോഗിയാവുന്ന ഏത് ഭിക്ഷുവിന്റെയും ആവശ്യങ്ങൾ നിവർത്തിക്കണം. ബുദ്ധനെ ശുശ്രൂഷിക്കുന്നതുപോലെത്തന്നെയാണ് മറ്റേതൊരു ഭിക്ഷുവിനെ ശുശ്രൂഷിക്കുന്നതും."

ഭിക്ഷുമാർ കൈകൾ ചേർത്ത്, വണങ്ങി.

അടുത്ത വേനലിൽ ശ്രാവസ്തിയിലെ പൂർവ്വാരാമത്തിൽ ബുദ്ധൻ താമസിച്ചിരുന്ന അതേ സമയത്താണ് ശ്രാവസ്തിയിൽ ഒരു വലിയ ഭിഷുണി സമൂഹത്തെ ഭിഷുണി മഹാപ്രജാപതി പഠിപ്പിച്ചുകൊണ്ടിരുന്നത്. ഒരിക്കൽ രാജബിംബിസാരന്റെ പത്നിമാരിൽ ഒരാളായിരുന്ന ഭിക്ഷുണി ഹേമയാണ് അവരെ സഹായിച്ചിരുന്നത്. ഇരുപത്തിമൂന്ന് കൊല്ലം മുമ്പാണ് അവർ ബുദ്ധന്റെ ഒരു ശിഷ്യയായിത്തീർന്നത്. അക്കാലത്ത് അവരുടെ ഗഹനവും സഹജവുമായ ഉൾക്കാഴ്ച അഹന്തയാൽ മൂടപ്പെട്ടിരുന്നു. ബുദ്ധനിൽനിന്ന് അനുശാസനം സ്വീകരിച്ചതോടെ അവർ വിനയം പഠിച്ചു. ഗൃഹസ്ഥശിഷ്യയായി നാല് വർഷക്കാലം മാത്രം പരിശീലനം കഴിഞ്ഞതോടെ, ഉപസമ്പദത്തിന് അവർ അപേക്ഷിച്ചു. പരിശീലനത്തിൽ ഏറ്റവുമധികം ശുഷ്കാന്തിയുള്ളവരായിരുന്നു അവർ. ഇന്നവർ വളരെ പ്രധാനപ്പെട്ട ഒരു ഗുരുനാഥയാണ്. ഭിക്ഷുണികൾക്കിടയിലെ പ്രധാനിയുമാണ്. വിശാഖ അവരെയും മറ്റ് ഭിക്ഷുണികളെയും പതിവായി സന്ദർശിച്ചു. ജേതവനം ബുദ്ധസമൂഹത്തിനു വേണ്ടി വാങ്ങിക്കൊടുത്ത മനുഷ്യസ്നേഹിയായ അനന്തപിണ്ഡികനെന്ന് അറിയപ്പെടുന്ന സുദത്തനെ അവൾ തന്നോടൊപ്പം വരുവാൻ സമ്മതിച്ചു. സഹോദരിമാരായ ഹേമയ്ക്കും ധർമ്മദേനയ്ക്കും ഉൽപലയ്ക്കും പാതാചരയ്ക്കും അദ്ദേഹത്തെ പരിചയപ്പെടുത്തി. അവർ സന്യാസിനിമാരാകുന്നതിനു മുമ്പ് താൻ അവരെ അറിയുമെന്ന് പിന്നീട് വിശാഖ അദ്ദേഹത്തോട് പറഞ്ഞു.

മറ്റൊരു ദിവസം സുദത്തൻ വിശാഖൻ എന്നു തന്നെപേരുള്ള ഒരു പുരുഷസുഹൃത്തിനൊപ്പം സന്യാസീ മഠം സന്ദർശിച്ചു. സന്യാസിനി മാർക്കിടയിലെ അറിയപ്പെടുന്ന ഒരു ഗുരുനാഥയായ ഭിക്ഷുണി ധർമ്മ ദേനയുടെ ഒരു ബന്ധുവായിരുന്നു വിശാഖൻ. അഞ്ച് സ്കന്ദങ്ങളെ പ്പറ്റിയും ശ്രേഷ്ഠമായ അഷ്ടമാർഗ്ഗത്തെപ്പറ്റിയും ഭിക്ഷുണി ധർമ്മദേന പ്രഭാഷണം നടത്തുന്നത് ആ രണ്ട് പുരുഷന്മാരും ശ്രദ്ധിച്ചു. അതിസൂ ക്ഷ്മസത്യങ്ങളെപ്പറ്റിയുള്ള അവരുടെ അവഗാഹം വിശാഖനെ അത്ഭു തപ്പെടുത്തി. ജേതവനത്തിലേക്ക് മടങ്ങിയെത്തിയപ്പോൾ, ഭിക്ഷുണി ധർമ്മദേന പറഞ്ഞതെല്ലാം അദ്ദേഹം ബുദ്ധനോട് പറഞ്ഞു.

ബുദ്ധൻ മറുപടി നൽകി: "താങ്കൾ എന്നോട് അതേ വിഷയങ്ങളെ ക്കുറിച്ച് ചോദിച്ചിരുന്നെങ്കിൽ ഞാനും സഹോദരി ധർമ്മദേന പറഞ്ഞതു തന്നെ പറയുമായിരുന്നേനെ. വിമോചനത്തിന്റെയും ഉൽബുദ്ധതയു ടെയും അനുശാസനം അവർ ശരിക്കും ഗ്രഹിച്ചിട്ടുണ്ട്.

ബുദ്ധൻ ആനന്ദന്റെ നേരെ തിരിഞ്ഞ് പറഞ്ഞു. "ആനന്ദാ, സഹോ ദരി ധർമ്മദേനയുടെ പ്രഭാഷണം ഓർമ്മിച്ച് അത് മുഴുവൻ ഭിക്ഷുണി സമൂഹത്തോട് ആവർത്തിച്ചാലും."

ധർമ്മത്തെപ്പറ്റിയുള്ള ഗ്രാഹ്യത്തിൽ ഭിക്ഷുണി ബദ്ധകാപിലിനിയും പ്രസിദ്ധിയായിരുന്നു. സഹോദരി ധർമ്മദേനയെപ്പോലെ ബുദ്ധതത്ത്വ ങ്ങൾ പഠിപ്പിക്കുന്നതിന് സഞ്ചരിക്കുവാനായി അവരും ക്ഷണിക്കപ്പെ ട്ടിരുന്നു.

ഭിക്ഷുണി പാതാചരയുടെ കഥ ഹൃദയഭേദകമാണ്. ശ്രാവസ്തി യിലെ ഒരു സമ്പന്നകുടുംബത്തിലെ ഏകപുത്രിയായിരുന്നു അവൾ. മാതാപിതാക്കൾ അവളെ ആവശ്യത്തിലേറെ ശ്രദ്ധിച്ചു. വീട്ടിൽനിന്ന് പുറത്ത് പോകാൻ ഒരിക്കലും അവളെ സമ്മതിച്ചില്ല. ദിവസം മുഴുവൻ അവൾ വീടിനുള്ളിൽ കഴിയേണ്ടിവന്നു. അങ്ങനെ, അവൾക്ക് മനു ഷ്യരെ കാണുവാനുള്ള ഒരവസരംപോലും കിട്ടിയില്ല. വിവാഹപ്രായ മായപ്പോൾ, വീടിനുള്ളിൽ തന്നെയുള്ള യുവാവായ ഒരു വേലക്കാര നുമായി അവൾ പ്രേമത്തിലായി, മാതാപിതാക്കളറിയാതെ. മറ്റൊരു സമ്പന്ന കുടുംബത്തിലെ യുവാവുമായി അവളുടെ വിവാഹം മാതാ പിതാക്കൾ നിശ്ചയിച്ചപ്പോൾ പാതാചര തന്റെ രഹസ്യ കാമുകനോ ടൊത്ത് ഒളിച്ചോടുവാൻ തിടുക്കം കൂട്ടി. വിവാഹദിവസം അതിരാവിലെ അവൾ ഒരു വേലക്കാരിയായി വേഷപ്രച്ഛന്നയായി വെള്ളം കൊണ്ടു വരാനായി പുറത്ത് പോയി. പുറത്തു കടന്നയുടനെ അവൾ കാമുകനെ കണ്ടു. അകലെയുള്ള ഒരു ഗ്രാമത്തിലേക്ക് പറന്നു. അവിടെവെച്ച് വിവാ ഹിതരായി.

മൂന്നു വർഷങ്ങൾക്കുശേഷം, പാതാചര ഗർഭിണിയായി. പ്രസവ

സമയമടുത്തു. പ്രസവിക്കാനായി തന്നെ തന്റെ മാതാപിതാക്കളുടെ അടുത്തെത്തിക്കാൻ അവൾ ഭർത്താവിനോടാവശ്യപ്പെട്ടു; ആചാരമനുസരിച്ച്. ഭർത്താവ് വിഷമിച്ചു. പക്ഷേ, അവൾ നിർബന്ധിച്ചപ്പോൾ, അയാൾ സമ്മതിച്ചു. എന്നാൽ പാതിവഴിയിൽ വെച്ച് അവൾക്ക് പ്രസവവേദനയുണ്ടായി. അവൾ ഒരു മകനെ പ്രസവിച്ചു. ഇനി മാതാപിതാക്കളുടെ വീട്ടിലേക്ക് പോകേണ്ട കാര്യമില്ലാത്തതിനാൽ അവർ അവരുടെ സ്വന്തം ഗ്രാമത്തിലേക്ക് തിരിച്ചുപോയി.

രണ്ടു വർഷങ്ങൾക്കുശേഷം, വീണ്ടും അവൾ ഗർഭിണിയായി. വീണ്ടും അവൾ വീട്ടിലേക്ക് പോകണമെന്ന് ഭർത്താവിനെ നിർബ്ബന്ധിച്ചു. ഇത്തവണ അവർ ഒരു ദുരന്തത്തിൽ പെട്ടു. വഴിക്കുവെച്ച് അവൾക്ക് പ്രസവവേദനയുണ്ടായ സമയത്ത്, കൊടുങ്കാറ്റുണ്ടായി. ഭർത്താവ് അവളോട് പാതയോരത്ത് കാത്ത് നിൽക്കാൻ പറഞ്ഞ്, ഒരു മറയുണ്ടാക്കാനായി മരക്കൊമ്പുകൾ മുറിക്കാൻ കാട്ടിനുള്ളിലേക്ക് പോയി. പാതാചര കുറേ നേരം കാത്തു. പക്ഷേ, അവളുടെ ഭർത്താവ് തിരിച്ചുവന്നില്ല. അർദ്ധരാത്രി കാറ്റിലും മഴയിലും, അവൾ രണ്ടാമത്തെ മകന് ജന്മം നൽകി. പുലർച്ചെ, തന്റെ നവജാത പുത്രനെ ഒരു കയ്യിൽ ഉയർത്തിപ്പിടിച്ച് ഭർത്താവിനെ കണ്ടെത്താനായി കാട്ടിനുള്ളിൽ കടന്നു. ഒരു വിഷസർപ്പത്തിന്റെ ദംശനമേറ്റ് അയാൾ മരിച്ചുകിടക്കുന്നത് അവൾ കണ്ടു. കുറെനേരം അവൾ കഠിന വിഷമത്തോടെ തോരാതെ കരഞ്ഞു. പിന്നീടവൾ എണീറ്റു. ശ്രാവസ്തിയിലുള്ള തന്റെ വീടിനെ ലക്ഷ്യമാക്കി നടന്നു. അവസാനം അവൾ പുഴയിലെത്തി. മഴ കാരണം പുഴ നിറഞ്ഞ് കവിഞ്ഞിരുന്നു; ആദ്യ മകന് മുറിച്ചുകടക്കാൻ സാധിക്കാത്ത വിധത്തിൽ. അവൾ അവനോട് പുഴയിൽ കാത്തു നിൽക്കാൻ പറഞ്ഞു. എന്നിട്ട് രണ്ടാമത്തെ മകനെ സുരക്ഷിതമായി മറുകരയിലെത്തിക്കാൻ വെള്ളത്തിലിറങ്ങി. ആഴമുള്ള വെള്ളത്തിലൂടെ നടക്കുമ്പോൾ അവൾ കുഞ്ഞിനെ തലയ്ക്ക് മുകളിൽ ഉയർത്തിപ്പിടിച്ചിരുന്നു. പാതിവഴി കടന്നപ്പോൾ, കരുത്തനായ ഒരു കഴുകൻ പറന്നിറങ്ങി, കുഞ്ഞിനെ അതിന്റെ കൂർത്ത നഖങ്ങളാൽ പിടിച്ച് പറിച്ചു. തന്റെ കുഞ്ഞിനെ വിടാനായി അവൾ ആ പക്ഷിയോട് അലമുറയിട്ടു. പക്ഷേ, അത് പറന്നകന്നു. കരയിൽ നിന്നിരുന്ന മകൻ അവളുടെ കരച്ചിൽ കേട്ടു. അവൻ വിചാരിച്ചു കൂടെയെത്താനായി അമ്മ വിളിക്കുകയാണെന്ന്. പാതാചര തിരിഞ്ഞു നോക്കിയപ്പോൾ, മകൻ കുത്തിയൊഴുകുന്ന വെള്ളത്തിൽ കാലെടുത്തു വെച്ചതാണ് കണ്ടത്. അവനോട് കാത്ത് നിൽക്കാനായി അവൾ അലറിക്കരഞ്ഞു. പക്ഷേ, കാര്യമുണ്ടായില്ല. ശക്തമായ ഒഴുക്ക് അവനെ വലിച്ചുകൊണ്ടുപോയി. അവനെ രക്ഷിക്കുവാൻ അവൾക്കായില്ല.

അവസാനം പാതാചര മറ്റേ കരയിലേക്ക് മുറിച്ച് കടന്നു. കരയിലെത്തിയതും അവൾ കുഴഞ്ഞുവീണു. ബോധം തെളിഞ്ഞപ്പോൾ അവൾ

എണീറ്റു. ഒരുപാട് ദിവസങ്ങൾ നടന്നു, ശ്രാവസ്തിയിലെത്തുംവരെ. അവസാനം അവൾ വീട്ടിലെത്തി. അവളുടെ മാതാപിതാക്കളുടെ വീട് കൊടുങ്കാറ്റിൽ തകർന്ന് പോയിരുന്നു. ചുമരിടിഞ്ഞുവീണ് മാതാപിതാക്കൾ കൊല്ലപ്പെട്ടിരുന്നു. പാതാചര എത്തിയ ദിവസമാണ് മാതാപിതാക്കളുടെ മൃതദേഹങ്ങൾ സംസ്കരിച്ചത്.

അവൾ പാതയോരത്ത് കുഴഞ്ഞ് വീണു. ഇനി ജീവിക്കുവാൻ അവൾ ആഗ്രഹിച്ചില്ല. ചിലർക്ക് അവളിൽ ദയ തോന്നി. അവരവളെ ബുദ്ധന്റെ അരികിലെത്തിച്ചു. അദ്ദേഹം അവളുടെ കഥ ശ്രദ്ധാപൂർവ്വം കേട്ടു; സൗമ്യനായി പറഞ്ഞു. "പാതാചര, നിങ്ങൾ അതിഭയങ്കരമായി സഹിച്ചു. എന്നാൽ ജീവിതം ദുരിതവും നിർഭാഗ്യവും മാത്രമല്ല. ധൈര്യവതിയായിരിക്കുക! ഉൽബുദ്ധതയുടെ മാർഗ്ഗം പരിശീലിക്കുക! ഒരു ദിവസം നിങ്ങൾക്ക് നിങ്ങളുടെ ഏറ്റവും വേദനിക്കുന്ന ദുരിതങ്ങൾക്ക് നേരെ പോലും പുഞ്ചിരിക്കാൻ കഴിയും. ഇന്നേയ്ക്കും നാളേയ്ക്കും ശാന്തിയും ആനന്ദവും സൃഷ്ടിക്കുന്നതെങ്ങനെയെന്ന് നിങ്ങൾ പഠിക്കും."

പാതാചര അദ്ദേഹത്തെ വണങ്ങി. ശരണങ്ങൾ നൽകുവാനായി അപേക്ഷിച്ചു. ബുദ്ധൻ അവളെ സഹോദരി മഹാപ്രജാപതിയെ ഏല്പിച്ചു. പാതാചര ഭിക്ഷുണിയായി. ഉപസമ്പദം ചെയ്യപ്പെട്ടു. സഹോദരി മഹാപ്രജാപതിയും മറ്റ് ഭിക്ഷുണിമാരും അവളെ വളരെയേറെ സ്നേഹിച്ചു. ഒരുപാട് വർഷങ്ങളുടെ പരിശീലനത്തിനുശേഷം, അവൾ ചിരിക്കുവാൻ വീണ്ടും പഠിച്ചു. ഒരു ദിവസം കാലുകൾ കഴുകിക്കൊണ്ടിരുന്നപ്പോൾ, ജലപ്രവാഹങ്ങൾ ഭൂമിക്കുള്ളിലേക്ക് അപ്രത്യക്ഷമാകുന്നത് അവൾ കണ്ടു. നശ്വരതയുടെ സ്വഭാവത്തിലേക്ക് പെട്ടെന്നവൾക്ക് ഉൾക്കാഴ്ചയുണ്ടായി. അനേകം ദിനരാത്രങ്ങൾ അവൾ ആ പ്രതീകത്തെ ധ്യാനത്തിൽ മനസ്സിനുള്ളിൽ വഹിച്ചു. ഒരു പുലർച്ചെ, ജനനമരണങ്ങളുടെ പ്രഹേളിക പിളർന്ന് അവൾ പുറത്ത് കടന്നു. അന്തഃപ്രചോദിതയായി അവൾ ഒരു കവിത കുറിച്ചു:

ഇന്നാൾ, ഞാൻ കാലുകൾ കഴുകിക്കൊണ്ടിരിക്കെ,
ഭൂമിയുടെ ഹൃദയത്തിലേക്ക്
ജലപ്രവാഹങ്ങൾ
തിരിച്ചുപോകുന്നത് കണ്ടു.
"എങ്ങോട്ടാണ് ജലം തിരിച്ചുപോകുന്നത്?"
ഞാൻ ചോദിച്ചു.
പ്രശാന്തമായ മൗനത്തിൽ ധ്യാനിച്ച്
മനവും തനുവും ഏകാഗ്രമാക്കി
ശക്തമായി കുതിക്കുന്ന ഒരശ്വത്തിന്റെ ചേതനയോടെ

ആറ് ഇന്ദ്രിയവസ്തുക്കളുടെ സ്വഭാവത്തിനുള്ളിലേക്ക് നോക്കി
എണ്ണവിളക്ക് തിരിയിൽ
ദൃഷ്ടിപതിപ്പിച്ച്
ഞാൻ മനസ്സിനെ ഏകാഗ്രമാക്കി
കാലം അതിവേഗം കടന്നുപോയി
എണ്ണവിളക്കുകൾ അപ്പോഴും പ്രകാശിച്ചു.
ഞാനൊരു സൂചിയെടുത്തു
തിരി താഴേയ്ക്കമർത്തി
പ്രകാശം പൊടുന്നനെ കെട്ടു
എല്ലാം ഇരുട്ടിലാഴ്ത്തി.
നാളം കെട്ടു
പക്ഷേ, പൊടുന്നനെ എന്റെ ആത്മാവ് പ്രകാശമാനമായി
പ്രഭാതനക്ഷത്രം ഉദിച്ചപ്പോൾ
എന്റെ മനസ്സ് എല്ലാ ബന്ധങ്ങളിൽനിന്നും മുക്തമായി.

സഹോദരി മഹാപ്രജാപതിക്ക് പാതാചര കവിത സമ്മാനിച്ചപ്പോൾ മഠാധിപതി അതിനെ മുക്തകണ്ഠം പ്രശംസിച്ചു.

സംപൂജ്യനായ മൊഗ്ഗല്ലാനയുടെ പരിശ്രമങ്ങൾ കാരണം ഏറെ കഷ്ടപ്പാടുകൾക്കുശേഷം ധർമ്മത്തിലേക്കു വന്ന ഭിക്ഷുണിയാണ് സഹോദരി ഉപ്പാല. മുണ്ഡനം ചെയ്ത ശിരസ്സിലും, അസാധാരണമായ സൗന്ദര്യമുള്ള സ്ത്രീയായിരുന്നു അവൾ. പരിശീലനത്തിൽ അവൾ അതീവ ശുഷ്കാന്തി പുലർത്തി. മഠാധിപതി പ്രജാപതിയുടെ ഏറ്റവും നല്ല സഹായികളിൽ ഒരാളായിരുന്നു അവൾ.

ഒരു നഗര പൂന്തോട്ടത്തിലൂടെ സംപൂജ്യനായ മൊഗ്ഗല്ലാന ഒരു ദിവസം നടന്നു പോകുമ്പോഴാണ് സഹോദരി ഉപ്പാലയെ കണ്ടത്. രാത്രിപുഷ്പംപോലെ അവൾ അവിടെ നിൽക്കുകയായിരുന്നു. പുരുഷന്മാർക്കിടയിൽ അവൾ അറിയപ്പെട്ടിരുന്നത് "സുന്ദരമായ താമരപ്പൂ" എന്ന പേരിലാണ്. തീർച്ചയായും, അവളുടെ സൗന്ദര്യം ഏറ്റവും ഭംഗിയുള്ള താമരപ്പൂവിനെപ്പോലും നാണിപ്പിച്ചു. എന്നാൽ സംപൂജ്യനായ മൊഗ്ഗല്ലാന അവളുടെ കണ്ണുകളിൽ ദുരിതം തിരിച്ചറിഞ്ഞു. അവളുടെ ഹൃദയത്തിൽ ഒരുപാട് സങ്കടങ്ങളുണ്ടെന്ന് അദ്ദേഹത്തിന് മനസ്സിലായി. അദ്ദേഹം നിന്നു: "നിങ്ങൾ തീർച്ചയായും സുന്ദരിയാണ്. നല്ല വസ്ത്രങ്ങളണിഞ്ഞിരിക്കുന്നു. എന്നാൽ നിങ്ങൾ ദുരിതവും സംഭ്രമവും കൊണ്ട് നിറഞ്ഞിരിക്കുന്നതായി ഞാൻ കാണുന്നു. നിങ്ങളുടെ ഭാരം കനത്തതാണ്. എന്നിട്ടും നിങ്ങൾ കൂടുതൽ ഇരുട്ടിലേക്കുള്ള പാതയിലൂടെ സഞ്ചരിക്കുന്നു."

തന്റെ അന്തർചിന്തകളെ വായിക്കാനുള്ള മൊഗ്ഗല്ലാനയുടെ കഴിവിൽ അവർ ഞെട്ടിപ്പോയി. എന്നാൽ യാതൊന്നും സംഭവിക്കാത്തമട്ടിൽ അവർ തിരിച്ചടിച്ചു: “ഒരുപക്ഷേ, നിങ്ങൾ പറയുന്നത് നേരായിരിക്കാം. പക്ഷേ, എനിക്കുള്ള ഏകവഴി ഇത് മാത്രമാണ്.”

മൊഗ്ഗല്ലാന: “എന്തിനിങ്ങനെ വിഷാദവതിയാകുന്നു? നിങ്ങളുടെ പോയകാലം എങ്ങനെയുള്ളതുമാകട്ടെ. നിങ്ങൾക്ക് സ്വയം മാറാം. ഒരു നല്ല ഭാവി സൃഷ്ടിക്കാം. മലിനവസ്ത്രങ്ങൾ കഴുകിയെടുക്കാം. ഉൽബുദ്ധതയുടെ ജലംകൊണ്ട് ആശങ്കയും തളർച്ചയും ബാധിച്ച ഘനപ്പെട്ട ഹൃദയം ശുദ്ധീകരിക്കാം. എല്ലാവരിലും, ഉൽബുദ്ധരാകാനും ശാന്തി കണ്ടെത്താനുമുള്ള കഴിവുണ്ടെന്ന് ബുദ്ധൻ പഠിപ്പിക്കുന്നു.”

ഉപ്പാല കരയാൻ തുടങ്ങി: “പക്ഷേ, അധർമ്മവും പാപ ചെയ്തികളും കൊണ്ട് എന്റെ ജീവിതം കുമിഞ്ഞുകൂടിയിരിക്കുന്നു. ബുദ്ധനു പോലും എന്നെ സഹായിക്കാനാവില്ലെന്ന് ഞാൻ ഭയക്കുന്നു.”

മൊഗ്ഗല്ലാന അവളെ ആശ്വസിപ്പിച്ചു: “സാരമില്ല. നിങ്ങളുടെ ജീവിതകഥ എന്നോട് പറയുക.”

അവൾ ഒരു സമ്പന്ന കുടുംബത്തിലെ മകളായിരുന്നു. ഉപ്പാല സംപൂജ്യനായ മൊഗ്ഗല്ലാനയോട് പറഞ്ഞു. പതിനാറാം വയസ്സിൽ അവൾ വിവാഹിതയായി. ഭർത്താവ് മരിച്ചതോടെ അവളുടെ ഭർത്താവിന്റെ അമ്മ സ്വന്തം മകനായ അവളുടെ ഭർത്താവിന്റെ കൂടെ ഉറങ്ങാൻ തുടങ്ങി. ഉപ്പാല ഒരു പെൺകുഞ്ഞിന് ജന്മം നൽകി. അമ്മായിയമ്മയുടെയും ഭർത്താവിന്റെയും അഗമ്യഗമനം കൊണ്ട് പൊറുതിമുട്ടിയ അവൾ കുഞ്ഞിനെ ഉപേക്ഷിച്ച് ഓടിപ്പോയി. കുറച്ച് വർഷങ്ങൾക്കുശേഷം, അവൾ ഒരു വ്യാപാരിയെ കണ്ടുമുട്ടി; അയാളെ വിവാഹം കഴിച്ചു. അയാൾ ഒരു വെപ്പാട്ടിയെ രഹസ്യമായി സൂക്ഷിക്കുന്നുണ്ടെന്നറിഞ്ഞ അവൾ, ആരാണ് വെപ്പാട്ടിയെന്ന് ഗൂഢമായി അന്വേഷിച്ചു. വർഷങ്ങൾക്കു മുമ്പ് താൻ ജന്മംനൽകിയ മകൾ തന്നെയാണ് വെപ്പാട്ടിയെന്ന ഭീകര സത്യം അവൾ അറിഞ്ഞു.

അവളുടെ വേദനയും ദുഃഖവും അതികഠിനമായിരുന്നു. അവൾ മുഴുവൻ ലോകത്തെയും വെറുത്തു. അവൾ ആരെയും സ്നേഹിച്ചില്ല; വിശ്വസിച്ചില്ല. അവൾ ഒരു വേശ്യയായിത്തീർന്നു. പണത്തിലും ആഭരണത്തിലും ഭൗതികസുഖങ്ങളിലും അഭയം കണ്ടെത്തി. മൊഗ്ഗല്ലാന കടന്നുപോകുന്നതു കണ്ടപ്പോൾ അദ്ദേഹത്തെയും പ്രലോഭിപ്പിക്കാൻ വിചാരിക്കുകയായിരുന്നു താനെന്ന് അവൾ ഏറ്റു പറഞ്ഞു; അങ്ങനെ മനുഷ്യസമുദായത്തിന്റെ വ്യാജമൂല്യത്തെ തുറന്ന് കാട്ടാൻ.

‘സുന്ദരമായ താമര’ അവളുടെ മുഖം മറച്ചു. അവൾ തേങ്ങിക്കരഞ്ഞു. വേദന നിലയ്ക്കുവോളം മൊഗ്ഗല്ലാന അവളെ കരയാൻ അനു

വദിച്ചു. പിന്നീടദ്ദേഹം ധർമ്മത്തെപ്പറ്റി പറഞ്ഞു. ബുദ്ധനെ കാണുവാൻ അവളെ കൊണ്ടുപോയി. ബുദ്ധൻ അവളോട് ആശ്വാസവാക്കുകൾ പറഞ്ഞു. ഗോതമി മഠാധിപതിയുടെ നിർദ്ദേശത്തിൻ കീഴിൽ ഭിക്ഷുണികൾ ക്കൊപ്പം പഠിക്കുവാൻ അവൾ ആഗ്രഹിക്കുന്നുണ്ടോ, അദ്ദേഹം ചോദിച്ചു. അവൾ ഉപസമ്പദം ചെയ്യപ്പെട്ടു. നാലുകൊല്ലത്തെ ശുഷ്കാന്തി നിറഞ്ഞ പരിശീലനം കഴിഞ്ഞതോടെ എല്ലാവർക്കുമുള്ള ഒരപൂർവ്വ മാതൃകയായി അവൾ പരിഗണിക്കപ്പെട്ടു.

പുസ്തകം മൂന്ന്

56. ശ്വസനത്തിന്റെ പരിപൂർണ്ണ ജാഗ്രത

ചിലപ്പോഴൊക്കെ, ബുദ്ധനോ മുതിർന്ന ശിഷ്യരിൽ ആരെങ്കിലുമോ ഭിക്ഷുണിമാരുടെ വിഹാരത്തിൽ ധർമ്മപ്രഭാഷണം നടത്താറുണ്ട്. മാസത്തിലൊരിക്കൽ, ജേതവനത്തിലെയോ പൂർവ്വാരാമത്തിലെയോ ധർമ്മപ്രഭാഷണങ്ങളിൽ ഭിക്ഷുണിമാർ പങ്കെടുത്തു. ഒരിക്കൽ, സംപൂജ്യനായ സരിപുത്രന്റെ നിർദ്ദേശാനുസരണം ബുദ്ധൻ വിശ്രാന്തികാലം ഒരു മാസത്തേക്ക് നീട്ടി. തങ്ങളുടെ സ്വന്തം കേന്ദ്രങ്ങളിൽ വിശ്രാന്തികാലം നിവർത്തിച്ച ശേഷം ശ്രാവസ്തിയിലെത്തി ബുദ്ധന്റെ ബോധനം നേരിട്ട് ശ്രവിക്കുവാൻ ഇത് മൂലം വിദൂര കേന്ദ്രങ്ങളിലെ ഭിക്ഷുമാർക്കും ഭിക്ഷുണിമാർക്കും സാധിക്കും, സരിപുത്രന് അറിയാമായിരുന്നു. തീർച്ചയായും, അനേകം പേർ എത്തി. ഏതാണ്ട് മൂവായിരത്തോളം പേർക്ക് താമസവും ഭക്ഷണവും ഒരുക്കുവാൻ രക്ഷാധികാരികളായ സുദത്തനും വൈശാഖയും മല്ലികയും ആവോളം അദ്ധ്വാനിച്ചു. ഓരോ മഴക്കാലവിശ്രാന്തികാലത്തിന്റെയും അന്ത്യത്തിൽ പൂർണ്ണചന്ദ്രദിനത്തിൽ ആഘോഷിക്കാറുള്ള പൗർണ്ണമി അക്കൊല്ലം കാർത്തിക നാളിലായിരുന്നു; പതിവായി വന്നുകൂടാറുള്ള അശ്വതിനാളിലായിരുന്നില്ല.

കാർത്തികയിലെ പൗർണ്ണമി സമാഗമമായതോടെ എവിടെയും കുമുദിപ്പൂക്കൾ പുഷ്പിച്ചു. എല്ലാ വർഷവും ഒരേ സമയത്ത് കുമുദി, (വെള്ളത്താമര) വിരിയുന്നതുകൊണ്ട് പൗർണ്ണമിയെ കുമുദി ദിനം എന്നും വിളിക്കാറുണ്ട്. ആ സന്ധ്യയിൽ ബുദ്ധനും മുവ്വായിരം ശിഷ്യരും തേജസ്സാർന്ന പൂർണ്ണചന്ദ്രന് താഴെയായിരുന്നു. തടാകത്തിൽ നിന്നും താമരപ്പൂക്കളുടെ മൃദുസൗരഭ്യം ഒഴുകി. നിശബ്ദരായിരിക്കുന്ന ഭിക്ഷുമാരെയും ഭിക്ഷുണിമാരെയും നോക്കി, ബുദ്ധൻ അവരുടെ ജാഗ്രതയെ ശ്ലാഘിച്ചു. ശ്വസനത്തിന്റെ പരിപൂർണ്ണ ജാഗ്രതയെക്കുറിച്ചുള്ള സൂക്തം ഉപദേശിക്കുന്നതിനായി ഈ സവിശേഷാവസരം ബുദ്ധൻ ഉപയോഗപ്പെടുത്തി.

തീർച്ചയായും ശ്വസനത്തിൽ സ്വീകരിക്കേണ്ടതായ ജാഗ്രതയെക്കുറിച്ച് അവിടെ സന്നിഹിതരായിരുന്ന ഓരോ ഭിക്ഷുവിനെയും ഭിക്ഷുണിയെയും പഠിപ്പിച്ചിട്ടുണ്ടായിരുന്നു. എന്നാൽ, ആദ്യമായിട്ടാണ് ബുദ്ധനിൽനിന്ന് നേരിട്ട് ഇത് പഠിക്കാനുള്ള അവസരം സാധ്യമാകുന്നത്. അതുവരെയുള്ള തന്റെ ബോധനങ്ങൾ സമാഹരിച്ച് ശ്വസന

ത്തിന്റെ ജാഗ്രതയെപ്പറ്റി ബുദ്ധൻ സംസാരിക്കുന്നത് ആദ്യമായിട്ടാണ്. സംഘത്തിന്റെ എല്ലാ കേന്ദ്രങ്ങളിലേക്കും പകർന്നു നൽകേണ്ട ഒരു പ്രധാന സൂക്തമാണിതെന്ന് അറിഞ്ഞുകൊണ്ട് ആനന്ദൻ വളരെ ശ്രദ്ധയോടെ ബുദ്ധനെ കേട്ടു.

അവിടെ കൂടിയിരുന്നവരിൽ രാഹുലന്റെ അമ്മയായ ഭിക്ഷുണി യശോധരയും അവരുടെ സഹോദരിയായ ഭിക്ഷുണി സുന്ദരി നന്ദയുമുണ്ടായിരുന്നു. വളരെ വർഷങ്ങൾക്കു മുമ്പുതന്നെ, ഗോതമി ഭിക്ഷുണിയുടെ ശിക്ഷണത്തിൽ അവർ രണ്ടുപേരും ഉപസമ്പദിച്ചിരുന്നു. കപിലവസ്തുവിന് കിഴക്കായി ഭിക്ഷുണി ഗോതമി സ്ഥാപിച്ച വിഹാരത്തിലായിരുന്നു അവർ സാധന ചെയ്തിരുന്നത്. ഗോതമി ഉപസമ്പദിച്ച് വെറും ആറ് മാസം കഴിഞ്ഞപ്പോൾ യശോധരയും ഉപസമ്പദിക്കുന്നതിനായി അപേക്ഷിച്ചു. ഒരു വർഷത്തെ പരിശീലനത്തിനുശേഷം അവർ ഭിക്ഷുണി ഗോതമിയുടെ മുഖ്യസഹായികളിൽ ഒരാളായി ത്തീർന്നു.

ബുദ്ധനിൽനിന്ന് നേരിട്ടോ മുതിർന്ന ശിഷ്യരിൽ നിന്നോ ബോധനം സ്വീകരിക്കുവാനായി ശ്രാവസ്തിയിലെ വിശ്രാന്തികാലങ്ങളിലെല്ലാം പങ്കെടുക്കുവാൻ ഭിക്ഷുണിമാർ ആവുന്നത്ര ശ്രമിച്ചു. മല്ലികാ രാജ്ഞിയും വിശാഖയും ഭിക്ഷുണിമാരുടെ തികഞ്ഞ സഹായികളായിരുന്നു. രണ്ടുവർഷം രാജകീയാരാമത്തിൽ താമസിക്കുവാനുള്ള ഏർപ്പാടുകൾ ഉണ്ടാക്കിയിരുന്നു. എന്നാൽ മൂന്നാംകൊല്ലം രാജ്ഞിയുടെയും വിശാഖയുടെയും ഉദാരമായ രക്ഷകർത്തൃത്വത്തിൽ അവർക്ക് സ്വന്തമായ ഒരു മഠം തന്നെ ഉണ്ടായി. ഭിക്ഷുണി ഗോതമിക്ക് പ്രായമായി വരികയാൽ, അവർ പുതിയവരെ പഠിപ്പിക്കുവാൻ വളരെയേറെ ശ്രദ്ധിച്ചു. പുതിയ ആത്മീയാചാര്യരിൽ യശോധര, സേല, വിമല, സോമ, മുന്ന, നാദുത്തര എന്നിവരാണുണ്ടായിരുന്നത്. അവരെല്ലാവരും തന്നെ ആ സന്ധ്യക്ക് പൂർവ്വാരാമത്തിൽ സന്നിഹിതരായിരുന്നു. രാഹുലൻ യശോധരയ്ക്കും സുന്ദരിനന്ദക്കും സ്വാസ്തിയെ പരിചയപ്പെടുത്തി. ഇപ്പോഴെങ്കിലും അവരെ കാണാൻ കഴിഞ്ഞത് സ്വാസ്തിയെ അഗാധമായി സ്പർശിച്ചു.

ബുദ്ധൻ 'ശ്വസനസൂക്ത' പ്രഭാഷണം തുടങ്ങി.

"ഭിക്ഷുമാരെ, ഭിക്ഷുണിമാരെ, ശ്വസനത്തിന്റെ പരിപൂർണ്ണ അവബോധം വികസിപ്പിക്കുകയും തുടർച്ചയായി പരിശീലിക്കുകയും ചെയ്താൽ അമൂല്യമായ പ്രയോജനവും സഫലീകരണവും സാധിക്കും. ഏകാഗ്രതയുടെ നാല് മൂലാധാരങ്ങളും ഉദ്ബുദ്ധതയുടെ ഏഴ് ഹേതുക്കളും വിജയകരമായി പരിശീലിക്കുന്നതിലേയ്ക്കു അത് നയിയ്ക്കും. അതിലൂടെ ധാരണയും വിമോചനവും ഉദിക്കും."

"ഇപ്പറയുന്ന വിധം പരിശീലിക്കുക."

“ഒന്നാം ശ്വസനം: ഉള്ളിലേയ്ക്ക് ഒരു ദീർഘശ്വാസമെടുക്കുന്നു. ഞാനറിയുന്നു, ഞാൻ ഉള്ളിലോട്ട് ഒരു ദീർഘ ശ്വാസമെടുക്കുകയാണെന്ന്. ഒരു ദീർഘശ്വാസം പുറത്തേയ്ക്ക് വിടുന്നു. ഞാനറിയുന്നു, ഞാൻ പുറത്തേയ്ക്ക് ഒരു ദീർഘശ്വാസം വിടുകയാണെന്ന്.”

“രണ്ടാമത്തെ ശ്വസനം: ഹ്രസ്വമായ ഒരു ശ്വാസം ഉള്ളിലേയ്ക്കെടുക്കുന്നു; ഞാനറിയുന്നു ഞാൻ ഉള്ളിലേയ്ക്ക് ഹ്രസ്വമായ ഒരു ശ്വാസം എടുക്കുന്നു എന്ന്. ഹ്രസ്വമായ ഒരു ശ്വാസം പുറത്തേയ്ക്ക് വിടുന്നു; ഞാനറിയുന്നു ഞാൻ പുറത്തേയ്ക്ക് ഒരു ഹ്രസ്വമായ ശ്വാസം വിടുകയാണെന്ന്.”

“ഈ രണ്ട് ശ്വസനങ്ങളും നിങ്ങളെ അശ്രദ്ധയും അനാവശ്യചിന്തകളും മുറിച്ചു കടക്കാൻ സഹായിക്കുന്നു. അതേസമയം, ഇതേ നിമിഷത്തിൽ, ജീവിതം ഏകാഗ്രതയിൽ നേരിടുവാൻ നിങ്ങളെ സഹായിക്കുന്നു. ഏകാഗ്രതയുടെ വിപരീതമാണ് അശ്രദ്ധ. ജാഗ്രതയോടെ ശ്വസിക്കുന്നത് നമ്മെ നമ്മിലേക്കും ജീവിതത്തിലേയ്ക്കും മടങ്ങിയെത്താൻ പ്രാപ്തരാക്കുന്നു.

“മൂന്നാമത്തെ ശ്വസനം: ഞാൻ ശ്വാസമെടുക്കുമ്പോൾ മുഴുവൻ ശരീരത്തെപ്പറ്റിയും ഞാൻ അവബോധമുള്ളവനാകുന്നു. ഞാൻ ശ്വാസം പുറത്തേയ്ക്ക് വിടുമ്പോൾ, ഞാനെന്റെ മുഴുവൻ ശരീരത്തെക്കുറിച്ചും അവബോധമുള്ളവനാകുന്നു.”

“ഈ ശ്വസനം നിങ്ങളുടെ ശരീരത്തെ മനസ്സിൽ കൊണ്ടുവരാനും നിങ്ങളുടെ സ്വന്തം ശരീരവുമായി നേരിട്ട് സമ്പർക്കത്തിലാവാനും നിങ്ങളെ സഹായിക്കുന്നു. മുഴുവൻ ശരീരത്തിന്റെ അവബോധവും ഓരോ ശരീരഭാഗത്തിന്റെ അവബോധവും നിങ്ങളുടെ ശരീരത്തിന്റെ വിസ്മയകരമായ സാന്നിധ്യം കാണുവാൻ നിങ്ങളെ അനുവദിക്കുന്നു; അതുപോലെത്തന്നെ നിങ്ങളുടെ ശരീരത്തിനുള്ളിൽ വെളിപ്പെടുന്ന ജനനമരണ പ്രക്രിയയും.”

“നാലാമത്തെ ശ്വസനം: ഞാൻ ശ്വാസം എടുത്തുകൊണ്ടിരിക്കുമ്പോൾ, ഞാനെന്റെ മുഴുവൻ ശരീരത്തെ പ്രസന്നവും ശാന്തവുമാക്കിക്കൊണ്ടിരിക്കുന്നു. ഞാൻ ശ്വാസംപുറത്ത് വിടുന്നു; ഞാനെന്റെ മുഴുവൻ ശരീരത്തെ പ്രസന്നവും ശാന്തവുമാക്കിക്കൊണ്ടിരിക്കുന്നു.”

“ഈ ശ്വസനം നിങ്ങളുടെ ശരീരത്തിനുള്ളിൽ ശാന്തിയും പ്രസന്നതയും ഉണ്ടായിരിക്കുന്നുയെന്നറിയാൻ നിങ്ങളെ സഹായിക്കുന്നു. മനസ്സും ശരീരവും ശ്വസനവും ഏകതാനമായ ഒരു യാഥാർത്ഥ്യത്തിന്റെ അവസ്ഥയിലാണെന്നും.”

“അഞ്ചാമത്തെ ശ്വസനം: ഞാൻ ശ്വാസമെടുക്കുന്നു, എനിക്ക് ആനന്ദം തോന്നുന്നു. ഞാൻ ശ്വാസം പുറത്തേക്ക് വിടുന്നു, എനിക്ക് ആനന്ദം തോന്നുന്നു.”

“ആറാമത്തെ ശ്വസനം: ഞാൻ ശ്വാസമെടുക്കുന്നു, ഞാൻ സന്തോ

ഷവാനായിരിക്കുന്നു. ഞാൻ ശ്വാസം പുറത്ത് വിടുന്നു; ഞാൻ സന്തോഷവാനായിരിക്കുന്നു."

ഈ രണ്ട് ശ്വസനങ്ങളിലൂടെ നിങ്ങൾ സ്പർശാനുഭവങ്ങളുടെ മണ്ഡലത്തിലേക്ക് കടക്കുന്നു. ഈ രണ്ട് ശ്വസനങ്ങളും ശാന്തിയും ആനന്ദവും സൃഷ്ടിക്കുന്നു. അത് മനസ്സിനെയും ശരീരത്തെയും പോഷിപ്പിക്കുന്നു. അപഥചിന്തകളത്രയും നിലയ്ക്കുന്നതുകൊണ്ട് നിങ്ങൾ നിങ്ങളിലേക്കെത്തുന്നു; ഈ നിമിഷത്തെ അവബോധമുള്ളതാക്കുന്നു. നിങ്ങളിൽ സന്തോഷവും ആനന്ദവും ഉദിക്കുന്നു.

"നിങ്ങൾ ജീവന്റെ വിസ്മയങ്ങളിൽ വർത്തിക്കുന്നു. ഏകാഗ്രത നൽകുന്ന ശാന്തിയും ആനന്ദവും രുചിക്കാൻ പ്രാപ്തനാകുന്നു. ജീവന്റെ വിസ്മയങ്ങളുമായി നേരിട്ടിടപെടുന്നതുകൊണ്ട് നിങ്ങൾക്ക് നിർഗുണവികാരങ്ങളെ ഹൃദ്യമായ വികാരങ്ങളായി മാറ്റാൻ സാധിക്കുന്നു. അങ്ങനെ ഈ രണ്ട് ശ്വസനങ്ങളും ഹൃദ്യമായ വികാരങ്ങളിലേയ്ക്ക് നയിക്കുന്നു."

"ഏഴാമത്തെ ശ്വസനം: ഞാൻ ശ്വാസമെടുക്കുന്നു, എന്റെയുള്ളിലുള്ള മനസ്സിന്റെ പ്രവർത്തനങ്ങളെപ്പറ്റി ഞാൻ അവബോധമുള്ളവനാണ്. ഞാൻ ശ്വാസം പുറത്ത് വിടുന്നു. എന്റെയുള്ളിലുള്ള മനസ്സിന്റെ പ്രവർത്തനങ്ങളെപ്പറ്റി ഞാൻ അവബോധമുള്ളവനാണ്."

"എട്ടാമത്തെ ശ്വസനം: ഞാൻ ശ്വാസമെടുക്കുന്നു, എന്നിലുള്ള മനസ്സിന്റെ പ്രവർത്തനങ്ങളെ ശാന്തവും പ്രസന്നവുമാക്കിക്കൊണ്ടിരിക്കുന്നു. ഞാൻ ശ്വാസം പുറത്തേയ്ക്ക് വിടുന്നു, എന്നിലുള്ള മനസ്സിന്റെ പ്രവർത്തനങ്ങളെ ഞാൻ ശാന്തവും പ്രസന്നവുമാക്കിക്കൊണ്ടിരിക്കുന്നു."

"ഈ രണ്ട് ശ്വസനങ്ങളും നിങ്ങളിൽ ഉയരുന്ന സുഖകരമോ അസുഖകരമോ നിർഗുണമോ ആയ എല്ലാ സ്പർശാനുഭവങ്ങളെയും ആഴത്തിൽ നോക്കുവാൻ നിങ്ങളെ പ്രാപ്തനാക്കുന്നു. ആ സ്പർശാനുഭവങ്ങളെ ശാന്തവും പ്രസന്നവുമാക്കാൻ നിങ്ങളെ സഹായിക്കുന്നു. ഇവിടെ മനസ്സിന്റെ പ്രവർത്തനങ്ങളെന്നാൽ സ്പർശാനുഭവങ്ങൾ എന്നാണർത്ഥം. ആസക്തി, അസൂയ, കോപം എന്നിവയിൽ നിന്നുണ്ടാകുന്ന അസുഖകരമായ ചിന്തകളായാൽപോലും നിങ്ങൾ നിങ്ങളുടെ സ്പർശാനുഭവങ്ങളെക്കുറിച്ച് അവബോധമുള്ളവനായി അവയുടെ വേരുകളിലേയ്ക്കും പ്രകൃതത്തിലേയ്ക്കും ആഴത്തിൽ നോക്കുകയാണെങ്കിൽ നിങ്ങൾക്കവയെ നിയന്ത്രിച്ച് ശാന്തവും പ്രസന്നവുമാക്കാൻ കഴിയും."

"ഒമ്പതാമത്തെ ശ്വസനം: ഞാൻ ശ്വാസമെടുക്കുകയാണ്, ഞാൻ എന്റെ മനസ്സിനെക്കുറിച്ച് അവബോധമുള്ളവനാണ്. ഞാൻ ശ്വാസം വിടുന്നു. ഞാനെന്റെ മനസ്സിനെക്കുറിച്ച് അവബോധമുള്ളവനാണ്."

"പത്താമത്തെ ശ്വസനം: ഞാൻ ശ്വാസം അകത്തേയ്ക്കെടുക്കുന്നു, മനസ്സിനെ ശാന്തവും പ്രസന്നവുമാക്കിക്കൊണ്ടിരിയ്ക്കുന്നു. ഞാൻ ശ്വാസം പുറത്തേയ്ക്ക് വിടുന്നു, മനസ്സിനെ ശാന്തവും പ്രസന്നവുമാക്കിക്കൊണ്ടിരിക്കുന്നു."

"പതിനൊന്നാമത്തെ ശ്വസനം: ഞാൻ ശ്വാസമെടുത്തുകൊണ്ടിരിക്കുന്നു. മനസ്സിനെ ഏകാഗ്രമാക്കിക്കൊണ്ടിരിക്കുന്നു. ഞാൻ ശ്വാസം പുറത്തേക്ക് വിടുന്നു, മനസ്സിനെ ഏകാഗ്രമാക്കിക്കൊണ്ടിരിക്കുന്നു. "

"പന്ത്രണ്ടാമത്തെ ശ്വസനം: ഞാൻ ശ്വാസമെടുത്തുകൊണ്ടിരിക്കുന്നു, എന്റെ മനസ്സിനെ വിമോചിപ്പിച്ചുകൊണ്ടിരുന്നു. ഞാൻ ശ്വാസം പുറത്തേക്ക് വിട്ടുകൊണ്ടിരിക്കുന്നു എന്റെ മനസ്സിനെ വിമോചിപ്പിച്ചുകൊണ്ടിരിക്കുന്നു."

"ഈ നാല് ശ്വസനങ്ങളിലൂടെ നിങ്ങൾ മൂന്നാമത്തെ മണ്ഡലമായ മനസ്സിലേയ്ക്ക് കടക്കുന്നു. ശങ്ക, ദുഃഖം, സന്തോഷം, വിവേചനം, ചിന്ത, പ്രത്യക്ഷബോധം തുടങ്ങി മനസ്സിന്റെ എല്ലാ അവസ്ഥകളെയും തിരിച്ചറിയുന്നതിനായി ഒമ്പതാമത്തെ ശ്വസനം നിങ്ങളെ കഴിവുള്ളവനാക്കുന്നു. മനോവൃത്തികളെ ആഴത്തിൽ കാണുന്നതിനായി നിങ്ങൾ ഈ അവസ്ഥകളെ നിരീക്ഷിക്കുകയും തിരിച്ചറിയുകയും ചെയ്യുന്നു. മനസ്സിന്റെ പ്രവർത്തനങ്ങൾ നിരീക്ഷിക്കുകയും തിരിച്ചറിയപ്പെടുകയും ചെയ്യുന്നതോടെ നിങ്ങൾക്ക് നിങ്ങളുടെ മനസ്സിനെ ഏകാഗ്രമാക്കാനും അതിനെ ശാന്തവും പ്രസന്നവുമാക്കാനും കഴിയുന്നു. പത്താമത്തെയും പതിനൊന്നാമത്തെയും ശ്വസനങ്ങൾകൊണ്ട് ഇത് സാധിക്കുന്നു. പന്ത്രണ്ടാമത്തെ ശ്വസനം മനസ്സിന്റെ തടസ്സങ്ങൾ സ്വതന്ത്രമാക്കുവാൻ നിങ്ങളെ പ്രാപ്തനാക്കുന്നു. മനസ്സ് പ്രകാശമായിരിക്കുന്നതുകൊണ്ട് എല്ലാ മനോരൂപീകരങ്ങളുടെയും വേരുകൾ നിങ്ങൾക്ക് കാണാനാവും, അങ്ങിനെ എല്ലാ തടസ്സങ്ങളും മറി കടക്കാനും."

"പതിമൂന്നാമത്തെ ശ്വസനം : ഞാൻ ശ്വാസമെടുക്കുന്നു, എല്ലാ ധർമ്മങ്ങളുടെയും നശ്വരസ്വഭാവം നിരീക്ഷിച്ചുകൊണ്ടിരിക്കുന്നു. ഞാൻ ശ്വാസം പുറത്ത് വിടുന്നു, എല്ലാ ധർമ്മങ്ങളുടെയും നശ്വരസ്വഭാവം നിരീക്ഷിച്ചുകൊണ്ടിരിക്കുന്നു."

"പതിനാലാമത്തെ ശ്വസനം : ഞാൻ ശ്വാസമെടുത്തു കൊണ്ടിരിക്കുന്നു, എല്ലാ ധർമ്മങ്ങളും മങ്ങിമായുന്നത് നിരീക്ഷിച്ചു കൊണ്ടിരിക്കുന്നു. ഞാൻ ശ്വാസം പുറത്ത് വിടുന്നു, എല്ലാ ധർമ്മങ്ങളും മങ്ങിമായുന്നത് ഞാൻ നിരീക്ഷിച്ചു കൊണ്ടിരിക്കുന്നു."

"പതിനഞ്ചാമത്തെ ശ്വസനം : ഞാൻ ശ്വാസമെടുത്തു കൊണ്ടിരിക്കുന്നു, വിമോചനം മനസ്സിൽ കണ്ടുകൊണ്ടിരിക്കുന്നു. ഞാൻ ശ്വാസം പുറത്ത് വിടുന്നു, വിമോചനം മനസ്സിൽ ധ്യാനിച്ചു കൊണ്ടിരിക്കുന്നു."

“പതിനാറാമത്തെ ശ്വസനം : ഞാൻ ശ്വാസമെടുത്തു കൊണ്ടിരിക്കുന്നു. ‘ഞാൻ’ എന്നെ വിട്ടുപോകുന്നത് മനസ്സിൽ കണ്ടുകൊണ്ടിരിക്കുന്നു. ഞാൻ ശ്വാസം പുറത്തേയ്ക്ക് വിട്ടുകൊണ്ടിരിക്കുന്നു. ‘ഞാൻ’ എന്നെ വിട്ടുപോകുന്നത് മനസ്സിൽ കണ്ടുകൊണ്ടിരിക്കുന്നു.”

“ഈ നാല് ശ്വസനങ്ങൾ മൂലം, സാധകൻ മനോവസ്തുക്കളുടെ മണ്ഡലത്തിലേയ്ക്ക് കടക്കുന്നു. എല്ലാ ധർമ്മങ്ങളുടെയും ശരിയായ പ്രകൃതമറിയാൻ മനസ്സിനെ ഏകാഗ്രമാക്കുന്നു. ഒന്നാമത്, എല്ലാ ധർമ്മങ്ങളുടെയും നശ്വരമായ പ്രകൃതത്തിന്റെ നിരീക്ഷണമാണ്. എല്ലാ ധർമ്മങ്ങളും നശ്വരമാണ്! അവയെല്ലാം മങ്ങിമാഞ്ഞു പോകണം. എല്ലാ ധർമ്മങ്ങളുടെയും നശ്വരവും ക്ഷയോന്മുഖവുമായ പ്രകൃതം സുവ്യക്തമായി മനസ്സിലാക്കുകയാണെങ്കിൽ നിങ്ങൾ പിന്നീടൊരിക്കലും അന്തമറ്റ ജനനമരണങ്ങളുടെ ആവൃത്തികളിൽ കുടുങ്ങിപ്പോകില്ല. അതിനാൽ അവയെയൊക്കെ വിട്ട് വിമോചനം സിദ്ധിക്കും. അവയെയൊക്കെ വിട്ട് എന്നതിന് ജീവിതത്തെ വെറുക്കുകയോ ജീവിതത്തിൽ നിന്ന് ഒളിച്ചോടുകയോ എന്നർത്ഥമില്ല. അവയെ വിട്ടുപോകാനനുവദിക്കുക എന്നതിന്നർത്ഥം ആസക്തികളെയും ആഗ്രഹങ്ങളെയും വിടുകയെന്നാണ്. അതോടെ എല്ലാ ധർമ്മങ്ങൾക്കും വിഷയമായിട്ടുള്ള ജനനമരണങ്ങളുടെ അനന്തമായ ആവൃത്തികൾ നിങ്ങൾക്ക് സഹിക്കേണ്ടിവരില്ല. ഒരിക്കൽ നിങ്ങൾ വിട്ടുകളഞ്ഞ് വിമോചനം സാധ്യമാകുന്നതോടെ, ജീവിതത്തിന്റെ ഒത്ത നടുവിലും നിങ്ങൾക്ക് സന്തോഷത്തിലും ആനന്ദത്തിലും ജീവിക്കാൻ സാധിക്കും. നിങ്ങളെ ഇനി ബന്ധിപ്പിക്കുന്നതായി യാതൊന്നുമില്ല.”

ബോധപൂർവ്വമായ ശ്വസനത്തിന്റെ പതിനാറ് പരിശീലനങ്ങളിലൂടെ, ശരീരം, സ്പർശാനുഭവങ്ങൾ, മനസ്സ്, മനോവസ്തുക്കൾ എന്നിവയെ എപ്രകാരം ആഴത്തിൽ നിരീക്ഷിക്കാമെന്ന് ബുദ്ധൻ പഠിപ്പിച്ചു. ഉദ്ബുദ്ധതയുടെ ഏഴ് ഘടകങ്ങളായ പൂർണ്ണ ജാഗ്രത, ധർമ്മങ്ങളുടെ സൂക്ഷ്മ നിരീക്ഷണം, ഊർജ്ജം, ആനന്ദം, പ്രശാന്തത, ശ്രദ്ധ, വിട്ടുകളയൽ എന്നിവയുടെ പരിശീലനത്തിനായി ബുദ്ധൻ ഈ പതിനാറ് ശ്വസനരീതികൾ പ്രയോഗപ്പെടുത്തി.

ഏകാഗ്രതയുടെ നാല് മൂലാധാരങ്ങളെപ്പറ്റി, സ്വാസ്തി നേരത്തെ കേട്ടിട്ടുണ്ടായിരുന്നു. ശ്വസനത്തിന്റെ പരിപൂർണ്ണ അവബോധത്തെക്കുറിച്ചുള്ള സൂക്തം നിമിത്തം നാല് മൂലാധാരങ്ങളിലേക്ക് തനിക്ക് കൂടുതൽ ആഴത്തിൽ തുളച്ചിറങ്ങിച്ചെല്ലാൻ കഴിയുമെന്ന് സ്വാസ്തിക്ക് തോന്നി. ഈ രണ്ട് സൂക്തങ്ങളും പരസ്പരം പൂരകമാകുന്നതെങ്ങനെയെന്നും എപ്രകാരമാണ് അവ രണ്ടും ധ്യാനപരിശീലനത്തിന്റെ അടിസ്ഥാനമായിരിക്കുന്നതെന്നും സ്വാസ്തി തിരിച്ചറിഞ്ഞു.

പൂർണ്ണചന്ദ്രന്റെ പ്രകാശധാരയിൽ ആ രാത്രി മുവ്വായിരം ഭിക്ഷുമാരും ഭിക്ഷുണിമാരും ബുദ്ധന്റെ ബോധനം ആനന്ദത്തോടെ ഉൾക്കൊണ്ടു. ഈ രാത്രി സാധ്യമാക്കിയതിന് സരിപുത്രനോടുള്ള കൃതജ്ഞതയിൽ സ്വാസ്തിയുടെ ഹൃദയം നിറഞ്ഞുതുളുമ്പി.

ഒരുനാൾ സംപൂജ്യനായ അഹിംസകൻ ഭിക്ഷാടനം കഴിഞ്ഞ് തിരിച്ചെത്തിയത് ചോരയൊലിക്കുന്ന ശരീരവുമായി നടക്കാൻ കൂടി കഴിയാത്ത നിലയിലാണ്. അദ്ദേഹത്തെ സഹായിക്കാൻ സ്വാസ്തി ഓടിച്ചെന്നു. അദ്ദേഹത്തെ ബുദ്ധന്റെ അടുത്തെത്തിക്കാൻ ആവശ്യപ്പെട്ടു. നഗരത്തിൽ ഭിക്ഷാടനം നടത്തിക്കൊണ്ടിരിക്കുമ്പോൾ, ചിലർ പഴയ അംഗുലീമാലയെ തിരിച്ചറിഞ്ഞത് അദ്ദേഹം വിശദീകരിച്ചു. അവരദ്ദേഹത്തെ വളഞ്ഞിട്ട് തല്ലി. അഹിംസകൻ അവരുടെ മർദ്ദനം ചെറുത്തതേയില്ല. കൈകൾ കൂട്ടിച്ചേർത്ത് താമരമുകുളത്തിന്റെ ആകൃതിയിലാക്കി നിന്നതേയുള്ളൂ; അവർ തങ്ങളുടെ അരിശവും വെറുപ്പും അദ്ദേഹത്തിന്റെ നേരെ യഥേഷ്ടം പ്രകടിപ്പിച്ചുകൊണ്ടിരിക്കുമ്പോൾ. ചോര ഛർദ്ദിക്കുന്നതുവരെയും അവർ അദ്ദേഹത്തെ മർദ്ദിച്ചു.

അഹിംസകന്റെ മുറിവുകൾ കണ്ട ബുദ്ധൻ ആനന്ദനെ വിളിച്ചു. ഒരു പാത്രം വെള്ളവും, ചോര കഴുകിക്കളയാൻ ഒരു തുണിയും കൊണ്ടുവരാൻ ആവശ്യപ്പെട്ടു. അഹിംസകന്റെ മുറിവുകളിൽ പുരട്ടുവാൻ ഔഷധ ഇലകൾ പറിച്ചുകൊണ്ടുവരാൻ ബുദ്ധൻ സ്വാസ്തിയോട് പറഞ്ഞു,

കടുത്ത വേദനയിലും അഹിംസകൻ നിലവിളിച്ചില്ല. ബുദ്ധൻ പറഞ്ഞു. "താങ്കളുടെ ഇന്നത്തെ സഹനം പഴയതെല്ലാം കഴുകിക്കളയുന്നു. ഒരായിരം ജീവിതകാലത്തെ കൊടിയ വെറുപ്പും, സ്നേഹത്തിലും ജാഗ്രതയിലുമുള്ള സഹനം തൂത്തുകളയുന്നു."

അഹിംസകാ, താങ്കളുടെ വസ്ത്രം കീറിപ്പറിഞ്ഞിരിക്കുന്നു. എവിടെയാണ് താങ്കളുടെ ഭിക്ഷാപാത്രം?"

"പ്രഭോ, അവരത് അടിച്ച് തകർത്തു"

"ഒരു പുതിയ ഭിക്ഷാപാത്രവും വസ്ത്രവും തരാനായി ഞാൻ ഉടനെ ഏർപ്പാടാക്കാം."

അഹിംസകന്റെ മുറിവുകളിൽ പച്ചമരുന്ന് പുരട്ടിക്കൊണ്ടിരുന്നപ്പോൾ സ്വാസ്തി അറിഞ്ഞു, അഹിംസകൻ അഹിംസയുടെ എത്ര ഉദാത്തമായ ഉദാഹരണമാണെന്ന്. കഴിഞ്ഞ ദിവസം ഭിക്ഷാടനം നടത്തിക്കൊണ്ടിരിക്കുമ്പോഴുണ്ടായ ഒരു സംഭവം അഹിംസകൻ സ്വാസ്തിയോട് പറഞ്ഞു.

പ്രസവവേദന അനുഭവിക്കുന്ന ഒരു സ്ത്രീയെ അദ്ദേഹം ഒരു വൃക്ഷത്തണലിൽ കണ്ടു. അവൾ കഠിന വേദനയിലായിരുന്നു, കുഞ്ഞ് പുറത്ത് വരാൻ സാധിക്കാത്ത അവസ്ഥയിൽ.

ഉറക്കെക്കരഞ്ഞു അഹിംസകൻ. "എന്തൊരു കൊടിയ വേദന!" എന്നിട്ടദ്ദേഹം ബുദ്ധന്റെ സമീപത്തേക്കോടി.

ബുദ്ധൻ പറഞ്ഞു, "അവളുടെ അടുത്തേയ്ക്കോടിച്ചെല്ലുക. അവളോട് പറയുക, ജനിച്ച നാൾ തുടങ്ങി ഒരിക്കലും മനഃപൂർവ്വം ഒരു ജീവിയെയും ഞാൻ ഉപദ്രവിച്ചിട്ടില്ല. ആ ശ്രേഷ്ഠത വെച്ച് ഭവതിയും കുഞ്ഞും ശാന്തിയും സുരക്ഷിതരുമായിരിക്കും."

അഹിംസകൻ പ്രതിഷേധിച്ചു : "അങ്ങനെയൊരു കാര്യം പറയുകയാണെങ്കിൽ, ഞാൻ നുണ പറയുകയായിരിക്കും! ഒരുപാട് ജീവികളെ ഞാൻ ദ്രോഹിച്ചിട്ടുണ്ടെന്നതാണ് സത്യം.!"

ബുദ്ധൻ, "എന്നാൽ ഓടിപ്പോയി അവളോട് പറയുക. ശ്രേഷ്ഠമായ ധർമ്മത്തിൽ ജനിച്ച നാൾമുതൽ, ഒരു ജീവിയേയും മനഃപൂർവ്വം ദ്രോഹിച്ചിട്ടില്ല. ആ ശ്രേഷ്ഠതകൊണ്ട് ഭവതിയും കുഞ്ഞും ശാന്തിയും സുരക്ഷിതരുമായിരിക്കട്ടെ."

അഹിംസകൻ തിരിച്ച് കാട്ടിലേക്കോടി, ഈ വാക്കുകൾ ആവർത്തിച്ചു. മിനിട്ടുകൾക്കുള്ളിൽ, സ്ത്രീ അവളുടെ കുഞ്ഞിനെ സുഖമായി പ്രസവിച്ചു.

ബുദ്ധന്റെ ഉന്നതമായ പ്രശംസകൾ സമ്പാദിച്ചുകൊണ്ട് സംപൂജ്യനായ അഹിംസകൻ ഈ വഴിയിലൂടെ ഏറെ സഞ്ചരിച്ചു.

57. ചങ്ങാടം തീരമല്ല

ആ ശൈത്യകാലത്ത് വൈശാലിയിലാണ് ബുദ്ധൻ താമസിച്ചത്. ഒരു ദിവസം കുടരഗശാല ധർമ്മശാലയ്ക്കു സമീപം അദ്ദേഹം ധ്യാനിച്ചു കൊണ്ടിരുന്നപ്പോൾ വിഹാരത്തിന്റെ മറ്റൊരു ഭാഗത്ത് നിരവധി ഭിക്ഷുക്കൾ ആത്മഹത്യ ചെയ്തു. ഇതറിയിച്ചപ്പോൾ ബുദ്ധൻ ചോദിച്ചു, "എന്താണവരെ സ്വയം ഹത്യയ്ക്ക് പ്രേരിപ്പിച്ചത്." ശരീരത്തിന്റെ ക്ഷണികവും കെട്ടുപോകുന്നതുമായ പ്രകൃതത്തെപ്പറ്റി ധ്യാനിച്ചുകൊണ്ടിരുന്നപ്പോൾ അവർക്ക് ശരീരത്തോട് അവജ്ഞ തോന്നി; ജീവിച്ചിരിക്കാനുള്ള ആഗ്രഹവും നഷ്ടപ്പെട്ടു. ഇതുകേട്ട് ബുദ്ധന് സങ്കടമുണ്ടായി. അദ്ദേഹം ശേഷിക്കുന്ന ഭിക്ഷുക്കളെ വിളിച്ചുകൂട്ടി.

അദ്ദേഹം പറഞ്ഞു, "ഭിക്ഷുമാരെ, നാം ശരീരത്തിന്റെ ക്ഷണികവും കെട്ടുപോകുന്നതുമായ പ്രകൃതത്തെ പ്രതി ധ്യാനിക്കുന്നത് എല്ലാ ധർമ്മങ്ങളുടെയും യഥാർത്ഥ പ്രകൃതത്തിലേയ്ക്ക് നോക്കുവാനാണ്. അപ്പോൾ അവയുമായി നാം ബന്ധിക്കപ്പെടുകയില്ല. ലോകത്തിൽ നിന്ന് ഒളിച്ചോടിയതുകൊണ്ട് സ്വാതന്ത്ര്യവും ബോധോദയവും സിദ്ധിക്കില്ല. എല്ലാ ധർമ്മങ്ങളുടെയും ശരിയായ സ്വഭാവത്തിലേയ്ക്ക് നാം ആഴത്തിൽ നോക്കുമ്പോൾ മാത്രമാണ് നമുക്കവ സിദ്ധിക്കുന്നത്. ഇത് സഹോദരന്മാർക്ക് മനസ്സിലാക്കാൻ കഴിയാതെയാണ്, അവർ വിഡ്ഢികളെപ്പോലെ ജീവിതത്തിൽനിന്ന് ഒളിച്ചോടാൻ ശ്രമിച്ചത്. അങ്ങനെ ചെയ്തതു മൂലം കൊല്ലരുത് എന്ന അനുശാസനം അവർ ലംഘിച്ചു.

"ഭിക്ഷുമാരെ, വിമോചിതനായ വ്യക്തി ധർമ്മങ്ങളിൽ കടിച്ചുതൂങ്ങുകയോ അവയോട് അവജ്ഞ കാണിക്കുകയോ ചെയ്യില്ല. കടിച്ചുതൂങ്ങലും അവജ്ഞയും, രണ്ടും തന്നെ ബന്ധനത്തിന്റെ കയറുകളാണ്. വിമോചിതനായ ഒരു വ്യക്തി ശാന്തിയിലും ആനന്ദത്തിലും വർത്തിക്കുന്നതിനായി ഇവ രണ്ടിനെയും അധഃകരിക്കുന്നു. അത്തരം ആനന്ദം അളക്കാവുന്നതല്ല. വിമോചിതനായ വ്യക്തി അനശ്വരതയെയും വേറിട്ട സ്വത്വത്തെയും കുറിച്ചുള്ള ഇടുങ്ങിയ വീക്ഷണങ്ങളിൽ കടിച്ചുതൂങ്ങില്ല. അതുപോലെത്തന്നെ നശ്വരതയെയും അസത്വത്തെയും കുറിച്ചുള്ളവയിലും. ഭിക്ഷുമാരെ, അനാസക്തമായ ഊർജ്ജസ്വലതയോടെ അനുശാസനങ്ങൾ വിവേകപൂർവ്വം പരിശീലിക്കുക. തങ്ങളെ സ്വയം

നവീകരിക്കുന്നതിനായി സചേതനമായ ശ്വസനം ഭിക്ഷുമാരെ ബുദ്ധൻ പഠിപ്പിച്ചു."

ശ്രാവസ്തിയിലേക്ക് മടങ്ങിയെത്തിയപ്പോൾ കെട്ടുപാടുകളെ പിളർക്കുന്നതെങ്ങിനെയെന്ന് ബുദ്ധൻ പഠിപ്പിച്ചു. അരിത്തയെന്ന ഭിക്ഷുവിന്റെ പ്രതികരണം നിമിത്തമായിരുന്നു ഇത്. അദ്ദേഹവും ബുദ്ധന്റെ അനുശാസനങ്ങൾ തെറ്റായി വ്യാഖ്യാനിക്കുകയും സങ്കുചിത വീക്ഷണങ്ങളിൽ കുടുങ്ങുകയും ചെയ്തിരുന്നു.

ജേതവനത്തിൽ ഭിക്ഷുക്കളുടെ മുമ്പിലിരുന്ന് ബുദ്ധൻ പറഞ്ഞു:

"ഭിക്ഷുമാരെ, ഞാൻ പഠിപ്പിക്കുന്നത് നിങ്ങൾ തെറ്റായി ഗ്രഹിക്കുന്ന പക്ഷം, നിങ്ങൾ സങ്കുചിതമായ വീക്ഷണങ്ങളിൽ കുരുങ്ങാൻ സാധ്യതയുണ്ട്. അത് നിങ്ങൾക്ക് മാത്രമല്ല, മറ്റുള്ളവർക്കും ദുരിതമുണ്ടാക്കും. നിങ്ങൾ വിവേചനപൂർവ്വം ശ്രദ്ധിച്ച് മനസ്സിലാക്കി പരിശീലിക്കണം. പാമ്പുകളെക്കുറിച്ച് മനസ്സിലാക്കിയിട്ടുള്ള ഒരാൾ പാമ്പിനെ തോണ്ടിയെടുക്കുന്നതിനു മുമ്പായി മുപ്പല്ലിക്കോലുകൊണ്ട് പാമ്പിനെ നിലത്തമർത്തിപ്പിടിക്കുന്നു. അയാൾ പാമ്പിന്റെ വായിലോ ശരീരത്തിലോ പിടിച്ച് പാമ്പിനെ എടുത്തെറിയാൻ തുനിയുകയാണെങ്കിൽ, പാമ്പ് അയാളെ കടിക്കാൻ വഴിയുണ്ട്. നിങ്ങൾ എങ്ങനെ ബുദ്ധി ഉപയോഗിച്ച് ഒരു പാമ്പിനെ പിടിക്കുന്നുവോ അതുപോലെ ബോധനം പഠിക്കുവാനും ബുദ്ധി ഉപയോഗിക്കണം."

"ഭിക്ഷുമാരെ, സാധന സത്യം വിശദീകരിക്കാനുള്ള ഒരു വാഹനം മാത്രമാണ്. അത് സത്യം തന്നെയാണെന്ന് ധരിക്കരുത്. ചന്ദ്രനെ ചൂണ്ടിക്കാട്ടുന്ന വിരൽ ചന്ദ്രനല്ല, എവിടെയാണ് ചന്ദ്രനെ നോക്കേണ്ടത് എന്നതിനാണ് വിരൽ ആവശ്യമായിട്ടുള്ളത്. എന്നാൽ വിരൽ ചന്ദ്രനായി തെറ്റിദ്ധരിച്ചെന്നിരിക്കട്ടെ, നിങ്ങളൊരിക്കലും യഥാർത്ഥ ചന്ദ്രനെ അറിയില്ല."

"പരിശീലനം എന്നത് നിങ്ങളെ മറുകരയിലെത്തിക്കുന്ന ചങ്ങാടം പോലെയാണ്. ചങ്ങാടം ആവശ്യമാണ്, പക്ഷേ, മറുകരയല്ല. മറുകരയിലേയ്ക്ക് കടക്കാൻ ചങ്ങാടം ഉപയോഗിച്ചശേഷം, ബുദ്ധിയുള്ള ഒരാൾ അത് തലയിലേറ്റി നടക്കില്ല. ഭിക്ഷുമാരെ, ജനനമരണങ്ങൾക്കപ്പുറമുള്ള കരയിലേയ്ക്ക് മുറിച്ചുകടക്കാൻ സഹായിക്കുന്ന ചങ്ങാടമാണ് എന്റെ ബോധനം. മറുകരയിലെത്താൻ നിങ്ങൾ ചങ്ങാടം ഉപയോഗിക്കുന്നു. പക്ഷേ, അത് സ്വത്തെന്നു കരുതി അതിൽ തൂങ്ങിക്കിടക്കരുത്. അതായത് എന്റെ ബോധനത്തിൽ കുരുങ്ങരുത്. അതിൽ നിന്ന് വിട്ടുപോകാൻ നിങ്ങൾക്ക് കഴിയണം."

"ഭിക്ഷുമാരെ, ഞാൻ നിങ്ങൾക്ക് തന്നിട്ടുള്ളതായ എല്ലാ ബോധനങ്ങളും - നാല് ശ്രേഷ്ഠ സത്വങ്ങൾ, ശ്രേഷ്ഠമായ അഷ്ടമാർഗ്ഗം, ഏകാ

ഗ്രതയുടെ നാല് മൂലാധാരങ്ങൾ, ഉദ്ബുദ്ധതയുടെ ഏഴ് ഘടകങ്ങൾ, നശ്വരത, അ-സ്വത്വം, സഹനം, ശൂന്യത, സംസ്കാരരാഹിത്യം, ഉദ്ദേശ രാഹിത്യം - വിവേചന പൂർവ്വവും സ്വതന്ത്രമായും പഠിക്കണം. വിമോ ചനത്തിലെത്താൻ സഹായിക്കുന്നതിനായി ബോധനങ്ങളെ ഉപയോ ഗിക്കുക. അവയിൽ കുടുങ്ങിപ്പോകരുത്."

ഭിക്ഷുണിമാർക്കുള്ള വിഹാരത്തിൽ അഞ്ഞൂറ് സന്ന്യാസിനിമാർ താമസിച്ചിരുന്നു. അവർ ഇടക്കിടെ ബുദ്ധനെയും മറ്റ് ഭിക്ഷുമാരെയും ധർമ്മപ്രഭാഷണത്തിനായി ജേതവനത്തിലേക്ക് വിളിക്കാറുണ്ട്. ഭിക്ഷു ണിമാർക്ക് ധർമ്മപ്രഭാഷണം കൊടുക്കുവാനുള്ള ഭിക്ഷുമാരെ തെര ഞ്ഞെടുക്കുവാനുള്ള ചുമതല ആനന്ദനെയാണ് ബുദ്ധൻ ഏൽപ്പിച്ചിരു ന്നത്. ഒരു ദിവസം സംപൂജ്യനായ ബന്തയെയാണ് ആ ജോലി ഏൽപ്പി ച്ചത്. സാധനയുടെ പക്വഫലങ്ങൾ സിദ്ധിച്ചവനായിരുന്നു ബന്ത. എന്നാൽ പ്രഭാഷണ ചാതുര്യം കുറവായിരുന്നു. പിറ്റേന്ന്, ഭിക്ഷാടന ശേഷം വനത്തിൽ ഒറ്റയ്ക്കിരുന്ന് ഭക്ഷണം കഴിച്ച് അദ്ദേഹം ഭിക്ഷു ണീകേന്ദ്രത്തിലേക്ക് പോയി. സഹോദരിമാർ അദ്ദേഹത്തെ ഊഷ്മള മായി സ്വീകരിച്ചു. ഭിക്ഷുണി ഗോതമി അദ്ദേഹത്തെ ധർമ്മപ്രഭാഷണം നടത്തുവാനുള്ള പീഠത്തിലേക്ക് ക്ഷണിച്ചു.

ഉപധാനത്തിൽ ഇരുന്നശേഷം, അദ്ദേഹം ചെറിയൊരു കവിത ചൊല്ലി:

"ഹിംസയോ വെറുപ്പോ കൂടാതെ
പ്രശാന്തിയിൽ വർത്തിച്ചുകൊണ്ട്
ധർമ്മം അറിഞ്ഞ് പ്രഭവത്തിലേയ്ക്ക് മടങ്ങുന്നു.
ശാന്തിയും ആനന്ദവും നിറഞ്ഞൊഴുകുന്നു.
ഏകാഗ്രതയുടെ പരിപൂർണ്ണതയിലെത്തുന്നു:
ശരിയായ ശാന്തിയും പ്രശാന്തിയും സാക്ഷാത്കരിക്കപ്പെടുന്നു.
എല്ലാ ആസക്തികളെയും അധഃകരിക്കുന്നതാണ്
ഏറ്റവും ഉദാത്തമായ ആനന്ദം."

കൂടുതലായൊന്നും അദ്ദേഹം പറഞ്ഞില്ല. ഗാഢമായ ശ്രദ്ധയുടെ അവസ്ഥയിലേക്ക് പ്രവേശിച്ചു. അദ്ദേഹത്തിന്റെ വാക്കുകൾ പരിമിത മായിരുന്നെങ്കിലും, സാന്നിധ്യം ശാന്തിയും സന്തോഷവും പ്രശോഭിത മാക്കി. ഭൂരിപക്ഷം ഭിക്ഷുണിമാർക്കും അത് വളരെയേറെ പ്രചോദന മേകി. എന്നാൽ പ്രായം കുറഞ്ഞ കുറച്ച് ഭിക്ഷുണിമാർക്ക്, പ്രഭാഷണം ഇത്രയും ഹ്രസ്വമായതിൽ നിരാശ തോന്നി. അദ്ദേഹത്തോട് കുറച്ചെ ന്തെങ്കിലും കൂടി പറയാൻ അവർ ഭിക്ഷുണി ഗോതമിയോട് ആവശ്യ പ്പെട്ടു. ഭിക്ഷുണി ഗോതമി സംപൂജ്യനായ ബന്തയെ വണങ്ങി, ചെറുപ്പ

ക്കാരികളായ സഹോദരിമാരുടെ ആഗ്രഹം ഉന്നയിച്ചു. പക്ഷേ, ബന്ത കവിത വെറുതെ ആവർത്തിക്കുക മാത്രം ചെയ്ത് പീഠത്തിൽനിന്നുമിറങ്ങി.

കുറച്ചുനാളുകൾക്കു ശേഷം ബന്തയുടെ ധർമ്മപ്രഭാഷണത്തെക്കുറിച്ച് ബുദ്ധൻ അറിഞ്ഞു. ഭാവിയിൽ കുറെക്കൂടി വാക്ചാതുരിയുള്ളവർ പ്രഭാഷണം നടത്തണമെന്ന നിർദ്ദേശമുണ്ടായി. എന്നാൽ, ഒരാളിന്റെ വാക്കിനെക്കാൾ അയാളുടെ സാന്നിധ്യമാണ് പ്രസക്തമെന്ന് ബുദ്ധൻ മറുപടി കൊടുത്തു.

ഒരു പ്രഭാതത്തിൽ, ഭിക്ഷാടനം കഴിഞ്ഞ് മടങ്ങുന്ന ബുദ്ധന് ആനന്ദനെ കണ്ടെത്താനായില്ല. രാഹുലനും മറ്റും പറഞ്ഞത് അവരദ്ദേഹത്തെ കണ്ടില്ല എന്നാണ്. എന്നാൽ, സമീപത്തുള്ള അസ്പർശ്യരുടെ ഗ്രാമത്തിൽ ആനന്ദൻ ഭിക്ഷയെടുക്കുന്നതായി താൻ കണ്ടെന്ന്, ആ ഭിക്ഷു പറഞ്ഞു. ആ ഗ്രാമത്തിൽ പോയി ആനന്ദനെ തിരക്കാൻ, ബുദ്ധൻ ആ ഭിക്ഷുവിനോട് പറഞ്ഞു. ഭിക്ഷു ആനന്ദനെ കണ്ടെത്തി. അവരൊന്നിച്ച് വിഹാരത്തിലേക്ക് മടങ്ങി. ഒരമ്മയെയും അവരുടെ മകളായ പ്രകൃതിയെയും അദ്ദേഹം കൂടെ കൊണ്ടുവന്നിരുന്നു.

താനെന്തുകൊണ്ടാണ് ആ ദിവസം വൈകിപ്പോയതെന്ന് ബുദ്ധനോട് ആനന്ദൻ വിശദീകരിച്ചു. ആഴ്ചകൾക്ക് മുമ്പ്, ഒരുനാൾ, ഭിക്ഷാടനം കഴിഞ്ഞ് വിഹാരത്തിലേക്ക് മടങ്ങുംവഴി അദ്ദേഹത്തിന് വല്ലാതെ ദാഹിച്ചു. വെള്ളം കുടിക്കുന്നതിനായി അസ്പർശ്യരുടെ ഗ്രാമത്തിലെ കിണറ്റുകരയിൽ എത്തി. അവിടെ കിണറ്റിൽ നിന്നും വെള്ളം കോരിയിരുന്ന പ്രകൃതിയെന്ന യുവതിയെ കണ്ടു. അവൾ സുന്ദരിയായിരുന്നു. ആനന്ദൻ അവളോട് ദാഹജലം ചോദിച്ചു. അവൾ വിസമ്മതിച്ചു. താനൊരു തൊട്ടുകൂടാത്തവളാണ്; ഒരു സന്ന്യാസിക്ക് വെള്ളം നൽകി അദ്ദേഹത്തെ അശുദ്ധമാക്കാൻ ധൈര്യപ്പെടുന്നില്ല.

ആനന്ദൻ അവളോട് പറഞ്ഞു, “ഉയർന്നതോ താഴ്ന്നതോ ആയ ജാതിയെപ്പറ്റി ഞാൻ ചോദിക്കുന്നില്ല. ദാഹജലമാണ് ഞാൻ ആവശ്യപ്പെടുന്നത്. നിങ്ങളിൽ നിന്ന് അത് സ്വീകരിക്കുന്നതിൽ എനിക്ക് സന്തോഷമുണ്ട്. എന്നെ അശുദ്ധമാക്കുമെന്ന് ഭയപ്പെടേണ്ടതില്ല.”

ഉടനെ, പ്രകൃതി അദ്ദേഹത്തിന് വെള്ളം നൽകി. ഇത്രമാത്രം സൗമ്യമായി തന്നോട് സംസാരിച്ച ആർദ്രതയും സൗന്ദര്യവുമുള്ള യുവഭിക്ഷുവിൽ അവൾ ആകർഷിതയായി. അദ്ദേഹത്തിൽ അനുരക്തയായി. രാത്രിയിൽ അവൾക്ക് ഉറങ്ങാനായില്ല. ആനന്ദനെപ്പറ്റി മാത്രമായി അവളുടെ ചിന്തകൾ. ഓരോ ദിവസവും കിണറ്റുകരയിൽ അവൾ കാത്തുനിന്നു. അദ്ദേഹത്തെ ഒരുനോക്ക് കാണാമെന്ന പ്രത്യാശയിൽ. തങ്ങളുടെ വീട്ടിൽ ഭക്ഷണം കഴിക്കുവാൻ അദ്ദേഹത്തെ ക്ഷണിക്കുവാനായി

അവൾ അമ്മയോട് പറഞ്ഞു. രണ്ടുതവണ അദ്ദേഹം ഭക്ഷണം സ്വീകരിച്ചു. പക്ഷേ, തന്നിൽ അവൾ പ്രേമാനുരക്തയാണെന്നറിഞ്ഞതോടെ, തുടർന്നുള്ള ക്ഷണങ്ങൾ, ആനന്ദൻ നിരസിച്ചു.

അനുരാഗരോഗിണിയായിത്തീർന്നു പ്രകൃതി. അവൾ മെലിഞ്ഞു വിളറി. അവസാനം അവൾ തന്റെ വികാരങ്ങൾ അമ്മയെ അറിയിച്ചു. ആനന്ദൻ തന്റെ വ്രതങ്ങൾ ഉപേക്ഷിച്ച് തന്നെ വിവാഹം ചെയ്യണം; അത് കേട്ട് അമ്മ ഞെട്ടിപ്പോയി. അവളെ ശകാരിച്ചു. അസാധ്യവും മൂഢവുമായ പ്രേമമാണ് അതെന്ന് അമ്മ അവളെ ബോധ്യപ്പെടുത്താൻ ശ്രമിച്ചു. ആനന്ദനെ ഉപേക്ഷിക്കുന്നതിലും ഭേദം മരിക്കുകയാണെന്ന് പ്രകൃതി പറഞ്ഞു. മകളുടെ ആരോഗ്യത്തെ ഭയന്ന് തന്റെ മകളെ ആനന്ദനിലേക്ക് ആകർഷിക്കണമെന്ന പ്രതീക്ഷയിൽ അവൾ ഒരു കാമോദ്ദീപനൗഷധം തയ്യാറാക്കി. അവൾ മാതംഗജാതിയിൽ നിന്നായിരുന്നു. നിരവധി നാടൻ വൈദ്യക്കൂട്ടുകൾ അറിയാമായിരുന്നു, അവൾക്ക്.

ആ ദിവസം രാവിലെ, പ്രകൃതി ആനന്ദനെ വഴിയിൽ കണ്ടുമുട്ടി. തന്റെ വീട്ടിൽ നിന്ന് ഭക്ഷണം കഴിക്കുവാനുള്ള തന്റെ അന്ത്യക്ഷണം സ്വീകരിക്കണമെന്ന് യാചിച്ചു. തന്നിലുള്ള ആസക്തിയിൽനിന്ന് പ്രകൃതിയെ മുക്തയാക്കി അമ്മയ്ക്കും മകൾക്കും ധർമ്മബോധനം നൽകാൻ തനിക്ക് സാധിക്കുമെന്ന് ആനന്ദന് നല്ല വിശ്വാസമുണ്ടായിരുന്നു. എന്നാൽ, മായം കലർത്തിയ ചായ കുടിക്കുന്നതിനു മുമ്പ് അങ്ങിനെയൊരവസരം അദ്ദേഹത്തിന് ഒത്തു കിട്ടിയില്ല. അദ്ദേഹത്തിന്റെ തല കറങ്ങാൻ തുടങ്ങി. കൈകാലുകൾ ദുർബ്ബലങ്ങളായി. തനിക്ക് എന്താണ് സംഭവിക്കുന്നതെന്ന് അദ്ദേഹത്തിന് ബോധ്യപ്പെട്ടു. ഔഷധസസ്യങ്ങളുടെ വീര്യം നിർവീര്യമാക്കാൻ അദ്ദേഹം തന്റെ ശ്വസനത്തിലേയ്ക്ക് ശ്രദ്ധ തിരിച്ചു.

ബുദ്ധനയച്ച ഭിക്ഷു കാണുമ്പോൾ, ആനന്ദൻ പത്മാസനത്തിൽ പൂർണ്ണമൗനത്തിൽ പ്രകൃതിയുടെ കുടിലിൽ ഇരിക്കുന്നതാണ് കണ്ടത്.

പ്രകൃതിയോട് ബുദ്ധൻ സൗമ്യമായി ചോദിച്ചു: "ആനന്ദ ഭിക്ഷുവിനെ നിങ്ങൾ അഗാധമായി പ്രേമിക്കുന്നു ഇല്ലേ?"

പ്രകൃതി : "ഞാനദ്ദേഹത്തെ ഹൃദയപൂർവ്വം പ്രേമിക്കുന്നു."

"നിങ്ങൾ അദ്ദേഹത്തിന്റെ എന്തിലാണ് പ്രേമിക്കുന്നത്?

കണ്ണുകളിൽ, നാസികയിൽ, ഒരുപക്ഷേ, വദനം?"

"ഞാനദ്ദേഹത്തിന്റേതായ എല്ലാറ്റിനെയും പ്രേമിക്കുന്നു. അദ്ദേഹത്തിന്റെ കണ്ണുകൾ, നാസിക, വദനം, ശബ്ദം, നടപ്പ്... ഗുരോ അദ്ദേഹത്തിന്റേതായ എല്ലാം ഞാൻ പ്രേമിക്കുന്നു."

"കണ്ണുകൾ, നാസിക, വദനം, ശബ്ദം, നടത്തം എന്നിവ കൂടാതെ ഇനിയും നിങ്ങളറിയാത്ത നിരവധി മനോഹരങ്ങളായ ഗുണങ്ങൾ ആനന്ദഭിക്ഷുവിനുണ്ട്"

"എന്തൊക്കെയാണവ?"

"അദ്ദേഹത്തിന്റെ സ്നേഹഹൃദയം ഒരു ഗുണമാണ്. നിങ്ങൾക്കറിയുമോ, ആനന്ദഭിക്ഷു എന്തിനെയാണ് സ്നേഹിക്കുന്നതെന്ന്?"

"ഇല്ല. ഗുരോ അദ്ദേഹം സ്നേഹിക്കുന്നതെന്തെന്ന് എനിക്കറിയില്ല. എനിക്ക് ഒന്നു മാത്രമേ അറിയൂ. അദ്ദേഹമെന്നെ സ്നേഹിക്കുന്നില്ല."

"നിങ്ങൾക്ക് തെറ്റുപറ്റി. തീർച്ചയായും, ആനന്ദഭിക്ഷു നിങ്ങളെ സ്നേഹിക്കുന്നുണ്ട്. പക്ഷേ, അത് നിങ്ങൾ ആഗ്രഹിക്കുന്ന പോലെയല്ല. വിമോചനത്തിന്റെയും സ്വാതന്ത്ര്യത്തിന്റെയും ശാന്തിയുടെയും ആനന്ദത്തിന്റെയും മാർഗ്ഗത്തെയാണ് ആനന്ദഭിക്ഷു സ്നേഹിക്കുന്നത്. മുക്തിയും സ്വാതന്ത്ര്യവും അനുഭവിക്കുന്നതുകൊണ്ടാണ് ആനന്ദഭിക്ഷു ഇടക്കിടെ മന്ദഹസിക്കുന്നത്. മറ്റെല്ലാ ജീവനെയും അദ്ദേഹം സ്നേഹിക്കുന്നു. ഏവർക്കും വിമോചനത്തിന്റെ മാർഗ്ഗമെത്തിക്കാൻ അദ്ദേഹം ആഗ്രഹിക്കുന്നു. അതുകൊണ്ട് അവർക്കും മുക്തിയും ശാന്തിയും ആനന്ദവും ആസ്വദിയ്ക്കാം. ആനന്ദഭിക്ഷുവിന്റെ സ്നേഹം ധാരണയിൽ നിന്നും വിമുക്തിയിൽ നിന്നുമാണുദിക്കുന്നത്. തന്റെ സ്നേഹം കൊണ്ട് അദ്ദേഹം നിങ്ങളെപ്പോലെ, നിരാശയോ ദുരിതമോ അനുഭവിക്കുന്നില്ല. ആനന്ദഭിക്ഷുവിനെ നിങ്ങൾ ശരിയായി സ്നേഹിക്കുന്നുണ്ടെങ്കിൽ അദ്ദേഹത്തിന്റെ സ്നേഹം അറിഞ്ഞ് അദ്ദേഹം തെരഞ്ഞെടുത്തിട്ടുള്ള വിമോചന ജീവിതത്തിന്റെ മാർഗ്ഗം തുടരുവാൻ അദ്ദേഹത്തെ അനുവദിക്കൂ. ആനന്ദഭിക്ഷു സ്നേഹിക്കുന്ന രീതിയിൽ നിങ്ങൾക്ക് സ്നേഹിക്കാനായാൽ, നിങ്ങളും നിരാശയും ദുരിതവും ഇനി ഒരിക്കലും അനുഭവിക്കില്ല. ആനന്ദഭിക്ഷുവിനെ നിങ്ങൾക്ക് മാത്രമായി കിട്ടണമെന്നുള്ളതുകൊണ്ടാണ് നിങ്ങൾക്ക് നിരാശയും ദുരിതവും ഉണ്ടാകുന്നത്. അതൊരുതരം സ്വാർത്ഥസ്നേഹമാണ്."

ബുദ്ധനെ നോക്കി പ്രകൃതി ചോദിച്ചു, "പക്ഷേ, ആനന്ദഭിക്ഷു സ്നേഹിക്കുന്നതുപോലെ എനിക്കെങ്ങനെ സ്നേഹിക്കാൻ സാധിക്കും?"

"ആനന്ദഭിക്ഷുവിന്റെയും നിങ്ങളുടെയും സന്തോഷം ഒരുപോലെ സംരക്ഷിക്കാൻ കഴിയുന്ന സ്നേഹത്തിന്റേതായ മാർഗ്ഗത്തിലൂടെ. ആനന്ദഭിക്ഷു സുഖദമായ ഇളംകാറ്റാണ്. ഇളംകാറ്റിനെ പിടിച്ച് സ്നേഹത്തിന്റെ തടവറയിൽ ബന്ധിച്ചാൽ അതുടനെ മരിച്ചുപോകും. നിങ്ങളടക്കമുള്ള ആർക്കും അതിന്റെ കുളിർമ്മ പ്രയോജനപ്പെടില്ല. നവോന്മേഷമായ ഇളംകാറ്റിനെപ്പോലെ ആനന്ദനെ സ്നേഹിക്കുക. നിങ്ങൾക്കതുപോലെ സ്നേഹിക്കാൻ കഴിയുകയാണെങ്കിൽ, കുളിർമ്മയുള്ളതും നവോന്മേഷിതവുമായ ഒരിളം കാറ്റാകാൻ നിങ്ങൾക്കും കഴിയും. പ്രകൃതി, നിങ്ങൾക്ക് നിങ്ങളുടെ മാത്രമല്ല മറ്റനേകം പേരുടെ വേദനകളും ഭാരങ്ങളും ലഘൂകരിക്കാനാവും"

“ഗുരോ, അങ്ങനെ സ്നേഹിക്കാൻ കഴിയുന്ന മാർഗ്ഗം എന്നെ പഠിപ്പിച്ചാലും.”

“ആനന്ദഭിക്ഷുവിന്റെ അതേ മാർഗ്ഗം നിങ്ങൾക്കും സ്വീകരിക്കാം. ആനന്ദഭിക്ഷുവിനെപ്പോലെ മറ്റുള്ളവർക്ക് സന്തോഷം പ്രദാനംചെയ്യുന്ന മുക്തിയുടെയും ശാന്തിയുടെയും ആനന്ദത്തിന്റെയും ഒരു ജീവിതം നിങ്ങൾക്കും ജീവിക്കാം. അദ്ദേഹത്തെപ്പോലെ നിങ്ങൾക്കും ഉപസമ്പദിക്കാം”

“പക്ഷേ, ഞാനൊരു അസ്പർശ്യജാതിക്കാരിയാണ്. എനിക്കെങ്ങിനെ ഉപസമ്പദം ലഭിക്കും?”

“ഞങ്ങളുടെ സംഘത്തിൽ ജാതിയില്ല. നിരവധി തൊട്ടുകൂടാത്തവർ ഭിക്ഷുക്കളായി ഉപസമ്പദിച്ചിട്ടുണ്ട്. പസേനദി രാജാവിനാൽ ഏറെ ബഹുമാനിതനായിട്ടുള്ള സംപൂജ്യനായ സുനിതൻ, ഒരസ്പർശ്യ ജാതിക്കാരനായിരുന്നു. നിങ്ങൾ ഒരു ഭിക്ഷുണിയായിത്തീരാൻ ആഗ്രഹിക്കുന്നുവെങ്കിൽ അസ്പർശ്യരിൽ നിന്നുള്ള ആദ്യത്തെ സന്യാസിനി നിങ്ങളായിരിക്കും. നിങ്ങൾ ആഗ്രഹിക്കുന്നെങ്കിൽ, സഹോദരി ഹേമയോട് പറഞ്ഞ് ഒരു ഉപസമ്പദച്ചടങ്ങ് ഏർപ്പാടാക്കാം.”

സന്തോഷാധിക്യത്താൽ പ്രകൃതി ബുദ്ധനെ നമസ്കരിച്ചു. തനിക്ക് ഉപസമ്പദം നടത്തുവാൻ അപേക്ഷിച്ചു. പ്രകൃതിയെ സഹോദരി ഹേമയുടെ സംരക്ഷണയിൽ വിട്ടു ബുദ്ധൻ. സന്യാസിനിയും യുവതിയും പോയശേഷം ബുദ്ധൻ ആനന്ദനെ നോക്കി, എല്ലാ ഭിക്ഷുക്കളോടുമായി പറഞ്ഞു.

“ഭിക്ഷുമാരെ, ആനന്ദന്റെ വ്രതങ്ങൾ ഇപ്പോഴും വിമലമാണ്. എന്നാൽ, നിങ്ങൾ എല്ലാവരും നിങ്ങളുടെ ബാഹ്യബന്ധങ്ങളിൽ കൂടുതൽ കരുതലുള്ളവരാകണം. നിങ്ങൾ ഏകാഗ്രതയിൽ നിർബാധം തുടരുകയാണെങ്കിൽ നിങ്ങളുടെ അകത്തും പുറത്തും നടക്കുന്നത് നിങ്ങൾക്ക് കാണാനാവും. എന്തെങ്കിലും സംഭവിക്കുന്നത് കാലേക്കൂട്ടി കണ്ടെത്തുകയാണെങ്കിൽ നിങ്ങൾക്കത് ഫലപ്രദമായി നേരിടാനാവും. നിത്യജീവിതത്തിന്റെ ഓരോ നിമിഷവും ഏകാഗ്രത പരിശീലിക്കുന്ന പക്ഷം, ഇത്തരം സന്ദർഭങ്ങൾ ഒഴിവാക്കാനുള്ള ശ്രദ്ധ നിങ്ങൾക്ക് വികസിപ്പിച്ചെടുക്കാനാവും. നിങ്ങളുടെ ശ്രദ്ധ സുദൃഢവും സുസ്ഥിരവുമാണെങ്കിൽ നിങ്ങളുടെ കാഴ്ച തെളിഞ്ഞതായിരിക്കും. നിങ്ങളുടെ പ്രവൃത്തികൾ സമയോചിതമായിരിക്കും. ശ്രദ്ധയും ധാരണയും ഒന്നിച്ച് കൈകോർത്ത് പോകുന്നവയാണ്. ഒന്ന് മറ്റൊന്നിലുണ്ട്. അവ ഒന്നാണ്.

“ഭിക്ഷുമാരെ, നിങ്ങളേക്കാൾ പ്രായമുള്ള സ്ത്രീകളെ അമ്മമാരോ മൂത്ത സഹോദരിമാരോ ആയി കണക്കാക്കുക. നിങ്ങളെക്കാൾ പ്രായം കുറഞ്ഞ സ്ത്രീകളെ മകളായോ ഇളയ സഹോദരിയായോ കണക്കാ

ക്കുക. നിങ്ങളുടെ ആകർഷണങ്ങൾ പരിശീലനമാർഗ്ഗത്തിൽ വിഘാതങ്ങളാകാതിരിക്കാൻ ശ്രദ്ധിക്കണം. ആവശ്യമെന്ന് തോന്നിയാൽ, നിങ്ങളുടെ ശ്രദ്ധ ദൃഢമാകുംവരെ സ്ത്രീകളുമായുള്ള സാമീപ്യം പരിമിതപ്പെടുത്തുക. മാർഗ്ഗത്തിന്റെ പരിശീലനത്തോടും പഠിപ്പിനോടും ബന്ധപ്പെട്ട വാക്കുകൾ മാത്രം സംസാരിക്കുക."

ബുദ്ധന്റെ മാർഗ്ഗനിർദ്ദേശം സ്വീകരിച്ചതിൽ ഭിക്ഷുക്കൾ സന്തോഷമുള്ളവരായിരുന്നു.

58. ഒരു കൈ നിറയെ അനർഘമായ മണ്ണ്

ഒരു ദിവസം ഒരു ദരിദ്രഗ്രാമത്തിൽ ബുദ്ധൻ ഭിക്ഷയെടുത്തുകൊണ്ടിരിക്കുമ്പോൾ, കുറച്ച് കുട്ടികൾ ചെളിമണ്ണിൽ കളിക്കുന്നത് കണ്ടു. അവർ ചെളിയിൽ നിന്നും മണലിൽ നിന്നും ഒരു നഗരം പണിയുകയായിരുന്നു. അതിന് നഗരമതിലും പണ്ടകശാലയും വീടുകളും, എന്തിനേറെ, ഒരു പുഴയും കൂടിയുണ്ടായിരുന്നു. ബുദ്ധനും ഭിക്ഷുക്കളും നടക്കുന്നത് കണ്ട ഒരു കുട്ടി മറ്റുള്ളവരോട് പറഞ്ഞു, "ബുദ്ധനും ഭിക്ഷുക്കളും നമ്മുടെ നഗരത്തിലൂടെ കടന്ന് പൊയ്ക്കൊണ്ടിരിക്കുകയാണ്. അവർക്കെന്തെങ്കിലും സമർപ്പിക്കേണ്ടതുണ്ട്."

മറ്റ് കുട്ടികൾക്ക് ഈ ആശയം ഇഷ്ടമായി; പക്ഷേ, അവരിങ്ങനെ പറഞ്ഞു: "ബുദ്ധന് സമർപ്പിക്കാനായി എന്തുണ്ട് നമുക്ക്? നമ്മൾ വെറും കുട്ടികളല്ലേ?"

ഒന്നാമത്തെ കുട്ടി മറുപടി പറഞ്ഞു. "ഇത് കേൾക്കൂ ചങ്ങാതിമാരെ, മണലുകൊണ്ടും ചെളികൊണ്ടുമുണ്ടാക്കിയ നമ്മുടെ നഗരത്തിന്റെ പണ്ടകശാലയിൽ കൊയ്തെടുത്ത ധാരാളം അരിയുണ്ട്. നമുക്കതിൽ നിന്ന് കുറച്ച് ബുദ്ധന് സമർപ്പിക്കാം."

മറ്റു കുട്ടികൾ ആഹ്ലാദത്തിൽ തലയാട്ടി. അവർ അവരുടെ പണ്ടകശാലയിൽ നിന്ന് കുറച്ചു മണ്ണ് മാന്തിയെടുത്തു. അത് അരിയാണെന്ന ഭാവേന ഒരിലയിൽ വെച്ചു. ഒന്നാമത്തെ കുട്ടി അത് രണ്ട് കൈകളിലുമായി എടുത്തു. ആദരപൂർവ്വം ബുദ്ധന്റെ മുമ്പിൽ മുട്ടുകുത്തി. മറ്റ് കുട്ടികൾ അവനോട് ചേർന്നു. അവൻ പറഞ്ഞു: "ഞങ്ങളുടെ നഗരത്തിലെ ജനങ്ങൾ ആദരപൂർവ്വം പണ്ടകശാലയിൽനിന്നുള്ള അരി സമർപ്പിക്കുന്നു. അങ്ങത് സ്വീകരിക്കണമെന്ന് ഞങ്ങൾ പ്രാർത്ഥിക്കുന്നു."

ബുദ്ധൻ മന്ദഹസിച്ചു: അദ്ദേഹം കുട്ടിയുടെ ശിരസ്സിൽ മൃദുവായി തലോടി: "നന്ദി കുട്ടികളെ, ഈ അമൂല്യമായ അരി ഞങ്ങൾക്ക് സമർപ്പിച്ചതിന്. നിങ്ങൾ അത്യധികം ഭാവനാശീലർ തന്നെ!"

ബുദ്ധൻ ആനന്ദന്റെ നേരെ തിരിഞ്ഞു, "ആനന്ദാ, ഈ സമർപ്പണം കയ്യിലെടുത്താലും. നമ്മൾ വിഹാരത്തിൽ എത്തിയാലുടൻ ഇത് വെള്ളത്തിൽ ചാലിക്കുക. എന്നിട്ട് എന്റെ കുടിലിന്റെ മൺകട്ടകളിൽ തേയ്ക്കുക."

ആനന്ദൻ കൈക്കുടന്നയിൽ ആ മണ്ണെടുത്തു. സമീപത്തുള്ള അരയാലിന്റെ ചുവട്ടിലെ ഒരു വലിയ പാറയിൽ ഇരിക്കുവാനായി കുട്ടികൾ ബുദ്ധനെ ക്ഷണിച്ചു. ആനന്ദനും മറ്റ് ഭിക്ഷുക്കളും ചുറ്റുംകൂടി.

"അനേകം ജന്മങ്ങൾക്ക് മുമ്പ്, വിശ്വന്തര എന്നൊരു രാജകുമാരൻ ജീവിച്ചിരുന്നു. വളരെയേറെ ദയാലുവും ഹൃദയാലുവുമായ ഒരു മനുഷ്യനായിരുന്നു അദ്ദേഹം. തനിക്കുള്ളതെല്ലാം അദ്ദേഹം നിർധനരും ആവശ്യക്കാരുമായി, ഒരു ലോഭവും കൂടാതെ പങ്കിട്ടു. അദ്ദേഹത്തിന്റെ പത്നി മാദ്രിയും അദ്ദേഹത്തെപ്പോലെത്തന്നെ ദയാലുവായിരുന്നു. മറ്റുള്ളവരെ സഹായിക്കുന്നതിലൂടെ എന്ത് മാത്രം ആനന്ദമാണ് തന്റെ ഭർത്താവിനുണ്ടാകുന്നതെന്ന് അവർക്കറിയാമായിരുന്നു; അതുകൊണ്ട് അദ്ദേഹം എന്ത് കൊടുക്കുന്നതിലും അവർക്ക് മനഃസ്താപം തോന്നിയില്ല. അവർക്ക് ജാലിൻ എന്നൊരു മകനും കൃഷ്ണജിന എന്നൊരു മകളും ഉണ്ടായിരുന്നു."

"ഒരു ക്ഷാമകാലത്ത്, വിശ്വന്തര രാജകുമാരൻ രാജകീയ ശേഖരത്തിൽനിന്ന് നിർധനർക്ക് അരിയും വസ്ത്രങ്ങളും വിതരണം ചെയ്യുന്നതിന് പിതാവിനോട് അനുവാദം ചോദിച്ചു. രാജാവ് സമ്മതിച്ചു. ആവശ്യം അത്രമേൽ കൂടുതലായതിനാൽ കരുതൽ ശേഖരം ഏതാണ്ടൊക്കെ തീർന്നുപോയി. പല രാജകീയ ഉപദേഷ്ടാക്കളെയും ഇത് അലോസരപ്പെടുത്തി. ഇനി കൂടുതലായി കൊടുക്കുന്നതിൽ നിന്ന് രാജകുമാരനെ തടയുവാൻ ഒരു പദ്ധതിയിടുവാനായി അവർ ആഗ്രഹിച്ചു. രാജകുമാരന്റെ വിവേചനരഹിതമായ ദാനം രാജ്യത്തിന്റെ നാശത്തിന് വഴിയൊരുക്കുമെന്ന് അവർ പറഞ്ഞു. വളരെ വിലപിടിപ്പുള്ള രാജകീയ ഗജങ്ങളിലൊന്നിനെ രാജകുമാരൻ ദാനം ചെയ്തതായി അവർ വെളിപ്പെടുത്തി. ഇതറിഞ്ഞ് രാജാവ് സംഭ്രമിച്ചു. തന്റെ ഏകപുത്രനെ വിജനമായ ജയാതുര പർവ്വതത്തിലേയ്ക്ക് നാടുകടത്താൻ രാജാവ് മന്ത്രിമാരോട് സമ്മതിച്ചു. പരുക്കൻ ജീവിതത്തിന്റെ കഷ്ടപ്പാടുകൾ രാജകുമാരന് നേരിട്ട് അവിടെ പഠിക്കാനാവും. അങ്ങനെ വിശ്വന്തരയും മാദ്രിയും രണ്ട് മക്കളും നാടുകടത്തപ്പെട്ടു."

"പർവ്വത മദ്ധ്യത്തിലേയ്ക്കുള്ള യാത്രാമദ്ധ്യേ, അവർ ദരിദ്രനായ ഒരു യാചകനെ കണ്ടുമുട്ടി. തന്റെ ഭംഗിയുള്ള പുറംകുപ്പായം ഊരി രാജകുമാരൻ യാചകന് നൽകി. കൂടുതൽ ദരിദ്രരെ കണ്ടുമുട്ടിയപ്പോൾ മാദ്രി തന്റെ മനോഹരമായ പുറംകുപ്പായം അഴിച്ച് അവർക്ക് കൊടുത്തു. അധികം വൈകാതെ, ജാലിനും കൃഷ്ണജിനയും തങ്ങളുടെ പുറംകുപ്പായങ്ങൾ ഊരിക്കൊടുത്തു കഴിഞ്ഞിരുന്നു. വഴിയിൽ വെച്ച്, ആ കുടുംബം അവരുടെ രത്നങ്ങളും ആഭരണങ്ങളും ദാനം ചെയ്തു. പർവ്വതത്തിൽ എത്തുന്നതിനുമുമ്പേ അവർ തങ്ങൾക്കുള്ളതെല്ലാം ഭക്ഷണത്തിനായി ക്രയവിക്രയം ചെയ്തു കഴിഞ്ഞിരുന്നു. അവസാനം, രാജ

കുമാരൻ അവരുടെ വാഹനവും രണ്ട് അശ്വങ്ങളെയും കൊടുത്തു. രാജകുമാരൻ ജാലിനെയും മാദ്രി കൃഷ്ണജിനയെയും എടുത്തു. യാതൊരു പശ്ചാത്താപവും കൂടാതെ, അവർ ജയാതുരയെത്തുന്നതുവരെ നടന്നു. ഈ ലോകത്ത് ഒരു ശ്രദ്ധയുമില്ലാത്ത മട്ടിൽ അവർ പാടി. അവരുടെ ഹൃദയങ്ങൾ സ്വതന്ത്രവും ഭാരരഹിതവുമായിത്തീർന്നു."

അതൊരു ദുരിതയാത്രയായിരുന്നു. വിജനമായ പർവ്വതത്തിലെത്തിയപ്പോഴേക്കും വിശ്വന്തരന്റെയും മാദ്രിയുടെയും കാലുകൾ വിണ്ടുകീറി, ചോര പൊടിഞ്ഞു. പർവ്വതച്ചെരുവിൽ, ഭാഗ്യത്തിന്, ഉപേക്ഷിക്കപ്പെട്ട നിലയിൽ അവർ ഒരു കുടിൽ കണ്ടെത്തി. അതൊരു കാലത്ത്, ഒരു സന്ന്യാസിയുടേതായിരുന്നു. അവരത് അടിച്ച് വൃത്തിയാക്കി. ഇലകൾ നിറഞ്ഞ കമ്പുകളാൽ കിടക്കകൾ തീർത്തു. കാട്ടിൽ, തിന്നാനായി ധാരാളം കാട്ടുപഴങ്ങളും ഇലകളുമുണ്ടായിരുന്നു. ഭക്ഷണം ശേഖരിക്കാനും, അരുവിയിൽ വസ്ത്രങ്ങൾ കഴുകാനും, വിത്തിടാനും തോട്ടമുണ്ടാക്കാനും കുട്ടികളെ പഠിപ്പിച്ചു. വലിയ ഇലകൾ കടലാസാക്കിയും കൂർത്ത മുള്ളുകൾ എഴുത്താണികളാക്കിയും രാജകുമാരനും പത്നിയും കുട്ടികളെ എഴുതാനും വായിക്കാനും പഠിപ്പിച്ചു."

"അവരുടെ ജീവിതം ദുഷ്കരമായിരുന്നെങ്കിലും അവർ സംതൃപ്തരായിരുന്നു. മൂന്നുവർഷം അവർ സമാധാനത്തോടെ ജീവിച്ചു. എന്നാൽ ഒരു ദിവസം, വിശ്വന്തര രാജകുമാരനും മാദ്രിയും ഉൾകാട്ടിൽ കാട്ടുപഴങ്ങൾ ശേഖരിക്കാൻ പോയ നേരം, ഏതോ ഒരപരിചിതൻ വന്ന് കുട്ടികളെ അപഹരിച്ചു. കാട് മുഴുവനും സമീപഗ്രാമങ്ങളിലും രാജകുമാരനും പത്നിയും ദിവസങ്ങളോളം മക്കളെ തിരക്കി. പക്ഷേ, കുട്ടികളുടെ പൊടിപോലും കണ്ടെത്താനായില്ല."

"അവസാനം, ക്ഷീണിച്ചവശരായി, കുട്ടികൾ തിരിച്ചെത്തിയിട്ടുണ്ടാകുമെന്നാശിച്ച് അവർ കുടിലിലേയ്ക്ക് മടങ്ങി. എന്നാൽ, രാജാവിന്റെ സന്ദേശവാഹകരിലൊരാൾ കാത്തുനിൽക്കുന്നത് കണ്ട് അവർ അദ്ഭുതപ്പെട്ടു. ജാലിനും കൃഷ്ണജിനയും കൊട്ടാരത്തിൽ രാജാവിനോടൊപ്പം സുരക്ഷിതരായിരിക്കുന്നതറിഞ്ഞ് അവർക്കാശ്വാസം തോന്നി. എങ്ങനെയാണ് കുട്ടികൾ അവിടെയെത്തിയതെന്ന അവരുടെ ചോദ്യത്തിന് സന്ദേശവാഹകൻ ഇങ്ങനെ മറുപടി നൽകി, "അനേക ദിവസങ്ങൾക്ക് മുമ്പ്, കൊട്ടാരസ്ത്രീകളിലൊരാൾ നഗരചന്തയിൽ കുട്ടികളെ വിൽക്കുന്നത് കണ്ടു. അവർ നിങ്ങളുടെ കുട്ടികളാണെന്ന് തിരിച്ചറിഞ്ഞു. കൊട്ടാര ഉപദേഷ്ടാവായ തന്റെ ഭർത്താവിനെ ഇക്കാര്യം അറിയിക്കാനായി അവൾ വേഗം കൊട്ടാരത്തിലേയ്ക്കോടി. അദ്ദേഹം ഉടനെ ചന്തയിലെത്തി. കുട്ടികളെ രാജകൊട്ടാരത്തിലെത്തിക്കുവാൻ ആവശ്യപ്പെട്ടു. തക്കതായ പ്രതിഫലം വാഗ്ദാനം ചെയ്തു. കീറിപ്പറിഞ്ഞ വസ്ത്രങ്ങളിലും അഴുക്കുപിടിച്ച മുഖങ്ങളിലും, രാജാവ് തന്റെ പേരക്കുട്ടികളെ

തിരിച്ചറിഞ്ഞു. നിങ്ങളെയും കുടുംബത്തെയും എന്തുമാത്രം അദ്ദേഹത്തിന് നഷ്ടപ്പെടുന്നു എന്ന് അദ്ദേഹം മനസ്സിലാക്കി."

രാജാവ് ചോദിച്ചു, "ഈ കുട്ടികളെ നിങ്ങൾക്ക് എവിടെനിന്ന് കിട്ടി? എത്രയ്ക്കാണ് നിങ്ങളവരെ വിൽക്കുന്നത്?"

കച്ചവടക്കാരൻ പറയാൻ തുടങ്ങുംമുമ്പേ കൊട്ടാര ഉപദേഷ്ടാവ് പറഞ്ഞു. "പ്രഭോ, ആയിരം തോല സ്വർണ്ണത്തിനും ഒരായിരം കന്നുകാലികൾക്കുമാണ് പെൺകുട്ടിയെ വിറ്റിട്ടുള്ളത്. ആൺകുട്ടിയെ നൂറ് തോല സ്വർണ്ണത്തിനും നൂറ് കന്നുകാലിയ്ക്കും"

കച്ചവടക്കാരനും കുട്ടികളുമടക്കം ഈ വാക്കുകൾ കേട്ട് അന്തംവിട്ടു. രാജാവ് ചോദിച്ചു. "എന്തുകൊണ്ട് പെൺകുട്ടിയ്ക്ക് ആൺകുട്ടിയെക്കാൾ ഇത്രമാത്രം കൂടുതൽ?"

കൊട്ടാര ഉപദേഷ്ടാവ്: "അങ്ങ് പെൺകുട്ടികളെ ആൺകുട്ടികളേക്കാൾ വിലമതിക്കുന്നു. അവരെന്തെങ്കിലും കുറുമ്പ് കാട്ടിയാലും അങ്ങ് ഒരിക്കലും അവരെ ശകാരിക്കുകയോ ശിക്ഷിക്കുകയോ ചെയ്യാറില്ല. കൊട്ടാര ഭൃത്യകളോട് പോലും അങ്ങ് ആദരവോടും ദയയോടുമാണ് പെരുമാറുന്നത്. അങ്ങേയ്ക്ക് ഒരു മകനേ ഉണ്ടായിരുന്നുള്ളു. എന്നിട്ടു പോലും അങ്ങ് അവനെ പുലികളും നരികളും ചുറ്റി സഞ്ചരിക്കുന്ന, കാട്ടുപഴങ്ങൾ ഒഴിച്ച് മറ്റൊന്നും കിട്ടാത്ത വിജനമായ പർവ്വതത്തിലേയ്ക്ക് നാടുകടത്തി. തീർച്ചയായും അങ്ങ് ആൺകുട്ടികളെക്കാൾ പെൺകുട്ടികളെ വിലമതിക്കുന്നു."

രാജാവിന് കണ്ണീരടക്കാൻ കഴിഞ്ഞില്ല. "ദയവായി കൂടുതലൊന്നും പറയരുത്. താങ്കൾ പറഞ്ഞതിന്റെ അർത്ഥം ഞാൻ മനസ്സിലാക്കുന്നു."

"പർവ്വതങ്ങളിലെ മറ്റൊരാളിൽ നിന്നാണ് കുട്ടികളെ വാങ്ങിയതെന്ന് കച്ചവടക്കാരനിൽ നിന്ന് രാജാവറിഞ്ഞു. കച്ചവടക്കാരന് രാജാവ് ദ്രവ്യം നൽകി. ശേഷം, കുട്ടികളുടെ മോഷ്ടാവിനെ കണ്ടെത്താനായി പോലീസിനെ അയച്ചു. പേരക്കുട്ടികളെ രാജാവ് കെട്ടിപ്പുണർന്നു. അവരോട് പർവ്വതത്തിലെ -ജീവിതത്തെപ്പറ്റി തിരക്കി. തന്റെ മകനും മരുമകളും തലസ്ഥാനത്തേയ്ക്ക് തിരിച്ച് വരുന്നതിനുള്ള കല്പന അദ്ദേഹം പുറപ്പെടുവിച്ചു. അന്നുമുതൽ അദ്ദേഹം നിർധനരെ സേവിക്കാനുള്ള തന്റെ മകന്റെ ഉദ്യമങ്ങളിൽ സഹായിക്കുകയും മകനെ നിധിപോലെ കണക്കാക്കുകയും ചെയ്തു."

കുട്ടികൾക്ക് ബുദ്ധന്റെ കഥ വളരെയധികം ഇഷ്ടമായി. ബുദ്ധൻ കുട്ടികളെ നോക്കി മന്ദഹസിച്ചു: "തനിക്കുള്ളതെല്ലാം മറ്റുള്ളവരുമായി പങ്കിടുവാൻ വിശ്വന്തര രാജകുമാരന് സന്തോഷമായിരുന്നു. ഇന്ന് നിങ്ങൾ നിങ്ങളുടെ നഗരത്തിലെ പണ്ടകശാലയിൽ നിന്നുള്ള അമൂല്യമായ മണ്ണിൽനിന്ന് ഒരു കൈക്കുടന്ന ഞാനുമായി പങ്കിട്ടു. നിങ്ങൾ എന്നെയോ ഏറെ സന്തോഷവാനാക്കിയിരിക്കുന്നു. ഓരോ ദിവസവും

ചെറിയ സമ്മാനങ്ങൾ നൽകി നിങ്ങൾക്ക് മറ്റുള്ളവരേയും സന്തോഷിപ്പിക്കാനാകും. അത് നിങ്ങൾ വിലയ്ക്ക് വാങ്ങുന്ന എന്തെങ്കിലും ആയിരിക്കരുത്. നെൽവയലിന്റെ കരയിൽ നിന്ന് ഒരു പൂ പറിച്ചെടുത്ത് നിങ്ങളുടെ മാതാപിതാക്കൾക്ക് സമ്മാനിക്കുമ്പോൾ നിങ്ങൾ അവരെ സന്തോഷചിത്തരാക്കുന്നു. സ്നേഹത്തിന്റെയോ കൃതജ്ഞതയുടെയോ ഒരു വാക്ക്, അമൂല്യമായ ഒരുപഹാരമായിരിക്കും. ദയാർദ്രമായ ഒരു നോട്ടം, അല്ലെങ്കിൽ സാന്ത്വനത്തിന്റെ ചെറിയൊരു ഭാവം, മറ്റുള്ളവർക്ക് ആനന്ദം നൽകുന്നു. ഓരോ ദിവസവും ഇത്തരം ഉപഹാരങ്ങൾ നിങ്ങളുടെ കുടുംബാംഗങ്ങൾക്കും സ്നേഹിതർക്കും സമ്മാനിക്കുക. ഇപ്പോൾ ഭിക്ഷുമാർക്കും എനിക്കും പോകേണ്ടതുണ്ട്. തീർച്ചയായും, നിങ്ങൾ ഇന്ന് നൽകിയ മനോഹരമായ ഉപഹാരം ഞങ്ങളൊരിക്കലും മറക്കില്ല."

ജേതവനത്തിലേക്ക് ബുദ്ധനെയും ഇതര ഭിക്ഷുക്കളെയും സന്ദർശിക്കുവാനായി കൂടുതൽ ചങ്ങാതിമാരെ കൂട്ടി വരുമെന്ന് കുട്ടികൾ വാഗ്ദാനം നൽകി. കൂടുതൽ കഥകൾ കേൾക്കാൻ അവർക്ക് ആഗ്രഹമുണ്ടായിരുന്നു.

അടുത്ത വേനലിൽ, ബുദ്ധൻ രാജഗൃഹത്തിലേക്ക് പഠിപ്പിക്കുവാനായി മടങ്ങിയെത്തി. അതിനുശേഷം, അദ്ദേഹം കഴുകൻ മുടിയിലേക്ക് പോയി. ജീവകൻ അദ്ദേഹത്തെ സന്ദർശിച്ചു. കുറച്ചുനാൾ മാന്തോപ്പിൽ ചെലവഴിക്കുവാൻ ക്ഷണിച്ചു. ബുദ്ധൻ ക്ഷണം സ്വീകരിച്ചു. ആനന്ദനും ഒപ്പം ചേർന്നു. വൈദ്യന്റെ മാന്തോപ്പ് ശീതളവും നവോന്മേഷദായകവുമായിരുന്നു. ഫലവാഹികളായ മരങ്ങൾ അവയുടെ എട്ടാം വർഷത്തിലായിരുന്നു. ബുദ്ധനുവേണ്ടി ജീവകൻ ഒരു കുടിൽ സജ്ജമാക്കിയിരുന്നു. ബുദ്ധനുവേണ്ടി അദ്ദേഹം നിത്യവും സസ്യാഹാരങ്ങൾ തയ്യാറാക്കി. ആരോഗ്യം വീണ്ടെടുക്കുവാനായി കുറച്ചുനാൾ ബുദ്ധൻ ഭിക്ഷാടനം ഒഴിവാക്കണമെന്ന് ജീവകൻ നിർദ്ദേശിച്ചു. പഴങ്ങളിൽ നിന്നും ഇലകളിൽ നിന്നും വേരുകളിൽ നിന്നും നിർമ്മിച്ചെടുത്ത ഒരു ഔഷധദ്രാവകം അദ്ദേഹം ബുദ്ധനുവേണ്ടി ഉണ്ടാക്കിയിരുന്നു.

ഒരു ദിവസം, അവർ ഒന്നിച്ചിരിക്കുമ്പോൾ, ജീവകൻ പറഞ്ഞു, "പ്രഭോ, ചിലർ പറയുന്നു, അങ്ങ് ഭിക്ഷുമാരെ മാംസം കഴിക്കാൻ അനുവദിക്കാറുണ്ടെന്ന്. തനിക്കും തന്റെ ശിഷ്യന്മാർക്കും ഭക്ഷിക്കുവാനായി മൃഗങ്ങളെ കൊല്ലുന്നത് ഗൗതമൻ അനുവദിക്കാറുണ്ടെന്ന് അവർ അവകാശപ്പെടുന്നു. ചിലരാകട്ടെ, സംഘത്തിന് മാംസം നിവേദിക്കുവാൻ ജനങ്ങളോടാവശ്യപ്പെടാറുണ്ടെന്ന വന്യമായ ആരോപണങ്ങൾ കൂടി ഉന്നയിക്കുന്നു. ഇതൊന്നും സത്യമല്ലെന്ന് എനിക്കറിയാം. എങ്കിലും ഇക്കാര്യത്തിൽ അങ്ങയുടെ വിചാരങ്ങൾ അറിയുവാൻ എനിക്ക് താൽപര്യമുണ്ട്."

ബുദ്ധൻ: "ജീവകാ, ഭിക്ഷുക്കൾക്കും എനിക്കും ഭക്ഷണത്തിനു

വേണ്ടി മൃഗങ്ങളെ കൊല്ലുന്നത് ഞാൻ അനുവദിക്കുന്നുണ്ടെന്ന് ആളുകൾ പറയുമ്പോൾ, അവർ സത്യമല്ല പറയുന്നത്. സത്യത്തിൽ, ഞാനിതേപ്പറ്റി പലതവണ സംസാരിച്ചിട്ടുണ്ട്. തനിക്ക് ഭക്ഷണം നൽകാനായി ആരെങ്കിലും ഒരാൾ ഒരു മൃഗത്തെ കൊല്ലുന്നത് ഒരു ഭിക്ഷു കാണുകയാണെങ്കിൽ അദ്ദേഹമാ ഭക്ഷണം നിഷേധിക്കണം. കൊല്ലുന്നത് കണ്ടില്ലെങ്കിലും തനിക്കുവേണ്ടിയാണ് കൊല്ലുന്നതെന്ന് അറിയുകയാണെങ്കിലും, ഭിക്ഷു അത് നിഷേധിക്കണം. ഒന്നുകൂടി വിശദമാക്കിയാൽ, തനിക്കു വേണ്ടിയാണ് കൊല്ലുന്നതെന്ന് ഭിക്ഷുവിന് സംശയം തോന്നിയാൽ പോലും, അദ്ദേഹമത് നിഷേധിക്കണം.

"ഭിക്ഷാടനത്തിന്റെ രീതിയനുസരിച്ച്, തനിക്കുവേണ്ടി ഒരു മൃഗത്തെ കൊന്നതൊഴിച്ചുള്ള എന്തും ഒരു ഭിക്ഷു ഭിക്ഷയായി സ്വീകരിക്കണം. ഭിക്ഷുക്കളുടെ കാരുണ്യവ്രതങ്ങളെക്കുറിച്ചറിയുന്നവർ സന്ന്യാസിമാർക്ക് സസ്യാഹാരമേ സമ്മാനിയ്ക്കൂ. പക്ഷേ, ചിലപ്പോൾ മാംസം കൊണ്ട് തയ്യാറാക്കിയ ആഹാരം മാത്രമേ ഉണ്ടാകൂ. മറ്റ് ചിലപ്പോൾ, ബുദ്ധനെയും ധർമ്മത്തെയും സംഘത്തെയും കുറിച്ച് അറിയാത്തവർ, ഭിക്ഷുക്കൾ സസ്യാഹാരികളാണെന്ന് അറിയണമെന്നില്ല. അത്തരം സന്ദർഭങ്ങളിൽ, തങ്ങൾക്ക് കിട്ടുന്നതെന്തോ ഭിക്ഷുക്കൾ സ്വീകരിക്കുന്നു. കൊടുക്കുന്ന ആളിനെ വിഷമിപ്പിക്കുന്നത് ഒഴിവാക്കാനാണിത്. കൂടാതെ, അത്തരമൊരു സമ്പർക്കത്തിലൂടെ വിമോചനത്തിന്റെ പാത പഠിപ്പിക്കുവാനുള്ള ഒരവസരം സൃഷ്ടിക്കുകയുമാവാം."

"ജീവകാ, ഒരുദിവസം, എല്ലാ ജനങ്ങളും മനസ്സിലാക്കും, മൃഗങ്ങൾ കൊല്ലപ്പെടുന്നത് ഭിക്ഷുക്കൾ ഇഷ്ടപ്പെടുന്നില്ല. അന്നേരം, ആരും ഭിക്ഷുക്കൾക്ക് മാംസം ഭിക്ഷയായി നൽകില്ല. ഭിക്ഷുക്കൾക്ക് സസ്യാഹാരം മാത്രം കഴിക്കാനാകും."

ജീവകൻ : "സസ്യാഹാരം ഉത്തമമായ ആരോഗ്യം പ്രദാനം ചെയ്യുന്നതായി ഞാൻ മനസ്സിലാക്കുന്നു. ശരീരഭാരം ലഘൂകരിക്കുന്നതായും തോന്നുന്നു. അസുഖവും അത്തരക്കാർക്ക് പ്രായേണ കുറവേ വരൂ. കഴിഞ്ഞ പത്ത് കൊല്ലമായി ഞാൻ സസ്യാഹാരിയാണ്. അത് ആരോഗ്യത്തിനും, കാരുണ്യമുള്ള ഒരു ഹൃദയം പരിപോഷിപ്പിക്കുന്നതിനും നല്ലതാണ്. പ്രഭോ, ഇക്കാര്യത്തിൽ അങ്ങയുടെ സുവ്യക്തമായ ബോധനം ലഭിച്ചതിൽ ഞാൻ സന്തുഷ്ടനാണ്."

തലേന്നാളത്തെ ശേഷിക്കുന്ന ഭക്ഷണം കഴിക്കുന്നത് ഒഴിവാക്കുന്നതിൽ സംഘം ശ്രദ്ധിക്കുന്നതിനെപ്പറ്റിയും ജീവകൻ ശ്ലാഘിച്ചു. ഒരു രാത്രിമുഴുവൻ സൂക്ഷിച്ചുവെയ്ക്കുന്ന ഭക്ഷണം കേടുവരാം, രോഗഹേതുവാകാം. ബുദ്ധൻ ജീവകനോട് നന്ദി പറഞ്ഞു. അടിസ്ഥാന ശുചിത്വത്തെക്കുറിച്ച് ഒരിക്കൽക്കൂടി ഭിക്ഷുക്കളോട് സംസാരിക്കുവാൻ ബുദ്ധൻ ജീവകനെ വിഹാരത്തിലേക്ക് ക്ഷണിച്ചു.

59. സിദ്ധാന്തങ്ങളുടെ വല

ജീവകന്റെ മാന്തോപ്പ് വിശാലവും മനോഹരവുമായിരുന്നു. അവിട വിടെയായി ഭിക്ഷുണികളുടെ ചെറിയ കുടിലുകൾ നിന്നിരുന്നു. ഒരു സന്ധ്യക്ക് ഒരു പ്രശ്നം ചർച്ച ചെയ്യുവാനായി ശുഭ എന്നു പേരുള്ള ഭിക്ഷുണി ബുദ്ധന്റെ സവിധത്തിലെത്തി. ഭിക്ഷാടനം പൂർത്തിയാക്കി വിജനമായ വഴിയിലൂടെ അവർ മാന്തോപ്പിലേക്ക് മടങ്ങുകയായിരുന്നു. പെട്ടെന്ന്, ഒരു യുവാവ് പ്രത്യക്ഷപ്പെട്ട് അവരുടെ വഴിയിൽ നിന്നു. അയാളുടെ അമാന്യമായ ഉദ്ദേശ്യങ്ങൾ അവർ ഊഹിച്ചെടുത്തു. ശാന്തയായും ജാഗ്രതയോടെയുമിരിക്കാൻ അവർ ശ്വസനം നിരീക്ഷിക്കുവാൻ ആരംഭിച്ചു. അവർ നേരെ അയാളുടെ കണ്ണുകൾക്കുള്ളിലേക്ക് നോക്കി പറഞ്ഞു: "ശ്രീമൻ, ബുദ്ധമാർഗ്ഗം പിന്തുടരുന്ന സന്ന്യാസിനിയാണ് ഞാൻ. താങ്കൾ എന്റെ വഴിയിൽ നിന്ന് മാറിത്തരികയാണെങ്കിൽ എനിക്ക് വിഹാരത്തിലേയ്ക്ക് മടങ്ങാം."

ആ മനുഷ്യൻ പറഞ്ഞു: "നിങ്ങളിപ്പോഴും ചെറുപ്പമാണ്. സുന്ദരിയുമാണ്. തലമുണ്ഡനം ചെയ്ത് മഞ്ഞ വസ്ത്രങ്ങളുടുത്ത് എന്തിന് ജീവിതം പാഴാക്കണം? എന്തിന് യതിയെപ്പോലെ ജീവിക്കണം? നോക്കൂ യുവതീ, നിങ്ങളുടെ അഴകാർന്ന ശരീരം കാശിയിൽ നിന്നുള്ള പട്ടുസാരികൊണ്ട് പുതയ്ക്കണം. എന്തോ, ഞാനിന്നുവരെയും നിങ്ങളെപ്പോലെ സുന്ദരിയായ ഒരു യുവതിയെ കണ്ടിട്ടില്ല. ശരീരത്തിന്റെ ആഹ്ലാദങ്ങൾ ഞാൻ നിങ്ങൾക്ക് നല്കാം. എന്റെ കൂടെ വരിക."

ശുഭ ശാന്തയായി നിലകൊണ്ടു. "വിഡ്ഢിത്തം പറയാതെ. മുക്തിയുടെയും ഉദ്ബുദ്ധതയുടെയും ഒരു ജീവിതത്തിലാണ് ഞാൻ ആഹ്ലാദം തിരയുന്നത്. എന്നെ പോകാൻ അനുവദിയ്ക്കുക. താങ്കൾ എന്നെ മനസ്സിലാക്കുന്നുവെങ്കിൽ ഞാൻ കൃതജ്ഞതയുള്ളവളായിരിക്കും."

അയാൾ വിസമ്മതിച്ചു: "നിങ്ങളുടെ കണ്ണുകൾ എത്ര മനോഹരങ്ങളാണ്. ഞാനൊരിക്കലും കണ്ടിട്ടില്ല, ഇത്രയും മനോഹരങ്ങളായ കണ്ണുകൾ! നിങ്ങളെ വിടാൻ മാത്രം ഞാനത്ര വിഡ്ഢിയല്ലെന്നോർക്കുക. നിങ്ങൾ എന്റെ കൂടെ വരും."

അയാൾ അവരെ കടന്നു പിടിക്കാനായി മുന്നോട്ടാഞ്ഞു. പക്ഷേ, ശുഭ പെട്ടെന്ന് പിന്മാറിക്കളഞ്ഞു. "എന്നെ തൊട്ടുപോകരുത്. ഒരു സന്യാസിനിയെ നിങ്ങൾ അപമാനിയ്ക്കരുത്. ആർത്തിയും വെറുപ്പും

നിറഞ്ഞ ഒരു ജീവിതം കൊണ്ട് പൊറുതി മുട്ടിയപ്പോഴാണ് ഞാൻ ആത്മീയസാധനയുടെ മാർഗ്ഗം തെരഞ്ഞെടുത്തത്. എന്റെ കണ്ണുകൾ മനോഹരങ്ങളെന്ന് നിങ്ങൾ പറയുന്നു. വളരെ നല്ലത്. ഞാനവ പിഴുതെടുത്ത് നിങ്ങൾക്ക് തരാം. നിങ്ങളാൽ അപമാനിക്കപ്പെടുന്നതിലും നല്ലത് അന്ധയായിരിക്കയാണ്."

ദൃഢമായിരുന്നു ശുഭയുടെ വാക്കുകൾ. അയാൾ പതറി. പറഞ്ഞതുപോലെ പ്രവർത്തിക്കാൻ പോന്നവളാണ് അവളെന്ന് അയാൾക്ക് തോന്നി. അയാൾ പിറകോട്ടു മാറി. ശുഭ തുടർന്നു. "നിങ്ങളുടെ ആസക്തികൾ നിങ്ങളെക്കൊണ്ട് കുറ്റങ്ങൾ ചെയ്യാൻ അനുവദിക്കരുത്. ബുദ്ധസംഘത്തിലെ ഏതെങ്കിലും അംഗത്തെ ഉപദ്രവിക്കുന്നവരെ കഠിനമായി ശിക്ഷിക്കുമെന്ന് ബിംബിസാര രാജാവ് കല്പന പുറപ്പെടുവിച്ചിട്ടുള്ളത് നിങ്ങൾക്കറിയില്ലേ? നിങ്ങൾ മാന്യമായി പെരുമാറുന്നില്ലെങ്കിൽ, നിങ്ങളെന്റെ സ്ത്രീത്വത്തെയോ ജീവനെയോ അപകടപ്പെടുത്തുകയാണെങ്കിൽ, നിങ്ങൾ അറസ്റ്റ് ചെയ്യപ്പെട്ട് ശിക്ഷിക്കപ്പെടും."

പെട്ടെന്ന്, ആ ചെറുപ്പക്കാരന് തന്റെ വിവേകം തിരിച്ചുകിട്ടി. അന്ധമായ തന്റെ ആസക്തി ദുരിതത്തിലേക്ക് നയിക്കുമെന്ന് അയാൾ കണ്ടു. ആ സന്ന്യാസിനിയുടെ വഴിയിൽ നിന്ന് നീങ്ങി അയാൾ അവരെ പോകാൻ അനുവദിച്ചു. അയാൾ അവരോട് വിളിച്ചു പറഞ്ഞു, "സഹോദരീ, ദയവായി എനിക്ക് മാപ്പുതരിക. താങ്കൾ ആത്മീയപാതയിലെത്തുമെന്ന് ഞാൻ ആശിക്കുന്നു."

ശുഭ തിരിഞ്ഞു നോക്കാതെ നടന്നു. ചെറുപ്പക്കാരിയായ ആ സന്ന്യാസിനിയുടെ ധൈര്യത്തെയും വൈശദ്യത്തെയും ബുദ്ധൻ ശ്ലാഘിച്ചു. അദ്ദേഹം പറഞ്ഞു. "വിജനമായ വഴികളിലൂടെ സന്ന്യാസിനിമാർ ഒറ്റയ്ക്ക് നടന്നുപോകുന്നത് അപകടമാണ്. സ്ത്രീകളെ ഉപസമ്പദിക്കാൻ ഞാൻ മടിച്ചിരുന്നതിന്റെ കാരണങ്ങളിലൊന്ന് ഇതാണ്. ശുഭേ, ഇന്നുമുതൽ ഒരു ഭിക്ഷുണിയും ഒറ്റയ്ക്ക് യാത്ര ചെയ്യരുത്. പുഴ കടക്കുമ്പോഴായാലും, ഗ്രാമത്തിൽ ഭിക്ഷാടനത്തിന് പോകുമ്പോഴായാലും, വയലിലൂടെയോ കാട്ടിലൂടെയോ നടക്കുമ്പോഴായാലും ഒരു ഭിക്ഷുണിയും ഒറ്റയ്ക്ക് നീങ്ങരുത്. ഒരു ഭിക്ഷുണിയും ഒറ്റയ്ക്ക് കിടന്നുറങ്ങരുത്. വിഹാരത്തിലായാലും ചെറുകുടിലിലായാലും മരച്ചുവട്ടിലായാലും, ഒരു ഭിക്ഷുണി ഒറ്റയ്ക്ക് കിടന്നുറങ്ങിക്കൂടാ. യാത്രയിലായാലും ഉറങ്ങുമ്പോഴായാലും മറ്റൊരു ഭിക്ഷുണിയെങ്കിലും കൂടെയുണ്ടാവണം. കാരണം, അവർക്ക് പരസ്പരം ശ്രദ്ധിക്കാം, സംരക്ഷിക്കാം."

ബുദ്ധൻ ആനന്ദന്റെ നേരെ തിരിഞ്ഞ് നിർദ്ദേശിച്ചു: "ആനന്ദാ, ഈ പുതിയ നിയമം ശ്രദ്ധയിൽ വെച്ചാലും. മുതിർന്ന എല്ലാ ഭിക്ഷുണിമാരോടും ഈ നിയമം അവരുടെ ധർമ്മോപദേശങ്ങളിൽ ഉൾപ്പെടുത്താൻ ആവശ്യപ്പെടുക."

ജീവകന്റെ മാന്തോപ്പിൽ നിന്ന് മടങ്ങിയശേഷം ബുദ്ധൻ അനേകം ഭിക്ഷുമാരോടൊത്ത് നളന്ദയിലേക്ക് പോയി. അവരെല്ലാം വളരെ ശ്രദ്ധയോടും സാവകാശവുമാണ് നടന്നത്. ഓരോ ഭിക്ഷുവും അവരുടെ ശ്വാസം നിരീക്ഷിച്ചു. അവരുടെ പിറകിലായി യതികളായ സുപ്പിയോയും ശിഷ്യനായ ബ്രഹ്മദത്തനും നടക്കുന്നുണ്ടായിരുന്നു. അവർ ബുദ്ധനെക്കുറിച്ചും അദ്ദേഹത്തിന്റെ ഉപദേശങ്ങളെക്കുറിച്ചും ഉറക്കെ സംസാരിച്ചു. സുപ്പിയോ ബുദ്ധനെ വിമർശിക്കുകയും പരിഹസിക്കുകയും ചെയ്തു. അസാധാരണമെന്ന് തോന്നാം, അദ്ദേഹത്തിന്റെ ശിഷ്യൻ ആ പ്രസ്താവനകളെ എതിർക്കുകയും ബുദ്ധനെയും ബുദ്ധോപദേശങ്ങളെയും പ്രശംസിക്കുകയും ചെയ്തു. ശിഷ്യൻ സമർത്ഥമായും ബോധ്യപ്പെടുത്തുന്ന രീതിയിലുമാണ് അദ്ദേഹത്തിന്റെ ഗുരുനാഥനോട് സംസാരിച്ചത്. ഇത് ഭിക്ഷുമാരെ സ്പർശിച്ചു. എങ്കിലും, പുറകിൽനിന്നുള്ള സംഭാഷണം കേൾക്കുകയല്ലാതെ അവർക്ക് മറ്റൊരു നിർവ്വാഹവുമില്ലായിരുന്നു.

ആ സന്ധ്യയ്ക്ക്, രാജകുടുംബത്തിന്റെ അധീനതയിലുള്ള അംബലത്തിക എന്ന നിബിഡ വനത്തിലാണ് ഭിക്ഷുമാർ വിശ്രമിക്കാൻ തങ്ങിയത്. ആവശ്യമുള്ള ഘട്ടങ്ങളിൽ ആത്മീയാന്വേഷികൾക്ക് വിശ്രമിക്കാനായി ഈ വനം ഉപയോഗിക്കാവുന്നതാണെന്ന് ബിംബിസാര രാജാവ് കല്പന പുറപ്പെടുവിച്ചിട്ടുണ്ടായിരുന്നു. സുപ്പിയോയും ബ്രഹ്മദത്തനും ആ രാത്രി അവിടെത്തന്നെയാണ് തങ്ങിയത്.

പിറ്റേന്ന് രാവിലെ, യതികളുടെ സംഭാഷണം ഭിക്ഷുമാർക്കിടയിൽ ചർച്ചയായി. ബുദ്ധൻ അത് കേൾക്കാനിടയായി, "ഭിക്ഷുമാരെ, ആരെങ്കിലും എന്നെയോ ധർമ്മത്തെയോ പരിഹസിക്കുകയോ വിമർശിക്കുകയോ ചെയ്യുന്നത് കേൾക്കാനിടയായെന്നിരിക്കട്ടെ. അതേച്ചൊല്ലി ദേഷ്യപ്പെടുകയോ അസ്വസ്ഥപ്പെടുകയോ ധർമ്മരോഷം കൊള്ളുകയോ അരുത്. അത്തരം വികാരപ്രകടനങ്ങൾ നിങ്ങൾക്ക് ദോഷകരമാകും. എന്നെയോ ധർമ്മത്തെയോ ആരെങ്കിലും സ്തുതിച്ചെന്നിരിക്കട്ടെ. അതേപ്രതി സന്തോഷിക്കുകയോ സംതൃപ്തിപ്പെടുകയോ ആനന്ദിക്കുകയോ അരുത്. അതും നിങ്ങളെ ദോഷകരമായി ബാധിക്കും. വിമർശനത്തെ പരിശോധിക്കുകയാണ് ശരിയായ സമീപനം. അതിന്റെ ഏതൊക്കെ ഭാഗം സത്യമെന്നും അല്ലെന്നും നോക്കണം. അങ്ങിനെ ചെയ്താൽ മാത്രമേ, നിങ്ങളുടെ പഠനം മുന്നോട്ടുപോകൂ. ശരിയായ പുരോഗതി ഉണ്ടാകൂ."

"ഭിക്ഷുമാരെ, ബുദ്ധനെയും ധർമ്മത്തെയും സംഘത്തെയും പ്രശംസിക്കുന്ന ഭൂരിപക്ഷം ആളുകൾക്കും ഉപരിപ്ലവമായേ എന്തെങ്കിലും മനസ്സിലായിട്ടുള്ളൂ. ഭിക്ഷുമാർ ലളിതവും ശാന്തവും വിശുദ്ധവുമായ ജീവിതം നയിക്കുന്നതിനെയാണ് അവർ വിലമതിക്കുന്നത്. എന്നാൽ,

അതിന്നപ്പുറത്തേക്ക് അവർ കാണുന്നില്ല. ധർമ്മത്തിന്റെ ഏറെ ഗഹനവും അതിസൂക്ഷ്മവുമായ ആഴങ്ങൾ ഗ്രഹിച്ചവർ വളരെ കുറച്ചേ പ്രശംസിക്കൂ. ശരിയായ ഉദ്ബുദ്ധതയുടെ ജ്ഞാനം അവർക്കറിയാം. അത്തരം ജ്ഞാനം ഗഹനവും ഉദാത്തവും വിസ്മയകരവുമാണ്. അത് സാധാരണമായ എല്ലാ ചിന്തകളെയും വാക്കുകളെയും അതിലംഘിക്കുന്നു.

"ഭിക്ഷുമാരെ ഈ ലോകത്ത് എണ്ണിയാലൊടുങ്ങാത്ത തത്വശാസ്ത്രങ്ങളും സിദ്ധാന്തങ്ങളും വിശ്വാസപ്രമാണങ്ങളുമുണ്ട്. ജനങ്ങൾ ഓരോന്നിനെയും വിമർശിക്കുന്നു. തങ്ങളുടെ സിദ്ധാന്തങ്ങളുടെമേൽ അനവരതം വാദിക്കുന്നു. എന്റെ സൂക്ഷ്മപരിശോധനയിൽ, നമ്മുടെ ലോകത്ത് ആയിരക്കണക്കിന് തത്ത്വശാസ്ത്രങ്ങൾക്കും മതങ്ങൾക്കും ഉപോദ്ബലകമായി അറുപത്തിരണ്ട് പ്രധാനസിദ്ധാന്തങ്ങൾ നിലവിലുണ്ട്. ഉദ്ബുദ്ധതയുടെയും വിമോചനത്തിന്റെയും മാർഗ്ഗത്തിലൂടെ നോക്കിയാൽ ഈ അറുപത്തിരണ്ടു സിദ്ധാന്തങ്ങളിലും തെറ്റുകളുമുണ്ട്; അവ തടസ്സങ്ങൾ സൃഷ്ടിക്കുന്നു."

തുടർന്ന് ബുദ്ധൻ അറുപത്തിരണ്ട് സിദ്ധാന്തങ്ങളും വിശദീകരിക്കുകയും അവയിലെ തെറ്റുകൾ തുറന്ന് കാട്ടുകയും ചെയ്തു. ഭൂതകാലത്തെ സംബന്ധിച്ച പതിനെട്ട് സിദ്ധാന്തങ്ങളെപ്പറ്റി അദ്ദേഹം പറഞ്ഞു. സനാതനത്ത്വത്തെപ്പറ്റി നാല് സിദ്ധാന്തങ്ങൾ; സനാതനത്ത്വത്തെപ്പറ്റി നാല് ഭാഗിക സിദ്ധാന്തങ്ങൾ, പരിമേതയെപ്പറ്റി നാല് സിദ്ധാന്തങ്ങൾ, അപരിമേയതയെപ്പറ്റി നാല് സിദ്ധാന്തങ്ങൾ. അന്തമറ്റ സന്നിഗ്ദ്ധതയെപ്പറ്റി നാല് സിദ്ധാന്തങ്ങൾ. നൈയാമികത നിലനിൽക്കുന്നില്ല എന്ന അവകാശവാദത്തെപ്പറ്റി രണ്ട് സിദ്ധാന്തങ്ങൾ. ഭാവിയെ സംബന്ധിക്കുന്ന നാല്പത്തിനാല് സിദ്ധാന്തങ്ങളെപ്പറ്റി അദ്ദേഹം സംസാരിച്ചു. മരണശേഷവും ആത്മാവ് ജീവിക്കുന്നു എന്ന് ആരോപിക്കുന്നതിനെപ്പറ്റി പതിനാറ് സിദ്ധാന്തങ്ങൾ, മരണശേഷം ആത്മാവ് തുടരുന്നില്ലെന്നും മരണശേഷം തുടരുന്നത് നിലയ്ക്കുന്നില്ല എന്നതിന്റെ എട്ടെണ്ണം, എട്ട് ഉന്മൂലസിദ്ധാന്തങ്ങൾ, വർത്തമാനകാലം നിർവ്വാണം തന്നെയാണെന്ന് പറയുന്ന അഞ്ച് സിദ്ധാന്തങ്ങൾ. ഈ സിദ്ധാന്തങ്ങളെക്കുറിച്ചുള്ള തെറ്റുകൾ തുറന്നുകാട്ടിയ ശേഷം ബുദ്ധൻ പറഞ്ഞു, "ഒരു നല്ല മീൻ പിടുത്തക്കാരൻ തന്റെ വല വെള്ളത്തിലിട്ട് കഴിയാവുന്നത്ര മത്സ്യവും കൊഞ്ചും പിടിക്കുന്നു. വലക്കണ്ണികളിലൂടെ പുറത്ത് ചാടിപ്പോകാൻ ശ്രമിക്കുന്ന ജീവികളെ നോക്കി അയാൾ പറയുന്നു, "നിങ്ങളെത്രത്തോളം മേലോട്ട് ചാടിയാലും നിങ്ങൾ അടുത്ത വലയിൽ പെടുമെന്ന് തീർച്ച." അയാൾ ശരിയാണ്. ഇന്ന് വ്യാപരിക്കുന്ന ആയിരക്കണക്കിനു സിദ്ധാന്തങ്ങളെല്ലാം ഈ അറുപത്തിരണ്ട് സിദ്ധാന്തങ്ങളുടെ വലയിലുണ്ട്. ഭിക്ഷുമാരെ, മോഹിപ്പിക്കുന്ന ഈ വലയിൽ വീണു

പോകരുത്. വെറുതെ സമയം കളഞ്ഞ് ഉദ്ബുദ്ധതയുടെ മാർഗ്ഗം പരിശീലിക്കാനുള്ള അവസരം നിങ്ങൾക്ക് നഷ്ടമാകും. വെറും ഊഹാപോഹങ്ങളുടെ വലയിൽ വീണു പോകരുത്."

"ഭിക്ഷുമാരെ, ജനങ്ങൾ അവരുടെ പ്രത്യക്ഷബോധങ്ങളാലും സ്പർശാനുഭവങ്ങളാലും വഴിതെറ്റിപ്പോകുന്നതു കൊണ്ടാണ് ഇത്തരം വിശ്വാസങ്ങളും സിദ്ധാന്തങ്ങളുമെല്ലാം ഉണ്ടാകുന്നത്. ഏകാഗ്രത പരിശീലിക്കുന്നില്ലെങ്കിൽ സ്പർശാനുഭവങ്ങളുടെയും പ്രത്യക്ഷബോധങ്ങളുടെയും ശരിയായ സ്വഭാവം കാണുക അസാധ്യമാണ്. നിങ്ങളുടെ പ്രത്യക്ഷബോധങ്ങളുടെയും സ്പർശാനുഭവങ്ങളുടെയും വേരുകളിലേയ്ക്ക് തുളച്ചിറങ്ങിച്ചെന്ന് അവയുടെ ശരിയായ സ്വഭാവം കാണുന്നതോടെ, നിങ്ങൾ എല്ലാ ധർമ്മങ്ങളുടെയും നശ്വരവും പരസ്പരാശ്രിതവുമായ സ്വഭാവം കാണും. നിങ്ങളൊരിക്കലും ആസക്തിയുടെയോ, ഉൽക്കണ്ഠയുടെയോ, ഭയത്തിന്റെയോ വലയിലോ അല്ലെങ്കിൽ അറുപത്തിരണ്ട് മിഥ്യാസിദ്ധാന്തങ്ങളുടെ വലയിലോ ഒരിക്കലും കുടുങ്ങിപ്പോകില്ല."

ധർമ്മപ്രഭാഷണത്തിനുശേഷം, സംപൂജ്യനായ ആനന്ദൻ ബുദ്ധനൊന്നിച്ച് നടന്നു. ബുദ്ധൻ പറഞ്ഞ ഓരോ വാക്കിലേക്കും അദ്ദേഹത്തിന്റെ ശ്രദ്ധ കേന്ദ്രീകരിച്ചു. അദ്ദേഹം ഇങ്ങനെ വിചാരിച്ചു: "ഇതൊരു പ്രധാനപ്പെട്ട സൂക്തമാണ്. ഞാനിതിനെ ബ്രഹ്മജാല സൂക്തമെന്ന് വിളിയ്ക്കും – മഹാവലയുടെ സൂക്തം. ലോകത്തിലെ എല്ലാ അന്ധവിശ്വാസങ്ങളും മിഥ്യാസിദ്ധാന്തങ്ങളും ഈ വല ശേഖരിയ്ക്കുന്നു."

60. വിശാഖയുടെ ദുഃഖം

അംബലത്തികയ്ക്കു ശേഷം, നളന്ദയിലും പിന്നീട് അംഗരാജ്യത്തെ ഒരു വൻനഗരമായ കാംബയിലും ബുദ്ധൻ ബോധനം നൽകുന്നതിനായി പോയി. ബിംബിസാര രാജാവിന്റെ അധികാരാതിർത്തിയിലുള്ള ഫലഭൂയിഷ്ഠവും ജനനിബിഡവുമായ പ്രദേശമായിരുന്നു അംഗ. അവിടെ ഗഗ്ഗാര തടാകത്തിന്റെ കരയിലുള്ള പ്രശാന്തമായ വനത്തിലാണ് ബുദ്ധൻ പാർത്തത്. തടാകത്തിൽ നറുമണം പരത്തുന്ന ധാരാളം താമരപ്പൂക്കൾ വിരിഞ്ഞുനിന്നിരുന്നു.

ബുദ്ധന്റെ ബോധനം കേൾക്കുവാനായി നിരവധിപേർ അവിടെയെത്തി. സോനദന്തൻ എന്നുപേരായ ധനികനായ ഒരു ബ്രാഹ്മണ യുവാവും ബുദ്ധനെ കാണാൻ എത്തിയിരുന്നു. തന്റെ അതിസൂക്ഷ്മമായ ധിഷണാശക്തി മൂലം ആ പ്രദേശത്ത് അറിയപ്പെടുകയും പ്രശംസിക്കപ്പെടുകയും ചെയ്തിരുന്നു സോനദന്തൻ. ബുദ്ധനെ സന്ദർശിക്കുന്നതിൽ നിന്നും പല സുഹൃത്തുക്കളും അദ്ദേഹത്തെ നിരുത്സാഹപ്പെടുത്തി. സോനദന്തന്റെ സന്ദർശനം ബുദ്ധന് വേണ്ടതിലധികം ഖ്യാതി നൽകുമെന്ന് അവർ ഭയപ്പെട്ടു. അനിതര സാധാരണമായ ഉൾക്കാഴ്ചയുണ്ടെന്ന് പേർപെറ്റ ബുദ്ധനെപ്പോലെ ഒരാളെ കാണുവാനുള്ള അവസരം കൈവിട്ടു കളയാൻ താനിഷ്ടപ്പെടുന്നില്ലെന്ന് സോനദന്തൻ ചിരിച്ചുകൊണ്ട് പറഞ്ഞു. ആയിരം സംവത്സരങ്ങളിൽ ഒരിക്കൽ മാത്രമാണ് അത്തരമൊരവസരം വന്നു ചേരുന്നതെന്ന് അദ്ദേഹം പറഞ്ഞു.

“എന്റെ അറിവ് കൂടുതൽ വർദ്ധിപ്പിക്കുവാൻ ഞാൻ പോയേ തീരൂ,” സോനദന്തൻ പറഞ്ഞു, “ഏതൊക്കെ മേഖലകളിലാണ് ഗൗതമമുനി എന്നെ അതിലംഘിക്കുന്നതെന്നും ഏതൊക്കെ മേഖലകളിലാണ് ഞാനദ്ദേഹത്തെ അതിലംഘിക്കുന്നതെന്നും എനിക്കറിയണം.”

നൂറ് കണക്കിന് ബ്രാഹ്മണർ സോനദന്തനോടൊപ്പം കൂടി. സോനദന്തനിൽ വിശ്വാസമർപ്പിച്ചുകൊണ്ട് അവർ ഗഗ്ഗാര തടാകത്തിലേക്ക് നടന്നു. തങ്ങളുടെ ജാതിയുടെ അറിവ് ബുദ്ധന്റേതിനേക്കാൾ കേമമാണെന്നും സോനദന്തൻ ബ്രാഹ്മണർക്ക് നാണക്കേടുണ്ടാക്കില്ലെന്നും അവർ ഉറച്ചു വിശ്വസിച്ചു. തിങ്ങിനിറഞ്ഞ ആൾക്കൂട്ടത്താൽ നേരത്തെ തന്നെ പരിവേഷിതനായ ബുദ്ധന്റെ മുമ്പിൽ നിന്ന നേരം സോനദ

ന്തൻ ഒരു നിമിഷം ഒന്ന് പതറി, എവിടെയാണ് തുടങ്ങേണ്ടതെന്നറിയാതെ. ആദ്യം സംസാരിച്ചുകൊണ്ട് ബുദ്ധൻ അദ്ദേഹത്തെ സഹായിച്ചു. “സോനദന്താ, ഉത്തമനായ ഒരു ബ്രാഹ്മണനായിരിക്കുവാൻ എന്തെല്ലാം സ്വഭാവഗുണങ്ങളാണ് വേണ്ടത്? ആവശ്യമെങ്കിൽ, വേദങ്ങളിൽ നിന്ന് തെളിവ് നൽകാം.”

സോനദന്തന് സന്തോഷമായി. അദ്ദേഹത്തിന്റെ സവിശേഷ മേഖലയായിരുന്നു വേദങ്ങൾ. അദ്ദേഹം പറഞ്ഞു. “ഗൗതമമുനി, ആധികാരികതയുള്ള ഒരു ബ്രാഹ്മണന് അഞ്ച് ഗുണങ്ങളുണ്ടായിരിക്കും. ആകർഷണീയമായ രൂപം, വൈദികാചാരങ്ങൾ ചൊല്ലുന്നതിനും അനുഷ്ഠിക്കുന്നതിനുമുള്ള വൈദഗ്ദ്ധ്യം, ഏഴ് തലമുറകളുടെ രക്തശുദ്ധിയുടെ അടയാളം, ധർമ്മ പാരായണവൃത്തി, ജ്ഞാനം”

ബുദ്ധൻ ചോദിച്ചു: “ഈ അഞ്ച് സ്വഭാവ ഗുണങ്ങളിൽ ഏതാണ് ഏറ്റവും അത്യാവശ്യം? ഇവയിൽ ഏതെങ്കിലുമൊരു ഗുണമില്ലാത്തവനും ഉത്തമനായ ബ്രാഹ്മണനായിരിക്കുമോ?”

ആലോചിച്ചശേഷം സോനദന്തൻ പ്രതികരിച്ചു. “അവസാനത്തെ രണ്ടെണ്ണമാണ് തീർത്തും ഒഴിച്ചുകൂടാത്തവ. ശാരീരിക സൗന്ദര്യവും, വൈദികാചാരങ്ങൾ ചൊല്ലുന്നതും അനുഷ്ഠിക്കുന്നതും രക്തശുദ്ധിയും അത്രയ്ക്കൊന്നും അത്യാവശ്യമായവയല്ല.” ഇത് കേട്ട് സോനദന്തനെ അനുഗമിച്ചെത്തിയ അഞ്ഞൂറ് ബ്രാഹ്മണരും അസ്വസ്ഥരായി. സോനദന്തന്റെ പ്രസ്താവനകളെ വെല്ലുവിളിക്കാനായി അവർ എണീറ്റുനിന്നു, കൈകൾ ഇളക്കി. ബുദ്ധന്റെ ചോദ്യങ്ങളിൽ സോനദന്തൻ ചാഞ്ചാടിയെന്ന് അവർക്ക് തോന്നി. അദ്ദേഹത്തിന്റെ പ്രതികരണങ്ങൾ തങ്ങളുടെ ജാതിക്ക് അങ്കലാപ്പാണ്.

ബുദ്ധൻ അവരുടെ നേരെ നോക്കി ഇങ്ങനെ പറഞ്ഞു, “വിശിഷ്ടരായ അതിഥികളെ! സോനദന്തനിൽ നിങ്ങൾക്ക് വിശ്വാസമുണ്ടെങ്കിൽ, ദയവായി നിശ്ശബ്ദരായിരിക്കുക. ഞാനുമായി സംസാരിക്കുന്നത് തുടരുവാൻ അദ്ദേഹത്തെ അനുവദിക്കുക. അതല്ല നിങ്ങൾക്കദ്ദേഹത്തിൽ വിശ്വാസമില്ലായെങ്കിൽ അദ്ദേഹത്തോട് ഇരിക്കാൻ പറയുക. പകരം നിങ്ങളിൽ ആരോട് വേണമെങ്കിലും ഞാൻ സംസാരിക്കാം.”

എല്ലാവരും നിശ്ശബ്ദരായി. സോനദന്തൻ ബുദ്ധനെ നോക്കി പറഞ്ഞു: “ഗൗതമമുനി, എന്റെ സ്നേഹിതരോട് കുറച്ച് വാക്കുകൾ പറയുവാൻ എന്നെ അനുവദിച്ചാലും.”

സോനദന്തൻ തന്റെ സ്നേഹിതരുടെ നേരെ തിരിഞ്ഞു. അവരിൽ മുന്നിലത്തെ വരിയിൽ ഇരിക്കുന്ന യുവാവിനെ ചൂണ്ടിക്കാട്ടി പറഞ്ഞു: “എന്റെ ബന്ധു അംഗകൻ ഇവിടെ ഇരിക്കുന്നത് നിങ്ങൾ കണ്ടുവോ? സുന്ദരനും സുഭഗനുമായ ഒരു യുവാവാണ് അംഗകൻ. അദ്ദേഹത്തിന്റെ

പെരുമാറ്റം കുലീനവും സംസ്കാരസമ്പന്നവുമാണ്. ഗൗതമമുനിയൊഴിച്ച് ആർക്കും അദ്ദേഹത്തിന്റെ ശാലീനഭാവങ്ങളുമായി മത്സരിക്കാനാവില്ല. വേദങ്ങളിലും നിഷ്ണാതനാണ് അംഗകൻ. വൈദികാചാരങ്ങൾ ചൊല്ലുന്നതിനും അനുഷ്ഠിക്കുന്നതിനുമുള്ള കഴിവ് അദ്ദേഹത്തിനുണ്ട്. മാതാവിന്റെയും പിതാവിന്റെയും വഴികളിൽ ഏഴ് തലമുറകൾ അദ്ദേഹത്തിന് രക്തവിശുദ്ധി അവകാശപ്പെടാൻ കഴിയും. ഈ മൂന്ന് സ്വഭാവഗുണങ്ങളും അദ്ദേഹത്തിനുണ്ടെന്ന് ആർക്കും നിഷേധിക്കാനാവില്ല. കൊല്ലുകയും കക്കുകയും അസത്യം പറയുകയും ബലാൽസംഗം ചെയ്യുകയും ചെയ്യുന്ന ഒരു മദ്യപനാണ് അദ്ദേഹമെന്നിരിക്കട്ടെ. പിന്നെ, അദ്ദേഹത്തിന്റെ ആകർഷണീയമായ ഭാവങ്ങൾക്കും മന്ത്രോച്ചാരണ വൈദഗ്ദ്ധ്യത്തിനും രക്തവിശുദ്ധിയ്ക്കും എന്ത് വിലയാണുള്ളത്? ഉത്തമനായ ഒരു ബ്രാഹ്മണനായിരിക്കുവാൻ ധാർമ്മിക പ്രവൃത്തിയും ജ്ഞാനവും ആവശ്യമാണെന്ന് നമ്മൾ സമ്മതിക്കണം, പ്രിയ സ്നേഹിതരെ. ഇത് എല്ലാവർക്കുമുള്ള സത്യമാണ്, ഗൗതമ മുനിയ്ക്ക് മാത്രം സ്വകാര്യമായിട്ടുള്ളതല്ല."

അതംഗീകരിച്ചുകൊണ്ട് ആൾക്കൂട്ടം കയ്യടിച്ചു. കൈയ്യടി നിലച്ചപ്പോൾ, ബുദ്ധൻ സോനദന്തനോട് ചോദിച്ചു. "ധാർമ്മികപ്രവൃത്തി, ജ്ഞാനം - ഈ രണ്ട് സ്വഭാവ ഗുണങ്ങളിൽ ഏതാണ് മറ്റേതിനേക്കാൾ ആവശ്യമായിട്ടുള്ളത്?"

സോനദന്തൻ : "ഗൗതമമുനി, ജ്ഞാനത്തിൽ നിന്നാണ് ധാർമ്മികമായ പ്രവൃത്തി രൂപപ്പെടുന്നത്. ധാർമ്മികപ്രവൃത്തി മൂലം ജ്ഞാനം വർധിക്കുകയും ചെയ്യുന്നു. അവയെ വേർപെടുത്താനാവില്ല. അത് ഒരു കൈകൊണ്ട് മറ്റേ കൈ കഴുകുന്നതുപോലെയോ ഒരു കാൽ കൊണ്ട് മറ്റേ കാൽ മാന്തുന്നതു പോലെയോയാണ്. ധാർമ്മികപ്രവൃത്തി ജ്ഞാനപ്രകാശത്തിന് സാധ്യമാക്കുന്നു. പ്രവൃത്തി ധാർമ്മികമായി കൂടുതൽ വളരുന്നതിനായി ജ്ഞാനം സഹായിക്കുന്നു. ഈ രണ്ട് ഗുണങ്ങളാണ് ജീവിതത്തിൽ അമൂല്യമായവ." ബുദ്ധൻ പ്രതികരിച്ചു : "ഒന്നാംതരം, സോനദന്തൻ! താങ്കൾ സത്യം പറയുന്നു. ധാർമ്മികമായ പ്രവൃത്തിയും ജ്ഞാനവുമാണ് ജീവിതത്തിലെ ഏറ്റവും വിലപ്പെട്ട കാര്യങ്ങൾ. ഇതേപ്പറ്റി താങ്കൾക്ക് ഞങ്ങളോട് കൂടുതലായി എന്തെങ്കിലും പറയാൻ കഴിയുമോ? ധാർമ്മികമായ പ്രവൃത്തിയും ജ്ഞാനവും ഒരാളിൽ അത്യുന്നതമായ നിലയിലേയ്ക്ക് എങ്ങനെ വികസിപ്പിക്കാനാവും?"

സോനദന്തൻ മന്ദഹസിച്ചു, കൈകൾ കൂപ്പി. ബുദ്ധനെ വണങ്ങി. "ഗുരോ, ദയവായി ഞങ്ങളെ നയിച്ചാലും. ഞങ്ങൾക്ക് തത്ത്വങ്ങൾ അറിയാം. എന്നാൽ അങ്ങാണ് യഥാർത്ഥത്തിൽ മാർഗ്ഗം സിദ്ധിച്ചവൻ. ധാർമ്മികമായ പ്രവൃത്തിയും ജ്ഞാനവും എങ്ങനെ ഉന്നതമായ നില

യിലേയ്ക്ക് വികസിപ്പിയ്ക്കാൻ സാധിക്കുമെന്ന് ദയവായി അങ്ങ് പറഞ്ഞുതന്നാലും.”

ബുദ്ധൻ അവരോട് മുക്തിമാർഗ്ഗത്തെപ്പറ്റി സംസാരിച്ചു. ധർമ്മോപദേശം, ശ്രദ്ധ, ധാരണ എന്നിങ്ങനെ ബോധോദയത്തിലേക്കുള്ള മൂന്ന് പടവുകളെക്കുറിച്ച് അദ്ദേഹം പറഞ്ഞു. ധർമ്മോപദേശങ്ങൾ അനുഷ്ഠിക്കുന്നത് ശ്രദ്ധ വികസിപ്പിക്കുന്നു. ശ്രദ്ധ ധാരണയിലേക്ക് നയിക്കുന്നു. ധാരണ ധർമ്മോപദേശങ്ങൾ കൂടുതൽ ആഴത്തിൽ പരിശീലിക്കുന്നതിന് പ്രാപ്തനാക്കുന്നു. എത്ര ആഴത്തിൽ ധർമ്മോപദേശങ്ങൾ അനുഷ്ഠിക്കുന്നുവോ, ശ്രദ്ധ അത്രയേറെ വളരുന്നു. ശ്രദ്ധ എത്രയേറെയാണോ, അത്ര ആഴമായിരിക്കും ധാരണ. വിഭിന്നമായ ഒരു സ്വത്വത്തെയും അനശ്വരതയുടെ മിഥ്യയായ കല്പനകളെയും പിളർക്കുന്നതിനായി ആശ്രിതമായ സഹോദയത്തിന്മേൽ ധ്യാനിക്കുന്നത് ഒരുവനെ പ്രാപ്തനാക്കുന്നു.

ഇതികർത്തവ്യതാമൂഢനായി സോനദന്തൻ എല്ലാം കേട്ടിരുന്നു. ബുദ്ധൻ അവസാനിപ്പിച്ചപ്പോൾ സോനദന്തൻ എണീറ്റുനിന്നു തൊഴുതു. “ഗൗതമ ഗുരോ, എന്റെ കൃതജ്ഞത സ്വീകരിച്ചാലും. ഇന്ന് അങ്ങെന്റെ കണ്ണുകൾ തുറന്നു. തമസ്സിൽനിന്ന് അങ്ങെന്നെ പുറത്തേയ്ക്ക് നയിച്ചു. ബുദ്ധനിലും ധർമ്മത്തിലും സംഘത്തിലും ശരണം തേടുവാൻ എന്നെ അനുവദിച്ചാലും. നാളെ എന്റെ വീട്ടിൽ ഭക്ഷണത്തിനായി അങ്ങയെയും ഭിക്ഷുക്കളെയും ക്ഷണിക്കുന്നു.”

ബുദ്ധനും യുവാവായ സോനദന്തനും തമ്മിൽ നടന്ന ഊർജ്ജസ്വലമായ സംഭാഷണം എല്ലാ തലങ്ങളിലുമുള്ള മനുഷ്യരിലും ഉണർവ്വുണ്ടാക്കി. അനേകം ബ്രാഹ്മണ ബുദ്ധിജീവികൾ ബുദ്ധന്റെ ശിഷ്യന്മാരായി. ഇക്കൂട്ടത്തിൽ ലക്ഷ്മൺകാല ഗ്രാമത്തിലെ അറിയപ്പെടുന്ന ബ്രാഹ്മണനായ അമ്പത്തയും അദ്ദേഹത്തിന്റെ ഗുരുനാഥനും ഉൾപ്പെട്ടിരുന്നു. കൂടുതൽ കൂടുതൽ യുവബ്രാഹ്മണർ ബുദ്ധന്റെ ശിഷ്യരായതോടെ ചില ബ്രാഹ്മണനേതാക്കളുടെയും മറ്റ് മതവിഭാഗങ്ങളിലെ പ്രധാനികളുടെയും അസൂയയും എതിർപ്പും ശമിപ്പിക്കുവാൻ പ്രയാസമായി വന്നു.

അമ്പലത്തികയിൽ താമസിച്ചുകൊണ്ടിരുന്നപ്പോൾ അക്കാലത്തെ വ്യത്യസ്ത മതപ്രസ്ഥാനങ്ങളെപ്പറ്റി സ്വാസ്തി മൊഗ്ഗല്ലാനയോട് ചോദിച്ചു. ഓരോ വിഭാഗത്തിന്റെയും പ്രധാന സിദ്ധാന്തങ്ങൾ അദ്ദേഹം സ്വാസ്തിക്കായി സംഗ്രഹിച്ച് കൊടുത്തു.

ഒന്നാമതായി, പുരാണകശ്യപന്റെ വിഭാഗം. നന്മതിന്മകളെപ്പറ്റിയും സദാചാരത്തെപ്പറ്റിയും അവർ സന്ദേഹികളായിരുന്നു. ആചാരങ്ങളുടെയും ശീലങ്ങളുടെയും ഫലമായുണ്ടാകുന്ന വീക്ഷണങ്ങൾ മാത്രമാണ് നന്മയും തിന്മയും എന്നവർ വിശ്വസിച്ചു.

മസ്കാരി ഗോസാലി പുത്രന്റെ അനുയായികൾ വിധി വിശ്വാസിക ളായിരുന്നു. ഒരുവന്റെ ജീവിതം നേരത്തെകൂട്ടി നിശ്ചയിച്ചുറപ്പിച്ചിട്ടു ള്ളതാണെന്നവർ വിശ്വസിച്ചു. അത് മാറ്റുകയെന്നത് വ്യക്തിയുടെ കഴി വിന്നപ്പുറമാണ്. അഞ്ഞൂറോ അറുന്നൂറോ സംവത്സരങ്ങളുടെ പുനർജ്ജ ന്മത്തിനുശേഷം ഒരാൾക്ക് മുക്തി സിദ്ധിക്കുകയാണെങ്കിൽ അതയാ ളുടെ മുൻകൂട്ടി നിശ്ചയിച്ച വിധിപ്രകാരമാണ്. ഏതെങ്കിലും പ്രത്യേക ശ്രമങ്ങൾ കൊണ്ടല്ല.

ആനന്ദവാദ സിദ്ധാന്തമാണ് അജിതകേശകമ്പാലി പഠിപ്പിച്ചത്. ഭൂമി, ജലം, അഗ്നി, വായു എന്നീ നാല് മൂലകങ്ങൾ കൂടിച്ചേർന്നതാണ് മനു ഷ്യൻ. മരണത്തോടെ, യാതൊന്നും ശേഷിക്കുന്നില്ല. ജീവിച്ചിരിക്കു മ്പോൾ പരമാവധി സുഖം ആസ്വദിക്കണമെന്നാണ് ഈ വിഭാഗക്കാർ വാദിച്ചത്.

കാക്കുദ കാത്യായൻ നേതൃത്വം നൽകിയ വിഭാഗം ഇതിന് കടക വിരുദ്ധമായ നിലപാടാണ് കൈക്കൊണ്ടത്. ഒരുവന്റെ ശരീരവും ആത്മാവും ഒരിക്കലും നശിപ്പിക്കപ്പെടുന്നില്ല. ഭൂമി, ജലം, അഗ്നി, വായു, ദുരിതം, സന്തോഷം ജീവോർജ്ജം എന്നീ ഏഴു ഘടകങ്ങൾ ചേർന്ന താണ് മനുഷ്യൻ എന്നവർ അവകാശപ്പെട്ടു. ഈ ഏഴ് ഘടകങ്ങളുടെ താൽക്കാലികമായ സംയോജനത്തിന്റെയും വിലയനത്തിന്റെയും ഫല മായുണ്ടാകുന്ന വെറും ബാഹ്യരൂപങ്ങളാണ് ജനനവും മരണവും. മനു ഷ്യന്റെ യഥാർത്ഥ സത്ത ശാശ്വതവും നാശാതീതവുമാണ്.

സഞ്ജയവൈരതിപുത്രൻ സ്ഥാപിച്ച വിഭാഗത്തിൽപ്പെട്ടവരായി രുന്നു സരിപുത്രനും മൊഗ്ഗല്ലാനയും. ആപേക്ഷികതയുടെ ഒരു സിദ്ധാന്തമാണ് സഞ്ജയൻ പഠിപ്പിച്ചത്. കാലദേശങ്ങൾക്കനുസൃത മായി സത്യം മാറിക്കൊണ്ടിരിക്കുമെന്നദ്ദേഹം വിശ്വസിച്ചു. ഒരു സാഹ ചര്യത്തിൽ സത്യമായത് മറ്റൊരു സാഹചര്യത്തിൽ സത്യമായിരിക്ക ണമെന്നില്ല. ഒരാളിന്റെ അവബോധമാണ് എല്ലാറ്റിന്റേയും അളവുകോൽ.

നിഗ്രന്തനാഡീപുത്രൻ നേതൃത്വം നൽകിയ വിഭാഗം തീവ്രവിരക്തി കൾ പാലിക്കുന്നവരായിരുന്നു. അവർ വസ്ത്രം ധരിച്ചിരുന്നില്ല. മറ്റ് ജീവി കളെ കൊല്ലുന്നതിനെതിരെ അവർ കർശനമായ നിഷ്ഠ പാലിച്ചു. ഒരുതരം ദ്വന്ദ്വാത്മക വിധി വിശ്വാസമാണ് നിഗ്രന്തൻ പഠിപ്പിച്ചത്. പ്രപ ഞ്ചത്തിന്റെ അടിസ്ഥാന ശക്തികൾ ജീവനും അതിജീവനുമാണെന്ന് അദ്ദേഹം വിശ്വസിച്ചു. അക്കാലത്ത് അദ്ദേഹത്തിന്റെ മതവിഭാഗം ഏറെ ബഹുമാനം പിടിച്ചുപറ്റിയിരുന്നു. സമൂഹത്തിൽ നല്ല സ്വാധീനമുണ്ടാ യിരുന്നു. നിഗ്രന്തന്റെ സന്യാസികളുമായി ഭിക്ഷുമാർ ഇടയ്ക്കിടെ സമ്പർക്കത്തിലായിരുന്നു. രണ്ടു വിഭാഗവും പൊതുവെ ജീവനെ ആദ രിക്കുന്നവരായിരുന്നു. എന്നാൽ അവർ തമ്മിൽ ധാരാളം വ്യത്യാസ ങ്ങളുണ്ടായിരുന്നു. നിഗ്രന്തന്റെ ചില അനുയായികൾ ഭിക്ഷുമാരെ കഠി

നമായി എതിർത്തുപോന്നു. ആ സന്യാസിമാരുടെ വീക്ഷണങ്ങൾ വളരെയേറെ തീവ്രമായിരുന്നെന്ന് മൊഗല്ലാനയ്ക്ക് മനസ്സിലായി. അദ്ദേഹം തന്റെ അഭിപ്രായങ്ങൾ സംശയലേശമെന്യേ പ്രകടിപ്പിക്കുകയും ചെയ്തു. അക്കാരണം കൊണ്ടുതന്നെ ആ വിഭാഗത്തിലെ അനേകം സന്യാസിമാർ മൊഗല്ലാനയോട് പ്രത്യേകിച്ചും ശത്രുതയുള്ളവരായിരുന്നു.

ശ്രാവസ്തിയിലേക്ക് ബുദ്ധൻ മടങ്ങിയെത്തി. പൂർവ്വാരാമത്തിൽ താമസിച്ചു. സന്ദർശകരുടെ നിരന്തരമായ പ്രവാഹമുണ്ടായിരുന്നു. ഒരു പ്രഭാതത്തിൽ വിശാഖ ബുദ്ധനെ കാണുവാനെത്തി. അവരുടെ മുടിയും വസ്ത്രങ്ങളും മഴ നനഞ്ഞിരുന്നു. ബുദ്ധൻ ചോദിച്ചു, "വിശാഖ, താങ്കൾ എവിടെയായിരുന്നു? എന്തുകൊണ്ടാണ് മുടിയും വസ്ത്രങ്ങളും ഇങ്ങനെ നനഞ്ഞിരിക്കുന്നത്?"

വിശാഖ പൊട്ടിക്കരഞ്ഞു: "പ്രഭോ, എന്റെ പേരക്കുട്ടി മരിച്ചുപോയി. ഇവിടെ വന്ന് അങ്ങയെ കാണുവാനുള്ള ബദ്ധപ്പാടിൽ തൊപ്പിയോ കുടയോ എടുക്കാൻ മറന്നുപോയി."

"പേരക്കുട്ടിക്ക് എന്ത് പ്രായമുണ്ടായിരുന്നു? എങ്ങിനെയാണവൻ മരിച്ചത്?"

"പ്രഭോ, അവന് മൂന്ന് വയസ്സേ ഉണ്ടായിരുന്നുള്ളൂ. അവൻ സന്നിപാതജ്വരം മൂലമാണ് മരിച്ചത്."

"പാവം കുട്ടി! വിശാഖ, മക്കളും പേരക്കുട്ടികളുമായി താങ്കൾക്ക് എത്രപേരുണ്ട്?"

"പ്രഭോ, പതിനാറ് പേർ. ഒമ്പതുപേർ വിവാഹിതരാണ്. എനിക്ക് എട്ട് പേരക്കുട്ടികളുണ്ട്. ഇനിയിപ്പോൾ ഏഴ് മാത്രം!"

"വിശാഖ, ധാരാളം പേരക്കുട്ടികൾ വേണമെന്ന് താങ്കൾ ആഗ്രഹിക്കുന്നു അല്ലേ?"

"അതേ, പ്രഭോ. എത്ര പേരുണ്ടോ അത്രയും നന്ന്. ശ്രാവസ്തിയിലുള്ള ജനങ്ങളുടെയത്ര തന്നെ പേരക്കുട്ടികളും മക്കളും ഉണ്ടാകുന്നതിനേക്കാൾ സന്തോഷകരമായി മറ്റൊന്നുമില്ല എനിക്ക്!"

"വിശാഖ, എത്രയാളുകൾ ശ്രാവസ്തിയിൽ നിത്യവും മരിക്കുന്നുണ്ടെന്ന് അറിയാമോ?"

"പ്രഭോ, ചിലപ്പോൾ ഒമ്പത്. അല്ലെങ്കിൽ പത്ത്. എന്തായാലും ശ്രാവസ്തിയിൽ ഒരാളെങ്കിലും ഒരു ദിവസം മരിക്കുന്നുണ്ട്. മരണമില്ലാത്ത ഒരു ദിവസമെങ്കിലും ശ്രാവസ്തിയിലില്ല."

"വിശാഖ, ശ്രാവസ്തിയിലെ ജനങ്ങളുടെയത്ര തന്നെ മക്കളും പേരമക്കളും താങ്കൾക്കുണ്ടായിരുന്നെങ്കിൽ, ഒരു ദിവസം പോലും താങ്കളുടെ വസ്ത്രങ്ങളും മുടിയും ഇന്നത്തേതുപോലെ മഴയിൽ നനഞ്ഞ് കുതിരാതിരിക്കില്ല!"

വിശാഖ കൈകൾ കൂപ്പി, "ഞാൻ മനസ്സിലാക്കുന്നു! ശ്രാവസ്തിയിലുള്ള ജനങ്ങളുടെയത്ര മക്കളും പേരമക്കളും തീർച്ചയായും എനിക്കാവശ്യമില്ല. ഒരുവന് എത്രമാത്രം ബന്ധങ്ങളുണ്ടോ അത്രമാത്രം ദുരിതങ്ങളുണ്ടാവും. അങ്ങിത് എന്നെ പലപ്പോഴും പഠിപ്പിച്ചിട്ടുള്ളതാണ്. പക്ഷേ, ഞാനിത് എപ്പോഴും മറന്ന് പോകുന്നു."

ബുദ്ധൻ സൗമ്യമായി ചിരിച്ചു.

വിശാഖ അദ്ദേഹത്തോട് പറഞ്ഞു, "പ്രഭോ, മഴ തുടങ്ങുന്നതിനു മുമ്പു മാത്രമാണ് സാധാരണ അങ്ങ് യാത്ര കഴിഞ്ഞ് മടങ്ങിയെത്താറ്. വർഷത്തിൽ ബാക്കി സമയമെല്ലാം ശിഷ്യർക്ക് അങ്ങയെ നഷ്ടമാവുന്നു. ഞങ്ങൾ വിഹാരത്തിൽ വരാറുണ്ട്. പക്ഷേ, അങ്ങില്ലാതെ അത് ശൂന്യമായി തോന്നുന്നു. അങ്ങയുടെ കുടിലിനുചുറ്റും അല്പനേരം വലംവെച്ച്, പിന്നെ എന്തുചെയ്യണമെന്നറിയാതെ ഞങ്ങൾ വീട്ടിലേയ്ക്ക് മടങ്ങിപ്പോവുന്നു."

ബുദ്ധൻ : "വിശാഖ, എന്നെ സന്ദർശിക്കുന്നതിനേക്കാൾ എത്രയോ പ്രധാനമാണ് ശുഷ്ക്കാന്തിയോടെയുള്ള സാധന. നിങ്ങൾ വിഹാരത്തിലേയ്ക്ക് വരുമ്പോൾ മറ്റ് സംപൂജ്യർ ധർമ്മം പഠിപ്പിക്കുന്നത് കേൾക്കാൻ നിങ്ങൾക്ക് അവസരമുണ്ട്. സാധനയ്ക്ക് സഹായകമാകുന്ന ചോദ്യങ്ങൾ നിങ്ങൾക്കവരോട് ചോദിയ്ക്കാം. ഗുരുനാഥനും ബോധനവും ഒന്ന് തന്നെയാണ്. ഞാനിവിടെ ഇല്ലായെന്ന കാരണത്താൽ നിങ്ങളുടെ സാധന ദയവായി വേണ്ടെന്ന് വെയ്ക്കരുത്."

അരികെ നിന്നിരുന്ന ആനന്ദൻ ഒരു നിർദ്ദേശം മുന്നോട്ടുവെച്ചു: "ഇവിടെ, ഈ വിഹാരത്തിൽ ബോധിയുടെ ഒരു തൈ നടുന്നത് നന്നായിരിക്കും. അങ്ങില്ലാത്ത സമയങ്ങളിൽ ശിഷ്യന്മാർ ഇവിടെയെത്തുകയാണെങ്കിൽ അങ്ങയുടെ സ്ഥാനത്ത് ബോധിവൃക്ഷം സന്ദർശിയ്ക്കാം. അങ്ങയെ വണങ്ങുന്നതുപോലെ അവർക്ക് ബോധിവൃക്ഷത്തെ വണങ്ങാം. വൃക്ഷച്ചുവട്ടിൽ ഒരു കല്ലും വെയ്ക്കാം. ശിഷ്യർക്ക് അതിന്മേൽ പൂക്കൾ അർപ്പിക്കാം. ബുദ്ധനെ ധ്യാനിച്ചുകൊണ്ട് വൃക്ഷത്തിന് ചുറ്റും സാവകാശം നടന്ന് അവർക്ക് സാധനയുമാകാം"

വിശാഖ പറഞ്ഞു : "അതൊരു നല്ല കാര്യമാണ്. പക്ഷേ, ഒരു ബോധിത്തൈ നിങ്ങൾക്കെവിടെ നിന്ന് കിട്ടും?"

ആനന്ദൻ : "ബുദ്ധന് ബോധോദയം സിദ്ധിച്ച ഉരുവേലയിലെ ബോധിവൃക്ഷത്തിന്റെ ഒരു വിത്ത് ഞാൻ ആവശ്യപ്പെടും. അതേപ്പറ്റി വിഷമിയ്ക്കേണ്ട. വിത്ത് കുഴിച്ചിട്ട് ബോധിവൃക്ഷമാക്കുന്ന കാര്യം ഞാനേറ്റു."

വിശാഖയ്ക്ക് ലാഘവത്തവും ആശ്വാസവും അനുഭവപ്പെട്ടു. അവർ ബുദ്ധനെയും ആനന്ദനെയും വണങ്ങി വീട്ടിലേക്ക് മടങ്ങി.

61. സിംഹഗർജ്ജനം

അതേ വിശ്രാന്തികാലത്ത്, ആശ്രിതമായ സഹോദയത്തെപ്പറ്റി ആനന്ദൻ ബുദ്ധനോട് ഒരു ചോദ്യം ചോദിച്ചു. അതുപ്രകാരം ബുദ്ധൻ അസ്തിത്വത്തിന്റെ ചങ്ങലയിലെ പന്ത്രണ്ട് കണ്ണികളെക്കുറിച്ച് ഭിക്ഷുക്കളോട് പറഞ്ഞു.

"ആശ്രിതമായ സഹോദയത്തെക്കുറിച്ചുള്ള ബോധനം അത്യന്ത സൂക്ഷ്മവും ഗഹനവുമാണ്. അത് സംവാദങ്ങളിലൂടെയോ വാക്കുകളിലൂടെയോ ഗ്രഹിക്കാമെന്ന് വിചാരിയ്ക്കരുത്. ആശ്രിതമായ സഹോദയത്തെക്കുറിച്ചുള്ള ബോധനം കേട്ടതു മൂലമാണ് സംപൂജ്യനായ ഉരുവേല കശ്യപൻ ശരിയായ ധർമ്മമാർഗ്ഗത്തിലേയ്ക്ക് പ്രവേശിച്ചത്. ആശ്രിതമായ സഹോദയത്തിന്റെ സ്വഭാവത്തെക്കുറിച്ച് ഓരോ നിമിഷവും ധ്യാനിക്കുക. നിങ്ങൾ ഒരു മഴത്തുള്ളിയെയോ ഇലയെയോ നോക്കുന്നുവെങ്കിൽ ആ മഴത്തുള്ളിയുടേയോ ഇലയുടേയോ സാന്നിധ്യത്തിന് പങ്കുവഹിച്ച അടുത്തതും അകന്നതുമായ എല്ലാ അവസ്ഥകളെയും ധ്യാനിക്കുക. ഈ ലോകം പരസ്പര ബന്ധിതമായ നൂലുകളാൽ നെയ്തെടുത്തതാണെന്നറിയുക. അതുള്ളതു കൊണ്ടാണ് ഇതുള്ളത്. അതില്ലാത്തതുകൊണ്ടാണ് ഇതില്ലാത്തത്. അത് ജനിച്ചതുകൊണ്ടാണ് ഇത് ജനിച്ചത്. അത് മരിക്കുന്നതുകൊണ്ടാണ് ഇത് മരിക്കുന്നത്."

ഏത് ധർമ്മത്തിന്റെയും ജനനവും മരണവും മറ്റെല്ലാ ധർമ്മങ്ങളുടെയും ജനനവും മരണവുമായി ബന്ധിതമാണ്. ഒന്നിൽ അനേകം അടങ്ങിയിരിക്കുന്നു. അനേകത്തിൽ ഒന്ന് അടങ്ങിയിരിക്കുന്നു. ഒന്നില്ലാതെ അനേകമില്ല. അനേകമില്ലാതെ, ഒന്ന് ഉണ്ടായിരിക്കുക വയ്യ. ആശ്രിതമായ സഹോദയത്തെപ്പറ്റിയുള്ള ബോധനത്തിന്റെ വിസ്മയകരമായ സത്യം ഇതാണ്. എല്ലാ ധർമ്മങ്ങളുടെയും സ്വഭാവത്തിലേക്ക് നിങ്ങൾ ആഴത്തിൽ നോക്കുകയാണെങ്കിൽ ജനനമരണങ്ങളെ സംബന്ധിക്കുന്ന എല്ലാ ആശങ്കയും നിങ്ങൾക്ക് അധഃകരിക്കുവാൻ സാധിക്കും. ജനനമരണങ്ങളുടെ വൃത്തം നിങ്ങൾ ഭേദിച്ചു കടക്കും.

"ഭിക്ഷുമാരെ, പരസ്പരബന്ധിതമായ കണ്ണികൾ അനേകം അടരുകളും തലങ്ങളും ഉൾച്ചേർന്നതാണ്. എന്നാൽ നാല് മണ്ഡലങ്ങൾ തിരിച്ചറിയേണ്ടതുണ്ട്. പ്രധാന ഹേതുക്കൾ, സഹായകഹേതുക്കൾ,

പൂർവ്വഗതനിമിഷത്തിലെ ഹേതു, ഹേതുക്കളെന്നു തോന്നുന്ന വസ്തുക്കൾ."

"ഒരു പ്രധാന ഹേതുവെന്നത് ഒരു പ്രതിഭാസം രൂപപ്പെടുന്നതിനാവശ്യമായ ആദ്യത്തെ അവസ്ഥയാണ്. ഉദാഹരണത്തിന്, ഒരു നെൽച്ചെടി ഉണ്ടാകുന്നതിനാവശ്യമായ പ്രധാനഹേതു ഒരു നെൽമണിയാണ്. സഹായ ഹേതുക്കൾ അവലംബമായ അവസ്ഥയാണ്. ഒരു നെൽമണിയുടെ കാര്യത്തിൽ സൂര്യൻ, മഴ, മണ്ണ് എന്നിവ വിത്ത് ഒരു നെൽച്ചെടിയായി വളരാൻ വേണ്ടവയിൽ ഉൾപ്പെടുന്നു."

"പൂർവ്വഗത നിമിഷത്തിന്റെ പെട്ടെന്നുണ്ടായ ഹേതു, അവിഘ്നമായ ഒരു ക്രിയയാണ്. അത് അടിസ്ഥാന ഹേതുവായി ഭവിയ്ക്കുന്നു. ഈ തുടർച്ചയായ പ്രക്രിയ ഇല്ലാത്ത പക്ഷം, നെൽച്ചെടിയുടെ വളർച്ച ഫലപ്രാപ്തിയിലെത്തും മുമ്പേ തടസ്സപ്പെടും. ഹേതുപോലുള്ള വസ്തുക്കൾ പ്രജ്ഞയുടെ വസ്തുക്കളെയാണ് സൂചിപ്പിക്കുന്നത്. നെൽച്ചെടിയുടെ സാന്നിധ്യം സാധ്യമാക്കുന്ന ഒരു നെൽമണിയും, അടുത്തും അകലെയുമുള്ള എല്ലാ അവസ്ഥകളും പ്രജ്ഞയുടെ വസ്തുക്കളാണ്. പ്രജ്ഞയിൽ നിന്ന് അവയെ വേർതിരിക്കാനാവില്ല. എല്ലാ ധർമ്മങ്ങളുടെയും അസ്തിത്വത്തിന് മനസ്സ് ഒരടിസ്ഥാന അവസ്ഥയാണ്."

"ഭിക്ഷുമാരെ, ജനനവും മരണവും ഉള്ളതുകൊണ്ടാണ് ദുരിതം ഉള്ളത്. ജനനത്തിനും മരണത്തിനും ഹേതുവായതെന്ത്? അജ്ഞത. ജനനവും മരണവും മനോഭ്രമങ്ങളാണ്. അജ്ഞതയുടെ ഉല്പന്നമാണവയെല്ലാം. ആഴത്തിൽ നോക്കി, എല്ലാ വസ്തുക്കളുടെയും കാരണങ്ങളിലേയ്ക്ക് തുളച്ചിറങ്ങുകയാണെങ്കിൽ, നിങ്ങൾക്ക് അജ്ഞതയെ മറികടക്കാനാവും. ഒരിക്കൽ നിങ്ങൾ അജ്ഞതയെ മറികടന്നാൽ ജനനമരണങ്ങളുടെ സകല ചിന്തകളും നിങ്ങൾ അധഃകരിയ്ക്കും. ജനന മരണങ്ങളുടെ എല്ലാ ചിന്തകളും അധഃകരിക്കുക വഴി നിങ്ങൾ എല്ലാ ദുഃഖങ്ങളും ഉൽക്കണ്ഠകളും തരണം ചെയ്യും."

"ഭിക്ഷുമാരെ, ജനനത്തെപ്പറ്റി കല്പനയുള്ളതുകൊണ്ടാണ് മരണത്തെപ്പറ്റിയുള്ള കല്പനയുള്ളത്. സ്വത്വത്തെക്കുറിച്ചുള്ള മിഥ്യയായ ധാരണയിലാണ് നാം തെറ്റായ ധാരണകൾ അടിസ്ഥാനപ്പെടുത്തിയിട്ടുള്ളത്. ലോഭമുള്ളതുകൊണ്ടാണ് സ്വത്വത്തെപ്പറ്റി മിഥ്യയായ ധാരണയുണ്ടാകുന്നത്. ആസക്തിയുള്ളതുകൊണ്ടാണ് ലോഭമുള്ളത്. സ്പർശാനുഭവങ്ങളുടെ ശരിയായ സ്വഭാവത്തിലേയ്ക്ക് ആഴത്തിൽ നോക്കാത്തതുകൊണ്ടാണ് ആസക്തിയുണ്ടാകുന്നത്. ഇന്ദ്രിയങ്ങളും അവയുടെ വസ്തുക്കളും തമ്മിൽ നടക്കുന്ന ബന്ധത്താൽ കുടുങ്ങിപ്പോകുന്നതുകൊണ്ടാണ് സ്പർശാനുഭവങ്ങളുടെ ശരിയായ സ്വഭാവം മനസ്സിലാക്കാൻ കഴിയാത്തത്. മനസ്സ് നിർമ്മലവും ശാന്തവും ആകാത്തതുകൊണ്ടാണ് ഇന്ദ്രിയങ്ങളും ഇന്ദ്രിയഗോചരമായ വസ്തുക്കളും തമ്മി

ലുള്ള ബന്ധത്തിൽ കുടുങ്ങിപ്പോകുന്നത്. പ്രേരണകളും ആവേഗങ്ങളുമുള്ളതുകൊണ്ടാണ് മനസ്സ് നിർമ്മലവും ശാന്തവുമാകാത്തത്. അജ്ഞതകൊണ്ടാണ് പ്രേരണകളും ആവേഗങ്ങളും ഉണ്ടാകുന്നത്. അസ്തിത്വത്തിന്റെ ഈ പന്ത്രണ്ട് കണ്ണികളും പരസ്പരബന്ധിതമാണ്. ഓരോ കണ്ണിയിലും നിങ്ങൾക്ക് മറ്റേ പതിനൊന്ന് കണ്ണികളും കാണാം. ഒരു കണ്ണി നഷ്ടപ്പെട്ടെന്ന് വന്നാൽ, മറ്റ് പതിനൊന്നെണ്ണവും നഷ്ടമാവും. ജനനം, മരണം, അനുരൂപത, ലോഭം, ആർത്തി, സ്പർശാനുഭവങ്ങൾ, ബന്ധം, ആറിന്ദ്രിയങ്ങൾ, നാമവും ഭാവവും, പ്രജ്ഞ, പ്രേരണയും ആവേഗവും, അജ്ഞത എന്നിവയാണ് ഈ പന്ത്രണ്ട് കണ്ണികൾ."

"ഭിക്ഷുമാരെ, അസ്തിത്വത്തിന്റെ ചങ്ങലയിലെ പന്ത്രണ്ടു കണ്ണികളുടെയെല്ലാം ആധാരമായിരിക്കുന്നത് അജ്ഞതയാണ്. ആശ്രിതമായ സഹോദയത്തിന്റെ സ്വഭാവത്തെ ധ്യാനിക്കുന്ന പക്ഷം നമുക്ക് അജ്ഞതയകറ്റി ഉൽക്കണ്ഠകളും ദുഃഖങ്ങളും അധഃകരിക്കാനാവും. ഉദ്ബുദ്ധനായ ഒരാൾ ജനനമരണങ്ങളുടെ തിരകൾക്കുമേൽ നടക്കുന്നു. അവയിൽ മുങ്ങി മരിക്കുന്നില്ല. ഉദ്ബുദ്ധനായ ഒരാൾ വാഹനത്തിന്റെ ചക്രങ്ങൾപോലെയാണ് അസ്തിത്വത്തിന്റെ പന്ത്രണ്ട് കണ്ണികൾ ഉപയോഗിക്കുന്നത്. ഉദ്ബുദ്ധനായവൻ ലോകത്തിന്റെ നടുവിൽ തന്നെ ജീവിക്കുന്നു. പക്ഷേ, ഒരിക്കലും അതിൽ മുങ്ങിത്താഴുന്നില്ല. ഭിക്ഷുമാരെ, ജനനമരണങ്ങളിൽനിന്ന് ഓടിപ്പോകുവാൻ ശ്രമിയ്ക്കരുത്. നിങ്ങൾ അവയ്ക്കുമേലെ ഉയരുക മാത്രമേ വേണ്ടൂ. ജനനമരണങ്ങൾ അധഃകരിക്കുന്നത് മഹത്തുക്കളുടെ സിദ്ധിയാണ്."

അനേകം ദിവസങ്ങൾക്ക് ശേഷം നടന്ന ഒരു ധർമ്മ പ്രഭാഷണത്തിൽ മഹാകശ്യപൻ ഭിക്ഷുമാരെ ഓർമ്മിപ്പിച്ചു, ബുദ്ധൻ ഇതിനു മുമ്പും ആശ്രിതമായ സഹോദയത്തെപ്പറ്റി പറഞ്ഞിട്ടുണ്ട്. എന്നാൽ ഈ ബോധനം ഉദ്ബുദ്ധതയുടെ മാർഗ്ഗത്തിന്റെ ഹൃദയമായി കണക്കാക്കണം. ആശ്രിതമായ സഹോദയത്തെപ്പറ്റി സൂചിപ്പിക്കുവാൻ ബുദ്ധൻ ഒരിക്കൽ അതിനെ ഒരുകൂട്ടം ഈറച്ചെടികളോട് താരതമ്യപ്പെടുത്തി. വസ്തുക്കൾക്ക് ഒരു ബ്രഹ്മാവിന്റെ ആവശ്യമില്ലെന്ന് ബുദ്ധൻ പറഞ്ഞു. അവ ഒന്നിൽനിന്ന് ഒന്നിലേക്ക് ഉണരുന്നു. അജ്ഞതയാണ് പ്രേരണകളും ആവേഗങ്ങളും ഉണ്ടാക്കുന്നത്. ഈറ്റച്ചെടികൾ എഴുന്നു നില്ക്കുവാൻ പരസ്പരം ആശ്രയിക്കുന്നതുപോലെ. ഒരു ഈറ്റ ച്ചെടി വീണുപോയാൽ മറ്റുള്ളവയും വീഴുന്നു. ഈ പ്രപഞ്ചത്തിലെ സകല വസ്തുക്കളെയും കുറിച്ച് ഇത് സത്യമാണ്. ഒന്ന് അനേകങ്ങൾ സൃഷ്ടിക്കുന്നു. അനേകങ്ങൾ ഒന്നിനെയും. നാം ആഴത്തിൽ നോക്കുകയാണെങ്കിൽ ഒന്നിൽ അനേകവും, അനേകത്തിൽ ഒന്നും നമുക്ക് കാണാൻ കഴിയും.

അതേ വിശ്രാന്തികാലത്ത് തന്നെ, ബുദ്ധൻ ഒരു സ്ത്രീയുമായി കിട

ന്നുറങ്ങിയെന്നും അവളെ ഗർഭിണിയാക്കിയെന്നും കുറെ ബ്രാഹ്മണർ കുപ്രചരണം നടത്തി. ഇതിന്നായി അവർ ചിൽകയെന്ന സുന്ദരിയായ ബ്രാഹ്മണയുവതിയെ ഏർപ്പാടാക്കി. ഒരുപാട് യുവാക്കളെ തന്റെ ശിഷ്യന്മാരാക്കിക്കൊണ്ട് തങ്ങളുടെ പൂർവ്വികരുടെ മതവിശ്വാസത്തിൽ ബുദ്ധൻ സത്വരമായ അധഃപതനം ഉണ്ടാക്കിയതായി അവർ അവളെ പറഞ്ഞു ബോധ്യപ്പെടുത്തി. തന്റെ മതവിശ്വാസത്തെ സംരക്ഷിക്കുവാനായി, അവരുടെ പദ്ധതിക്ക് അവൾ സമ്മതിച്ചു.

കയ്യിൽ ഒരു കുടന്ന പുത്തൻ പൂക്കളുമായി ഭംഗിയുള്ള സാരിയണിഞ്ഞ് അവൾ നിത്യവും ജേതവനത്തിലേക്ക് പോയി. അവൾ സമയത്തിന് ധർമ്മ പ്രഭാഷണങ്ങൾക്ക് എത്തിയില്ല. എല്ലാവരും വീടുകളിലേക്ക് മടങ്ങിപ്പോകുന്നത് കാത്ത് അവൾ ധർമ്മശാലയ്ക്ക് പുറത്ത് നിന്നു. ആദ്യമൊക്കെ, എവിടേക്കാണ് പോകുന്നതെന്നോ എന്താണ് ചെയ്യുന്നതെന്നോ ചോദിച്ചാൽ അവൾ വെറുതെയങ്ങ് പുഞ്ചിരിച്ചു. അനേകം ദിവസങ്ങൾക്കുശേഷം, ലജ്ജയോടെ ഇങ്ങനെ പറഞ്ഞു, "ഞാനെവിടേയ്ക്ക് പോകുന്നു, അവിടേയ്ക്ക് പോകുന്നു." കുറെ ദിവസങ്ങൾ ഇങ്ങിനെ അവ്യക്തമായ വാക്കുകൾ പറഞ്ഞശേഷം, അവൾ ഇങ്ങനെ മറുപടി പറയാൻ തുടങ്ങി, "ഞാൻ ഗൗതമമുനിയെ സന്ദർശിക്കാനാണ് പോകുന്നത്." അവസാനം, അവൾ ഇങ്ങനെ പറയുന്നതും കേട്ടു, "ജേതവനത്തിൽ അന്തിയുറങ്ങുന്നത് സുഖകരം തന്നെ!"

ഇത്തരം വാക്കുകൾ നിരവധിപേരുടെ കാതുകൾ പൊള്ളിച്ചു. സാധാരണക്കാരായ ചിലർക്ക് സംശയങ്ങളും ആശങ്കകളും തോന്നാൻ തുടങ്ങി. പക്ഷേ, ആരും ഒന്നും പറഞ്ഞില്ല. ഒരുദിവസം, ചിൽക ബുദ്ധന്റെ ധർമ്മ പ്രഭാഷണത്തിന് എത്തി. അവളുടെ വയർ കാണത്തക്കവണ്ണം വീർത്തുന്തിയിരുന്നു. ധർമ്മപ്രഭാഷണത്തിനിടയ്ക്ക് അവൾ എണീറ്റുനിന്നു. ഉറക്കെ പറഞ്ഞു. "ഗൗതമഗുരോ! താങ്കൾ ധർമ്മത്തെക്കുറിച്ച് ഭംഗിയായി സംസാരിക്കുന്നു. താങ്കളെപ്പറ്റി ആളുകൾക്ക് വലിയ മതിപ്പാണ്. എന്നാൽ, എന്നെ ഗർഭിണിയാക്കിയ താങ്കളെപ്പറ്റി ഈ പാവം പെണ്ണിന് യാതൊരു മതിപ്പുമില്ല. ഞാൻ ഉദരത്തിൽ പേറുന്നത് താങ്കളുടെ കുഞ്ഞാണ്. താങ്കളുടെ സ്വന്തം കുഞ്ഞിന്റെ ഉത്തരവാദിത്വം താങ്കൾ ഏറ്റെടുക്കുമോ?"

കൂടിയിരിക്കുന്നവരിൽ ഇത് ഞെട്ടലുണ്ടാക്കി. എല്ലാവരും ബുദ്ധന്റെ നേരെ നോക്കി. ബുദ്ധൻ ശാന്തനായി മന്ദഹസിക്കുക മാത്രം ചെയ്തു. "സ്ത്രീയേ! നിനക്കും എനിക്കും മാത്രമേ അറിയൂ നിന്റെ അവകാശവാദം സത്യമോ അല്ലയോ എന്ന്!"

ബുദ്ധന്റെ പ്രശാന്ത മന്ദഹാസം അവളെ തെല്ലൊന്ന് അസ്വസ്ഥയാക്കി. എങ്കിലും അവൾ തിരിച്ചടിച്ചു : "അത് ശരിതന്നെ! താങ്കൾക്കും

എനിക്കും മാത്രമേ അറിയൂ എന്റെ അവകാശവാദം സത്യമോ അല്ലയോ എന്ന്!"

അവിടെ കൂടിയിരുന്നവർക്ക് അമ്പരപ്പ് ഒരു നിലയ്ക്കും പിന്നെ അമർത്താനായില്ല. പലരും കോപത്താൽ എണീറ്റു നിന്നു. ആളുകൾ തന്നെ അടിക്കുമെന്ന് അവൾക്ക് തോന്നി. അവൾ രക്ഷപ്പെടാനുള്ള പഴുത് നോക്കി. പക്ഷേ, വെപ്രാളത്തിൽ ഓടി തൂണിൽ ഇടിച്ച് വീണു. അവൾ എഴുന്നേറ്റ് നിൽക്കാൻ ശ്രമിക്കവേ, വയറ്റിൽ കെട്ടിയിരുന്ന വൃത്താകൃതിയിലുള്ള ഒരു വലിയ മരക്കഷ്ണം അഴിഞ്ഞ് അവളുടെ കാലിൽ വീണു. വേദനയിൽ അവൾ വാവിട്ടു നിലവിളിച്ചു. ചതഞ്ഞ കാൽവിരലുകളിൽ പിടിമുറുക്കി. ഇപ്പോൾ അവളുടെ വയർ സാധാരണ നിലയിലായി.

ആൾക്കൂട്ടത്തിൽ നിന്നും ആശ്വാസനിശ്വാസങ്ങൾ ഉയർന്നു. പലർക്കും ചിരി പൊട്ടി. ചിലർ ചിൽകയെ നിന്ദിച്ചു. ഭിക്ഷുണി ക്ഷേമ എണീറ്റു ചെന്ന് ചിൽകയെ ഹാളിൽനിന്ന് പുറത്തു കടക്കാൻ വളരെ സൗമ്യമായി സഹായിച്ചു. ആ രണ്ട് സ്ത്രീകളും പൊയ്ക്കഴിഞ്ഞപ്പോൾ, ബുദ്ധൻ തന്റെ ധർമ്മഭാഷണം, ഒന്നും സംഭവിയ്ക്കാത്തതുപോലെ തുടർന്നു.

ബുദ്ധൻ : "ഭിക്ഷുമാരെ, പ്രകാശം നിഴലുകളെ അകറ്റുന്നതുപോലെ, ഉദ്ബുദ്ധതയുടെ മാർഗ്ഗം അജ്ഞതയുടെ മതിലുകൾ ഇടിച്ചു നിരത്തുന്നു. നാല് ശ്രേഷ്ഠ സത്യങ്ങളും നശ്വരതയും അ-സ്വത്വവും ആശ്രിത സഹോദയവും ഏകാഗ്രതയുടെ നാല് മൂലാധാരങ്ങളും അവബോധത്തിന്റെ ഏഴ് ഘടകങ്ങളും മൂന്ന് കവാടങ്ങളും ശ്രേഷ്ഠമായ അഷ്ടമാർഗ്ഗവും, എണ്ണിയാലൊടുങ്ങാത്ത മിഥ്യാസിദ്ധാന്തങ്ങളെയും ഇടുങ്ങിയ കാഴ്ചപ്പാടുകളെയും അകറ്റി സിംഹഗർജ്ജനംപോലെ ലോകത്തോട് ഉറക്കെ പ്രഖ്യാപിച്ചുകൊണ്ടേയിരിയ്ക്കുന്നു. മൃഗരാജാവാണ് സിംഹം. മടയിൽ നിന്ന് പുറത്ത് കടക്കുമ്പോൾ നീണ്ടു നിവർന്ന് അവൻ എല്ലാ ദിശകളിലേയ്ക്കും ദൃഷ്ടിപായിയ്ക്കുന്നു. ഇര തേടുന്നതിനു മുമ്പായി മറ്റ് ജീവികളെയെല്ലാം വിറപ്പിച്ചും പാലായനം ചെയ്യിച്ചും അവൻ അതിശക്തമായി ഗർജ്ജിക്കുന്നു. പക്ഷികൾ ഉയരങ്ങളിലേയ്ക്ക് പറക്കുന്നു. മുതലകൾ വെള്ളത്തിനടിയിലേയ്ക്ക് ഊളിയിടുന്നു. കുറുക്കന്മാർ അവയുടെ മാളങ്ങളിലേയ്ക്ക് നിഷ്ക്രമിക്കുന്നു. കുടമണിയും നെറ്റിപ്പട്ടവും ആഭരണങ്ങളും അണിഞ്ഞ് വെഞ്ചാമരം വീശിനിൽക്കുന്ന നാട്ടാനകൾപോലും അവന്റെ ഗർജ്ജനത്തിൽ ഓടിപ്പോവുന്നു."

"ഭിക്ഷുമാരെ! ഉദ്ബുദ്ധതാ മാർഗ്ഗത്തിന്റെ പ്രഖ്യാപനം സിംഹഗർജ്ജനം പോലെയാണ്. മിഥ്യയായ സിദ്ധാന്തങ്ങൾ ഭയചകിതമായി തകർന്നു വീഴുന്നു. അസ്ഥിരതയും അ-സ്വത്വവും ആശ്രിത സഹോദ

യവും പ്രഖ്യാപിക്കപ്പെടുന്നതോടെ, അജ്ഞതയിലും മറവിയിലും ഏറെ ക്കാലമായി മിഥ്യാ സുരക്ഷിതത്ത്വം തേടിയിട്ടുള്ള സ്വർഗ്ഗീയ ജീവികളും അതുപോലെ മനുഷ്യജീവികളും ഉറക്കംവിട്ടുണരുന്നു. കണ്ണഞ്ചിപ്പി ക്കുന്ന സത്യം കാണുന്നവൻ അദ്ഭുതപ്പെടുന്നു, നശ്വരമായതിനെ അന ശ്വരമായി കരുതി; വിഭിന്നമായൊരു സ്വത്വത്തിൽ വിശ്വസിച്ചു; ഇത്രയും കാലം ഇത്തരം അപകടകരമായ വീക്ഷണങ്ങളെ ഞങ്ങൾ കെട്ടിപ്പുണ രുകയായിരുന്നു. ഞങ്ങൾ ദുരിതത്തെ സന്തോഷമായി കരുതി. അസ്ഥി രമായതിനെ സ്ഥിരമെന്ന് കരുതി. മിഥ്യയെ സത്യമായി കരുതി. മറവി യുടെയും മിഥ്യാവീക്ഷണങ്ങളുടെയും സകല മതിലുകളും ഇടിച്ചു നിരത്തുവാനുള്ള സമയമായിരിക്കുന്നു!

“ഭിക്ഷുമാരെ, മിഥ്യാ വീക്ഷണങ്ങളുടെ കനത്ത തിരശ്ശീലകൾ നീക്കു വാൻ ഉദ്ബുദ്ധതയുടെ മാർഗ്ഗം മാനവരാശിയെ അനുവദിക്കുന്നു. ഉദ്ബു ദ്ധനായ ഒരുവൻ പ്രത്യക്ഷപ്പെടുന്നതോടെ ഉയർന്നു പൊങ്ങുന്ന കടൽ ത്തിരയുടെ ഗംഭീര ശബ്ദം കണക്കെ മാർഗ്ഗം മാറ്റൊലി കൊള്ളുന്നു. തിര ഉയരുന്നതോടെ എല്ലാ മിഥ്യാ വീക്ഷണങ്ങളും അകലേയ്ക്ക് ചുഴ റ്റിയെറിയപ്പെടുന്നു.

“ഭിക്ഷുമാരെ, ആളുകൾ നാല് കെണികളിൽ എളുപ്പം കുടുങ്ങിപ്പോ വുന്നു. ഇന്ദ്രിയാസക്തികളോടുള്ള ബന്ധനമാണ് ആദ്യത്തേത്. സങ്കു ചിത വീക്ഷണങ്ങളോടുള്ള ബന്ധനമാണ് രണ്ടാമത്തേത്. ആശങ്കയും സംശയവുമാണ് മൂന്നാമത്തേത്. സ്വത്വത്തെക്കുറിച്ചുള്ള മിഥ്യാവീക്ഷ ണമാണ് നാലാമത്തേത്. ഈ നാല് വൻ കെണികളെ മറികടക്കുവാൻ ഉൽബുദ്ധതയുടെ മാർഗ്ഗം സഹായിക്കുന്നു.”

“ഭിക്ഷുമാരെ, ആശ്രിതമായ സഹോദയത്തെക്കുറിച്ചുള്ള ബോധനം ഓരോ തടസ്സവും കെണിയും മറികടക്കുവാൻ നിങ്ങളെ പ്രാപ്തനാക്കും. നിങ്ങളുടെ നിത്യജീവിതത്തിൽ നിങ്ങളുടെ ശരീരത്തിൽ സ്പർശാനു ഭവങ്ങളിൽ മനസ്സിൽ മനോവസ്തുക്കളാൽ പരസ്പരാശ്രിതത്വത്തിന്റെ സ്വഭാവത്തെ പ്രതി ധ്യാനിക്കുക.”

പിറ്റേദിവസം പ്രധാനശാലയിൽ വെച്ച് ആനന്ദൻ ബുദ്ധന്റെ ധർമ്മ പ്രഭാഷണം ആവർത്തിച്ചു. അദ്ദേഹമതിനെ ‘സിംഹഗർജ്ജനം സൂക്തം’ എന്ന് നാമകരണം ചെയ്തു.

ആ വിശ്രാന്തികാലത്ത്, അനേകം ഭിക്ഷുക്കൾ മലേറിയ ബാധിച്ച് കിടപ്പിലായി. പലരും മെലിഞ്ഞ് വിളറി. പുറത്തുപോയി ഭിക്ഷാടനം ചെയ്യാനുള്ള ആരോഗ്യം ഇല്ലാതായി. മറ്റ് ഭിക്ഷുക്കൾ തങ്ങളുടെ ഭക്ഷണം അവരുമായി പങ്കിട്ടു. പക്ഷേ, ഭക്ഷണത്തിൽ കൂടുതലും ചോറും കറിയുമായിരുന്നു. അത് രോഗികളുടെ വയറ്റിന് കടുപ്പമായി രുന്നു. രോഗികളായ ഭിക്ഷുക്കൾക്ക് പ്രത്യേക വിഭവങ്ങൾ ഉണ്ടാക്കി ക്കൊടുക്കുവാൻ ബുദ്ധൻ ഗൃഹസ്ഥ ശിഷ്യരെ അനുവദിച്ചു. തേനും

പാലും പഞ്ചസാരയും എണ്ണയും ചേർത്തുള്ള പാൽക്കഞ്ഞിപോലെ എളുപ്പം ദഹിക്കാവുന്ന ഭക്ഷണം അവരുണ്ടാക്കി. ഈ ഭക്ഷണം കാരണം ഭിക്ഷുക്കൾ സാവകാശം ആരോഗ്യം വീണ്ടെടുത്തു.

ഒരു ദിവസം ധ്യാനത്തിനുശേഷം ബുദ്ധൻ ഒരുപാട് കാക്കകൾ കരയുന്ന കേട്ടു. എന്തെന്നറിയാൻ അദ്ദേഹം പുറത്തേക്ക് ചെന്നു. രോഗികളായ ഭിക്ഷുക്കൾക്കുണ്ടാക്കിയ ഭക്ഷണം പല ഭിക്ഷുമാരും കാക്കകൾക്ക് എറിഞ്ഞ് കൊടുക്കുന്നതു കണ്ടു. അന്ന് രാവിലെ പല സഹോദരന്മാർക്കും ഒന്നും കഴിക്കുവാൻ തോന്നുന്നില്ലായെന്ന് അവർ വിശദീകരിച്ചു. മദ്ധ്യാഹ്നം കഴിഞ്ഞു. മദ്ധ്യാഹ്നശേഷം ഭിക്ഷുക്കൾ ഭക്ഷണം കഴിക്കാൻ പാടില്ല. പിറ്റേന്നു കാലത്തേക്ക് എന്തുകൊണ്ട് പ്രത്യേക ഭക്ഷണം എടുത്തു വെച്ചില്ലായെന്ന് ബുദ്ധൻ തിരക്കി. തലേന്നാളത്തെ ഭക്ഷണം പിറ്റേന്ന് കാലത്തേക്ക് എടുത്തുവെയ്ക്കാറില്ലെന്ന് അവർ ബുദ്ധനെ അറിയിച്ചു. മദ്ധ്യാഹ്നത്തിനുശേഷം ഭക്ഷണം കഴിക്കേണ്ട എന്ന നിബന്ധന രോഗികളായ ഭിക്ഷുക്കൾക്ക് ബാധകമാക്കേണ്ടതില്ലെന്ന് ബുദ്ധൻ അവരെ അറിയിച്ചു. ചില ഭക്ഷണങ്ങൾ എടുത്തുവെയ്ക്കുകയാണെങ്കിൽ, പിറ്റേന്നത്തേക്ക് ഉപയോഗിക്കുകയുമാവാം.

അധികം താമസിയാതെ, തലസ്ഥാനത്തുനിന്നും ഒരു വൈദ്യൻ സരിപുത്രനെ സന്ദർശിച്ചു. വിശേഷമായ ഔഷധക്കൂട്ടുകൾ കൊണ്ടുണ്ടാക്കിയ കഞ്ഞി രോഗികളായ ഭിക്ഷുക്കൾക്ക് നൽകാൻ അദ്ദേഹം നിർദ്ദേശിച്ചു. അതോടെ, വളരെ പെട്ടെന്ന് തന്നെ ഭിക്ഷുക്കൾക്ക് ആരോഗ്യം വീണ്ടുകിട്ടി.

62. സരിപുത്രന്റെ ഗർജ്ജനം

വിശ്രാന്തികാലം അവസാനിച്ചതോടെ ധർമ്മം പ്രചരിപ്പിക്കുന്നതിനായി യാത്ര തിരിക്കുന്നതിന് മുമ്പ് സംപൂജ്യനായ സരിപുത്രൻ ബുദ്ധനോട് യാത്ര പറഞ്ഞു. ശാന്തവും സുരക്ഷിതവുമായ യാത്രയും എല്ലാ തരം ഉൽക്കണ്ഠകളിൽനിന്നും സ്വതന്ത്രമായ മനസ്സും ശരീരവും ബുദ്ധൻ ആശംസിച്ചു. ധർമ്മം പ്രചരിപ്പിക്കുവാനുള്ള സരിപുത്രന്റെ ശ്രമങ്ങൾക്ക് തടസ്സങ്ങളൊന്നുമുണ്ടാകില്ലെന്ന് ബുദ്ധൻ പ്രത്യാശിച്ചു. സരിപുത്രൻ, നന്ദിപറഞ്ഞ് പിരിഞ്ഞു.

ആ മദ്ധ്യാഹ്നത്തിൽ ഒരു ഭിക്ഷു ബുദ്ധന്റെയടുത്തെത്തി. സരിപുത്രൻ തന്നോട് മോശമായി പെരുമാറിയതായി പരാതിപ്പെട്ടു. അദ്ദേഹം പറഞ്ഞു, "എവിടേയ്ക്കാണ് പോകുന്നതെന്ന് ഞാൻ സരിപുത്രനോട് ചോദിച്ചു. മറുപടി നൽകാൻ അദ്ദേഹം വിസമ്മതിച്ചു. മാത്രവുമല്ല, എന്നെ അദ്ദേഹത്തിന്റെ വഴിയിൽ നിന്ന് ഊക്കിൽ തള്ളിമാറ്റി; ഞാൻ നിലത്ത് വീണു. അദ്ദേഹം മാപ്പൊന്നും പറഞ്ഞില്ല; യാത്ര തുടരുകയും ചെയ്തു."

ബുദ്ധൻ ആനന്ദന്റെ നേരെ തിരിഞ്ഞ് പറഞ്ഞു, "സരിപുത്രൻ അത്ര ദൂരത്തെത്തിയിട്ടുണ്ടാവില്ലെന്ന് ഞാൻ വിചാരിയ്ക്കുന്നു. ഏതെങ്കിലും ഒരു പ്രാരംഭകനെ അദ്ദേഹത്തിന്റെ പിന്നാലെ അയയ്ക്കുക, ഇന്ന് രാത്രി സംഘത്തിന്റെ ഒരു കൂടിച്ചേരൽ നാം ധർമ്മശാലയിൽ വെച്ച് നടത്തും."

ബുദ്ധൻ ആവശ്യപ്പെട്ടതുപോലെ ആനന്ദൻ ചെയ്തു. സന്ധ്യയോടെ സരിപുത്രൻ പ്രാരംഭകനുമൊത്ത് വിഹാരത്തിൽ മടങ്ങിയെത്തി. ബുദ്ധൻ അദ്ദേഹത്തോട് പറഞ്ഞു: "സരിപുത്രാ, ഇന്ന് രാത്രി മുഴുവൻ സംഘവും ധർമ്മശാലയിൽ സമ്മേളിയ്ക്കും. താങ്കൾ ഒരു ഭിക്ഷുവിനെ തട്ടി നിലത്തിട്ടെന്നും മാപ്പുപോലും പറഞ്ഞില്ലെന്നും പരാതിയുണ്ടായിരിക്കുന്നു."

അന്നുച്ചതിരിഞ്ഞ് മൊഗല്ലാനയും ആനന്ദനും സമ്മേളന വിവരം വിഹാരത്തിൽ എല്ലായിടത്തും അറിയിച്ചു. അവർ പറഞ്ഞു: "ഇന്ന് രാത്രി ധർമ്മശാലയിൽ വെച്ച് നടത്താനിരിക്കുന്ന സമ്മേളനത്തിലേയ്ക്ക് നിങ്ങളേവരേയും ക്ഷണിക്കുന്നു. ഇന്ന് രാത്രി സഹോദരൻ സരിപുത്രന് തന്റെ സിംഹഗർജ്ജനം മുഴക്കുവാനുള്ള അവസരമുണ്ട്."

അന്ന് സന്ധ്യക്ക് സമ്മേളനത്തിലേക്ക് ഒരു ഭിക്ഷുപോലും വരാതിരുന്നില്ല. കാലങ്ങളായി സംഘത്തിലെ സ്ഥാനത്തിനു നേരെ വിദ്വേഷം പുലർത്തിയിരുന്നവരെ സരിപുത്രൻ എപ്രകാരം പ്രതിരോധിക്കുമെന്നറിയാൻ ഏവരും ആകാംക്ഷ പൂണ്ടു. ബുദ്ധന്റെ ഏറ്റവും വിശ്വസ്തരായ ശിഷ്യരിൽ ഒരാളായിരുന്നു സരിപുത്രൻ. അതുകൊണ്ട് തന്നെ അദ്ദേഹം ഏറെ തെറ്റിദ്ധാരണയ്ക്കും അസൂയയ്ക്കും പാത്രമായിരുന്നു. സരിപുത്രനിൽ ബുദ്ധൻ അമിതമായ വിശ്വാസം പുലർത്തുന്നതായി ചില ഭിക്ഷുക്കൾക്ക് തോന്നിയിരുന്നു. സരിപുത്രൻ വളരെ കൂടതൽ സ്വാധീനം ചെലുത്തുന്നതായി അവർ വിശ്വസിച്ചു. അവരിൽ ചിലരെ ബുദ്ധൻ തിരുത്തി. അപ്പോൾ, തങ്ങളുടെ തെറ്റുകൾ അനാവശ്യമായി സരിപുത്രൻ ബുദ്ധനോട് ചൂണ്ടിക്കാട്ടിയതായി അവർ കുറ്റപ്പെടുത്തി. ചില ഭിക്ഷുക്കൾക്ക് സരിപുത്രനോട് ഒട്ടൊരു വെറുപ്പ് തന്നെയായിരുന്നു. കുറച്ച് വർഷങ്ങൾക്ക് മുമ്പ് ബുദ്ധൻ സരിപുത്രനെ തന്റെ ഇരിപ്പിടം പങ്കിടാൻ ക്ഷണിച്ചത് അവർക്ക് മറക്കാനായില്ല.

എട്ടുവർഷങ്ങൾക്കു മുമ്പ് ജേതവനത്തിൽ താമസിച്ചിരുന്ന കൊകാലിക എന്നു പേരായ ഭിക്ഷുവിനെ ആനന്ദൻ ഓർമ്മിച്ചു. സരിപുത്രനെയും മൊഗ്ഗല്ലാനയെയും കൊകാലിക അത്രയേറെ വെറുത്തിരുന്നു. ബുദ്ധൻ പറഞ്ഞിട്ടു പോലും മറിച്ചാക്കാൻ സാധിച്ചില്ല. സരിപുത്രനും മൊഗ്ഗല്ലാനയും കപടനാട്യക്കാരാണ്. അവർ രണ്ടുപേരുടേയും പ്രവൃത്തികൾ അധികാര തൃഷ്ണയാലാണ് ചലിക്കുന്നത്; കൊകാലിക പറഞ്ഞു. ബുദ്ധൻ കൊകാലികയെ സ്വകാര്യമായി വിളിച്ചുപദേശിച്ചു. ഈ രണ്ട് മുതിർന്ന ശിഷ്യരും വളരെ ആത്മാർത്ഥതയുള്ളവരാണ്. അഭൂതപൂർവ്വമായ കാരുണ്യമാണ് അവരുടെ പ്രവൃത്തികൾക്കുറവിടം. എന്നാൽ കൊകാലികയുടെ മനസ്സുനിറയെ അസൂയയും വെറുപ്പുമായിരുന്നു. അവസാനം, അദ്ദേഹം വിഹാരം വിട്ടുപോയി. രാജഗൃഹത്തിൽ ദേവദത്തനോട് ചേർന്നു. ദേവദത്തന്റെ ഏറ്റവും അടുത്ത അനുയായികളിൽ ഒരാളായിത്തീർന്നു.

ഇത്തരം പ്രശ്നങ്ങളുള്ളതിനാലാണ് ആനന്ദൻ ബുദ്ധന്റെ പരിചാരകനായിരിക്കുക എന്ന ഉത്തരവാദിത്തം ഏറ്റെടുക്കാൻ വിസമ്മതിച്ചത്. ബുദ്ധന്റെ കുടിലിൽ ഉറങ്ങില്ല, ബുദ്ധനോടൊപ്പം ഭക്ഷണം പങ്കിടില്ല; താൻ നിർദ്ദേശിച്ച ഇത്തരം നിബന്ധനകൾ ഇല്ലായിരുന്നെങ്കിൽ പല സഹോദരന്മാരും തന്നെയും അധിക്ഷേപിച്ചേനേ. ബുദ്ധന്റെ ശ്രദ്ധ വേണ്ടത്ര തങ്ങൾക്ക് കിട്ടുന്നില്ലെന്ന് ചില സഹോദരിമാർക്ക് തോന്നിയിരുന്നു. അത്തരം ചിന്തകൾ കോപത്തിലേക്കും വെറുപ്പിലേക്കും നയിക്കും. ചിലർ തങ്ങളുടെ ഗുരുനാഥനായ ബുദ്ധനെ ഉപേക്ഷിച്ചു പോകുന്നതിനും ഇടയാക്കിയേക്കാം.

കൊസാമ്പിയിലെ കൽമസദാമ്യ ഗ്രാമത്തിലുള്ള മഗന്തിക എന്ന

സ്ത്രീ ബുദ്ധനിൽ നിന്ന് വേണ്ടത്ര ശ്രദ്ധ കിട്ടുന്നില്ലെന്ന് പരാതിപ്പെട്ട് അദ്ദേഹത്തെ വെറുക്കാൻ തുടങ്ങിയത് ആനന്ദൻ ഓർമ്മിച്ചു. സുന്ദരിയായ ഒരു ബ്രാഹ്മണ സ്ത്രീയായിരുന്നു അവൾ. അവൾ ബുദ്ധനെ കാണുമ്പോൾ ബുദ്ധന് നാല്പത്തിനാല് വയസ്സാണ്. അവൾ പെട്ടെന്ന് തന്നെ ബുദ്ധനിലേക്ക് ആകൃഷ്ടയായി. അദ്ദേഹത്തോടുള്ള അവളുടെ വികാരങ്ങൾക്ക് തീപിടിച്ചു. ബുദ്ധന് തന്നോട് വിശേഷിച്ച് എന്തെങ്കിലും താല്പര്യമുണ്ടോയെന്നറിയാൻ അവൾ കൊതിച്ചു. ബുദ്ധന്റെ പ്രത്യേക ശ്രദ്ധ തന്നിൽ പതിയാനുള്ള തരത്തിൽ അവൾ പലതും ചെയ്തു നോക്കി. പക്ഷേ, ബുദ്ധൻ അവളോട് മറ്റുള്ളവരോട് പെരുമാറുന്നതു പോലെത്തന്നെയാണ് പെരുമാറിയത്. അവസാനം അവളുടെ സ്നേഹം വെറുപ്പായി മാറി. പിന്നീടവൾ വംഗരാജ്യത്തിലെ ഉദേന രാജാവിന്റെ പത്നിയായി. തന്റെ സ്ഥാനവും സ്വാധീനവും ഉപയോഗിച്ച് അവൾ ബുദ്ധനെപ്പറ്റി അഭ്യൂഹങ്ങളും അധിക്ഷേപങ്ങളും പ്രചരിപ്പിച്ചു. പൊതു ധർമ്മ പ്രഭാഷണങ്ങൾ ബുദ്ധൻ നടത്തുന്നതുപോലും വിലക്കാൻ അവൾ അധികാരികളിൽ സമ്മർദ്ദം ചെലുത്തി. ഉദേന രാജാവിന്റെ വെപ്പാട്ടിയായ സാമവതി ബുദ്ധന്റെ ശിഷ്യയായി മാറിയപ്പോൾ അവളെ ദുരിതപ്പെടുത്താൻ മഗന്തിക ഉപായങ്ങൾ കണ്ടുപിടിച്ചു. ഇതെല്ലാമറിഞ്ഞ് അസ്വസ്ഥനായ ആനന്ദൻ കൊസാമ്പി ഉപേക്ഷിച്ച് ശാന്തമായ മറ്റേതെങ്കിലും സ്ഥലത്ത് ധർമ്മം പ്രചരിപ്പിക്കുന്നതാണ് നല്ലതെന്ന് ബുദ്ധനോട് നിർദ്ദേശിച്ചു. ബുദ്ധൻ ആനന്ദനോട് ചോദിച്ചു: "നമ്മൾ മറ്റൊരു സ്ഥലത്ത് പോയെന്നിരിക്കട്ടെ. അവിടെയും അധിക്ഷേപങ്ങളും തടസ്സങ്ങളുമുണ്ടാകാം. അപ്പോൾ നാം എന്ത് ചെയ്യും?"

ആനന്ദൻ : "അപ്പോൾ മറ്റൊരു സ്ഥലത്തേയ്ക്കു നീങ്ങണം."

ബുദ്ധൻ വിയോജിച്ചു: "അത് ശരിയല്ല. ആനന്ദാ, ബുദ്ധിമുട്ടുകൾ നേരിടുമ്പോഴൊക്കെ നാം നിരുത്സാഹപ്പെടേണ്ട കാര്യമില്ല. പ്രയാസങ്ങൾക്കിടയിൽ നിന്നുതന്നെ വേണം പരിഹാരങ്ങൾ കണ്ടെത്താൻ. ആനന്ദാ, സമചിത്തത പുലർത്തുകയാണെങ്കിൽ, അധിക്ഷേപങ്ങളും നിന്ദകളും നാം കാര്യമാക്കില്ല. നമ്മെ അധിക്ഷേപിക്കുന്നവർക്ക് നമ്മെ ഉപദ്രവിക്കാനാവില്ല. അവർ അവരെത്തന്നെയാണ് ഉപദ്രവിക്കുന്നത്. ഒരു മനുഷ്യൻ ആകാശത്തേക്ക് തുപ്പിയാൽ, ആകാശം മലിനപ്പെടുന്നില്ല. തുപ്പിയവന്റെ മുഖത്തു തന്നെ തുപ്പൽ വന്ന് പതിയ്ക്കും."

ഇപ്പോഴത്തെ സാഹചര്യം നേരിടുവാനുള്ള സരിപുത്രന്റെ കഴിവിനെപ്പറ്റി ബുദ്ധന് സംശയമേതുമില്ലായിരുന്നു. ബുദ്ധന് പൂർണ്ണവിശ്വാസമുള്ള ആളാണ് സരിപുത്രൻ. അദ്ദേഹം ധർമ്മപരായണനാണ്. സംഘത്തിലെ യോഗ്യനായ അഗ്രജൻ. അദ്ദേഹത്തിന്റെ അഗാധമായ ഉൾക്കാഴ്ച സംഘത്തെ നയിക്കുന്നതിൽ ബുദ്ധന് സഹായകരമായിരുന്നു. ഹാഥിപാദോപന്നാ സൂക്തം അഥവാ ആനയുടെ കാൽമുദ്ര

കളെക്കുറിച്ചുള്ള സൂത്രം, തുടങ്ങി നിരവധി സൂക്തങ്ങളുടെ കർത്താവായിരുന്നു അദ്ദേഹം. തന്റെ പരിശീലന ഫലങ്ങളെ ആസ്പദമാക്കി അഞ്ച് സഞ്ചയനങ്ങളിലേക്കുള്ള നാല് മൂലകങ്ങളുടെ ബന്ധത്തെപ്പറ്റി മൗലികമായ രീതിയിൽ അദ്ദേഹം ഹാഥിപാദോപന്ന സൂക്തത്തിൽ പറയുകയുണ്ടായി.

ധർമ്മശാലയിലേക്ക് ബുദ്ധൻ പ്രവേശിച്ചപ്പോൾ എല്ലാ ഭിക്ഷുക്കളും എഴുന്നേറ്റുനിന്നു. അദ്ദേഹം അവരോട് ഇരിക്കാൻ ആംഗ്യം കാട്ടി. അദ്ദേഹവും ഇരുന്നു. തന്റെ സമീപത്തുള്ള ഉയരംകുറഞ്ഞ പീഠത്തിൽ സരിപുത്രനോട് ഇരിക്കുവാൻ പറഞ്ഞു. ബുദ്ധൻ സരിപുത്രനോട് : “താങ്കൾ തട്ടി താഴെയിട്ടതായും അതിന് താങ്കൾ മാപ്പുപോലും പറഞ്ഞില്ലെന്നും ഒരു ഭിക്ഷു താങ്കളെ കുറ്റപ്പെടുത്തുന്നു. താങ്കൾക്കിതിനേപ്പറ്റി എന്താണ് പറയാനുള്ളത്?”

സരിപുത്രൻ എണീറ്റ് നിന്നു കൈകൾ കൂപ്പി. ബുദ്ധനെയും സദസ്സിനെയും വണങ്ങി. അദ്ദേഹം പറഞ്ഞു, “ഗുരുനാഥാ, നിത്യവും സാധന ചെയ്യാത്ത ശരീരത്തെ ശരീരത്തിൽ ധ്യാനിയ്ക്കാത്ത, ശരീരത്തിന്റെ പ്രവൃത്തികളിൽ ഏകാഗ്രത പാലിയ്ക്കാത്ത, ഒരു ഭിക്ഷുവിനെ ഇടിച്ച് താഴെയിടുകയും മാപ്പുപോലും പറയാതെ അയാളെ ഉപേക്ഷിച്ച് പോകുകയും ചെയ്യാം.

“ഗുരുനാഥ, പതിന്നാല് സംവത്സരങ്ങൾക്കു മുമ്പ് ഭിക്ഷു രാഹുലന് അങ്ങ് നൽകിയ പാഠം ഞാനിന്നും ഓർമ്മിക്കുന്നു. അന്നവന് പതിനെട്ട് വയസ്സേ ആയിരുന്നുള്ളു. സ്നേഹാർദ്രമായ ദയയും കാരുണ്യവും ആനന്ദവും സമചിത്തതയും പരിപോഷിപ്പിക്കുന്നതിനും വികസിപ്പിക്കുന്നതിനുമായി ഭൂമി, ജലം, അഗ്നി, വായു എന്നിവയുടെ സ്വഭാവത്തെ ധ്യാനിക്കുവാൻ അങ്ങ് അവനെ പഠിപ്പിച്ചു. അങ്ങ് പഠിപ്പിച്ചിരുന്നത് രാഹുലനെ ആയിരുന്നെങ്കിലും ഞാനും അതിൽനിന്ന് പഠിച്ചു. കഴിഞ്ഞ പതിനാല് സംവത്സരങ്ങളായി അത് പരിശീലിക്കുവാൻ ഞാൻ ശ്രമിച്ചിട്ടുണ്ട്. അതിന് ഞാൻ അങ്ങയോട് പലപ്പോഴും നന്ദിപറഞ്ഞിട്ടുണ്ട്.

“ഗുരുനാഥാ, ഭൂമിയെപ്പോലെയായിരിക്കുവാനാണ് ഞാൻ കൂടുതലായും പരിശീലിച്ചിട്ടുള്ളത്. വിശാലവും തുറന്നതുമാണ് ഭൂമി. സ്വീകരിക്കാനും രൂപാന്തരപ്പെടാനുമുള്ള കഴിവുണ്ട്. പൂക്കൾ, വാസനത്തൈലങ്ങൾ, ശുദ്ധമായ പാൽ എന്നിങ്ങനെ പരിശുദ്ധവും സുഗന്ധമുള്ളതുമായവ ആളുകൾ ഭൂമിയിൽ ഇട്ടെന്നിരിക്കട്ടെ. അല്ലെങ്കിൽ മലം, മൂത്രം, ചോര, കഫം, തുപ്പൽ തുടങ്ങി മലിനവും ദുർഗ്ഗന്ധപൂരിതവുമായ സാധനങ്ങൾ ഭൂമിയിൽ എറിഞ്ഞെന്നിരിക്കട്ടെ. ഭൂമി അതെല്ലാം ഒരുപോലെ, ലോഭമോ അവജ്ഞയോ ഇല്ലാതെ സ്വീകരിക്കുന്നു.

“ഗുരുനാഥ, ഞാനെന്റെ മനസ്സിനെയും ശരീരത്തെയും ഭൂമിയെ

പ്പോലെ ആക്കുവാനാണ് ധ്യാനിക്കുന്നത്. ശരീരത്തിൽ ശരീരത്തെ ധ്യാനിക്കാത്ത, ശരീരത്തിന്റെ പ്രവൃത്തികളെപ്പറ്റി ഏകാഗ്രതയില്ലാത്ത ഒരു ഭിക്ഷുവിന് മറ്റൊരു ഭിക്ഷുവിനെ ഇടിച്ച് താഴെയിടാം. മാപ്പു പറയാതെ പോകുകയും ചെയ്യാം. എന്നാൽ എന്റെ വഴി അതല്ല.

"ഗുരുനാഥാ, ഞാൻ കൂടുതലും ജലത്തെപ്പോലെ ആയിരിക്കുവാനാണ് പരിശീലിക്കുന്നത്. ഒരുവൻ സുഗന്ധദ്രവ്യങ്ങളോ, കെട്ടവസ്തുക്കളോ, വെള്ളത്തിലൊഴിച്ചെന്നിരിയ്ക്കട്ടെ. അവ രണ്ടും ലോഭമോ വെറുപ്പോ കൂടാതെ ജലം സ്വീകരിക്കുന്നു. ജലം വേണ്ടത്രയുള്ളതും എപ്പോഴും ഒഴുകിക്കൊണ്ടിരിക്കുന്നതുമാണ്. അതിന് രൂപാന്തരപ്പെടുത്താനും ശുദ്ധീകരിക്കാനുമുള്ള കഴിവുണ്ട്. അഭിവന്ദ്യനായ ബുദ്ധാ, ഞാനെന്റെ മനസ്സും ശരീരവും കൂടുതലും ജലത്തെപ്പോലെയായിരിക്കുവാൻ ധ്യാനിക്കുന്നു. തന്റെ ശരീരത്തെ ശരീരത്തിൽ ധ്യാനിക്കാത്ത, തന്റെ ശരീരത്തിന്റെ പ്രവൃത്തികളിൽ ഏകാഗ്രതയില്ലാത്ത ഒരു ഭിക്ഷു, സഹോദര ഭിക്ഷുവിനെ ഇടിച്ചു താഴെയിടുകയും മാപ്പുചോദിക്കാതെ സ്ഥലം വിടുകയും ചെയ്യും. എന്റെ വഴി അതല്ല."

"ഗുരുനാഥാ, ഞാൻ കൂടുതലും അഗ്നിയേപ്പോലെയിരിക്കുവാനാണ് പരിശീലിക്കുന്നത്. സുന്ദരവും മലിനവുമായ എല്ലാ വസ്തുക്കളെയും ലോഭമോ വെറുപ്പോ ഇല്ലാതെ അഗ്നി എരിയ്ക്കുന്നു. എരിയ്ക്കാനും ശുദ്ധീകരിയ്ക്കാനും രൂപാന്തരപ്പെടാനുമുള്ള കഴിവ് അഗ്നിക്കുണ്ട്. പൂജ്യനായ ബുദ്ധൻ, ഞാനെന്റെ ശരീരവും മനസ്സും കൂടുതലും അഗ്നിയായിരിക്കുവാനാണ് ധ്യാനിക്കുന്നത്. ശരീരത്തിൽ ശരീരത്തെ ധ്യാനിക്കാത്ത, ശരീരത്തിന്റെ പ്രവൃത്തികളിൽ ഏകാഗ്രതയില്ലാത്ത ഒരു ഭിക്ഷു സഹോദര ഭിക്ഷുവിനെ തട്ടിതാഴെയിടും; മാപ്പുചോദിക്കാതെ സ്ഥലം വിടുകയും ചെയ്യും. എന്റെ വഴി അതല്ല."

"ഗുരുനാഥാ, ഞാൻ കൂടുതലും വായുവിനെപ്പോലെയിരിക്കുവാനാണ് പരിശീലിക്കുന്നത്. അവജ്ഞയോ ലോഭമോ ഇല്ലാതെ നല്ലതും കെട്ടതുമായ എല്ലാ ഗന്ധങ്ങളെയും വായു വഹിക്കുന്നു. രൂപാന്തരപ്പെടാനും ശുദ്ധീകരിക്കാനും സ്വതന്ത്രമാക്കാനുമുള്ള കഴിവ് വായുവിനുണ്ട്. അഭിവന്ദ്യനായ ബുദ്ധാ, ഞാനെന്റെ ശരീരത്തെയും മനസ്സിനെയും കൂടുതലും വായുവിനെപ്പോലെയായിരിക്കുവാനാണ് ധ്യാനിക്കുന്നത്. തന്റെ ശരീരത്തിൽ ശരീരത്തെ ധ്യാനിയ്ക്കാത്ത, ശരീരത്തിന്റെ പ്രവൃത്തികളിൽ ഏകാഗ്രനായിരിക്കാത്ത ഒരു ഭിക്ഷു സഹോദര ഭിക്ഷുവിനെ ഇടിച്ച് താഴെയിടും; മാപ്പുചോദിക്കാതെ പോകുകയും ചെയ്യും. എന്റെ വഴി അത്തരമല്ല."

"ഗുരുനാഥ, കീറിപ്പറിഞ്ഞ വസ്ത്രങ്ങളുമായി കയ്യിൽ പിച്ചപ്പാത്രവും പിടിച്ച് ഭക്ഷണാവശിഷ്ടങ്ങൾക്കായി തെരുവിൽ തെണ്ടുന്ന അസ്പർശ്യനായ ഒരു കൊച്ചുകുട്ടിയെപ്പോലെ മിഥ്യാഭിമാനമോ ഔദ്ധ

ത്യമോ സ്പർശിക്കാതിരിക്കാൻ ഞാൻ സാധന ചെയ്യുന്നു. എന്റെ ഹൃദയം അസ്പർശ്യനായ കുട്ടിയുടെ ഹൃദയം പോലെയായിരിക്കുവാൻ ഞാൻ പരിശ്രമിക്കുന്നു. മറ്റുള്ളവരേക്കാൾ ഉന്നതനായി എന്നെ കാണാതിരിക്കുവാൻ ഞാൻ വിനയം പരിശീലിക്കുന്നു. പൂജ്യനായ ഗുരുനാഥാ, ശരീരത്തിൽ ശരീരത്തെ ധ്യാനിക്കാത്ത, ശരീരത്തിന്റെ പ്രവൃത്തികളിൽ ഏകാഗ്രത പാലിക്കാത്ത ഒരു ഭിക്ഷു സഹോദരഭിക്ഷുവിനെ ഇടിച്ച് താഴെയിടും; മാപ്പുചോദിക്കാതെ പോകുകയും ചെയ്യും. പക്ഷേ, എന്റെ വഴി അത്തരത്തിലുള്ളതല്ല."

തുടർന്ന് സംസാരിക്കുവാൻ തയ്യാറായിരുന്നു സരിപുത്രൻ. എന്നാൽ അന്യായക്കാരന് കൂടുതൽ പിടിച്ച് നിൽക്കാനായില്ല. അദ്ദേഹം എഴുന്നേറ്റുനിന്നു. തോളിലെ വസ്ത്രത്തിന്റെ ഒരു തല തെറുത്തു. പിന്നെ ബുദ്ധനെ വണങ്ങി, "ഭഗവാൻ ബുദ്ധൻ, ധർമ്മോപദേശങ്ങൾ ഞാൻ ലംഘിച്ചു. അഭിവന്ദ്യനായ സരിപുത്രനെതിരെ ഞാൻ കള്ളസാക്ഷി പറഞ്ഞു. ഈ മുഴുവൻ സദസ്സിനും അങ്ങേയ്ക്കും മുമ്പാകെ ഞാനെന്റെ തെറ്റ് സമ്മതിക്കുന്നു. ഭാവിയിൽ ധർമ്മോപദേശങ്ങൾ പാലിക്കുമെന്ന് പ്രതിജ്ഞചെയ്യുന്നു."

ബുദ്ധൻ : "താങ്കൾ സദസ്സിനു മുമ്പാകെ തെറ്റ് സമ്മതിച്ചത് നല്ലത് തന്നെ. താങ്കളുടെ തെറ്റ് ഞങ്ങൾ പൊറുക്കുന്നു."

സരിപുത്രൻ കൈകൾ കൂപ്പി – "എനിക്കെന്റെ സഹോദരന്റെ നേരെ യാതൊരു വെറുപ്പുമില്ല. കഴിഞ്ഞ കാലങ്ങളിൽ ഏതെങ്കിലും രീതിയിൽ ഞാനദ്ദേഹത്തെ വിഷമിപ്പിച്ചിട്ടുണ്ടെങ്കിൽ എന്നോട് പൊറുക്കുക."

ഭിക്ഷു സരിപുത്രനെ കൈകൾ കൂപ്പി വണങ്ങി. സരിപുത്രൻ തിരിച്ചും. ധർമ്മശാലയിൽ സന്തോഷം നിറഞ്ഞു തുളുമ്പി. എണീറ്റ് നിന്നുകൊണ്ട് ആനന്ദൻ പറഞ്ഞു : "സഹോദര, സരിപുത്രാ, കുറച്ചു നാളുകൾക്കൂടി ഞങ്ങൾക്കൊപ്പം താമസിച്ചാലും. താങ്കളുമൊന്നിച്ച് കൂടുതൽ സമയം ചെലവിടാനുള്ള സന്ദർഭം ഞങ്ങൾക്ക് ലഭിക്കും." മന്ദഹസിച്ചുകൊണ്ട് സരിപുത്രൻ ആനന്ദന്റെ ക്ഷണം സ്വീകരിച്ചു.

വിശ്രാന്തികാലം കഴിഞ്ഞതോടെ ബുദ്ധൻ നാട്ടിൻപുറങ്ങളിലെ അനേകം ഗ്രാമങ്ങളിലേക്ക് യാത്ര ചെയ്തു. ഒരു ദിവസം അദ്ദേഹം കലാക കുലത്തിനോട് ചേർന്ന കേശപുത്ര ഗ്രാമത്തിൽ സംസാരിച്ചു. നിരവധി യുവാക്കൾ അദ്ദേഹത്തെ കേൾക്കാനെത്തി. അവരെല്ലാവരും ഗൗതമമുനിയെപ്പറ്റി കേട്ടിട്ടുണ്ടായിരുന്നു. എന്നാൽ, ആദ്യമായിട്ടാണ് അദ്ദേഹത്തെ നേരിൽ കാണുവാനുള്ള അവസരം കിട്ടിയത്.

ഒരു യുവാവ് കൈകൾ കൂപ്പി, ഇങ്ങനെ പറഞ്ഞു, "ഗുരോ, വളരെക്കാലമായി നിരവധി ബ്രാഹ്മണപുരോഹിതർ അവരുടെ സിദ്ധാന്തങ്ങൾ പഠിപ്പിക്കുവാൻ കേശപുത്ര ഗ്രാമത്തിൽ വരാറുണ്ട്. ഓരോ പുരോഹിതനും അവകാശപ്പെടുന്നത് അദ്ദേഹത്തിന്റെ സിദ്ധാന്തമാണ്

മറ്റുള്ളവരുടേതിനേക്കാൾ കേമമെന്നാണ്. ഇത് ഞങ്ങളെ കുഴക്കി. ഞങ്ങൾക്കറിയില്ല ഏത് പാതയാണ് പിന്തുടരേണ്ടതെന്ന്. ഞങ്ങൾക്ക് എല്ലാ സിദ്ധാന്തങ്ങളിലും വിശ്വാസം നഷ്ടപ്പെട്ടു. അങ്ങ് ബോധോദയം സിദ്ധിച്ച ഗുരുനാഥനാണെന്ന് കേട്ടിട്ടുണ്ട്. ഞങ്ങൾ ആരെ വിശ്വസിക്കണം, വിശ്വസിക്കാതിരിക്കണം എന്ന് അങ്ങ് പറഞ്ഞു തരുമോ? ആരാണ് സത്യം സംസാരിക്കുന്നത്, ആരാണ് തെറ്റായ സിദ്ധാന്തങ്ങൾ പ്രചരിപ്പിക്കുന്നത്?"

ബുദ്ധൻ : "എന്തുകൊണ്ടാണ് താങ്കൾക്ക് സംശയങ്ങൾ ഉണ്ടാകുന്നതെന്ന് ഞാൻ മനസ്സിലാക്കുന്നു. സ്നേഹിതന്മാരെ, എല്ലാവരും ആവർത്തിച്ചാൽപ്പോലും ഒരു കാര്യം ധൃതിപ്പെട്ട് വിശ്വസിക്കരുത്. അത് ഗ്രന്ഥങ്ങളിൽ എഴുതിയിരുന്നതായാലും ശരി, ആളുകൾ ബഹുമാനിക്കുന്ന ഗുരു പറഞ്ഞതായാലും ശരി. നിങ്ങളുടെ യുക്തിക്ക് നിരക്കുന്നതും ധാർമ്മികവും ധിഷണാബലമുള്ളതും സന്തോഷവും സുഖവും നൽകുന്നതുമായ കാര്യങ്ങൾ മാത്രം സ്വീകരിക്കുക. നിങ്ങളുടെ യുക്തിക്ക് നിരക്കാത്തതും ധിഷണയുടെ പിൻബലമില്ലാത്തതും അധാർമ്മികമായതും സന്തോഷവും സുഖവും പ്രദാനം ചെയ്യാത്തതുമായ കാര്യങ്ങൾ വർജ്ജിക്കുക."

കൂടുതൽ പറയുവാൻ ഗ്രാമീണർ ബുദ്ധനോടപേക്ഷിച്ചു. അദ്ദേഹം പറഞ്ഞു. "ചങ്ങാതിമാരെ, ഒരുവനിൽ ആർത്തിയും കോപവും അജ്ഞതയും ആണുള്ളതെന്നിരിക്കട്ടെ. അയാളുടെ ആർത്തിയും കോപവും അജ്ഞതയും സന്തോഷമോ സന്താപമോ ആണ് അയാൾക്ക് നൽകുക?"

ഗ്രാമീണർ പറഞ്ഞു: "ഗുരോ, അയാളുടെ ആർത്തിയും അജ്ഞതയും കോപവും അയാൾക്കും മറ്റുള്ളവർക്കും ദുരിതങ്ങൾ നൽകുന്ന പ്രവൃത്തികളാണ് അയാളെക്കൊണ്ട് ചെയ്യിക്കുക."

"ആർത്തിയും കോപവും അജ്ഞതയും നിറഞ്ഞ ജീവിതം ധിഷണയുടെയും ധർമ്മത്തിന്റെയും പിൻബലമുള്ളതാണോ?"

"അല്ല ഗുരുനാഥാ!"

ബുദ്ധൻ തുടർന്നു : "സ്നേഹാർദ്രമായ ദയയും കരുണയും സഹാനുഭൂതിപരമായ ആനന്ദവും സമചിത്തതയും അനുസരിച്ച് ജീവിക്കുന്ന ഒരാളിനെ ഉദാഹരണമായെടുക്കുക. അയാൾ മറ്റുള്ളവരുടെ ദുരിതം ഇല്ലാതാക്കി അവരെ സന്തോഷവാന്മാരാക്കുന്നു. മറ്റുള്ളവരുടെ നന്മയിൽ ആഹ്ലാദിക്കുന്നു. അയാൾ മറ്റുള്ളവരോട് യാതൊരു വിവേചനവും കൂടാതെ പെരുമാറുന്നു. അത്തരം ഗുണങ്ങൾ അയാൾക്ക് സന്തോഷമോ സന്താപമോ ആണ് നൽകുക?"

"ഗുരോ, അത്തരം ഗുണങ്ങൾ അയാൾക്കും അയാളുടെ ചുറ്റിനുമുള്ളവർക്കും സന്തോഷം നൽകും."

"സ്നേഹാർദ്രമായ കരുണയും ആനന്ദവും സമചിത്തതയും ബുദ്ധിപരവും ധാർമ്മികവുമായ പിൻബലവും പ്രോത്സാഹനം ഉള്ളതാണോ?"

"അതെ ഗുരോ!"

"എന്റെ ചങ്ങാതിമാരെ, ഏതൊക്കെ കാര്യങ്ങൾ സ്വീകരിക്കണം, പുറന്തള്ളണം എന്ന് വിവേചിച്ചറിയാൻ നിങ്ങളിപ്പോൾ പ്രാപ്തരായിരിക്കുന്നു. നിങ്ങളുടെ സ്വന്തം യുക്തിക്ക് നിരക്കുന്നതും ധാർമ്മികതയുടെയും ധിഷണയുടെയും പിൻബലമുള്ളതും നിങ്ങൾക്കും മറ്റുള്ളവർക്കും സന്തോഷവും സുഖവും, പ്രദാനം ചെയ്യുന്നതുമായ കാര്യങ്ങൾ മാത്രം വിശ്വസിക്കുക. സ്വീകരിക്കുക. ഇവയെ എതിർക്കുന്നവ വർജ്ജിക്കുക."

ബുദ്ധന്റെ വാക്കുകൾ കലാമ യുവാക്കൾക്ക് പ്രചോദനമേകി. അദ്ദേഹത്തിന്റെ ബോധനത്തിന് ഉപാധികളില്ലാത്ത വിശ്വാസം ആവശ്യമില്ലെന്ന് അവർ അറിഞ്ഞു. ബുദ്ധമാർഗ്ഗം ചിന്താസ്വാതന്ത്ര്യത്തെ ശരിക്കും ബഹുമാനിക്കുന്നു. അന്നേ ദിവസം നിരവധി ഗ്രാമീണർ തങ്ങളെ ശിഷ്യരായി സ്വീകരിക്കുവാൻ ബുദ്ധനോടാവശ്യപ്പെട്ടു.

63. മഹാസാഗരത്തിലേക്കുള്ള വഴി

തന്റെ യാത്രകൾക്കിടയിൽ ബുദ്ധൻ അലവി ഗ്രാമത്തിൽ തങ്ങി. അവിടെവെച്ച് ബുദ്ധനും എട്ടു ഭിക്ഷുക്കൾക്കും അതുപോലെ ഗ്രാമവാസികൾക്കും ഭക്ഷണം അർപ്പിക്കപ്പെട്ടു. ഭക്ഷണശേഷം, ബുദ്ധൻ ഒരു ധർമ്മപ്രഭാഷണത്തിന് ഒരുങ്ങുകയായിരുന്നു. അന്നേരമാണ്, വയസ്സായ ഒരു കൃഷിക്കാരൻ അത്യന്തം കിതച്ചുകൊണ്ട് ധർമ്മശാലയിലേക്ക് കടന്നുവന്നത്. തന്റെ കാണാതായ എരുമയെ അന്വേഷിക്ക കാരണം അദ്ദേഹം താമസിച്ചുപോയി. വൃദ്ധനായ കൃഷിക്കാരൻ രാവിലെ മുതൽ ഒന്നും കഴിച്ചിട്ടില്ലെന്ന് ബുദ്ധന് മനസ്സിലായി. താൻ ധർമ്മപ്രഭാഷണം ആരംഭിക്കുന്നതിനു മുമ്പ് അദ്ദേഹത്തിന് ചോറും കറിയും നൽകണമെന്ന് ബുദ്ധൻ നിർദ്ദേശിച്ചു. പലരും അക്ഷമരായി. ഒരാൾ കാരണം എന്തിന് ധർമ്മപ്രഭാഷണം വൈകിക്കണമെന്ന് അവർക്ക് മനസ്സിലായില്ല.

കൃഷിക്കാരൻ ഭക്ഷണം കഴിച്ച് കഴിഞ്ഞപ്പോൾ ബുദ്ധൻ പറഞ്ഞു, “അഭിവന്ദ്യരായ സ്നേഹിതന്മാരെ, നമ്മുടെ സഹോദരൻ വിശന്നിരിക്കുമ്പോൾ ഞാൻ ധർമ്മപ്രഭാഷണം നടത്തിയാൽ അദ്ദേഹത്തിനത് ശ്രദ്ധിക്കാനാവില്ല. അത് നിർഭാഗ്യകരമായിരിയ്ക്കും. വിശപ്പിനേക്കാൾ വലിയ ദുരിതമില്ല. വിശപ്പ് നമ്മുടെ ശരീരങ്ങളെ പാഴാക്കുന്നു. നമ്മുടെ ആരോഗ്യവും ശാന്തിയും ആനന്ദവും നശിപ്പിക്കുന്നു. പട്ടിണി കിടക്കുന്നവരെ നാം ഒരിക്കലും വിസ്മരിക്കരുത്. ഒരുനേരം ഭക്ഷണമില്ലാഞ്ഞാൽ നമുക്ക് അസ്വസ്ഥതയായി. പക്ഷേ, ദിവസങ്ങളും ചിലപ്പോൾ ആഴ്ചകളും ഭക്ഷണം കിട്ടാത്തവരുടെ ദുരിതം ആലോചിച്ച് നോക്കൂ. ഈ ഭൂമിയിൽ ഒരാൾ പോലും പട്ടിണി കിടക്കാതിരിക്കാനുള്ള മാർഗ്ഗങ്ങൾ നാം കണ്ടെത്തണം.”

അലവിക്കുശേഷം ഉത്തര പശ്ചിമദിശയിൽ ബുദ്ധൻ ഗംഗയെ കൊസാമ്പിയിലേക്ക് പിന്തുടർന്നു. ഒഴുക്കിൽ താഴേക്ക് നീങ്ങുന്ന പൊങ്ങുതടികണ്ട് ബുദ്ധൻ നിന്നു. അദ്ദേഹം മറ്റ് ഭിക്ഷുക്കളെ വിളിച്ചു. തടിക്കഷണം ചൂണ്ടിക്കാട്ടി “ഭിക്ഷുമാരെ, ആ പൊങ്ങുതടി നദിക്കരയിൽ അടിഞ്ഞില്ലെങ്കിൽ, അത് മുങ്ങിത്താഴുന്നില്ലെങ്കിൽ, ഏതെങ്കിലും മണൽത്തിട്ടിൽ തറച്ചു നിന്നില്ലെങ്കിൽ ചുഴിയിൽ പെട്ടില്ലെങ്കിൽ, വെള്ളത്തിൽ നിന്ന് പുറത്തേക്ക് എടുക്കപ്പെട്ടില്ലെങ്കിൽ, ഉള്ളിൽനിന്ന് പുറത്തേക്ക് ദ്രവിച്ച് തീർന്നില്ലെങ്കിൽ, തീർച്ചയായും അത് കടലിൽ എത്തും

വരെ പൊങ്ങിക്കിടക്കും. അതുപോലെത്തന്നെയാണ് മാർഗ്ഗത്തിലേക്കുള്ള വഴിയിൽ നിങ്ങളും. നദിക്കരയിൽ അടിഞ്ഞില്ലെങ്കിൽ, വെള്ളത്തിൽ മുങ്ങിത്താഴ്ന്ന് പോകുന്നില്ലെങ്കിൽ, ഏതെങ്കിലും മണൽത്തിട്ടിൽ തറച്ചുനിന്നില്ലെങ്കിൽ, പുഴയിൽ പെട്ടില്ലെങ്കിൽ, വെള്ളത്തിൽനിന്ന് പുറത്തേയ്ക്ക് എടുക്കപ്പെട്ടില്ലെങ്കിൽ, ഉള്ളിൽനിന്ന് പുറത്തേക്ക് ദ്രവിച്ചു തീർന്നില്ലെങ്കിൽ, തീർച്ചയായും നിങ്ങളും ബോധോദയത്തിന്റെയും വിമോചനത്തിന്റെയും മഹാസാഗരത്തിലെത്തിച്ചേരും."

"ഭിക്ഷുമാർ പറഞ്ഞു, ഗുരുനാഥാ, ദയവായി ഇതേപ്പറ്റി കൂടുതൽ വിസ്തരിച്ചാലും, നദിക്കരയിൽ അടിയുക, മുങ്ങിപ്പോവുക, മണൽത്തിട്ടിൽ തറച്ചു നിൽക്കുക എന്നിവകൊണ്ട് അങ്ങെന്താണ് അർത്ഥമാക്കുന്നത്?"

ബുദ്ധൻ : "നദിക്കരയിൽ അടിയുകയെന്നാൽ ആറിന്ദ്രിയങ്ങളിലും അവയുടെ വസ്തുക്കളിലും കുരുങ്ങിപ്പോവുകയെന്നാണ്. നിങ്ങൾ ശുഷ്ക്കാന്തിയോടെ പരിശീലിക്കുകയാണെങ്കിൽ, ഇന്ദ്രിയങ്ങളും അവയുടെ വസ്തുക്കളും തമ്മിലുള്ള ബന്ധത്തിൻ ഫലമായുണ്ടാകുന്ന സ്പർശാനുഭവങ്ങളിൽ നിങ്ങൾ കുരുങ്ങിപ്പോവില്ല. മുങ്ങിപ്പോവുകയെന്നതിന്നർത്ഥം, ആസക്തിയുടെയും ആർത്തിയുടെയും അടിമയായിപോകുകയെന്നതാണ്. സാധനയ്ക്ക് ആവശ്യമായ ഊർജ്ജം അത് നിങ്ങളിൽ നിന്ന് അപഹരിയ്ക്കുന്നു. മണൽത്തിട്ടിൽ തറച്ചുപോകുകയെന്നതിന്നർത്ഥം നിങ്ങളുടെ സ്വന്തം ആസക്തികളെ മാത്രം സേവിച്ച് നിങ്ങളുടെ സ്വന്തം താൽപര്യങ്ങളും അന്തസ്സും മാത്രം തേടിപ്പോയി ഉദ്ബുദ്ധതയുടെ മാർഗ്ഗം മറക്കുകയെന്നതാണ്. വെള്ളത്തിൽനിന്ന് പുറത്തേയ്ക്ക് എടുക്കപ്പെടുകയെന്നാൽ സാധന തുടരുന്നതിനു പകരം സ്വഭാവദൂഷ്യമുള്ളവരുമായി കൂട്ടുകൂടി വഴിതെറ്റിപ്പോവുകയെന്നതാണ്. സ്വാദുള്ള ഭക്ഷണം, ദ്രവ്യം, കാമം, അർത്ഥം, പ്രശസ്തി, നിദ്ര തുടങ്ങിയ അഞ്ച് തരത്തിലുള്ള ആസക്തികളാൽ ബന്ധിക്കപ്പെടുകയെന്നതാണ് ചുഴിയിൽ പെട്ടുപോവുകയെന്നതുകൊണ്ട് അർത്ഥമാക്കുന്നത്. ധർമ്മത്തെ സ്വന്തം ആസക്തികൾക്കായി ഉപയോഗിച്ച് സംഘത്തെ വഞ്ചിച്ച് മിഥ്യാമൂല്യത്തിന്റെ ഒരു ജീവിതം ജീവിക്കുകയെന്നതാണ് ഉള്ളിൽനിന്ന് പുറത്തേയ്ക്ക് ദ്രവിച്ചു തീരുകയെന്നതുകൊണ്ടുദ്ദേശിക്കുന്നത്."

"ഭിക്ഷുമാരെ, തന്റെ വഴിയിലുള്ള എല്ലാ തടസ്സങ്ങളും താണ്ടി ഒരു പൊങ്ങുതടി എപ്രകാരം കടലിലേയ്ക്ക് എത്തുന്നുവോ, അപ്രകാരം നിങ്ങൾ ശുഷ്ക്കാന്തിയോടെ സാധന ചെയ്യുകയാണെങ്കിൽ, ഈ ആറ് കെണികൾ ഒഴിവാക്കി തീർച്ചയായും ഉദ്ബുദ്ധതയുടെ ഫലം നിങ്ങൾക്ക് സിദ്ധിക്കും."

ബുദ്ധൻ ഭിക്ഷുക്കളോട് സംസാരിച്ചുകൊണ്ടിരുന്നപ്പോൾ, തൊട്ടടുത്ത് എരുമകളെ മേയ്ക്കുകയായിരുന്ന യുവാവ് ബുദ്ധനെ കേൾക്കുവാനായി നിന്നു. നന്ദൻ എന്നായിരുന്നു അവന്റെ പേര്. ബുദ്ധന്റെ വാക്കുകൾ അവനെ സ്പർശിച്ചു. അവൻ ഭിക്ഷുമാരെ സമീപിച്ചു. തന്നെ ഒരു ശിഷ്യനായി സ്വീകരിക്കുവാൻ അഭ്യർത്ഥിച്ചു. അവൻ പറഞ്ഞു. "ഗുരുനാഥാ, ഈ സഹോദരന്മാരെപ്പോലെ ഒരു ഭിക്ഷുവാകുവാൻ ഞാനാഗ്രഹിക്കുന്നു. ആത്മീയപാത പിന്തുടരുവാൻ താൽപര്യമുണ്ട്. മാർഗ്ഗം പഠിക്കുന്നതിനായി ഞാനെന്നെ സമർപ്പിക്കുമെന്ന് വാക്കുതരുന്നു. നദിക്കരയിൽ അടിയുന്നതും വെള്ളത്തിൽ മുങ്ങിത്താഴുന്നതും മണൽത്തിട്ടിൽ പുതയുന്നതും വെള്ളത്തിൽ നിന്ന് പുറത്തെടുക്കപ്പെടുന്നതും ചുഴിയിൽ പെട്ടുപോകുന്നതും ഉള്ളിൽനിന്ന് പുറത്തേയ്ക്ക് ദ്രവിച്ച് തീരുന്നതും ഞാനൊഴിവാക്കും. ദയവായി ഒരു ശിഷ്യനായി എന്നെ സ്വീകരിച്ചാലും."

യുവാവിന്റെ പ്രസന്നമായ മുഖഭാവത്തിൽ ബുദ്ധൻ സന്തുഷ്ടനായി. നിരക്ഷരനാണെങ്കിലും അവന് ശുഷ്ക്കാന്തിയും കഴിവും ഉണ്ടെന്ന് ബുദ്ധന് മനസ്സിലായി. ബുദ്ധൻ സമ്മതഭാവത്തിൽ തലയാട്ടി, "നിനക്കെത്ര വയസ്സുണ്ട്?"

നന്ദൻ : "പതിനാറ്."

"നിന്റെ മാതാപിതാക്കൾ ജീവിച്ചിരിപ്പുണ്ടോ?"

"ഇല്ല, ഗുരുനാഥാ, അവർ രണ്ടുപേരും മരിച്ചുപോയി. എനിക്ക് മറ്റാരുമില്ല. കിടപ്പാടത്തിനായി ഞാനൊരു കുബേരന്റെ എരുമകളെ മേയ്ക്കുന്നു."

ബുദ്ധൻ : "ദിവസം ഒരു നേരത്തെ ഭക്ഷണം കൊണ്ട് നിനക്ക് ജീവിക്കാനാവുമോ?"

"ഞാൻ കുറേക്കാലമായി അങ്ങനെത്തന്നെയാണ് കഴിയുന്നത്."

ബുദ്ധൻ : "നിയമപ്രകാരം സംഘത്തിൽ ചേരണമെങ്കിൽ ഇരുപത് വയസ്സ് തികഞ്ഞിരിക്കണം. മിക്ക യുവാക്കൾക്കും ഇരുപതാകാതെ വീടില്ലാത്തൊരു ജീവിതം ജീവിക്കാനുള്ള പക്വത കൈവരാറില്ല. പക്ഷേ, നിന്റേത് തീർച്ചയായും ഒരു പ്രത്യേക കാര്യമാണ്. നിന്റെ കാര്യത്തിൽ പൊതുനിബന്ധന ഒഴിവാക്കാനായി ഞാൻ സംഘത്തോടാവശ്യപ്പെടാം. പൂർണ്ണമായ ധർമ്മോപദേശം സ്വീകരിക്കുന്നതിനുമുമ്പ് നാലുകൊല്ലക്കാലം ഒരു പ്രാരംഭകനായി നിനക്ക് പരിശീലനം നേടാം. എരുമകളെ തിരിച്ചു കൊണ്ടുപോയി യജമാനന്റെ പക്കൽനിന്നും ജോലിയിൽ നിന്നും വിടുതൽ വാങ്ങാനുള്ള അനുവാദം തേടുക. ഞങ്ങളിവിടെ നിനക്കായി കാത്ത് നിൽക്കാം."

യുവാവ് : "ഗുരുനാഥ, അത് ആവശ്യമാണെന്ന് ഞാൻ കരുതുന്നില്ല. ഈ എരുമകൾ വളരെ അനുസരണയുള്ളവയാണ്. എന്റെ സഹായം കൂടാതെ തന്നെ അവ തൊഴുത്തിലേയ്ക്ക് മടങ്ങും."

ബുദ്ധൻ : “അത് പാടില്ല. നീ തന്നെ ഇവയെ തിരിച്ചു കൊണ്ടാക്കണം. ഞങ്ങളോട് ചേരുന്നതിന് മുമ്പായി യജമാനനോട് കാര്യം പറയണം”

“ഞാൻ മടങ്ങിയെത്തുന്നതിനു മുമ്പേ, നിങ്ങൾ പോയാലോ?”

ബുദ്ധൻ മന്ദഹസിച്ചു : “അതേപ്പറ്റി വിഷമിക്കേണ്ട. നിനക്കുവേണ്ടി ഞങ്ങളിവിടെ കാത്ത് നിൽക്കുമെന്ന് ഞാൻ വാക്ക് തരുന്നു.”

എരുമകളെ നന്ദൻ തൊഴുത്തിലേയ്ക്ക് കൊണ്ടുപോയ നേരം, ബുദ്ധൻ സ്വാസ്തിയോട് സംസാരിച്ചു: “സ്വാസ്തി, ഈ യുവാവിനെ ഞാൻ നിങ്ങളുടെ സംരക്ഷണയിൽ ആക്കും. അവനെ സഹായിക്കുവാനും നേർവഴിക്ക് നയിക്കാനും നിങ്ങൾക്കാണ് സാധിക്കുക.”

സ്വാസ്തി കൈകൾ കൂപ്പി പുഞ്ചിരിച്ചു. സ്വാസ്തിക്കിപ്പോൾ മുപ്പത്തിയഞ്ച് വയസ്സുണ്ട്. യുവാവായ നന്ദന്റെ അദ്ധ്യാപകനായിരിക്കുവാൻ ബുദ്ധൻ എന്തുകൊണ്ട് തന്നോടാവശ്യപ്പെട്ടുവെന്ന് സ്വാസ്തിക്കറിയാം. നന്ദനെപ്പോലെ സ്വാസ്തി ഒരു കാലിച്ചെറുക്കനായിരുന്നപ്പോൾ തന്റെ ചങ്ങാത്തത്തിൽ പ്രചോദിതനായി ‘‘എരുമകളെ മേയ്ക്കുന്ന സൂക്തം” എന്ന ധർമ്മ പ്രഭാഷണം വളരെക്കാലം മുമ്പ് ബുദ്ധൻ നടത്തിയിട്ടുണ്ട്. നന്ദനെ ശരിയായ വഴിയിലൂടെ നയിക്കുവാൻ കഴിയുമെന്ന് സ്വാസ്തിക്കുറപ്പുണ്ട്. തന്റെ ആത്മസുഹൃത്തായ രാഹുലൻ ഇക്കാര്യത്തിൽ തന്നെ സഹായിക്കും. രാഹുലിന്നിപ്പോൾ മുപ്പത്തിയാറായി.

സ്വാസ്തിയുടെ താഴാദികൾ വളർന്നു. കുടുംബങ്ങളായി. അവരൊന്നിച്ച് കഴിഞ്ഞിരുന്ന കുടിൽ വളരെ മുമ്പേ ജീർണ്ണിച്ച് നശിച്ചിരുന്നു. ഒരു വർഷം മുമ്പ് രാഹുലനുമൊത്ത് ഉരുവേലയിലേക്ക് നടത്തിയ യാത്ര അദ്ദേഹം ഓർമ്മിച്ചു. വിവാഹിതനായി രൂപക് മറ്റൊരു ഗ്രാമത്തിലേയ്ക്ക് പോയതിനുശേഷമായിരുന്നു അത്. അക്കാലത്ത് ഭീമയും ബാലയും ഒന്നിച്ചാണ് കഴിഞ്ഞിരുന്നത്. പലഹാരങ്ങൾ ഉണ്ടാക്കി വിറ്റിട്ടാണ് അവർ ജീവിതം കഴിച്ചിരുന്നത്. ഭിക്ഷു സ്വാസ്തിയും രാഹുലനും നിരഞ്ജര നദിയിലേക്ക് നടന്നു. എരുമപ്പുറത്ത് സവാരി ചെയ്യിക്കാമെന്ന് താൻ രാഹുലന് കൊടുത്ത വാഗ്ദാനം അദ്ദേഹം മറന്നിട്ടുണ്ടായിരുന്നില്ല. അതുകൊണ്ടദ്ദേഹം പുഴയ്ക്കരികിൽ എരുമകളെ മേച്ചിരുന്ന കാലിച്ചെറുക്കന്മാരെ തന്റെയടുത്തേക്ക് വിളിച്ചു. ഒരു വലിയ എരുമയുടെ പുറത്ത് കേറി സവാരി ചെയ്യുവാനായി രാഹുലനെ സഹായിക്കുവാൻ അദ്ദേഹം അവരോടാവശ്യപ്പെട്ടു. രാഹുലൻ ആദ്യമൊന്ന് ശങ്കിച്ചു. എന്നാൽ, പിന്നീടദ്ദേഹം തന്റെ സ്ഥാനവസ്ത്രമൂരി സ്വാസ്തിക്ക് നൽകി. ഇത്രയും ശക്തനായ ജന്തു എത്ര സൗമ്യനാണെന്നത് അദ്ദേഹത്തെ സ്പർശിച്ചു. തന്റെ സുഖകരമായ സവാരിയുടെ അനുഭവങ്ങൾ സ്വാസ്തിയുമായി

പങ്കിട്ടു. തന്നെ ഈ നിലയിൽ ബുദ്ധൻ കാണുകയാണെങ്കിൽ എന്ത് വിചാരിക്കുമെന്ന് അദ്ഭുതം കൂറി. ശാക്യരാജ്യത്തിൽ ഏതെങ്കിലുമൊരു ദിവസം രാജാവാകാൻ തങ്ങിയിരുന്നെങ്കിൽ, എരുമസവാരി ഒരിക്കലും തനിക്ക് ആസ്വദിക്കാൻ കഴിയുമായിരുന്നില്ല.

യുവാവായ നന്ദൻ തിരിച്ചെത്തിയതും സ്വാസ്തി തന്റെ ചിന്തകളിൽനിന്നും തിരിച്ചെത്തി. അന്ന് രാത്രി അദ്ദേഹം നന്ദന്റെ തല മുണ്ഡനം ചെയ്തു. എപ്രകാരം വസ്ത്രം ധരിക്കണം, ഭിക്ഷാപാത്രം പിടിക്കണം, നടക്കണം, നിൽക്കണം, കിടക്കണം, ഏകാഗ്രതയുള്ള ഭിക്ഷുവായി ഇരിക്കണം, എന്നെല്ലാം കാണിച്ചുകൊടുത്തു. പക്വമതിയും ശുഷ്ക്കാന്തിയുമുള്ളവനുമായിരുന്നു നന്ദൻ. നന്ദനെ സഹായിക്കുന്നതിൽ സ്വാസ്തി സന്തുഷ്ടനായിരുന്നു.

വേണുവനത്തിൽ വെച്ച്, കുറച്ച് വർഷങ്ങൾക്ക് മുമ്പ്, പതിനേഴു ചെറുപ്പക്കാരെ എപ്രകാരം സംഘത്തിൽ ചേർത്തുവെന്നത് സ്വാസ്തി ഓർമ്മിച്ചു. കൂട്ടത്തിൽ ഏറ്റവും പ്രായം ഉപാലിക്കായിരുന്നു. പതിനേഴ് വയസ്സ്. ഏറ്റവും കുറഞ്ഞവന് പന്ത്രണ്ടും. അവരെല്ലാം സമ്പന്ന കുടുംബങ്ങളിൽ നിന്നായിരുന്നു. തന്നെ ഒരു ഭിക്ഷുവാകാൻ അനുവദിക്കണമെന്ന് ഉപാലി തന്റെ മാതാപിതാക്കളോട് അപേക്ഷിച്ചു. അവന്റെ പതിനാറ് സുഹൃത്തുക്കളും അതുതന്നെ തങ്ങളുടെ മാതാപിതാക്കളോട് അപേക്ഷിച്ചു. ഒരിക്കൽ സംഘത്തിൽ ചേർന്നു കഴിഞ്ഞാൽ, ദിവസത്തിൽ ഒരു നേരം ഭക്ഷണമെന്നതടക്കമുള്ള ജീവിതരീതി പിന്തുടരാൻ ബാധ്യസ്ഥരാണ്. ആദ്യത്തെ രാത്രിയിൽ കുട്ടികളിൽ പലരും വിശപ്പുകൊണ്ട് കരഞ്ഞു. പിറ്റേന്ന് രാവിലെ, രാത്രിയിൽ കുട്ടികൾ കരയുന്നത് കേട്ടത് എന്തുകൊണ്ടാണെന്ന് ബുദ്ധൻ അന്വേഷിച്ചു. സംഘത്തിലേക്ക് കുട്ടികളെ എടുത്ത കാര്യം അദ്ദേഹം അറിഞ്ഞു. ബുദ്ധൻ പറഞ്ഞു: “ഇനി മുതൽ കുറഞ്ഞത് ഇരുപത് വയസ്സെങ്കിലും ഉള്ള യുവാക്കളെ മാത്രമേ സംഘത്തിൽ ചേർക്കുകയുള്ളു. ഭവനരഹിതനായ ഒരു സന്യാസിയുടെ ജീവിതം ജീവിക്കുകയെന്നത് കുട്ടികളിൽ നിന്ന് പ്രതീക്ഷിക്കരുത്.”

കുട്ടികളെ തുടർന്നും താമസിക്കുവാൻ അനുവദിച്ചു. എന്നാൽ, അവർക്ക് സന്ധ്യക്ക്, ഭക്ഷണം കൊടുക്കുവാൻ ബുദ്ധൻ നിർദ്ദേശിച്ചു. എല്ലാ കുട്ടികളും ഭിക്ഷുക്കളായിത്തന്നെ തുടർന്നു. അവരിൽ ഏറ്റവും പ്രായം കുറഞ്ഞവന് ഇപ്പോൾ ഇരുപത്തിയൊന്ന് വയസ്സായെന്ന് സ്വാസ്തി ഓർത്തു.

64. ജനനമരണങ്ങളുടെ ആവൃത്തി

ഒരു നാൾ സംസുമാരാഗിരിയിലെ ഭേസകാല ഉദ്യാനത്തിൽ ഇരിക്കുമ്പോൾ, ബുദ്ധൻ ഭിക്ഷുമാരോട് പറഞ്ഞു, "മഹത്തുക്കളുടെ എട്ട് സാക്ഷാത്കാരത്തെപ്പറ്റി നിങ്ങളോട് പറയാൻ ഞാനാഗ്രഹിക്കുന്നു. ഇതിനു മുമ്പ് ഇവയെപ്പറ്റി സംപൂജ്യനായ അനിരുദ്ധൻ സംസാരിച്ചിട്ടുണ്ട്. മറവി മറികടന്ന് ഉദ്ബുദ്ധത സിദ്ധിയ്ക്കാൻ മറ്റുള്ളവർക്ക് സഹായകമാകുന്നതിനു വേണ്ടിയാണ് മഹത്തുക്കൾ ഈ എട്ട് സാക്ഷാത്കാരങ്ങൾ പഠിപ്പിച്ചിട്ടുള്ളത്."

"എല്ലാ ധർമ്മങ്ങളും നശ്വരങ്ങളും വിഭിന്നമായ സ്വത്വങ്ങളില്ലാത്തവയാണെന്നുമുള്ള അവബോധമാണ് ആദ്യത്തെ സാക്ഷാത്കാരം. എല്ലാ ധർമ്മങ്ങളുടെയും അ-സ്വത്വ സ്വഭാവവും നശ്വരതയും ധ്യാനിച്ചുകൊണ്ട് നിങ്ങൾക്ക് ദുരിതങ്ങളിൽ നിന്ന് മുക്തി നേടുകയും ഉദ്ബുദ്ധതയും ശാന്തിയും ആനന്ദവും കൈവരിക്കുകയും ചെയ്യാം."

"രണ്ടാമത്തെ സാക്ഷാത്കാരം, കൂടുതൽ ആസക്തി കൂടുതൽ ദുരിതം കൊണ്ടു വരുന്നുയെന്ന അവബോധമാണ്. ജീവിതത്തിലുള്ള എല്ലാ ദുരിതങ്ങളും ഉണ്ടാകുന്നത് ആർത്തിയിൽനിന്നും ആസക്തിയിൽ നിന്നുമാണ്."

"ആസക്തികളില്ലാതെ ലളിതമായി ജീവിക്കുന്നത് ശാന്തിയിലേക്കും ആനന്ദത്തിലേയ്ക്കും പ്രശാന്തിയിലേയ്ക്കും നയിക്കുന്നു എന്ന അവബോധമാണ് മൂന്നാമത്തെ സാക്ഷാത്കാരം. ലളിതമായി ജീവിക്കുന്നതുകൊണ്ട് മാർഗ്ഗം പരിശീലിക്കാനും കൂടുതൽ സമയം മറ്റുള്ളവരെ സഹായിക്കുവാനും കൂടുതൽ ശ്രദ്ധയുണ്ടാവാനുമുള്ള അവസരം കൈവരുന്നു."

"ശുഷ്ക്കാന്തിയോടുകൂടിയ ശ്രമങ്ങളാണ് ഉൽബുദ്ധതയിലേയ്ക്ക് നയിക്കുന്നതെന്ന അവബോധമാണ് നാലാമത്തെ സാക്ഷാത്കാരം. ഉദാസീനതയും ഇന്ദ്രിയാസക്തികളിൽ മുഴുകുന്നതും പരിശീലനത്തിനുള്ള തടസ്സങ്ങളാണ്."

"അന്തമറ്റ ജനനമരണങ്ങളുടെ ആവൃത്തിയ്ക്ക് ഹേതുവായിട്ടുള്ളത് അജ്ഞതയാണെന്ന അവബോധമാണ് അഞ്ചാമത്തെ സാക്ഷാത്കാരം. നിങ്ങളുടെ ധാരണയും വാഗ്മിത്വവും വികസിപ്പിക്കുവാൻ നിങ്ങൾ എല്ലായ്പ്പോഴും ശ്രദ്ധിച്ചു പഠിക്കണമെന്ന് ഓർമ്മിക്കണം."

“ആറാമത്തെ സാക്ഷാത്കാരം ദാരിദ്ര്യം, വെറുപ്പും കോപവും ഉണ്ടാക്കുന്നുയെന്ന അവബോധമാണ്. വെറുപ്പും കോപവും ഋണാത്മകചിന്തകളുടെയും ക്രിയകളുടെയും ഒരു വിഷമവൃത്തം സൃഷ്ടിക്കുന്നു. മാർഗ്ഗം പിന്തുടർന്നവർ, കാരുണ്യം പരിശീലിക്കുന്നവർ, എല്ലാവരേയും സുഹൃത്തുക്കളെയും ശത്രുക്കളെയും - ഒരുപോലെ കാണണം. ആരുടെയെങ്കിലും ഭൂതകാലതെറ്റുകളെ കുറ്റപ്പെടുത്തുകയോ ഉപദ്രവിക്കുന്നവരെ വെറുക്കുകയോ അരുത്.”

“മറ്റുള്ളവരെ പഠിപ്പിക്കുവാനും സഹായിക്കുവാനുമാണ് നാം ലോകത്ത് വർത്തിക്കുന്നതെങ്കിലും സംസാരവിഷയങ്ങളിൽ നാം കുടുങ്ങിപ്പോകരുതെന്ന അവബോധമാണ് ഏഴാമത്തെ സാക്ഷാത്കാരം. മാർഗ്ഗം പിന്തുടരുവാൻ വീട് ഉപേക്ഷിക്കുന്നവൻ മൂന്ന് വസ്ത്രങ്ങളും ഒരു ഭിക്ഷാപാത്രവും മാത്രമേ കൈവശം വെയ്ക്കാവൂ. അയാൾ എപ്പോഴും ലളിതമായി ജീവിക്കുന്നു. കാരുണ്യത്തിന്റെ കണ്ണുകളോടെ മറ്റുള്ള ജീവജാലങ്ങളെയും നോക്കുന്നു.”

“ഭിക്ഷുമാരെ, മഹത്തുക്കളുടെ എട്ട് സാക്ഷാത്കാരങ്ങൾ ഇവയൊക്കെയാണ്. എല്ലാ മഹത്തുക്കളും ഈ എട്ട് സാക്ഷാത്കാരങ്ങൾ മൂലം ഉദ്ബുദ്ധത സിദ്ധിച്ചവരാണ്. എപ്പോഴൊക്കെ അവർ ജീവിതത്തിലേയ്ക്ക് പോകുന്നുവോ മനസ്സുകൾ തുറക്കാനും മറ്റുള്ളവരെ സഹായിക്കുവാനും അവർ ഈ എട്ട് സാക്ഷാത്കാരങ്ങൾ ഉപയോഗിക്കുന്നു. അതുമൂലം എല്ലാവർക്കും ഉദ്ബുദ്ധതയിലേയ്ക്കും വിമോചനത്തിലേയ്ക്കും നയിക്കുന്ന മാർഗ്ഗം കണ്ടുപിടിക്കാനാകുന്നു.”

ബുദ്ധൻ രാജഗൃഹത്തിൽ മടങ്ങിയെത്തിയപ്പോൾ വക്കാലിഭിക്ഷു ആസന്നമരണനായി കിടപ്പിലാണെന്ന സത്യം അറിഞ്ഞു. മരിക്കുന്നതിനു മുമ്പ് ബുദ്ധനെ കാണുവാൻ അദ്ദേഹം ആഗ്രഹിക്കുന്നതായും. വക്കാലിയുടെ പരിചാരകൻ ബുദ്ധനെ കാണുവാൻ ചെന്നു. മൂന്ന് തവണ വണങ്ങിയ ശേഷം ഇങ്ങനെ പറഞ്ഞു; “ഗുരുനാഥാ, എന്റെ ഗുരുനാഥൻ വളരെയേറെ അസുഖ ബാധിതനാണ്. കുശവനായ ഒരു ഗൃഹസ്ഥശിഷ്യന്റെ വീട്ടിലാണ് അദ്ദേഹം പാർക്കുന്നത്. ഇവിടെവന്ന് അങ്ങയെ വണങ്ങുവാൻ അദ്ദേഹം ആവശ്യപ്പെട്ടു.”

ബുദ്ധൻ ആനന്ദന്റെ നേരെ തിരിഞ്ഞ്, “സംപൂജ്യനായ വക്കാലിയെ സന്ദർശിക്കുവാൻ നാം ഉടനെത്തന്നെ പോകും.”

ബുദ്ധൻ മുറിയിൽ പ്രവേശിക്കുന്നതു കണ്ട ഭിക്ഷു വക്കാലി, എണീറ്റിരിക്കാൻ കഠിനശ്രമം നടത്തി.

“എണീറ്റിരിക്കാൻ ദയവായി ശ്രമിക്കരുത് വക്കാലി. ഞാനും ആനന്ദനും ഈ പീഠങ്ങളിൽ താങ്കളോട് ചേർന്നിരിയ്ക്കും,” ബുദ്ധൻ പറഞ്ഞു.

രണ്ടുപേരും ഇരുന്ന ശേഷം ബുദ്ധൻ പറഞ്ഞു: “വക്കാലി, താങ്ക

ളുടെ ശരീരം മെച്ചപ്പെടുന്നെന്നും വേദന കുറയുകയാണെന്നും ഞാൻ വിചാരിക്കുന്നു.”

“ഗുരോ, എന്റെ ശക്തി വളരെ വേഗം കുറഞ്ഞുകൊണ്ടിരിക്കുക യാണ്. ഞാൻ അത്യധികം അസ്വസ്ഥനാണ്. വേദന കഠിനമായി ക്കൊണ്ടിരിക്കുന്നു.”

“താങ്കൾ ഏതെങ്കിലും പശ്ചാത്താപം കൊണ്ടോ ക്ലേശം മൂലമോ ദുരിതപ്പെടുന്നില്ലന്ന് ഞാൻ പ്രത്യാശിക്കുന്നു.”

“ഇല്ല ഗുരുനാഥാ, ഞാനെന്റെ ധർമ്മോപദേശങ്ങളെല്ലാം പൂർണ്ണമായി പാലിച്ചിട്ടുണ്ട്. എനിക്ക് ഒരു ലജ്ജയും തോന്നുന്നില്ല.”

“പിന്നെന്താണ് താങ്കളെ ക്ലേശിപ്പിക്കുകയും അനുതപിപ്പിക്കുകയും ചെയ്യുന്നത്?”

“അസുഖം കാരണം അങ്ങയെ ഏറെക്കാലമായി സന്ദർശിക്കുവാൻ കഴിഞ്ഞില്ലെന്നതാണ് എന്നെ ക്ലേശിപ്പിക്കുന്നത്.”

ബുദ്ധൻ സൗമ്യമായി ശകാരിച്ചു. “വക്കാലി, അത്തരം കാര്യങ്ങളെ പ്രതി ക്ലേശിക്കരുത്. താങ്കൾ കളങ്കമറ്റ ഒരു ജീവിതം ജീവിച്ചു. അതാണ് ഒരു ഗുരുനാഥനെയും ശിഷ്യനെയും തമ്മിലടുപ്പിക്കുന്നത്. ബുദ്ധനെ കാണുന്നതിനായി എന്റെ മുഖം കാണണമെന്ന് താങ്കൾ കരുതു ന്നുണ്ടോ? ഈ ശരീരം പ്രസക്തമല്ല. ബോധനം മാത്രമാണ് പ്രസക്ത മായിട്ടുള്ളത്. ബോധനം അറിയുന്നുവെങ്കിൽ, താങ്കൾക്ക് ബുദ്ധനെ കാണാൻ കഴിയും. ഈ ശരീരം കാണുകയും ബോധനം അറിയാതിരി ക്കുകയും ചെയ്യുന്നതായാൽ അതുകൊണ്ട് ഒരു വിലയുമില്ല”

ഒരു നിമിഷത്തെ മൗനത്തിനുശേഷം ബുദ്ധൻ ചോദിച്ചു: “വക്കാലി, താങ്കളുടെയും എന്റെയും ഈ ശരീരങ്ങൾ എത്രമാത്രം നശ്വരമാണെന്ന് താങ്കൾക്ക് മനസ്സിലായിട്ടുണ്ടോ?”

“ഗുരുനാഥാ, ഞാനത് വളരെ സുവ്യക്തമായി കാണുന്നു. ശരീരം നിരന്തരമായി ജനിക്കുകയും മരിക്കുകയും പരിണമിക്കുകയും ചെയ്തു കൊണ്ടിരിക്കുന്നു. സ്പർശാനുഭവങ്ങളും നിരന്തരമായി ജനിക്കുകയും മരിക്കുകയും പരിണമിക്കുകയും ചെയ്തുകൊണ്ട് അപ്രകാരം നശ്വര മാണെന്നും ഞാൻ കാണുന്നു. പ്രത്യക്ഷ ബോധങ്ങളും മനോരൂപീക രണങ്ങളും പ്രജ്ഞയും ജനനമരണങ്ങളുടെ അതേ നിയമം പിന്തുട രുന്നു. എല്ലാം നശ്വരമാണ്. ഇന്നത്തെ അങ്ങയുടെ സന്ദർശനത്തിനു മുമ്പ് പഞ്ചസ്കന്ദങ്ങളുടെ അസ്ഥിര സ്വഭാവത്തെകുറിച്ച് ഞാൻ അഗാ ധമായി ധ്യാനിക്കുകയുണ്ടായി. ഭിന്നമായ സ്വത്വം ഉൾക്കൊള്ളുന്നതായ പഞ്ചനദികളുടേതായ പ്രജ്ഞയിലോ മനോരൂപീകരണങ്ങളിലോ പ്രത്യക്ഷ ബോധങ്ങളിലോ സ്പർശാനുഭവങ്ങളിലോ ഒന്നുമില്ലെന്ന് ഞാൻ തിരിച്ചറിയുന്നു.”

“വിസ്മയകരം, വക്കാലി! എനിക്കങ്ങയിൽ വിശ്വാസമുണ്ട്. അഞ്ച് സ്കന്ദങ്ങളിലൊന്നിലും വിഭിന്നമായ സ്വത്വമില്ല. താങ്കളുടെ കണ്ണുകൾ

തുറന്ന് നോക്കുക. വക്കാലി ഇല്ലാത്തതെവിടെ? വക്കാലിയല്ലാത്ത തെന്ത്? ജീവന്റെ അദ്ഭുതം എവിടെയുമുണ്ട്. വക്കാലി, ജനനമരണ ങ്ങൾക്ക് താങ്കളെ സ്പർശിക്കാനാവില്ല. നാല് മൂലകങ്ങൾ ചേർന്ന താങ്ക ളുടെ ശരീരത്തെ നോക്കി മന്ദഹസിക്കുക. താങ്കളുടെ ശരീരത്തിനു ള്ളിൽ ഉയരുകയും താഴുകയും ചെയ്യുന്ന വേദനകളെ നോക്കിപ്പോലും മന്ദഹസിക്കുക."

വക്കാലിയുടെ കണ്ണുകളിൽ കണ്ണീർ സ്ഫുരിച്ചു. അദ്ദേഹം മന്ദഹ സിച്ചു. ബുദ്ധൻ എണീറ്റ് യാത്രയായി. ബുദ്ധനും ആനന്ദനും പൊയ്ക്ക ഴിഞ്ഞപ്പോൾ വക്കാലി തന്റെ സ്നേഹിതരോട് തന്നെ ഇസിഗിര പർവ്വ തത്തിലേക്ക് താങ്ങിയെടുത്ത് കൊണ്ടുപോകുവാനാവശ്യപ്പെട്ടു. അദ്ദേഹം പറഞ്ഞു. "എന്നെപ്പോലൊരാൾക്ക് എങ്ങനെയാണ് മുറി യിൽക്കിടന്ന് മരിക്കാനാകുക? വിശാലമായ ആകാശക്കീഴിൽ പർവ്വത ഭാഗത്ത് കിടന്ന് എനിക്ക് മരിക്കണം."

സുഹൃത്തുക്കൾ അദ്ദേഹത്തെ ഇസിഗിരിയിലേക്ക് എടുത്തുകൊണ്ടു പോയി. ആ രാത്രി, ബുദ്ധൻ രാവേറെ ചെല്ലുംവരെയും, അഗാധമായ ധ്യാനത്തിലാണ്ടു. പ്രഭാതത്തിന്റെ ആദ്യയാമങ്ങളിൽ തന്റെ കുടിലിന്ന രികിൽ കണ്ട ഭിക്ഷുമാരോട് അദ്ദേഹം പറഞ്ഞു, "പോയി വക്കാലിയെ സന്ദർശിക്കുക. യാതൊന്നും ഭയപ്പെടാനില്ലെന്ന് അദ്ദേഹത്തോട് പറ യുക. അദ്ദേഹത്തിന്റെ മരണം ശാന്തിനിറഞ്ഞതും കളങ്കരഹിതവു മായിരിയ്ക്കും. ഹൃദയത്തിന് വിശ്രമം കൊടുക്കുവാൻ അദ്ദേഹത്തോട് പറയുക. എനിക്കദ്ദേഹത്തിൽ അതിയായ വിശ്വാസമുണ്ട്."

ഇസിഗിരിയിൽ ഭിക്ഷുക്കൾ വക്കാലിയെ കണ്ടു. ബുദ്ധനിൽനിന്നും തങ്ങൾ ഒരു സന്ദേശവുമായിട്ടാണ് വന്നിരിക്കുന്നതെന്നവർ പറഞ്ഞു. വക്കാലി പ്രതിവചിച്ചു: "സുഹൃത്തുക്കളെ, ദയവായി ഈ കിടക്കയിൽ നിന്ന് എന്നെ പൊക്കിയെടുത്ത് മണ്ണിൽ വെയ്ക്കുക. ബുദ്ധഭഗവാന്റെ വാക്കുകൾ സ്വീകരിക്കുമ്പോൾ എനിക്കെങ്ങിനെ ഉയർന്ന തല്പത്തിൽ കിടക്കാനാവും?"

അദ്ദേഹം പറഞ്ഞത് അവർ അനുസരിച്ചു. പിന്നീട് ബുദ്ധന്റെ വാക്കു കൾ ആവർത്തിച്ചു. വക്കാലി കൈകൾ കൂപ്പി തൊഴുതു. "സഹോദര ന്മാരെ, നിങ്ങൾ വിഹാരത്തിൽ മടങ്ങിയെത്തിയാൽ എനിക്കു വേണ്ടി ബുദ്ധ ഭഗവാനെ മൂന്ന് തവണ വണങ്ങിയാലും. എന്നിട്ടദ്ദേഹത്തോട് പറയുക, വക്കാലി ഭിക്ഷു ആസന്ന മരണാവസ്ഥയിലും കഠിനമായ വേദനയിലുമാണ്. അഞ്ച് സ്കന്ദങ്ങൾ അസ്ഥിരവും വിഭിന്നമായൊരു സ്വത്വവുമില്ലാത്തതുമാണെന്ന് വക്കാലി സുവ്യക്തമായി കാണുന്നു. അഞ്ച് സ്കന്ദങ്ങളിൽ വക്കാലി ഒരു തരത്തിലും ബന്ധിതനല്ല. തന്റെ അന്ത്യനിമിഷത്തിൽ വക്കാലി ഒരു തരത്തിലും ബന്ധിതനല്ല. തന്റെ അന്ത്യനിമിഷത്തിൽ വക്കാലി എല്ലാ ഭയങ്ങളിൽ നിന്നും ക്ലേശങ്ങളിൽ നിന്നും മുക്തനാണ്."

ഭിക്ഷുമാർ പറഞ്ഞു: "സഹോദരാ, താങ്കളുടെ ഹൃദയം പ്രശാന്തമായിരിക്കട്ടെ. ഞങ്ങൾ തിരിച്ചു ചെന്ന് ബുദ്ധനെ മൂന്ന് തവണ വണങ്ങി അദ്ദേഹത്തോട് താങ്കളുടെ അന്ത്യവചനങ്ങൾ അറിയിക്കും."

ഭിക്ഷുമാർ കാഴ്ചയിൽ നിന്ന് മറഞ്ഞതും വക്കാലി ഭിക്ഷു അന്ത്യശ്വാസം വലിച്ചു.

അന്നുച്ചതിരിഞ്ഞ് അനേകം ഭിക്ഷുക്കളുമൊത്ത് ബുദ്ധൻ ഇസിഗിരി കയറി. നീലാകാശം മേഘരഹിതമായിരുന്നു. മലയടിവാരത്തിലെ ഒരു കുടിലിൽ നിന്നുള്ള നേർത്ത പുക ചുരുളുകളായി ആകാശത്തേക്ക് നീങ്ങി. അതൊരു നിമിഷം ഒഴുകി, അപ്രത്യക്ഷമായി. വിശാലമായ ആകാശത്തേക്ക് നോക്കി ബുദ്ധൻ പറഞ്ഞു: "വക്കാലി വിമുക്തനാക്കപ്പെട്ടിരിക്കുന്നു. മായയ്ക്കോ മതിഭ്രമത്തിനോ അദ്ദേഹത്തെ ഇനി ശല്യപ്പെടുത്താനാവില്ല"

ബുദ്ധൻ പിന്നെയും സഞ്ചരിച്ചു, നളന്ദയിലേക്കും വൈശാലിയിലേക്കും. ഒരു ദിവസം, കുടഗാരയിലെ മഹാവനത്തിൽവെച്ച് ബുദ്ധൻ ഭിക്ഷുക്കളോട് പറഞ്ഞു, "ജീവനുള്ള വസ്തുക്കളെന്ന നിലയിൽ മനുഷ്യർ കൂടിയും കുറഞ്ഞും ദുരിതപ്പെടേണ്ടതുണ്ട്. എന്തായാലും, ധർമ്മം പഠിക്കുകയും പരിശീലിക്കുകയും ചെയ്യുന്നതിനായി തങ്ങളെ സ്വയം സമർപ്പിക്കുന്നവർക്ക് മറ്റുള്ളവരെ അപേക്ഷിച്ച് കുറച്ചുമാത്രമേ ദുരിതപ്പെടേണ്ടി വരൂ. എന്തുകൊണ്ടെന്നാൽ പരിശീലനത്തിന്റെ ഫലമായ ധാരണ അവർക്ക് സ്വായത്തമാകുന്നു."

അന്നും ഉഷ്ണത്തിന് ഒരു കുറവുമില്ലായിരുന്നു. ബുദ്ധൻ ഭിക്ഷുക്കളുമായി മനോഹരങ്ങളായ സാലവൃക്ഷങ്ങളുടെ തണലിൽ ഇരിക്കുകയായിരുന്നു. അദ്ദേഹം വളരെ ചെറിയൊരു മൺകട്ട പെറുക്കിയെടുത്ത് തന്റെ ചൂണ്ടുവിരലിനും തള്ളവിരലിനും ഇടയിൽ പിടിച്ച് ചോദിച്ചു : ഭിക്ഷുമാരെ, ഈ മൺകട്ടയും ഗയാസിയ പർവ്വതവുമായി താരതമ്യപ്പെടുത്തുമ്പോൾ ഏതാണ് വലുത്?

"ഭഗവാൻ, തീർച്ചയായും ഗയാസിയ പർവ്വതമാണ് വലുത്"

"അതുപോലെയാണ് ഭിക്ഷുമാരെ, ധർമ്മപഠനവും സാധനയും കൊണ്ട് ധാരണയിലെത്തിയിട്ടുള്ളവരുടെ ദുരിതം, അജ്ഞതയിൽ പൂണ്ടുപോയവരുടേതുമായി താരതമ്യപ്പെടുത്തുമ്പോൾ ഒന്നുമല്ല. അജ്ഞത ദുരിതത്തെ കോടാനുകോടി വർധിപ്പിക്കുന്നു."

"ഭിക്ഷുമാരെ, ഒരുവനെ അമ്പ് തറച്ചെന്ന് വെയ്ക്കുക. അയാൾക്ക് വേദന തോന്നും. എന്നാൽ രണ്ടാമതൊരമ്പ് അതേ സ്ഥാനത്ത് തറച്ചാലോ അയാളുടെ വേദന ഇരട്ടിയിലും അധികരിക്കും."

വേനൽച്ചൂടിനെ ശമിപ്പിക്കുന്നതിനായി ആദ്യമഴ പെയ്യാനാരംഭിച്ചപ്പോൾ ബുദ്ധൻ വിശ്രാന്തിക്കായി ജേതവനത്തിലേക്ക് മടങ്ങി. സ്വാശ്രിതമായ സഹോദയത്തെപ്പറ്റി ബുദ്ധൻ ഭിക്ഷുമാരെയും ഭിക്ഷുണിമാരെയും പിന്നെയും പഠിപ്പിച്ചു. ഒരു ഭിക്ഷു എണീറ്റുനിന്ന് ചോദിച്ചു: 'ഭഗവാനെ, നാമത്തിന്റെയും രൂപത്തിന്റെയും അടിസ്ഥാനം പ്രജ്ഞയാണെന്ന് അങ്ങ് പഠിപ്പിച്ചിട്ടുണ്ട്. അപ്പോൾപ്പിന്നെ, എല്ലാ ധർമ്മങ്ങളുടെയും അസ്തിത്വം പ്രജ്ഞയിൽ നിന്നാണോ ഉദിക്കുന്നത്?'

ബുദ്ധൻ: "അത് ശരിയാണ്. രൂപം പ്രജ്ഞയുടെ ഒരു വസ്തുമാത്രമാണ്. കർത്താവും പ്രജ്ഞാവസ്തുവും ഒരു യാഥാർത്ഥ്യത്തിന്റെ രണ്ട് മുഖങ്ങളാണ്. പ്രജ്ഞാവസ്തുവില്ലാത്ത പ്രജ്ഞയില്ല. പ്രജ്ഞയ്ക്കും പ്രജ്ഞയുടെ വസ്തുവിനും ഒന്നിനൊന്ന് സ്വതന്ത്രമായ നിലനില്പില്ല. കർത്താവും പ്രജ്ഞയുടെ വസ്തുവും വേർതിരിക്കപ്പെടാൻ കഴിയാത്തതുകൊണ്ട് അവ രണ്ടും മനസ്സിൽ നിന്നും ഉദിക്കുന്നതായി പറയപ്പെടുന്നു."

"ഭഗവാനെ, രൂപം പ്രജ്ഞയിൽ നിന്നാണുദിക്കുന്നതെങ്കിൽ, പ്രജ്ഞയെ പ്രപഞ്ചത്തിന്റെ പ്രഭവമായി പറയാമല്ലോ. പ്രജ്ഞയോ മനസ്സോ എങ്ങിനെയുണ്ടായി എന്ന് അറിയാനാവുമോ? മനസ്സ് എന്നാണുണ്ടായത്? മനസ്സിന്റെ ആരംഭത്തെക്കുറിച്ച് ഒരുവന് സംസാരിക്കാനാവുമോ?"

"ഭിക്ഷുമാരെ, തുടക്കത്തിന്റെയും ഒടുക്കത്തിന്റെയും കല്പന മനസ്സിന്റെ നിർമ്മിതികളാണ്. സത്യത്തിൽ തുടക്കമോ ഒടുക്കമോ ഇല്ല. അജ്ഞതയിൽ കുരുങ്ങിപ്പോകുമ്പോഴാണ് നാം തുടക്കത്തെയും ഒടുക്കത്തെയും പറ്റിമാത്രം ചിന്തിക്കുന്നത്. അജ്ഞത കാരണമാണ് മനുഷ്യൻ ജനനമരണങ്ങളുടെ അന്തമറ്റ ആവൃത്തിയിൽ കുടുങ്ങിപ്പോകുന്നത്. "

"ജനനമരണങ്ങളുടെ ആവൃത്തികൾക്ക് തുടക്കവും ഒടുക്കവും ഇല്ലെങ്കിൽ നാമെങ്ങിനെ വിമോചിതരാകും?"

"ജനനമരണങ്ങൾ അജ്ഞതയിൽ നിന്ന് സൃഷ്ടിക്കപ്പെട്ട കല്പനകൾ മാത്രമാണ്. ജനനമരണങ്ങളുടെ ചിന്തകളെയും തുടക്ക-ഒടുക്കങ്ങളെയും അധഃകരിക്കുകയെന്നത് അന്തമറ്റ ആ വൃത്തിയെ അധഃകരിക്കലാണ്. ഭിക്ഷുമാരെ, ഇന്ന് ഇത്രയും പറയാനാണ് ഞാനാഗ്രഹിക്കുന്നത്. എല്ലാ വസ്തുക്കളുടെയും ആഴത്തിലേയ്ക്ക് നോക്കി പരിശീലനം ചെയ്യുക. ഈ വിഷയത്തെക്കുറിച്ച് നാം വീണ്ടും മറ്റൊരുനാൾ സംസാരിക്കും."

65. നിറഞ്ഞതോ ഒഴിഞ്ഞതോ അല്ല

ധർമ്മപ്രഭാഷണത്തിനുശേഷം മിക്ക ഭിക്ഷുക്കളും വ്യാകുലരായി കാണപ്പെട്ടത് സ്വാസ്തി ശ്രദ്ധിച്ചു. ബുദ്ധൻ പഠിപ്പിച്ചത് താൻ ഗ്രഹിച്ചിട്ടില്ലെന്നും അദ്ദേഹത്തിനു തോന്നി. മുതിർന്ന ശിഷ്യന്മാരുടെ ധർമ്മസംവാദങ്ങൾ ശ്രദ്ധിക്കുവാനായി സ്വാസ്തി നിശ്ചയിച്ചുറപ്പിച്ചു.

പിന്നത്തെ ധർമ്മസംഭാഷണത്തിൽ, മുമ്പിലിരിക്കുന്ന ബുദ്ധനോട് ചോദ്യങ്ങൾ ചോദിക്കുവാനായി ഭിക്ഷുമാർ ആനന്ദനോട് പറഞ്ഞു. ആനന്ദന്റെ ഒന്നാമത്തെ ചോദ്യം ഇതായിരുന്നു. “ഭഗവാൻ, ‘ലോക’മെന്നതു കൊണ്ടും ‘ധർമ്മ’ മെന്നതുകൊണ്ടും എന്താണർത്ഥമാക്കുന്നത്?”

ബുദ്ധൻ, “ആനന്ദാ, മാറ്റത്തിനും നാശത്തിനും വിധേയമാവുന്ന സകലവസ്തുക്കളുടെയും ആകെത്തുകയാണ് ‘ലോകം’. എല്ലാ ധർമ്മങ്ങളും പതിനെട്ട് മണ്ഡലങ്ങളിൽ ഉൾച്ചേർന്നിട്ടുണ്ട്: ആറിന്ദ്രിയങ്ങൾ, ആറിന്ദ്രിയവസ്തുക്കൾ, ആറിന്ദ്രിയ പ്രജ്ഞകൾ. നിങ്ങൾ അറിയുന്നതുപോലെ ആറിന്ദ്രിയങ്ങൾ ഇവയാണ്: നേത്രപ്രജ്ഞ, കർണ്ണ പ്രജ്ഞ, നാസിക പ്രജ്ഞ, രുചി പ്രജ്ഞ, ശരീര പ്രജ്ഞ, മനോ പ്രജ്ഞ, ആറിന്ദ്രിയ വസ്തുക്കൾ : രൂപം, ശബ്ദം, ഗന്ധം, രുചി, സ്പർശം, മനോവസ്തുക്കൾ. ആറിന്ദ്രിയ പ്രജ്ഞകൾ ഇവയാകുന്നു. കാണൽ, കേൾക്കൽ, ഘ്രാണിക്കൽ, രുചിയ്ക്കൽ, സ്പർശിക്കൽ, ഗ്രഹിയ്ക്കൽ. പതിനെട്ട് ധർമ്മങ്ങൾ വിട്ട് ധർമ്മങ്ങൾ ഇല്ല. എല്ലാ പതിനെട്ട് മണ്ഡലങ്ങളും ജനനത്തിനും മരണത്തിനും മാറ്റത്തിനും നാശത്തിനും വിധേയമാണ്. അതുകൊണ്ടാണ് ഞാൻ പറഞ്ഞത് മാറ്റത്തിന്റെയും നാശത്തിന്റെയും സ്വഭാവമുള്ള സകല വസ്തുക്കളുടെയും ആകത്തുകയാണ് “ലോകം”.

ആനന്ദൻ അടുത്തതായി ചോദിച്ചു: “അങ്ങ് പലപ്പോഴും പറഞ്ഞിട്ടുണ്ട്. എല്ലാ ധർമ്മങ്ങളും ശൂന്യമാണ്. എന്താണതുകൊണ്ട് അർത്ഥമാക്കുന്നത്? ”

ബുദ്ധൻ : “ആനന്ദാ, എല്ലാ ധർമ്മങ്ങളും ശൂന്യമാണെന്നു പറയാൻ കാരണം ഒന്നിനും വേറിട്ടു സ്വത്വമില്ലെന്നതു കൊണ്ടാണ്. ആറിന്ദ്രിയങ്ങൾക്കും ആറിന്ദ്രിയവസ്തുക്കൾക്കും ആറിന്ദ്രിയ പ്രജ്ഞകൾക്കും വേറിട്ട, ഒറ്റയ്ക്കുള്ള സ്വത്വമില്ല.”

ആനന്ദൻ: “ഭഗവാൻ, വിമോചനത്തിന്റെ മൂന്ന് കവാടങ്ങൾ ശൂന്യതയും സംജ്ഞാരാഹിത്യവും ലക്ഷ്യരാഹിത്യവും ആണെന്ന് അങ്ങ്

പറഞ്ഞിട്ടുണ്ട്. എല്ലാ ധർമ്മങ്ങളും ശൂന്യമാണെന്ന് അങ്ങ് പറഞ്ഞിട്ടുണ്ട്. എല്ലാ ധർമ്മങ്ങളും മാറ്റത്തിനും നാശത്തിനും വിധേയമാകുന്നതു കൊണ്ടാണോ അവ ശൂന്യമായിരിക്കുന്നത്?"

"ആനന്ദാ, ശൂന്യതയെപ്പറ്റിയും ശൂന്യതയെ ധ്യാനിക്കുന്നതിനെപ്പറ്റിയും ഞാൻ പലപ്പോഴും പറഞ്ഞിട്ടുണ്ട്. ശൂന്യതയെ ധ്യാനിക്കുന്നത് വിസ്മയകരമായ ഒരു ധ്യാനമാണ്. അത് ദുരിതവും ജനനവും മരണവും അധഃകരിക്കുവാൻ ആളുകളെ സഹായിക്കും. ഈ ധ്യാനത്തെ കുറിച്ച് ഞാനിന്ന് കുറെക്കൂടി സംസാരിക്കാം."

"ആനന്ദാ, നാമെല്ലാവരും ഒരുമിച്ച് ഈ ധർമ്മശാലയിൽ ഇരിക്കുകയാണ്. ധർമ്മശാലയ്ക്കുള്ളിൽ ചന്തകളോ എരുമകളോ ഗ്രാമങ്ങളോ ഇല്ല. ധർമ്മ ഭാഷണം ശ്രദ്ധിക്കാനിരിക്കുന്ന ഭിക്ഷുക്കൾ മാത്രമേയുള്ളൂ. ഇവിടെയില്ലാത്ത എല്ലാറ്റിൽനിന്നും ഈ ധർമ്മശാല ശൂന്യമായിരിക്കുന്നു എന്ന് നമുക്ക് പറയാം. ഇവിടെ യഥാർത്ഥത്തിലുള്ളത് അതുൾക്കൊള്ളുന്നു. ധർമ്മശാല, ചന്തകളും ഗ്രാമങ്ങളും എരുമകളും കൊണ്ട് ശൂന്യമാണ്. എന്നാൽ ഭിക്ഷുക്കളെ ഉൾക്കൊള്ളുന്നു. അത് ശരിയാണെന്ന് താങ്കൾ സമ്മതിക്കുമോ?"

"ഉവ്വ്, ഭഗവാൻ."

"ധർമ്മ പ്രഭാഷണത്തിനുശേഷം നമ്മളെല്ലാം ധർമ്മശാലയിൽ നിന്നു പോകും. ഇവിടെ ഒരു ഭിക്ഷുവും ഉണ്ടായിരിക്കില്ല. ആ നിമിഷത്തിൽ ധർമ്മശാല ചന്തകൾ, എരുമകൾ, ഗ്രാമങ്ങൾ, ഭിക്ഷുക്കൾ എന്നിവയിൽ നിന്ന് ശൂന്യമാകും. അതങ്ങിനെയാണെന്ന് താങ്കൾ സമ്മതിക്കുമോ?"

"ഉവ്വ് ഭഗവാൻ, ആ നിമിഷത്തിൽ ധർമ്മശാല ഈ വക വസ്തുക്കളിൽ നിന്ന് ശൂന്യമായിരിക്കും."

"ആനന്ദാ, നിറഞ്ഞത് എന്നതുകൊണ്ട് എപ്പോഴും അർത്ഥമാക്കുന്നത് എന്തിനാലോ നിറഞ്ഞത് എന്നാണ്. ഒഴിഞ്ഞത് എന്നതുകൊണ്ടർത്ഥമാക്കുന്നത് എന്തിനാലോ ഒഴിഞ്ഞത് എന്നാണ്. നിറഞ്ഞത്, ഒഴിഞ്ഞത് എന്നീ വാക്കുകൾക്ക് അവയുടെ സ്വന്തമായ അർത്ഥമില്ല."

"ഭഗവാൻ, ദയവായി അതൊന്നുകൂടി വിശദീകരിച്ചാലും."

"ഇത് നോക്കുക. ഒഴിഞ്ഞത് എപ്പോഴും ചന്തകൾ, എരുമകൾ, ഗ്രാമങ്ങൾ, ഭിക്ഷുമാർ ഇവപോലുള്ള എന്തിനെങ്കിലും കൊണ്ട് ഒഴിഞ്ഞതായിരിക്കും. ശൂന്യത എന്നത് സ്വതന്ത്രമായി സ്ഥിതി ചെയ്യുന്ന ഒന്നാണെന്ന് നമുക്ക് പറയാൻ കഴിയില്ല. നിറഞ്ഞതും അതുപോലെത്തന്നെയാണ്. എന്തിനാലോ നിറഞ്ഞതാണ് എപ്പോഴും നിറഞ്ഞതായിരിക്കുന്നത്. പൂർണ്ണത എന്നത് സ്വതന്ത്രമായി നിൽക്കുന്ന ഒന്നല്ല. ഈ നിമിഷത്തിൽ നമുക്കു പറയാൻ കഴിയും ധർമ്മശാല, ചന്തകൾ എരുമകൾ ഗ്രാമങ്ങൾ കൊണ്ട് ഒഴിഞ്ഞതാണ്. എല്ലാ ധർമ്മങ്ങളുടെ കാര്യത്തിലും,

എല്ലാ ധർമ്മങ്ങളും പൂർണ്ണമെന്ന് പറയുകയാണെങ്കിൽ, അവയെന്തിലാണ് പൂർണ്ണമായിരിക്കുന്നത്? എല്ലാ ധർമ്മങ്ങളും ശൂന്യമാണെന്ന് പറയുകയാണെങ്കിൽ, അവയെന്തിനാലാണ് ശൂന്യമായിരിക്കുന്നത്?"

"ഭിക്ഷുമാരെ, എല്ലാ ധർമ്മങ്ങളും അനശ്വരവും മാറ്റമില്ലാത്തതുമായ ഒരു സ്വത്വത്താൽ ശൂന്യമായിരിക്കുന്നു എന്നതാണ് എല്ലാ ധർമ്മങ്ങളുടെയും ശൂന്യത അർത്ഥമാക്കുന്നത്. എല്ലാ ധർമ്മങ്ങളുടെയും ശൂന്യത എന്നതിന്റെ അർത്ഥം അതാണ്. നിങ്ങൾക്കറിയാം എല്ലാ ധർമ്മങ്ങളും മാറ്റത്തിനും നാശത്തിനും വിധേയമാണ്. അതുകൊണ്ട് അവയ്ക്ക് വേറിട്ട, സ്വതന്ത്രമായ ഒരു സ്വത്വമുണ്ടെന്ന് പറയാൻ കഴിയില്ല. ഭിക്ഷുമാരെ, ശൂന്യം എന്നാൽ സ്വത്വത്തിന്റെ ശൂന്യത എന്നാണ്."

"ഭിക്ഷുമാരെ, മാറ്റമില്ലാത്തതും ശാശ്വതസ്വഭാവമുള്ളതുമായ പഞ്ചസഞ്ചിതങ്ങളിൽ, സഞ്ചിതമില്ല. ശരീരത്തിന്റെയും സ്പർശാനുഭവത്തിന്റെയും അവ ബോധങ്ങളുടെയും മനോരൂപീകരണങ്ങളുടെയും എല്ലാ സഞ്ചയങ്ങൾക്കും വേറിട്ട ഒരു സ്വത്വമില്ല. അവ മാറ്റമില്ലാത്തതും ശാശ്വതവുമായ ഒരു സ്വഭാവം ആർജ്ജിക്കുന്നില്ല. ശാശ്വതവും മാറ്റമില്ലാത്തതുമായ സ്വഭാവം ഒരത്യന്താപേക്ഷിത സ്വത്വമായിരിക്കും. അത്തരം സ്വതന്ത്രവും വേറിട്ടതുമായ ഒരു സ്വത്വത്തിന്റെ അസാന്നിധ്യത്തെ ധ്യാനിക്കുന്നത് ശൂന്യതയെ ധ്യാനിയ്ക്കലാണ്."

ആനന്ദൻ : "എല്ലാ ധർമ്മങ്ങളും സ്വത്വരഹിതമാണ്. ഇത് ഞങ്ങൾക്ക് മനസ്സിലാകുന്നു. എന്നാൽ പിന്നെ, ഭഗവാൻ, ധർമ്മങ്ങൾ യഥാർത്ഥത്തിൽ നിലനിൽക്കുന്നുണ്ടോ?"

ബുദ്ധൻ തന്റെ മുമ്പിൽ താഴെ ചെറിയ മേശമേൽ വെച്ചിട്ടുള്ള വെള്ളത്തിന്റെ പാത്രത്തിലേക്ക് നോക്കി. അദ്ദേഹം പാത്രത്തിലേക്കു ചൂണ്ടി ആനന്ദനോട് ചോദിച്ചു: "ആനന്ദാ, താങ്കൾ ഈ പാത്രം നിറഞ്ഞതായോ ഒഴിഞ്ഞതായോ ആണ് പറയുക?"

"പ്രഭോ, പാത്രം നിറയെ വെള്ളമുണ്ട്."

"ആനന്ദാ, ഈ പാത്രം പുറത്തേയ്ക്ക് കൊണ്ടുപോയി അതിന്നകത്തെ വെള്ളം മുഴുവൻ ഒഴിച്ച് കളയുക."

ബുദ്ധൻ നിർദ്ദേശിച്ചതുപോലെ ആനന്ദൻ ചെയ്തു. തിരിച്ചുവന്ന് അദ്ദേഹം പാത്രം മേശമേൽ വെച്ചു. ബുദ്ധൻ പാത്രമെടുത്ത് ഉയർത്തി, കമിഴ്ത്തി. അദ്ദേഹം ചോദിച്ചു : "ആനന്ദാ, ഇപ്പോൾ പാത്രം നിറഞ്ഞതോ ഒഴിഞ്ഞതോ?"

"ഭഗവാൻ, അതിപ്പോൾ നിറഞ്ഞതല്ല, ഒഴിഞ്ഞതാണ്."

"ആനന്ദാ, താങ്കൾക്കുറപ്പുണ്ടോ പാത്രം ഒഴിഞ്ഞതാണെന്ന്."

"ഉവ്വ്, ഭഗവാൻ പാത്രം ഒഴിഞ്ഞതാണെന്ന് എനിക്കുറപ്പുണ്ട്."

"ആനന്ദാ, ഈ പാത്രം ഇപ്പോൾ വെള്ളം നിറഞ്ഞതല്ല, പക്ഷേ, വായു

നിറഞ്ഞതാണ്. താങ്കൾ മറന്നേ പോയി! ശൂന്യമെന്നാൽ എന്തിന്റെയോ ശൂന്യത എന്നാണ്. ഇവിടെ ഈ പാത്രം വെള്ളത്താൽ ഒഴിഞ്ഞതാണ്. എന്നാൽ വായുവിനാൽ നിറഞ്ഞതാണ്."

"ഞാനിപ്പോൾ മനസ്സിലാക്കുന്നു"

"നല്ലത് ആനന്ദാ, ഈ പാത്രം ഒഴിഞ്ഞതോ നിറഞ്ഞതോ ആയിരിക്കാം. തീർച്ചയായും, നിറഞ്ഞതോ ഒഴിഞ്ഞതോ എന്നത് പാത്രത്തിന്റെ സാന്നിധ്യത്തെ ആശ്രയിച്ചാണ്. അത് ഈ ധർമ്മശാല പോലെയാണ്. നിറഞ്ഞതോ ഒഴിഞ്ഞതോ ആയിരിക്കുവാൻ അതവിടെ ഉണ്ടായിരിക്കണം."

"ഹാ!," ഭിക്ഷുമാർ ഒരൊറ്റ ശബ്ദത്തിൽ ആശ്ചര്യഭരിതരായി.

ആനന്ദൻ കൈകൾ കൂപ്പി, "അപ്പോൾ ഭഗവാൻ, ധർമ്മങ്ങൾ തീർച്ചയായും സ്ഥിതി ചെയ്യുന്നുണ്ട്. ധർമ്മങ്ങൾ യാഥാർത്ഥ്യങ്ങളാണ്."

ബുദ്ധൻ മന്ദഹസിച്ചു: "ആനന്ദാ, വാക്കുകളിൽ കുടുങ്ങിപ്പോകരുത്. സ്വത്വശൂന്യമായ പ്രതിഭാസങ്ങളാണ് ധർമ്മങ്ങളെങ്കിൽ അവയുടെ അസ്തിത്വം സാധാരണ അവബോധമല്ല. അവയുടെ അസ്തിത്വത്തിന് 'ശൂന്യത'യുടെ തുപോലെ അതേ അർത്ഥമുണ്ട്"

ആനന്ദൻ കൈകൾ കൂപ്പി, "ഭഗവാനെ, ദയവായി കൂടുതൽ വിശദീകരിച്ചാലും"

"ആനന്ദാ, നാം ഒരു ഒഴിഞ്ഞ പാത്രത്തെക്കുറിച്ചും നിറഞ്ഞ പാത്രത്തെക്കുറിച്ചും സംസാരിക്കുകയുണ്ടായല്ലോ. ഒഴിഞ്ഞതും നിറഞ്ഞതുമായ ഒരു ധർമ്മശാലയെക്കുറിച്ചും സംസാരിക്കുകയുണ്ടായി. ശൂന്യതയെക്കുറിച്ച് ഞാൻ ഹ്രസ്വമായി സംസാരിച്ചു. നിറവിനെക്കുറിച്ച് ഞാൻ കൂടുതൽ സംസാരിക്കാം."

"മേശയിലിരിക്കുന്ന പാത്രം വെള്ളത്താൽ ഒഴിഞ്ഞതാണെന്ന് ഞാൻ സമ്മതിക്കുമ്പോൾതന്നെ, നാം ആഴത്തിൽ നോക്കുകയാണെങ്കിൽ, അത് മുഴുവനായും സത്യമല്ലെന്ന് നമുക്ക് കാണാനാവും."

ബുദ്ധൻ പാത്രം ഉയർത്തി, ആനന്ദനെ നോക്കി. "പാത്രമുണ്ടാക്കിയിരിക്കുന്ന പരസ്പരം ഇഴചേർന്ന ധാതുക്കൾക്കിടയ്ക്ക് താങ്കൾക്ക് വെള്ളം കാണാനാവുന്നുണ്ടോ?"

"ഉവ്വ്; ഭഗവാൻ - വെള്ളമില്ലാതെ കുശവന് കളിമണ്ണ് കുഴച്ച് ഈ രൂപത്തിൽ പാത്രമുണ്ടാക്കാൻ കഴിയില്ല"

"അതു പ്രകാരം, ആനന്ദാ, നാം നേരത്തെ വെള്ളത്താൽ ഒഴിഞ്ഞതാണെന്ന് പറഞ്ഞ പാത്രത്തിൽ നാം ആഴത്തിൽ നോക്കുന്നപക്ഷം വെള്ളത്തിന്റെ സാന്നിധ്യം കാണാനാവും. പാത്രത്തിന്റെ സാന്നിധ്യം ജലത്തിന്റെ സാന്നിധ്യത്തെ ആശ്രയിച്ചാണ്. ആനന്ദാ, ഈ പാത്രത്തിൽ അഗ്നിധാതുക്കൾ താങ്കൾക്ക് കാണാനാവുമോ?"

“ഉവ്വ് ഭഗവാൻ. പാത്രം പൂർത്തിയാക്കുവാൻ അഗ്നി ആവശ്യമാണ്. കൂടുതൽ ആഴത്തിൽ നോക്കുമ്പോൾ ചൂടിന്റെയും അഗ്നിയുടെയും സാന്നിധ്യം എനിയ്ക്ക് പാത്രങ്ങളിൽ കാണാവുന്നുണ്ട്.”

“പിന്നെ, മറ്റെന്തൊക്കെയാണ് താങ്കൾക്ക് കാണാനാവുന്നത്?”

“ഞാൻ വായു കാണുന്നു. വായുവില്ലാതെ, തീ കത്താൻ കഴിയില്ല. കുശവന് ജീവിക്കാനും സാധ്യമല്ല. ഞാൻ കുശവനെയും അവന്റെ വിദഗ്ദ്ധമായ വിരലുകളും കാണുന്നു. ഞാനവന്റെ പ്രജ്ഞ കാണുന്നു. അടുപ്പും അടുപ്പിൽ വെച്ച വിറകും ഞാൻ കാണുന്നു. വിറകായ മരങ്ങൾ കാണുന്നു. മരങ്ങൾ വളരുവാൻ സാധ്യമാക്കിയ മണ്ണും സൂര്യനും മഴയും ഞാൻ കാണുന്നു. ഭഗവാൻ, ഈ പാത്രം സാധ്യമാക്കിയ ആയിരക്കണക്കിന് പരസ്പരം പൂരണമാകുന്ന ധാതുക്കൾ ഞാൻ കാണുന്നു.”

“ഗംഭീരം, ആനന്ദ! ഈ പാത്രം ശ്രദ്ധിച്ചാൽ ഈ പാത്രം സാധ്യമാക്കിയ പരസ്പരാശ്രിതമുള്ള ധാതുക്കൾ കാണാൻ കഴിയും. ആനന്ദാ, ഈ ധാതുക്കൾ ഈ പാത്രത്തിനുള്ളിലും പുറത്തുമുണ്ട്. താങ്കളുടെ സ്വന്തം അവബോധമാണ് അവയിലൊരു ധാതു. പാത്രത്തിൽനിന്ന് ചൂട് എടുത്ത് സൂര്യന് മടക്കി കൊടുക്കുക. കളിമണ്ണെടുത്ത് ഭൂമിക്ക് നൽകുക. വെള്ളം പുഴയ്ക്ക് നൽകുക. കുശവനെ അവന്റെ മാതാപിതാക്കൾക്ക് നൽകുക. വിറക് കാട്ടിലെ മരങ്ങൾക്ക് നൽകുക. പിന്നെ പാത്രത്തിന് അസ്തിത്വമുണ്ടോ?

“ഭഗവാൻ, പിന്നെ പാത്രത്തിന് അസ്തിത്വമില്ല. പാത്രം സാധ്യമാക്കിയ പരസ്പരപൂരണമായ ധാതുക്കൾ അവയുടെ സ്രോതസ്സുകളിലേക്ക് നിങ്ങൾ തിരിച്ചു നൽകുകയാണെങ്കിൽ, പിന്നീടൊരിക്കലും പാത്രം ഉണ്ടായിരിക്കില്ല.”

“ആനന്ദാ, ആശ്രിതമായ സഹോദയത്തിന്റെ നിയമം ശ്രദ്ധിച്ചാൽ നമുക്കറിയാം, പാത്രത്തിന് സ്വാശ്രയമായി നിലനിൽക്കാനാവില്ല. മറ്റ് സകല ധർമ്മങ്ങളുമായുള്ള പരസ്പരപൂരണത്തിൽ മാത്രമേ പാത്രം നിലനിൽക്കുന്നുള്ളൂ. എല്ലാ ധർമ്മങ്ങളും അവയുടെ ജനനത്തിനും നിലനില്പിനും മരണത്തിനും പരസ്പരം ആശ്രയിക്കുന്നു. വെറും ഒരു ധർമ്മത്തിന്റെ സാന്നിധ്യം എല്ലാ ധർമ്മങ്ങളുടെയും സാന്നിധ്യം സൂചിപ്പിക്കുന്നു. പരസ്പരപൂരണത്തിന്റെയും പരസ്പരാശ്രിതത്ത്വത്തിന്റെയും തത്ത്വം ഇതാകുന്നു.”

“ആനന്ദാ, പരസ്പരപൂരണം എന്നതിന്നർത്ഥം, ഇതിനുള്ളിൽ അതുണ്ട് എന്നാണ്. അതിൽ ഇതുണ്ട്. ഉദാഹരണത്തിന്, നാമീ പാത്രത്തെ നോക്കുമ്പോൾ നമുക്ക് കുശവനെ കാണാം. കുശവനെ നോക്കുമ്പോൾ പാത്രത്തെ കാണാം. പരസ്പരാശ്രിതത്ത്വത്തിന്നർത്ഥം “ഇതാകുന്നു അത്,” “അതാകുന്നു ഇത്” എന്നാണ്. ഉദാഹരണത്തിന്, തിര

കൾ വെള്ളമാണ്. വെള്ളം തിരകളാണ്. ആനന്ദാ, ഇപ്പോൾ ഈ ധർമ്മ ശാലയിൽ ചന്തകളോ എരുമകളോ ഗ്രാമങ്ങളോ ഇല്ല. പക്ഷേ, അത് നമ്മുടെ കാഴ്ചപ്പാടിൽ മാത്രമാണ്. യാഥാർത്ഥ്യത്തിൽ, ചന്തകളുടെയും എരുമകളുടെയും ഗ്രാമങ്ങളുടെയും സാന്നിധ്യമില്ലാതെ ഈ ധർമ്മശാലയ്ക്ക് നിലനിൽക്കാനാവില്ല. അങ്ങിനെ ആനന്ദാ, നാമീ ഒഴിഞ്ഞ ധർമ്മ ശാലയിലേയ്ക്ക് നോക്കുമ്പോൾ, നമുക്ക് ചന്തകളുടെയും എരുമകളുടെയും ജനപഥങ്ങളുടെയും സാന്നിധ്യം കാണാൻ കഴിയും. ഇതില്ലെങ്കിൽ അതില്ല. ശൂന്യതയുടെ അടിസ്ഥാനപൊരുൾ "ഇതുള്ളത് അതുകൊണ്ടാണ്."

പൂർണ്ണനിശ്ശബ്ദതയിൽ ഭിക്ഷുക്കൾ ശ്രദ്ധിച്ചു. ബുദ്ധന്റെ വാക്കുകൾ അവരിൽ അഗാധമായ മതിപ്പുളവാക്കി. ഒന്നു നിർത്തി, ഒരു ചെറിയ ഇടവേളയ്ക്കു ശേഷം, ബുദ്ധൻ വീണ്ടും ഒഴിഞ്ഞ പാത്രം ഉയർത്തി, പറഞ്ഞു: "ഭിക്ഷുമാരെ, ഈ പാത്രത്തിന് ഒറ്റയ്ക്ക് നിലനിൽക്കാനാവില്ല. മണ്ണ്, ജലം, വായു, അഗ്നി, കുശവൻ തുടങ്ങി പാത്രത്തിന്റേതല്ലെന്ന് നാം പറയുന്ന പലതരം സംജ്ഞകളും കൊണ്ടാണ് ഇതിവിടെയുള്ളത്. ഓരോ ധർമ്മവും മറ്റെല്ലാ ധർമ്മങ്ങളുടെയും പരസ്പരാശ്രിതത്ത്വത്തിലാണ് നിലനിൽക്കുന്നത്. പരസ്പരപൂരണത്തിന്റെയും പരസ്പരാശ്രിതത്വത്തിന്റെയും തത്ത്വങ്ങളാലാണ് എല്ലാ ധർമ്മങ്ങളും നിലനിൽക്കുന്നത്."

"ഭിക്ഷുമാരെ, ഈ പാത്രത്തിനെ ആഴത്തിൽ നോക്കുക. ഈ മുഴുവൻ പ്രപഞ്ചവും നിങ്ങൾക്കു കാണാം. ഈ മുഴുവൻ പ്രപഞ്ചത്തെയും ഈ പാത്രം ഉൾക്കൊള്ളുന്നു. ഈ പാത്രത്തിൽ ഒന്നുമാത്രമെ ഒഴിഞ്ഞ് നിൽക്കുന്നുള്ളു. അത് ഒരു വേറിട്ട, ഒറ്റയായ സ്വത്വമാണ്. എന്താണ് ഒരു വേറിട്ട, ഒറ്റയായ സ്വത്വം? മറ്റെല്ലാ ധാതുക്കളിൽനിന്നും സ്വതന്ത്രമായി, മുഴുവനായും തന്റേതായ നിലയിൽ നിലനിൽക്കുന്നതായ ഒരു സ്വത്വമാണത്. ഒരു ധർമ്മത്തിനും മറ്റ് ധർമ്മങ്ങളിൽ നിന്ന് സ്വതന്ത്രമായി നിലനിൽക്കാനാവില്ല. വേറിട്ട, അവശ്യമായ ഒരു സ്വത്വം ഒരു ധർമ്മവും ആർജ്ജിക്കുന്നില്ല. ശൂന്യതയുടെ അർത്ഥം അതാണ്. ശൂന്യമെന്നാൽ സ്വത്വത്തിന്റെ ശൂന്യതയാണ്."

"ഭിക്ഷുമാരെ, ഒരു വ്യക്തിയുടെ അടിസ്ഥാന ധാതുക്കൾ അഞ്ച് സഞ്ചയങ്ങളാണ്. രൂപത്തിന് ഒരു സ്വത്വമില്ല. കാരണത്തിന് സ്വതന്ത്രമായി നിലനിൽക്കാനാവില്ല. സ്പർശാനുഭവങ്ങളും അവബോധങ്ങളും മനോരൂപീകരണങ്ങളും പ്രജ്ഞയും രൂപത്തിനുള്ളിൽ നിലനിൽക്കുന്നു. സ്പർശാനുഭവങ്ങളും അതുപോലെ തന്നെയാണ്. സ്പർശാനുഭവങ്ങൾക്ക് ഒരു സ്വത്വമില്ല. കാരണം സ്പർശാനുഭവങ്ങൾക്ക് സ്വതന്ത്രമായ ഒരു നിലനില്പില്ല. രൂപവും അവബോധവും മനോരൂപീകരണങ്ങളും പ്രജ്ഞയും സ്പർശാനുഭവങ്ങൾക്കുള്ളിലാണ് മറ്റ് സഞ്ചയങ്ങ

ളുടെ കാര്യവും ഇതുപോലെത്തന്നെയാണ്. ഒരു സഞ്ചയത്തിന് വേറിട്ട അനന്യതയില്ല. നിലനില്പിന്നായി അഞ്ച് സഞ്ചയങ്ങളും ഒന്നിനൊന്ന് ആശ്രയിക്കുന്നു. അങ്ങനെ അഞ്ച് സഞ്ചയങ്ങളും ശൂന്യമാണ്."

"ഭിക്ഷുമാരെ, ആറിന്ദ്രിയങ്ങളും ആറിന്ദ്രിയ വസ്തുക്കളും ആറിന്ദ്രിയ പ്രജ്ഞകളും എല്ലാം ശൂന്യമാണ്. നിലനിൽക്കുവാനായി ഓരോ ഇന്ദ്രിയവും ഓരോ ഇന്ദ്രിയ വസ്തുവും ഓരോ ഇന്ദ്രിയ പ്രജ്ഞയും ആശ്രയിക്കുന്നത് മറ്റെല്ലാ ഇന്ദ്രിയങ്ങളെയും ഇന്ദ്രിയ വസ്തുക്കളെയും ഇന്ദ്രിയ പ്രജ്ഞകളെയും ആണ്. ഒരൊറ്റ ഇന്ദ്രിയവും ഇന്ദ്രിയ വസ്തുവും ഇന്ദ്രിയ പ്രജ്ഞയും സ്വതന്ത്രമായതും വേറിട്ടതുമായ സ്വഭാവം ഉൾക്കൊള്ളുന്നില്ല."

"ഭിക്ഷുമാരെ, ഒരിക്കൽക്കൂടി ഇതാവർത്തിക്കാൻ എന്നെ അനുവദിക്കുക. കാരണം, നിങ്ങൾക്കിത് ഓർമ്മിക്കുവാൻ എളുപ്പമാവും. ഇതുണ്ട്, അതിനാൽ അതുണ്ട്. നിലനിൽക്കാനായി ഓരോ ധർമ്മവും മറ്റൊന്നിനെ ആശ്രയിക്കുന്നു. അതുകൊണ്ട്, എല്ലാ ധർമ്മങ്ങളും ശൂന്യമാണ്. ശൂന്യമെന്നതുകൊണ്ട് അർത്ഥമാക്കുന്നത് സ്വതന്ത്രവും വേറിട്ടതുമായ സ്വത്വത്താൽ ശൂന്യമാണെന്നാണ്."

ആനന്ദൻ പറഞ്ഞു: "ഭഗവാൻ, ചില ബ്രാഹ്മണ പുരോഹിതരും ചില മത നേതാക്കളും ഗൗതമമുനി ഉന്മൂലനസിദ്ധാന്തം പഠിപ്പിക്കുന്നു എന്ന് ആരോപിക്കുന്നു. ജീവിതത്തിന്റെ എല്ലാറ്റിനെയും നിഷേധിക്കുന്നതിലേയ്ക്ക് അത് ജനങ്ങളെ നയിക്കുന്നു എന്നും അവർ പറയുന്നു. എല്ലാ ധർമ്മങ്ങളും ശൂന്യമാണെന്ന് അങ്ങ് പറഞ്ഞതുകൊണ്ട് അവരങ്ങയെ തെറ്റിദ്ധരിക്കുകയാണോ?"

ബുദ്ധൻ, "ആനന്ദാ, ബ്രാഹ്മണ പുരോഹിതരും മറ്റ് നേതാക്കളും ഇതേപ്പറ്റി ശരിയായിട്ടല്ല പറയുന്നത്. ഞാനൊരിക്കലും ഉന്മൂലനസിദ്ധാന്തം പഠിപ്പിച്ചിട്ടില്ല. ജീവനെ നിഷേധിക്കുന്നതിലേയ്ക്ക് ഞാനാരേയും നയിച്ചിട്ടില്ല. ആനന്ദാ, മിഥ്യാവീക്ഷണങ്ങളിൽ ജനങ്ങളെ ഏറ്റവുമധികം കുരുക്കുന്നത് രണ്ടെണ്ണമാണ്. ഉണ്ടെന്നും ഇല്ലെന്നും ഉള്ള കാഴ്ചപ്പാട്. എല്ലാ വസ്തുക്കൾക്കും വേറിട്ടതും ശാശ്വതവുമായ ഒരു സ്വത്വസ്വഭാവം ഉണ്ടെന്നതാണ് ആദ്യത്തെ കാഴ്ചപ്പാട്. എല്ലാ വസ്തുക്കളും മായയാണെന്നതാണ് രണ്ടാമത്തേത്. രണ്ടിൽ കുടുങ്ങിയാലും നിങ്ങൾക്ക് സത്യം കാണാൻ കഴിയില്ല."

"ആനന്ദാ, ഒരിക്കൽ കചായന ഭിക്ഷു എന്നോടു ചോദിച്ചു; "ഗുരുനാഥാ, എന്താണ് തെറ്റായ കാഴ്ചപ്പാട്, എന്താണ് ശരിയായ കാഴ്ചപ്പാട്?" ഉണ്ടെന്ന ധാരണയിലോ ഇല്ലെന്ന ധാരണയിലോ കുടുങ്ങിപ്പോകുന്നതാണ് തെറ്റായ കാഴ്ചപ്പാട് എന്ന് ഞാൻ മറുപടി പറഞ്ഞു. യാഥാർത്ഥ്യത്തിന്റെ ശരിയായ പ്രകൃതത്തിലേയ്ക്ക് നോക്കുന്നതോടെ,

നാമൊരിക്കലും രണ്ട് കാഴ്ചപ്പാടുകളാലും ബന്ധിതരാകുന്നില്ല. ശരിയായ കാഴ്ചപ്പാടുള്ള ഒരാൾ എല്ലാ ധർമ്മങ്ങളിലും ജനനത്തിന്റെയും മരണത്തിന്റെയും പ്രക്രിയകൾ മനസ്സിലാക്കുന്നു. അസ്തിത്വത്തിന്റെയും അനസ്തിത്വത്തിന്റെയും ചിന്തകളാൽ, അതുകൊണ്ടയാൾ, അസ്വസ്ഥനാക്കപ്പെടുന്നില്ല. ദുരിതമുണ്ടാകുമ്പോൾ, ദുരിതമുണ്ടാകുന്നത് ശരിയായ കാഴ്ചപ്പാട് വഴി അയാൾ അറിയുന്നു. ശരിയായ കാഴ്ചപ്പാടുള്ള ഒരാളിനെ ധർമ്മങ്ങളുടെ ഉദിക്കലും അസ്തമിക്കലും ബാധിക്കുന്നില്ല. അനശ്വരതയും മായയും തെറ്റായ കാഴ്ചപ്പാടുകളുടെ രണ്ടറ്റങ്ങളാണ്. സ്വാശ്രിതമായ സഹോദയം രണ്ടറ്റങ്ങളെയും അധഃകരിച്ച് മദ്ധ്യത്തിൽ വർത്തിക്കുന്നു."

"ആനന്ദാ, ഉണ്ടെന്നും ഇല്ലെന്നുമുള്ള കല്പനകൾ യാഥാർത്ഥ്യവുമായി യോജിക്കാത്തവയാണ്. അത്തരം കല്പനകളുടെ അതിർത്തികളെ യാഥാർത്ഥ്യം അധഃകരിക്കുന്നു. ഉണ്ടെന്നും ഇല്ലെന്നും ഉള്ള കല്പനകളെ അധഃകരിച്ചവനാരോ അവനാണ് ഉദ്ബുദ്ധനായവൻ."

"ആനന്ദാ, ഉണ്ടെന്നും ഇല്ലെന്നും മാത്രമല്ല ശൂന്യമായിരിക്കുന്നത് ജനനവും മരണവും ശൂന്യമാണ്. അവയും വെറും കല്പനകൾ മാത്രമാണ്."

ആനന്ദൻ, "ഭഗവാൻ, ജനനവും മരണവും ശൂന്യമാണെങ്കിൽ, എല്ലാ ധർമ്മങ്ങളും നശ്വരമാണെന്ന്, നിരന്തരം ജനിക്കുകയും മരിക്കുകയും ചെയ്തുകൊണ്ടിരിക്കുകയാണെന്ന്, അങ്ങ് എന്തുകൊണ്ടാണ് പലപ്പോഴും പറഞ്ഞിട്ടുള്ളത്?"

"ആനന്ദാ, ആപേക്ഷിക തലത്തിൽ, കേവലമായ തലത്തിൽ, ധർമ്മങ്ങൾ ജനിക്കുകയും മരിക്കുകയുമാണെന്ന് നാം പറയുന്നു. എന്നാൽ, പരിപൂർണ്ണമായ കാഴ്ചപ്പാടിൽ, എല്ലാ ധർമ്മങ്ങളും സ്വാഭാവികമായും ജനനരഹിതവും മരണരഹിതവുമാണ്."

"ഭഗവാൻ, ദയവായി വിശദീകരിച്ചാലും"

"ആനന്ദാ, ധർമ്മശാലയ്ക്കുമുമ്പിൽ താങ്കൾ നട്ട ബോധിവൃക്ഷം തന്നെ ഉദാഹരണമായെടുക്കാം. എപ്പോഴാണ് അത് ജനിച്ചത്?"

"ഭഗവാൻ, നാല് വർഷങ്ങൾക്ക് മുമ്പ്, വിത്തിൽനിന്ന് വേരുപൊട്ടിയ നിമിഷത്തിൽ"

"ആനന്ദാ, അതിനുമുമ്പ് ആ ബോധിവൃക്ഷം ഉണ്ടായിരുന്നില്ലേ?"

"ഇല്ല പ്രഭോ, അതിനുമുമ്പ് ആ ബോധിവൃക്ഷം ഉണ്ടായിരുന്നില്ല."

"ബോധിവൃക്ഷം ഒന്നുമില്ലായ്മയിൽ നിന്നാണുണ്ടായതെന്നാണോ താങ്കൾ അർത്ഥമാക്കുന്നത്? ഏതെങ്കിലും ധർമ്മം ഒന്നുമില്ലായ്മയിൽ നിന്നുണ്ടാകുമോ?"

ആനന്ദൻ നിശ്ശബ്ദനായി.

ബുദ്ധൻ തുടർന്നു: "ഒന്നുമില്ലായ്മയിൽ നിന്നുണ്ടാകുന്ന ഒരു ധർമ്മവും ഈ പ്രപഞ്ചത്തിലില്ല ആനന്ദാ. വിത്തില്ലെങ്കിൽ ബോധിവൃക്ഷമില്ല. ബോധിവൃക്ഷം അതിന്റെ അസ്തിത്വത്തിന് കടപ്പെട്ടിരിക്കുന്നത് വിത്തിനോടാണ്. വിത്തിന്റെ തുടർച്ചയാണ് വൃക്ഷം. വിത്ത് മണ്ണിലേയ്ക്ക് വേരുകൾ തുളച്ചിറക്കുന്നതിന് മുമ്പ്, ബോധിവൃക്ഷം വിത്തിനുള്ളിൽ നേരത്തെ ഉണ്ടായിരുന്നു. നേരത്തെ ഉള്ള ഒരു ധർമ്മത്തിന് എങ്ങനെയാണ് ജനിക്കാനാവുക? ബോധിവൃക്ഷത്തിന്റെ സ്വഭാവം ജനനം ഇല്ലാത്തതാണ്."

ബുദ്ധൻ ആനന്ദനോട് ചോദിച്ചു: "മണ്ണിലേയ്ക്ക് വേരുകൾ തുളച്ചിറക്കിയ ശേഷം വിത്ത് മരിച്ചുവോ?"

"ഉവ്വ്, ഭഗവാൻ, വൃക്ഷത്തിന് ജന്മം നൽകാനായി വിത്ത് മരിച്ചു."

"ആനന്ദാ, വിത്ത് മരിക്കുകയുണ്ടായില്ല. മരിക്കുകയെന്നതിന്നർത്ഥം അസ്തിത്വത്തിൽ നിന്ന് അസ്തിത്വത്തിലേയ്ക്ക് പോകുകയെന്നതാണ്. ഈ പ്രപഞ്ചത്തിൽ ഏതെങ്കിലും ധർമ്മത്തിന് അസ്തിത്വത്തിൽനിന്ന് അനസ്തിത്വത്തിലേയ്ക്ക് പോകാൻ കഴിയുമോ? ഒരില, ധൂളിയുടെ ഒരു അണു, ഒരു ധൂപചുരുൾ, ഇവയൊന്നും തന്നെ അസ്തിത്വത്തിൽ നിന്ന് അനസ്തിത്വത്തിലേയ്ക്ക് പോകുന്നില്ല. ഈ ധർമ്മങ്ങളെല്ലാം വ്യത്യസ്ത ധർമ്മങ്ങളിലേയ്ക്ക് പരിവർത്തനം ചെയ്യുന്നു. അത്രമാത്രം. ബോധി വിത്തും അതുപോലെയാണ്. വിത്ത് മരിക്കുന്നില്ല. അത് വൃക്ഷത്തിലേയ്ക്ക് പരിവർത്തിതമായി. വിത്തും വൃക്ഷവും ജനനരഹിതവും മരണരഹിതവും ആണ്. ആനന്ദാ, വിത്തും വൃക്ഷവും, നിങ്ങളും ഞാനും ഭിക്ഷുക്കളും ധർമ്മശാലയും ഇലയും ധൂളിയും അണുവും ധൂമവും ചുരുളും എല്ലാം ജനനവും മരണവും ഇല്ലാത്തതാണ്."

"ആനന്ദാ, എല്ലാ ധർമ്മങ്ങളും ജനനവും മരണവും ഇല്ലാത്തതാണ്. ജനനവും മരണവും മനോകല്പനകൾ മാത്രമാണ്. എല്ലാ ധർമ്മങ്ങളും നിറഞ്ഞതോ ഒഴിഞ്ഞതോ അല്ല. സൃഷ്ടിക്കപ്പെട്ടതോ സംഹരിക്കപ്പെട്ടതോ അല്ല. മലിനമോ നിർമ്മലമോ അല്ല. വർധിക്കുന്നതോ ക്ഷയിക്കുന്നതോ അല്ല. ഏകമോ അനേകമോ അല്ല. ഇവയെല്ലാം തന്നെ കല്പനകൾ മാത്രമാണ്. എല്ലാ വസ്തുക്കളുടെയും ശരിയായ സ്വഭാവം സാക്ഷാത്കരിക്കുന്നതിനായി സ്വഭാവത്തെ വിവേചിക്കുന്ന എല്ലാ ധർമ്മങ്ങളെയും അധഃകരിക്കുവാൻ സാധിക്കും, എല്ലാ ധർമ്മങ്ങളുടെയും ശൂന്യമായ സ്വഭാവത്തെ ധ്യാനിക്കുക വഴി."

"ആനന്ദാ, നിറഞ്ഞതോ ഒഴിഞ്ഞതോ ഇല്ല, ജനനമോ മരണമോ ഇല്ല. ആയിത്തീരലോ അലിഞ്ഞു തീരലോ ഇല്ല, എന്നതാണ് എല്ലാ വസ്തുക്കളുടെയും ശരിയായ സ്വഭാവം. ജനനത്തിന്റെയും മരണത്തിന്റെയും നിറവിന്റെയും ശൂന്യതയുടെയും ആയിത്തീരലിന്റെയും

അലിഞ്ഞു തീരലിന്റെയും ലോകം ഉയരുന്നത് ആ ശരിയായ സ്വഭാവത്തെ അടിസ്ഥാനപ്പെടുത്തിയാണ്. അല്ലെങ്കിൽ പിന്നെ, ജനനത്തിൽ നിന്നും മരണത്തിൽ നിന്നും, നിറയലിൽ നിന്നും ശൂന്യതയിൽ നിന്നും, ആയിത്തീരലിൽ നിന്നും അലിഞ്ഞു തീരലിൽ നിന്നും എങ്ങനെയാണ് പുറത്തേയ്ക്കൊരു വഴിയുണ്ടാവുക?"

"ആനന്ദാ, നിങ്ങൾ എപ്പോഴെങ്കിലും കടൽത്തീരത്ത് നിന്നിട്ടുണ്ടോ? കടലിന്റെ ഉപരിതലത്തിൽ തിരകൾ ഉയരുന്നതും വീഴുന്നതും നോക്കിയിട്ടുണ്ടോ? ജനനമില്ലായ്മയും മരണമില്ലായ്മയും ജലം പോലെയാണ്. ജനനവും മരണവും തിരകൾ പോലെയാണ്. ആനന്ദാ, വലിയ തിരകളും ചെറുതിരകളും ഉണ്ട്. ഉയർന്ന തിരകളും താഴ്ന്ന തിരകളും ഉണ്ട്. തിരകൾ ഉയരുന്നു, താഴുന്നു. പക്ഷേ, ജലം ശേഷിക്കുന്നു. ജലമില്ലെങ്കിൽ തിരകൾ ഉണ്ടായിരിക്കില്ല. തിരകൾ ജലത്തിലേയ്ക്ക് മടങ്ങുന്നു. തിരകൾ ജലമാണ്, ജലം തിരകളാണ്. തിരകൾ പൊങ്ങുകയും താഴുകയും ചെയ്താലും, അവ തങ്ങൾ ജലം തന്നെയെന്ന് മനസ്സിലാക്കുകയാണെങ്കിൽ, അവ ജനനത്തിന്റെയും മരണത്തിന്റെയും തോന്നലുകൾ അധഃകരിക്കും. മരണത്തെപ്രതി അവ ക്ലേശിക്കുകയോ ഭയപ്പെടുകയോ ദുരിതപ്പെടുകയോ ഇല്ല."

"ഭിക്ഷുമാരെ, എല്ലാ ധർമ്മങ്ങളുടെയും ശൂന്യസ്വഭാവത്തിന്മേലുള്ള ധ്യാനം അമേയമാണ്. എല്ലാ ഭയങ്ങളിൽ നിന്നും ക്ലേശങ്ങളിൽ നിന്നും ദുരിതങ്ങളിൽ നിന്നും അത് വിമോചനത്തിലേയ്ക്ക് നയിക്കുന്നു. ജനനത്തിന്റെയും മരണത്തിന്റെയും ലോകത്തെ അധഃകരിക്കുവാൻ അത് നിങ്ങളെ സഹായിക്കും. നിങ്ങൾ ധ്യാനം പരിശീലിക്കുക."

ബുദ്ധൻ പ്രഭാഷണം അവസാനിപ്പിച്ചു.

ഇത്രയും ഗഹനമായും അമേയമായും ബുദ്ധൻ സംസാരിക്കുന്നത് സ്വാസ്തി ഒരിക്കലും കേട്ടിട്ടില്ല. ബുദ്ധന്റെ മുതിർന്ന ശിഷ്യന്മാരുടെ കണ്ണുകൾ ആനന്ദത്താൽ പ്രകാശിച്ചു. അവർ മന്ദഹസിച്ചു. ബുദ്ധന്റെ വാക്കുകൾ താൻ ഗ്രഹിച്ചതായി സ്വാസ്തിക്കു തോന്നി. പക്ഷേ, അവയുടെ ആഴത്തിലുള്ള അർത്ഥത്തിലേക്ക് തുളച്ചിറങ്ങാൻ അദ്ദേഹത്തിനായില്ല. വരും ദിവസങ്ങളിൽ ആനന്ദൻ ധർമ്മപ്രഭാഷണം മുഴുവനായും ആവർത്തിക്കുമെന്ന് അവനറിയാം. ബുദ്ധൻ എന്താണ് പറഞ്ഞതെന്ന് അന്നേരം മുതിർന്ന ശിഷ്യന്മാർ ചർച്ച ചെയ്യുമ്പോൾ അറിയാൻ ഒരവസരം ലഭിക്കും.

66. നാല് പർവ്വതങ്ങൾ

ഒരു ദിവസം അതിരാവിലെ, നിറകണ്ണുകളുമായി അഭിവന്ദ്യനായ മൊഗ്ഗല്ലാന ബുദ്ധനെ കാണാനെത്തി. എന്താണ് കാര്യമെന്ന് ബുദ്ധൻ ചോദിച്ചു. മൊഗ്ഗല്ലാന ഇങ്ങനെ മറുപടി പറഞ്ഞു: "ഭഗവാൻ, ഇന്നലെ രാത്രി ധ്യാനവേളയിൽ, എന്റെ ചിന്തകൾ അമ്മയിലേയ്ക്ക് തിരിഞ്ഞു. അവരെ കുറിച്ചുള്ള ചിന്തകളിൽ ഞാൻ ശ്രദ്ധാലുവായി. ചെറുപ്പത്തിൽ, ഞാനവരെ ദുഃഖിപ്പിച്ചിട്ടുണ്ടെന്ന് എനിക്കറിയാം. പക്ഷേ, അതായിരുന്നില്ല എന്റെ വേദനയുടെ ഹേതു. അവർ ജീവിച്ചിരുന്നപ്പോൾ എനിയ്ക്കവരെ സഹായിക്കാൻ സാധിച്ചില്ലല്ലോ എന്ന അറിവിൽ നിന്നാണ് എന്റെ വേദനയുദിച്ചത്. മരണത്തിലും എനിക്കവരെ സഹായിക്കാനായില്ല. ഭഗവാൻ, എന്റമ്മയുടെ കർമ്മം കനത്തതാണ്. ജീവിതത്തിൽ അവർ ഒരുപാട് കുറ്റങ്ങൾ ചെയ്തിട്ടുണ്ട്. അവരുടെ ചീത്ത കർമ്മം അവരെ പിന്തുടരുന്നുണ്ടെന്നുള്ളത് എനിക്കുറപ്പാണ്. തുടർന്നും അവരെ അത് ദുരിതപ്പെടുത്തുന്നുണ്ട്. ധ്യാനത്തിൽ ഞാനെന്റെ അമ്മയെ കണ്ടു. ഇരുട്ടിൽ ദുർഗ്ഗന്ധപൂരിതമായ ഒരിടത്ത് ശവംതീനി പ്രേതമായി. അരികിൽ ഒരു പാത്രം ചോറുണ്ട്. ഞാനതവർക്ക് നൽകാമെന്ന് പറഞ്ഞു. പക്ഷേ, അവർ ചോറ് വായിലിട്ടതും അത് കനൽക്കട്ടകളായി മാറി. വേദനയിൽ അതവർക്ക് തുപ്പിക്കളയേണ്ടി വന്നു. ഭഗവാൻ, ഈ രൂപം എന്നിൽനിന്ന് പോകുന്നില്ല. എങ്ങനെയവരുടെ ചീത്ത കർമ്മം ലഘൂകരിക്കണമെന്നും അവരെ സ്വതന്ത്രയാക്കാൻ സഹായിക്കണമെന്നും എനിക്കറിയില്ല."

ബുദ്ധൻ ചോദിച്ചു: "ജീവിച്ചിരുന്നപ്പോൾ അവർ എന്തൊക്കെ തെറ്റുകളാണ് ചെയ്തത്?"

മൊഗ്ഗല്ലാന: "ഭഗവാൻ, അവർ ജീവനെ ബഹുമാനിച്ചിരുന്നില്ല. അനേകം ജീവികളെ കൊല്ലേണ്ടതായിരുന്നു അവരുട ജോലി. ശരിയായ ഭാഷണം അവർ ശീലിച്ചിരുന്നില്ല. അവരുടെ വാക്കുകൾ പലപ്പോഴും മറ്റുള്ളവർക്ക് ദുരിതകാരണങ്ങളായി. ജീവനുള്ള മരങ്ങൾ വെട്ടിമുറിച്ച് മൃതമായവയെ തൽസ്ഥാനത്ത് നടുന്ന ഒരുവളെപ്പോലെയായിരുന്നു അവർ. അവരുടെ അതിക്രമങ്ങൾ ഓരോന്നും എണ്ണിപ്പറയാൻ എനിക്ക് ധൈര്യമില്ല. അഞ്ച് ധർമ്മോപദേശങ്ങളും അവർ ലംഘിച്ചു എന്ന് പറഞ്ഞാൽ മതി."

"ഭഗവാൻ, എന്റമ്മയുടെ കർമ്മം വിലോമമമാക്കുവാൻ എന്തും സഹിക്കാൻ ഞാൻ തയ്യാറാണ്. ഭഗവാൻ, അങ്ങയുടെ കാരുണ്യത്തിൽ, ഞാനെന്ത് ചെയ്യണമെന്ന് പറഞ്ഞാലും"

ബുദ്ധൻ: "മൊഗ്ഗല്ലാന, അമ്മയോടുള്ള താങ്കളുടെ സ്നേഹം എന്നെ വളരെയേറെ സ്പർശിക്കുന്നു. നമുക്ക് നമ്മുടെ മാതാപിതാക്കളോടുള്ള കടപ്പാട് ആകാശംപോലെ വിശാലവും സാഗരംപോലെ അഗാധവുമാണ്. ആ കടപ്പാട് രാപ്പകൽ നാം മറക്കാൻ പാടില്ല. ബുദ്ധന്മാരും വിശുദ്ധന്മാരും ഇല്ലാത്ത കാലത്ത് മാതാപിതാക്കളായിരുന്നിരിക്കണം ബുദ്ധന്മാരും വിശുദ്ധന്മാരും. മൊഗ്ഗല്ലാന, അമ്മ ജീവിച്ചിരിക്കുമ്പോൾ താങ്കൾ അവരെ കഴിയുന്നത്ര സഹായിച്ചു. അവർ മരിച്ചിട്ടും അവരെപ്പറ്റിയുള്ള ആശങ്ക തുടരുന്നു. അവരോടുള്ള താങ്കളുടെ സ്നേഹം എത്രമാത്രം അഗാധമാണെന്നാണ് ഇത് കാണിക്കുന്നത്. അതറിയുന്നതിൽ എനിക്ക് സന്തോഷമുണ്ട്"

"മൊഗ്ഗല്ലാന, സ്വന്തം മാതാപിതാക്കൾക്ക് ഉപചാരമർപ്പിക്കാനുള്ള വളരെ പ്രധാനപ്പെട്ട ഒരു മാർഗ്ഗം, ആനന്ദത്തിന്റെയും ധാർമ്മികതയുടെയും ഒരു ജീവിതം ജീവിക്കുകയെന്നതാണ്. നമുക്ക് അവരോടുള്ള കടപ്പാട് നിവർത്തിക്കാനും അവർക്ക് നമ്മോടുള്ള അഭിലാഷങ്ങൾ സഫലമാക്കാനും ഉള്ള ഏറ്റവും നല്ല മാർഗ്ഗം അതാണ്. മൊഗ്ഗല്ലാന, താങ്കളുടെ ജീവിതം അത്തരമൊന്നാണ്. ശാന്തിയും സന്തോഷവുമുള്ള ആനന്ദവും ധാർമ്മികതയുമുള്ള താങ്കളുടെ ജീവിതം മറ്റെല്ലാവർക്കും ഒരു മാതൃകയാണ്. താങ്കൾ അനേകം പേരെ മാർഗ്ഗം കാണുവാൻ സഹായിച്ചിട്ടുണ്ട്. അമ്മയെ മുൻനിർത്തി താങ്കളുടെ ജീവിതവും ശ്രേയസ്സും സമർപ്പിക്കുക. അവരുടെ കർമ്മം പരിവർത്തിതമാകും.

"മൊഗ്ഗല്ലാന, താങ്കളുടെ അമ്മയെ സഹായിക്കുവാനായി ഞാനൊരു നിർദ്ദേശം വെയ്ക്കാം. വിശ്രാന്തി കാലത്തിന്റെ അവസാനത്തിൽ - പാവർണനാളിൽ - എല്ലാവരെയും വിളിച്ചു ചേർത്ത് ഒരു സംക്രമണചടങ്ങ് അമ്മയ്ക്കായി നടത്തുക. നമ്മുടെ ധർമ്മം അവരിലേക്ക് സംക്രമിപ്പിക്കാനായി ഒത്തൊരുമിച്ച് പ്രാർത്ഥിക്കുക. നമ്മുടെ സംഘത്തിൽ അനേകം പേർ അഗാധമായ ശ്രദ്ധയും ധർമ്മവും ഉള്ളവരാണ്. അവരുടെ സംക്രമണോർജ്ജവും പ്രാർത്ഥനകളും താങ്കളുടേതുമായി സംയോജിപ്പിച്ചാൽ അതൊരു വലിയ ശക്തി തന്നെയായിരിക്കും. അതോടെ, താങ്കളുടെ അമ്മയുടെ കർമ്മം അലിഞ്ഞു തീരും; ശരിയായ ധർമ്മപാതയിൽ പ്രവേശിക്കാൻ അവർക്കൊരവസരം ലഭിക്കും."

"ഇതേ നിലയിലുള്ള മറ്റു പലരും നമ്മുടെ സംഘത്തിലുണ്ടാകാം."

എല്ലാവരുടെയും മാതാപിതാക്കൾക്കുവേണ്ടി നമുക്കീ ചടങ്ങ് സംഘടിപ്പിക്കാം. ജീവിച്ചിരിക്കുന്നവരും മരിച്ചവരുമായ എല്ലാ മാതാപിതാ

ക്കൾക്കു വേണ്ടിയും പാർവണ ദിനത്തിൽ സവിശേഷമായ ഒരു സംക്രമണ ചടങ്ങ് നടത്തുവാൻ സരിപുത്രനോട് പറയുക. നമ്മുടെ മാതാപിതാക്കളോടും പൂർവ്വികരോടും നമുക്കുള്ള കടപ്പാട് യുവതലമുറയെ പഠിപ്പിക്കുവാൻ ഇത് നല്ലൊരവസരം കൂടിയാകും.

"മൊഗ്ഗല്ലാന, മിക്കവരും മാതാപിതാക്കൾ മരിച്ചശേഷമാണ് അവരെ ബഹുമാനിക്കുക. മാതാപിതാക്കൾ ഉണ്ടാവുകയെന്നത് മഹത്തായ ആനന്ദമാണ്. മാതാപിതാക്കൾ മക്കൾക്ക് മഹത്തായ ആനന്ദത്തിന്റെ ഉറവിടമാണ്. ജീവിച്ചിരിക്കുന്ന കാലത്ത് മക്കൾ മാതാപിതാക്കളെ ഹൃദയത്തിൽ കുടിവെയ്ക്കണം. അവരെ ശരിക്കും സന്തോഷിപ്പിക്കാനുള്ള മാർഗ്ഗങ്ങൾ ആരാഞ്ഞുകൊണ്ട്. മാതാപിതാക്കൾ ജീവിച്ചിരുന്നാലും മരിച്ചാലും നമ്മുടെ സൽപ്രവൃത്തികൾ അവർക്ക് സന്തോഷവും ശ്രേയസ്സും പ്രദാനം ചെയ്യും. നിർധനരെയും നിരാലംബരെയും സഹായിക്കുക. അനാഥരെ സന്ദർശിക്കുക. തടവുകാരെ സ്വതന്ത്രരാകാൻ സഹായിക്കുക. കശാപ്പുകാരന്റെ കത്തിയിൽനിന്ന് അറവു മൃഗങ്ങളെ മോചിപ്പിക്കുക. മരങ്ങൾ നടുക. ഇത്തരം കാരുണ്യപ്രവൃത്തികൾ നമ്മുടെ ഇപ്പോഴത്തെ നിലയെ മാറ്റിത്തീർക്കും. നമ്മുടെ മാതാപിതാക്കൾക്ക് സന്തോഷം പ്രദാനം ചെയ്യുകയും ചെയ്യും. പാർവണ നാളിൽ ഇത്തരം കാരുണ്യപ്രവൃത്തികൾ ചെയ്യാൻ നാം ഏവരേയും പ്രോത്സാഹിപ്പിക്കണം."

അത്യധികം ആശ്വാസത്തോടെ മൊഗ്ഗല്ലാന ബുദ്ധനെ വണങ്ങി.

അന്നുച്ചതിരിഞ്ഞ് നടന്ന ധ്യാനത്തിനുശേഷം, ബുദ്ധൻ വിഹാരത്തിന്റെ കവാടത്തിൽ വെച്ച് പസേനദി രാജാവിനെ കണ്ടു. അവർ പരസ്പരം അഭിവാദ്യങ്ങൾ കൈമാറുന്ന നേരം, നിഗ്രന്ഥ വിഭാഗത്തിൽ നിന്നുള്ള നാല് സന്യാസിമാർ അവരെ കടന്നു പോയി. ഈ വിഭാഗത്തിലെ സന്യാസിമാർ വസ്ത്രങ്ങൾ ഉടുക്കാറില്ല. തീവ്രമായ വിരക്തി പരിശീലിച്ചു. തലയും താടിയും വടിച്ചില്ല. നഖങ്ങൾ മുറിച്ചില്ല. രാജാവ് ബുദ്ധനോട് ക്ഷമ ചോദിച്ച് ആ സന്യാസിമാരെ സമീപിച്ചു. അദ്ദേഹം ബഹുമാനത്തോടെ അവരെ വണങ്ങി. "ഉന്നത ധർമ്മം പുലർത്തുന്ന അഭിവന്ദ്യരായ സന്യാസി ശ്രേഷ്ഠരെ, ഞാൻ പസേനദി കോസല രാജൻ." ബുദ്ധന്റെ അടുത്തേയ്ക്ക് മടങ്ങുന്നതിനു മുമ്പായി അദ്ദേഹം രണ്ടുതവണ അവരെ വണങ്ങി; അതേ വാക്കുകൾ ആവർത്തിച്ചു. അവർ കാഴ്ചയിൽ നിന്ന് മറഞ്ഞശേഷം, അദ്ദേഹം ബുദ്ധനോട് ചോദിച്ചു: "ഭഗവാൻ, ആ സന്ന്യാസിമാരിലാരെങ്കിലും ആർഹതത്ത്വം ഇതുവരെയും കൈവരിച്ചിട്ടുണ്ടോ? അത്തരം ഫലങ്ങൾ സിദ്ധിക്കുന്നതിന് അടുത്തെത്തിയിട്ടുണ്ടോ അവരിലാരെങ്കിലും?"

ബുദ്ധൻ : "മഹാരാജൻ, അങ്ങ് ഒരു ഭരണാധികാരിയുടെ ജീവിതം ജീവിക്കുന്നു. ഭരണവും രാഷ്ട്രീയവുമായിട്ടാണ് അങ്ങേയ്ക്ക് ബന്ധം.

ഏതൊക്കെ സന്യാസിമാർ ആത്മീയമായി ഏതൊക്കെ തലത്തിൽ എത്തിയിട്ടുണ്ടെന്നറിയുക അങ്ങയെപ്പോലുള്ളവർക്ക് ബുദ്ധിമുട്ടുള്ള കാര്യമാണ്. അത് സ്വാഭാവികം. എന്നാൽ, സത്യത്തിൽ ആരെയെങ്കിലും ഒന്നോ രണ്ടോ തവണ കണ്ടതുകൊണ്ടു മാത്രം അയാൾ ഉദ്ബുദ്ധത സിദ്ധിച്ചവനാണോയെന്നറിയുക ദുഷ്കരമാണ്. അതിന് അവരുമായി അടുത്തിടപഴകേണ്ടത് ആവശ്യമാണ്. ക്ലേശകരമായ ചുറ്റുപാടുകളോട് അവരെങ്ങിനെ പ്രതികരിക്കുന്നു, മറ്റുള്ളവരോട് എങ്ങനെ ഇടപെടുന്നു എന്നൊക്കെ അറിഞ്ഞാൽ മാത്രമേ അവരുടെ ജ്ഞാനത്തിന്റെ ആഴവും ധർമ്മവും സിദ്ധിയും മനസ്സിലാക്കാനാകൂ."

രാജാവിന് കാര്യം മനസ്സിലായി. അദ്ദേഹം പറഞ്ഞു, "ഭഗവാൻ, മറ്റ് സ്ഥലങ്ങളിലെ സാഹചര്യങ്ങൾ അന്വേഷിച്ചറിയുവാൻ ഞാൻ ചാരന്മാരെ വിടുന്നതു പോലെയാണത്. അവർ വേഷപ്രച്ഛന്നരായിട്ടാണ് പോകുക, തിരിച്ചറിയാതിരിക്കാൻ. അവർ കൊട്ടാരത്തിലേയ്ക്ക് മടങ്ങിവരുമ്പോൾ, പലപ്പോഴും എനിക്കുതന്നെ അവരെ തിരിച്ചറിയാൻ സാധിക്കാറില്ല; വേഷം മാറി മുഖമെല്ലാം കഴുകി എന്റെ മുമ്പിലെത്തും വരെ. അതെ, അങ്ങ് പറഞ്ഞത് ശരിയാണ്. ഒരാളിനെ ആഴത്തിൽ അറിയാത്ത പക്ഷം, നമുക്കയാളുടെ ധർമ്മജ്ഞാനസിദ്ധികളുടെ ആഴം മനസ്സിലാക്കാനാവില്ല."

ബുദ്ധൻ രാജാവിനെ തന്റെ കുടിലിലേക്ക് ക്ഷണിച്ചു. അവരെത്തിയതും, ബുദ്ധൻ ആനന്ദനോട് പീഠങ്ങൾ പുറത്തേക്കിടുവാൻ ആവശ്യപ്പെട്ടു.

രാജാവ് ബുദ്ധനോട് സ്വകാര്യമായി പറഞ്ഞു. "ഭഗവാൻ, എനിക്കിപ്പോൾ എഴുപത് വയസ്സായി, ആത്മീയ പഠനങ്ങളിൽ കൂടുതൽ സമയം ചെലവഴിക്കണമെന്നുണ്ട്. ഇപ്പോഴത്തെക്കാൾ കൂടുതലായി ഇരുന്ന് ധ്യാനവും നടന്ന് ധ്യാനവും ഞാൻ ചെയ്യേണ്ടതുണ്ടെന്നു തോന്നുന്നു. പക്ഷേ, ഭഗവാൻ, കൊട്ടാരകാര്യങ്ങൾ വളരെയേറെ സമയം ആവശ്യപ്പെടുന്നതും അപഹരിക്കുന്നതുമാണ്. പലപ്പോഴും ധർമ്മ പ്രഭാഷണങ്ങൾക്ക് വരുമ്പോൾ, ഞാൻ വല്ലാതെ ക്ഷീണിതനായിരിക്കും; കണ്ണുകൾ തുറന്നിരിക്കാൻ പോലും പറ്റാത്ത വണ്ണം. എനിക്ക് അത്രയും ലജ്ജ തോന്നാറുണ്ട്. ഭഗവാൻ, ഞാൻ ഭക്ഷണം അമിതമായി ചെലുത്തുന്നതായും കുറ്റബോധം തോന്നാറുണ്ട്. ഒരുദിവസം വളരെയധികം ഭക്ഷണം കഴിച്ച് ഞാൻ വിഹാരത്തിൽ എത്തി. എനിക്കുറക്കം വന്നു. നടന്ന് ധ്യാനം എന്റെ മനസ്സിനെ ഉണർത്തും എന്ന വിചാരത്തോടെ ഞാൻ നടക്കാൻ പോയി. പക്ഷേ, എനിക്ക് കൂടുതൽ ഉറക്കം വന്നതേയുള്ളൂ. അങ്ങ് അതേ വഴിയിൽ നിൽക്കുന്നതുപോലും കാണാതെ ഞാനങ്ങയുടെ മേൽ വന്ന് മുട്ടി. അങ്ങ് ഓർമ്മിക്കുന്നുവോ?"

ബുദ്ധൻ ചിരിച്ചു. "ഉവ്വ്, ഞാൻ ഓർക്കുന്നു, രാജൻ. മഹാരാജൻ, ഭക്ഷണം അല്പം മാത്രം കഴിക്കുക. അങ്ങിനെയായാൽ ശരീരത്തിനും മനസ്സിനും ഭാരം കുറയും. ഭരണകാര്യങ്ങളിലും ആത്മീയപരിശീലന ത്തിലും കൂടുതൽ ശ്രദ്ധിക്കാനാകും. മല്ലിക രാജ്ഞിയോടോ വജ്റി രാജകുമാരിയോടോ പറഞ്ഞ് ഭക്ഷണം നിയന്ത്രിക്കുക. പോഷകാഹാ രമുള്ള ഭക്ഷണം അളവിൽ കുറച്ച് നൽകി അങ്ങയെ അവർക്ക് സേവി ക്കാനാകും."

ബുദ്ധന്റെ നിർദ്ദേശം സ്വീകരിച്ച് രാജാവ് കൈകൾ കൂപ്പി.

ബുദ്ധൻ തുടർന്നു, "ആരോഗ്യകാര്യത്തിലും ആത്മീയ പരിശീലന ത്തിലും താങ്കൾ കൂടുതൽ സമയം ചെലവിടുന്നത് നല്ലതാണ്. താങ്കൾക്കീ ജീവിതത്തിൽ അധികകാലം ശേഷിച്ചിട്ടില്ല. മഹാരാജൻ, വാനോളം ഉയരമുള്ള ഒരു പർവ്വതം അതിന്റെ വഴിയിൽ എല്ലാം ചതച്ച രച്ചുകൊണ്ട് താങ്കളെ കിഴക്കുനിന്ന് സമീപിക്കുന്നതായി ഒരു ദൂതൻ താങ്കളെ അറിയിച്ചെന്നിരിക്കട്ടെ. അതേപ്പറ്റി താങ്കൾ വിചാരപ്പെട്ടുകൊ ണ്ടിരിക്കുന്നു. മറ്റൊരു ദൂതൻ എത്തുന്നു, വടക്കുനിന്ന് ഒരു വൻ പർവ്വതം അതിന്റെ വഴിയിലുള്ളതെല്ലാം ചതച്ചരച്ചുകൊണ്ട് താങ്കളെ സമീപിക്കുന്നു. പിന്നെ വടക്കുനിന്നും തെക്കുനിന്നും ഇതേ വാർത്ത കളുമായി ദൂതന്മാരെത്തുന്നു. വരുന്ന വഴികളിലുള്ളതെല്ലാം ചതച്ചര ച്ചുകൊണ്ട് നാല് വമ്പൻ പർവ്വതങ്ങൾ, തലസ്ഥാനനഗരിക്കുനേരെ പാഞ്ഞടുക്കുന്നു. രക്ഷപ്പെടാനാവില്ലെന്ന് താങ്കൾക്കറിയാം. പർവ്വതങ്ങ ളുടെ വരവ് തടയാനായി താങ്കൾക്കൊന്നും ചെയ്യാനാവുന്നില്ല. താങ്കൾക്ക് കുറച്ച് സമയമെയുള്ളു. മഹാരാജൻ, അങ്ങെന്ത് ചെയ്യും?"

രാജാവ് ഒരുനിമിഷം ആലോചിച്ചു, എന്നിട്ട് പറഞ്ഞു, "ഭഗവാൻ, ഞാൻ വിചാരിക്കുന്നത് എനിക്ക് ഒരൊറ്റ കാര്യമേ ചെയ്യാനുള്ളൂ എന്നാണ്. ശരിയായ ബോധനം പിന്തുടർന്ന് കഴിയാവുന്നത്ര പ്രശാ ന്തവും ധാർമ്മികവുമായ ഒരു മാർഗ്ഗത്തിൽ, ശേഷിക്കുന്ന മണിക്കൂറു കൾ ജീവിക്കുക."

ബുദ്ധൻ രാജാവിനെ ശ്ലാഘിച്ചു. "അതേ, രാജൻ! ആ നാല് പർവ്വത ങ്ങൾ ജനനം, വാർധക്യം, രോഗം, മരണം എന്നിവയാണ്. വാർധക്യവും മരണവും നമ്മോടടുത്തുകൊണ്ടിരിക്കുകയാണ്. നമുക്കതിൽനിന്നും രക്ഷപ്പെടാനാവില്ല."

രാജാവ് കൈകൾ കൂപ്പി: "ഭഗവാൻ, വാർധക്യവും മരണവും അടു ത്തുകൊണ്ടിരിക്കുകയാണ്. ശേഷിക്കുന്ന മാസങ്ങളിലും ദിവസങ്ങളിലും എനിക്ക് ചെയ്യാവുന്ന ഏറ്റവും നല്ല കാര്യം അങ്ങയുടെ ബോധനം പിന്തുടരുകയാണ്. പ്രശാന്തവും ഏകാഗ്രതയോടും ജീവിക്കുക. ഭാവി തലമുറകൾക്കടക്കമുള്ളവർക്ക് ഉപകാരപ്രദമാക്കുന്ന രീതിയിൽ."

രാജാവ് എണീറ്റു. വിടപറയുന്നതിനു മുമ്പായി ബുദ്ധനെ വണങ്ങി.

ആ മഴക്കാലത്ത്, അനേകം ബ്രാഹ്മണരും വ്യത്യസ്ത മതവിഭാഗങ്ങളിലുള്ള അനേകം അംഗങ്ങളും ശ്രാവസ്തിയിൽ ഒത്തുകൂടി. അവർ നഗരത്തിൽനിന്നുള്ള ആളുകളെ വിളിച്ചുകൂട്ടി. ആ പ്രദേശങ്ങളിലുടനീളം പ്രഭാഷണങ്ങളും ചർച്ചകളും സംഘടിപ്പിച്ചു. ചർച്ചകളിൽ വ്യത്യസ്ത വിഭാഗങ്ങളിലുള്ളവർക്ക് അവരുടെ സിദ്ധാന്തങ്ങൾ പറയുവാൻ അവസരം നൽകി. ബുദ്ധന്റെ പല ഗൃഹസ്ഥ ശിഷ്യരും ഈ ചർച്ചകളിൽ പങ്കെടുത്തു. തങ്ങൾ കണ്ടതും കേട്ടതും അവർ ബുദ്ധനോടും ഭിക്ഷുക്കളോടും പറഞ്ഞു. ഭാവന ചെയ്യാവുന്ന ഓരോ അതിഭൗതിക പ്രശ്നങ്ങളും ഓരോരുത്തരും അവതരിപ്പിച്ചു. തങ്ങളുടേത് മാത്രമാണ് ശരിയെന്ന് ഓരോ പ്രഭാഷകനും സമർത്ഥിച്ചു. ചർച്ചകളെല്ലാം തുടങ്ങിയത് സൗഹൃദാന്തരീക്ഷത്തിലാണ്. അവസാനിച്ചതോ ബഹളത്തിലും.

ബുദ്ധൻ താഴെപ്പറയുന്ന കഥ ഭിക്ഷുമാരോട് പറഞ്ഞു:

"ഒരിക്കൽ, ഒരു സമർത്ഥനായ രാജാവ് ജന്മനാൽ അന്ധരായ കുറെപ്പേരെ കൊട്ടാരത്തിലേയ്ക്ക് ക്ഷണിച്ചു. അദ്ദേഹം ഒരു ആനയെ കൊണ്ടുവന്നു. അവരോട് അതിനെ തൊടാൻ പറഞ്ഞു. പിന്നെ ആന എങ്ങിനെയിരിക്കുന്നുവെന്ന് അവരോട് വിശദീകരിക്കുവാൻ ആവശ്യപ്പെട്ടു. ആനയുടെ കാലുകളിൽ തൊട്ട അന്ധൻ പറഞ്ഞു, ആന വീടിന്റെ തൂണുപോലെയാണെന്ന്. വാല് തൊട്ടയാൾ പറഞ്ഞു, ആന പുല്ലുപോലെയാണ്. ചെവികൾ തൊട്ടയാൾ പറഞ്ഞു, ആന മുറം പോലെയുണ്ടെന്ന്. വയർ തൊട്ടയാൾ പറഞ്ഞു, ആന വലിയൊരു വീപ്പ പോലെയാണ്. ആനയുടെ തല തൊട്ടയാൾ പറഞ്ഞത് ആന വലിയൊരു മൺഭരണിയാണെന്നാണ്. തുമ്പിക്കൈ തൊട്ടയാൾ, ആന ഒരു വടിപോലെയുണ്ടെന്ന് പറഞ്ഞു. ആന എങ്ങനെയാണെന്ന് ചർച്ച ചെയ്യാൻ ഇരുന്നപ്പോൾ, ഒരാൾക്ക് മറ്റൊരാളുമായി യോജിപ്പിലെത്താനായില്ല. അതോടെ ചൂടുപിടിച്ച വിവാദമായി."

"ഭിക്ഷുമാരെ, നിങ്ങൾ കാണുന്നതും കേൾക്കുന്നതും യാഥാർത്ഥ്യത്തിന്റെ ഒരു ഭാഗം മാത്രമാണ്. അത് യാഥാർത്ഥ്യത്തിന്റെ പൂർണ്ണതയായി നിങ്ങൾ എടുക്കുന്നതോടെ നിങ്ങൾക്ക് ലഭിക്കുക വളരെ വികലമായ ഒരു ചിത്രമാണ്. മാർഗ്ഗം തേടുന്നയാൾ തന്റെ അറിവ് അപൂർണ്ണമാണെന്ന് മനസ്സിലാക്കി തുറന്നതും വിനയാന്വിതവുമായ ഒരു ഹൃദയം സൂക്ഷിക്കണം. അന്വേഷണമാർഗ്ഗത്തിൽ പുരോഗതി നേടുവാൻ നിരന്തരമായ ശ്രമങ്ങൾ നടത്തണം. മാർഗ്ഗം പിന്തുടരുന്നയാൾ എപ്പോഴും തുറന്ന മനസ്സുള്ളവനായിരിക്കണം. നമ്മുടെ കാഴ്ചപ്പാടുകൾ പൂർണ്ണമാണെന്ന ധാരണ സത്യം മനസ്സിലാക്കാൻ തടസ്സമാകും. അന്വേഷണമാർഗ്ഗത്തിൽ പുരോഗതി കൈവരിക്കുവാൻ ആവശ്യമായ രണ്ട് നിബന്ധനകൾ വിനയവും തുറന്ന മനസ്സുമാണ്."

67. കടൽ കവി

വിശ്രാന്തി കാലത്തിന്റെ അവസാനത്തിൽ അനേകം സന്യാസിമാർ ബുദ്ധനോട് വിടപറഞ്ഞ് ധർമ്മം പ്രചരിപ്പിക്കുവാനായി യാത്രയായി. ബുദ്ധന്റെ അഭിവന്ദ്യ ശിഷ്യരിൽ ഒരാളായ പുന്ന ജന്മദേശത്തേയ്ക്ക് മടങ്ങിച്ചെന്ന്, ധർമ്മം പ്രചരിപ്പിക്കുവാനുള്ള തന്റെ പദ്ധതികൾ ബുദ്ധനോട് വിവരിച്ചു. കിഴക്കൻ കടലിലുള്ള സുനപ്രാന്ത എന്ന ദ്വീപിലായിരുന്നു അദ്ദേഹത്തിന്റെ ജന്മദേശം.

ബുദ്ധൻ : "താങ്കളുടെ ജന്മദേശം ഇപ്പോഴും ഏറെ അപരിഷ്കൃതമാണെന്ന് ഞാൻ കേട്ടിട്ടുണ്ട്. അവിടുത്തെ ജനങ്ങളിൽ ഭൂരിഭാഗവും അക്രമോത്സുകരും കടുത്ത സംഘട്ടനങ്ങളിൽ ഏർപ്പെടുന്നവരുമാണെന്നും കേൾക്കുന്നു. അവിടെ മടങ്ങിച്ചെന്ന് ധർമ്മം പഠിപ്പിക്കുന്നത് അത്രയ്ക്കൊരു നല്ല കാര്യമാണോ എന്ന് എനിക്കുറപ്പില്ല"

സംപൂജ്യനായ പുന്ന പ്രതികരിച്ചു: "ഭഗവാൻ, അതുകൊണ്ടാണ് ധർമ്മം പഠിപ്പിക്കുവാൻ ഞാനവിടേയ്ക്ക് മടങ്ങിച്ചെല്ലുന്നത്. കാരുണ്യത്തിന്റെയും അഹിംസയുടെയും മാർഗ്ഗം എനിക്കവർക്ക് തുറന്ന് കൊടുക്കാനാവും. എന്റെ വിശ്വാസം ഞാൻ വിജയിക്കുമെന്നു തന്നെയാണ്."

"പുന്നാ, അവർ താങ്കളുടെ നേരെ മുക്രയിടുകയും ശപിക്കുകയും ചെയ്താൽ?"

"അഭിവന്ദ്യനായ ബുദ്ധാ, അതൊന്നും കാര്യമാക്കാനില്ല. കുറഞ്ഞ പക്ഷം അവരെന്റെ നേരെ പാറക്കല്ലുകളും മാലിന്യങ്ങളും വലിച്ചെറിയില്ലെന്നുറപ്പിക്കാം."

"അവർ പാറക്കല്ലുകളും മാലിന്യങ്ങളും താങ്കളുടെ നേരെ വലിച്ചെറിയുകയാണെങ്കിൽ?"

"അഭിവന്ദ്യനായ ബുദ്ധാ, എന്നാലും ഞാൻ അതൊന്നും കാര്യമാക്കില്ല. കുറഞ്ഞത് അവരെന്നെ ഗദകൊണ്ടും വടികൊണ്ടും അടിക്കില്ല."

"ഗദകൊണ്ടും വടികൊണ്ടും അവർ താങ്കളെ അടിക്കുകയാണെങ്കിൽ?"

പുന്ന മന്ദഹസിച്ചു: "എന്നാലും അവർ സൗമ്യരാണെന്ന് ഞാൻ പറയും. എന്തായാലും അവരെന്നെ കൊല്ലില്ല."

"പുന്ന, അവർ താങ്കളെ കൊല്ലുകയാണെങ്കിൽ?"

"ഭഗവാൻ, അങ്ങനെയൊന്നും ഉണ്ടാവില്ലെന്ന് ഞാൻ ഉറപ്പിക്കുന്നു.

പക്ഷേ, അങ്ങിനെ സംഭവിച്ചാലും എനിക്ക് പരാതിയില്ല. കാരുണ്യത്തിന്റെയും അഹിംസയുടെയും മാർഗ്ഗത്തിൽ അതൊരു അർത്ഥവത്തായ മരണമായിരിക്കും. അങ്ങയുടെ പ്രബോധനം അവരിലെത്തുകയും ചെയ്യും. എല്ലാവർക്കും മരണമുണ്ട്. മാർഗ്ഗത്തിനുവേണ്ടി മരിക്കുന്നതിൽ എനിക്ക് പശ്ചാത്താപമില്ല."

ബുദ്ധൻ അദ്ദേഹത്തെ ശ്ലാഘിച്ചു. "പുന്നാ, താങ്കൾ ഒരു വിസ്മയം തന്നെ! സുനപ്രാന്തയിൽ ധർമ്മം പ്രചരിപ്പിക്കുവാനുള്ള ധൈര്യം താങ്കൾക്കുണ്ട്. ഇവിടെ നിൽക്കുന്ന മറ്റ് ഭിക്ഷുക്കളുടെ പ്രയോജനത്തിനായി മാത്രമാണ് സത്യത്തിൽ ഞാനീ ചോദ്യങ്ങളൊക്കെ താങ്കളോട് ചോദിച്ചത്. താങ്കളുടെ കഴിവുകളിലും താങ്കളുടെ അഹിംസാ മാർഗ്ഗത്തിലും എനിക്ക് സംശയമേതുമില്ല."

അഭിവന്ദ്യനായ പുന്ന പണ്ട് ഒരു വണിക്കായിരുന്നു. പുന്നയും അദ്ദേഹത്തിന്റെ സ്യാലനും സുനപ്രാന്തയിലുള്ള ഉല്പന്നങ്ങൾ ശ്രാവസ്തിയിലെ കച്ചവടക്കാരുമായി കൈമാറി. അവർ വഞ്ചിയിലും കാളവണ്ടിയിലും യാത്ര ചെയ്തു. ഒരു ദിവസം ശ്രാവസ്തിയിൽ കച്ചവടസാധനങ്ങൾ നിറച്ച കപ്പലടുക്കുന്നത് കാത്തുനിന്ന പുന്ന ഒരു സംഘം ഭിക്ഷുക്കൾ ഭിക്ഷാടനം നടത്തുന്നത് കണ്ടു. അവരുടെ പ്രശാന്തമായ മുഖഭാവം അദ്ദേഹത്തിൽ അനല്പമായ മതിപ്പുളവാക്കി. അതിനാൽ അദ്ദേഹം ജേതവനത്തിൽ പോയി ബുദ്ധന്റെ ഒരു ധർമ്മപ്രഭാഷണം കേട്ടു. ധർമ്മ പ്രഭാഷണത്തിന്റെ അവസാനമെത്തിയപ്പോഴേക്കും ഒരു കച്ചവടക്കാരനായി ജീവിക്കുവാൻ അദ്ദേഹത്തിന് താൽപര്യമില്ലാതായി. ഒരു ഭിക്ഷുവാകാൻ അദ്ദേഹം ആഗ്രഹിച്ചു. ശേഷിച്ച സാധനങ്ങളും പണവും സ്യാലന് നൽകി, അദ്ദേഹം സംഘത്തിൽ ഉപസമ്പദം തേടി. പരിശീലനത്തിൽ അദ്ദേഹം വളരെ വേഗം പുരോഗതി നേടി. താമസിയാതെ കഴിവുറ്റ ഒരദ്ധ്യാപകനായി. ധർമ്മം പ്രചപരിപ്പിച്ചുകൊണ്ട് അദ്ദേഹം കോസലത്തിലൂടെയും മഗധയിലൂടെയും സഞ്ചരിച്ചു. തന്റെ ജന്മദേശത്തിൽ അദ്ദേഹം വിജയിക്കുമെന്ന് എല്ലാ ഭിക്ഷുക്കൾക്കും ഉറപ്പുണ്ടായിരുന്നു.

അടുത്ത വർഷത്തിൽ ബുദ്ധൻ കിഴക്കോട്ട് തിരിച്ചു. അദ്ദേഹം, വൈശാലിയിലും കാമ്പയിലും തങ്ങി. കടലിലേക്ക് ചേരുന്ന പുഴയ്ക്കൊപ്പം നടന്ന് അദ്ദേഹം തീരദേശത്ത് ബോധനം തുടർന്നു. ഒരു ദിവസം കടലിന്റെ മുനമ്പിൽ അവർ നിൽക്കുമ്പോൾ ആനന്ദൻ അദ്ദേഹത്തോട് പറഞ്ഞു: "ഭഗവാൻ, വേലിയേറ്റത്തിന്റെയും വേലിയിറക്കത്തിന്റെയും ശബ്ദം ശ്രദ്ധിച്ചും തിരകളെ നോക്കിക്കൊണ്ടും ഞാനെന്റെ ശ്വാസം പിന്തുടർന്ന്, വർത്തമാന നിമിഷത്തിൽ വർത്തിക്കുന്നു. എന്റെ മനവും തനുവും പരിപൂർണ്ണ പ്രശാന്തി കണ്ടെത്തിയിരിക്കുന്നു. കടൽ എന്നെ നവീകരിക്കുന്നു." ബുദ്ധൻ തലയാട്ടി.

മറ്റൊരുനാൾ ഭിക്ഷുക്കൾ ഒരു മുക്കുവനുമായി സംസാരിക്കാൻ നിന്നു. കടലിനെപ്പറ്റിയുള്ള വികാരങ്ങൾ എന്തൊക്കെയാണെന്ന് ആനന്ദൻ അയാളോട് ചോദിച്ചു. ആ മനുഷ്യൻ സുമുഖനും ഉയരമുള്ളവനുമായിരുന്നു. വെയിലേറ്റ് കരിവാളിച്ചിരുന്നു. അയാൾ ആനന്ദനോട് പറഞ്ഞു. "കടലിന്റെ പലതിനെയും ഞാൻ സ്നേഹിക്കുന്നു. ഒന്നാമതായി, മണൽ തീരങ്ങൾ സാവകാശം വെള്ളത്തിലേയ്ക്ക് ചായുന്നു. അതുകൊണ്ട് ഞങ്ങൾക്ക് വഞ്ചികളും വലകളും ഇറക്കാൻ എളുപ്പമാണ്. രണ്ടാമതായി കടൽ ഒരേ സ്ഥലത്ത് തന്നെ നിൽക്കുന്നു. അതെവിടെ കാണുമെന്ന് ഞങ്ങൾക്ക് എളുപ്പമറിയാം. മൂന്നാമതായി, അതൊരിക്കലും ഒരു മൃതദേഹം പിടിച്ചു വെയ്ക്കുന്നില്ല. അതിനെ കരയിലേയ്ക്ക് തന്നെ തള്ളിയിടുന്നു. നാലാമതായി എല്ലാ നദികളും - ഗംഗ, യമുന, ഐരാവതി, ശരഭു, മഹി - കടലിലേക്ക് ഒഴിയുന്നു, എന്നാൽ തങ്ങളുടെ പേരുകൾ നിലനിർത്തുകയും ചെയ്യുന്നു. കടൽ അവയെല്ലാം സ്വീകരിക്കുന്നു. അഞ്ചാമത്, നദികൾ രാപ്പകൽ കടലിലേയ്ക്ക് ഒഴിയുന്നുണ്ടെങ്കിലും, കടൽ അതേനിലയിൽ സ്ഥിതി ചെയ്യുന്നു. ആറാമതായി, കടൽ വെള്ളത്തിന് എപ്പോഴും ഉപ്പുരസമുണ്ട്. ഏഴാമതായി, കടൽ പവിഴവും വിലപിടിപ്പുള്ള കല്ലുകളും പവിഴപ്പുറ്റുകളും ഉൾക്കൊള്ളുന്നു. എട്ടാമതായി അനേകായിരം ജീവികൾക്ക് കടൽ അഭയം നൽകുന്നു. അവയിൽ, നൂറുകണക്കിന് അടി നീളമുള്ളവയുണ്ട്. സൂചി മുനയുടെയോ പൊടിത്തരിയുടെയോ കുറഞ്ഞ വലിപ്പമുള്ളവയുണ്ട്. സംപൂജ്യരെ, ഞാനെത്രത്തോളം കടലിനെ സ്നേഹിക്കുന്നുണ്ടെന്ന് അങ്ങേയ്ക്ക് മനസ്സിലായിക്കാണുമല്ലോ."

ആനന്ദൻ മുക്കുവനെ ആദരവോടെ നോക്കി. അയാൾ ഒരു സാധാരണ മുക്കുവനെങ്കിലും ഒരു കവിയെപ്പോലെയാണ് സംസാരിച്ചത്. ആനന്ദൻ ബുദ്ധന്റെ നേരെ തിരിഞ്ഞ് പറഞ്ഞു: "എന്തൊരു ഗംഭീരമായിട്ടാണ് ഇദ്ദേഹം കടലിനെ പ്രശംസിച്ചത്! ഞാൻ ഉദ്ബുദ്ധതയുടെ മാർഗ്ഗത്തെ എപ്രകാരം സ്നേഹിക്കുന്നുവോ അതുപോലെ അദ്ദേഹം കടലിനെ സ്നേഹിക്കുന്നു. അങ്ങയുടെ ഭാഷണം കൂടുതൽ കേൾക്കുവാൻ ഞങ്ങൾ ഇഷ്ടപ്പെടുന്നു."

ബുദ്ധൻ മന്ദഹസിച്ചു. പാറകൾ ചൂണ്ടിക്കാട്ടി പറഞ്ഞു: "നമുക്കവിടെ ചെന്നിരിയ്ക്കാം. ഉദ്ബുദ്ധതയിലേയ്ക്കുള്ള മാർഗ്ഗത്തിന്റെ ചില സവിശേഷതകൾ ഞാൻ നിങ്ങളോട് പറയാം."

മുക്കുവനടക്കം എല്ലാവരും ബുദ്ധനെ പിന്തുടർന്നു. എല്ലാവരും ഇരുന്നതോടെ ബുദ്ധൻ പറയാൻ തുടങ്ങി: "കടലിന്റെ അതിശയകരമായ എട്ട് സവിശേഷതകളെക്കുറിച്ച് നമ്മുടെ സഹോദരനായ മുക്കുവൻ പറഞ്ഞു. ഞാനിപ്പോൾ ശരിയായ മാർഗ്ഗത്തിന്റെ എട്ട് സവിശേഷതകൾ പറയാം. ഒന്നാമതായി, ധർമ്മം കടലിനെപ്പോലെയാണ്. കടൽതീരം

താഴേയ്ക്ക് സൗമ്യമായി ഇറങ്ങിച്ചെല്ലുന്നു. വഞ്ചികളും വലകളും മുക്കുവന് വളരെ എളുപ്പത്തിൽ കടലിലേയ്ക്ക് ഇറക്കുവാൻ സാധിക്കുന്നു. ധർമ്മപഠനത്തിൽ, എളുപ്പമായതിൽ നിന്ന് പ്രയാസമായതിലേയ്ക്ക്, ഓരോരുത്തർക്കും പുരോഗമിക്കാം. താഴെനിന്ന് ഉയരത്തിലേയ്ക്ക് ഉപരിപ്ലവമായതിൽനിന്ന് ഗഹനമായതിലേയ്ക്ക്. ഏതു പ്രകൃതത്തെയും ഉൾക്കൊള്ളാനാവുന്ന വിധം വിശാലമാണ് ധർമ്മം. യുവാവാകട്ടെ, വൃദ്ധനാകട്ടെ, നിരക്ഷരനാകട്ടെ, സാക്ഷരനാകട്ടെ, ആർക്കും മാർഗ്ഗത്തിൽ വരാം. അവന്റെയോ അവളുടെയോ വ്യക്തിഗതമായ ആവശ്യങ്ങൾക്ക് അനുയോജ്യമായ മാർഗ്ഗങ്ങൾ ഓരോരുത്തർക്കും കണ്ടുപിടിക്കാനാവും."

"രണ്ടാമതായി, കടൽ ഒരേ സ്ഥലത്ത് സ്ഥിതി ചെയ്യുന്നതു പോലെയാണ് ധർമ്മവും. ബോധനത്തിന്റെ തത്ത്വങ്ങൾ ഒരിക്കലും മാറുന്നില്ല. ധർമ്മോപദേശങ്ങൾ കൃത്യമായി സംക്രമിക്കപ്പെടുന്നു. എവിടെയൊക്കെ ആളുകൾ തത്ത്വങ്ങൾ പഠിക്കുകയും ധർമ്മോപദേശങ്ങൾ പരിശീലിക്കുകയും ചെയ്യുന്നുവോ ശരിയായ ധർമ്മം അവിടെ വർത്തിക്കുന്നു. ധർമ്മം നഷ്ടപ്പെടുകയോ അസ്ഥാനത്താവുകയോ ഇല്ല."

"മൂന്നാമതായി, കടൽ ഒരിക്കലും ഒരു ശവശരീരം പിടിച്ചു വെയ്ക്കാത്തതുപോലെ ധർമ്മം അജ്ഞതയെയോ ഉദാസീനതയെയോ ധർമ്മോപദേശങ്ങളുടെ ലംഘനത്തെയോ അനുവദിച്ചു കൊടുക്കുന്നില്ല. പരിശീലനം പുലർത്താത്ത ഒരാൾ ആത്യന്തികമായും സംഘത്തിൽ നിന്ന് പുറത്ത് പോകും."

"നാലാമതായി, കടൽ എല്ലാ നദികളെയും സമഭാവേന സ്വീകരിക്കുന്നതു പോലെ ധർമ്മം എല്ലാ മതങ്ങളിൽ നിന്നുള്ളവരെയും സമഭാവേന സ്വീകരിക്കുന്നു. കടലിലേയ്ക്ക് ഒഴിയുന്ന നദികൾ തങ്ങളുടെ പേരുകൾ പിന്നിൽ ഉപേക്ഷിക്കുന്നതു പോലെയാണ് മാർഗ്ഗത്തിലേയ്ക്ക് വരുന്നവരും. ഭിക്ഷുവിന്റെ നാമം സ്വീകരിക്കുന്നതിനായി തങ്ങളുടെ ജാതി, കുലം, പഴയ സ്ഥാനങ്ങൾ എല്ലാം അവർ പിന്നിൽ ഉപേക്ഷിക്കുന്നു."

"അഞ്ചാമതായി, കടലിന്റെ നിലയിൽ മാറ്റമില്ലാത്തതുപോലെ ധർമ്മപാത എത്ര കൂടുതൽ പേർ പിന്തുടർന്നാലും കുറച്ചുപേർ പിന്തുടർന്നാലും മാറ്റമില്ലാതെ നിൽക്കുന്നു. അക്കങ്ങൾകൊണ്ട് അളക്കാവുന്നതല്ല ധർമ്മം."

"ആറാമതായി, കടൽവെള്ളം എപ്പോഴും ഉപ്പുരസമുള്ളതായിരിക്കുന്നതുപോലെയാണ് ധർമ്മവും. അന്തമറ്റ മാർഗ്ഗങ്ങളിലൂടെയും പരിശീലന രീതികളിലൂടെയും അത് വെളിവാക്കപ്പെടുന്നതായാലും സ്ഥായിയായി അതിന് ഒരു രുചിയേയുള്ളൂ. വിമോചനത്തിന്റെ രുചിയാണത്.

ബോധനം വിമോചനത്തിലേയ്ക്ക് നയിക്കുന്നില്ലെങ്കിൽ, അത് ശരിയായ ബോധനമല്ല."

"ഏഴാമതായി, പവിഴപ്പുറ്റ് അമൂല്യമായ കല്ലുകൾ പവിഴം എന്നിവ കടൽ ഉൾക്കൊള്ളുന്നതുപോലെ ധർമ്മവും ഉദാത്തവും അമൂല്യവുമായ ബോധനങ്ങൾ ഉൾക്കൊള്ളുന്നു. നാല് ശ്രേഷ്ഠ സത്യങ്ങൾ, നാല് ശരിയായ ശ്രമങ്ങൾ, അഞ്ച് ക്ഷമതകൾ, അഞ്ച് ശക്തികൾ, ഉദ്ബുദ്ധതയുടെ ഏഴ് ഘടകങ്ങൾ, ശ്രേഷ്ഠമായ അഷ്ടമാർഗ്ഗങ്ങൾ എന്നിവയാണവ."

"എട്ടാമതായി, കടൽ ആയിരക്കണക്കിന് ജീവികൾക്ക് അഭയമാണ്. അവ മൺതരിയോളം ചെറുതാവാം; നൂറുകണക്കിനടി നീളമുള്ളതാവാം. അതുപോലെയാണ് ധർമ്മവും. ബോധിസത്വനെപ്പോലെ മഹത്തുക്കളായാലും നിരക്ഷരരായ കുട്ടികളായാലും അഭയം നൽകുന്നു. ഒഴുക്കിൽ ചേർന്നവരായും ഒരിക്കൽ തിരിച്ചു വന്നവരായും ഒരിക്കലും തിരിച്ചുവരേണ്ടുന്നവരായും ആർഹതരായും നിരവധി തലങ്ങളിൽ ധർമ്മത്തിന്റെ ഫലങ്ങൾ സിദ്ധിച്ചിട്ടുള്ള അനേകം പേരുണ്ട്."

"കടലിനെപ്പോലെ ധർമ്മവും പ്രചോദനത്തിന്റെ സ്രോതസ്സും അളവറ്റ നിധിസമ്പത്തുമാണ്."

ആനന്ദൻ കൈകൾ കൂപ്പി, ബുദ്ധനെ നോക്കി: അദ്ദേഹം പറഞ്ഞു "ഭഗവാൻ, അങ്ങ് ആത്മീയ ഗുരുവാണ്, ഒരു കവിയും കൂടിയാണ്."

68. വിസ്മയകരമായ മൂന്ന് കവാടങ്ങൾ

തീരദേശം പിന്നിട്ടശേഷം ബുദ്ധൻ പാടലീപുത്രവും വൈശാലിയും സന്ദർശിച്ചു. പിന്നീടദ്ദേഹം തന്റെ ജന്മദേശത്തേക്ക് തിരിച്ചു. ശാക്യദേശത്തെ സാമഗാമ പട്ടണത്തിലെത്തിയ അദ്ദേഹം നിഗ്രന്ത സംഘത്തിന്റെ ആചാര്യനായ നിഗ്രന്തജാതിപുത്രൻ സമാധിയായ വിവരം അറിഞ്ഞു. അദ്ദേഹത്തിന്റെ ശിഷ്യന്മാർ രണ്ട് വൈരവിഭാഗങ്ങളായി പിരിഞ്ഞതും. ഓരോ വിഭാഗവും മറുവിഭാഗം സിദ്ധാന്തങ്ങൾ തെറ്റായി വ്യാഖ്യാനിക്കുന്നത് അപലപിച്ചു. ജനപിന്തുണയ്ക്കായി മത്സരിച്ചു. ജനങ്ങൾ സംഭീതരും ആശങ്കാകുലരുമായി. ഏത് വിഭാഗത്തെ പിന്തുണയ്ക്കണമെന്നതിൽ തീർച്ചയുണ്ടായില്ല.

സരിപുത്രന്റെ പരിചാരകൻ പ്രാരംഭകനായ ചുന്ദൻ നിഗ്രന്തരുടെ തർക്കം ആനന്ദനോട് വിശദീകരിച്ചു. നിഗ്രന്തൻ പഠിപ്പിച്ചിരുന്ന പാവദേശത്ത് കുറച്ചുകാലം താമസിച്ചിരുന്നതിനാൽ അദ്ദേഹത്തിന് സകല വിവരങ്ങളും വിശദമായി അറിയാമായിരുന്നു. സംഘർഷത്തെക്കുറിച്ച് ആനന്ദൻ ബുദ്ധനോട് പറഞ്ഞു. അല്പം അസ്വസ്ഥത കലർന്ന സ്വരത്തിൽ ഇങ്ങനെ കൂട്ടിച്ചേർത്തു: "പ്രഭോ, അങ്ങയുടെ മരണശേഷം സംഘത്തിൽ ഭിന്നതയുണ്ടാകില്ലെന്ന് ഞാൻ പ്രാർത്ഥിക്കുന്നു"

ബുദ്ധൻ ആനന്ദന്റെ തോളിൽ തട്ടി പറഞ്ഞു: "ആനന്ദാ, ഇപ്പോൾ ഏതെങ്കിലും ഭിക്ഷുമാർ ബോധത്തിന്റെ സത്തയെ പ്രതി തർക്കിക്കുന്നുണ്ടോ? ഏകാഗ്രതയുടെ നാല് ആധാരങ്ങൾ, നാല് വിശിഷ്ഠ ശ്രമങ്ങൾ, പഞ്ചപ്രഭാവങ്ങൾ, പഞ്ചശക്തികൾ, ഉദ്ബുദ്ധതയുടെ സപ്ത ഘടകങ്ങൾ, ശ്രേഷ്ഠമായ അഷ്ടാംഗ മാർഗ്ഗം എന്നിവയെക്കുറിച്ച് ആരെങ്കിലും തർക്കിക്കാറുണ്ടോ?"

"ഇല്ല. ബോധനത്തെ പ്രതി ആരെങ്കിലും പരസ്പരം തർക്കിക്കുന്നത് ഞാനൊരിക്കലും കണ്ടിട്ടില്ല. എന്നാൽ അങ്ങിപ്പോഴും ഞങ്ങൾക്കിടയിലുണ്ട്. അങ്ങയുടെ ധർമ്മത്തിൽ ഞങ്ങൾ അഭയം തേടുന്നു. ഞങ്ങളെല്ലാം അങ്ങയെ കേൾക്കുന്നു. ഞങ്ങളുടെ പഠനങ്ങൾ ശാന്തമായി നീങ്ങുന്നു. പക്ഷേ, അങ്ങ് പോകുന്നതോടെ, ധർമ്മോപദേശങ്ങളെ പ്രതി വിയോജിപ്പുകൾ ഉയർന്നേക്കാം. അതുപോലെത്തന്നെ എപ്രകാരം സംഘത്തെ ഏറ്റവും നല്ല നിലയിൽ സംഘടിപ്പിക്കാമെന്നതിനെച്ചൊല്ലി. അല്ലെങ്കിൽ, അങ്ങയുടെ സന്ദേശം വ്യാപിപ്പിക്കുന്നതിനെച്ചൊല്ലി."

“സംഘർഷങ്ങൾ ഉണ്ടാകുന്ന പക്ഷം, പലരും ഹൃദയ ചകിതരാകും. ചിലവേള മാർഗ്ഗത്തിലുള്ള വിശ്വാസം നഷ്ടപ്പെടാം.”

ബുദ്ധൻ അദ്ദേഹത്തെ സമാശ്വസിപ്പിച്ചു, “ആനന്ദാ, വിഷമിക്കേണ്ട. ഏകാഗ്രതയുടെ നാല് ആധാരങ്ങൾ, നാല് വരിഷ്ട ശ്രമങ്ങൾ, പഞ്ച പ്രഭാവങ്ങൾ, പഞ്ചശക്തികൾ, ഉദ്ബുദ്ധതയുടെ സപ്തഘടകങ്ങൾ, ശ്രേഷ്ഠമായ അഷ്ടമാർഗ്ഗം എന്നിവയുടെ ബോധന സത്തകളിൽ വിവാദങ്ങളും സംഘർഷങ്ങളും ഉണ്ടാകുന്ന പക്ഷം, അത് തീർച്ചയായും അസ്വസ്ഥതകൾക്ക് കാരണമാകും. ധർമ്മോപദേശപരിശീലനം, സംഘാടനം, ദർശനങ്ങളുടെ വ്യാപനരീതികൾ എന്നീ ചെറിയ കാര്യങ്ങളെച്ചൊല്ലിയാണ് തർക്കമെങ്കിൽ ഒട്ടും വിഷമിക്കേണ്ടതില്ല”

ബുദ്ധൻ ആവർത്തിച്ചുറപ്പ് പറഞ്ഞിട്ടും, ആനന്ദന് അതത്രയും പൂർണ്ണമായി ബോധ്യമായില്ല. ഒരിക്കൽ ബുദ്ധന്റെ പരിചാരകനായിരുന്ന സുംഘതൻ വ്യക്തിപരമായ അതൃപ്തിയുടെ പേരിൽ സംഘം ഉപേക്ഷിച്ചു പോയത് അദ്ദേഹത്തിനറിയാമായിരുന്നു. അദ്ദേഹം സംഘടിപ്പിച്ചിരുന്ന യോഗങ്ങളിൽ, അദ്ദേഹം ബുദ്ധനെയും സംഘത്തെയും തള്ളിപ്പറഞ്ഞു. സവിശേഷമായ ഒരുൾക്കാഴ്ചയും നൽകാത്ത വെറും ഒരു സാധാരണക്കാരനല്ലേ ഗൗതമൻ എന്ന് അദ്ദേഹം ആശ്ചര്യപ്പെട്ടു. സ്വന്തം സ്വത്വത്തിന്റെ വിമോചനത്തെക്കുറിച്ചല്ലാതെ, സമൂഹത്തിന്റെ സമഗ്ര വിമോചനത്തെക്കുറിച്ച് ഗൗതമൻ പഠിപ്പിക്കുന്നില്ല. സുംഘതൻ ആശയക്കുഴപ്പത്തിന്റെ വിത്തുകൾ വിതച്ചുകൊണ്ടിരുന്നു. ഇക്കാര്യം സരിപുത്രനും അറിയാമായിരുന്നു. അദ്ദേഹവും ആനന്ദന്റെ ആശങ്കകൾ പങ്കിട്ടു.

രാജഗൃഹത്തിലും അതൃപ്തിയുടെ വിത്തുകൾ വിതയ്ക്കപ്പെട്ടതായി ആനന്ദൻ അറിഞ്ഞു. ബുദ്ധനിൽ നിന്ന് സ്വതന്ത്രമായി, ദേവദത്തന്റെ നേതൃത്വത്തിൽ അനേകം ഭിക്ഷുക്കൾ ചേർന്ന് പുതിയൊരു സംഘം ഉണ്ടാക്കാനുള്ള ഗൂഢശ്രമങ്ങൾ നടക്കുന്നുണ്ടായിരുന്നു. സംപൂജ്യരായ സമുദ്രദത്തൻ, തിസ്സകാന്താ ദേവീപുത്രൻ, കൊകാലിക, തുടങ്ങി പല ഭിക്ഷുക്കളും ദേവദത്തനുമായി സഹകരിക്കുന്നുണ്ട്. ബുദ്ധന്റെ ഏറ്റവും ബുദ്ധിമാനും കഴിവുള്ളവനും മുതിർന്ന ശിഷ്യരിൽ ഒരാളുമായിരുന്നു ദേവദത്തൻ. ജനങ്ങളുടെ മുമ്പിൽവെച്ച് സരിപുത്രൻ അദ്ദേഹത്തെ പ്രശംസിച്ചിട്ടുണ്ട്. അദ്ദേഹത്തോട് സരിപുത്രൻ ഒരു വിശിഷ്ട സ്നേഹിതനോടെന്നപോലെയാണ് പെരുമാറിയിരുന്നത്. മറ്റുള്ളവരോട്, പ്രത്യേകിച്ചും ബുദ്ധനോട്, അടുത്ത കാലത്ത് ദേവദത്തനുണ്ടായ അസൂയ എന്തുകൊണ്ടാണെന്ന് ആനന്ദന് മനസ്സിലായില്ല. ഇതുവരെയും ആരും ഇതൊന്നും ബുദ്ധനോട് തുറന്ന് പറഞ്ഞിട്ടില്ല. അധികം താമസിയാതെ ഇതൊക്കെ താൻ തന്നെ ബുദ്ധനോട് തുറന്നു പറയുന്നതാണ് നല്ലതെന്ന് ആനന്ദനു തോന്നി.

പിറ്റെക്കൊല്ലം, മഴക്കാലത്ത് ബുദ്ധൻ ശ്രാവസ്തിയിലേക്ക് മടങ്ങി. അദ്ദേഹം ജേതവനത്തിലാണ് താമസിച്ചത്. അവിടെ വെച്ച് അദ്ദേഹം 'ധർമ്മ മുദ്ര സൂത്ര'ത്തെക്കുറിച്ച് പ്രഭാഷണം നടത്തി.

"അദ്ഭുതകരമായ ഒരു കാര്യം ഞാനിന്ന് നിങ്ങളെ പഠിപ്പിക്കാനുദ്ദേശിക്കുന്നു. ശാന്തമായും സമാധാനമായും ഇത് കേൾക്കുവാനും സ്വീകരിക്കുവാനും മനസ്സിലാക്കുവാനുമായി ദയവായി നിങ്ങളുടെ മനസ്സിലുള്ള മറ്റെല്ലാ ചിന്തകളും ഒഴിവാക്കുക

"ഭിക്ഷുമാരെ, ചില ധർമ്മമുദ്രകൾ ശരിയായ ധർമ്മത്തിന്റെ അടയാളങ്ങളാണ്. എന്റെ ഓരോ ബോധനത്തിനും മൂന്ന് മുദ്രകളുണ്ട്. ശൂന്യത, ഏകരാഹിത്യം, ലക്ഷ്യരാഹിത്യം എന്നിവയാണവ. വിമോചനത്തിലേയ്ക്ക് നയിക്കുന്ന മൂന്ന് കവാടങ്ങളുടെ സവിശേഷതകളാണ് ഇവ മൂന്നും. മൂന്ന് വിമോചന കവാടങ്ങൾ അഥവാ വിമോചനത്തിന്റെ മൂന്ന് കവാടങ്ങൾ എന്നിങ്ങനെയും ഈ മുദ്രകൾ അറിയപ്പെടുന്നുണ്ട്."

"ഭിക്ഷുമാരെ, ആദ്യമുദ്ര ശൂന്യതയാണ്. ശൂന്യതയെന്നാൽ അസ്തിത്വമില്ലാത്തത് എന്നല്ല അർത്ഥം. യാതൊന്നും മറ്റൊന്നിൽ നിന്ന് വേറിട്ട് നിലനിൽക്കുന്നില്ലെന്നാണർത്ഥം. വേറിട്ട ഒരു സ്വത്വത്തിന്റെ ഇല്ലായ്മയാണ് ശൂന്യത എന്നർത്ഥം. ഉള്ളതെന്നും ഇല്ലാത്തതെന്നുമുള്ള വിശ്വാസം നിങ്ങൾ വിചാരിക്കുന്നതു പോലെയല്ല. എല്ലാ ധർമ്മങ്ങളും അവയുടെ അസ്തിത്വത്തിനായി പരസ്പരം ആശ്രയിക്കുന്നു. അതുള്ളതു കൊണ്ടാണ് ഇതുള്ളത്. ഇതുള്ളതുകൊണ്ടാണ് അതില്ലാത്തത്. അത് ജനിച്ചതുകൊണ്ടാണ് ഇത് ജനിച്ചത്. ഇത് മരിക്കുന്നതുകൊണ്ടാണ് അത് മരിക്കുന്നത്. അപ്രകാരം, ശൂന്യതയുടെ സ്വഭാവം പരസ്പരാശ്രിതത്ത്വമാണ്.

"ഭിക്ഷുമാരെ, എല്ലാ ധർമ്മങ്ങളും ഓരോ ധർമ്മത്തിലും ഓരോ ധർമ്മം എല്ലാ ധർമ്മത്തിലും ഉണ്ടെന്നറിയുന്നതിന്നായി, എല്ലാ ധർമ്മങ്ങളുടെയും പരസ്പരാശ്രിത ബന്ധങ്ങളെ നോക്കി പരിശീലനം ചെയ്യുക. ഒരു ധർമ്മത്തിൽ നിന്ന് വേറിട്ട് മറ്റൊരു ധർമ്മത്തിന് നിലനിൽക്കാനാവില്ല. ആറിന്ദ്രിയങ്ങളുടെയും ആറിന്ദ്രിയവസ്തുക്കളുടെയും ആറിന്ദ്രിയ പ്രജ്ഞകളുടെയും പതിനെട്ടു മണ്ഡലങ്ങളെ ധ്യാനിക്കുക. ശരീരത്തിന്റെയും സ്പർശാനുഭവങ്ങളുടെയും പ്രത്യക്ഷബോധങ്ങളുടെയും മനോരൂപീകരണങ്ങളുടെയും പ്രജ്ഞയുടെയും പഞ്ചസഞ്ചയങ്ങളെ ധ്യാനിക്കുക. ഒരു പ്രതിഭാസവും ഒരു സഞ്ചയവും ഒറ്റയ്ക്ക് നിലനിൽക്കുന്നില്ലെന്ന് നിങ്ങൾക്ക് കാണാൻ കഴിയും. എല്ലാം ഓരോന്നിനെയും അസ്തിത്വത്തിനായി ആശ്രയിക്കുന്നു. നിങ്ങളിത് കാണുന്നതോടെ, എല്ലാ ധർമ്മങ്ങളുടെയും ശൂന്യതയിലേയ്ക്ക് നിങ്ങൾ കൺതുറക്കും. പിന്നീടൊരിക്കലും നിങ്ങൾ എന്തെങ്കിലും ധർമ്മത്തിന്റെ പിന്നാലെ ഓടുകയോ ഏതെങ്കിലും ഒന്നിൽ നിന്ന് ഓടിപ്പോരികയോ

ചെയ്യില്ല. എല്ലാ ധർമ്മങ്ങളോടുമുള്ള മമതയും വിവേചനവും മുൻവിധിയും നിങ്ങൾ അധഃകരിക്കും. ശൂന്യതയുടെ സ്വഭാവത്തിന്മേലുള്ള മനനമാണ് സ്വാതന്ത്ര്യത്തിലേയ്ക്കുള്ള ഒന്നാമത്തെ കവാടം. ആദ്യത്തെ വിമോചന കവാടം ശൂന്യതയാണ്."

"ഭിക്ഷുമാരെ, രണ്ടാമത്തെ മുദ്ര ഏകരാഹിത്യം ആകുന്നു. പ്രത്യക്ഷബോധത്തിന്റെയും മനോവിമോചനത്തിന്റെയും പരിധികളെ അധഃകരിക്കുകയെന്നതാണ് അത് അർത്ഥമാക്കുന്നത്. എല്ലാ ധർമ്മങ്ങളുടെയും പരസ്പരാശ്രിതവും ശൂന്യവുമായ സ്വഭാവത്തെ ആളുകൾക്ക് കാണാൻ സാധിക്കാതാവുമ്പോൾ, എല്ലാ ധർമ്മങ്ങളും വേറിട്ടതും സ്വതന്ത്രവുമായ പ്രതിഭാസമാണെന്നവർ നിരൂപിക്കുന്നു. മനോവിവേചനത്തിന്റെ വാളുകൊണ്ട് യാഥാർത്ഥ്യത്തെ ചെറിയ ചെറിയ കഷണങ്ങളാക്കി കണ്ടിക്കുന്നതുപോലെയാണ് ധർമ്മത്തെ അത്തരത്തിൽ നോക്കിക്കാണുന്നത്. യാഥാർത്ഥ്യത്തിന്റെ ശരിയായ മുഖം കാണുന്നതിൽ നിന്നും ഇത് ഒരാളെ തടസ്സപ്പെടുത്തുന്നു. ഭിക്ഷുമാരെ, എല്ലാ ധർമ്മങ്ങളും പരസ്പരം ആശ്രിതമാണ്. ഇത് അതിലുണ്ട്. അതിനുള്ളിൽ ഇത് ചേർന്നിരിക്കുന്നു. ഒന്നിനുള്ളിൽ എല്ലാം കാണും. പരസ്പരപൂരണം, പരസ്പരാശ്രിതത്ത്വം എന്നീ വാക്കുകളുടെ അർത്ഥം ഇതാകുന്നു. ഇത് അതിനുള്ളിലുണ്ട്. അത് ഇതിനുള്ളിലുണ്ട്. ഇത് അതാകുന്നു. അത് ഇതാകുന്നു. ഈ രീതിയിൽ മനനം ചെയ്യുക. സാധാരണമായ അവബോധം പൂർണ്ണമായും തെറ്റാണെന്ന് നിങ്ങൾക്ക് കാണാൻ കഴിയും. ധാരണയുടെ കണ്ണുകളെപ്പോലെ വ്യക്തമായും കൃത്യമായും പ്രത്യക്ഷബോധത്തിന്റെ കണ്ണുകൾക്ക് കാണാനാവില്ല. പ്രത്യക്ഷബോധത്തിന്റെ കണ്ണ് കയറിനെ പാമ്പായി തെറ്റിദ്ധരിക്കും. ധാരണയുടെ പ്രകാശനമായ കണ്ണുകളിൽ കയറിന്റെ തനിസ്വഭാവം അനാവൃതമാകും; പാമ്പിന്റെ പ്രതിരൂപം അപ്രത്യക്ഷമാകും.

"ഭിക്ഷുമാരെ, അസ്തിത്വം, അനസ്തിത്വം, ജനനം, മരണം, ഏകം, അനേകം, പ്രത്യക്ഷം, അപ്രത്യക്ഷം, വരവ്, പോക്ക്, അശുദ്ധം, വിശുദ്ധം, വൃദ്ധി, വൃദ്ധിക്ഷയം തുടങ്ങിയ എല്ലാ മനോകല്പനകളും പ്രത്യക്ഷബോധത്താലും മനോവിവേചനത്താലും സൃഷ്ടിക്കപ്പെടുന്നതാണ്. അനന്തമായ പരമാത്മാവിന്റെ കാഴ്ചപ്പാടിൽ, യാഥാർത്ഥ്യത്തിന്റെ ശരിയായ മുഖം കല്പനകളുടെ അതിർത്തികൾക്കുള്ളിൽ ബന്ധിക്കപ്പെട്ടുകൂടാ. അതുകൊണ്ട് എല്ലാ ധർമ്മങ്ങളും സംജ്ഞാരഹിതമെന്ന് പറയപ്പെടുന്നു. അസ്തിത്വം, അനസ്തിത്വം, ജനനം, മരണം, ഏകം, അനേകം, പ്രത്യക്ഷം, അപ്രത്യക്ഷം, വരവ്, പോക്ക്, അവിശുദ്ധം, വിശുദ്ധം, വൃദ്ധി, വൃദ്ധിക്ഷയം എന്നിവയെപ്പറ്റിയുള്ള എല്ലാ ചിന്തകളും അലിഞ്ഞുപോകുവാനായി മനനം ചെയ്യുക. നിങ്ങൾക്ക് മുക്തി സിദ്ധിക്കും. സംജ്ഞാരാഹിത്യമാണ് വിമോചനത്തിന്റെ രണ്ടാം കവാടം."

“ഭിക്ഷുമാരെ, മൂന്നാമത്തെ മുദ്ര ലക്ഷ്യരാഹിത്യം ആകുന്നു. ഏതിന്റെയെങ്കിലും പിന്നാലെ പായാതിരിക്കുന്നതാണ് ലക്ഷ്യരാഹിത്യം. അതെന്തുകൊണ്ട്? സാധാരണയായി ജനങ്ങൾ ഒരു ധർമ്മത്തിനെ ഒഴിവാക്കാനുള്ള ശ്രമത്തിൽ മറ്റൊന്നിന്റെ പിന്നാലെ പായുന്നു. ദാരിദ്ര്യം ഒഴിവാക്കുവാനായി ആളുകൾ സമ്പത്തിന്റെ പിന്നാലെ പായുന്നു. ആത്മീയാന്വേഷി മുക്തി നേടുന്നതിനായി ജനനവും മരണവും തിരസ്കരിക്കുന്നു. എന്നാൽ ധർമ്മങ്ങളും പരസ്പരം ഉൾക്കൊള്ളുന്നതായാൽ, എല്ലാ ധർമ്മങ്ങളും പരസ്പരപൂരണമാണെന്നായാൽ, ഒരു ധർമ്മത്തെ നേടുന്നതിന്നായി മറ്റൊന്നിൽ നിന്ന് ഓടിപ്പോകേണ്ടതുണ്ടോ? ജനനത്തിലും മരണത്തിലും നിർവ്വാണമുണ്ട്.നിർവ്വാണത്തിൽ ജനനവും മരണവുമുണ്ട്. നിർവ്വാണവും ജനനമരണങ്ങളും വേറിട്ട രണ്ട് യാഥാർത്ഥ്യങ്ങളല്ല. നിർവ്വാണം നേടുന്നതിനായി നിങ്ങൾ ജനനത്തെയും മരണത്തെയും തിരസ്കരിക്കുന്നതായാൽ, എല്ലാ ധർമ്മങ്ങളുടെയും പരസ്പരാശ്രിതമായ സ്വഭാവത്തെ നിങ്ങളിനിയും മനസ്സിലാക്കിയിട്ടില്ലെന്നർത്ഥം. നിങ്ങളിനിയും എല്ലാ ധർമ്മങ്ങളുടെയും രൂപരഹിതവും ശൂന്യവുമായ പ്രകൃതത്തെ മനസ്സിലാക്കിയിട്ടില്ലെന്നർത്ഥം. നിങ്ങളുടെ പാച്ചിലും ഒളിച്ചോട്ടവും എന്നെന്നേയ്ക്കുമായി അവസാനിപ്പിക്കുന്നതിന്നായി ലക്ഷ്യരാഹിത്യത്തെ മനനം ചെയ്യുക.

“നിങ്ങളുടെ സ്വന്തം സ്വത്വത്തിനു പുറത്തായി മുക്തിയും ബോധോദയവുമില്ല. മുക്തിയുടെയും ബോധോദയത്തിന്റെയും തനിസത്ത നമ്മൾ തന്നെയാണെന്ന് കാണുവാൻ നാം നമ്മുടെ കണ്ണുകൾ തുറക്കുകയേ വേണ്ടൂ. എല്ലാ ധർമ്മങ്ങളും എല്ലാ ജീവനും അവരിൽ തന്നെ സമ്പൂർണ്ണ ബോധോദയത്തിന്റെ പ്രകൃതം ഉൾക്കൊള്ളുന്നു. അതിന്നായി നിങ്ങൾ പുറത്തേയ്ക്ക് നോക്കരുത്. നിങ്ങളുടെ സ്വന്തം സ്വത്വത്തിന്മേൽ ജാഗ്രതയോടെ വെളിച്ചം നിങ്ങൾക്ക് വീഴ്ത്താനായാൽ, ഉടനെ നിങ്ങൾക്ക് ബോധോദയമുണ്ടാകും. ഭിക്ഷുമാരെ, മുക്തിയാകട്ടെ, നിർവ്വാണമാകട്ടെ, യാതൊന്നും തന്നെ നിങ്ങളുടെ പ്രജ്ഞയിൽ നിന്ന് സ്വതന്ത്രമായി സ്ഥിതി ചെയ്യുന്നില്ല. മറ്റെവിടെയും അവയ്ക്കുവേണ്ടി അന്വേഷിക്കരുത്. പ്രജ്ഞയിൽനിന്ന് സ്വതന്ത്രമായി പ്രജ്ഞയുടെ വസ്തുവിന് നിലനിൽക്കാനാവില്ല. ലക്ഷ്യരാഹിത്യത്തിന്റെ അർത്ഥം, അതാകുന്നു. നിങ്ങൾ അന്വേഷിക്കുന്നതെന്തോ അതു തന്നെയാണ് ഇപ്പോൾ തന്നെ നിങ്ങൾ. സ്വാതന്ത്ര്യത്തിലേയ്ക്ക് നയിക്കുന്ന അമേയമായ കവാടമാകുന്നു ലക്ഷ്യരാഹിത്യം. മൂന്നാമത്തെ മുക്തികവാടം എന്ന് ഇതറിയപ്പെടുന്നു.”

“ഭിക്ഷുമാരെ, ധർമ്മ മുദ്രകളുടെ ബോധനം ഇതത്രെ. മുക്തിയുടെ മൂന്ന് കവാടങ്ങളുടെ ബോധനമത്രെ ഇത്. മുക്തിയുടെ മൂന്ന് കവാടങ്ങൾ അമേയവും ഉദാത്തവുമാകുന്നു. പഠിക്കുന്നതിനും അവ പരിശീ

ലിക്കുന്നതിനുമായി നിങ്ങളെ സർവ്വാത്മനാ സമർപ്പിക്കുക. ഈ ബോധത്തിനനുസൃതമായി നിങ്ങൾ പരിശീലിക്കുന്ന പക്ഷം, തീർച്ചയായും നിങ്ങൾ വിമോചനം സാക്ഷാത്കരിക്കും."

ഈ സൂക്തം ബുദ്ധൻ ഉപസംഹരിച്ചതും അഭിവന്ദ്യനായ സരിപുത്രൻ എണീറ്റു നിന്ന് ബുദ്ധനെ വണങ്ങി. ബുദ്ധനോടുള്ള അഗാധമായ കൃതജ്ഞത രേഖപ്പെടുത്തുന്നതിനായി മറ്റുള്ള എല്ലാ ഭിക്ഷുമാരും അദ്ദേഹത്തിന്റെ മാതൃക പിന്തുടർന്നു. ഈ സൂക്തം പഠിക്കുന്നതിന്നായി അടുത്ത ദിവസം സവിശേഷാൽ ഒരു യോഗം ചേരുന്നതാണ്, പൂജ്യനായ സരിപുത്രൻ പ്രഖ്യാപിച്ചു. അദ്ദേഹം പറഞ്ഞു, ഈ സൂക്തം അളവറ്റ വിധം ഉദാത്തമാണ്. എല്ലാവരും അത് പഠിക്കാനും മനസ്സിലാക്കാനും പരിശീലിക്കാനും സ്വയം സമർപ്പിക്കണം. പോയവർഷം ബുദ്ധൻ ചെയ്ത ശൂന്യതമേലുള്ള സൂക്തവുമായി ഇത് ബന്ധപ്പെട്ടതാണെന്ന് പൂജ്യനായ സ്വാസ്തി തിരിച്ചറിഞ്ഞു. തന്റെ ശിഷ്യന്മാരെ ബുദ്ധൻ ലളിതമായ ബോധനങ്ങളിൽ നിന്ന് സൂക്ഷ്മവും അഗാധവുമായതിലേയ്ക്ക് എങ്ങനെയാണ് നയിക്കുന്നതെന്ന് അദ്ദേഹം പറഞ്ഞു. മഹാകശ്യപൻ, സരിപുത്രൻ, പുന്ന, മൊഗ്ഗല്ലാന തുടങ്ങിയ ശിഷ്യന്മാരുടെ ആനന്ദഭരിതവും പ്രഭാപൂരിതവുമായ മുഖങ്ങളിലേക്ക് അദ്ദേഹം നോക്കി. പോയവർഷം ശൂന്യതയെക്കുറിച്ചുള്ള സൂക്തത്തെക്കുറിച്ച് ബുദ്ധൻ സംസാരിച്ചപ്പോൾ, സരിപുത്രനെ തുടർന്ന് മറ്റ് ശിഷ്യന്മാരും ബുദ്ധനെ വണങ്ങിയിരുന്നുവെന്നത് അദ്ദേഹം ഓർമ്മിപ്പിച്ചു. ഗുരുനാഥനും ശിഷ്യന്മാരും തമ്മിലുള്ള ബന്ധം എത്രമാത്രം ആഴമേറിയതാണെന്ന് അദ്ദേഹം കണ്ടു.

പിറ്റേന്ന് മദ്ധ്യാഹ്നശേഷം പൂജ്യരായ യമേലുവും തെകുലയും ബുദ്ധനെ അദ്ദേഹത്തിന്റെ കുടിലിൽ സന്ദർശിച്ചു. ബ്രാഹ്മണ ജാതിയിൽ നിന്നുള്ള സഹോദരന്മാരായിരുന്നു ഈ രണ്ട് ഭിക്ഷുമാരും. പൗരാണിക സാഹിത്യത്തിലും ഭാഷാശാസ്ത്രത്തിലും അവർ പേരുകേട്ടവരായിരുന്നു. ധർമ്മശാസ്ത്രങ്ങൾ ഉരുവിടുമ്പോൾ അവരുടെ ശബ്ദം മണിയൊച്ചപോലെ സുതാര്യവും ദുന്ദുഭിപോലെ പ്രകമ്പനം കൊള്ളുന്നതുമായിരുന്നു. അവർ ബുദ്ധനെ വണങ്ങി. അദ്ദേഹം അവരോടിരിക്കാൻ പറഞ്ഞു.

യമേലു പറഞ്ഞു: "പ്രഭോ, ഞങ്ങൾ അങ്ങയോട് ഭാഷയെക്കുറിച്ച് സംസാരിക്കാൻ ആഗ്രഹിക്കുന്നു. കാരണം പ്രബോധനം ജനങ്ങളിലെത്തിക്കുന്നത് ഭാഷയാണല്ലോ. പ്രഭോ, അങ്ങ് സാധാരണയായി മഗധിയിലാണല്ലോ പ്രഭാഷണം നടത്തുന്നത്. എന്നാൽ, മഗധി ഏറെ ഭിക്ഷുക്കളുടെയും മാതൃഭാഷയല്ല. ഭിക്ഷുമാർ പഠിപ്പിക്കുന്ന ചില ദേശങ്ങളിലെ ജനങ്ങൾക്കാകട്ടെ, മഗധി മനസ്സിലാകുന്നുമില്ല. അങ്ങനെ വരുമ്പോൾ പ്രബോധനങ്ങൾ അവർ നാടൻ പേച്ചുകളിൽ പരാവർത്തനം

ചെയ്യാനാണ് പറയുന്നത്. എന്നാൽ, ഞങ്ങൾക്ക് ഉപസമ്പദം കിട്ടുന്നതിനും മുമ്പ്, അനേകം വാമൊഴികളും ഭാഷകളും പഠിക്കാനുള്ള ഭാഗ്യമുണ്ടായിരുന്നു. നാട്ടുപേച്ചുകളിലേയ്ക്കും ശൈലികളിലേയ്ക്കും പരാവർത്തിതമാകുമ്പോൾ, അങ്ങയുടെ ബോധനത്തിന്റെ സൂക്ഷ്മവും ഉദാത്തവുമായ ഭാവങ്ങൾ തടസ്സപ്പെടുന്നതായിട്ടാണ് ഞങ്ങൾക്ക് തോന്നുന്നത്. അങ്ങയുടെ എല്ലാ പ്രബോധനങ്ങളും വേദഭാഷയുടെ ക്ലാസ്സിക്കൽ സൂചകങ്ങളിലേയ്ക്കാക്കുവാൻ ഞങ്ങൾക്ക് അനുവാദം തന്നാലും. "എല്ലാ ഭിക്ഷുക്കളും ഒരേ ഭാഷയിൽ പഠിക്കുകയും പഠിപ്പിക്കുകയും ചെയ്യുന്നതായാൽ തെറ്റുകളും ദുർവ്യാഖ്യാനങ്ങളും ഒഴിവാക്കാം."

ബുദ്ധൻ ഒരു നിമിഷം നിശ്ശബ്ദനായി. പിന്നീടദ്ദേഹം പറഞ്ഞു. "താങ്കളുടെ നിർദ്ദേശം പിന്തുടരുന്നത് പ്രയോജനകരമാവില്ല. ധർമ്മം ഒരു ജീവിക്കുന്ന യാഥാർത്ഥ്യമാണ്. അത് സംക്രമിപ്പിക്കുവാനുള്ള വാക്കുകൾ ജനങ്ങൾ നിത്യേന ഉപയോഗിക്കുന്നവയായിരിക്കണം. അല്പം ചില പണ്ഡിതന്മാർക്ക് മാത്രം മനസ്സിലാക്കാൻ കഴിയുന്ന ഒരു ഭാഷയിൽ ബോധനങ്ങൾ പ്രേഷണം ചെയ്യപ്പെടുവാൻ ഞാനിഷ്ടപ്പെടുന്നില്ല. പ്രിയ ചങ്ങാതിമാരേ, എന്റെ എല്ലാ ശിഷ്യന്മാരും, ഉപസമ്പദം ചെയ്തവരും ഗൃഹസ്ഥരും, അവരവരുടെ മാതൃഭാഷയിൽ തന്നെ ധർമ്മം പഠിക്കണമെന്നാണ് ഞാനാഗ്രഹിക്കുന്നത്. അപ്രകാരം, ധർമ്മം ഓജസ്സാർന്നതും ഏവർക്കും സമീപിക്കാവുന്നതുമായി നിലനിൽക്കും. ധർമ്മം സമകാലീന ജീവിതവുമായി ബന്ധമുള്ളതുമായിരിക്കണം. പ്രാദേശിക സംസ്കാരത്തിന് അനുരൂപവുമായിരിക്കണം."

ബുദ്ധന്റെ ഉദ്ദേശ്യം മനസ്സിലാക്കിയ പൂജ്യരായ യമേലുവും തെകുലയും ബുദ്ധനെ വണങ്ങി, വിടവാങ്ങി.

69. ബുദ്ധൻ എവിടെപ്പോകും?

മഴയോടുകൂടിയ കാറ്റും പിശറും ഉള്ള ഒരു ദിവസം ബുദ്ധനെ സന്ദർശിക്കുവാനായി ഉത്തിയ എന്നൊരു സന്യാസി വന്നു. ആനന്ദൻ അദ്ദേഹത്തെ ബുദ്ധന്റെ കുടിലിലേക്ക് ആനയിച്ചു. ബുദ്ധന് പരിചയപ്പെടുത്തി. അദ്ദേഹത്തോട് ഇരിക്കാൻ അപേക്ഷിച്ച് ആനന്ദൻ അദ്ദേഹത്തിന് തോർത്തുവാനായി ഒരു കുറുവസ്ത്രം കൊടുത്തു.

ഉത്തിയ ബുദ്ധനോട് ചോദിച്ചു: "ഈ ലോകം അനശ്വരമാണോ, ഗൗതമമുനി? അതോ ഒരു നാൾ ഇത് നശിക്കുമോ?"

ബുദ്ധൻ മന്ദഹസിച്ചു: "ഉത്തിയ സന്യാസി, താങ്കളുടെ സമ്മതത്തോടെ, ഞാനിതിന് ഉത്തരം പറയില്ല."

പിന്നീട് ഉത്തിയ ചോദിച്ചു: "ഈ ലോകം അന്ത്യമുള്ളതോ അന്ത്യമറ്റതോ?"

"ഞാനീ ചോദ്യത്തിനും ഉത്തരം പറയില്ല"

"എന്നാൽ ശരി, ശരീരവും ആത്മാവും ഒന്നോ രണ്ടോ?"

"അതിനും ഞാനുത്തരം പറയില്ല"

"മരണശേഷം താങ്കൾ തുടർന്നും നിലനിൽക്കുമോ ഇല്ലയോ?"

"ഈ ചോദ്യത്തിനും ഞാനുത്തരം പറയില്ല"

"ഒരു പക്ഷേ, മരണശേഷം താങ്കൾ നിലനിൽക്കില്ല, നിലനിൽക്കാതിരിക്കുകയുമില്ല, എന്നാണോ പറയുന്നത്?"

"ഉത്തിയ സന്യാസി, ഞാനീ ചോദ്യത്തിനും ഉത്തരം പറയില്ല."

ഉത്തിയ ആകെ കുഴഞ്ഞു. അദ്ദേഹം പറഞ്ഞു, "ഗൗതമമുനി, ഞാൻ ചോദിച്ച ഓരോ ചോദ്യത്തിനും മറുപടി പറയാൻ താങ്കൾ വിസമ്മതിച്ചു. ഏത് ചോദ്യത്തിനാണ് താങ്കൾ മറുപടി പറയുക?"

ബുദ്ധൻ പ്രതിവചിച്ചു, "എല്ലാവിധ ദുഃഖങ്ങളും ഉൽക്കണ്ഠകളും തരണം ചെയ്യുന്നതിനായി ഒരുവൻ ശരീരത്തെയും മനസ്സിനെയും നിയന്ത്രിക്കാൻ തക്ക സാധന സാധ്യമാകുന്ന ചോദ്യങ്ങൾക്കേ ഞാൻ മറുപടി നൽകൂ."

"ഈ ലോകത്തിലെ എത്ര മനുഷ്യരെ താങ്കൾക്ക് താങ്കളുടെ ബോധനം കൊണ്ട് രക്ഷിക്കാനാവുമെന്നാണ് താങ്കളുടെ വിചാരം?"

ബുദ്ധൻ നിശബ്ദനായി ഇരുന്നതേയുള്ളു. ഉത്തിയ സന്യാസി പിന്നീടൊന്നും പറഞ്ഞില്ല.

ഉത്തരം പറയാനോ ഉത്തരം പറയാൻ കഴിവില്ലാത്തവനായോ ആയി ഉത്തിയ ബുദ്ധനെ വിചാരിച്ചേക്കുമെന്ന് അനുമാനിച്ച ആനന്ദൻ ആ മനുഷ്യനിൽ ദയ തോന്നി, ഇങ്ങനെ പറഞ്ഞു, "ഉത്തിയ സന്യാസി, ഒരു പക്ഷേ, ഈ ഉദാഹരണം എന്റെ ഗുരുനാഥന്റെ ഉദ്ദേശ്യം കൂടുതൽ അറിയാനായി താങ്കളെ സഹായിച്ചേയ്ക്കും. വീതിയുള്ള ഒരു കിടങ്ങും, മതിലുമുള്ള കോട്ട കെട്ടിയ കൊട്ടാരത്തിനുള്ളിൽ താമസിക്കുന്ന ഒരു രാജാവിനെ ഒന്ന് സങ്കല്പിച്ച് നോക്കുക. കൊട്ടാരത്തിനുള്ളിലേയ്ക്ക് കടക്കാനും പുറത്തേയ്ക്ക് പോകാനും ഒരേ ഒരു മാർഗ്ഗം മാത്രമേയുള്ളൂവെന്നും വെയ്ക്കുക. അതാകട്ടെ, രാപ്പകൽ പാറാവുകാരുടെ നിരീക്ഷണത്തിലുമാണ്. സൂക്ഷ്മദൃക്കായ പാറാവുകാരൻ തനിയ്ക്കറിയുന്നവരെ മാത്രമേ കൊട്ടാരത്തിനകത്തേയ്ക്ക് കടത്തി വിടുകയുള്ളൂ. മറ്റൊരാളിനും അകത്ത് കടക്കാൻ അനുവാദമില്ല. ഒരു പൂച്ചകുഞ്ഞിനു കടക്കാൻ പോലുമുള്ള ദ്വാരങ്ങളോ പഴുതുകളോ, ഉണ്ടോയെന്ന് പാറാവുകാരൻ ശ്രദ്ധിക്കുന്നുണ്ട്. തന്റെ കൊട്ടാരത്തിലേയ്ക്ക് എത്രപേർ പ്രവേശിക്കുന്നുണ്ടെന്ന് കാണാതെയാണ് രാജാവിന്റെ ഇരിപ്പ്. അദ്ദേഹത്തിനറിയാം ആവശ്യമില്ലാത്ത ആരെയും പാറാവുകാരൻ കടത്തിവിടില്ലെന്ന്. അതുപോലെയാണ് ഗൗതമമുനിയും. തന്റെ മാർഗ്ഗം പിന്തുടരുന്നവർ എത്രയെന്ന് അദ്ദേഹത്തിന് വിഷയമല്ല. മാർഗ്ഗത്തെക്കുറിച്ച് പഠിപ്പിക്കുന്നതിൽ മാത്രമാണ് അദ്ദേഹത്തിന്റെ ശ്രദ്ധ. ആർത്തിയും ഹിംസയും മതിഭ്രമവും ഇല്ലാതാക്കാനുള്ള കഴിവതിനുണ്ടെന്ന് അദ്ദേഹത്തിനറിയാം. മാർഗ്ഗം പിന്തുടരുന്നവർക്ക് ശാന്തിയും ആനന്ദവും മുക്തിയും സിദ്ധിക്കും. ശരീരത്തെയും മനസ്സിനെയും നിയന്ത്രണത്തിലാക്കുന്നതെങ്ങനെയെന്ന് അദ്ദേഹത്തോട് ചോദിയ്ക്കൂ. തീർച്ചയായും, അദ്ദേഹം മറുപടി നൽകും."

ഉത്തിയയ്ക്ക് ആനന്ദന്റെ ഉദാഹരണം മനസ്സിലായി. പക്ഷേ, അദ്ദേഹം അതീന്ദ്രിയമായ ചോദ്യങ്ങളിൽ കുരുങ്ങിപ്പോയിരുന്നു. അതിനാൽ തന്നെ തുടർന്ന് ചോദിച്ചതുമില്ല. ബുദ്ധനുമായുള്ള തന്റെ കണ്ടുമുട്ടലിൽ ഏതാണ്ട് അസംതൃപ്തനായിട്ടാണ് അദ്ദേഹം മടങ്ങിയത്.

കുറച്ചു ദിവസങ്ങൾക്കു ശേഷം, മറ്റൊരു സന്യാസിയായ വാചാഗോതൻ ബുദ്ധനെ സന്ദർശിക്കുവാനെത്തി. അതേ സ്വഭാവത്തിലുള്ള ചോദ്യങ്ങളാണ് അദ്ദേഹവും ചോദിച്ചത്.

"ഗൗതമ മുനി, സ്വത്വം ഉണ്ടോ ഇല്ലയോയെന്ന് പറയാമോ?"

ബുദ്ധൻ നിശ്ശബ്ദനായി ഇരുന്നതേയുള്ളു. അദ്ദേഹം ഒരക്ഷരം പോലും ഉരിയാടിയില്ല. നിരവധി ചോദ്യങ്ങൾ ചോദിച്ച് മറുപടി ലഭിക്കാതായപ്പോൾ വാചാഗോതൻ എണീറ്റുപോയി. അദ്ദേഹം പൊയ്ക്ക

ഴിഞ്ഞശേഷം, ആനന്ദൻ ബുദ്ധനോട് ചോദിച്ചു; "പ്രഭോ, അങ്ങയുടെ ധർമ്മപ്രഭാഷണങ്ങളിൽ അസ്വത്വത്തെപ്പറ്റി പറയാറുണ്ട്. പിന്നെന്തു കൊണ്ട് സ്വത്വത്തെപ്പറ്റിയുള്ള വാചാഗോതന്റെ ചോദ്യത്തിന് അങ്ങ് മറുപടി പറഞ്ഞില്ല?"

ബുദ്ധൻ: "ആനന്ദാ, സ്വത്വത്തിന്റെ ശൂന്യതയെപ്പറ്റി പറയുന്നത് നമ്മുടെ ധ്യാനത്തെ സഹായിക്കും. അതൊരു സിദ്ധാന്തമായിട്ടെടുക്കേണ്ടതില്ല. എന്നാൽ, ആളുകൾ അതൊരു സിദ്ധാന്തമായിട്ടെടുത്താൽ, അവരതിൽ കുരുങ്ങിപ്പോകും. എന്റെ ബോധനം അക്കരെ കടക്കാനുള്ള ചങ്ങാടം മാത്രമാണ്. അല്ലെങ്കിൽ, ചന്ദ്രനെ ചൂണ്ടിക്കാട്ടുന്ന വിരൽ. ബോധനത്തിന്റെ കുരുക്കിൽ നാം പെട്ടുപോകരുത്. വാചാഗോതൻ ആവശ്യപ്പെടുന്നത് എന്നിൽനിന്നൊരു സിദ്ധാന്തമാണ്. സ്വത്വത്തെയും അസത്വത്തെയും പ്രതിയുള്ള യാതൊരു സിദ്ധാന്തത്തിലും അദ്ദേഹം കുരുങ്ങിപ്പോകാതിരിക്കാനാണ് ഞാൻ ശ്രദ്ധിക്കുന്നത്. ഒരു സ്വത്വമുണ്ടെന്ന് ഞാൻ പറഞ്ഞെന്നിരിക്കട്ടെ. തീർച്ചയായും ഞാനെന്റെ പ്രബോധനത്തെ നിഷേധിക്കുകയായിരിക്കും. സ്വത്വമില്ലെന്ന് ഞാൻ പറഞ്ഞെന്നിരിക്കട്ടെ. അദ്ദേഹം അതിൽ കടിച്ചു തൂങ്ങിയെന്നിരിക്കട്ടെ. ഒരിക്കലും അദ്ദേഹത്തിന് ഗുണം ചെയ്യില്ല. അത്തരം ചോദ്യങ്ങൾക്ക് ഉത്തരം നൽകുന്നതിനു പകരം മിണ്ടാതിരിക്കുന്നതാണ് നല്ലത്. ഞാനവരുടെ ചോദ്യങ്ങൾക്ക് ഉത്തരം നൽകുന്നില്ലെന്ന് അവർ വിചാരിക്കട്ടെ. സിദ്ധാന്തങ്ങളിൽ കുരുങ്ങുന്നതിനേക്കാൾ ഭേദമാണത്."

ഒരുദിവസം അനിരുദ്ധനെ ഒരുകൂട്ടം സന്യാസിമാർ തടഞ്ഞുനിർത്തി. തങ്ങളുടെ ചോദ്യത്തിന് ഉത്തരം നൽകാതെ പോകാൻ അവർ അദ്ദേഹത്തെ അനുവദിച്ചില്ല. അവർ ചോദിച്ചു. "ഗൗതമമുനി സമ്പൂർണ്ണ മുക്തിനേടിയ ഗുരുവാണെന്ന് കേൾക്കുന്നു. അദ്ദേഹത്തിന്റെ ബോധനം ഉദാത്തവും സൂക്ഷ്മവുമാണെന്നും. താങ്കൾ അദ്ദേഹത്തിന്റെ ശിഷ്യനാണല്ലോ. അതിനാൽ ഇതിനുത്തരം നൽകുക. ഗൗതമമുനി മരിച്ചുകഴിയുമ്പോൾ, അദ്ദേഹം തുടർന്നും നിലനിൽക്കുമോ ഇല്ലയോ?" താഴെ പറയുന്ന നാലു സാധ്യതകളിൽ ഏതെങ്കിലുമൊന്ന് അനിരുദ്ധൻ തെരഞ്ഞെടുക്കണമെന്നവർ ആവശ്യപ്പെട്ടു.

ഗൗതമമുനി മരിക്കുന്നതോടെ, അദ്ദേഹം തുടർന്നും നിലനിൽക്കും. ഗൗതമമുനി മരിക്കുന്നതോടെ, അദ്ദേഹം നിലനിൽക്കുന്നത് ഇല്ലാതാകും. ഗൗതമമുനി നിലനിൽക്കുകയും, നിലനിൽക്കുന്നത് ഇല്ലാതാകുകയും ചെയ്യും. ഗൗതമമുനി നിലനിൽക്കുകയോ, നിലനിൽക്കാതിരിക്കുകയോ ഇല്ല.

ശരിയായ ബോധനവുമായി ഇവയ്ക്കു നാലിനും ബന്ധമില്ലെന്ന് അനിരുദ്ധനറിയാം. അദ്ദേഹം നിശ്ശബ്ദനായി. അദ്ദേഹത്തിന്റെ മൗനം സമ്മതിക്കുവാൻ അവർ തയ്യാറായില്ല. നാലിൽ ഏതെങ്കിലുമൊന്ന്

തെരഞ്ഞെടുക്കുവാൻ അവർ അദ്ദേഹത്തിന്റെ മേൽ വൃഥാ ശ്രമം നടത്തി. അവസാനം പറഞ്ഞു, എന്റെ ചങ്ങാതിമാരെ, എന്റെ ധാരണയനുസരിച്ച് ഇവ നാലും ഗൗതമമുനിയുടെ ബോധനം പ്രകാശിതമാക്കുവാൻ അപര്യാപ്തമാണ്.

സന്ന്യാസിമാർ പൊട്ടിച്ചിരിച്ചു. ഒരാൾ പറഞ്ഞു, "ഈ ഭിക്ഷു പുതിയതായി ഉപസമ്പദം ചെയ്യപ്പെട്ടവനായിരിക്കണം. നമ്മുടെ ചോദ്യത്തിനുള്ള ഉത്തരം നൽകുവാനുള്ള കഴിവ് അയാൾക്കില്ല. അദ്ഭുതപ്പെടേണ്ട. ചോദ്യത്തിനുത്തരം നൽകാതെ അയാൾ ഒഴിഞ്ഞ് മാറുകയാണ്. അയാൾ പൊയ്ക്കോട്ടെ."

കുറച്ച് ദിവസങ്ങൾക്കുശേഷം അനിരുദ്ധൻ സന്ന്യാസിയുടെ ചോദ്യങ്ങൾ ബുദ്ധന്റെ മുമ്പിൽ അവതരിപ്പിച്ചു. "പ്രഭോ, ദയവായി ഞങ്ങളെ പ്രബുദ്ധരാക്കിയാലും. ആവശ്യം വരുന്ന സന്ദർഭങ്ങളിൽ ഞങ്ങൾക്ക് ഇത്തരം ചോദ്യങ്ങൾക്ക് മറുപടി നൽകാമല്ലോ."

ബുദ്ധൻ : "കേവലമായ ബോധനത്തിലൂടെ ഗൗതമമുനിയെ കണ്ടെത്തുക അസാധ്യമാണ്. എവിടെയാണ് ഗൗതമമുനി? അനിരുദ്ധാ, ഗൗതമമുനിയെ താങ്കൾക്ക് ആകാരത്തിൽ കണ്ടെത്താനാവുമോ?"

"ഇല്ല പ്രഭോ."

"ഗൗതമനെ സ്പർശാനുഭവത്തിലൂടെ കണ്ടെത്താനാവുമോ?"

"ഇല്ല പ്രഭോ."

"പ്രത്യക്ഷബോധത്തിലോ മനോരൂപീകരണങ്ങളിലോ പ്രജ്ഞയിലോ ഗൗതമനെ കണ്ടെത്താനാവുമോ?"

"ഇല്ല പ്രഭോ."

"ശരി. എന്നാൽ ഗൗതമനെ ആകാരത്തിന് പുറത്ത് കണ്ടെത്താനാവുമോ?"

"ഇല്ല പ്രഭോ."

"ഗൗതമനെ സ്പർശാനുഭവങ്ങൾക്ക് പുറത്ത് കണ്ടെത്താനാവുമോ?"

"ഇല്ല പ്രഭോ."

"പ്രത്യക്ഷബോധങ്ങൾക്കും മനോരൂപീകരണങ്ങൾക്കും പ്രജ്ഞയ്ക്കും പുറത്ത് ഗൗതമനെ കണ്ടെത്താനാവുമോ?"

"ഇല്ല പ്രഭോ."

ബുദ്ധൻ അനിരുദ്ധനെ നോക്കി: "പിന്നെ എവിടെയാണ് ഗൗതമനെ കണ്ടെത്താനാവുക? അനിരുദ്ധാ, താങ്കൾ ഗൗതമന്റെ മുമ്പിൽ നിൽക്കുന്ന ഈ നിമിഷം, താങ്കൾക്കദ്ദേഹത്തെ പിടിക്കാനാവില്ല. പിന്നെ, അദ്ദേഹം മരിച്ചശേഷമുള്ള കാര്യം പറയാനുണ്ടോ? അനിരുദ്ധാ, എല്ലാ ധർമ്മങ്ങളുടെയും സത്തപോലെ, ഗൗതമന്റെ സത്തയും അവ

ബോധത്തിലൂടെയോ ത്യാജ്യഗ്രാഹ്യ മനോഭാവങ്ങളുടെ തരംതിരിവു കളിലൂടെയോ, ഗ്രഹിക്കാനാവില്ല. മറ്റ് ധർമ്മങ്ങളുമായുള്ള പരസ്പരാ ശ്രിത ബന്ധത്തിലൂടെയേ ധർമ്മങ്ങളെ കണ്ടെത്താനാവൂ. ഗൗതമന്റെ ശരിയായ മുഖമറിയാൻ അ-ഗൗതമമെന്ന് സാധാരണ കരുതുന്ന എല്ലാ ധർമ്മങ്ങളിലുമാണ് ഗൗതമനെ താങ്കൾ കാണേണ്ടത്."

"അനിരുദ്ധാ, താമരപ്പൂവിന്റെ സത്തയെന്തെന്നറിയുവാൻ നാം എന്താണ് ചെയ്യുക? താമരപ്പൂവുമായി ബന്ധമില്ലെന്ന് നാം സാധാരണ കരുതുന്ന സൂര്യൻ, കുളം, കുളത്തിലെ വെള്ളം, മേഘങ്ങൾ, ചെളി, ചൂട് എന്നീ ധർമ്മങ്ങളിലാണ് നാം താമരപ്പൂവിനെ നോക്കേണ്ടത്. ഈ വിധം നാം നോക്കുകയാണെങ്കിൽ സങ്കുചിതമായ കാഴ്ചകളുടെ വല നമുക്ക് വേറെ വേറെയായി കീറിമാറ്റാനാവും. ജനനമരണങ്ങൾ, ഇവി ടെയവിടെ, അസ്തിത്വം-അനസ്തിത്വം, അശുദ്ധം-വിശുദ്ധം, വർധന - ക്ഷയം തുടങ്ങിയ ദ്വന്ദ്വങ്ങളുടെ വല. ഗൗതമനെ കാണാനും ഇതുത ന്നെയാണ് മാർഗ്ഗം. യാഥാർത്ഥ്യത്തിന്റെ ഭീമാകാരമായ പറവയെ പിടി ക്കുവാൻ, സന്യാസിമാരുടെ അസ്തിത്വം - അനസ്തിത്വം, ഇവ രണ്ടും ചേർന്നത്, ഇവ രണ്ടുമില്ലാത്തത് തുടങ്ങിയ എട്ടുകാലി വലകളുടെ വലിയ വലകൊണ്ടാവില്ല.

"അനിരുദ്ധാ, സംസാരം കൊണ്ടോ എഴുത്തുകൊണ്ടോ, പ്രത്യക്ഷ ബോധം കൊണ്ടോ യാഥാർത്ഥ്യത്തെ പ്രകാശിപ്പിക്കാനാവില്ല. യാഥാർത്ഥ്യത്തിന്റെ സത്തയറിയുവാൻ ധ്യാനത്തിലൂടെയുള്ള ധാരണ കൊണ്ടേ സാധിക്കൂ. അനിരുദ്ധാ, മാങ്ങയുടെ യഥാർത്ഥ രുചിയറിയു വാൻ മാങ്ങ രുചിച്ചുനോക്കണം. എത്ര വലിയ വാക്കുകൾകൊണ്ടോ സങ്കല്പനം കൊണ്ടോ സാധ്യമല്ല. നേരനുഭവത്തിലൂടെയേ യാഥാർത്ഥ്യത്തെ നമുക്കറിയാനാവൂ. അതുകൊണ്ടാണ് ഞാൻ ഭിക്ഷു ക്കളോട് പറയുന്നത് അനാവശ്യമായ ചർച്ചകളിൽ സമയം പാഴാക്കാ തിരിക്കുക. വസ്തുക്കളെ ആഴത്തിൽ നോക്കുക. അറിയുക."

"അനിരുദ്ധാ, എല്ലാ ധർമ്മങ്ങളുടെയും സ്വഭാവം അസ്ഥിതമാണ്. അപ്രകാരം എന്ന് വിളിക്കാം. തഥാത. എല്ലാ ധർമ്മങ്ങളുടെയും വിസ്മ യാവഹമായ സ്വഭാവം തഥാതമാണ്. തഥാതയിൽ നിന്നാണ് താമര ഉദിക്കുന്നത്. അനിരുദ്ധൻ ഉദിക്കുന്നത് തഥാതയിൽ നിന്നാണ്. ഗൗത മൻ ഉദിക്കുന്നത് തഥാതയിൽ നിന്നാകുന്നു. അത്തരം തഥാതയിൽ നിന്ന് ഉദിക്കുന്നവനെ തഥാഗതൻ എന്ന് നമുക്ക് വിളിക്കാം. അഥവാ അപ്രകാരം വരുന്നവൻ ആരോ അവൻ തഥാതയിൽ നിന്ന് ഉദിക്കുന്നു. ധർമ്മങ്ങൾ എങ്ങോട്ടാണ് മടങ്ങുന്നത്? എല്ലാ ധർമ്മങ്ങളും തഥാതയി ലേയ്ക്ക് മടങ്ങുന്നു. അപ്രകാരം മടങ്ങുന്നതിനെ തഥാഗതൻ എന്നു വിളിക്കാം. സത്യത്തിൽ, ധർമ്മങ്ങൾ ഒരിടത്തുനിന്നും ഉദിക്കുന്നില്ല, ഒരി ടത്തേയ്ക്കും പോകുന്നുമില്ല, കാരണം അവയുടെ സ്വഭാവം അപ്രകാരം

തന്നെയാകുന്നു. അനിരുദ്ധാ, തഥാത എന്നതിന്റെ ശരിയായ അർത്ഥം എങ്ങുമില്ലാത്തിടത്തുനിന്നും വരുന്നവൻ, എങ്ങുമില്ലാത്തിടത്തേയ്ക്ക് പോകുന്നവൻ എന്നാണ്. അനിരുദ്ധാ, ഇപ്പോൾ മുതൽ ഞാൻ എന്നെ 'തഥാഗതൻ' എന്ന് വിളിക്കുന്നു. ഞാനെന്നോ എന്റേതെന്നോ ഉപയോഗിക്കുമ്പോഴുണ്ടാകുന്ന വിവേചനം ഇതുപയോഗിക്കുന്നതായാൽ ഒഴിവാക്കാം."

അനിരുദ്ധൻ മന്ദഹസിച്ചു: "എല്ലാവരും തഥാതയിൽ നിന്നാണുദിക്കുന്നതെന്ന് നമുക്കറിയാം. എങ്കിലും ആ പദം ഞങ്ങൾ അങ്ങേയ്ക്കുവേണ്ടി നീക്കിവെയ്ക്കുന്നു. ഓരോ തവണയും അങ്ങ് അങ്ങയെ തഥാഗതനെന്ന് സൂചിപ്പിക്കുമ്പോൾ, ആദിയും അന്ത്യവുമില്ലാത്ത തഥാതയെന്ന പ്രകൃതമാണ് നമുക്കുള്ളതെന്ന് ഞങ്ങൾ ഓർമ്മിക്കും."

ബുദ്ധനും മന്ദഹസിച്ചു: "തഥാഗതൻ താങ്കളുടെ നിർദ്ദേശത്തിൽ സന്തുഷ്ടനായിരിക്കുന്നു."

ബുദ്ധനും അനിരുദ്ധനും തമ്മിലുണ്ടായ ഈ സംഭാഷണത്തിൽ ആനന്ദൻ സന്നിഹിതനായിരുന്നു. ബുദ്ധന്റെ കുടിലിൽ നിന്ന് അനിരുദ്ധനിറങ്ങിയപ്പോൾ ആനന്ദൻ ഒപ്പം ചേർന്നു. അടുത്ത ദിവസത്തെ ധർമ്മപ്രഭാഷണത്തിൽ, ഇക്കാര്യം ഭിക്ഷുക്കളുമായി പങ്കിടുമോ, ആനന്ദൻ നിർദ്ദേശിച്ചു. അനിരുദ്ധൻ സസന്തോഷം സമ്മതിച്ചു. ശ്രാവസ്തിയിലെ സന്ന്യാസിമാരുമായുണ്ടായ കണ്ടുമുട്ടൽ വിസ്തരിച്ചശേഷമായിരിക്കും, താനിത് പറയുകയെന്നദ്ദേഹം കൂട്ടിച്ചേർത്തു.

70. തിത്തിരിപ്പക്ഷിയും വേട്ടപ്പക്ഷിയും

ഭിക്ഷു സ്വാസ്തിയെ ബുദ്ധൻ ഒരിക്കലും ശകാരിച്ചിട്ടില്ല. തിരുത്തിയിട്ടുമില്ല. എങ്കിലും സ്വാസ്തിക്ക് തന്റെ പരിമിതികൾ അറിയാമായിരുന്നു. തന്റെ ആറിന്ദ്രിയങ്ങളെയും ചൊൽപ്പടിയിലാക്കാനുള്ള സ്വാസ്തിയുടെ കഠിനാദ്ധ്വാനം ബുദ്ധന് അറിയാമായിരുന്നു. ഒരുപക്ഷേ, അതുകൊണ്ടായിരിക്കാം പരിപൂർണ്ണതയിൽ നിന്നും ഏറെ അകലെയായിരുന്നിട്ടും ബുദ്ധൻ അദ്ദേഹത്തെ ഏതെങ്കിലും തരത്തിൽ വിമർശിക്കാതിരുന്നത്. മറ്റേതെങ്കിലും ഭിക്ഷുവോ ഭിക്ഷുണിയോ തിരുത്തപ്പെടുന്നത് കണ്ടെന്നിരിക്കട്ടെ. താനാണ് തെറ്റുകാരനെന്ന നിലയിൽ സ്വാസ്തി അത് ഹൃദയപൂർവ്വം സ്വീകരിച്ചു. തന്റെ സാധന ആഴത്തിലാക്കാൻ ഇതദ്ദേഹത്തെ ഏറെ സഹായിച്ചു. പ്രത്യേകിച്ചും, ബുദ്ധൻ രാഹുലനെ തിരുത്തുമ്പോഴും അനുശാസിക്കുമ്പോഴും സ്വാസ്തി അത് തനിക്കുള്ളതായിക്കരുതി ഉൾക്കൊണ്ടു. സാധനയിൽ രാഹുലൻ ഒരുപാട് മുന്നോട്ട് പോയി. അത് സ്വാസ്തിക്കും പ്രയോജനപ്പെട്ടു.

ഒരിക്കൽ, രാഹുലനുമൊത്ത് ഒരു വെളിംപ്രദേശത്ത് ഇരിക്കുകയായിരുന്നു സ്വാസ്തി. ബുദ്ധന്റെ ശിഷ്യനാവാൻ സാധിച്ചത് എത്ര ഭാഗ്യമാണെന്ന് സ്വാസ്തി പറഞ്ഞു. ശരിയായ ശാന്തിയും ആനന്ദവും സ്വാതന്ത്ര്യവും രുചിച്ചതുകൊണ്ട് ലൗകിക ജീവിതത്തെക്കുറിച്ച് സ്വാസ്തിക്ക് യാതൊരു മോഹവുമില്ലായിരുന്നു. രാഹുലൻ സ്വാസ്തിക്ക് മുന്നറിയിപ്പ് നൽകി. "അതൊക്കെ ശരിയായിരിക്കാം. പക്ഷേ, ഇത്രവേഗം അങ്ങനെയൊക്കെ പറയാൻ വരട്ടെ. സാധനയുടെ അടിത്തറതന്നെ ഇന്ദ്രിയങ്ങളെ നിരീക്ഷിക്കുകയും അവയുടെ നിയന്ത്രണം ആർജ്ജിക്കുക. താങ്കളുടെ സാധനയിൽ ഉദാസീനരായിരിക്കുക എന്നത് ഏറ്റവും മുതിർന്ന ശിഷ്യന്മാർക്കുപോലും നടപ്പുള്ള കാര്യമല്ല."

രാഹുലൻ ഭിക്ഷു വംഗിസനെപ്പറ്റി പറഞ്ഞു. ഭാഷാനൈപുണ്യത്തിലും ധിഷണയിലും പേർപെറ്റ മുനി. അദ്ദേഹം നല്ലൊരു കവിയായിരുന്നു. ബുദ്ധ-ധർമ്മ- സംഘത്തെപ്പറ്റിയെല്ലാം അദ്ദേഹം അനേകം ഗാഥകൾ കുറിച്ചിട്ടുണ്ട്. ബുദ്ധനിൽ നിന്ന് പ്രശംസ നേടിയിട്ടുണ്ട്. വംഗിസൻ സംഘത്തിൽചേർന്ന സമയം പഠിച്ചിരുന്നത് നിഗ്രോധ ഭിക്ഷുവിന്റെ കീഴിലാണ്. ശ്രാവസ്തിക്ക് തൊട്ടപ്പുറത്തുള്ള അഗ്ഗാലവയിൽവെച്ച്. നിഗ്രോധന്റെ മരണശേഷം വംഗീസൻ ജേതവനത്തിൽ

താമസിക്കാനായി പോയി. ഒരിക്കൽ ആനന്ദനുമൊത്ത് അദ്ദേഹം ഭിക്ഷയെടുക്കുകയായിരുന്നു. അദ്ദേഹം ആനന്ദനോട് രഹസ്യമായി പറഞ്ഞു. തന്റെ മനസ്സ് അസ്വസ്ഥമാണ്. അദ്ദേഹം ആനന്ദന്റെ സഹായം അഭ്യർത്ഥിച്ചു. വിഹാരത്തിലേക്ക് ഭക്ഷണാർപ്പണത്തിനെത്തിയ യുവതികളിൽ വംഗീസൻ കാമാസക്തനായി. ഒരു കലാകാരനായതിനാൽ വംഗീസൻ ക്ഷണേന സൗന്ദര്യത്തിൽ അനുരക്തനാകുന്നത് ആനന്ദന് അറിയാമായിരുന്നു. മാർഗ്ഗത്തിന്റെ സൗന്ദര്യത്തിലേക്കുണർന്ന് മിന്നിമായുന്ന സ്ത്രീസൗന്ദര്യത്തെ അധഃകരിക്കുവാൻ ആനന്ദൻ നിർദ്ദേശിച്ചു. എല്ലാ ധർമ്മങ്ങളുടെയും നശ്വരവും ശൂന്യവുമായ സ്വഭാവം വ്യക്തമായി കാണുവാനായി ധ്യാന വസ്തുക്കളിന്മേൽ അവബോധം ജ്വലിപ്പിക്കുവാൻ ആനന്ദൻ ആവശ്യപ്പെട്ടു. ആനന്ദന്റെ നിർദ്ദേശപ്രകാരം സാധന ചെയ്തുകൊണ്ട് വംഗീസൻ ആറിന്ദ്രിയങ്ങളെയും ജയിക്കുവാൻ പഠിച്ചു. ഈ സാധനയെക്കുറിച്ച് അദ്ദേഹം ഒരു കവിതയെഴുതി. ഇന്നത് എല്ലാ സന്യാസിമാർക്കും ഹൃദിസ്ഥമാണ്.

കാവിവസ്ത്രമണിഞ്ഞിട്ടും
കർഷകന്റെ നെൽവയലുകളിലേയ്ക്ക്
പായുന്ന എരുമയെപ്പോലെ
ആസക്തികളുടെ പിന്നാലെ പാഞ്ഞു ഞാൻ
എന്തുമാത്രം ലജ്ജിച്ചില്ല ഞാൻ!
അമ്പും വില്ലുമേന്തിയ ശക്തനായ
സേനാനായകന്റെ മകൻ
ഒരായിരം പടയാളികളുടെ കോട്ട
ചെറുത്തു നിൽക്കും.
മനോജാഗ്രതയിൽ കേന്ദ്രീകരിക്കുന്ന എന്നെ
ആയിരം സുന്ദരികളുടെ പടയ്ക്കുപോലും
തോല്പിക്കാനാവില്ല.
സൂര്യവംശജനായ ഭഗവാനെ
അനുഗമിക്കുന്നു, ഞാൻ
പാവനമായ ഈ മാർഗ്ഗത്തിൽ സഞ്ചരിക്കുന്നതോടെ
ആസക്തികൾ ഒന്നൊഴിയാതെ ഇല്ലാതാവുന്നു.
ഇന്ദ്രിയങ്ങളുടെ യജമാനനായിക്കൊണ്ട്
ശാന്തിയോടെ നടക്കുന്നു ഞാൻ.
അന്തമറ്റ തടസ്സങ്ങൾക്കൊന്നിനുംതന്നെ
എന്റെ ശാന്തിയെ ഒന്നിളക്കാൻ പോലുമാവില്ല.

ധിഷണയും കഴിവും ഉണ്ടായിരുന്നതിനാൽ ചിലപ്പോഴെങ്കിലും വംഗീസന് മറ്റ് ഭിക്ഷുമാരോട് പുച്ഛം തോന്നിയ സന്ദർഭങ്ങളുണ്ടായിരുന്നു. എന്നാൽ മനോ ജാഗ്രതമൂലം ഇതദ്ദേഹം തിരിച്ചറിയുകയും മറികടക്കുകയും ചെയ്തു. അതേപ്പറ്റി അദ്ദേഹം ഒരു ഗാഥയെഴുതി:

ഗൗതമ ശിഷ്യരെ,
ഔദ്ധത്യം മറികടന്നാലും!
അഹന്തയുടെ പാത
ദുരിതത്തിലേയ്ക്കേ നയിക്കൂ!
അഹന്തയാൽ തടിച്ചു വീർത്തവനെപ്പോലെത്തന്നെ
ഔദ്ധത്യം ഗോപ്യമായി വെയ്ക്കുന്നവൻ
നരക വഴിയിലാണ്.
പകരം
ശാന്തിനിറഞ്ഞ ഹൃദയത്തിന്റെ
ആനന്ദം അന്വേഷിപ്പിൻ
മൂന്നറിവുകൾ സാക്ഷാത്കരിക്കുവാൻ
മനോജാഗ്രത പാലിക്കുവിൻ
അഹന്ത അകറ്റിയാലേ
ശരിയായ ശാന്തി കൈവരൂ....

അഗാധമായ അവബോധത്താൽ അനേകം ദുഃഖങ്ങളും തടസ്സങ്ങളും അധഃകരിക്കുവാൻ വംഗീസന് സാധിച്ചു. മാറ്റത്തിന്റെ മാർഗ്ഗത്തിൽ അദ്ദേഹം ഏറെ മുന്നോട്ടുപോയി. മുക്തിഫലം അദ്ദേഹത്തിന് സാധിതമായി. സരിപുത്രൻ അത് ശരിവെച്ചു. തന്റെ ഹൃത്തും മനവും തുറക്കപ്പെട്ട നാൾ വംഗീസൻ ബുദ്ധനോട് തന്റെ കൃതജ്ഞത രേഖപ്പെടുത്തുന്നതിന്നായി ഒരു കവിത കുറിച്ചു:

യൗവനതീക്ഷ്ണമായ കിനാവുകളിൽ ഉന്മത്തനായി
ഞാൻ ചന്തകളിലൂടെയും നാട്ടിൻപുറങ്ങളിലൂടെയും
അലഞ്ഞു;
അവസാനം ബുദ്ധനെ കണ്ടെത്തുംവരെ!
മഹാകാരുണ്യവാൻ
ഞാനുമായി അമേയമായ ബോധനം പങ്കിട്ടു.
എന്റെ വിശ്വാസം ഉണർത്തപ്പെട്ടു.
ഞാനൊരു സന്ന്യാസിയുടെ വസ്ത്രം ധരിച്ചു.
ഹൃത്തും മനവും ജാഗ്രത്താക്കി
ഉദ്ബുദ്ധനായവന് എന്റെ നന്ദി!

ഭഗവാൻ അരികത്തും അകലെയും
പ്രകാശത്തിന്റെ വിത്തുകൾ വിതച്ചു.
എല്ലാ ജീവനും തമസ്സിലായതിനാൽ
അദ്ദേഹം മാർഗ്ഗം കാട്ടിക്കൊടുത്തു.
നാല് ശ്രേഷ്ഠസത്യങ്ങൾ, ശ്രേഷ്ടമായ അഷ്ടമാർഗ്ഗം-
ശാന്തി ആനന്ദം മുക്തി.
അദ്ദേഹത്തിന്റെ വചനങ്ങൾ സൂക്ഷ്മം, ഉദാത്തം.
അദ്ദേഹത്തിന്റെ ശ്രേഷ്ഠജീവിതം അകളങ്കിതം.
അദ്ദേഹം സകല ജീവനെയും മുക്തമാക്കുന്നു.
എന്റെ അഗാധമായ കൃതജ്ഞത!

യുവഭിക്ഷുക്കൾക്കായുള്ള വിശേഷാൽ ബോധന പ്രഭാഷണത്തിൽ സരിപുത്രൻ വംഗിസ ഭിക്ഷുവിനെ മാതൃകയായി ഉയർത്തിക്കാട്ടി. പരിശീലനത്തിന്റെ ആദ്യഘട്ടങ്ങളിൽ വംഗീസൻ ചിലപ്പോൾ ചില പ്രത്യേക മനോപീഡകളാൽ വ്യഥിതനായി. എന്നാൽ അദ്ദേഹത്തിന്റെ നിശ്ചയ ദാർഢ്യമാർന്ന സാധന അവയെല്ലാം മറികടക്കാൻ സഹായകമായി. അദ്ദേഹം അഗാധമായ ധാരണ നേടി. സരിപുത്രൻ യുവഭിക്ഷുക്കളെ ഓർമ്മിപ്പിച്ചു: "അപകർഷതയോ ഔത്കൃഷ്ട്യതയോ നിങ്ങളുടെ മനസ്സിനെ ബാധിക്കാതിരിക്കാൻ ശ്രദ്ധിക്കുക. ഏകാഗ്രത പരിശീലിച്ചാൽ മനസ്സിനകത്തും പുറത്തും നടക്കുന്നതിനെപ്പറ്റി ബോധവാനാകുവാൻ നിങ്ങൾക്ക് കഴിയും. ഒന്നിനും നിങ്ങളെ കുരുക്കിയിടാനാവില്ല. മാർഗ്ഗത്തിലൂടെ ദൃഢമായ പുരോഗതി ഉറപ്പുവരുത്താൻ, ആറിന്ദ്രിയങ്ങളെ ചൊൽപ്പടിയിലാക്കുകയാണ് ഏറ്റവും പ്രസക്തമായ രീതി."

വംഗീസനെക്കുറിച്ച് രാഹുലൻ പറഞ്ഞതു കേട്ട സ്വാസ്തിക്ക് അദ്ദേഹത്തെ താനറിയുന്നതായി തോന്നി. വംഗീസനെ അദ്ദേഹം കണ്ടിട്ടുണ്ടെങ്കിലും സംസാരിക്കാൻ ഒരവസരം ഒത്തുവന്നില്ല. അഭിവന്ദ്യനായ വംഗീസനുമായി സംസാരിക്കാൻ അവസരം ഉണ്ടാക്കുവാൻ സ്വാസ്തി തീരുമാനിച്ചു. വംഗീസന്റെ ആത്മീയാനുഭവങ്ങളിൽ നിന്ന് തനിക്ക് ഏറെ പഠിക്കാനുണ്ട്.

ആറിന്ദ്രിയങ്ങളെ നിയന്ത്രണത്തിലാക്കുന്ന സാധന വിശദീകരിക്കുമ്പോൾ ബുദ്ധൻ ഒരിക്കൽ കടലിന്റെ പ്രതീകം ഉപയോഗിച്ചത് അദ്ദേഹം ഓർത്തു. "ഭിക്ഷുമാരെ, നിങ്ങളുടെ കണ്ണുകൾ ആഴമേറിയ കടലാണ്. കടൽഭൂതങ്ങളും അതിഭയങ്കരമായ ചുഴികളും ആപൽക്കരമായ ഒഴുക്കുകളും അതിൽ ഒളിച്ചുവെയ്ക്കപ്പെട്ടിരിക്കുന്നു. നിങ്ങൾ ഏകാഗ്രതയോടെ മുന്നോട്ടുപോകാത്ത പക്ഷം കടൽഭൂതങ്ങളും ഭയങ്കരൻ ചുഴികളും ആപൽക്കാരികളായ ഒഴുക്കുകളും നിങ്ങളുടെ വഞ്ചിയെ ആക്രമിക്കും. മുക്കിത്താഴ്ത്തും. നിങ്ങളുടെ കാതുകളും മൂക്കും നാക്കും ശരീ

രവും മനസ്സും അത്യഗാധങ്ങളായ കടലുകളാണ്. അവയിലും കടൽഭൂതങ്ങൾ ഒളിഞ്ഞിരിപ്പുണ്ട്."

ഈ വാക്കുകൾ ഓർത്തെടുത്തതോടെ, സ്വാസ്തിയുടെ ധാരണ പതിന്മടങ്ങായി. തീർച്ചയായും, ഇന്ദ്രിയങ്ങൾ അഗാധമായ കടലുകളാണ്. അതിന്റെ ഗൂഢമായ തിരകൾ, ഏത് നിമിഷവും ഉയർന്നുപൊങ്ങി, ഒരുവനെ മുക്കിത്താഴ്ത്താം. രാഹുലന്റെ ഉപദേശം തീർത്തും അർത്ഥവത്താണ്. പ്രശംസകളിൽ ഉദാസീനനാകരുത്. ബുദ്ധാനുശാസനം നിരന്തരം സാധന ചെയ്യണം.

ഒരു മദ്ധ്യാഹ്നത്തിൽ, സ്വാസ്തി ജേതവനവിഹാരത്തിൽ തന്റെ കുടിലിന് വെളിയിൽ ഇരിക്കുകയായിരുന്നു. അന്നേരം യുവഭിക്ഷുക്കളോട് ബുദ്ധൻ ഒരു കഥ പറഞ്ഞു. ഇന്ദ്രിയങ്ങളെ നിരീക്ഷിച്ച് ചൊൽപ്പടിയിലാക്കുക. മറവിയിൽ സ്വയം നഷ്ടപ്പെടാതിരിക്കുക. ബുദ്ധൻ തുടർന്നു: "ഒരിക്കൽ ഒരു വേട്ടപ്പക്ഷി താഴേയ്ക്ക് പറന്നിറങ്ങി. ഒരു ചെറിയ തിത്തിരിപ്പക്ഷിയെ തന്റെ കാൽനഖങ്ങളാൽ കോർത്തു. വേട്ടപ്പക്ഷി ആകാശത്തേയ്ക്ക് പറന്നുയർന്നു. തിത്തിരിക്കുഞ്ഞ് കരയാൻ തുടങ്ങി. തന്റെ മാതാപിതാക്കളിൽ നിന്ന് അകന്ന് മാറിയതിൽ അവൻ സ്വയം ശപിച്ചു: "എന്റച്ഛനുമമ്മയും പറഞ്ഞത് കേട്ടിരുന്നെങ്കിൽ, എനിക്കീ ഗതി വരുമായിരുന്നില്ല."

വേട്ടപ്പക്ഷി ചോദിച്ചു: "നിന്നോട് എവിടെ തങ്ങാനാണ് നിന്റെ അച്ഛനമ്മമാർ പറഞ്ഞത്, ചെക്കാ?" തിത്തിരി: "പുതിയതായി പൂട്ടിയ കണ്ടങ്ങളിൽ."

തിത്തിരിയെ അദ്ഭുതപ്പെടുത്തിക്കൊണ്ട് വേട്ടപ്പക്ഷി പറഞ്ഞു. എനിക്ക് തോന്നുന്ന നേരത്ത് എനിക്ക് തോന്നുന്ന ഏത് തിത്തിരിയെയും എനിക്ക് പിടിക്കാൻ കഴിയും. ഞാൻ നിന്നെ ആ കണ്ടത്തിൽ കൊണ്ട് വിടാം. നിനക്ക് ഒരു മണിക്കൂർ ജീവിതംകൂടി നൽകാം. ഞാൻ നിന്നെ നിരീക്ഷിച്ചുകൊണ്ടിരിക്കും. വെറും ഒരു മണിക്കൂറിൽ ഞാൻ നിന്നെ പിടിക്കും. കഴുത്ത് പൊട്ടിക്കും. തിന്നും." വേട്ടപ്പക്ഷി ഒരിക്കൽക്കൂടി താഴ്ന്നിറങ്ങി, തിത്തിരിയെ പുതിയതായി ഉഴുത കണ്ടങ്ങളിൽ വിട്ടു.

"അദ്ഭുതമെന്ന് പറയട്ടെ. നമ്മുടെ തിത്തിരിക്കുഞ്ഞ് ഉടനെ ഉഴുതുകൂട്ടിയ മൺകൂനയ്ക്ക് മുകളിൽ കയറിനിന്നു. വേട്ടപ്പക്ഷിയെ അധിക്ഷേപിക്കാൻ തുടങ്ങി."

"ഹേയ്, വേട്ടപ്പക്ഷി, എന്തിന് ഒരു മണിക്കൂർ കാത്ത് നിൽക്കണം? ഇപ്പോൾ തന്നെ പറന്നിറങ്ങി എന്നെ പിടിക്കരുതോ?"

"ക്രോധാക്രാന്തനായ വേട്ടപ്പക്ഷി ചിറകുകൾ പരമാവധി വശങ്ങളിലേയ്ക്ക് ഒതുക്കി ശരവേഗേന താഴ്ന്നിറങ്ങി. എന്നാൽ തിത്തിരി ക്ഷണേന മൺകൂനയിലേയ്ക്ക് പൂഴ്ന്നു. വേട്ടപ്പക്ഷിക്ക് ഉന്നംതെറ്റി. താഴ്ന്നി

റങ്ങിയതിന്റെ ശക്തിയിൽ മൺകൂനയിൽ തട്ടി അതിന്റെ മാറെല്ല് പൊട്ടി. ആ നിമിഷം തന്നെ അത് കൊല്ലപ്പെട്ടു."

"ഭിക്ഷുമാരെ, നിങ്ങൾ ഏകാഗ്രതയിൽ ഏത് സമയവും വർത്തിക്കണം. ഇന്ദ്രിയങ്ങളെ ചൊൽപടിയിലാക്കണം. ഏകാഗ്രതയിൽ നിന്ന് വിട്ടുമാറുന്ന നിമിഷം, മാരന്റെ ഇടത്തിലേയ്ക്ക് നിങ്ങൾ പ്രവേശിക്കുകയെന്നാണ്. അതോടെ അപകടം ഒഴിവാക്കാൻ സാധിക്കാതാകും."

ബുദ്ധസംഘത്തിലെ കഴിവും ആത്മാർത്ഥതയുമുള്ള നിരവധി യുവഭിക്ഷുമാർ സ്വാസ്തിയെ പ്രോത്സാഹിപ്പിക്കാറുണ്ട്. ഒരിക്കൽ മറ്റനേകം ഭിക്ഷുമാർക്കൊപ്പം മചികസന്ധ ഗ്രാമത്തിൽ വസിച്ചിരുന്ന ഗൃഹസ്ഥശിഷ്യനായ ചിത്തയുടെ വീട്ടിലേയ്ക്ക് സ്വാസ്തി ക്ഷണിക്കപ്പെട്ടു. ഈ യാത്രയിലാണ് യുവ ഭിക്ഷുമാരിൽ ഒരാൾ എത്ര തേജസ്വിയാണെന്ന് സ്വാസ്തി തിരിച്ചറിഞ്ഞത്. ബുദ്ധബോധനങ്ങളോട് ഏറെ ആരാധനയുള്ളവനായിരുന്നു ചിത്ത. അദ്ദേഹത്തിന്റെ വിശാലവും ദീനാനുകമ്പമാർന്നതുമായ ഹൃദയഗുണത്താൽ അദ്ദേഹത്തെ എല്ലാവരും ഏറെ ഇഷ്ടപ്പെട്ടിരുന്നു. ഗൃഹസ്ഥശിഷ്യനായ അനന്തപിണ്ഡികയെപ്പോലെ. ഭക്ഷണമർപ്പിക്കാനും ധർമ്മത്തെക്കുറിച്ച് ചോദ്യങ്ങൾ ഉന്നയിക്കാനും മുതിർന്ന ഭിക്ഷുമാരെ വീടുകളിലേയ്ക്ക് ക്ഷണിക്കുന്നതിൽ ചിത്ത സന്തോഷിച്ചു. ഈ പ്രത്യേക ദിവസം ചിത്ത പത്ത് മുതിർന്ന ഭിക്ഷുമാരെയും സ്വാസ്തി, ഇസിദത്ത എന്നീ രണ്ടു യുവഭിക്ഷുമാരെയും ക്ഷണിയ്ക്കുകയുണ്ടായി. ഭക്ഷണശേഷം, ചിത്ത ആദരവോടെ അവരെ വണങ്ങി. താഴെ പീഠത്തിൽ അവർക്കൊപ്പമിരിക്കാനുള്ള ആഗ്രഹം പ്രകടിപ്പിച്ചു.

അദ്ദേഹം അവരോടിങ്ങനെ ചോദിച്ചു: "പൂജ്യരായ സന്ന്യാസിമാരെ, സമകാലീനമായ അറുപത്തിരണ്ട് വിശ്വാസസംഹിതകളുടെ മിഥ്യാധാരണകളെക്കുറിച്ച് ബുദ്ധൻ "ബ്രഹ്മസൂത്രജാല"ത്തിൽ പറയുന്നതായി ഞാൻ കേട്ടിട്ടുണ്ട്. ലോകം നശ്വരമോ അനശ്വരമോ, അനിത്യമോ, മനവും തനുവും ഒറ്റയോ ഇരട്ടയോ, മരണശേഷം തഥാഗതന് അസ്തിത്വമുണ്ടോ ഇല്ലയോ, അദ്ദേഹം ഉണ്ടായിരിക്കുമോ ഉണ്ടാകാതിരിക്കുമോ, ഇല്ലാതിരിക്കുമോ ഇല്ലാതായിമാറുമോ, ജീവിതം, മരണം, ആത്മാവ് ഉണ്ടോ ഇല്ലയോ ഇത്യാദികൾ മറ്റ് വിശ്വാസികൾ ചോദിക്കുന്നതായി ഞാൻ കേട്ടിട്ടുണ്ട്. സംപൂജ്യരേ, ഇത്തരം നിഗൂഢവീക്ഷണങ്ങൾക്കും ചോദ്യങ്ങൾക്കും കാരണമെന്താണ്?"

ചിത്ത മൂന്ന് തവണ ചോദ്യങ്ങൾ ആവർത്തിച്ചെങ്കിലും ഒരു ഭിക്ഷുവും ഉത്തരം പറയാൻ ധൈര്യപ്പെട്ടില്ല. സ്വാസ്തി അസ്വസ്ഥനായി. കാതുകൾ ചുട്ടുനീറുന്നതായി അദ്ദേഹത്തിന് തോന്നി. പെട്ടെന്ന് ഇസിദത്ത സംസാരിച്ചു. അദ്ദേഹം തന്റെ കനിഷ്ഠ ഭിക്ഷുമാരുടെ നേർക്കു

നോക്കി, എന്നിട്ട് ഇങ്ങനെ ചോദിച്ചു,"ബഹുമാന്യരായ ഭിക്ഷുമാരെ, ചിത്ത എന്ന ശിഷ്യന്റെ ചോദ്യങ്ങൾക്ക് ഞാൻ മറുപടി നൽകട്ടെ? "

കനിഷ്ഠ ഭിക്ഷുക്കൾ പറഞ്ഞു. "താങ്കൾ അപ്രകാരം ആഗ്രഹിക്കുന്നുവെങ്കിൽ മറുപടി നൽകിയാലും."

ചിത്തയുടെ നേരെ തിരിഞ്ഞ് ഇസിദത്ത പറഞ്ഞു: "മാന്യരെ, അഹത്തെപ്പറ്റിയുള്ള തെറ്റായ ധാരണകളിൽ ആളുകൾ ഇപ്പോഴും കടിച്ചു തൂങ്ങുന്നതു കൊണ്ടാണ് ഇത്തരം വീക്ഷണങ്ങളും ചോദ്യങ്ങളും ഉയരുന്നത്. വേറിട്ടൊരു അഹത്തെക്കുറിച്ചുള്ള ധാരണ ഉപേക്ഷിക്കുകയാണെങ്കിൽ, ആളുകൾക്ക് ഇത്തരം തെറ്റായ ധാരണകളും ചോദ്യങ്ങളും ഉണ്ടാകില്ല."

യുവഭിക്ഷുവിന്റെ മറുപടിയിൽ ചിത്തയ്ക്ക് വല്ലാത്ത മതിപ്പുളവായി. അദ്ദേഹം പറഞ്ഞു. "അങ്ങിത്, കുറെക്കൂടി വ്യക്തമായി വിശദീകരിച്ചാലും."

"ഉദ്ബുദ്ധതയുടെ മാർഗ്ഗത്തെപ്പറ്റി വേണ്ടവണ്ണം മനസ്സിലാക്കാത്തവരും പഠിക്കാത്തവരും പൊതുവെ ധരിച്ചിരിക്കുന്നത് സ്വത്വം തന്നെയാണ് ശരീരമെന്നാണ്. അല്ലെങ്കിൽ ശരീരം സ്വത്വത്തെ ഉൾക്കൊള്ളുന്നു. ചിലപ്പോൾ മറിച്ചും. അതുപോലെ സ്പർശാനുഭവങ്ങൾ സ്വത്വം തന്നെയെന്നവർ ധരിക്കുന്നു. അല്ലെങ്കിൽ സ്വത്വത്തിൽ സ്പർശാനുഭവങ്ങൾ അടങ്ങിയിരിക്കുന്നുവെന്നും മറിച്ചും. അത്തരം ആളുകൾ പ്രത്യക്ഷബോധങ്ങൾ, മനോരൂപീകരണങ്ങൾ, പ്രജ്ഞ എന്നിവയെക്കുറിച്ചും ഇതേ ധാരണയാണ് പുലർത്തുന്നത്. സ്വത്വത്തെക്കുറിച്ചുള്ള ഒരു മിഥ്യാധാരണയിൽ അവർ കുടുങ്ങിപ്പോകുന്നു. ഇങ്ങനെ സ്വത്വത്തെക്കുറിച്ചുള്ള മിഥ്യാധാരണയിൽ കുടുങ്ങിപ്പോകുന്നതിനാൽ അവർ ബ്രഹ്മജാല സൂത്രത്തിൽ പറഞ്ഞിട്ടുള്ളതായ അറുപത്തിരണ്ടു മിഥ്യാ ധാരണകളിൽ കുടുങ്ങിപ്പോകുന്നു. പരിമേയം - അപരിമേയം, നശ്വരം - അനശ്വരം, ഒറ്റ - ഇരട്ട, അസ്തിത്വം - അനസ്തിത്വം, എന്നിവയെപ്പറ്റിയുള്ള ചോദ്യങ്ങളിലും. സ്വത്വത്തെ പ്രതിയുള്ള മിഥ്യാ വീക്ഷണത്തെ ആഴമേറിയ പഠനത്തിലൂടെയും സാധനയിലൂടെയും ഒരാൾ ഭേദിക്കുന്നതോടെ അത്തരം കാഴ്ചപ്പാടുകളും ചോദ്യങ്ങളും അർത്ഥരഹിതമായിത്തീരുന്നു."

യുവഭിക്ഷുവിൽ കൂടുതൽ മതിപ്പുളവായ ചിത്ത ആദരവോടെ ചോദിച്ചു:

"സംപൂജ്യരേ, അങ്ങ് എവിടെനിന്നാണ്?"

"ഞാൻ അവന്തിയിൽ നിന്നാണ്"

"അവന്തിയിൽ നിന്നുള്ള ഇസിദത്ത എന്നുപേരായ ഒരു യുവാവ് ഭിക്ഷുവായതിനെപ്പറ്റി ഞാൻ കേട്ടിരുന്നു. അദ്ദേഹം ബുദ്ധിമാനും കാര്യപ്രാപ്തിയുള്ളവനുമാണെന്ന് പറയപ്പെടുന്നു. ഞാനദ്ദേഹത്തിന്റെ പേര്

കേട്ടിട്ടുണ്ട്. പക്ഷേ, ആളെ ഇതുവരെയും കണ്ടിട്ടില്ല. അങ്ങ് എപ്പോഴെങ്കിലും അദ്ദേഹത്തെ കാണുകയുണ്ടായോ?"

"ഉവ്വ്. ഞാനദ്ദേഹത്തെ കണ്ടിട്ടുണ്ട്."

"വാസനാസമ്പന്നനായ ഈ യുവഭിക്ഷു ഇപ്പോൾ എവിടെയുണ്ടെന്ന് പറയാമോ?"

ഇസിദത്ത നിശ്ശബ്ദനായി.

തന്റെ മുമ്പിലിരിക്കുന്ന ഈ യുവ ഭിക്ഷുതന്നെയാണ് ഇസിദത്തയെന്ന് വാസ്തവത്തിൽ ചിത്ത ഊഹിച്ചിരുന്നു. അദ്ദേഹം ചോദിച്ചു. "അങ്ങ് തന്നെയല്ലേ ആ യുവഭിക്ഷു?"

"അതേ", ഇസിദത്ത സമ്മതിച്ചു.

ആനന്ദാതിരേകത്താൽ ചിത്ത ആശ്ചര്യഭരിതനായി.

"ഇതെനിക്ക് വല്ലാത്തൊരു ബഹുമതിയാണ്! മച്ചികസാന്തത്തുള്ള എന്റെ മാന്തോപ്പും ഭവനവും എല്ലാ സൗകര്യങ്ങളോടും കൂടിയ നവോന്മേഷം പകരുന്ന സ്ഥലമാണ്. അങ്ങ് ഇടയ്ക്കിടെ ഞങ്ങളെ സന്ദർശിക്കുമെന്ന് ഞാൻ ആഗ്രഹിക്കട്ടെ. അങ്ങേയ്ക്കാവശ്യമായതെല്ലാം, ഭക്ഷണവും മരുന്നും താമസവും, ഞങ്ങളവിടെ ഒരുക്കാം."

ഇസിദത്ത ഒരക്ഷരം പറഞ്ഞില്ല. ചിത്തയ്ക്ക് നന്ദിപറഞ്ഞ് ഭിക്ഷുക്കൾ പിരിഞ്ഞു. ഇസിദത്ത ചിത്തയുടെ ഭവനത്തിലേക്ക് ഒരിക്കലും പോയില്ലെന്ന് സ്വാസ്തി പിന്നീടറിഞ്ഞു. ബഹുമാന്യനായ ചിത്തയിൽ നിന്നുപോലും പ്രശംസകളോ അർപ്പണങ്ങളോ ഇസിദത്ത ആഗ്രഹിച്ചില്ല. ഇസിദത്തയെ സ്വാസ്തി കുറച്ചു കാലത്തേക്കു കാണുകയുണ്ടായില്ല. എങ്കിലും അദ്ദേഹത്തിന്റെ വിനയാന്വിതവും തേജസ്സാർന്നതുമായ രൂപം അദ്ദേഹത്തിന്റെ മനസ്സിൽ പതിഞ്ഞു കിടന്നു. ഇസിദത്തയുടെ മാതൃക പിന്തുടരാൻ സ്വാസ്തി മനസ്സിൽ പ്രതിജ്ഞ ചെയ്തു. എപ്പോഴെങ്കിലും അവന്തിയിലൂടെ കടന്ന് പോകുവാൻ അവസരം ലഭിക്കുകയാണെങ്കിൽ, അദ്ദേഹത്തെ അന്വേഷിക്കണമെന്നും.

മറ്റുള്ളവരുടെ സന്തോഷത്തിലും ക്ഷേമത്തിലും താൽപര്യം പുലർത്തുന്ന നിശ്ചയദാർഢ്യവും ജ്ഞാനവും പ്രകാശിപ്പിക്കുന്ന യുവഭിക്ഷുക്കളെ ബുദ്ധൻ എന്തുമാത്രം സ്നേഹിക്കുന്നുവെന്ന് സ്വാസ്തിക്കറിയാമായിരുന്നു. ഭാവിതലമുറകളിലേക്ക് തന്റെ ദർശനങ്ങൾ പകരുന്നതിൽ അദ്ദേഹം ഈ യുവഭിക്ഷുക്കളെ അങ്ങേയറ്റം ആശ്രയിച്ചിരുന്നതായി സൂചിപ്പിച്ചിട്ടുണ്ട്. എന്നാൽ, വ്യക്തിപരമായ കഴിവുകൾക്കപ്പുറം, ബുദ്ധൻ എല്ലാ ഭിക്ഷുക്കളെയും പഠിപ്പിക്കുന്നതിന് സമർപ്പിതനായിരുന്നു എന്നും സ്വാസ്തിക്കറിയാം. ചില ഭിക്ഷുകൾക്ക്, മറ്റുള്ളവരേക്കാൾ പ്രയാസങ്ങൾ നേരിട്ടിരുന്നു. ആറു തവണ സംഘം ഉപേക്ഷിച്ചുപോയ ഒരു ഭിക്ഷുവിനെ സ്വാസ്തിക്കറിയാം. മറ്റൊരു ശ്രമംകൂടി

നടത്തുന്നതിലേക്ക് ബുദ്ധൻ അദ്ദേഹത്തെ സ്വാഗതം ചെയ്തു. ശ്വസനനിരീക്ഷണത്തിന്റെ പതിനാറ് രീതികൾ പരിശീലിക്കുന്ന ലളിതമായ കാര്യങ്ങൾ പോലും ഓർമ്മിക്കുവാൻ ചിലർക്ക് പ്രയാസം നേരിട്ടിരുന്നു. അവരെ ബുദ്ധൻ കരുണാപൂർവ്വം പ്രോത്സാഹിപ്പിക്കുമായിരുന്നു.

ജേതവനത്തിൽ ബദ്ദാലി എന്നൊരു സന്ന്യാസി താമസിച്ചിരുന്നു. ബദ്ദാലിയുടെ പോരായ്മകൾ ബുദ്ധന് നന്നായറിയാമായിരുന്നു. എന്നാൽ അവയത്ര കാര്യമാക്കിയില്ല അദ്ദേഹം. സ്വയം നവീകരിക്കാൻ ബുദ്ധൻ അദ്ദേഹത്തിന് ഒരവസരം കൂടി നൽകി. വിഹാരത്തിന്റെ പല നിബന്ധനകളും പാലിക്കുവാൻ ബദ്ദാലിക്ക് പ്രയാസമുണ്ടായിരുന്നില്ല. ഉദാഹരണത്തിന്, ഭക്ഷണവേളയിൽ ഓരോ ഭിക്ഷുവും ഭക്ഷണം കഴിച്ചു കഴിയുന്നതുവരെ ഇരിക്കണമായിരുന്നു. രണ്ടാമത് ഭക്ഷണത്തിനായോ മറ്റ് കാര്യങ്ങൾക്കായോ എണീക്കുന്നത് അനുവദനീയമല്ല. ഭക്ഷണത്തിനുള്ള ഒറ്റയിരുപ്പ് എന്നാണ് ഈ നിബന്ധന അറിയപ്പെട്ടിരുന്നത്. ബദ്ദാലിക്ക് ഈ നിബന്ധന ഓർത്തുവെയ്ക്കാൻ സാധിച്ചിരുന്നില്ല. വിഹാരത്തിനകത്തുള്ള അദ്ദേഹത്തിന്റെ പെരുമാറ്റം പലപ്പോഴും മറ്റുള്ളവർക്ക് അലോസരമുണ്ടാക്കുന്നതായിരുന്നു. ബുദ്ധൻ നിരവധി തവണ അദ്ദേഹത്തെ തന്റടുത്തേക്ക് വിളിച്ചിട്ടുണ്ട്. ഓരോ പ്രഭാതത്തിലും ഉറക്കമെണീറ്റുണർന്നാൽ ഇങ്ങനെയൊരു ചോദ്യം സ്വയം ചോദിക്കണമെന്ന് സ്നേഹപൂർവ്വം പഠിപ്പിക്കും: “സമൂഹത്തിന്റെ സന്തോഷത്തിന്നായി എനിക്ക് ഇന്നേദിവസം എന്ത് ചെയ്യുവാൻ സാധിക്കും?” പക്ഷേ, നിരവധി മാസങ്ങൾക്കുശേഷവും ബദ്ദാലിയിൽ ഒരു പുരോഗതിയും ഉണ്ടായില്ല. പലേ ഭിക്ഷുമാരും അക്ഷമരായി. ബദ്ദാലിയോട് പരുഷമായിത്തന്നെ പറഞ്ഞു. ഇതറിഞ്ഞ ബുദ്ധൻ, ഒരു ദിവസം സംഘത്തിനോടായി പറഞ്ഞു:

“ഭിക്ഷുമാരെ, സംഘത്തിലുള്ള ഒരു ഭിക്ഷുവിൽ ഗൗരവമായ അനേകം വീഴ്ചകളുണ്ടാവാം. പക്ഷേ, അയാളിൽ തീർച്ചയായും വിശ്വാസത്തിന്റെയും സ്നേഹത്തിന്റെയും ചില വിത്തുകൾ കിടപ്പുണ്ടാവും. ഈ വിത്തുകൾ മുളപ്പിച്ചെടുക്കുന്നതിനും സംരക്ഷിക്കുന്നതിനും പറ്റിയവിധത്തിലായിരിക്കണം അയാളോടുള്ള നമ്മുടെ ഇടപെടൽ. അല്ലെങ്കിലോ, ആ വിത്തുകൾക്കൂടി പട്ടുപോകും. അപകടത്തിൽ ഒരു കണ്ണു നഷ്ടപ്പെട്ട ഒരാളിന്റെ ഉദാഹരണം തന്നെ എടുക്കുക. അയാളുടെ കുടുംബവും സ്നേഹിതരും അയാളുടെ ശേഷിക്കുന്ന കണ്ണ് സംരക്ഷിക്കാൻ അവർക്ക് കഴിയാവുന്നതൊക്കെ ചെയ്യും. കാരണം, അതുംകൂടി നഷ്ടപ്പെട്ടാൽ അയാളുടെ ഭാവി ഇരുണ്ടതാകും. അതുപോലെ, നിങ്ങളുടെ സഹോദരനിൽ വിശ്വാസത്തിന്റെയും സ്നേഹത്തിന്റെയും വിത്തുകൾ സംരക്ഷിക്കുവാൻ അയാളുമായി സ്നേഹപൂർവ്വം ഇടപെട്ട് സഹായിക്കുക.”

ബുദ്ധനീ വാക്കുകൾ പറയുമ്പോൾ സ്വാസ്തി അവിടെ ഉണ്ടായിരുന്നു. ബുദ്ധന്റെ സ്നേഹമോലുന്ന സമീപനം അവനെ വളരെയേറെ സ്പർശിച്ചു.

ബുദ്ധൻ സൗമ്യനും കാരുണ്യവാനുമായിരുന്നെങ്കിലും, സന്ദർഭത്തിനനുസരിച്ച് കാർക്കശ്യക്കാരനാകാനും അദ്ദേഹത്തിന് കഴിയുമായിരുന്നു. ബുദ്ധനിലൂടെ മാറ്റം സംഭവിക്കാത്ത ഒരാളിന് ഭാവിയില്ലെന്ന് പറയുന്നതാവും ശരി. ഒരു ദിവസം കേശി എന്നുപേരായ ഒരാളും ബുദ്ധനും തമ്മിൽ നടന്ന ഹ്രസ്വമെങ്കിലും പ്രസക്തമായ ഒരു സംഭാഷണം നടക്കുന്ന സമയം, സ്വാസ്തി അവിടെ ഉണ്ടായിരുന്നു. പേരുകേട്ട അശ്വപരിശീലകനായിരുന്നു കേശി.

ബുദ്ധൻ കേശിയോട് ചോദിച്ചു: "ഒരു കുതിരയെ പരിശീലിപ്പിക്കുന്നതെങ്ങിനെയെന്ന് താങ്കൾ ഞങ്ങൾക്ക് പറഞ്ഞു തരുമോ?"

കേശി: "പ്രഭോ, കുതിരകൾ വ്യത്യസ്ത പ്രകൃതങ്ങളുള്ളവയാണ്. ചിലവ എളുപ്പത്തിൽ മെരുങ്ങുന്നവയാണ്. അവയെ സൗമ്യമായ വാക്കുകളാൽ പരിശീലിപ്പിക്കാം. മറ്റു ചിലവ കൂടുതൽ പ്രയാസമുള്ളവയാണ്. സൗമ്യമായ രീതികളും നല്ല കൈക്കരുത്തും അവയെ പരിശീലിപ്പിക്കുന്നതിന് ആവശ്യമാണ്. ഇനിയും ചിലവ മുരട്ടത്തരമുള്ളവയാണ്. അവയ്ക്ക് കഠിനമായ അച്ചടക്ക രീതികൾ ആവശ്യമാണ്."

ബുദ്ധൻ മന്ദഹസിച്ചു: "ഈ മൂന്ന് രീതികൾക്കും വഴങ്ങാത്ത കുതിരകളെ താങ്കൾ എന്താണ് ചെയ്യുക?"

"പ്രഭോ, അത്തരം സാഹചര്യത്തിൽ അവയെ കൊന്നുകളയുന്നത് ആവശ്യമാണ്. മറ്റ് കുതിരകളുമായി അവയെ കഴിയാൻ വിട്ടാൽ അവ മറ്റുള്ളവയെയും നശിപ്പിക്കും. പ്രഭോ, അങ്ങ് അങ്ങയുടെ ശിഷ്യന്മാരെ പരിശീലിപ്പിക്കുന്നത് എങ്ങനെയെന്നറിയാൻ എനിക്ക് ആഗ്രഹമുണ്ട്."

ബുദ്ധൻ വീണ്ടും മന്ദഹസിച്ചു: "താങ്കൾ ചെയ്യുന്നതുപോലെത്തന്നെയാണ് ഞാനും ചെയ്യുന്നത്. ചില സന്യാസിമാർ സൗമ്യതയിലേ പ്രതികരിക്കൂ. മറ്റ് ചിലവയ്ക്ക് സൗമ്യതയ്ക്കൊപ്പം ബലതന്ത്രവും വേണം. മറ്റ് ചിലർക്കാകട്ടെ കടുത്ത അച്ചടക്കം ആവശ്യമാണ്."

"എന്നാൽ, ഈ രീതികൾക്കൊണ്ടൊന്നും ഒരു സന്യാസി നേർവഴിക്ക് വരുന്നില്ലെങ്കിൽ അങ്ങ് എന്താണ് ചെയ്യുക?"

ബുദ്ധൻ: "താങ്കൾ ചെയ്യുന്നതുപോലെ ഞാനും ചെയ്യും. ഞാനയാളെ കൊല്ലും"

അശ്വപരിശീലകന്റെ കണ്ണുകൾ സംഭ്രമത്താൽ തുടിച്ചു: "എന്ത്? അങ്ങയാളെ കൊന്നുകളയും? ഞാൻ വിചാരിച്ചത് അങ്ങ് കൊലയ്ക്ക് എതിരാണെന്നാണ്?"

ബുദ്ധൻ വിശദീകരിച്ചു: "താങ്കൾ ഒരു കുതിരയെ കൊല്ലുന്നതുപോലെയല്ല ഞാനയാളെ കൊല്ലുന്നത്. നമ്മൾ ചർച്ചചെയ്ത ഒരു രീതി

യിലും അയാൾ പ്രതികരിക്കുന്നില്ലെന്നിരിക്കട്ടെ. നമ്മളയാളെ ഭിക്ഷു സംഘത്തിൽ ചേരുന്നതിൽ നിന്ന് വിലക്കുന്നു. ഞാനയാളെ എന്റെ ശിഷ്യനായി സ്വീകരിക്കില്ല. ഇത് വല്ലാത്തൊരു ദൗർഭാഗ്യമാണ്. ധർമ്മപരിശീലനത്തിൽ നിന്ന് ഒരാൾ വിലക്കപ്പെടുന്നത് ആയിരം ജന്മങ്ങളിൽ സിദ്ധിക്കുന്ന ഒരവസരം നഷ്ടപ്പെടലാണ്. അതെനിക്കും വേദനാജനകമാണ്. കാരണം, എനിക്ക് മനുഷ്യനോട് അത്രമാത്രം കാരുണ്യവും താൽപര്യവുമുണ്ട്. ഒരു ദിവസം അയാൾ സ്വയം തിരിച്ചറിഞ്ഞ് പരിശീലനത്തിനായി ഇവിടെ മടങ്ങിയെത്തുമെന്ന പ്രതീക്ഷ ഞാനൊരിക്കലും കൈവിടാറില്ല."

ബുദ്ധൻ രാഹുലനെ ശാസിക്കുകയും ഉപദേശിക്കുകയും ചെയ്തതായി സ്വാസ്തി വളരെപ്പണ്ട് കേട്ടിരുന്നു. ഒരുപാട് ഭിക്ഷുക്കളെ ബുദ്ധൻ തിരുത്തുന്നത് സ്വാസ്തി നേരിൽ കണ്ടിട്ടുണ്ട്. ബുദ്ധന്റെ ശാസനകൾക്ക് പിന്നിലുള്ള ഉദാത്തമായ സ്നേഹം കൂടുതൽ ആഴത്തിൽ അദ്ദേഹത്തിനു ഇപ്പോൾ മനസ്സിലായി. പരസ്യമായി പ്രകടിപ്പിച്ചില്ലെങ്കിലും ബുദ്ധൻ തന്നെ എന്തുമാത്രം സ്നേഹിക്കുന്നുണ്ടെന്ന് സ്വാസ്തിക്കറിയാം. അതറിയാൻ ബുദ്ധന്റെ കണ്ണുകളിലേയ്ക്ക് ഒന്ന് നോക്കുകയേ വേണ്ടൂ.

ആ രാത്രി, ബുദ്ധന് ഒരതിഥിയുണ്ടായിരുന്നു. ആനന്ദൻ സ്വാസ്തിയോട് ചായ ഉണ്ടാക്കാൻ ആവശ്യപ്പെട്ടു. അന്തസ്സും ആഭിജാത്യവും തോന്നിക്കുന്ന ഒരു യോദ്ധാവായിരുന്നു അതിഥി. അദ്ദേഹത്തിന്റെ മുതുകിൽ വിലങ്ങനെയായി തിളങ്ങുന്ന ഒരു വാൾ തൂങ്ങിക്കിടന്നിരുന്നു. ജേതവനത്തിന് വെളിയിൽ അദ്ദേഹം പടക്കുതിരയുടെ പുറത്തുനിന്നുമിറങ്ങി. വാൾ ജീനിയിൽ തന്നെ ഇട്ടു. സരിപുത്രൻ അദ്ദേഹത്തിന് ബുദ്ധന്റെ കുടിലിലിലേക്കുള്ള വഴികാട്ടി, ഒത്ത ഉയരമുള്ള ആളായിരുന്നു അദ്ദേഹം. അദ്ദേഹത്തിന്റെ കാൽവെപ്പുകൾ നീണ്ടതും നോട്ടം തുളച്ചുകേറുന്നതുമായിരുന്നു. രോഹിത് ദാസ് എന്നാണ് ആ യോദ്ധാവിന്റെ പേരെന്ന്, ആനന്ദൻ സ്വാസ്തിയോട് പറഞ്ഞു.

സ്വാസ്തി ചായ കൊടുക്കാൻ കുടിലിൽ പ്രവേശിച്ചപ്പോൾ, സരിപുത്രനും രോഹിത് ദാസും ബുദ്ധന് മുമ്പിലെ താഴ്ന്ന പീഠങ്ങളിൽ ഇരിക്കുന്നത് കണ്ടു. ആനന്ദൻ ബുദ്ധന് പിന്നിലായി നിൽക്കുന്നുണ്ട്. മൂന്ന് പേർക്കും ചായ കൊടുത്ത ശേഷം സ്വാസ്തി ആനന്ദന്റെ പിന്നിലായി നിന്നു. അവർ നിശബ്ദതയിൽ ചായ കുടിച്ചു. നീണ്ട നിശബ്ദതയ്ക്കൊടുവിൽ രോഹിത് ദാസ് ചോദിച്ചു: "പ്രഭോ, മരണവും രോഗവും വാർധക്യവും ജനനവും ഇല്ലാത്ത ഒരു ലോകമുണ്ടോ? ജീവികൾ ഒരിക്കലും മരിക്കാത്ത ഒരു ലോകമുണ്ടോ? മരണമില്ലാത്ത ലോകത്തേയ്ക്ക് ജനനമരണങ്ങളുടെ ലോകത്തെ പിന്നിലാക്കി ഏത് മാർഗ്ഗത്തിലൂടെയാണ് എത്താനാവുക?"

ബുദ്ധൻ: “ജനനമരണങ്ങളുടെ ലോകത്തെ ഉപേക്ഷിച്ചു പോകാനായി യാതൊരു മാർഗ്ഗങ്ങളുമില്ല. താങ്കൾ എത്ര വേഗത്തിൽ സഞ്ചരിച്ചാലും, ഇങ്ങേയറ്റം പ്രകാശവേഗത്തിലായാൽ പോലും.”

രോഹിതദാസ് കൈകൾ കൂപ്പി: “അങ്ങ് സത്യം പറയുന്നു. എത്ര വേഗത്തിൽ സഞ്ചരിച്ചാലും, ജനനമരണങ്ങളുടെ ലോകത്തിൽ നിന്ന് രക്ഷപ്പെടുക സാധ്യമല്ലെന്ന യാഥാർത്ഥ്യം ഞാനറിയുന്നു. എന്റെ ഒരു പൂർവ്വജന്മം ഓർമ്മിക്കുന്നു. വായുവിൽ ശരത്തേക്കാൾ വേഗത്തിൽ പറക്കാനുള്ള അലൗകിക ശക്തി എനിക്ക് സിദ്ധിച്ചിരുന്നു. ഒരൊറ്റക്കുതിപ്പിൽ, കിഴക്കൻ കടലിൽ നിന്നുള്ള ദൂരമത്രയും താണ്ടി എനിക്ക് പടിഞ്ഞാറൻ കടലിലെത്താം. ജനനമരണങ്ങളാൽ ജീവൻ പീഡിപ്പിക്കപ്പെടാത്ത ഒരു ലോകം കണ്ടുപിടിക്കുന്നതിനായി, ജനനമരണങ്ങളുടെയും വാർധക്യത്തിന്റെയും രോഗത്തിന്റെയും ലോകത്തുനിന്ന് രക്ഷപ്പെടാൻ ഞാൻ തീരുമാനിച്ചു. തിന്നാനോ കുടിക്കാനോ, വിശ്രമിക്കാനോ ഉറങ്ങാനോ മൂത്രമൊഴിക്കാനോ വിസർജിക്കാനോ നിൽക്കാതെ, ദിനംപ്രതി ഞാൻ അതിവേഗം സഞ്ചരിച്ചു. ഒരു നൂറുവർഷക്കാലം ഞാനാ വേഗത്തിൽപ്പോയി. പക്ഷേ, ഒരിടത്തുമെത്തിയില്ല; ഒരു ദിവസം തെരുവോരത്ത് കിടന്ന് ചാവുംവരെ. പ്രഭോ, അങ്ങയുടെ വാക്കുകൾ തീർച്ചയായും സത്യംതന്നെ! പ്രകാശത്തിന്റെ വേഗത്തിൽ പറന്നാലും, ഒരുവന് ജനനമരണങ്ങളുടെ ലോകത്തുനിന്ന് ഒരിക്കലും രക്ഷപ്പെടാനാവില്ലയെന്നത് എത്രയോ സത്യം!”

ബുദ്ധൻ: “എന്തൊക്കെയായാലും, ജനനമരണങ്ങളുടെ ലോകത്തെ അധഃകരിക്കാൻ ഒരാൾക്ക് സാധിക്കില്ലെന്ന് ഞാൻ പറഞ്ഞിട്ടില്ല. ജനനമരണങ്ങളുടെ ലോകം അധഃകരിക്കുവാൻ, തീർച്ചയായും താങ്കൾക്ക് കഴിയും. ആ മാർഗ്ഗമേതെന്ന് ഞാൻ താങ്കൾക്ക് കാണിച്ചുതരാം. ആറടി ഉയരമുള്ള ഈ ശരീരത്തിൽ തന്നെയാണ് ജനനമരണങ്ങളുടെ ഉദ്ഭവങ്ങൾ. ജനനമരണങ്ങളെ അധഃകരിക്കുവാനുള്ള മാർഗ്ഗങ്ങളും ഈ ശരീരത്തിലുണ്ട്. രോഹിതദാസ്, താങ്കളുടെ ശരീരത്തെ ധ്യാനിക്കുക. താങ്കളുടെ ഉയരമുള്ള ശരീരത്തിനുള്ളിൽ അനാവൃതമാകുന്ന ജനനമരണങ്ങളുടെ ലോകത്തിന്മേൽ അവബോധത്തെ പ്രകാശിതമാക്കുക. എല്ലാ ധർമ്മങ്ങളും മരണരഹിതവും ജനനരഹിതവും ശൂന്യവും നശ്വരവും ആണെന്ന സത്യം കാണുവോളം ധ്യാനിക്കുക. താങ്കൾക്ക് മുമ്പിൽ ജനനമരണങ്ങളുടെ ലോകം അലിഞ്ഞലിഞ്ഞില്ലാതാകും. ജനനരാഹിത്യത്തിന്റെയും മരണരാഹിത്യത്തിന്റെയും ലോകം വെളിപ്പെടും. സകലഭയങ്ങളിൽ നിന്നും ദുഃഖങ്ങളിൽ നിന്നും താങ്കൾ മുക്തനാകും. മരണത്തിന്റെയും ദുരിതത്തിന്റെയും ലോകത്തുനിന്ന് രക്ഷപ്പെടാൻ താങ്കൾ ഒരിടത്തേയ്ക്കും സഞ്ചരിക്കേണ്ടതില്ല. താങ്കളുടെ സ്വന്തം ശരീരത്തിന്റെ പ്രകൃതത്തിലേക്ക് ആഴത്തിൽ നോക്കിയാൽ മാത്രം മതി.”

ബുദ്ധനെ കേട്ടുകൊണ്ടിരുന്നപ്പോൾ സരിപുത്രന്റെ കണ്ണുകൾ എപ്രകാരം തിളങ്ങിയെന്ന് സ്വാസ്തി ശ്രദ്ധിച്ചു. രോഹിതദാസിന്റെ മുഖവും ആനന്ദത്താൽ പ്രശോഭിച്ചു. വാക്കുകൾ എത്രമാത്രം ഉജ്ജ്വലവും വിസ്മയകരവുമാണെന്ന് ആർക്ക് അളക്കാനാവും? ഐതിഹാസികമായ സംഗീതത്തിന്റെ ഒരംശം പോലെയായിരുന്നു അത്. വിമോചനത്തിന്റെ താക്കോൽ തന്റെ ഉള്ളം കയ്യിൽ തന്നെയാണെന്നത്, മുമ്പത്തെക്കാൾ വളരെ വ്യക്തമായി സ്വാസ്തി തിരിച്ചറിഞ്ഞു.

71. സിതാർ മീട്ടുന്നതിന്റെ കല

വിശ്രാന്തികാലം അവസാനിച്ചതോടെ ബുദ്ധൻ ദക്ഷിണദിക്കിലേക്ക് യാത്ര തിരിച്ചു. ഇസി പട്ടണത്തിനടുത്തുള്ള മാന്തോപ്പിൽ അദ്ദേഹം എത്തി. ഇവിടെ വെച്ചാണ് മുപ്പത്തിയാറ് വർഷങ്ങൾക്ക് മുമ്പ് നാല് ശ്രേഷ്ഠ സത്യങ്ങളെക്കുറിച്ച് അദ്ദേഹം ആദ്യമായി പ്രഭാഷണം നടത്തിയത്. അതെല്ലാം ഇന്നലെകഴിഞ്ഞത് പോലെ തോന്നിയെങ്കിലും, അതിനുശേഷം കാര്യമായ മാറ്റങ്ങൾ ഉണ്ടായിട്ടുണ്ട്. ഗംഗാതടത്തിലെ രാജ്യങ്ങളിലുടനീളം, ധർമ്മചക്രത്തിന്റെ ആദ്യത്തെ തിരിച്ചിലിനുശേഷം, ധർമ്മപ്രചാരണം നടന്നിട്ടുണ്ട്. ആദ്യത്തെ ധർമ്മപ്രഭാഷണത്തിന്റെ ഓർമ്മയ്ക്കായി ഒരു സ്തൂപം ഉയർത്തിയിട്ടുണ്ട്. ഒരു വിഹാരം നിർമ്മിക്കപ്പെട്ടിട്ടുണ്ട്. വിഹാരത്തിൽ അനേകം ഭിക്ഷുക്കൾ താമസിക്കുകയും പരിശീലിക്കുകയും ചെയ്യുന്നുണ്ട്. ധർമ്മം അനുശാസിച്ചും അവിടുത്തെ ആളുകളെ പ്രോത്സാഹിപ്പിക്കുകയും ചെയ്ത ശേഷം ബുദ്ധൻ ഗയയിലേക്ക് പോയി.

പൗരാണികമായ ബോധിവൃക്ഷം സന്ദർശിക്കുവാനായി ബുദ്ധൻ ഉരുവേലയിൽ തങ്ങി. എന്നത്തേക്കാളും പച്ചപിടിച്ചതും മനോഹരവുമായി അദ്ദേഹത്തിന് ബോധിവൃക്ഷം അനുഭവപ്പെട്ടു. കാട്ടിലുടനീളം ഇപ്പോൾ കുടിലുകളുണ്ട്. ബുദ്ധന് ബോധോദയം സിദ്ധിച്ചതിന്റെ സ്മരണ നിലനിർത്താനായി രാജാ ബിംബിസാരൻ ഒരു സ്തൂപം നിർമ്മിക്കുവാൻകൂടി പദ്ധതിയിട്ടിരുന്നു. ഗ്രാമത്തിലെ കുട്ടികളെ കാണുവാനായി ബുദ്ധൻ എത്തി. വർഷങ്ങൾക്ക് മുമ്പുള്ള കുട്ടികളിൽ നിന്നും ഇവർക്ക് ഒരു മാറ്റവുമില്ല. കാലിച്ചെറുക്കനായിരുന്ന സ്വാസ്തിക്കിപ്പോൾ നാല്പത്തിയേഴ് വയസ്സായി. സംഘത്തിലെ ആദരണീയനായ ഒരു മുതിർന്ന ഭിക്ഷുവാണദ്ദേഹം. ബുദ്ധന് അർപ്പിക്കുവാനായി ഗ്രാമത്തിലെ കുട്ടികൾ പപ്പായ ശേഖരിച്ചു. ഗ്രാമത്തിലെ ഓരോ കുട്ടിക്കും അഭയങ്ങൾ മൂന്നും മനഃപാഠമാണ്.

ഗയയിൽ നിന്ന് ബുദ്ധൻ രാജഗൃഹത്തിലേക്ക് വടക്കുകിഴക്കൻ ദിക്കിനെ ലക്ഷ്യമാക്കി നീങ്ങി. തലസ്ഥാനത്തെത്തിയതും അദ്ദേഹം കഴുകൻ മലയിലേക്ക് നടന്നു. അവിടെ അദ്ദേഹം പൂർണ്ണനെ കണ്ടു. സുനപ്രാന്ത ദ്വീപിൽ ധർമ്മം പ്രചരിപ്പിക്കുന്നതിനെപ്പറ്റി അദ്ദേഹം ബുദ്ധനുമായി സംസാരിച്ചു. മറ്റനേകം ഭിക്ഷുക്കളുമൊത്ത് ഒരു വിശ്രാന്തി

കാലം പൂർണ്ണൻ പൂർത്തിയാക്കിയതേയുള്ളു. ബുദ്ധനിലും ധർമ്മത്തിലും സംഘത്തിലും അഭയം തേടിയവരുടെ സംഖ്യ ഇപ്പോൾ തന്നെ അഞ്ഞൂറ് കവിഞ്ഞു.

തുടർന്നുള്ള ദിവസങ്ങളിൽ, ആ പ്രദേശത്തുണ്ടായിരുന്ന ആത്മീയ കേന്ദ്രങ്ങൾ ബുദ്ധൻ സന്ദർശിച്ചു. ഒരു രാത്രി ഒരു കേന്ദ്രത്തിൽ ധ്യാന നിമഗ്നനായിരിക്കുമ്പോൾ ഒരു സന്യാസി മന്ത്രം ഉരുവിടുന്നത് അദ്ദേഹം കേട്ടു. ആ ശബ്ദത്തിൽ എന്തോ അസ്വസ്ഥത നിഴലിക്കുന്നതായി തോന്നി. സന്യാസി ക്ഷീണിതനും നിരാശനും ആയതുപോലെ. തന്റെ പരിശീലനത്തിൽ എന്തോ പ്രയാസങ്ങൾ അദ്ദേഹം നേരിടുന്നതായി ബുദ്ധനുറപ്പായി. പിറ്റേന്ന് പ്രഭാതത്തിൽ ബുദ്ധൻ ഇതേപ്പറ്റി ആനന്ദനോട് സംസാരിച്ചു. സൂക്തങ്ങൾ ചൊല്ലിയിരുന്ന സന്യാസി സോണയാണെന്ന് മനസ്സിലാക്കി. ശ്രാവസ്തിയിൽ വെച്ച്, വർഷങ്ങൾക്കുമുമ്പ് സോണയെ കണ്ടത് ബുദ്ധൻ ഓർത്തു.

അഭിവന്ദ്യനായ മഹാകചണന്റെ കീഴിലാണ് സംപൂജ്യനായ സോണ കുലികർണ്ണൻ ഉപസമ്പദം ചെയ്തിരുന്നത്. കുരുഗാര ദേശത്തെ പാവട്ട മലയിൽ അദ്ദേഹം വളരെ കൊല്ലങ്ങൾ മഹാകചണനുമൊത്ത് പഠിച്ചിട്ടുണ്ട്. ധനിക കുടുംബത്തിൽ നിന്നുള്ള ഒരു യുവാവായിരുന്നു സോണ. അദ്ദേഹം സംസ്കാരസമ്പന്നനും ബുദ്ധിമാനുമായിരുന്നു. എന്നാൽ ദുർബ്ബലമായിരുന്നു അദ്ദേഹത്തിന്റെ ശരീരപ്രകൃതി. ദിവസത്തിൽ ഒരു നേരം ഭക്ഷണം, വൃക്ഷങ്ങളുടെ ചുവട്ടിലുള്ള ഉറക്കം - ഒരു ഭിക്ഷുവിന്റെ വീടില്ലാ ജീവിതം, സഹിക്കുവാൻ അദ്ദേഹത്തിന് കഠിനശ്രമങ്ങൾ ചെയ്യേണ്ടിയിരുന്നു. എന്നാൽ, സാധനയിലുള്ള അദ്ദേഹത്തിന്റെ അർപ്പണം ദൃഢമായിരുന്നു. ഒരിക്കലും ചഞ്ചലമായിരുന്നില്ല. ഒരുവർഷത്തിനുശേഷം, സോണയുടെ ഗുരുനാഥൻ അദ്ദേഹത്തെ ബുദ്ധന്റെ അരികിലെത്തിച്ചു.

ശ്രാവസ്തിയിൽ വെച്ച് ആദ്യതവണ സോണയെ കണ്ട ബുദ്ധൻ ചോദിച്ചു: "സോണ, താങ്കളുടെ ആരോഗ്യത്തിന് കുഴപ്പമൊന്നുമില്ലല്ലോ. ധർമ്മപ്രചരണത്തിലോ, ഭിക്ഷാടനത്തിലോ, സാധനയിലോ താങ്കൾക്കെന്തെങ്കിലും പ്രയാസങ്ങൾ നേരിടുന്നുണ്ടോ?"

സോണ: "പ്രഭോ, ഞാൻ സന്തുഷ്ടനാണ്. എനിക്ക് യാതൊരു പ്രയാസവും അനുഭവപ്പെടുന്നില്ല."

ആ രാത്രി തന്റെ കുടിലിൽ സോണയ്ക്ക് കിടക്കുവാൻ ഒരിടം ഒരുക്കുവാൻ ബുദ്ധൻ ആനന്ദനോട് പറഞ്ഞു. അപ്രകാരം ആനന്ദൻ കുടിലിൽ മറ്റൊരു കിടക്ക ഒരുക്കി. ആ രാത്രി, പുലർച്ചെ മൂന്ന് മണിവരെ, ബുദ്ധൻ ധ്യാനത്തിലായിരുന്നു. അതറിഞ്ഞ സോണയ്ക്ക് ഉറങ്ങാൻ കഴിഞ്ഞില്ല. ബുദ്ധൻ കുടിലിൽ പ്രവേശിച്ചപ്പോൾ, സോണയോട് ചോദിച്ചു: "ഇതുവരെയും താങ്കൾ ഉറങ്ങിയില്ലേ?"

"ഇല്ല പ്രഭോ, ഞാനിപ്പോഴും ഉണർന്നിരിക്കുകയാണ്."

"താങ്കൾക്ക് ഉറക്കം വരുന്നില്ലേ? എന്നാൽ പിന്നെ, എന്തുകൊണ്ട് ഓർമ്മയുള്ള ചില ഗാഥകൾ ചൊല്ലുന്നില്ല?"

ശ്വസനത്തിന്റെ പൂർണ്ണ ജാഗ്രതയെക്കുറിച്ചുള്ള പതിനാറ് ഗാഥകൾ സോണ ചൊല്ലി. അദ്ദേഹത്തിന്റെ ശബ്ദം മണിമുഴങ്ങുന്നതുപോലെ സുവ്യക്തമായിരുന്നു. അദ്ദേഹം തപ്പിത്തടയുകയോ ഏതെങ്കിലും വാക്ക് വിട്ടുകളയുകയോ ഉണ്ടായില്ല. ബുദ്ധൻ അദ്ദേഹത്തെ പ്രശംസിച്ചു.

"താങ്കൾ മനോഹരമായി ഗാഥ പാടുന്നു. എത്ര വർഷമായി താങ്കൾ ഉപസമ്പദിച്ചിട്ട്?"

"പ്രഭോ, ഒരു വർഷം തികഞ്ഞിട്ടേയുള്ളു. ഒരു വിശ്രാന്തികാലത്തെ അനുഭവം മാത്രമേ എനിയ്ക്കുള്ളൂ"

ബുദ്ധനും സോണയും ആദ്യമായി കണ്ടുമുട്ടിയ സമയത്തായിരുന്നു അത്. എന്നാലിപ്പോൾ സോണയുടെ ഗാഥ കേട്ടപ്പോൾ അദ്ദേഹം അമിതാദ്ധ്വാനത്താൽ പരിക്ഷീണനായിരിക്കുന്നതായി ബുദ്ധൻ അറിഞ്ഞു. സോണയുടെ കുടിലിലേക്ക് തന്നെ അനുഗമിക്കുവാൻ അദ്ദേഹം ആനന്ദനോടാവശ്യപ്പെട്ടു. ബുദ്ധനെ കണ്ടതും സോണ എണീറ്റു, അദ്ദേഹത്തെ അഭിവാദ്യം ചെയ്യുവാനായി. സോണയോടും ആനന്ദനോടും തന്റെ അടുത്തിരിക്കുവാനായി ബുദ്ധൻ ആവശ്യപ്പെട്ടു. പിന്നീടദ്ദേഹം സോണയോട് പറഞ്ഞു. "സന്യാസിയാകുന്നതിനുമുമ്പ് താങ്കൾ ഒരു സംഗീതജ്ഞനായിരുന്നു അല്ലേ? പതിനാറ് തന്ത്രികളുള്ള സിതാറിൽ താങ്കൾ സവിശേഷ വൈദഗ്ദ്ധ്യം നേടിയിരുന്നു?"

"അത് ശരിയാണ് പ്രഭോ!"

ബുദ്ധൻ: "തന്ത്രികൾ അഴഞ്ഞിരിക്കുന്ന സമയത്ത് സിതാർ മീട്ടിയാൽ എങ്ങനെയിരിക്കും?"

സോണ: "പ്രഭോ, തന്ത്രികൾ അഴഞ്ഞിരുന്നാൽ സിതാർ ശ്രുതിയുണർത്തില്ല"

"തന്ത്രികൾ വലിഞ്ഞു മുറുകിയാലോ?"

"പ്രഭോ, വലിഞ്ഞുമുറുകിയാൽ തന്ത്രികൾ പൊട്ടിപ്പോകാൻ സാധ്യതയുണ്ട്"

"എന്നാൽ തന്ത്രികൾ വല്ലാതെ മുറുകുകയോ, അഴിയുകയോ ചെയ്യാതെ ശരിയായിരുന്നാൽ എന്തുണ്ടാകും?"

"പ്രഭോ, അങ്ങനെയെങ്കിൽ സിതാർ മധുരമായ സംഗീതം പൊഴിക്കും"

"അതുപോലെത്തന്നെ സോണ, ഒരാൾ ഉദാസീനനോ മടിയനോ ആയിരുന്നാൽ, സാധനയിൽ പുരോഗതി ഉണ്ടാവില്ല. എന്നാൽ ഒരുവൻ അതികഠിനമായി അദ്ധ്വാനിച്ചാലോ, അയാൾക്ക് ക്ഷീണവും നിരാ

ശയുമുണ്ടാകും. സോണ, താങ്കളുടെ ശക്തി തിരിച്ചറിയുക. ശരീരത്തെയും മനസ്സിനെയും പരിധിക്കപ്പുറം നിർബന്ധിക്കരുത്. അങ്ങനെപ്പോയാൽ മാത്രമേ, താങ്കൾക്ക് സാധനയിൽ ഫലസിദ്ധിയുണ്ടാകൂ."

സോണ എണീറ്റ്നിന്നു, ബുദ്ധനെ താണുവണങ്ങി; ബുദ്ധന്റെ ഉൾക്കാഴ്ചയിലുള്ള തന്റെ കൃതജ്ഞത രേഖപ്പെടുത്തുവാൻ.

ഒരുനാൾ ഉച്ചതിരിഞ്ഞ്, വൈദ്യൻ ജീവകൻ ബുദ്ധനെ സന്ദർശിച്ചു. ബുദ്ധൻ വേണുവനത്തിൽ നിന്നും മടങ്ങിവരികയായിരുന്നു. തന്റെ കൂടെ കഴുകൻ മുടിയിലെ കുടിലിലേക്ക് വരുന്നോയെന്ന് ചോദിച്ചു. ബുദ്ധൻ കല്പടികൾ കയറുന്നത് ജീവകൻ അദ്ഭുതാദരങ്ങളോടെ ശ്രദ്ധിച്ചു. ബുദ്ധനിപ്പോൾ എഴുപത്തിരണ്ട് വയസ്സുണ്ട്. അദ്ദേഹമിപ്പോഴും ഊർജ്ജസ്വലനും ആരോഗ്യവാനുമാണ്. അദ്ദേഹം ആയാസരഹിതമായി, ലാഘവത്തോടെ നടന്നു. ഒരു കയ്യിൽ ഭിക്ഷാപാത്രം. മറ്റേതിൽ വസ്ത്രത്തിന്റെ തുമ്പുയർത്തിപ്പിടിച്ച് ചിരിക്കുന്നു. ആനന്ദനും അതുപോലെത്തന്നെ. ബുദ്ധന്റെ ഭിക്ഷാപാത്രം താൻ പിടിക്കാമെന്ന് ജീവകൻ പറഞ്ഞു. ബുദ്ധൻ മന്ദഹസിച്ചു. ഭിക്ഷാപാത്രം ജീവകന് കൈമാറി, "തഥാഗതൻ, ഈ മല യാതൊരു പ്രയാസവും കൂടാതെ, ഭിക്ഷാപാത്രം കൈയ്യിലേന്തി കയറിയിട്ടുണ്ട്."

മലഞ്ചെരിവിലൂടെ ശ്രദ്ധാപൂർവ്വം ചെത്തിയുണ്ടാക്കിയ പടവുകൾ ജീവകന്റെ പിതാവ് രാജാ ബിംബിസാരന്റെ ഉപഹാരമാണ്. അവസാനത്തെ പടി കയറിക്കഴിഞ്ഞപ്പോൾ ബുദ്ധൻ ജീവകനെ തന്റെ കുടിലിനു വെളിയിലുള്ള ഒരു വലിയ പാറമേൽ ഇരിക്കാൻ ക്ഷണിച്ചു. ബുദ്ധന്റെ ആരോഗ്യത്തെക്കുറിച്ചും യാത്രകളെക്കുറിച്ചും ജീവകൻ അന്വേഷിച്ചു. പിന്നീടദ്ദേഹം ആനന്ദനെയും ബുദ്ധനെയും നോക്കി. ദൃഢമായ ശബ്ദത്തിൽ ഇങ്ങനെ പറഞ്ഞു: "പ്രഭോ, ഇവിടത്തെ അന്തരീക്ഷത്തെക്കുറിച്ച് പറയണമെന്ന് എനിക്ക് തോന്നുന്നു. രാജ്യത്തെ സമകാലീന രാഷ്ട്രീയാന്തരീക്ഷവുമായി നേരിട്ടു ബന്ധപ്പെട്ടതാണ് സംഘത്തിൽ നടന്നുകൊണ്ടിരിക്കുന്നത്. എന്താണ് സംഭവിച്ചുകൊണ്ടിരിക്കുന്നതെന്ന് അങ്ങ് അറിയണമെന്ന് ഞാൻ വിചാരിക്കുന്നു."

ബുദ്ധനെ മാറ്റി സംഘത്തിന്റെ നേതാവാകാൻ സംപൂജ്യനായ ദേവദത്തന് ആഗ്രഹമുണ്ട്, ജീവകൻ ബുദ്ധനോട് പറഞ്ഞു. ഭിക്ഷുമാർക്കിടയിലും അതുപോലെത്തന്നെ ഭരണവർഗ്ഗത്തിനിടയിലും അദ്ദേഹത്തിന് കാര്യമായ പിന്തുണയുണ്ട്. കൊക്കാലികയാണ് അദ്ദേഹത്തിന്റെ മുഖ്യ ഉപദേഷ്ടാവ്. സംപൂജ്യരായ തിസ്സ, കാന്തദേവപുത്രൻ, സമുദ്രദത്തൻ എന്നിവരുടെ പിന്തുണയും ദേവദത്തനുണ്ട്. ഇവർക്കെല്ലാം നിരവധി ശിഷ്യന്മാരുണ്ട്. ദേവദത്തൻ വാഗ്മിയും ബുദ്ധിശാലിയുമാണ്. അനേകം ഭിക്ഷുക്കളും ഗൃഹസ്ഥശിഷ്യന്മാരും അദ്ദേഹത്തെ ആദരിക്കുന്നുണ്ട്.

ബുദ്ധനെയോ അദ്ദേഹത്തിന്റെ കനിഷ്ഠശിഷ്യരെയോ നേരിട്ട് എതിർക്കുന്നതായി അദ്ദേഹം പറഞ്ഞിട്ടില്ല; മുന്നോട്ടു വന്നിട്ടില്ല. എന്നാൽ ബുദ്ധന് പ്രായമേറിക്കൊണ്ടിരിക്കുകയാണെന്ന സൂചനകൾ അദ്ദേഹം ഇടക്കിടെ നൽകാറുണ്ട്. സംഘത്തെ നയിക്കാനുള്ള ത്രാണി അദ്ദേഹത്തിന് ഇപ്പോൾ ഉണ്ടോയെന്നും. ബുദ്ധന്റെ അനുശാസനങ്ങൾ പഴഞ്ചനായിരിക്കുന്നു. അവയ്ക്ക് യുവാക്കളുടെ ആവശ്യങ്ങളെ നേരിടാനാവില്ല; അദ്ദേഹം വ്യംഗ്യമായി പരിഹസിക്കാറുണ്ട്. ധനികരായ നിരവധി ശിഷ്യന്മാരുടെ പിന്തുണയും ദേവദത്തനുണ്ട്. എന്തുകാരണത്താലാണെന്നറിയില്ല, രാജകുമാരൻ അജാതശത്രു ദേവദത്തന്റെ വളരെ അടുത്ത അനുയായിയാണ്. രാജബിംബിസാരൻ എത്രമാത്രം ബുദ്ധനെ ബഹുമാനിക്കുന്നുവോ അത്രയ്ക്കും തന്നെ രാജകുമാരൻ അജാതശത്രു ദേവദത്തനെ ബഹുമാനിക്കുന്നുണ്ട്. കശ്യപസഹോദരന്മാർക്കും അവരുടെ ആയിരത്തി ഒന്ന് ശിഷ്യന്മാർക്കും ബുദ്ധൻ അഗ്നിസൂത്രം നൽകിയ അതേ ഗയാസിരസ്സ് മലയിൽ തന്നെ അജാതശത്രു ദേവദത്തന് ഒരാത്മീയകേന്ദ്രം പണിതു കൊടുത്തിട്ടുണ്ട്. രാജകുമാരൻ തന്നെ ഇടക്കിടെ അവിടെച്ചെന്ന് ഭക്ഷണാർപ്പണം നടത്താറുണ്ട്. രാജകുമാരന്റെ പ്രീതി സമ്പാദിക്കുവാനായി വണിക്കുകളും രാഷ്ട്രീയക്കാരും ദേവദത്തന് ഉപഹാരങ്ങൾ സമ്മാനിക്കുകയും അദ്ദേഹത്തിന്റെ ധർമ്മപ്രഭാഷണങ്ങളിൽ സന്നിഹിതരാകാറുമുണ്ട്. ദേവദത്തന്റെ സ്വാധീനം ദിനേന വർധിച്ചു കൊണ്ടിരിക്കുകയാണ്. ഇപ്പോൾതന്നെ മുന്നൂറ് - നാനൂറ് ഭിക്ഷുക്കൾ അദ്ദേഹത്തിന് പിന്തുണ വാഗ്ദാനം ചെയ്തിട്ടുണ്ട്.

ജീവകൻ ബുദ്ധനെ നോക്കി, പിന്നെ ഒന്ന് ശബ്ദം താഴ്ത്തി: “പ്രഭോ, ഞാനിപ്പറഞ്ഞ കാര്യങ്ങളൊന്നുംതന്നെ അങ്ങയ്ക്ക് അസ്വസ്ഥജനകമല്ലെന്ന് എനിക്കറിയാം. എന്നാൽ, ഒരു കാര്യം എന്നിൽ ആശങ്കയുണർത്തുന്നുണ്ട്. തന്റെ അജണ്ട നടപ്പിലാക്കാൻ അജാതശത്രു രാജാധികാരം കയ്യാളാൻ അക്ഷമനായിരിക്കയാണ്. തങ്ങളുടെ പിതാവ് വളരെക്കാലമായി രാജാധികാരം കയ്യടക്കി വെച്ചിരിക്കുകയാണെന്നാണ് അദ്ദേഹം വിചാരിക്കുന്നത്. സംഘത്തിന്റെ നേതൃത്വം അങ്ങ് കൈമാറണമെന്ന് ദേവദത്തൻ അക്ഷമപ്പെടുന്നതുപോലെത്തന്നെ. രാജകുമാരന്റെ തലയിൽ ദേവദത്തൻ ചില അപകടകരമായ ചിന്തകൾ കുത്തിവെച്ചിട്ടുണ്ടെന്നാണ്, എന്റെ സംശയം. രാജകുടുംബത്തിന്റെ ആരോഗ്യക്ഷേമം അന്വേഷിക്കാൻ കൊട്ടാരം സന്ദർശിക്കുമ്പോഴെല്ലാം ഇങ്ങനെയൊരു വിചാരം എനിക്ക് തോന്നാറുണ്ട്. രാജബിംബിസാരന് എന്തെങ്കിലും അപ്രതീക്ഷിതമായി സംഭവിച്ചാൽ അങ്ങും സംഘവും പഴിചാരപ്പെട്ടേയ്ക്കാം. പ്രഭോ, ദയവായി സൂക്ഷിക്കുക.”

ബുദ്ധൻ: "അന്തരീക്ഷത്തെപ്പറ്റി തഥാഗതനോട് പറഞ്ഞതിന് നന്ദി. ജീവകാ എന്താണ് സംഭവിക്കുന്നതെന്ന് അറിയുന്നത് പ്രധാനമാണ്. ഭയപ്പെടേണ്ട. നിർഭാഗ്യകരമായ സാഹചര്യങ്ങളിലേയ്ക്ക് സംഘം വലിച്ചിഴപ്പെടാതിരിക്കാൻ, ഞാൻ ശ്രദ്ധിച്ചുകൊള്ളാം."

ബുദ്ധനെ വണങ്ങി, ജീവകൻ മലയിറങ്ങി. ജീവകൻ പങ്കുവെച്ചത് മറ്റാരോടും പറയരുതെന്ന് ബുദ്ധൻ ആനന്ദന് നിർദ്ദേശം നൽകി.

പത്ത് നാളുകൾക്കുശേഷം, മൂവായിരം ശിഷ്യന്മാർക്ക് ബുദ്ധൻ വേണുവനത്തിൽ വെച്ച് ധർമ്മപ്രഭാഷണം നടത്തി. അവിടെ സന്നിഹിതരായവരിൽ ബിംബിസാര രാജാവുമുണ്ടായിരുന്നു. ബോധോദയത്തിന്റെ ഫലങ്ങൾ പരിപോഷിപ്പിക്കുവാൻ ആവശ്യമായ അഞ്ച് കഴിവുകളെപ്പറ്റി ബുദ്ധൻ സംസാരിച്ചു. വിശ്വാസം. ഊർജ്ജം. ഏകാഗ്രത. ശ്രദ്ധ. ശരിയായ ധാരണ എന്നിവയാണവ.

ബുദ്ധൻ തന്റെ പ്രഭാഷണം ഉപസംഹരിച്ചു. ചോദ്യം ചോദിക്കാൻ ആർക്കെങ്കിലും ഒരവസരം കിട്ടുന്നതിനു മുമ്പേ ദേവദത്തൻ എണീറ്റു. ബുദ്ധനെ വണങ്ങി. അദ്ദേഹം പറഞ്ഞു: "ഗുരുനാഥ, അങ്ങേക്കിപ്പോൾ വയസ്സായി. ആരോഗ്യം പഴയപോലെയല്ല. അലോസരങ്ങളില്ലാത്ത ശാന്തമായ ഒരു ജീവിതമാണ് അങ്ങേയ്ക്കാവശ്യം. സംഘത്തെ ഭരിക്കുന്ന ചുമതല അങ്ങേയ്ക്ക് ഭാരമേറിയതാണ്. ദയവായി സ്ഥാനമൊഴിയുക. ഭിക്ഷുക്കളുടെ നേതാവായി സേവനം ചെയ്യുവാൻ എനിക്ക് സമ്മതമാണ്."

ബുദ്ധൻ ദേവദത്തനെ നോക്കി, ഇങ്ങനെ മറുപടി നൽകി: "ദേവദത്താ, താങ്കളുടെ ആശങ്കയ്ക്ക് നന്ദി. തഥാഗതന് ഇപ്പോഴും നല്ല ആരോഗ്യമുണ്ട്. സംഘത്തെ നയിക്കാനുള്ള ത്രാണിയുമുണ്ട്."

ദേവദത്തൻ സദസ്സിനെ നോക്കി. മുന്നൂറ് ഭിക്ഷുക്കൾ എണീറ്റ് നിന്നു. കൈകൾ കൂപ്പി. ദേവദത്തൻ ബുദ്ധനോട് പറഞ്ഞു: "ഇനിയും അനേകം ഭിക്ഷുമാർ എന്നെ അനുകൂലിക്കുന്നുണ്ട്. ഗുരോ, ദയവായി യാതൊരുവിധ ഉൽക്കണ്ഠകളും വേണ്ട. താങ്കൾക്ക് വിടുതി നൽകാൻ എന്നെ അനുവദിച്ചാലും"

ബുദ്ധൻ: "ദേവദത്താ, ധാരാളമായി. ഇനി കൂടുതലൊന്നും പറയണ്ട. താങ്കളെക്കാൾ കഴിവുകൾ ഉള്ള ധാരാളം മുതിർന്ന ശിഷ്യന്മാരുണ്ട്. ഞാനവരോടാരോടും സംഘത്തിന്റെ നേതൃത്വമേറ്റെടുക്കാൻ ആവശ്യപ്പെട്ടിട്ടില്ല. പിന്നെയെങ്ങിനെ ഞാൻ താങ്കളിലേയ്ക്ക് നേതൃത്വം മാറ്റും? ഭിക്ഷുക്കളുടെ സമൂഹത്തെ നയിക്കാനുള്ള നേതൃത്വപാടവം താങ്കൾക്കില്ല."

വലിയൊരു സദസ്സിനു മുമ്പാകെ താൻ അപമാനിക്കപ്പെട്ടതായി ദേവദത്തനു തോന്നി. അദ്ദേഹത്തിന്റെ മുഖം ചുവന്നു. കോപാകുലനായി അദ്ദേഹം തന്റെ ഇരിപ്പിടത്തിലേക്ക് മടങ്ങി.

പിറ്റേന്ന് കഴുകൻ മുടിയിൽ വെച്ച് ആനന്ദൻ ബുദ്ധനോട് സ്വകാര്യമായി പറഞ്ഞു: "ഗുരുനാഥാ, എന്റെ സഹോദരൻ ദേവദത്തന്റെ പ്രവൃത്തികളിൽ എനിക്ക് വല്ലാത്ത വേദന തോന്നുന്നു. രാജാവ് സന്നിഹിതമായ സദസ്സിൽ വെച്ച് അങ്ങ് അദ്ദേഹത്തെ വിമർശിച്ചതിന് എന്തെങ്കിലും തരത്തിലുള്ള പ്രതികാരം അങ്ങേയ്ക്ക് നേരെ അദ്ദേഹം ചെയ്തേക്കുമെന്ന് ഞാൻ ഭയപ്പെടുന്നു. സംഘത്തിൽ ഒരു പിളർപ്പ് ഉണ്ടാകുമോയെന്ന് എനിക്ക് ആശങ്കയുണ്ട്. അങ്ങയുടെ സമ്മതത്തോടെ, ദേവദത്തനുമായി നേരിട്ട് സംസാരിക്കാനും എന്റെ ഉപദേശം അദ്ദേഹത്തിന് വാഗ്ദാനം ചെയ്യാനും എനിക്ക് താൽപര്യമുണ്ട്."

ബുദ്ധൻ: "ആനന്ദാ, രാജാവ് സന്നിഹിതമായ സദസ്സിൽ വെച്ച് ഞാൻ ദേവദത്തനോട് പരുഷമായിട്ടാണ് സംസാരിച്ചത്. കാരണം, എന്റെ പിൻഗാമിയായി ദേവദത്തനെ ഞാൻ തെരഞ്ഞെടുത്തിട്ടില്ലെന്ന് വ്യക്തമാക്കുവാൻ ഞാൻ ആഗ്രഹിച്ചു. ഇനി എന്തെങ്കിലും അദ്ദേഹം ചെയ്താൽ, അതദ്ദേഹത്തിന്റെ ഇഷ്ടത്തിനായിരിക്കും. ആനന്ദാ, അദ്ദേഹവുമായി സംസാരിക്കുന്നത് അദ്ദേഹത്തെ ശാന്തനാക്കാൻ സഹായമാകുമെങ്കിൽ, താങ്കൾ ദയവായി അങ്ങനെ ചെയ്യുക."

കുറച്ചുനാളുകൾക്കുശേഷം ജീവകൻ ബുദ്ധനെ സന്ദർശിച്ചു. സംഘത്തിൽ ഒരു വിഭജനം ഉണ്ടാക്കുവാനായി ദേവദത്തൻ ശ്രമിക്കുന്നതായി താൻ കേട്ടതായി ജീവകൻ ബുദ്ധനെ അറിയിച്ചു. എങ്ങിനെയാണ് അതെന്ന്, അദ്ദേഹത്തിനിനിയും അറിയില്ല.

72. ശാന്തമായ പ്രതിരോധം

വേണുവനത്തിൽ ബുദ്ധന്റെ പ്രതിവാര ധർമ്മ പ്രഭാഷണത്തിന്റെ ദിവസമായിരുന്നു അത്. ബിംബിസാര രാജാവും രാജകുമാരൻ അജാതശത്രുവുമടക്കം വലിയൊരു സദസ്സ് അദ്ദേഹത്തെ കേൾക്കാൻ ഒത്തുകൂടിയിരുന്നു. മറ്റു കേന്ദ്രങ്ങളിൽ നിന്നുള്ള ഭിക്ഷുക്കളുടെ എണ്ണം കഴിഞ്ഞ രണ്ട് പ്രഭാഷണങ്ങൾക്കുണ്ടായിരുന്നതിനേക്കാൾ വളരെ കൂടുതലായിരുന്നു, ആനന്ദൻ ശ്രദ്ധിച്ചു. ദേവദത്തനും സന്നിഹിതനായിരുന്നു, സരിപുത്രന്റെയും മഹാകശ്യപന്റെയും നടുവിലായിരുന്നു അദ്ദേഹം ഇരുന്നിരുന്നത്.

ബുദ്ധൻ പ്രഭാഷണം അവസാനിപ്പിച്ചതും, ദേവദത്തൻ എണീറ്റ് നിന്നു. ബുദ്ധനെ വണങ്ങി. അദ്ദേഹം പറഞ്ഞു, "പ്രഭോ, ആസക്തികളിൽ നിന്ന് മുക്തമായ ലളിതമായ ജീവിതം നയിക്കാനും അത്യാവശ്യമായത് മാത്രം ഉപയോഗിക്കാനും അങ്ങ് ഭിക്ഷുക്കളെ പഠിപ്പിക്കുന്നു. ലളിത ജീവിതത്തോടുള്ള നമ്മുടെ പ്രതിബദ്ധത കുറെക്കൂടി മഹത്തരമാക്കാൻ, ഞാൻ അഞ്ച് പുതിയ നിയമങ്ങൾ നിർദ്ദേശിക്കുന്നു."

"ഒന്ന്, ഭിക്ഷുമാർ വനങ്ങളിൽ തന്നെ കഴിയണം. ഗ്രാമങ്ങളിലോ പട്ടണങ്ങളിലോ അവരെ ഉറങ്ങാൻ അനുവദിക്കരുത്."

"രണ്ട്, ഭിക്ഷുമാർ ഭിക്ഷയെടുക്കാനേ പാടുള്ളൂ. ഒരിക്കലും ഗൃഹസ്ഥാശ്രമികളായ ശിഷ്യരുടെ വീടുകളിൽ ഭക്ഷിക്കാനുള്ള ക്ഷണങ്ങൾ സ്വീകരിക്കാൻ പാടില്ല."

"മൂന്ന്, ഉപയോഗശൂന്യമായി തള്ളിയ കഷ്ണങ്ങളിൽ നിന്നും പഴന്തുണികളിൽ നിന്നും ഭിക്ഷുക്കൾ അവരുടെ വസ്ത്രങ്ങൾ തുന്നിയുണ്ടാക്കണം. ഗൃഹസ്ഥ ശിഷ്യന്മാർ ഭിക്ഷയായി നൽകുന്നവ സ്വീകരിക്കരുത്."

"നാല്, ഭിക്ഷുക്കൾ മരങ്ങളുടെ ചുവട്ടിൽ മാത്രമേ ഉറങ്ങാൻ പാടുള്ളൂ. കുടിലുകളിലോ, കെട്ടിടങ്ങളിലോ ഉറങ്ങരുത്."

"അഞ്ച്, ഭിക്ഷുക്കൾ സസ്യാഹാരം മാത്രമേ കഴിക്കാവൂ."

"പ്രഭോ, ഈ അഞ്ച് നിയമങ്ങൾ ഭിക്ഷുക്കൾ പാലിക്കുന്ന പക്ഷം, ആസക്തികളില്ലാത്ത ലളിതജീവിതം നയിക്കുന്നതിൽ അവർ വിജയിക്കും."

ബുദ്ധൻ ഇപ്രകാരം മറുപടി പറഞ്ഞു: "ദേവദത്താ, താങ്കളുടെ നിയ

മങ്ങൾ കല്പനയായി സ്വീകരിക്കുവാൻ തഥാഗതന് സാധ്യമല്ല. വനങ്ങളിൽ മാത്രം ഒരു ഭിക്ഷു താമസിക്കുവാൻ ആഗ്രഹിക്കുന്നെങ്കിൽ, അദ്ദേഹത്തിന് അതിനുള്ള അനുവാദമുണ്ട്. എന്നാൽ, കുടിലുകളിലും വിഹാരങ്ങളിലും ഗ്രാമങ്ങളിലും നഗരങ്ങളിലും മറ്റ് ചിലർ താമസിക്കുന്നെങ്കിൽ നല്ലതുതന്നെ. ഭിക്ഷയെടുത്ത് മാത്രം തന്റെ ആഹാരം സമ്പാദിക്കുന്ന ഭിക്ഷുവിന് ഗൃഹസ്ഥശിഷ്യന്മാരുടെ ഗൃഹങ്ങളിലേയ്ക്കുള്ള ക്ഷണങ്ങൾ വേണ്ടെന്നു വെയ്ക്കാം. എന്നാൽ, മറ്റുള്ളവർക്ക് അത്തരം ക്ഷണങ്ങൾ സ്വീകരിക്കുന്നതിലുള്ള സ്വാതന്ത്ര്യമുണ്ട്. അത്തരം സന്ദർഭങ്ങളിൽ അവർക്ക് തങ്ങളുടെ ബോധനങ്ങൾ സാധാരണക്കാരുമായി പങ്കിടാം. ഏതെങ്കിലും ഒരു ഭിക്ഷു പഴന്തുണിക്കഷ്ണങ്ങളിൽ നിന്നും വസ്ത്രം തുന്നിയെടുക്കുവാൻ ആഗ്രഹിക്കുന്നെങ്കിൽ അങ്ങനെ ചെയ്യാം. എന്നാൽ മറ്റുള്ളവർ ഗൃഹസ്ഥശിഷ്യരിൽ നിന്നും വസ്ത്രങ്ങൾ സ്വീകരിക്കുന്നത് അഭികാമ്യം തന്നെ. ഒരു ഭിക്ഷു മൂന്നിൽ കൂടുതൽ വസ്ത്രങ്ങൾ കൈവശം വെയ്ക്കരുതെന്ന് മാത്രം. ഏതെങ്കിലും ഭിക്ഷു വൃക്ഷങ്ങളുടെ കീഴിൽ ഉറങ്ങാൻ ആഗ്രഹിക്കുന്നെങ്കിൽ അദ്ദേഹത്തിനത് ചെയ്യാം. എന്നാൽ മറ്റുള്ളവർ കുടിലിലോ കെട്ടിടത്തിലോ ഉറങ്ങുന്നതും ശരിയായ കാര്യം തന്നെ. ഒരു ഭിക്ഷു സസ്യാഹാരം മാത്രമേ കഴിക്കൂവെങ്കിൽ അങ്ങനെ ചെയ്യാം. എന്നാൽ, മാംസം കലർന്ന ഭക്ഷണാർപ്പണങ്ങൾ മറ്റുള്ളവർക്ക് സ്വീകരിക്കാം. ഭക്ഷണത്തിനായി മാത്രമല്ല, മൃഗങ്ങളെ കൊന്നിട്ടുള്ളതെന്ന് ഉറപ്പാക്കണമെന്ന് മാത്രം. ദേവദത്താ, ഇന്നത്തെ സാഹചര്യത്തിൽ ഭിക്ഷുക്കൾക്ക് സാധാരണക്കാരുമായി ഇടപെടാൻ ധാരാളം സന്ദർഭങ്ങളുണ്ട്. ഉദ്ബുദ്ധതയുടെ മാർഗ്ഗവുമായി സമ്പർക്കം പുലർത്താൻ ഇഷ്ടപ്പെടുന്ന സാധാരണക്കാരുമായി അവർക്ക് ബോധനങ്ങൾ പങ്കിടാം."

ദേവദത്തൻ ചോദിച്ചു: "അപ്പോൾ താങ്കളീ അഞ്ച് നിയമങ്ങൾ സ്വീകരിക്കുന്നില്ല?"

ബുദ്ധൻ, "ഇല്ല. ദേവദത്താ, തഥാഗതൻ അവ സ്വീകരിക്കുന്നില്ല."

ദേവദത്തൻ ബുദ്ധനെ വണങ്ങി. ഇരിപ്പിടത്തിലേക്ക് മടങ്ങി. ആത്മസംതൃപ്തിയിൽ അദ്ദേഹത്തിന്റെ ചുണ്ടുകൾ വക്രിച്ചു.

അന്ന് രാത്രി, വേണുവനത്തിലെ കുടിലിൽ വിശ്രമിക്കുമ്പോൾ ബുദ്ധൻ ആനന്ദനോട് പറഞ്ഞു: "തഥാഗതൻ ദേവദത്തന്റെ ഉദ്ദേശ്യങ്ങൾ മനസ്സിലാക്കുന്നു. നമ്മുടെ സംഘത്തിൽ ഉടനെ ഒരു പിളർപ്പ് ഉണ്ടായേക്കുമെന്ന് ഞാൻ ഭയക്കുന്നു."

അതിനുശേഷം, അധികം വൈകാതെ, ആനന്ദൻ ദേവദത്തനെ കണ്ടുമുട്ടി. തെരുവോരത്തേക്ക് മാറി അവർ സംസാരിക്കാൻ നിന്നു. തന്റേതായി ഒരു സംഘം ഉണ്ടാക്കുന്നതായി ദേവദത്തൻ ആനന്ദനെ അറി

യിച്ചു. ബുദ്ധസംഘത്തിൽ നിന്ന് വ്യത്യസ്തമായി തന്റെ അനുയായി കൾക്കായി ധർമ്മോപദേശ പ്രഭാഷണങ്ങളും വിശ്രാന്തികാലങ്ങളും പൗർണ്ണമി ദിനങ്ങളും പാപപരിനിവേദാനാചാരങ്ങളും നടത്തുമെന്ന് ദേവദത്തൻ വിശദീകരിച്ചു. വളരെ ഖിന്നനായി ദേവദത്തന്റെ തീരുമാ നങ്ങൾ ആനന്ദൻ ബുദ്ധനെ അറിയിച്ചു. പിന്നത്തെ പാപപരിനിവേദ നാചാരം നടന്നത് വേണുവനത്തിൽ വെച്ചായിരുന്നു. അതിൽ പതി വായി പങ്കെടുക്കാറുള്ള നൂറുകണക്കിന് ഭിക്ഷുമാർ സന്നിഹിതരായി രുന്നില്ല എന്ന് ആനന്ദൻ ശ്രദ്ധിച്ചു. പകരം, അവർ ദേവദത്തന്റെ കേന്ദ്ര ത്തിൽ പങ്കെടുക്കുന്നുയെന്നും അദ്ദേഹം മനസ്സിലാക്കി.

ആചാരാഘോഷം തീർന്നതും നിരവധി ഭിക്ഷുമാർ ബുദ്ധനുമായി സംസാരിക്കാൻ അദ്ദേഹത്തിന്റെ കുടിലിലെത്തി. അവർ പറഞ്ഞു: "പ്രഭോ, ദേവദത്തനുമായി ചേർന്നവർ ഞങ്ങളെ സമീപിച്ചിരുന്നു. ദേവ ദത്തന്റെ സംഘത്തിൽ ചേരുവാൻ അവർ തങ്ങളെ നിർബ്ബന്ധിക്കുക യുണ്ടായി. അദ്ദേഹത്തിന്റെ നിയമങ്ങൾ അങ്ങയുടേതിനേക്കാൾ നീതി നിഷ്ഠമാണെന്ന് അവർ അവകാശപ്പെടുന്നു. അതിനു തെളിവായി, ദേവ ദത്തന്റെ പഞ്ചനിയമങ്ങൾ അങ്ങ് നിരാകരിച്ചത് അവർ മുന്നോട്ടു വയ്ക്കുന്നു. വേണുവനത്തിലെ സന്ന്യാസിജീവിതം വളരെ പേലവമാ ണെന്ന് അവർ പറയുന്നു. ഗൃഹസ്ഥാശ്രമിയുടേതിനേക്കാൾ ഒട്ടും വ്യത്യ സ്തമല്ലാത്തത്. അങ്ങ് ലളിതമായ ജീവിതം നയിക്കുന്നതിനെക്കുറിച്ച് പറയുന്നു. എന്നാൽ ഭിക്ഷുക്കൾ അപ്രകാരം ജീവിക്കുന്നുയെന്ന് ഉറ പ്പുവരുത്താൻ വേണ്ട പഞ്ചനിയമങ്ങൾ അങ്ങ് നിരാകരിച്ചത് അവർ മുന്നോട്ടു വെയ്ക്കുന്നു. അങ്ങ് കപടനാട്യക്കാരനെന്ന് അവർ ആരോ പിക്കുന്നു. അവരുടെ വാദങ്ങൾ ഞങ്ങളെ ചഞ്ചലപ്പെടുത്തിയിട്ടില്ല. ഞങ്ങളുടെ വിശ്വാസം അങ്ങയുടെ ജ്ഞാനത്തിലാണ്. പ്രായോഗിക തയിൽ പരിജ്ഞാനമില്ലാത്ത യുവഭിക്ഷുക്കൾ, വിശേഷിച്ചും ദേവദത്തൻ ഉപസമ്പദം നൽകിയവർ, കൂടുതൽ തീവ്രമായ പഞ്ചനിയമങ്ങളിലേയ്ക്ക് ആകർഷിക്കപ്പെടുന്നുണ്ട്. ദേവദത്തനെ പിന്തുടരുന്നതിനായി അവർ സംഘം ഉപേക്ഷിക്കുന്നു. ഇതങ്ങയെ അറിയിക്കണമെന്ന് ഞങ്ങൾക്ക് തോന്നി."

ബുദ്ധൻ പറഞ്ഞു: "ദയവായി ഇതേപ്പറ്റി കൂടുതൽ വിചാരപ്പെടേണ്ട. ശ്രേഷ്ഠവും പാവനവുമായ ജീവിത സാധനയാണ് ഒരു സന്ന്യാസിക്ക് പ്രസക്തമായത്."

അനേകം ദിവസങ്ങൾക്കുശേഷം, ജീവകൻ ബുദ്ധനെ കഴുകൻ മുടി യിൽ സന്ദർശിച്ചു. ദേവദത്തനിപ്പോൾ അനുയായികളായി അഞ്ഞൂറ് ഭിക്ഷുക്കൾ ഉണ്ടെന്നറിയിച്ചു. അവരെല്ലാവരും തന്നെ ദേവദത്തന്റെ ഗയാസിരസ്സിലുള്ള കേന്ദ്രകാര്യാലയത്തിലാണ് താമസിക്കുന്നത്. തല സ്ഥാനത്ത് രഹസ്യമായ ചില രാഷ്ട്രീയനീക്കങ്ങൾ നടക്കുന്നതായി

ജീവകൻ സൂചിപ്പിച്ചു. അതിൽ ദേവദത്തന് നിർണ്ണായക പങ്കുണ്ട്. ദേവദത്തൻ ബുദ്ധസംഘത്തിൽ ഇപ്പോൾ ഇല്ല എന്ന് ഒരു പരസ്യപ്രസ്താവന ഇറക്കണമെന്ന് ജീവകൻ നിർദ്ദേശിച്ചു.

ദേവദത്തന്റെ സ്വതന്ത്രസംഘത്തെകുറിച്ചുള്ള വാർത്ത അതിവേഗം പരന്നു. എവിടെച്ചെന്നാലും ജനങ്ങൾ ഭിക്ഷുമാരോട് ഇക്കാര്യം ചോദിച്ചു. ഇത്തരം ചോദ്യങ്ങൾക്കെല്ലാം വളരെ ലളിതമായി ഉത്തരം നൽകാൻ ബുദ്ധൻ അവരോടാവശ്യപ്പെട്ടു; "ചീഞ്ഞവിത്തുകൾ ആർ വിതയ്ക്കുന്നുവോ അവർ ചീത്ത ഫലങ്ങൾ കൊയ്യുന്നു. സംഘത്തെ പിളർപ്പിലേയ്ക്ക് നയിക്കുന്നത് ബുദ്ധബോധനത്തിന്റെ ഏറ്റവും ഗൗരവമായ ലംഘനമാണ്."

ഒരുദിവസം ഭിക്ഷുമാരുമായി സംസാരിച്ചുകൊണ്ടിരിക്കെ, ജീവകൻ തന്നോടു പറഞ്ഞ കാര്യം ബുദ്ധൻ സൂചിപ്പിച്ചു. ദേവദത്തനിപ്പോൾ ബുദ്ധസംഘത്തിലെ അംഗമല്ലെന്ന് താൻ ഔദ്യോഗികമായി പ്രഖ്യാപിക്കുന്നതിനെക്കുറിച്ച്. സരിപുത്രൻ ജീവകന്റെ നിർദ്ദേശം വിചിന്തനം ചെയ്തുകൊണ്ട് പറഞ്ഞു. "പ്രഭോ, നാം പലപ്പോഴും ദേവദത്തന്റെ കഴിവിനെയും ധാർമ്മികതയെയും പരസ്യമായി പ്രശംസിച്ചിട്ടുണ്ട്. എങ്ങനെ അദ്ദേഹത്തെ ഇപ്പോൾ ഇകഴ്ത്തി പറയും?"

ബുദ്ധൻ: "സരിപുത്രാ, പണ്ട് താങ്കൾ ദേവദത്തനെ പരസ്യമായി പ്രശംസിച്ചപ്പോൾ സത്യമായിരുന്നില്ലേ പറഞ്ഞത്?"

"അതേ പ്രഭോ, ദേവദത്തന്റെ കഴിവിനെയും ധാർമ്മികതയെയും കുറിച്ച് പറഞ്ഞപ്പോൾ, സത്യമായിരുന്നു പറഞ്ഞത്."

"സഹോദരൻ ദേവദത്തന്റെ പ്രവൃത്തികളെ ഇപ്പോൾ ഇകഴ്ത്തിപ്പറയുമ്പോൾ, താങ്കൾ സത്യമല്ലേ പറയുന്നത്?"

"അതേ പ്രഭോ!"

"എന്നാൽ പിന്നെ പ്രശ്നമില്ല. പ്രധാനമായത് സത്യം പറയുകയെന്നതാണ്."

കുറച്ചുനാളുകൾക്കുശേഷം, സാധാരണ ശിഷ്യരുടെ സദസ്സിൽ വെച്ച് ദേവദത്തനെ സംഘത്തിൽ നിന്നും പുറത്താക്കിയതായി ഭിക്ഷുമാർ ജനങ്ങളോട് പ്രഖ്യാപിച്ചു. ദേവദത്തന്റെ ചെയ്തികൾക്ക് സംഘത്തിന് ഉത്തരവാദിത്വമുണ്ടായിരിക്കില്ല.

ഈ സംഭവങ്ങളിലുടനീളം സരിപുത്രനും മൊഗ്ഗല്ലാനയും നിശബ്ദരായിരുന്നത് വിചിത്രമായി തോന്നി. സാധാരണക്കാരുടെ ചോദ്യങ്ങൾക്ക് മറുപടി പോലും അവർ പറഞ്ഞില്ല. ആനന്ദൻ അവരുടെ അകൽച്ച ശ്രദ്ധിച്ചു. "സഹോദരന്മാരെ, ദേവദത്തന്റെ ചെയ്തികളെക്കുറിച്ച് നിങ്ങളുടെ അഭിപ്രായങ്ങൾ പ്രകടിപ്പിച്ചില്ല! നിങ്ങൾക്ക് നിങ്ങളുടേതായ എന്തെങ്കിലും പദ്ധതികളുണ്ടോ?"

അവർ മന്ദഹസിച്ചു. മൊഗ്ഗല്ലാന പറഞ്ഞു: "അത് ശരിയാണ് ആനന്ദാ. ബുദ്ധനെയും സംഘത്തെയും ഞങ്ങൾ ഞങ്ങളുടെ നിലയിൽ സേവിക്കും."

പിളർപ്പിനെപ്പറ്റി സാധാരണക്കാരിൽ മുറുമുറുപ്പുണ്ടായി. അസൂയയും ചെറിയ ചെറിയ കുശുമ്പുകളുമാണ് അതിനു കാരണമെന്ന് അവർ കുറ്റപ്പെടുത്തി. ബുദ്ധന് ദേവദത്തനെ തള്ളിപ്പറയുവാൻ പുറത്തുപറയാനാവാത്ത കാരണങ്ങൾ കണ്ടേയ്ക്കുമെന്ന് മറ്റു ചിലർ വിചാരിച്ചു. ബുദ്ധനിലുള്ള അവരുടെ വിശ്വാസത്തിന് ഒരു ചാഞ്ചല്യവും ഉണ്ടായില്ല.

പ്രക്ഷുബ്ധമായ ഒരു പ്രഭാതത്തിൽ, ബിംബിസാര രാജാവ് രാജകുമാരൻ അജാതശത്രുവിനായി സ്ഥാനത്യാഗം ചെയ്യുകയാണെന്നറിഞ്ഞ് തലസ്ഥാനനഗരിയിലെ ജനങ്ങൾ ഞെട്ടിപ്പോയി. പൗർണ്ണമി കഴിഞ്ഞ് പത്താംനാൾ പുതിയ രാജാവിന്റെ കിരീടധാരണം. രാജാവ് നേരിട്ട് ഇക്കാര്യം അറിയിക്കാത്തതിൽ ബുദ്ധന് ഉൽക്കണ്ഠയുണ്ടായി. എല്ലാ പ്രധാന തീരുമാനങ്ങളും തന്നോടാലോചിച്ചിട്ടാണല്ലോ, രാജാവ് കൈക്കൊണ്ടിരുന്നത്. എന്തോ കുഴപ്പമുണ്ടെന്ന അദ്ദേഹത്തിന്റെ വിചാരം, കുറച്ചു നാളുകൾക്കുശേഷമുള്ള ജീവകന്റെ സന്ദർശനത്തോടെ സ്ഥിരീകരിച്ചു.

ഒരു മലമ്പാതയിലൂടെ ബുദ്ധനും ജീവകനും നടന്ന് ധ്യാനത്തിലേർപ്പെട്ടു. ശ്വസനം നിരീക്ഷിച്ചുകൊണ്ട് അവർ ശാന്തമായി സാവകാശം നടന്നു. അല്പസമയത്തിനുശേഷം, ബുദ്ധൻ ജീവകനെ തന്നോടൊത്ത് ഒരു വലിയ പാറയിൽ ഇരിക്കുവാൻ ക്ഷണിച്ചു. ബിംബിസാര രാജാവിനെ രാജകുമാരൻ അജാതശത്രു വീട്ടുതടങ്കലിലാക്കിയിരിക്കുകയാണെന്ന് ജീവകൻ പറഞ്ഞു. രാജാവ് തന്റെ അറകളിൽ ഒതുങ്ങിയിരിക്കുകയാണ്. വൈദേഹിരാജ്ഞിയൊഴിച്ച് ആർക്കും അദ്ദേഹത്തെ കാണാൻ അനുവാദമില്ല.

രാജാവിന്റെ ഏറ്റവും വിശ്വസ്തരായ രണ്ട് ഉപദേശകരും വീട്ടുതടങ്കലിലാണ്. കാരണം കിരീടധാരണാഘോഷം അവർ മുടക്കാൻ ശ്രമിച്ചേയ്ക്കുമെന്ന് രാജകുമാരൻ ഭയപ്പെടുന്നു. ചില പ്രധാന രാഷ്ട്രീയ കാര്യങ്ങൾക്കായി അനേകനാളുകൾ അവർ രാജകൊട്ടാരത്തിൽ തന്നെ തങ്ങേണ്ടതുണ്ടെന്ന് അവരുടെ വീട്ടുകാരെ ധരിപ്പിക്കുകയും ചെയ്തിട്ടുണ്ട്.

ഈ സംഭവങ്ങളെല്ലാം അറിയാനിടയായത് രാജ്ഞിയുടെ രോഗം ചികിത്സിക്കാൻ കൊട്ടാരത്തിലേയ്ക്ക് വിളിപ്പിച്ചതുകൊണ്ടാണെന്ന് ജീവകൻ പറഞ്ഞു. ഒരു മാസം മുമ്പ് രാജാവിന്റെ അറയിലേയ്ക്ക് രാത്രി അസമയത്ത് രാജകുമാരൻ പോകുന്നത് രാജാവിന്റെ അംഗരക്ഷകർ കണ്ടു. രാജകുമാരന്റെ പെരുമാറ്റത്തിൽ സംശയം തോന്നിയ അവർ

അദ്ദേഹത്തെ പരിശോധിച്ചു. വസ്ത്രങ്ങൾക്കുള്ളിൽ ഒരു ഖഡ്ഗം ഒളിപ്പിച്ചിരിക്കുന്നത് കണ്ടെത്തി. അവരദ്ദേഹത്തെ രാജാവിന്റെ അറയിലേയ്ക്ക് കൊണ്ടുപോയി. നടന്ന കാര്യങ്ങൾ രാജാവിനെ അറിയിച്ചു. രാജാവ് മകനെ നോക്കി ചോദിച്ചു: "അജാതശത്രു, എന്തുകൊണ്ടാണ് നീ കൊട്ടാരത്തിനുള്ളിൽ ആയുധവുമായി നടക്കുന്നത്?"

"അങ്ങയെ വധിക്കുകയായിരുന്നു എന്റെ ഉദ്ദേശ്യം."

"എന്തിനാണ് നീയെന്നെ വധിക്കുന്നത്?"

"എനിക്ക് രാജാവാകണം."

"രാജാവാകാൻ എന്തിന് സ്വന്തം പിതാവിനെ വധിക്കണം? നീയൊന്നു പറഞ്ഞിരുന്നെങ്കിൽ, ഞാനുടനെ സ്ഥാനത്യാഗം ചെയ്യുമായിരുന്നില്ലേ?"

"അങ്ങ് അങ്ങനെ ചെയ്യുമെന്ന് എനിക്ക് തോന്നിയില്ല. എനിയ്ക്ക് തീർച്ചയായും തെറ്റുപറ്റി. അങ്ങ് മാപ്പാക്കണം."

രാജാവ് മകനോട് ചോദിച്ചു: ആരാണ് നിന്നെ ഇതിന് നിയോഗിച്ചത്?

ആദ്യമൊന്നും രാജകുമാരൻ പിതാവിന്റെ ചോദ്യത്തിന് മറുപടി പറഞ്ഞില്ല. വിടാതുള്ള ചോദ്യം ചെയ്യലിൽ അജാതശത്രു സമ്മതിച്ചു: സംപൂജ്യനായ ദേവദത്തന്റേതാണ് ഈ ആശയമെന്ന്. അർദ്ധരാത്രിയായിരുന്നിട്ടും, തന്റെ വിശ്വസ്തരായ അടുത്ത ഉപദേശകരെ വരുത്തി അവരുടെ ഉപദേശം ആരാഞ്ഞു. രാജാവിനെ വധിക്കാൻ ശ്രമിക്കുന്നത് വധശിക്ഷ അർഹിക്കുന്ന കുറ്റമാണ്. രാജകുമാരന്റെയും ദേവദത്തന്റെയും തലയെടുക്കണമെന്ന് ഒരാൾ പറഞ്ഞു. എല്ലാ ഭിക്ഷുമാരേയും വധിക്കണം, അയാൾ കൂട്ടിച്ചേർത്തു.

രാജാവ് വിയോജിച്ചു: "അജാതശത്രുവിനെ എനിക്ക് വധിക്കാനാവില്ല. അവൻ എന്റെ സ്വന്തം മകനാണ്. ഭിക്ഷുക്കളുടെ കാര്യത്തിലാണെങ്കിൽ, അവർ നേരത്തെത്തന്നെ വ്യക്തമാക്കിയിട്ടുണ്ട്, ദേവദത്തന്റെ ചെയ്തികൾക്ക് അവർ ഉത്തരവാദികളല്ലെന്ന്. ഇക്കാര്യത്തിൽ ശരിയായ ദൂരക്കാഴ്ചയുണ്ടായിരുന്നു ബുദ്ധന്. ദ്രോഹചെയ്തികൾ ചെയ്യാൻ ദേവദത്തന് സാധിച്ചേയ്ക്കുമെന്ന സംശയത്തിൽ, സംഘവുമായുള്ള ദേവദത്തന്റെ ബന്ധത്തെ അദ്ദേഹം തള്ളിപ്പറഞ്ഞു. എന്നാൽ ദേവദത്തനെ വധിക്കുവാനും നാം ആഗ്രഹിക്കുന്നില്ല. കാരണം അദ്ദേഹം ബുദ്ധന്റെ അടുത്ത ബന്ധുവാണ്. ഏറെക്കാലം ആദരിക്കപ്പെട്ട ഭിക്ഷുവാണ്."

രണ്ടാമത്തെ ഉപദേഷ്ടാവ് അദ്ഭുതം കൂറി. "അങ്ങയുടെ കാരുണ്യത്തിന് സമാനതകളില്ല; മഹാരാജൻ! ബുദ്ധഭഗവാന്റെ യഥാർത്ഥ ശിഷ്യൻ തന്നെയാണങ്ങ്! എന്നാൽ, ഈ വിഷയം എങ്ങനെ കൈകാര്യം ചെയ്യാനാണ് അങ്ങുദ്ദേശിക്കുന്നത്?"

രാജാവ്: "എന്റെ മകൻ അജാതശത്രു രാജാവായി സ്ഥാനത്യാഗം ചെയ്യുന്നതായി നാളെ ഞാൻ പ്രഖ്യാപനം നടത്തും. അവന്റെ കിരീട ധാരണം പത്ത് നാളുകൾക്കുള്ളിൽ നടക്കും."

"പക്ഷേ വധശ്രമത്തിന്റെ കാര്യത്തിൽ?"

"ദേവദത്തനും എന്റെ മകനും ഞാൻ മാപ്പ് നൽകുന്നു. എന്റെ പ്രവൃത്തിയിൽ നിന്ന് നല്ലതെന്തെങ്കിലും അവർ പഠിക്കുമെന്ന് ഞാൻ പ്രത്യാശിക്കുന്നു."

രാജകുമാരൻ അജാതശത്രുവിനോടൊപ്പം, രണ്ട് ഉപദേഷ്ടാക്കളും രാജാവിനെ താണുവണങ്ങി. നടന്ന സംഭവം പരമരഹസ്യമാക്കി വെയ്ക്കാൻ രാജാവ് കാവൽക്കാരോട് കല്പിച്ചു. പിറ്റേന്ന്, രാജാവിന്റെ പ്രഖ്യാപനം കേട്ടശേഷം, ദേവദത്തൻ ധൃതിയിൽ തലസ്ഥാനത്തേക്ക് പുറപ്പെട്ടു. അദ്ദേഹം രാജകുമാരനുമായി ഒരു കൂടിക്കാഴ്ചയ്ക്ക് അപേക്ഷിച്ചു. കിരീടധാരണം ആസൂത്രണം ചെയ്യുന്നതിനാൽ സഹായിക്കുവാനായി ദേവദത്തൻ എത്തിയതായി, പിന്നീട് രാജകുമാരൻ രാജ്ഞിയെ അറിയിച്ചു. എന്നാൽ രാജ്ഞി വൈകാതെ അറിഞ്ഞു, ആ ഭിക്ഷുവുമായി തന്റെ മകൻ സന്ധിച്ചതിന്റെ രണ്ടാംനാൾ തന്റെ ഭർത്താവും ഉറ്റ ഉപദേഷ്ടാക്കളും വീട്ടുതടങ്കലിലായ വിവരം. ജീവകൻ ഇങ്ങനെ ഉപസംഹരിച്ചു: "പ്രഭോ, കിരീടധാരണം നടന്നുകഴിഞ്ഞാൽ രാജാവിനെയും ഉപദേഷ്ടാക്കളെയും രാജകുമാരൻ സ്വതന്ത്രമാക്കണേയെന്ന ഒരു പ്രാർത്ഥനയേ എനിക്കുള്ളൂ."

പിറ്റേന്ന് രാജാവിന്റെ ഒരു സന്ദേശവാഹകൻ ബുദ്ധനെയും ഭിക്ഷുക്കളെയും കിരീടധാരണത്തിന് ക്ഷണിക്കാനെത്തി. നഗരകവാടങ്ങളും തെരുവുകളും വിളക്കുകളാലും കൊടി തോരണങ്ങളാലും അലങ്കരിക്കുന്ന തിരക്കിലായിരുന്നു പട്ടാളക്കാർ. തന്റെ അറുനൂറ് ഭിക്ഷുക്കളുമൊത്ത് കിരീടധാരണ ചടങ്ങിൽ പങ്കെടുക്കാൻ ദേവദത്തൻ പദ്ധതിയിടുന്നത് ബുദ്ധൻ അറിഞ്ഞു. ബുദ്ധൻ സരിപുത്രനെ വിളിച്ചു: "സരിപുത്രാ, ഞാൻ കിരീടധാരണ ചടങ്ങിൽ പങ്കെടുക്കുന്നില്ല. നമ്മുടെ ഒരു ഭിക്ഷുവും പങ്കെടുക്കരുതെന്നാണ് എന്റെ ആഗ്രഹം. ക്രൂരവും അന്യായവുമായ ഈ സംഭവത്തിന് നമ്മുടെ ഭാഗത്തുനിന്ന് ഒരു പിന്തുണയുടെയും സൂചനയുണ്ടാകാൻ പാടില്ല."

കിരീടധാരണച്ചടങ്ങിൽ ബുദ്ധന്റെയും അദ്ദേഹത്തിന്റെ ഭിക്ഷുക്കളുടെയും അസാന്നിധ്യം ശ്രദ്ധിക്കപ്പെട്ടു. ജനമനസ്സുകളിൽ ചോദ്യങ്ങൾ ഉയർന്നു. താമസിയാതെ, ബിംബിസാരരാജാവും അദ്ദേഹത്തിന്റെ രണ്ടുപദേഷ്ടാക്കളും വീട്ടുതടങ്കലിലാണെന്നതും ജനങ്ങൾ അറിഞ്ഞു. പുതിയ ഭരണത്തിനെതിരെ, ജനങ്ങൾക്കിടയിൽ, ശാന്തമെങ്കിലും ഉറച്ച പ്രതിരോധം വളർന്നു. ദേവദത്തൻ തന്നെ ഒരു നേതാവായി സ്വയം പ്രഖ്യാപിച്ചിരുന്നുവെങ്കിലും അദ്ദേഹത്തിന്റെ ഭിക്ഷുക്കളുടെയും, ബുദ്ധ

സംഘത്തിലെ ഭിക്ഷുക്കളുടെയും പെരുമാറ്റത്തിലെ അന്തരം ജനങ്ങൾ തിരിച്ചറിയാൻ തുടങ്ങി. ദേവദത്തന്റെ അനുയായികൾക്ക് ഭക്ഷണഭിക്ഷ നൽകാൻ ജനങ്ങൾ വിസമ്മതിച്ചു. ദേവദത്തന് പിന്തുണ നിരാകരിച്ചത് പുതിയ രാജാവിനോടുള്ള തിരസ്കാരം കൂടിയായിരുന്നു.

തന്റെ നേരെയുള്ള ജനങ്ങളുടെ ശാന്തമായ പ്രതിഷേധം രാജാവ് അജാത ശത്രുവിനെ കോപാകുലനാക്കി. എന്നാൽ, അദ്ദേഹം ബുദ്ധനോ സംഘത്തിനോ നേരെ എന്തെങ്കിലും ചെയ്യുവാൻ ധൈര്യപ്പെട്ടില്ല. അങ്ങനെയെന്തിനെങ്കിലും പുറപ്പെട്ടാൽ ജനങ്ങൾക്കിടയിൽ നിന്ന് ശക്തമായ പ്രതിഷേധം ഉയർന്നുവരുമെന്ന് അദ്ദേഹത്തിനറിയാമായിരുന്നു. അതുപോലെത്തന്നെ, ബുദ്ധനെ വളരെ ഉയർന്ന നിലയിൽ കണ്ടിരുന്ന അയൽ രാജ്യങ്ങളിൽനിന്നും. ബുദ്ധനെ തടങ്കലിലിടുകയോ അദ്ദേഹത്തെ ഏതെങ്കിലും തരത്തിൽ ഉപദ്രവിക്കുകയോ ചെയ്താൽ കോസലരാജാവായ പസേനദി പട്ടാളക്കാരെ അയയ്ക്കാൻപോലും മടിക്കില്ലെന്ന് അജാതശത്രുവിന്നറിയാമായിരുന്നു. കൂടുതൽ ഉപദേശത്തിനായി രാജാവ് ദേവദത്തനെ വിളിച്ചു വരുത്തി.

73. ഒളിപ്പിച്ചുവെച്ച അന്നം

ഒരു രാത്രി വളരെ വൈകി ബുദ്ധൻ കഴുകൻ മുടിയിൽ ധ്യാനിച്ചിരിക്കുകയായിരുന്നു. കണ്ണുതുറന്ന് നോക്കുമ്പോൾ, തൊട്ടടുത്ത മരത്തിനു പിന്നിലായി, പാതിമൂടിയ നിലയിൽ ഒരു മനുഷ്യരൂപം കണ്ടു. ബുദ്ധൻ അയാളെ വിളിച്ചു. നല്ല നിലാവ്. ആ മനുഷ്യൻ ബുദ്ധന്റെ അടുത്തേക്കു വന്നു. ഒരു ഖഡ്ഗം ബുദ്ധന്റെ കാൽക്കൽ വെച്ചു. ബുദ്ധനെ നമസ്കരിച്ചു. ഏതോ ഉപഹാരം സമർപ്പിക്കുന്നപോലെ.

ബുദ്ധൻ ചോദിച്ചു: "ആരാണ് താങ്കൾ? എന്തിനാണിവിടെ വന്നത്?"

ആ മനുഷ്യൻ ആശ്ചര്യഭരിതനായി: "അങ്ങയെ വണങ്ങുവാൻ എന്നെ അനുവദിച്ചാലും ഗൗതമഗുരോ! അങ്ങയെ വധിക്കുവാൻ അയയ്ക്കപ്പെട്ടവനാണ് ഞാൻ. പക്ഷേ, എനിക്കതിനു സാധിക്കില്ല. അങ്ങ് ധ്യാനിച്ചുകൊണ്ടിരിക്കുമ്പോൾ പത്ത് തവണയെങ്കിലും ഞാനീ ഖഡ്ഗം എന്റെ കൈകളിൽ പിടിച്ചുയർത്തി നോക്കി. പക്ഷേ, അങ്ങയുടെ അടുത്തേയ്ക്ക് ഒരു ചുവട് പോലും എനിക്ക് നീങ്ങാൻ കഴിഞ്ഞില്ല. എനിക്കങ്ങയെ വധിക്കാൻ സാധിക്കില്ല. പക്ഷേ, ഇപ്പോൾ എന്റെ ഭയം എന്റെ യജമാനൻ എന്നെ കൊല്ലുമോയെന്നാണ്. അങ്ങെന്നെ വിളിച്ചപ്പോൾ എന്താണ് ചെയ്യേണ്ടതെന്ന് തീരുമാനിക്കാൻ ഞാൻ ശ്രമിക്കുകയായിരുന്നു. അങ്ങയെ വണങ്ങുവാൻ എന്നെ അനുവദിച്ചാലും!"

ബുദ്ധൻ ചോദിച്ചു: "തഥാഗതനെ വധിക്കുവാൻ ആരാണ് താങ്കൾക്ക് കല്പന തന്നത്?"

"എന്റെ യജമാനന്റെ പേരു പറയാനുള്ള ധൈര്യം എനിക്കില്ല."

"നല്ലത്. താങ്കൾ അദ്ദേഹത്തിന്റെ പേര് എന്നോട് പറയേണ്ടതില്ല. എന്നാൽ, താങ്കളോട് എന്തുചെയ്യാനാണ് അദ്ദേഹം പറഞ്ഞത്?"

"ഗുരോ, ഏത് പാതയിലൂടെയാണ് മലകയറി വരേണ്ടതെന്ന് അദ്ദേഹം പറഞ്ഞു. കൃത്യം നടപ്പാക്കിയ ശേഷം, മടങ്ങുവാൻ വേറൊരു പാത എനിക്ക് കാണിച്ച് തന്നു"

"താങ്കൾക്ക് ഭാര്യയും കുട്ടികളുമുണ്ടോ?"

"ഇല്ല ഗുരോ, എനിക്കിനിയും കല്യാണമായിട്ടില്ല. വയസ്സായ ഒരമ്മ മാത്രമേ എനിക്കുള്ളൂ."

"എന്നാൽ ഞാൻ പറയുന്നത് കേൾക്കുക. എന്റെ നിർദ്ദേശങ്ങൾ താങ്കൾ ശ്രദ്ധയോടെ പിന്തുടരുക. ഉടനെ മടങ്ങിപ്പോകുക. ഈ രാത്രി

തന്നെ അമ്മയെയും കൂട്ടി അതിർത്തി കടന്ന് കോസലത്തിലേയ്ക്ക് തിരിയ്ക്കുക. അമ്മയ്ക്കും താങ്കൾക്കും അവിടെ ഒരു പുതുജീവിതം ആരംഭിയ്ക്കുവാൻ കഴിയും. യജമാനൻ കാണിച്ച വഴിയിലൂടെ താങ്കൾ മടങ്ങരുത്. താങ്കൾ ആ വഴി പോകുകയാണെങ്കിൽ തീർച്ചയായും ആക്രമിക്കപ്പെടും, കൊല്ലപ്പെടും. ഉടനെ മടങ്ങുക!"

ആ മനുഷ്യൻ ഒരിക്കൽകൂടി നമസ്കരിച്ചു: ഖഡ്ഗം അവിടെ ഉപേക്ഷിച്ച് അദ്ദേഹം ദ്ധടുതിയിൽ സ്ഥലം വിട്ടു.

പിറ്റേന്ന് രാവിലെ, സരിപുത്രനും മൊഗ്ഗല്ലാനയും ബുദ്ധനുമായി സംസാരിക്കാനെത്തി. അവർ പറഞ്ഞു. "മറുഭാഗത്തേയ്ക്ക് ഒരു സന്ദർശനം നടത്തേണ്ട സമയമായിരിക്കുന്നു എന്ന് ഞങ്ങൾ വിചാരിക്കുന്നു. അജ്ഞതമൂലം തെറ്റായ വഴിയിലേയ്ക്ക് തിരിഞ്ഞ നമ്മുടെ സഹോദരന്മാരെ സഹായിക്കുവാൻ ഞങ്ങൾ ആഗ്രഹിക്കുന്നു. കുറച്ചുകാലത്തേയ്ക്ക് യാത്ര പോകുവാനായി അങ്ങയുടെ അനുവാദം ഞങ്ങൾ അപേക്ഷിക്കുന്നു."

ബുദ്ധൻ തന്റെ ശിഷ്യന്മാരെ നോക്കി പറഞ്ഞു: "നിങ്ങൾക്ക് പോകണമെന്ന് തോന്നുന്നുവെങ്കിൽ പോകുക. പക്ഷേ, പ്രത്യേകം ശ്രദ്ധിക്കണം. ആത്മസംരക്ഷണത്തിനുള്ളതെല്ലാം കരുതുക."

അന്നേരമാണ് താഴെക്കിടക്കുന്ന ഖഡ്ഗം സരിപുത്രന്റെ ശ്രദ്ധയിൽ പെട്ടത്. ബുദ്ധനെ ചോദ്യം ചെയ്യാനെന്ന പോലെ സരിപുത്രൻ അദ്ദേഹത്തിന്റെ കണ്ണുകളിലേക്ക് നോക്കി. ബുദ്ധൻ തലയാട്ടി പറഞ്ഞു, "അതേ, ഇന്നലെ രാത്രി വളരെ വൈകീട്ട് തഥാഗതനെ വധിക്കാനുള്ള കല്പനയുമായി ഒരു പടയാളി വന്നിരുന്നു. എന്നാൽ, പകരം തഥാഗതൻ അയാൾക്ക് വഴി കാണിച്ചു. ഖഡ്ഗം അവിടെത്തന്നെ കിടക്കട്ടെ. ജീവകൻ വരുമ്പോൾ മറവ് ചെയ്യാൻ പറയാം."

മൊഗ്ഗല്ലാന സരിപുത്രനെ നോക്കി പറഞ്ഞു: "ഒരുപക്ഷേ ഈയവസ്ഥയിൽ ബുദ്ധനെ ഉപേക്ഷിച്ചു പോകുന്നത് ഉചിതമായിരിക്കില്ല. താങ്കളെന്ത് പറയുന്നു സഹോദരാ?"

സരിപുത്രൻ പ്രതികരിക്കും മുമ്പേ ബുദ്ധൻ പറഞ്ഞു, "ആശങ്കപ്പെടേണ്ട. ഏതപകടം ഉണ്ടായാലും അതൊഴിവാക്കാനുള്ള തന്റേടം തഥാഗതനുണ്ട്."

അന്നുച്ചതിരിഞ്ഞ് വേണുവനത്തിൽ അനേകം ഭിക്ഷുക്കൾ ബുദ്ധനെ കാണുവാനെത്തി. സംഭ്രാന്തിമൂലം അവർക്ക് സംസാരിക്കാൻ സാധിച്ചില്ല. അവരുടെ കവിളിലൂടെ കണ്ണീർ ഒഴുകി. ബുദ്ധൻ അവരോട് ചോദിച്ചു: "എന്തിനാണ് നിങ്ങൾ കരയുന്നത്?"

ഒരു ഭിക്ഷു കണ്ണീർ തുടച്ച് മറുപടി പറഞ്ഞു: "പ്രഭോ, ഞങ്ങൾ വേണുവനത്തിൽ നിന്ന് പുറത്ത് വന്നതേയുള്ളൂ. വഴിയിൽ ഞങ്ങൾ

മൊഗ്ഗല്ലാനയെയും സരിപുത്രനെയും കണ്ടു. എവിടേയ്ക്കാണ് നിങ്ങൾ പോകുന്നതെന്ന് ചോദിച്ചപ്പോൾ അവർ പറഞ്ഞത് ഗയാസിരസ്സിലേക്ക് മുറിച്ച് കടക്കുകയാണെന്നാണ്. അഞ്ഞൂറിലേറെ ഭിക്ഷുമാർ സംഘം ഉപേക്ഷിച്ചുപോയി. എന്നാൽ, അങ്ങയുടെ ഏറ്റവും വിശ്വസ്തരായ ഈ ശിഷ്യന്മാർ അങ്ങയെ ഉപേക്ഷിച്ച് പോകുമെന്ന് ഞങ്ങൾ വിചാരിച്ചില്ല."

ബുദ്ധൻ മന്ദഹസിച്ചു; ഭിക്ഷുമാരെ ആശ്വസിപ്പിച്ചു: "നിങ്ങൾ സങ്കടപ്പെടേണ്ട. തഥാഗതൻ സരിപുത്രനെയും മൊഗ്ഗല്ലാനയെയും വിശ്വസിക്കുന്നു. അവർ സംഘത്തെ ഒറ്റിക്കൊടുക്കില്ല."

ആശ്വാസത്തോടെ അവർ ബുദ്ധന്റെ കാൽക്കൽ ശാന്തരായി ഇരുന്നു.

പിറ്റേന്ന്, ജീവകൻ ബുദ്ധനെ തന്റെ മാന്തോപ്പിൽ ഭക്ഷണത്തിനായി ക്ഷണിച്ചു. ആനന്ദൻ ബുദ്ധനെ അനുഗമിച്ചു. ഭക്ഷണം കഴിഞ്ഞപ്പോൾ വൈദേഹി രാജ്ഞി അവിടെ വന്നിട്ടുണ്ടെന്ന് അറിയിച്ചു. അവരെ കാണുന്നതിൽ ബുദ്ധിമുട്ടില്ലല്ലോയെന്ന് ജീവകൻ ബുദ്ധനോട് തിരക്കി. രാജ്ഞിയുമായുള്ള കൂടിക്കാഴ്ച ജീവകൻ നേരത്തെ ആസൂത്രണം ചെയ്തതാണെന്ന് ബുദ്ധന് മനസ്സിലായി. അദ്ദേഹം ജീവകനോട് രാജ്ഞിയെ വിളിക്കുവാൻ ആവശ്യപ്പെട്ടു.

ബുദ്ധനെ വണങ്ങിയ ശേഷം, രാജ്ഞി തേങ്ങിക്കരയാൻ തുടങ്ങി. അവരുടെ സങ്കടം കരഞ്ഞു തീരുവാൻ ബുദ്ധൻ സാവകാശം കൊടുത്തു. പിന്നീട് സൗമ്യമായി പറഞ്ഞു, "ദയവായി സർവ്വതും എന്നോട് തുറന്നു പറയുക."

രാജ്ഞി: "പ്രഭോ, ബിംബിസാര രാജാവിന്റെ ജീവൻ വല്ലാത്ത അപകടത്തിലാണ്. അജാതശത്രു അദ്ദേഹത്തെ പട്ടിണിക്കിട്ട് കൊല്ലാനാണ് പദ്ധതിയിട്ടിരിക്കുന്നത്. എന്റെ ഭർത്താവിന് ഭക്ഷണം കൊണ്ടുകൊടുക്കാൻ അവൻ എന്നെ അനുവദിക്കുന്നില്ല."

അവർ ബുദ്ധനോട് പറഞ്ഞു. രാജാവിനെ ആദ്യം വീട്ടുതടങ്കലിലിട്ടപ്പോൾ, ഓരോ ദിവസവും ഭക്ഷണം കൊണ്ടുകൊടുക്കാൻ രാജ്ഞിയെ അനുവദിച്ചിരുന്നു. എന്നാൽ ഒരു ദിവസം രാജാവിന്റെ അറയിൽ പ്രവേശിക്കുന്നതിനു മുമ്പേ തന്നെ കാവൽക്കാർ ഭക്ഷണത്തളിക പിടിച്ചെടുത്തു. കരയുന്ന രാജ്ഞിയെ ബിംബിസാരൻ ആശ്വസിപ്പിച്ചു. മകന്റെ ചെയ്തികളോട് യാതൊരു വെറുപ്പുമില്ലെന്ന് അദ്ദേഹം പറഞ്ഞു. പിറ്റേ പ്രഭാതത്തിൽ ഭക്ഷണപ്പാത്രവുമായി പോകുമ്പോൾ രാജ്ഞി ചെറിയ അരിയുണ്ടകൾ തന്റെ മുടിക്കുള്ളിൽ ഒളിപ്പിച്ചിരുന്നു. കാവൽക്കാർ ഭക്ഷണപാത്രം പിടിച്ചെടുത്തു. എന്നാൽ അരിയുണ്ടകൾ കണ്ടില്ല. ഇങ്ങനെ അനേക നാൾ തന്റെ ഭർത്താവിന് ഭക്ഷണം കൊടുക്കുവാൻ അവർക്ക് സാധിച്ചു. എന്നാൽ, രാജാവ് മരിക്കുന്നില്ലെന്ന് കണ്ട അജാതശത്രു രാജ്ഞിയെ അടിമുടി പരിശോധനക്ക് വിധേയമാക്കുവാൻ കാവൽക്കാ

രോട് ആജ്ഞാപിച്ചു. രാജ്ഞി ഒളിപ്പിച്ചുവെച്ച അന്നം കണ്ടുപിടിക്കപ്പെട്ടു. പിന്നീട് അവ്വിധം രാജാവിന് ഭക്ഷണമെത്തിക്കാൻ അവർക്ക് സാധിച്ചില്ല.

മൂന്ന് ദിവസങ്ങൾക്കുശേഷം രാജ്ഞി മറ്റൊരുപായം കണ്ടെത്തി. കുളി കഴിഞ്ഞശേഷം, പാലും തേനും അരിമാവും ചേർന്ന കുഴമ്പ് അവർ ദേഹമാസകലം തേച്ചു. കുഴമ്പ് ഉണങ്ങിയതോടെ വസ്ത്രങ്ങൾ ധരിച്ചു. കാവൽക്കാർ അവരുടെ മുടിയിൽ അരിയുണ്ടകൾ കണ്ടില്ല. അവരെ രാജാവിന്റെ അറയിലേയ്ക്ക് പോകാൻ അനുവദിച്ചു. അകത്ത് കടന്ന് രാജ്ഞി വസ്ത്രങ്ങൾ അഴിച്ച് ശരീരത്തിൽ പറ്റിയിരുന്ന ലേപനം ചുരണ്ടിയെടുത്ത് രാജാവിന് ഭക്ഷിക്കാൻ കൊടുത്തു. ഇങ്ങനെ രണ്ടു തവണ അവർ ഭർത്താവിനെ ഊട്ടി. പക്ഷേ, താമസിയാതെ, താൻ പിടിക്കപ്പെടുമെന്ന് അവർ ഭയപ്പെട്ടു. അന്നേരം ഭർത്താവിന്റെ അറയിലേയ്ക്കുള്ള അവരുടെ സന്ദർശനവും വിലക്കപ്പെട്ടേക്കാം.

രാജ്ഞി പിന്നെയും തേങ്ങിക്കരയാൻ തുടങ്ങി. ബുദ്ധൻ നിശ്ശബ്ദനായി ഇരുന്നു. അല്പനേരത്തിനുശേഷം, അദ്ദേഹം രാജാവിന്റെ ശാരീരികവും മാനസികവുമായ ആത്മീയനിലയെക്കുറിച്ചന്വേഷിച്ചു. രാജാവിന്റെ തൂക്കം കുറഞ്ഞിട്ടുണ്ട്. പക്ഷേ, ശരീരത്തിന് ഉടവൊന്നുമില്ല. ആത്മവീര്യം വളരെയേറെ ഉയർന്നിട്ടുണ്ട്. അദ്ദേഹത്തിന് പശ്ചാത്തപമോ, വെറുപ്പോ ഇല്ല. അദ്ദേഹം മന്ദഹസിക്കുന്നുണ്ട്. ഒന്നും സംഭവിക്കാത്തതുപോലെ സംസാരിക്കുന്നുണ്ട്. തടവറയിലെ സമയം അദ്ദേഹം ധ്യാനപരിശീലനത്തിന് വിനിയോഗിക്കുകയാണ്. അദ്ദേഹത്തിന്റെ അറയിൽ ഒരു നീണ്ട ഇടനാഴിയുണ്ട്. അവിടെ അദ്ദേഹം നടന്ന് ധ്യാനം പരിശീലിക്കുന്നുണ്ട്. കഴുകൻ മുടിയിലേക്ക് തുറക്കുന്ന ഒരു ജനവാതിലും അറയ്ക്കുണ്ട്. ഓരോ ദിവസവും ഏറെ നേരം അദ്ദേഹം മലയിലേക്ക് നോക്കും. അതേ ജനലിന്നടുത്തിരുന്ന് ധ്യാനിക്കും.

രാജ്ഞിയുടെ സഹോദരൻ പസേനദി രാജാവിന് വാർത്ത എത്തിക്കുവാൻ കഴിഞ്ഞുവോയെന്ന് ബുദ്ധൻ അന്വേഷിച്ചു. അങ്ങനെ ചെയ്യാൻ ഒരു മാർഗ്ഗവുമില്ല; അവർ പറഞ്ഞു. താനൊരു ഭിക്ഷുവിനെ ശ്രാവസ്തിയിലേയ്ക്കയയ്ക്കുന്നുണ്ട്; പസേനദി രാജാവിനോട് ആവും വിധം അവരെ സഹായിക്കാൻ ആവശ്യപ്പെടും; ബുദ്ധൻ പറഞ്ഞു.

രാജ്ഞി ബുദ്ധന് നന്ദി പറഞ്ഞു. രാജകുമാരൻ അജാതശത്രു പിറക്കുന്നതിന് മുമ്പ്, അവൻ തന്റെ പിതാവിനെ ഒറ്റിക്കൊടുക്കുമെന്ന് ജ്യോതിഷികൾ പ്രവചിച്ചിരുന്നത് രാജ്ഞി പിന്നീട് രഹസ്യമായി ബുദ്ധനോട് പറഞ്ഞു. ഗർഭകാലത്ത് ഒരു ദിവസം രാജ്ഞിയെ വിചിത്രമായ ഒരു മോഹം പിടികൂടി. രാജബിംബിസാരന്റെ വിരൽ കടിക്കണം; അദ്ദേഹത്തിന്റെ രക്തം കുടിക്കണം. തന്റെ ആഗ്രഹത്തിൽ അവർ ഞെട്ടിവിറച്ചു. ഇത്തരം ഭയങ്കരചിന്തകൾ തന്റെ മനസ്സിൽ ഉണർന്നത് അവർക്ക്

വിശ്വസിക്കാനായില്ല. നന്നേ കുഞ്ഞിലേ മുതൽ, ചോര കണ്ടാൽ അവർ ഭയപ്പെട്ടിരുന്നു. ഒരു മീനിനെയോ കോഴിയെയോ കൊല്ലുന്നതുപോലും കണ്ടു നിൽക്കാൻ അവർക്കാവുമായിരുന്നില്ല. പക്ഷേ, ആ ദിവസം തന്റെ ഭർത്താവിന്റെ ചോര രുചിക്കുവാൻ തന്നെ അവർ ആഗ്രഹിച്ചു. അവൾ തന്റെ സർവ്വശക്തിയുമെടുത്ത് ആഗ്രഹത്തിനെതിരെ പോരടിച്ചു. അവസാനം അവർ പൊട്ടിക്കരഞ്ഞു. ലജ്ജകൊണ്ട് കൈകളാൽ മുഖംപൊത്തി. പക്ഷേ, എന്താണ് തന്നെ അസ്വസ്ഥപ്പെടുത്തുന്നതെന്ന് അവർ രാജാവിനോട് പറഞ്ഞില്ല. അതിനുശേഷം, വൈകാതെ, ഒരുദിവസം, ഒരു മധുരഫലം തൊലികളയുന്നതിനിടയിൽ, ആകസ്മികമായി, രാജാവിന്റെ കൈ മുറിഞ്ഞു. സ്വയം നിയന്ത്രിക്കാനാവാതെ, രാജ്ഞി രാജാവിന്റെ വിരൽ പിടിച്ചെടുത്ത് ചോരത്തുള്ളികൾ രുചിച്ചു. രാജാവ് വല്ലാതായി. പക്ഷേ, അദ്ദേഹം അവരെ തടഞ്ഞില്ല. പിന്നീട് രാജ്ഞി തറയിലേയ്ക്ക് വീണ് തേങ്ങി. പരിഭ്രാന്തനായ രാജാവ് അവരെ എഴുന്നേൽക്കാൻ സഹായിച്ചു. കാര്യമെന്തെന്നന്വേഷിച്ചു. തന്റെ വിചിത്രവും ഭയങ്കരവുമായ ആഗ്രഹം അവർ രാജാവിനോട് പറഞ്ഞു. താനീ ആഗ്രഹത്തിനെതിരെ അഹോരാത്രം പൊരുതിയതും, അവസാനം പരാജിതയായതും അവർ പറഞ്ഞു. തന്റെയുള്ളിൽ വളരുന്ന കുഞ്ഞ് തന്റെ അക്രമാസക്തമായ ആസക്തിയുടെ ഉറവിടമാണെന്ന് അവർ മനസ്സിലാക്കി.

കുഞ്ഞിനെ ഗർഭത്തിൽ അലസിപ്പിക്കാനോ, ജനിച്ചയുടൻ തന്നെ കൊല്ലാനോ കൊട്ടാരജ്യോതിഷികൾ നിർദ്ദേശിച്ചു. രാജ്ഞിയോ രാജാവോ അതിനോട് യോജിച്ചില്ല. രാജകുമാരൻ പിറന്നപ്പോൾ അവർ കുഞ്ഞിന് അജാതശത്രു - "ജനിച്ചിട്ടില്ലാത്ത ശത്രു-" എന്ന് പേരിട്ടു.

അജാതശത്രുവിൽ സംശയങ്ങൾ ഉണർത്താതിരിക്കാനായി രണ്ടോ മൂന്നോ ദിവസങ്ങൾ കൂടുമ്പോൾ മാത്രം രാജാവിനെ സന്ദർശിച്ചാൽ മതിയെന്ന്, ബുദ്ധൻ രാജ്ഞിയെ ഉപദേശിച്ചു. അങ്ങനെയെങ്കിൽ ആ ദിവസങ്ങളിൽ അവർക്ക് കൂടുതൽ സമയം രാജാവിനൊത്ത് ചെലവഴിക്കാൻ സാധിക്കും. പോഷകാഹാരിയായ ലേപനം വളരെ കുറച്ച് മാത്രം ഓരോ സമയവും രാജാവ് ആഹരിക്കുന്നതാണ് നല്ലത്; രാജ്ഞി സന്ദർശിക്കാത്ത ദിവസങ്ങളിലേക്കു വേണ്ടി കുറേശ്ശെ സൂക്ഷിച്ച് വെയ്ക്കാമല്ലോ; ബുദ്ധൻ നിർദ്ദേശിച്ചു. രാജ്ഞിക്ക് ഈ നിർദ്ദേശങ്ങൾ നൽകിയ ശേഷം ബുദ്ധൻ ജീവകനോട് വിടപറഞ്ഞ്, കഴുകൻ മുടിയിലേക്ക് മടങ്ങി.

74. ഗജറാണിയുടെ കരച്ചിൽ

ഗയാസിരസ്സിൽ ഒരു മാസത്തിലേറെക്കാലം ചെലവഴിച്ചശേഷം സരിപുത്രനും മൊഗ്ഗല്ലാനയും വേണുവനത്തിലേക്ക് മടങ്ങി. ഭിക്ഷുമാർ അവരെ സന്തോഷപൂർവ്വം സ്വീകരിച്ചു. ഗയാസിരസ്സിലെ അന്തരീക്ഷത്തെക്കുറിച്ച് ഭിക്ഷുമാർ തിരക്കി. എന്നാൽ സരിപുത്രനും മൊഗ്ഗല്ലാനയും മന്ദഹസിച്ചതേയുള്ളൂ. കുറച്ച് ദിവസങ്ങൾക്കുശേഷം, ദേവദത്തന്റെ സംഘത്തിൽ നിന്ന് മുന്നൂറിൽ കൂടുതൽ ഭിക്ഷുക്കൾ വേണുവനത്തിലേക്ക് മടങ്ങിയെത്തി. വേണുവനത്തിലെ ഭിക്ഷുമാർ അമിതാഹ്ലാദത്തിലമർന്നു. ഗയാസിരസ്സിൽ നിന്നും മടങ്ങിയെത്തിയ തങ്ങളുടെ സഹോദരന്മാരെ അവർ സോത്സാഹം എതിരേറ്റു. നാലു നാളുകൾക്കുശേഷം സരിപുത്രൻ ഗയാസിരസ്സിൽനിന്നും മടങ്ങിയെത്തിയവരുടെ കൃത്യമായ കണക്ക് എടുത്തു. മൊത്തം മുന്നൂറ്റി എൺപത് പേരുണ്ട്. അദ്ദേഹം മൊഗ്ഗല്ലാനയ്ക്കൊപ്പം അവരെ കൂട്ടി. കഴുകൻമുടിയിലേയ്ക്ക് ചെന്നു. ബുദ്ധനുമായി ഒരു കൂടിക്കാഴ്ചയ്ക്കായി.

തന്റെ കുടിലിന് വെളിയിൽ നിൽക്കുകയായിരുന്ന ബുദ്ധൻ, തന്റെ രണ്ട് മുതിർന്ന ശിഷ്യന്മാർ നയിച്ചുകൊണ്ടുവരുന്ന ഭിക്ഷുമാരെ ഉറ്റുനോക്കി. കഴുകൻമുടിയിൽ താമസിച്ചിരുന്ന മറ്റ് ഭിക്ഷുക്കൾ മടങ്ങിയെത്തിയ ഭിക്ഷുക്കളെ എതിരേൽക്കാനായി കുടിലുകളിൽ നിന്ന് പുറത്തുവന്നു. സരിപുത്രനും മൊഗ്ഗല്ലാനയും അവർക്ക് ബുദ്ധനുമായി സംസാരിക്കാൻ അവസരം നൽകി മാറിനിന്നു. ഭിക്ഷുക്കൾ ബുദ്ധനെ വണങ്ങി. ബുദ്ധൻ അവരോട് ഇരിക്കാൻ പറഞ്ഞു. സരിപുത്രൻ മന്ദഹസിച്ചു, "ബുദ്ധഭഗവാനെ, ഞങ്ങൾ ഏതാണ്ട് നാനൂറ് ഭിക്ഷുമാരെ തിരിച്ചെത്തിച്ചിട്ടുണ്ട്."

ബുദ്ധൻ: "നിങ്ങൾ ചെയ്തത് വളരെ നന്നായി. എന്നാൽ, എങ്ങനെയാണ് അവരുടെ കണ്ണുകൾ തുറപ്പിക്കാൻ നിങ്ങൾക്ക് സാധിച്ചത്?"

മൊഗ്ഗല്ലാന വിശദീകരിച്ചു: "പ്രഭോ, ഞങ്ങളവിടെ ആദ്യം ചെന്നപ്പോൾ, ദേവദത്തൻ ഭക്ഷണം കഴിച്ചുകൊണ്ടിരിക്കുകയായിരുന്നു. അതിനുശേഷം, അദ്ദേഹം ഒരു ധർമ്മപ്രഭാഷണം നടത്തുന്നതിനുള്ള ഒരുക്കത്തിലായിരുന്നു. ഞങ്ങൾ വന്നത് കണ്ട്, അദ്ദേഹം വളരെ സന്തുഷ്ടനായി കാണപ്പെട്ടു. ധർമ്മ വേദിയിൽ തന്റടുത്തിരിക്കാൻ ദേവദ

ത്തൻ സരിപുത്രനെ ക്ഷണിച്ചു. എന്നാൽ, സരിപുത്രൻ വിസമ്മതിച്ചു. ഒരു ഭാഗത്തേയ്ക്ക് നീങ്ങി ഇരുന്നു.

“ഇന്ന് സംപൂജ്യരായ സരിപുത്രനും മൊഗ്ഗല്ലാനയും നമുക്കൊപ്പം ചേർന്നിട്ടുണ്ട്. പണ്ട്, ഇവർ രണ്ടുപേരും എന്റെ അടുത്ത ചങ്ങാതിമാരായിരുന്നു. ഇന്നത്തെ ധർമ്മപ്രഭാഷണം നടത്താൻ ഞാൻ സരിപുത്രനെ ക്ഷണിക്കുന്നു.”

“ദേവദത്തൻ സരിപുത്രനെ നോക്കി കൈകൾ കൂപ്പി. എന്റെ സഹോദരൻ സംസാരിക്കാനുള്ള ക്ഷണം സ്വീകരിച്ചു. സരിപുത്രൻ നാല് ശ്രേഷ്ഠസത്യങ്ങളെക്കുറിച്ച് വളരെ മനോഹരമായ രീതിയിൽ സംസാരിച്ചു. സകല ഭിക്ഷുമാരും ശ്വാസമടക്കിപ്പിടിച്ച് കേട്ടു. എന്നാൽ, മയക്കത്തിലേയ്ക്ക് വീഴാൻ തുടങ്ങുംപോലെ ദേവദത്തന്റെ കണ്ണുകളുടെ കനം തൂങ്ങുന്നതായി ഞാൻ ശ്രദ്ധിച്ചു. സംശയമില്ല, തന്റെ അടുത്ത കാലത്തെ പ്രവൃത്തികൾമൂലം അദ്ദേഹം ഏറെ ക്ഷീണിതനായിരുന്നു. പ്രഭാഷണത്തിന്റെ നടുക്കുവെച്ച് അദ്ദേഹം നല്ല ഉറക്കത്തിലായി.”

“ഞങ്ങൾ ഗയാസിരസ്സിൽ ഒരു മാസത്തിലധികം താമസിച്ചു. അവിടത്തെ എല്ലാ കാര്യങ്ങളിലും പങ്കെടുത്തു. മുമ്മൂന്ന് ദിവസം കൂടുമ്പോൾ സരിപുത്രൻ ധർമ്മപ്രഭാഷണം നടത്തി. ഹൃദയത്തിൽ തട്ടിയാണ് അദ്ദേഹം ഓരോ നാളും ധർമ്മപ്രഭാഷണം ചെയ്തത്. ഒരിക്കൽ, ദേവദത്തന്റെ പ്രധാന ഉപദേഷ്ടാവ് കൊക്കാലിക ദേവദത്തനോട് എന്തോ പിറുപിറുക്കുന്നത് ഞാൻ ശ്രദ്ധിച്ചു. ഞങ്ങളെ വിശ്വസിക്കരുതെന്ന് കൊക്കാലിക ദേവദത്തന് മുന്നറിയിപ്പ് നൽകുകയായിരുന്നോയെന്ന് ഞാൻ സംശയിക്കുന്നു. എന്തായാലും ധർമ്മപരിപാലനത്തിന്റെ ചുമതല ആരെങ്കിലും ഒരാൾ, പ്രത്യേകിച്ചും എന്റെ സഹോദരനായ സരിപുത്രനെപ്പോലെയൊരാൾ ഏറ്റെടുത്തതിൽ ദേവദത്തൻ സന്തോഷവാനായിരുന്നു.

“ഒരു ദിവസം, ഏകാഗ്രതയുടെ നാല് മൂലാധാരങ്ങളെക്കുറിച്ച് പ്രഭാഷണം നടത്തിയ ശേഷം, സരിപുത്രൻ പറഞ്ഞു,” ഇന്നുച്ചതിരിഞ്ഞ് എന്റെ സഹോദരനും ഞാനും നിങ്ങളെ വിട്ട് ബുദ്ധനിലേയ്ക്കും, അദ്ദേഹത്തിന്റെ സംഘത്തിലേയ്ക്കും മടങ്ങും. പ്രിയ സഹോദരന്മാരെ, പൂർണ്ണബോധോദയം സിദ്ധിച്ച ഒരു ഗുരുനാഥനെ ഉള്ളൂ. അദ്ദേഹമാണ് ഗൗതമഗുരു. ഭിക്ഷുസംഘം സ്ഥാപിച്ചത് ബുദ്ധനാണ്. ഞങ്ങളുടെയെല്ലാം സ്രോതസ്സ് ബുദ്ധനാണ്. നിങ്ങൾ മടങ്ങിച്ചെല്ലുകയാണെങ്കിൽ ബുദ്ധൻ നിങ്ങളെ ഊഷ്മളമായി സ്വീകരിക്കുമെന്ന് എനിക്കുറപ്പാണ്. പ്രിയ സഹോദരന്മാരെ, ഒരു സമൂഹം പിളർന്നു കാണുന്നതിനേക്കാൾ വേദനാജനകമായി മറ്റൊന്നില്ല. ഞാനെന്റെ ജീവിതത്തിൽ ശരിയായ ഒരു ഗുരുനാഥനെയേ അറിഞ്ഞിട്ടുള്ളൂ. അത് ബുദ്ധനാണ്. ഞങ്ങളിന്ന് നിങ്ങളെ വേർപിരിയും. ബുദ്ധനിലേക്ക് മടങ്ങണമെന്ന് നിങ്ങളിലാരെ

ങ്കിലും തീരുമാനിക്കുകയാണെങ്കിൽ വേണുവനത്തിലേയ്ക്ക് വരിക. നമുക്കവിടെ കാണാം; കഴുകൻമുടിയിൽ ബുദ്ധന്റെ അരികിലേയ്ക്ക് നിങ്ങളെ കൊണ്ടുപോകാം."

"ആ ദിവസം, ഏതോ ആവശ്യത്തിനായി ദേവദത്തൻ തലസ്ഥാനത്തായിരുന്നു. ഞങ്ങൾ ചെന്നനാൾ മുതൽ ഞങ്ങളോട് ശത്രുതാ മനോഭാവം പുലർത്തിയിരുന്ന കൊക്കാലികയെ പ്രതിഷേധിക്കാനായി എണീറ്റുനിന്നു. അദ്ദേഹം ഞങ്ങളുടെ നേരെ ശാപവാക്കുകൾ ഉരുവിടുക കൂടി ചെയ്തു. ഞങ്ങൾ കേൾക്കാത്ത മട്ടിൽ നിന്നതേയുള്ളു. ഞങ്ങൾ നിശ്ശബ്ദരായി ഗയാസിരസ്സിൽ നിന്ന് ഭിക്ഷാപാത്രങ്ങളും ഇണവസ്ത്രങ്ങളും എടുത്ത് വേണുവനത്തിലേയ്ക്ക് മടങ്ങി. വേണുവനത്തിൽ ഞങ്ങൾ അഞ്ചുനാൾ താമസിച്ചു. താമസിയാതെ മുന്നൂറ്റി എൺപത്തിയഞ്ച് ഭിക്ഷുമാർ ഞങ്ങളെ ഗയാസിരസ്സിൽ നിന്നും അനുഗമിച്ചെത്തി."

സരിപുത്രൻ ചോദിച്ചു: "പ്രഭോ, ഈ ഭിക്ഷുമാരെ വീണ്ടും ഉപസമ്പദിക്കേണ്ടതുണ്ടോ? ആവശ്യമെങ്കിൽ, അവർ അങ്ങയെ കാണുന്നതിനു മുമ്പായി ഉപസമ്പദനച്ചടങ്ങ് സംഘടിപ്പിക്കാം."

ബുദ്ധൻ : "അതിന്റെ ആവശ്യമില്ല, സരിപുത്രാ, സംഘത്തിന്റെ മുമ്പാകെ ഒരു തുറന്നുപറച്ചിൽ മതിയാകും."

രണ്ട് മുതിർന്ന ശിഷ്യന്മാരും ബുദ്ധനെ വണങ്ങി, കാത്ത് നിൽക്കുന്ന ഭിക്ഷുമാരോട് ചേർന്നു.

അടുത്ത കുറച്ചുദിവസങ്ങളിലായി, മുപ്പത്തിയഞ്ച് ഭിക്ഷുമാർകൂടി ഗയാസിരസ്സ് വിട്ടുപോന്നു. സരിപുത്രൻ ഒരു ഏറ്റുപറച്ചിൽച്ചടങ്ങ് അവർക്കായി സംഘടിപ്പിച്ചു. പിന്നീടവരെ ബുദ്ധനു മുമ്പാകെ എത്തിച്ചു. ആനന്ദൻ മടങ്ങിയെത്തിയവരുമായി സംസാരിച്ചു. ഗയാസിരസ്സിലെ അന്തരീക്ഷത്തെപ്പറ്റി അന്വേഷിച്ചു. രാജഗൃഹത്തിൽനിന്നും മടങ്ങിയെത്തിയ ദേവദത്തൻ നാനൂറോളം ഭിക്ഷുമാർ തന്നെയുപേക്ഷിച്ച് ബുദ്ധനിലേക്ക് തിരിച്ചുപോയതറിഞ്ഞു. ദേവദത്തന്റെ മുഖം ദേഷ്യം കൊണ്ട് ചുവന്നു. കുറെ നേരത്തേക്ക് അദ്ദേഹം ആരുമായും സംസാരിക്കാൻ കൂട്ടാക്കിയില്ല.

ആനന്ദൻ: "ദേവദത്തനെ ഉപേക്ഷിച്ച് ബുദ്ധനിലേയ്ക്ക് മടങ്ങാൻ നിങ്ങളെ പ്രേരിപ്പിക്കാൻ മാത്രം സഹോദരന്മാരായ സരിപുത്രനും മൊഗ്ഗല്ലാനയും എന്താണ് പറഞ്ഞത്?"

ഭിക്ഷുമാരിലൊരാൾ മറുപടി നൽകി: "ദേവദത്തനെക്കുറിച്ചോ ഗയാസിരസ്സിനെക്കുറിച്ചോ വിമർശനാത്മകമായി അവർ ഒരു വാക്കുപോലും പറഞ്ഞില്ല. ഹൃദയത്തിൽ തട്ടുമാറ് അവർ ധർമ്മം പഠിപ്പിച്ചു. ഞങ്ങളിൽ മിക്കവരും രണ്ടുമൂന്നുകൊല്ലമേ ആയിട്ടുള്ളൂ ഭിക്ഷുമാരായിട്ട്. സ്ഥൈര്യവും സാധനയുടെ ആഴവും ഞങ്ങൾക്കിനിയും കൈവന്നിട്ടില്ല.

സരിപുത്രന്റെ ധർമ്മപ്രഭാഷണങ്ങൾ കേട്ടപ്പോഴും സഹോദരൻ മൊഗ്ഗല്ലാനയുടെ വ്യക്തിപരമായ നിർദ്ദേശങ്ങൾ ഉൾക്കൊണ്ടപ്പോഴും ഞങ്ങൾക്കു മനസ്സിലായി, ബുദ്ധന്റെ അനുശാസനങ്ങൾ എത്ര ഉദാത്തവും മനോഹരവുമാണെന്ന്. ഉദാത്തമായ ധർമ്മബോധവും ധാരണയും ഉൾക്കൊണ്ട സരിപുത്രന്റെയും മൊഗ്ഗല്ലാനയുടെയും സാന്നിധ്യംതന്നെ ഞങ്ങൾക്ക് ബുദ്ധസാന്നിധ്യംപോലെയായിരുന്നു. സംപൂജ്യനായ ദേവദത്തൻ വളരെ വിദഗ്ദ്ധമായി സംസാരിച്ചിരുന്നെങ്കിലും അവരുമായി അദ്ദേഹത്തെ താരതമ്യം ചെയ്യാനാവില്ല. സരിപുത്രനും മൊഗ്ഗല്ലാനയും പോയശേഷം ഞങ്ങളിക്കാര്യങ്ങൾ ചർച്ച ചെയ്തു; ബുദ്ധനിലേക്ക് മടങ്ങാൻ തീരുമാനിച്ചു."

ആനന്ദൻ : "നിങ്ങൾ ഗയാസിരസ്സ് വിട്ടുപോകുന്നതറിഞ്ഞ് ഭിക്ഷു കൊക്കാലിക എങ്ങനെയാണ് പ്രതികരിച്ചത്?"

"അദ്ദേഹം കോപാകുലനായി. ഞങ്ങളെ ശപിച്ചു. എന്നാൽ, അത് ഞങ്ങളുടെ തീരുമാനത്തെ കൂടുതൽ ഉറപ്പിച്ചു."

ഒരു ദിവസം, ബുദ്ധൻ മലഞ്ചെരിവിൽ സന്ധ്യാകാശം ആസ്വദിച്ചു നിൽക്കെ, താഴെനിന്ന് ഒരു മുറവിളി ഉയർന്നു; "പ്രഭോ, ഒരു പാറക്കല്ല് ഇപ്പോൾ അങ്ങയെ ഇടിച്ചു വീഴ്ത്തും."

ബുദ്ധൻ പിന്തിരിഞ്ഞു നോക്കി. ഒരു കാളവണ്ടിയുടെ വലുപ്പത്തിലുള്ള പാറ ബുദ്ധന്റെ നേരെ പാഞ്ഞടുക്കുന്നു. മലമ്പാത കൂർത്തകല്ലുകളാൽ പൊടുന്നനെ മൂടിപ്പോയതുകൊണ്ട് അദ്ദേഹത്തിന് ഒഴിഞ്ഞ് മാറാനുള്ള സമയം കിട്ടിയില്ല. ഭാഗ്യവശാൽ, ബുദ്ധന്റെ അടുത്തെത്തും മുമ്പേ പാഞ്ഞുവന്ന പാറ മറ്റ് രണ്ട് പാറകൾക്കിടയിൽ കുടുങ്ങി നിന്നു. എന്നാൽ പാറകൾ കൂട്ടിയിടിച്ചതിന്റെ ഫലമായി പൊട്ടിത്തെറിച്ച ഒരു ചീള് ബുദ്ധന്റെ പാദത്തിൽ തുളച്ചു കയറി. മുറിവിൽനിന്ന് ചോര ചീറ്റി. അദ്ദേഹത്തിന്റെ വസ്ത്രങ്ങൾ ചോരയിൽ കുതിർന്നു. ബുദ്ധൻ മുകളിലേക്ക് നോക്കി. ഒരാൾ മലമുകളിൽ നിന്നും ധൃതിയിൽ ഓടിപ്പോകുന്നത് കണ്ടു.

മുറിവ് നല്ല വേദനയുള്ളതായിരുന്നു. അദ്ദേഹം തന്റെ അംഗവസ്ത്രം നാലാക്കി മടക്കി നിലത്ത് വിരിച്ചു. താമരാകൃതിയിൽ അതിന്മേലിരുന്നു. വേദന ശാന്തമാക്കാൻ ശ്വസനത്തിൽ ശ്രദ്ധിച്ചു. ആരോ പറഞ്ഞു: ഇത് ദേവദത്തന്റെ പണിയാണ്.

മറ്റൊരാൾ: "നമുക്ക് ചെറുസംഘങ്ങളായി മലയ്ക്ക് കാവൽ നിൽക്കാം, ബുദ്ധഭഗവാനെ സംരക്ഷിക്കുവാനായി. നമുക്കു സമയം കളയാനില്ല."

എല്ലാവരും ഏതാണ്ട് വൃത്താകൃതിയിൽ ഓടാൻ തുടങ്ങി, ശാന്തമായിരുന്ന സന്ധ്യയെ അലോസരപ്പെടുത്തിക്കൊണ്ട്. ബുദ്ധൻ പറഞ്ഞു:

"സഹോദരന്മാരെ, ഒച്ച വെയ്ക്കാതിരിക്കുക. അതിന്റെ ആവശ്യമില്ല. ദയവായി നിങ്ങളുടെ കുടിലുകളിലേയ്ക്ക് മടങ്ങുക. തഥാഗതന് കാവലോ സംരക്ഷണമോ ആവശ്യമില്ല. ആനന്ദാ, വൈദ്യൻ ജീവകന്റെ അടുത്തേയ്ക്ക് പ്രാരംഭകൻ ചുന്ദനെ അയയ്ക്കുക."

ബുദ്ധൻ നിർദ്ദേശിച്ചതുപോലെ അവർ ചെയ്തു. ഒട്ടും വൈകാതെ, ജീവകൻ കഴുകൻ മുടിയിലെത്തി. ബുദ്ധനെ പല്ലക്കിൽ മാന്തോപ്പിലേയ്ക്കെത്തിക്കാൻ ജീവകൻ ആവശ്യപ്പെട്ടു.

ദിവസങ്ങൾക്കകം, ബുദ്ധന്റെ നേരെയുണ്ടായ രണ്ട് വധശ്രമങ്ങളെപ്പറ്റിയും തലസ്ഥാനനഗരിയിലെ ജനങ്ങൾ അറിഞ്ഞു. അവർ ഞെട്ടിപ്പോയി. ഭയചകിതരായി. മാത്രമല്ല, ബിംബിസാര രാജാവ് മരണപ്പെട്ട വാർത്തയും അവർ കേൾക്കായി. വീട്ടുതടങ്കലിൽ കിടന്നാണ് അദ്ദേഹം മരിച്ചതെന്ന് അജ്ഞാതമായ ചില വഴികളിലൂടെ ജനങ്ങൾ അറിഞ്ഞു. ജനഹൃദയങ്ങളിൽ കഠിനമായ ദുഃഖം നിറഞ്ഞു. ആത്മീയ പ്രതിരോധത്തിന്റെ പ്രതീകമായി അവർ കഴുകൻമുടിയിലേക്ക് കണ്ണയച്ചു. രാജാവിന്റെ മരണത്തിൽ ദുഃഖിച്ചപ്പോൾ, ബുദ്ധനോടുള്ള അവരുടെ ആദരവ് വർധിച്ചു. ഈയിടെയുണ്ടായ സംഭവങ്ങളിൽ ബുദ്ധൻ മൗനം പാലിയ്ക്കയാണ് ചെയ്തതെങ്കിലും, ബുദ്ധന്റെ മൗനം ജനങ്ങൾക്ക് നന്നായി മനസ്സിലായി.

ബിംബിസാര രാജാവിന് അറുപത്തിയേഴ് വയസ്സായിരുന്നു, മരിക്കുമ്പോൾ. ബുദ്ധനേക്കാൾ അഞ്ചുവയസ്സിന് താഴെയായിരുന്നു അദ്ദേഹം. മുപ്പത്തിയൊന്നാം വയസ്സിൽ അദ്ദേഹം ബുദ്ധനുമൊത്ത് മൂന്ന് ശരണങ്ങളിൽ അഭയം തേടിയിരുന്നു. പതിനഞ്ചാം വയസ്സിൽ അദ്ദേഹം രാജാവായി. അമ്പത്തിരണ്ട് കൊല്ലം രാജ്യം ഭരിച്ചു. തീപിടിച്ച് നശിച്ച രാജഗൃഹത്തിന്റെ തലസ്ഥാനം അദ്ദേഹമാണ് പുനഃനിർമ്മിച്ചത്. അംഗരാജ്യവുമായി ചെറിയൊരു യുദ്ധമുണ്ടായതൊഴിച്ചാൽ അദ്ദേഹത്തിന്റെ ഭരണകാലത്തിൽ മഗധ ശാന്തമായിരുന്നു. അംഗരാജാവായ ബ്രഹ്മദത്തൻ യുദ്ധത്തിൽ തോറ്റു. കുറച്ചുകാലം അംഗരാജ്യം മഗധയുടെ കീഴിലായിരുന്നു. പിന്നീട് തക്ഷശില പുക്കുസതി അംഗരാജാവായപ്പോൾ, തുടർസംഘർഷങ്ങൾ ഒഴിവാക്കാൻ ബിംബിസാര രാജാവ് അദ്ദേഹവുമായി സൗഹാർദ്ദപരമായ അടുത്ത ബന്ധം പുലർത്തി. അതുകാരണം, പുതിയ രാജാവും ബുദ്ധന്റെ ശിഷ്യനായി. അയൽരാജ്യങ്ങളുമായി നല്ല ബന്ധം പുലർത്തുന്നതിന്റെ പ്രാധാന്യം ബിംബിസാര രാജാവ് മനസ്സിലാക്കിയിരുന്നു. അദ്ദേഹം പസേനദി രാജാവിന്റെ ഇളയസഹോദരി, രാജകുമാരി കോസലദേവിയെ വിവാഹം കഴിച്ചു. അവരെ തന്റെ രാജ്ഞിയാക്കി. മാദ്രിയിൽ നിന്നും ലച്ഛവയിൽനിന്നും അദ്ദേഹം പത്നിമാരെ സ്വീകരിച്ചു. അദ്ദേഹത്തിന്റെ മൂത്ത സഹോദരിയെ കോസലരാജാവിന് വിവാഹം ചെയ്തുകൊടുത്തു.

ബുദ്ധന്റെ മുടിയും നഖവും സൂക്ഷിക്കുന്ന ഒരു സ്തൂപം അദ്ദേഹം രാജകീയ പൂന്തോട്ടത്തിൽ നിർമ്മിച്ചു. ബുദ്ധനോടുള്ള തന്റെ അഗാധമായ സ്നേഹവും ആദരവും കാണിച്ചു. ബുദ്ധാനുശാസനത്തിനോടുള്ള കൃതജ്ഞതാ സൂചകമായി സ്തൂപത്തിൽ നിത്യവും ദീപം തെളിയിച്ചു. സ്തൂപത്തിന്റെ നടത്തിപ്പിനായി അദ്ദേഹം കൊട്ടാരത്തിലെ പരിചാരിക ശ്രീമതിയെ ചുമതലപ്പെടുത്തി. സ്തൂപത്തിന് ചുറ്റിനുമുള്ള ചെടികളും പൂക്കളും ശ്രീമതി പരിചരിച്ചു. അവിടമെല്ലാം വൃത്തിയായി സൂക്ഷിച്ചു.

ബുദ്ധന്റെ നേരെ പാറ ഉരുട്ടിയിട്ട സംഭവത്തിന് ഏതാണ്ട് പത്ത് ദിവസങ്ങൾക്കുശേഷം, ബുദ്ധനും ഭിക്ഷുക്കളും രാജധാനിയിൽ ഭിക്ഷയെടുക്കുകയായിരുന്നു. അന്നേരം, ഒരാന തങ്ങളുടെ നേരെ പാഞ്ഞടുക്കുന്നത് ആനന്ദന്റെ ശ്രദ്ധയിൽ പെട്ടു. അത് രാജാവിന്റെ ആനക്കൊട്ടിലിൽ നിന്ന് പുറത്തേക്കോടിയപോലെയാണ് ആനന്ദന് തോന്നിയത്. അക്രമ സ്വഭാവത്തിന് കുപ്രസിദ്ധനായ നളഗിരിയാണ് ആ ആനയെന്ന് ആനന്ദൻ തിരിച്ചറിഞ്ഞു. കൊട്ടിലിന്റെ സൂക്ഷിപ്പുകാരൻ എന്തുകൊണ്ടാണാനയെ പുറത്ത് വിട്ടതെന്ന് ആനന്ദന് മനസ്സിലായില്ല. പരിഭ്രാന്തരായ ജനങ്ങൾ അങ്ങോട്ടുമിങ്ങോട്ടും ഓടി. ആന തുമ്പിക്കൈ ഉയർത്തി, വാലും ചെവികളും പൊക്കി, ബുദ്ധന്റെ നേരെ പാഞ്ഞടുത്തു. ആനന്ദൻ ബുദ്ധന്റെ കൈപ്പിടിച്ച് അദ്ദേഹത്തെ മാറ്റാൻ നോക്കി. പക്ഷേ, ബുദ്ധൻ അനങ്ങിയില്ല. അക്ഷോഭ്യനായി ശാന്തനായി നിന്നിടത്ത് നിന്നു. കുറച്ച് ഭിക്ഷുക്കൾ ഭയംകൊണ്ട് ചൂളി. ബുദ്ധന്റെ പിന്നിലേയ്ക്കു നീങ്ങി. ചിലർ ഓടിപ്പോയി. ആളുകൾ ബുദ്ധനോട് രക്ഷപ്പെടാൻ വിളിച്ചു പറഞ്ഞു. ആനന്ദൻ ശ്വാസമടക്കി മുന്നിലേക്ക് നീങ്ങി, ബുദ്ധനും നളഗിരിക്കും ഇടയിലായി നിലയുറപ്പിച്ചു. ആ നിമിഷം, ആനന്ദനെ വിസ്മയിപ്പിച്ചുകൊണ്ട് ബുദ്ധനിൽ നിന്ന് രാജസപ്രൗഢമായ ഒരു നിലവിളി ഉയർന്നു. വളരെ പണ്ട് പരിലേയകത്തിലെ രാഖിതവനത്തിൽവെച്ച് ബുദ്ധൻ സ്നേഹത്തിലായിരുന്ന ഗജറാണിയുടെ കരച്ചിലായിരുന്നു അത്.

നളഗിരി ബുദ്ധനിൽ നിന്ന് കുറച്ച് വാരകൾ മാത്രം അകലെയെത്തിയപ്പോഴാണ് ഈ കരച്ചിൽ മാറ്റൊലികൊണ്ടത്. അവൻ സ്തംഭിച്ചു നിന്നുപോയി. ശക്തനായ ആ ആന നാലുകാലിലായി മുട്ടുകുത്തി മസ്തകം നിലത്തേക്കു താഴ്ത്തി; ബുദ്ധനെ നമിക്കാനെന്നോണം. നളഗിരിയുടെ മസ്തകം ബുദ്ധൻ സൗമ്യമായി തലോടി, അവന്റെ തുമ്പിക്കൈ തന്റെ മറുകയ്യിൽ പിടിച്ച് അനുസരണശീലനായി മാറിയ നളഗിരിയെ തിരിച്ച് കൊട്ടിലിലേക്ക് കൊണ്ടുപോയി.

ജനങ്ങൾ കൈയടിച്ച് ആഹ്ലാദിച്ചു. ആനന്ദൻ മന്ദഹസിച്ചു. തങ്ങൾ യുവാക്കളായിരുന്ന കാലം അദ്ദേഹം ഓർത്തു. ആയോധനകലകളിൽ ബുദ്ധന് സമശീർഷനായ ആരും ഉണ്ടായിരുന്നില്ല. അമ്പെയ്ത്തിലും

ഭാരദ്വഹനത്തിലും വാൾപയറ്റിലും കുതിരസവാരിയിലും അദ്ദേഹം മികച്ചുനിന്നു. ഇന്നദ്ദേഹം ഉന്മത്തനായ ഒരാനയോട് ഇണക്കമുള്ള തന്റെ പഴയ ചങ്ങാതിയോടെന്നവണ്ണം പെരുമാറി. ആനക്കൊട്ടിലിലേക്ക് ബുദ്ധനോടും ആനയോടുമൊപ്പം ഭിക്ഷുക്കളും വലിയൊരു ജനാവലിയും ചേർന്നു. ആനക്കൊട്ടിലിലെത്തിയപ്പോൾ ബുദ്ധൻ സൂക്ഷിപ്പുകാരന്റെ നേരെ കടുപ്പിച്ചൊന്നു നോക്കി, എന്നിട്ട് കരുണാർദ്രമായ ശബ്ദത്തിൽ പറഞ്ഞു: "ആനയെ തുറന്ന് വിടാൻ ആരാണ് കല്പന നൽകിയതെന്ന് തഥാഗതന് അറിയേണ്ട കാര്യമില്ല. പക്ഷേ, താങ്കൾ ചെയ്തതിന്റെ ഗൗരവം താങ്കൾ തിരിച്ചറിയണം. പത്ത് കണക്കിന്, ചിലപ്പോൾ നൂറു കണക്കിന് മനുഷ്യർ കൊല്ലപ്പെട്ടേനേ... ഇനിയൊരിക്കലും ഇങ്ങനെയൊന്ന് ആവർത്തിക്കാൻ താങ്കൾ സമ്മതിയ്ക്കരുത്."

സൂക്ഷിപ്പുകാരൻ ബുദ്ധനെ നമസ്കരിച്ചു. അദ്ദേഹത്തെ എണീക്കാൻ ബുദ്ധൻ സഹായിച്ചു. ഭിക്ഷുമാർ അവരുടെ ഭിക്ഷാടനം തുടർന്നു.

ബുദ്ധനും അദ്ദേഹത്തിന്റെ എല്ലാ ഭിക്ഷുക്കളും ബിംബിസാരന്റെ ശവസംസ്കാരചടങ്ങിൽ പങ്കെടുത്തു. ശാന്തഗംഭീരമായ ചടങ്ങായിരുന്നു അത്. ജനങ്ങൾ തങ്ങളുടെ പ്രിയരാജാവിന്റെ വിയോഗത്തിൽ ദുഃഖിച്ചു. അന്ത്യാദരങ്ങൾ അർപ്പിക്കാൻ ജനങ്ങൾ അണമുറിയാതെ എത്തി.

സംസ്കാരശേഷം, കഴുകൻ മുടിയിലേക്ക് മടങ്ങുന്നതിന് മുമ്പായി ബുദ്ധൻ ജീവകന്റെ മാന്തോപ്പിൽ രാത്രി ചെലവഴിച്ചു. കഴിഞ്ഞ ഒരു മാസക്കാലം രാജാവിനെ സന്ദർശിക്കുന്നതിൽ നിന്ന് വൈദേഹി രാജ്ഞിയെ അജാതശത്രു വിലക്കിയിരുന്നതായി ജീവകൻ പറഞ്ഞു. രാജാവ് ഒറ്റയ്ക്കാണ് ഇഹലോകത്തിൽ നിന്ന് യാത്രയായത്. തന്റെ പ്രിയപ്പെട്ട ജനാലയ്ക്കരികിൽ അദ്ദേഹം വീണു കിടക്കുന്നതായി രാജ്ഞി കണ്ടു. അവസാനശ്വാസമെടുക്കുമ്പോൾ, അദ്ദേഹത്തിന്റെ കണ്ണുകൾ കഴുകൻ മുടിയെ ലക്ഷ്യമാക്കിയിരുന്നു.

രാജാവിന്റെ ശവസംസ്കാരം കഴിഞ്ഞ് കുറച്ചുനാളുകൾക്കുശേഷം ബിംബിസാരന്റെ പുത്രൻ അഭയ രാജകുമാരനെയും പത്നി പത്മാവതിയെയും ജീവകൻ ബുദ്ധനെ കാണുവാനായി കൊണ്ടുവന്നു. പിതാവിന്റെ മരണത്തോടെ തനിക്ക് ധനത്തിലും പെരുമയിലുമുള്ള ജീവിതത്തോടു ഉത്സാഹം നഷ്ടമായി. ബുദ്ധന്റെ നിരവധി ധർമ്മപ്രഭാഷണങ്ങൾ താൻ കേട്ടിട്ടുണ്ട്. ബോധോദയത്തിന്റെ പാതയിലേക്ക് വരണമെന്നുണ്ട്. ഒരു ഭിക്ഷുവിന്റെ പ്രശാന്തവും ഭാരരഹിതവുമായ ജീവിതത്തേക്കാൾ ഉപരിയായി അദ്ദേഹമൊന്നും ആഗ്രഹിക്കുന്നില്ല. അഭയരാജകുമാരനെ ബുദ്ധൻ സംഘത്തിൽ ചേർത്തു.

75. ആനന്ദാശ്രുക്കൾ

പത്ത് നാളുകൾക്കുശേഷം, ഇണവസ്ത്രംകൊണ്ട് പുതച്ച് ഭിക്ഷാപാത്രവുമെടുത്ത് ബുദ്ധൻ രാജഗൃഹംവിട്ടു. ഗംഗയ്ക്ക് കുറുകെ ഉത്തരദിക്ക് ലക്ഷ്യമാക്കി നീങ്ങി. പോകുംവഴിയിൽ കൂടാഗാര വിഹാരം സന്ദർശിച്ചു. പിന്നീട് ശ്രാവസ്തിയിലേയ്ക്ക് നടന്നു. താമസിയാതെ മഴക്കാലം ആരംഭിയ്ക്കും. വാർഷിക വിശ്രാന്തിക്ക് തയ്യാറെടുക്കാൻ അദ്ദേഹത്തിന് ജേതവനത്തിലേയ്ക്ക് മടങ്ങണം. ആനന്ദനും സരിപുത്രനും മൊഗ്ഗല്ലാനയും മറ്റ് മുന്നൂറ് ഭിക്ഷുക്കളും അദ്ദേഹത്തെ അനുഗമിച്ചു.

ശ്രാവസ്തിയിലെത്തിയ ബുദ്ധൻ നേരെ ജേതവനത്തിലേക്കു നടന്നു. അദ്ദേഹത്തെ കാത്ത് അനേകം ഭിക്ഷുണിമാരും ഭിക്ഷുമാരും അവിടെ കൂടിയിരുന്നു. മഗധയിലെ സംഭവങ്ങൾ അവർ കേട്ടിരുന്നു. ബുദ്ധൻ പരിക്കുകളൊന്നും ഇല്ലാതെ പൂർണ്ണാരോഗ്യവാനായിരിക്കുന്നതിൽ അവർ ആശ്വസിച്ചു. ഭിക്ഷുണി ക്ഷേമ അവിടെ ഉണ്ടായിരുന്നു. ഭിക്ഷുണികളുടെ മഠാധിപതിയായി സേവനമനുഷ്ഠിക്കുകയാണവർ.

ബുദ്ധനെത്തിയതറിഞ്ഞ നിമിഷം പസേനദി രാജാവ് അദ്ദേഹത്തെ സന്ദർശിക്കാനെത്തി. ബുദ്ധനോട് രാജഗൃഹത്തിലെ അന്തരീക്ഷത്തെപ്പറ്റി തിരക്കി അദ്ദേഹം. പസേനദി രാജാവിന്റെ സ്വന്തം സഹോദരിയായ വൈദേഹി രാജ്ഞിയുമായുണ്ടായ കൂടിക്കാഴ്ചയടക്കം എല്ലാ കാര്യങ്ങളും ബുദ്ധൻ വിവരിച്ചത് ശ്രദ്ധയോടെ കേട്ടു അദ്ദേഹം. രാജ്ഞി പ്രശാന്തഭാവം പുലർത്തുന്നുണ്ടെങ്കിലും അവരുടെ ഹൃദയം ദുഃഖവും സങ്കടവും കൊണ്ട് നിറഞ്ഞിരിക്കയാണെന്ന് ബുദ്ധൻ രാജാവിനോട് പറഞ്ഞു. ബിംബിസാര രാജാവിനെ തടവിലാക്കിയതിനെക്കുറിച്ച് തന്റെ മരുമകനായ അജാതശത്രുവിനോട് വിശദീകരണം ആവശ്യപ്പെട്ടുകൊണ്ട് ഒരു പ്രതിനിധി സംഘത്തെ താൻ രാജഗൃഹത്തിലേക്കയച്ച കാര്യം പസേനദി രാജാവ് ബുദ്ധനെ ബോധിപ്പിച്ചു. ഒരു മാസം കഴിഞ്ഞിട്ടും, ഒരു പ്രതികരണവും ലഭിക്കുകയുണ്ടായില്ല. പുതിയ രാജാവിന് ആവശ്യമാണെന്ന് ബോധ്യപ്പെടുകയാണെങ്കിൽ, ശ്രാവസ്തിയിലെത്തി നേരിട്ട് സാഹചര്യങ്ങൾ വിശദീകരിക്കാൻ തനിക്ക് വിരോധമില്ലെന്ന് കാണിച്ച് സന്ദേശമയച്ചിട്ടുണ്ടെന്നു കൂടി പസേനദി രാജാവ് അറിയിച്ചു. അനേകം വർഷങ്ങൾക്കു മുമ്പ് തന്റെ സഹോദരിയെ

ബിംബിസാരന് വിവാഹം ചെയ്ത സമയം താൻ നൽകിയ ഭൂമി, മഗധയിലെ സംഭവങ്ങളോടുള്ള പ്രതിഷേധമായി, താൻ തിരിച്ചു പിടിച്ചതായി രാജാവ് അറിയിച്ചു. ഈ ഭൂമി കാശിയിലെ വാരണാസി നഗരത്തിന് തൊട്ടടുത്താണ്.

വിശ്രാന്തികാലത്തിന്റെ ആദ്യദിവസം സമാഗതമായി. ആ പ്രദേശത്തെ എല്ലാ ആത്മീയ കേന്ദ്രങ്ങളും വിഹാരങ്ങളും ഭിക്ഷുക്കളാലും ഭിക്ഷുണികളാലും നിറഞ്ഞു. ഓരോ പത്തുനാൾ കൂടുമ്പോഴും ജേതവനത്തിൽ വെച്ച് ബുദ്ധൻ സന്യാസിനി-സന്യാസിമാർക്കായി ഓരോ ധർമ്മപ്രഭാഷണം വീതം നടത്തി. മദ്ധ്യാഹ്ന ഭക്ഷണത്തെ തുടർന്നാണ് ഈ ധർമ്മപ്രഭാഷണങ്ങളെല്ലാം നടന്നത്. പ്രഭാഷണം കേൾക്കാൻ കൃത്യസമയത്തിനെത്തണമെന്നുണ്ടെങ്കിൽ, ദൂരദേശങ്ങളിലെ വിഹാരകേന്ദ്രങ്ങളിൽനിന്നുള്ള സന്ന്യാസി - സന്ന്യാസിനിമാർക്ക് ഭിക്ഷാടനത്തിനു വേണ്ടതായ സമയം കിട്ടില്ല. ഇങ്ങനെയെത്തുന്നവർക്ക് ആവശ്യമായ ഭക്ഷണം കരുതിവെയ്ക്കാൻ ഗൃഹസ്ഥ ശിഷ്യന്മാർ പ്രത്യേകം ശ്രദ്ധിച്ചു.

ആ ധ്യാനകാലത്ത് ബുദ്ധൻ നടത്തിയ പ്രഥമ പ്രഭാഷണം ആനന്ദത്തെക്കുറിച്ചായിരുന്നു. ആനന്ദം യാഥാർത്ഥ്യമാണ്. നിത്യജീവിതത്തിന്റെ നടുവിൽ വെച്ച് തന്നെ അത് യാഥാർത്ഥ്യമാക്കാൻ കഴിയും. ബുദ്ധൻ പറഞ്ഞു, ആദ്യമായി അറിയേണ്ടത്, ആനന്ദമെന്നത് ഇന്ദ്രിയാസക്തികളെ തൃപ്തിപ്പെടുത്തുന്നതിന്റെ ഫലമായുണ്ടാകുന്നതല്ല. ഇന്ദ്രിയസുഖം ആനന്ദത്തിന്റെ മായ ജനിപ്പിക്കുന്നു. എന്നാൽ, അത് ദുരിതത്തിന്റെ സ്രോതസ്സാണ്.

“കാട്ടിൽ ഒറ്റയ്ക്കു താമസിയ്ക്കാൻ നിർബന്ധിക്കപ്പെട്ട ഒരു കുഷ്ഠരോഗിയെപ്പോലെയാണത്. രാവും പകലും കഠിനവേദനയിൽ അയാളുടെ മാംസം വെന്തുദ്രവിക്കുകയാണ്. അപ്പോൾ അയാൾ ഒരു കുഴിയെടുക്കുന്നു; അതിൽ ഭയങ്കരമായ തീക്കൂട്ടുന്നു. വേദനയിൽനിന്ന് താൽക്കാലികമായ ആശ്വാസം കിട്ടുവാൻ അയാൾ തീയിൽ തന്റെ കൈകാലുകൾ ചുട്ടുപൊള്ളിക്കുന്നു. അയാൾക്ക് എന്തെങ്കിലും ആശ്വാസം തോന്നുവാനുള്ള ഏക വഴി അത് മാത്രമാണ്. എന്നാൽ, കുറച്ചു വർഷങ്ങൾക്കുശേഷം, അത്യദ്ഭുതം സംഭവിക്കുന്നു. അയാളുടെ രോഗം ശമിക്കുന്നു. സാധാരണ ജീവിതം നയിക്കുവാനായി അയാൾ ഗ്രാമത്തിലേയ്ക്ക് മടങ്ങുന്നു. ഒരു നാൾ അയാൾ കാട്ടിലെത്തുന്നു. താൻ ചെയ്തതു പോലെ ഒരു കൂട്ടം കുഷ്ഠരോഗികൾ അവരുടെ കൈകാലുകൾ തീയിൽ ചുട്ടുപൊള്ളിക്കുന്നത് കാണുന്നു. അയാൾക്കവരോട് അലിവ് തോന്നുന്നു. കാരണം, ആരോഗ്യമുള്ള അവസ്ഥയിൽ കൈകാലുകൾ തീയിൽ പിടിക്കാൻ ഒരിക്കലും അവർ മുതിരില്ല. ആരെങ്കിലും തീയിലേയ്ക്ക് വലിച്ചിടാൻ ശ്രമിച്ചാൽ സർവ്വശക്തിയുമെടുത്ത് അതിനെ

എതിർക്കും. താൻ ഒരിക്കൽ ആശ്വാസമായി കണ്ടത് സത്യത്തിൽ വേദനയുടെ ഉറവിടമാണ്, ആരോഗ്യവാനായ ഒരാളിന്."

ബുദ്ധൻ: "ഇന്ദ്രിയ സുഖങ്ങൾ ഒരു തീക്കുഴിപോലെയാണ്. രോഗമുള്ളവർക്ക് മാത്രമേ അത് സന്തോഷം നൽകുന്നുള്ളൂ. ആരോഗ്യവാനായ ഒരാൾ ഇന്ദ്രിയാസക്തികളുടെ തീനാക്കുകൾ വർജ്ജിക്കുന്നു."

ജീവിതത്തിന്റെ വിസ്മയങ്ങൾ പൂർണ്ണമായി അനുഭവിച്ചുകൊണ്ട് മനഃശാന്തിയിലും സ്വാതന്ത്ര്യത്തിലും ജീവിക്കുന്നതാണ് ശരിയായ ആനന്ദത്തിന്റെ ഉറവിടം; ബുദ്ധൻ വിശദമാക്കി. ബന്ധനത്തിൽ നിന്നും വെറുപ്പിൽനിന്നും സ്വതന്ത്രമായി വർത്തമാനനിമിഷത്തിൽ വർത്തിക്കുന്നതിനെപ്പറ്റി ബോധവാനായിരിക്കുന്നതാണ് ആനന്ദം. ആനന്ദമുള്ള ഒരാൾ വർത്തമാന നിമിഷത്തിൽ നടക്കുന്ന വിസ്മയങ്ങൾ - ഇളംകാറ്റ്, പ്രഭാതാകാശം, കനകപുഷ്പം, ശിശുവിന്റെ പുഞ്ചിരി-സ്നേഹിക്കുന്നു. ആനന്ദമുള്ള ഒരാളിന് ഇവയാൽ ബന്ധിക്കപ്പെടാതെതന്നെ ഇവയെല്ലാം ആസ്വദിക്കാനാവുന്നു. സന്തോഷവാനായ ഒരാൾ എല്ലാ ധർമ്മങ്ങളും നശ്വരങ്ങളും വേറിട്ട സ്വത്വമില്ലാത്തവയാണെന്നും മനസ്സിലാക്കി, അത്തരം സന്തോഷങ്ങളിൽ കുടുങ്ങാതിരിക്കുന്നു. അങ്ങനെ സന്തോഷവാനായ ഒരാൾ എല്ലാതരം ആകുലതകളിൽ നിന്നും ഭയത്തിൽ നിന്നും സ്വതന്ത്രനായി, ശാന്തനായി ജീവിക്കുന്നു. കാരണം അയാൾക്കറിയാം, പുഷ്പം വാടിക്കരിയും. അങ്ങനെ സംഭവിക്കുമ്പോൾ അയാൾ ദുഃഖിതനാകുന്നില്ല. സന്തോഷവാനായ ഒരാൾ എല്ലാ ധർമ്മങ്ങളുടെയും ജനനമരണങ്ങളുടെയും പ്രകൃതം മനസ്സിലാക്കുന്നു. അയാളുടേതാണ് ശരിയായ ആനന്ദം. തന്റെ മരണത്തെപ്പോലും അയാൾ ഭയപ്പെടുന്നില്ല.

നാളെ സന്തോഷം ലഭിക്കുവാൻ ഇന്ന് ദുരിതം സഹിക്കേണ്ടത് ആവശ്യമാണെന്ന് ചിലർ വിശ്വസിക്കുന്നു. ബുദ്ധൻ തുടർന്നു. നാളെ സന്തോഷം നേടാമെന്ന് വിചാരിച്ചുകൊണ്ട്, അവർ മനസ്സിന്റെയും ശരീരത്തിന്റെയും ബുദ്ധിമുട്ടുകൾ സഹിക്കുകയും ത്യാഗങ്ങൾ അനുഷ്ഠിക്കുകയും ചെയ്യുന്നു. എന്നാൽ ജീവിതം വർത്തമാന നിമിഷത്തിൽ മാത്രമേ നിലനിൽക്കുന്നുള്ളു. അത്തരം ത്യാഗങ്ങളെല്ലാം ജീവിതത്തിന്റെ ദുർവ്യയങ്ങൾ മാത്രം. നാളെ നിങ്ങൾക്ക് ശാന്തിയും സന്തോഷവും വേണമെങ്കിൽ, ഇന്ന് നിങ്ങൾ ആത്മസഹനം നടത്തണമെന്ന് ചിലർ വിചാരിക്കുന്നു. അവർ വ്രതങ്ങൾ അനുഷ്ഠിക്കുന്നു. സ്വയം പട്ടിണിക്കിടുന്നു. ശരീരവും മനസ്സും പീഡിപ്പിക്കുന്നു. ഇത്തരം പരിശീലനങ്ങൾ അത് ചെയ്യുന്നയാളിന് ഇന്നും നാളെയും ദുരിതം തന്നെയാണ് നൽകുകയെന്ന് ബുദ്ധൻ ഉദ്ബോധിപ്പിച്ചു. ജീവിതം വളരെ ക്ഷണികമായതിനാൽ, നാളെയെപ്പറ്റി ആശങ്കപ്പെടേണ്ടതില്ലെന്ന് ചിലർ ആശ്വസിക്കുന്നു. അത്തരം ആളുകൾ എല്ലാതരം ഇന്ദ്രിയസുഖങ്ങളും തൃപ്തിപ്പെടുത്താനായി ശ്രമിക്കുന്നു. ഇന്ദ്രിയ സുഖങ്ങളോട് ഇപ്രകാരം ഒട്ടി

നിൽക്കുന്നത് ഇപ്പോഴും എപ്പോഴും ദുരിതമാണുണ്ടാക്കുക, ബുദ്ധൻ വിശദീകരിച്ചു.

ഈ രണ്ട് കടുത്ത നിലപാടുകളെയും ഒഴിവാക്കണമെന്ന് ബുദ്ധൻ പഠിപ്പിച്ചു. ഇപ്പോഴും എപ്പോഴും ആനന്ദം നൽകാനുതകുന്ന മാർഗ്ഗത്തിൽ ജീവിക്കുകയാണ് ഏറ്റവും വിവേകപൂർവ്വമായ മാർഗ്ഗമെന്ന് ബുദ്ധൻ ഉദ്ബോധിപ്പിച്ചു. വിമോചനത്തിന്റെ വഴി നാളെ ആനന്ദം നേടുവാനായി ശാരീരികമായി കഠിനവ്രതങ്ങൾ അടിച്ചേൽപ്പിക്കുന്നതല്ല. എങ്ങനെ ഒരാൾ നിത്യവും ഭക്ഷണം കഴിക്കുന്നു, ധ്യാനിക്കുന്നു, ഏകാഗ്രതയുടെ നാല് മൂലാധാരങ്ങളും അതിരുകളില്ലാത്ത നാല് ധ്യാനങ്ങളും ശ്വസനത്തിന്റെ പൂർണ്ണ അവബോധവും പരിശീലിക്കുന്നു, അതനുസരിച്ചാണ് ഒരു ഭിക്ഷു തനിക്കുവേണ്ടിയും തന്റെ കൂടെയുള്ളവർക്കുവേണ്ടിയും സന്തോഷം സൃഷ്ടിക്കുന്നത്. ദിവസം ഒരുനേരം ആഹാരം കഴിക്കുന്നത് അയാളുടെ ശരീരം ആരോഗ്യമുള്ളതും ചുറുചുറുക്കുള്ളതുമാക്കി നിലനിർത്തുന്നു. അയാൾക്ക് കൂടുതൽ നേരം ആത്മീയസാധന ചെയ്യുവാൻ സമയം ലഭിക്കുന്നു. ശാന്തിയിലും സ്വാതന്ത്ര്യത്തിലും ജീവിക്കുമ്പോൾ കൂടുതൽ ഫലവത്തായ രീതിയിൽ അയാൾക്ക് അന്യരെ സഹായിക്കാൻ സാധിക്കുന്നു. ഭിക്ഷു കുട്ടികളില്ലാത്തവനും ബ്രഹ്മചാരിയുമായിരിക്കുന്നത് വ്രതാനുഷ്ഠാനത്തിനു വേണ്ടിയല്ല, മറ്റുള്ളവരെ സഹായിക്കുവാൻ കൂടുതൽ സ്വാതന്ത്ര്യം കിട്ടുമെന്നുള്ളതുകൊണ്ടാണ്. ജീവിതത്തിന്റെ ഓരോ നിമിഷത്തിലും സന്തോഷം കണ്ടെത്തുവാൻ ഭിക്ഷുവിന് സാധിക്കുന്നു. തന്റെ ബ്രഹ്മചര്യം തന്റെ സന്തോഷം ഇല്ലാതാക്കുന്നതായി അയാൾക്ക് തോന്നുന്നുവെങ്കിൽ ബോധനത്തിന്റെ അന്തഃസത്ത ഉൾക്കൊണ്ടല്ല അയാൾ ജീവിക്കുന്നത്. ബ്രഹ്മചര്യപാഠത്തിന്റെ യഥാർത്ഥ അന്തഃസത്ത ഉൾക്കൊണ്ട് ജീവിക്കുന്ന ഒരു ഭിക്ഷുവിൽനിന്ന് ശാന്തിയും സമാധാനവും സന്തോഷവും പ്രസരിക്കുന്നു. അത്തരമൊരു ജീവിതം എന്നും എപ്പോഴും സന്തോഷം പ്രദാനം ചെയ്യുന്നു.

ധർമ്മഭാഷണം കഴിഞ്ഞതിനുശേഷം, ഗൃഹസ്ഥശിഷ്യയായ പുന്നലക്ഷ്മി തനിക്ക് ബുദ്ധനോട് സംസാരിക്കാൻ തരപ്പെടുമോയെന്ന് അന്വേഷിച്ചു. തന്റെ ഭർത്താവ് സുദത്ത അനന്തപിണ്ഡികൻ കഠിനമായ രോഗം ബാധിച്ച് കിടപ്പിലാണെന്ന് അവർ ബുദ്ധനോട് പറഞ്ഞു. ഭയങ്കരമായ വേദന കാരണം അദ്ദേഹത്തിന് ധർമ്മഭാഷണം കേൾക്കുവാൻ എത്താനായില്ല. അദ്ദേഹത്തിന്റെ അവസ്ഥ കുത്തനെ മോശമായിക്കൊണ്ടിരിക്കുകയാണ്. ബുദ്ധനെ അവസാനമായിട്ടൊന്നുകൂടി കാണുന്നതിനു മുമ്പേ, താൻ മരിച്ചുപോയേക്കുമെന്ന് അദ്ദേഹം ഭയപ്പെട്ടു.

പിറ്റേന്ന് സരിപുത്രനോടും ആനന്ദനോടും കൂടി ബുദ്ധൻ സുദത്തനെ കാണുവാൻ പോയി. അവരെക്കണ്ട സുദത്തൻ വളരെയേറെ വികാരഭരിതനായി. അയാളുടെ മുഖം വിളറി ഒട്ടിയിരുന്നു. അയാൾക്ക് എഴുന്നേറ്റിരിക്കാൻപോലും വയ്യ. ബുദ്ധൻ അയാളോടു പറഞ്ഞു: "സുദത്താ, താങ്കളുടെ ജീവിതം അർത്ഥവും ആനന്ദവും നിറഞ്ഞതായിരുന്നു. അനേകരുടെ ദുരിതങ്ങൾക്ക് താങ്കൾ അറുതി വരുത്തി. ജനങ്ങൾ താങ്കളെ 'അനന്തപിണ്ഡികൻ' എന്നു പേരിട്ടു. "ദരിദ്രരേയും അനാഥരേയും സംരക്ഷിക്കുന്നവൻ: താങ്കളുടെ ചേതോഹരമാർന്ന സാഫല്യങ്ങളിൽ ഒന്നാണ് ജേതവന വിഹാരം. ധർമ്മം പ്രചരിപ്പിക്കുവാൻ താങ്കൾ അനവരതം ശ്രമിച്ചിട്ടുണ്ട്. ബോധനമനുസരിച്ച് താങ്കൾ ജീവിച്ചു. അങ്ങനെ കുടുംബത്തിനും മറ്റുള്ളവർക്കും താങ്കൾക്കും യഥാർത്ഥമായ ആനന്ദം സൃഷ്ടിച്ചു. താങ്കൾക്കിപ്പോൾ വിശ്രമിക്കാം. താങ്കളെ ഇടയ്ക്കൊക്കെ സന്ദർശിക്കുവാനും മാർഗ്ഗ നിർദ്ദേശം നൽകാനും ഞാൻ സരിപുത്രനോട് പറയാം. താങ്കൾ താങ്കളുടെ സാന്ദ്രത കരുതി വെയ്ക്കണം."

കൃതജ്ഞതയിൽ സുദത്തൻ കൈകൾ കൂപ്പി.

പതിനഞ്ച് നാളുകൾ പിന്നിട്ടപ്പോൾ, ബുദ്ധൻ സാധാരണ ജീവിതത്തെക്കുറിച്ച് ഒരു ധർമ്മ പ്രഭാഷണം നടത്തി. എങ്ങനെ നിത്യജീവിതത്തിൽ അവർക്ക് ശരിയായ ആനന്ദം സാർത്ഥകമാക്കാമെന്ന് അദ്ദേഹം സാധാരണ ജനങ്ങളോട് പറഞ്ഞു. "ഇന്നിലെ ശാന്തിയും, നാളെയ്ക്കുള്ള ശാന്തിയും" എന്ന ജീവിതതത്ത്വം അദ്ദേഹം പുനർവായിച്ചു. നേരത്തെ ഇതദ്ദേഹം സന്ന്യാസി-സന്ന്യാസിനീമാർക്കുള്ള ധർമ്മഭാഷണങ്ങളിൽ അവതരിപ്പിച്ചിരുന്നു. അദ്ദേഹം ഇത്രയുംകൂടി പറഞ്ഞു. "ഈ നിമിഷത്തിലെ ശാന്തിയും ആനന്ദവും ആസ്വദിക്കുവാനായി ഒരു ഭിക്ഷു ബ്രഹ്മചാരിയായി ജീവിക്കുന്നു. അത്തരം ജീവിതം ഭാവി ആനന്ദം കൂടി ഉറപ്പാക്കുന്നു. ശരിയായ ആനന്ദം വളർത്തുവാനായി സാധാരണ ശിഷ്യന്മാർക്ക് ബോധനത്തിന്റെ ഈ തത്ത്വം പിന്തുടരാവുന്നതാണ്. സമ്പത്തിനായുള്ള ആർത്തിയിൽ നിങ്ങളുടെ പ്രവൃത്തികൾ കുടുങ്ങിപ്പോകരുത്. അത് നിങ്ങളുടെയും നിങ്ങളുടെ കുടുംബത്തിന്റെയും സന്തോഷം തടയും. സന്തോഷമാണ് ഏറ്റവും ആവശ്യമായിട്ടുള്ളത്. ധാരണയിൽ കുതിർന്ന ഒരു നോട്ടം, ഹിതഹാരിയായ ഒരു പുഞ്ചിരി, സ്നേഹമോലുന്ന ഒരു വാക്ക്, അർത്ഥോഷ്മളമായ ഭക്ഷണം പങ്കിടൽ- ഇവയൊക്കെയാണ് ഈ നിമിഷത്തിൽ സന്തോഷം സൃഷ്ടിക്കുന്നവ. ഈ നിമിഷത്തിന്റെ അവബോധം പരിപോഷിപ്പിക്കുന്നതിലൂടെ നിങ്ങളുടെ ചുറ്റുമുള്ളവരുടെയും നിങ്ങളുടെയും ദുരിതം നിങ്ങൾക്ക് ഒഴിവാക്കാനാകും. നിങ്ങൾ മറ്റുള്ളവരെ നോക്കുന്ന രീതി, നിങ്ങളുടെ പുഞ്ചിരി, നിങ്ങളുടെ ചെറിയ സാന്ത്വന പ്രവൃത്തികൾ, ആനന്ദം സൃഷ്ടിക്കും. ശരിയായ സന്തോഷം, പെരുമയോ ധനമോ ആശ്രയിച്ചല്ല."

രാജഗൃഹത്തിൽവെച്ച് വർഷങ്ങൾക്കുമുമ്പ് ശിഗാല എന്ന വണിക്കുമായി താൻ നടത്തിയ ഒരു സംഭാഷണം ബുദ്ധൻ ഓർമ്മിച്ചു. ഒരു പ്രഭാതത്തിൽ, സൂര്യൻ ഉദിച്ചുപൊങ്ങാൻ തുടങ്ങുന്നതിനു മുമ്പെ, ബുദ്ധൻ വേണുവനത്തിൽ നിന്നിറങ്ങി. നഗരം പിന്നിട്ടതും വഴിയിൽ അദ്ദേഹം ഒരു യുവാവിനെ കണ്ടുമുട്ടി. കിഴക്ക്, പടിഞ്ഞാറ്, തെക്ക്, വടക്ക്, താഴെ, മുകളിൽ എന്നീ ആറുദിക്കുകളെയും ശിഗാല താണുവണങ്ങുന്നത് കണ്ടു. ഇങ്ങിനെ വണങ്ങുന്നതിന്റെ ഉദ്ദേശ്യം എന്തെന്ന് ബുദ്ധൻ അദ്ദേഹത്തോട് ചോദിച്ചു. ഓരോ പ്രഭാതത്തിലും ആറ് ദിക്കുകളെയും വണങ്ങണമെന്ന് കുട്ടിക്കാലത്ത് തന്റെ അച്ഛൻ പഠിപ്പിച്ചിരുന്നത് അദ്ദേഹം അനുസ്മരിച്ചു. അച്ഛന്റെ ഇംഗിതം അനുസരിക്കുവാൻ അദ്ദേഹം ഇഷ്ടപ്പെട്ടു. എന്നാൽ, യഥാർത്ഥത്തിൽ താൻ ചെയ്യുന്നതിന്റെ അർത്ഥം അയാൾക്കറിയില്ല.

ബുദ്ധൻ: “ഇപ്പോഴും എപ്പോഴും സന്തോഷം വളർത്താൻ കഴിയുന്നതാണ് പ്രണാമം.” കിഴക്കിനെ വണങ്ങുന്നതിലൂടെ അദ്ദേഹം തന്റെ മാതാപിതാക്കൾക്കുള്ള കൃതജ്ഞത ധ്യാനിക്കുകയാണ്, ബുദ്ധൻ വിശദീകരിച്ചു. ദക്ഷിണദിക്കിനെ വണങ്ങുമ്പോൾ തന്റെ ഗുരുനാഥനെ ധ്യാനിക്കുന്നു. പടിഞ്ഞാറിനെ വണങ്ങുമ്പോൾ, തന്റെ പത്നിയെയും മക്കളെയും ധ്യാനിക്കുന്നു. തന്റെ ചങ്ങാതിമാർക്കുള്ള കൃതജ്ഞത ധ്യാനിക്കുന്നത് വടക്കിനെ വണങ്ങുമ്പോഴാണ്. താഴേക്ക് വണങ്ങുമ്പോൾ തന്റെ സഹപ്രവർത്തകരെയും മുകളിലേയ്ക്ക് വണങ്ങുമ്പോൾ ധാർമ്മികതയും ജ്ഞാനവുമുള്ള എല്ലാ മനുഷ്യരെയും ധ്യാനിക്കുന്നു.”

ബുദ്ധൻ അദ്ദേഹത്തിന് അഞ്ച് ധർമ്മോപദേശങ്ങൾ നൽകി. ആർത്തിയും കോപവും ആസക്തിയും ഭയവും ഒഴിവാക്കി വസ്തുക്കളെ ആഴത്തിൽ കാണുവാൻ ഇതുമൂലം സാധിക്കും. ആത്മനാശത്തിന്റേതായ ആറ് വഴികൾ - മദ്യപാനം, പാതിരകളിൽ നഗരത്തെരുവുകളിലൂടെയുള്ള അലച്ചിൽ, ചൂതാട്ടം, വേശ്യാസംഗമം, ദുർജ്ജന കൂട്ടുകെട്ട്, അലസത - ഒഴിവാക്കുവാൻ ബുദ്ധൻ പറഞ്ഞു. ആരെയാണ് ഉത്തമസുഹൃത്തായി കണക്കാക്കേണ്ടതെന്നതിനെക്കുറിച്ചും ബുദ്ധൻ വിശദീകരിച്ചു. “ഒരു നല്ല ചങ്ങാതി വിശ്വസ്തനായിരിക്കും. നിങ്ങൾ ധനവാനോ ദരിദ്രനോ ദുഃഖിതനോ സന്തോഷവാനോ വിജയിയോ പരാജിതനോ ആകട്ടെ. ഒരു നല്ല സുഹൃത്തിന് നിങ്ങളോടുള്ള അടുപ്പം ഇളകുന്നില്ല. ഒരു നല്ല സ്നേഹിതൻ നിങ്ങളെ ശ്രദ്ധയോടെ കേൾക്കുന്നു, നിങ്ങളുടെ ദുരിതങ്ങൾ പങ്കിടുന്നു. അയാൾ അയാളുടെ സന്തോഷസന്താപങ്ങൾ നിങ്ങളുമായി പങ്കിടുന്നു. അതുപോലെ നിങ്ങളുടെ സന്താപസന്തോഷങ്ങളും അയാളുടേതായി തിരിച്ചറിയുന്നു.”

ബുദ്ധൻ തന്റെ ധർമ്മഭാഷണം തുടർന്നു.

"താങ്കൾ ഇപ്പറയും വിധം ജീവിക്കുകയാണെങ്കിൽ ശരിയായ ആനന്ദം താങ്കൾക്ക് ഈ ജന്മത്തിൽ തന്നെ യാഥാർത്ഥ്യമാകും."

1. "ധാർമ്മികതയുള്ള മനുഷ്യരുമായി ബന്ധങ്ങൾ വളർത്തുക. അധഃ പതനത്തിന്റെ വഴി ഒഴിവാക്കുക."

2. "ആത്മീയ പരിശീലനത്തിനും ഉത്തമമായ സ്വഭാവ രൂപീകരണ ത്തിനും അനുരൂപമായ അന്തരീക്ഷത്തിൽ ജീവിക്കുക."

3. "ധർമ്മം, ധർമ്മോപദേശം, താങ്കളുടെ തന്നെ വാണിജ്യം എന്നി വയിൽ അവഗാഹം നേടാനുള്ള അവസരങ്ങൾ പുഷ്പിച്ചെടുക്കുക"

4. "താങ്കളുടെ മാതാപിതാക്കളെയും മക്കളെയും ഭാര്യയെയും ശ്രദ്ധ യോടെ പരിചരിക്കുവാനുള്ള സമയം കണ്ടെത്തുക."

5. "ധനവും ആഹ്ലാദവും സമയവും, മറ്റുള്ളവരുമായി പങ്കുവെക്കുക."

6. "ധർമ്മം സംസ്കരിച്ചെടുക്കാനുള്ള അവസരങ്ങൾ ഒരുക്കുക."

7. "വിനയം, കൃതജ്ഞത, ലാളിത്യം എന്നിവ വളർത്തുക."

8. "മാർഗ്ഗം പഠിക്കുന്നതിനായി ഭിക്ഷുമാരുമായി അടുത്ത ബന്ധം പുലർത്തുക."

9. "നാല് ശ്രേഷ്ഠസത്യങ്ങളെ ആസ്പദമാക്കിയുള്ള ജീവിതം ജീവി ക്കുക."

10. "ദുഃഖങ്ങളും ആശങ്കകളും ശമിപ്പിക്കുവാനായി എങ്ങനെയാണ് ധ്യാനിക്കേണ്ടതെന്ന് പഠിക്കുക."

വീട്ടിലും സമൂഹത്തിലും ബുദ്ധധർമ്മാനുസാരിയായി ജീവിക്കുന്ന ഗൃഹസ്ഥ ശിഷ്യന്മാരെ ബുദ്ധൻ ശ്ലാഘിച്ചു. സുദത്ത അനന്തപിണ്ഡിക യുടെ പേർ അദ്ദേഹം പ്രത്യേകം പരാമർശിച്ചു. അർത്ഥവും സേവനവും സന്തോഷവും നിറഞ്ഞ ഒരു ജീവിത സൃഷ്ടിക്കുവേണ്ടി തന്റെ എല്ലാ അദ്ധ്വാനവും സമർപ്പിച്ചിട്ടുള്ള സുദത്തൻ ഒരുദാത്ത മാതൃകയാണ്. സുദ ത്തന്റെ ഹൃദയം ആഴമേറിയതാണ്. അദ്ദേഹത്തിന്റെ ജീവിതം ബുദ്ധ ബോധനത്തിലൂന്നിയാണ് ചലിക്കുന്നത്. സുദത്തനേക്കാൾ ഏറെ സമ്പ ന്നരായവരുണ്ട്. പക്ഷെ, മറ്റുള്ളവർക്കുവേണ്ടി സുദത്തൻ സൃഷ്ടിച്ച സന്തോഷത്തിന്റെയത്ര വരില്ല അവരുടേത്. ബുദ്ധൻ തന്റെ ഭർത്താ വിനെ ശ്ലാഘിക്കുന്നതുകേട്ട്, പത്നിയായ പൂർണ്ണലക്ഷ്മിയുടെ കണ്ണു കൾ നിറഞ്ഞൊഴുകി. അവർ എണീറ്റു നിന്ന് ബുദ്ധനെ ആദരവോടെ അഭിസംബോധന ചെയ്തു. "പ്രഭോ, ഒരു ധനികന്റെ ജീവിതം, പ്രത്യേ കിച്ചും അയാൾ നിരവധി കാര്യങ്ങളുടെ ഉടമയാവുമ്പോൾ, അത്യന്തം തിരക്ക് നിറഞ്ഞതാണ്. ആത്മീയസാധനയ്ക്ക് നന്നാവുക ചെറിയൊരു തൊഴിൽ കൊണ്ടുനടക്കുന്നതായിരിക്കുമെന്ന് ഞാൻ വിചാരിക്കുന്നു. ഒരു ഭിക്ഷാപാത്രം സ്വന്തമായുള്ള, വീട്ടിൽ നിന്നും കുടുംബത്തിൽ നിന്നും സ്വതന്ത്രരായ, ഭിക്ഷുക്കളെ കാണുമ്പോൾ ഞങ്ങൾ ലളിതവും

അല്ലലുമില്ലാത്ത ഒരു ജീവിതം ആഗ്രഹിക്കാറുണ്ട്. ഞങ്ങളും ഒട്ടും തിരക്കില്ലാത്ത ഒരു ജീവിതം ജീവിക്കാനിഷ്ടപ്പെടുന്നു. പക്ഷേ, ഞങ്ങൾ അനേകം ഉത്തരവാദിത്തങ്ങളാൽ ബന്ധിക്കപ്പെട്ടിരിക്കുന്നു. ഞങ്ങൾക്ക് എന്ത് ചെയ്യാൻ കഴിയും?"

ബുദ്ധൻ: "പൂർണ്ണലക്ഷ്മി, ഭിക്ഷുമാർക്കും ഉത്തരവാദിത്തങ്ങളുണ്ട്. രാവും പകലും ധർമ്മോപദേശങ്ങൾക്കനുസരിച്ച് ജാഗ്രതയോടെ ജീവിക്കുവാൻ ഒരു ഭിക്ഷുവിന്റെ ബ്രഹ്മചര്യജീവിതം ആവശ്യപ്പെടുന്നു. ഒരു ഭിക്ഷു തന്റെ ജീവിതം മറ്റുള്ളവർക്കായി സമർപ്പിക്കുന്നു. മാസത്തിൽ ഒന്നോ രണ്ടോ തവണ ഭിക്ഷുജീവിതത്തിന്റെ രുചിയറിയാൻ ഒരു വഴി തഥാഗതൻ ഗൃഹസ്ഥശിഷ്യർക്ക് നിർദ്ദേശിക്കുന്നു. സാധാരണക്കാർക്കുള്ള എട്ട് ആചരണങ്ങൾ എന്ന് നമുക്കീ സാധനാപാഠത്തെ വിളിക്കാം. മാസത്തിൽ രണ്ട് തവണ നിങ്ങൾക്ക് ക്ഷേത്രത്തിലേയ്ക്ക് വരാം. ഒരു പകലും ഒരു രാത്രിയും ഈ സാധനയിൽ ഏർപ്പെടാം. ഭിക്ഷുക്കളെപ്പോലെ നിങ്ങളും ഒരു നേരം മാത്രം ഭക്ഷണം കഴിക്കുക. നടന്ന് ധ്യാനവും ഇരുന്ന് ധ്യാനവും നിങ്ങൾക്ക് പരിശീലിക്കാം. ഇരുപത്തിനാല് മണിക്കൂർ ബ്രഹ്മചര്യത്തോടെയുള്ള ശ്രദ്ധയോടെയുള്ള ശാന്തമായ ആനന്ദപ്രദമായ അവബോധമുണർത്തുന്ന ജീവിതം ആസ്വദിക്കാം, ഒരു സന്ന്യാസിയെപ്പോലെയോ സന്ന്യാസിനിയെപ്പോലെയോ. ഒരു ദിവസം കഴിഞ്ഞാൽ, നിങ്ങൾക്ക് നിങ്ങളുടെ സാധാരണ ജീവിതത്തിലേയ്ക്ക് തിരിച്ചു പോകാം. സാധാരണപോലെ അഞ്ച് ധർമ്മോപദേശങ്ങളും മൂന്ന് ശരണങ്ങളും അനുശീലിച്ചുകൊണ്ട്."

"ഗൃഹസ്ഥശിഷ്യരെ, സാധാരണക്കാർ ആചരിക്കേണ്ട അഷ്ടാചരണങ്ങളെക്കുറിച്ച് തഥാഗതൻ ഭിക്ഷുക്കളെ ഉദ്ബോധിപ്പിക്കും. ക്ഷേത്രങ്ങളിലോ ഇങ്ങേയറ്റം നിങ്ങളുടെ വീടുകളിലോ പരിശീലനത്തിന്റെ സവിശേഷ ദിനങ്ങൾ ആചരിക്കാം. അഷ്ടാചരണങ്ങൾ പറഞ്ഞുതരുന്നതിലേയ്ക്കായി ഭിക്ഷുമാരെ നിങ്ങൾക്ക് വീടുകളിലേയ്ക്ക് ക്ഷണിക്കാം. പരിശീലനത്തിന്റെ സവിശേഷനാളിൽ അവരിത് നിങ്ങൾക്ക് പറഞ്ഞുതരും."

ബുദ്ധന്റെ നിർദ്ദേശത്തിൽ പൂർണ്ണലക്ഷ്മി സന്തുഷ്ടയായി. അവർ ചോദിച്ചു: "പ്രഭോ, എന്തൊക്കെയാണീ അഷ്ടാചരണങ്ങൾ എന്ന് ദയവായി പറഞ്ഞു തന്നാലും."

ബുദ്ധൻ: "കൊല്ലരുത്, കക്കരുത്, നുണപറയരുത്, വ്യഭിചരിക്കരുത്, മദ്യപിക്കരുത്, ആഭരണങ്ങളാൽ നിങ്ങളെ അലങ്കരിക്കരുത്, ആഡംബര തല്പത്തിൽ കിടക്കുകയോ ഇരിക്കുകയോ അരുത്, പണം കൈകാര്യം ചെയ്യരുത്. ഈ അഷ്ടാചരണങ്ങൾ മറവിയും സംഭ്രമവും

തടയും. പരിശീലനനാളിൽ ഒരിക്കൽ മാത്രം ആഹരിക്കുന്നത് പരിശീലനത്തിൽ കൂടുതൽ സമയം കണ്ടെത്താൻ ഉതകും."

ബുദ്ധൻ നിർദ്ദേശിച്ച അഷ്ടാചരണങ്ങൾ കേട്ട് സാധാരണ ജനങ്ങൾ സന്തുഷ്ടരായി.

പത്ത് ദിവസങ്ങൾ കഴിഞ്ഞു. സുദത്തന്റെ രോഗം വളരെയേറെ മൂർഛിച്ചതായി അദ്ദേഹത്തിന്റെ ഒരു ഭൃത്യൻ സരിപുത്രനെ അറിയിച്ചു. സരിപുത്രൻ ആനന്ദനെയും കൂട്ടി നഗരത്തിലേക്ക് നടന്നു. സുദത്തൻ തന്റെ കിടക്കയിൽ കിടക്കുന്നത് അവർ കണ്ടു. ഒരു ഭൃത്യൻ രണ്ട് പീഠങ്ങൾ സുദത്തന്റെ കിടക്കയ്ക്കരികിലേക്ക് നീക്കിയിട്ടു.

സുദത്തന്റെ ശാരീരിക ദുരിതം അറിഞ്ഞ സരിപുത്രൻ വേദന ശമിപ്പിക്കുവാൻ ബുദ്ധനെയും ധർമ്മത്തെയും സംഘത്തെയും ധ്യാനിക്കുവാൻ ഉപദേശിച്ചു.

"സുദത്താ, നമുക്കൊന്നിച്ച് ബോധോദയം സിദ്ധിച്ച ബുദ്ധനെ ധ്യാനിക്കാം. ധാരണയുടെയും സ്നേഹത്തിന്റെയും മാർഗ്ഗമായ ധർമ്മത്തെ ധ്യാനിക്കാം. സമന്വയത്തിലും അവബോധത്തിലും ജീവിക്കുന്ന ശ്രേഷ്ഠ സമുദായത്തെ ധ്യാനിക്കാം."

സുദത്തന് ഇനി അധികസമയമില്ലെന്നറിഞ്ഞ സരിപുത്രൻ അദ്ദേഹത്തോട് പറഞ്ഞു: "സുദത്താ, നമുക്കിങ്ങനെ ധ്യാനിക്കാം. എന്റെ കണ്ണുകൾ ഞാനല്ല. എന്റെ കാതുകൾ ഞാനല്ല. എന്റെ മൂക്കും, എന്റെ നാവും, എന്റെ മനസ്സും ഞാനല്ല."

സുദത്തൻ സരിപുത്രന്റെ നിർദ്ദേശങ്ങൾ അനുസരിച്ചു. ശാരി പുത്രൻ തുടർന്നു. "നമുക്ക് ധ്യാനം തുടരാം. ഞാൻ കാണുന്നതെന്തോ അത് ഞാനല്ല. ഞാൻ കേൾക്കുന്നതെന്തോ അത് ഞാനല്ല. ഞാൻ ശ്വസിക്കുന്നത്, രുചിക്കുന്നത്, സ്പർശിക്കുന്നത്, ചിന്തിക്കുന്നത് ഞാനല്ല." പ്രജ്ഞയുടെ ആറിന്ദ്രിയങ്ങളെ ധ്യാനിക്കേണ്ടതെങ്ങനെയെന്ന് സുദത്തന് സരിപുത്രൻ കാണിച്ചു കൊടുത്തു. "കാണുന്നത് ഞാനല്ല, കേൾക്കുന്നത് ഞാനല്ല, ശ്വസിക്കുന്നത്, രുചിക്കുന്നത്, സ്പർശിക്കുന്നത്, ചിന്തിക്കുന്നത് ഞാനല്ല."

സരിപുത്രൻ തുടർന്നു: "ഭൂമിയെന്ന ധാതു ഞാനല്ല. ജലം, അഗ്നി, വായു, ശൂന്യത, പ്രജ്ഞ എന്നീ ധാതുക്കൾ ഞാനല്ല, ഞാനിവയാൽ ബന്ധിക്കപ്പെടുകയോ സംയമിക്കപ്പെടുകയോ ചെയ്തിട്ടില്ല. ജനനമരണങ്ങൾക്ക് എന്നെ സ്പർശിക്കാനാവില്ല. ഞാൻ മന്ദഹസിക്കുന്നതെന്തുകൊണ്ടെന്നാൽ, ഞാൻ ജനിക്കപ്പെട്ടിട്ടില്ല. ഞാൻ മരണപ്പെടുകയുമില്ല. ജനനം എനിക്ക് അസ്തിത്വം നൽകുന്നില്ല. മരണം എന്റെ അസ്തിത്വം എടുത്തുകൊണ്ടുപോകുന്നുമില്ല."

പൊടുന്നനെ, സുദത്തൻ കരയാൻ തുടങ്ങി. സുദത്തന്റെ കവിളിലൂടെ കണ്ണീർ ഒലിക്കുന്നത് കണ്ട് പരിഭ്രമിച്ച് ആനന്ദൻ അദ്ദേഹത്തോട്

ചോദിച്ചു, "താങ്കൾ എന്തേ, തളർന്നുപോയോ? സുദത്തൻ, താങ്കൾക്ക് ധ്യാനിക്കാൻ കഴിയുന്നില്ലേ?"

സുദത്തൻ: "സംപൂജ്യനായ ആനന്ദാ, ഞാനൊട്ടും തളർന്നിട്ടില്ല. ബുദ്ധിമുട്ടില്ലാതെ എനിക്ക് ധ്യാനം തുടരാനാവുന്നുണ്ട്. ഞാൻ വല്ലാതെ വികാരാധീനനായതുകൊണ്ടാണ് കരഞ്ഞത്. ബുദ്ധനെയും ഭിക്ഷുക്കളെയും മുപ്പത് സംവത്സരത്തിലേറെയായി സേവിക്കുകയെന്ന ബഹുമതി എനിക്കുണ്ട്. ഇന്നത്തെ ബോധനത്തേക്കാൾ ഗാംഭീര്യവും ഉദാത്തവുമായത് ഞാനൊരിക്കലും കേട്ടിട്ടില്ല."

ആനന്ദൻ: "സുദത്താ, ഇത്തരം ബോധനങ്ങൾ ബുദ്ധൻ പലപ്പോഴും ഭിക്ഷുക്കൾക്കും ഭിക്ഷുണികൾക്കും നൽകാറുണ്ട്."

"സംപൂജ്യനായ ആനന്ദാ, സാധാരണ ശിഷ്യന്മാർക്കും ഇത്തരം ബോധനം മനസ്സിലാക്കാനും പരിശീലിപ്പിക്കാനും കഴിയും. സാധാരണക്കാരുമായി ഈ ബോധനം പങ്കുവെയ്ക്കാൻ ദയവായി ബുദ്ധഭഗവാനോട് പറയുക."

അന്ന് വൈകീട്ട് സുദത്തൻ മരിച്ചു. സംപൂജ്യരായ സരിപുത്രനും ആനന്ദനും അദ്ദേഹത്തോടൊപ്പം നിന്നു. അദ്ദേഹത്തിന്റെ ഭൗതിക ശരീരത്തിന്മേൽ സൂക്തങ്ങൾ ഉരുവിടുന്നത് തുടർന്നു. മറ്റെല്ലാ കുടുംബങ്ങൾക്കും ഒരു മാതൃകയായിരുന്നു അനന്തപണ്ഡികയുടേത്. അദ്ദേഹത്തിന്റെ കുടുംബാംഗങ്ങളെല്ലാം ബുദ്ധനിൽ ശരണം തേടി. ധർമ്മം പഠിക്കുന്നതിൽ വ്യാപൃതരായി. തങ്ങളുടെ നിത്യജീവിതത്തിൽ അവ പ്രയോഗിച്ചു. മരിക്കുന്നതിന് കുറച്ചുദിവസങ്ങൾക്കു മുമ്പ്, തന്റെ മകൾ സുമഗാഥ അംഗരാജ്യത്തിലെ ജനങ്ങളുമായി ബുദ്ധബോധനങ്ങൾ പങ്കിടുന്നതായി സുദത്തൻ അറിഞ്ഞിരുന്നു. അംഗരാജ്യത്തിലെ ഭരണാധികാരിയും നഗ്നസന്യാസിമാരുടെ അനുയായിയുമായിരുന്ന ഒരാളെയാണ് അവൾ വിവാഹം ചെയ്തിരുന്നത്. അദ്ദേഹത്തോടൊത്ത് ആ സന്യാസിമാരെ സന്ദർശിക്കാൻ അദ്ദേഹം ആവശ്യപ്പെട്ടപ്പോൾ അവൾ നയചാതുരിയോടെ വിസമ്മതിച്ചു. കാലങ്ങൾക്കുള്ളിൽ ബുദ്ധമാർഗ്ഗത്തെക്കുറിച്ചുള്ള അവളുടെ ഉറച്ച ധാരണ അദ്ദേഹത്തെ സ്പർശിച്ചു. മാത്രവുമല്ല ആ പ്രദേശത്തെ നിരവധിപേരുടെ ഹൃദയം അത് തുറക്കാനിടയാക്കുകയും ചെയ്തു.

76. സാധനയുടെ ഫലങ്ങൾ

ധ്യാനനാളുകൾ അവസാനിക്കാറായപ്പോഴേക്കും, കോസലവും മഗധയും തമ്മിൽ യുദ്ധം പൊട്ടിപ്പുറപ്പെട്ടതായ വാർത്ത സംഘം അറിഞ്ഞു. വൈദേഹിപുത്രൻ രാജ അജാതശത്രു നയിച്ച മഗധപ്പട ഗംഗ കടന്ന് കോസലത്തിന്റെ അധീനതയിലുള്ള കാശിയിലെത്തി. ആന, കാലാൾ, പീരങ്കി തുടങ്ങി ഒരു വൻപട രാജാവും അദ്ദേഹത്തിന്റെ സേനാനികളും നയിച്ചു. എല്ലാം പെട്ടെന്നായതിനാൽ പസേനദി രാജാവിന് താൻ കാശിയിലേക്ക് പോകയാണെന്ന കാര്യം ബുദ്ധനെ അറിയിക്കാനായില്ല. പകരം രാജകുമാരൻ ജേതയോട് കാര്യങ്ങൾ വിശദീകരിക്കുവാൻ അദ്ദേഹം ആവശ്യപ്പെട്ടു.

അജാതശത്രു അച്ഛനെ സ്ഥാനഭ്രഷ്ടനാക്കി രാജാധികാരം പിടിച്ചെടുത്തതറിഞ്ഞ പസേനദി രാജാവ് തന്റെ പ്രതിഷേധം അറിയിച്ചത്, പണ്ട് താൻ തന്നെ ബിംബിസാരരാജാവിന് നൽകിയ വാരണാസിക്കടുത്തുള്ള ഒരു ജില്ല തിരിച്ചെടുത്തുകൊണ്ടാണ്. ഇക്കാര്യം ബുദ്ധൻ അറിഞ്ഞിരുന്നു. ഏതാണ്ട് എഴുപത് വർഷത്തോളം ഈ ജില്ലയിൽ നിന്ന് ഒരു ലക്ഷത്തിനു മേൽ സ്വർണ്ണനാണയങ്ങൾ മഗധയ്ക്ക് നികുതിയായി ലഭിച്ചിരുന്നു. രാജ അജാതശത്രു അതുപേക്ഷിക്കാൻ തയ്യാറായില്ല. അതിനാൽ അദ്ദേഹം പടകൂട്ടി യുദ്ധത്തിനിറങ്ങി. സകല ഭിക്ഷുമാരോടും ഭിക്ഷുണിമാരോടും ശ്രാവസ്തിയിൽ തന്നെ തങ്ങാൻ സരിപുത്രൻ നിർദ്ദേശിച്ചു. യുദ്ധകാലത്ത് സഞ്ചരിക്കുന്നത് വളരെ അപകടകരമാ ണ്. സമാധാനം പുനഃസ്ഥാപിക്കപ്പെടുന്നതുവരെ ശ്രാവസ്തിയിൽ തന്നെ കഴിയാൻ അദ്ദേഹം ബുദ്ധനോടും അപേക്ഷിച്ചു.

തങ്ങളുടെ സേനയ്ക്ക് കാശിയിൽവെച്ച് തോൽവി പറ്റിയതായ നിരാശാജനകമായ വാർത്തയാണ് രണ്ടുമാസങ്ങൾക്കുശേഷം, ശ്രാവസ്തിയിലെ ജനങ്ങൾ കേട്ടത്. പസേനദി രാ ജാവും സേനാനായകരും തലസ്ഥാനത്തേക്ക് പിന്തിരിയാൻ നിർബ്ബന്ധിതരായി. അന്തരീക്ഷം വളരെ കലുഷമായിരുന്നു. എന്നാൽ, ശക്തമായൊരു പ്രതിരോധനിര ഉണ്ടായിരുന്നതിനാൽ ശ്രാവസ്തി വീണില്ല; രാപ്പകൽ അജാതശത്രുവിന്റെ പട്ടാളം അക്രമം അഴിച്ചുവിട്ടിരുന്നെങ്കിലും. പിന്നീട്, സേനാനായകൻ ബന്ദുലയുടെ അതിസമർത്ഥമായ നീക്കത്തിൽ ശക്തമായ പ്രത്യാക്രമണം സാധിച്ചു. ഇത്തവണ കോസലം നിർണ്ണായകമായ വിജയം നേടി.

അജാതശത്രുവിനെയും അദ്ദേഹത്തിന്റെ സേനാമേധാവികളെയും ജീവനോടെ പിടികൂടി. ആയിരത്തിലേറെ യോദ്ധാക്കൾ തടവിലായി. മറ്റൊരായിരം പേർ കൊല്ലപ്പെടുകയോ ഓടി രക്ഷപ്പെടുകയോ ചെയ്തു. അനേകം ആളുകളും കുതിരകളും പട്ടാളവാഹനങ്ങളും പീരങ്കികളും പിടിച്ചെടുക്കപ്പെട്ടു.

യുദ്ധം ആറുമാസത്തിലധികം നീണ്ടു നിന്നു. ശ്രാവസ്തിയിലെ ജനങ്ങൾ ഒരു വിജയാഘോഷം സംഘടിപ്പിച്ചു. തന്റെ സേനയെ പിരിച്ചു വിട്ടശേഷം പസേനദി രാജാവ് ജേതവനത്തിൽ ബുദ്ധനെ സന്ദർശിച്ചു. യുദ്ധത്തിന്റെ ഭയങ്കരമായ കെടുതികളെപ്പറ്റി രാജാവ് പറഞ്ഞു. അജാതശത്രു തങ്ങളുടെ അതിർത്തികൾ അക്രമിച്ചപ്പോൾ, ആത്മരക്ഷാർത്ഥമാണ് കോസലം യുദ്ധത്തിനിറങ്ങിയത്. അജാതശത്രു തന്റെ ഉപദേഷ്ടാക്കളുടെ തെറ്റായ സ്വാധീനത്തിൽ അകപ്പെട്ടുപോയതായി, പസേനദി രാജാവ് കൂട്ടിച്ചേർത്തു.

"ബുദ്ധഭഗവാനെ, മഗധരാജാവ് എന്റെ സ്വന്തം മരുമകനാണ്. എനിക്കദ്ദേഹത്തെ വധിക്കുവാൻ കഴിയില്ല. അദ്ദേഹത്തെ തടങ്കലിടാനും എനിക്കാഗ്രഹമില്ല. ദയവായി എനിക്കൊരു വഴി പറഞ്ഞുതരൂ."

ബുദ്ധൻ: "മഹാരാജൻ, അങ്ങേയ്ക്ക് വിശ്വസ്തരായ ചങ്ങാതിമാരും സഹായികളുമുണ്ട്. അങ്ങ് ഈ യുദ്ധത്തിൽ വിജയിയായിത്തീർന്നതിൽ അദ്ഭുതമില്ല. രാജ അജാതശത്രു തിന്മകളാൽ വലയം ചെയ്യപ്പെട്ടിരിക്കുന്നു. അതുകൊണ്ടാണ് അദ്ദേഹത്തിന് വഴിപിഴച്ചുപോയത്. മഗധ രാജാവെന്ന നിലയിലുള്ള ആദരവോടെ അങ്ങ് അദ്ദേഹത്തോട് പെരുമാറണമെന്ന് തഥാഗതൻ നിർദ്ദേശിക്കുന്നു. അങ്ങയുടെ സ്വന്തം മരുമകനെന്നനിലയിൽ അദ്ദേഹത്തെ നേർവഴിയ്ക്കെത്തിക്കുവാൻ, സമയമെടുക്കുക, വിശ്വസ്തരായ സഹായികളും നല്ല ചങ്ങാതിമാരുമാണ് ആവശ്യമെന്ന് അദ്ദേഹത്തെ ബോധ്യപ്പെടുത്തുക. എന്നാൽ പിന്നെ അങ്ങേയ്ക്ക് അദ്ദേഹത്തെ ആഘോഷത്തോടെ മഗധയിലേയ്ക്ക് മടക്കി അയയ്ക്കാം. ഈ കാര്യങ്ങൾ താങ്കൾ എങ്ങനെ കൈകാര്യം ചെയ്യുന്നുയെന്നതിനെ ആശ്രയിച്ചാണ് സമാധാനസാധ്യത."

ബുദ്ധൻ യുവഭിക്ഷു ശീലാവതനെ വിളിച്ചു. പസേനദി രാജാവിന് പരിചയപ്പെടുത്തി. ശീലാവതൻ ഒരു രാജകുമാരനായിരുന്നു. ബിംബിസാരന്റെ മക്കളിൽ ഒരാൾ. രാജാ അജാതശത്രുവിന്റെ അർധ സഹോദരൻ. ശീലാവതൻ ബുദ്ധിയും ധിഷണയുമുള്ള യുവാവാണ്. പതിനാറാം വയസ്സിൽ സംപൂജ്യനായ മൊഗ്ഗല്ലാനയുടെ കീഴിൽ, ഒരു ഗൃഹസ്ഥ ശിഷ്യനായിരിക്കുമ്പോൾ തുടങ്ങി, ധർമ്മം പഠിച്ചു. മഗധയിൽ നടന്ന മാറ്റങ്ങൾക്കു ശേഷം മൊഗ്ഗല്ലാനയോട് തന്നെ ഉപസമ്പദിക്കുവാൻ അപേക്ഷിച്ചു. തുടർപഠനത്തിനായി അദ്ദേഹത്തെ ജേതവനത്തിലേക്കയച്ചു. ശീലാവതന് രാജാധികാരത്തിന് യാതൊരു ആഗ്രഹ

വുമില്ലെന്ന് മൊഗ്ഗല്ലാനയ്ക്ക് നന്നായറിയാം. എങ്കിലും രാജ അജാത ശത്രുവിന്റെ സംശയദൃഷ്ടികളിൽ നിന്ന് അദ്ദേഹത്തെ മാറ്റി നിറുത്തുക യാണ് നല്ലത്.

രാജഗൃഹത്തിലെ അന്തരീക്ഷത്തെപ്പറ്റി പസേനദി രാജാവ് യുവഭി ക്ഷുവിനോട് തിരക്കി. മഗധ വിടുന്നതിനു മുമ്പ് താൻ കണ്ടതും കേട്ട തുമായ കാര്യങ്ങൾ ഭിക്ഷു രാജാവിനെ അറിയിച്ചു. മഗധയിൽ നിന്നും പറഞ്ഞുവിട്ട ആരോ തന്നെ വധിക്കാൻ ശ്രമിച്ചതും അദ്ദേഹം പറഞ്ഞു. എന്നാൽ കൊലയാളിയിൽ തനിക്ക് മനഃപരിവർത്തനം ഉണ്ടാക്കാൻ കഴിഞ്ഞു. അദ്ദേഹമിപ്പോൾ തലസ്ഥാനത്തിനോടു ചേർന്നുള്ള കേന്ദ്ര ത്തിലെ ഒരു ഭിക്ഷുവാണ്. പസേനദി രാജാവ് ബുദ്ധനെ വണങ്ങി. കൊട്ടാരത്തിലേക്ക് മടങ്ങി.

കുറച്ചുകഴിഞ്ഞ്, അജാതശത്രു മോചിതനാക്കപ്പെട്ടു. അദ്ദേഹത്തെ മഗധയിലേക്ക് മടങ്ങാൻ അനുവദിച്ചു. സ്നേഹമുപയോഗിച്ച് വെറു പ്പിന്റെ മുറിവുകൾ ഉണക്കുന്നതിന്നായി, പസേനദി രാജാവ് തന്റെ മകൾ വജ്രരാജകുമാരിയെ അജാതശത്രുവിന് വിവാഹം ചെയ്തുകൊടുത്തു. അജാതശത്രു ഇപ്പോൾ അദ്ദേഹത്തിന്റെ മരുമകനും ശ്വശുരനുമായി. വിവാഹസമ്മാനമായി വാരണാസിക്കടുത്തുള്ള ജില്ലയും തിരിച്ചു നൽകാമെന്ന് പസേനദി രാജാവ് വാഗ്ദാനം ചെയ്തു. ബുദ്ധന്റെ ഉപ ദേശം പസേനദി രാജാവ് പൂർണ്ണഹൃദയത്തോടെ ഉൾക്കൊണ്ടു.

യുദ്ധം അവസാനിച്ചതോടെ, ഒരിക്കൽക്കൂടി ഭിക്ഷുമാരും ഭിക്ഷുണി മാരും ധർമ്മപ്രചാരണാർത്ഥം തെരുവിലേക്കിറങ്ങി. തലസ്ഥാനത്തിന്റെ പ്രാന്തപ്രദേശത്ത് പസേനദി രാജാവ് പുതിയൊരു വിഹാരം നിർമ്മി ക്കുവാൻ കല്പനയായി. അതിന് രാജകാരാമം എന്ന് പേരിട്ടു.

തുടർന്നുള്ള രണ്ടു വർഷങ്ങൾ ബുദ്ധൻ കോസലത്തിൽ തന്നെ തങ്ങി. ധ്യാനകാലം ജേതവനത്തിലും ബാക്കിസമയം ആ പ്രദേശത്തു ടനീളം ധർമ്മം പ്രചരിപ്പിക്കുന്നതിലും ചെലവഴിച്ചു. ഇടക്കിടെ മഗധ യിൽ നിന്നുമെത്തിയ ഭിക്ഷുക്കളിൽ നിന്നദ്ദേഹം അവിടുത്തെ വർത്ത മാനങ്ങൾ അറിഞ്ഞു. ബുദ്ധൻ മഗധ വിട്ടശേഷം ദേവദത്തനോടുള്ള അജാതശത്രുവിന്റെ സൽപ്രീതി നിലച്ചതായി അവർ പറഞ്ഞു. അക്കാ ലത്ത്, ദേവദത്തന്റെ കൂടെ ശേഷിച്ചിരുന്ന നൂറ് ഭിക്ഷുക്കളിൽ എൺപ തുപേർ വേണുവനത്തിലെ ബുദ്ധസംഘത്തിലേക്കു മടങ്ങി. ദേവദത്തൻ കൂടുതൽ ഒറ്റപ്പെട്ടു. അദ്ദേഹം രോഗബാധിതനായി. ഗയാശിരസ്സ് വിട്ടു പോകാൻ അശക്തനായി. യുദ്ധത്തിന്റെ അന്ത്യത്തിനുശേഷം, രാജ അജാതശത്രു ഒരു തവണപോലും അദ്ദേഹത്തെ സന്ദർശിച്ചില്ല. വേണു വനവും അജാതശത്രു സന്ദർശിക്കുകയുണ്ടായില്ല. മറ്റ് മതങ്ങളിലെ ആചാര്യന്മാരുമായി മാത്രം ബന്ധം പുലർത്തി അദ്ദേഹം. എന്തായാലും, സംഘം നിർവ്വിഘ്നം ധർമ്മപ്രചാരണം നടത്തിപ്പോന്നു. മഗധയിലെ

ഭിക്ഷുമാരും സാധാരണക്കാരും ബുദ്ധൻ മഗധയിൽ തിരിച്ചെത്തണമെന്ന് ആഗ്രഹിച്ചു. വേണുവനവും കഴുകൻ മുടിയും അദ്ദേഹത്തിന്റെ അഭാവത്തിൽ ശൂന്യമായി തോന്നി. ജീവകനും അദ്ദേഹത്തെ കാത്തിരുന്നു.

ആ ശൈത്യകാലത്ത് കോസലത്തിലെ മല്ലികാരാജ്ഞി അന്തരിച്ചു. അതീവഖിന്നനായി പസേനദി രാജാവ് ആശ്വാസത്തിനായി ബുദ്ധന്റെ അടുത്തെത്തി. രാജ്ഞി അദ്ദേഹത്തിന്റെ ഉറ്റ സ്നേഹിതയായിരുന്നു. അവർ ബുദ്ധന്റെ വിശ്വസ്തയായ ശിഷ്യയായിരുന്നു. ധർമ്മത്തിന്റെ ആന്തരികാർത്ഥങ്ങൾ അറിഞ്ഞിരുന്ന പ്രകാശഗോപുരമായിരുന്നു അവർ. രാജാവ് ബുദ്ധനെ കാണുന്നതിന് മുമ്പേത്തന്നെ, രാജ്ഞി അദ്ദേഹവുമായി ബുദ്ധമാർഗ്ഗത്തെക്കുറിച്ചുള്ള തന്റെ അറിവ് പങ്ക് വെച്ചിരുന്നു. ഒരു രാത്രി അദ്ദേഹത്തിനുണ്ടായ അസ്വസ്ഥജനകമായ സ്വപ്നം അദ്ദേഹം ഓർമ്മിച്ചു. തന്റെ മേൽ പതിക്കാൻ പോകുന്ന ദൗർഭാഗ്യത്തിന്റെ മുന്നറിയിപ്പായിരുന്നു അതെന്ന് അദ്ദേഹം ഭയപ്പെട്ടു. ബ്രാഹ്മണരിൽ വിശ്വാസമർപ്പിച്ച് അദ്ദേഹം ദൈവീക പ്രീതിക്കായി അനേകം മൃഗങ്ങളെ ബലികൊടുക്കുവാൻ ആവശ്യപ്പെട്ടു. രാജ്ഞി അദ്ദേഹത്തെ അതിൽനിന്ന് പിന്തിരിപ്പിച്ചു. രാജ്യവിഷയങ്ങളിൽ പലപ്പോഴും അവർ അദ്ദേഹത്തിന് ഉറ്റ ഉപദേശകയായിരുന്നു. രാജ്യത്തെ അപകടപ്പെടുത്തിയിരുന്ന പല പ്രശ്നങ്ങൾക്കും അവർ പരിഹാരങ്ങൾ ഉണ്ടാക്കാൻ ശ്രമിച്ചിട്ടുണ്ട്. അവർ ബുദ്ധന്റെ ഏറ്റവും പ്രതിജ്ഞാബദ്ധയായ ഗൃഹസ്ഥശിഷ്യരിലൊരാളായിരുന്നു. ധർമ്മപഠനം അവർ ഇഷ്ടപ്പെട്ടു. അതിന്നായി അവർ ഒരു തോപ്പിൽ മനോഹരമായ തിന്തുകവൃക്ഷങ്ങൾക്കിടയിലായി ധർമ്മഭാഷണശാല നിർമ്മിച്ചു. ബുദ്ധനെയും അദ്ദേഹത്തിന്റെ കനിഷ്ഠ ശിഷ്യന്മാരെയും അവിടേക്ക് അദ്ദേഹം ധർമ്മപ്രഭാഷണത്തിനും സംവാദങ്ങൾക്കുമായി ക്ഷണിച്ചു. മറ്റ് മതവിഭാഗങ്ങളിലെ ആചാര്യന്മാർക്കും അവർ പ്രഭാഷണമന്ദിരം തുറന്ന് കൊടുത്തു.

നാല്പതുവർഷത്തെ സൗഹൃദത്തിന്റെ വേദനയിലാണ് അദ്ദേഹം ബുദ്ധനെ കാണാനെത്തിയത്. ബുദ്ധന്റെ സമീപം സാവകാശം ഇരുന്നതോടെ അദ്ദേഹത്തിന്റെ ഹൃദയത്തിലേക്ക് ശാന്തി പതുക്കെപ്പതുക്കെ തിരിച്ചൊഴുകാൻ തുടങ്ങി. ധ്യാനത്തിന് കൂടുതൽ സമയം ചെലവഴിക്കണമെന്ന ബുദ്ധന്റെ നിർദ്ദേശം അദ്ദേഹം അനുവർത്തിച്ചിരുന്നു. തനിക്കുചുറ്റിനുമുള്ളവരുടെ സന്തോഷത്തിനായി ധർമ്മശാസനത്തിനനുസരിച്ച് ജീവിക്കേണ്ടതിന്റെ പ്രാധാന്യം മുമ്പൊരു സംഭാഷണത്തിൽ പറഞ്ഞിരുന്നത് ബുദ്ധൻ അദ്ദേഹത്തെ ഓർമ്മപ്പെടുത്തി. രാജ്യത്തെ നീതിവ്യവസ്ഥയും സമ്പദ്ഘടനയും പരിഷ്കരിക്കുവാൻ അദ്ദേഹം രാജാവിനെ പ്രേരിപ്പിച്ചു. ദണ്ഡനശിക്ഷയും പീഡനവും തടവും വധശിക്ഷയും കുറ്റകൃത്യങ്ങൾ ഇല്ലാതാക്കാനുള്ള ഫലപ്രദമായ മാർഗ്ഗങ്ങ

ളല്ലെന്ന് അദ്ദേഹം പറഞ്ഞു. വിശപ്പിന്റെയും ദാരിദ്ര്യത്തിന്റെയും സ്വാഭാവിക ഫലങ്ങളാണ് കുറ്റവും ഹിംസയും. ആരോഗ്യമുള്ള ഒരു സമ്പദ്ഘടന കെട്ടിപ്പടുക്കുന്നതിൽ ശ്രദ്ധ കേന്ദ്രീകരിക്കുന്നതാണ് ജനങ്ങളെ സേവിക്കുന്നതിനും സംരക്ഷിക്കുന്നതിനുമുള്ള ഏറ്റവും നല്ല ഉപാധി. കൃഷിക്കാർ സ്വാശ്രിതരും ഉല്പാദനക്ഷമതയുള്ളവരും ആയിത്തീരും വരെ അവർക്ക് ഭക്ഷണവും വിത്തും വളവും നൽകണം. ചെറിയ കച്ചവടക്കാർക്ക് വായ്പകൾ ഏർപ്പാടാക്കണം. പണിയെടുക്കാൻ ആരോഗ്യമില്ലാതായവർക്ക് വിരമിക്കൽ നിധി സ്വരൂപിക്കണം. നിർധനരെ നികുതിയിൽനിന്ന് ഒഴിവാക്കണം. കായികാദ്ധ്വാനികൾക്ക് നേരെയുള്ള എല്ലാതരം മർദ്ദനപീഡനങ്ങളും അവസാനിപ്പിക്കണം. ജനങ്ങൾക്ക് തങ്ങളുടേതായ തൊഴിലുകൾ തെരഞ്ഞെടുക്കാനുള്ള സ്വാതന്ത്ര്യമുണ്ടാവണം. അവർ തെരഞ്ഞെടുക്കുന്ന തൊഴിലുകളിൽ അവർക്ക് വേണ്ടത്ര വൈദഗ്ദ്ധ്യം ലഭ്യമാക്കുവാൻ വേണ്ടത്ര അവസരങ്ങൾ സാധ്യമാക്കണം. ശരിയായ ഒരു സാമ്പത്തിക നയം ജനപങ്കാളിത്തത്തിൽ അധിഷ്ഠിതമായിരിക്കണം, ബുദ്ധൻ പറഞ്ഞു.

ഈ സംഭാഷണവേളയിൽ ആനന്ദൻ ബുദ്ധന്റെ തൊട്ടടുത്ത് ഇരിക്കുന്നുണ്ടായിരുന്നു. രാഷ്ട്രീയത്തെയും സാമ്പത്തിക ശാസ്ത്രത്തെയും കുറിച്ചുള്ള ബുദ്ധന്റെ ആശയങ്ങൾ, അതിനാൽ കുടദന്ത സൂക്തത്തിൽ ആനന്ദന് സംരക്ഷിച്ചു വെയ്ക്കാൻ കഴിഞ്ഞു.

ഒരു ദിവസം സന്ധ്യയ്ക്ക്, വിശാഖ ധർമ്മശാലയ്ക്ക് വെളിയിലായി സൂര്യന് പുറംതിരിഞ്ഞ് ബുദ്ധൻ ഇരിക്കുന്നത് ആനന്ദൻ കണ്ടു. ആനന്ദന് അത് കൗതുകകരമായി തോന്നി. ബുദ്ധന് പൊതുവെ സൂര്യാസ്തമനം കാണുന്നത് ഇഷ്ടമായിരുന്നു. അതേപ്പറ്റി ആനന്ദൻ ചോദിച്ചു. തന്റെ പുറം സൂര്യനെക്കൊണ്ട് ചൂടുപിടിക്കാൻ അനുവദിക്കുകയായിരുന്നു, ബുദ്ധൻ പറഞ്ഞു. ആനന്ദൻ ബുദ്ധന്റെ പുറം തലോടാൻ തുടങ്ങി. കുമ്പിട്ട് നിന്ന് അദ്ദേഹത്തിന്റെ കാലുകളും. ബുദ്ധന്റെ കാലുകൾ തലോടിക്കൊണ്ടിരിക്കെ ആനന്ദൻ അഭിപ്രായപ്പെട്ടു. "ഗുരുനാഥാ, കഴിഞ്ഞ പതിനഞ്ച് വർഷമായി ഞാനങ്ങയുടെ പരിചാരകനാണ്. അങ്ങയുടെ തൊലി എന്ത് മാത്രം ഉറപ്പുള്ളതായിരുന്നു. നല്ല കാന്തിയുമുണ്ടായിരുന്നു. എന്നാൽ ഇപ്പോൾ, അങ്ങയുടെ തൊലി ചുക്കിച്ചുളിഞ്ഞിരിക്കുന്നു. കാലിന്റെ പേശികൾ അഴഞ്ഞിരിക്കുന്നു. എന്ത്! അങ്ങയുടെ എല്ലുകൾ പോലും എനിക്കെണ്ണാം!"

ബുദ്ധൻ മന്ദഹസിച്ചു: "നിങ്ങൾ ദീർഘനാൾ ജീവിയ്ക്കുമ്പോൾ നിങ്ങൾക്ക് വയസ്സാവുന്നു. എന്നാൽ എന്റെ കണ്ണും കാതും എന്നത്തേയും പോലെ തീക്ഷ്ണമാണ്. ആനന്ദാ, വേണുവനത്തിലെ കാടുകളും കഴുകൻ മുടിയും നഷ്ടപ്പെടുന്നതായി താങ്കൾക്ക് തോന്നുന്നില്ലേ? വീണ്ടും കഴുകൻ മുടി കയറി, സൂര്യാസ്തമനം കാണേണ്ടേ?"

"ഗുരുനാഥ, അങ്ങ് കഴുകൻ മുടിയിലേയ്ക്ക് തിരിച്ചുപോകാൻ ഇഷ്ട പ്പെടുന്നുവെങ്കിൽ, അങ്ങയെ അനുഗമിക്കുവാൻ എന്നെ അനുവദിക്കു മല്ലോ."

ആ വേനലിൽ ബുദ്ധൻ മഗധയിലേക്ക് മടങ്ങി. നീണ്ട യാത്രയിൽ, അനേകയിടങ്ങളിൽ വിശ്രമിച്ച്, വളരെ സാവകാശത്തിലാണ് ബുദ്ധൻ സഞ്ചരിച്ചത്. വഴിയിലുള്ള എല്ലാ സംഘകേന്ദ്രങ്ങളും അദ്ദേഹം സന്ദർശിച്ചു. ഓരോ കേന്ദ്രത്തിലും ഭിക്ഷുക്കളെ പഠിപ്പിച്ചു. സാധാരണ ശിഷ്യരോട് സംസാരിച്ചു. ശാക്യ, മല്ല, വൈദേഹം, വജ്ജി എന്നീ രാജ്യ ങ്ങളിലൂടെ കടന്നുപോയ അദ്ദേഹം ഗംഗ മുറിച്ചു കടന്ന് മഗധയിലെത്തി. രാജഗൃഹത്തിൽ പോകുന്നതിനുമുമ്പ് അദ്ദേഹം നളന്ദയിലെ സംഘ കേന്ദ്രം സന്ദർശിച്ചു.

വേണുവനവും കഴുകൻ മുടിയും എന്നത്തെയുംപോലെ സുന്ദരമാ യിരുന്നു. തലസ്ഥാനത്തെയും അയൽ ഗ്രാമങ്ങളിലെയും ജനങ്ങൾ കൂട്ടം കൂട്ടമായി അദ്ദേഹത്തെ സന്ദർശിക്കാനെത്തി. ജീവകന്റെ മാന്തോപ്പ് സന്ദർശിക്കുവാനുള്ള ക്ഷണം സ്വീകരിക്കുവാൻ അദ്ദേഹം ഏതാണ്ട് ഒരു മാസമെടുത്തു. അത്രയ്ക്കും തിരക്കുണ്ടായിരുന്നു. ഒരാ യിരം ഭിക്ഷുമാർക്കിരിക്കാൻ സാധിക്കുന്ന ഒരു ധർമ്മശാല ജീവകൻ മാന്തോപ്പിൽ നിർമ്മിച്ചിരുന്നു.

മാന്തോപ്പിലെ കുടിലിന് വെളിയിൽ അവർ ഇരുന്നു. ബുദ്ധന്റെ അസാ ന്നിധ്യത്തിൽ മഗധയിൽ നടന്ന സംഭവങ്ങളെക്കുറിച്ച് ജീവകൻ പറയു ന്നത് അദ്ദേഹം ശ്രദ്ധിച്ചുകേട്ടു. വൈദേഹി രാജ്ഞി ആത്മശാന്തി കണ്ടെ ത്തിയതറിഞ്ഞ് അദ്ദേഹം സന്തുഷ്ടനായി. അവർ തന്റെ സമയം ധ്യാന ത്തിൽ സമർപ്പിച്ചു. തീർത്തും സസ്യാഹാരിയായി. രാജ അജാതശത്രു വാകട്ടെ കടുത്ത മാനസിക സമ്മർദ്ദത്തിൽ പെട്ടു. പിതാവിന്റെ മരണം അദ്ദേഹത്തെ വേട്ടയാടി. മനസ്സ് ഒരിക്കലും ശാന്തമായില്ല. ഞെരമ്പു കൾ ഏത് നേരവും പിടച്ചു. ഭീകരമായ ദുഃസ്വപ്നങ്ങളിൽ പെട്ട് രാത്രി ഉറങ്ങുവാൻ അദ്ദേഹം ഭയപ്പെട്ടു. മസ്കാരി ഗോസാലി, അജിതകേശ കാംബാല, കാക്കുദ കചായണ, നിഗ്രന്തനാഡിപുത്രൻ, സഞ്ജയ വൈരതി പുത്രൻ തുടങ്ങിയവരുടെ വിഭാഗങ്ങളിൽ നിന്നുള്ള അനേകം വൈദ്യന്മാരെയും പേരുകേട്ട പുരോഹിതന്മാരെയും ചികിത്സിക്കാൻ കൊട്ടാരത്തിലേക്ക് വിളിച്ചു വരുത്തി. ഓരോരുത്തരും ഓരോ ഔഷധം നിർദ്ദേശിച്ചു, തങ്ങളുടെ വിഭാഗത്തിന് പ്രത്യേക പരിഗണന രാജാ വിൽനിന്ന് ലഭിക്കുമെന്ന വിചാരത്തോടെ. എന്നാൽ, ആർക്കും രാജാ വിനെ സഹായിക്കാനായില്ല.

ഒരു ദിവസം രാജാവ് തന്റെ ഭാര്യയും മകൻ ഉദയഭദ്രനും അമ്മ വൈദേഹിയുമൊത്ത് അത്താഴം കഴിക്കുകയായിരുന്നു. ഉദയഭദ്രകുമാ രന് ഏകദേശം മൂന്നുവയസ്സായിരുന്നു. രാജാവിന്റെ അമിത ലാളന മൂലം

അവൻ ക്ഷിപ്രകോപിയും വഷളനുമായ കുട്ടിയായിട്ടാണ് വളർന്നുവന്നത്. കുമാരൻ അത്താഴമേശയിൽ തന്റെ നായയെക്കൂടി ഇരുത്തണമെന്ന് വാശിപിടിച്ചു. അങ്ങനെ ഒരു കാര്യം ചെയ്യാൻ പാടില്ലാത്തതാണെങ്കിലും, രാജാവ് മകന്റെ പിടിവാശിക്ക് വഴങ്ങി. ആകപ്പാടെ സംഭ്രാന്തനായ രാജാവ് അമ്മയോട് പറഞ്ഞു: "അത്താഴമേശയിൽ നായയെ ഇരുത്തുന്നത് ആരോഗ്യകരമായ ഏർപ്പാടല്ല. പക്ഷേ, ഞാൻ എന്ത് ചെയ്യും?"

വൈദേഹി രാജ്ഞി: "നീ നിന്റെ മകനെ സ്നേഹിക്കുന്നതുകൊണ്ട് നീയവന്റെ നായയെ അത്താഴത്തിന് ഒപ്പം ഇരുത്താൻ സമ്മതിച്ചു. അതിൽ അസാധാരണമായിട്ടൊന്നുമില്ല. നിന്നെ അങ്ങേയറ്റം സ്നേഹിച്ചിരുന്നതുകൊണ്ട് നിന്റെ പിതാവ് നിന്റെ വിരലിലെ ചലം വിഴുങ്ങിയ കാര്യം നീ ഓർക്കുന്നുവോ?"

അജാതശത്രുവിന് അതോർമ്മയില്ല. അദ്ദേഹം അമ്മയോട് അതേപ്പറ്റി പറയാൻ പറഞ്ഞു.

രാജ്ഞി: "ഒരു ദിവസം നിന്റെ കൈവിരൽ ചുമന്ന്വീർത്തു. നിന്റെ നഖത്തിനിടയിൽ ഒരു കുരു ഉണ്ടായി വിങ്ങിക്കൊണ്ടിരുന്നു. നിനക്ക് വല്ലാതെ വേദനിച്ചു. നീ രാപ്പകൽ അലറിക്കരഞ്ഞു. നിന്നെപ്രതി നിന്റച്ഛന് ഉറങ്ങാനായില്ല. അദ്ദേഹം നിന്നെ തലയിലേക്കുയർത്തിയിരുത്തി. പഴുത്ത വിരൽ തന്റെ വായിൽ വെച്ചു. നിന്റെ വേദന ശമിപ്പിക്കാനായി അദ്ദേഹം അത് നാവുകൊണ്ട് തലോടി. നാലുരാവും പകലും അങ്ങനെ ചെയ്തു. കുരുപൊട്ടും വരെ. നിനക്ക് വേദനിച്ചാലോ എന്ന് കരുതി, വായിൽനിന്ന് വിരലദ്ദേഹം എടുത്ത് മാറ്റിയില്ല. ചലം തുപ്പിക്കളഞ്ഞതുമില്ല. നിന്റെ വിരൽ നാവുകൊണ്ട് തലോടിക്കൊണ്ടിരിക്കെ ഊറിവന്ന ചലം അദ്ദേഹം ഉള്ളിലേക്കിറക്കിക്കൊണ്ടിരുന്നു. ഇക്കഥയിൽനിന്ന് നിനക്കറിയാനാവും, നിന്റച്ഛൻ നിന്നെ എത്ര ആഴത്തിൽ സ്നേഹിച്ചിരുന്നെന്ന്. നീ നിന്റെ മകനെ സ്നേഹിക്കുന്നു; അതുകൊണ്ട് നായയെ അത്താഴ മേശയിലിരുത്താൻ അനുവദിക്കുന്നു. എനിക്കത് നന്നായി മനസ്സിലാവും."

പെട്ടെന്ന് രാജാവ് ശിരസ്സ് ഇരുകൈകൾകൊണ്ടമർത്തിപ്പിടിച്ച് ഭക്ഷണം കഴിക്കാതെ മുറിയിൽ നിന്നും പുറത്തേക്കോടി. ആ രാത്രിക്കുശേഷം അദ്ദേഹത്തിന്റെ മാനസികാവസ്ഥ വഷളായി. അവസാനം, രാജാവിനെ പരിശോധിയ്ക്കാനായി ജീവകനെ വിളിച്ചു വരുത്തി. അജാതശത്രുവിന്റെ സങ്കടങ്ങളെല്ലാം ജീവകൻ കേട്ടു; ഏതെങ്കിലും പുരോഹിതനോ ബ്രാഹ്മണനോ തന്നെ സഹായിക്കാനാവുന്നില്ല. ജീവകൻ ഒരക്ഷരം പറയാതെ ഇരുന്നു. രാജാവ് ചോദിച്ചു:

"ജീവകാ, എന്താണ് താങ്കൾ ഒന്നും മിണ്ടാത്തത്?"

ജീവകൻ പ്രതികരിച്ചു: "ഒറ്റക്കാര്യമേ അങ്ങയോട് പറയാനുള്ളൂ. അങ്ങയെ സഹായിക്കുവാൻ ഗൗതമഗുരുവിന് മാത്രമേ കഴിയൂ. ബുദ്ധനെ പോയി കാണുക."

കുറെ നിമിഷങ്ങൾ രാജാവ് ഒന്നും മിണ്ടിയില്ല. അവസാനം അദ്ദേഹം മന്ത്രിച്ചു: "പക്ഷേ, എനിക്ക് തീർച്ചയുണ്ട് ഗൗതമഗുരു എന്നെ വെറുക്കുന്നു."

ജീവകൻ വിയോജിച്ചു: "അങ്ങിനെപ്പറയരുത്. ഗൗതമഗുരു ആരെയും വെറുക്കുന്നില്ല. അദ്ദേഹം അങ്ങയുടെ പിതാവിന്റെ ഗുരുവും ഉറ്റ ചങ്ങാതിയുമായിരുന്നു. അദ്ദേഹത്തിന്റെ അടുത്ത് പോകുന്നത് അങ്ങയുടെ പിതാവിന്റെ അടുത്തു പോകുന്നതുപോലെയാണ്. അദ്ദേഹത്തെ പോയി കാണൂ, അങ്ങ് ആന്തരശാന്തി കണ്ടെത്തും. കീറിപ്പറിഞ്ഞതെല്ലാം പൂർവ്വ സ്ഥിതിയിലാക്കാൻ അങ്ങേയ്ക്ക് സാധിക്കും. രോഗശമനത്തിനുള്ള ബുദ്ധന്റെ കഴിവുമായി താരതമ്യപ്പെടുത്തുമ്പോൾ എന്റേത് യാതൊന്നുമല്ല. അദ്ദേഹം ഒരു വൈദ്യനല്ലായിരിക്കാം. പക്ഷേ, അദ്ദേഹം എല്ലാ വൈദ്യന്മാരുടെയും രാജാവാണ്. ചിലർ അദ്ദേഹത്തെ വിളിക്കുന്നത് രാജഭിഷഗ്വരൻ എന്നാണ്."

അതേപ്പറ്റി ചിന്തിക്കാമെന്ന് രാജാവ് സമ്മതിച്ചു.

ബുദ്ധൻ കഴുകൻ മുടിയിൽ അനേകമാസങ്ങൾ തങ്ങി. അദ്ദേഹം ആ പ്രദേശങ്ങളിലെ സംഘങ്ങൾ സന്ദർശിച്ചു. ജീവകന്റെ മാന്തോപ്പിൽ ഒരു മാസം ചെലവിടാൻ സമ്മതിച്ചു. അവിടെ വെച്ചാണ് രാജ അജാതശത്രുവും ബുദ്ധനും തമ്മിലുള്ള കൂടിക്കാഴ്ച ജീവകൻ ഒരുക്കിയത്. നിലാവുള്ള ഒരു രാത്രിയിൽ, രാജാവ് ആനപ്പുറത്തേറി രാജകുടുംബാംഗങ്ങളോടും അന്തഃപുരപത്നിമാരോടും കൊട്ടാരകാവൽക്കാരോടും വൈദേഹി രാജ്ഞിയോടുമൊന്നിച്ച് മാന്തോപ്പിലേക്ക് പുറപ്പെട്ടു. മാന്തോപ്പിൽ അവർ എത്തിയനേരം അന്തരീക്ഷം നിശ്ചലമായിരുന്നു. രാജാവിനെ പെട്ടെന്നൊരു പരിഭ്രാന്തി പിടികൂടി. ബുദ്ധൻ ആയിരം ഭിക്ഷുമാരുമൊത്ത് അവിടെ താമസിക്കുന്നതായി ജീവകൻ പറഞ്ഞിരുന്നു. അങ്ങനെയെങ്കിൽ, എങ്ങനെ ഇവിടം ഇത്രമേൽ ശാന്തമാകും? ഇതൊരു കളിപ്പിക്കലായിക്കൂടേ? ജീവകൻ തന്നെ അപകടത്തിലേക്ക് ചാടിക്കുകയാണോ? അദ്ദേഹം ജീവകന്റെ നേരെ തിരിഞ്ഞു. പ്രതികാരം തീർക്കാനുള്ള ജീവകന്റെ ഒരു പദ്ധതിയല്ലേ ഇതെല്ലാം എന്ന് ചോദിച്ചു. ജീവകൻ ഉറക്കെച്ചിരിച്ചു. ധർമ്മശാലയുടെ വൃത്താകൃതിയിലുള്ള ഒരു ജനാലയിലൂടെ പ്രകാശം ഒഴുകി വരുന്നത് അദ്ദേഹം ചൂണ്ടിക്കാട്ടി.

ജീവകൻ: "ബുദ്ധനും ഭിക്ഷുക്കളും അവിടെയുണ്ട്."

രാജാവ് ആനപ്പുറത്ത് നിന്നിറങ്ങി. ധർമ്മശാലയിലേക്ക് പ്രവേശിച്ചു.

രാജകുടുംബവും പരിചാരകരും അദ്ദേഹത്തെ അനുഗമിച്ചു. ഒരുമരത്തട്ടിൽ തൂണിനോട് ചാരിയിരിക്കുന്ന മനുഷ്യരൂപത്തെ ചൂണ്ടി ജീവകൻ പറഞ്ഞു.

"അതാണ് ബുദ്ധൻ?"

ധർമ്മശാലയിലെ മൗനസാന്ദ്രതയിൽ രാജാവിന്റെ അകം തുടിച്ചു. ഒരായിരം ഭിക്ഷുക്കൾ മഹാമൗനത്തിൽ ബുദ്ധനു ചുറ്റും ഇരിക്കുന്നു. വസ്ത്രത്തിന്റെ ഒരു തുമ്പുപോലും ഇളകി ശബ്ദമുണ്ടാക്കിയില്ല. പിതാവിനൊപ്പം ബുദ്ധന്റെ ധർമ്മ പ്രഭാഷണങ്ങളിൽ അജാതശത്രു ഒരിക്കലും പങ്കെടുത്തിട്ടില്ല. അതിനാൽ രണ്ടോ മൂന്നോ തവണ മാത്രമേ അദ്ദേഹം ബുദ്ധനെ കണ്ടിട്ടുള്ളൂ.

രാജാവിനെയും കുടുംബത്തെയും ബുദ്ധൻ ഇരിക്കാൻ ക്ഷണിച്ചു. രാജാവ് ബുദ്ധനെ വണങ്ങി, പറഞ്ഞു, "പ്രഭോ, ബാലനായിരുന്നപ്പോൾ അങ്ങ് കൊട്ടാരത്തിൽ സംസാരിച്ചത് ഞാൻ ഓർമ്മിക്കുന്നു. ഇപ്പോൾ, ഒരു ചോദ്യം ചോദിക്കുവാൻ ഞാനാഗ്രഹിക്കുന്നു. നൂറുകണക്കിന്, അല്ല ആയിരക്കണക്കിന് പേർ അവരുടെ കുടുംബമുപേക്ഷിക്കുന്നു. ഏത് തരം ആത്മീയഫലങ്ങളാണ് ഇവരെ ഇതിലേയ്ക്കാകർഷിക്കുന്നത്?

"ഇതേ ചോദ്യം മറ്റേതെങ്കിലും ഗുരുനാഥന്മാരോട് ചോദിച്ചിട്ടുണ്ടോ," ബുദ്ധൻ രാജാവിനോട് ചോദിച്ചു. സംപൂജ്യനായ ദേവദത്തനടക്കം ഡസൻ കണക്കിന് ഗുരുനാഥന്മാരോട് ഇതേ ചോദ്യം സത്യത്തിൽ ചോദിച്ചിട്ടുണ്ട്. പക്ഷേ, ആരിൽനിന്നും തൃപ്തികരമായ ഒരുത്തരം ലഭിച്ചിട്ടില്ല.

ബുദ്ധൻ : "മഹാരാജൻ, ഇന്ന് രാത്രി ഈ ബോധനത്തിലൂടെ സിദ്ധമാവുന്ന ഫലങ്ങളെപ്പറ്റി തഥാഗതൻ താങ്കളോട് പറയും. ഇതിൻ ഫലങ്ങൾ ഈ നിമിഷം ആസ്വദിക്കാവുന്നതാണ്. ഭാവിയിലും അതിന്റെ ഫലങ്ങൾ കിട്ടും. മഹോന്നതമായ ഉത്തരങ്ങൾ തേടി താങ്കൾ പോകേണ്ടതില്ല. താങ്കളുടെ കയ്യിൽ വെച്ചിരിക്കുന്ന ഒരു മാമ്പഴം കണക്കെ, വെറുതെ അതിനെ നോക്കുക, കാണുക"

"മഹാരാജൻ, ഒരുദാഹരണം പറയാം. ഒരു ഭൃത്യൻ തന്റെ യജമാനന്റെ കല്പനകളും ആഗ്രഹങ്ങളും പ്രഭാതം മുതൽ പ്രദോഷം വരെ നിവർത്തിക്കുന്നു. ഒരുനാൾ അയാൾ സ്വയം ചോദിക്കുന്നു. "ഞാനും എന്റെ യജമാനനും മനുഷ്യരാണ്. പിന്നെന്തിന് ഞാൻ അദ്ദേഹത്താൽ ഭർസിക്കപ്പെടണം? ഒരു ഭൃത്യന്റെ ജീവിതം വിട്ട് വീടില്ലാത്ത ഒരു ഭിക്ഷുവിന്റെ ജീവിതത്തിലേയ്ക്ക് അയാൾ പ്രവേശിക്കുന്നു. സദാചാരനിഷ്ഠവും ഏകാഗ്രവും സ്ഥിരോത്സുകവുമായ ഒരു ജീവിതം അയാൾ പിന്തുടരുന്നു. ദിവസം ഒരു നേരം മാത്രം ആഹരിക്കുന്നു. ഇരുന്ന് ധ്യാനവും നടന്ന് ധ്യാനവും പരിശീലിക്കുന്നു. തന്റെ സകല ചലനങ്ങ

ളിലും ശാന്തിയും കുലീനതയും അയാൾ പുലർത്തുന്നു. ധർമ്മചാരിയും ആദരണീയനുമായ ഒരു സന്ന്യാസിയായി അയാൾ തീരുന്നു. പണ്ട് തന്റെ ഭൃത്യനായിരുന്നെന്ന് കരുതി അയാളെ കാണുമ്പോൾ അയാളുടെ യജമാനനായിരുന്നയാൾ ഇങ്ങനെ കല്പിക്കുമോ? ഹേ മനുഷ്യാ, പുലർച്ചെ മുതൽ അന്തിവരെ നിങ്ങളെന്റെ വിടുപണിക്കാരനായിരിക്കണം. എന്റെ എല്ലാ കല്പനകളും അനുസരിക്കണം."

രാജാവ് : "ഇല്ല പ്രഭോ, ഞാനങ്ങനെ അദ്ദേഹത്തെ അഭിസംബോധന ചെയ്യില്ല. ഞാൻ ആദരവോടെ അദ്ദേഹത്തെ സ്വീകരിക്കും. അദ്ദേഹത്തിന് ഭക്ഷണം അർപ്പിക്കും. നിയമപരമായി സന്ന്യാസിമാർക്ക് കിട്ടേണ്ടതായ പൂർണ്ണ സംരക്ഷണം അദ്ദേഹത്തിനു കിട്ടുന്നുണ്ടോയെന്ന് ഞാൻ ഉറപ്പാക്കും."

ബുദ്ധൻ : "മഹാരാജൻ, അതാണ് ഭിക്ഷു കൊയ്തെടുക്കുന്ന ആദ്യ ഫലം." വർണ്ണവർഗ്ഗജാതീയ മുൻവിധികളിൽ നിന്ന് അയാൾ വിമോചിക്കപ്പെട്ടിരിക്കുന്നു. മനുഷ്യന്റെ അന്തസ്സ് പുനഃസ്ഥാപിക്കപ്പെടുന്നു.

രാജാവ്: "ആശ്ചര്യം തന്നെ പ്രഭോ! ദയവായി ഇനിയും പറയൂ"

ബുദ്ധൻ തുടർന്നു: "മഹാരാജൻ, മനുഷ്യന്റെ അന്തസ്സ് ആദ്യത്തെ ഫലമാണ്. ഒരു ഭിക്ഷു ഇരുനൂറ്റി അമ്പത് ധർമ്മോപദേശങ്ങൾ അനുശീലിക്കുന്നുണ്ട്. അതദ്ദേഹത്തെ പരമശാന്തിയിൽ ജീവിക്കാൻ സാധ്യമാക്കുന്നു. ധർമ്മോപദേശങ്ങൾ അനുശീലിക്കാത്തവർ എളുപ്പം വഴി തെറ്റിപ്പോകും. നുണ, മദ്യപാനം, ലൈംഗിക ദുർന്നടപ്പുകൾ, മോഷം, എന്തിന് കൊലപാതകം പോലും അവർ ചെയ്തേയ്ക്കും. ഇവ്വിധം പ്രവർത്തിച്ചുകൊണ്ട് അവർ ശരീരത്തിനും മനസ്സിനും കഠോരമായ ശിക്ഷ നൽകുന്നു. സർക്കാരും പോലീസും അവരെ കയ്യാമം വെച്ച് തടവിലിട്ടേയ്ക്കും. കൊല്ലരുത്, മോഷ്ടിക്കരുത്, നുണപറയരുത്, വ്യഭിചരിക്കരുത്, മദ്യപിക്കരുത് എന്നീ ധർമ്മോപദേശങ്ങൾ ഒരു ഭിക്ഷു അനുശീലിക്കുന്നു. ഇതിനും പുറമെ, അയാൾ ഇരുനൂറിൽ കൂടുതൽ ധർമ്മോപദേശങ്ങൾ അനുശീലിക്കുന്നു. ധർമ്മോപദേശങ്ങൾ അനുശീലിക്കാത്തവർക്ക് അജ്ഞാതമായ സ്വതന്ത്രജീവിതം ധർമ്മോപദേശങ്ങൾ ഉറപ്പുനൽക്കുന്നു. ധർമ്മോപദേശങ്ങൾ തെറ്റിലേയ്ക്ക് വീഴാതിരിക്കാൻ ഒരാളെ സഹായിക്കുന്നു. അങ്ങനെ അയാൾക്ക് സ്വതന്ത്രമായ ഒരു മനോ അവസ്ഥ ഉറപ്പ് നൽകുന്നു. അതാണ് ആത്മീയ സാധനയുടെ മറ്റൊരു ഫലം. അതിവിടെ, ഈ നിമിഷത്തിൽ, നമുക്കാസ്വദിയ്ക്കാം!"

രാജാവ് : "അമേയം തന്നെ പ്രഭോ! ദയവായി ഇനിയും പറയൂ പ്രഭോ"

ബുദ്ധൻ: "മഹാരാജൻ, ഒരു ഭിക്ഷുവിന് പരമാവധി മൂന്ന് വസ്ത്രങ്ങളും ഒരു ഭിക്ഷാപാത്രവും മാത്രമേ സ്വന്തമായുള്ളൂ. അയാൾക്ക് തന്റെ വസ്തുവകകളെപ്പറ്റി ആശങ്കയില്ല. അവ മോഷ്ടിക്കപ്പെടുമെന്ന ഭയ

മില്ല. തന്റെ സ്വത്ത് മോഷ്ടിക്കാതിരിക്കാൻ രാത്രിയിൽ എത്തുന്നവർ തന്നെ അക്രമിക്കില്ലെന്ന് അയാൾക്കറിയാം. ഒരല്ലലുമില്ലാതെ അയാൾക്ക് കാട്ടിൽ, മരച്ചുവട്ടിൽ സുഖമായുറങ്ങാം. ഭയത്തിൽ നിന്നുള്ള സ്വാതന്ത്ര്യം മഹത്തരമായൊരാനന്ദമാണ്. അത് ആത്മീയ സാധനയുടെ മറ്റൊരു ഫലമാണ്. ഈ നിമിഷം, ഇവിടെ വെച്ച് അതാസ്വദിക്കാം!"

രാജാവ് അടിമുടി വിറച്ചു: "ആശ്ചര്യം പ്രഭോ! ദയവായി ഇനിയും പറയൂ."

ബുദ്ധൻ : "മഹാരാജൻ ഒരു ഭിക്ഷു ലളിതമായി ജീവിക്കുന്നു. അയാൾ ദിവസത്തിൽ ഒരു തവണ മാത്രമേ ആഹരിക്കുന്നുള്ളുവെങ്കിലും അയാളുടെ ഭിക്ഷാപാത്രം ഒരായിരം വ്യത്യസ്ത ഗൃഹങ്ങളിൽ നിന്ന് ഭക്ഷണാർപ്പണങ്ങൾ സ്വീകരിക്കുന്നു. അയാൾ സമ്പത്തിന്റെയോ പെരുമയുടെയോ പിന്നാലെ പായുന്നില്ല. തനിക്കാവശ്യമുള്ളതു മാത്രം അയാൾ ഉപയോഗിക്കുന്നു. ആസക്തികളോട് വിരക്തനാണയാൾ. ഇങ്ങനെ അല്ലലേതുമില്ലാതെ ജീവിക്കുന്നത് മഹത്തായ ഒരാനന്ദമാണ്. അത് ആത്മീയ സാധനയുടെ മറ്റൊരു ഫലമാണ്. അതിവിടെ വെച്ച് ഈ നിമിഷത്തിൽ, നമുക്ക് ആസ്വദിക്കാവുന്നതാണ്."

രാജാവ്: "വിസ്മയകരം തന്നെ! ദയവായി തുടർന്നാലും!"

ബുദ്ധൻ: "മഹാരാജൻ, എപ്രകാരം ശ്വസനത്തിന്റെ പൂർണ്ണജാഗ്രത പരിശീലിക്കാമെന്നും എങ്ങനെ ധ്യാനിക്കാമെന്നും അങ്ങേയ്ക്ക് അറിയുമെങ്കിൽ, മാർഗ്ഗം പിന്തുടരുന്നവന്റെ ആനന്ദം അങ്ങേയ്ക്ക് അനുഭവിക്കാനാവും. ധ്യാനം നൽകുന്ന ആനന്ദമാണത്. പഞ്ചമനോവിഘ്നങ്ങളായ ആർത്തി, വെറുപ്പ്, അജ്ഞത, ശങ്ക, ജാഡ്യം എന്നിവയെ നിരീക്ഷിക്കുന്ന ഒരു ഭിക്ഷു പഞ്ചമനോവിഘ്നങ്ങളായ ആർത്തി, വെറുപ്പ്, അജ്ഞത, ശങ്ക, ജാഡ്യം എന്നിവയെ തരണം ചെയ്യുന്നു. ശ്വസനത്തിന്റെ സമ്പൂർണ്ണ ജാഗ്രത അയാൾ വിനിയോഗിക്കുന്നു. അത് ആനന്ദവും സന്തോഷവും സൃഷ്ടിക്കുന്നു. അതയാളുടെ മനവും തനുവും പരിപോഷിപ്പിക്കുന്നു. ബോധോദയത്തിന്റെ പാതയിൽ പുരോഗതി കൈവരിക്കുവാൻ അതയാളെ പ്രാപ്തനാക്കുന്നു. ധ്യാനം നൽകുന്ന ആനന്ദത്തിനും സന്തോഷത്തിനും പകരം വെയ്ക്കാൻ ഇന്ദ്രിയാസക്തികളുടെ പൂരണത്തിലൂടെ ലഭിക്കുന്ന ഇന്ദ്രിയസുഖത്തിന് സാധ്യമല്ല. ധ്യാനത്തിന്റെ ആനന്ദവും സന്തോഷവും ശരീരത്തിലും മനസ്സിലും കിനിഞ്ഞിറങ്ങി നിറയുന്നു. ആശങ്കയും ദുഃഖവും നിരാശയും ശമിപ്പിക്കുന്നു. ജീവിതത്തിന്റെ അദ്ഭുതങ്ങൾ അനുഭവിച്ചറിയുവാൻ സാധകനെ അത് പ്രാപ്തനാക്കുന്നു. മഹാരാജൻ, ഇത് ആത്മീയ സാധനയുടെ പരമപ്രധാനമായ ഒരു ഫലമാകുന്നു. ഈ നിമിഷം, ഇവിടെ വെച്ച് തന്നെ, അതാസ്വാദ്യമാണ്."

രാജാവ്: "ആശ്ചര്യം പ്രഭോ! ഇനിയും തുടർന്നാലും!"

ബുദ്ധൻ: "മഹാരാജൻ, മനസ്സ് ജാഗ്രതയിൽ അനുനിമിഷം അനുവർത്തിക്കുന്നതുകൊണ്ടും ധർമ്മോപദേശങ്ങൾ അനുശീലിക്കുന്നതുകൊണ്ടും ഒരു ഭിക്ഷുവിന് ഏകാഗ്രത വളർത്തിയെടുക്കാൻ സാധിക്കുന്നു. എല്ലാ ധർമ്മങ്ങളെയും പ്രകാശിതമാക്കാൻ ഇതിനാൽ സാധിക്കുന്നു. തന്റെ തീക്ഷ്ണമായ പ്രബോധനത്തിൽ അയാൾ എല്ലാ ധർമ്മങ്ങളുടെയും സ്വത്വരഹിതവും ക്ഷണികവുമായ പ്രകൃതം തിരിച്ചറിയുന്നു. എല്ലാ ധർമ്മങ്ങളുടെയും സ്വത്വരഹിതവും ക്ഷണികവുമായ പ്രകൃതം തിരിച്ചറിയുന്നതുമൂലം, അയാൾ പിന്നീടൊരിക്കലും ഒരു ധർമ്മത്താലും ബന്ധിക്കപ്പെടുന്നില്ല. ഭൂരിപക്ഷം മനുഷ്യരെയും ബാധിക്കുന്ന ആർത്തിയുടെയും വെറുപ്പിന്റെയും ആസക്തിയുടെയും ആലസ്യത്തിന്റെയും ആശങ്കയുടെയും സ്വത്വത്തെ പ്രതിയുള്ള മിഥ്യാകാഴ്ചകളുടെയും കാർക്കശ്യങ്ങളുടെയും തെറ്റായ ആശയങ്ങളുടെയും വികൃതമാക്കപ്പെട്ട ആശയങ്ങളുടെയും അനാവശ്യമായ വിലക്കുകൾ പ്രഖ്യാപിക്കുന്ന ആശയങ്ങളുടെയും ചരടുകൾ അറുത്തു കളയാനാവും. ഈ ചരടുകളെല്ലാം അറുത്തു കളയുന്നതിലൂടെ ഒരു ഭിക്ഷു മുക്തിയും സ്വാതന്ത്ര്യവും നേടുന്നു. മഹാരാജൻ, മുക്തി മഹത്തായ ഒരാനന്ദമാണ്. ആത്മീയ സാധനയുടെ മഹത്തായ ഫലങ്ങളിലൊന്ന്. ഇവിടെ ഈ രാത്രിയിൽ ഇരിക്കുന്ന ഭിക്ഷുമാരിൽ ഈ പക്വഫലം സിദ്ധിച്ചവരുണ്ട്. മഹാരാജൻ, ഈ ഫലം, ഈ ജന്മത്തിൽ ഇവിടെ വെച്ച് തന്നെ നമുക്ക് സിദ്ധിക്കാനാവും."

രാജാവ് അദ്ഭുത പരവശനായി: "അത്യാശ്ചര്യം! പ്രഭോ, ദയവായി ഇനിയും പറയൂ!"

ബുദ്ധൻ: "തീക്ഷ്ണമായ സാധനയിലൂടെ എല്ലാ ധർമ്മങ്ങളുടെയും പ്രകൃതം പ്രകാശിതമാകുന്നത് ഒരു ഭിക്ഷു തിരിച്ചറിയുന്നു. ധർമ്മങ്ങളൊന്നും സൃഷ്ടിക്കപ്പെടുകയോ സംഹരിക്കപ്പെടുകയോ ചെയ്യുന്നില്ല. മലിനമാക്കപ്പെടുകയോ വികലമാക്കപ്പെടുകയോ ചെയ്യുന്നില്ല. ക്ഷയിക്കുകയോ വർധിക്കുകയോ ചെയ്യുന്നില്ല. ഏകവുമല്ല. അനേകവുമല്ല. വരികയോ പോവുകയോ ചെയ്യുന്നില്ല. ഈ ധാരണ കാരണം ഒരു ഭിക്ഷു ഒന്നിനെയും വിവേചിച്ച് കാണുന്നില്ല. അയാൾ എല്ലാ ധർമ്മങ്ങളെയും സമചിത്തതയോടെ, ഭയമോ ഉൽക്കണ്ഠയോ ഇല്ലാതെ കാണുന്നു. സകല ജീവനെയും സംരക്ഷിക്കുന്നതിന്നായി ജനന മരണങ്ങളുടെ തിരകൾക്കുമേൽ നീന്തുന്നു. അതുകൊണ്ടവയുടെയും മുക്തിയും സന്തോഷവും ആനന്ദവും രുചിക്കാം. മഹാരാജൻ, മറ്റുള്ളവരെ ആസക്തിയുടെയും വെറുപ്പിന്റെയും അജ്ഞതയുടെയും മതിഭ്രമത്തിൽ നിന്നും സ്വതന്ത്രമാക്കാൻ സഹായിക്കുന്നത് അതിയായ സന്തോഷമാണ്. അത്തരം ആനന്ദം ആത്മീയ സാധനയുടെ ഫലമാണ്. അത് ഈ നിമിഷം

സാർത്ഥകമാക്കപ്പെടുന്നു. ഭാവിയിലേയ്ക്ക് നീളുന്നു. മഹാരാജൻ, മറ്റുള്ളവരെ ധർമ്മത്തിന്റെയും മുക്തിയുടെയും പാതയിലൂടെ നയിക്കാനുള്ള ഉത്തരവാദിത്തമാണ്. ഒരു ഭിക്ഷുവിന് എല്ലാ സമ്പർക്കങ്ങളിലും വെച്ച് ഓർമ്മയിൽ കുറിക്കാവുന്നത്. ഭിക്ഷുക്കൾ കക്ഷിരാഷ്ട്രീയത്തിൽ ഇടപെടുന്നില്ല. പക്ഷേ, അവർ സമൂഹത്തിൽ ശാന്തിയും ധർമ്മവും ആനന്ദവും നിർമ്മിക്കുന്നതിൽ സഹായിക്കുന്നു. ഭിക്ഷുവിന്റെ ആത്മീയസാധനയുടെ ഫലങ്ങൾ അയാളുടെ വ്യക്തിപരമായ സന്തോഷത്തിനോ ഗുണത്തിനോ വേണ്ടിയല്ല. അവ ജനങ്ങളുടെയും രാജ്യത്തിന്റെയും ഈടുവെപ്പാണ്."

രാജാവ് എഴുന്നേറ്റ് നിന്നു. ആദരവോടെ കൈകൾ കൂപ്പി. അദ്ദേഹം പറഞ്ഞു: "എത്രയും ഉദാത്തമായ ഗുരുനാഥാ! പ്രഭോ! ലളിതമായ വാക്കുകളാൽ അങ്ങെനിക്ക് വെളിച്ചം കാണിച്ചു. ധർമ്മത്തിന്റെ ശരിയായ മൂല്യം കാണുവാൻ അങ്ങെന്നെ സഹായിച്ചു. പ്രഭോ, ജീർണ്ണമായതിനെ അങ്ങ് പുനരുദ്ധരിച്ചു. മറഞ്ഞിരുന്നതിനെ വെളിച്ചപ്പെടുത്തി. വഴി നഷ്ടപ്പെട്ടവന് വഴി കാണിച്ചു. തമസ്സിലേയ്ക്ക് പ്രകാശം കൊണ്ടുവന്നു. പ്രഭോ, എന്റെ മാതാപിതാക്കളെ പണ്ട് അങ്ങ് ശിഷ്യരായി സ്വീകരിച്ചതുപോലെ, എന്നെയും ദയവായി അവിടുത്തെ ശിഷ്യനായി സ്വീകരിച്ചാലും!"

രാജാവ് ബുദ്ധനെ നമസ്കരിച്ചു.

ബുദ്ധൻ സമ്മതഭാവത്തിൽ തലയാട്ടി. സരിപുത്രനോട് രാജാവിനെയും രാജ്ഞിയെയും ത്രിശരണങ്ങൾ പഠിപ്പിക്കുവാൻ ആവശ്യപ്പെട്ടു. ത്രിശരണങ്ങൾ ചൊല്ലിയശേഷം, രാജാവ് പറഞ്ഞു. "നേരം വൈകി, ഞങ്ങളെ കൊട്ടാരത്തിലേയ്ക്ക് തിരിച്ചുപോകാൻ അനുവദിച്ചാലും. എനിക്ക് അതിരാവിലെ ഒരു സദസ്സുണ്ട്."

ബുദ്ധൻ വീണ്ടും സമ്മതഭാവത്തിൽ തലയാട്ടി.

ബുദ്ധനും അജാതശത്രുവും തമ്മിൽ നടന്ന സംവാദം അവിടെ സന്നിഹിതരായിരുന്ന ഏവർക്കും പ്രയോജനകരമായി. രാജാവിന്റെ മനോപീഡ വേഗേന ശമിച്ചു. അതേ രാത്രി അദ്ദേഹം തന്റെ പിതാവ് തന്നെ നോക്കി മന്ദഹസിക്കുന്നത് കണ്ടു. കീറിപ്പോയതെല്ലാം വീണ്ടും പൂർണ്ണസ്ഥിതിയിലായതായി അദ്ദേഹത്തിനു തോന്നി. രാജാവിന്റെ മനഃപരിവർത്തനം പ്രജകൾക്കെല്ലാം സന്തോഷം നൽകി.

അതിനുശേഷം, രാജാവ് പലപ്പോഴും, തന്റെ ഇംഗിതമനുസരിച്ച് ബുദ്ധനെ സന്ദർശിച്ചു. പിന്നീടൊരിക്കലും അദ്ദേഹം ഭടന്മാരുടെ അകമ്പടിയിൽ ആനപ്പുറത്തേറി വന്നില്ല. തന്റെ പിതാവ് ബിംബിസാരൻ ചെയ്തിരുന്നതുപോലെ മലയിലേക്ക് വെട്ടിയുണ്ടാക്കിയ കല്പടവുകൾ കയറി ബുദ്ധന്റെയടുത്തെത്തി. സ്വകാര്യസന്ദർശനങ്ങളിൽ അജാത

ശത്രു തന്റെ ഹൃദയം തുറന്നിട്ടു. ഭൂതകാലദുഷ്ചെയ്തികൾ ഏറ്റുപറഞ്ഞു. ബുദ്ധൻ അദ്ദേഹത്തെ തന്റെ മകനെപ്പോലെ പരിഗണിച്ചു. ധർമ്മിഷ്ടരായ സജ്ജനങ്ങളെ തന്റെ ഒപ്പം കൂട്ടാൻ ബുദ്ധൻ രാജാവിനെ ഉപദേശിച്ചു.

ധ്യാനകാലത്തിന്റെ അന്ത്യത്തിൽ തന്നെയും ഒരു വീടില്ലാ ഭിക്ഷുവായി ചേർക്കുവാൻ ജീവകൻ ബുദ്ധനോടപേക്ഷിച്ചു. ബുദ്ധൻ അദ്ദേഹത്തെ സ്വീകരിച്ചു. വിമല കൊണ്ടണ്ണനെന്ന് അദ്ദേഹത്തെ ധർമ്മനാമം ചെയ്തു. മാന്തോപ്പിൽതന്നെ ഭിക്ഷു വിമല കൊണ്ടണ്ണന് താമസിക്കാനുള്ള അനുവാദം നൽകി. അവിടെ അന്നേരം ഇരുന്നൂറ് ഭിക്ഷുക്കൾ ഉണ്ടായിരുന്നു. കഴുകൻ മുടിയിൽ വെച്ചുണ്ടായ അപകടത്തിൽ പരിക്കുപറ്റിയ ബുദ്ധനെ പരിചരിച്ചിരുന്നത് ഇവിടെ വെച്ചായിരുന്നു. പക്വമായ നിരവധി മാവുകൾ നിറഞ്ഞ മാന്തോപ്പ് വിഹാരം താമസിക്കാൻ രസകരമായ ഇടമായിരുന്നു. ഭിക്ഷുസമുദായത്തിനുവേണ്ടി ഔഷധസസ്യങ്ങൾ വളർത്തുന്നത് ഭിക്ഷു വിമലകൊണ്ടണ്ണൻ തുടർന്നു.

77. നിങ്ങളുടെ കണ്ണുകളിലെ നക്ഷത്രങ്ങൾ

ധ്യാനകാലം അവസാനിച്ചതോടെ ആനന്ദനും ബുദ്ധനും മഗധയിലുടനീളം സഞ്ചരിച്ചു. സഞ്ചാരപാതകൾ വിട്ട് അവർ പലസ്ഥലങ്ങളിലെയും പ്രാദേശിക ധർമ്മകേന്ദ്രങ്ങളിൽ തങ്ങി. അതുകൊണ്ട് ഭിക്ഷുമാരെയും സാധാരണക്കാരെയും ധർമ്മം പഠിപ്പിക്കുവാൻ സാധിച്ചു. ബുദ്ധൻ പലപ്പോഴും മനോഹരമായ പ്രകൃതിദൃശ്യങ്ങൾ ആനന്ദന് കാണിച്ചുകൊടുത്തു. ആനന്ദൻ ഏതു സമയവും ബുദ്ധനെ പരിചരിക്കുന്നതിൽ മുഴുകിയിരുന്നതിനാൽ, അദ്ദേഹം ചിലപ്പോൾ ഗ്രാമപ്രദേശങ്ങളിലെ മനോഹര ദൃശ്യങ്ങൾ ആസ്വദിക്കുവാൻ മറന്നു. ഇക്കാര്യം ബുദ്ധൻ മനസ്സിലാക്കിയിരുന്നു.

ഏതാണ്ട് ഇരുപത് വർഷമായി ആനന്ദൻ ബുദ്ധനെ പരിചാരകനായി സേവിച്ചുകൊണ്ടിരിക്കുന്നു. കടന്നുപോയ വർഷങ്ങളെപ്പറ്റി പരിചിന്തിച്ച ആനന്ദൻ, പ്രകൃതിദൃശ്യങ്ങൾ ചൂണ്ടിക്കാട്ടി ബുദ്ധൻ പലപ്പോഴും അദ്ഭുതപ്പെടാറുള്ളത് ഓർത്തു. “ആനന്ദാ, നോക്കൂ. എത്ര മനോഹരമാണ് കഴുകൻമുടി!” അല്ലെങ്കിൽ, “ആനന്ദാ, സപ്തപർണ്ണിയുടെ തടങ്ങൾ എത്ര മനോഹരമാണ്!” പച്ചപ്പുല്ലുകൾ അതിരിട്ട കനകപ്രഭ ചിതറുന്ന നെൽവയലുകൾ ചൂണ്ടിക്കാട്ടി ഒരിക്കൽ ബുദ്ധൻ നിർദ്ദേശിച്ചത് ആനന്ദൻ സന്തോഷത്തോടെ സ്മരിച്ചു. “ഭിക്ഷുമാരുടെ വസ്ത്രങ്ങൾ ഇതേ രീതിയിൽ തുന്നുന്നത് അഭികാമ്യമാണ്. സുന്ദരമായ വസ്തുക്കൾ, അവയുടെ സൗന്ദര്യത്തിലോ വൈരൂപ്യത്തിലോ കുടുങ്ങാതെ, ബുദ്ധൻ ശരിക്കും ആസ്വദിക്കുന്നത് ആനന്ദന് അറിയാം.”

അടുത്ത മഴക്കാലത്ത് ബുദ്ധൻ ജേതവനത്തിലേക്ക് മടങ്ങി. കാരണം, പസേനദി രാജാവ് ഒരു യാത്രയിലായിരുന്നതിനാൽ, ധ്യാനകാലം പാതി തീരുംവരെ അദ്ദേഹത്തിന് ബുദ്ധനെ കാണുവാൻ സാധിച്ചിരുന്നില്ല. തിരിച്ചെത്തിയ ഉടനെ അദ്ദേഹം ബുദ്ധനെ സന്ദർശിച്ചു. ഇനിയും കൊട്ടാരത്തിൽ ഒതുങ്ങിക്കൂടുവാൻ താനുദ്ദേശിക്കുന്നില്ലെന്ന് അദ്ദേഹം ബുദ്ധനോട് പറഞ്ഞു. പ്രായമായി, തന്റെ പല രാജ്യഭാരങ്ങളും അദ്ദേഹം വിശ്വസ്തരായ മന്ത്രിമാരെ ഏല്പിച്ചിരിക്കയാണ്. അതിനാൽ ചെറിയൊരു സംഘവുമായി തനിക്ക് യാത്ര ചെയ്യാൻ കഴിയുന്നുണ്ട്. തന്റെ രാജ്യവും അയൽരാജ്യവും കണ്ടാസ്വദിക്കുവാൻ അദ്ദേഹം ആഗ്രഹിച്ചു. മറ്റൊരു രാജ്യം സന്ദർശിക്കുമ്പോൾ, ഒരിക്കലും അദ്ദേഹം ഔദ്യോഗി

കമായ സ്വീകരണം പ്രതീക്ഷിച്ചില്ല. അദ്ദേഹം സാധാരണ തീർത്ഥയാത്രികനായി. നടന്ന് ധ്യാനം പരിശീലിക്കാനുള്ള സന്ദർഭങ്ങൾ കൂടിയായിരുന്നു അദ്ദേഹത്തിന് യാത്രകൾ. എല്ലാ ചിന്തകളും അല്ലലുകളും മറന്ന്, അദ്ദേഹം ഗ്രാമഭംഗി നുകർന്നുകൊണ്ട് ലാഘവപൂർവ്വം യാത്ര ചെയ്തു. തന്റെ ഹൃദയത്തെ ഇതെത്രമാത്രം ഊർജ്ജസ്വലമാക്കിയെന്ന് അദ്ദേഹം ബുദ്ധനോട് പറഞ്ഞു.

"ഭഗവാനെ, എനിക്ക് എഴുപത്തിയെട്ട് വയസ്സായി. അങ്ങയുടെ അതേ പ്രായം. മനോഹരമായ ഭൂവിഭാഗങ്ങളിലൂടെ നടക്കുന്നത് അങ്ങേയ്ക്ക് ഇഷ്ടമാണെന്നെനിക്കറിയാം. എന്റെ യാത്ര അങ്ങയുടേതുപോലെ ജനോപകാരപ്രദമാണോയെന്ന് ഞാൻ സംശയിക്കുന്നു. അങ്ങ് എവിടെപ്പോകുന്നുവോ അവിടെയെല്ലാം തങ്ങി ജനങ്ങളെ പഠിപ്പിക്കുന്നു; അവർക്ക് വഴി കാണിക്കുന്നു. എവിടെപ്പോകുന്നുവോ അവിടെയെല്ലാം അങ്ങ് പ്രഭചൊരിയുന്ന പ്രകാശമാണ്."

തന്റെ മനസ്സിലെ ഒരു രഹസ്യ വേദന രാജാവ് ബുദ്ധനോട് തുറന്നു പറഞ്ഞു. ഏഴുവർഷങ്ങൾക്കു മുമ്പ് തലസ്ഥാനത്ത് ഒരു പട്ടാള അട്ടിമറിയുടെ ശ്രമമുണ്ടായപ്പോൾ, രാജസേനയുടെ സേനാധിപതിയായിരുന്ന ജനറൽ ബന്ധുലയെ അദ്ദേഹം അകാരണമായി സംശയിച്ചു. വധിച്ചു. കുറച്ചു വർഷങ്ങൾക്കുശേഷം രാജാവിന് മനസ്സിലായി, ബന്ധുലയ്ക്ക് അതിൽ പങ്കില്ലെന്ന്. പശ്ചാത്താപം രാജാവിനെ വിവശനാക്കി. സേനാധിപന്റെ പേര് നിലനിർത്താനായി രാജാവ് തനിക്ക് കഴിയാവുന്നതെല്ലാം ചെയ്തു. അദ്ദേഹത്തിന്റെ വിധവയ്ക്ക് ആവശ്യമായ സഹായം നൽകി. സേനാധിപന്റെ മരുമകനെ രാജസേനയുടെ പുതിയ മേധാവിയാക്കി.

ധ്യാനകാലത്തിന്റെ ശേഷിച്ച നാളുകളിൽ, ഒന്നിടവിട്ട ദിവസങ്ങളിൽ, ധർമ്മപ്രഭാഷണം കേൾക്കുവാനും ചർച്ചയിൽ പങ്കെടുക്കുവാനും രാജാവ് ജേതവനം സന്ദർശിച്ചു. ചിലപ്പോൾ, അദ്ദേഹം ബുദ്ധന്റെ സമീപം നിശബ്ദനായി ഇരുന്നു. ധ്യാനകാലം അവസാനിച്ചപ്പോൾ ബുദ്ധൻ യാത്രയ്ക്കൊരുങ്ങി. രാജാവും ചെറിയൊരു സംഘത്തോടൊപ്പം പുറപ്പെട്ടു.

അടുത്ത വർഷം, ധ്യാനകാലത്തിനുശേഷം, രണ്ടാഴ്ച ബുദ്ധൻ കുരുവിൽ ചെലവഴിച്ചു. പിന്നീട് ഉത്തരദിക്കിലേക്ക് മടങ്ങുന്നതിനുമുമ്പ്, നദിയെ പിന്തുടർന്ന് കോസലം, വാരണാസി, വൈശാലി എന്നിവിടങ്ങളിലെത്തി.

ശാക്യരാജ്യത്തിലെ മേധലുംപ എന്ന ചെറിയ ജില്ലയിൽ താമസിക്കുന്ന കാലത്ത്, ഒരു ദിവസം അപ്രതീക്ഷിതമായി പസേനദി രാജാവ് ബുദ്ധനെ സന്ദർശിച്ചു.

വേദുദഭ രാജകുമാരനും സേനാധിപൻ കാരായണനുമൊത്ത് അതേ

പ്രദേശത്ത് സഞ്ചരിക്കുമ്പോഴാണ് ഇതുണ്ടായത്. മേധലുംപയ്ക്കടുത്ത് ബുദ്ധൻ താമസിക്കുന്നതായി ചില പ്രദേശവാസികൾ പറഞ്ഞ് രാജാവ് അറിയാനിടയായി. ഏതാണ്ട് അരദിവസത്തെ യാത്ര മതിയാകും. രാജാവ് വാഹനം അങ്ങോട്ടേക്ക് വിടാൻ നിർദ്ദേശിച്ചു. അവരുടെ കൂട്ടത്തിൽ വേറെ മൂന്ന് വാഹനങ്ങൾ കൂടി ഉണ്ടായിരുന്നു. ബുദ്ധൻ താമസിക്കുന്ന തോട്ടത്തിന് പുറത്ത് അവർ വാഹനങ്ങൾ ഒതുക്കിയിട്ടു. രാജാവും സേനാധിപനും ഒന്നിച്ച് തോട്ടത്തിലേക്ക് പ്രവേശിച്ചു. ഒരു ഭിക്ഷുവിനോട് ബുദ്ധന്റെ കുടിൽ എവിടെയെന്ന് തിരക്കി. ഒരു തണൽ മരത്തിന്റെ കീഴിലുള്ള ഒരു ചെറുകുടിൽ ഭിക്ഷു ചൂണ്ടിക്കാട്ടി.

കുടിലിലേക്കുള്ള വാതിൽ അടഞ്ഞുകിടന്നു. രാജാവ് സാവകാശം കുടിലിലേക്ക് നടന്നു. വാതിലിൽ മുട്ടുന്നതിനുമുമ്പ് തൊണ്ടയനക്കി. വാളും കിരീടവും രാജാവ് സേനാധിപനെ ഏൽപ്പിച്ചു. അവ തിരികെ കൊണ്ടുപോയി വാഹനത്തിൽ വെച്ച് തന്നെ അവിടെ കാത്തുനിൽക്കാൻ രാജാവ് ആവശ്യപ്പെട്ടു. ബുദ്ധന്റെ കുടിലിന്റെ വാതിൽ തുറന്നു. രാജാവിനെക്കണ്ട് ബുദ്ധൻ അതീവ സന്തുഷ്ടനായി. ഉടനെ അകത്തേക്ക് ക്ഷണിച്ചു. സരിപുത്രനും ആനന്ദനും അവിടെ ഉണ്ടായിരുന്നു. അവർ രാജാവിനെ അഭിവാദ്യം ചെയ്യാൻ എണീറ്റു.

തന്റെ സ്വന്തം പീഠത്തിന്നരികിലായി രാജാവിനോട് ബുദ്ധൻ ഇരിക്കാൻ പറഞ്ഞു. ആനന്ദനും സരിപുത്രനും ബുദ്ധന്റെ പിറകിലായി നിന്നു. അവരെ അദ്ഭുതപ്പെടുത്തിക്കൊണ്ട് രാജാവ് വീണ്ടും എണീറ്റു നിന്നു. പിന്നീട് മുട്ടുകുത്തി. ബുദ്ധന്റെ പാദങ്ങൾ ചുംബിച്ചു. പലവട്ടം അദ്ദേഹം ഇതാവർത്തിച്ചു. "പ്രഭോ, കോസല രാജ്യത്തിലെ രാജാവായ പസേനദി ഞാൻ. ആദരപൂർവ്വം അങ്ങയെ ഞാൻ നമസ്കരിക്കുന്നു."

രാജാവിനെ തിരികെ പീഠത്തിലിരുത്താൻ ബുദ്ധൻ സഹായിച്ചു. അദ്ദേഹം ചോദിച്ചു: "മഹാരാജൻ, നമ്മൾ പഴയ ചങ്ങാതിമാർ. എന്തുകൊണ്ടാണ് താങ്കൾ എനിക്കിന്ന് പലതവണ ആദരം നൽകുന്നത്?"

രാജാവ്: "പ്രഭോ, എനിക്ക് വയസ്സായി, കൂടുതൽ വൈകുന്നതിനു മുമ്പ് നിരവധികാര്യങ്ങൾ എനിക്കങ്ങയോട് പറയാനുണ്ട്."

ബുദ്ധൻ കാരുണ്യത്തോടെ പറഞ്ഞു: "പറയൂ..."

പസേനദി : "പ്രഭോ, എനിക്കങ്ങയിൽ പൂർണ്ണവിശ്വാസമുണ്ട്. ധർമ്മത്തിലും സംഘത്തിലും പൂർണ്ണവിശ്വാസമുണ്ട്. എനിക്കനേകം ബ്രാഹ്മണരേയും മറ്റ് വിഭാഗങ്ങളിലെ ആചാര്യന്മാരെയും അറിയാം. അവരിൽ പലരും അന്തസ്സായ നിലയിൽ പത്തും ഇരുപതും മുപ്പതും എന്തിന് നാല്പതും വർഷങ്ങൾ സാധന ചെയ്യുന്നത് ഞാൻ കണ്ടിട്ടുണ്ട്. അവസാനം എല്ലാം ഉപേക്ഷിച്ച് ആസക്തിയിലേയ്ക്ക് കൂപ്പുകുത്തുന്നതും. എന്നാൽ അങ്ങയുടെ ഭിക്ഷുമാരിൽ ആരും അവരുടെ സാധന ഉപേക്ഷിക്കുന്നത് ഞാൻ കണ്ടിട്ടില്ല."

പ്രഭോ, രാജാക്കന്മാർ മറ്റു രാജാക്കന്മാരെ എതിർക്കുന്നത് ഞാൻ കണ്ടിട്ടുണ്ട്. സേനാധിപന്മാർ മറ്റ് സേനാധിപന്മാർക്കു നേരെ ഗൂഢാലോചന നടത്തുന്നതു ഞാൻ കണ്ടിട്ടുണ്ട്. ബ്രാഹ്മണർ ബ്രാഹ്മണരുമായി മത്സരിക്കുന്നത്, ഭാര്യമാർ ഭർത്താക്കന്മാരെ നിന്ദിക്കുന്നത്, മക്കൾ മാതാപിതാക്കളെ കുറ്റപ്പെടുത്തുന്നത്, സഹോദരന്മാർ പരസ്പരം തർക്കിക്കുന്നത്, സുഹൃത്തുക്കൾ പരസ്പരം പോരടിക്കുന്നത് ഞാൻ കണ്ടിട്ടുണ്ട്. എന്നാൽ ഭിക്ഷുമാർ ശാന്തിയിലും ആനന്ദത്തിലും പരസ്പര ബഹുമാനത്തിലും ജീവിക്കുന്നത് ഞാൻ കാണുന്നു. വെള്ളവും പാലുംപോലെ അവർ ഒന്നിച്ച് ജീവിക്കുന്നു. മറ്റൊരിടത്തും ഇത്തരം സമന്വയം ഞാൻ കണ്ടിട്ടില്ല.

"പ്രഭോ, എവിടെപ്പോകുന്നുവോ, അവിടെയെല്ലാം ക്ലേശവും അല്ലലും ദുരിതവും വടുകെട്ടിയ മുഖങ്ങളുള്ള ആത്മീയ സാധകരെയാണ് ഞാൻ കാണുന്നത്. പക്ഷേ, അങ്ങയുടെ ഭിക്ഷുക്കൾ ഊർജ്ജസ്വലരും സന്തോഷവാന്മാരും അല്ലലില്ലാത്തവരും ശാന്തരുമാണ്. പ്രഭോ, ഇക്കാര്യങ്ങളെല്ലാം അങ്ങയിലും അങ്ങയുടെ ബോധനങ്ങളിലും ഉള്ള എന്റെ വിശ്വാസത്തെ ദൃഢീകരിക്കുന്നു."

"പ്രഭോ, ക്ഷത്രിയ ജാതിയിൽ നിന്നുള്ള ഒരു രാജാവാണ് ഞാൻ. ആരെയെങ്കിലും വധിക്കാനോ തടവിലിടാനോ കല്പിക്കാനുള്ള അധികാരം എനിക്കുണ്ട്. എന്നിട്ടും, മന്ത്രിസഭായോഗത്തിൽ, മന്ത്രിമാർ എന്നെ തടസ്സപ്പെടുത്താറുണ്ട്. എന്നാൽ അങ്ങയുടെ സംഘത്തിൽ ആയിരം ഭിക്ഷുക്കൾ ഒന്നിച്ചുകൂടിയാലും മുറുമുറുപ്പുകളോ, എന്തിന് ഉടുവസ്ത്രത്തിന്റെ അനക്കം പോലുമോ അങ്ങ് സംസാരിക്കുമ്പോൾ ഉണ്ടാകാറില്ല. പ്രഭോ, അത് അതിശയകരം തന്നെ! പരിപൂർണ്ണമായ ആദരവ് ആർജ്ജിക്കുന്നതിന്നായി അങ്ങേയ്ക്ക് വാളുയർത്തുകയോ ശിക്ഷാഭീഷണി മുഴക്കുകയോ ചെയ്യേണ്ടി വരുന്നില്ല. പ്രഭോ, അങ്ങയിലും അങ്ങയുടെ ബോധനത്തിലുമുള്ള എന്റെ വിശ്വാസം ഇത് ശക്തിപ്പെടുത്തുന്നു.

"പ്രഭോ, പേരുകേട്ട പണ്ഡിതന്മാർ അങ്ങയെ കുഴയ്ക്കാൻ പോന്ന ചോദ്യങ്ങളുയർത്താൻ ഗൂഢമായി ഒത്തുകൂടുന്നത് ഞാൻ ശ്രദ്ധിച്ചിട്ടുണ്ട്. എന്നാൽ അവർ അങ്ങയെ കാണുകയും ധർമ്മഭാഷണം കേൾക്കുകയും ചെയ്യുന്നതോടെ വാ തുറന്ന് പിടിച്ച്, തങ്ങൾ ചോദിക്കാൻ വിചാരിച്ച പ്രയോജനശൂന്യമായ ചോദ്യങ്ങൾകൂടി മറന്ന് പോകുന്നു. ആരാധനയല്ലാതെ മറ്റൊന്നും അവർക്ക് പ്രകാശിപ്പിക്കാനില്ല. പ്രഭോ, ഇതും അങ്ങയിലും ധർമ്മത്തിലുമുള്ള എന്റെ വിശ്വാസം ദൃഢീകരിക്കുന്നു."

"പ്രഭോ, കൊട്ടാരത്തിൽ ഇസിദത്തനെന്നും പുരാണനെന്നും പേരുകളുള്ള അതി വിദഗ്ദ്ധരായ രണ്ട് അശ്വഭടന്മാരുണ്ട്. അവർ എന്റെ കയ്യിൽ നിന്നാണ് വേതനം പറ്റുന്നത്. എന്നാൽ അങ്ങയോടുള്ള അവരുടെ ആദരവുമായി താരതമ്യപ്പെടുത്തുമ്പോൾ എന്നോടുള്ള ആദരവ്

ഒന്നുമല്ല. ഒരിക്കൽ ഞാനവരെ എന്റെ യാത്രയ്ക്കൊപ്പം കൂട്ടി. ഒരു രാത്രി ഞങ്ങൾ കൊടുങ്കാറ്റിൽ പെട്ടു. ഓലപ്പുരയിൽ അഭയം തേടേണ്ടി വന്നു. രാത്രി ഏറെ സമയവും അവർ അങ്ങയുടെ ബോധനങ്ങളെ കുറിച്ചാണ് സംസാരിച്ചത്. അവസാനം, ഉറങ്ങാൻ കിടന്നപ്പോൾ തല അവർ കഴുകൻമുടിയുടെ നേരെ വെച്ചു. കാലുകളോ, എന്റെ നേരെയും! അങ്ങ് അവർക്ക് വേതനമൊന്നും കൊടുക്കുന്നില്ല. പ്രഭോ, എന്നാൽ അവർ അങ്ങയെ എന്നെക്കാൾ വളരെയേറെ ആദരിക്കുന്നു. ഇതും, അങ്ങയിലും അങ്ങയുടെ ബോധനത്തിലുമുള്ള എന്റെ വിശ്വാസം ദൃഢീകരിക്കുന്നു.

"പ്രഭോ, ഞാൻ ജനിച്ച അതേ ക്ഷത്രിയജാതിയിൽ നിന്നാണങ്ങും. ഇക്കൊല്ലം നമുക്ക് രണ്ടാൾക്കും എഴുപത്തിയെട്ടു വയസ്സായി. നമ്മുടെ ഉറ്റചങ്ങാത്തത്തിന് കൃതജ്ഞത രേഖപ്പെടുത്തുവാൻ ഞാനീ അവസരം ഉപയോഗിക്കട്ടെ. അങ്ങയുടെ അനുവാദത്തോടെ ഇപ്പോൾ ഞാൻ വിടവാങ്ങട്ടെ."

"മഹാരാജൻ, അങ്ങയുടെ ഇഷ്ടംപോലെ," ബുദ്ധൻ പറഞ്ഞു, "ആരോഗ്യം നോക്കുക!"

അദ്ദേഹം വാതിൽവരെ രാജാവിനെ അനുഗമിച്ചു. തിരിഞ്ഞു നോക്കുമ്പോൾ ആനന്ദനും സരിപുത്രനും നിശ്ശബ്ദരായി നിൽക്കുന്നതു കണ്ടു. അദ്ദേഹം പറഞ്ഞു, "സരിപുത്രാ, ആനന്ദാ, രാജാവിന്റെ ഉള്ളിന്റെയുള്ളിലുള്ള ത്രിരത്നങ്ങളെ പ്രതിയുള്ള ചിന്തകളാണ് അദ്ദേഹമിപ്പോൾ പ്രകാശിപ്പിച്ചത്. മറ്റുള്ളവരുമായി ഇക്കാര്യങ്ങൾ ദയവായി പങ്കിടുക. അവരുടെ വിശ്വാസം ദൃഢീകരിക്കാൻ ഇത് സഹായകമാകും."

അടുത്തമാസം, ബുദ്ധൻ ദക്ഷിണത്തിലെ കഴുകൻ മുടിയിലേക്കു മടങ്ങി. അവിടെ എത്തിയ അദ്ദേഹത്തിന് രണ്ട് ദുഃഖകരമായ വാർത്തകൾ സ്വീകരിക്കേണ്ടി വന്നു. പസേനദി രാജാവ് അസുഖകരമായ സാഹചര്യത്തിൽ അന്തരിച്ചു. വേണുവനത്തിന്റെ തൊട്ടടുത്തുവെച്ച് സംപൂജ്യനായ മൊഗ്ഗല്ലാന വിരോധികളായ സന്യാസിമാരാൽ കൊല്ലപ്പെട്ടു.

ശ്രാവസ്തിയിലെ കൊട്ടാരത്തിൽ വെച്ച് പസേനദി രാജാവ് ശാന്തമായി മരിക്കുകയല്ല ഉണ്ടായത്. ഒരു രാജാവിന് ഒട്ടും ചേരാത്തവണ്ണമുള്ള സാഹചര്യത്തിൽ രാജഗൃഹത്തിൽ വെച്ചാണദ്ദേഹം മരിച്ചത്. മേധലുംപയിൽ ബുദ്ധനെ സന്ദർശിച്ച് മടങ്ങിയ ശേഷം അദ്ദേഹം വാഹനത്തിലേക്ക് തിരിച്ച് നടന്നു. നാലു വാഹനങ്ങൾക്കു പകരം ഒരു വാഹനം മാത്രം അവിടെ ശേഷിച്ചിരുന്നത് അദ്ദേഹത്തെ അദ്ഭുതപ്പെടുത്തി. മറ്റുള്ളവ ശ്രാവസ്തിയിലേക്ക് മടങ്ങിപ്പോകാനായി സേനാധിപൻ കാരായണൻ നിർബ്ബന്ധിച്ചതായി അദ്ദേഹത്തിന്റെ പരിചാരകൻ അറിയിച്ചു. രാജാവിന്റെ വാളും കിരീടവും അപ്പോഴും സേനാപതിയുടെ

കയ്യിലുണ്ടായിരുന്നു. രാജകുമാരൻ വിദുദഭയോട് ഉടനടി ശ്രാവസ്തിയിലേക്ക് മടങ്ങിവരാനും രാജാധികാരം അവകാശപ്പെടാനും സേനാധിപൻ ആവശ്യപ്പെട്ടു. പസേനദിരാജാവിന് പ്രായമായി, ഭരിക്കാൻ അശക്തനാണ്. രാജകുമാരൻ വിസമ്മതിച്ചു. എന്നാൽ, സേനാധിപതി കാരായണൻ തന്നെ അധികാരം പിടിച്ചടക്കുമെന്ന് ഭീഷണി മുഴക്കിയപ്പോൾ, രാജകുമാരന് സേനാധിപന്റെ ആഗ്രഹത്തിന് വഴങ്ങുകയല്ലാതെ മറ്റൊരു വഴിയുമുണ്ടായിരുന്നില്ല.

പസേനദി രാജാവ് നേരെ രാജഗൃഹത്തിലേക്ക് നീങ്ങി. സഹായത്തിനായി തന്റെ മരുമകനും ശശ്വരനുമായ രാജ അജാതശത്രുവിനെ വിളിക്കുകയായിരുന്നു ലക്ഷ്യം. അദ്ദേഹം മാനസികമായി തീരെ അവശനായിരുന്നു. യാത്രക്കിടയിൽ യാതൊന്നും കഴിച്ചില്ല. അല്പം വെള്ളം മാത്രം കുടിച്ചു. രാത്രി ഏറെ വൈകിയാണ് അവർ രാജഗൃഹത്തിലെത്തിയത്. അതിനാൽ കൊട്ടാരത്തിൽ ചെന്ന് ബുദ്ധിമുട്ടിക്കാൻ അദ്ദേഹം ഇഷ്ടപ്പെട്ടില്ല. പരിചാരകനുമൊത്ത് ഒരു സത്രത്തിൽ തങ്ങി. രാത്രിയിൽ, പെട്ടെന്ന്, അദ്ദേഹം അസുഖബാധിതനായി. ഏതെങ്കിലും സഹായം തേടാൻ കഴിയുന്നതിനു മുമ്പേ, തന്റെ പരിചാരകന്റെ കൈകളിൽ കിടന്ന് അദ്ദേഹം മരിച്ചു. രാജാവിന്റെ ദയനീയാവസ്ഥയിൽ പരിചാരകൻ നിർത്താതെ വിലപിച്ചു. രാജ അജാതശത്രു രാവിലെ വിവരം അറിഞ്ഞ ഉടനെ പസേനദി രാജാവിന്റെ മൃതദേഹത്തിനായി ആളയച്ചു. ശാന്തഗംഭീരമായ ശവസംസ്കാരം നടത്തി. സംസ്കാരം കഴിഞ്ഞപ്പോൾ, വിദുദഭരാജാവിനെ അട്ടിമറിക്കാൻ സേനയെ അയയ്ക്കുവാൻ രാജാവ് ആഗ്രഹിച്ചു. എന്നാൽ ഭിക്ഷു വിമല കൊണ്ടഞ്ഞൻ (പണ്ടത്തെ ഭിഷഗ്വരൻ, ജീവകൻ) നിരുത്സാഹപ്പെടുത്തി. പസേനദി രാജാവ് മരിച്ചുകഴിഞ്ഞു. പുതിയ രാജാവ് യഥാർത്ഥ അവകാശിയുമാണ്. അതിനാൽ ഒരു യുദ്ധത്തിന് പ്രസക്തിയില്ല. ഈ ഉപദേശം ചെവിക്കൊണ്ട രാജ അജാതശത്രു പുതിയ രാജാവിനെ താൻ അംഗീകരിക്കുന്നതായി അറിയിക്കുവാൻ ഒരു ദൂതനെ ശ്രാവസ്തിയിലേയ്ക്കയച്ചു.

സംപൂജ്യരായ സരിപുത്രന്റെയും കൊണ്ടഞ്ഞയുടെയും നിലയിലുള്ള മുതിർന്ന ഭിക്ഷുക്കളിലൊരാളായിരുന്നു സംപൂജ്യനായ മൊഗ്ഗല്ലാന. കൊണ്ടഞ്ഞയടക്കം നിരവധി മുതിർന്ന ശിഷ്യന്മാർ കാലഗതി പ്രാപിച്ചിരിക്കുന്നു. കൊണ്ടഞ്ഞ ബുദ്ധന്റെ ആദ്യത്തെ അഞ്ച് ശിഷ്യന്മാരിലൊരാളായിരുന്നു. കാശ്യപ സഹോദരന്മാരും മരിച്ചിരുന്നു. അതുപോലെത്തന്നെ, മഠാധിപതി മഹാപ്രജാപതിയും. ഭിക്ഷുണി യശോധര കാലയവനികയ്ക്കുള്ളിൽ മറഞ്ഞ് അധികം വൈകാതെ മകൻ രാഹുലൻ അമ്പത്തിയൊന്നാം വയസ്സിൽ അന്തരിച്ചു.

നിർഭയവും സത്യസന്ധവുമായ സ്വഭാവത്തിന് പേരുകേട്ട ആളാണ്

സംപൂജ്യനായ മൊഗ്ഗല്ലാന. യാതൊരു വിട്ടുവീഴ്ചയുമില്ലാതെ, അദ്ദേഹം സത്യം തുറന്നു പറഞ്ഞു. അതിനാൽ, സംഘത്തിനു പുറത്തുള്ളവരുടെ വെറുപ്പ് സമ്പാദിച്ചു. മരണദിവസം, അദ്ദേഹം രണ്ട് ശിഷ്യന്മാരുമൊത്ത്, അതിരാവിലെത്തന്നെ യാത്ര പുറപ്പെട്ടു. കൊലയാളികൾ വിഹാരത്തിന് തൊട്ടടുത്ത് അദ്ദേഹത്തെ കാത്ത് ഒളിച്ചിരിക്കുകയായിരുന്നു. അദ്ദേഹം വരുന്നതുകണ്ട അവർ പുറത്തേക്കോടിയെത്തി. അദ്ദേഹത്തെയും മറ്റ് രണ്ടു ഭിക്ഷുക്കളെയും നീണ്ടവടികൾകൊണ്ട് അടിതുടങ്ങി. എണ്ണത്തിൽ കുറവായിരുന്നു ഭിക്ഷുമാർ. അവർക്ക് മർദ്ദനം സ്വയം പ്രതിരോധിക്കാനായില്ല. മൊഗ്ഗല്ലാനയുടെ രണ്ട് ശിഷ്യന്മാരും അടിയേറ്റ് തെരുവോരത്ത് വീണു. അവർ സഹായത്തിനായി നിലവിളിച്ചെങ്കിലും സമയം വൈകിപ്പോയിരുന്നു. മൊഗ്ഗല്ലാനയിൽ നിന്നുയർന്ന നിലവിളി കാടാകെ പിടിച്ചുകുലുക്കി. വിഹാരത്തിൽനിന്ന് മറ്റ് ഭിക്ഷുക്കൾ ഓടിയെത്തിയപ്പോഴേക്കും മൊഗ്ഗല്ലാന മരിച്ചുകഴിഞ്ഞിരുന്നു. കൊലയാളികൾ അപ്രത്യക്ഷരായിക്കഴിഞ്ഞിരുന്നു.

ബുദ്ധൻ കഴുകൻ മുടിയിലെത്തുന്നതിനും മുമ്പെ മൊഗ്ഗല്ലാനയുടെ ശവസംസ്കാരം നടന്നു. ബുദ്ധൻ കുടിലിനു തൊട്ടു വെളിയിലായി അദ്ദേഹത്തിന്റെ ചിതാഭസ്മം സൂക്ഷിച്ചു. സരിപുത്രൻ എവിടെയെന്ന് ബുദ്ധൻ തിരക്കി. മൊഗ്ഗല്ലാനയുടെ മരണശേഷം, കുടിലിനുള്ളിൽ വാതിലടച്ച് കഴിയുകയായിരുന്നു സരിപുത്രൻ. സരിപുത്രനും മൊഗ്ഗല്ലാനയും വസ്തുവും നിഴലും പോലെ വേർപിരിയാത്ത സഹോദരന്മാരായിരുന്നു. യാത്രകൾക്കുശേഷം ബുദ്ധൻ വിശ്രമിച്ചിരുന്നില്ല. എങ്കിലും, അദ്ദേഹം സരിപുത്രനെ ആശ്വസിപ്പിക്കാനായി അദ്ദേഹത്തിന്റെ കുടിലിലേക്ക് ചെന്നു.

സരിപുത്രന്റെ കുടിലിലേക്ക് പോകുംനേരം ബുദ്ധൻ എത്രമാത്രം ദുഃഖിതനായിരിക്കുമെന്ന് ആനന്ദൻ ഓർത്തു. തന്റെ ഏറ്റവും അടുത്ത രണ്ടു ചങ്ങാതിമാർ മരണപ്പെടുമ്പോൾ എങ്ങിനെയാണ് അദ്ദേഹത്തിന് വേദന ഒഴിവാക്കാനാകുക? ബുദ്ധൻ സരിപുത്രനെ ആശ്വസിപ്പിക്കും. ബുദ്ധനെ ആർ ആശ്വസിപ്പിക്കും? ആനന്ദന്റെ ഉൾവിചാരങ്ങൾ അറിഞ്ഞെന്നപോലെ ബുദ്ധൻ നിന്നു, ആനന്ദനെ നോക്കി, പറഞ്ഞു. "ആനന്ദാ, എല്ലാവരും താങ്കളുടെ പഠനവൈഭവത്തെയും അസാധാരണമായ ഓർമ്മശക്തിയെയും പ്രശംസിക്കുന്നു. എന്നാൽ അതുമാത്രം മതിയെന്ന് വിചാരിക്കരുത്. തഥാഗതനെയും സംഘത്തെയും പരിചരിക്കുന്നത് പ്രധാനമാണ്. എന്നാൽ, അത് മാത്രം പോര, എപ്പോൾ സമയം കിട്ടുന്നുവോ, അപ്പോഴെല്ലാം ജനനമരണങ്ങളെ പൊട്ടിച്ചെറിയാനുള്ള ശ്രമങ്ങളിൽ ഏർപ്പെടണം. ജനനമരണങ്ങൾ വെറും മതിഭ്ര

മങ്ങളാണെന്നറിയുക. ഒരുവൻ സ്വന്തം കണ്ണുകൾ തിരുമ്മിക്കഴിഞ്ഞാൽ കാണുന്ന നക്ഷത്രങ്ങൾപോലെ."

സംപൂജ്യനായ ആനന്ദൻ തലതാഴ്ത്തി. നിശബ്ദതയിൽ തന്റെ നടത്തം തുടർന്നു.

പിറ്റേന്ന്, സംപൂജ്യനായ മൊഗ്ഗല്ലാനയുടെ ഭൗതികാവശിഷ്ടങ്ങൾ സൂക്ഷിക്കുന്നതിനായി ഒരു സ്തൂപം നിർമ്മിക്കുന്ന കാര്യം, ബുദ്ധൻ നിർദ്ദേശിച്ചു.

78. രണ്ടായിരം കുങ്കുമ വസ്ത്രങ്ങൾ

ഒരു ദിവസം ഉച്ചതിരിഞ്ഞനേരം, ബുദ്ധൻ മലഞ്ചെരിവിലൂടെ നടന്ന് ധ്യാനം ചെയ്യുകയായിരുന്നു. രണ്ടു ഭിക്ഷുമാർ സംപൂജ്യനായ ദേവദത്തനെ മഞ്ചലിൽ ചുമന്ന് അവിടെ എത്തി. അനേകം വർഷങ്ങളായി ദേവദത്തന്റെ ആരോഗ്യം മോശമായിരുന്നു. ഇപ്പോൾ, മരണം അടുത്ത സമയത്ത്, അദ്ദേഹം ബുദ്ധനെ കാണുവാൻ ആഗ്രഹിച്ചു. ഇപ്പോൾ അദ്ദേഹത്തിനൊപ്പം ആറ് ശിഷ്യന്മാരെ ഉള്ളൂ. വർഷങ്ങൾക്കു മുമ്പ് അദ്ദേഹത്തിന് തന്റെ ഏറ്റവും ഉറ്റ അനുയായിയെ നഷ്ടപ്പെട്ടിരിക്കുന്നു. അദ്ദേഹത്തിന്റെ അടുത്ത കൂട്ടുകാരൻ സംപൂജ്യനായ കൊകാലിക അസാധാരണമായൊരു ത്വക്‌രോഗം പിടിപെട്ട് മരിച്ചുപോയിരുന്നു. ഗയാസിരസ്സിലെ തന്റെ അവസാന വർഷങ്ങളിൽ തന്റെ ചെയ്തികൾ ആത്മപരിശോധന ചെയ്യാനുള്ള സമയം ദേവദത്തന് കിട്ടിയിരുന്നു.

ദേവദത്തൻ തന്നെ കാണുവാൻ ആഗ്രഹിക്കുന്നെന്ന് പറഞ്ഞ ഉടനെ ബുദ്ധൻ അദ്ദേഹത്തെ സ്വീകരിക്കുവാനായി തന്റെ കുടിലിലേക്ക് മടങ്ങി. ദേവദത്തന് എണീറ്റിരിക്കാൻ പോലും ശേഷിയില്ലായിരുന്നു. അദ്ദേഹത്തിന്റെ സംസാരശേഷി തുലോം ദുർബ്ബലമായിരുന്നു. ബുദ്ധനെ നോക്കി, കഠിനമായ വേദനയിൽ, അദ്ദേഹം കൈകൾ കൂപ്പി, ഇത്രയും വാക്കുകൾ ഉച്ചരിച്ചു: “ഞാൻ ബുദ്ധനിൽ ശരണം തേടുന്നു.” ബുദ്ധൻ അതീവ സൗമ്യനായി ദേവദത്തന്റെ നെറ്റിയിൽ തന്റെ കൈപ്പടം ചേർത്തുവെച്ചു. ആ സന്ധ്യക്ക് ദേവദത്തൻ മരിച്ചു.

വേനൽക്കാലമായിരുന്നു. ആകാശം സ്വച്ഛവും നീലാഭവുമായിരുന്നു. ബുദ്ധൻ ഒരു യാത്രയ്ക്കുള്ള ഒരുക്കത്തിലായിരുന്നു. അന്നേരം രാജ അജാത ശത്രുവിന്റെ ഒരു ദൂതനെത്തി. രാജാവിന്റെ വിദേശകാര്യമന്ത്രി വസ്സാകരനായിരുന്നു അത്. ഗംഗയ്ക്ക് കിഴക്കുള്ള വജ്ജിയിലേക്ക് സൈന്യത്തെ അയയ്ക്കാനുള്ള രാജാവിന്റെ ഉദ്ദേശ്യം അദ്ദേഹം ബുദ്ധനെ അറിയിച്ചു. അക്രമം ആരംഭിക്കുന്നതിനു മുമ്പ് ബുദ്ധൻ അതേപ്പറ്റി എന്ത് വിചാരിക്കുന്നു എന്നറിയാൻ രാജാവ് ആഗ്രഹിച്ചു.

ബുദ്ധനെ വീശിക്കൊണ്ട് ബുദ്ധന് പിറകിലായി ആനന്ദൻ നില്പുണ്ടായിരുന്നു. ബുദ്ധൻ ആനന്ദന്റെ നേരെ തിരിഞ്ഞ് ചോദിച്ചു: “സംപൂജ്യനായ ആനന്ദാ, വജ്ജിയിലെ ജനങ്ങൾ രാഷ്ട്രീയം ചർച്ച ചെയ്യാൻ ഒത്തു കൂടുന്നതായി താങ്കൾ കേട്ടിരുന്നുവോ, ഇല്ലയോ?”

ആനന്ദൻ: "പ്രഭോ, വജ്ജിയിലെ ജനങ്ങൾ രാഷ്ട്രീയം ചർച്ച ചെയ്യാൻ പലപ്പോഴും ഒത്തുകൂടാറുള്ളതായി ഞാൻ കേട്ടിട്ടുണ്ട്".

ബുദ്ധൻ: "എന്നാൽ, തീർച്ചയായും വജ്ജി ഇപ്പോഴും അഭിവൃദ്ധിപ്പെട്ടുകൊണ്ടിരിക്കുകയാണ്. അവിരിപ്പോഴും അത്തരം കൂടിച്ചേരലുകളിൽ ഐക്യത്തിന്റെയും സഹകരണത്തിന്റെയും ഊർജ്ജസ്വലത പ്രകടിപ്പിക്കുന്നതായി താങ്കൾക്കറിയുമോ ഇല്ലയോ?"

ആനന്ദൻ: "പ്രഭോ, അവർ സഹകരണത്തിന്റെയും ഐക്യത്തിന്റെയും ആനന്ദം പങ്കിടുന്നതായി ഞാൻ കേൾക്കുന്നു."

ബുദ്ധൻ: "എന്നാൽ ശരി; വജ്ജി ഇപ്പോഴും അഭിവൃദ്ധിയിലാണ്. ആനന്ദാ, അവരുടെ രാജ്യത്ത് നടപ്പാക്കിയ നിയമങ്ങൾ അവരിപ്പോഴും ബഹുമാനിക്കുകയും പിന്തുടരുകയും ചെയ്യുന്നുണ്ടോ?"

ആനന്ദൻ: "പ്രഭോ, അവർ നിയമങ്ങളെല്ലാം ബഹുമാനിക്കുകയും അതനുസരിച്ച് ജീവിക്കുന്നതായും ഞാൻ കേട്ടിട്ടുണ്ട്"

ബുദ്ധൻ: "എന്നാൽ തീർച്ചയായും,വജ്ജി അഭിവൃദ്ധിയിലാണ്, ആനന്ദാ, വജ്ജിയിലെ ജനങ്ങൾ അവരുടെ സമുന്നതരായ നേതാക്കന്മാരെ കേൾക്കുകയും ബഹുമാനിക്കുകയും ചെയ്യുന്നില്ലേ?"

ആനന്ദൻ: "പ്രഭോ, വജ്ജിയിലെ ജനങ്ങൾ അവരുടെ സമുന്നതരായ നേതാക്കളെ കേൾക്കുകയും ആദരിക്കുകയും ചെയ്യുന്നതായി ഞാൻ കേട്ടിട്ടുണ്ട്."

ബുദ്ധൻ: "എന്നാൽ തീർച്ചയായും അവരുടെ രാജ്യം അഭിവൃദ്ധിപ്പെട്ടുകൊണ്ടിരിക്കുകയാണ്. ആനന്ദാ, വജ്ജിയിൽ ബലാൽസംഗങ്ങളും മറ്റ് അതിക്രമങ്ങളും ഉള്ളതായി കേട്ടിട്ടുണ്ടോ?"

ആനന്ദൻ: "പ്രഭോ, അവിടെ ബലാൽസംഗങ്ങളും മറ്റ് അതിക്രമങ്ങളും നടക്കുന്നില്ല."

ബുദ്ധൻ : "എന്നാൽ വജ്ജി പുരോഗമിച്ചുകൊണ്ടിരിക്കുകയാണ്. ആനന്ദാ, തങ്ങളുടെ പ്രപിതാമഹന്മാരുടെ സ്മാരകങ്ങൾ വജ്ജിയിലെ ജനങ്ങൾ ഇപ്പോഴും സംരക്ഷിക്കുകയും നിലനിർത്തുകയും ചെയ്യുന്നില്ലേ?"

ആനന്ദൻ: "പ്രഭോ, തങ്ങളുടെ പ്രപിതാമഹന്മാരുടെ സ്മാരകങ്ങൾ വജ്ജിയിലെ ജനങ്ങൾ സംരക്ഷിക്കുകയും നിലനിർത്തുകയും ചെയ്യുന്നതായി ഞാൻ അറിഞ്ഞിട്ടുണ്ട്."

ബുദ്ധൻ: "എന്നാൽ, തീർച്ചയായും വജ്ജി അഭിവൃദ്ധിയിൽ തന്നെയാണ്. മുക്തി സിദ്ധിച്ച ആത്മീയാചാര്യന്മാരുമൊത്ത് വജ്ജിയിലെ ജനങ്ങൾ പഠിക്കുകയും, അവർക്ക് സമർപ്പണങ്ങൾ നൽകുകയും ചെയ്യുന്നില്ലേ?"

ആനന്ദൻ: "പ്രഭോ, ഇപ്പോഴും വജ്ജിയിലെ ജനങ്ങൾ മുക്തിസിദ്ധിച്ച

ആത്മീയാചാര്യന്മാരുമൊത്ത് പഠിക്കുകയും അവരെ ആദരിക്കുകയും അവർക്ക് സമർപ്പണങ്ങൾ നടത്തുകയും ചെയ്യുന്നുണ്ട്."

ബുദ്ധൻ: "ആനന്ദാ, എന്നാൽ തീർച്ചയായും ഉറപ്പിക്കാം. വജ്ജി അഭിവൃദ്ധിയിലാണ്. ആനന്ദാ, കുറച്ചുകാലം മുമ്പ് തഥാഗതൻ വജ്ജിയിലെ നേതാക്കളുമായി ഒരു രാജ്യം അഭിവൃദ്ധിപ്പെടാനുള്ള ഏഴ് പാഠങ്ങൾ സംസാരിക്കാനുള്ള അവസരം കിട്ടുകയുണ്ടായി. സംവാദത്തിന് ഒത്തുചേരുക, ഐക്യപ്പെടുകയും സഹകരിക്കുകയും ചെയ്യുക, സമുന്നതരായ നേതാക്കളെ ആദരിക്കുക, പിന്തുടരുക, ബലാൽസംഗം - ക്രൂരമായ കുറ്റകൃത്യങ്ങൾ എന്നിവയിൽ നിന്ന് പിന്തിരിയുക, പിതാമഹികളുടെ സ്മാരകങ്ങൾ സംരക്ഷിക്കുക, മുക്തിസിദ്ധിച്ച ആചാര്യന്മാരെ ബഹുമാനിക്കുക എന്നിവയാണവ. വജ്ജിയിലെ ജനങ്ങൾ ഇപ്പോഴും ഇവ പാലിക്കുന്നുണ്ടെന്നുള്ളതിനാൽ, വജ്ജി അഭിവൃദ്ധിപ്പെട്ടുകൊണ്ടിരിക്കുകയാണെന്ന് തീർച്ചയാണ്. അതുകൊണ്ട് വജ്ജിയെ തോൽപ്പിക്കാൻ മഗധയ്ക്ക് സാധിക്കില്ലെന്നാണ് തഥാഗതൻ കരുതുന്നത്."

മന്ത്രി വസ്സാകാരൻ പറഞ്ഞു: "പ്രഭോ, വജ്ജിയിലെ ജനങ്ങൾ ഈ ഏഴെണ്ണത്തിൽ ഒരെണ്ണമെങ്കിലും പാലിക്കുന്നുവെങ്കിൽ അവരുടെ രാജ്യം അഭിവൃദ്ധിപ്പെടും. ശക്തിയും ആയുധവും കൊണ്ട് മാത്രം രാജാ അജാതശത്രുവിന് ഒരു യുദ്ധം ജയിക്കാൻ സാധിക്കുമെന്ന് ഞാൻ കരുതുന്നില്ല, പ്രഭോ. വജ്ജിയിലെ നേതാക്കൾക്കിടയിൽ ഭീഷണിയുടെ വിത്തുകൾ വിതച്ചാൽ മാത്രമേ അദ്ദേഹത്തിന് ജയിക്കാനാവൂ. പ്രഭോ, അങ്ങയുടെ ഉപദേശത്തിനു നന്ദി. എന്റെ ചുമതലകളിലേയ്ക്ക് ഞാനിപ്പോൾ മടങ്ങുകയാണ്."

വസ്സാകാരൻ വിടവാങ്ങിയപ്പോൾ ബുദ്ധൻ ആനന്ദന്റെ നേരെ തിരിഞ്ഞ് പറഞ്ഞു: "സൂത്രം പ്രയോഗിക്കേണ്ടതെങ്ങനെയെന്ന് വസ്സാകാരന് അറിയാം. ഭാവിയിൽ, രാജ അജാതശത്രു തന്റെ സൈന്യത്തെ വജ്ജിയോട് യുദ്ധം ചെയ്യുന്നതിനായി അയയ്ക്കുമെന്ന് തഥാഗതൻ ഭയപ്പെടുന്നു."

അപ്പോൾ രാജഗൃഹത്തിലുണ്ടായിരുന്ന എല്ലാ ഭിക്ഷുമാരോടും ഭിക്ഷുണിമാരോടും കഴുകൻ മുടിയിൽ ഒത്തുകൂടാൻ ബുദ്ധൻ ആനന്ദന് അന്നുച്ചയ്ക്കുശേഷം നിർദ്ദേശം നൽകി. ഏഴുനാളുകൾ കഴിഞ്ഞ് അവർ ഒത്തുകൂടിയപ്പോൾ രണ്ടായിരം പേരുണ്ടായിരുന്നു. ഇത്രയേറെ കുങ്കുമവസ്ത്രങ്ങൾ മലയ്ക്ക് നേരെ കാണുകയെന്നത് മനോഹരമായ ഒരു കാഴ്ചയായിരുന്നു.

ബുദ്ധൻ സാവകാശം കുടിലിൽ നിന്നിറങ്ങി ധർമ്മവേദിയിലെത്തി. അവിടെ സന്യാസിമാരും സന്യാസിനിമാരും ഒത്തുകൂടിയിരുന്നു. വേദിയിലേക്ക് കയറി, അദ്ദേഹം സദസ്സിനെ നോക്കി മന്ദഹസിച്ചു. "ഭിക്ഷു

മാരെ, ഭിക്ഷുണിമാരെ, സംഘവും ബോധനവും അധഃപതിക്കുന്നത് തടയുന്നതിന്നായി തഥാഗതൻ ഏഴ് മാർഗ്ഗങ്ങൾ നിങ്ങളെ പഠിപ്പിക്കാം. ശ്രദ്ധിച്ച് കേൾക്കുക!"

"ഒന്ന്. ധർമ്മം പഠിക്കാനും ചർച്ച ചെയ്യാനുമായി ഇടക്കിടെ ഒത്തുകൂടുക. രണ്ട്: എപ്പോഴും സഹകരണത്തിന്റെയും ഐക്യത്തിന്റെയും ഊർജ്ജസ്വലതയിൽ ഒത്തുകൂടുകയും പിരിഞ്ഞുപോവുകയും ചെയ്യുക. മൂന്ന്: നടപ്പിൽ വരുത്തിയ ധർമ്മോപദേശങ്ങൾ അനുസരിക്കുക. നാല്; ധാർമ്മികതയും അനുഭവസമ്പത്തുമുള്ള സംഘത്തിലെ മുതിർന്നവരെ ആദരിക്കുക, പിന്തുടരുക. അഞ്ച്: ആർത്തിയിലും ആസക്തിയിലും ആടിയുലയാത്ത ലളിതവും നിർമ്മലവുമായ ജീവിതം ജീവിക്കുക. ആറ് : ശാന്തവും സമാധാനപരവുമായ ഒരു ജീവിതരീതി പരിപോഷിപ്പിക്കുക. ഏഴ് : ശാന്തിയും ആനന്ദവും മുക്തിയും സാർത്ഥകമാക്കാൻ ഏകാഗ്രതയിൽ വർത്തിക്കുക. മാർഗ്ഗത്തിൽ ചങ്ങാതിമാർക്ക് ശരണവും താങ്ങുമായിരിക്കുക."

"ഭിക്ഷുമാരെ, ഭിക്ഷുണിമാരെ, നിങ്ങൾ ഈ ഏഴ് ധർമ്മോപദേശങ്ങൾ പരിശീലിക്കുകയാണെങ്കിൽ ധർമ്മം അഭിവൃദ്ധിപ്പെടും. സംഘം അധഃപതിക്കില്ല. ഒരു ബാഹ്യശക്തിക്കും സംഘത്തെ ശല്യപ്പെടുത്താനാവില്ല. ആന്തരികമായ ഭിന്നിപ്പും വിയോജിപ്പും കൊണ്ടുമാത്രമേ സംഘം തകരുകയുള്ളൂ. ഭിക്ഷുമാരെ, ഭിക്ഷുണിമാരെ, മലങ്കാട്ടിലെ സിംഹരാജൻ മരിച്ചാൽ, ഒരു മൃഗവും അതിന്റെ മാംസം ഭക്ഷിക്കാൻ ധൈര്യപ്പെടില്ല. അതിന്റെ ശരീരത്തിലെ പുഴുക്കൾ മാത്രമേ, അത് തിന്ന് തീർക്കുകയുള്ളൂ. ഈ ഏഴ് സാധനകൾ അനുസരിച്ച് ജീവിച്ചുകൊണ്ട് ധർമ്മം സംരക്ഷിക്കുക. ജഡത്തിനുള്ളിലെ പുഴുക്കളെപ്പോലെ ഒരിക്കലും ആവരുത്."

അലസസംഭാഷണങ്ങളിൽ ഏർപ്പെടാതിരിക്കുക, അമിതനിദ്രയിൽ കുടുങ്ങാതിരിക്കുക, പേരും പെരുമയ്ക്കും പിന്നാലെ പായാതിരിക്കുക, ആസക്തികൾക്കു പിന്നാലെ ഓടാതിരിക്കുക, മോശപ്പെട്ട സ്വഭാവമുള്ളവർക്കൊപ്പം സമയം കളയാതിരിക്കുക, ബുദ്ധോപദേശത്തിന്റെ അല്പജ്ഞാനത്തിൽ തൃപ്തിപ്പെടാതിരിക്കുക, ബുദ്ധൻ ഉദ്ബോധിപ്പിച്ചു. ഓരോ ഭിക്ഷുവും ഭിക്ഷുണിയും ജാഗ്രതയുടെ വഴിയിലെ ഏഴു ഘടകങ്ങൾ ഉൾക്കൊണ്ട് സഞ്ചരിക്കേണ്ടതുണ്ട്. ബുദ്ധൻ ഓർമ്മപ്പെടുത്തി. നശ്വരത, സ്വത്വ ശൂന്യത, വിരക്തി, മുക്തി, അനാസക്തി എന്നിവമേലുള്ള ബോധനങ്ങൾ അദ്ദേഹം ഒരിക്കൽക്കൂടി വിശദീകരിച്ചു.

രണ്ടായിരം സന്യാസിമാരും സന്യാസിനിമാരും പത്ത് ദിവസങ്ങൾ കഴുകൻ മുടിയിൽ താമസിച്ചു. അവർ മരത്തണലുകളിലോ, ഗുഹകളിലോ, കുടിലുകളിലോ, മലയരുവികളുടെ കരകളിലോ ഉറങ്ങി. ഓരോ ദിവസവും ബുദ്ധൻ ഓരോ ധർമ്മ പ്രഭാഷണം നടത്തി. അവസാനത്തെ

ദിവസമായ പത്താംനാളിൽ അവരോട് സ്വന്തം കേന്ദ്രങ്ങളിലേക്ക് മടങ്ങുവാൻ ബുദ്ധൻ പറഞ്ഞു.

ഭിക്ഷുമാരും ഭിക്ഷുണിമാരും പോയശേഷം, ബുദ്ധൻ ആനന്ദനോട് പറഞ്ഞു: "നാം നാളെ വേണുവനം സന്ദർശിക്കും."

വേണുവനം സന്ദർശിച്ചശേഷം ബുദ്ധനും ആനന്ദനും രാജഗൃഹം വിട്ട് അമ്പാലത്തിക ലക്ഷ്യമാക്കി നടന്നു. രാജബിംബിസാരൻ ബുദ്ധമാർഗ്ഗത്തിന്റെ അനുയായികൾക്കായി വളരെക്കാലം മുമ്പ് തീർത്ത തോട്ടമായിരുന്നു അത്. നളന്ദയിലേക്കുള്ള വഴിയിൽ ഭിക്ഷുക്കൾ പലപ്പോഴും അവിടെ വിശ്രമിച്ചു. ഒരിക്കൽ, സരിപുത്രൻ രാഹുലനുമൊത്ത് അവിടെ താമസിച്ചിട്ടുണ്ട്. ബുദ്ധൻ അവിടെ താമസിച്ച് ഭിക്ഷുക്കൾക്ക് നിർദ്ദേശങ്ങൾ നൽകി. ധർമ്മോപദേശങ്ങൾ, ശ്രദ്ധ, ധാരണ എന്നിവയെക്കുറിച്ച് അദ്ദേഹം സംസാരിച്ചു.

ഒരു നൂറ് ഭിക്ഷുക്കളുമൊത്ത് ബുദ്ധൻ നളന്ദയിലേക്ക് പോയി. ആനന്ദനും സരിപുത്രനും അനുഗമിച്ചു, അവരെ. നളന്ദയിലെത്തിയ ബുദ്ധൻ പാവരികാ മാന്തോപ്പിൽ വിശ്രമിച്ചു.

പിറ്റേന്ന് രാവിലെ, ബുദ്ധന്റെയരികിലായി സരിപുത്രൻ ഏറെനേരം നിശബ്ദനായി ഇരുന്നു. അവസാനം അദ്ദേഹം പറഞ്ഞു. "പ്രഭോ, അങ്ങയുടെ ജ്ഞാനത്തെയും സിദ്ധിയെയും പിന്നിലാക്കുന്ന ഒരാത്മീയാചാര്യൻ ഇന്നും നാളെയും ഉണ്ടാകില്ലെന്നുറപ്പാണ്."

ബുദ്ധൻ : "സരിപുത്രാ, ഒരു സിംഹഗർജ്ജനംപോലെ ധീരമാണാ വാക്കുകൾ. ഇന്നലത്തെയും ഇന്നത്തെയും നാളത്തെയും ആത്മീയാചാര്യന്മാരെ കണ്ടിട്ടാണോ താങ്കൾ ഇത്തരം ഒരു പ്രസ്താവന നടത്താൻ ധൈര്യപ്പെട്ടത്?"

"പ്രഭോ, മൂന്നുകാലങ്ങളിലെയും എല്ലാ ആചാര്യന്മാരെയും ഞാൻ കണ്ടിട്ടില്ല. പക്ഷേ, ഒരു കാര്യം എനിക്ക് തീർച്ചയാണ്. നാല്പത്തിയഞ്ചിലേറെ വർഷങ്ങളായി ഞാൻ അങ്ങേയ്ക്കൊപ്പം ജീവിക്കുന്നു. ഞാനങ്ങയുടെ ബോധനങ്ങൾ കേട്ടിട്ടുണ്ട്. അങ്ങയുടെ ജീവിതം നിരീക്ഷിച്ചിട്ടുണ്ട്. അങ്ങെപ്പോഴും ഏകാഗ്രതയിൽ വർത്തിക്കുന്നതായി ഞാനറിയുന്നു. അങ്ങയുടെ ആറിന്ദ്രിയങ്ങളുടെയും സമഗ്ര സാധകനാണങ്ങ്. ആർത്തിയുടെയും ആസക്തിയുടെയും കോപത്തിന്റെയും വെറുപ്പിന്റെയും മറവിയുടെയും ക്ഷോഭത്തിന്റെയും ശങ്കയുടെയും സംശയത്തിന്റെയും യാതൊരുവിധ ലാഞ്ഛനപോലും അങ്ങ് കാണിക്കാറില്ല. ഇന്നലെയും ഇന്നും നാളെയും അങ്ങയുടെ നിലവാരത്തിലെത്തിയ ആചാര്യന്മാരുണ്ടായെന്നിരിക്കട്ടെ. എന്നാൽ ധാരണയിൽ അങ്ങയെ ആർക്കെങ്കിലും പിന്നിലാക്കാൻ കഴിയുമെന്ന് ഞാൻ വിചാരിക്കുന്നില്ല."

ധർമ്മോപദേശങ്ങളെയും ശ്രദ്ധയെയും ധാരണയെയും കുറിച്ചാണ് ബുദ്ധൻ നളന്ദയിൽ കൂടുതലായും സംസാരിച്ചത്. പിന്നീടദ്ദേഹം പാട

ലീപുത്രത്തിലേക്കു മടങ്ങി. അവിടെ അദ്ദേഹത്തെ സന്യാസിമാരും സാധാരണ ശിഷ്യന്മാരും കൂട്ടത്തോടെ സ്വാഗതം ചെയ്തു; അദ്ദേഹത്തിന് ജലവും ഭക്ഷണവും അർപ്പിച്ചു. ശേഷം, അദ്ദേഹം ധർമ്മപ്രഭാഷണം നടത്തി.

പിറ്റേന്ന് പ്രഭാതത്തിൽ, തന്റെ അമ്മ ഗുരുതരമായ രോഗാവസ്ഥയിലാണെന്ന വാർത്ത സരിപുത്രന് കിട്ടി. അവർക്ക് നൂറിൽ കൂടുതൽ വയസ്സുണ്ട്. അവരെ സന്ദർശിക്കുവാൻ സരിപുത്രൻ അനുവാദം തേടി. ബുദ്ധൻ സരിപുത്രനെ യാത്രയയച്ചു. സരിപുത്രൻ ബുദ്ധനെ വണങ്ങി. പ്രാരംഭകനായ ചുന്ദനുമൊത്ത് നളന്ദയിലേക്ക് തിരിച്ചു.

പാടലീഗ്രാമത്തിന്റെ നഗരകവാടത്തിലൂടെ ബുദ്ധനും ഭിക്ഷുക്കളും കടക്കുമ്പോൾ, മഗധയിൽ നിന്നുള്ള ഉദ്യോഗസ്ഥന്മാരായ സുനിദനെയും വസ്സാകാരനെയും അവർ കണ്ടുമുട്ടി. പാടലീഗ്രാമം ഒരു വലിയ നഗരമാക്കി മാറ്റാനുള്ള പദ്ധതി രാജാ അജാതശത്രു അവരെ ഏല്പിച്ചിരുന്നു. അവർ ബുദ്ധനോട് പറഞ്ഞു: “അങ്ങ് കടന്നുവന്ന ഈ നഗരകവാടത്തെ ‘ഗൗതമകവാടം’ എന്ന് പുനഃനാമകരണം ചെയ്യാൻ ഞങ്ങൾ പദ്ധതിയിടുന്നു. അങ്ങയെ കടവുവരെ അനുഗമിക്കുന്നതിന് ഞങ്ങളെ അനുവദിച്ചാലും. ഞങ്ങളതിലെ ‘ഗൗതമകടവ്’ എന്ന് വിളിക്കും.”

ഗംഗയുടെ ഉയർന്ന കരയിലിരുന്നുകൊണ്ട് കാക്കകൾക്ക് വെള്ളം കുടിക്കാവുന്ന പാകത്തിൽ ഗംഗയിലെ ജലം പൊന്തിയിരുന്നു. അഞ്ചു ചങ്ങാടങ്ങൾ ബുദ്ധനെയും ഭിക്ഷുമാരെയും വഹിച്ചുകൊണ്ട് അക്കരയ്ക്ക് നീങ്ങി. ആനന്ദൻ ബുദ്ധന്റെ അരികിൽ തന്നെ നിന്നിരുന്നു. എതിർകരയിലുള്ള വൈശാലിയുടെ നേരെയുള്ള ജലത്തിനുമീതെ അവർ മിഴികളയച്ചു.

ഇരുപത്തഞ്ച് വർഷങ്ങൾക്ക് മുമ്പ് അക്കരെ നിന്നുകൊണ്ട് ബുദ്ധനെ സ്വീകരിച്ചത് ആനന്ദൻ ഓർത്തു. അക്കാലത്ത് മഹാമാരിമൂലം വൈശാലി ഏതാണ്ട് നാമാവശേഷമായിരുന്നു. യുവാക്കളും വൃദ്ധരും ഒരുപോലെ കൂട്ടത്തോടെ മരിച്ചു. വൈശാലിയിലെ ഏറ്റവും നല്ല ഭിഷഗ്വരനു പോലും യാതൊന്നും ചെയ്യാൻ കഴിയുമായിരുന്നില്ല. ആരാധനാവേദികൾ ഉയർന്നു. പക്ഷേ, നിരന്തരമായ പ്രാർത്ഥനകളും ഫലം ചെയ്തില്ല. അവസാനം ജനവിചാരം ബുദ്ധനിലേക്ക് തിരിഞ്ഞു. ഭരണാധികാരിയായ തോമാരൻ രാജഗൃഹത്തിലെത്തി. ബുദ്ധനെ വൈശാലിയിലേക്ക് ക്ഷണിച്ചു; അദ്ദേഹത്തിന്റെ ധാർമ്മിക സാന്നിധ്യം ദുരന്തത്തിന് മാറ്റം വരുത്തുമെന്ന പ്രതീക്ഷയിൽ. ബുദ്ധൻ പോകാൻ സമ്മതിച്ചു. രാജാബിംബിസാരനും രാജ്ഞിയും കൊട്ടാര ഉദ്യോഗസ്ഥന്മാരും ചേർന്ന് ബുദ്ധനെ യാത്രയാക്കി.

ബുദ്ധൻ വഞ്ചിയിൽ വൈശാലിയിലിറങ്ങിയപ്പോൾ, കൊടികളാലും പൂക്കളാലും ആരാധനാ വേദികളാലും നദിക്കര അലംകൃതമായിരുന്നു;

ഒരു രക്ഷകനെ സ്വീകരിക്കാനെന്ന വണ്ണം. ജനാരവത്താൽ അന്തരീക്ഷം കുലുങ്ങി. ജീവകനെന്ന വിമലകൊണ്ടണ്ണയും നിരവധി മുതിർന്ന ശിഷ്യരും അദ്ദേഹത്തെ അനുഗമിച്ചു. ബുദ്ധൻ കരയിൽ കാലെടുത്ത് വെച്ചതും ഇടിവെട്ടി, മഴ പെയ്യാൻ തുടങ്ങി. നീണ്ട വരൾച്ചയ്ക്കുശേഷ മുള്ള ആദ്യമഴയായിരുന്നു അത്. പുത്തനുണർവ്വും കുളിർ നിറഞ്ഞ ആശ്വാസവും ഏകി. കോടിഗ്രാമത്തിനു മധ്യേയുള്ള ഒരു തോട്ടത്തി ലേക്ക് ബുദ്ധനും ഭിക്ഷുക്കളും ആനയിക്കപ്പെട്ടു. അവിടെ വെച്ച് ബുദ്ധൻ മൂന്ന് സഞ്ചിതധനങ്ങളെപ്പറ്റി സംസാരിച്ചു. കുറച്ചുദിവസങ്ങൾക്കു ശേഷം ബുദ്ധനും ഭിക്ഷുമാരും വൈശാലിയിലേക്ക് ക്ഷണിക്കപ്പെട്ടു. അവർ മഹാവനത്തിലെ കുടഗാരവിഹാരത്തിൽ താമസിച്ചു. ബുദ്ധന്റെ ശ്രേഷ്ഠതയും വിമലകൊണ്ടണ്ണയുടെ വൈദഗ്ദ്ധ്യവും കാരണം മഹാ മാരി മന്ദഗതിയിലായി, അവസാനം അപ്രത്യക്ഷമായി. ബുദ്ധൻ വൈശാ ലിയിൽ ആറ് മാസം താമസിച്ചു.

കരയിലെത്തിയപ്പോൾ ആനന്ദന്റെ ചിന്തകൾ വർത്തമാന കാലത്തി ലേക്കു മടങ്ങി. ബുദ്ധൻ കോടി ഗ്രാമത്തിലേക്കു നടന്നു. സന്യാസിമാ രുടെ വലിയൊരു കൂട്ടം അദ്ദേഹത്തെ കാത്ത് നിന്നിരുന്നു. ഏകാഗ്രത യുടെ നാല് മൂലാധാരങ്ങളെപ്പറ്റിയും, ധർമ്മോപദേശങ്ങൾ, ശ്രദ്ധ, ധാരണ എന്നിവയെപ്പറ്റിയും അദ്ദേഹം സംസാരിച്ചു. കോടിഗ്രാമത്തിൽ അനേകം ദിവസങ്ങൾ ചെലവഴിച്ചശേഷം, അദ്ദേഹം നാദി ലക്ഷ്യമാക്കി നീങ്ങി. അവിടെ, അദ്ദേഹവും ഭിക്ഷുക്കളും ഗിസ്വകവാസ്തു എന്ന ഇഷ്ടികഗൃഹത്തിൽ ഉറങ്ങി.

നാദിയയിൽ വെച്ച് ബുദ്ധൻ അതേ പ്രദേശത്ത് വെച്ച് മരിച്ചുപോയ അനേകം ഭിക്ഷുമാരെ കുറിച്ചോർത്തു. അദ്ദേഹം ഭിക്ഷുണി സുന്ദരി നന്ദയെയും ഭിക്ഷുമാരായ സാലയെയും നാദികയെയും പണ്ട് തനിക്ക് പാല് തന്ന ഗൃഹസ്ഥശിഷ്യ സുജാതയെയും സാധാരണ ശിഷ്യന്മാ രായ കാക്കുദായെയും ബദുയെയും സുഭദ്ദുനെയും സ്മരിച്ചു. ആ പ്രദേ ശത്തെ അമ്പത് ഭിക്ഷുമാർ പലതരത്തിലുള്ള മോക്ഷഫലങ്ങൾ നേടി യിരുന്നു. ഭിക്ഷുമാരായ സാലയും നാദികയും ആർഹൃതത്ത്വം നേടി യിരുന്നു.

ബുദ്ധനിലും ധർമ്മത്തിലും സംഘത്തിലും വിശ്വാസമുള്ള ഏതൊ രാളും തന്റെ ഹൃദയത്തിലേക്ക് ഒന്ന് നോക്കിയാലറിയാം, താൻ മുക്തി യുടെ ധാരത്തിലെത്തിയിട്ടുണ്ടോയെന്ന്. ബുദ്ധൻ തന്റെ ശിഷ്യന്മാരെ പഠിപ്പിച്ചു. മറ്റൊരാളോടും ഇക്കാര്യം ചോദിക്കേണ്ടതില്ല. ധർമ്മോപ ദേശം, ശ്രദ്ധ, ധാരണ എന്നിവയെക്കുറിച്ച് ബുദ്ധൻ നാദിയയിൽവെച്ച് ഭിക്ഷുക്കളെ പഠിപ്പിച്ചു. അദ്ദേഹം വൈശാലിയിലേക്ക് നടന്നു, അംബ പാലിയുടെ മാന്തോപ്പിൽ വിശ്രമിച്ചു. ശരീരത്തെയും സ്പർശാനുഭവ

ങ്ങളെയും മനസ്സിനെയും മനോവസ്തുക്കളെയും ധ്യാനിക്കുന്നതിനെ പ്പറ്റി അദ്ദേഹം സംസാരിച്ചു.

ബുദ്ധൻ മാന്തോപ്പിലുണ്ടെന്നറിഞ്ഞ് അംബപാലി അദ്ദേഹത്തെ സന്ദർശിക്കാനെത്തി. അദ്ദേഹത്തെയും ഭിക്ഷുമാരെയും അവർ ഭക്ഷ ണത്തിന് ക്ഷണിച്ചു. ഭക്ഷണശേഷം, ഒരു ഭിക്ഷുണിയായി തന്നെ ഉപ സമ്പദിക്കുവാൻ അംബപാലി അഭ്യർത്ഥിച്ചു. സന്യാസിസംഘത്തിൽ, അവരെ ബുദ്ധൻ ഉൾപ്പെടുത്തി.

വൈശാലിയിൽ താമസിക്കുമ്പോൾ, ധർമ്മോപദേശം, ശ്രദ്ധ, ധാരണ എന്നിവയെപ്പറ്റി ബുദ്ധൻ കൂടുതൽ സംസാരിച്ചു. അതിനുശേഷം അദ്ദേഹം ബേലുവാകമാക ഗ്രാമം സന്ദർശിച്ചു. മഴക്കാലം അടുത്തെ ത്തിയതിനാൽ അദ്ദേഹം അവിടെത്തന്നെ കൂടുവാൻ തീരുമാനിച്ചു. ബുദ്ധന് ബോധോദയം സിദ്ധിച്ചതിന് ശേഷമുള്ള നാല്പത്തിയഞ്ചാ മത്തെ വിശ്രാന്തി കാലമായിരുന്നു അത്. വിശ്രാന്തികാലത്ത് വൈശാ ലിയിലെ ധർമ്മശാലകളിലോ സ്നേഹിതരുടെയോ ബന്ധുക്കളുടെയോ ഗൃഹങ്ങളിലോ താമസിക്കുവാനായി ബുദ്ധൻ സന്യാസിമാരോടും സന്യാസിനിമാരോടും ആവശ്യപ്പെട്ടു.

വിശ്രാന്തികാലത്തിന്റെ പാതിയിൽ വെച്ച് ബുദ്ധൻ ഗുരുതരമായി രോഗബാധിതനായി. കഠിനമായ വേദനയുണ്ടായിട്ടും, അദ്ദേഹം നിശ്ശ ബ്ദനായിരുന്നു. കിടന്നുകൊണ്ട് ഏകാഗ്രതയോടെ തന്റെ ശ്വാസം തുടർന്നു. അദ്ദേഹത്തിന്റെ ശിഷ്യന്മാർ അദ്ദേഹം രോഗത്തെ അതിജീ വിക്കില്ലെന്ന് ഭയന്നു. എന്നാൽ അവരെ ആനന്ദിപ്പിച്ചുകൊണ്ട് അദ്ദേഹം സാവകാശം ആരോഗ്യം വീണ്ടെടുത്തു. അനേക ദിവസങ്ങൾക്കു ശേഷം, കുടിലിനുവെളിയിൽ കസേരയിൽ ഇരിക്കാമെന്നായി.

79. ചന്ദനമരത്തിലെ കൂണുകൾ

ബുദ്ധന്റെ അരികിലേക്ക് നീങ്ങിയിരുന്ന് മൃദുവായ ശബ്ദത്തിൽ ആനന്ദൻ പറഞ്ഞു: "നാമൊരുമിച്ചുണ്ടായ ഈ കാലയളവിലൊന്നും ഞാനങ്ങയെ ഇത്രത്തോളം രോഗാവസ്ഥയിൽ കണ്ടിട്ടില്ല. ഞാനാകെ തളർന്നുപോയി. നേരെ ചൊവ്വെ ചിന്തിക്കാനോ ജോലി ചെയ്യാനോ എനിക്കു സാധിച്ചില്ല. മറ്റുള്ളവർ വിചാരിച്ചത് അങ്ങിത് തരണം ചെയ്യി ല്ലെന്നാണ്. എന്നാൽ ഞാൻ സ്വയം പറഞ്ഞു, ഭഗവാൻ ബുദ്ധൻ ഇതു വരെയ്ക്കും അദ്ദേഹത്തിന്റെ അവസാനത്തെ വിൽപ്പത്രം നമുക്ക് നൽകി യിട്ടില്ല. തീർച്ചയായും അദ്ദേഹത്തിന് നിർവ്വാണത്തിന് സമയമായിട്ടില്ല. ആ ചിന്ത എന്നെ നിരാശയിൽ നിന്നും രക്ഷിച്ചു."

ബുദ്ധൻ പറഞ്ഞു: "ആനന്ദാ, താങ്കളും സംഘവും മറ്റെന്താണ് എന്നിൽ നിന്നും പ്രതീക്ഷിക്കുന്നത്? ധർമ്മം പൂർണ്ണമായും ആഴത്തിലും ഞാൻ പഠിപ്പിച്ചിട്ടുണ്ട്. ഭിക്ഷുമാരിൽ നിന്നും ഞാനെന്തെങ്കിലും മറച്ചു പിടിച്ചിട്ടുള്ളതായി താങ്കൾക്ക് തോന്നിയിട്ടുണ്ടോ? ആനന്ദാ, ബോധന മാണ് യഥാർത്ഥ ശരണം. ഓരോരുത്തരും ബോധനം തന്റെ സ്വന്തം ശരണമായിട്ടെടുക്കണം. ബോധനത്തിനനുസൃതമായി ജീവിക്കുക. ഓരോരുത്തരും സ്വയം ദീപമായിരിക്കണം. ആനന്ദാ, ബുദ്ധനും ധർമ്മവും സംഘവും ഓരോരുത്തരിലുമുണ്ട്. ബോധോദയത്തിനുള്ള ഗ്രഹണശക്തിയാണ് ബുദ്ധൻ. ബോധനമാണ് ധർമ്മം. സമുദായത്തിന്റെ താങ്ങാണ് സംഘം. നിങ്ങളിലുള്ള ബുദ്ധനെയും ധർമ്മത്തെയും സംഘ ത്തെയും ആർക്കും എടുത്തു മാറ്റാനാവില്ല. സ്വർഗ്ഗവും ഭൂമിയും തകർന്ന ടിഞ്ഞേക്കാം. എന്നാലും ആ മൂന്ന് രത്നങ്ങൾ ഓരോ വ്യക്തിയിലും ശേഷിക്കുകതന്നെ ചെയ്യും. അവയാണ് സത്യമായ ശരണം; ഒരു ഭിക്ഷു മനോജാഗ്രതയിൽ തന്റെ ശരീരവും സ്പർശാനുഭവങ്ങളും മനസ്സും മനോവസ്തുക്കളും ധ്യാനിക്കുമ്പോൾ അയാൾ അയാളുടെ ദ്വീപാണ്. എല്ലാറ്റിന്റെയും ശരണം അയാളിലുണ്ട്. നിങ്ങളുടെ മനോജാഗ്രതയുടെ ദ്വീപിനേക്കാൾ, നിങ്ങളിലുള്ള മൂന്ന് രത്നങ്ങളെക്കാൾ, സ്ഥൈര്യമുള്ള ഒരു ശരണമില്ല. ഒരു വ്യക്തിയോ, എന്തിനേറെ മഹാനായ ഒരു ഗുരുവോ ഇല്ല."

വിശ്രാന്തികാലത്തിന്റെ അന്ത്യത്തോടെ ബുദ്ധന്റെ ആരോഗ്യം ഏതാണ്ട് പൂർവ്വസ്ഥിതിയിലായി.

ഒരു പ്രഭാതത്തിൽ, സംപൂജ്യരായ സരിപുത്രന്റെ പരിചാരകനായ പ്രാരംഭകൻ ചുന്ദൻ ആനന്ദനെ തേടിയെത്തി. കുറച്ച് സമയം മുമ്പ് നളയിൽ വെച്ച് സരിപുത്രൻ അന്തരിച്ചതായി ചുന്ദൻ അറിയിച്ചു. സരിപുത്രന്റെ വസ്ത്രങ്ങളും ഭിക്ഷാപാത്രവും ചിതാഭസ്മവും ചുന്ദൻ ആനന്ദന് കൈമാറി. പിന്നീടയാൾ, മുഖം മറച്ച് പൊട്ടിക്കരഞ്ഞു. ആനന്ദനും കരഞ്ഞു. നളയിലേക്ക് തിരിച്ചെത്തിയ സരിപുത്രൻ അദ്ദേഹത്തിന്റെ അമ്മ മരിക്കുവോളം അവരെ ശുശ്രൂഷിച്ചു; ചുന്ദൻ പറഞ്ഞു. അമ്മയുടെ ശവസംസ്കാരത്തിനുശേഷം, സരിപുത്രൻ തന്റെ ബന്ധുക്കളെയും എല്ലാ ഗ്രാമീണരെയും വിളിച്ചുകൂട്ടി, അവർക്ക് ധർമ്മത്തെ സംബന്ധിക്കുന്ന ബോധനം നൽകി. അദ്ദേഹം അവർക്ക് മൂന്ന് ശരണങ്ങൾ നൽകി. സാധന ചെയ്യേണ്ടതെങ്ങനെയെന്ന് കാണിച്ച് കൊടുത്തു. പിന്നീടദ്ദേഹം പത്മാസനത്തിൽ ഇരുന്നു. നിർവ്വാണം പൂകി. നിർവ്വാണത്തിനു മുമ്പ്, തന്റെ വസ്ത്രങ്ങളും ഭിക്ഷാപാത്രവും ചിതാഭസ്മവും ബുദ്ധനെ ഏൽപ്പിക്കണമെന്ന് അദ്ദേഹം ചുന്ദനോട് പറഞ്ഞു. ചുന്ദനെ ബുദ്ധന്റെ സമീപത്ത് നിർത്തുവാനും അദ്ദേഹം പറയാൻ നിർദ്ദേശിച്ചിരുന്നു. ബുദ്ധന്റെ നിർവ്വാണത്തിനു മുമ്പായി താൻ മരിക്കുവാൻ ആഗ്രഹിക്കുന്നതായി അദ്ദേഹം ചുന്ദനോട് പറഞ്ഞിരുന്നു.

ആനന്ദൻ കണ്ണുനീർ തുടച്ചുകളഞ്ഞു. ചുന്ദനുമൊത്ത് ബുദ്ധനെ കാണുവാനായി പോയി. ബുദ്ധൻ ശാന്തനായി തന്റെ ഏറ്റവും മഹാനായ ശിഷ്യന്റെ വസ്ത്രങ്ങളും ഭിക്ഷാപാത്രവും ചിതാഭസ്മവും നോക്കി. അദ്ദേഹം യാതൊന്നും പറഞ്ഞില്ല. പിന്നീടദ്ദേഹം ശിരസ്സുയർത്തി, ചുന്ദന്റെ തലയിൽ സൗമ്യമായി തലോടി.

ആനന്ദൻ പറഞ്ഞു: "ഭഗവാൻ, ബുദ്ധൻ, നമ്മുടെ സഹോദരൻ മരിച്ചെന്നു കേട്ടപ്പോൾ, ഞാൻ മരവിച്ചുപോയി. കണ്ണിലും മനസ്സിലും ഇരുട്ട് മൂടി. ഞാൻ അതീവ ദുഃഖിതനായി."

ബുദ്ധൻ ആനന്ദനെ നോക്കി: "ആനന്ദാ, താങ്കളുടെ സഹോദരൻ മരിച്ചപ്പോൾ, താങ്കളുടെ ധർമ്മോപദേശങ്ങളോ, ശ്രദ്ധയോ, ധാരണയോ, മുക്തിയോ എടുത്തു കളഞ്ഞുവോ?"

ആനന്ദൻ ശാന്തനായി മറുപടി നൽകി: "പ്രഭോ, എന്റെ ദുഃഖത്തിന്റെ കാരണം അതല്ല. സരിപുത്രൻ ജീവിച്ചിരുന്നപ്പോൾ അദ്ദേഹം ധർമ്മബോധനം പൂർണ്ണമായും ജീവിച്ചു. അദ്ദേഹം ഞങ്ങളെ പഠിപ്പിച്ചു, നയിച്ചു, പ്രോത്സാഹിപ്പിച്ചു. സരിപുത്രനും മൊഗ്ഗല്ലാനും പോയതോടെ സംഘം ശൂന്യമായതായിതോന്നുന്നു. നമുക്കെങ്ങിനെ ദുഃഖിക്കാതിരിക്കാനാവും?"

ബുദ്ധൻ : "ആനന്ദാ, നിരവധി തവണ ഞാൻ താങ്കളെ ഓർമ്മിപ്പിച്ചിട്ടുണ്ട്. ജനനത്തിനൊപ്പം മരണവുമുണ്ട്. ഒന്നിച്ചുവരുന്നവ വേർപിരി

യണം. എല്ലാ ധർമ്മങ്ങളും നശ്വരമാണ്. നമുക്കവയോട് മമത പാടില്ല. ജനനമരണങ്ങളുടെ ലോകത്തെ താങ്കൾ, അധഃകരിക്കണം. ഉദയാസ്തമനങ്ങളെ അധഃകരിക്കണം. വൃക്ഷത്തെ പരിപോഷിപ്പിച്ച ഒരു വലിയ ശാഖയായിരുന്നു സരിപുത്രൻ. അദ്ദേഹം തന്റെ കടമ നിർവ്വഹിച്ചു. ആ ശാഖ വൃക്ഷത്തിലുണ്ട്. ബോധോദയം സാധന ചെയ്യുന്ന ഭിക്ഷുക്കളുടെ സമൂഹമാണ് ആ വൃക്ഷം. താങ്കൾ കണ്ണുതുറന്ന് നോക്കുന്ന പക്ഷം, താങ്കൾക്ക് താങ്കളിൽത്തന്നെ സരിപുത്രനെ കാണാം; തഥാഗതനിലും. ഭിക്ഷുക്കളുടെ സമൂഹത്തിലും. സരിപുത്രൻ പഠിപ്പിച്ചവരിലും. പ്രാരംഭകനായ ചുന്ദനിലും. അദ്ദേഹം സഞ്ചരിച്ച ഓരോ വഴിയിലും അദ്ദേഹത്തെ കാണാം. ആനന്ദാ കണ്ണ് തുറക്കൂ. എവിടെയും താങ്കൾക്ക് സരിപുത്രനെ കാണാം. സരിപുത്രൻ ഇനി നമ്മോടൊപ്പമില്ലെന്ന് കരുതരുത്. അദ്ദേഹം ഇവിടെയുണ്ട്. എപ്പോഴും ഉണ്ടായിരിക്കുകയും ചെയ്യും."

"ആനന്ദാ, സരിപുത്രൻ ബോധോദയം സിദ്ധിച്ച ഒരു ബോധിസത്വനായിരുന്നു. അദ്ദേഹം തന്റെ ധാരണയിലൂടെയും സ്നേഹത്തിലൂടെയും മറ്റ് ജീവജാലങ്ങളെ ബോധോദയത്തിന്റെ കരയിലെത്തിക്കാൻ വഴികാട്ടി. ഭിക്ഷുമാർക്കിടയിൽ, സരിപുത്രൻ മഹാവിജ്ഞാനത്തിന് ശ്ലാഘനീയനായി. അഗാധമായ ധാരണയുള്ള ഒരു ബോധിസത്വനായി ഭാവിതലമുറകൾ അദ്ദേഹത്തെ സ്മരിക്കും. ആനന്ദാ, ഭിക്ഷുമാർക്കിടയിൽ സരിപുത്രനെപോലെ മഹത്തായ പ്രതിജ്ഞ എടുത്തിട്ടുള്ളവർ ഏറെയുണ്ട്. ഭിക്ഷു പുന്നയും ഭിക്ഷുണി യശോധരയും ഗൃഹസ്ഥശിഷ്യൻ സുദത്തനും മഹാകരുണികൾ തന്നെ. അവർ ഒരിക്കലും ക്ലേശങ്ങളെയോ ബുദ്ധിമുട്ടുകളെയോ ഭയപ്പെട്ടില്ല. അവർ മറ്റുള്ളവരെ സഹായിക്കുന്ന പ്രതിജ്ഞകളുമായി ജീവിച്ചു. ഭിക്ഷുണി യശോധരയും സുദത്തനും മരിച്ചു. എന്നാൽ സംപൂജ്യനായ പുന്ന ഊർജ്ജ്വസ്വലനായും നിർഭയനായും സകല ജീവികളെയും സേവിക്കുന്ന പ്രവൃത്തി തുടരുന്നു. സംപൂജ്യനായ മൊഗ്ഗല്ലാന ധൈര്യവും ഊർജ്ജവും ഉള്ള ഒരു ബോധി സത്വനാണെന്ന് തഥാഗതൻ അറിയുന്നു. അദ്ദേഹവുമായി ആരെയും താരതമ്യപ്പെടുത്താനാവില്ല. ലളിതവും വിനയാന്വിതവുമായ തന്റെ ജീവിതത്തിൽ സംപൂജ്യനായ മഹാ കാശ്യപൻ സുഭഗജീവിതത്തിന്റെ ഒരു ബോധിസത്വനത്രെ. ആരാധ്യനായ അനിരുദ്ധൻ മഹാപരിശ്രമത്തിന്റെയും ശുഷ്ക്കാന്തിയുടെയും ബോധിസത്വനാകുന്നു."

"ആനന്ദാ, വരും തലമുറകൾ വിമോചനത്തിന്റെ വഴി പഠിക്കുന്നതും പരിശീലിക്കുന്നതും തുടരുന്ന പക്ഷം, ഈ ഭൂമിയിൽ ബോധിസത്വന്മാർ ഉണ്ടായിക്കൊണ്ടിരിക്കും. ആനന്ദാ, ബുദ്ധനിലും ധർമ്മത്തിലും സംഘത്തിലുമുള്ള വിശ്വാസം സമൂഹത്തിന്റെ ഭാവിയിലുള്ള വിശ്വാസമാണ്. സരിപുത്രനെപ്പോലെയും മൊഗ്ഗല്ലാനയെപ്പോലെയും പുന്ന

യെപ്പോലെയും അനിരുദ്ധനെപ്പോലെയും യശോധരയെപ്പോലെയും അനന്തപിണ്ഡികയെപ്പോലെയും ഉള്ള മഹാബോധിസത്വന്മാർ ഭാവിയിൽ ഉണ്ടായിരിക്കും. ആനന്ദാ, സഹോദരൻ സരിപുത്രന്റെ മരണത്തിൽ ദുഃഖിക്കേണ്ടതില്ല."

അന്നുച്ചയ്ക്ക് ഗംഗാതീരത്തെ ഉച്ചസേല ഗ്രാമത്തിനടുത്തുവെച്ച് ബുദ്ധൻ സരിപുത്രന്റെ മരണം ശാന്തനായി അറിയിച്ചു. മറ്റ് ജീവനെ സഹായിക്കുവാൻ പ്രതിജ്ഞയെടുത്ത സരിപുത്രനെപ്പോലെയായിരിക്കുവാൻ എല്ലാ പരിശ്രമങ്ങളും ചെയ്യുവാൻ അദ്ദേഹം ഭിക്ഷുമാരോടാവശ്യപ്പെട്ടു. അദ്ദേഹം പറഞ്ഞു, "ഭിക്ഷുമാരെ, നിങ്ങൾ നിങ്ങളിൽ ശരണം തേടണം, നിങ്ങൾ നിങ്ങൾക്ക് ഒരു ദ്വീപായിരിക്കുക. മറ്റൊന്നിനെയും ആശ്രയിക്കരുത്. സങ്കടത്തിന്റെയും നിരാശയുടേയും തിരകളിൽ നിങ്ങൾ മുങ്ങിപ്പോകില്ല. നിങ്ങൾ ധർമ്മത്തിൽ ശരണം തേടുക. ദ്വീപായി ശരണത്തെ അറിയുക."

ഒരു പ്രഭാതത്തിൽ ബുദ്ധനും ആനന്ദനും ഭിക്ഷാടനത്തിന് വൈശാലിയിൽ പ്രവേശിച്ചു. അവർ ഭക്ഷണമെടുത്ത് തൊട്ടടുത്ത കാട്ടിലിരുന്ന് ഭക്ഷിച്ചു. അതിനുശേഷം, ബുദ്ധൻ പറഞ്ഞു. "ആനന്ദാ, വിശ്രമത്തിനായി നാമിന്ന് കപാല ക്ഷേത്രത്തിലേയ്ക്ക് മടങ്ങും."

കപാലക്ഷേത്രത്തിലേക്കുള്ള വഴിയിൽ ഭൂപ്രകൃതിയെ ശ്ലാഘിക്കുവാനായി ബുദ്ധൻ പലവട്ടം നിന്നു. അദ്ദേഹം പറഞ്ഞു, "ആനന്ദാ, വൈശാലി അതിമനോഹരമാണ്. ഉദേന ക്ഷേത്രം സുന്ദരമാണ്. ഗോതമക, സത്താമ്പക, ബാഹുപുത്ര തുടങ്ങിയ ക്ഷേതങ്ങളെല്ലാം ഭംഗിയുള്ളവയാണ്. നാം ഉടനെ വിശ്രമിക്കാൻ പോകുന്ന കപാലക്ഷേത്രവും വളരെ സുന്ദരമായ സ്ഥലമാണ്."

ബുദ്ധന് വിശ്രമിക്കാനായി ഒരിടം കണ്ടെത്തിയ ശേഷം, ആനന്ദൻ നടന്ന് ധ്യാനം പരിശീലിക്കുവാനായി പുറത്ത് പോയി. നടന്നുകൊണ്ടിരിക്കെ, അദ്ദേഹത്തിന്റെ കാൽക്കീഴിൽ, പൊടുന്നനെ ഭൂമി കുലുങ്ങി. തന്റെ മനവും തനുവും കുലുങ്ങിയതായി അദ്ദേഹത്തിന് തോന്നി. അദ്ദേഹം ധൃതിയിൽ ക്ഷേത്രത്തിലേക്കു മടങ്ങി. ബുദ്ധൻ ശാന്തനായി ഇരിക്കുന്നതു കണ്ടു. തനിക്കപ്പോൾ അനുഭവപ്പെട്ട ഭൂമി കുലുക്കത്തെപ്പറ്റി അദ്ദേഹം ബുദ്ധനോട് പറഞ്ഞു.

ബുദ്ധൻ: "ആനന്ദാ, തഥാഗതൻ തന്റെ തീരുമാനമെടുത്തു കഴിഞ്ഞു. മൂന്ന് മാസങ്ങൾക്കുള്ളിൽ ഞാൻ മരണമടയും."

തന്റെ കൈകാലുകൾ മരവിക്കുന്നതായി ആനന്ദനു തോന്നി. അദ്ദേഹത്തിന്റെ കണ്ണുകൾ മങ്ങി, തലകറങ്ങി. അദ്ദേഹം ബുദ്ധന്റെ മുമ്പിൽ മുട്ടുകുത്തി, യാചിച്ചു. "പ്രഭോ, ദയവായി ഇത്രവേഗം ഞങ്ങളെ വിട്ടു പോകരുത്. അങ്ങയുടെ ശിഷ്യരിൽ ദയ കാണിക്കുക!"

ബുദ്ധൻ മറുപടി പറഞ്ഞില്ല. ആനന്ദൻ തന്റെ വാക്കുകൾ മൂന്നാവർത്തിച്ചു. അപ്പോൾ, ബുദ്ധൻ പറഞ്ഞു: "ആനന്ദാ, തഥാഗതനിൽ താങ്കൾക്ക് വിശ്വാസമുണ്ടെങ്കിൽ എന്റെ തീരുമാനം സമയോചിതമാണെന്ന് താങ്കൾക്ക് മനസ്സിലാവും. മൂന്നുമാസത്തിനുള്ളിൽ ഞാൻ മരിക്കുമെന്നാണ് ഞാൻ പറഞ്ഞത്. ആനന്ദാ, മഹാവനത്തിലെ കുടാഗാര ധർമ്മശാലയിൽ ഒത്തുകൂടുവാൻ എല്ലാ ഭിക്ഷുക്കളെയും ക്ഷണിക്കുക."

ഏഴുനാൾ കഴിഞ്ഞ് ആയിരത്തഞ്ഞൂറ് ഭിക്ഷുമാരും ഭിക്ഷുണിമാരും കുടാഗാര ധർമ്മശാലയിൽ സമ്മേളിച്ചു. ധർമ്മ വേദിയിൽ ബുദ്ധനിരുന്നു. അദ്ദേഹം സദസ്സിനെ നോക്കി പറഞ്ഞു: "ഭിക്ഷുമാരെ, ഭിക്ഷുണിമാരെ, തഥാഗതൻ നിങ്ങൾക്ക് പകർന്ന് തന്നിട്ടുള്ളതെല്ലാം നിങ്ങൾ നന്നായും ശ്രദ്ധയോടെയും പഠിക്കണം, നിരീക്ഷണം പരിശീലിക്കണം. ഭാവിതലമുറകൾക്ക് പകർന്ന് നൽകുവാനായി സ്വയം സാക്ഷ്യപ്പെടുത്തണം. സകല ജീവനും ശാന്തിയും, ആനന്ദവും, സന്തോഷവും ഉറപ്പുവരുത്താനായി മാർഗ്ഗം പരിശീലിക്കുന്നതും ജീവിക്കുന്നതും തുടരണം."

"ഭിക്ഷുമാരെ, ഭിക്ഷുണിമാരെ, ഏകാഗ്രതയുടെ നാല് മൂലാധാരങ്ങളിലും, നാല് ശരിയായ ക്രമങ്ങളിലും ആത്മീയശക്തിയുടെ നാല് മൂലങ്ങളിലും പഞ്ചപ്രഭാവങ്ങളിലും പഞ്ചനിയന്ത്രണങ്ങളിലും ഉദ്ബുദ്ധതയുടെ ഏഴ് ഘടകങ്ങളിലും അഷ്ടമാർഗ്ഗത്തിലും തഥാഗതന്റെ ബോധനത്തിന്റെ സത്ത നിങ്ങൾക്ക് കണ്ടെത്താനാവും. ഈ ബോധനങ്ങൾ പഠിക്കുക, പരിശീലിക്കുക, സാർത്ഥകമാക്കുക, പകർന്നുകൊടുക്കുക."

"ഭിക്ഷുമാരെ, ഭിക്ഷുണിമാരെ, എല്ലാ ധർമ്മങ്ങളും നശ്വരങ്ങളാണ്. അവ ജനിക്കുന്നു; മരിക്കുന്നു. ഉയരുന്നു; അലിഞ്ഞു തീരുന്നു. മുക്തി നേടുവാനായി അനവരതം ശ്രമിക്കുക. മൂന്ന് മാസങ്ങൾക്കുള്ളിൽ തഥാഗതൻ മരിക്കും."

ആയിരത്തഞ്ഞൂറ് ഭിക്ഷുമാരും ഭിക്ഷുണിമാരും നിശ്ശബ്ദരായി ബുദ്ധനെ കേട്ടു. അദ്ദേഹത്തിന്റെ വാക്കുകൾ അവർ നേരിട്ട് ഉള്ളിലേക്കെടുത്തു. ബുദ്ധന്റെ ധർമ്മപ്രഭാഷണം കാണുന്നതിനും കേൾക്കുന്നതിനുമുള്ള അവസാനത്തെ അവസരമാണിതെന്ന് അവർക്ക് മനസ്സിലായി. ബുദ്ധൻ താമസിയാതെ തങ്ങളെ വേർപിരിയുമെന്നറിഞ്ഞ അവർ ഓരോരുത്തരും ആശങ്കാകുലരായി.

പിറ്റേന്ന് രാവിലെ, ബുദ്ധൻ വൈശാലിയിലേക്ക് ഭിക്ഷാടനത്തിനിറങ്ങി. വനത്തിലിരുന്ന് അദ്ദേഹം തന്റെ ഭക്ഷണം കഴിച്ചു. അതിനുശേഷം, നിരവധി ഭിക്ഷുമാരുമൊത്ത് അദ്ദേഹം വൈശാലി വിട്ടു. ഒരു ഗജറാണിയുടെ കണ്ണുകളോടെ ബുദ്ധൻ താൻ പിന്നിട്ട നഗരത്തിലേക്ക് തിരിഞ്ഞു നോക്കി, ആനന്ദനോട് പറഞ്ഞു; "ആനന്ദാ, വൈശാലി എത്ര

മനോഹരമാണ്. തഥാഗതൻ ഈ നഗരത്തെ അവസാനമായി നോക്കുകയാണ്. ബുദ്ധൻ പിന്നീട് തലതിരിച്ചു. നേരെ നോക്കിക്കൊണ്ട് അദ്ദേഹം പറഞ്ഞു, "നമുക്കു നേരെ ബന്ദാഗ്രാമത്തിലേയ്ക്കു പോകാം"

അന്നുച്ചതിരിഞ്ഞ് ബുദ്ധൻ ധർമ്മോപദേശങ്ങൾ, ശ്രദ്ധ, ധാരണ, മുക്തി എന്നിവയെക്കുറിച്ച് ബന്ദാഗ്രാമത്തിലെ മുന്നൂറ് ഭിക്ഷുമാർക്ക് ധർമ്മബോധനം നടത്തി. നിരവധി നാളത്തെ വിശ്രമത്തിനു ശേഷം ബുദ്ധൻ മഥിഗ്രാമത്തിലേക്കും അംബഗ്രാമത്തിലേക്കും ജംബു ഗ്രാമത്തിലേയ്ക്കും നീങ്ങി. ഈ സ്ഥലങ്ങളിലെല്ലാം അദ്ദേഹം ഭിക്ഷുമാർക്ക് നിർദ്ദേശങ്ങൾ നൽകി. പിന്നീടവർ ഭോഗനഗരത്തിലേക്ക് സഞ്ചരിച്ചു. അവിടെ ആനന്ദക്ഷേത്രത്തിൽ വിശ്രമിച്ചു. നിരവധി ഭിക്ഷുക്കൾ അദ്ദേഹത്തിന്റെ ബോധനം സ്വീകരിക്കുവാനെത്തി. ധർമ്മബോധനങ്ങൾ സ്വയം പരിശോധിക്കേണ്ടതിന്റെ ആവശ്യകതയെക്കുറിച്ച് അദ്ദേഹം ഭിക്ഷുക്കളോട് പറഞ്ഞു.

"ധർമ്മബോധനത്തെ പ്രതി ആരെങ്കിലും എപ്പോഴെങ്കിലും പറഞ്ഞെന്നിരിക്കട്ടെ. അതെത്ര ആധികാരികകേന്ദ്രങ്ങളിൽ നിന്നായാലും, ധൃതിയിൽ അവയൊന്നും തഥാഗതന്റെ വാക്കുകളായി സ്വീകരിക്കരുത്. സൂക്തങ്ങളും ധർമ്മോപദേശങ്ങളുമായി അവയെ താരതമ്യം ചെയ്യുക. സൂക്തങ്ങളും ധർമ്മോപദേശങ്ങളുമായി അവയ്ക്ക് വൈരുദ്ധ്യമുണ്ടെങ്കിൽ അവയെ തള്ളിക്കളയുക. എന്നാൽ പറയുന്നയാളിന്റെ വാക്കുകൾ സൂക്തങ്ങളും ധർമ്മോപദേശങ്ങളുമായി യോജിക്കുന്നതാണെങ്കിൽ അവ സ്വീകരിക്കുക; അദ്ദേഹം പറയുന്നത് പരിശീലിക്കുക."

ബുദ്ധൻ പാവയിലേക്ക് നീങ്ങി. അവിടെ അദ്ദേഹം കൊല്ലന്റെ മകനായ ചുന്ദനെന്ന ഗൃഹസ്ഥശിഷ്യന്റെ മാന്തോപ്പിൽ വിശ്രമിച്ചു. ബുദ്ധനെയും കൂടെയുണ്ടായിരുന്ന മുന്നൂറ് ഭിക്ഷുക്കളെയും അദ്ദേഹം ഭക്ഷണത്തിനായി തന്റെ വീട്ടിലേക്ക് ക്ഷണിച്ചു. ഭിക്ഷുമാർക്ക് ചുന്ദന്റെ പത്നിയും ചുന്ദനും വിളമ്പിക്കൊടുത്തു. എന്നാൽ ബുദ്ധന് താൻ തന്നെ തയ്യാറാക്കിയ വിശിഷ്ടഭോജ്യം ചുന്ദൻ വിളമ്പി. ചന്ദന മരത്തിൽ നിന്ന് പറിച്ചെടുത്തുണ്ടാക്കിയ കൂൺകറിയായിരുന്നു അത്. "സുകരമദ്ദവ" എന്നാണതിനെ വിളിച്ചിരുന്നത്.

ഭക്ഷണം കഴിഞ്ഞപ്പോൾ ബുദ്ധൻ ചുന്ദനോട് പറഞ്ഞു. പ്രിയ ചുന്ദൻ, കൂൺകറിയിൽ എന്തെങ്കിലും ശേഷിച്ചിട്ടുണ്ടെങ്കിൽ അത് കുഴിച്ച് മൂടുക. മറ്റാരും അത് കഴിക്കാൻ ഇടവരരുത്."

എല്ലാവരും ഭക്ഷണം അവസാനിപ്പിച്ചപ്പോൾ ബുദ്ധൻ ഒരു ധർമ്മപ്രഭാഷണം നടത്തി. പിന്നീടദ്ദേഹവും ഭിക്ഷുമാരും മാന്തോപ്പിൽ വിശ്രമിച്ചു. ആ രാത്രി ബുദ്ധന് വയറ്റിൽ ശക്തിയായ കൊളുത്തിപ്പിടുത്തമുണ്ടായി. രാത്രി അദ്ദേഹത്തിന് ഉറങ്ങാൻ കഴിഞ്ഞില്ല. രാവിലെ അദ്ദേഹം

ഭിക്ഷുക്കളുമൊത്ത് യാത്ര ചെയ്യാനിറങ്ങി. കുശിനാര ലക്ഷ്യമാക്കി നീങ്ങി. യാത്രയിൽ വയറ്റിലെ കൊളുത്തിപ്പിടുത്തം മൂർഛിച്ചു. യാത്ര നിർത്തുവാൻ നിർബ്ബന്ധിതനായി. ഒരു വൃക്ഷത്തണലിൽ അദ്ദേഹം വിശ്രമിച്ചു. ദാഹം ശമിപ്പിക്കുവാനായി ആനന്ദനോട് ബുദ്ധൻ അല്പം വെള്ളം കൊണ്ടുവരുവാൻ ആവശ്യപ്പെട്ടു. ആനന്ദൻ പറഞ്ഞു, "പ്രഭോ, ഈ അരുവിയിലെ വെള്ളം ആകെ കലങ്ങിയിട്ടുണ്ട്. ഇപ്പോൾ തന്നെ ഒരു കാളവണ്ടി അതിലൂടെ കടന്നുപോയതേയുള്ളൂ. കാക്കുത്തായിൽ നാം എത്തുന്നതുവരെ കാത്തിരുന്നാലും. അവിടെച്ചെന്നാൽ അങ്ങേയ്ക്ക് കുടിക്കുവാനും കഴുകുവാനുമുള്ള വെള്ളം ഞാൻ കൊണ്ടുതരാം."

എന്നാൽ ബുദ്ധൻ പറഞ്ഞു. "ആനന്ദാ, എനിക്ക് കഠിനമായ ദാഹമുണ്ട്. ഇവിടുത്തെ വെള്ളംതന്നെ ഉടനെ കൊണ്ടുവരിക."

അദ്ദേഹം പറഞ്ഞതുപോലെ ആനന്ദൻ ചെയ്തു. പക്ഷേ, അദ്ദേഹത്തെ അദ്ഭുതപ്പെടുത്തിക്കൊണ്ട്, കലക്കവെള്ളം കൂജയിലേക്ക് പിടിച്ചതും, അത് പൂർണ്ണമായും തെളിഞ്ഞതായി മാറി. വെള്ളം കുടിച്ചശേഷം ബുദ്ധൻ വിശ്രമിക്കുവാൻ കിടന്നു. അനിരുദ്ധനും ആനന്ദനും തൊട്ടടുത്തായി ഇരുന്നു. മറ്റ് ഭിക്ഷുക്കൾ ബുദ്ധനു ചുറ്റുമായി വട്ടംകൂടിയിരുന്നു.

ആ നിമിഷം, കുശിനാരിയിൽ നിന്നൊരാൾ ആ വഴി കടന്നുപോയി. ബുദ്ധനെയും ഭിക്ഷുക്കളെയും കണ്ടതും അദ്ദേഹം താണുവണങ്ങി. അദ്ദേഹം സ്വയം പരിചയപ്പെടുത്തി. ഞാൻ പുക്കുസാ. മല്ല ഗോത്രത്തിലെ അംഗമാണ്. യുവാവായിരുന്ന സിദ്ധാർത്ഥനോടൊപ്പം പഠിച്ച ഗുരു അലാറകലാമന്റെ ശിഷ്യനായിരുന്നു, ഒരിക്കൽ. ബുദ്ധനെപ്പറ്റി ഒരുപാട് കേട്ടിട്ടുണ്ട്. അദ്ദേഹം പിന്നെയും താണുവണങ്ങി. ബുദ്ധന് രണ്ട് പുതിയ വസ്ത്രങ്ങൾ അർപ്പിക്കുവാനായി അദ്ദേഹം തുനിഞ്ഞു. ബുദ്ധൻ ഒന്ന് സ്വീകരിച്ചു. പിന്നീടദ്ദേഹം മറ്റേത് ആനന്ദന് നൽകാനായി ആവശ്യപ്പെട്ടു. പുക്കുസാ തന്നെ ഒരു ശിഷ്യനായി സ്വീകരിക്കണമെന്ന് അഭ്യർത്ഥിച്ചു. ബുദ്ധൻ അദ്ദേഹത്തോട് ധർമ്മബോധത്തെപ്പറ്റി പറഞ്ഞു. അദ്ദേഹത്തിന് ശരണം നൽകി. അത്യാഹ്ലാദത്താൽ പുക്കുസാ ബുദ്ധന് കൃതജ്ഞത രേഖപ്പെടുത്തി. യാത്ര പറഞ്ഞു.

ബുദ്ധന്റെ വസ്ത്രം യാത്രകൊണ്ട് മുഷിഞ്ഞതും കറപിടിച്ചതുമായിരുന്നു. അതുകൊണ്ട് ആനന്ദൻ ബുദ്ധനെ പുതിയ വസ്ത്രം ധരിക്കുന്നതിൽ സഹായിച്ചു. പിന്നീട് ബുദ്ധൻ എണീറ്റു നിന്നു. ഭിക്ഷുമാരോടൊപ്പം കുശിനാരയിലേക്ക് യാത്ര തുടർന്നു. അവർ കാകുന്നാ നദിക്കരയിലെത്തി. ബുദ്ധൻ നദിയിൽ കുളിച്ചു. കൂടുതൽ വെള്ളം കുടിച്ചു. പിന്നീടവർ തൊട്ടടുത്തുള്ള മാന്തോപ്പിലേയ്ക്ക് നീങ്ങി. ആനന്ദനോട് കൂടുതലുണ്ടായിരുന്ന വസ്ത്രം മടക്കി മണ്ണിൽ വിരിക്കാൻ അദ്ദേഹം ആവശ്യപ്പെട്ടു. ബുദ്ധൻ അതിന്മേൽ കിടന്നു.

ബുദ്ധൻ ആനന്ദനെ വിളിച്ചു. "ആനന്ദാ, നാം ഗൃഹസ്ഥശിഷ്യനായ ചുന്ദന്റെ വീട്ടിൽ നിന്ന് കഴിച്ച ഭക്ഷണമാണ് തഥാഗതന്റെ അവസാനത്തെ ഭക്ഷണം. എനിക്ക് മോശമായ ഭക്ഷണം നൽകിയ ചുന്ദനെ ആളുകൾ കുറ്റപ്പെടുത്തിയേക്കും. അതിനാൽ, ഞാൻ താങ്കളോട് പറയുന്നു; ഞാനെന്റെ ജീവിതത്തിൽ ഏറ്റവും അമൂല്യമായി കരുതുന്ന രണ്ട് ഭക്ഷണങ്ങളിൽ ഒന്ന്, ബോധോദയത്തിന് തൊട്ടുമുമ്പ് ഞാൻ കഴിച്ചതാണ്. രണ്ടാമത്തേത്, നിർവ്വാണത്തിലേയ്ക്ക് കടക്കുന്നതിനുമുമ്പ് കഴിച്ചതും. ആ ഭക്ഷണങ്ങളിലൊന്ന് എനിക്ക് വിളമ്പിത്തന്ന ചുന്ദന് സന്തോഷമല്ലാതെ മറ്റൊന്നും തോന്നേണ്ടതില്ല."

അല്പം വിശ്രമിച്ചശേഷം, ബുദ്ധൻ എണീറ്റു. "ആനന്ദാ, നമുക്ക് ഹിരണ്യാവതി കടക്കാം. സാലമരങ്ങൾ നിറഞ്ഞ മല്ലരുടേതായ വനത്തിലേയ്ക്ക് പ്രവേശിക്കാം. കുശിനാരയുടെ പ്രവേശനഭാഗത്തുള്ള ആ വനം അതിമനോഹരമാണ്."

80. ജാഗ്രതയുള്ളവരായിരിക്കുക

സാലവൃക്ഷങ്ങളുടെ വനത്തിൽ ബുദ്ധനും ഭിക്ഷുക്കളുമെത്തിയപ്പോൾ സന്ധ്യ മയങ്ങാൻ തുടങ്ങിയിരുന്നു. രണ്ട് സാലവൃക്ഷങ്ങൾക്കിടയിൽ തനിക്ക് കിടക്കുവാൻ ഇടമൊരുക്കുവാൻ ബുദ്ധൻ ആനന്ദനോടാവശ്യപ്പെട്ടു. ബുദ്ധൻ ഒരു വശത്തേക്ക് ചെരിഞ്ഞു കിടന്നു; ഉത്തരദിക്കിലേക്ക് ശിരസ്സ് വെച്ച്, ഭിക്ഷുക്കളേവരും അദ്ദേഹത്തിന്റെ ചുറ്റിനുമിരുന്നു. ആ രാത്രി ബുദ്ധൻനിർവ്വാണം പ്രാപിക്കുമെന്ന് അവർക്കറിയാമായിരുന്നു.

ബുദ്ധൻ വൃക്ഷങ്ങളെ നോക്കി പറഞ്ഞു. “ആനന്ദാ! നോക്കൂ! ഇതുവരെയും വസന്തമെത്തിയിട്ടില്ല. എന്നാലും സാലവൃക്ഷങ്ങൾ ശോണപുഷ്പങ്ങളാൽ മൂടിയിരിക്കുന്നു. തഥാഗതന്റെയും ഇതരഭിക്ഷുക്കളുടെയും വസ്ത്രങ്ങളിലേയ്ക്ക് കൊഴിയുന്ന ഇതളുകൾ താങ്കൾ കാണുന്നില്ലേ? ഈ വനം തീർത്തും മനോഹരമാണ്. പശ്ചിമ ചക്രവാളം അസ്തമന സൂര്യശോഭയിൽ പ്രകാശിക്കുന്നത് കാണുന്നില്ലേ? സാലവൃക്ഷശാഖികളിൽ ഇളംതെന്നൽ മർമ്മരമുതിർക്കുന്നത് കേൾക്കുന്നില്ലേ? സകല വസ്തുക്കളും മനോഹരമായും ഹൃദയസ്പർശിയായുമിരിക്കുന്നത് തഥാഗതൻ കാണുന്നു. ഭിക്ഷുമാരെ, എന്നെ സന്തുഷ്ടിപ്പെടുത്തണമെന്നുണ്ടെങ്കിൽ, തഥാഗതനോടുള്ള ആദരവും കൃതജ്ഞതയും പ്രകാശിതമാക്കാൻ നിങ്ങൾ ആഗ്രഹിക്കുന്നുവെങ്കിൽ, ഒരു വഴിയേയുള്ളൂ. ധർമ്മബോധനമനുസരിച്ച് ജീവിക്കുക”

സന്ധ്യ ഊഷ്മളമായിരുന്നു. സംപൂജ്യനായ ഉപവനൻ ബുദ്ധനെ എണീറ്റുനിന്ന് വീശാൻ തുടങ്ങി. എന്നാൽ ബുദ്ധൻ വേണ്ടെന്ന് പറഞ്ഞു. ഒരുപക്ഷേ, അസ്തമനസൂര്യന്റെ അഭൗമമായ കാഴ്ചയ്ക്ക് തടസ്സമുണ്ടാകരുതെന്ന് ബുദ്ധൻ ആഗ്രഹിച്ചിരിക്കാം.

ബുദ്ധൻ അനിരുദ്ധനോട് ചോദിച്ചു: “ആനന്ദനെ കാണാനില്ലല്ലോ? അയാളെവിടെയാണ്?”

മറ്റൊരു ഭിക്ഷു പറഞ്ഞു: “മരങ്ങളുടെ പിറകിൽ നിന്നുകൊണ്ട് സഹോദരൻ ആനന്ദൻ കരയുന്നത് ഞാൻ കണ്ടു. അദ്ദേഹം ഇങ്ങനെ പറയുന്നുണ്ടായിരുന്നു, “ഞാനിതുവരെയും ആത്മീയ ലക്ഷ്യം നേടിയിട്ടില്ല; ഇപ്പോൾ എന്റെ ഗുരുനാഥൻ മരണത്തിലേക്ക് നീങ്ങിക്കൊണ്ടി

രിക്കുകയാണ്. ഗുരുനാഥനല്ലാതെ മറ്റാരാണ് എന്നെ ഇത്രമാത്രം ശ്രദ്ധിച്ചിട്ടുള്ളത്?"

ആനന്ദനെ വിളിക്കുവാൻ ബുദ്ധൻ ഭിക്ഷുവിനോടാവശ്യപ്പെട്ടു. ബുദ്ധൻ ആനന്ദനെ സമാശ്വസിപ്പിച്ചു: "ആനന്ദാ, ദുഃഖിക്കരുത്. എല്ലാ ധർമ്മങ്ങളും നശ്വരമാണെന്ന് തഥാഗതൻ താങ്കളെ പലപ്പോഴും ഓർമ്മപ്പെടുത്തിയിട്ടുണ്ട്. ജനനത്തിനൊപ്പം മരണമുണ്ട്. ഉത്ഥാനത്തിനൊപ്പം വിലയനമുണ്ട്. ഒന്നിക്കുന്നതിനൊപ്പം വേർപാടുണ്ട്. മരണമില്ലാതെ എങ്ങനെ ജനനമുണ്ടാകും? വിലയനമില്ലാതെ എങ്ങനെ ഉത്ഥാനമുണ്ടാകും? വേറിടലില്ലാതെ എങ്ങനെ ഒന്നിയ്ക്കലുണ്ടാവും? ആനന്ദാ, അനേകം വർഷങ്ങൾ ഉള്ളറിഞ്ഞ് താങ്കൾ എന്നെ പരിചരിച്ചിട്ടുണ്ട്. എന്നെ സഹായിക്കുന്നതിന്നായി താങ്കൾ സകലതും സമർപ്പിച്ചിട്ടുണ്ട്. ഞാൻ താങ്കളോട് അതീവ കൃതജ്ഞനാണ്. താങ്കളുടെ കഴിവ് മഹത്തരമാണ്. പക്ഷേ, താങ്കൾക്കിനിയും ഏറെ പോകാൻ കഴിയും. അല്പം കൂടി ശ്രമിക്കുകയാണെങ്കിൽ, താങ്കൾക്ക് ജനനമരണങ്ങൾ മറികടക്കാനാവും. മുക്തിനേടാനാവും. എല്ലാ ദുഃഖവും അധഃകരിക്കാനാവും. എനിക്കറിയാം താങ്കൾക്കത് ചെയ്യാൻ കഴിയും. അതാണ് എന്നെ കൂടുതൽ സന്തോഷവാനാക്കുക."

മറ്റ് ഭിക്ഷുക്കളുടെ നേരെ തിരിഞ്ഞ് ബുദ്ധൻ പറഞ്ഞു, "ആനന്ദനെപ്പോലെ, നല്ലൊരു പരിചാരകൻ ഇല്ല. മുമ്പുണ്ടായിരുന്നവർ, ചിലപ്പോഴെങ്കിലും, എന്റെ വസ്ത്രമോ ഭിക്ഷാപാത്രമോ താഴെയിട്ടു. പക്ഷേ, ആനന്ദൻ ഒരിക്കലും അങ്ങനെ ചെയ്തിട്ടില്ല. എന്റെ വളരെ നിസ്സാരമായ കാര്യങ്ങൾ തൊട്ട് വളരെ ഗൗരവമായവവരെ ആനന്ദൻ ശ്രദ്ധിച്ചിട്ടുണ്ട്. ഒരു ഭിക്ഷു, ഭിക്ഷുണി, സാധാരണ ശിഷ്യൻ, രാജാവ്, ഉദ്യോഗസ്ഥൻ, വ്യത്യസ്ത മതവിഭാഗങ്ങളിലെ സാധകർ തുടങ്ങിയവർ എന്നെ, എവിടെവെച്ച് സന്ധിക്കണമെന്ന് എപ്പോഴും ആനന്ദൻ അറിഞ്ഞിരുന്നു. അദ്ദേഹം എല്ലാ സദസ്സുകളും കാര്യക്ഷമമായും ബുദ്ധിപൂർവ്വവും ഒരുക്കി. ആനന്ദനേക്കാൾ കഴിവും സമർപ്പണവുമുള്ള ഒരു പരിചാരകനെയും ഒരു ജ്ഞാന ഗുരുവിനും കിട്ടിയിട്ടുണ്ടാവില്ല. ഇനി കിട്ടാനുമിടയില്ല."

ആനന്ദൻ കണ്ണീർ തുടച്ചു. "പ്രഭോ, ദയവായി ഇവിടെവെച്ച് സമാധി പൂകരുത്. മൺകുടിലുകളുടെ ഒരു ചെറുപട്ടണമാണ് കുശിനാര. സാമ്പാ, രാജഗൃഹം, ശ്രാവസ്തി, സാക്കത, കൊസാമ്പി, വാരണാസി തുടങ്ങി എത്രയോ പേരുകേട്ട സ്ഥലങ്ങളുണ്ട്. പ്രഭോ, സമാധിപൂകുവാൻ അങ്ങനെ ഏതെങ്കിലും ഒരു സ്ഥലം തെരഞ്ഞെടുക്കുക. അങ്ങനെയെങ്കിൽ കൂടുതൽ പേർക്ക് അങ്ങയുടെ മുഖം അവസാനമായൊന്നു കാണുവാനുള്ള അവസരം കിട്ടും"

ബുദ്ധൻ: "ആനന്ദാ, കുശിനാരയും പ്രധാനപ്പെട്ടതാണ്. മൺകുടി

ലുകളുടെ ചെറുപട്ടണമാണെങ്കിലും. ഈ വനമാണ് തഥാഗതന് ഏറ്റവും സ്വീകര്യമായിട്ടുള്ളത്. ആനന്ദാ, എന്റെ മേൽ വീഴുന്ന സാലവൃക്ഷപ്പൂക്കൾ താങ്കൾ കണ്ടോ?"

രാത്രിയുടെ അവസാന യാമത്തിൽ സാലവൃക്ഷത്തോപ്പിൽ വെച്ച് ബുദ്ധൻ നിർവ്വാണം പ്രാപിക്കും എന്ന് കുശിനാരയിലേക്ക് പോയി മല്ലാജനങ്ങളോട് പ്രഖ്യാപിക്കുവാൻ ബുദ്ധൻ ആനന്ദനോടാവശ്യപ്പെട്ടു. മല്ലാജനങ്ങൾ അത് കേട്ട ഉടനെ വനത്തിലേയ്ക്ക് യാത്രയായി. അവരിൽ സുഭദ്രൻ എന്നൊരു യതിയും ഉണ്ടായിരുന്നു. ആളുകൾ ഓരോരുത്തരായി ബുദ്ധനെ വണങ്ങിയപ്പോൾ, സുഭദ്രൻ ആനന്ദനോട് ബുദ്ധനുമായി ഒന്ന് സംസാരിക്കുവാൻ സാധിക്കുമോ എന്ന് അന്വേഷിച്ചു. ആനന്ദൻ വിസമ്മതിച്ചു. ബുദ്ധൻ വളരെ ക്ഷീണിതനാണ്. അവരുടെ സംഭാഷണം കേട്ട ബുദ്ധൻ പറഞ്ഞു. "ആനന്ദാ, യതി സുഭദ്രനെ ഞാനുമായി സംസാരിക്കുവാൻ അനുവദിക്കുക. തഥാഗതൻ അദ്ദേഹത്തെ സ്വീകരിക്കും."

യതി സുഭദ്രൻ ബുദ്ധനു മുമ്പിൽ മുട്ടുകുത്തി. അദ്ദേഹം ഏറെക്കാലമായി ബുദ്ധനിലേക്ക് ആകർഷിക്കപ്പെട്ടിരുന്നു. എന്നാൽ ഒരിക്കലും അദ്ദേഹത്തെ കണ്ടിരുന്നില്ല. അദ്ദേഹം താണുവണങ്ങിക്കൊണ്ട് പറഞ്ഞു, "പ്രഭോ, പുരാണ കശ്യപൻ, മക്കാലി ഗോശാലൻ, അജിത കേശകമ്പാലൻ, കാക്കുദ കചായനൻ, സഞ്ജയഭേലാദിപുത്രൻ, നിഗ്രഥ നാതപുത്രൻ എന്നീ ആത്മീയാചാര്യന്മാരെക്കുറിച്ച് ഞാൻ കേട്ടിട്ടുണ്ട്. ഞാനൊന്ന് ചോദിയ്ക്കട്ടെ. അവർക്ക് ശരിക്കും ബോധോദയം സിദ്ധിച്ചതായി തോന്നുന്നുണ്ടോ?"

ബുദ്ധൻ: "സുഭദ്രൻ, അവർക്ക് ബോധോദയം സിദ്ധിച്ചോ ഇല്ലയോ എന്നത് ഇപ്പോൾ ചർച്ച ചെയ്യേണ്ടതായ കാര്യമല്ല. സുഭദ്രൻ, താങ്കൾക്ക് ബോധോദയം സിദ്ധിക്കാനുള്ള വഴി തഥാഗതൻ കാണിച്ചുതരാം."

ബുദ്ധൻ സുഭദ്രനോട് അഷ്ടമാർഗ്ഗത്തെക്കുറിച്ച് പറഞ്ഞു. അദ്ദേഹം ഇപ്രകാരം ഉപസംഹരിച്ചു: "സുഭദ്രൻ, അഷ്ടമാർഗ്ഗം എവിടെ ശരിയായി സാധന ചെയ്യുന്നുവോ, അവിടെ ബോധോദയം സിദ്ധിച്ചവരെ കാണുന്നു. സുഭദ്രൻ, ഈ മാർഗ്ഗം താങ്കൾ പിന്തുടരുന്ന പക്ഷം, താങ്കൾക്കും ബോധോദയം സിദ്ധിക്കും."

തന്റെ ഹൃദയം പെട്ടെന്ന് തുറന്നതായി യതി സുഭദ്രന് അനുഭവപ്പെട്ടു. അദ്ദേഹം ആനന്ദതുന്ദിലനായി. തന്നെ ഒരു ഭിക്ഷുവായി സ്വീകരിക്കുവാൻ അദ്ദേഹം അപേക്ഷിച്ചു. അപ്പോൾ, അവിടെ വെച്ചുതന്നെ ഉപസമ്പദം നടത്തുവാൻ ബുദ്ധൻ അനിരുദ്ധന് നിർദ്ദേശം നൽകി. സുഭദ്രനായിരുന്നു ബുദ്ധൻ സ്വീകരിച്ച അവസാനത്തെ ശിഷ്യൻ.

തലമുണ്ഡനം ചെയ്തശേഷം സുഭദ്രൻ ധർമ്മോപദേശങ്ങൾ സ്വീക

രിച്ചു. അദ്ദേഹത്തിന് ഒരു വസ്ത്രവും ഒരു ഭിക്ഷാപാത്രവും നൽകപ്പെട്ടു. ബുദ്ധൻ പിന്നീട് തന്റെ ചുറ്റിനുമിരുന്നിരുന്ന ഭിക്ഷുമാരെ നോക്കി. അനേകം ഭിക്ഷുമാർ പ്രാന്തപ്രദേശങ്ങളിൽ നിന്നും വന്നു ചേർന്നിരുന്നു. മൊത്തം ഏതാണ്ട് അഞ്ഞൂറ് ഭിക്ഷുക്കളുണ്ടായിരുന്നു. ബുദ്ധൻ അവരോട് സംസാരിച്ചു:

"ഭിക്ഷുമാരെ! ധർമ്മബോധനത്തെക്കുറിച്ച് എന്തെങ്കിലും സംശയങ്ങളോ, സന്ദേഹങ്ങളോ, ഉണ്ടെങ്കിൽ, അതേക്കുറിച്ച് തഥാഗതനോട് ചോദിക്കുവാനുള്ള സമയമാണിപ്പോൾ. ഈ അവസരം പാഴാക്കരുത്. അല്ലെങ്കിൽ, പിന്നീടൊരിക്കൽ സ്വയം വേദനിക്കേണ്ടി വന്നേയ്ക്കും."

"അന്ന് ഞാൻ ബുദ്ധനെ നേർക്കുനേർ കണ്ടതാണ്. പക്ഷേ, ഞാൻ അദ്ദേഹത്തോട് ചോദിച്ചില്ല!"

ബുദ്ധൻ ഈ വാക്കുകൾ മൂന്ന് തവണ ആവർത്തിച്ചു. പക്ഷേ, ഒരു ഭിക്ഷുവും മിണ്ടിയില്ല.

ആനന്ദൻ അദ്ഭുതപ്പെട്ടു: "പ്രഭോ, ഇത് തീർത്തും അതിശയകരമായിരിക്കുന്നു. എനിക്ക് ഭിക്ഷു സമൂഹത്തിൽ വിശ്വാസമുണ്ട്. എനിക്ക് സംഘത്തിൽ വിശ്വാസമുണ്ട്. എല്ലാവരും അങ്ങയുടെ ബോധനം വ്യക്തമായും ഉൾക്കൊണ്ടിട്ടുണ്ട്. അങ്ങയുടെ ബോധനത്തെ പ്രതിയും അത് സാക്ഷാത്കരിക്കാനുള്ള മാർഗ്ഗത്തെ പ്രതിയും ആർക്കും ഒരു സംശയവും സന്ദേഹവുമില്ല."

ബുദ്ധൻ : "ആനന്ദാ, താങ്കൾ വിശ്വാസത്തിൽ നിന്ന് പറയുന്നു. തഥാഗതനോ, നേരറിവിൽ നിന്നും. ഇവിടെയുള്ള എല്ലാ ഭിക്ഷുമാർക്കും മൂന്ന് അമൂല്യനിധികളെക്കുറിച്ച് ആഴത്തിൽ വിശ്വാസമുണ്ട്. ഈ ഭിക്ഷുമാർക്കിടയിലെ ഏറ്റവും താഴെത്തട്ടിലുള്ള സിദ്ധിപോലും മുക്തിധാരയിൽ പ്രവേശിച്ചവന്റേതാണ്"

ബുദ്ധൻ പ്രശാന്തനായി ഭിക്ഷുസംഘത്തെ നോക്കി. പിന്നെ പറഞ്ഞു. "ഭിക്ഷുമാരെ, തഥാഗതൻ ഇപ്പോൾ പറയുന്നതെന്താണെന്ന് ശ്രദ്ധിക്കുക. ധർമ്മങ്ങൾ നശ്വരങ്ങളാണ്. ജനനമുണ്ടെങ്കിൽ മരണമുണ്ട്. മുക്തിനേടാനുള്ള നിങ്ങളുടെ ശ്രമങ്ങളിൽ ജാഗ്രതയുള്ളവരായിരിക്കുക!"

ബുദ്ധൻ കണ്ണുകൾ അടച്ചു. അദ്ദേഹം തന്റെ അവസാന വാക്കുകൾ സംസാരിച്ചു കഴിഞ്ഞു. ഭൂമി കുലുങ്ങി. സാലവൃക്ഷപ്പൂക്കൾ മഴയായി പെയ്തു. എല്ലാവരുടെയും മനവും തനുവും വിറയ്ക്കുന്നതായി തോന്നി. ബുദ്ധൻ നിർവ്വാണം പ്രാപിച്ചുവെന്ന് അവരറിഞ്ഞു.

(വായനക്കാരാ, പുസ്തകം അടച്ചുവെയ്ക്കുക; വായന തുടരുന്നതിനു മുമ്പ് അല്പനേരം ലാഘവത്തോടെ ശ്വസിക്കുക)

ബുദ്ധൻ അന്തരിച്ചു. കുറച്ച് ഭിക്ഷുക്കൾ കൈകൾ ഉയർത്തി, സ്വയം നിലത്തേക്കെറിഞ്ഞു. അവർ വിലപിച്ചു. "ബുദ്ധൻ നമ്മെ വിട്ടുപോയി! ഭഗവാൻ അന്തരിച്ചു. ഭൂമിക്ക് കണ്ണുകൾ നഷ്ടമായി. ഭൂമിയിനി അന്ധയാണ്. ഇനി ആരിൽ അഭയം തേടും ഞങ്ങൾ?"

ഇങ്ങനെ ചില ഭിക്ഷുമാർ അലമുറയിടുമ്പോൾ, മറ്റു ചില ഭിക്ഷുമാർ അവരുടെ ശ്വാസം നിരീക്ഷിച്ചും ബുദ്ധൻ അവരെ പഠിപ്പിച്ച പാഠങ്ങൾ ധ്യാനിച്ചും നിശ്ശബ്ദരായി ഇരുന്നു. അനിരുദ്ധൻ, "സഹോദരന്മാരെ! ഇങ്ങിനെ ഭീതരായി വിലപിയ്ക്കരുത്! ജനനത്തിനൊപ്പം മരണവുമുണ്ട്. ഉത്ഥാനത്തിനൊപ്പം വിലയനമുണ്ട്. ഒന്നിക്കുന്നതിനൊപ്പം വേർപെടലുണ്ട് എന്ന് ബുദ്ധഭഗവാൻ നമ്മെ പഠിപ്പിച്ചിട്ടുണ്ട്. നിങ്ങൾ ബോധനങ്ങൾ മനസ്സിലാക്കി അവ പിന്തുടരുന്നുവെങ്കിൽ ഇങ്ങനെ അസ്വസ്ഥരാകില്ല. ദയവായി എണീറ്റിരിക്കുക. ശ്വസനം നിരീക്ഷിക്കുക. നമുക്ക് നിശബ്ദത പാലിക്കാം."

എല്ലാവരും അവരവരുടെ ഇരിപ്പിടങ്ങളിലേക്ക് മടങ്ങി. സംപൂജ്യനായ അനിരുദ്ധന്റെ ഉപദേശം അനുസരിച്ചു. നശ്വരതയെപ്പറ്റിയും അനാസക്തിയെപ്പറ്റിയും മുക്തിയെപ്പറ്റിയും പ്രതിപാദിക്കുന്ന അവർക്ക് ഹൃദിസ്ഥമായ സൂക്തങ്ങൾ അദ്ദേഹത്തിന്റെ നേതൃത്വത്തിൽ അവർ ചൊല്ലി. ശാന്തഗംഭീരമായ അന്തരീക്ഷം പുനഃസ്ഥാപിതമായി.

മല്ലയിലെ ജനങ്ങൾ പന്തങ്ങൾ തെളിയിച്ചു. ഓരോരുത്തരും പൂർണ്ണമായി ഉണർന്നെന്നപോലെ സൂക്തങ്ങൾ ചൊല്ലുന്നതിന്റെ ശബ്ദം അന്തരീക്ഷത്തിൽ മുഴങ്ങി. കുറെനേരം സൂക്തങ്ങൾ ചൊല്ലിക്കഴിഞ്ഞശേഷം അനിരുദ്ധൻ ഒരു ധർമ്മപ്രഭാഷണം നടത്തി. ബുദ്ധന്റെ സിദ്ധികളായ ജ്ഞാനത്തെയും കാരുണ്യത്തെയും ധാർമ്മികതയെയും ശ്രദ്ധയെയും ആനന്ദത്തെയും സമചിത്തതയെയും അദ്ദേഹം വാഴ്ത്തി. അനിരുദ്ധന്റെ പ്രഭാഷണത്തിന് ശേഷം, ആനന്ദൻ ബുദ്ധന്റെ ജീവിതത്തിൽ നിന്നുള്ള മനോഹരങ്ങളായ സംഭവങ്ങൾ ഓർമ്മിച്ചെടുത്തു. അവർ രണ്ടുപേരും, ആ രാത്രി മുഴുവനും മാറി മാറി സംസാരിച്ചു. അഞ്ഞൂറ് ഭിക്ഷുക്കളും മുന്നൂറ് സാധാരണ ശിഷ്യരും ശാന്തരായി കേട്ടിരുന്നു. പന്തങ്ങൾ കത്തിത്തീർന്നപ്പോൾ, പുതിയത് കൊളുത്തി. പ്രഭാതം പൊട്ടിവിടരുന്നതുവരെ.

81. പഴയപാത വെളുത്ത മേഘങ്ങൾ

പ്രഭാതമായി. അനിരുദ്ധൻ ആനന്ദനോട് പറഞ്ഞു, "സഹോദരാ, കുശിനാരയിലേയ്ക്ക് പോയി ഗുരുനാഥൻ നിർവ്വാണം പ്രാപിച്ച വിവരം അധികാരികളെ അറിയിക്കുക. ആവശ്യമായ തയ്യാറെടുപ്പുകൾ അവർക്ക് നടത്താമല്ലോ."

ആനന്ദൻ ഇണവസ്ത്രം പുതച്ച് പട്ടണത്തിലേക്ക് പ്രവേശിച്ചു. പ്രദേശികകാര്യങ്ങൾ ചർച്ച ചെയ്യുവാനായി മല്ലയിലെ ഉദ്യോഗസ്ഥർ യോഗം ചേരുകയായിരുന്നു. ബുദ്ധൻ നിർവ്വാണം പൂകിയതറിഞ്ഞ അവർ ദുഃഖവും നഷ്ടബോധവും പ്രകടിപ്പിച്ചു. ബുദ്ധന്റെ സംസ്കാരത്തിന്നായി മറ്റെല്ലാം മാറ്റിവെച്ച് അവർ നടപടികൾ തുടങ്ങി. സൂര്യൻ വൃക്ഷങ്ങൾക്കുമുകളിൽ എത്തിയപ്പോഴേക്കും സാലവൃക്ഷ വനത്തിൽവെച്ച് ബുദ്ധൻ നിർവ്വാണം പ്രാപിച്ച വിവരം കുശിനാരയിലെ സകലരും അറിഞ്ഞു. നിരവധി പേർ നെഞ്ചത്തടിച്ച് നിലവിളിച്ചു. മരണത്തിനുമുമ്പായി അദ്ദേഹത്തെ കാണാനും വണങ്ങാനും സാധിക്കാത്തതിൽ അവർ പശ്ചാത്തപിച്ചു. പൂക്കളും ധൂപക്കൂട്ടുകളും സംഗീതോപകരണങ്ങളും കൊടിക്കൂറകളുമായി അവർ വനത്തിലെത്തി. ബുദ്ധനെ പ്രണമിച്ച ശേഷം പൂക്കളും ധൂപക്കൂട്ടുകളും മൃതദേഹത്തിനു ചുറ്റും വെച്ചു. അവർ സവിശേഷ ഗാനങ്ങൾ പാടി; നൃത്തം വെച്ചു. വനമാകെ വർണ്ണക്കൊടികളാൽ അലങ്കരിച്ചു. ഭിക്ഷുമാർക്കവർ ഭക്ഷണം അർപ്പിച്ചു. താമസിയാതെ സാലവനം ഉത്സവപ്രതീതിയിലായി. ഇടക്കിടെ വലിയ മണിമുഴക്കി അനിരുദ്ധൻ ജനങ്ങളോട് നിശബ്ദരാകാൻ അഭ്യർത്ഥിച്ചു. പിന്നീടദ്ദേഹം സൂക്തങ്ങൾ ചൊല്ലി.

ആറ് രാത്രിയും പകലും കുശിനാരയിലെയും പാവയിലെയും ജനങ്ങൾ പൂക്കളും ധൂപക്കൂട്ടുകളും നൃത്തവും പാട്ടുമായെത്തി. രണ്ട് സാലവൃക്ഷങ്ങൾക്കിടയിലുള്ള ഇടം മന്ദാരപ്പൂക്കളാലും ഇതരയിനം പുഷ്പങ്ങളാലും തിടംവെച്ചു. ഏഴാംനാൾ മല്ലയിലെ ഭരണാധികാരികൾ കുളിച്ച്, സുഗന്ധദ്രവ്യങ്ങൾ പൂശി, ആഘോഷ വസ്ത്രങ്ങൾ അണിഞ്ഞ് ബുദ്ധന്റെ മൃതദേഹം പട്ടണത്തിലേക്കെടുത്തു. പട്ടണമദ്ധ്യത്തിലെ കിഴക്കേ കവാടം കടന്ന് മല്ലരുടെ പ്രധാനക്ഷേത്രമായ മാകുതബന്ധന ക്ഷേത്രത്തിലെത്തി.

നഗരാധികാരികൾ ഒരു രാജാവിനു ചേർന്ന സംസ്കാരം ഒരുക്കൂട്ടിയിരുന്നു. ബുദ്ധന്റെ ശരീരം തുണികൊണ്ട് അനേകം മടക്കുകളിൽ

പൊതിഞ്ഞു. ഇരുമ്പു ശവപേടകത്തിൽ വെച്ചു. അത് അതിനേക്കാൾ വലിയതൊന്നിൽ വെച്ചു. അത് പിന്നീട്, ചന്ദനമരം കൊണ്ടുതീർത്ത വലിയൊരു ചിതയിൽ വെച്ചു.

ചിതകൊളുത്തേണ്ട സമയമായി. അധികാരികൾ പന്തങ്ങളുമായി സമീപിച്ച നിമിഷം, കുതിരപ്പുറത്ത് പാഞ്ഞെത്തിയ ഒരു സന്ദേശവാഹകൻ കാത്തു നിൽക്കാൻ ആവശ്യപ്പെട്ടു. സംപൂജ്യനായ മഹാകശ്യപനും അഞ്ഞൂറ് ഭിക്ഷുക്കളും സംസ്കാരത്തിനെത്തുവാൻ, പാവയിൽ നിന്നുള്ള വഴിയിലാണെന്ന് അറിയിച്ചു.

മഹാകശ്യപൻ കാമ്പയിൽ ധർമ്മബോധനം നടത്തിക്കൊണ്ടിരിക്കുകയായിരുന്നു. ബുദ്ധന്റെ ആസന്നമരണത്തെക്കുറിച്ച് അദ്ദേഹം അറിഞ്ഞത് വൈശാലിയിൽ വെച്ചായിരുന്നു. അന്നേരം ബുദ്ധൻ കിഴക്കൻ ദിശയിൽ സഞ്ചരിക്കുകയായിരുന്നു. ഉടനെ അദ്ദേഹം ബുദ്ധനെ കാണുവാനായി തിരിച്ചു. യാത്രയിലുടനീളം മറ്റ് ഭിക്ഷുക്കൾ അദ്ദേഹത്തോടൊപ്പം ചേർന്നു. ബാണഗ്രാമത്തിലെത്തിയ നേരം അദ്ദേഹത്തോടൊപ്പം അഞ്ഞൂറ് പേരുണ്ടായിരുന്നു. അവർ പാവയിലെത്തിയപ്പോൾ, വസ്ത്രത്തിൽ സാലപുഷ്പം വെച്ച ഒരു പഥികൻ എതിർദിശയിൽ വരുന്നത് കണ്ടു. ആറ് ദിനങ്ങൾക്കുമുമ്പ് കുശിനാരയ്ക്കടുത്തുള്ള സാലവൃക്ഷവനത്തിൽ വെച്ച് ബുദ്ധൻ നിർവ്വാണം പ്രാപിച്ചതായി പഥികൻ അറിയിച്ചു. അതോടെ മഹാകശ്യപന്റെ അന്വേഷണത്തിന് അന്ത്യമായി. അദ്ദേഹം തന്റെ അഞ്ഞൂറ് ശിഷ്യന്മാരുമായി കുശിനാരയിലേക്ക് നീങ്ങി. വഴിയിൽ കുതിരപ്പുറത്ത് യാത്രചെയ്തിരുന്ന ഒരാളിനെ കണ്ടു. വിവരമറിഞ്ഞ അദ്ദേഹം വേഗം പോയി കശ്യപനും കൂട്ടരും സംസ്കാരത്തിന് പങ്കുചേരുവാൻ വന്നുകൊണ്ടിരിക്കുകയാണെന്ന കാര്യം അറിയിക്കാമെന്നേറ്റു.

മദ്ധ്യാഹ്നത്തോടെ, മഹാകശ്യപനും അഞ്ഞൂറ് ശിഷ്യന്മാരും മാകുതബന്ധനക്ഷേത്രത്തിലെത്തി. അദ്ദേഹം വസ്ത്രാഗ്രം തന്റെ ചുമലിൽ വെച്ചു. കൈകൾ കൂപ്പി. മൂന്ന് തവണ ഭക്തിപുരസ്സരം ചിത വലം വെച്ചു. ബുദ്ധനുനേരെ നിന്നു. നമസ്കരിച്ചു. ഒപ്പമുണ്ടായിരുന്ന ഭിക്ഷുമാരും. മൂന്നാമത്തെ തവണ അവർ ചിത പ്രദിക്ഷണം ചെയ്തുകഴിഞ്ഞതോടെ ചിത കൊളുത്തപ്പെട്ടു. ഭിക്ഷുമാരും ഭിക്ഷുണിമാരും മുട്ടുകുത്തി. കൈകൾ കൂപ്പി. അനിരുദ്ധൻ മണിയടിക്കാൻ നിർദ്ദേശിച്ചു. അനശ്വരത, സ്വത്വത്തിന്റെ ശൂന്യത, അനാസക്തി, മുക്തി എന്നിവയെക്കുറിച്ച് അദ്ദേഹം ഉണർത്തിച്ചു. അതൊരു മഹാമുഴക്കമായിരുന്നു.

ചിതയൊടുങ്ങിയപ്പോൾ, ചാരത്തിനുമേൽ സുഗന്ധ തൈലം തളിച്ചു. ശവപേടകം താഴ്ത്തി, തുറന്നു. ബുദ്ധന്റെ ഭൗതികാവശിഷ്ടം അധികാരികൾ ഒരു സ്വർണ്ണ കുംഭത്തിലാക്കി. ക്ഷേത്രത്തിന്റെ പ്രധാനനടയിൽവെച്ചു. മുതിർന്ന ശിഷ്യന്മാർ അതിനു മാറിമാറി കാവൽ നിന്നു.

ബുദ്ധന്റെ നിർവ്വാണവാർത്ത ദിവസങ്ങൾക്കു മുമ്പേത്തന്നെ മറ്റ് നഗരങ്ങളിലേക്ക് അയച്ചിരുന്നു. അയൽരാജ്യങ്ങളിൽ നിന്നുള്ള പ്രതിനിധികൾ ആദരവുകൾ അർപ്പിക്കാനായെത്തി. ബുദ്ധന്റെ ചിതാഭസ്മത്തിൽനിന്ന് ചെറിയൊരംശം സ്തൂപങ്ങൾക്കുള്ളിൽ സൂക്ഷിക്കാനായി അവർക്കു നൽകി. മഗധ, വൈശാലി, ശാക്യ, കോളിയ, ബുലായ, പാവ, വേധ എന്നിവിടങ്ങളിൽ നിന്ന് പ്രതിനിധികൾ ഉണ്ടായിരുന്നു. അവർ ചിതാഭസ്മം എട്ടായി വീതിച്ചു. മഗധയിൽ ജനങ്ങൾ രാജഗൃഹത്തിൽ സ്തൂപം നിർമ്മിക്കും. ലിച്ഛാവിയിലേത് വൈശാലിയിൽ. ശാക്യയിലേത് കപിലവസ്തുവിൽ. ബൂലിയിലേത് അല്ലാകാപ്പെയിൽ. കോളിയയിലേത് രാമഗ്രാമത്തിൽ. വേധദ്വീപിൽ വേധയിലേത്. മല്ലയിലെ ജനങ്ങൾ കുശിനാരയിലും പാവയിലും നിർമ്മിക്കും, സ്തൂപങ്ങൾ.

പ്രതിനിധി സംഘങ്ങൾ അവരുടെ രാജ്യങ്ങളിലേക്കു മടങ്ങി. ഭിക്ഷുമാർ സാധനചെയ്യാനും ജനങ്ങളെ പരിശീലിപ്പിക്കാനുമായി അവരുടെ ദേശങ്ങളിലേക്കും. അനിരുദ്ധനും ആനന്ദനും ചേർന്ന് ബുദ്ധന്റെ ഭിക്ഷാപാത്രം വേണുവനത്തിലേക്ക് മടക്കിക്കൊണ്ട് വന്നു.

ഒരു മാസംകഴിഞ്ഞ് മഹാകശ്യപൻ രാജഗൃഹത്തിൽ ഭിക്ഷുമാരുടെ ഒരു യോഗം വിളിച്ചു കൂട്ടി. ബുദ്ധൻ അവർക്കേകിയ സൂക്തങ്ങളും ധർമ്മബോധനങ്ങളും സമാഹരിക്കുകയായിരുന്നു ലക്ഷ്യം. സംഘത്തിലെ അനുഭവജ്ഞാനവും നിലയും നോക്കി അഞ്ഞൂറ് ഭിക്ഷുക്കളെ അതിനായി തെരഞ്ഞെടുക്കേണ്ടതുണ്ടായിരുന്നു. ധ്യാനകാലം തുടങ്ങുമ്പോൾ യോഗം ആരംഭിക്കും. ആറുമാസക്കാലം നീണ്ടുനിൽക്കും.

കൊണ്ടണ്ണൻ, സരിപുത്രൻ, മൊഗ്ഗല്ലാന എന്നിവർ കഴിഞ്ഞാൽ മഹാകശ്യപനാണ് നാലാംസ്ഥാനത്തുള്ള ശിഷ്യനായി കണക്കാക്കപ്പെട്ടിരുന്നത്. വിശേഷിച്ചും അദ്ദേഹത്തിന്റെ ലളിത ജീവിതവും വിനയവും ഏറെ ആദരിക്കപ്പെട്ടിരുന്നു. ബുദ്ധൻ അദ്ദേഹത്തെ വളരെയേറെ സ്നേഹിക്കുകയും വിശ്വസിക്കുകയും ചെയ്തിരുന്നു. ഇരുപത് കൊല്ലം മുമ്പ് നൂറുകണക്കിന് പഴന്തുണികളിൽ നിന്ന് തന്റെ സ്വന്തം വസ്ത്രം തുന്നിയുണ്ടാക്കിയിരുന്ന മഹാകശ്യപനെപ്പറ്റി സംഘത്തിലെ എല്ലാവരും കേട്ടിട്ടുണ്ട്. ഒരിക്കൽ അദ്ദേഹം തന്റെ ഇണവസ്ത്രം മടക്കി ബുദ്ധനെ അതിലിരിക്കാൻ ക്ഷണിച്ചു. മഹാകശ്യപൻ നിർമ്മിച്ചിരിക്കുന്നത് എത്ര മനോഹരമായിരിക്കുന്നെന്ന് ബുദ്ധൻ പ്രശംസിച്ചു. മഹാകശ്യപൻ തന്റെ വസ്ത്രം ബുദ്ധന് വാഗ്ദാനം ചെയ്തു. ഒരു മന്ദഹാസത്തോടെ ബുദ്ധൻ അത് സ്വീകരിച്ചു. എന്നിട്ട് തന്റെ ഇണവസ്ത്രം അദ്ദേഹത്തിന് തിരിച്ചു നൽകി. ജേതവനത്തിൽവെച്ച് ബുദ്ധൻ നിശ്ശബ്ദമായി താമരപ്പൂ ഉയർത്തിയ നിമിഷം മഹാകശ്യപൻ മന്ദഹസിച്ചതും ഏവരും ഓർത്തു. അങ്ങനെ ബുദ്ധന്റെ ധർമ്മനിധി അദ്ദേഹത്തിലേക്ക് പകർന്നിരുന്നു.

രാജാവ് അജാതശത്രുവായിരുന്നു യോഗത്തിന്റെ രക്ഷാധികാരി. ധർമ്മോപദേശങ്ങളുടെ അഗാധമായ അറിവിന്റെ പേരിൽ ഏവരും ഉപാലിയെ ആദരിച്ചിരുന്നു. അതിനാൽത്തന്നെ ധർമ്മോപദേശങ്ങൾ ഓർമ്മിച്ചെടുക്കുന്നതിനും അവയോരോന്നും രൂപപ്പെടാനിടയായ സവിശേഷ സാഹചര്യങ്ങൾ വിശദീകരിക്കുന്നതിനും അദ്ദേഹം ക്ഷണിക്കപ്പെട്ടു. ബുദ്ധന്റെ ധർമ്മപ്രഭാഷണങ്ങൾ ആവർത്തിക്കാനും ഓരോന്നിന്റെയും കാലവും സ്ഥലവും സാഹചര്യവും ഓർത്തെടുക്കാനും നിയോഗിതനായത് ആനന്ദനാണ്.

സ്വാഭാവികമായും ആനന്ദനും ഉപാലിയും എല്ലാറ്റിന്റെയും വിശദാംശങ്ങൾ ഓർമ്മിച്ചെടുക്കുകയെന്നത് പ്രതീക്ഷിക്കാവുന്നതല്ല. എന്നാൽ സംപൂജ്യരായ അഞ്ഞൂറ് ഭിക്ഷുക്കളുടെ സാന്നിധ്യം അക്കാര്യത്തിൽ വലിയ സഹായമായി. വിശേഷയോഗത്തിൽ വെച്ച് എല്ലാ ധർമ്മോപദേശ ങ്ങളും സമാഹരിക്കപ്പെട്ടു. "അനുശാസനങ്ങളുടെ കുട്ട" എന്നർത്ഥം വരുന്ന വിനയപേടകം എന്ന് അതിനെ വിളിക്കുകയും ചെയ്തു. ധർമ്മങ്ങൾ സമാഹരിച്ചതിന് സൂക്തപിടകമെന്നും. ഓരോന്നിന്റെയും വിഷയവും ദൈർഘ്യവും കണക്കാക്കി സൂക്തങ്ങളെ നാലായി തിരിച്ചു. ബുദ്ധന്റെ മരണശേഷം നിസ്സാരമായ ധർമ്മോപദേശങ്ങൾ തള്ളിക്കളയാമെന്ന് ബുദ്ധൻ പറഞ്ഞത് ആനന്ദൻ പങ്കുവെച്ചു. ഏതൊക്കെയാണവയെന്ന് ബുദ്ധൻ വ്യക്തമാക്കിയിരുന്നോയെന്ന് ഭിക്ഷുക്കൾ ചോദിച്ചു. അത് ചോദിക്കാൻ താൻ വിട്ടുപോയി എന്ന് ആനന്ദൻ സമ്മതിച്ചു. നീണ്ട സംവാദങ്ങൾക്കുശേഷം, ഭിക്ഷുമാർക്കും ഭിക്ഷുണിമാർക്കുമായി എല്ലാ ധർമ്മോപദേശങ്ങളും സൂക്ഷിച്ചു വെയ്ക്കുവാൻ തീരുമാനമായി.

ബുദ്ധന്റെ വാക്കുകൾ അനുസ്മരിച്ചുകൊണ്ട്, സൂക്തങ്ങൾ വേദഭാഷയുടെ ശ്രേഷ്ടം ശൈലിയിൽ ആക്കേണ്ടതില്ലെന്ന് ഉറപ്പിച്ചു. സൂക്തങ്ങളും ധർമ്മോപദേശങ്ങളും അർധമഗധിയെന്ന അടിസ്ഥാന ഭാഷയിലേക്കാണ് ആക്കിയത്. അവരവരുടെ പ്രാദേശിക ഭാഷകളിൽ പഠിക്കുന്നതിന്നായി സൂക്തങ്ങളെ മൊഴിമാറ്റുന്നത് പ്രോത്സാഹിപ്പിച്ചു. സൂക്തങ്ങൾ തലമുറകളിലൂടെ സംക്രമിപ്പിക്കാനുള്ള പദ്ധതികൾ ആവിഷ്കരിക്കുന്നതിന്നായി പ്രത്യേകഭിക്ഷുമാരുടെ എണ്ണം വർധിപ്പിക്കുവാൻ നിശ്ചയിച്ചു.

സദസ്സ് തൽക്കാലത്തേക്ക് നിർത്തിവെച്ചതോടെ ഭിക്ഷുമാർ അവരവരുടെ ദേശങ്ങളിലേക്ക് സാധനയ്ക്കും ബോധനത്തിനുമായി മടങ്ങി.

* * *

നിരഞ്ജര നദിയുടെ കരയിൽ ഒഴുകുന്ന വെള്ളം നോക്കി സംപൂജ്യനായ സ്വാസ്തി നിന്നു. അങ്ങേക്കരയിൽ കാലിച്ചെറുക്കന്മാർ തങ്ങളുടെ എരുമകളെ നീരുവറ്റിയ നദി കടത്താൻ തയ്യാറെടുക്കുകയാണ്. നാല്പത്തിയഞ്ച് വർഷങ്ങൾക്കുമുമ്പ് സ്വാസ്തി ചെയ്തിരുന്നതു

പോലെ ഓരോ ചെറുക്കനും കുട്ടയും അരിവാളും കയ്യിൽ പിടിച്ചിരുന്നു. കാലികൾ മേയുന്ന നേരം അവർ തങ്ങളുടെ കുട്ടകൾ കുശപ്പുല്ലുകൊണ്ട് നിറയ്ക്കും.

ബുദ്ധൻ കുളിച്ചിരുന്നത് ഇതേ നദിയിലാണ്. ബോധിവൃക്ഷം എന്നത്തേക്കാളും പച്ചപ്പോടെയും ആരോഗ്യത്തോടെയും അവിടെയുണ്ട്. രാത്രിയിൽ സ്വാസ്തി എത്രയും പ്രിയപ്പെട്ട ആ വൃക്ഷത്തിനു ചുവട്ടിൽ ഉറങ്ങി. മുമ്പുണ്ടായിരുന്ന നിശബ്ദത കാട്ടിൽ ഇന്നില്ല. ബോധിവൃക്ഷം ഇപ്പോൾ ഒരു തീർത്ഥാടന കേന്ദ്രമാണ്. കാടിന്റെ കുറെയേറെ പൊന്തയും മുള്ളുമെല്ലാം വെട്ടിമാറ്റിപ്പോയിട്ടുണ്ട്.

യോഗത്തിൽ സംബന്ധിക്കാൻ തെരഞ്ഞെടുക്കപ്പെട്ട അഞ്ഞൂറ് ഭിക്ഷുക്കളിൽ ഒരാൾ താനാണെന്നതിൽ സ്വാസ്തിക്ക് കൃതജ്ഞത അനുഭവപ്പെട്ടു. ഇന്നദ്ദേഹത്തിന് അമ്പത്തിയാറ് വയസ്സുണ്ട്. തന്റെയൊപ്പമുണ്ടായിരുന്ന ഏറ്റവും അടുത്ത ചങ്ങാതി രാഹുലൻ അഞ്ച് വർഷം മുമ്പ് മരിച്ചു. നിറഞ്ഞ പരിശ്രമത്തിന്റെയും ശുഷ്ക്കാന്തിയുടെയും അർപ്പണത്തിന്റെയും ആൾരൂപമായിരുന്നു രാഹുലൻ. രാജകുടുംബാംഗമായിരുന്നെങ്കിലും അദ്ദേഹം ജീവിച്ചത് അതീവമായ ലാളിത്യത്തിലാണ്. വളരെ ഒതുങ്ങിയ പ്രകൃതമായിരുന്നു രാഹുലന്റേത്. ബുദ്ധബോധനം പ്രചരിപ്പിക്കുന്നതിൽ അദ്ദേഹത്തിന്റെ പങ്ക് മഹത്തരമായിരുന്നു. പക്ഷേ, അദ്ദേഹം അതേപ്പറ്റി നിശ്ശബ്ദനായിരുന്നു.

രാജഗൃഹത്തിൽ നിന്ന് കുശിനാരയിലേക്കുള്ള ബുദ്ധന്റെ അന്ത്യയാത്രയിൽ സ്വാസ്തിയുമുണ്ടായിരുന്നു. ബുദ്ധന്റെ ജീവിതത്തിൽ അവസാന മണിക്കൂറുകളിൽ അദ്ദേഹം സന്നിഹിതനായിരുന്നു. പാവയിൽനിന്ന് കുശിനാരയിലേക്കുള്ള വഴിയിൽ ആനന്ദൻ ബുദ്ധനോട് എങ്ങോട്ടാണ് നാം പോകുന്നതെന്ന് ചോദിക്കുകയുണ്ടായി. ബുദ്ധൻ ലാഘവത്തോടെ പറഞ്ഞു. "ഞാൻ ഉത്തരദിക്കിലേക്ക് നീങ്ങുകയാണ്." സ്വാസ്തിക്ക് മനസ്സിലായി. ജീവിതകാലം മുഴുവൻ ബുദ്ധൻ സഞ്ചരിച്ചിരുന്നത് മുൻകൂട്ടി യാതൊന്നും തീരുമാനിക്കാതെയാണ്. എത്തേണ്ടിടത്തെപ്പറ്റി വിചാരപ്പെടാതെയാണ് അദ്ദേഹം ഓരോ ചുവടും ശ്രദ്ധയോടെ നീങ്ങിയത്. ഈ നിമിഷം ആസ്വദിച്ചുകൊണ്ട്. സമയമായെന്നറിഞ്ഞ് തന്റെ ജന്മദേശത്തേയ്ക്ക് മടങ്ങുന്ന ഗജരാജകുമാരനെപ്പോലെയാണ് ബുദ്ധൻ തന്റെ അന്ത്യനാളുകളിൽ ഉത്തര ദിക്കിലേക്ക് സഞ്ചരിച്ചത്. നിർവ്വാണത്തിലേക്ക് പ്രവേശിക്കുന്നതിനുമുമ്പ് കപിലവസ്തുവിലോ ലുംബിനിയിലോ അദ്ദേഹത്തിന് എത്തേണ്ടതില്ല. ഉത്തരദിക്കിലേക്ക് നീങ്ങുകയെന്നത് ധാരാളമായിരുന്നു. കുശിനാര തന്നെ ലുംബിനി തോട്ടമാണ്.

സ്വാസ്തിയും അതുപോലെ ജന്മദേശത്തേക്കാകർഷിക്കപ്പെട്ട് കഴിഞ്ഞ രാത്രി നിരഞ്ജര നദിക്കരയിലേക്ക് മടങ്ങി. ഇതദ്ദേഹത്തിന്റെ സ്വന്തം വീടാണ്. തന്റെ താഴാദികളെ തീറ്റിപ്പോറ്റുന്നതിന്നായി മറ്റൊ

രാളുടെ കാലികളെ മേയ്ക്കുന്ന പതിനൊന്നുകാരനെപ്പോലെയാണ് താനെന്ന് അദ്ദേഹത്തിനിപ്പോഴും തോന്നി. ഉരുവേലഗ്രാമം പഴയപോലെത്തന്നെയുണ്ട്. ഓരോ വീടിനുമുമ്പിലും പപ്പായമരങ്ങൾ വളർന്നു നില്പ്പുണ്ട്. പണ്ടത്തെപ്പോലെത്തന്നെ. നെൽവയലുകൾ അതുപോലെത്തന്നെയുണ്ട്. മുമ്പത്തെപ്പോലെ നദിയും സൗമ്യമായി ഒഴുകി. പഴയപോലെ എരുമകളെ കാലിച്ചെറുക്കന്മാർ തേച്ചുകുളിപ്പിക്കുകയും നടത്തിക്കൊണ്ടുപോകുകയും ചെയ്യുന്നു. സുജാത ഇപ്പോൾ ഗ്രാമത്തിലല്ല താമസിക്കുന്നത്. തന്റെ താഴാദികൾ അവരവരുടെ വീടുകളായി മാറി താമസിക്കുന്നു. എന്നാലും ഉരുവേല എന്നും തന്റെ ഗ്രാമം തന്നെ. കാട്ടിൽ നടന്ന് ധ്യാനം ചെയ്യുന്ന യുവാവായ സിദ്ധാർത്ഥനെ ആദ്യമായി കണ്ടത് സ്വാസ്തി ഓർമ്മിച്ചു. പിപ്പാലവൃക്ഷച്ചുവട്ടിൽ ഗ്രാമീണ ബാലരുമൊത്ത് സിദ്ധാർത്ഥൻ പങ്കിട്ട അനേകം ഭക്ഷണ വേളകളെപ്പറ്റി സ്വാസ്തി ചിന്തിച്ചു. ഭൂതകാലത്തിലെ ഈ ഓർമ്മകൾ ഇനിയും ജീവിക്കും. കാലിച്ചെറുക്കന്മാർ തന്റെ കരയിലേക്ക് കടക്കുമ്പോൾ താൻ അവർക്ക് സ്വയം പരിചയപ്പെടുത്തും. ഈ കാണുന്ന ഓരോ കുട്ടിയും സ്വാസ്തിയാണ്. തനിക്കെങ്ങിനെയാണോ ശാന്തിയുടെയും ആനന്ദത്തിന്റെയും മുക്തിയുടെയും മാർഗ്ഗത്തിലേക്ക് പ്രവേശിക്കാൻ ഒരവസരം കിട്ടിയത് അതുപോലെ താനീ കുട്ടികൾക്കും മാർഗ്ഗം കാണിച്ചുകൊടുക്കും.

സ്വാസ്തി മന്ദഹസിച്ചു. ഒരു മാസം മുമ്പ് കുശിനാരയിൽ വെച്ച് സംപൂജ്യനായ മഹാകശ്യപൻ പാവയിൽനിന്ന് തന്നോടൊപ്പം സഞ്ചരിച്ച സുഭദ്രൻ എന്ന യുവഭിക്ഷുവുമായി തനിക്കുണ്ടായ അനുഭവം പങ്കുവെച്ചത് സ്വാസ്തി കേൾക്കുകയുണ്ടായി. ബുദ്ധൻ മരിച്ചുപോയെന്നറിഞ്ഞ സുഭദ്രൻ നിസ്സാരമായി പറഞ്ഞു. “കിഴവൻ പോയി. ഇനി നാം സ്വതന്ത്രരാണ്. ഇനിയാരും നമ്മെ ശകാരിക്കുകയോ വിമർശിക്കുകയോ ഇല്ല.” യുവ ഭിക്ഷുവിന്റെ മൂഢവാക്കുകൾ കേട്ട് മഹാകശ്യപൻ അമ്പരന്നു. പക്ഷേ, അദ്ദേഹം ഒന്നും പറഞ്ഞില്ല.

യുവാവായ സുഭദ്രനെ മഹാകശ്യപൻ ശകാരിച്ചില്ല. എന്നാൽ, ആനന്ദന്റെ കാര്യത്തിൽ ഒരു വിട്ടുവീഴ്ചയ്ക്കും അദ്ദേഹം തയ്യാറായിരുന്നില്ല; ആനന്ദൻ ഏവരാലും ഏറെ ആദരിക്കപ്പെടുന്ന മുതിർന്ന ആചാര്യനായിരുന്നിട്ടും സൂക്തങ്ങൾ എല്ലാം സമാഹരിക്കുന്നതിൽ ആനന്ദന്റെ സാന്നിധ്യം യോഗത്തിൽ അത്യന്താപേക്ഷിതമായിരുന്നു. എന്നിട്ടും, യോഗത്തിന് മൂന്നു നാൾ മുമ്പ് മഹാകശ്യപൻ ആനന്ദനോട് പറഞ്ഞു; ആനന്ദനെ യോഗത്തിൽ നിന്നും വിലക്കുന്ന കാര്യം താൻ ഗൗരവപൂർവ്വം പരിഗണിക്കുകയാണെന്ന്. കാരണം, ആനന്ദന് ബുദ്ധബോധനത്തിൽ അഗാധമായ അവഗാഹം ഉണ്ടായിരുന്നെങ്കിലും, ശരിയായ സാക്ഷാത്കാരം അദ്ദേഹം നേടിയിട്ടില്ല. മഹാകശ്യപന്റെ വാക്കുകൾ ആനന്ദനെ വേദനിപ്പിച്ചേക്കുമെന്ന് മറ്റ് ഭിക്ഷുക്കൾ ഭയപ്പെട്ടു. അദ്ദേഹം ചിലപ്പോൾ സംഘം വിട്ടുപോയേയ്ക്കും. എന്നാൽ ആനന്ദനാകട്ടെ

തന്റെ കുടിലിലേക്ക് നിശബ്ദനായി ഒതുങ്ങി; കുടിലിന്റെ വാതിലടച്ചു. അദ്ദേഹം മൂന്നു പകലും രാത്രിയും അഗാധമായ ധ്യാനത്തിലായിരുന്നു. യോഗദിവസം പ്രഭാതത്തിന് തൊട്ടുമുമ്പ് ആനന്ദന് ഉദാത്തമായ ഉദ്ബുദ്ധത കൈവന്നു. രാത്രി മുഴുവൻ ധ്യാനത്തിലിരുന്ന ശേഷം അദ്ദേഹം വിശ്രമിക്കാൻ തീരുമാനിച്ചു. അദ്ദേഹത്തിന്റെ പുറം കിടക്കപ്പായയെ സ്പർശിച്ചതോടെ, അദ്ദേഹത്തിന് ബോധോദയം സിദ്ധിച്ചു.

ആ പ്രഭാതത്തിൽ, മഹാകശ്യപൻ ആനന്ദനെ കണ്ടു. അദ്ദേഹത്തിന്റെ കണ്ണുകളിലേക്ക് നോക്കി. സംഭവിച്ചെതെന്തെന്ന് അദ്ദേഹം ഉടൻ തിരിച്ചറിഞ്ഞു. യോഗത്തിൽ കാണാമെന്ന് അദ്ദേഹം ആനന്ദനോട് പറഞ്ഞു.

സ്വാസ്തി മുകളിലേക്ക് നോക്കി. നീലാകാശത്ത് വെള്ളമേഘങ്ങൾ ഒഴുകുന്നത് കണ്ടു. സൂര്യൻ ഉദിച്ചു പൊങ്ങി. പ്രഭാതശോഭയിൽ നദിക്കരയിലെ പച്ചപ്പുല്ലുകൾ തിളങ്ങി. ഇതേ പാതയിലൂടെ, ശ്രാവസ്തിയിലേയ്ക്കും വാരണാസിയിലേക്കും രാജഗൃഹത്തിലേക്കും ബുദ്ധൻ എത്രയോ തവണ നടന്നിട്ടുണ്ട്. ബുദ്ധന്റെ പാദമുദ്രകൾ എവിടെയുമുണ്ട്. താൻ ബുദ്ധന്റെ കാലടികളിലൂടെയാണ് നടക്കുന്നതെന്ന് സ്വാസ്തി തിരിച്ചറിഞ്ഞു. ബുദ്ധന്റെ പാത തന്റെ കാലടിയിലുണ്ട്. ബുദ്ധൻ കണ്ട അതേ മേഘങ്ങൾതന്നെയാണ് ആകാശത്ത്. ബുദ്ധന്റെ പഴയപാതയും വെളുത്തമേഘങ്ങളും ഓരോ വിശുദ്ധമായ ചുവടും ജീവസ്സുറ്റതാക്കുന്നു.

ബുദ്ധൻ സമാധിയായി. പക്ഷേ, അദ്ദേഹത്തിന്റെ സാന്നിധ്യം സ്വാസ്തി എവിടെയും കണ്ടു. ഗംഗാതടത്തിലുടനീളം ബോധിവിത്തുകൾ പാകിക്കഴിഞ്ഞു. അവ വേരുപൊട്ടി ആരോഗ്യമുള്ള വൃക്ഷങ്ങളായിരിക്കുന്നു. നാല്പത്തഞ്ച് സംവത്സരങ്ങൾക്കുമുമ്പ് ആരും ബുദ്ധനെക്കുറിച്ചോ ഉദ്ബുദ്ധതയുടെ മാർഗ്ഗത്തെക്കുറിച്ചോ കേട്ടിരുന്നില്ല. കുങ്കുമവസ്ത്രങ്ങൾ ധരിച്ച ഭിക്ഷുമാരും ഭിക്ഷുണിമാരും ഒരു സാധാരണ കാഴ്ചയാണിന്ന്. നിരവധി ധർമ്മകേന്ദ്രങ്ങൾ സ്ഥാപിക്കപ്പെട്ടു. രാജാക്കന്മാരും അവരുടെ കുടുംബങ്ങളും ശരണങ്ങൾ കൈ ക്കൊണ്ടു. അതുപോലെത്തന്നെ പണ്ഡിതന്മാരും ഉദ്യോഗസ്ഥന്മാരും. ഉദ്ബുദ്ധതയുടെ മാർഗ്ഗത്തിൽ സമൂഹത്തിലെ ദരിദ്രരും പീഡിതരും ശരണം കണ്ടെത്തി. അവരുടെ ജീവിതത്തിന്റെയും ആത്മാവിന്റെയും മുക്തി അവർ ബുദ്ധമാർഗ്ഗത്തിൽ കണ്ടു. നാല്പത്തിയഞ്ച് സംവത്സരങ്ങൾക്ക് മുമ്പ് സ്വാസ്തി വെറും അസ്പർശ്യനായ, ദരിദ്രനായ കാലിച്ചെറുക്കനായിരുന്നു. ഇന്നദ്ദേഹം ജാതിയുടെയും അഭിമാനത്തിന്റെയും അതിരുകൾ അധഃകരിച്ച ഭിക്ഷുവാണ്. രാജാക്കന്മാർ ആദരവോടെ സ്വാസ്തിയെ സ്വീകരിക്കുന്നു.

ഇത്രമാത്രം ഉദാത്തമായ മാറ്റം സാധ്യമാക്കിയ ബുദ്ധൻ ആരായിരുന്നു? നദിക്കരയിൽ കുശപ്പുല്ലുകൾ അരിയുന്നതിൽ വ്യാപൃതരായ കാലിച്ചെറുക്കന്മാരെ നോക്കി സ്വാസ്തി സ്വയം ചോദിച്ചു. ബുദ്ധന്റെ മുതിർന്ന ശിഷ്യരിൽ അനേകംപേർ കാലയവനികയ്ക്കുള്ളിൽ മറഞ്ഞു.

മഹത്തായ സിദ്ധിയും സാധനയുമുള്ള ഭിക്ഷുമാർ ഇപ്പോഴുമുണ്ട്. അവരിൽ പലരും ഇപ്പോഴും ചെറുപ്പമാണ്. വലിയൊരു ബോധിവൃക്ഷത്തിന്റെ വിത്തുപോലെയായിരുന്നു ബുദ്ധൻ. മണ്ണിൽ ശക്തമായ വേരുകളുറപ്പിക്കുന്നതിന്ന് വിത്ത് പൊട്ടി. ആളുകൾ വൃക്ഷം കാണുമ്പോൾ, ഒരു പക്ഷേ വിത്ത് കാണുന്നുണ്ടാകില്ല. പക്ഷേ, വിത്ത് അവിടെയുണ്ടായിരുന്നു. അത് നശിച്ചിട്ടില്ല. അത് വൃക്ഷം തന്നെയായിത്തീർന്നു. സ്ഥിതി യിൽനിന്ന് അസ്ഥിതിയിലേക്ക് യാതൊന്നും നീങ്ങുന്നില്ലെന്ന് ബുദ്ധൻ പഠിപ്പിച്ചു. ബുദ്ധൻ രൂപം മാറി; പക്ഷേ, ഇപ്പോഴുമുണ്ട്. സംഘത്തിനുള്ളിൽ ആഴത്തിൽ നോക്കിയാൽ ആർക്കും ബുദ്ധനെ കാണാം. ശുഷ്ക്കാന്തിയും കാരുണ്യവും മേധയുമുള്ള യുവഭിക്ഷുക്കളിൽ അദ്ദേഹത്തിന്റെ സാന്നിധ്യമുണ്ട്. ബുദ്ധന്റെ ധർമ്മഗാത്രം പരിപോഷിപ്പിക്കാനുള്ള ഉത്തരവാദിത്തം തനിക്കുണ്ടെന്ന്, സ്വാസ്തി മനസ്സിലാക്കി. ബോധനവും ഭിക്ഷു സമുദായവുമത്രെ ധർമ്മഗാത്രം. ധർമ്മവും സംഘവും ശാന്തമായിരിക്കുന്നിടത്തോളം ബുദ്ധൻ ഉണ്ടായിരിക്കും.

നദിയുടെ മറുകരയിലേയ്ക്ക് കാലിച്ചെറുക്കന്മാർ മുറിഞ്ഞ് കടക്കുന്നത് നോക്കി സ്വാസ്തി മന്ദഹസിച്ചു. ഈ കുട്ടികളിലേയ്ക്ക് ബുദ്ധന്റെ സമത്വവും ശാന്തിയും ആനന്ദവും താൻ സംക്രമിപ്പിക്കുന്നില്ലെങ്കിൽ മറ്റാരാണ് അത് ചെയ്യുക? ബുദ്ധൻ തുടങ്ങിവെച്ചു. അദ്ദേഹത്തിന്റെ ശിഷ്യന്മാർ അത് തുടരേണ്ടതുണ്ട്. ബുദ്ധൻ വിതച്ച ബോധിവിത്തുകൾ ഭൂമി മുഴുവൻ വേരോടുന്നത് അഭംഗുരം തുടരും. സ്വന്തം ഹൃത്തടത്തിന്റെ മണ്ണിൽ പതിനായിരക്കണക്കിന് അമൂല്യമായ ബോധിവിത്തുകൾ ബുദ്ധൻ വിതച്ചതായി സ്വാസ്തിക്ക് അനുഭവപ്പെട്ടു. ആരോഗ്യവും ശക്തിയുമുള്ള ബോധിവൃക്ഷങ്ങളായി വളരുവാൻ സ്വാസ്തി അവയെ പരിചരിക്കും. ബുദ്ധൻ മരിച്ചതായി ജനങ്ങൾ പറയുന്നു; പക്ഷേ, അദ്ദേഹത്തിന്റെ സാന്നിധ്യം എന്നത്തേക്കാളുപരി ഇന്നുള്ളതായി സ്വാസ്തി കണ്ടു. തന്റെ സ്വന്തം ശരീരത്തിലും മനസ്സിലും അദ്ദേഹമുണ്ട്. സ്വാസ്തി നോക്കുന്നിടത്തെല്ലാം അദ്ദേഹമുണ്ട്. ബോധിവൃക്ഷത്തിൽ. നിരഞ്ജരനദിയിൽ. പച്ചപ്പുല്ലിൽ. വെളുത്ത മേഘങ്ങളിൽ. ഇലകളിൽ. ഈ കാലിച്ചെറുക്കന്മാർ ബുദ്ധനാണ്. അവരുമായി സവിശേഷമായ ബന്ധമുള്ളതായി സ്വാസ്തിക്കു തോന്നി. നിമിഷങ്ങൾക്കകം അവരുമായി അദ്ദേഹം ഒരു സംഭാഷണം തുടങ്ങും. അവർക്കും ബുദ്ധന്റെ കർമ്മം തുടരാം. ബുദ്ധന്റെ കർമ്മം തുടരുന്നതിനുള്ള വഴി ബുദ്ധൻ ചെയ്തിരുന്നതുപോലെ എല്ലാറ്റിനെയും ജാഗ്രതയിൽ കാണുക, ശാന്തമായി നീങ്ങുക, കാരുണ്യത്തോടെ മന്ദഹസിക്കുക, സ്വാസ്തി തിരിച്ചറിഞ്ഞു.

ബുദ്ധനാണ് സ്രോതസ്സ്. സ്രോതസ്സിൽ നിന്നൊഴുകുന്ന നദികളാണ് സ്വാസ്തിയും കാലിച്ചെറുക്കന്മാരും. നദികൾ എവിടെയെല്ലാം ഒഴുകുന്നുവോ അവിടെയുണ്ട് ബുദ്ധൻ.

❒

Chapter Contents & Sources

Book One

Chapter One: Walking Just to Walk

Summary: The Buddha stops by Uruvela village along the Neranjara River in order to bring Svasti back to Bamboo Forest Monastery in Rajagaha for ordination. Svasti becomes acquainted with Rahula.

Sources: Fo Chouo Fou Yao King (T. 186), Fo So Hing Tsan (T.192), Fo Pen Hing Tsi King (T. 190), Fo Chouo Fang Nieou King (T. 123), Lalitavistara, Buddhacarita.

Additional note: The young boy who cut kusa grass named Svastika is mentioned in Lalitavistara, T. 186, and T. 187. A French translation of the Lalitavistara by P. Foucaux can be found in the Annales du Musée Guimet, Volume VI (1884) and Volume XIX (1892).

Chapter Two: Tending Water Buffaloes

The Buddha delivers the Sutra on Tending Water Buffaloes. Svasti confides to Rahula that he is homesick. Rahula tells Svasti that Venerable Ananda wishes to meet him.

Culagopalaka Sutta (M. 34); Mahagopalaka Sutta (M. 33); A. 11, 18; Fo Chouo Fang Nieou King (T. 123) (Tseng 43, 6); Fang Nieou King (Tseng 49, 1). The contents of the Sutra on Tending Water Buffaloes in this chapter were drawn from T. 123. Details about tending water buffaloes are also mentioned in Tseng 43, 6; Tseng 49, 1; M. 34 and M.33.

Chapter Three: An Armful of Kusa Grass

Svasti meets Siddhartha for the first time and makes him a gift of kusa grass to use as a meditation cushion.

Fo Chouo Fou Yao King (T. 186); Fang Kouang Ta Tchouang Yen King (T. 186); Lalitavistara; Buddhacarita; Fo Chouo Fang Nieou King (T. 123).

Chapter Four: The Wounded Swan

Svasti meets Sujata for the first time. Siddhartha tells them the story about the swan shot down by Devadatta's arrow.

Fo Chouo Fou Yao King (T. 186); Fo Pen Hing Tsi King (T. 190); Lalitavistara; Buddhacarita.

Chapter Five: A Bowl of Milk

Sujata meets Siddhartha for the first time after finding him collapsed by the river shore.

Fo So Hing Tsan (T. 192); Fo Chouo Fou Yao King (T. 186); Fang Kouang Ta Tchouang Yen King (T. 187); Lalitavistara, Buddhacarita.

Buddhacarita mentions a girl named Nandabala who offers the Buddha a bowl of milk. Perhaps Nandabala and Sujata were the same person.

Chapter Six: Beneath a Rose-Apple Tree

Prince Siddhartha is born. Asita Kaladevala visits the palace. Siddhartha attends the ritual plowing of the fields. He sits in meditation for the first time.

Acchariya-abbhuta Sutta (M. 123); Mahapadana Sutta (D. 14); Nalaka Sutta (Sn. III, 11); Fo So Hing Tsan (T. 192); Fo Chouo Fou Yao King (T. 186); Fang Kouang Ta Tchouang Yen King (T. 187); Fo Pen Hing Tsi King (T. 190): Buddhacarita.

Fo So Hing Tsan (T. 192), the translation of Buddhacaritakavya Sutta, is referred to in abbreviated form as Buddhacarita. The author was Asvaghosa. The Buddhacarita was translated in 1893 by E. B. Cowell and was printed in Volume XLVI of The Sacred Books of the East. Fo So Hing Tsan was also translated into English by S. Beal under the name The Romantic Legend of Sakya Buddha, published in London in 1875.

In the Southern Tradition, Queen Mahamaya's dream of being pregnant and the birth of Siddhartha are recorded in M. 123, as well as D. 14. The visit of the hermit Asita is recounted in Sn. III, 11.

Chapter Seven: White Elephant Prize

Siddhartha furthers his studies. He reacts against the philosophy and lifestyle of the brahmans. Siddhartha attends the martial arts competition organized by Dandapani.

Fo Chouo Fou Yao King (T. 186); Fang Kouang Ta Tchouang Yen King (T.187); Fo Pen Hing Tsi King (T.190); Lalitavistara, Buddhacarita.

Chapter Eight: The Jewelled Necklace

Siddhartha encounters Yasodhara in a poor hamlet. Queen Gotami presents the kingdom's young women.

Fo Chouo Fou Yao King (T. 186); Fo Pen Hing Tsi King (T. 190); Lalitavistara; Buddhacarita.

Chapter Nine: The Path of Compassion

Siddhartha and Yasodhara celebrate their marriage.They take a journey throughout the kingdom. Queen Gotami and Yasodhara join efforts to assist the needy.

A. III, 38; Fo Chouo Fou Yao King (T. 186); Fo Pen Hing Tsi King (T. 190); Fang Kouang Ta Tchouang Yen King (T. 187); Lalitavistara, Buddhacarita.

The fact that Siddhartha is given three palaces by his royal father is recorded in A. III, 38.

Chapter Ten: Unborn Child

Siddhartha begins studies to prepare for the throne. Yasodhara announces that she is pregnant.

Fo Chouo Fou Yao King (T. 186); Fo Pen Hing Tsi King (T. 190); Fang Kouang Ta Tchouang Yen King (T.187); Lalitavistara; Buddhacarita.

Chapter Eleven: Moonlight Flute

Siddhartha plays the flute while Anuruddha listens. Yasodhara gives birth to Rahula.

Fo Chouo Fou Yao King (T. 186); Fo Pen Hing Tsi King (T. 190); Fang Kouang Ta Tchouang Yen King (T.187); Lalitavistara; Buddhacarita.

Chapter Twelve: Kanthaka

On a spring outing, Siddhartha encounters a sick man who dies. Yasodhara has three dreams which announce Siddhartha's departure. Siddhartha asks his father for permission to become a monk. The king refuses. Siddhartha leaves in the middle of the night after a party.

Fo Chouo Fou Yao King (T. 186); Fo Pen Hing Tsi King (T. 190); Lalitavistara, Buddhacarita.

Chapter Thirteen: Beginning Spiritual Practice

Siddhartha crosses the Anoma River and tells Channa to return with Kanthaka carrying his hair, necklace, and sword. Siddhartha trades his princely garments with a hunter for a monk's robe and then meets a monk. The monk leads Siddhartha to the spiritual center of Master Alara Kalama. Siddhartha learns to beg and to practice sitting meditation, the four dhyanas, and three of the formless concentrations.

Fo Chouo Fou Yao King (T. 186); Fo Pen Hing Tsi King (T. 190); Lalitavistara; Buddhacarita; Pasarasi Sutta (M. 126); Mahasaccaka Sutta (M.36).

Siddhartha's studies of meditation with Master Kalama, his attainment of the Realm of No Materiality, and his departure from Master Kalama are recorded in M. 26 and Tchong 204. They are also mentioned in M. 36, M. 85, M. 100, Tsa 110, and Wou Fen Liu (T.1421).

Chapter Fourteen: Crossing the Ganga

Siddhartha leaves Master Alara Kalama and crosses the Ganga (Ganges River) into Magadha in search of another spiritual teacher. He encounters a number of spiritual seekers from different sects. He meets King Bimbisara. Siddhartha finds his way to the spiritual center of Addaka Ramaputta.

Fo Chouo Fou Yao King (T. 186); Fo Pen Hing Tsi King (T. 190); Lalitavistara, Buddhacarita; Pabbajja Sutta (Sn. III, 1); Pasarasi Sutta (M. 26); Mahasaccaka Sutta (M. 36); Bodhirajakumara Sutta (M. 85), Tsa 107.

Siddhartha meeting King Bimbisara is recorded in Sn. III, 1.

Chapter Fifteen: Forest Ascetic

Siddhartha attains the Realm of Neither Perception Nor Non-Perception under the guidance of Master Ramaputta. Having not attained his goal with this Master either, Siddhartha departs for Dangsiri mountain for a period of self-mortification. He abandons self-mortification and begins to eat and drink normally again. He is abandoned by his five friends. Gautama practices beneath the pippala tree.

Fo Chouo Fou Yao King Z (T. 186); Fo Pen Hing Tsi King (T. 190); Pabbajja Sutta (Sn. III, 1); Pasarasi Sutta (M. 26); Mahasaccaka Sutta (M. 36); Bodhirajakumara Sutta (M. 85); Bhayabherava Sutta (M. 4), Wou Fen Liu (T. 1421).

Siddhartha's attainment of the Realm of Neither Perception Nor Non-Perception is recorded in M. 26. His efforts to control fear are mentioned in M. 4 and Tseng 23, 31. His self-mortification practices are mentioned in M. 36, as well as in M. 85, M. 100, and Wou Fen Liu (T. 1421).

Chapter Sixteen: Was Yasodhara Sleeping?

Svasti asks Bhikkhuni Pajapati details about the Buddha's life before and after he became a monk.

Fo Chouo Fou Yao King (T. 186); Fo Pen Hing Tsi King (T. 190); Lalitavistara, Buddhacarita; Fang Kouang Ta Tchouang Yen King (T. 187).

Chapter Seventeen: Pippala Leaf

Beneath the pippala tree, Gautama contemplates on the nature of the emptiness, impermanence, and interdependence of all things.

Fo Chouo Fou Yao King (T. 186); Fo Pen Hing Tsi King (T. 190); Lalitavistara; Buddhacarita; Fang Kouang Ta Tchouang Yen King (T. 187), Tsa 287, Tseng 38.4.

Siddhartha's discovery of the nature of interdependence of all things is recorded in S. XII, 65, Tsa 287, and in many other sutras.

Chapter Eighteen: The Morning Star Has Risen

Gautama contemplates on the nature of dependent co-arising and the birthless and deathless nature of all things. He attains the six abhijñas and transcends birth and death. He attains Total Awakening. That morning, Svasti pays him a visit.

Fo Chouo Fou Yao King (T. 186); Lalitavistara; Buddhacarita; Fang Kouang Ta Tchouang Yen King (T.187); Mahasaccaka Sutta (M. 36); S. XII, 65; XXII, 26; Pasarasi Sutta (M. 26); Dhammapada 153-154; Ud. I, 1-3.

The passage "O jailkeeper..." is recorded in Dh. 153-154.

Chapter Nineteen: Tangerine of Mindfulness

The village children visit Gautama bringing with them a basket of tangerines, fresh coconut and palm sugar. Gautama teaches the children about mindfulness. The children give him the name "Buddha, " his path "The Way of Awakening," and the pippala tree the "bodhi tree."

Lalitavistara; Nian Tchou King (Tchong 98); Satipatthana Sutta (M. 10).

Ideas concerning mindfulness are drawn from M. 10 and Tchong 98.

Chapter Twenty: The Deer

The Buddha tells the children a past-life tale concerning the friendship between a deer, a turtle, and a magpie.

Cheng King (T. 154); Jataka (Kh. 10); Siuan Tsi Po Yuan King (T. 200); Purnamukhavadanasataka; Lieou Tou Tsi King (T. 152).

Chapter Twenty-One: The Lotus Pond

The Buddha visits a lotus pond and reflects on how to teach the Way to others. He meets the monk Upaka and inquires about the Masters Kalama and Ramaputta. He bids farewell to the village children and heads for Varanasi in search of his five friends.

Fo Chouo Fou Yao King (T. 186); Fo Pen Hing Tsi King (T. 190); Lalitavistara; Fang Kouang Ta Tchouang Yen King (T. 187); Vin. Mv. Kh. 1; S. VI, 1.

Comparing people's characteristics to parts of the lotus is contained in Vin. Mv. Kh. 1.

Chapter Twenty-Two: Turning the Wheel of Dharma

The Buddha teaches the Way to his five friends in the Deer Park.

Lalitavistara; Buddhacarita; Vin. Mv. Kh. 1; S. LVI, 11; Pasarasi Sutta (M.26); Fo Chouo Tchouan Fa Louen King (T. 109); Fo Chouo Pa Tcheng Tao King (T.112).

The encounter between the Buddha and the five friends who practiced self-mortification with him is recounted in Vin. Mv. Kh. 1 and S. LVI, 11.

Chapter Twenty-Three: Dharma Nectar

The Buddha ordains Yasa and instructs Yasa's parents in the five precepts for lay disciples.

Vin. Mv. Kh. 1; Fo Chouo Fou Yao King (T. 186); Fang Kouang Ta Tchouang Yen King (T. 187).

Yasa's ordination is recounted in Vin. Mv. Kh. 1.

Chapter Twenty-Four: Taking Refuge

Fifty-four of Yasa's friends ask to be ordained. The Buddha sends his disciples out to teach the Dharma. The Buddha formalizes the ritual for ordination.

Vin. Mv. Kh. 1; Sseu Fen Liu (T. 1428); Fang Kouang Ta Tchouang Yen King (T. 187); Lalitavistara.

Most of the details contained in this chapter are contained in Vin. Mv. Kh. 1.

Chapter Twenty-Five: Music's Lofty Peaks

The Buddha converts thirty young men by his flute playing.

Vin. Mv. Kh. 1; Sseu Fen Liu (T. 1428); Fang Kouang Ta Tchouang Yen King (T. 187); Lalitavistara; Fo Chouo Fou Yao King (T. 186).

The episode between the Buddha and the thirty young men is recounted in Vin. Mv. Kh. 1.

Chapter Twenty-Six: Water Rises, Too

The Buddha discusses with Kassapa the nature of the universe and the principle of interdependence. The Buddha spends the night in the altar room. At night the altar room burns down. The Buddha explains emptiness to Kassapa and how it is not the same as nihilism.

Vin. Mv. Kh. 1; Sseu Fen Liu (T. 1428); Fang Kouang Ta Tchouang Yen King (T. 187); Lalitavistara; Fo Pen Hing Tsi King (T. 190).

The Buddha's ordination of the three Kassapa brothers is told in Vin. Mv. Kh. 1.

Chapter Twenty-Seven: All Dharmas Are on Fire

The Buddha teaches Kassapa the Four Noble Truths and explains why it is not necessary to have a separate self in order to attain liberation. The three Kassapa brothers and their nine hundred disciples ask to be ordained by the Buddha. The Buddha delivers the Fire Sutra.

Vin. Mv. Kh. 1; Fo Pen Hing Tsi King (T. 190); Fo Chouo Fou Yao King (T. 186); S. XXXV, 28. The Fire Sutra is contained in Vin. Mv. Kh. 1. Also look at S. XXXV, 28.

Chapter Twenty-Eight: Palm Forest

The Buddha together with a thousand bhikkhus returns to Rajagaha. King Bimbisara and his family and attendants visit the Buddha and listen to him deliver a Dharma discourse.

Vin. Mv. Kh. 1; Lalitavistara; Fo Pen Hing Tsi King (T. 190); Fang Kouang Ta Tchouang Yen King (T. 187).

Chapter Twenty-Nine: Dependent Co-Arising

Many people come to Palm Forest to request to be ordained or to be accepted as lay disciples. Venerable Kondanna gives a discourse on the Three Gems. Thanks to meeting Assaji, Sariputta and Moggallana ask to be ordained by the Buddha.

Vin. Mv. Kh. 1, 23, 1 ff.; Lalitavistara; Fo Chouo Fou Yao King (T. 186).

The gatha recited by Assaji to Sariputta is in Vin. Mv. Kh. 1, 23, 5.

Book Two

Chapter Thirty: Bamboo Forest

The Buddha and his bhikkhus partake of a meal at the palace. The Buddha speaks of the five precepts as principles of living which can build long-lasting peace and prosperity for the kingdom. The Buddha tells the children a past-life tale about a plumeria tree. King Bimbisara offers Bamboo Forest to the Buddha and his sangha.

Vin. Mv. Kh. 1; Jataka (Kh. 10); Siuan Tsi Po Yuan King (T. 200); Purnapukhavadanasataka; Lieou Tou Tsi King (T. 152); Cheng King (T. 154).

The invitation to the palace and King Bimbisara's offering of Bamboo Forest are both recounted in Vin. Mv. Kh. 1.

Chapter Thirty-One: I Will Return in the Spring

The community of bhikkhus organizes a retreat season at Bamboo Forest. Kaludayi is sent by King Suddhodana to invite the Buddha to return home. Kaludayi asks to be ordained.

Vin. Mv. Kh. 1; Fo Chouo Fou Yao King (T. 186); Fang Kouang Ta Tchouang Yen King (T. 157); Lalitavistara; Thag.

Kaludayi being sent by King Suddhodana to invite the Buddha to return is mentioned in Thag. (527-33).

Chapter Thirty-Two: The Finger is Not the Moon

The Buddha teaches Dighanakha about attachment to views and the nature of feelings. The Dharma discourse brings about Sariputta's awakening, and Dighanakha asks to be ordained. A rumor to stain the Buddha's reputation circulates in the capital.

Dighanakha Sutta (M. 74); Tch'ang Tchao Fan Tche Ts'ing Wen King (T.584).

Chapter Thirty-Three: Beauty That Does Not Fade

Ambapali and Jivaka visit the Buddha. The Buddha teaches his bhikkhus concerning beauty and ugliness.

S. 47, 1; Tsa 622; Mahaparinibbana Sutta (D. 16); Vin. Mv. Kh. 6; Jivaka Sutta (M. 55).

Chapter Thirty-Four: Reunion

The Buddha returns to Kapilavatthu. King Suddhodana enters the city to greet the Buddha. The Buddha explains the meaning and purpose of begging to the king. Rahula asks the Buddha for his inheritance. The Buddha and his attendant are invited to the palace for a meal. The Buddha tells the story of his spiritual search.

Vin. Mv. Kh. 1; Fang Kouang Ta Tchouang Yen King (T. 187); Lalitavistara.

Chapter Thirty-Five: Early Morning Sunshine

The Buddha and his sangha are invited to a meal at the palace together with guests of King Suddhodana. The Buddha gives a discourse on the Four Noble Truths and how to meditate in order to transcend suffering. Gotami and Yasodhara visit the Buddha at Nigrodha Monastery.

Vin. Mv. Kh. 1.

Chapter Thirty-Six: Lotus Vow

Yasodhara invites the Buddha and Kaludayi to a meal at the palace. The Buddha meets with children in a poor village and tells them the past-life story of Megha and the young woman who gave him lotus flowers to offer to the Enlightened Master Dipankara.

Siuan Tsi Po Yuan King (T. 200); Fo Pen Hing Tsi King (T. 190); Purnamukhavadanasakata; Jataka (Kh.10); Cheng King (T. 154).

Chapter Thirty-Seven: A New Faith

Nanda and Rahula join the sangha. King Suddhodana criticizes the Buddha for allowing Rahula to become a monk. The Buddha gives a discourse on politics and the way of virtue.

Vin. Mv. Kh. 1; Sseu Fen Liu (T. 1428).

The king's words to the Buddha, "Master, I suffered unbelievably when you abandoned home to become a monk... the pain is like a knife cutting into my skin, flesh, bone, and marrow..." have been taken almost verbatim from Vin. Mv. Kh. 1.

Chapter Thirty-Eight: O, Happiness!

Six princes of the Sakya clan leave home and ask to be ordained along with a barber. The Buddha spends the retreat season at Bamboo Forest. Venerable Baddhiya tastes the joys of the Dharma. Mahakassapa is ordained.

Vin. Cv. Kh. 7; Ud. 11, 10; Sseu Fen Liu (T. 1428).

Baddhiya's experiencing the joys of the Dharma are mentioned in Vin. Cv. Kh.7.

Chapter Thirty-Nine: Waiting for Daybreak

The merchant Sudatta goes to meet the Buddha before daylight. Sudatta invites Sariputta to go with him to Savatthi in order to prepare for the Buddha's arrival to teach the Dharma in the kingdom of Kosala.

Vin. Cv. Kh. 6; S. X, 8; Tsa 592 and 593.

Sudatta's first encounter with the Buddha is described in Vin. Cv. Kh. 6.

Chapter Forty: Cover the Land in Gold

Sudatta purchases Prince Jeta's grove in order to build a monastery for the bhikkhus. Venerable Sariputta returns to accompany the Buddha. The Buddha teaches the Dharma to the Licchavi princes.

Vin. Cv. Kh. 6; S. X, 8; Sseu Fen Liu (T. 1428).

Chapter Forty-One: Has Anyone Seen My Mother?

The Buddha spends the retreat season at Jetavana. Other religious sects disagree with the Buddha concerning the subject of love.

Piyajatika Sutta (M. 87), Tchong 216 (T. 26).

Chapter Forty-Two: Love Is Understanding

King Pasenadi visits the Buddha and receives teaching about Love and Understanding.

Piyajatika Sutta (M. 87); Ud. VI, 4; Metta Sutta (Sn.I, 8), Tchong 216 (T.26).

The passage in which the Buddha speaks to the king about a young prince, a small snake, a spark of fire, and a young monk is found in S. III, 1.

Chapter Forty-Three: Everyone's Tears Are Salty

The Buddha invites the nightsoil carrier, Sunita, to join the sangha of bhikkhus. King Pasenadi comes to ask the Buddha why he has accepted an untouchable into the sangha.

Fo Pen Hing Tsi King (T. 190); Fang Kouang Ta Tchouang Yen King (T. 187); Lalitavistara.

Chapter Forty-Four: The Elements Will Recombine

Nanda misses his betrothed. The Buddha returns to Vesali for the retreat season. King Suddhodana, on his deathbed, asks the Buddha to return. The Buddha speaks to his father about birth and death and assists him in choosing a successor. After the funeral, Queen Pajapati asks to be ordained. The Buddha refuses her request.

Ud. III, 2; Vin. Cv. Kh. 10; A. VII, 51; Fang Kouang Ta Tchouang Yen King (T. 187); Sseu Fen Liu (T.1428).

The Buddha's refusal to allow Gotami to be ordained is mentioned in Vin. Cv. Kh. 10 and in T. 1428. Additional references can be found in A. VII, 51 and A. VIII, 53.

Chapter Forty-Five: Opening the Door

Mahapajapati and women comrades demonstrate their intention and ability to lead the homeless life. Eight Rules are created as a prerequisite for women to be ordained.

Ud. III, 2; Vin. Cv. Kh. 10; A. VIII, 51-53; Tchong 116 (T. 26); Tchong 130 (T. 26); Sseu Fen Liu (T.1428); Wou Fen Liu (T. 1421).

Detailed accounts of Mahapajapati and her women comrades' efforts to be accepted into the sangha are recorded in Vin. Cv. Kh. 10; T. 1428 and T. 1421.

Chapter Forty-Six: A Handful of Simsapa Leaves

The Buddha deals with Bhikkhu Malukyaputta and esoteric questions. After dispute and division in the sangha at Kosambi, the Buddha goes to the forest alone. He creates the six principles for community harmony.

Vin. Mv. Kh. 10; Upakkilesa Sutta (M. 128); Culamalukya Sutta (M. 63); Tchong 205 (T. 26); Tchong 221 (T. 26); S. 56, 31; Tsa 404; Fo Chouo Tsien Yu King (T. 94); Kulagosinga Sutta (M. 31); Kosambiya Sutta (M. 48); Tchong 72 (T. 26).

The episode with Bhikkhu Malukyaputta can be found in M. 63 and Tchong 221 (T. 26). Division in the sangha is recorded in Vin. Mv. Kh. 10 and M. 128. The harmonious community life of Anuruddha, Kimbila and Nandiya is recounted in M. 128, Tchong 72 (T. 26), and Vin. Mv. Kh. 10.

Chapter Forty-Seven: Follow the Dharma

The Buddha spends the retreat season in Rakkhuta Forest and befriends an elephant matriarch. The Buddha returns to Savatthi. His senior disciples ask him how to receive the bhikkhus from Kosambi.

Vin. Mv. Kh. 10; Ud. IV, 5; Upakkilesa Sutta (M.128).

The Buddha's befriending of the elephant is recorded in Vin. Mv. Kh. 10. Look also at Ud. IV, 5. The repentance and reconciliation among the bhikkhus from Kosambi is recorded in Vin. Mv. Kh. 10.

Chapter Forty-Eight: Covering Mud with Straw

The Buddha's senior disciples establish the Seven Practices of Reconciliation.

Vin. Mv. Kh. 10; Sseu Fen Liu (T. 1428).

The Seven Practices of Reconciliation are the final items in the precepts of the bhikkhus, in both the Southern and Northern traditions.

Chapter Forty-Nine: Earth's Lessons

Rahula recounts for Svasti how the precepts were developed. The Buddha encounters a farmer who accuses the bhikkhus of eating without working. The Buddha teaches Rahula concerning Right Speech, Right Mindfulness, and the Four Limitless Meditations.

Ambalatthikarahulovada Sutta (M. 61); Maharahulovada Sutta (M. 62); Vin. Sv. Para. I; A. VIII, 11; Kasibharadvaya Sutta (Sn. I, 4); Cularahulovada Sutta (M. 147); Tchong 14 (T. 26); Tsa 897 (T. 99); Tchong 200 (T. 26).

The farmer's accusations that the Buddha does not plow or sow seeds is taken from Sn. 1, 4 and S. VII, 11. The Buddha's instruction to Rahula can be found in M. 62, M. 147, Tseng 17, 1 (T. 125), and Tchong 200 (T.26).

Chapter Fifty: A Handful of Bran

There is a famine in Vejanra. The Buddha speaks to Sariputta concerning how to know when the precepts are complete. Svasti feels homesick. The Buddha teaches Meghiya concerning the Four Establishments of Mindfulness.

Vin. Sv. Para. 1; Ud. IV, 1; A. IX, 3; Tsa 897 (T. 99); Sseu Fen Liu (T. 1428).

The Buddha's instruction to Meghiya can be found in Ud. IV, 1 and A. IX, 3. According to the Southern Tradition, the complete precepts number 227 for bhikkhus and 311 for bhikkhunis. According to the Northern Tradition which relies most on Sseu Fen Liu (T. 1428) of the Dharmagupta tradition, there are 250 precepts for bhikkhus and 358 for bhikkhunis.

Chapter Fifty-One: The Treasure of Insight

Rahula receives full ordination. The Buddha gives Rahula teaching concerning contemplation of the eighteen realms of existence. The Buddha delivers the Sutra on Knowing the Better Way to Live Alone. The Buddha teaches about Compassion to a group of children. The Buddha lifts a lotus before the community as a means of opening them to the direct experience of life's wonders.

S. XXI, 10; Metta Sutta (Sn. I, 8); Ud. V, 4; Bhaddekaratta Sutta (M. 131); Ananda Bhaddekaratta Sutta (M. 132); Mahakaccana Bhaddekaratta Sutta (M. 133); Tseng 49, 10 (T. 125); Tchong 165, 166, 167 (T. 26); and Fo Chouo Tsouen Chang King (T. 77).

The meeting between the Buddha and a group of children harming crabs can be found in the Metta Sutta, Sn. I, 8. The Sutra on Knowing the Better Way to Live Alone is from M. 131. Also look at M. 132, M. 133, Tchong 165, 166, 167 (T. 26), and T. 77.

Chapter Fifty-Two: Fields of Merit

The Buddha mediates and brings to resolution the conflict between Sakya and Koliya, and then spends the retreat season in Kapilavatthu. The Buddha returns to Vulture Peak. He suggests a new way of sewing bhikkhus' robes to Ananda. Lay disciple Lady Visakha pays a visit. The senior disciples suggest that Ananda serve as the Buddha's full-time attendant, and they ask the Buddha to return to Savatthi every year for the retreat season.

Vin. Mv. Kh. 8; Ud. VIII, 8; Sseu Fen Liu (T. 1428).

The Buddha's idea to sew robes as fields of merit is mentioned in Vin. Mv. Kh. 8. Lay disciple Lady Visakha is mentioned in Vin. Mv. Kh. 8, Ud. VIII, 8 and T. 1428.

Chapter Fifty-Three: Dwelling in the Present Moment

The Buddha delivers the Satipatthana Sutta. He converts Angulimala.

Satipatthana Sutta (M. 10); Mahasatipatthana Sutta (D. 22); Angulimala Sutta (M. 86); Nian Tan King (Tchong 81); Nian Chu King (Tchong 98) (T. 26); Tseng 12, 1 (T. 125); Yang Kiue Mo Lo King (T. 120).

The Satipatthana Sutta is transmitted in three documents: M. 10, Tchong 98, and Tseng 12, 1 (T.125). It is the fundamental sutra on meditation. M. 10 is from the Theravada tradition, Tchong 98 is from the Sarvastivada tradition, and Tseng 12, 1 is of the Mahasanghika tradition. The story of Angulimala is told in M. 86. In the Chinese canon, in addition to T. 120, there are several other sutras which mention Angulimala.

Chapter Fifty-Four: Dwell in Mindfulness

The intellectual Upali abandons the Nigantha sect in order to follow the teaching of the Buddha. Jetavana Monastery is disturbed by false accusations.

Upali Sutta (M. 56); Lalitavistara; Tchong 133 (T.26); Fo Chouo Fou Yao King (T. 186).

Chapter Fifty-Five: Appearance of the Morning Star

The Buddha cares for a bhikkhu who has dysentery. Bhikkhuni Dhammadinna delivers a discourse on Emptiness to lay disciples Visakha and Sudatta and is praised by the Buddha. The stories of Bhikkhunis Patacara and Uppalavanna are recounted.

Vin. Mv. Kh. 8; AV. 123-124; Culavedalla Sutta (M. 44); Tchong 210 (T. 26); Sseu Fen Liu (T. 1428).

Patacara's poem can be found in the Therigatha. The lay disciple named Visakha who listened to Bhikkhuni Dhammadinna's discourse was a male disciple and not Lady Visakha. Uppalavanna's story is recounted in T. 1428. See also Thig.

Book Three

Chapter Fifty-Six: Full Awareness of Breathing

The Buddha delivers the Sutra on the Full Awareness of Breathing. Angulimala is beaten by an angry mob.

Anapanasati Sutta (M. 118); Angulimala Sutta (M.86); Tsa 1077 (T. 125); Tseng 17, 1 and 38, 6 (T. 125); Fo Chouo Ta Nyan Pan Cheou Yi King (T. 602), Tsa 1077 (T. 125).

The general outline of the Sutra on the Full Awareness of Breathing in this chapter is taken from M. 118. The version in T. 602 of the Chinese canon is not so clear or precise. The attack on Angulimala is recounted in M. 86.

Chapter Fifty-Seven: The Raft Is Not the Shore

The Buddha delivers the Simile of the Snake Sutra. Venerable Bhanda gives a Dharma talk at the bhikkhunis' monastery. The Buddha ordains the young untouchable woman Prakriti.

S. LIV, 9; Alagaddupama Sutta (M. 22); Sseu Fen Liu (T. 1428); Tchong 200 (T. 26).

The examples of catching a snake and using a raft to cross the river, as well as the Buddha's teaching that one must study and practice intelligently, unbound by narrow views and ignorance, like the man who carries the raft around on his head, can all be found in M. 22. The story about Bhanda is taken from T. 1428.

Chapter Fifty-Eight: A Handful of Precious Earth

Children offer a handful of earth to the Buddha. The Buddha tells them the past-life story of Vesvantara. The physician Jivaka asks the Buddha about vegetarianism.

Jivaka Sutta (M. 55); Avadanasakata; Purnamukhavadanasataka.

Jivaka's questions about vegetarianism are from M. 55.

Chapter Fifty-Nine: The Net of Theories

Bhikkhuni Subha is almost violated by a strange man. The Buddha delivers the Brahmajala Sutta. Venerable Moggallana explains in brief the philosophies of the various contemporary religious sects to Venerable Svasti.

Samannaphala Sutta (D. 2); Brahmajala Sutta (D. 1); Tch'ang 21 (T. 1); Thig.

To find the story of bhikkhuni Subha, read Thig. The names and ages of the leaders of the various religious sects of the time are recorded in D. 2, and here and there in many other sutras. Their philosophies are mentioned in D. 1.

Chapter Sixty: Lady Visakha's Grief

The Buddha discusses with Sonadanda the fundamental characteristics necessary to make a brahman. Lady Visakha expresses a wish for many children and grandchildren. Venerable Ananda promises to plant a bodhi tree at Jetavana.

Vasettha Sutta (M. 98); Ud. VIII, 8; Tch'ang 22 (T.1); Sonadanda Sutta (D.4).

The encounter with Sonadanda is recounted in D. 4, as well as mentioned in M. 98. The story of Lady Visakha's drenched hair is from Ud. VIII, 8.

Chapter Sixty-One: The Lion's Roar

The Buddha gives the teaching on dependent co-arising. The young woman Cinca falsely accuses the Buddha. The Buddha delivers the Sutra on the Lion's Roar.

Ud. IV, 8; S. XII, 2; Culasihanada Sutta (M. 11); A. IV, 33; Mahanidana Sutta

(D. 15); Yuan K'i King (T. 124); Lalitavistara; Tchong 97 (T. 26); Tsa 684 (T.125); Jou Lai Che Tseu Heou King (T. 835); Fo Chouo Fou Yao King (T.186).

Dependent co-arising is taught in many sutras. The substance of the Sutra on the Lion's Roar in this chapter has been taken from M. 11.

Chapter Sixty-Two: Sariputta's Roar

Venerable Sariputta is falsely accused out of jealousy. The Buddha delivers the Kalama Sutra.

Kalama Sutta (A. III, 65); Sariputtasihanada Sutta (A. IX, 11).

The incident of jealousy leading to Sariputta being falsely accused can be found in A. IX, 11. The Kalama Sutra is like the charter of Buddhist teaching concerning freedom of thought. It is also called Kesamutta Sutta. The story of Kokalika is found in S. 6, 1, 10.

Chapter Sixty-Three: All the Way to the Sea

The Buddha waits for a farmer to eat before beginning his Dharma talk. The Buddha speaks about a piece of driftwood floating towards the sea. Svasti is asked to guide and look after a young buffalo tender who joins the sangha.

S. XXXV, 200.

The Buddha's words about the piece of driftwood are taken from S. XXXV, 200.

Chapter Sixty-Four: The Round of Birth and Death

The Buddha delivers the Sutra on the Eight Realizations of the Great Beings. Venerable Vakkali dies. The Buddha teaches about beginninglessness and endlessness.

A. VIII, 30; S. XII, 15; S. XXII, 87; S. VX, 1; Tchong 74 (T. 26); Tsa 1265 (T. 125) ; Tseng 26, 10 (T. 125); Tseng 42, 6 (T. 125); Fo Chouo A Na Liu Pa Nien King (T. 46); Fo Chouo Pa Ta Jen Kiao King (T. 779).

The Eight Realizations of the Great Beings in this chapter are taken from T. 779. They are also mentioned in several other sutras, both Southern and Northern. The story about Venerable Vakkali's death is recounted in S. XXII, 87, in Tsa 47 (T. 125), and Tseng 19 (T.99). The Buddha's thoughts concerning beginninglessness and endlessness at the end of this chapter are from S. XV, 1. The parable of the arrows and the Buddha's teaching on feelings are found in S. XXXVI, 1, 6. His teaching concerning the contemplation on feelings at the moment of dying is taken from S. XXXVI, 1, 7.

Chapter Sixty-Five: Neither Full nor Empty

The Buddha teaches concerning emptiness, birthlessness, and deathlessness.

S. XXXV, 85; Culasunnata Sutta (M. 121); Mahasunnata Sutta (M. 122); Tsa

232 (T. 99); Fo Chouo Wou Yun Kiai K'ong King (T. 102); Tao Hing Pan Jo King (T. 224); Pan Jo Po Lo Mi To Sin King (T. 251); Ta Fang Kouang Fo Houa Yen King (T. 278).

The section in which Ananda asks about the nature of the world and the Buddha's response are taken from S. XXXV, 84. The section in which Ananda asks what the Buddha means when he says that all the dharmas are empty, is taken from S. XXXV, 85. The example given by the Buddha of the Dharma hall, the sangha of bhikkhus, the market, water buffaloes, and the village, is taken from M. 121, whose contents are basically the same as Tsa 232 (T. 99). The following explanations are all based on the principle of interdependence and emptiness of self. All the ideas in this chapter concerning birthlessness, deathlessness, interpenetration, and interbeing spoken of in the Prajñaparamita Sutra and the Avatamsaka Sutra are the natural and inevitable expansion of the Buddha's original teaching on dependent co-arising, selflessness, and emptiness.

Chapter Sixty-Six: Four Mountains

The Buddha delivers the Ullambana Sutra on filial piety. The Buddha encourages King Pasenadi to devote more time to spiritual practice in his old age. The Buddha tells a story about blind men and an elephant.

Ud. VI, 4; S. III, 25; Fo Chouo Yu Lan Pen King (T.685); Fo Chouo Hiao Tseu King (T. 687); Fo Chouo Fou Mou Ngen Nan Pao King (T. 684).

The Yu Lan Sutra does not exist in the Pali canon. To find the story of the four mountains, see S. III, 3, 5. The Vietnamese Emperor Tran Thai Tong was inspired by this sutra to write his piece "Four Mountains, Preface and Gathas," in the work Khoa Hu Luc (Treatise on Emptiness). The story about the blind men and the elephant is from Ud. VI, 4.

Chapter Sixty-Seven: Ocean Poet

Venerable Punna asks the Buddha's permission to spread the Dharma in a region that is known for its violence and lack of civilization. The Buddha talks about the eight characteristics of the sea.

Punnovada Sutta (M. 145); S. XXXV, 63-64; Tsa 311 (T. 99); A. VIII, 19; Fa Hai King (T. 34); Fo Chouo Hai Pa To King (T. 35).

The eight characteristics of the sea are recounted in A. VIII, 19. Also look at T. 35.

Chapter Sixty-Eight: Three Wondrous Gates

The Buddha speaks about the problem of division in the sangha. He delivers the Sutra on the Dharma Seal. The two venerables Yamelu and Tekula ask permission to translate the sutras into classical meter but are refused by the Buddha.

Vin. Cv. Kh. 5; Samagama Sutta (M. 104); Pasadika Sutta (D. 29); Tsa 80 (T.

99); Fo Chouo Tcheng Fa Yin King (T. 103); Fo Chouo Fa Yin King (T.104).

The Buddha's words concerning the problem of division are taken from M. 104. The contents of the Sutra on the Dharma Seal used in this chapter are taken from T. 104. The two venerables asking permission to translate the sutras is mentioned in Vin. Cv. Kh. 5.

Chapter Sixty-Nine: Where Will the Buddha Go?

Some ascetics ask the Buddha philosophical questions but are met by silence. Thanks to Venerable Anuruddha, the Buddha receives a new name, the Tathagata.

S. XLIV, 2; Aggivaccha Sutta (M. 72); Alagaddupama Sutta (M. 22); A. X, 95; S. XIV, 10; Tsa 106 (T. 99); Iti IV, 13.

The incident of the Buddha refusing to answer the ascetic Uttiya's questions is taken from A. X, 95. The incident concerning the ascetic Vacchagotta is taken from S. XIV, 10. The incident with Anuruddha is mentioned in S. XLIV, 2. Concerning the title of Tathagata, look at M. 22 and M. 72; Iti. IV, 13, and A.

IV, 23.

Chapter Seventy: The Quail and the Falcon

Rahula tells Svasti about Bhikkhu Vangisa, a poet. The Buddha compares the six sense organs to an ocean filled with sea monsters and whirlpools. The Buddha tells the story of the falcon and the quail, suggesting that bhikkhus be protected by mindfulness. Svasti recalls the story of Bhikkhu Isidatta and Layperson Citta. The Buddha suggests a tender way to deal with weak members of the sangha that will preserve the remaining good seeds in them. There is a conversation between the Buddha and Kesi, a horse trainer. The warrior Rohitassa asks the Buddha how to get out of the world of birth and death.

Tsa 1208-1221 (T. 99); S. VIII 1, 1-12; S. XLVII, 1, 6; Tsa 24, 15 (T. 99); S. SLI, 2-3; Tsa 570 (T. 99); Tchong 194 (T. 26); M. 65.

The story of Vangisa is told in Tsa 1208-1221 (T. 99) and Tchong 192 (T.26). The story of Isidatta is found in S. XLI, 2- 3, and Tsa 570 (T. 99). The conversation between the Buddha and the horse trainer is found in A. IV, 12, 110. The story of Rohitassa is seen in Tseng 43, 1 (T. 125), A. VI, 45, Tsa 1307, and S. II, 3, 6.

Chapter Seventy-One: The Art of Stringing a Sitar

The Buddha encourages Venerable Sona to take good care of his health. Jivaka informs the Buddha about Venerable Devadatta's and the Prince Ajatasattu's ambitions. Devadatta asks the Buddha to transfer the leadership of the sangha to Devadatta.

Ud. V, 6; Vin. Mv. Kh. 5; A. VI, 55; Vin. Cv. Kh. 7; Tchong 123 (T. 26), Tsa 254

(T. 99); Sseu Fen Liu (T.1428).

The Buddha's questions to Sona about stringing a sitar are mentioned in Vin. Mv. Kh. 5. Also see A. VI, 55. Devadatta's request to be given the leadership of the sangha is recounted in T. 1428 and Vin. Cv. Kh. 7

Chapter Seventy-Two: Quiet Resistance

Devadatta proposes five new rules and organizes an independent sangha. King Bimbisara abdicates his throne in favor of his son, Prince Ajatasattu. The Buddha and his sangha do not attend the new king's coronation.

Vin. Cv. Kh. 7; Vin. Sv. Sangh. 10; Sseu Fen Liu (T. 1428).

Devadatta's proposal for five new rules and his setting up an independent sangha are recorded in Vin. Cv. Kh. 7. See also Vin. Sv. Sangh. 10. Prince Ajatasattu's attempted assassination of King Bimbisara is recorded in Vin. Cv. Kh. 7 and T. 1428.

Chapter Seventy-Three: Hidden Rice

The first attempt on the Buddha's life is unsuccessful. Venerables Sariputta and Moggallana leave for Gayasisa. The Buddha meets with Queen Videhi.

Vin. Cv. Kh. 7; Sseu Fen Liu (T. 1428).

The attempt on the Buddha's life and the departure of Venerables Sariputta and Moggallana for Gayasisa can be found in Vin. Cv. Kh. 7 and T. 1428.

Chapter Seventy-Four: Cry of the Elephant Queen

Venerables Sariputta and Moggallana lead four hundred bhikkhus back to the Buddha's sangha. The Buddha receives an injury in a second attempt on his life. The Buddha pacifies the elephant Nagagiri and thus survives the third attempt on his life.

Vin. Cv. Kh. 7; Sseu Fen Liu (T. 1428).

The return of bhikkhus under the guidance of the two elder disciples is recorded in Vin. Cv. Kh. 7. The hurling of a boulder and the releasing of a violent elephant in attempts to kill the Buddha are recorded in Vin. Cv. Kh. 7 and T. 1428.

Chapter Seventy-Five: Tears of Happiness

The Buddha departs from Magadha and returns to Savatthi for the retreat season. The Buddha delivers the Singala Sutta. Lay disciple Sudatta falls gravely ill. The Buddha creates the Eight Observances for the Laity. Venerables Sariputta and Ananda visit Sudatta and offer him teaching.

Magandiya Sutta (M. 75); Culadhammasammadana Sutta (M. 45); Singala Sutta (D. 31); Anathapindikovada Sutta (M. 143); Tchong 135 (T. 26); Tsa 1031 and 1032 (T. 99); Tseng 51, 8 (T. 125); Fo Chouo Che Kia Yue Viet Lieou Fang Li King (T. 16); Fo Chouo Pa Koan Tchai King (T. 89).

For the section on sense pleasures and the leper roasting himself on a fire in the forest, look at M. 75. The four kinds of happiness are described in M. 45. The episode of Sudatta's tears when he listens to the two venerables teach the Dharma is taken from M. 143. See also Tchong 28 (T. 26).

Chapter Seventy-Six: The Fruits of Practice

War erupts between Kosala and Magadha. Queen Mallika passes away. The Buddha speaks to King Pasenadi about politics and virtue. The Buddha returns to Vulture Peak. Jivaka arranges for King Ajatasattu to meet the Buddha. The Buddha delivers the Sutra on the Fruits of a Bhikkhu's Practice.

S. XLVIII, 41; Kutadanta Sutta (D. 5); Samannaphala Sutta (D. 2); Tch'ang 27 (T. 1).

King Ajatasattu's invasion of Kosala is recorded in S. III, 14-15. The Buddha's suggestions concerning how the law should deal with conflict and crime is taken from D. 5, although in this sutra the Buddha was not speaking to either King Pasenadi or King Bimbisara but rather to a brahmana named Kutadanta. Jivaka's invitation to King Ajatasattu to go meet the Buddha is spoken of in D. 2 and Tch'ang 27 (T. 1).

Chapter Seventy-Seven: Stars in Your Eyes

The Buddha returns to Savatthi for the retreat season. King Pasenadi praises the Buddha and the Sangha. Upon his return to Vulture Peak, the Buddha learns of the deaths of King Pasenadi and Venerable Moggallana.

Dhammacatiya Sutta (M. 89), Tchong 213 (T. 26).

King Pasenadi's visit to the Buddha and his praises are recorded in both M. 89 and Tchong 213 (T. 26).

Chapter Seventy-Eight: Two Thousand Saffron Robes

Venerable Devadatta repents. King Ajatasattu explores the idea of invading Vajji. The Buddha delivers his talk on the seven practices to assure the strength and continuation of the sangha. Venerable Sariputta praises the Buddha. The Buddha spends the retreat season in Beluvagamaka village and falls seriously ill.

Mahaparinibbana Sutta (D. 16); Tch'ang 2 (T. 1); Fo Pan Ni Yuan King (T. 5); Mahavastu.

King Ajatasattu's sending an envoy to the Buddha to ask his counsel concerning his plans to invade Vajji is mentioned in D. 16 and Tch'ang 2 (T. 1). The section about the people of Vesali asking the Buddha to come from Rajagaha to help them during the plague is recorded in Mahavastu.

Chapter Seventy-Nine: Sandalwood Tree Mushrooms

The Buddha speaks about the nature of the Three Gems. The Buddha receives news that Venerable Sariputta has died in Nala. The Buddha leaves Vesali and crosses the Ganga to head north. He is offered his last meal by

Cunda. The Buddha enters the forest of sal trees in Kusinara.

S. XLVII, 1, 9; Tsa 638 (T. 99); Mahaparinibbana Sutta (D. 16); Tch'ang 2 (T. 1); Fo Pan Ni Yuan King (T. 5).

All the details in this chapter have been taken from D. 16 and T. 5.

Chapter Eighty: Be Diligent!

The Buddha praises Venerable Ananda. Ascetic Subhadda is the last person ordained by the Buddha. The Buddha passes into Nirvana.

Mahaparinibbana Sutta (D. 16); Tch'ang 2 (T. 1); Fo Pan Ni Yuan King (T.5).

The details in this chapter were all taken from D. 6 and T. 5.

Chapter Eighty-One: Old Path White Clouds

The people of Kusinara offer the Buddha incense, flowers, and music. Venerable Mahakassapa leads five hundred bhikkhus to the Buddha's funeral. Several delegations from different kingdoms receive relics of the Buddha to place in stupas. Mahakassapa organizes a council to compile all the precepts and sutras in Rajagaha. Venerable Svasti returns to Uruvela and gazes at the shore of the Neranjara River and the white clouds in the sky.

Mahaparinibbana Sutta (D. 16); Tch'ang 2 (T. 1); Fo Pan Ni Yuan King (T.5).

Details concerning the Buddha's funeral and the dividing of his relics are taken from D. 16 and T. 5.

❐